தொ. பரமசிவன் ஆய்வுலகம்

தொகுதி-1

தொ.ப.வின்
ஆய்வுகள், கட்டுரைகள்,
நேர்காணல்கள் அடங்கிய
முழுமையான தொகுப்பு

சுவடு
வெளியீடு

தொ. பரமசிவன் ஆய்வுலகம் (தொகுதி-1)

- ஆய்வுகள், கட்டுரைகள், நேர்காணல்கள்
- ஆசிரியர்
  தொ. பரமசிவன்
- முதல் பதிப்பு
  டிசம்பர்-2023
- பக்கங்கள் - 888 (தொகுதி-1)
- அளவு - 1x8 Demy
- எழுத்து - 12
- தாள் - 18.6 N.S
- அட்டை - 300 gsm
- கட்டுமானம் - சாதாரணம்
- வடிவமைப்பு
  யாமீன் கிராஃபிக்
- பதிப்பாசிரியர்
  நல்லு இரா. லிங்கம்
- அச்சாக்கம்
  சுவடு
- ₹ 1200/-
  (2 தொகுதிகள்)

THO. PARAMASIVAN AAIVULAGAM (Vol.-1)

- Collective Works
- Author
  THO. PARAMASIVAN
- First Edition
  December-2023
- Pages - 888 (Vol.-1)
- Size - 1 x 8 Demy
- Font - 12
- Paper - 18.6 N.S
- Cover - 300 gsm art board
- Binding - Perfect with Gate Fold
- Designing
  Yaameen Graphic
- Publishing Editor
  NALLU R. LINGAM
- Printer - **Suvadu**
- ISBN - 978-81-19023-67-7

Published by
SUVADU PUBLISHERS,
7A, Ranganathan Street, Selaiyur, Chennai - 600073
Contact : 9551065500, 9791916936
suvadueditor@gmail.com / www.suvadu.in

பதிப்புரை

கடந்த காலம் என்பது மாற்றத்திற்கு அப்பாற்பட்டது. கடந்த காலத்தின் நிகழ்வுகளே வரலாறுகளாகப் பதிவு செய்யப்படு கின்றன. ஒவ்வொரு சமூக அமைப்பிலும் திரும்பத் திரும்ப நிகழும் நிகழ்வுகள் அந்தக் குறிப்பிட்ட சமூகத்தின் பண்பாடு என்ற அடை யாளத்தைப் பெறுகின்றன. நாள்தோறும் வளர்ந்து வரும் சமூகத்தில், மாற்றங்களும் தொடர்ந்து நிகழ்கின்றன. போக்குவரத்து மற்றும் தொலைத்தொடர்பு வசதிகளின் பெருக்கம் அதிவிரைவில் இந்தச் சமூகத்தில் பண்பாட்டு மாற்றங்களை நிகழத்திக்கொண்டே இருக்கிறது. இருப்பினும் தமிழ்ச் சமூகத்தில் சில பண்பாட்டு அசைவுகள் பல நூற்றாண்டுகளாக, ஏன், ஆயிரக்கணக்கான ஆண்டுகளாக வேர்விட்டு வளர்ந்து நிலைத்திருக்கின்றன.

வேர்கள் வெளியில் தெரிவதில்லை. ஆனால் அவற்றின் செயல் பாடுகள் வெளியே துளிர்க்கின்றன; மலர்கின்றன. அவ்வாறே, இந்தச் சமூகத்தில் வேரூன்றிப் பரவியும் விழுதுகளாகத் தாங்கியும் நிற்கும் சில பண்பாட்டு அசைவுகள் இந்த மண்ணின், மக்களின், மொழியின் வரலாற்றை அறிந்துகொள்ள உதவுகின்றன. மானுடவியல் மற்றும் பண்பாட்டு ஆய்வாளர்கள் நிகழ்த்தும் ஆய்வுகளும் அவ்வாய்வுகளின் அடைவுகளும் நமக்குப் பல்வேறு புதிய திறப்புகளை வழங்குகின்றன.

தமிழ்ப் பண்பாட்டு ஆய்வாளர்களில் மிக முக்கியமானவரான தொ. பரமசிவன் நிகழ்த்திய ஆய்வுகள், சங்க இலக்கியம் தொடங்கி வாய்மொழி உரையாடல் வரை நீள்கின்றன; கல்வெட்டுப் பதிவுகள் தொடங்கி செவிவழிச் செய்திகள் வரை விரிகின்றன. தொ.ப.வின் ஆய்வுப் பரப்பை முப்பெரும் பிரிவுகளாகப் பகுக்கலாம்.

தொல் தமிழர் வழிபாட்டு முறைகள், நாட்டார் வழிபாடுகள், நிறுவன சமயங்களான சமண பௌத்த மதங்களின் பரவல் மற்றும் வீழ்ச்சி, கிறித்தவ இசுலாமிய சமயங்களின் வளர்ச்சி மற்றும் சமூகப் பங்களிப்பு, பக்தி இயக்கங்களின் வழி சைவ வைணவ சமயங்களின் எழுச்சி, பின்னர் காலனிய ஆட்சியின் கீழ் பல்வேறு

வழிபாட்டு முறைகளையும் இணைத்து இந்து மயமாக்கல் போன்ற ஆய்வுகளை சமயம் என்ற பிரிவில் வகைப்படுத்தலாம்.

சாதிய அடுக்குகள், தொழில் ரீதியான சாதிப் பாகுபாடுகள், பார்ப்பனர்களின் வருகை, மன்னராட்சிக் காலங்களில் வர்ணப் பிரிவுகள் மற்றும் மேலோர் ஆதிக்கம், கோயில் எனும் நிறுவனங்கள் சொத்துடைமை நிறுவனங்களாக மாற்றம் பெறுதலும் கோயில்களில் பார்ப்பனர் நுழைவும், சைவத்தின் இறுக்கமும் வைணவத்தின் நெகிழ்வுத்தன்மையும், ஸ்மார்த்தப் பார்ப்பனர்களின் அரசியல் ஆதிக்கம், திராவிடம், பொதுவுடைமை, தலித்தியம், தமிழ்த் தேசியம் உள்ளிட்ட அரசியல் கருத்தாக்கங்கள், பெரியாரின் சமூகப் பங்களிப்பு போன்ற ஆய்வுகளை சமூகம் என்ற பிரிவில் கொண்டுவரலாம்.

சங்க இலக்கியம், பக்தி இலக்கியம், பிற்கால இலக்கியம், வழக்காறுகள் மற்றும் வாய்மொழி இலக்கியங்கள், பாரதி, பாரதி தாசன் வரையிலான இலக்கியத் திறனாய்வுகள், நூல் மதிப்பீடுகள், உ.வே.சா., நா. வானமாமலை, மு. இராகவய்யங்கார், இரா. இராகவய்யங்கார், மயிலை சீனி வேங்கடசாமி உள்ளிட்ட ஆய்வாளர்களின் பங்களிப்பின் முக்கியத்துவம் போன்றவற்றை இலக்கியம் என்ற வகைமையில் இணைக்கலாம்.

தொ. பரமசிவன் அவர்கள் நிகழ்த்தியிருக்கும் ஆய்வுகளும் எழுத்து, பேச்சு மற்றும் உரையாடல் வழி வழங்கியிருக்கும் படைப்புகளும் இலக்கியம், சமூகம், அரசியல் மற்றும் ஆய்வுத் துறையில் ஆர்வமுள்ள அனைவருக்குமான கருத்துக் கருவூலங்கள் என்றால் மிகையில்லை.

அழகர்கோயில் ஆய்வு தொடங்கி தொ.ப.வின் ஆய்வுக் கட்டுரைகள், உரைகள், நேர்காணல்கள், நூல் திறனாய்வுகள் உள்ளிட்ட முழுமையான தொகுப்பைக் குறைந்த விலையில் வாசகர்களுக்கு வழங்க வேண்டும் என்று நாங்கள் எடுத்துக்கொண்ட முயற்சியின் பலனாக உருவானதே இந்தத் தொகுப்பு.

இத்தொகுப்பில் தொ. ப.வின் நூல்கள் வெளியான கால வரிசையில் கட்டுரைகள் வரிசைப்படுத்தப்பட்டுள்ளன. வெவ்வேறு தொகுப்புகளில் ஒரே கட்டுரை இடம்பெற்றிருப்பின் அதை முதலில் வெளியான தொகுப்பின் பட்டியலில் கொடுத்துள்ளோம். ஒருசில

கட்டுரைகள் தலைப்புகள் மாற்றப்பட்டும் பிற தொகுப்புகளில் வந்துள்ளன. அவற்றை அடைப்புக் குறிக்குள் கொடுத்துள்ளோம்.

இந்தத் முழுமையான தொகுப்பின் ஆக்கத்தில் பல்வேறு நிலைகளில் தகவல்கள் தனது உதவிய தோழர் மதுரை சித்திர வீதிக்காரன், அழகர் கோயில் நூலில் ஒரு தகவலைச் சரிபார்க்க உதவிய தொ.ப. அவர்களின் மகள் தோழர் விஜயலட்சுமி, அவரிடம் ஆற்றுப்படுத்திய தோழர் திருவரசன், முனைவர் ஷாகுல் ஹமீது, முனைவர் கு.ஞானசம்பந்தன் உள்ளிட்டோருக்கு எங்கள் மனமார்ந்த நன்றி.

இந்தத் தொகுப்பை வெளியிடும் திட்டம் கருவுற்ற நாள் முதல் உங்கள் கரங்களில் தவழும் வரை உறுதுணையாக நிற்கும் தோழர் நெல்லை கோமதிசங்கர், தகவல்கள் சரிபார்ப்பு மற்றும் மெய்ப்புப் பார்ப்பதில் பேருதவி புரிந்த தோழர் கோவை பிரசன்னா, நூல் வடிவமைப்பில் பேருழைப்பு நல்கிய தோழர் அ. காதர் மொய்தீன், நூல் முகப்புக்கென தொ. ப.வின சித்திரம் தீட்டித் தந்த ஓவியர் சுந்தரன் முருகேசன் ஆகியோருக்கு அளவற்ற அன்பும் நன்றியும்.

ஆயிரக்கணக்கான ஆண்டுகாலத் தொன்மை கொண்ட நம்மிடம் ஆய்வுகளும் ஆய்வுகளுக்கான பங்களிப்பும் மிகக் குறைவாகவே உள்ளன. அடுத்த தலைமுறை ஆய்வாளர்களைத் தன்னால் அடையாளம் காண இயலவில்லை என்று ஒரு நேர்காணலில் தொ. ப. வருந்திக் குறிப்பிடுகிறார். தொ. பரமசிவன் ஆய்வுலகம் என்ற இந்த நூல், தமிழ்ச் சமூகம் குறித்த தொடர்ச்சி யான தீவிரமான ஆய்வுகளின் தேவையையும் அவசியத்தையும் அழுத்தமாகப் பதிவு செய்யும் என்பது திண்ணம்.

வாசகர்களுக்கும் ஆய்வாளர்களுக்கும் தொ. பரமசிவன் ஆய்வுலகம் எனும் இந்த முழுமையான தொகுப்பு மிகவும் பயனுள்ளதாக அமையும் என்று நம்புகிறோம்.

- பதிப்பாசிரியர்

நன்றி

திரு சௌமா ராஜரத்தினம், சௌமா அறக்கட்டளை மற்றும் லட்சுமி கல்விக் குழுமம், மணப்பாறை

கவிஞர் தங்கம் மூர்த்தி, வெங்கடேஸ்வரா கல்விக் குழுமம், புதுக்கோட்டை

முனைவர் தமிழ்மணவாளன், கவிஞர், எழுத்தாளர்

அனிதா ஸ்ரீகாந்த், ஆசிரியர், மும்பை

டாக்டர் நடராஜன், மாநில விழிப்பாணைய அலுவலர், ESI

திரு குமார் துரைசாமி, பின்னலாடை ஏற்றுமதியாளர், திருப்பூர்.

இந்த நூலில் ஏதேனும் குறைகள், பிழைகள் இருப்பின் வாசகர்கள் அவற்றைச் சுட்டிக்காட்டினால் அடுத்து வரும் பதிப்பில் நூலைச் செம்மைப்படுத்த உதவியாக இருக்கும். சுவடு பதிப்பகத்தின் வெளியீடுகள் குறித்த உங்கள் கருத்துகளை suvadueditor@gmail.com என்ற மின்னஞ்சலுக்கு அனுப்பி வைக்கலாம். நன்றி.

- பதிப்பாசிரியர்

பொருளடக்கம்

அழகர் கோயில் (1989) - 11
    முன்னுரை - 13
1. அழகர்கோயிலின் அமைப்பு - 19
2. அழகர்கோயிலின் தோற்றம் - 28
3. இலக்கியங்களில் அழகர்கோயில் - 39
4. ஆண்டாரும் சமயத்தாரும் - 62
5. அழகர்கோயிலும் சமூகத்தொடர்பும் - 77
    5.1. கோயிலும் கள்ளரும் - 78
    5.2. கோயிலும் இடையரும் - 97
    5.3. கோயிலும் பள்ளர்-பறையரும் - 105
    5.4. கோயிலும் வலையரும் - 114
6. திருவிழாக்கள் - 121
7. சித்திரைத் திருவிழாவும் பழமரபுக் கதையும் - 141
8. வர்ணிப்புப் பாடல்கள் - 166
9. சித்திரைத் திருவிழாவில் நாட்டுப்புறக் கூறுகள் - 189
10. கோயிற் பணியாளர்கள் - 211
11. பதினெட்டாம்படிக் கருப்பசாமி - 225
    முடிவுரை - 245

பிற்சேர்க்கை - I
    1. ஆறுபடை வீடுகளும் பழமுதிர்சோலையும் - 249
    2. தமிழ்நாட்டில் வாலியோன் (பலராமன்) வழிபாடு - 259
    3. கல்வெட்டுக் குறிப்புகள் - 268

தெய்வங்களும் சமூக மரபுகளும் (1995) - 279

1. தெய்வங்கள் - 281
2. சிறுதெய்வ நெறிகள் - 288
3. அடிதொழுதல் - 297
4. பலராம வழிபாடு - 302
5. அழகர்கோயில் அமைப்பும் தமிழகக் கோயில் அமைப்பும் - 311

6.	கள்ளரும் அழகரும் கள்ளழகரும்	-	321
7.	உடைமையும் ஒழுக்கமும்	-	330
8.	மாற்று மரபுகளும் தமிழ் வைணவமும்	-	339
9.	பார்ப்பார் : ஒரு வரலாற்றுப் பார்வை	-	351
10.	மதுரைக்கோயில் அரிசன ஆலயப் பிரவேசம் 1939	-	358

அறியப்படாத தமிழகம் (1997) - **371**

1. தமிழ் - 373
   - தண்ணீர் - 375
   - தமிழர் உணவு - 377
   - உணர்வும் உப்பும் - 381
   - உணவும் நம்பிக்கையும் - 384
   - எண்ணெய் - 387
   - சோறு விற்றல் - 389
   - பிச்சை - 391
   - தெங்கும் தேங்காயும் - 393
   - உரலும் உலக்கையும் - 395
   - சிறுதெய்வங்களின் உணவு - 398

2. வீடும் வாழ்வும் - 403
   - தமிழர் உடை - 405
   - பருத்திப் பெண்டும் பள்ளர் நெசவும் பாய் நெசவும் - 410
   - உறவுப் பெயர்கள் - 412
   - மக்கட் பெயர் - 415
   - தங்கையும் அண்ணனும் தாய்மாமனும் - 419
   - தாலியும் மஞ்சளும் - 421
   - சங்கும் சாமியும் - 425

3. தைப்பூசம் - 429
   - தீபாவளி - 431
   - விநாயகர் வழிபாடு - 433
   - துலுக்க நாச்சியார் - 436
   - மதமும் சாதியும் - 438
   - பறையரும் மத்தியாலப் பறையரும் - 440

பண்டாரம் -	441
பழைய குருமார்கள் -	443
இசுலாமியப் பாணர் -	445
4. பல்லாங்குழி -	449
தவிடும் தத்தும் -	454
துடுப்புக் குழி -	457
பண்பாட்டு அசைவுகள் -	460
அறையும் கல்லறையும் -	461
5. தமிழகப் பௌத்தம் : எச்சங்கள் -	464
சமணம் -	466
துறவு -	470
அஞ்சுவண்ணம் -	472
நிர்வாணம் -	473
சித்தர்கள் -	476
6. பேச்சு வழக்கும் இலக்கண வழக்கும் -	480
வாய்மையும் கடவுளும் -	482
தத்துவப் போர் -	485
ஆங்கிலேயப் பாண்டியன் -	488
இறப்புச் சடங்கும் விருந்தோம்பலும் -	490
7. கறுப்பு -	493

தமிழ் ஆராய்ச்சி வரலாறு (2000) - 499

தஞ்சைத் தமிழ்ப் பல்கலைக்கழகத்தில் ஆற்றிய உரை - 501

நாள் மலர்கள் (2005) - 535

1. கல்லெழுத்துகள் -	537
2. கம்பனின் அறிமுகம் -	543
3. அடிகளாரின் அரசியல் -	548
4. புதுமையாளர் பாரதி -	553
5. அறிவியல் தமிழ் -	559
6. பக்தியும் பாட்டும் -	565
7. தமிழ் இதழியல் -	571

8.	மதுரை மாநகர் (மீனாட்சிப் பட்டினம்)	-	576
9.	தமிழ் உரைநடை	-	582
10.	இலக்கியமும் சிற்பமும்	-	588
11.	கவிதை மொழிபெயர்ப்பு	-	594
12.	அகராதிக் கலை	-	600

சமயங்களின் அரசியல் (2005) - 605

தெய்வம் என்பதோர் (2006) - 671

1.	தாய்த் தெய்வம்	-	673
2.	பழையனூர் நீலிக் கதை	-	689
3.	உலகம்மன்	-	693
4.	வள்ளி	-	696
5.	சித்திரகுப்தன்	-	701
6.	ஒரு சமணக் கோயில் (இதுவே சனநாயகம்)	-	706
7.	தமிழக வரலாற்றில் வள்ளலார்	-	709
8.	ஆழ்வார் பாடல்களும் கண்ணன் பாட்டும்	-	717
9.	பண்பாட்டுக் கலப்பு	-	726
10.	சடங்கியல் தலைமையும் சமூக அதிகாரமும்	-	731
11.	மரபும் மீறலும் - சாதி சமய அரசியல் பின்னணி	-	734
12.	பெரியாரியலும் நாட்டார் தெய்வங்களும்	-	741
13.	இந்திய தேசிய உருவாக்கத்தில் பார்ப்பனியத்தின் பங்கு	-	750
14.	பேராசிரியர் கா.சிவத்தம்பியின் பக்தி இலக்கிய ஆய்வுகள்	-	756
15.	சமய நல்லிணக்கம் - பெரியாரியப் பார்வையில்	-	764
16.	வரலாற்று நோக்கில் முருக வழிபாடு	-	772

சமயம் ஓர் உரையாடல் (2008) - 783

தொ. ப. - சுந்தர் காளி உரையாடல்	-	785

அழகர் கோயில்

சுருக்கக் குறியீடுகளின் விளக்கம்

அகம்.	-	அகநானூறு
ஆண்.	-	ஆண்டாள்
உ.வே.சா.பதிப்பு	-	உ.வே.சாமிநாதையர் பதிப்பு
கழகப் பதிப்பு	-	திருநெல்வேலித் தென்னிந்தியச் சைவ சித்தாந்த நூற்பதிப்புக்கழகப் பதிப்பு
சிலம்பு.	-	சிலப்பதிகாரம்
சீனி.வே.	-	மயிலை. சீனி. வேங்கடசாமி
திருமங்.	-	திருமங்கையாழ்வார்
தொ. ஆ.	-	தொகுப்பாசிரியர்
தொழில் சுதந்திர அட்டவணை	-	திருமாலிருஞ்சோலை ஸன்னதி கைங்கர்ய பரானின் தொழில் சுதந்திர அட்டவணை
நம்.	-	நம்மாழ்வார்
ப.	-	பக்கம்
ப.ஆ.	-	பதிப்பாசிரியர்
பக்.	-	பக்கங்கள்
பூத.	-	பூதத்தாழ்வார்
பெரி.	-	பெரியாழ்வார்.
மு.நூல்.	-	முற்காட்டிய நூல்
மேலது.	-	மேற்காட்டிய நூல்
A.R.E.	-	Annual Report on Epigraphy
Chap.	-	Chapter
Ed.	-	Edition
Ibid.	-	Ibidem
Op. Cit.	-	Opera cited
P.	-	Page
PP.	-	Pages
S.I.I.	-	South Indian Inscriptions
Trans.	-	Translation
Vol.	-	Volume

முன்னுரை

கோயில் பற்றிய ஆய்வுகள் நாட்டு வரலாற்றாய்வாக மட்டு மன்றிச் சமூக, பண்பாட்டாய்வுகளாகவும் விளங்கும் திறமுடையன. தமிழ்நாட்டில், கோயில்களில் காணப்பெறும் கல்வெட்டுக்கள் தரும் செய்திகளும்கோயில்களின் கட்டிடக்கலை, சிற்பக்கலைச் சிறப்புகளுமே பெரிதும் ஆராயப்படுகின்றன. கே.கே.பிள்ளையின் 'சுசீந்திரம் கோயில்', கே.வி.இராமனின் 'காஞ்சி வரதராஜஸ்வாமி கோயில்'ஆகிய நூல்களும், சி.கிருஷ்ணமூர்த்தியின் 'திருவொற்றி யூர்க் கோயில்' எனும் அச்சிடப்படாத ஆய்வு நூலும் குறிப்பிடத் தகுந்தவையாகும். தமிழ்நாடு தொல்பொருள் ஆய்வுத் துறையினரும் திருவெள்ளறை, திருவையாறு ஆகிய ஊர்க்கோயில்களைப் பற்றி நூல்கள் வெளியிட்டுள்ளனர்.

இவையன்றி, ஒரு கோயிலுக்கும் அதனை வழிபடும் அடிய வர்க்கும் உள்ள உறவு, கோயிலைப் பற்றிச் சமூகத்தில் வழங்கும் கதைகள், பாடல்கள், வழக்குமரபுச் செய்திகள், அக்கோயிலை ஒட்டி எழுந்த சமூக நம்பிக்கைகள், திருவிழாக்களில் அவை வெளிப்படும் விதம் ஆகியவை பற்றிய ஆய்வுகள் தமிழ்நாட்டில் பெருகி வளர வில்லை. பினாய் குமார் சர்க்கார் என்பவர் கிழக்கிந்தியப் பகுதி களில் கொண்டாடப்பெறும் 'கஜல்', 'கம்பீரா' எனும் இரண்டு திருவிழாக்களை மட்டும் ஆராய்ந்து 'இந்துப் பண்பாட்டில் நாட்டுப் புறக் கூறுகள்' எனும் ஆங்கில நூலை 1917இல் எழுதினார். இவ் வகையான ஆய்வுநெறி தமிழ்நாட்டில் பிள்ளைப்பருவம் தாண்டாத நிலையிலேயே உள்ளது.

நோக்கம்

'அழகர்கோயில்' என்பது இந்த ஆய்வின் தலைப்பாகும். இக்கோயில் மதுரைக்கு வடகிழக்கே பன்னிரண்டுகல் தொலைவி லுள்ளது. கோயில்கள் வழிபடும் இடங்களாக மட்டும் ஆகா. அவை சமூக நிறுவனங்களுமாகும். எனவே சமூகத்தின் எல்லாத் தரப்பினரோடும் கோயில் உறவு கொள்கிறது. ஒரு குறிப்பிட்ட கோயிலோடு அரசர்களும் உயர்குடிகளும் கொண்ட உறவினைப் போலவே, ஏழ்மையும் எளிமையும் நிறைந்த அடியவர்கள் கொண்ட உறவும் ஆய்வுக்குரிய கருப்பொருளாக முடியும். அவ்வகையில்

அழகர்கோயிலோடு அடியவர்கள், குறிப்பாக நாட்டுப்புறத்து அடியவர்கள் கொண்டுள்ள உறவினை விளக்க முற்படும் முன் முயற்சியாக இந்த ஆய்வுக் கட்டுரை அமைந்துள்ளது. இந்த உறவின் வளர்ச்சியில் கோயிலின் பரம்பரைப் பணியாளர்க்கும் பங்குண்டு என்பதால் அவர்களும் உளப்படுத்தப்பட்டுள்ளனர்.

அழகர்கோயில் ஆழ்வார்களால் பாடப்பெற்ற தமிழ்நாட்டு வைணவத் திருப்பதிகளில் பழமை சான்ற ஒன்றாகும். இக்கோயி லுக்கு மதுரை மாவட்டத்தின் சில பகுதிகளோடு முகவை மாவட்டத்தின் தெற்கு, கிழக்குப் பகுதிகளிலிருந்தும் பல்லாயிரக் கணக்கான நாட்டுப்புற அடியவர்கள் வருகின்றனர். பொதுவாகச் சமூகத்தோடும், குறிப்பாகச் சிறுதெய்வநெறியில் ஈடுபாடுடைய சாதியாரோடும் இப்பெருந்தெய்வக் கோயில் கொண்டுள்ள உறவினையும் உறவின் தன்மையினையும் விளக்க முற்படுவதே இந்த ஆய்வுக் கட்டுரையின் நோக்கமாகும்.

ஆய்வுப் பரப்பு

இக்கோயிலை ஒட்டிய நிலப்பரப்பில் வாழும் வலையர், கள்ளர் ஆகிய சாதியாரோடும் கோயிலுக்கு வரும் அடியவர்களில் பெருந்தொகையினரான அரிசனங்கள், இடையர் ஆகிய சாதியாரோடும் கோயிற் பணியாளரோடும் இக்கோயில் கொண்டுள்ள உறவு தமிழ்நாட்டு வைணவ சமயப் பின்னணியில் ஆராயப்பட்டுள்ளது. சமூக ஆதரவினைப் பெறுவதற்காகத் தமிழ்நாட்டு வைணவம் சிறுதெய்வ வழிபாட்டு நெறிகளுக்கு நெகிழ்ந்து கொடுத்த நிலையும் இக்கோயிலை முன்னிறுத்தி விளக்கப்பட்டுள்ளது.

ஆய்வு மூலங்கள்

சமூக நிறுவனமாகிய கோயில் பிற்படுத்தப்பட்ட, தாழ்த்தப் பட்ட சாதியாரோடு கொண்ட உறவினையறியக் கல்வெட்டுக்கள் போதிய அளவு துணை செய்யவில்லை. இக்கோயிலைப் பற்றிய இலக்கியங்களும், கோயிலில் காணப்படும் நடைமுறைகளும் திருவிழாச் சடங்குகளும்,திருவிழாக்களில் வெளிப்படும் கதைகள், பாடல்கள், நம்பிக்கைகள் முதலியனவும்,ஆய்வாளர் களஆய்வில் கண்டுபிடித்த இரண்டு செப்பேடுகளும் செப்பேட்டு ஓலைநகல் ஒன்றும் ஆய்வு மூலங்களாகக் கொள்ளப்பட்டுள்ளன. கோயிற்

பணியாளர் வசமுள்ள சில ஆவணங்களும்நூல்களும் துணைநிலைச் சான்றுகளாகக் கொள்ளப்பட்டுள்ளன. இவை தவிர, வினாப்பட்டி ஒன்று உருவாக்கப்பட்டுச் சித்திரைத் திருவிழாவில் வேடமிடும், வழிபடும் அடியவர்கள் அவ்வினாப்பட்டிக்கு அளித்த விடைகளும் சான்றுகளாகக் கொள்ளப்பட்டுள்ளன.

அணுகுமுறை

கோயில், சமூகத்தோடு கொண்டுள்ள உறவு பற்றிய ஆய்வுப் பகுதிகள் விளக்கமுறையிலும் மதிப்பீட்டு முறையிலும் அணுகப் பட்டுள்ளன. 'ஆண்டாரும் சமயத்தாரும்' என்ற இயலும், திருவிழா நிகழ்ச்சிகளை ஆராயும் பகுதிகளும் விளக்கமுறையில் அமைந்தவை. 'சித்திரைத் திருவிழாவும் பழமரபுக்கதையும்' என்ற இயலில் டென்னிஸ் அட்சனின் கருத்துக்கள் மதிப்பிடப்பட்டுள்ளன. 'பதினெட்டாம்படிக் கருப்பசாமி', 'கோயிலும் இடையரும்', 'கோயிலும் பள்ளர் பறையரும்', 'கோயிலும் வலையரும்' ஆகிய இயல்கள் விளக்கமுறையிலும் மதிப்பீட்டு முறையிலும் அமைந் துள்ளன. கோயிலுக்கும் கள்ளர்க்குமுள்ள தொடர்பு விளக்க முறையிலும் வரலாற்று முறையிலும் அணுகப்பட்டுள்ளது.

அமைப்பு முறை

இந்த ஆய்வேடு பன்னிரண்டு இயல்களைக் கொண்டதாக அமைந்துள்ளது.

1. அழகர்கோயிலின் அமைப்பு
2. கோயிலின் தோற்றம்
3. இலக்கியங்களில் அழகர்கோயில்
4. ஆண்டாரும் சமயத்தாரும்
5. கோயிலும் சமூகத்தொடர்பும்
   (கள்ளர், இடையர், பள்ளர்-பறையர், வலையர்)
6. திருவிழாக்கள்
7. சித்திரைத் திருவிழாவும் பழமரபுக்கதையும்
8. வர்ணிப்புப் பாடல்கள்
9. நாட்டுப்புறக் கூறுகள்
10. கோயிற் பணியாளர்கள்
11. பதினெட்டாம்படிக் கருப்பசாமி
12. முடிவுரை

'அழகர்கோயிலின் அமைப்பு' என்னும் முதல் இயலில் கோயில் அமைந்துள்ள நிலப்பரப்பின் தொன்மை, கோயிலின் கட்டடங்கள், மண்டபங்கள் முதலியவை கல்வெட்டுச் சான்றுகளுடன் விளக்கப்பட்டுள்ளன.

'கோயிலின் தோற்றம்' என்னும் இரண்டாவது இயலில் இக்கோயிலைப் பற்றிய மயிலை. சீனி. வேங்கடசாமியின் கருத்து மதிப்பிடப்படுகிறது. 'இக்கோயில் பௌத்தக் கோயிலாக இருந்தது' என 1940இல் அவர் வெளியிட்ட கருத்து, கோயில் ஆய்வாளர்களால் ஏற்கப்படவுமில்லை; மறுக்கப்படவுமில்லை. இவ்வியலில் அவரது கருத்து மதிப்பீடு செய்யப்பட்டு ஏற்றுக்கொள்ளப்பட்டுள்ளது.

'இலக்கியங்களில் அழகர்கோயில்' என்னும் மூன்றாவது இயலில் இக்கோயிலைப் பற்றிய பரிபாடல் பாட்டு ஒன்றும், ஆழ்வார்களின் பாசுரங்களும், பாசுரங்களுக்கான உரையும், இக்கோயில் மீதெழுந்த குறவஞ்சி, பிள்ளைத்தமிழ், கலம்பகம், அந்தாதி, மாலை, வருகைப்பத்து ஆகிய பலவகைப்பட்ட சிற்றிலக்கியங்களும் ஆராயப்படுகின்றன. மேலும் கோயில் இறைவன் பெயர், மலைப் பெயர், விமானம், தலவிருட்சம் முதலிய செய்திகள், இத்தலம் குறித்த பாசுரங்களில் காணப்படும் பிறமத எதிர்ப்புணர்ச்சி முதலியவையும் இவ்வியலில் விளக்கப்பட்டுள்ளன.

'ஆண்டாரும் சமயத்தாரும்' என்ற நான்காவது இயலில் ஆய்வாளர் களஆய்வில் கண்ட அமைப்புமுறை விளக்கப்பட்டுள்ளது. 'ஆண்டார்' என்பது இக்கோயிலில் தல குருவாக மதிக்கப்பெறும் பிராமணப் பணிப்பிரிவொன்றின் பெயராகும். இப்பணிப்பிரிவினர்க்கு மதுரை, முகவை மாவட்டக் கிராமப் புறங்களில் 'சமயத்தார்' எனப்படும் பிராமணரல்லாத 18 பிரதி நிதிகள் உள்ளனர். இவர்கள் நாட்டுப்புற மக்களை வைணவ அடியாராக்கி ஆண்டாரிடம் சமய முத்திரைபெறச் செய்வர். பெருமளவு சிதைந்துவிட்ட இவ்வமைப்பு, களஆய்வில் கண்டு பிடிக்கப்பட்டு விளக்கப்பட்டுள்ளது.

'கோயிலும் சமூகத் தொடர்பும்' என்ற ஐந்தாவது இயலில் அழகர்கோயிலோடு மேலநாட்டுக் கள்ளர், இடையர், பள்ளர்-பறையர், அழகர்கோயிலை ஒட்டிய சிற்றூர்களில் வாழும் வலையர் ஆகிய சாதியார் கொண்டுள்ள உறவு விளக்கி மதிப்பிடப்பட்டுள்ளது. மேலநாட்டுக்கள்ளரும் வலையரும் வைணவ சமயத்தில் ஈடுபாடு

உடையவராக அன்றிப் பிற சமூகக் காரணங்களால் கோயிலோடு உறவு கொண்டனர். இடையரும், பள்ளர் - பறையரும் வைணவத்தில் நாட்டமுடையவர்களாய்க் கோயிலோடு உறவு கொண்டுள்ளனர். பள்ளர்-பறையர் ஆகிய உழுதொழிலாளர், இந்திரவழிபாட்டிலிருந்து பலராம வழிபாட்டின் வழியாகத் திருமால் நெறிக்குள் அழைத்து வரப்பட்டனர் என்ற செய்தி விளக்கப்பட்டுள்ளது.

'திருவிழாக்கள்' என்ற ஆறாவது இயலில் சித்திரைத் திருவிழா தவிர்ந்த பிற திருவிழாக்கள் விளக்கப்படுகின்றன. அவற்றுள் சமூகத் தொடர்புடைய சில திருவிழாக்கள் விரிவாக விளக்கப்பட்டு மதிப்பிடப்பெறுகின்றன.

இக்கோயில் சித்திரைத் திருவிழா ஏழு, எட்டு, ஒன்பது ஆகிய மூன்று இயல்களில் விளக்கப்படுகிறது. 'சித்திரைத் திருவிழாவும் பழமரபுக்கதையும்' என்னும் ஏழாவது இயலில் சித்திரைத் திருவிழா நிகழ்ச்சிகள் விளக்கப்பட்டு மதிப்பிடப்பெறுகின்றன. இப்பழமரபுக் கதை பற்றிய டென்னிஸ் அட்சனின் கருத்துக்கள் மதிப்பிடப்பெறுகின்றன.

'வர்ணிப்புப் பாடல்கள்' எனும் எட்டாவது இயலில் அழகர் கோயில் சித்திரைத் திருவிழாவில் பாடப்பெறும் வர்ணிப்புப் பாடல்கள் ஆராயப்படுகின்றன. நாட்டுப்புற மக்களால் பாடப் பெறும் இவ்வகைப் பாடல்களின் தோற்றமும், மதுரை வட்டாரத்தில் அழகர்கோயில் சித்திரைத் திருவிழாவினால் இவை வளர்க்கப்பட்ட செய்தியும் விளக்கப்படுகின்றன.

'நாட்டுப்புறக் கூறுகள்' எனும் ஒன்பதாவது இயலில் இக்கோயில் சித்திரைத் திருவிழாவில் நாட்டுப்புற அடியவர்கள் வேடமிட்டு வழிபடும் முறைகள், காணிக்கை செலுத்துதல் போன்றவை வினாப் பட்டி வழியாகப் பெற்ற செய்திகளைக்கொண்டு விளக்கப்படு கின்றன.

'கோயிற் பணியாளர்கள்' எனும் பத்தாவது இயலில் கோயிற் பரம்பரைப் பணியாளர் பற்றிய ஆவணச் செய்திகளும் நடை முறைகளும் விளக்கப்படுகின்றன.

'பதினெட்டாம்படிக் கருப்பசாமி' என்னும் பதினோராவது இயலில் இக்கோயிலில் அடைக்கப்பட்ட இராசகோபுர வாசலி லுள்ள கருப்பசாமி எனும் தெய்வம் பற்றிய செய்திகள் ஆராயப்படு

கின்றன. இக்கோயில் கோபுரக் கதவு அடைக்கப்பட்ட செய்தி, கருப்பசாமியின் தோற்றம் முதலிய செய்திகள் ஆராயப்படுகின்றன.

'முடிவுரை' என்னும் இறுதி இயலில் ஆய்வு முடிவுகள் தொகுத்துத் தரப்பட்டுள்ளன. அதனையடுத்துத் துணை நூற்பட்டியல் தரப்பட்டுள்ளது.

பின்னிணைப்பு[1]

'அழகர்கோயிலில் ஆறுபடைவீடுகளில் ஒன்றான பழமுதிர் சோலை இருந்தது' எனும் நம்பிக்கை பின்னிணைப்பில் உள்ள ஆறுபடை வீடுகளும் பழமுதிர் சோலையும்' எனும் கட்டுரையில் ஆராயப்பட்டு மறுக்கப்பட்டுள்ளது.

பின்னிணைப்பில் உள்ள மற்றொரு கட்டுரையான 'தமிழ்நாட்டில் வாலியோன் (பலராமன்) வழிபாடு', உழுதொழில் செய்வோர் பலராம வழிபாட்டின்மூலம் திருமால் நெறிக்குள் அழைத்துவரப்பட்டனர் என ஆய்வுக்கட்டுரையில் கூறப்படும் கருத்துக்கு விளக்கமாகத் தரப்பட்டுள்ளது.

ஆய்வாளர் களஆய்வில் ஒலிப்பதிவு செய்த அச்சிடப்படாத ஐந்து வர்ணிப்புப் பாடல்கள் தரப்பட்டுள்ளன.

சமயத்தாரின் ஆட்சி எல்லைகளை விளக்கும் இரண்டு வரை படங்களும்அழகர்கோயில் அமைப்பினைக் காட்டும் வரைபட மொன்றும் தரப்பட்டுள்ளன.

கோயில் அமைப்பு, திருவிழா நிகழ்ச்சிகள் இவற்றுள் சிலவற்றைக் காட்டும் புகைப்படங்களும் தரப்பட்டுள்ளன.

பதிப்பாசிரியர் குறிப்பு: பின்னிணைப்புகளில் தொ.ப. அவர் களின் கட்டுரைகள் மட்டும் இந்த நூல் தொகுப்பில் தந்திருக்கிறோம்.

அழகர்கோயிலின் அமைப்பு

1.1. இருப்பிடம்

தமிழ்நாட்டில் ஆழ்வார்களால் பாடப்பெற்ற வைணவத் திருப்பதிகளில் ஒன்று அழகர்கோயில் ஆகும். நிலக்குறுங்கோட்டில் (latitude) 10.5° பாகையிலும் நில நெடுங்கோட்டில் (longitude) 78.14 பாகையிலும் அமைந்துள்ள அழகர்கோயில்,[1] மதுரை மாவட்டத்தில் மேலூர் வட்டத்தைச் சேர்ந்ததாகும். மதுரையிலிருந்து வடக்கு- வடகிழக்குத் திசையில் பன்னிரண்டு கல் தொலைவில் இக்கோயில் அமைந்துள்ளது.

இப்போது கோயிற் பணியாளர் குடியிருப்புக்களைத் தவிர மக்கள் வசிக்கும் ஊர்ப்பகுதி எதுவும் இக்கோயிலை ஒட்டி இல்லை. அண்மையிலுள்ள வலையப்பட்டி, கோனாவரையான், ஆயத்த பட்டி ஆகிய மூன்று சிற்றூர்களும் இணைக்கப்பெற்று, 'அழகர் கோயில் ஊராட்சி'எனப் பெயரிடப்பட்டுள்ளது. "இரணிய முட்ட நாடு என்பது பாண்டி மண்டலத்திலிருந்த உள்நாடுகளுள் ஒன்று என்பதும், அந்நாடு மதுரை மாநகர்க்கு வடகிழக்கேயுள்ள ஆனைமலை, அழகர்கோயில் (திருமாலிருஞ்சோலை) முதலான ஊர்களைத் தன்னகத்தே கொண்ட ஒரு பெருநிலப்பரப்பு என்பதும் கல்வெட்டுக்களால் அறியக் கிடக்கின்றன" என்பர் தி.வை.சதாசிவ பண்டாரத்தார்.[2] அழகர்கோயிலிலுள்ள ஒரு கல்வெட்டும் 'கீழிரணிய முட்டத்துத் திருமாலிருஞ்சோலை' எனக் குறிப்பதால், இந்நிலப் பகுதி அக்காலத்தே, 'கீழிரணியமுட்டநாடு' என வழங்கப்பட்ட செய்தியை அறியலாம்.[3]

1.2. கோட்டைப் பகுதிகள்

இந்நிலப்பகுதியில் தென்கிழக்கிலிருந்து வடகிழக்குத்திசை நோக்கிச் செல்லும் ஒரு மலையும் கிழக்கேயிருந்து வரும் ஒரு மலையும் சந்திக்கின்ற இடத்தில் தென்திசையில் மலைச்சரிவில் கிழக்குத் திசையினை நோக்கியதாக அழகர்கோயில் எனப்படும் கோயில் அமைந்துள்ளது (படம் 1). கோயிலுக்கு மேற்கிலும் வடக்கிலும் மலைப் பகுதிகள் உள்ளன. கோயில் இரண்டு கோட்டை

களால் சூழப்பட்டுள்ளது. கோயில் அமைந்துள்ள உட்கோட்டை இரணியன்கோட்டை எனவும் வெளிக்கோட்டை அழகாபுரிக் கோட்டை எனவும் வழங்கப்படுகின்றன.[4] நாட்டுப்புறப் பாடல்கள் உட்கோட்டையினை, 'நளமகாராஜன் கோட்டை' என்று குறிப்பிடுகின்றன.[5] இரு கோட்டைகளும் ஏறத்தாழ 100 ஏக்கர் பரப்பளவில் அமைந்துள்ளன. வடபக்கத்திலுள்ள உட்கோட்டை யினைவிடத் தென்புறத்திலுள்ள வெளிக்கோட்டை ஏறத்தாழ நான்கு மடங்கு பெரிதாக உள்ளது. இதன் கிழக்குச் சுவரின் ஒரு பகுதி இடிந்த நிலையிலுள்ளது. மதுரையிலிருந்து வடக்குநோக்கி வரும் சாலையும் மேலூரிலிருந்து மேற்கு நோக்கி வரும் சாலையும் வெளிக்கோட்டையின் தெற்கு வாசலில் சந்திக்கின்றன.

'மதில் சூழ் சோலைமலை' என இத்தலத்தினைப் பெரியாழ்வார் பாடுவதால்,[6] அவர் காலத்திலேயே இக்கோயிலைக் சுற்றி ஒரு மதில் இருந்திருக்க வேண்டுமெனத் தெரிகிறது. அழகர்கோயில் வெளிக்கோட்டை பதினான்காம் நூற்றாண்டில் வாணாதிராயர் களால் கட்டப்பட்டிருக்கலாம் என இரா.நாகசாமி கருதுவர்.[7] எனவே பெரியாழ்வார் குறிப்பிடும் 'மதில்' இரணியன்கோட்டை எனப்படும் உட்கோட்டை மதிலாக இருக்கலாம்.

1.3. வெளிக்கோட்டைப் பகுதி

வெளிக்கோட்டையின் தெற்குவாசல் வழியாகக் கோட்டைக்குள் செல்ல வேண்டும். இவ்வாசலிலிருந்து நேர்வடக்காக உட்கோட் டையினை நோக்கி ஒரு சாலை செல்கிறது. சாலையின் இரு பக்கங் களிலும் வெளிக்கோட்டைப் பகுதியில் மரங்களே நிறைந்துள்ளன. இக்கோயிலிலுள்ள கல்வெட்டுக்களால் 'சாமந்த நாராயணச் சதுர்வேதிமங்கலம்' என்னும் பெயருடைய ஓர் அக்கிரகாரம் இங்கு இருந்தது எனவும், பிள்ளைப்பல்லவராயன் என்பான் அதனை அமைத்துக் கொடுத்தான் எனவும் தெரிகின்றது.[8] இப்போது இக்கோயிலின் பிராமணப் பணியாளர் மதுரையில் தல்லாகுளத் தில் குடியிருக்கின்றனர். திருவிழாக்காலங்களில் மட்டும், நாற்ப தாண்டுகட்கு முன்னர்க் கோயில் நிருவாகத்தால் கட்டப்பட்டு, தமக்கு ஒதுக்கப்பட்டுள்ள வீடுகளில் தங்குகின்றனர். இடைக் காலத்தில் ஏற்பட்ட அரசியற் படையெடுப்புக்கள் காரணமாக வெளிக்கோட்டையில் குடியிருந்த பிராமணர்கள் தல்லாகுளம் பகுதிக்குக் குடியேறியிருக்க வேண்டும். வெளிக்கோட்டையின்

வடபகுதியில் இப்போது கோயில் அலுவலகப் பணியாளர் குடியிருப்பும் அடியவர் தங்கும் விடுதியும் உள்ளன.

சாலையின் மேற்புறத்தில் அலுவலகப் பணியாளர் குடியிருப் பினை அடுத்து, சிதைந்த நிலையில் ஒரு மண்டபம் காணப்படுகிறது.

இம்மண்டபத்தின் ஒரு தூணில் திருமலை நாயக்கரின் சிலை உள்ளது. ஆகவே இம்மண்டபம் அவரால் கட்டப்பட்டிருக்கலாம் எனத் தோன்றுகிறது.

சாலையின் கீழ்ப்புறத்தில் தேர்மண்டபம்உள்ளது. இக்கோயி லுள்ள ஒரு கல்வெட்டால், 'அமைத்த நாராயணன்' என்பது இக்கோயில் தேரின் பெயர் என்பதும், தேரோடும் வீதிகளில் ஒன்றின் பெயர் 'தியாகஞ் சிறியான் திருவீதி' என்பதும் தெரிகின்றன.[9] ஆடிமாதம் பௌர்ணமி அன்று தேரோட்டம் நடைபெறுகிறது. கோயிலமைந்த உட்கோட்டைக்கு வடக்கிலும் மேற்கிலும் மலைகள் இருப்பதால் இக்கோயிலின் தேர் கோயிலைச் சுற்றிவர இயலாது. மரங்களடர்ந்த வெளிக்கோட்டையின் நான்கு சுவர்களையும் ஒட்டித் தேர் ஓடுகின்றது.

1.4. இரணியன் கோட்டைப்பகுதி

தேர்மண்டபத்தைத் தாண்டிச்சென்றால் உட்கோட்டையின் தெற்கு வாசலான 'இரணியன் வாசலை' அடையலாம். இவ்வாசலைத் தாண்டி உள்நுழைந்தால் இடப்புறம் இருப்பது யானைவாகன மண்டபமாகும். திருவிழா நாட்களில் கள்ளர் சமூகத்துக்குரியதாக இம்மண்டபம் உள்ளது. இதையும் தாண்டி வடக்கே சென்றால் இக்கோயிலின் இராஜகோபுர வாசலை அடையலாம். இக்கோபுர வாசலிலுள்ள கல்வெட்டுக்களில் சகம் 1435 (கி.பி. 1513)இல் எழுந்த விசயநகர மன்னர் கிருஷ்ணதேவ மகாராஜாவின் கல்வெட்டே காலத்தால் முந்தியதாகும்.[10] எனவே இக்கோபுரம் பதினாறாம் நூற்றாண்டின் தொடக்கத்தில் கட்டப்பட்டிருக்கலாம் எனத் தோன்றுகிறது. இக்கோபுர வாசலை மக்கள் பயன்படுத்த முடியாது. எப்பொழுதும் அடைத்துக் கிடக்கும். இதற்கு முன்னர் பக்கச் சுவர்களோடுகூடிய இரட்டைக் கதவுகள் உள்ளன. இவையே பதினெட்டாம்படிக் கருப்பசாமியாக வழிபடப் பெறுகின்றன. (படம் 2). இதனெதிரில் உள்ள பதினாறுகால் மண்டபம் 'சமய மண்டபம்' அல்லது 'ஆண்டார் மண்டபம்' எனப்படும். ஆடி,

சித்திரைத் திருவிழாக்காலங்களில் இக்கோயில் ஆசாரியரான ஆண்டார் இம்மண்டபத்தில் வீற்றிருப்பார். இதனையடுத்து வடபுறத்தில் உள்ளது கொண்டப்ப நாயக்கர் மண்டபமாகும். சித்திரைத் திருவிழாவில் மதுரைக்குப் புறப்படும் அழகர் இம்மண்டபத்தில் எழுந்தருளி இரவு உணவை முடித்துக்கொள்வார். இதனையடுத்து வடக்கே முப்பதடி தூரத்தில் மலை செங்குத்தாக நிற்கிறது. மேற்கே இராஜகோபுர மதிலின் வடஎல்லையில் அம்மதிற்சுவர் உடைக்கப்பட்டு ஒரு வாசலாக்கப்பட்டிருக்கிறது. இவ்வாசலுக்கு, 'வண்டி வாசல்' என்ற பெயர் (படம் 3). இவ்வாசலே மக்கள் கோயிலுக்குள் செல்லப் பயன்படுத்தும் வாசலாகும். திருவிழாக் காலங்களில் இறைவனின் பல்லக்கு, கோயிலிலிருந்து இவ்வாசல் வழியாகத்தான் வெளியே வரும்; உள்ளே செல்லும்.

வண்டி வாசல் வழியாக, மேற்கு நோக்கி இராஜகோபுர மதிலின் உட்பகுதிக்கு வந்தால், மதிலின் வெளிப்பகுதியினைவிட உட்பகுதி சமதளமாக்கப்பட்டு இருப்பதனை உணரலாம். கோயில் மலைச்சரிவில் அமைந்துள்ளது. எனவே இம்மதிலுக்கு வெளிப் புறப் பகுதி வடக்கிலிருந்து தெற்கு நோக்கிச் சரிந்ததாக உள்ளது.

1.5. யதிராஜன் திருமுற்றப்பகுதி

இராஜகோபுர மதிலுக்குள் காணப்படும் பரந்தவெளி 'யதிராஜன் திருமுற்றம்' என வழங்கப்படும் (படம் 4). இம்முற்றத்தின் நடுவில் அமைந்துள்ள மிகப்பெரிய மண்டபம் திருக்கலியாண மண்டபமாகும். பங்குனி உத்தரத்தன்று இக்கோயில் இறைவனின் திருமணம், இம்மண்டபத்திலேயே நடைபெறும். இம்மண்டபத்தை விசயநகர மன்னர் காலச் சிற்பங்கள் அணி செய்கின்றன. இரணியவதம் செய்யும் நரசிம்மரின் இரண்டு தோற்றங்கள், குழலூதும் வேணுகோபாலன், திரிவிக்கிரமன், பூமிவராகர், ரதி, மன்மதன் ஆகிய சிற்பங்கள் இம்மண்டபத்திலுள்ளன. அவற்றுள் சில உடைக்கப்பட்டுள்ளன. "1757 இல் ஹைதர் அலி... அழகர்கோயில் கலியாண மஹாலில் உள்ள விக்கிரகங்களை உடைத்துக் கோயிலில் இருந்த ஏராளமான பணத்தையும் சொத்தையும் கைப்பற்றிக்கொண்டான்" என 'ஸ்ரீகள்ளழகர் கோயில் வரலாறு' கூறுகின்றது.[11]

யதிராஜன் திருமுற்றத்தில் தென்கிழக்கு மூலையிலுள்ளது கோடைத் திருநாள் மண்டபமாகும். சித்திரைத் திருவிழாவில் முதல் மூன்று நாட்களும் இம்மண்டபத்தில் திருவிழா நடைபெறும்.

இதனையடுத்து மேற்கே மதுரையைச் சேர்ந்த இடைச் சாதியினர்க்குச் சொந்தமான ஒரு மண்டபம் உள்ளது. இதன் மேற்கில் உடையவர், திருக்கச்சி நம்பி ஆகியோரின் சன்னிதிகள் உள்ளன. இதன் மேற்கே கோயிற் பிராமணப் பணியாளர் குடியிருப்பு உள்ளது. யதிராஜன் திருமுற்றத்துக்கு வடக்கே மேற்கூரை வட்டவடிவிலான ராமகளஞ்சியம், லட்சுமண களஞ்சியம்[12] எனப்படும் இரண்டு பெரிய கட்டடங்கள் உள்ளன. இப்பொழுது நீர்த்தொட்டி களாகப் பயன்படும் இவற்றில், முற்காலத்தில் தானியங்களைக் கொட்டிவைப்பார்கள் எனத் தெரிகிறது. அதற்கு மேற்கே ஒரு மண்டபம் உள்ளது. அதனையடுத்துக் கோயில் அலுவலகம் உள்ளது.

1.6. தொண்டைமான் கோபுரம், சுந்தரபாண்டியன் மண்டபம்

திருக்கலியாண மண்டத்தினையடுத்து மேற்கே தொண்டைமான் கோபுர வாசல் உள்ளது. இவ்வாசலில் கல்லினால் ஆன இரண்டு துவாரபாலகர் உருவங்கள் உள்ளன. மதிலோடுகூடிய இக்கோபுரம், 'தொண்டைமான் கோபுரம்'என வழங்கப்படுகிறது. இக்கோபுரச் சுவரிலுள்ள ஒரு கல்வெட்டால் இதனைச் செழுவத்தூர் காலிங்க ராயர் மகனான தொண்டைமானார் என்பவர் கட்டிய செய்தி தெரிய வருகின்றது.[13] இக்கோபுர வாசல் வழியே கோயிலுக்குள் நுழைந்தால், வலப்புறத்தில் உயரமாக அமைக்கப்பட்ட ஒரு மண்டபத்தைக் காணலாம். இம்மண்டபச் சுவரிலுள்ள ஒரு கல்வெட்டால், இம்மண்டபத்தைச் சுந்தரபாண்டியன் கட்டினா னென்றும் இதற்குப் 'பொன்மேய்ந்த பெருமாள் மண்டபம்'என்பது பெயர் என்றும் தெரிய வருகின்றது.[14] இம்மண்டபத்தின் வடபுறத்தில் கிருஷ்ணர் சன்னிதி உள்ளது. உயரமான மண்டபத்தி லிருப்பதால் இதற்கு 'மேட்டுக்கிருஷ்ணன் கோயில்'என்ற பெயர் வழங்கப்படுகிறது.

1.7. படியேற்ற மண்டபம்

தொண்டைமான் கோபுர வாசலிலிருந்து நேராகச் சென்றால் கொடிக் கம்பத்தையடுத்துள்ள ஆரியன் மண்டபத்தையடையலாம். இம்மண்டபமும் மிக உயரமானதே. சிற்பத்திறன் மிகுந்த இருயாளிகள் இம்மண்டபத்தின் தூண்களில் உள்ளன. உயரமாக இருப்பதனால் இதற்குப் 'படியேற்ற மண்டபம்'என்றும் பெயர் வழங்கப்படுகிறது. இம்மண்டபத்திலுள்ள ஒரு கல்வெட்டால்

தோமராசய்யன் மகனான ராகவராஜா என்பவன் இம்மண்டபத்தைக் கட்டிய செய்தியை அறியலாம்.[15]

1.8. மகாமண்டபம்

படியேற்ற மண்டபத்தைத் தாண்டிச்சென்றால், இக்கோயிலின் மகாமண்டபமான முனையதரையன் திருமண்டபத்தை அடையலாம். இம்மண்டபத்திலுள்ள ஒரு கல்வெட்டால், 'மிழலைக் கூற்றத்து நடுவிற்கூறு புள்ளூர்க்குடி முனையதரையனான பொன்பற்றியுடையான் மொன்னைப்பிரான் விரதமுடித்த பெருமாள்' என்பவன் இம்மண்டபத்தைக் கட்டிய செய்தி தெரிகின்றது.[16] இம்மண்டபத்திற்கு 'அலங்காரன் திருமண்டபம்' என்ற பெயரும் வழங்கப்படுகிறது.

1.9. கருவறை

மகாமண்டபத்தை அடுத்துள்ள சிறிய அர்த்த (இடைகழி) மண்டபத்தைத் தாண்டிச்சென்றால் வட்டவடிமான கருவறையை அடையலாம். 'நங்கள்குன்றம்' எனப் பெயர் வழங்கப்படும் இக்கருவறைக்குள்ளே, ஒரு சிறிய வட்டவடிவிலான திருச்சுற்றும் உண்டு. கருவறையில் சீதேவி, பூதேவி ஆகிய இரு தேவியருடன், நின்ற திருக்கோலத்தில் கிழக்கு நோக்கிய வண்ணம் அழகர், சுந்தரராஜர் என்ற பெயர்களால் அழைக்கப்பெறும் இறைவன் காட்சி தருகிறார். இறைவனின் வல மேற்கையில் சக்கரம், இட மேற்கையில் சங்கு, வல கீழ்க்கையில் கதை, இட கீழ்க்கையில் சார்ங்கவில், இடையில் நாந்தகவாள் ஆகியவை உள்ளன. வல மேற்கையிலுள்ள சக்கரம், பொதுவாக வைணவக் கோயில்களில் மூலத்திருமேனிகளில் காணப்படுவதுபோல் அணியாக அமையாமல் பயன்படுத்தும் (பிரயோக) நிலையிலுள்ளது குறிப்பிடப்பட வேண்டிய செய்தியாகும்.

1.10. முதல் திருச்சுற்று

முனையரையன் திருமண்டபத்திலிருந்து கருவறையைச் சுற்றிவரும் முதல் திருச்சுற்றுக்குள் செல்ல வேண்டும். இத்திருச் சுற்றிலிருந்து இக்கோயிலின் வட்டவடிவக் கருவறைமேல் உள்ள வட்டவடிவ விமானத்தைக் காணலாம். இவ்விமானத்துக்குச் 'சோம சந்த விமானம்' என்பது பெயர். சோமனை (சந்திரனை)ப்போல வட்ட வடிவிலிருப்பதால் இப்பெயர் ஏற்பட்டதெனக் கொள்ளலாம்.

1.11. இரண்டாம் திருச்சுற்று

மீண்டும் கிழக்குநோக்கிப் படியேற்ற மண்டபத்துக்குள் வந்தால் அங்கிருந்து இரண்டாம் திருச்சுற்றுக்குள் செல்லலாம். இவ்விரண்டாம் திருச்சுற்றுக்குத் தென்திசையில் உள்ளது 'கலியாண சுந்தரவல்லித் தாயார்' சன்னிதியாகும். இத்தாயார் சன்னிதியின் பின்புறம் உள்ளது 'திருவாழி ஆழ்வார்' எனப்படும் சுதர்சனர் சன்னிதியாகும். இரண்டாம் திருச்சுற்றில் தென்பகுதியில் வடதிசை யிலுள்ள தூண்களில் இக்கோயிலுக்குத் திருப்பணி செய்தவர்களின் சிலைகள் உள்ளன. இரண்டாம் திருச்சுற்றில் வடக்கு நோக்கித் திரும்பும் இடத்தில் 'பள்ளியறை' உள்ளது. பள்ளியறைக்கு வடக்கே கருவறைக்கு நேர் பின்னாக உயர்ந்த ஒரு மண்டபத்தில் கிழக்கு நோக்கி 'யோகநரசிம்மர்' அமர்ந்துள்ளார். இவருக்கு 'உக்கிர நரசிம்மர்', 'ஜ்வாலா நரசிம்மர்' முதலிய பெயர்களும் உண்டு. இவரது சினம் தணிய நாள்தோறும் இவர்க்கு எண்ணெய்க் காப்பிடுவர். இரண்டாம் திருச்சுற்றில் கிழக்குநோக்கித் திரும்புமிடத்தில் ஆண்டாள் சன்னிதி உள்ளது. அதற்கு முன்னால் யாகசாலையும் வாகன மண்டபங்களும் உள்ளன.

1.12. ஆடிவீதியும் வசந்தமண்டபமும்

கலியாண மண்டபத்திலிருந்து கோயிலைச் சுற்றிவரும் நான்கு வீதிகளும் 'ஆடிவீதி' என்றும் 'யதிராஜன் திருவீதி' என்றும் வழங்கப்பெறும். ஆடித்திருநாட்களில் இறைவன் இவ்வீதி வழியே வருவார். தென்திசையிலுள்ள ஆடிவீதியில் கோயில் இராஜகோபுர மதிலில் ஒரு வாசல் உள்ளது. இவ்வாசலின் வழியே தெற்குநோக்கி இறங்கினால் இக்கோயில் வசந்தமண்டபத்தை அடையலாம். வசந்த மண்டபத்தின் நடுவில் நீராழிமண்டபம் போல் அமைக்கப்பட்டுள்ள மண்டபத்தில் வைகாசி மாதம் நடைபெறும் வசந்தத்திருவிழா நாட்களில் இறைவன் நாள்தோறும் எழுந்தருளுவார். இவ்வசந்த மண்டபத்தின் மேற்கூரை முழுவதும் நாயக்கராட்சிக்கால ஓவியங்கள் காணப்படுகின்றன. இவ்வோவியங்கள் இராமாயணக் கதைகளைச் சித்திரிக்கின்றன. ஒவ்வொரு ஓவியத்தின் கீழும் அக்காட்சி நாயக்கர் காலத் தமிழ் எழுத்தில் ஓரிரண்டு வரிகளில் விளக்கப்பட்டுள்ளது.

1.13 ராயகோபுரம்

வசந்த மண்டபத்திற்குக் கிழக்கே சற்றுத் தொலைவில் கட்டி முடிக்கப்படாமல் பாதியிலே நின்றுபோன ஒரு கோபுரம் தெற்கு நோக்கி அமைந்துள்ளது. இதிலுள்ள ஒரு கல்வெட்டு விசயநகர மன்னர்களின் ஆரவீடு வம்சத்து அரசர்களைக் குறிப்பிடுகிறது. இக்கல்வெட்டின் காலம் சகம் 1468 (கி.பி.1546) ஆம் ஆண்டாகும்.[17] எனவே கி. பி. பதினாறாம் நூற்றாண்டில் தொடங்கப்பெற்றுப் பாதியிலே நின்றுபோன இக்கோபுரத் திருப்பணியைப் பின்வந்த மன்னர்களும் நிறைவு செய்ய முடியாமல் போய்விட்டனர் என்பதையறியலாம். இக்கோபுரத்துக்கு 'ராயகோபுரம்' என்பது பெயராகும்.

1.14. நீர்நிலைகள்

வெளிக்கோட்டைக்கு மேற்புறத்தில் உள்ள இக்கோயிலுக்குரிய ஒரு குளம், 'ஆராமத்துக்குளம்' என வழங்கப்படுகிறது. மலை மீதிருந்து வரும் சிலம்பாறு, இக்கோயில் மேற்கு மதிலை ஒட்டி இக்கோயிலுக்கருகில் ஓடுகிறது. கோயிலுக்குத் தெற்கேயுள்ள ஆராமத்துக்குளத்தில் பாய்ந்து, அதன்பின் சிற்றோடைபோல மதுரையை நோக்கிச் செல்லும் சாலையை ஒட்டிச் செல்கிறது. பதினெட்டாம்படிச் சன்னிதிக்கெதிரிலிருந்த குளம் இருபத் தைந்து ஆண்டுகளுக்கு முன்னர் மூடப்பட்டுவிட்டது. கோயில் வடக்குக் கோட்டைச் சுவரையடுத்து மலைமீது செல்லும் சிறு பாதையினை அடுத்துள்ள குளம் 'நாராயணராயர் தெப்பக்குளம்' என்ற பெயரில் வழங்கப்படுகிறது.

ஆராமத்துக்குளத்துக்கு வடக்கேயுள்ள நந்தவனம் 'பெரியாழ்வார் நந்தவனம்' என்றழைக்கப்படுகிறது. இறைவனுக்குத் திருமாலை கட்டித்தரும் பணியில் பெரியாழ்வார் ஈடுபட்டிருந்ததனால், கோயில் நந்தவனத்துக்கு அவர் பெயர் சூட்டப்பட்டது போலும்.

கோயிலை ஒட்டியுள்ள பகுதிகள் தவிர, கோயிலுக்குத் தெற்கே ஒருகல் தொலைவில் பொய்கைக்கரைப்பட்டி என்னும் சிற்றூரி லுள்ள தெப்பக்குளமும் இக்கோயிலுக்கு உரியதாகும். இக்கோயில் இறைவனின் தெப்பத் திருவிழா அங்குதான் நடைபெறும்.

கோயிலின் வடபுறத்தில் மலைமீது செல்லும் சிறுபாதையில் இரண்டு கல் தொலைவு சென்றால் மலைமீது 'மாதவி மண்டபம்'

என்ற பெயருள்ள ஒரு மண்டபம் உள்ளது. ஐப்பசி மாதம் தலை யருவித் திருவிழாவில் இக்கோயில் இறைவன் அம்மண்டபத்திற்குச் சென்று மலைமீதிருந்து வரும் சிலம்பாற்றில் நீராடுவார்.

குறிப்புகள்

1. Imperial Gazetteer of India, Provincial series: Madras, 1908, p. 240.
2. திரு.வை. சதாசிவ பண்டாரத்தார், பத்துப்பாட்டும் கல்வெட்டுக்களும், செந்தமிழ்ச் செல்வி, சிலம்பு-26, ப. எண்
3. A.R.E. 4 of 1932.
4. ஸ்ரீகள்ளழகர் கோயில் வரலாறு (கோயில் வெளியீடு), ப. 45.
5. பார்க்க: பிற்சேர்க்கை, எண் 11:8 வரி.
6. நாலாயிரத்திவ்விய பிரபந்தம் (திருவேங்கடத்தான் திருமன்றப் பதிப்பு), பாடல், 71.
7. 1976இல் மதுரையில் நடைபெற்ற கோடைக்காலக் கல்வெட்டு பயிற்சி முகாமில் தெரிவித்த கருத்து, நாள்:21.5.1976.
8. A.R.E. 321 and 322 of 1930.
9. A.R.E. 84 of 1929.
10. A.R.E. of 1929.
11. ஸ்ரீகள்ளழகர் கோயில் வரலாறு, ப. 24.
12. மேலது, ப. 47.
13. A.R.E. 331 of 1930.
14. A.R.E. 84 of 1929.
15. A.R.E. 83 of 1929.
16. A.R.E. 270 of 1930.
17. A.R.E. 93 of 1929.

அழகர்கோயிலின் தோற்றம்

தமிழ்நாட்டு வைணவத் திருப்பதிகளில் அழகர்கோயில் பழமை சான்ற ஒன்றாகும். சங்க இலக்கியங்களில் ஒன்றான பரிபாடலில் பெயர் சுட்டிச் சொல்லப்பெறும் திருமால் திருப்பதி இதுவாகும்.[1] முதலாழ்வார்கள் மூவரில் ஒருவரான பூதத்தாழ்வாரும் இக்கோயிலைப் பாடியுள்ளார்.[2] இக்கோயிலின் தோற்றம் இங்கு ஆராயப்படுகின்றது.

2.1. தோற்றம் குறித்த சான்றுகள்

இக்கோயிலில் காணப்பெறும் கல்வெட்டுக்களில் இக்கோயிலின் தோற்றம் குறித்து அறிவதற்கான சான்று(கள்) ஏதும் இல்லை. இலக்கியச் சான்றுகளை நோக்குமிடத்து, பரிபாடலில் புலவர் இளம்பெருவழுதியார், இம்மலையில் திருமாலும் பலராமனும் இணைத்து வழிபடப்பெற்ற செய்தியினைக் கூறுகின்றார். ஆனால் இத்தலம் குறித்தெழுந்த ஆழ்வார்களின் பாசுரங்களில் இங்குப் பலராம வழிபாடு நிகழ்ந்த செய்தியோ, குறிப்புக்களோ காணப்படவில்லை. ஆழ்வார்களின் காலத்தில் இங்குப் பலராம வழிபாடு மறைந்துவிட்டது போலும். எனவே இளம்பெருவழுதியாரின் பரிபாடல் ஆழ்வார்களின் காலத்திற்கு முற்பட்டது எனக் கொள்ளத்தகும். அப்பாடலில் இக்கோயிலின் தோற்றம் குறித்த செய்தி ஏதும் காணப்படவில்லை.

2.2. சீனி. வே. கருத்து

இக்கோயிலின் தோற்றம் குறித்து மயிலை. சீனி. வேங்கடசாமி ஒரு கருத்தினைக் கூறுகின்றார். "அழகர்மலை என்று வேறு பெயருள்ள இந்த இடம் (திருமாலிருஞ்சோலை) இப்போது வைணவத் திருப்பதிகளில் ஒன்று. இங்குள்ள மலைக்குகையில் பிராமி எழுத்துக்கள் பொறிக்கப்பட்டுள்ளன. இங்குள்ள பெரியாழ்வார் நந்தவனத்துக்கு எதிரிலுள்ள குளம் ஆராமத்துக்குளம் என்று பெயர் வழங்கப்படுகிறது. ஆராமம் என்பது சங்காராமம், அஃதாவது பௌத்த பிட்சுகள் வசிக்கும் இடம். அன்றியும் இக்கோயிலின் பழைய ஸ்தலவிருக்ஷம் போதி (அரச) மரம் என்று கூறப்படுகிறது.

இக்குறிப்புக்கள் யாவும் இக்கோயில் பண்டைக்காலத்தில் பௌத்தக் கோயிலாக இருந்ததென்பதைக் காட்டுகின்றது".³

2.3. சீனி.வே. கருத்தின் ஏற்புடைமை

பக்தி வழிப்பட்ட நோக்கில் இக்கருத்து கற்பனையாகத் தோன்றலாம். ஆனால் ஒரு சமயத்தார்க்குரிய கோயில் மற்றொரு சமயத்தாருடைய கோயிலாக மாறுவதோ மாற்றப்படுவதோ சமய இயக்கங்களின் வரலாற்றில் வியப்பான செய்தியாகாது. தஞ்சை மாவட்டத்தில் சிக்கல், வலிவலம், கீழ்வேளூர், தேவூர் ஆகிய ஊர்களிலுள்ள கோயில்கள் ஒருகாலத்தில் பௌத்தக் கோயில்களாக இருந்திருக்கலாம் என்பர் சுரேஷ் பி.பிள்ளை.⁴ புதுக்கோட்டை மாவட்டம் நார்த்தாமலையிலுள்ள விசயாலயச் சோழீசுவரம் கோயிற் பரப்பினைப் (temple complex) பற்றி எழுதும் எஸ்.ஆர்.பாலசுப்பிரமணியம், "வலப்பக்கத்திலுள்ள சமணக்குடகு என்ற குடபோகக் கோயில் பிற்காலத்தில் வைணவக் கோயிலாக மாறவே, அதன் அர்த்தமண்டபத்தில் திருமாலின் பன்னிரண்டு உருவங்கள் மிக்க சிற்பத்திறனுடன் செதுக்கப்பட்டுள்ளன" என்கிறார்.⁵ "பஞ்ச ஆராமங்கள் என்று ஒரு சிவதலக்கூட்டம் ஆந்திராவில் உண்டு. இவை சங்காராமங்கள் என்ற, பண்டைக்காலத்தில் பௌத்தர்கள் வசித்த இடங்கள் என்று கூறுவர். சங்காராம் என்று விசாகப்பட்டின மாவட்டத்தில் ஒரு ஊரிருப்பதும் இதற்குச் சான்றாகும் என்கிறார் பி.ஆர்.ஸ்ரீநிவாசன்.⁶ "பூரியிலுள்ள செகநாதர் கோயில் ஒருகாலத்தில் பௌத்தக் கோயிலாக இருந்ததை ரைஸ்டேவிட்ஸ் ஒத்துக்கொள்கிறார்" என்று செகதீசன் குறிக்கிறார்.⁷ கேரளத்திலும் இதற்குச் சான்று உண்டு. "மதிலகம் கோயிலும் பிற சமணக் கோயில்களும், சமணமதம் வீழ்ந்து அம்மதத்தவர் இந்துக்களானபோது இந்துக் கோயில்களாக மாற்றப்பட்டன" என்று ஸ்ரீதரமேனன் குறிப்பிடுகிறார்.⁸ எனவே சீனி. வேங்கட சாமியின் கருத்தினை மிக எளிதாகப் புறந்தள்ளிவிட இயலாது. அவர் தரும் சான்றுகளைக் கூர்ந்து நோக்க வேண்டும்.

"ஆய்வாளர்கள் தொன்மையல்லாத கூறுகளை (heterodox) உடையது எனக் கருதும் ஒரு கோயில் அல்லது கோயிற் பரப்பு, வேறொரு சமயத்திற்கு - பௌத்தத்திற்கோ அல்லது சமணத்திற்கோ - உரியதாக இருக்க வேண்டும். ஆனால் அதை யாரும் பெரிதாகக் கருதுவதில்லை" என்பர் சுரேஷ் பி.பிள்ளை.⁹ சீனி.வே.குறிப்பிடும்

தலவிருட்சமும்குளமும் கோயிற் பரப்பின் பகுதியாவன. ஆனால் அவர் குறிப்பிடும்பிராமி எழுத்துக்கள் பொறிக்கப்பட்டுள்ள குகை, கோயிலிலிருந்து ஒரு மைல் தொலைவில் அமைந்துள்ளது. எனவே அதனைக் கோயிற் பரப்பின் பகுதியாகக் கொள்ளவியலாது.

2.4. முதற்சான்று - 'ஆராமம்'

தம் கருத்துக்கு ஆதரவாகச் சீனி.வே. தருகின்ற முதற்சான்று, கோயிலையடுத்த குளம் ஆராமத்துக்குளம் என வழங்கப்படுவது ஆகும். இவ்வழக்கு மரபு உண்மையே. இவ்வழக்கினை ஆய்வாளர் பலமுறை கேட்கும் வாய்ப்புக் கிடைத்தது. 'ஆராமம் என்பது தமிழ்ச் சொல் இல்லை. இது பாலிமொழிச் சொல். பௌத்த சங்கத்துக்குரிய குளம் உடைய நந்தவனத்தினை இச்சொல் குறிக்கும்' எனச் சீனி.வே. ஆய்வாளரிடம் விளக்கினார்.[10] 'ஆராமம்' என்ற சொல்லுக்கு, 'தோட்டம்', 'புறச்சோலை' என்றும் 'ஆராமஞ் சூழ்ந்த அரங்கம்'என்ற தொடருக்கு, 'மற்றைய கோயில்களால் சூழப்பட்ட அரங்கம்'என்றும் நாலாயிர திவ்வியப் பிரபந்த அகராதி பொருள் கூறுகின்றது.[11] எனவே, 'ஆராமம்'என்ற சொல் தோட்டமும் சோலையும் கோயிலும் இணைந்த ஒரு பகுதியினைக் குறிப்பதாகக் கொள்ளலாம்.

பௌத்த சங்கத்தாரைப்பற்றி எழுதும் உ.வே.சாமிநாதையர், "பிக்ஷுக்களுக்கு ஏதேனும் குற்றம் நேரிடுமாயின் அதற்குப் பரிகாரம் நந்தவனத்துக்கு நீரிறைக்கையென்று தெரிகிறது. இதனை 'பிக்ஷுணிகளுக்குப் பிழை புகுந்தாற் பிராயச்சித்தம் புத்தர் கோயில் முற்றத்துக்கு மணற்சுமக்கை; பிக்ஷுக்களுக்குப் பிராயச்சித்தம் நந்தவனத்துக்கு நீரிறைக்கை' (நீலகேசி-அருக்கத்திரவாதச் சருக்கம் 25ஆம் பாட்டுரை) என்பதினாலுணர்க" எனச் சான்று காட்டி எழுதுவர்.[12] எனவே, சீனி.வே. கூற்றுப்படி குளம் உடைய நந்தவனங்கள் புத்தர் கோயில்களில் இருந்த செய்தி தெளிவாகின்றது.

2.5. இரண்டாவது சான்று - 'தலவிருட்சம்'

சீனி.வே. கூறும் அடுத்த சான்று, இக்கோயிலின் பழைய தலவிருட்சங்களில் அரச (போதி) மரமும் ஒன்று என்பதாகும். இக்கோயிலுக்கு யுகத்திற்கொன்றாக நான்கு யுகங்களில் நான்கு தல விருட்சங்கள் உண்டு எனும் செய்தியை அழகர் குறவஞ்சி, சோலைமலைக் குறவஞ்சி ஆகிய இலக்கியங்களும் குறிப்பிடு

கின்றன.[13] திரேதாயுகத்தில் அரச (போதி) மரம் தலவிருட்சமாயிருந் துள்ளது. வடமொழியிலமைந்த இக்கோயில் தலபுராணம், ஒரு மரத்தினடியில் தருமதேவனுக்குக் காட்சி தருகின்ற திருமால், "இந்த ஸ்ரீவிருக்ஷமானது க்ருதயுகத்தில் ஆலுவிருக்ஷமாகவும், த்ரேதாயுகத்தில் அச்வந்த (அரச) மரமாகவும், த்வாபரயுகத்தில் பில்வ விருக்ஷமாகவும் கலியுகத்தில் ஜ்யோதிர் (ப்ரதீப) விருக்ஷ மாகவும் ஆகிறது. இந்த ஜ்யோதிர் விருக்ஷத்தினடியிலுள்ள என்னை என் பக்தர்களுங்கூட அர்ச்சிக்கக் கடவார்கள்" எனக் கூறுவதாகக் குறிக்கும்.[14]

தலபுராணத்திலிருந்து நமக்குக் கிடைக்கும் மற்றொரு செய்தி இதுவாகும். கலியுகத்தில் மட்டுமே ஜ்யோதிர் மரத்தடியில் பக்தர்கள் இறைவனை வழிபட முடிந்தது. திரேதாயுகத்தில் அரசமரம் தலவிருட்சமாயிருந்தபோது, இத்தலத்திறைவனைப் பக்தர்கள் வழிபடக்கூடவில்லை என்பதாகும். பொதுவாக, ஒரு தலத்திற்கு நான்கு தலவிருட்சங்கள் இருந்ததாகக் கூறுவது ஒரு விதிவிலக்கான செய்தியேயாகும்.

2.6. நரசிம்ம வழிபாடு

'சமணக் கோயில்களையும்பௌத்தக் கோயில்களையும் வைணவர் கைப்பற்றும்போது முதலில் நரசிங்கமூர்த்தியை அமைப்பது வழக்கம்'எனப் பொதுவான ஒரு கருத்தினைக் கூறும் சீனி. வே.[15] தம் கருத்துக்கு ஆதரவாக, 'சமணர்கள் ஏவிய யானை யினை மதுரை சோமசுந்தரக்கடவுள் நாரசிங்க வெங்கணை எய்து கொன்றார்' என்றும், 'யானை மலையாக மாறியபின் அக்கணை 'கொடிய நாரசிங்கமாய்' அவ்விடத்தில் வீற்றிருந்தது' என்றும் கூறுகின்ற திருவிளையாடற் புராணத்து யானை எய்த படலச் செய்தி களை எடுத்துக் காட்டுகிறார்.[16] அவர் கருத்து மறுக்கவியலாத ஒன்றாகும்.

இதுபோலவே 'பௌத்தக் கோயில்' என அவர் கருதும் அழகர் கோயிலுக்கும் இக்கருத்து பொருந்திவருகிறதா என்று காண வேண்டும். அழகர்கோயிலுக்குள் மூன்றாம் திருச்சுற்றில் கருவறைக்கு நேர் பின்னாக, கருவறையை நோக்கியபடி யோக நிலையில் ஒரு நரசிம்மர் காணப்படுகிறார். "இரணிய கதை நிகழக் காரணமாக இருந்த சீற்றம், தன் யோகத்தால் தணியத் தானே யோக மூர்த்தியானார்" என யோக நரசிம்மத்தின் தத்துவத்தினை

விளக்குகிறார் குமாரவாடி கே.ராமானுஜாசாரியார்.[17] அழகர் கோயிலில் உள்ள யோக நரசிம்மரை, 'ஜ்வாலா நரசிம்மர்' என அழைக்கின்றனர். அவரது சினம் தலையிலிருந்து நெருப்புச் சுவாலையாக வெளிப்படுவதாகக் கூறுகின்றனர். இச்சிலைக்கு நேராக, கற்கூரையில் ஒரு திறப்பு வைத்துள்ளனர். நாள்தோறும் இச்சிலைக்கு எண்ணெய்க் காப்பிடுகின்றனர். யோக நரசிம்மரின் சினம் ஆவியாகி மேலே கற்கூரையிலுள்ள திறப்பு வழியாக வெளியேறுவதாகக் கூறுகின்றனர். இவ்வளவு சினத்துக்குரிய காரணம் யாது?

இது தவிர அதே பகுதியில் ஒரு லெட்சுமி நரசிம்மர் உள்ளார். கல்யாண மண்டபத்தில் இரணியனைக் கொல்ல எடுத்த கோலத் திலும், அவன் உடலைக் கிழித்த கோலத்திலுமாக இரு நரசிம்மர் சிலைகள் உள்ளன. உட்கோட்டை நுழைவாயிலின் மேலாக மற்றுமொரு நரசிம்மர் அமர்ந்த கோலத்தில் உள்ளார். 'இத்தலம் நரசிம்ம வழிபாட்டிற்கு முக்கியமானது' என்பர் கே.என்.ராதா கிருஷ்ணன்.[18]

வைணவப் பகைவனாக விளங்கிய இரணியனை அழிப்பதே நரசிம்ம அவதாரத்தின் நோக்கமாகும். எனவே புறமதத்தவர்களை எதிர்க்க முற்படும் போதெல்லாம், நரசிம்ம மூர்த்தத்தினை வைணவர் நிறுவி வழிபடுவது பொருத்தமுடையதே. அழகர் கோயிலிலும் நரசிம்ம வழிபாடு தனித்தன்மையுடன் விளங்குவதன் காரணம் புறமத எதிர்ப்பே என்று கொள்ளலாம்.

2.7. புறமதத்தவர் யார்?

அழகர்கோயிலில் வைணவத்தினால் எதிர்க்கப்பட்ட 'புறமதத்தினர்' யாவர் என்பதை அடுத்துத் தெளிவுப்படுத்துதல் வேண்டும். திருமங்கையாழ்வார் இக்கோயில்,

"புத்தியில் சமணர் புத்தரென் றிவர்கள்
ஒத்தன பேசவு முகந்திட்டு
எந்தை பெம்மானார் இமையவர் தலைவர்
எண்ணிமுன் இடங்கொண்ட கோயில்"[19]

எனக் குறிப்பதன்மூலம், இப்பகுதியில் சமணரும் பௌத்தருமே எதிர்க்கப்பட்ட புறமதத்தவர் என அறியலாம். இந்த இரு மதத்த

வரிலும் அழகர்கோயிலில் எதிர்க்கப்பட்டவர் யார் என்பதனை மற்றுமொரு சான்றினால் அறியலாம்.

இக்கோயிலுக்கு ஒரு மைல் கிழக்கே பிராமி எழுத்துக் கல்வெட்டுக்களோடு காணப்படும் மலைக்குகை சமணருடையதாகும். அச்சணந்தி எனும் சமணப்பெரியாரின் உருவத்துடன், 'அச்சணந்தி செயல்'என்னும் மிகச்சிறிய வட்டெழுத்துக் கல்வெட்டு ஒன்றும் இங்கே காணப்படுகிறது. அச்சணத்தியைக் குறிப்பிடும் கல்வெட்டுக்களின் எழுத்தமைதிகொண்டு அச்சணந்தியின் காலம் கி.பி.எட்டு அல்லது ஒன்பதாம் நூற்றாண்டாகலாம் என பி.பி.தேசாய் கருதுகின்றார்.[20] எனவே அழகர்கோயில் ஆழ்வார்களால் பாடப்பெற்ற காலத்திலும் இங்கு சமணர் வாழ்ந்திருந்ததனை அறியலாம். எனவே அழகர்கோயிற் பகுதியில் எதிர்க்கப்பட்டவர் அல்லது அழிக்கப்பட்டவர் பௌத்தர்களாகவே இருக்க முடியும்.

சீனி. வே. யின் கருத்தினை மறுப்பதற்கு வாய்ப்பில்லை; உடன்படுவதற்குச் சான்றுகள் உள்ளன. எனவே அழகர்கோயில் பௌத்தக் கோயிலாக இருந்தது என்று குறிப்பிடும் அவர் கருத்து ஏற்றுக்கொள்ளப்பட வேண்டியதே. அவர் கருத்தினை வலியுறுத்தும் வேறு சில சான்றுகளும் இத்தலத்தில் காணப்படுகின்றன. அவற்றினையும் தொகுத்துக் காண்பது பொருத்தமுடையதாகும்.

2.8. சக்கரத்தாழ்வார் - 'பிரயோக சக்கரம்'

திருமாலின் போர்க் கருவியான திருவாழி ஆழ்வார்க்கு இக்கோயிலில் உள்ள சன்னிதி சிறப்பானதாகும். தனக்குரிய பதினாறு ஆயுதங்களை ஏந்தி இங்கு அவர் காட்சி தருகிறார். இக்கோயில் கல்வெட்டு ஒன்று மலைமீதிருந்த திருவாழி ஆழ்வார்க் கோயிலைக் குறிப்பிடுகிறது. இன்று மலைமீது திருவாழிக்குக் கோயில் ஏதும் இல்லை. எனவே மலைமீதிருந்த கோயிலே அழிந்து, பின்னர் அழகர் கோயிலுக்குள் கொண்டுவரப்பட்டதெனக் கருதலாம்.

திருமால் கோயிலுக்குரிய நிலங்களில் திருமாலின் சக்கரம் பொறிக்கப்பட்ட கல்லை நடுவது வழக்கம். இதற்குத் 'திருவாழிக்கல்' எனப் பெயர். மலைமீது திருவாழி ஆழ்வார்க்குக் - சக்கரத்தாழ்வார்க்குக் - கோயில் இருந்ததென்பது, மலைமீது இக்கோயிலுக்குரிய உரிமையினை நிலைநாட்டவே ஆகும்.

சாதாரணமாக மனிதர் நடமாடாத மலைப்பகுதிகளில் உரிமையை நிலைநாட்டவேண்டிய தேவை, பிறர் யாரேனும் மலைக்கு உரிமை கொண்டாட முற்படும்போதே ஏற்படுகிறது. பௌத்த எதிர்ப்பின் ஒரு பகுதியாகவே இக்கோயிற் பகுதியில் இது நிகழ்ந்திருக்க வேண்டும்.

இக்கோயிலில் மூலத்திருமேனியாக விளங்கும் திருமால், கையில் சக்கரத்தை, சுற்றிச் செலுத்தும் நிலையில் (பிரயோக நிலையில்) வைத்துள்ளார். வழிபடும் அடியார்க்கு அருள் சுரக்கும் இறைவன், எதிரிகளை அழிக்கச் செலுத்தும் சக்கரத்தை ஆயத்த நிலையில் வைத்திருப்பது யாரோ ஒரு பகைவனை அழிப்பதற் காகவே இருக்க முடியும். பொதுவாக, வைணவக் கோயில்களில் திருமாலின் கையில் சக்கரம் அணியாகவே விளங்கும்; செலுத்தும் நிலையில் இருப்பதில்லை. இக்கோயிலில் இது ஒரு விதிவிலக்கான செய்தியே.

2.9. இலக்கியச் செய்திகள்

சீனி.வே.யின் கருத்தினை மனத்திலிருத்தி இத்தலம் குறித்த பரிபாடலை நோக்க வேண்டும். "பகைவர்களை வெற்றி கொண்ட வனுடைய இருங்குன்றத்திற்கு மனைவியோடும், பெற்றாரோடும், பிறந்தாரோடும், உறவினரோடும் செல்லுங்கள்" என்பது இப்பாடல் தரும் செய்தியாகும்.[21] சங்க இலக்கியத்தில், 'இக்கோயிலுக்குச் சென்று வழிபடுங்கள்' என்னும் பிரச்சாரப் போக்கில் அமைந்த பாடல் இது ஒன்றேயாகும். இருங்குன்றம் சமயப் போராட்டக் களமாக விளங்கிய குறிப்பும், இக்கோயிலுக்கு மக்கள் ஆதரவினைத் திரட்ட வைணவம் முயன்றதும் இப்பாடலில் புலப்படுகின்றன.

இத்தலம் குறித்த பெரியாழ்வார், திருமங்கையாழ்வார், நம்மாழ்வார் ஆகியோரின் பாசுரங்கள் ஒவ்வொன்றிலும், 'இம்மலை திருமாலுக்குரியது; இக்கோயில் திருமாலுக்குரியது' என்னும் கருத்து பேசப்படுகிறது. இக்கருத்து மீண்டும் பேசப்படு வதற்குரிய காரணம் சிந்தனைக்குரியது.

இத்தலம் குறித்த ஆழ்வார்களின் பாசுரங்களில் பொதிந்துள்ள பிறமத எதிர்ப்புணர்ச்சியை, அவற்றுக்கான வைணவ ஆசாரியர் களின் உரைகள் நன்கு வெளிப்படுத்திக் காட்டுகின்றன. இக்கோயில் தலபுராணம் தரும் செய்தியும் இவ்விடத்தில் எண்ணிப்பார்க்க வேண்டியதாகும்.

"..யக்ஞ சீலர்களான பிராமணர்களைக் காப்பாற்றுவதன் நிமித்தமும், இராக்ஷஸர்களை நாசஞ் செய்வதன் பொருட்டும், ஸாது ஸம்ரக்ஷணத்திற்காகவும் க்ஷீராப்தி சயனத்தை (பாற்கடலை) விட்டு ஸ்ரீபகவான் சோலைமலையையடைந்தார்."[22] 'இராக்ஷஸர்களை நாசஞ்செய்வது' எனப் பகையழிப்பு நோக்கத்தினைத் தலபுராணம் தெளிவாகக் குறிப்பிடுகிறது.

2.10. கருவறைப் பெயர்

இத்தலம் குறித்த நம்மாழ்வாரின் பாசுரத்தில் வரும், 'நங்கள் குன்றம்' என்ற சொல் இக்கோயிலின் கருவறைக்குப் பெயராக வழக்கிலிருந்து வருகிறது. 'நங்கள் குன்றம்' என்பது, 'நம்முடைய குன்றம்' என உரிமை சுட்டும் பெயராக அமைந்திருப்பது சிந்திக்கத் தகுந்தது. தவிரவும், கோயிலின் கருவறைப்பகுதிக்கு மட்டும் தனியே ஒரு பெயரிட்டு அழைப்பது தமிழ்நாட்டுச் சைவ, வைணவக் கோயில்களில் வழக்கத்தில் இல்லை. இக்கோயிலில் மட்டும் அமைந்திருப்பது விதிவிலக்கான ஒரு செய்தியே.

2.11. விமான அமைப்பும் கருத்தும்

இக்கோயிலின் விமானம் (கருவறை அடி முதல் முடி வரை) வட்ட வடிவமான அமைப்புடையது. இக்கட்டிடப்பகுதி மிகப் பிற்காலத்ததாகவே தோன்றுகிறது. அடிப் (அதிட்டானப்) பகுதியில் கல்வெட்டுக்களும் இல்லை. கட்டிடப் பொருள்கள் (Materials) பிற்காலத்தனவாகத் தோன்றினாலும் இந்த அமைப்பு (Plan) காலத்தால் மாறியதாகத் தோன்றவில்லை. "தென்னகத்தில் புதுக்கிக் கட்டும்போது விமானத்தின் முந்திய அமைப்பை அப்படியே பின்பற்றுவது வழக்கம் என்று சி.கிருஷ்ணமூர்த்தி கூறுகிறார்.[23] அழகர்கோயில் கருவறை அமைப்பு பிற்காலச் சோழர் (Imperial Cholas) காலத்திற்கு முந்தியதென்றும்அவ்வமைப்பில் குறிப்பிட்டுச் சொல்லும்படி பாண்டி மண்டலத்தில் இது ஒன்றே உள்ளது என்றும் கே.வி.சௌந்தரராஜன் கருதுவர்.[24]

வட்டவடிவமான இக்கருவறை அமைப்பு, தமிழ்நாட்டின் பழங்கோயில்களில் 1.காஞ்சிபுரம் கரபுரீசுவரர் கோயிலிலும் 2.புதுக்கோட்டை நார்த்தாமலை விசயாலயச் சோழீசுவரம் கோயிலிலும் 3.அழகர்கோயில் கள்ளழகர் கோயிலிலும் மட்டுமே உள்ளதென்று சீனி.வே.கூறுகிறார்.[25] இவற்றுள் காஞ்சிபுரம் கரபுரீசு

வரர் கோயிலில் பௌத்தச் சாயல்களைத்தான் நேரில் கண்டதாக சீனி.வே.ஆய்வாளருடன் நடத்திய கலந்துரையாடலில் கூறினார்.[26] கோயில் ஆய்வின் பகுதியாக, அது அமைந்த பகுதியினை ஆய்வு செய்ய வேண்டுமென்பர் சுரேஷ் பி.பிள்ளை.[27] விசயாலயச் சோழீ சுவரம் கோயிலையடுத்து வலப்பக்கத்திலுள்ள குடபோகக் கோயிலின் பெயர் சமணக்குடகு என்றும் பிற்காலத்தில் அது வைணவக் கோயிலாக மாறியதென்றும் எஸ்.ஆர்.பாலசுப்பிர மணியம் கருதுவதை முன்னர்க் கண்டோம்.[28] அழகர்கோயில் பற்றிய சீனி.வே.யின் கருத்தினையும் கண்டோம். எனவே வட்டவடிவக் கருவறை அமைப்புடைய மூன்று கோயில்களும் ஐயத்துக்கிடமான சில கூறுகளைப் பெற்றிருக்கின்றன.

அழகர்கோயிலில் வட்டவடிவமான கருவறையைச் சுற்றி அதனுள்ளேயே வட்டவடிவில் ஒரு திருச்சுற்றும் (பிரகாரம்) உள்ளது. பௌத்த சைத்தியங்களைச் சுற்றி இவ்வாறு வட்டவடிவத் திருச்சுற்று உண்டு என்றும்'துறவிகள் கூடி வாழும் விகாரைகளையொட்டி, பெரும்பாலும் சைத்தியங்களிருக்கும்' என்றும் பர்கீஸ் (Burgess) கூறுவர்.[29] எனவே சைத்தியத்தை ஒட்டிய துறவிகள் வாழும் விகாரைகளில் நந்தவனமும் குளமும் இருக்க வேண்டும். அவ்வாறி ருந்தால்தான் பிழை செய்த ஆண் துறவிகள் பிராயச்சித்தமாக நந்தவனத்துக்கு நீரிறைக்கவும்பெண் துறவிகள் கோயில் முற்றத்துக்கு மணற்சுமக்கவும் கூடும்.

2.12. தலைமழிக்கும் வழக்கம்

இக்கோயிலில் அடியவர்கள் தலையினை மொட்டையடித்துக் (மழித்துக்) கொள்கின்றனர். தமிழ்நாட்டுச் சைவ, வைணவ நூல்களில் 'தலையினை மழிக்க வேண்டும்' என்பது போன்ற குறிப்புக்கள் ஏதும் இல்லை. தலைமுடியினைக் கையினாற் பறித்துக் கொள்ளும் வழக்கம் சமணத் துறவிகளுக்குண்டு. பௌத்தத் துறவிகளே தலைமுடியினைக் கத்தி கொண்டு மழிக்கும் வழக்க முடையவர். பௌத்தத் துறவியின் உடைமையாக அனுமதிக்கப் பட்ட மூன்று ஆடைகள் உள்ளிட்ட எட்டுப் பொருள்களில் மழிகத்தியும் ஒன்றாகும்.[30] தலைமுடியினை மழித்துக்கொள்ளும் பௌத்தர்களின் வழக்கம் அடியவர்களால் பின்பற்றப்பட்டு வருகின்றது.

முடிவுரை

சீனி.வே. தரும் இரண்டு சான்றுகளுடன், நரசிம்ம வழிபாடு, பிரயோகசக்கரம், இலக்கிய தலபுராணக் குறிப்புக்கள், கருவறையின் பெயரும் அமைப்பும், தலைமழிக்கும் வழக்கம் ஆகிய செய்திகளும் 'இக்கோயில் பௌத்தக் கோயிலாக இருந்தது' என்னும் அவர் கருத்தினையே நிலைநிறுத்துகின்றன.

இம்மாற்றம் எக்காலத்தில் நிகழ்ந்திருக்கலாம் என்று காண்ப தற்குச் சான்றுகளில்லை. முதலாழ்வார்களில் பூதத்தாழ்வார் இக்கோயிலைப் பாடியிருப்பதால், அவர் காலத்துக்கு முன்னர் இம்மாற்றம் நிகழ்ந்திருக்க வேண்டும். இத்தலம் குறித்த பரிபாடல், பூதத்தாழ்வார் காலத்துக்கு முந்தியதாயிருத்தல் வேண்டும். ஏனெனில் 'இருங்குன்றம்' என்ற பெயரை நான்கிடங்களில் வழங்கும் இப்பாடலே, 'சோலையொடு தொடர்மொழி மாலிருங்குன்றம்' என்ற ஒரு புதிய பெயர் வடிவத்தைத் தருகின்றது. பூதத்தாழ்வார், 'இருஞ்சோலை' எனக் குறிக்கின்றார். இத்தலத்தினைப் பாடும் ஆழ்வார்கள் 'குன்றம்' எனும் பெயர் வழக்கினைப் பயன்படுத்த வேயில்லை. எனவே இருங்குன்றம் என்னும் பெயர் வழக்கு, இப்பெயரினைக் குறிக்கும் பதினைந்தாம் பரிபாடல் ஆசிரியர் இளம்பெருவழுதியார் காலத்திற்குப்பின் மறைந்துவிடுகிறது. அவர் காலத்தில் அல்லது அதற்கும் சற்று முன்னர் இக்கோயில் வைணவக் கோயிலாக மாற்றப்பட்டிருக்கிறது எனக் கொள்ளலாம்.

குறிப்புகள்

1. 'சோலையொடு தொடர்மொழி மாலிருங்குன்றம்', பரிபாடல், 15:23.
2. நாலாயிரத்திவ்விய பிரபந்தம், பாடல்கள் 3331, 3337.
3. மயிலை. சீனி. வேங்கடசாமி, பௌத்தமும் தமிழும், ப.63.
4. Suresh, B. Pillai, Introduction to the study of Temple Art, Part I, Chap. 3, p. 60.
5. எஸ்.ஆர்.பாலசுப்பிரமணியம், சோழர் கலைப்பாணி, ப. 42.
6. பி.ஆர்.ஸ்ரீநிவாசன், நாம் வணங்கும் தெய்வங்கள், பக். 49-50.
7. N.Jegadeesan, History of Srivaishnavism in the Tamil Country (post Ramanuja), p. 259.

8. A.Sreedhara Menon, Cultural Heritage of Kerala. pp. 11- 12

9. Suresh B. Pillai, op. cit., Part I, p. 1.

10. ஆய்வாளர் தொ. ப. - சீனி.வே. உரையாடல், நாள் : 5.8.1977.

11. பார்த்தசாரதி ஐயங்கார், நாலாயிரத்திவ்விய பிரபந்த அகராதி, ப. 139, ஆராமம் என்ற சொல் தமிழிலக்கியத்தில் முதன்முதலாக மணிமேகலையில் காணப்படுகிறது. மணிமேகலை 3:32.

12. உ.வே.சாமிநாதையர், புத்த சரித்திரம், பௌத்த தருமம், பௌத்த சங்கம், பக். 143-144.

13. அழகர்குறவஞ்சி,விருத்தம்,40 சோலைமலைக்குறவஞ்சி, பாடல் 110.

14. K.N.Radhakrishna, Thirumalirunjolaimalai (Alagarkoil) Sthalapurana, Part III. ஸ்ரீவிருஷபாத்ரி மஹாத்மியம், ப.19.

15. மயிலை. சீனி. வேங்கடசாமி, சமணமும் தமிழும், ப. 252.

16. மேலது, பக். 252-253.

17. கே.ராமானுஜாச்சாரியார், வட்டமேசை, கல்கி, 9.9.1979, ப. 12.

18. K.N.Radhakrishna, op. cit. Part 1, p. 272.

19. நாலாயிரத்திவ்விய பிரபந்தம், பாடல் 1826.

20. P.B.Desai, Jainism in South India and Some Jaina Epigraphs, p. 63.

21. பரிபாடல், 15:45-48.

22. K.N.Radhakrishna, op. cit. Part III. ஸ்ரீ விருஷபாத்ரி மஹாத்மியம், ப. 12.

23. C.Krishnamurthy, Thiruvorriyur Temple (unpublished), p.88.

24. K.V.Soundararajan, Art of South India - Tamil Nadu and Kerala, p. 103.

25. மயிலை. சீனி. வேங்கடசாமி, தமிழர் வளர்த்த அழகுக் கலைகள், பக்.17-19

26. ஆய்வாளர் தொ. ப. - சீனி. வே. உரையாடல்,நாள் : 5.8.1977.

27. Suresh B.Pillai, op. cit., Part I, p. 54.

28. எஸ்.ஆர்.பாலசுப்பிரமணியம், மு. நூல். ப. 42.

29. J.A.S. Burgess, Buddhist Art in India, pp.20-21.

30. உ.வே.சாமிநாதையர், மு. நூல். பக். 142-143.

இலக்கியங்களில் அழகர்கோயில்

தமிழ்நாட்டு வைணவத் திருப்பதிகளில் திருமாலிருஞ்சோலை என்னும் அழகர்கோயில் பழமைசான்ற ஒரு திருப்பதியாகும். இத்தலத்தினைப் பற்றிய செய்திகள் தமிழ் இலக்கியங்களில் விரிவாகக் காணப்படுகின்றன.

3.1. இலக்கியங்களில் அழகர்கோயில்

3.1.1. பரிபாடலும் சிலம்பும்

சங்க இலக்கியத்தில் பெயர் சுட்டப்பெறும் ஒரே ஒரு வைணவத்தலம் இதுவேயாகும். பரிபாடலில் புலவர் இளம் பெருவழுதியார் இத்தலத்தினை 'மாலிருங்குன்றம்' என்று குறிப்பிடுகின்றார்.[1] சிலப்பதிகாரம் இக்கோயிலமைந்த மலையினைத் 'திருமால் குன்றம்' என வழங்குவதோடு, இக்கோயிலினையும் குறிப்பிடுகின்றது.[2]

3.1.2. ஆழ்வார்களின் பாசுரங்கள்

ஆழ்வார்களில் ஐவர் இக்கோயிலைப் பாடியுள்ளனர். முதலாழ்வார்களில் ஒருவரான பூதத்தாழ்வாரும் பெரியாழ்வார், ஆண்டாள், நம்மாழ்வார், திருமங்கையாழ்வார் ஆகியோரும் மொத்தம் நூற்றெட்டுப் (108) பாசுரங்களில் இக்கோயிலைப் பாடியுள்ளனர்.[3]

பெரியாழ்வார் மூன்று திருமொழிகளும், ஆண்டாள் ஒரு திருமொழியும், நம்மாழ்வார் நான்கு திருமொழிகளும், திருமங்கையாழ்வார் இரண்டு திருமொழிகளும் இக்கோயிலின் மீது பாடியுள்ளனர். பூதத்தாழ்வார் இரண்டு பாசுரங்களில் மட்டும் இத்தலத்தினைக் குறிக்கின்றார். பூதத்தாழ்வார் தவிர்ந்த நால்வரும் பிற பாசுரங்களிலும் இத்தலத்தினை மொத்தம் பதினான்கு இடங்களில் குறித்துள்ளனர்.[4]

3.1.3. ஆசிரியர் பெயர் அறியப்பட்ட சிற்றிலக்கியங்கள்

ஆழ்வார்களுக்குப் பின்னர் இத்தலம் குறித்துச் சிற்றிலக்கியங்கள் பல எழுந்தன. அவற்றுள்,

1. பிள்ளைப் பெருமாள் ஐயங்கார் இயற்றிய 'அழகர் அந்தாதி'
2. வேம்பத்தூர் கவிகுஞ்சரமையரின் 'அழகர் கலம்பகம்'

3. பலபட்டடைச் சொக்கநாதப் புலவரின் 'அழகர் கிள்ளை விடு தூது'

4. வேம்பத்தூர் சாமி கவிகாளருத்திரரின் 'அழகர் பிள்ளைத் தமிழ்'

5. பெருங்கரை கவிகுஞ்சா பாரதியின் 'அழகர் குறவஞ்சி'

6. ஐம்புலித்புத்தூர் கிருஷ்ணையங்காரின் 'சோலைமலைக் குறவஞ்சி'

7. நெற்குப்பை பைரவையரின் 'திருமாலிருஞ்சோலை பிள்ளைத் தமிழ்'

8. மதுரகவி ஸ்ரீநிவாஸய்யங்காரின் 'அலங்காரர் மாலை' ஆகியவை ஆசிரியர் பெயர் அறியப்பட்ட சிற்றிலக்கியங்களாகும்.

பிள்ளைப் பெருமாளையங்கார் குறிப்பிடும் பத்மநாபப் பட்டர், மணவாள மாமுனிகளைப் பாராட்டியவர்; இராமானுசர் காலத்தவரல்லர் எனக் கூறி, ஐயங்காரின் காலம் கி.பி.பதினாறு அல்லது பதினேழாம் நூற்றாண்டாகலாம் என்பர் மு.கோவிந்தசாமி.[5] பல பட்டடைச் சொக்கநாதப் புலவரின் 'தேவையுலா'வினால் அக்காலத்தில் இராமநாதபுரத்தில் விஜயரகுநாதசேதுபதி (கி.பி.1711-1725) அரசாண்டதை அறியமுடிகிறது என உ.வே.சாமி நாதையர் குறிப்பிடுவதால்,[6] அப்புலவரின் 'அழகர் கிள்ளைவிடு தூது'ம் பதினெட்டாம் நூற்றாண்டின் முற்பகுதியைச் சேர்ந்ததென அறியலாம். 'அழகர் பிள்ளைத்தமிழ்' நூலின் பதிப்பாசிரியர் திரு. நாராயணையங்கார், நூலாசிரியர் காலம் 'இற்றைக்குச் சுமார் நூற்றைம்பது வருஷங்களுக்கு முன்பு' என 1929இல் எழுதுகிறார்.[7] எனவே இந்நூல் பதினெட்டாம் நூற்றாண்டின் பிற்பகுதியிலெழுந்த தாகக் கருதலாம்.

'அழகர் குறவஞ்சி' ஆசிரியர் பெருங்கரை கவிகுஞ்சர பாரதி யாரின் காலம் கி.பி. 1810-1896ஆகும்.[8] எனவே நூலெழுந்த காலமும் இதுவேயாகும். 'சோலைமலைக் குறவஞ்சி' நூலின் பதிப்பாசிரியர் குறிப்பிலிருந்து நூலாசிரியர் இருபதாம் நூற்றாண்டின் தொடக் கத்தில் வாழ்ந்தவரெனத் தெரிகிறது.[9] 'திருமாலிருஞ்சோலை பிள்ளைத்தமிழ்' கி.பி.1923இல் நூலாசிரியராலேயே வெளியிடப் பெற்றுள்ளது. 'அலங்காரர் மாலை' 1955இல் திருவல்லிக்கேணி தமிழ்ச் சங்கத்தாரால் வெளியிடப்பெற்றது. இந்நூலின் பதிப்புரையால், இந்நூல் 1904இல் 'திருமாலிருஞ் சோலை அழகர் பல்சந்த மாலை'

என்ற பெயரோடு வெளியிடப் பெற்றதையும் நூலாசிரியர் இந்நூற்றாண்டின் தொடக்கத்தில் வாழ்ந்தவரென்பதையும் அறிய முடிகிறது.[10] 'அழகர் கலம்பக' ஆசிரியர் கவிகுஞ்சரமையரின் காலம் அறியப்படவில்லை. ஆசிரியர் பெயர் அறியப்பட்ட இச்சிற்றிலக் கியங்கள் அனைத்தும் அச்சிடப்பட்டவையாகும்.

3.1.4. ஆசிரியர் பெயர் அறியப்படாத சிற்றிலக்கியங்கள்

ஆசிரியர் பெயர் அறியப்படாத நூல்களில் 'அழகர் வருகைப் பத்து' என்ற நூல் மட்டும் அச்சிடப்பட்டதாகும். கி.பி. 1953இல் சக்திவேல் ஆசாரி என்பவர் ஏட்டுச் சுவடியிலிருந்த இந்நூலைப் பதிப்பித்துள்ளார்.

சென்னை கீழ்த்திசைச்சுவடி நூலகத்திலுள்ள 'திருமாலிருஞ் சோலைமலை அழகர்மாலை'[11] 'அழகர் அகவல்'[12] என்னும் இரு நூல்களும் அச்சிடப்படாதவை. இவற்றுள் அழகர்மாலை 57 பாடல் களாலாகிய சிறு நூலாகும். கள்ளர் சாதியார்க்கும் அழகர்கோயி லுக்கும் உள்ள உறவைக் குறிப்பிடுவதால் இந்நூல் சுமார் பதினெட்டாம் நூற்றாண்டின் பிற்பகுதியில் தோன்றியிருக்கலாம் எனக்கருத இடமுள்ளது.

'அழகர் அகவல்' இருபத்தெட்டு அடிகளையுடைய அகவற் பாவாகும். முதல் பதினான்கு அடிகள் பொருள் தொடர்புடைய னவாக அமைந்துள்ளன. அடுத்த பதினான்கு அடிகளும் பொருள் தொடர்பின்றியும் மூன்றிடங்களில் சிதைந்தும் உள்ளன.

முதல் பதினான்கு அடிகளுக்குள், திருமால் நீர்நிலையொன்றில் முதலையிடமிருந்து யானையைக் காத்த கதையினைக் குறிப்பிடு வதால், இது திருமாலைப் பாடிய அகவல் எனத் தெரிகிறது. அழகர் கோயில், மதுரை, கூடலூர் (மதுரை மாவட்டம்), சீவலப்பேரி, கோயில்குளம், கடையநல்லூர் (நெல்லை மாவட்டம்), உறையூர் (திருச்சி மாவட்டம்), நாகப்பட்டினம் (தஞ்சை மாவட்டம்), பொன்னமராவதி (புதுக்கோட்டை மாவட்டம்) ஆகிய ஊர்களில் வைணவக் கோயில்களில் திருமாலுக்கு 'அழகர்' என்ற பெயர் வழங்கிவருகின்றது. 'மலை வள்ளல்' என்று ஓரிடத்தில் இப்பாடல் குறிப்பதால், மேற்குறித்த ஊர்களில் அழகர்கோயில் ஒன்றே மலைப் பதியாக அமைந்த ஊராதலால், இப்பாடல் இக்கோயிலில் எழுந் தருளியுள்ள இறைவனையே குறிக்கிறது எனலாம்.

ஆயினும் இப்பாடலின் பின்பாதியான பதினான்கு அடிகளில் ‘சுடர்ப் பெருங் கடவுள்’, ‘சைவ சிகா(மணி)’, ‘பனைக்கை வெண்மருப்பு’ முதலிய, தொடர்கள் சிவபெருமானையும் கணபதியினையும் குறிப்பதாக அமைகின்றன. கடைசி அடி, ‘துறைவன் திருமகளே சரணம்’ என முடிகிறது. இவை எழுதுவோராலோ, ஏடுகள் சிதறிக் கிடந்ததாலோ வேறொரு பாடலின் அடிகள் இப்பாடலுள் புகுந்துவிட்டனவோ என்ற ஐயத்துக்கு இடமளிக்கின்றன.

அடையாறு உ.வே.சா. ஏட்டுச்சுவடி நூலகத்தில் ‘அழகம் பெருமாள் வண்ணம்’[13] என்னும் பெயருள்ள ஒரு நூல் ஏட்டுச் சுவடியாக உள்ளது. ஆய்வாளர் இச்சுவடியை முழுவதும் படித்தறிந்தபோது, அழகர்கோயில் பற்றிய குறிப்புகள் ஏதும் இந்நூலில் காணப்படவில்லை. மாறாக, ‘தென் குலசை யூரதிபா செங்கண் நெடுமாலழகா’ என்பது இந்நூலிலுள்ள ஒரு பாடலில் வரும் விளியாகும். எனவே இது குலசை என்னும் ஊரிலுள்ள அழகர் எனும் பெயர் பூண்ட திருமாலின் மீது பாடப்பட்டதெனத் தெரிகிறது.

‘தென்குலசை’ எனத் திசையினையும் சுட்டுவதால், நெல்லை மாவட்டத்துக் குலசேகரன்பட்டினமாகவோ, குமரி மாவட்டத்துக் குலசேகரமாகவோ இவ்வூர் இருக்கலாம். மதுரை மாவட்டத்து அழகர்கோயில் அன்று என்பது தெளிவு.

அழகர்கோயிலைப் பற்றிக் காலந்தோறும் எழுந்த இலக்கியங்களின் பரப்பினால், இக்கோயில் சமூகத்தோடு கொண்டிருந்த தொடர்பின் தன்மையை ஒருவாறு அறியலாம்.

3.2. இலக்கியங்களும் மலைப்பெயரும்

‘நெடுங்குன்றம்’ எனப் பொதுவாக மலைகளைக் குறிப்பிடும் பரிபாடற் புலவர் இளம்பெருவழுதியார், இருங்குன்றம், ஓங்கிருங் குன்றம், ஐயிருங்குன்றம், மாலிருங்குன்றம், சீர்கெழுதிருவிற் சோலையொடு தொடர்மொழி மாலிருங்குன்றம் என்று இத்தலமுடைய மலையினைக் குறிக்கின்றார்.[14] ‘சீர்கெழுதிருவில்’ எனும் பகுதிக்குப் பரிமேலழகர், “அழகு பொருந்திய திருவென்னும் சொல்லோடும் சோலையென்னும் சொல்லோடும் மாலிருங்குன்றமென்னும் சொல் தொடர்ந்த மொழியாகிய ‘திருமாலிருஞ் சோலைமலை’யென்னும் நாமம்” என்று உரை எழுதுகிறார்.[15] திருமாலிருஞ்சோலை என்னும் பெயர் வழக்கு, இளம்பெருவழுதியார்

காலத்தேயே வந்துவிட்டதென்னும் அவர் கருத்து ஏற்புடையதே. இருப்பினும் 'இருங்குன்றம்' எனும் பெயரே முதலில் பெருக வழங்கியதென்பதை அதே பாடலில் வேறு நான்கு இடங்களில் அப்பெயர் பயன்படுத்தப்பட்டமையால் அறியலாம்.

மதுரையைச் சுற்றிலுமுள்ள எட்டு சமணத் திருத்தலங்களைக் கூறும் தனிப்பாடல் ஒன்று இம்மலையை 'இருங்குன்றம்' என்றே குறிப்பதும்[16] இக்கருத்துக்கு அரண் செய்கிறது. சமண முனிவர் தங்கிய மலைக்குகை இன்றும் பிராமிக் கல்வெட்டுக்களோடு இக்கோயிலுக்கருகில் உள்ளது.

சிலப்பதிகாரம் 'இருங்குன்றம்'என்னும் பெயரைக் குறிப்பிட வில்லை. 'திருமால் குன்றம்'என்றே இம்மலையைக் குறிக்கிறது.[17]

முதலாழ்வார் மூவருள் ஒருவரான பூதத்தாழ்வார், 'இருஞ்சோலை', 'இருஞ்சோலைமலை' என்று இம்மலையைக் குறிக்கின்றார். கி.பி. ஏழாம் நூற்றாண்டினரான பெரியாழ்வாரும் ஆண்டாளும் சோலைமலை, மாலிருஞ்சோலை, திருமாலிருஞ்சோலை, தென் திருமாலிருஞ்சோலை ஆகிய பெயர்களால் இம்மலையை அழைக் கின்றனர். பின்னர் வந்த நம்மாழ்வாரும் திருமங்கையாழ்வாரும் அப்பெயர்களையே பயன்படுத்தியுள்ளனர்.[18]

சிம்மாத்திரி, கேசவாத்திரி, வாசவுத்யானமலை முதலிய பெயர்களை இம்மலைக்கு வழங்கும் சிற்றிலக்கியங்கள் அவற்றை விளக்கவும் முற்படுகின்றன. ஆயினும் இப்பெயர் வழக்குகள் அதிகமாகக் குறிக்கப்படாதவையே.

"தடமிசை யாவருஞ் சஞ்சரிக் காமையால்
வடிவுசேர் சிங்க மலையெனப் பகர்வார்
கேசரி தினம்பூ ஜித்த கீர்த்தியினால்
கேசரி மலையெனக் கிளற்றுவ ரெவரும்
வாசவனிரவில் வந்து போற் றிடறால்
வாசவுத் யான மலையெனப் பகர்வார்"[19]

என்று மூன்று பெயர்களை அழகர் குறவஞ்சி கூறும். அழகர் கிள்ளைவிடு தூது,

"ஏத்திருவர் நீங்கா திருக்கையாலே தேச
வாத்திரி யென்னு மணிபெற்றுக் கோத்திரமாம்
வெங்காத் திரியென்னுஞ் சீர்மருவி"[20]

என இரு பெயர்களைக் குறிப்பிடும். "இம்மலையை இதரபர்வதங்கள் அதனதன் குணவிசேஷங்களால் ஜயிக்கப்படாமலிருப்பதால் 'ஸிம்ஹாத்ரி' என்று ப்ரஸித்தமாயிற்று. மேலும் ஸ்ரீகேசவருடைய ஸாந்நித்யத்தால் இது 'கேசவாத்ரி' என்றும் கருதப்படுகிறது"[21] என்பது தலபுராணம் தரும் விளக்கமாகும். "மேலும் இம்மலையானது ஸகல பாபங்களையும் அடியோடு துலைப்பதால் ஸவநாத்ரி (யக்ஞபர்வதம்) என்ற ஒரு பெயரை அடைந்திருக்கிறது"[22] என்பது தலபுராணம் தரும் மற்றொரு செய்தியாகும். 'ஸவநாத்ரி'என்ற பெயரைத் தலபுராணம் மட்டுமே குறிக்கிறது. 'வாசவித்யானமலை' என்ற பெயரை அழகர் குறவஞ்சி மட்டுமே குறிக்கிறது. கேசவாத்திரி, சிம்மாத்திரி ஆகிய பெயர்களுக்குச் சிற்றிலக்கியங்கள் தாம் கருதிய விளக்கத்தைத் தர முற்பட்டிருக்கின்றன.இப்பெயர்ப் பிறப்பின் காரணத்தைக் காட்டும் கதை ஏதும் வழக்கிலுமில்லை; தலபுராணத்திலும் காணப்படவில்லை.

3.3. 'விடைமலை' எனும் பெயர்

இம்மலைக்கு, மேற்குறித்த பெயர்கள் தவிரப் பெருவழக்குப் பெற்றுள்ள புராணப் பெயர் 'விருஷபாத்ரி' என்பதாகும். ரிஷபாத்திரி, இடபகிரி, இடபமலை, விடைமலை எனப் பல்வேறு வடிவங்களில் வழங்கும் இப்பெயராலேயே இக்கோயில் தலபுரணம், 'விருஷபாத்ரி மகாத்மியம்' என வழங்கப்படுகிறது. இப்பெயர்ப் பிறப்பின் காரணம் ஆய்வுக்குரிய செய்தியாகும். 'அழகரந்தாதி' ஏழு இடங்களில் 'விடைமலை'என்று இம்மலையினைக் குறிக்கின்றது.[23]

"…..எங்கோமான்
மேய்த்த நிரைபோல வெற்புகளெல் லாஞ்சூழ
வாய்த்த நிரையில் ஒரு மால்விடையாய்ப் பார்த்திடலால்
இன்னியம் ஆர்க்கும் இடபகிரி என்னும்பேர்
மன்னிய சோலைமலை"[24]

என்று அழகர் கிள்ளைவிடு தூது இப்பெயர் பிறந்த காரணத்தைக் குறிப்பிட, அழகர் குறவஞ்சியோ,

"தரும தேவன்முன் தவம்புரி வாய்மையால்
திருநாமம் இடபாத் திரியெனப் புகல்வார்"[25]

என்கிறது. இக்கோயில் தலபுராணமும் இந்த இரண்டு காரணங்

களையே இப்பெயர் பிறந்த காரணமாகக் கூறுகின்றது.

"இந்த 'விருஷபம்'என்ற கிரிக்கு இதர பர்வதங்களையெல்லாம் ஒப்பிடுகையில் அவைகளெல்லாம் கேவலம் பசுக்கள் போலாகின்றன. மேலும் யமதர்மன் 'விருஷ'என்ற தர்மரூபத்தோடு தபசு புரிந்து பகவானிடத்தில் இம்மலைக்கு 'விருஷபாத்ரி, என்று பெயரிடும்படி பிரார்த்தித்தான்"[26] என்கிறது தலபுராணம்.

இப்பெயர் வழக்குப் பற்றி சைவ நூலான பரஞ்சோதி முனிவரின் திருவிளையாடற் புராணத்திலும் ஒரு செய்தியினைக் காண்கிறோம். "சமணர் ஏவிய மாயப்பசுவினை அழிக்கச் சிவபெருமான் தன் அதிகார நந்தியினை ஏவினார். அது தன் அழகினைக் காட்டி மாயப்பசுவினை மயக்கி ஆற்றலை இழக்கச் செய்தது. ஆற்றலை இழந்த பசு கீழே விழுந்து மலையாயிற்று. பின் நந்தியாகிய விடையும் தன் உருவினை இடபக்குன்றாக நிறுவி விட்டுச் சூக்கும உருவில் சிவபெருமானையடைந்தது. தோல்வியுற்ற சமணர் கூட்டங்கள் சூரியன்முன் இருளாக நீங்கின"[27] என்பது திருவிளையாடற் புராணத்தின் 'மாயப்பசுவை வதைத்த படலம்' கூறும் செய்தியாகும். இப்புராணம். இம்மலையின் பெயர்ப் பிறப்புக்குச் சைவச்சார்பான விளக்கத்தினைத் தருகிறது. விடை மலை எனப்படும் இடபக்குன்றுக்குச் சமண எதிர்ப்புப் போராட்டத்தில் பங்கிருந்தது என்பதை மேற்குறித்த புராணக் கதை தெளிவாக விளக்குகிறது.

இக்கோயிலுக்குக் கிழக்கே ஒருமைல் தொலைவிலுள்ள குகையில் காணப்பெறும் தமிழி (பிராமி) எழுத்துக் கல்வெட்டுக் களால் கி.பி. முதல் நூற்றாண்டிலேயே இம்மலைப் பகுதியில் சமணத் துறவிகள் வாழ்ந்த செய்தியை அறியலாம். எனவே சமய எதிர்ப்புப் போரில் அவர்கள் வாழ்ந்த விடைமலையின் பெயரினையும் திருவிளையாடற் புராணம் குறிப்பது ஏற்றுக்கொள்ளக்கூடிய செய்தியே.

விடையினை (எருதினை)த் தருமத்தின் அடையாளமாகக் கருதுவது சைவ, வைணவர்களைப் போலவே சமணர்க்கும் மரபாகும்.[28] இம்மலைப் பகுதியில் கிடைக்கும் வரலாற்றுச் சான்றுகளில் காலத்தால் முந்தியது. சமணத்துறவியரின் இருக்கை பற்றியதாகும். எனவே விடைமலை என்ற பெயர் சமணராலேயே இம்மலைக்கு இடப்பட்டிருக்கலாம். சமணர்களாலே இடப்பட்ட

பெயர் என்பதாலேயே, இப்பெயர் இத்தலம் குறித்த ஆழ்வார் களின் பாசுரங்களில் குறிக்கப் பெறாது போயிருக்கலாம் எனத் தோன்றுகிறது.

3.4. இறைவனின் பெயர்

இங்கு கோயில்கொண்ட இறைவனின் பெயரைப் பரிபாடலும் சிலம்பும் குறிக்கவில்லை. அழகன், அலங்காரன், திருமாலிருஞ் சோலை நின்றான், சுந்தரத் தோளுடையான், ஏறுதிருவுடையான், நலந்திகழ் நாரணன் ஆகிய பாசுரத் தொடர்களே[29] பெயர் வழக்கு களாக நிலைபெற்றுவிட்டன. ஆழ்வார்கள் காலத்துக்குப் பிற்பட்ட சிற்றிலக்கியங்களிலும் இப்பெயர்கள் அனைத்தும் வழங்கப்படு கின்றன.

'சுந்தரத்தோளுடையான்' எனும் பெயர் இக்காலத்தே 'சுந்தர ராஜன்' என வழங்கப்படுகிறது. அழகன், அலங்காரன் ஆகிய இரு பெயர்களும் சிற்றிலக்கியங்களில் பெருமளவில் வழங்கப்படு கின்றன. அழகரந்தாதி இருபத்து மூன்று இடங்களில் அழகன் என்ற பெயரையும் இருபத்தைந்து இடங்களில் அலங்காரன் என்ற பெயரையும் வழங்குகிறது.[30] அழகர் கலம்பகம் நாற்பத்திரண்டு இடங்களில் அழகன் என்ற பெயரையும்பதினைந்து இடங்களில் அலங்காரன் என்ற பெயரையும் வழங்குகிறது.[31] குறவஞ்சிகள் இரண்டிலும், 'அழகன்' பெயர் மிகுதியும் என்னும் பொருள் தரும் 'சுந்தரன்' என்று குறிக்கப்படுகிறது. சோலைமலைக் குறவஞ்சி, அறுபத்து நான்கு ஆசிரிய அடிகளையுடைய ஒரு பாடலில் 'சுந்தரன்' என்ற பெயரை முப்பது முறை வழங்குகிறது.[32]

திருமாலிருஞ்சோலை பிள்ளைத்தமிழ், செங்கீரைப் பருவப் பாடல்களிரண்டில் 'அழகமலைத்துரை' என்றும் முத்தப்பருவத்தில் மூன்று பாடல்களில் 'மோகனத்துரை' என்றும் குறிக்கிறது.[33] அழகர் பிள்ளைத் தமிழில் 'அழகன்' என்ற பெயரே மிகுதியும் வழங்குகிறது.

கள்ளர் சமூகத்தவர் தொடர்புக்குப் பின்னர் இக்கோயில் இறைவன் 'கள்ளழகர்' என்றும் அழைக்கப்படுகிறார். இருப்பினும் இத்தலம் குறித்த கலம்பகம், தூது, இரு குறவஞ்சி நூல்கள், இருபிள்ளைத் தமிழ் நூல்கள், அந்தாதி ஆகியவற்றில் இப்பெயர் காணப்பெறவில்லை.

அழகர்மாலை 'கள்ளழகா' என இருமுறை விளிப்பதோடு 'கள்ளர்க்குரிய அழகப்பிரான்' என அப்பெயரின் விளக்கத்தையும் தருகிறது.³⁴ 'கருமை அழகுக்குறையுள்'³⁵ எனக் கருமையழகினை வியந்து பாராட்டி, 'அழகினில் ஒப்பிலியே'³⁶ என்றும் விளக்குகிறது. மலையழகன், கலையழகன், கருத்தழகன், கனிவழகன், அலையழகன், கடலழகன், அருளழகன், சிலையழகன்³⁷ ஆகியவை இத்தலத் திறைவனுக்கு அழகர்மாலை சூட்டும் பெயர்களாகும்.

வைணவம் அழகுணர்ச்சி மிக்க மதமாகும். ஆய்ப்பாடிக் கண்ணனின் குழந்தை விளையாட்டுக்கள் இவ்வுணர்ச்சி பெருகி வளரத் துணை செய்தன. வைணவ உரையாசிரியர்களும் அழகுணர்ச்சியினை வளர்த்து, வழிபடு பொருளாக்கினார். "அர்ஜுனனுக்கு உபதேசத்தாலே ஸம்ஸயத்தை அறுத்தான்; அத்தனை அளவில்லாதார்க்கு அழகாலே ஸம்ஸயத்தை அறுத்துக் கொண்டு வந்து தோன்றும்" என்பர் பெரியவாச்சான்பிள்ளை.³⁸ 'இறைவனின் அருள், அழகினை வழியாகக்கொண்டு வெளிப்படும்' எனும் இத்தகைய உணர்ச்சி நிறைந்த நம்பிக்கைகளே இறைவனை அழகனாகக் காட்டும் பெயர் வழக்குகளைத் தோற்றுவித்தன எனலாம்.

இத்தலத்திறைவனுக்குப் பாசுரங்களில் காணாத ஒரு பெயரினை அந்தாதியும் கலம்பகமும் முதல்முறையாகக் குறிக்கின்றன. 'தெய்வ சிகாமணி' எனும் பெயரை அந்தாதி ஓரிடத்திலும்கலம்பகம் இரண்டிடங்களிலும் குறிக்கின்றன.³⁹ இப்பெயர்ப் பிறப்பின் காரணம் தெரியவில்லை; கண்டறிய வேறு சான்றுகளும் கிடைக்கவில்லை.

3.5. நின்ற திருக்கோலம்

இத்தலத்துறையும் திருமாலை நின்ற கோலத்தவனாக இலக்கியங்கள் காட்டுகின்றன. கருவறையில் இறைவன் நின்ற கோலத்திலேயே உள்ளார். இத்தலம் குறித்த பரிபாடலில் 'அமர்நிலை' என்ற தொடர், அமர்ந்த (இருந்த) கோலத்தைக் குறிப்பிடுவதுபோலத் தோன்றினாலும், பரிமேலழகர், 'அமர்ந்து நிற்கும் நிலை' என்றே உரையெழுதுகிறார்.⁴⁰ 'அமர்' என்ற சொல் விருப்பத்தையும் குறிக்கும். எனவே 'விரும்பி நிற்கும் நிலை' என்பதே பரிமேலழகர் கருத்தாகும். அதுவே பொருத்தமுடையதாகவும் தோன்றுகிறது. 'திருமாலிருஞ் சோலை நின்றான்' என்ற பெயர் ஆழ்வார்களின் பாசுரங்களில் பல இடங்களில் வழங்கப்படுகிறது.

3.6. விமானப் பெயர்

'சோமசந்திர விமானம்' எனும் பெயருடைய இக்கோயில் விமானம், அடிநிலை முதல் தூபிவரை வட்டவடிவமானது. பாசுரங்களில் இவ்விமானம் பற்றிய குறிப்பில்லை. சிற்றிலக்கியமான அழகர் கலம்பகமே இப்பெயரை முதன்முதலில் குறிக்கின்றது.[41] சிற்றிலக்கியமான அழகரந்தாதி இப்பெயரைக் குறிப்பிடவில்லை.

3.7. தலவிருட்சம்

இக்கோயிலுக்கு நான்கு புறங்களிலும் நான்கு தலவிருட்சங்கள் அமைந்ததென்பர். இச்செய்தியைக் கிள்ளைவிடு தூதும் இரு குறவஞ்சி நூல்களும் குறிக்கின்றன.

"வடம் அரசு கூவிளமாய் வண்புத்ர தீபகமாய்த்
தடம் மருவு சதுருகங்கள் தனிலும் ஒரு தருவுண்டு"[42]

எனச் சோலைமலைக் குறவஞ்சி கூறும். அழகர் கிள்ளைவிடு தூதும் இச்செய்தியைக் கூறுகின்றது.[43] ஆனால் அழகர் குறவஞ்சி கிருதயுகத்தில் ஆலமரமும், திரேதாயுகத்தில் அரசமரமும், துவாபர யுகத்தில் சோதிமரமும் எனக் கூறி, கலியுகத்தில் தலவிருட்சம் எது என்பதைக் கூறாமல் விட்டுவிடுகிறது.[44] சோலைமலைக் குறவஞ்சியும், கிள்ளைவிடு தூதும் துவாபரயுகத்தில் கூவிள மரமும் கலியுகத்தில் சோதிமரமும் தலவிருட்சங்கள் எனக் குறிப்பிடுகின்றன. தலவிருட்சங்களைப் பற்றிய குறிப்பு இத்தலம் குறித்த பாசுரங்களிலும், அழகரந்தாதி, அழகர் கலம்பகம் ஆகிய நூல்களிலும் காணப்படவில்லை.

3.8. நதியின் பெயர்

இம்மலையில் பிறக்கும் சிலம்பாற்றினைப் பரிபாடலும் சிலப்பதிகாரமும் 'சிலம்பாறு' என்றே குறிக்கின்றன. இதே பொருளில் இப்பெயர் 'நூபுரகங்கை' எனவும் வழங்கப்படுகிறது. அழகர் கலம்பகம் 'மஞ்சீரநதி' எனவும் இந்நதியினைக் குறிப்பிடு கின்றது.[45] கோயில் தலபுராணமோ இன்னும் மூன்று பெயர்களை இந்நதிக்கு இட்டு அப்பெயர்களை விளக்கவும் செய்கிறது. "இம்மலையின் சிகரத்தில் ஸ்ரீமந்நாராயணமூர்த்தியின் பாதச் சிலம்பிலிருந்து பெருகியதான நதி ஒன்றுண்டு. புண்யத்தைத் தருகிறதும் இகபரசுகத்தைத் தருவதாகவும் இருத்தலால் இந்நதிக்கு 'இஷ்டஸித்தி' என்று ப்ரஸித்தமுள்ள மற்றொரு பெயரும் உண்டு...

ஆச்ரயிரத்தவர்களின் புண்ணியத்தை அபிவிருத்தி செய்வதால் 'புண்யச்ருதி' என்ற மற்றோர் பெயருடனும் ஸகல ஜனங்களுடைய ஜனனமரண துக்கத்தினை நீக்கக்கூடியதால், 'பவஹாரீ நதி' என்ற மற்றும் ஒரு பெயருடனும் இந்த 'நூபுரகங்கா'நதியானது விசேஷக் யாதியுடன் ப்ரவஹிக்கிறது."[46]

பவகாரணி, இட்டசித்தி, புண்ணிய சரவணம் எனும் பெயருடன் இம்மலையில் மூன்று பொய்கைகள் இருந்ததாகச் சிலப்பதிகாரம் கூறும்.[47] ஆழ்வார்களின் பாசுரங்களிலோ சிற்றிலக்கியங்களிலோ இச்செய்தி காணப்படவில்லை. எனவே தலபுராண ஆசிரியர் இப்பெயர் வழக்குகளைச் சிலப்பதிகாரத்திலிருந்தே பெற்றிருக் கக்கூடும். சிலப்பதிகாரம் குறிக்கும் பெயரோடு பொய்கைகள் எவையும் இப்போது இம்மலையில் இல்லை. எனவே தலபுராண ஆசிரியர் இப்பொய்கைப் பெயர் வழக்குகளைச் சிலம்பாற்றின் பெயராகக் கொண்டார் போலும்.

பவகாரணி எனச் சிலப்பதிகாரம் குறிப்பதை 'பவஹாரீ நதி'என்கிறது தலபுராணம்; 'புண்ணிய சரவணம்'எனும் பெயரை 'புண்யச்ருதி'என்கிறது. 'பவஹாரி நதி'என்ற பெயர் மாற்றத்துக்கான காரணம் புலப்படவில்லை.

3.9. பலராம வழிபாட்டுக் குறிப்புகள்

இத்தலத்தில் திருமாலும் பலராமனும் சேர்த்தே வழிபடப் பெற்றனர் என்பது பரிபாடல் தரும் செய்தியாகும். 'இருங்குன்றம் இருவரையும் தாங்கியுள்ளது' என்று கூறும் புலவர் இளம்பெரு வழுதியார், 'பெரும் பெயர் இருவரைப் பரவுதும் தொழுதே'என்று கூறியே பாடலை முடிக்கின்றார்.[48] இருப்பினும் வழிபாட்டுப் பயனைக் குறிக்குமிடத்து, 'நாறிணர்த் துழாயோன் தாராது துறக்கம் பெறலரிது'என்கிறார்.[49] பலராமனைத் திருமாலின் கூறாகக் கருதும் வியூகக் கோட்பாடு தமிழ்நாட்டிற் பரிபாடற் காலத்தில் பரவி-விட்டதை இப்பாடல் காட்டுகிறது.

இத்தலம் குறித்த ஆழ்வார்களின் பாசுரங்களில், இங்கு பலராம வழிபாடு நிகழ்ந்ததைப் பற்றிய குறிப்புக்களே இல்லை. ஆழ்வார்களின் காலத்திலேயே பலராமனைத் தனித்து வழிபடும் வழக்கம் தமிழ்நாட்டில் மறைந்துபோய்விட்டது. ஆழ்வார்கள் காலத்தில் தமிழ்நாட்டில் வியூகக் கோட்பாடு நடைமுறையில் இருந்ததற்குச் சான்றுகளேதும் இல்லை.

அழகரந்தாதியில் ஒரு பாடல்,

"திருவிளையாடு திண்டோள் செங்கண்மால் பலதேவருடன்
மருவிளையான் திருமாலிருஞ்சோலை"[50]

எனக் குறிப்பிடும். இவ்வடிகளைக் கொண்டு அழகரந்தாதி ஆசிரியர் காலத்தில் இங்கு பலதேவர் (பலராமர்) வழிபாடு நிகழ்ந்ததாகக் கொள்ளவியலாது. மேற்குறித்த அடிகளில், 'திருவிளையாடு திண்டோள்' என்ற தொடரினை அழகரந்தாதி ஆசிரியர், ஆண்டாளின் 'திருமாலிருஞ்சோலைத் திருமொழி'யிலிருந்து எடுத்தாள்கிறார்.[51] அதைப்போலவே இத்தலத்தில் பலராம வழிபாடு நிகழ்ந்த செய்தியை இத்தலம் குறித்த பரிபாடலிலிருந்து அவர் பெற்றிருக்கலாம் என்று தோன்றுகிறது.

3.10. நடைமுறையில் பாசுரங்களின் செல்வாக்கு

கோயில் நடைமுறையில் பாசுரங்களின் செல்வாக்கு இன்றளவும் காணக்கிடக்கும் உண்மையாகும்.

பொதுவாகத் தமிழ்நாட்டுக் கோயில்களில் கருவறைக்கென்று தனிப்பெயர் இட்டு அழைக்கும் வழக்கம் இல்லை. இக்கோயில் கருவறைக்கு 'நங்கள் குன்றம்' என்ற பெயர் வழங்குகிறது. அதனுள் அமைந்த வட்டவடிவத் திருச்சுற்றும் 'நங்கள் குன்றம் பிராகாரம்' என்றே அழைக்கப்படுகிறது. இப்பெயர் 'நங்கள் குன்றம் கைவிடான்'[52] என்ற நம்மாழ்வாரின் திருவாய்மொழியிலிருந்து பெறப்பட்டதாகும்.

இக்கோயில் இறைவனின் உலோகத் திருமேனிகள் நான்கில் ஒன்றின் பெயர், 'ஏறு திருவுடையான்' என்பதாகும். இப்பெயர் ஆண்டாளின் பாசுரத்தில்[53] வரும் தொடராகும். மேலும் 'சுந்தரத் தோளுடையான்' என்றும் இத்தலத்திறைவனை ஆண்டாள் பாடியதை யொட்டி,[54] மற்றொரு திருமேனிக்குச் சுந்தரத் தோளுடையான் என்ற பெயர் வழங்குகிறது. இன்னொரு திருமேனி, 'சோலைமலைக் கரசர்' என வழங்கப்படுகிறது.[56]

இவற்றுள் 'ஏறு திருவுடையான்', 'நலந்திகழ் நாரணன்' எனப் பெயர் பெறும் இரண்டு திருமேனிகளும் வெள்ளியாலானவை. பதும பீடத்தில், நான்கு திருக்கைகளுடன் 1'6.5" உயரத்தில் நின்ற திருக்கோலத்தில் அமைந்த 'சோலைமலைக்கரசர்' என்ற திருமேனி, 'அபரஞ்சி' எனும் தங்கத்தாலானது. தமிழ்நாட்டில் இந்த அளவில்

தங்கத்தாலான திருமேனி வேறு கோயில்களில் இருப்பதாகத் தெரியவில்லை.

மூலத்திருமேனிக்கும் உற்சவத் திருமேனிக்கும் வழங்கும் 'சுந்தரராஜன்' என்ற பெயரும் 'சுந்தரத்தோளுடையான்' எனவரும் ஆண்டாளின் பாசுரம் தரும் பெயரை நினைவுபடுத்துவதாகவே அமைந்துள்ளது.

மக்கள் இவ்விறைவனுக்கு வழங்கும் பெயர் 'அழகர்' என்பதே. ஊரின் பெயரும் அழகர்கோயில் என்றே வழங்குகிறது. 'அதிர்குரல் சங்கத்து அழகர் தம்கோயில்' என இக்கோயிலை நம்மாழ்வார் பாடுகிறார்.[57] ஆழ்வார்களில் தலைமையிடம் பெறும் அவர் வாக்கே, ஊர்ப்பெயராகவும் இறைவன் பெயராகவும் இன்று வழங்குகிறது.

3.11. புறமத எதிர்ப்பு - பாசுரங்களிலும் அவற்றிற்கான உரைகளிலும்

இத்தலம் குறித்த ஆழ்வார்களின் பாசுரங்களுக்கு வைணவ உரையாசிரியர் தரும் விளக்கம் சிந்தனையைத் தூண்டுவதாக அமைகின்றது.

'திருமாலிருஞ்சோலை நம்பி'என்ற ஆண்டாளின் பாசுரத் தொடருக்கு, "ஆரியர்கள் இகழ்ந்த ம்லேச்ச பூமியிலுள்ளார்க்கு ஸுலபனானவன்" எனப் பெரியவாச்சான் பிள்ளை உரையெழுது வார்.[58] 'சீராரும் மாலிருஞ்சோலை' என்ற திருமங்கையாழ்வாரின் சிறிய திருமடல் அடிக்கு, 'ஆர்யர்கள் இகழ்ந்த தெற்குத் திக்கிலே அங்குத்தை ஸ்தாவரங்களோடும் தன்னோடும் வாசியற நின்று ம்லேச்சர்க்ககப்பட முகங்கொடுக்கும் நீர்மையுடையவனாய் இருக்கின்றானிறே" என்பது அவர் தரும் உரை விளக்கம் ஆகும்.[59] பாசுரங்கள் கூறும் பெயர்களுக்கு இவ்வளவு விளக்கமெழுத ஒரு காரணம் இருந்திருக்க வேண்டும். பாசுரங்களில் வெளிப்படையாகக் காணமுடியாத சில செய்திகளை உரை வெளிப்படுத்த முயல்கிறது. ஆர்யர்கள் இகழ்ந்தது தெற்குத் திக்கையா? திருமாலிருஞ்சோலை யையா? ஏன் இகழ்ந்தனர்? ம்லேச்சர் யார்? ஆகிய கேள்விகளை இவ்வுரைப்பகுதி நம் மனத்திலே தோற்றுவிக்கின்றது.

"தென்கொள் திசைக்குத் திலகமாய் நின்ற திருமாலிருஞ்சோலை நங்கள் குன்றம் கைவிடான் நண்ணா அசுரர் நலியவே"[60]

என்பது நம்மாழ்வாரின் திருவாய்மொழியாகும். தென்திசை பற்றிய உரையாசிரியர் கருத்து நம்மாழ்வார் கருத்தோடு முரண்படுகிறதா?

‘நங்கள் குன்றம் கைவிடான்’எனில் கைவிடச் செய்ய முயன்றவர் யார்? நண்ணா அசுரர் யார்? ஆகிய கேள்விகளுக்கும் விடை காண வேண்டும்.

இவ்விடத்தில் மனங்கொள்ள வேண்டிய செய்தி ஒன்றுண்டு. பக்தி இலக்கியங்கள் எழுந்த காலத்தில் தமிழ்நாட்டில் சைவமும் வைணவமும் புறச் சமயங்களை எதிர்த்து நின்ற செய்தி வெளிப் படையானதே. ஆனால் புறமத எதிர்ப்பில் ஆழ்வார் காலத்துக்கும் முன்னரே வைணவம் முனைந்து நின்றதற்குப் புறநானூற்றுப் பாடல் ஒன்று சான்றாகிறது.

புறநானூற்றில் **166**ஆம் பாடல், சோணாட்டுப் பூஞ்சாற்றூர்ப் பார்ப்பான் கவுணியன் விண்ணந்தாயனை ஆவூர் மூலங்கிழார் பாடியதாகும்.

செங்கம் நடுகற்களில் ஒன்று பல்லவமன்னன் சிம்ம விஷ்ணுவை, “கோவிசைய சிங்க விண்ணபருமற்கு” எனக் குறிப்பதால்,[61] ‘விண்ணந் தாயன்’ என்ற இப்பார்ப்பனனின் பெயரும் ‘விஷ்ணுதாயன்’ என்பதன் தமிழ் வடிவம் என்று உணரமுடிகிறது. எனவே கவுண்டினிய கோத்திரத்தைச் சேர்ந்த இப்பார்ப்பனன் வைணவத்தைத் தழுவி யவன் என்பது தெளிவாகும்.

இவனைப் புகழும் புலவர் ஆவூர் மூலங்கிழார்,

> “ஆறுணர்ந்த ஒருமுதுநூல்
> இகல்கண்டோர் மிகல் சாய்மார்”[62]

இவன் பல வேள்வியைச் செய்ததாகக் குறிப்பிடுகின்றார். இவ்வடி களுக்கு, “ஆறங்கத்தானும் உணரப்பட்ட ஒரு பழைய நூலாகிய வேதத்திற்கு மாறுபட்ட நூல்களைக் கண்டோராகிய, புத்தர் முதலாயின புறச் சமயத்தோரது மிகுதியைச் சாய்க்க வேண்டி”என்று புறநானூற்றின் பழைய உரைகாரர் பொருள் கூறியிருப்பதும்[63] இங்கு உணரத்தகுந்தது. தமிழ்நாட்டில் புறச்சமயங்கள் செல்வாக்குப் பெற்றிருந்த நிலையினையும் இப்பாடலாலும் உரையாலும் அறிகிறோம்.

புறமத எதிர்ப்பில், தமிழ்நாட்டு வைணவத்திற்கு இப்படியொரு வரலாற்றுப் பின்னணி உண்டு. இச்செய்தியை மனத்தில் நிறுத்திப் பாசுரங்களின் உரைகளை உற்று நோக்க வேண்டும்.

'நண்ணா அசுரர் நலியவே'என்ற அடிக்கு நம்பிள்ளை ஈடுதரும் உரை விளக்கம் இது: "நெடும்பகை தற்செய்யத் தானே கெடும் என்னுமாறு போல இவன் இவ்விடத்தினை விடாதே வசிக்க அசுரக்கூட்டம் முடிந்து போயிற்று".[64] திருமாலிருஞ்சோலைப் பகுதியிலே அசுரக்கூட்டம் இருந்த செய்தியை இவ்வுரைப்பகுதி விளக்குகிறது. "அடுத்தாற்போல, அசுரர்கள் யார் என்பதையும் உரைப்பகுதி தெளிவாக்குகிறது. "உலகத்தில் தெய்வப்பிறவி என்றும் அசுரப்பிறவி என்றும் உயிர்களின் படைப்பு இரண்டு விதம்; விஷ்ணு பக்தியோடு கூடியது தெய்வப்பிறவி; விஷ்ணுபக்தி இல்லாதது அசுரப்பிறவி என்னக்கடவதன்றோ?"[65] உரையாசிரியர் கருத்துப்படி 'விஷ்ணுபக்தி' இல்லாத புறமதத்தினர் அசுரர்களாகக் கருதப்படுவர். அவர்கள் இம்மலைப்பகுதியிலே இருந்தமையால் இவ்விடம் 'ம்லேச்சபூமி'யாயிற்றுப் போலும்.

இம்மலைப்பகுதியில் விஷ்ணுபக்தி இல்லாத அசுரர்களான புறமதத்தவர் யார் இருந்தனர் என்பதனைத் திருமங்கையாழ்வாரின் திருமாலிருஞ்சோலைத் திருமொழி விளக்குகிறது. "சமணரும் பௌத்தரும் பழிப்பன பேசிடினும், இம்மலையில் திருமால் இடங் கொண்டான்" என்பது அவர் பாடல்தரும் செய்தியாகும்.[66] எனவே நம்மாழ்வாரின் திருவாய்மொழி கூறும் 'நண்ணா அசுரரும்'சமண பௌத்தராகவே இருத்தல் கூடும். நங்கள் குன்றத்தைக் கைவிடச் செய்ய முயன்றவரும் அவர்களாகவே இருக்க வேண்டும். உரையா சிரியர் கருத்துப்படி அந்த அசுரக்கூட்டம் முடிந்துபோமளவும் திருமால் இத்தலத்தை விடாதே வசித்தான்.

இக்கருத்தினை மனத்தில் கொண்டு இத்தலம் குறித்த திருமங்கை யாழ்வாரின் பாசுரங்களைக் கூர்ந்து நோக்கினால் 'கோயில் கொண்ட இடம் எம் இடம்'என்ற உரிமையுணர்வு அப்பாசுரங்களில் தவறாது ஒலிக்கக் காணலாம்.

'எம் அடிகள் தம் கோயில்'
'அரவணைத்துயின்ற........ அடிகள் கோயில்'
'அகலிடமுழுது மளந்த எம் அடிகள்தம் கோயில்'
'அமர்செய்த அடிகள் தம் கோயில்'
'கூத்தஎம் அடிகள்தம் கோயில்'
'கடல்வணர் எண்ணிமுன் இடங்கொண்ட கோயில்'
'மழைமுகில் வண்ணர்தம் கோயில்'[67]

இதே உணர்வும் இதே கருத்தும் நம்மாழ்வாரின் திருமாலிருஞ் சோலைத் திருவாய்மொழியிலும் நிறைந்திருக்கக் காணலாம்.

'வளரொளி மாயோன் மருவிய கோயில்'
'அதிர்குரல் சங்கத்து அழகர்தம் கோயில்'
'புயல்மழை வண்ணர் புரிந்துறை கோயில்'
'அறமுயல் ஆழிப்படையவன் கோயில்'
'பெருமலை எடுத்தான் பீடுறை கோயில்'
'உறியமர் வெண்ணெய் உண்டவன் கோயில்'
'நிலமுனம் இடந்தான் நீடுறை கோயில்'
'மாயவன் கோயில்'
'அழக்கொடி யட்டான் அமர்பெருங் கோயில்'
'வேதமுன் விரித்தான் விரும்பிய கோயில்'[68]

திருமங்கையாழ்வாரும் நம்மாழ்வாரும் திருமாலின் வீரதீரச் செயல்களையே இப்பாசுரங்களில் பேசுவது கருதத்தக்கது. பெரியாழ்வார் இத்தலம் குறித்துப் பாடிய இருபது பாசுரங்களில் 'இம்மலை திருமாலுக்குரியது' எனும் கருத்தையே மீண்டும் மீண்டும் முதல் இரண்டு அடிகளில் பேசுகின்றார்.[69] திருமாலின் பெருமைகளாக இப்பாசுரங்களில் அவர் கூறுவதெல்லாம், மாற்றார்க்கு அச்சம் விளைவிக்கும் திருமாலின் வீரதீரச் செயல்களே.

ஆகவே உரையாசிரியர்களின் கருத்துப் பின்னணியில் நோக்கும் போது, இத்தலம் குறித்த ஆழ்வார்களது பாசுரங்களில் உரிமை யுணர்வும் போராட்ட உணர்வுமே நிறைந்திருக்கின்றன.

தமிழ்நாட்டு வைணவத் திருப்பதிகளில் அழகர்கோயில் மிகப் பழைய திருப்பதியாகும். சிலப்பதிகாரத்தில் திருவேங்கடம், திருவரங்கம் தவிர, குறிக்கப்பட்டுள்ள வைணவத்திருப்பதி இதுவேயாகும். வைணவர்களிடமும் தென்தமிழ்நாட்டுத் திருப்பதி களில் மிகுந்த ஏற்றத்தைப் பெறுவது இதுவே. "தென்திசையில் திருப்பாற்கடலும், திருமாலிருஞ்சோலையும், என் தலையும் இடமாகக் கொண்டான் திருமால்" என இத்தலத்தின் பெருமை யினைக் குறிப்பர் நம்மாழ்வார்.[70]

இத்தலத்தினைப் பற்றி நம்பிள்ளைஈடு தரும் மற்றொரு செய்தியும் இங்குச் சிந்திக்கத்தக்கது. 'திருமாலிருஞ்சோலைக் கோனேயாகி' எனும் தொடருக்கு ஈடு தரும் விளக்கம் இது: 'இரண்டு உலகங்களையும் உடையனாய் இருத்தலால் வந்த

ஏற்றத்துக்கும் அவ்வருகே ஓர் ஏற்றம் போலாயிற்று, திருமலையை (அழகர்மலையை)யுடையனாய் வந்த ஏற்றமும், இவரைப் பெற்ற பின்பே காக்கும் தம்மை நிறைந்ததாயிற்று. இல்லையாகில் ஸ்ரீவைகுண்டத்தில் இருப்போடு திருமலையில் (வேங்கட மலையில்) நிலையோடு வாசியற்றுப் போமேயன்றோ!"[71]

இத்தலத்தின் ஏற்றத்தைப் புலப்படுத்தும் இவ்வுரைப் பகுதி மற்றொரு குறிப்பைப் பெறவும் துணை செய்கிறது. 'இவரைப் பெற்றபின்பே காக்கும் தன்மை நிறைந்ததாயிற்று' என்று உரை யாசிரியர் இம்மலையைக் குறிப்பதனால், இம்மலை இவ்வழகரைப் பெறாத காலமும் ஒன்றுண்டு எனும் கருத்து புலப்படுகிறது. ஆழ்வார்களின் இடஉரிமையுணர்வுப் பாசுரங்களை இக்கருத்தோடு இணைத்துப் பார்ப்பதால் சில செய்திகள் தெளிவாகின்றன.

ஆழ்வார்கள், சைவக் குரவர்கள் காலத்திற்கு முன்னர் தமிழ் நாட்டில் சமணமும் பௌத்தரும் வலிவு பெற்றிருந்தன. இக்கார ணத்தால் வைதீக சமயத்தினரான ஆர்யர்கள் (பெரியோர்கள்) தெற்குத் திக்கினை இகழ்ந்தனர். திருமாலிருஞ்சோலைப் பகுதியிலும் சமண பௌத்தர்கள் இருந்தமையால், இது 'ம்லேச்ச பூமி' என்ற நிலையில் இருந்தது. திருமால் இத்தலத்தில் கோயில் கொண்டு அசுரர்களான புறமதத்தினர் முடிந்து போகும்படி இம்மலையில் விடாதே வசித்தார்.

இக்கோயிலுக்குக் கிழக்கே ஏறத்தாழ ஒருமைல் தொலைவில் இம்மலையில் சமண முனிவர்கள் தங்கியிருந்த ஒரு குகை கல்வெட்டுக்களோடு உள்ளது. இதில் காணப்படும் ஒரு வட்டெ ழுத்துக் கல்வெட்டு கி.பி. எட்டு அல்லது ஒன்பதாம் நூற்றாண்டின தாகலாம். எனவே அக்காலத்திலும், அவர்கள் அங்கிருந்திருக்க வேண்டும். ஆழ்வார்களின் பாசுரங்களில் காணப்படும் எதிர்ப்பு ணர்வுக்கு இப்பகுதியில் வசித்த சமண - பௌத்தர்களை அவர்கள் எதிர்த்தது காரணமாகலாம். உரையாசிரியர் காலம்வரை இந்த எதிர்ப்புணர்வு வைணவர்களிடம் தொடர்ந்து நிறைந்திருந்ததால், பாசுரங்களில் மறைந்திருந்த உணர்வுகளை அவர்கள் உரையில் வெளிப்படுத்திக் காட்டினரெனலாம். மொத்தத்தில் சமண - பௌத்த எதிர்ப்பில் இத்தலத்தின் பங்கினைத் திருமாலிருஞ்சோலை குறித்த பாசுரங்களும் அவற்றிற்கான உரைகளும் நன்கு வெளிப்படுத்திக் காட்டுகின்றன.

3.12. திருவிழாச் செய்திகள்

இக்கோயிலில் மிகச் சிறப்பாக நடைபெறும் திருவிழா சித்திரைத் திருவிழாவாகும். அழகர் அந்தாதி, அழகர் கலம்பகம், சோலைமலைக் குறவஞ்சி, அழகர் பிள்ளைத்தமிழ், திருமாலிருஞ் சோலை பிள்ளைத்தமிழ், அலங்காரர்மாலை ஆகியவை சித்திரைத் திருவிழா நிகழ்ச்சிகளைக் குறிப்பிடவே இல்லை.

அழகர் கிள்ளைவிடு தூது திருவிழா நிகழ்ச்சிகளைப் பாடுகிறது. அழகர் மதுரைக்கு வருதல், திருக்கண்களில் இறங்குதல், வண்டியூர் செல்லல், தேனூர் மண்டபம் செல்லல், வாணவேடிக்கை நடைபெறுதல் ஆகிய நிகழ்ச்சிகளையும்துருத்திநீர் தெளிப்போர், திரியெடுத்தாடுவோர் ஆகியோரையும் குறிப்பிடுகின்றது.[72] ஆனால் அழகர் கள்ளர் வேடம் பூண்டு வரும் செய்தி குறிக்கப்படவில்லை.

கோயில் திருவிழா அழைப்பிதழின்படி, அழகர் மதுரை வருவதன் நோக்கங்கள் திருவில்லிபுத்தூரிலிருந்து ஆண்டாள் சூடிக்கொடுத்து அனுப்பிய மாலையினைச் சூடுவதும் மண்டூக முனிவருக்கு முக்தி தருவதும் ஆகும்.[73] தூது நூலில் மண்டபத்துக்கு அழகர் செல்வதைக் குறிக்கும் புலவர், மண்டூக முனிவருக்கு முத்தி தரும் திருவிழா நிகழ்ச்சியினைப் பாடவில்லை. ஆண்டாள் சூடிக் கொடுத்துவிட்ட மாலையினை அழகர் சூடுவதை ஓரிடத்தில் குறித்தாலும்[74] அதனைத் திருவிழா நிகழ்ச்சிகளில் ஒன்றாகப் பாடவில்லை.

அழகர்மாலை ஒரே ஒரு இடத்தில் மட்டும், 'வையைப் பெருக்கிற் கருவூலத்தோடு வருமழகா' என அழகர் சித்திரைத் திருவிழாவில் வையை நதிக்குள் வருவதனைக் குறிக்கிறது.[75] திருவிழாவின் பிற நிகழ்ச்சிகளைக் குறிக்கவில்லை.

அழகர் வருகைப்பத்து நூலின் பெயரும், நூலின் இருபது பாடல்களும் 'வருக வருகவே' என முடிவதும் சித்திரைத் திருவிழா விற்காக மதுரை வரும் அழகரை வரவேற்கும் முறையில் அமைந் திருக்கின்றன. இந்நூலும் திருவிழா நிகழ்ச்சி எதனையும் பாட வில்லை. இறைவனைப் போற்றிப் புகழும் பாடலாகவே உள்ளது. ஓரிடத்தில் மட்டும் அழகர் வையைநதி நோக்கி வருவதனை,

"ஆயாவருக வையைநதி அடையச் சேவை செய்பவர்க்கு
மாயாப்பிறவி மாற்றி வைக்கும் வண்ணாவருக"[76]

எனக் குறிப்பிடுகிறது.

3.13. இலக்கியங்கள் ஒதுக்கிய செய்தி

இக்கோயிலோடு கள்ளர் சமூகத்துக்குரிய உறவு ஏறத்தாழப் பதினெட்டாம் நூற்றாண்டின் முதற்பகுதியில் ஏற்பட்டது எனக் கருதலாம். பதினெட்டாம் நூற்றாண்டிலெழுந்த கிள்ளைவிடு தூது, அழகர் பிள்ளைத்தமிழ் ஆகிய நூல்கள் இவ்வுறவினைக் குறிப்பிடவில்லை. பத்தொன்பதாம் நூற்றாண்டிலெழுந்த அழகர் குறவஞ்சி, இருபதாம் நூற்றாண்டின் முற்பகுதியிலெழுந்த சோலைமலைக் குறவஞ்சி, திருமாலிருஞ்சோலை பிள்ளைத்தமிழ் ஆகிய நூல்களும் கோயிலோடு கள்ளர் சாதியார்க்குரிய உறவினை ஓரிடத்தில்கூடக் குறிப்பாகவேனும் சொல்லவில்லை.

ஆசிரியர் பெயர் தெரிந்த சிற்றிலக்கியங்களில், அழகர் கிள்ளை விடு தூது நூலாசிரியர் சாதியால் வேளாளராவார். ஏனையோர் அனைவரும் பிராமணர்களே. நாட்டுப்புற மக்களே பெருவாரியாகக் கலந்துகொள்ளும் சித்திரைத் திருவிழா நிகழ்ச்சிகளை அவர்கள் பாடாமைக்கு அவர்களின் உயர்சாதி மனப்பான்மை காரணமா யிருக்கலாம் எனத் தோன்றுகிறது. ‘தொள்ளங்காது கள்ளர் நாடு’ என ஓரிடத்தில் சோலைமலைக் குறவஞ்சி குறிப்பிட்டாலும்,[77] கள்ளர்க்கும் கோயிலுக்குமுள்ள தொடர்பினைக் கூறவில்லை. அழகர் குறவஞ்சி, சோலைமலைக் குறவஞ்சி, திருமாலிருஞ்சோலை பிள்ளைத்தமிழ் ஆகிய நூல்களின் ஆசிரியர்கள் கடந்த நூற்றைம்பது ஆண்டுகளுக்குள் வாழ்ந்தவர்கள். எனவே அவர்கள் கோயிலோடு கள்ளர் கொண்ட தொடர்பினை அறியாதவராயிருக்க முடியாது. அறிந்த செய்திகளையே அவர்கள் பாடாது ஒதுக்கியுள்ளனர். இரண்டு குறவஞ்சி நூல்களும் குறத்தியின் குறிமுகத் தெய்வமாகப் பதினெட்டாம்படிக் கருப்பனைக் குறிப்பிடுகின்றன.[78] சோலை மலைக் குறவஞ்சி, மலைமீதுள்ள ராக்காயி அம்மனைக் குறத்தி வணங்கும் சக்கதேவியாகவும் குறிப்பிடுகிறது.[79] பிற சிற்றிலக்கி யங்கள் இத்தெய்வங்களைக் குறிப்பிடவில்லை.

முடிவுரை

இத்தலம் குறித்த பரிபாடல், திருமாலும் பலராமனும் இக்கோயிலில் ஒன்றாக வழிபடப்பெற்ற செய்தியினை நமக்குத் தருகிறது. இத்தலத்தைப் பாடிய ஆழ்வார்களின் பாசுரங்களும் அவற்றிற்கான உரைகளும் தமிழ்நாட்டில் சமண, பௌத்த எதிர்ப்பு ணர்ச்சி நிறைந்திருந்த காலத்தையும் சமண, பௌத்த எதிர்ப்பில்

இக்கோயில் பெற்றிருந்த பங்கினையும் காட்டுகின்றன. தல விருட்சம், விமானத்தின் பெயர் முதலியவை பிற்காலத் தெழுந்தவை என்பதைச் சிற்றிலக்கியங்களே அவற்றை முதலிற் குறிப்பிடுவதாலறிகிறோம்.

இத்தலத்தின் மீதெழுந்த சிற்றிலக்கியங்கள் மரபு வழிப் பட்டவையாகவே அமைகின்றன. பரிபாடல், ஆழ்வார்களின் பாசுரங்கள் ஆகியவற்றைப்போல, இவை சமுதாய நடைமுறை களைக் காட்டவில்லை. தனிமனிதப் பக்தி உணர்ச்சியின் வெளிப் பாடாக அன்றி, சமூகத்துக்கும் வரலாற்றுக்கும் உண்மையான வையாக அமையவில்லை. இலக்கிய வடிவ மரபினைக் காக்கும் நூல்களாகவே இவை அமைந்துவிட்டன.

குறிப்புகள்

1. பரிபாடல்,15.
2. சிலம்பு, 11:91-98
3. நாலாயிரத் திவ்விய பிரபந்தம், (திருவேங்கடத்தான்) பாடல்கள் 3331,3337 (பூத.) 338-359, 453 -462 (பெரி.); 587-596 (ஆண்.); 2293-2325, 3140-3150 (நம்.); 1818-1837 (திருமங்.).
4. மேலது, பாடல்கள் : 71, 258 (பெரி.); 3151, 3156 (நம்.); 534 (ஆண்.); 1114, 1573, 1634, 1765, 1855, 2020, 2034, 3775/73, 3815/124 (திருமங்.)
5. மு.கோவிந்தசாமி, தமிழ் இலக்கிய வரலாறு (இலக்கியத் தோற்றம்), ப.75.
6. உ.வே.சாமிநாதையர் (ப.ஆ.), அழகர் கிள்ளைவிடு தூது, ப. V.
7. திரு.நாராயணையங்கார் (ப.ஆ.), அழகர் பிள்ளைத்தமிழ், ப. 5.
8. கே.நாகமணி (ப.ஆ.), அழகர் குறவஞ்சி, ப. VIII.
9. எஸ்.கிருஷ்ணஸ்வாமி அய்யங்கார் (ப.ஆ.), சோலைமலைக் குறவஞ்சி, ப. IX.
10. அலங்காரர் மாலை, ப. III.
11. திருமாலிருஞ்சோலைமலை அழகர்மாலை, R 8551.
12. அழகர் அகவல், பார்க்க : பிற்சேர்க்கை எண் 11:1.
13. அழகம்பெருமாள் வண்ணம், பார்க்க:பிற்சேர்க்கை எண் 1:2.
14. பரிபாடல்,15:14, 17, 22-23, 26.
15. பரிமேலழகர் உரை, பரிபாடல், உ.வே.சா.பதிப்பு, ப.117.

16. பரங்குன் றொருவகம் பப்பாரம் பள்ளி
அருங்குன்றம் பேராந்தை ஆனை-இருங்குன்றம்
என்றெட்டு வெற்பும் எடுத்தியம்ப· வல்லார்க்குச்
சென்றெட்டுமோ பிறவித் தீங்கு”
மு.இராகவையங்கார் (தொகுப்பாசிரியர்)பெருந்தொகைபாடல் 183.

17. சிலம்பு, 2:11:91.

18. நாலாயிரத் திவ்விய பிரபந்தம், பாடல்கள் 71, 333, 349,453, 587, 1818.

19. அழகர் குறவஞ்சி, விருத்தம் 44.

20. அழகர் கிள்ளைவிடு தூது, கண்ணிகள் 97-98.

21. K.N.Radhakrishna. Thirumalirunjolaimalai (Alagarkoil) Sithalapurana, Part III, ஸ்ரீவிருஷபாத்ரி மஹாத்மியம், ப. 4.

22. மேலது, ப. 4.

23. அழகர் அந்தாதி, பாடல்கள் 7, 19, 29, 30, 42, 77, 82.

24. அழகர் கிள்ளைவிடு தூது, கண்ணிகள் 97-100

25. அழகர் குறவஞ்சி, விருத்தம் 41.

26. K.N.Radhakrishna, op. cit., Part III, ஸ்ரீ விருஷபாத்ரி மஹாத்மியம், ப. 3

27. பரஞ்சோதிமுனிவர், திருவிளையாடற் புராணம், பாடல்கள் 1626- 1663.

28. ‘திணி இமிலேற்றினுக் கொதுக்கம்’, சீவகசிந்தாமணி, உ.வே.சா.பதிப்பு, பாடல் 3100.

‘அறனுருவாகிய ஆனேறு’, பட்டினத்துப் பிள்ளையார் திருப்பாடல்கள், திருஒற்றியூர் ஒருப ஒருபஃது,6:3.

29. நாலாயிரத் திவ்விய பிரபந்தம், பாடல்கள் 353,587,592,1836, 2294.

30. அழகரந்தாதி, பாடல்கள் (அழகன்) 2, 4, 9, 11, 12, 13, 15,18,34, 37, 38, 47, 51, 52, 55, 60, 65, 69, 75, 91, 93, 101; (அலங்காரன்) 1, 3, 5, 8, 10, 16, 17, 20, 25, 35, 37, 48, 50, 57, 62, 64, 65, 73, 79, 84, 90, 92, 93, 94, 96.

31. அழகர் கலம்பகம், பாடல்கள் (அழகன்) 2, 6, 10, 11,14,16,20,21, 23, 25-28, 32-35, 39, 41, 42, 49, 54-58, 61, 64, 65, 67, 79, 82, 84, 86, 87, 89, 90, 94, 95, 98, 99; (அலங்காரன்) 15, 19, 38, 45, 47, 63, 68, 70, 72-74, 77, 92, 100, 101.

32. சோலைமலைக் குறவஞ்சி, பாடல் 76.

33. திருமாலிருஞ்சோலை பிள்ளைத்தமிழ், செங்கீரைப் பருவம், பாடல்கள் 7, 8, முத்தப் பருவம், பாடல்கள் 6, 7, 8.

34. அழகர்மலை, பாடல்கள் 26, 47, 12.

35. மேலது, பாடல் 30.

36. மேலது, பாடல் 12.

37. மேலது, பாடல் 7.

38. பெரியவாச்சான்பிள்ளை, திருமாலை வ்யாக்யானம், ப. 88.

39. அழகர் அந்தாதி, பாடல் 54,அழகர் கலம்பகம், பாடல் 1, 71.

40. பரிமேலழகர் உரை, பரிபாடல், உ.வே.சா. பதிப்பு (1918), பக். 120-121.
41. அழகர் கலம்பகம், பாடல் 1.
42. சோலைமலைக் குறவஞ்சி, பாடல் 110.
43. அழகர் கிள்ளைவிடு தூது, கண்ணிகள் 210, 211.
44. அழகர் குறவஞ்சி, விருத்தம் 40.
45. அழகர் கலம்பகம், பாடல் 8.
46. K.N.Radhakrishna, op.cit.. Part III, ஸ்ரீவிருஷபாத்ரி மஹாத்மியம், ப. 4.
47. சிலம்பு, 11:91-97.
48. பரிபாடல், 15:13-14, 68.
49. மேலது, 15:15-16.
50. அழகர் அந்தாதி, பாடல் 58.
51. நாலாயிரத் திவ்விய பிரபந்தம், பாடல் 589.
52. மேலது, பாடல் 3143.
53. மேலது, பாடல் 353
54. மேலது, பாடல் 592,
55. மேலது, பாடல் 1836.
56. மேலது, பாடல் 71.
57. மேலது, பாடல் 2294.
58. பெரியவாச்சான்பிள்ளை, நாச்சியார் திருமொழி வ்யாக்யானம், எஸ்.கிருஷ்ணசாமி (ப.ஆ.), ப. 195
59. பெரியவாச்சான்பிள்ளை, சிறிய திருமடல் வ்யாக்யானம், எஸ்.கிருஷ்ணசாமி (ப.ஆ.), பக். 143-144.
60. நாலாயிரத் திவ்விய பிரபந்தம், பாடல் 3143.
61. ரா.நாகசாமி (ப.ஆ.) செங்கம் நடுகற்கள், தொடர் எண் : 1971-86.
62. புறநானூறு, 166:4-5.
63. புறநானூறு, உ.வே.சா. பதிப்பு, ப. 309.
64. ரா.புருஷோத்தமநாயுடு, ஈட்டின் தமிழாக்கம், பத்தாம் பத்து, 1962, ப. 248.
65. மேலது, ப. 252.
66. நாலாயிரத் திவ்விய பிரபந்தம், பாடல் 1826.
67. மேலது, பாடல் 1826.
68. மேலது, பாடல் 2293-2303.
69. மேலது, பாடல் 338-347, 349-358.
70. மேலது, பாடல் 3147.
71. ரா.புருஷோத்தமநாயுடு, மு.நூல், ப.240.

72. அழகர் கிள்ளைவிடு தூது, கண்ணிகள், *146, 157, 161, 165, 185.*
73. சித்திரைப் பெருதிருவிழா அழைப்பிதழ், *1977, ப. 1.*
74. அழகர் கிள்ளைவிடு தூது, கண்ணி *237.*
75. அழகர்மாலை, பாடல் *27.*
76. அழகர் வருகைப்பத்து, பாடல் *12.*
77. சோலைமலைக் குறவஞ்சி. பாடல் *105.*
78. மேலது, பாடல் *119;* அழகர் குறவஞ்சி, கீர்த்தனை *38.*
79. சோலைமலைக் குறவஞ்சி, பாடல் *119.*

ஆண்டாரும் சமயத்தாரும்

அழகர்கோயில் பரம்பரைப் பணியாளர்களின் பதினான்கு பணிப்பிரிவுகளில் 'ஆண்டார்' என்பதும் ஒன்றாகும். இப்பணிப் பிரிவில் திருமாலை ஆண்டார், திருமலை தந்தான் தோழப்பன் என்ற இரண்டு நிருவாகங்களும் அடங்கும். இத்தலத்தில் 'ஆசார்ய' மரியாதைக்குரியவர்கள் இப்பணிப்பிரிவினரேயாவர். இவர்கள் சாதியாற் பிராமணராவர்.

4.1. 'ஆண்டார்' - சொற்பொருள்

'ஆண்டார்' எனுஞ்சொல் தமிழகக் கோயிற் கல்வெட்டுகளில் கோயிலுக்குப் பூ இடுவார், தலையிடுவார் ஆகியோரையே குறிக்கிறது.[1] ஆயினும் இக்கோயிலில் 'ஆண்டார்' பணிப்பிரிவினர் இப்பணிகளைச் செய்வதில்லை. மாறாகப் 'பண்டாரி' என்னும் பிராமணரல்லாத பணிப்பிரிவினர் இக்கோயிலில் இறைவனுக்கு மாலை கட்டித்தரும் பணியினைச் செய்து வருகின்றனர். இக்கோயிலில் ஆண்டார் பணிப்பிரிவினரின் தோற்றம் ஆய்வுக் குரிய ஒன்றாகும்.

4.2. 'திருமாலைஆண்டான்' - பெயர்க்காரணக் கதையும்மறுப்பும்

இப்பணிப்பிரிவினரின் முன்னோரான திருமாலை ஆண்டானுக்கு அப்பெயர் ஏற்பட்டது குறித்து ஒரு கதை வழக்கில் இருந்துவருகிறது.

"திருமாலை ஆண்டான், கோயிலில் இராமானுசருக்குத் திருவாய்மொழிப் பாடஞ் சொல்லிவிட்டு இரவு நேரத்தில் வீடு திரும்புவார். ஒருநாள், இருளில் முன்னால் தீப்பந்தம் பிடித்து வழிகாட்டிச் செல்லும் சிறுவன் தூங்கிவிட்டான். இதையறிந்த திருமாலாகிய இறைவனே அச்சிறுவன் வேடத்தில் வந்து ஆண்டானுக்கு முன்னாகத் தீப்பந்தம் பிடித்து வழிகாட்டிச் சென்றான். மறுநாள்தான் திருமாலைஆண்டான், முதல்நாள் இரவில் தீப்பந்தம் பிடித்து வழிகாட்டி வந்தவன் இறைவனே என்பதைத் தெரிந்துகொண்டார். இறைவன் கருணையை எண்ணி வியந்தார். இவ்வாறு திருமாலையே பணியாளாக ஆண்டமையால் இவர்க்குத் 'திருமாலை ஆண்டான்' என்ற பெயர் ஏற்பட்டது"[2]

என்பது அக்கதையாகும். இக்கதையினை அழகர் கிள்ளைவிடு தூதும்,

"ஞானதீ பங்காட்டி நன்னெறிகாட்டென்றொருப
மானதீ பங்காட்டி வந்துநின்று-மேனாளில்
முத்தமிழ்க்குப் பின்போவார் முன்போகப் பின்போன
அத்தன் திருமாலை ஆண்டான்"[3]

எனக் குறிக்கிறது. இராமானுசர்க்குத் திருமாலை ஆண்டான் திருவாய் மொழி கற்பித்த செய்தியைக் குருபரம்பரை நூல் கூறுகின்றது.[4] அச்செய்தியிலிருந்து பிறந்ததே இக்கதையாகும். இக்கதைப் பொருளை 'இராமானுசர்க்காக அவருடைய ஆசிரியர்க்கு இறைவன் செய்த அருள்' என்றோ, 'திராவிட வேதமாகிய திருவாய் மொழியினைக் கற்பித்ததால், திருமாலை ஆண்டானின் தமிழறிவுக்கு இறைவன் செய்த அருள்' என்றோ விளக்கலாம். ஆனால் இக்கதை, திருமாலை ஆண்டானின் பெயர்ப் பிறப்புக் காரணம் என்பதை ஏற்றுக்கொள்ள முடியவில்லை.

இப்பெயரில் வரும் 'திருமாலை' என்ற சொல்லுக்கு, 'இறை வனுக்குச் சார்த்தும் பூமாலை' என்பதே பொருளாகும். வடமொழியில் திருமாலையாண்டானுக்கு 'மாலாதரர்' என்ற பெயர் வழங்குகிறது.[5] 'மாலை' என்ற தமிழ்ச் சொல்லுக்கு இணை யான வடசொல் 'மாலா' என்பதாகும். 'திருமாலைப் பணி கொண்டவன்' என்ற பொருள் தரும் வடமொழிப்பெயர் ஏதும் இவருக்கு வழங்கவில்லை. மேலும் குருபரம்பரை நூல் கூறும் வைணவப் பெரியார்களின் பெயர்களை நோக்கும்போது ஒரு செய்தியினை உணரலாம். அவர்களனைவரும் ஆழ்வான், ஆச்சான், ஆண்டான், நம்பி, பட்டர், தாசர் ஆகிய பெயர்களில் ஏதேனும் ஒன்றைத் துணைப்பெயராகக் கொண்டுள்ளனர்.[6] பெரியாண்டான், சிறியாண்டான், முதலியாண்டான், மாருதி ஆண்டான் மாறொன்றில்லா ஆண்டான் முதலிய பெயர்களைக் காணும்போது, 'திருமாலை ஆண்டான்' என்ற பெயரும் அவ்வாறே அமைந்திருக்க வேண்டுமெனத் தோன்றுகிறது. 'ஆண்டார்' என்னும் சொல் கல்வெட்டுகளில் பூ இடுவாரைக் குறிப்பதனைத் திருமாலை ஆண்டான் பெயரிலுள்ள 'திருமாலை' என்னும் சொல் உறுதிப் படுத்துகின்றது. எனவே திருமாலை ஆண்டான், இறைவனுக்குத் திருமாலை கட்டித்தரும் பணியினையும் செய்திருக்கலாம்; அதனால்

இப்பெயரைப் பெற்றிருக்கலாம் என்று தோன்றுகிறது. திருமாலை யாண்டான் காலம் ஏறத்தாழக் கி.பி. 988 முதல் கி.பி. 1078 வரை என்பது வைணவ அறிஞர் கருத்து.[7]

4.3. ஆண்டார் - பணிகள்

ஆண்டார், தோழப்பர் ஆகிய இரு நிருவாகத்தாரும் செய்யும் பணிகள் 'ஆண்டார் பணிகள்' என்றே பெயர்பெறும்.

கோயிலில் நாள்தோறும் அருச்சகருக்குப் பவித்திரம் கொடுத்தல், இறைவனுக்குப் புரிநூல் கொடுத்தல், ஒவ்வொரு பூசைக்கும் பஞ்சாங்கம் கணித்துச் சொல்லுதல், கோயிலைப் புண்ணியாவசனம் (ஆகமவிதிப்படி தூய்மை) செய்தல் ஆகியவை மேற்குறித்த இரண்டு நிருவாகத்தாருக்குமுரிய பணியாகும். இவை தவிர, நாள் வழிபாட்டிலும் திருவிழாக்களிலும் திருப்பாவை, நித்யானுசந்தானம், சூக்தாதி உபநிஷத்து, திருமஞ் சனஸ்லோகம், அலங்காரஸ்லோகம், திருமஞ்சனகவி, புஷ்பாஞ்சலி, வேதவிண்ணப்பம், இதிகாசபுராணம், ஸ்தலபுராணம் முதலியவற்றை உரிய நேரங்களில் படிப்பதும் இவர்களின் பணியாகும்.

திருவிழாக்களில் அடியார், கூட்டமாகத் தமிழ் வேதம் பாடுவதும் இவர்கள் தலைமையில்தான் நடைபெற வேண்டும்.

திருவிழாக் காலங்களுக்குரிய பொறுப்புக்களையும் உரிமையையும் மட்டும் இரு நிருவாகத்தாரும் ஆண்டுக்கொருவராக மாறிமாறிப் பெறுவது வழக்கம்.

கோயில் நடைமுறையும், தொழில், சுதந்திர அட்டவணையும்[8] மேற்குறித்த செய்திகளை உறுதி செய்கின்றன.

4.4. 'திருமாலை ஆண்டான்' - நிருவாகப் பழமை

"திருமாலை ஆண்டான் பரம்பரைத் தனியன்களும் வாழித் திருநாமங்களும்" என்னும் சிறுநூல் 1975இல் வெளிவந்தது. அப்போது பட்டத்திலிருந்த கிருஷ்ணமாசாரியார் இருபத்து மூன்றாவது தலைமுறையினர் ஆவார். அவர் 1976இல் காலமானதும் 1976இல் இருபத்து நான்காவது தலைமுறையினராகப் பட்டத்துக்கு வந்த அவரது மருகர் சந்தான கிருஷ்ணமாசாரியர் 1977இல் காலமானார். இவருக்கு வாரிசில்லை. எனவே இந்நிரு வாகம் கோயில் ஆட்சித் துறையில் சேர்ந்துவிட்டது. 'திருமாலை

ஆண்டான்'பரம்பரையினர் இக்கோயிலில் மொத்தம் இருபத்து நான்கு தலைமுறையாகத் தொடர்ந்து பணிபுரிந்து வந்திருக்கின்றனர்.

மேற்குறித்த சிறுநூலில், பதினான்கு தலைமுறையினர்க்குரிய வடமொழியிலமைந்த ஒவ்வொரு தனியனும், தமிழிலமைந்த வாழித் திருநாமங்களும் உள்ளன. ஏழாவது, ஒன்பதாவது, பதின்மூன்றாவது முதல் பத்தொன்பது (7, 9, 13-19) வரையிலான தலைமுறையினர்க்குரிய தனியன்களும் வாழித் திருநாமங்களும் காணப்படவில்லை. 'தெரியவில்லை' என்ற குறிப்பு மட்டும் தரப்பட்டுள்ளது.

ஆழ்வார்கள், ஆசாரியர்கள் வாழ்க்கைக் குறிப்புக்களைச் சுருக்கமாகக் கூறும் பெரிய திருமுடியடைவு, "வாமநாம்ஸ பூதரான திருமாலையாண்டானுக்குத் திருவவதார ஸ்தலம் அழகர்கோயில். திருநக்ஷத்ரம் ஸர்வதாரி வருஷம் மாசி மாஸத்தில் மகம். திருநாமங்கள் மாலாதரர், ஸ்ரீஜ்நாநபூர்ணர். குமாரர் சுந்தரத் தோளுடையார். திருவாராதனம் அழகர். ஆசார்யர் ஆளவந்தார். சிஸ்யர் ஸ்ரீபாஷ்யகாரர். இருப்பிடம் அழகர்கோயில்" என்று குறிப்பிடுகிறது.[10]

திருக்கோட்டியூர் நம்பி பணித்ததின் பேரில் இராமானுசர், திருமாலையாண்டானிடமே திருவாய்மொழி என்னும் பகவத் விஷயத்தைக் கேட்டறிந்தார். ஆண்டார் பரம்பரையின் முதல்வரான இவரைப் பற்றிய வாழித் திருநாமங்கள்,

"தேசுபுகழ் ஆளவந்தார் திருவடியோன்"[11]

என இவர் ஆளவந்தாரின் மாணவராக விளங்கியதையும்,

"திண்பூதூர் மாமுனிக்குத் திருவாய் மொழிப் பொருளை
உண்மையுடன் ஓதியருள் சீர்"[12]

என இவர் இரமானுசர்க்குத் திருவாய்மொழி கற்பித்ததையும் குறிப்பிடுகின்றன.

இவரது மகன் சுந்தரத்தோளுடையார் வைணவத்தின் எழுபத்து நான்கு சிம்மாசனாதிபதிகளில் ஒருவராக அழகர் கோயிலில் இராமானுசரால் நியமிக்கப்பட்டார்.[12] எனவே இராமானுசர் காலம் தொடங்கி, திருமாலை ஆண்டான் பரம்பரையினர் அழகர்கோயிலோடு உறவுபூண்டு இருபத்து நான்கு தலைமுறை

யாகத் தொடர்ந்து இக்கோயிலில் பணிபுரிந்த செய்தியினை அறியமுடிகிறது.

4.5. ‘தோழப்பர்’-நிருவாகப் பழமை

திருமலை தந்தான் தோழப்பன் என்ற நிருவாகம், எக்காலத் திலோ இடையில் சேர்க்கப்பட்டிருக்கிறது. இந்நிருவாகத்தாரின் முன்னோர் ஒருவர், ஒரு படையெடுப்புக் காலத்தில் இறைவன் திருமேனியை ஒரு குழிக்குள் மறைத்து வைத்திருக்கும் பணியில் ஈடுபட்டிருந்தபோது, மண் சரிந்து விழுந்து உயிர்நீத்த தியாகத்தால் ‘ஆண்டார்’ பணியில் அவர் வழியினர்க்குப் பங்கு தரப்பட்டது என இப்போது இந்நிருவாகப் பணியிலுள்ளவர் கூறுகிறார்.[14] அழகர் கிள்ளைவிடு தூது,

> “வையங்கார் வண்ணனையே வந்துதொழும் தோழப்
> பையங்கார் என்னும் ஆசாரியரும்”[15]

எனக் குறிப்பதால், அந்நூல் பிறந்த காலத்தில் இந்நிருவாகம் இருந்த செய்தியை அறிய முடிகிறது. அழகர் பிள்ளைத்தமிழ் நூலாசிரியரும், “தோழப்பர் நற்றமிழ்ச் சீர்பதிப்போன்”[16] எனத் தன் ஆசாரியரைக் குறிப்பிடுகிறார். இந்நூலின் பதிப்பாசிரியர் திருநாராயணையங்கார், அழகர்கோயிலில் தோழப்பர் நிருவாகம் ஏறத்தாழ நூற்றையம்பது ஆண்டுகட்கு முன்னர்த் தோன்றியது (1929இல்) என எழுதுகிறார்.[17] எனவே இக்குறிப்புக்களினால் கி.பி.18ஆம் நூற்றாண்டில் அல்லது அக்காலத்திற்குச் சற்று முன்னர் இந்நிருவாகம் பிறந்திருக்கலாம் எனத் தெரிகிறது.[18] இந்நிருவாகப் பழமையினையறியப் பரம்பரைத் தனியன்கள், வாழித் திருநாமங்கள் முதலிய பிற சான்றுகள் கிடைக்கவில்லை.

4.6. நடைமுறை வழக்கு

வைணவ ஆசாரியரான பட்டரை, ‘ஸ்ரீரங்கேசப்புரோகிதர்’ எனப் பெரிய திருமுடையடைவு கூறும்[19] இதைப்போல அழகர் கோயிலில், திருமாலை ஆண்டான் வழியினர் ‘அழகப்புரோகிதர்’ என வழங்கப்படுகின்றனர்.[20]

முதல் திருமாலையாண்டான் ஐப்பசி மாதம் வளர்பிறை பன்னிரண்டாம் நாளில் (சுக்கிலபட்ச துவாதசியில்) காலஞ் சென்றார். ஆண்டுதோறும் இக்கோயில் இறைவன் இந்நாளில் மலைமீதுள்ள அருவிக்கரை சென்று அவரை நினைத்துத் தைலமிட்டு

நீராடி வருகின்றார். இவ்விழா தலையருவி உற்சவம் என வழங்கப் படுகிறது. இத்தலத்திறைவனான அழகரை, இந்திரனாக உருவகிக்கும் அழகர் கிள்ளைவிடு தூது, திருமாலையாண்டானைத் 'தேவ குரு' என்கிறது.[21] முதல் திருமாலையாண்டானுக்கு அழகர்கோயிலில் தனிச் சன்னிதி ஒன்றும் உள்ளது.

சித்திரைத் திருவிழா ஊர்வலத்தில் அழகர் பல்லக்கிற்கு முன் ஆண்டார் பல்லக்கில் செல்வார். குருவின் பின்னால் மாணவர் செல்வதுபோல ஆண்டாரின் பின்னால் இறைவன் வருவார். 'ஆண்டார் முன்னால் அழகர் பின்னால்' என்பது மதுரைப்பகுதியில் வழங்கப்பெறும் ஒரு சொல்லடையாகும்.

குரு என்பதனால் அடியவர்தம் காணிக்கைகளை இவர் கைநீட்டிப் பெறுவதில்லை. திருவிழாக் காலங்களில் இவருக்கு முன்னால் ஓர் உண்டியல் வைக்கப் பெற்றிருக்கும். அதிலேயே அடியவர்கள் இவருக்குரிய காணிக்கையினை இடுவர்.

4.7. சமயத்தார்கள்

மதுரை, முகவை மாவட்டங்களின் கிழக்குப் பகுதிகளில் ஆண்டார்க்கு அடியாரும் பிரதிநிதிகளுமான பதினெட்டுப் பேர் உள்ளனர். இவர்களனைவரும் பிராமணரல்லாத சாதியினர்; ஆண்டார்க்கு இவர்கள் மந்திரியாகவும் தளபதியாகவும் அவருடைய சமய அரசாங்கத்தின் கோமாளிகளாகவும் கூடக் கருதப்படுகின்றனர். இவர்களனைவரும் 'சமயத்தார்' என்ற பொதுப்பெயரைப் பெறுகின்றனர்.

தாம் வாழும் பகுதி மக்களை வைணவ நெறிக்குள் அழைத்து வந்து ஆண்டாரைக் குருவாக ஏற்கும் அடியாராகச் சேர்ப்பதே இவர்களின் பணியாகும். வைணவ சமய வளர்ச்சிக்குத் துணையாக இருப்பதால், இவர்கள் 'சமயத்தார்கள்' எனப் பெயர் பெற்றனர் போலும் (படம்:5)

4.8. சமயத்தார் - சான்று மூலங்கள்

கி.பி. 1769 எனக் கொள்ளப்பெறும் 'விறோதி' ஆண்டொன்றில், திருமாலை ஆண்டார், இப்போது சிவகங்கை வட்டம் கூட்டுறவு பட்டியிலிருக்கும் 'வெள்ளலூர்ச் சமயம்' வெள்ளையத்தாதர் என்பவருக்குச் சில உரிமைகளை ஒரு செம்புப் பட்டயத்தின் வாயிலாக அளித்துள்ளார்.[22] இந்தப் பட்டயத்தின் ஓலைநகல்

ஒன்றே சமயத்தார் பற்றி அறியக்கிடைக்கும் ஆவணச் சான்றாகும். இலக்கியம், கல்வெட்டுகள் ஆகியவற்றில் சமயத்தார்கள் பற்றி யாதொரு குறிப்பும் காணப்படவில்லை. திருவிழா நிகழ்ச்சிகள் மட்டுமே சான்றுகளாக அமைகின்றன.

4.9. சமயத்தார் இருப்பிடம்

சித்திரைத் திருவிழாவில் அழகர் மதுரைக்குள் வந்தபின்னரே, இவ்விறைவனை வழிபடுவோரில் நகர்ப்புற மக்களைக் காண இயலும். இதுதவிர, இக்கோயில் வழிபாட்டில் கிராமப்புற மக்களே மிகப்பெருந் தொகையினராக விளங்குவதைத் திருவிழாக்களில் காணலாம். "அழகரின் வைகை நோக்கிய ஊர்வலத்தில், கிராமப் புறத்தினரான தாழ்ந்த சாதியினரே பெருந்தொகையினர்" என்கிறார் டென்னிஸ் அட்சன். இவர்கள் மதுரைக்கு வடக்கிலுள்ள பகுதிகளைச் சேர்ந்தவர்கள் என்பதும் அவர் கணிப்பாகும்.[23]

ஆய்வாளர் நடத்திய கள ஆய்விலிருந்து, சித்திரைத் திருவிழா விற்கு வண்டி கட்டிக்கொண்டு வரும் அடியவர்களில் சிவகங்கை, முதுகுளத்தூர், அருப்புக்கோட்டை வட்டங்களிலிருந்து வருவோரின் எண்ணிக்கை மொத்தத்தில் முறையே 21%, 18.8%, 16.3% ஆக இருப்பதை அறியமுடிந்தது.[24] மதுரைக்கு வடக்கேயுள்ள நிலக் கோட்டை வட்டத்திலிருந்து 5.1% அடியவரே வண்டி கட்டித் திருவிழாவிற்கு வருகின்றனர். இப்பகுதியில் சமயத்தார்கள் இல்லை.

ஆனால் சிவகங்கைக்கருகில் கூட்டுறவுபட்டியில் ஒருவரும், முதுகுளத்தூருக்கு வடக்கே சாம்பளக்குளத்தில் ஒருவரும், அருப்புக்கோட்டைக்கருகே கானூரில் ஒருவரும், கட்டனூரில் ஒருவரும் ஆக, அதிகமாக வண்டி கட்டிக்கொண்டு வரும் அடியவர்கள் வாழும் பகுதியில் நான்கு சமயத்தார்கள் உள்ளனர். எனவே அட்சனின் கணிப்பு ஏற்புடையதாக இல்லை.

4.10. சமயத்தார் எண்ணிக்கை

ஆண்டார் பணிப்பிரிவின் இரண்டு நிருவாகத்தாரும் தங்களுக்குப் பதினெட்டுச் சமயத்தார்கள் இருந்ததாகக் கூறுகின் றனர். ஆயினும் திருப்புவனம், கானூர், கட்டனூர், சாம்பக்குளம், கலியாந்தூர், சுந்தரராஜன்பட்டி, எட்டிமங்கலம், கூட்டறவுபட்டி, மணலூர், காரைசேரி, மேலமடை, கப்பலூர், முடுவார்பட்டி, பிள்ளையார் பாளையம் ஆகிய பதினான்கு சமயத்தார் பெயரையே

அவர்களால் தரமுடிந்தது. இவர்களில் கலியாந்தூரார் திருப்புவனம் சமயத்தாருக்கு உதவி செய்யும் கொண்டித்தாதர் ஆவார். ஏனையோரைப் போலச் சமயத்தாராகக் கருதப்படுவதில்லை. வெள்ளையத்தாதர் வீட்டுப் பட்டய நகல் ஓலையும் "பாண்டிச் சமையம் பதுநெ (Sic)ட்டுக்கும்"[25] என்று ஆண்டாருக்குப் பதினெட்டுச் சமயத்தார் இருந்த செய்தியை உடன்படுகிறது. ஆயினும் பட்டய நகல் ஓலையில் ஆறு பேர்களே குறிப்பிடப் பட்டுள்ளனர். நகல்ஓலை குறிப்பிடும் பெரியகோட்டை இருளன் தாதன், கொண்டையன் சென்னாதாதன், பளையனூர் ரெங்கன் தாதன் ஆகிய பெயர்கள் ஆண்டார் பணிப்பிரிவினர் தந்த பட்டியலில் இல்லை. நகல் ஓலை குறிப்பிடும் வெள்ளலூர் வெள்ளைநாயன் அம்பலக்காரரர் சமயத்தாரா அல்லரா என்பது விளங்கவில்லை.

எனவே ஒரு சமயத்தாரின் பணி எக்காரணத்தாலோ நின்று போனால் புதிய ஒருவரை ஆண்டார் நியமித்துக்கொள்வாரென்று தோன்றுகிறது. எடுத்துக்காட்டாக, **1976** வரை பட்டத்திலிருந்த ஆண்டார் நிருவாகத்தாரான கிருஷ்ணமாசாரியர் பல்லக்கின் முன் கொம்பில் சிறிய மணி ஒன்றினைக் கட்டுவதற்கு, 'மணிகட்டிச் சமயம்'என்ற ஒன்றையும் 'சீகுபட்டி பட்டத்தரசி' என்றொரு சமயத்தினையும் உண்டாக்கினாரென்று ஆண்டார் பணியின் மற்றொரு நிருவாகத்தாரான தோழப்பர் அழகரையங்கார் கூறுகிறார்.[26] எனவே சமயத்தார் நியமனம் ஆண்டாரின் விருப்பங்களுக்கு ஏற்க அமையும் என்று தெரிகிறது.

4.11.ஆண்டாரின் சமய அரசாங்கம்

ஆண்டாரின் சமயத்தலைமை அடியார்களிடத்தில் ஓர் அரசாங்கமாக உருவகிக்கப்பட்டுள்ளது.

திருப்புவனம் சமயத்தார் (நாயுடு) ஆண்டாரின் சமய அரசாங் கத்தின் மந்திரியாவார். கப்பலூர்ச் சமயத்தார் (பறையர்) சித்திரைத் திருவிழாவில் ஆண்டாரின் பல்லக்கிற்கு முன்னால் வெள்ளைக் கொடிபிடித்து வருவார். எட்டிமங்கலம் சக்கன்தாதன், சுந்தர ராஜன்பட்டி பொக்கன்தாதன் (பள்ளர்) ஆகிய இரு சமயத்தாரும் ஆண்டாரின் அரசவைக் கோமாளிகள் ஆவர். இவர்கள் தலையில கோமாளிக்குல்லாய் அணிந்து, சோளிமுத்துப் பல்வரிசை கட்டி ஆண்டாருடன் வருவர்.

காரைச்சேரிச் சமயத்தார் (பள்ளர்) வண்டியூரில் ஆண்டார் தங்குவதற்குக் கொட்டகை அமைத்துத் தருவார். மேலமடைச் சமயத்தார் (கோனார்) வண்டியூரில் ஆண்டார் தங்கும்போது ஒருபானைத் தயிர் கொண்டுவந்து தருவார். கலயாந்தூர்ச் சமயத்தார் (பறையர்) திருப்புவனம் மந்திரிச் சமயத்தார்க்குமுன் மஞ்சள் கொடிபிடித்து வருவார்.

பிற சமயத்தார்களும் மேற்குறித்தோரில் காரைச்சேரி சமயத் தாரும் ஆண்டாரின் தளபதிகளாவர். இவையனைத்தும் சித்திரைத் திருவிழாவில் நடைபெறும் நிகழ்ச்சியாகும். சமயத்தார்கள் அனைவரும் புடைசூழவே ஆண்டார் சித்திரைத் திருவிழாவில் பல்லக்கில் வருவார். திருமாலை ஆண்டான் வழியினரும், திருமாலைதந்தான் தோழப்பன் வழியினரும் பல்லக்கு ஏறிவரும் சிறப்பினை ஆண்டுக்கொருவராக மாறிமாறிப் பெறுவர்.

4.12. தளபதி சமயத்தார் பணி

தளபதிகளான சமயத்தார் ஆண்டாரின் பிரதிநிதிகளாகச் செயல்படுகின்றனர். இவர்களுக்குத் தங்கள் கிராமத்தையொட்டிச் சமய ஆட்சிப்பரப்பு வரையறுத்து ஒதுக்கப்பட்டுள்ளது. தங்கள் ஆட்சி எல்லைக்குட்பட்ட கிராமத்து மக்களை வைணவ நெறிக்குள் இழுத்துவரும் வாயிலாக இவர்கள் செயல்படுகின்றனர். ஆண்டார், அழகர்கோயிலில் குருவாக இருக்கிறார். இவர்கள் ஆண்டாரின் பிரதிநிதியாகத் தங்கள் பகுதி மக்களுக்குக் குருவாக விளங்குகின்றனர்.

எடுத்துக்காட்டாக, எழுபத்து மூன்று வயது நிரம்பிய ஒரு தகவலாளி, நாற்பது வருடங்களாகக் கையில் நாங்குலிக்கம்பு ஏந்தி, துளசிமாலையணிந்து, நெற்றியில் தென்கலைத்திருமண் இட்டு, அழகர்கோயிலுக்கு வந்து சாமியாடி, ஆண்டாரை வணங்கித் திரும்புகிறார். தன்னை நாற்பது ஆண்டுகளுக்கு முன்பு, இக்கோயிலுக்கு அழைத்துவந்து ஆண்டாரிடம் 'அக்கினி முத்திரை' (பஞ்ச சம்ஸ்காரம்) செய்வித்தவர் வெள்ளலூர்ச் சமயத்தாரான வெள்ளையத்தாதரே என்கிறார்.[27]

சமயத்தார் எல்லைக்குட்பட்ட கிராமங்களில் திரியெடுத்து வருவோர், தம் சமயத்தாரைச் சந்தித்து அவரிடம் 'முத்திரை' பெறுவர். சமயத்தார் கையாலோ, பூ இதழாலோ குங்குமத்தைத்

தொட்டு நெற்றியில் திருமண் குறியிடுவார். இதற்குப் 'பூ முத்திரை'எனப் பெயர். அக்கினி முத்திரை பெரிய முத்திரை யென்றும், கட்டி முத்திரையென்றும் வழங்கப்பெறும். இது கோயிலில் மட்டும் நடைபெறும். சங்கு, சக்கர அச்சுக்களை நெருப்பிலிட்டுச் சுட்டு, அடியவர் (தாசர்கள்) இரு தோளிலும் வைப்பர்; சுடப்பட்ட புண் ஆறியபின்னும் சங்கு சக்கரத் தழும்புகள் அடியவர்கள் சாகும்வரை உடலில்மாறாது இருக்கும்.

> "தீயிற் பொலிகின்ற செஞ்சுடராழி திகழ்திருச் சக்கரத்தேதின்
> கோயிற் பொறியாலே ஒற்றுண்டு"[28]

எனப் பெரியாழ்வார் திருப்பல்லாண்டில் இதனைக் குறிப்பர் (படம் 6). எனவே ஆழ்வார்கள் காலத்திலிருந்து வைணவர்கள் இச்சடங்கினைச் செய்து வருவதையறியலாம்.

4.13. தளபதிச் சமயத்தார் ஆட்சி எல்லை

தளபதிகளான சமயத்தாரின் ஆட்சி எல்லைகள் கீழ்க்காணுமாறு வரையறுக்கப்பட்டுள்ளன. இந்த அமைப்புமுறை தற்போது (1979) சிதைந்த நிலையில் உள்ளது. ஆயினும் சமயத்தார்கள் தங்கள் ஆட்சிப் பரப்பினை ஓரளவு நினைவில் வைத்திருக்கின்றனர்.

மணலூர்ச் சமயம் (கள்ளரில் சேர்வை) : வண்டியூர்த் தெப்பக் குளத்திற்குக் கிழக்கு, திருப்புவனம் ஊற்றுக்கால் பாலத்திற்கு மேற்கு, வையையாற்றுக்குத் தெற்கு, ஆவியூர் - உப்பிலிக்குண்டுக்கு (அருப்புக்கோட்டையருகே) வடக்கு.

கட்டனூர்ச் சமயம் (கோனார்): பார்த்திபனூருக்கு அருகிலுள்ள அன்னவாசல், மிளகனூருக்கு மேற்கு, திருப்புவனத்துக்குத் தெற்கிலுள்ள அச்சங்குளம், பையனூருக்குக் கிழக்கு, வீரசோழம், அத்திகுளம், நாலூருக்கு வடக்கு, வையையாற்றுக்குத் தெற்கு.

முடுவார்பட்டிச் சமயம் (அரிசன்): திருப்பாலை, பிள்ளையார் நத்தம், புதுப்பட்டி, ஐயூர், எர்ரப்பட்டி, கோணப்பட்டி, பாலமேடு, வலையப்பட்டி, லிங்காவடி, பெத்தாம்பட்டி, மாலைப்பட்டி, வெளிச்சநத்தம், பரளி, சத்திரப்பட்டி, சின்னப்பட்டி, காவனூர், கருவனூர், சோழனம்பட்டி, குளமங்கலம், வடுகபட்டி, தூதக்குடி, குமாரம், பளஞ்சி, அலங்காநல்லூர், கல்லணை, ஊர்சேரி, மேட்டுப்பட்டி, அம்பட்டபட்டி, சேலார்பட்டி, பூலாம்பட்டி, முடுவார்பட்டி உள்ளிட்ட 48 கிராமங்கள்.

காரைச்சேரி சமயம் (அரிசன்) : வரிச்சியூர், பறையன்குளம், ஆளவந்தான், குன்னத்தூர், வேலூர், களிமங்கலம், சக்கிமங்கலம், உடன்குண்டு, அண்டார்பட்டினம், கருப்பாயிஊரணி, கோயில்குடி, எலமனூர், பொட்டப்பனையூர், புதூர், மயிலங்குண்டு ஆகிய சிற்றூர்கள் காரைச்சேரிச் சமயத்தார்க்குரியன.

சரம்பக்குளம் சமயம் (கோனார்) : வடக்கே வையையாறு, கிழக்கே முதுகுளத்தூர், கடுகுசந்தை, மேற்கே பார்த்திபனூர், தெற்கே ராமேசுவரம் இந்நான்கெல்லைக்குட்பட்ட ஊர்கள்.

4.14. சமயத்தார் பெறும் மரியாதை

சமயத்தார் அனைவரும் ஆடித்திருவிழாவில் கடைசி நாளன்று ஆண்டாரிடம் பரிவட்ட மரியாதை பெறும் உரிமையுடையவர் ஆவர். சமயத்தார் காலமானால் அவர் குடும்பத்தினர் ஆண்டாருக்குத் தகவல் தெரிவித்து, அவரிடமிருந்து பரிவட்டமும் தீர்த்தமும் ஒரு சிறு தொகையும் (பெரும்பாலும் ஒன்றேகால் ரூபாய்) மரியாதை யாகப் பெறுகின்றனர். இறந்தவர்க்கு அப்பரிவட்டத்தைக் கட்டித் தீர்த்தம் தெளிப்பது வழக்கம்.

கோயில் பரம்பரைப் பணியாளர் இதே மரியாதையினைக் கோயிலிடமிருந்து நேரடியாகப் பெறுவது இங்கே குறிப்பிடத்தக்கது.

4.15. தளபதிச் சமயத்தார் காணிக்கை

தளபதிகளான சமயத்தார், அடியவர்கள் ஆண்டாருக்குச் செலுத்தும் காணிக்கையில் பங்குபெறுகின்றனர். திரியெடுத் தாடுவோர், மாடு கொண்டுவருவோர் ஆகியோர் திருமாளிகைக் (கோயிற்) காணிக்கை, ஆண்டார் காணிக்கை, சமயத்தார் காணிக்கை என மூன்று காணிக்கைகள் செலுத்துவர். ஆண்டாரிடம் 'அக்கினி முத்திரை' பெறும் அடியவர்கள் ஆண்டாருக்கும் தங்கள் பகுதியைச் சேர்ந்த சமயத்தாருக்கும் தனித்தனியாகக் காணிக்கை செலுத்துவர்.

4.16. சமயத்தாருக்கு ஆண்டார் தந்த உரிமை

வெள்ளையத்தாதர் வீட்டுப் பட்டய நகல் ஓலை கோயிலுக்கு அப்பன் எருது, கடை எருது கொண்டுவருவோர், கோடாங்கி நாமதாரிகள், தடிக்கம்பில் வெள்ளிப்பூண் கட்டி கொடுவாள் இடைக்கச்சையோடு கோயிலுக்குத் திரியெடுத்து வருவோர்,

கூத்தாடிகள், குரங்காட்டிகள் ஆகியோர்க்குத் திருமாலை ஆண்டார் வரி விதித்து, அவற்றை வாங்கும் உரிமையை வெள்ளை யத்தாதர்க்குத் தந்ததைக் குறிப்பிடுகின்றது.[29] மேற்குறித்த வரி விதிப்புக்குட்பட்டோர்கள் இக்கோயிலுக்கு வழிபட வரும் அடியவர்கள் என்பது புரிகிறது. இவர்கள் தவிர, அம்மன் கொண்டாடி (பெண் தெய்வச் சாமியாடுவோர்), அக்கினிச் சட்டியேந்துவோர் (இது இக்கோயிலில் இல்லாத வழிபாட்டு முறை), பச்சை மோதிரம் போடுவோர் ஆகியோர்க்கும் ஆண்டார் வரி விதித்திருப்பது எந்த அளவு அதிகாரத்தின் (authority) பேரில் என்பது விளங்கவில்லை.

தமிழகத்தின் வடமாவட்டங்களில் 'பெருமாள்மாடு' என வழங்கப்பெறும் மாடு, தென்மாவட்டங்களில் 'அழகப்பன் காளை' என வழங்கப்பெறும். இதனை வைத்துப் பிழைக்கும் தெலுங்கு பேசும் சாதியார் (இவர்களிற் சிலர் தங்களைத் 'தாசரிகள்'எனக் கூறுகின்றனர்). இக்கோயிலுக்கு அம்மாட்டைக் கொண்டுவருவது வழக்கம். இதையே பட்டய நகல்ஓலை 'அப்பன் எருது'எனக் குறிப்பிடுகிறது.[30] குடை எருது என்பது முதுகில் தம்பட்டம் தொங்கவிடப்பட்டு, கிராமங்களிலிருந்து சித்திரைத் திருவிழாவில் இக்கோயிலுக்குக் கொண்டுவரப்பட்டு, நீராட்டித் திரும்ப ஊருக்கு அழைத்துச் செல்லப்பெறும் எருதுகளைக் குறிப்பதாகும்.

4.17.இன்றைய நிலை

ஆண்டார் - சமயத்தார் அமைப்புமுறை இன்றைய நிலையில் எவ்வாறு செயல்படுகிறது என்பது நினைக்கத்தகும் செய்தியாகும்.

இந்த அமைப்புமுறை இப்போது பெருமளவு சிதைந்து விட்டது. 1977, 1978, 1979 ஆகிய மூன்றாண்டுகளிலும் கானூர், சாம்பக்குளம், முடுவார்பட்டி, மணலூர், கட்டனூர் ஆகிய ஐந்து தளபதிச் சமயத்தார்கள் மட்டுமே திருவிழாவிற்காக ஆண்டாரிடம் வந்திருந்தனர். மந்திரி, கொடி பிடிப்போர், கோமாளிகள் ஆகிய சமயத்தார்கள் இவ்வமைப்பிலிருந்து ஒதுங்கிவிட்டனர். திருப்பு வனம், கலியாந்தூர், கப்பலூர், காரைச்சேரி, மேலமடை, எட்டி மங்கலம், சுந்தரராஜன்பட்டி, பிள்ளையார்பாளையம், வெள்ளலூர் (கூட்டுறவுபட்டி) ஆகிய சமயத்தார்களை ஆய்வாளர் அவர்களது ஊருக்குச் சென்றே காணமுடிந்தது. 1977இல் சித்திரைத் திருவிழாவிற்குச் சிலநாட்களுக்கு முன்னர் 34ஆவது தலைமுறை

யினரான திருமாலை ஆண்டான் நிருவாகத்தார் இறந்துவிட்டார். அவ்வாண்டு அவர் பல்லக்கு ஏறும் மரியாதை உரிமையினை யுடையவர். அவர் இறந்துவிட்டதால் அவ்வாண்டு அந்நிகழ்ச்சி நடைபெறவில்லை. அதுமுதல் திருமாலை ஆண்டான் வழியினர் வாரிசற்றுப் போயினர். 1978இல் சித்திரைத் திருவிழாவில் தோழப்பர் நிருவாகத்தார் பல்லக்குத் தூக்குவோருடன் எழுந்த தகராறினால் பல்லக்கில் வரவில்லை. 1979இல் பல்லக்கு ஏறுவது வாரிசற்றுப்போன திருமாலையாண்டார் முறையாகும். எனவே இவ்வாண்டும் அந்நிகழ்ச்சி நடைபெறவில்லை. இப்போது உயிருடனுள்ள தோழப்பர் நிருவாகத்தாருக்கும் வாரிசில்லை.

அடியவர்களும் சமயத்தார் தொடர்பை அறுத்துக்கொண்டு விட்டனர். சித்திரைத் திருவிழா நேரத்தில் ஆண்டாரிடம் நேரடியாக வந்து முத்திரை பெறுவதுடன் நின்றுவிடுகின்றனர். அவர்களின் எண்ணிக்கையும் பெருமளவு குறைந்துவிட்டது. சித்திரைத்திருவிழா நேரத்தில் மட்டும் ஏறத்தாழ இரண்டு லட்சம் மக்கள் வருகைதரும் அழகர்கோயிலில், ஆண்டுக்கு முப்பது முதல் நாற்பது பேர்களே அக்கினிமுத்திரை பெறுகின்றனர். "சமூக மாற்றங்கள், பொருளாதாரக் காரணங்களினால் கடந்த நாற்ப தாண்டுகளில் இவ்வமைப்பு பெரிதும் உலைந்துவிட்டது"[31] எனத் தோழப்பர் நிருவாகத்தாரான எழுபத்தைந்து வயதுள்ள அழகரை யங்கார் கூறுகிறார்.

குறிப்புகள்

1. மா.இராசமாணிக்கனார், சைவசமய வளர்ச்சி, ப. 289.
2. தகவல்: ஆண்டார் (காலஞ்சென்ற) சந்தான கிருஷ்ணையங்கார், அழகர்கோயில், நாள்: 18.1.1977.
3. அழகர் கிள்ளைவிடு தூது, கண்ணிகள் 220-221.
4. ஸ்ரீ கிருஷ்ணஸ்வாமி அய்யங்கார் (ப.ஆ.), ஆறாயிரப்படி குருபரம்பராப்ரபாவம், 1975, பக். 198-200
5. பெரிய திருமுடியடைவு, ஆறாயிரப்படி குருபரம்பராப்ரபாவம், ப.571.
6. மேலது, பக். 576-577.
7. பாரதீய பூர்வசிக ஸ்ரீ வைஷ்ணவ சபையின் பொன்விழா மலர், ஸ்ரீரங்கம், 1978, ப.295.
8. தொழில், சுதந்திர அட்டவணை (28.6.1803), 1937, பக். 2-3, பார்க்க: பிற்சேர்க்கை எண் மிமி1:3.
9. உ.வே.எஸ்.கிருஷ்ணஸ்வாமி அய்யங்கார் (ப.ஆ.), திருமாலை யாண்டான் பரம்பரைத் தனியன்களும் வாழித் திருநாமங்களும், ஸ்ரீரங்கம், 1975.
10. பெரிய திருமுடியடைவு, மு.நூல், பக். 571-572.
11. திருமாலையாண்டான் பரம்பரைத் தனியன்களும் வாழித் திருநாமங்களும், ப.2.
12. மேலது, ப. 2.
13. ஆறாயிரப்படி, மு. நூல், ப. 270.
14. தகவல்: தோழப்பர் அழகரையங்கார், அழகர்கோயில், நாள்: 18.1.1978 & 8.8.19790
15. அழகர் கிள்ளைவிடு தூது, கண்ணி 222.
16. திரு.நாராயணையங்கார் (ப.ஆ.), அழகர் பிள்ளைத்தமிழ், மதுரைத் தமிழ்ச் சங்க வெளியீடு, ப. 3.
17. மேலது, முன்னுரை, ப. கக.

18. பார்க்க: 'இலக்கியங்களில் அழகர்கோயில்' இயல்
19. பெரிய திருமுடியடைவு, மு. நூல், ப. 589.
20. அழகர் பிள்ளைத்தமிழ், ப. கக.
21. அழகர் கிள்ளைவிடு தூது, கண்ணி 109.
22. களஆய்வில் பட்டய நகல்ஓலை, பார்க்க: பிற்சேர்க்கைஎண். III:5
23. Dennis Hudson, "Siva Minaksi, Visnu-Reflection on a popular myth in Madurai" South India Temples, Burton Stein (Ed.) 1978. p. 114.
24. பார்க்க: பிற்சேர்க்கை எண் IV:2
25. பட்டய நகல் ஓலை, பார்க்க: பிற்சேர்க்கை எண் 111:5 வரி 58.
26. தகவல்: தோழப்பர் அழகரையங்கார், அழகர்கோயில், நாள்: 18.1.1978.
27. தகவல் : வீரையாத்தேவர், வயது 73, புதுத்தாமரைப்பட்டி, ஒத்தக்கடை (அஞ்.) நாள் : 13.8.1977.
28. நாலாயிரத் திவ்வியபிரபந்தம், பாடல் 7.
29. பட்டய நகல்ஓலை, பார்க்க: பிற்சேர்க்கை எண் 111:5, வரிகள் 62- 65.
30. மேலது, வரிகள் 62-63.
31. தகவல்: தோழப்பர் அழகரையங்கார், நாள்:2.8.1977.

அழகர்கோயிலும் சமூகத்தொடர்பும்

ஆண்டாரும் சமயத்தாரும் என்ற முந்திய இயலில் ஆண்டாரின் சமயத்தார் வழியாக நாட்டுப்புற மக்களை இக்கோயில் வைணவத் திற்குள் ஈர்ப்பதற்கு எடுத்துக்கொண்ட முயற்சி காட்டப்பட்டது. நாட்டுப்புற மக்களோடு இக்கோயில் இன்றளவும் கொண்டுள்ள உறவு விரிவாக ஆராயப்பட வேண்டிய செய்தியாகும்.

இக்கோயிலோடு தொடர்புள்ள நாட்டுப்புற மக்கள் அனைவரும் பிற்படுத்தப்பட்ட அல்லது தாழ்த்தப்பட்ட' சாதியாராகவே இருப் பதனை இக்கோயில் திருவிழாக்களை நேரில் காண்போர் எளிதில் உணர இயலும். ஆண்டாரின் சமயத்தார்களிலும் திருப்புவனம் சமயத்தாரைத் (நாயுடு) தவிர ஏனையோரனைவரும் கள்ளர், இடையர், பள்ளர்-பறையர் (அரிசனர்) ஆகிய சாதியோரே. இக்கோயில் திருவிழாக்களை ஆய்வாளர் கூர்ந்து நோக்கியபோது குறிப்பாகக் கள்ளர், இடையர், பள்ளர்-பறையர் (அரிசனர்), வலையர் ஆகிய சாதியினர் இக்கோயிலோடு உறவுகொண்டிருப்பது தெரியவந்தது.

இக்கோயில் அமைந்துள்ள மலைப்பகுதியின் அடிவாரக் கிராமங்களில் வலையர்களில் ஒரு பிரிவினரான வன்னிய வலையர் மிகுதியாகஉள்ளனர். கோயிலிலிருந்து கிழக்கே இருபத்தைந்து மைல் தொலைவுவரை உள்ள பகுதியில் பெருவாரியான ஊர்களில் கள்ளர்களே மிகுதியாக உள்ளனர். அண்மையிலிருப்பதன் (proximity) காரணமாக இவ்விருசாதியாரும் இக்கோயிலோடு உறவு கொண்டிருப்பது இயல்பானதாகவே காணப்படுகிறது. வலையர் களைவிடக் கள்ளர்கள், எண்ணிக்கை வலிவும் (numerical strength) போர்க் குணமும் மிகுதியாக உடையவர்கள். மதுரை, முகவை மாவட்டங்களின் கிழக்குப் பகுதியிலிருந்து இடையரும் பள்ளர் - பறையரும் (அரிசனங்களும்) இக்கோயிலுக்கு மிகுதியாக வருகின்றனர். 'கண்ணன் வளர்ந்தது ஆயர்குலம்' என்பதனால் இடையர்கள் வைணவத்தின்மீது பற்றுக்கொள்வது நடைமுறையில் இயல்பான ஒன்றே. இடையர்களைப்போலவே பள்ளர் - பறையரும்

(அரிசனங்களும்)இக்கோயிலில் காட்டும் ஈடுபாடு ஆய்விற்குரிய ஒரு செய்தியாகும்.

முறையே கள்ளர், இடையர், பள்ளர் - பறையர் (அரிசனர்), வலையர் ஆகிய சாதியினர் அழகர்கோயிலோடு கொண்டுள்ள உறவு இவ்வியலில் விளக்கமாகக் காட்டப்படுகிறது.

5.1. கோயிலும் கள்ளரும்

5.1.0. அழகர்கோயில் இறைவன் 'கள்ளழகர்' என்ற பெயரிலேயே இன்று அழைக்கப்படுகிறார். 'திருமலைநம்பிகள்' என்னும் பணிப்பிரிவினரின் வசமுள்ள கி.பி. 1863ஆம் ஆண்டைச் சேர்ந்த ஓர் ஆவணத்தின் மூலம் கி.பி.1815இல் இக்கோயில் 'கள்ளழகர் கோயில்' எனக் குறிப்பிடப்பட்டிருப்பது தெரிகின்றது.[1] இப்பெயர் வழக்குக் குறித்த முதல் ஆவணச்சான்று இதுவேயாகும்.

5.1.1. 'கள்ளழகர்' என்னும் பெயர்

சென்னையில் கீழ்த்திசைச் சுவடி நூலகத்திலுள்ள 'திருமாலிருஞ் சோலைமலை அழகர்மாலை' என்னும் கையெழுத்துப்படி (manuscript) நூல், 'கள்ளக்குலத்தார் திருப்பணி வேண்டிய கள்ளழகர்' என்றும் 'கள்ளர்க்குரிய அழகப்பிரான்' என்றும் இப்பெயரினையும், பெயருக்குரிய விளக்கத்தினையும் தருகிறது.[2] இத்தலம் குறித்தெழுந்த பாசுரங்களிலும் பாசுர உரைகளிலும் பிற்காலத்தெழுந்த சிற்றிலக்கியங்களிலும் இப்பெயர் காணப்பட வில்லை. ஆனால் நாட்டுப்புற மக்களால் பாடப்பெறும் வர்ணிப்புப் பாடல்களில் இப்பெயர் காணப்படுகிறது.[3]

5.1.2. கள்ளர் திருக்கோலம்

இக்கோயில் சித்திரைத் திருவிழா அழைப்பிதழ், அழகர் மதுரைக்கு வருவதை "ஸ்ரீசுந்தரராஜன் 'கள்ளழகர்' திருக்கோலத் துடன் மதுரைக்கு எழுந்தருளுகிறார்" எனக் குறிப்பிடுகிறது.[4] அழைப்பிதழின் நிகழ்ச்சி நிரலில் இத்திருக்கோலம், 'கள்ளர் திருக்கோலம்'என்று குறிப்பிடப்படுகிறது.

5.1.3.கள்ளர் திருக்கோலத் தோற்றம்

ஒரு கையில் வளதடி எனப்படும் வளரித்தடி, மற்றொரு கையில் வளரித்தடியும் சாட்டைக்கம்பும், ஆண்கள் இடுகின்ற ஒரு வகையான கொண்டை, தலையில் உருமால், காதுகளில்

அடிப்புறத்தில் கல்வைத்துக் கட்டிய வளையம் போன்று கடுக்கன் - இவற்றோடு 'காங்கு' எனப்படும் ஒரு கறுப்புப் புடைவை கணுக்கால் தொடங்கி இடுப்புவரை அரையாடையாகவும் இடுப்புக்குமேல் மேலாடையாகவும் சுற்றப்பட்டிருக்கும். இதுவே கள்ளர் திருக் கோலத்தின் தோற்றமாகும் (படம் 7).

5.1.4. பிராமணப் பணியாளர் கருத்து

இறைவன் இத்திருக்கோலம் பூணுவதற்குக் காரணமாக இக்கோயிற் பிராமணப் பணியாளர் ஒரு கருத்தினைக் கூறுகின்றனர். "நீ ஒருவர்க்கும் மெய்யனல்லை" என்று பெரியாழ்வாரும் "வஞ்சக்கள்வன் மாமாயன்" என்று நம்மாழ்வாரும் இத்தலத்து இறைவனைப் பாடியிருக்கின்றனர். அப்பாசுரங்களின் பொருட் டாகவே அழகர் கள்ளர் வேடம் பூண்டு வருகிறார் என்பது அவர் களின் கருத்தாகும்.[5] இக்கருத்து பாசுரங்களுக்கு உயர்வு தரும் அவர்களது மனப்பண்பினைக் காட்டுகிறது. ஆனால் இவ்வேடத்தில் இறைவன் ஏந்தியுள்ள வளரி, சாட்டைக்கம்பு, அணிந்துள்ள கடுக்கன், இட்டுள்ள கொண்டை இவற்றுக்கான காரணங்களை அவர்களால் தரமுடியவில்லை. இவ்வணிகளும் கருவிகளும் கள்ளர் வேடத்தில் பொருளற்றவையாக இருப்பதாக எண்ண முடியாது. இவற்றுக்கு ஒரு பொருள் இருக்க வேண்டும். எனவே பிராமணப் பணியாளர் கருத்து ஏற்றுக்கொள்ளுமாறு இல்லை. இக்குறிப்பிட்ட வேடத்திற்கு ஏதேனும் ஒரு பிற்புலம் இருத்தல் வேண்டும்.

5.1.5. 'வளரி' ஒரு விளக்கம்

கள்ளர் திருக்கோலத்தில் அழகர் ஏந்தியுள்ள 'வளரி' குறிப்பிட்டுச் சொல்லப்பட வேண்டிய ஒரு கருவியாகும். வளதடி எனப்படும் வளரித் தடியினை ஆங்கிலேயர் Vellari Thadi என்றும், Boomerang என்றும் குறிப்பிட்டுள்ளனர்.[6]

1. அடிக்கும் கருவிகளும் நசுக்கும் கருவிகளும் (கதை, பூமராங் முதலியன)

2. பிளக்கும் கருவிகளும் வெட்டும் கருவிகளும் (கோடரி, வாள், கத்தி முதலியன)

3. குத்தும் கருவிகள் (ஈட்டி, அம்பு முதலியன)

என மனிதன் முதன்முதலாகப் பயன்படுத்திய கருவிகளை

மானிடவியலாளர் காலவாரியாக மூன்று வகைப்படுத்துகின்றனர். இவற்றுள் 'பூமராங்' எனப்படும் வளரி மனிதன் முதன்முதலில் பயன்படுத்திய கருவி இனத்தைச் சார்ந்ததாகும்.[7] இவ்வளரியில், இலக்கைத் தாக்கிவிட்டுத் திரும்பவும் எய்தவரிடத்திலேயே வரும் ஒரு வகையினை அந்தமான் பழங்குடிகள் பயன்படுத்துகின்றனர். இராசபுதனத்தில் 'பில்லர்' எனப்படும் பழங்குடியினர் திரும்பிவரும் அமைப்பில்லாத வளரியினைப் பயன்படுத்துகின்றனர்.[8]

இப்பொழுது தமிழ்நாட்டில் வளரி பயன்படுத்தப்படவில்லை. மேல்நாட்டுக் கள்ளர் சாதியாரின் வீடுகளிலும் வளரி இப்போது காணக் கிடைக்கவில்லை. சிவகங்கை சரித்திர அம்மானை, பெரிய மருது வளரி வீசி மல்லாரிராவ் என்ற தளபதியினைக் கொன்றதனை,

"செயிவளரி தன்னைத் திருமால் முதலையின் மேல்
பேசிவிட்ட சக்கரம்போல் பெரியமரு தேந்திரனிவன்
வீசி யெறிய விலகாமல் மல்லராவு
தலையை நிலைகுலையத் தானறுத்துத் தாங்காமல்
வலுவாய் வடகரையின் வாய்க்காலில் போட்டதுவே"

எனக் குறிக்கிறது.[9] தன்மபுத்திரன் என்பவர் எழுதிய 'வாளெழுபது' என்னும் நூலும் வளரியைக் குறிப்பதாக மீ.மனோகரன் குறிப்பிடு கிறார்.[10] இச்செய்திகள் வளரி எனும் கருவியின் தொன்மையைப் பற்றியதாகும்.

5.1.6. வர்ணிப்பும் கள்ளர் வழிமறிப்பு நிகழ்ச்சியும்

அச்சிடப்பட்ட 'அழகர் வர்ணிப்பு' அழகரின் சித்திரைத் திருவிழா ஊர்வலத்தினை ஒருகாலத்தில் கள்ளர்கள் வழிமறித்த நிகழ்ச்சியினைச் சொல்கிறது. அழகர், மதுரை வரும் வழியில் கள்ளந்திரி தாண்டி வரும்போது,

"கள்ளர் வழிமறித்து-காயாம்பு மேனியை
கலகமிகச் செய்தார்கள்
வள்ளலா ரப்போது-நீலமேகம்
கள்ளர்களைத் தான்ஜெயிக்க
மாயக் கணையெடுத்து-ஆதிமூலம்
வரிவில்லில் தான்பூட்டி
ஆயர் தொடுத்துவிட-நரசிங்கமூர்த்தி

அப்போது கள்ளருக்கு
கண்ணுதெரியாமலப்போ-என்செய்வோமென்று
கள்ளர் மயங்கிநின்றார்
புண்ணாகி நொந்து கள்ளர்-காயாம்பூ மேனியிடம்
புலம்பியே யெல்லாரும்
வழிவழி வம்சமாய்-நீலமேகத்திற்கு
வந்தடிமை செய்யுகிறோம்
ஒளிவு தெரியும்படி ஆதிமூலம்
உம்மாலவிந்த கண்ணை
திறக்கவேணுமென்று சொல்லி கள்ளர்
மார்க்கமுடனே பணிந்தார்"[11]

நாட்டுப்புற மக்களிடம் வழங்கும் கதையும் இதே செய்தியைத்தான் மாறுதலின்றிச் சொல்கிறது.[12]

5.1.7. கள்ளர் வழிமறிப்புச் சடங்கு

    அழகர் வர்ணிப்பு கூறும் இந்நிகழ்ச்சிபோல, இன்றளவும் சித்திரைத் திருவிழாவில் ஒரு நிகழ்ச்சி சடங்காக நடத்தப்படுகிறது. மதுரையில் திருவிழா நிகழ்ச்சிகள் முடிந்து அழகர் தன் கோயிலுக்குத் திரும்பும் வழியில் தல்லாகுளத்தில் (இன்றுள்ள மாநக ராட்சிக் கட்டிடத்தின் மேற்குவாயில் எதிரில்) சாலையில் கள்ளர் சாதியினர் சிலர் பெருஞ்சத்தத்துடன் பல்லக்கை எதிர்கொண்டு மறித்து, பல்லக்கின் கொம்புகளை 'வாழக்கலை'என்னும் ஈட்டி போன்ற கருவியால் குத்திக்கொண்டு இரண்டு மூன்று முறை பல்லக்கினைச் சுற்றி வருகின்றனர். (படம் 8) இச்சடங்கு நிகழ்ச்சி ஓரிரு நிமிடங்களில் முடிந்துவிடுகிறது.

    அழகர் வர்ணிப்பு கூறும் கள்ளர் வழிமறித்த நிகழ்ச்சியும் சித்திரைத் திருவிழாவில் நடைபெறும் கள்ளர் வழிமறிப்புச் சடங்கும் அழகரின் கள்ளர் வேடத்திற்கும் மதுரை மாவட்டத்தில் அதிகமாக வாழும் கள்ளர் எனப்படும் சாதியினர்க்கும் உள்ள தொடர்பு என்ன என்ற கேள்வியை எழுப்புகின்றன. எனவே கள்ளர் சாதியினர் பற்றி அறிந்துகொள்வது அவசியமாகிறது.

    'தேவர்' என்னும் சாதிப்பட்டம் உடைய புறமலைக்கள்ளர், 'அம்பலம்' என்னும் பட்டமுடைய மேலூர்ப் பகுதிக் கள்ளர், 'சேர்வை' என்னும் பட்டமுடைய சிவகங்கைக் கள்ளர், புதுக்

கோட்டை மாவட்டத்துக் கள்ளர், தஞ்சை மாவட்டத்துக் கள்ளர், ஆகியோரே தமிழ்நாட்டில் 'கள்ளர்' சாதியின் பெரும்பிரிவினராவர். இவர்களில் எப்பிரிவினர் அழகர் கோயிலோடு தொடர்பு கொண்டவர்கள் எனக் கண்டறிய வேண்டும்.

தஞ்சை, புதுக்கோட்டை, சிவகங்கைப் பகுதிக் கள்ளர்களுக்கு இக்கோயிலோடு நடைமுறையில் தொடர்பில்லை. நில அமைப்பிலும் அவர்கள் வாழும் பகுதிகள் கோயிலுக்குத் தூரமாகவே அமைந்துவிடுகின்றன.

அழகர்மலையை ஒட்டி அதன் தென்பகுதியிலும் கீழ்ப் பகுதியிலும் அம்பலம் எனும் பட்டமுடைய கள்ளரும் அழகர் மலைக்குச் சற்றே தள்ளி மேற்குப்பகுதியில் புறமலைக்கள்ளரும் வாழ்கின்றனர். இவ்விரண்டு பிரிவினரே கள்ளர் சாதியில் இக்கோயிலுக்கருகே வாழ்வோராவர். எனவே இவர்களில் ஒரு பிரிவினரே இக்கோயிலில் தங்கள் செல்வாக்கை நிலைநிறுத்தியிருக்க முடியும் எனக் கருதலாம். எனவே இவ்விரு பிரிவினரைப் பற்றித் தெரிந்துகொள்வது அவசியமாகிறது.

5.1.8. மலைக்கள்ளரும் நாட்டுக்கள்ளரும்

கள்ளர் எனப்படும் சாதியார் மதுரை மாவட்டத்தில் கிழக்கு, வடகிழக்குப் பகுதியிலும்மேற்கு, தென்மேற்குப் பகுதியிலும் வாழ்கின்றனர். மேற்கு, தென்மேற்குப் பகுதியில் (உசிலம்பட்டி வட்டம் முழுவதும், திருமங்கலம், மதுரை வட்டங்களின் ஒன்றிரு பகுதிகள்) வாழ்கின்றவர்கள் பிரமலை அல்லது பெறமலைக் கள்ளர் எனப்படுவர். குலதெய்வ அடிப்படையில் அமைந்த ஆறுநாட்டுப் பிரிவுகள் இவர்களிடத்துண்டு.

மதுரை மாவட்டத்தின் கிழக்கு, வடகிழக்குப் பகுதியில் (மேலூர் வட்டம் முழுவதும், மதுரை, திருப்பத்தூர், சிவகங்கை வட்டங்களின் ஒன்றிரு பகுதிகளில் வாழ்வோர் நாட்டார்கள்ளர், நாட்டுக்கள்ளர், மேலூர்க்கள்ளர், மேல்நாட்டுக்கள்ளர் எனப் பெயர் பெறுவர்.

கீழ்த்திசைச் சுவடி நூலகத்திலுள்ள, 'கள்ளர் ஜாதி விளக்கம்' என்னும் நூல் புறமலைக்கள்ளரைப் 'பெறமலைக் கள்ளர்' என்றும், மேலூர்க் கள்ளரை 'மேலநாட்டுக் கள்ளர்' என்றும் குறிக்கிறது.[13] இரு பிரிவினரும் மணவுறவு கொள்வது கிடையாது. பெற மலைக்

கள்ளர்க்குரிய சாதிப்பட்டம் 'தேவர்' என்பதாகும். மேலநாட்டுக் கள்ளர்க்குரிய சாதிப்பட்டம் 'அம்பலம்' என்பதாகும். மலைக்கள்ளர், நாட்டுக்கள்ளர் என்ற பெயர்களே இவ்விரு பிரிவினரும் முறையே மலைப்பகுதிகளில் வாழ்ந்தவர்கள், சமவெளிப் (நாட்டுப்) பகுதியில் வாழ்ந்தவர்கள் என்ற வேறுபாட்டை உணர்த்துவதாக அமைந்திருக்கின்றன.

மேலநாட்டுக் கள்ளர்களின் வழிபாட்டில் கள்ளழகரும் அழகர் கோயில் பதினெட்டாம்படிக் கருப்பனும் பேரிடம் பெறுகின்றனர். பெறமலைக் கள்ளர்க்கு நாட்டுப் பிரிவுகளில் அமைந்த குலதெய் வங்கள் உண்டு. பரம்பரையாகப் பெறமலைக்கள்ளர் நாட்டுப் பகுதிகளிலிருந்து அழகர்கோயிலுக்கு வருவோர் மிகச்சிலரே. 1979ஆம் ஆண்டு சித்திரைத் திருவிழாவில் ஆய்வாளரால் தொடர்ச்சியாக 24 மணி நேரம் நடத்தப்பட்ட கணிப்பின்படி அழகர்கோயிலுக்கு வந்த 287 வண்டிகளில் பெறமலைக்கள்ளர் பெரும்பான்மையினராக வாழும் உசிலம்பட்டி, ஆண்டிபட்டி, கருமாத்தூர், செக்காணூரணி ஆகிய ஊர்களிலிருந்து வண்டிகள் ஏதும் வரவில்லை. உசிலம்பட்டி வட்டத்தில் 'மங்கல்ரேவ்' என்ற ஊரிலிருந்து மட்டும் ஒரே ஒரு வண்டி வந்துள்ளது.[14]

மேலநாட்டுக் கள்ளரிடத்தும் நாட்டுப் பிரிவுகள் உண்டு. அவை அனைத்தும் மேலூர் வட்டாரத்தைச் சுற்றியே அமைவதால் இவர்களை மேலூர்க் கள்ளர் எனவும் வழங்குவர். கிழக்கேயுள்ள சிவகங்கைப் பகுதியில் 'சேர்வை' எனும் சாதிப்பட்டமுடைய கள்ளர் வசிப்பதால் இவர்கள் 'மேலநாட்டுக்கள்ளர்' என அழைக்கப்பட்டி ருத்தல் வேண்டும். சிவகங்கைக் கள்ளரோடும் இவர்கள் மணவுறவு கொள்வது இல்லை.

5.1.9. நாட்டுக்கள்ளர் - நிலப்பிரிவுகள்

'அம்பலம்' என்ற பட்டமுடைய மேலநாட்டுக் கள்ளர்க்குரிய நாடுகள் பன்னிரண்டு என்பர். ஆட்சியிலும் ஆவணங்களிலும் அவை வழக்கிழந்ததனால் மக்களிடத்தும் வழக்கிழந்து விட்டன. எனவே அவற்றின் பெயர்களையும் எல்லைகளையும் முழுவது மாகவும் தெளிவாகவும் அறிய இயலவில்லை. சான்றாக, தகவலாளிகள் கூற்றின்படி பரப்பு நாடு வேறு; திருமோகூர் நாடு வேறு. திருவாதவூர் வட்டாரத்தையே அவர்கள் பரப்புநாடு என்கின்றனர்.[15] ஆனால் ஒத்தக்கடையிலிருந்து ஒரு கல் தொலைவில்

கொடிக்குளத்தில் வேளாண்மைப் பல்கலைக்கழக எல்லைச்சுவரை ஒட்டியுள்ள ஒரு திருவாழிக்கல் சாசனம் அப்பகுதியை ‘தென்பரப்பு நாட்டுத் திருமோகூர் நாட்டு’ப் பகுதியாகக் குறிக்கிறது.[16] வட பரப்புநாடு எது என அறியச் சான்றுகளில்லை.

அஞ்சூர்நாடு, இறவைசேரிநாடு, ஏரியூர் - மல்லாக்கோட்டை நாடு, சிறுகுடிநாடு, நடுவிநாடு, பத்துக்கெட்டுநாடு, பரப்புநாடு, வெள்ளலூர் நாடு இவையே இன்று அறியப்படும் நாடுகளின் பெயர்களாகும்.

இவை தவிர, ‘தெரு’ எனப் பெயர் கொண்ட வட்டாரங்களும் உள்ளன. தெற்குத்தெரு, வடக்குத்தெரு, மேற்குத்தெரு ஆகிய மூன்று தெருப்பிரிவுகளில் ஒவ்வொன்றிலும் சிற்சில கிராமங்கள் அடங்கும். இம்மூன்றும் சேர்ந்ததே ‘மேலநாடு’ என்று ஒரு தகவலாளி கூறுகின்றார். கிழக்குத்தெரு என்று தனிப்பிரிவு ஏதும் இல்லை என்பதும் கருதத்தக்கது. தெற்குத்தெரு என்ற பிரிவில் அதே பெயரோடு ஓர் ஊர் உள்ளது. வடக்குத்தெரு, மேலத்தெரு ஆகியவற்றில் அவ்வாறில்லை.

இந்நாட்டுப் பிரிவுகள், தெருப்பிரிவுகள் அனைத்திற்கும் நடுவில் பெரிய ஊராக அமைவது மேலூர் ஆகும். எனவே மேலூரும் அதைச் சுற்றியுள்ள கிராமங்களும் ‘நடுவிநாடு’ என அழைக்கப்படுகின்றன. அஞ்சூர்நாடு சிவகங்கைக்கு மேற்கில் ஐந்து ஊர்களைக் கொண்டதெனத் தெரிகிறது. இறவைசேரி, வெள்ளலூர், சிறுகுடி, ஏரியூர் - மல்லாக்கோட்டை ஆகிய நாட்டுப் பெயர்கள் அவற்றிலுள்ள ஓர் ஊர்ப் பெயரையே நாட்டுப் பெயராகத் தாங்கியுள்ளன.

தெற்கே வைகை நதியும், தென்மேற்கே வெள்ளியக்குன்றம் ஜமீனும் (பாளையப்பட்டு), மேற்கு வடக்காக அழகர்மலையும், வடகிழக்காக நத்தம் ஜமீனும் (பாளையப்பட்டு), கிழக்கே சிவகங்கை ஜமீனும் இந்நாட்டுப் பிரிவுகளின் எல்லைகளாகும். இறவைசேரிநாடு மட்டும் சற்றுக் கிழக்கே தள்ளி தேவகோட்டைக் கருகில் உள்ளதாகக் கூறுகின்றனர்.

இந்த எல்லையை அடுத்துள்ள ஊர்களை முதியோர்கள் இன்றளவும் “பாளைப்பட்டுக் கிராமங்கள்” என்றே அழைக் கின்றனர். எனவே இவ்வெல்லைக்குட்பட்ட நாடுகள் எந்தவொரு

பாளையப்பட்டிலும் அடங்காதவையெனத் தெரிகின்றது.

5.1.10. நாட்டுக்கள்ளரும் நாயக்கராட்சியும்

நாயக்கராட்சிக்கு முன்னர், மேலநாட்டுக்கள்ளர் சமூகத்தின ரைப்பற்றி அறியப் போதிய சான்றுகளில்லை. நாயக்கராட்சியின் போதும் அதற்குப் பின்னரும் மதுரையின் அரசியல் தலைமையை எதிர்த்து இவர்கள் கடுமையாகப் போராடியிருக்கிறார்கள்.

"கள்ளர் வண்டார் மக்களையும்
கருவறுக்கவே அடங்கான்"[17]

என்று தளபதி இராமப்பையனை இராமய்யன் அம்மானை வருணிக்கிறது. 'கான்சாகிபு சண்டை' கதைப்பாடல் அவனைக் "கள்ளரைக் கருவறுத்த தீரன்"[18] எனப் பாராட்டுகிறது. மதுரையின் அரசியல் தலைமைக்குக் கள்ளர்கள் தலைவலியாக இருந்ததற்கு இவை சான்றுகளாகும்.

மதுரையின் அரசியல் தலைமையை எதிர்த்து, இந்நாட்டுக் கள்ளர் போராடியதற்கு ஒரு முக்கியக் காரணம் தெரிகிறது. தங்கள் பகுதியிலும் சுற்றியுள்ள கிராமங்களிலும் கள்ளர்கள் 'காவல்' என்றொரு அமைப்பை ஏற்படுத்தியிருந்தனர். அதன்படி, ஒவ்வொரு கிராமத்தவரும் தங்கள் உடைமைகள் களவுபோகாமலிருக்கக் கள்ளரில் ஒருசிலரைக் காவலராக ஏற்க வேண்டும். அவர்களுக்கு அதற்காக வரிகூட இவர்கள் செலுத்த வேண்டும். கள்ளர்நாட்டுப் பகுதிகளைக் கடந்துசெல்லும் பயணிகளிடமும் கட்டாயமாக வரி வசூலித்தனர்.

பிற்காலத்தில் ஐரோப்பியரிடம்கூட இவ்வாறு வசூல் செய்தனர் எனக் கூறும் இந்திய இம்பீரியல் கெசட்டியர் (Imperial Gazetteer of India) 'இது இந்நாட்டின் மிகப்பழைய போலீஸ் முறையில் மிச்சம்' என்றும் குறிப்பிடுகிறது.[19]

மதுரையின் ஆட்சித் தலைமையை ஏற்று அதற்கு வரி செலுத்து வோர் அனைவரும் கள்ளர்க்கும் வரி செலுத்த உடன்படுவர் என்று கூறமுடியாது. உடன்பட்டு வரி செலுத்தாதவர் உடைமைகள் கள்ளராலேயே களவாடப்பெறும் அல்லது கொள்ளையிடப் பெறும். இதைத் தட்டிக்கேட்கும் பொறுப்பு மதுரையில் அரசியல் தலைமைக்கு உண்டல்லவா? எனவே மதுரை ஆட்சித் தலைமைக்கு இது ஒரு பெரும் பொறுப்பாக உருவெடுத்தது.

இது குறித்து, இராமய்யன் அம்மானை மேலும் ஒரு செய்தியைத் தருகிறது. திருப்புவனத்தில் இருந்த இராமய்யனிடம்,

"கள்ளர் உபத்திரமும் காவலனே யாற்றாமல்
மாடுகன்று ஆடு வாய்த்தபணங் காசுமுதல்
சீலைதுணி மங்கிலியம் சேரப் பறிகொடுத்தோம்"[20]

என மக்கள் வந்து முறையிட, இராமய்யன் கள்ளர்களின் ஊரான சிறுகுடி சென்று நாடழித்துத் தீக்கொளுத்திக் கள்ளரையும் வெட்டிச்சிறைப்பிடிக்கிறான்.[21]

நாயக்கராட்சியில், கள்ளர்கள் பாளையப்பட்டுப் பிரிவு களுக்குள் அடங்க மறுத்தனர். தங்கள் மிகப்பழைய நாட்டுப் பிரிவுகளை அங்கீகரிக்கும்படி போராடினர். எனவேதான் சிறுகுடிக் கள்ளர் இராமய்யனைப் பற்றித் திருமலைநாயக்கரிடம் வந்து முறை யிடும்போது இவர் இராமய்யனுக்கு, "கள்ளர் பத்து நாடென்று கனமாய் இருக்கட்டும்" என்று ஓலையனுப்புகின்றார். தங்கள் பகுதி பாளையப்பட்டுக்கு உட்படாத பகுதி என்பதைக் காட்டவே தங்கள் எல்லையையடுத்த கிராமங்களைப் 'பாளையப்பட்டுக் கிராமங்கள்' என்று பேச்சுவழக்கில் முதியவர்கள் இன்றும் குறிப்பிடுகின்றனர்.

5.1.11. நாட்டுக்கள்ளரும் கள்ளர் திருக்கோலமும்

கள்ளர் திருக்கோலத்தில் அழகர் ஏந்தியுள்ள 'வளரி' என்னும் பழமை வாய்ந்த கருவியோடு மேலநாட்டுக் கள்ளருடைய தொடர்பு பல சான்றுகளால் உறுதிப்படுகிறது.

"இந்தியாவிலேயே தமிழ்ப் பகுதியிலேதான்... 1883 மார்ச்சில் சிவகங்கைக்கு அண்மையில் இந்த 'பூமராங்குகள்' பயன்படுத்துவதை நேரில் காணும் வாய்ப்பு எனக்குக் கிட்டியது" என்று புரூஸ்புட் (Bruce Foote) குறிப்பிடுகிறார்.[22]

"வளரியை அனுப்பிப் பெண்ணை எடு" என்ற பொருளில் மேலநாட்டுக் கள்ளர்களிடையே ஒரு சொல்லடை வழங்கிவந்ததாக (1908) எட்கர் தாஸ்டன் குறிப்பிடுகிறார்.[23]

கீழ்த்திசைச் சுவடி நூலகத்திலுள்ள 'கள்ளர் ஜாதி விளக்கம்' எனும் நூல், 'மேலநாட்டுக் கள்ளருடைய சங்கதி' என்ற தலைப்பில் "... அப்பால் மாப்பிள்ளையுடைய உடன் பிறந்தவள் பெண்

வீட்டுக்குப் போய் பரிசங் கொடுத்து, ஒரு சீலையுங் கொடுத்து குதிரைமயிர் காணனி பெண்ணுக்குத் தாலி கட்டி வளைத்தடி மாற்றிக்கொண்டு பெண்ணையுங் கூட்டிக்கொண்டு உறவு முறை யாருடனே வருகிறது" என்று திருமணச் சடங்குகளை விளக்குகிறது.[24] திருமணத்தில் 'வளைத்தடி மாற்றிக்கொள்ளும்' வழக்கம் சிவகங்கைக் கள்ளரிடத்தோ பெறமலைக் கள்ளரிடத்திலோ இருந்த தில்லை என்பது குறிக்கத்தகும் செய்தியாகும். மேலநாட்டுக் கள்ளரிடத்தும் திருமணத்தில் வளைத்தடி மாற்றிக்கொள்ளும் வழக்கம் இப்போது மறைந்து போய்விட்டது. கள்ளர் திருக் கோலத்தில் அழகருக்கு இடப்படும் கொண்டையும் மேலநாட்டுக் கள்ளர் சாதியில் ஆண்கள் இடுகின்ற கொண்டையே. சாதாரணமாகப் பெண்கள் இடுகின்ற கொண்டையைப்போல் பிடரியின் கீழ்ப் பகுதியில் தொடங்கி தோளை நோக்கிச் சரிந்ததாக இல்லாமல் பிடரியின் நடுப்பகுதியில் இக்கொண்டை நேரானதாக அமைந் துள்ளது. இப்பிரிவினரில் மிக அரிதாக ஓரிரு முதியவர்கள் இப்பொழுதும் இவ்வகைக் கொண்டை இட்டிருக்கிறார்கள். நெல்சன் (Nelson) "கள்ளச்சாதியில் 15 வயது ஆன ஆண்மகன், தான் விரும்புமளவு முடி வளர்த்துக்கொள்ளலாம். சிறு பையன்களுக்கு இந்த உரிமை இல்லை" என்று குறிப்பிடுவது[25] இப்பிரிவினரில் ஆண்கள் கொண்டை இடும் வழக்கத்தை உறுதிப்படுத்துகிறது.

கள்ளர் திருக்கோலத்தில் அழகருக்கு அணியப்பெறும் கடுக்கன் சற்றுப் பெரிய வளையமாக அடிப்புறத்தில் கல்வைத்துக் கட்டப் பட்டிருக்கிறது. மேலநாட்டுக் கள்ளரின் ஆண்கள் மட்டுமே அணியும் இக்கடுக்கனுக்கு, 'வண்டிக்கடுக்கன்' என்று பெயர்.

மேற்குறித்த சான்றுகளால், அழகர் மேலநாட்டுக் கள்ளர் சாதியைச் சார்ந்த ஆண்மகனைப் போலவே தோற்றம் புனைந்து வருவது உறுதிப்படுகிறது.

5.1.12. வழிமறித்த ஊரினர்

நாட்டுக்கள்ளரிலும் அழகர் ஊர்வலத்தை மறித்தவர் எந்தப் பகுதியினைச் சார்ந்தவர் என்பதும் அறியப்பட வேண்டிய செய்தியாகும்.

தல்லாகுளத்தில் இன்றளவும் பல்லக்கை மறித்து 'வாழக்கலை' என்னும் ஆயுதத்தால் தாக்கும் நிகழ்ச்சியில் மாங்குளம் கிராமத்தைச்

சேர்ந்தவரே பங்கு பெறுகின்றனர். பிற ஊர்க்காரர்களுக்கு அவ்வுரிமை இல்லை.

மாங்குளத்துக் கள்ளர்க்குக் கோயில் நடைமுறையில் இன்னுமொரு உரிமையும் உள்ளது. பன்னிரு ஆழ்வார்களில் ஒருவரான பரகாலன் என்னும் திருமங்கை மன்னன் 'கள்ளர்' சாதியைச் சேர்ந்தவர். திருமணக்கோலத்தில் மனிதனாய் வந்த திருமாலை வழிமறித்துக் கொள்ளையிட முனைந்தபோது, திருமால் இவர்க்குத் திருவடிப்பேறு காட்டி அடியாராக்கினார். திருமங்கை மன்னன் திருமங்கை ஆழ்வாரானார். 'திருமங்கையாழ்வார் வேடுபறி' என்னும் திருவிழா நிகழ்ச்சி பெரிய வைணவக் கோயில் களில் நடந்துவருகிறது. அழகர்கோயிலில் மார்கழி மாதத்தில் அத்திருவிழா நடத்தும் பொறுப்பு வெள்ளியக்குன்றம் ஜமீன் தாருக்கு இருந்ததை, "திருமங்கையாழ்வார் லீலைபாகம் நடப்பி வித்து"[26] என்று திருமலை நாயக்கர் பட்டயம் குறிப்பிடுகிறது.

இன்றளவும் அத்திருவிழாவில் கள்ளர்வேடம் பூண்டு அதற்கான கோயில் மரியாதைகளை மாங்குளத்துக் கள்ளர்களே பெறுகின்றனர். தொழில் சுதந்திர அட்டவணை மார்கழி மாதத்தில் திருஅத்யயன உற்சவத்தில் பங்குபெறும் கள்ளர்க்குரிய உரிமையினை "மாங்குளம் வகையறா கள்ளர் தோசை" எனக் குறிக்கிறது; சித்திரைத் திருவிழா விலும் மாங்குளம் கிராமத்தார்க்குத் தோசை உரிமை உண்டு என்றும் குறிக்கிறது.[27]

மாங்குளம் கள்ளரில் பொன்னம்பலப் புலியன், ஆனைவெட்டி தேவன், ஒஞ்சியர், வப்பியர் ஆகிய பிரிவினரும், வடக்குத்தெரு அஞ்சாங்கரை அம்பலம் என்ற பிரிவினரும் ஆக ஐந்து பிரிவினர் அழகர்கோயிலில் வேறுபாடின்றித் திருவிழாவில் பங்குகொள் வதற்கான பரிவட்ட மரியாதையினை மாறிமாறிப் பெற்று வருகின்றனர்.

தவிர, நாட்டுக் கள்ளரில் மாங்குளம் கிராமத்தாருக்கு மட்டும் கோயில் எல்லைக்குள் இரணியன் வாசலருகில் ஒரு பழைய மண்டபம் உரிமையாயுள்ளது. சித்திரைத் திருவிழாவில் இறை வனின் ஆடை, அணிகலப் பெட்டியினை மதுரைக்குத் தூக்கிவரும் உரிமையும் மாங்குளத்தாருக்கே உண்டு.

மேலும் சில ஆண்டுகட்கு முன்வரை மதுரை செல்லும்

வழியில் அழகர் இறங்கும் திருக்கண்கள் (மண்டபங்கள்) தோறும், நான்கணா வசூலிக்கும் உரிமையும் மாங்குளம் கிராமத்தாருக்கு இருந்திருக்கிறது.[28]

இச்செய்திகள் அனைத்தும் அழகர்கோயிலுக்குத் தென்கிழக்காக ஏறத்தாழ மூன்று கல் தொலைவிலுள்ள மாங்குளம் கிராமத்தைச் சேர்ந்த கள்ளர்களே அழகர்கோயில் இறைவன் ஊர்வலத்தை வழிமறித்துக் கொள்ளையிட முயன்றவர்கள் என்பதனை விளக்கும் சான்றுகளாக அமைகின்றன.

5.1.13. நாட்டுக்கள்ளர்-கோயில் நடைமுறைத் தொடர்பு

அழகர்கோயில் தேரோட்டத்தில், தேர் இழுக்கும் பொறுப்பு நாட்டுக் கள்ளர் கிராமங்களுக்கு உண்டு. முதல் வடம் வெள்ளியக் குன்றம் ஜமீன் கிராமங்களுக்குரியது. பிற மூன்று வடங்களை இழுக்கும் பொறுப்பு முறையே தெற்குத் தெரு, வடக்குத்தெரு, மேலத்தெரு ஆகிய கிராமப் பிரிவுகளுக்குரியது. இத்தெருப் பிரிவுகள் நாட்டுக் கள்ளர்க்குரியது என்று முன்னர் கண்டோம். ஒவ்வொன்றும் சில ஊர்களை உள்ளடக்கிய இப்பிரிவுகளை, கோயில் அப்படியே ஏற்றுக்கொண்டு தேரிழுக்கும் பொறுப்பைத் தந்திருப்பதாகவே தெரிகிறது.

கள்ளரின் சமூக, பொருளாதார அமைப்பில் இக்கோயிலின் செல்வாக்குக்கு மேலும் ஒரு சான்றுண்டு. தேரிழுக்கும் முன்னர் இம்மூன்று பிரிவைச் சேர்ந்தவர்களும் தேருக்குமுன் ஒன்றுகூடிக் 'கூட்டம்' நடத்துகின்றனர். 'நாட்டார் கூட்டம்' எனப்படும் இக்கூட்டத்தில், தங்கள் ஊர்களுக்கிடையிலுள்ள தகராறுகளைப் பேசித் தீர்வு காண்கின்றனர். பின்னரே தேரோட்டம் தொடங்குகிறது.

இப்பொழுது பெரும்பாலும் இத்தகராறுகள் ஏதேனும் ஒரு பிரிவினருக்குள் அந்த ஆண்டுக்குக் கோயில் மரியாதையினைத் தங்களில் யார் பெறுவது என்பதாகவே இருக்கின்றன. அருகருகே உள்ள இரண்டு கிராமத்தார்களுக்குள் கண்மாய்களில் மீன்பிடிக்கும் அல்லது ஏலம் எடுக்கும் உரிமையும் அடிக்கடி சிக்கலுக்குப் பொருளாகிறது. வைகைக்கால் சீரமைப்புக்குப்பின் வயலுக்கு நீர் இறைக்கும் உரிமை தொடர்பான சிக்கல்கள் வருவதில்லை என முதியவர்கள் கூறுகின்றனர்.

1978ஆம் ஆண்டு தேரோட்டத்திற்குக் குறித்த நன்னேரம் தவறியும், மேலத்தெருக்காரரர்களுக்குள் கோயில் மரியாதை தொடர்பாக ஏற்பட்ட தகராறினால் தேர் புறப்படவில்லை.

5.1.14. வரலாற்றில் சில ஊகங்கள்

ராபர்ட் சுவெல் தொகுத்த தென்னிந்தியச் சாசனங்களில் ஒன்று அழகர்கோயிலில் (கி.பி. 1606இல்) கலி 4707 இல் நடந்த ஒரு பஞ்சாயத்தில் நாயக்கர், கவுண்டர் இவர்களோடு அம்பலக்காரரும் (நாட்டுக் கள்ளரின் சாதிப்பட்டம் இது) கலந்துகொண்டதாகக் குறிக்கிறது.[29] இது உண்மையாயின் திருமலை நாயக்கர் காலத்திற்கு முன்னரே இக்கோயிலோடு கள்ளர் நல்லுறவு கொண்டிருந்தனர் என்பதற்குச் சான்றாகும். ஏனெனில் இது கோயில் ஊழியர்க்கிடையே எழுந்த ஒரு வழக்கைத் தீர்க்கும் பஞ்சாயத்தாகும். எனவே கோயிலோடு உறவு கொண்டிருந்தோரே இதில் கலந்துகொண்டிருக்க இயலும்.

ஆனால் இப்பட்டயம் கலி 4707 ஆம் வருடத்தை 'ஆனந்த' வருடம் எனக் குறிக்கிறது. இவையிரண்டும் பொருந்திவரவில்லை. கலி 4707 ஆம் வருடம் 'பராபவ' அல்லது 'பிங்கல' வருடம் ஆக வேண்டும்; 'ஆனந்த' வருடம் ஆகாது. எனவே இப்பட்டயம் உண்மையானது எனக் கொள்ளுதற்கில்லை.

சகம் 1591இல் (கி.பி. 1669இல் வெள்ளியக்குன்றம் ஜமீன்தாருக்குத் திருமலைநாயக்கர் வழங்கிய செப்புப்பட்டயம், இக்கோயிலில்வேடர்கள் புகுந்து கொள்ளையிட்டதையும், ஜமீன்தார் அவர்களைப் பிடித்து வெட்டியதையும், அதற்காகத் திருமலைநாயக்கர் ஜமீன்தாருக்கு மானியம் வழங்கியதையும் குறிப்பிடுகிறது.[30]

இப்பட்டயம் குறிப்பிடும் வேடர், 'வலையர்' எனப்படும் சாதியினர் ஆவர். 'மூப்பனார்' என்ற சாதிப்பட்டத்தை உடையவர்களாய் அழகர்மலை அடிவாரக் கிராமங்களில் இச்சாதியினர் இன்றும் மிகுதியாக வாழ்கின்றனர். குளம் குட்டைகளிலும், வயல்களிலும் வலைகட்டி மீன், எலி இவற்றைப் பிடித்துண்ணும் இச்சாதியினர், இப்போது பெரும்பாலும் விவசாயக் கூலிகளாக உள்ளனர். இவர்களின் சமூக மதிப்பு (Social Status) அரிசனங்களைவிடச் சற்றே உயர்ந்ததாக உள்ளது.

வலையர்களைவிட எண்ணிக்கை வலிமையும் (numerical strength) போர்க்குணமும் உடைய மேலநாட்டுக்கள்ளர், பட்டயம் குறிப்பிடும் காலத்தில் கோயிலோடு உறவு கொண்டிருப்பின், வலையர்கள் கோயிலைக் கொள்ளையிடத் துணிந்திருக்க மாட்டார்கள்.

எனவே இக்காலத்திலும் (கி.பி. 1669) அழகரின் வழிவழி அடியாராகி நாட்டுக் கள்ளர் கோயிலோடு உறவுகொள்ளவில்லை எனத் தெரிகிறது. எனவே அழகரின் ஊர்வலத்தைக் கள்ளர் மறித்த நிகழ்ச்சி, இதற்குப் பின்னரே நடைபெற்றிருக்க வேண்டும்.

அழகர்மாலை, 'கள்ளக்குலத்தார் திருப்பணி வேண்டிய கள்ளழகர்' என விளித்தாலும் அத்தொடர்பு எவ்வாறு, யார் ஆட்சியில் ஏற்பட்டது என்பதை விளக்கவில்லை.

திருமலை நாயக்கர் காலத்திற்கு முன் அழகர் ஊர்வலம் சோழவந்தானுக்கு அருகிலுள்ள தேனூர் சென்றது, அவரே மதுரையில் மாசியில் நடத்த மீனாட்சி திருக்கல்யாணத்தையும் தேர்த் திருவிழாவையும் சித்திரை மாதத்திற்கு மாற்றி, இரண்டு நாட்கள் கழித்து அழகர் ஊர்வலத்தை மதுரைக்கு வரச்செய்தார். மாசி மாதத்தில் நடைபெற்ற மீனாட்சி திருமண விழாவை, அறுவடை முடியாநிலையில் வேளாண்மைப் பெருமக்கள் காண வரமுடியவில்லை என்பதும் இதற்குக் காரணம் என்பர்.[31] சித்திரை மாதத்தில் மீனாட்சி திருக்கல்யாண ஊர்வலம், சித்திரை வீதியிலல் லாது மாசி வீதியில் வருவதும் இதற்கொரு சான்றாகும்.

அழகர் ஊர்வலம் தேனூர் சென்றதற்கும் ஒரு நடைமுறைச் சான்றுள்ளது. வைகையாற்றின் நடுவில், வண்டியூரருகில் அழகர் மண்டூகமுனிவருக்கு முத்தி தரும் விழா நடைபெறும் மண்டபம் இன்றும் 'தேனூர் மண்டபம்' என்றே அழைக்கப்படுகிறது. தேனூரைச் சேர்ந்தவர்களே இன்றும் அங்கு கோயில் மரியாதை பெறுகின்றனர்.

'மதுரை நதிவிழா நோக்கும் கருத்துடையாய்' என்று அழகர் மாலை ஓரிடத்தில் விளிக்கிறது.[32] எனவே அழகர் மதுரை வருவதைக் குறிக்கும் அழகர்மாலை, திருமலைநாயக்கர் காலத்திற்குப் பின்னரே எழுந்திருக்க வேண்டும். இந்நூலின் காலத்தை அறுதியிட வேறு அகப்புறச் சான்றுகள் இல்லை. நூலாசிரியர் பெயரும் தெரிய

வில்லை. எனவே அழகர் ஊர்வல மறிப்பு எக்காலத்தில் நடந்ததென இந்நூலைக்கொண்டு அறுதியிட இயலவில்லை.

5.1.15. கள்ளர் வழிமறித்த காலம்

கி.பி.1803இல் எழுதப்பட்ட தொழில் சுதந்திர அட்டவணை கோயிலில் கள்ளர்க்குரிய மரியாதையினைக் குறிப்பிடுவதால், அதற்கு முன்னரே கள்ளர் அழகரின் ஊர்வலத்தை மறித்த நிகழ்ச்சி நடந்திருக்க வேண்டும்.

கி.பி. 1775இல் திருமோகூர் காளமேகப் பெருமாள் கோயில் விக்கிரகங்களை ஆற்காட்டு நவாபின் படைகளும் ஆங்கிலேயப் படைகளும் கொள்ளையிட்டுக் கொண்டுபோய்விட்டன. மீண்டும் அப்படைகள் திரும்ப வடக்குநோக்கிச் செல்லும்போது "திருமோகூர் விக்கிரகங்களை ஒட்டகையின்பேரில் போட்டுக் கொண்டு போகிறபோது அழகர்கோயிற் பாதையில் நாட்டுக்கள்ளர் வந்து விழுந்து விக்கிரகங்களைக் கைவசப்படுத்திக்கொண்டு கோயி லிலே கொண்டுவந்து சேர்த்தார்கள்" என்று மதுரைத் தலவரலாறு கூறுகிறது.[33]

இதன் பயனாகத் திருமோகூரில் தேரிழுக்கும் உரிமை கள்ளர்களின் ஆறுபிரிவுக் கிராமத்தார்க்கு வழங்கப்பட்டது. அவை, 1) திருமோகூர், 2) பூலாம்பட்டி, 3) கொடிக்குளம், 4) சிட்டம்பட்டி, 5) வவ்வாத்தோட்டம், 6) ஆளில்லாக்கரை ஆகியவையாகும். முதல் ஐந்து கரையாரும் ஆறாவது கரைக்குரிய மரியாதையை ஆளுக்கொரு ஆண்டாகப் பகிர்ந்துகொள்வர். தவிரவும் ஆண்டு தோறும் கஜேந்திர மோட்சம் திருவிழாவுக்கு ஆனைமலை நரசிங்கப் பெருமாள் கோயிலுக்குத் திருமோகூர்ப்பெருமாள் வரும்போது விக்கிரகங்களைக் கள்ளர் மீட்ட செயலுக்காகக் கள்ளர் வேடம் (அழகர்கோயில்போல) புனைந்து வருவர். விக்கிரகங்களை மீட்டுத் தந்ததற்கான மரியாதை இது.

அழகர்கோயில், திருமோகூர் ஆகிய இரண்டு கோயில்களிலும் திருமால் 'கள்ளர் வேடமிட்டு வந்தாலும் அழகர்கோயிலே கள்ளர் சமூகத்தில் பேரிடமும் மதிப்பும் பெறுவதனால், அழகர்கோயில் கள்ளர் வேடமே காலத்தால் முந்தியதாயிருத்தல் வேண்டும். அழகர் கோயில் கள்ளர் வேடத்தைக் கண்டபின்னரே திருமோகூரிலும் அவ்வித மரியாதையினை நாட்டுக்கள்ளர் பெற்றிருக்க வேண்டும் என எண்ணத் தோன்றுகிறது.

வெள்ளையர்களிடமிருந்து விக்கிரகங்களை நாட்டுக்கள்ளர் மீட்டது கி.பி.1755 சூன் மாதத்தில் என ஆங்கிலேயர் ஆவணக் குறிப்புக்கள் கூறுகின்றன.[34] எனவே திருமலைநாயக்கர் காலத்திற்குப் பின்னரும் (கி.பி.1623-1659), கி.பி.1755க்கு முன்னரும் ஏதோ ஒரு காலகட்டத்தில் அழகரின் ஊர்வலத்தைக் கள்ளர் மறித்திருக்கலாம்.

நாயக்கராட்சிக் காலத்தில் சமயம் பரப்ப வந்த கிறித்துவப் பாதிரியான மார்ட்டின் அடிகளார் கி.பி.1700இல் எழுதிய கடிதமொன்றில், முந்திய இரண்டாண்டுகளில் மதுரையின் அரசுரிமை தனக்கே எனக் கிளம்பிய ஓர் இளவரசனுடன் கள்ளர்கள் சேர்ந்து கொண்டு மதுரைக் கோட்டையினையும் நகரத்தினையும் பிடித்துக் கொண்டதனையும், மிகவிரைவில் அதனை இழந்துவிட்டதனையும் குறிப்பிடுகிறார்.[35]

அவரே கி.பி.1709இல் எழுதிய மற்றொரு கடிதத்தில் முந்திய ஐந்தாறு ஆண்டுகளில் மதுரையிலிருந்த இளவரசன் கள்ளர்களை அடக்கப் பெருமுயற்சி செய்ததனையும் அவர்களை அடக்க அவன் கட்டிய ஒரு கோட்டையினை அவர்கள் வெற்றிகொண்டதனையும் குறிப்பிடுகிறார்.[36]

கி.பி. 1692 முதல் 1706 வரை இராணிமங்கம்மாளும் கி.பி. 1706 முதல் கி.பி. 1732 வரை விசயரங்க சொக்கநாதனும் மதுரை நாயக்கராட்சிக்குத் தலைமை ஏற்றிருந்தனர். மார்ட்டின் அடிகளாரின் முதல் கடிதம் மங்கம்மாளின் ஆட்சியிலும் இரண்டாம் கடிதம் விசயரங்க சொக்கநாதனின் ஆட்சிக் காலத்திலும் எழுதப்பட்டவை.

நாயக்கராட்சிக் காலத்தில் கள்ளர்களைப் போராடி வென்ற மதுரைவீரன் என்னும் வீரனின் கதையினைப் பாடும் 'மதுரைவீர சுவாமி கதை'மார்ட்டின் அடிகளாருடைய கடிதச் செய்திகளை உறுதிப்படுத்தும் சில செய்திகளைத் தருகிறது. இந்நூலின் கடவுள் வணக்கப் பாடல் மதுரைவீரன்,

"நிறைபுகழ் பெரும் விஜயரெங்கனெனு மன்னனது
நீள்வாயில் காவல் செய்து"[37]

வந்தவன் எனக் குறிப்பிடுவதிலிருந்து, மதுரைவீரன் கள்ளர்களோடு போரிட்டது இவனது ஆட்சிக் காலத்தில்தான் என அறியலாம். தன் ஆட்சியில் விசயரெங்கச் சொக்கநாதன், தலைநகரை

மதுரையைவிட்டுத் திருச்சிக்கு மாற்றினான். திருச்சியிலிருந்த விசயரெங்க சொக்கநாதனுக்கு மதுரையிலிருந்து,

“தன்னரசு நாட்டுத் தனிக்காட்டுக் கள்ளரெல்லாம்
காட்டிலுள்ள கள்ளரெல்லாம் நலமாகக் கூட்டமிட்டு
அழகர்தன்கோயிலுக்கு வியாறொருவர் போனாலும்
கண்ட விடமெல்லாங் கள்ளருபத் திரத்தால்
உழவு நடவுமில்லை உபத்திரந் தன்னாலே
கொல்லரி முடிப்புக் கொடுக்கப் பயமாச்சு
இப்படியாகக் கள்ள ரிடக்குகள் செய்கிறார்கள்”[38]

என்ற செய்தி செல்கிறது. அங்கிருந்து விசயரெங்க சொக்கநாதன் கள்ளர்களை அடக்க மதுரைவீரனை அனுப்புகிறான். மதுரை வந்து சேர்ந்த மதுரைவீரன் ஒருநாள் கோயிலுக்குப் போய்த் திரும்பும் போது கள்ளர்களெல்லாம்,

“கூட்டமிட்டு வளைதடியைக் கொண்டு புறப்பட்டு
மதுரை கடைவீதிவந்து நுழைந்து கொண்டு
காசுபணம் நாணயத்தைக் கனக்கவே கொள்ளையிட
பட்டணத்தி லுள்ள பரிசனங்க ளெல்லோரும்
கோவென்ற சத்தங் கூச்சலும் தானுமிட”[39]

மதுரைவீரன் அவ்விடத்திற்கு விரைந்து வந்து கள்ளர்களோடு போரிட்டு, “கள்ளர்பற்று நாட்டையெல்லாங் களையாய்ப் பறக்க விட்டு”[40] வெற்றியுடன் திரும்புகிறான். ‘விசயரங்க சொக்கநாதனின் ஆட்சிக் காலம், நாட்டில் தொல்லைகள் மிகுந்து, நாடு அழிவை நோக்கிப் போய்க்கொண்டிருந்த காலம்’என்பர் சத்தியநாதையர்.[41]

மார்ட்டின் அடிகளாரின் கடிதங்களிலிருந்தும் மதுரை வீரசுவாமி கதையிலிருந்தும் நாம் காணும் முடிவு இதுதான். மதுரைப் பட்டணத்தில் உள் நுழைந்து தாக்குமளவும் அழகர் கோயிற் பகுதியில் உழவுத்தொழில் நடக்க முடியாதபடி தொல்லை தருமளவும் கள்ளர்கள் விசயரெங்க சொக்கநாதன் காலத்தில் வலிமை பெற்றிருந்தனர். எனவே இவனது ஆட்சிக் காலத்தில்தான் அழகர் ஊர்வலத்தைக் கள்ளர் மறித்த நிகழ்ச்சியும் அவர்கட்கு ‘இறைவனின் கள்ளர் திருக்கோல மரியாதை’ தருவதற்குக் கோயில் உடன்பட்ட நிகழ்ச்சியும் நடைபெற்றிருத்தல் வேண்டும் எனக் கொள்ளலாம்.

5.1.16. கள்ளரும் வைணவமும்

அழகர்கோயில் ஆண்டாரின் சமயத்தார் பதினெண்மரில் சிவகங்கை வட்டம் கூட்டுறவுபட்டி வெள்ளையத்தாதர் நாட்டுக் கள்ளர் சாதியினர் ஆவார். கள்ளருக்கும் கோயிலுக்கும் இவ்வளவு நெருங்கிய தொடர்பிருந்தும் இச்சாதியினரில் ஒருவர் மட்டுமே சமயத்தாராக இருப்பது சிந்திப்பதற்குரியது.

1979ஆம் ஆண்டு சித்திரைத் திருவிழாவில் வேடமிட்டு வழிபடும் அடியவரிடத்தில் ஆய்வாளர் நடத்திய கள ஆய்வில், இச்சாதியினர் ஒரு விழுக்காடே வேடமிட்டு வழிபடுகின்றனர் என்ற முடிவே கிடைத்தது.[42] எனவே அழகர்கோயில் இறைவனை வழிபட்டாலும், முத்திரைபெற்ற வைணவ அடியாராகி வைணவ சமய எல்லைக்குள் புகுவதில் இச்சாதியினர் நாட்டம் கொள்ள வில்லை எனத் தெரிகிறது. மக்கட் பெயர் வழக்கிலும், இச்சாதி யினரிடத்தில் பெரியகருப்பன், சின்னகருப்பன், நல்லகருப்பன் முதலிய பெயர்களே பெருவழக்கமாக இருப்பதனையும் ஆய்வாளர் களஆய்வில் காணமுடிந்தது.

எனவே அழகர்கோயிலில் திருமாலை விடவும் பதினெட்டாம் படிக் கருப்பசாமியே இவர்களின் வழிபாட்டுக்குப் பெரிதும் உரியவராக விளங்குகின்றார் என்று கருத இயலுகிறது. 'கள்ளர்களின் குலதெய்வம் கருப்பசாமி' என்று டென்னிஸ் அட்சனும்[43] கள்ளர் நாட்டிலேயே கருப்பசாமி பெரிதும் வழிபடப்பெறுகிறார் என்று ராதாகிருஷ்ணனும்[44] குறிப்பிடுவது ஏற்புடைய கருத்தாகவே தோன்றுகிறது.

குறிப்புகள்

1. Copy of the Register of Inams, issued by the Madurai Collectorate, dated 13.2.1864, Column No. 21.
2. திருமாலிருஞ்சோலைமலை அழகர்மாலை, கையெழுத்துப்படி, R.8551, கீழ்த்திசைச் சுவடி நூலகம், சென்னை, பாடல்கள் 47 -12.
3. ஸ்ரீ கிருஷ்ணாவதாரன் வர்ணிப்பு, ராம.குருசாமிக்கோனார் வெளியீடு, ப.19; சாமிக்கண்ணுக்கோனார், தசாவதார வர்ணிப்பு, ப. 1.
4. அழகர்கோயில் சித்திரைப் பெருந்திருவிழா அழைப்பிதழ், 1977, ப.1.
5. இராகவையங்கரர், சீனிவாசையங்கார் - அழகர்கோயிற் பணியாளர், நாள்: 10.6.1977

6. மீ. மனோகரன், 'வளரி' சிவகங்கை மன்னர் கல்லூரி வெள்ளி விழா மலர், 1773, ப.84.
7. Minendra Nath Basu & Malay Nath Basu. A Study on Material Culture, pp. 4-5.
8. Ibid., p.16.
9. தி.சந்திரசேகரன் (ப.ஆ.) சிவகங்கை சரித்திரக் கும்மியும் அம்மானையும், ப.148.
10. மீ. மனோகரன், 'வளரி', மு.நூல், ப.84.
11. அழகர் வர்ணிப்பு, ஸ்ரீமகள் கம்பெனி பதிப்பு, பதிப்பு ஆண்டு இல்லை, பக். 6-7.
12. அழகுமலை, மாடக்கொட்டான், நாள் : 11.5.'79.
13. கள்ளர் ஜாதி விளக்கம், R 370 b, கையெழுத்துப்படி, கீழ்த்திசைச் சுவடி நூலகம், சென்னை.
14. பார்க்க: பிற்சேர்க்கை எண் IV:2.
15. தகவல் தந்தவர்: வீரப்பன் அம்பலம், மாங்குளம், நாள் : 28.6.'78. கள்ளர்நாடு, சமூகம் பற்றிய பிற தகவல்கள் தந்து உதவியவர்கள் பா.அ. மலையாண்டி அம்பலம், கொடிக்குளம், நாள்:29.6.'78; நல்லகருப்பன் அம்பலம், வெள்ளரிப்பட்டி, நாள்:20.7.78.
16. ஆய்வாளர் இக்கல்வெட்டை நேரில் கண்டு வாசித்த
   நாள் : 29.6.78
17. இராமச்சந்திரன் (ப.ஆ.), இராமய்யன் அம்மானை, 1950, ப. 41.
18. நா.வானமாமலை (ப.ஆ.), இராமய்யன் அம்மானை, 1972, ப. 17.
19. "The kallans, the most criminal caste, exact for example, what amounts to blackmail from all classes, even from Europeans, by ensuring that those households which employ a watchman be longing this community shall be exempt from thefts, but that those which do not shall suffer proportionately. This practice is the relic of the old native police system".
   - Imperial Gazetteer of India, Provincial series - Madras II, Calcutta, 1908, pp. 184-185.
20. இராமய்யன் அம்மானை, ப. 41.
21. மேலது.
22. R.Bruce Foote, quoted by Edgar Thurston, Ethnographic Notes in Southern India, p. 558.
23. Ibid., p. 559.
24. கள்ளர் ஜாதி விளக்கம், R 370 b கையெழுத்துப்படி, கீழ்த்திசைச் சுவடி நூலகம், சென்னை.
25. J.H.Nelson, Manual of Madurai, part II, p. 55, Quoted by Rev. M.A.Sherring, Hindu Tribes and Castes, Vol. III, p. 114.
26. வெள்ளியக்குன்றம் ஜமீன்தார் வசமுள்ள, பதிவு செய்யப்பெறாத செப்புப் பட்டயம், ஆய்வாளர் களஆய்வில் நேரில் கண்டது. நாள் : 9.8.1977. பார்க்க: பிற்சேர்க்கை எண் 111:2.
27. தொழில் சுதந்திர அட்டவணை, ப. 14.

28. தகவல் தந்தவர் : பெரிய மஞ்சாக்கவுண்டர், ஆனந்தூர்ப்பட்டி, நாள்:*18.7.1977.*
29. Robert Sewell (Ed.) ListofHistorical Inscriptions of South India, No. 26A.
30. *பார்க்க : பிற்சேர்க்கை எண் 111:2*
31. *சந்திரசேகரபட்டர்,* 'மதுரைத் திருவிழாக்கள், The Madurai Temple Complex Kumbabhishega Souvenir, 1974, p. 108.
32. *அழகர்மாலை,* R 8551, *கீழ்த்திசைச்சுவடி நூலகம், சென்னை, பாடல்* 7.
33. *பாண்டித்துரைத் தேவர் (ப.ஆ.) திருவாலவாயுடையார் திருப்பணி மாலையும் மதுரைத் தலவரலாறும், ப.* 8.
34. Military Consultations, Madras, 19th June 1755, Vol. 4, 1912, p. 206-207.
35. "This Caste of Thieves became so powerful within these few years... not above two years since the caste in question, joining with a prince pretented a right to that crown, beseiged the city of Madura, for merely the capital of this kingdom, and taking it, kept it in their possession; however they did not enjoy it long, they being less able to defend a city in form, than to make a sudden attack".

    - Fr. Peter Martin's letter to Fr. Le Gobien, dated 11, Dec. 1700, quoted by Sathyanathalyer, History of the Nayaks of Madurai, Appendix B, p. 305.
36. "These robbers are absolute masters of this whole country and pay no kind of tribute or tax to the prince... About five or six years since, he marched out all his troops to oppose them, and advanced so far as their forests; when making a great havoc of these rebels he built a fortress, in which he left a strong garrison to curb them. However, they soon shook of his yoke; for assembling together about a year after the expedition in question, they took the fortress by surprise, razed it, put all the garrison to the sword and possessed themselves of whole country. From that time, they have been the terror of the whole district".

    - Fr. Peter Martin's letter to Fr. De Villete, dated 8, Nov. 1709, Quoted by Ibid., p. 323.
37. *மதுரைவீர சுவாமி கதை, பி.நா. சிதம்பர முதலியார் வெளியீடு, ப.* 3.
38. *மேலது, ப. 49.*
39. *மேலது, பக். 57-58.*
40. *மேலது, ப. 59.*
41. R.Sathyanathalyer, op. cit., p. 223.
42. *பார்க்க: பிற்சேர்க்கை எண்* IV:2
43. Dennis Hudson, "Siva, Minaksi, Visnu-Reflections on popular Myth in Madurai", South Indian Temples, Burton Stein (Ed.), p. 112.
44. K.N.Radhakrishna, Thirumalirunjolaimalai (Alagarkoil) Sthalapurana, Part I, p. 211.

5.2. கோயிலும் இடையரும்

5.2.0. அழகர்கோயில் இறைவனை வழிபடும் அடியவரில் இடையர் சாதியினரைப் பெருந்தொகையினராகக் காணலாம். ஆய்வாளர் சித்திரைத் திருவிழாவில் நடத்திய களஆய்வில், வேட மிட்டு வழிபடும் அடியவரில் முப்பத்துமூன்று விழுக்காட்டினர்

(33%) இடையர் சாதியினராக இருப்பதை அறியமுடிந்தது.[1] அழகரின் சித்திரைத் திருவிழா ஊர்வலத்தில் கலந்துகொள்வோரில் இச்சாதியினர் மிகுதியாக இருப்பதை டென்னிஸ் அட்சனும் குறிப்பிடுகிறார்.[2] அழகர் கோயிலோடு இச்சாதியினர் கொண்டுள்ள தொடர்பு ஆராயப்பட வேண்டிய ஒன்றாகும்.

5.2.1. இடையர்கள்

"வாடாச்சீர்த் தென்னவன்
தொல்லிசைநட்ட குடியொடு தோன்றிய
நல்லினத்து ஆயர்"[3]

எனக் கலித்தொகைப் பாடல் ஒன்று பாண்டியரோடு தோன்றியதாக இச்சாதியினரின் தொன்மையைக் குறிக்கிறது. சங்க இலக்கியத்தில் காணப்பெறும் கோவலர், இடையர், அண்டர் என்ற மூன்று சொற்களும் ஆயர்களில் மூன்று பிரிவினரைக் குறித்திருத்தல் வேண்டுமென மாணிக்கவாசகம்பிள்ளை கருதுகிறார்.[4] பத்தாம் நூற்றாண்டை ஒட்டிய காலத்தில் கால்நடை வளர்க்கும் தொழிலை மேற்கொண்ட எல்லாச் சாதியினரும் இடையர் என்ற பிரிவிலடங்கியதாகச் சீனிவாச ஐயங்கார் கூறுகிறார்.[5] ஆயினும் அவர்தம் கருத்துக்குச் சான்றுகளேதும் தரவில்லை.

5.2.2. இடையர்கள் அனைவரும் வைணவரா?

தொல்காப்பியம் முல்லைநில மக்களாகிய ஆயர்களின் தெய்வ மாகத் திருமாலைக் குறிக்கிறது.[6] திருப்பாவையில் கண்ணனை அடைய நோன்பு நோற்கும் ஆண்டாள், தன்னை ஓர் இடைச் சிறுமியாகக் கற்பனை செய்து கொள்கிறாள்.[7] இவை போன்ற செய்திகள் தமிழகத்தில், "இடையர்களனைவரும் வைணவர்களே" என்பது போன்ற ஒரு கருத்தினை உருவாக்குகின்றன. இக்கருத்தினை அப்படியே ஏற்கவியலாது.

5.2.3. கோயில்களும் இடையரும்

கோயில்கள் கற்றளிகளாகப் பெரிய அளவில் தமிழ்நாட்டில் எழுந்தபோது கோயில்களோடு இச்சாதியினர் தொடர்பு மிக நெருக்கமாயிற்று. கோயில்களில் நந்தா விளக்கிற்கு நெய்வழங்கி, விளக்கேற்ற விரும்புவோர் தரும் ஆடுமாடுகள் இச்சாதியாரிடமே ஒப்படைக்கப்பட்டன. பாண்டியர் கல்வெட்டுக்களில் இப்பணியினர் 'வெட்டிக்குடி' என்று அழைக்கப் பெறுகின்றனர்.[8] சைவ, வைணவ

வேறுபாடின்றி எல்லாக் கோயில்களிலும் இவர்கள் இப்பணியினைச் செய்துள்ளனர்.

தஞ்சைப் பெருவுடையார் கோயில் கல்வெட்டுக்களில் முதலாம் இராசராசன் காலத்தில் இவ்வாறு நெய்வழங்க ஒப்புக்கொண்டு ஆடுமாடுகளைப் பெற்ற நூற்றுக்கணக்கான இடையர்களின் பெயர்கள் காணப்படுகின்றன. இப்பெயர்களில் வைணவப் பெயர்கள் மட்டுமின்றிப் பனையன் வெண்காடன், முனையன் ஆரூர், நீலகண்டன் நரியன் எனச் சைவப் பெயர்களும் காணப்படுவதால்,[9] இச்சாதியினர் வைணவராக மட்டுமே தமிழ்நாட்டில் வாழ்ந்தனர் எனக் கொள்வதற்கில்லை. சிலப்பதிகாரத்தில் திருமாலை எண்ணிக் குரவையாடுகின்ற மாதரி,

> "புறஞ்சிறை மூதூர்ப் பூங்கண் இயக்கிக்குப்
> பால்மடை கொடுத்து"[10]

வரும் செய்தியையும் இளங்கோ அடிகள் காட்டுவதால் இடையர்கள் பெருந்தெய்வங்களோடு சிறுதெய்வங்களையும் வணங்கிய செய்தியை அறியலாம்.

5.2.4. இடையரும் வைணவமும்

"இடையர்கள் வைணவர்கள். அவர்களில் நாகரிகமுடைய சிலர் வைணவப் பிராமணரைப்போல முத்திரை (branding) பெறுகின்றனர்" என்று தர்ஸ்டன் குறிப்பிடுகிறார்."[11] தமிழ்நாட்டு வைணவத் தலங்களில் பெரும்பாலானவற்றில் இவர்கள் ஈடுபாடு கொள்வதைக் காணலாம். தஞ்சை மாவட்டத்தில் தேரெழுத்தூரிலுள்ள பெருமாள் கோயிலில் இறைவனுக்கு 'ஆ மருவியப்பன்' என்றே பெயர் வழங்குகிறது.

ஆய்குல மன்னன் கோ கருநந்தடக்கனின் பார்த்திவ சேகரபுரச் செப்பேட்டின் மூலம், அம்மன்னன் ஒரு ஸ்ரீ கோயில் எடுத்து விஷ்ணு பட்டாரகரை ப்ரதிஷ்டை செய்து பார்த்திவ சேகரபுரம் என்று பேர் இட்ட செய்தியை அறிகிறோம். இச்செப்பேட்டின் காலம் சற்றேறக்குறைய கி.பி.856 ஆகலாமென கு.தாமோதரனும் நடன.காசிநாதனும் கருதுகின்றனர்.[12]

திருவரங்கம் கோயிலில் நம்மாழ்வாரின் திருவாய்மொழியை ஓதுவதற்கு, கோட்டூர் வீரசோழ முனையதரையனான ஆயர் கொழுந்து சக்ரபாணி என்பவன் 50 கழஞ்சு பொன் கொடுத்ததைக்

கி.பி. 1085இல் எழுந்த ஒரு கல்வெட்டு குறிப்பிடுகிறது.[13] தஞ்சைப் பெருவுடையார் கோயிலில் முதலாம் இராசராசன் காலத்துக் கல்வெட்டொன்றில் "இடையன் முத்தழி திருமாலிருஞ் சோலை" என்ற பெயர் காணப்படுவதால்,[14] திருமாலிருஞ்சோலை இறைவனையும் இச்சாதியினர் தொன்றுதொட்டு வழிபட்டுவந்த செய்தியை அறியலாம்.

5.2.5.ஆண்டாரின் சமயத்தாரில் இடையர்கள்

அழகர்கோயிலில் ஆண்டார்க்குரிய சமயத்தார்களில் சாம்பக் குளம் நல்லான்தாதன் சமயம், கட்டனூர்ச் சமயம், மேலமடைச் சமயம், பிள்ளையார்பாளையம் சமயம் ஆகியோர் சாதியில் இடையராவர். சாம்பக்குளம் பரமக்குடிக்குத் தெற்கே ஐந்து கல் தொலைவிலும், கட்டனூர் திருப்பாச்சேத்திக்குத் தெற்கே ஏழு கல் தொலைவிலும் உள்ளன. மேலமடையும் பிள்ளையர்பாளையமும் முறையே மதுரைக்குக் கிழக்கில் ஒரு கல் தொலைவிலும், தெற்கே இரு கல்தொலைவிலும் உள்ளன.

சமயத்தார்களில் சாம்பக்குளம் நல்லான்தாதனுக்குக் கிழக்கே இராமேசுவரம் வரையிலும், மேற்கே பார்த்திபனூர் வரையிலும், தெற்கே முதுகுளத்தூர் கடுகுசந்தை வரையிலும், வடக்கே வைகை யாற்று வரையிலும் சமய ஆட்சி உண்டு.

இவருடைய சமய ஆட்சி எல்லையில் 2700 சாட்டையும், 172 கொண்டியும், 270 தப்புக்காரரும் உட்படுவர். ஒரு சாட்டை என்பது ஒரு மாட்டைக் குறிக்கும். மாட்டுடன் நடந்துவரும் தாழ்த்தப்பட்ட இனத்தைச் சார்ந்த தாதர், கொண்டிக்காரர் (Assistant) எனப்படு வார். மாட்டோடு பறை தட்டிக்கொண்டு வரும் பறையர் அல்லது சக்கிலியர் தப்புக்காரர் எனப்படுவார். இன்று இவ்வமைப்புமுறை சிதைந்துவிட்டது; அடியார்கள் சமயத்தார் துணையின்றியே கோயிலுக்குச் சென்றுவிடுகின்றனர்.

சித்திரைத் திருவிழாவுக்குப் பத்து நாட்களுக்கு முன்னர், இவர் வீட்டில் நடைபெறும் கம்பசேவை என்னும் பூசையின்போது, திருமாலடியார் சாதி வேறுபாடின்றி உண்பது வழக்கம். இப்பூசை இன்றளவும் நடந்து வருகிறது.

மேற்கூறிய நல்லான் தாதன் மரபில் தற்போதுள்ள முத்தழகுக் கோடாங்கி தான் பதினெட்டாவது தலைமுறை எனக் கூறுகிறார்.[15]

சித்திரைப் பௌர்ணமியன்று இரவில் ஆண்டார் வண்டியூரில் காரைச்சேரி சமயத்தார் அமைத்துத்தரும் கொட்டகையில் தங்கும் போது மேலமடைச் சமயத்தார், ஆண்டாருக்கு ஒருபானைத் தயிர் கொண்டுவந்து தருவார். வேறு பணி இவர்க்கில்லை.[16]

கட்டனூர்ச் சமயத்தார் ஆட்சிக்குக் கிழக்கெல்லையாகப் பார்த்திபனூருக்கு வடக்கேயுள்ள அன்னவாசல் மிளகனூரும் மேற்கெல்லையாகத் திருப்புவனத்துக்குத் தெற்கேயுள்ள அச்சங்குளம், பையனூரும், தெற்கெல்லையாக வீரசோழம், இருஞ்சிறை, அத்திகுளம், நாலூரும், வடக்கெல்லையாக வைகை யாறும் அமைந்துள்ளன.[17]

பிள்ளையார்பாளையம் சமயத்தாரின் மூதாதையர் கமுதியருகே யுள்ள தரக்குடியிலிருந்து மதுரை அருகேயுள்ள பிள்ளையார் பாளையத்துக்குக் குடிபெயர்ந்தவர்கள். கமுதியருகே தரக்குடி, வல்லக்குளம், புனவாசல், கள்ளங்குடி, அகத்தாரிருப்பு உட்படப் பதினெட்டுக் கிராமங்கள் இவரது சமய ஆட்சிக்குட்பட்டவை யாகும்.[18] இந்த ஒரு சமயத்தாரையே ஆய்வாளர் சித்திரைத் திருவிழாவில் தலையில் உருமால், மார்பில் துளசிமாலை, இடுப்பில் கச்சை, இரும்புச் சல்லடம், பாசி, கையில் வளை, கருங்காலிக் கம்பு (நாங்குலிக் கம்பு), காலில் வெள்ளித் தண்டை ஆகியவற்றோடு காணமுடிந்தது.

5.2.6.நடைமுறைத் தொடர்பு - சில செய்திகள்

கோயிலுக்கு மாடு கொண்டுவருவோர், திரியெடுத்தாடுவோர், துருத்திநீர் தெளிப்போர் ஆகியோரில் முதுகுளத்தூர், பரமக்குடி, இராமநாதபுரம் வட்டங்களிலிருந்து வருவோர், பெரும்பாலும் இடையர் சாதியினராகவே உள்ளனர். வேடமிட்டு வழிபடும் அடியவரில் பதினைந்து விழுக்காட்டினராக மேற்கூறிய பகுதி களைச்சேர்ந்தஇடையர்களிருப்பதைக்களஆய்வில்அறியமுடிகிறது.

ஆய்வாளர் சந்தித்த மாடு கொண்டுவருவோரில் இச்சாதி யினரான ஒருவர் இராமநாதபுரத்திற்கு இரண்டு மைல் தெற்கிலுள்ள கீழக்குடிகாடு கிராமத்தினைச் சேர்ந்தவர்.[19] ஏழு வயது முதல் தந்தையுடனும், பின்னர் தனியாகவும் மொத்தம் இருபத்திரண்டு வருடங்கள் தொடர்ந்து இக்கோயிலுக்கு மாடு கொண்டுவருகின்றார். கோயிலிலிருந்து இவருடைய ஊர் ஏறத்தாழ

எழுபது மைல் தொலைவிலுள்ளது. இவ்வளவு தொலைவும் மாட்டுடன் நடந்தே வருகின்றார்.

தன்னுடைய இருபதாம் வயதில் ஆண்டாரிடம் 'அக்கினி முத்திரை' பெற்றிருக்கிறார். ஆண்டுதோறும் ஒரு மாட்டுடன் கோயிலுக்கு வந்து தீர்த்தத்தொட்டியில் (மலைமீதுள்ள சிலம் பாற்றில்) மாட்டினை நீராட்டி, கோயிலில் இறைவனை மாட்டுடன் தரிசித்து, தனக்கும் மாட்டுக்கும் ஆண்டாரிடம் ஆசிபெற்று, ஆண்டாருக்கு ஒன்றேகால் ரூபாய் காணிக்கை செலுத்தித் திரும்பு கிறார். தற்போது அவர் கொண்டுவருவது மூன்றாவது மாடாகும்; முதலிரண்டு மாடுகளும் இறந்துவிட்டன என்கிறார். ஊருக்குத் திரும்பியவுடன் மாட்டைக் கட்டிப்போடுவதில்லை. ஆண்டு முழுவதும் அம்மாடு கட்டப்படாமலேயே அலையும் (படம் 9).

பரமக்குடி, முதுகுளத்தூர் வட்டங்களில் இடையர்கள் எண்ணிக்கை மிகுதியான கிராமங்களில், தங்களில் இரண்டு குடும்பத்தினரை முறையே முக்கந்தர், கோவளர் என்று வைத் துள்ளனர். இவர்களை 'முக்கந்தவூடு', 'கோவளமூடு' எனப் பெயரிட் டழைக்கின்றனர். இவர்களில் முக்கந்தர் வீட்டார் ஆண்டுதோறும் அழகர் கோயிலுக்குச் சித்திரைத் திருவிழாவில் மாடு கொண்டு வருவது வழக்கமாகும். கோவளவீட்டு எருதுக்குக் கிராமத்தில் நடக்கும் எருதுகட்டு விழாவில் முதலிடம் தரப்படும். அழகர் கோயிலுக்கு நேர்ந்து விடப்பட்ட முக்கந்தர்வீட்டு மாடு, ஊரில் யார் வயலில் மேய்ந்தாலும் பிடித்துக்கட்டுவதோ, விரட்டுவதோ இல்லை. அதனை ஒரு பேறாகக் கருதுகின்றனர்.[20]

5.2.7.இடையரும் வர்ணிப்புப் பாடல்களும்

சித்திரைத் திருவிழாவில் 'அழகர் வர்ணிப்பு'பாடும் வர்ணிப் பாளர்களில் இடைச்சாதியினரை நிறையக் காணமுடிகிறது. 'வர்ணிப்பாளர் மகாசபை'எனப்படும் வர்ணிப்பாளர் சங்கத்திலும் தொடர்ந்து பதினான்கு ஆண்டுகளாக இச்சாதியினர் தலைவர் பொறுப்பில் இருக்கின்றனர்.[21] இச்சங்க வரவு - செலவுப் புத்தகத்தில், 'வர்ணிப்பு ஆசிரியர்கள்' என்ற பெயரோடு குறிக்கப்படும் பதினொரு வரில் அறுவர் இடைச்சாதியினராவர்.[22] இவர்கள் தவிர, 'தசாவதார வர்ணிப்புப் பாடியுள்ள சாமிக்கண்ணுக்கோனார்[23] 'அழகர் அட்டாக்கரமந்திர வர்ணிப்பு'பாடியுள்ள கீழக்குயில்குடி மூக்கன்

பெரியசாமிக் கோனார்[24] ஆகியோரும் இச்சாதியாரில் வர்ணிப்பு ஆசிரியர்களாக விளங்கியுள்ளனர்.

5.2.8. கள்ளர் வேடக் கதை

'சித்திரைத் திருவிழாவில் அழகர் ஏன் கள்ளர் வேடம் போடுகிறார்' என்ற கேள்விக்குப் பதிலாக ஒரு தகவலாளி ஒரு கதையினைச் சொன்னார்.

"ஒருமுறை அழகர் மதுரைக்குச் சித்திரைத் திருவிழா விற்காக வந்துகொண்டிருந்தார். வழியில் தல்லாகுளம் மாரியம்மன் கோயிலருகில் ஒரு இடைச்சி மோர் விற்றுக்கொண்டிருந்தாள். களைப்புத்தீர அவளிடம் மோர் வாங்கிக்குடித்த அழகர், திருவிழா முடிந்து திரும்பும்போது குடித்த மோருக்குக் காசு தருவதாகச் சொன்னார். ஆனால் திரும்பும்போது கையில் காசில்லாததனால் கள்ளர் வேடம் போட்டுக்கொண்டு தப்பியோடி விட்டார்."[25]

வேடமிட்டு வழிபடும் அடியவரிலும் ஐந்து விழுக்காட்டினர் (அனைவரும் கோனாரல்லாத சாதியினர்) அழகர் கள்ளர் வேடம் போடுவதற்கு இக்கதைச் செய்தியினைப் பதிலாகக் கூறினர்.[26] 'கூர்மாவதாரன் வர்ணிப்பு'நூல்,

"காத்துட்டு மோருக்கு கள்ளர் வடிவெடுத்த
கரந்தமலைக் கண்ணா வா"[27]

என்று பாடுவதும் இந்நிகழ்ச்சியையே குறிப்பதாகும்.

அழகரின் கள்ளர் வேடம், கள்ளர் சாதியாரோடு தொடர்பு கொண்டது. இருப்பினும் இக்கதைப் பிறப்பிற்கு ஒரு காரணம் இருத்தல் வேண்டும்.

கள்ளர் வேடம் காரணமாக அழகருக்கும் கள்ளர் சாதியாருக்கும் ஏற்பட்ட நெருங்கிய உறவினை, பெரும்பாலும் வைணவப் பற்றுள்ள இடையர்களுக்கு ஏற்றுக்கொள்ள மனமில்லை. எனவே அழகர் கள்ளர் வேடம் போடுவதற்கான காரணத்தினைத் தங்கள் சாதியுடன் இணைப்பதற்கு அவர்கள் முயன்றிருக்க வேண்டும். அம்முயற்சியின் விளைவே மேற்குறித்த கதையாகலாம். வர்ணிப்புப் பாடுவதில் நாட்டமுடைய சாதியார் ஆகையால், வர்ணிப்புப் பாடலிலும் இக்கதை எளிதாகப் புகுந்துவிட்டது எனலாம்.

அழகர்கோயில் இறைவன் கால்நடை வளர்ப்போரின் தெய்வ மாகப் பன்னூறாண்டுகளாகப் போற்றப்பட்ட செய்தியை அறியலாம். அழகர்கோயிலுக்கு ஆண்டுதோறும் அடியவர்களால் நன்கொடையாக வழங்கப்பெறும் மாடுகளின் எண்ணிக்கை ஏறத்தாழ ஆயிரம் ஆகும்[28] எனக் கோயில் அலுவலகத்தார் தரும் செய்தியிலிருந்து அம்மரபு இன்றும் தொடர்ந்து வருவதை அறியலாம்.

குறிப்புகள்

1. களஆய்வில் 100 வினாவிடைப்பட்டி, நாள் : 9,10,11.5.1979, பார்க்க: பிற்சேர்க்கை எண் IV:1.
2. Dennis Hudson, Siva, Minaksi, Visnu-Reflections of a Popular Myth, South Indian Temples, p.114.
3. கலித்தொகை, 104:4-6.
4. M.E.Manickavasagam Pillai, Culture of the Ancient Cheras, p. 37.
5. M.Srinivasa Iyengar, Tamil Studies, p. 71.
6. தொல். அகத்திணையியல், நூற்பா 5.
7. 'ஆயர் சிறுமியரோம்'திருப்பாவை, பாடல் 16. அடி 4.
8. No. 72 of S.I.I. Vol. XIV.
9. இரா.நாகசாமி(ப.ஆ.), தஞ்சைப் பெருவுடையார் கோயிற்கல்வெட்டுகள் (முதற்பகுதி), பக். 162, 176, 177.
10. சிலம்பு, அடைக்கலக்காதை, அடிகள் 4-5.
11. Edgar Thurston, Castes and Tribes of Southern India, Vol. II, p.363.
12. நடன. காசிநாதன் & கு.தாமோதரன் (ப.ஆ.), கல்வெட்டு ஓர் அறிமுகம், ப.63.
13. R.Nagasamy, Alwars and Divya Prabhandam Hymns in Sri Rangam Temple, கல்வெட்டு, இதழ் 2, நளஆண்டு, ஐப்பசி ப. 4.
14. இரா.நாகசாமி (ப.ஆ.), மு.நூல்., ப.234.
15. முத்தழகுக் கோடங்கி, சாம்பக்குளம், பேட்டி நாள்: 25.7.77 - சாம்பக்குளம், 21.4.78 - அழகர்கோயில்,
16. பாலுச்சாமிக் கோனார், மேலமடை
18. 4.77- மேலமடை
24. 4.78 - மதுரை
17. அய்யனார்க்கோனார், கட்டனூர்
21. 4.78 - அழகர்கோயில்
18. சமயக்கோனார், பிள்ளையார்பாளையம்
28. 5.77 - பிள்ளையார்பாளையம்

24. 4.78 - மதுரை

19. ஆனந்தன், கீழக்குடிகாடு (இராமநாதபுரம் அருகே)

22. 4.78 - மதுரை

20. செ. இராமசாமி, வெங்கடங்குறிச்சி பரமக்குடியருகே) 14.8.77

21. ஆய்வாளர் நேரில் கண்டது, நாள் : 18.6.78

22. பக்தர் : வர்ணிப்பாளர் மகாசபை வரவு-செலவுப் புத்தகம் 1978- 79, ப. பின் அட்டை உட்புறம்.

23. 'வர்ணிப்புப் பாடல்கள்'என்னும் இயல் காண்க.

24. மேலது, ப. 177.

25. பூமிநாதன், பரமக்குடி, நாள் : 21.4.78.

26. பிற்சேர்க்கை எண் மிக்ஷி : 1, தகவலாளிகள் எண் : 3, 18, 26, 46,55.

27. கூர்மாவதாரன் வர்ணிப்பு, ஸ்ரீமகள் கம்பெனி வெளியீடு (ப. ஆண்டு இல்லை), ப. 1.

28. கோயில் மேலாளர் தெரிவித்த தகவல். நாள் : 25.11.1979

5.3. கோயிலும் பள்ளர்-பறையரும்

5.3.0. அழகர்கோயிலுக்கு வரும் அடியவர்களில் தாழ்த்தப்பட்ட இனத்தவர் ஒரு கணிசமான தொகையினராவர். தாழ்த்தப்பட்ட இனத்தவர் என இங்குக் குறிப்பது பள்ளர், பறையர் ஆகிய சாதிப் பெயர்களோடு உழவுத்தொழிலில் ஈடுபட்டிருப்பவர்களையே ஆகும். வேடமிட்டு வழிபடும் அடியவர்களில் இச்சாதிகளைச் சேர்ந்தவர்கள் 28 விழுக்காட்டினராவர்.[1] சமூக மாற்றங்களின் காரணமாக இவர்கள் சாதிப்பெயரைக் குறிப்பிடாது 'அரிசன்' என்றே தங்களைக் குறிப்பிடுவதால் களஆய்வில் இரு சாதியின ரையும் துல்லியமாகப் பிரித்தறிய முடியவில்லை.

5.3.1. சமயச்சார்பு

கள்ளர்கள், வலையர்கள் ஆகியவர்களைப் போலல்லாமல் இவ்வினத்தவர் நெற்றியில் வைணவச் சின்னமான திருமண்ணும் மார்பில் துளசி மாலையும் அணிந்து, பெரும்பாலும் முத்திரை. பெற்றவராக, 'கோவிந்த'நாம முழக்கத்துடன் வருகின்றனர். இவர்கள் சாமியாடி வரும்போது, பெரும்பாலும் பெண்கள் உடன் வருவதில்லை. அடியார்களின் தோற்றத்தையும் பிற நடைமுறை களையும் கருத்தில் கொள்ளும்போது;, இவர்கள் சமயச்சார்பு

பெற்றவர்களாகவே தோன்றுகின்றனர். அழகர்கோயிலைப்போல, தென் தமிழ்நாட்டின் பிற வைணவத் திருப்பதிகளில் இவர்களின் ஈடுபாட்டைக் காணமுடியவில்லை. எனவே தாழ்த்தப்பட்ட இனத்தவர்களாகிய இவர்கள், பெருந்தெய்வக் கோயில்களில் (Brahmanical deities) காட்டும் ஈடுபாடு ஆய்விற்குரியதாகும்.

5.3.2. பள்ளர் சைவரா?

வயல்களில் வேலை செய்யும் கடின உழைப்பாளிகளான பள்ளர்கள், தென்மாவட்டங்களிலேயே அதிகம் இருப்பதாக கஸ்டவ் ஆப்பர்ட் (Gustav Oppert) குறிப்பிடுகின்றார்.[2] தர்ஸ்டனும்தஞ்சை, திருச்சி, மதுரை, திருநெல்வேலி ஆகிய மாவட்டங்களிலேயே பள்ளர்கள் நிறைய காணப்படுவதாகக் குறிப்பிடுகிறார்.[3] இருவருமே, பள்ளர்கள் அடிமைகளைப்போல வாழ்வதாகவே குறிப்பிட்டுள்ளனர்.[4]

"பள்ளர்கள் பொதுவாகச் சைவர்கள் ; ஆயினும் நடைமுறையில் பேய்வழிபாட்டினர். கள்ளும் கறியும் வேண்டும் கிராம தேவதை களையே பூசிக்கின்றனர்" என்கிறார் தர்ஸ்டன்.[5] "பள்ளர் பழங் காலத்தில் வேளாளர் போலச் சிவ வழிபாடு உடையவர்களாகவே இருந்திருக்கின்றனர். பின்னர் சாதியில் தாழ்ந்து, சமூகத்தில் கீழ்நிலை அடைந்தபின் இவர்களுக்குக் கோயில் நுழைவும் வழிபாட்டு உரிமையும் மறுக்கப்பட்டு, இதனால் இவர்கள் கிராமதேவதை வழிபாட்டுக்குத் தங்களை மாற்றிக்கொள்ள வேண்டிய சூழ்நிலைக்கு ஆளாகிவிட்டனர்" என்று தங்கராஜ் கூறுகிறார்.[6] பள்ளர்கள் சைவர்களாயிருந்ததற்கு இருவருமே சான்றேதும் காட்டவில்லை.

சிவ வழிபாட்டு நெறிக்கும் சிறுதெய்வ வழிபாட்டு நெறிக்கும் ஓர் அடிப்படை ஒற்றுமை உண்டு. இரு வழிபாடுகளிலும் நெற்றிக் குறியாகத் திருநீறே பயன்படுத்தப்படுகிறது. ஆனால் சைவநெறிக்கு அடிப்படையிலேயே முரண்படும் வகையில், சிறுதெய்வ வழிபாட்டில் குருதிப்பலியும் புலால் உணவும் இடம்பெறுகின்றன. அதேநேரத்தில் எச்சாதியினரும் வைணவராக நெற்றியில் திருமண் இடும்போது (புலால் உண்ணும் சாதியினர்கூடத் திருமண் இடுகின்ற காலங்களில் மட்டும்) புலால் உண்ணுவதில்லை. எனவே திருமண் அணிந்தவர் வைணவர் என அறியப்படுவதுபோல, திருநீறு அணிந்தவர் சைவர் எனக் கூற இயலாது.

எனவே நடைமுறையில் சிவன் வழிபாட்டினராக இல்லா விட்டாலும் திருநீறு அணியும் காரணத்தால் பள்ளர்களைச் சைவர்கள் எனத் தர்ஸ்டன் நினைக்கிறார் என்றே தோன்றுகிறது.

5.3.3. பறையரும் வைணவமும்

தமிழிலக்கியம் பழைய குடியினராகக் குறிக்கும் சாதியாரில் 'பறையர்' இடம் பெறுகின்றனர். 'பறையர் வயல்வேலை செய்பவர்கள்' என்று ஹட்டன் (Hutton) குறிப்பிடுகிறார்.[7] ஒரு கிராமத்தில் பெரும்பாலும் வைணவப் பெயர்களுடன் வைணவர்களாகப் பறையர் வாழ்வதைக் கிளேட்டன் (Clayton) கண்டதாகக் குறிப்பிடும் தர்ஸ்டன், "தாதர் எனப்படும் பறையர்கள் வைணவர்களாவர்" என்றும் கூறுகிறார்.[8]

5.3.4. உழவர் தெய்வங்கள்

1. இந்திரன்

தொல்காப்பியம், உழுதொழில் செய்வோரின் தெய்வமாக இந்திரனைக் குறிப்பிடுகிறது. தேவேந்திரன், பள்ளர்களைப் படைத்ததாக ஒரு வழக்குமரபு இருந்ததனைத் தர்ஸ்டன் குறிப்பிடுகிறார்[9] இக்காலத்தும் பள்ளர் தங்களைத் 'தேவேந்திரகுல வேளாளர்' என்று கூறிக்கொள்வதாகத் தங்கராஜ் குறிப்பிடுகின்றார்.[10] "மருதநில உழவர் என்ற காரணத்தினாலேயே இவர் தங்களைத் தேவேந்திர குலம், இந்திர குலம், தேவேந்திரகுல வேளாளர் என உரிமை பாராட்டிவருகின்றனர்" என்பது தேவ ஆசீர்வாதத்தின் கருத்தாகும்."[11] சங்க இலக்கியத்தில் இந்திர வழிபாடு பற்றிப் போதிய செய்திகள் கிடைக்கவில்லை. சிலப்பதிகாரத்தில் 'இந்திர விழவூர் எடுத்த காதை'யில் இந்திரவிழா பற்றிய செய்திகளை அறியமுடிகிறது. ஆயினும் "சிலப்பதிகாரத்தின் இந்திரவிழா, அரசரும் வணிகரும் நடத்திய விழாவேயன்றி மருதநில உழவர்களுக்கு அவ்விழாவில் பங்கு இல்லை"[12] என்பது தெளிவு. எனவே சிலம்பின் காலத்திலேயே உழுதொழில் செய்வோர் இந்திர வழிபாட்டினின்றும் நீங்கிவிட்டனர் என்றறியலாம். இந்திர வழிபாடு இன்று தமிழ்நாட்டில் முழுவதுமாக மறைந்துவிட்டது.

2. பலராமன்

இந்திர வழிபாட்டிலிருந்து நீங்கிய தமிழ்நாட்டு உழவர்கள்

வேறெந்தத் தெய்வ வழிபாட்டிற்குத் திரும்பினர் என்பது அடுத்து எழும் கேள்வியாகும். சங்க இலக்கியத்திலும் சிலம்பிலும் திருமாலோடு இணைந்த ஒரு தெய்வமாக - ஆனால் தொல்காப்பியரின் நிலத்தெய்வப் பகுப்பில் இடம்பெறாத - கலப்பையினை ஆயுதமாக ஏந்திய வாலியோன் என்னும் பலராமனைக் காண்கிறோம். பலராமனுக்கு இணையான உழவர்களின் தெய்வமாகச் சைவசமயத்தில் (Saivite counterpart) ஏதும் இல்லை என்பது குறிப்பிடத்தகுந்த செய்தியாகும். எனவே இந்திர வழிபாட்டினை விடுத்த தமிழ்நாட்டு உழவர்கள் தங்கள் தெய்வமாகத் திருமாலோடு இணைந்து நின்ற பலராமனையே வணங்கியிருக்க வேண்டும் என்று கருதலாம்.

5.3.5. அழகர்கோயிலும் பலராம வழிபாடும்

திருமாலிருஞ்சோலையில் திருமாலும் பலராமனும் இணைந்து கொண்டிருப்பதாகப் பரிபாடற் பாட்டொன்று (15) கூறும். விஷ்ணு புராணத்தில் காணப்படும் கிருஷ்ணனின் இந்திர எதிர்ப்பும் தமிழகத்தில் பலராம வழிபாட்டின் அறிமுகமும் மருத நிலத்து உழவரை இந்திர வழிபாட்டிலிருந்து கிருஷ்ண வழிபாட்டிற்கு இழுக்கும் முயற்சி, பரிபாடற் காலத்திலேயே தமிழகத்தில் தொடங்கிவிட்டது என்பதற்குச் சான்றுகளாகும்.[13] திருமாலாகிய முழுமுதற் கடவுளின் நான்கு வியூகங்களில் சங்கர்ஷணன் (Sankarshana) அல்லது வெள்ளை எனப்படும் பலராமன் ஒரு வியூகமாகும். பலராம வழிபாடு நிகழ்ந்த வைணவத் தலமெனத் தமிழகத்தில் அழகர்கோயிலைத் தவிர வேறெதனையும் குறிப்பிடச் சான்றுகளில்லை. மாமல்லபுரம் கிருஷ்ண மண்டபத்தில், கோவர்த்தனக் காட்சியினைக் (கண்ணன் குன்று குடையாக எடுத்து ஆநிரை காத்தல்) காட்டும் சிற்பம் ஒன்றில் கிருஷ்ணன், பலராமன், நப்பின்னை ஆகியோரது உருவங்களைக் காணமுடிகிறது. இச்சிற்பம் கி.பி. எட்டாம் நூற்றாண்டினது எனச் சீனிவாசன் குறிப்பிடுகிறார்.[14] எனவே திருமாலிருஞ்சோலையென்னும் அழகர்கோயிலே தமிழ்நாட்டில் பலராம வழிபாட்டின் மையமாகத் திகழ்ந்திருக்க வேண்டும் எனக் கருதலாம். கலப்பையினை ஏந்திய பலராமனைக் காட்டி, இந்திர வழிபாட்டினரான உழவர்களைத் தன்பக்கம் இழுக்கும் முயற்சியைத் தமிழ்நாட்டு வைணவம் மேற்கொண்டிருக்கிறது.

திருமாலிருஞ்சோலை குறித்த ஆழ்வார்களின் பாசுரங்களில் இத்தலத்தில் பலராம வழிபாடு நிகழ்ந்ததற்கான குறிப்புக்கள் இல்லை. எனவே ஆழ்வார்களின் காலத்திற்கு முன்னரே இத்தலத்தில் பலராம வழிபாடு கிருஷ்ண வழிபாட்டில் கலந்து மறைந்துவிட்டது எனக் கொள்ள வேண்டும்.[15]

உழுதொழில் செய்வோர், இந்திர வழிபாட்டிலிருந்து பலராம வழிபாட்டிற்குத் திரும்பினராயின், இன்று பலராம வழிபாடு மறைந்துவிட்ட நிலையில் அவர்கள் திருமால் வழிபாட்டின ராகவே இருத்தல் வேண்டும். ஆனால் நடைமுறையில் பள்ளர் தங்களைத் தேவேந்திர குலத்தார் என அழைத்துக்கொண்டாலும் பெரும்பாலும் சிறுதெய்வ வழிபாட்டினராகவே உள்ளனர். குறைந்த எண்ணிக்கையில் சிலர் மட்டும் அழகர்கோயிலையிட்டு இன்னும் வைணவ நெறியில் வாழ்கின்றனர்.

5.3.6. சமயத்தாரும் ஆண்டாரும்

அழகர்கோயில் திருமாலை ஆண்டாரின் சமயத்தார்களில் முடுவார்பட்டி, எட்டிமங்கலம், சுந்தரராஜன்பட்டி, காரைச்சேரிச் சமயத்தார்கள் பள்ளர் சாதியினர்; சாம்பக்குளம் சமயத்தார்க்குத் (கோனார்) துணைசெய்யும் 'கொண்டித்தாதராக' பாம்பூரைச் சேர்ந்த பள்ளரே உள்ளனர். கப்பலூர்ச் சமயத்தார் பறையர் சாதியினர். திருப்புவனம் சமயத்தாருக்குத் (நாயுடு) துணையாகப் பறையர் சாதியினரான கலியாந்தூர் கொண்டித்தாதர் உள்ளார். தாழ்த்தப் பட்ட இனத்தினரான சமயத்தாரில் காரைச்சேரி, முடுவார்பட்டி ஆகிய இரு சமயத்தாரும் தளபதிச் சமயத்தார் ஆவர். ஏனையோர் 'கொண்டித்தாதர்' என்றே பெயர் பெறுகின்றனர். 'கொண்டி' என்ற சொல் 'உதவி' என்ற பொருளில் பயன்படுத்தப்படுகிறது.

இப்போதுகூட (1979) முடுவார்பட்டிச் சமயத்தார் கோவிந் தனும் கப்பலூர்க் கொண்டித்தாதர் ரெங்கன் கோடாங்கியும் 'பஞ்ச சம்ஸ்காரம்' என்னும் 'அக்கினி முத்திரை' பெற்றுள்ளனர். இவர்கள் எப்பொழுதும் புலால் உண்பதில்லை. ஏனைய சமயத்தார்கள் திருவிழாக் காலங்களில் மட்டும் புலால் உண்ணாது விரதம் இருக்கின்றனர்.

முடுவார்பட்டிச் சமயத்தார் மட்டும் தன் சமய ஆட்சிக்குட்பட்ட கிராமங்கள் நாற்பத்தெட்டில் முப்பத்தொன்றின் பெயர்களைத்

தருகின்றார். அவையனைத்தும் அலங்காநல்லூரிலிருந்து நாற்புறமும் ஆறு மைல் தொலைவுக்குள் உள்ளன.

திருப்பாலை, பிள்ளையார்நத்தம், புதுப்பட்டி, ஐயூர், எர்ரம் பட்டி, கோணப்பட்டி, பாலமேடு, வலையபட்டி, லிங்காவடி, பரளி, சத்திரப்பட்டி, சின்னப்பட்டி, காவனூர், கருவனூர், பெத்தாம் பட்டி, மாலைப்பட்டி, வெளிச்சநத்தம், சோழனம்பட்டி, குளமங்கலம், வடுகபட்டி, தூதக்குடி, குமாரம், மயிஞ்சி, அலங்கா நல்லூர், கல்லணை, ஊர்சேரி, மேட்டுப்பட்டி, அம்பட்டபட்டி, பூலாம்பட்டி, சேலார்பட்டி, முடுவார்பட்டி ஆகிய ஊர்கள் இவரது சமய ஆட்சிக்குட்பட்டன.

காரைச்சேரிச் சமயத்தாருக்கும் தன் சமய ஆட்சிக்குட்பட்ட சில கிராமங்களின் பெயர்களே தெரிந்திருக்கின்றன. வரிச்சியூர், பறையன்குளம், ஆளவந்தான், குன்னத்தூர், ஓவலூர், களிமங்கலம், உடன்குண்டு, ஆண்டார்பட்டினம், கருப்பாயிஊரணி, கோயில்குடி, எலமனூர், பொட்டப்பனையூர், மயிலங்குண்டு, புதூர் ஆகிய கிராமங்கள் இவரது சமய ஆட்சி எல்லைக்குட்பட்டன. இவை யனைத்தும் மதுரைக்கு ஐந்து மைல் கிழக்கில், வையையாற்றின் வடகரையில் அமைந்தவை.

அழகர் ஆற்றிலிறங்கிய அன்று இரவு வண்டியூர்ப் பெருமாள் கோயிலில் தங்குவார். ஆண்டார் அக்கோயிலின் பின்புறம் காரைச்சேரிச் சமயத்தார் அமைத்துத்தரும் ஓலைக்கொட்டகையில் தங்குவார்.

கப்பலூர்ச் சமயத்தார் ஆண்டாருக்கு உதவியாக இருப்பார்; இவர் சித்திரைத் திருவிழாவில் ஆண்டாருக்குமுன் வெள்ளைக்கொடி பிடித்து வருவார்.

எட்டிமங்கலம் சக்கன் தாதனும் சுந்தரராஜன்பட்டி பொக்கன் தாதனும் ஆண்டாரின் சமய அரசாங்கத்தின் கோமாளிகள் ஆவர். இவர்கள் தலையில் குல்லாவுடன் குரங்குபோல் வேடமிட்டு, சோளிப்பல் வரிசை கட்டிச் சித்திரைத் திருவிழாவில் ஆண்டாருடன் வருவர். இவர்களனைவரும் ஆடித்திருவிழாவில் ஆண்டார் வழியாகக் கோயில் பரிவட்ட மரியாதை பெறுவர். தங்கள் வீட்டில் தந்தை இறந்துவிட்டால், இறந்தவரின் மகன் ஆண்டார்க்குச் சேதி சொல்லிப் பரிவட்டமும், கோயில் தீர்த்தமும், இறந்தவர்க்குரிய மரியாதையாகப் பெற்றுச் செல்வது வழக்கம்.

தற்காலத்தில் இந்த நடைமுறைகள் சிறிது சிறிதாகச் சிதைந்து வருகின்றன. காரைச்சேரி சமயத்தார் குடும்பத்தில் ஒரு பகுதியினர் கிறித்தவராக மதம் மாறியிருப்பது குறிப்பிடத்தக்க செய்தியாகும்.

5.3.7.தாழ்த்தப்பட்டோரும் தமிழ்நாட்டு வைணவமும்

தமிழ்நாட்டு வைணவம் தாழ்த்தப்பட்ட இனத்தவரைத் தம் சமய எல்லைக்குள் ஈர்த்துக்கொள்வதற்கு வரலாற்றுப் பின்னணி உண்டு. வைணவ சமயச் சீர்திருத்தவாதியான இராமானுசர்க்கு முன்னரே, ஆளவந்தாரின் மாணவராகித் திருவரங்கத்தில் வசித்த மாறனேரி நம்பி தாழ்த்தப்பட்ட குலத்தில் பிறந்தவரே. பெரியநம்பி என்னும் வைணவப் பிராமணரே அவருக்கு இறுதிக்கடன்களைச் செய்தார்.

இராமானுசர் அந்நெறியைத் தொடர்ந்தார். இதற்கு இராமானுசர் பிராமணரல்லாத திருக்கச்சி நம்பியைத் தன் வீட்டில் உண்ண வைத்தது, காவிரியில் நீராடியபின் பிராமணரல்லாத உறங்காவில்லிதாசரின் தோளில் கையிட்டு வந்தது, மேல்கோட்டை கோயிலில் தாழ்த்தப்பட்டோரை அனுமதித்தது என அடுக்கிய சான்றுகளைக் காட்டலாம். இராமானுசருக்குப் பின்னர் இந்த உணர்வு தொடர்ந்து வந்தது தமிழ்நாட்டு வைணவத்தின் சிறப்பாகும். பிற்காலத்தெழுந்த பெரிய திருமுடியடைவு, மாறனேரி நம்பியைக் குருவாகவே ஏற்றுக்கொண்ட செய்தி உணரத்தகுந்ததாகும்.

"யாமுனாசார்ய சிஷ்யம் ஸ்ரீரங்கஸ்தல நிவாஸிதம்
ஞானபக்த்யாநி ஜலதிம் மாறனேரி குரும் பஜே"[16]

(ஆளவந்தாரின் மாணவரும் திருவரங்கத்தில் வசிப்பவரும் ஞானம், பக்தி முதலியவற்றில் கடல் போன்றவருமான மாறனேரி நம்பி எனும் குருவினைத் தொழுகிறேன்).

"அகோபிலமடத்து ஆதிவண்சடகோபஜீயர் மலைச்சாதி மக்களை வைணவத்திற்கு மாற்றுவதற்கென்றே சமயப் பரப்புநர் களைக் கொண்ட நிறுவனமொன்றை ஏற்படுத்தினார்" என்று செகதீசன் கூறுகிறார்.[17] ஆனால் செகதீசன் கூறும் மற்றொரு கருத்தினை ஏற்கவியலாது. "தாழ்ந்த சாதிக்காரரர்க்குத் தாழ்ந்த நிலையிலுள்ள குரு பஞ்ச சம்ஸ்காரம் செய்கிறார்" என்கிறார் அவர்.[18] அழகர்கோயில் ஆண்டார், இராமானுசரின் ஐந்து

ஆசிரியர்களில் ஒருவரான திருமாலை ஆண்டான் கால்வழியின ராவர். சாதிவேறுபாடின்றி அவர் 'பஞ்ச சம்ஸ்காரம்'செய்கிறார். 21.4.1978இல் அழகர்கோயிலில் தோழப்பர் அழகர் ஐயங்கார், தாழ்த்தப்பட்ட சாதியாருக்குப் பஞ்ச சம்ஸ்காரம் செய்வதைக் காணும் வாய்ப்பு ஆய்வாளருக்குக் கிட்டியது.

வைணவ மரபுக்கு (சம்பிரதாயத்திற்கு) உயிரான குருபரம் பரைக் கதைகள் பற்றி வைணவ அறிஞர், அக்னிகோத்ரம், ராமானுஜ தாத்தாச்சாரியார் கருத்தும் இங்கே எண்ணத் தகுந்தது. "அநேகமாகக் குருபரம்பரைக் கதைகள் இரண்டே அடிப்படையில் அமைந்திருக்கின்றன.ஒன்று தெய்வத்தன்மை ஜாதிக் கட்டுப்பாட் டிற்கு அப்பாற்பட்டது என்பது. மற்றொன்று எவ்வளவு ஆபத்து வந்தாலும் விஷ்ணு ஒருவனே தெய்வம் என்ற கருத்தை மாற்றிக் கொள்ளக்கூடாது என்பதாம்" என்கிறார் அவர்.[19]

5.3.8. வரலாற்றில் தாழ்த்தப்பட்டோர்

தாழ்த்தப்பட்ட சாதியாருக்குத் தமிழ்நாட்டு வைணவம் சமய எல்லைக்குள் உயர்வு தந்தது. எனினும் தென்னிந்தியாவில் பிராமணர் வருகைக்கு முன்னர் தாழ்த்தப்பட்ட சாதியினராக இன்று கருதப்படும் சில இனத்தவரே பிராமணர்கள் பெறும் இடத்தினைப் பெற்றிருந்தனர் என அறிஞர் சிலர் கருதுகின்றனர்.

"பிராமணர் வருகைக்கு முன்னர் தென்னிந்தியாவில் இன்று அடிமைச் சாதியாராகக் கருதப்படுவோர் மிக உயர்ந்த இடத்தைப் பெற்றிருந்தனர் என்பது தெரிந்த செய்தியே. அவர்களே நில உடைமையாளராக இருந்தனர். அவர்கள் பெற்றிருந்த உயர்வுகள் வினோதமான தொல்லெச்சங்களாக, சில 'தனிஉரிமை'களின் வடிவில் இன்றும் காணப்படுகின்றன. அவற்றின் தோற்றம் மறக்கப் பட்டுவிட்டதால் அவை தவறாகப் புரிந்துகொள்ளப்பட்டன" என்று கூறும் வாலவுஸ் (Walhouse)[20] மதுரை மாவட்டத்தில் சல்லிக்கட்டு விழாக்களில் கள்ளர் சாதியினரே பூசாரியாகவும்தெய்வவாக்கினைத் தெரிந்து சொல்பவராகவும் உள்ளதையும், திருவாரூர்க் கோயில் திருவிழாவில் ஒரு பறையர் யானை மீதேறி வருவதையும், சென்னை யைச் சேர்ந்த வாணிகச் சாதியினர் சிலரும்விசாகப்பட்டினத்தைச் சேர்ந்த பிராமணர்களும் தங்கள் வீட்டுத் திருமணங்களுக்குத் தாழ்ந்த சாதியாரிடம் சென்று அனுமதி பெறும் வழக்கம் ஒரு காலத்தில் இருந்ததனையும் எடுத்துக்காட்டுகிறார்.[21]

“தமிழ்நாட்டில் மாரியம்மன்கோயில் திருவிழாக்களில் பறையர்களே அத்தேவதையின் மணமகனாகக் கருதப்படுகிறார்கள்” எனக் கூறும் அனுமந்தன்,[22] தென்னிந்தியாவில் பிராமணர் வருகைக்கு முன்னர் பறையர், அரசர் ஆதரவும் சமயத் தலைமையும் பெற்றிருந்ததாகக் கூறுவர்.[23]

கேரளத்தில் பகவதி கோயில்களில் சாமியாடும் தாழ்ந்த சாதியாரான வெளிச்சப்பாடுகளைப் பற்றி எழுதும்போது, “ஆரியப் பிராமணர் வருகைக்கு முன்னர் பகவதி கோயில்களில் அவர்களே பூசை செய்வோராக இருந்திருக்க வேண்டும்” என்று கோபாலகிருஷ்ணன் குறிப்பிடுகிறார்.[24]

திருமணத்தன்று மணமக்களுக்குப் பிராமணப் புரோகிதர் கட்டும் காப்புநாணை, மறுநாள் நாவிதர் சாதியினர் புரோகிதர்க் குரிய மரியாதையினைப் பெற்று அறுப்பது, தென்மாவட்டங்களில் பிற்படுத்தப்பட்ட சாதியாரிடம் நடைமுறையில் இருந்துவருகிறது. ‘பாப்பானுக்கு மூப்பு பறையன், கேப்பார் இல்லாமல் கீழ்சாதி யானான்’ என்னும் வழக்கு மரபு தென்மாவட்டங்களில் பெருக வழங்குகிறது. தாழ்த்தப்பட்ட சாதியார் பெற்றுள்ள தனி உரிமைகள் பிராமணர்கள் வருகைக்கு முன்னர் தமிழ்நாட்டில் அவர்கள் பெற்றிருந்த உயர்ந்த இடத்தை உணர்த்துகின்றன.

பிராமணர் தலைமை பெற்ற மதங்களில் தாழ்த்தப்பட்ட சாதியாருக்குத் தரப்படும் ‘தனி உரிமைகள்’ இந்த வரலாற்றுப் பின்னணியை மனத்தில்கொண்டு தோன்றிய வழக்கமாயிருக்கலாம். அழகர்கோயிலில் பள்ளர், பறையர் ஆகிய சாதியினரின் ஈடுபாடும் பிராமண குருவான ஆண்டாரிடம் அவர்கள் பரிவட்ட மரியாதை பெறுவதும்கூட முற்குறித்த தொல்லெச்சங்களில் (vestiges) ஒன்றாக இருக்க முடியும். இராமரனுசர்க்குப்பின் தமிழ்நாட்டு வைணவம் தாழ்த்தப்பட்ட சாதியாரை ஈர்க்கமுயன்ற அம்முயற்சிக்கும் வைணவம் இவ்வரலாற்றுப் பின்னணியை நினைவில் கொண்டது காரணமாயிருக்கலாம்.

இந்திர வழிபாட்டினரான உழவர்களைப் பலராம வழிபாட்டினையிட்டு தமிழ்நாட்டு வைணவம் தன்பக்கம் ஈர்க்க முயன்றது. தமிழ்நாட்டில் தென்பகுதியில் அழகர்கோயிலை மையமாகக் கொண்டு அம்முயற்சி நடந்தது; வைணவம் அம்முயற்சியில் பெற்ற வெற்றியின் தொல்லெச்சங்கள் இன்றும் உள்ளன. தமிழ்நாட்டு

வைணவம் சாதி வேற்றுமையைப் புறந்தள்ளியதனால், அவ்வெற்றி சமய வரலாற்றில் நிலைநிறுத்தப்பட்டது.

குறிப்புகள்

1. களஆய்வு நாள்: 9, 10, 11.5.1979, பார்க்க : பிற்சேர்க்கை எண் IV:1.
2. Gustav Oppert. The Original Inhabitants of India. p. 75.
3. Edgar Thurston. Caste and Tribes of Southern India. Vol. VI, pp.472-473.
4. Gustav Oppert. op. cit., p.75.
   Edgar Thurston, op. cit., p.473.
5. Edgar Thurston, op. cit., p.485.
6. பி.தங்கராஜ், பள்ளர் யார், ப. 51.
7. J.H.Hutton, Caste in India, 1969, p.122.
8. Edgar Thurston, op. cit., pp.80-81
9. Ibid., p. 473.
10. பி.தங்கராஜ், மு.நூல், ப.51.
11. தேவ. ஆசீர்வாதம், மூவேந்தர் யார், ப. 179.
12. தமிழ்நாட்டில் உழுதொழில் செய்வோர் இந்திர வழிபாட்டிலிருந்து பலராம வழிபாட்டின் வழியாகத் திருமால் நெறிக்குத் திருப்பப்பட்ட செய்தி 'தமிழ்நாட்டில் பலராமன் (வாலியோன்) வழிபாடு' என்னும் பிற்சேர்க்கைக் கட்டுரையில் விளக்கப்பட்டுள்ளது. பார்க்க: பிற்சேர்க்கை எண் 1:2.
13. மேலது.
14. மேலது.
15. மேலது.
16. ஸ்ரீ.கிருஷ்ணஸ்வாமி அய்யங்கார் (ப.ஆ.), பெரிய திருமுடியடைவு (ஆறாயிரப்படி குரு பரம்பராப்ராவத்துடன் இணைந்தது), ப. 572.
17. N.Jagadeesa. History of Sri Vaishnavism in the Tamil Country, p. 326.
18. Ibid., p.332.
19. அக்னிகோத்ரம் ராமானுஜ தாத்தாச்சாரியார், வரலாற்றில் பிறந்த வைணவம், ப. 177.
20. M.J.Walhouse. 'Archaeological Notes'. 'The Indian Antiquary' dated July 1874, p.191.
21. Ibid., p. 191.
22. Hanumanthan. Untouchability A Historical Study, p. 81.
23. Ibid., pp. 96-97.
24. M.S.Gopalakrishnan, 'Velichapad', Madras University Journal, Vol. 31A. 1959, p.192.

5.4. கோயிலும் வலையரும்

5.4.0. அழகர் மலையையொட்டிய கிராமங்களில் கள்ளர் சாதியினரையடுத்து, வலையர் என்னும் சாதியினர் பெரும்பான்மை

யினராக வாழ்கின்றனர். இக்கோயில், கள்ளர், அரிசனங்கள், இடையர் ஆகிய சாதியாரிடத்தில் தனது சொல்வாக்கை நிலை நிறுத்தியதுபோல, கோயிலையொட்டிய பகுதிகளில் வாழும் இந்தச் சாதியாரிடத்தும் பாதிப்பை ஏற்படுத்தியுள்ளதா என்ற கேள்வி இயல்பாகவே எழுகிறது. இக்கோயிலுக்கும் வலையர் சாதியார்க்கு முள்ள தொடர்பு இங்கு ஆராயப்படுகின்றது.

5.4.1. வன்னியர் வலையர் - சமூக நிலை

"மதுரை மாவட்டத்தில் இழிந்த சாதியினர்" என்ற செர்ரிங் அடிகளார் (Rev. Sherring) வலையர்களைக் குறிப்பிடுகிறார்.[1]

வலையர் சாதியில் தர்ஸ்டன் குறிப்பிடும் ஐந்து பிரிவினர்களில் வன்னிய வலையர், சருகு வலையர், பாசிகட்டி வலையர் என்ற மூன்று பிரிவினர் மதுரை, மேலூர், நத்தம் பகுதிகளில் வாழ்கின்றனர். "மதுரை மாவட்ட வலையர்கள் தஞ்சாவூர் வலையர்களைப் போலப் பிராமணச் சார்பு பெறவில்லை" என்கிறார் தர்ஸ்டன்.[2] அவர் கூற்று ஏற்றுக்கொள்ளக்கூடியதே. வலையர்கள் மதுரை மாவட்டத்தில் புதிய சமூக மாற்றங்களை இன்னமும் ஏற்றுக்கொண்டதாகத் தெரியவில்லை.

மேற்குறித்த மூன்று பிரிவினரும் தம்முள் மணவுறவு கொள்வதில்லை. அழகர்கோயிலை ஒட்டியுள்ள கிராமங்களில் வசிப்போர் வன்னிய வலையர் என்னும் பிரிவினர் ஆவர். இவர்களின் சமூகநிலை அரிசனங்களைப் போன்றதே. தர்ஸ்டன் இப்பிரிவினரைப் "பள்ளி என்ற சாதியினரைப் போன்றவர்" என்று குறிப்பிடுகிறார்.[3] கயிற்று வலை கட்டிக் குளங்களிலும் வயல்களிலும் மீன், தவளை, எலி முதலியவற்றைப் பிடித்துண்ணும் பழக்கம் இவர்களிடமுண்டு.

"வலையர்களில் சிலர் எலி, பூனை, தவளை, அணில் முதலிய வற்றை உண்பதாகக் கூறப்படுகிறது" என்று தர்ஸ்டன் குறிப்பிடுவது[4] இப்பிரிவினரையும் சேர்த்தே எனலாம்.

நீர்நிலைகளில் வலைகட்டி மீன்பிடிக்கும் பழக்கம் வலையர்களின் எல்லாப் பிரிவினருக்குமுண்டு. எனவே தமிழ்நாட்டுக் கோயில்களில் திருவிழாக்களில் தெப்பம் கட்டும் வேலையை இவர்களே செய்துவருவது கண்கூடு.

இருபதாண்டுகளுக்கு முன்வரை வன்னிய வலையரின் குடிசைகள் மலைச்சாதி மக்களுடைய குடிசைகளைப்போல

வட்டமாக, கூம்பு வடிவக் கூரையோடு அமைந்திருந்தன. இப்போதுகூட, இவர்களின் கோயில் அவ்வடிவிலேயே அமைந் துள்ளது. தாலிக்குப் பதிலாக, காறைக்கயிறு எனப்படும் கயிற்றைக் கழுத்தை ஒட்டிக் கட்டிக்கொள்கின்றனர். கழுத்தில் காறை எலும்பினை ஒட்டி அணியப் பெறுவதால் இக்கயிறு 'காறைக் கயிறு' எனப்பட்டது போலும்.

"சிங்கப்பிடாரியும் பதினெட்டாம்படிக் கருப்பனும் இவர்களின் தெய்வங்கள் (tribal gods) ஆகும்" எனத் தர்ஸ்டன் குறிப்பிடுகிறார்.[5] ஆயினும் அரியமலைச்சாமி, வீரணசாமி ஆகிய தெய்வங்களையும் இவர்கள் வணங்குகின்றனர்.

மணமுறிவும் விதவை மறுமணமும் இவர்களிடம் வழக்கமாக உள்ளன. சாதித்தலைவர் 'கம்பிளியார்' எனப்படுகிறார். கிராமந் தோறும் தம் சாதிப் பஞ்சாயத்துகளுக்குச் சென்றுவருவதே அவர் வேலையில் பெரும்பகுதியாக அமைகிறது.

5.4.2. வழக்கு மரபுகள்

இச்சாதியினர் அழகர்கோயில் சாமி தங்களுடையதே என்று கூறிக்கொள்கின்றனர். ஒரு வலையன் அழகர்கோயிலுக்குச் சென்றபோது 'முதல் திருநீறு' அவர்க்குக் கொடுக்கவில்லையாம். பிறகு அவர்க்குக் கொடுக்கையில் அர்ச்சகரிடம், "உன்நெத்திலே பூசற திருநீற என் பொச்சிலே போடு" என்று வீசிவிட்டு வந்து விட்டதாக ஒரு கதை வழங்குகிறது. பொதுவாக வலையர் உலகியல் அறிவு குறைந்தவர் என்னும் கருத்துப்பட "வந்தாத்தான் தெரியும் வலையனுக்கு" என்னும் சொல்லடை இப்பகுதியில் பிற சாதியாரிடையே வழங்கிவருகிறது.[6]

தங்களுடைய அழகர் சாமியை மற்றவர்கள் பறித்துக் கொண்டார்கள் என்ற கோபம் இச்சாதியினர்க்கு இருக்கிறது.

அழகர்கோயில் சாமியை ஒரு வலையன்தான் கண்டெடுத் தானாம்; அந்தச் சாமியை இப்பொழுதும் கோயிலுக்குள் மதுரை மூலையில் (தென்மேற்கு மூலையில்) இரட்டைச் சங்கிலி போட்டுப் பூட்டி வைத்திருப்பதாக ஒரு முதிய தகவலாளி ஆத்திரத்துடன் குறிப்பிட்டார். உண்மையில் கோயிலில் அப்படி ஏதும் இல்லை.

5.4.3.நடைமுறைத் தொடர்பு

நடைமுறையில் இப்பொழுது கோயிலுக்கும் வலையர்க்கும் ஒரே ஒரு தொடர்பு மட்டும் உள்ளது. சித்திரைத் திருவிழாவில் அழகர் மதுரைக்குச் செல்கையில் இறைவனுக்குரிய குடை, சுருட்டி முதலியவற்றைக் கள்ளந்திரி, சோதியாபட்டி ஆகிய கிராமங்களைச் சேர்ந்த வலையர்களே தூக்கிவருகின்றனர். சில ஆண்டுகளுக்கு முன்வரை ஆமந்தூர்ப்பட்டி வலையர்களும் சேர்ந்து இவ்வேலை யினைச் செய்ததாகக் கூறுகின்றனர்.

5.4.4.வரலாற்றுச் செய்தி

கோயிலோடு இவர்களுக்குள்ள தொடர்பை வரலாற்றுப் போக்கில் அறிய, வேறு நடைமுறைச் சான்றுகள் இல்லை. ஒரே ஒரு எழுத்துச்சான்று மட்டும் கிடைத்துள்ளது. சகம் 1591இல் (கி.பி. 1669இல்) வெள்ளியக்குன்றம் ஜமீன்தாருக்குத் திருமலைநாயக்கர் வழங்கிய பட்டயம்.

“திருமாலிருஞ்சோலை தென்திருப்பதியில் ஆண்டவன் சன்னிதி யில் வேடர்களடர்ந்து புகுந்து அநேக திருவாபரணங்களையும் சொர்ணபாத்திரம், வெள்ளிப்பாத்திரம் முதலியவைகளையும் கொள்ளை அடித்துக்கொண்டு போய்விட்டதாய் ஸ்தலத்தார் கூக்குரல் போட்டதில்” என்று குறிப்பிடுகிறது.[8] இப்பகுதி மக்கள் வலையர்களை ‘வேடர்’எனவும் குறிப்பிடுகின்றனர். மலையடி வாரத்தில் சிறு பறவைகளையும் விலங்குகளையும் வேட்டை யாடுவதால் இப்பெயரும் இவர்களுக்குண்டு.

5.4.5.வலையன்கதை வர்ணிப்பும் விளக்கமும்

ஆய்வாளருக்குக் கிடைத்த வர்ணிப்புப் பாடல் ஒன்று வலையன் ஒருவன் மலையடிவாரத்தில் கிழங்கு தோண்டும்போது அழகர்கோயில் இறைவன் வெளிப்பட்ட கதையினைக் கூறுகிறது.

“வித்வசிங்கப் பொன்னுச்சாமி
வாக்கினின்றார் எம்பெருமான்”

என்பது அப்பாடலில் வரும் ஓர் அடியாகும்.[9] எனவே இப்பாடலைப் பாடியவர் பொன்னுச்சாமி வித்துவான் என்பது தெரிகிறது. பாடலில் வரும் கதை இது:

ஒரு வலையன் வள்ளிக்கிழங்கு தேடி அழகர்மலைக்கு வருகிறான்.

> "தென்சாதி லேவதி ஆங்கோரிடத்தில் தேமாமரத்தடியில்
> சங்கூதமாய மரவள்ளிஒன்று சதிராய் முளைத்திருக்க அதைக்
> கண்டான் வலையமகன் கடப்பாரை நீட்டிக்கடினமுடன்
> தோண்டலுற்றான்"[10]

கிழங்கு பெரியதாயிருந்தது; பெருமாள் சிரசுபோல் இருந்தது; வெகுநேரம் கிள்ளினான்; சூரியன் மறையவே மலையைவிட்டு வீடு வந்து தூங்கி, காலையில் வடக்குமுகமாய் எழுந்தான்; மலைக்குப் போய் பெருமாள் சிரசிலுற்ற பெருங்கிழங்கைத் தோண்டிவிட்டான்; மண்ணுக்குள் இன்னும் கிழங்கின் பகுதி இருப்பதுபோல் தோன்றவே ஆணிக்கிழங்கையும் எடுக்கவேண்டுமென்று,

> "…. கடப்பாரையாலே இடறினான் உட்கிழங்கை
> கடப்பாரை தைத்திடவே அரிஓம் நமோ நாராயணன்
> சிரசில் கடுகி ரத்தம் வந்திடவே"[11]

வலையன் பதறிப்போய் கானகம் தாண்டி வீடுவந்துவிட்டான். யாருடனும் பேசவில்லை. அவனுக்குச் சாமிவந்து ஆடினான்; குறி சொன்னான்; பிள்ளைவரம் கொடுத்தான்.

செய்தியறிந்த பாண்டிய மகாராசன் மதுரையிலிருந்து சேனையோடு வந்தான். வலையனை மேளதாளம் முழங்க அழைத்துக்கொண்டு மலையடிவாரத்தில் கிழங்கெடுத்த பள்ளம் நோக்கி வந்தான். பள்ளத்தை நெருங்கியதும் 'ஞானத்திரு நெடுமாயன் இருக்குமிடத்தில் நாடியவ்வலையன் ஓடிக் குலவை யிட்டான்'. அந்த இடத்தில்,

> "…ஆண்ட சாமியவர் கிருஷ்ணவதாரராய்
> இளங்குமரனைப்போல் பொன்ராமத்தோடே
> இருந்தார் செகமளந்தோர் எம்பெருமான்"[12]

பாண்டிமகாராசன் திருமாலை வணங்கினான். அவ்விடத்தில் திருமதிலும் கோபுரமும் செம்பொன் மணிமண்டபமும் எடுப்பித்தான். பின்னர் கோயிலில் ஐம்பத்தோரு ராஜாக்கள் கட்டளையும் சிறுகுடியார் கட்டளையும் ஏற்பாடாயின. இதுவே பாடல் கூறும் கதையாகும்.

அரிசனங்களை ஒத்த சமூகநிலை உடையவர்களென்றாலும், வலையர்கள் அரிசனங்களைப்போல வைணவ சமயச்சார்பு (religious identity) பெறுவதில் நாட்டம் கொள்ளவில்லை. இவர்கள் ஒரு குருவினை ஏற்று வைணவ அடியாராக வருவதோ நெற்றியில் திருமண் இடுவதோ இல்லை. அதிகமாக வைணவப் பெயர்களை இடும் வழக்கமும் இவர்களிடத்தில் இல்லை. மொத்தத்தில் சமயச் சார்போடு கோயிலுக்குள் நுழைய இச்சாதியினர் முயன்றதில்லை எனத் தெரிகிறது. ஆய்வாளர் நடத்திய களஆய்விலிருந்து வேடமிட்டு வழிபடும் அடியவரில் மூன்று விழுக்காடே வலையர்கள் இருப்பதை அறியமுடிந்தது.

கள்ளர் சாதியினர் அழகர் ஊர்வலத்தை ஒருகாலத்தில் மறித்தவர்கள். வலையர்களும் கோயிலில் ஒருமுறை கொள்ளை யிட்டிருக்கின்றனர். ஒரே நிலப்பகுதியிலேயே இரு சாதியினரும் வாழ்கின்றனர். இருப்பினும் பிற்காலத்தில் கோயில் நடைமுறை களில் கள்ளர்க்குக் கிடைத்த பங்கும் மரியாதையும் வலையர் களுக்குக் கிடைக்கவில்லை.

இதற்கான காரணங்களை நோக்கவேண்டும். வலையர்கள் பொரு ளாதார நிலையில் இன்றளவும் வறியவர்களே. அக்காலத்தில் இவர்களது சமூகத்தகுதியும் (social status) ஏறத்தாழ அரிசனங் களோடு ஒத்ததாகவே இருந்தது. கோவிலையொட்டி ஐந்து மைல் சுற்றளவில் மட்டுமே வலையர் மிகுதியாயிருக்க, கள்ளர்களோ கிழக்கே இருபத்தைந்து மைல் தொலைவுவரை பெரும்பான்மை யினராக உள்ளனர். கள்ளர்களைப்போலப் போர்க்குணமும் இவர் களுக்கு இல்லை. கள்ளர்களைப் பகைத்துக்கொண்டு சொத்து டைமை நிறுவனமான கோயில் அக்காலத்தில் நடக்க இயலாது. கோயில் பரம்பரை பிராமண ஊழியர்க்குக் கள்ளர்நாட்டுப் பகுதியில் இன்றளவும் நிலங்கள் உள்ளன. இவைபோல, கோயிலின் இயக்கத்தைத் தடைசெய்யும் எந்தச் சக்தியும் வலையர்களிடம் இல்லை. மேலும் கள்ளர்களின் ஆணையினைக் கோயில் பெற்றால், எண்ணிக்கைச் சிறுபான்மையினரான வலையர்கள் ஏதும் செய்ய முடியாது. எனவே கள்ளர்களை ஏற்றுக்கொண்ட கோயில், வலையர்களை எளிதாகப் புறந்தள்ளிவிட்டது.

கள்ளர்களைப்போலத் தங்கட்குக் கோயிலில் பங்கில்லையே என்ற ஆத்திர உணர்வு வலையர்க்கு ஏற்படுவது இயற்கையே. இந்த

ஆத்திர உணர்வு வெளித்தோன்ற முடியாத ஓர் எதிர்ப்புணர்ச்சி யாகும். "எங்கே அநீதியும் அடக்குமுறையும் உள்ளனவோ அங்கே அவற்றிற்குப் பலியானவர்கள், நாட்டுப்புறப் பண்பாட்டியலில் தங்களுக்கு வடிகால் (solace) அமைத்துக்கொள்வதைப் பார்க் கலாம். அச்சமூட்டும், ஆனால் எதிர்க்க இயலாத தனியாரையோ நிறுவனத்தையோ நோக்கிய நாட்டுப்புற மக்களின் கோபமானது கேலிகள் (jokes), பாடல்கள், பழமொழிகள் இவற்றின் மூலமாக வெளிப்படுகிறது" என்பர் ஆலன் டண்டீஸ் (Alan Dundes).[13] பிற சாதியினரோடு, குறிப்பாகக் கள்ளர்களோடு போட்டியிட்டுக் கோயில் நடைமுறைக்குள் நுழையமுடியாத நிலையில் வலையர் களிடம் சாமியைத் தாங்களே கண்டுபிடித்ததாகக் கதை நிலவி யிருக்க வேண்டும். இதையே பொன்னுசாமி வித்துவான் பின்னொரு காலத்தில் வர்ணிப்புப் பாடலாகப் பாடியிருக்க வேண்டும் என்றெண்ணத் தோன்றுகிறது.

குறிப்புகள்

1. Rev. M.A. Sherring, Hindu Tribes and Castes, Vol. III, p.143.
2. Edgar Thurston, Castes and Tribes of Southern India, Vol. VII. p.274.
3. Ibid., p.274.
4. Ibid., p.274.
5. Ibid., p.278.
6. தகவலாளி : சேகர், கள்ளந்திரி, களஆய்வு நாள் : 27.11.1977.
7. தகவலாளி: ஆறுமுகம். கள்ளந்திரி, கள ஆய்வு நாள் : 27.11.1977.
8. பார்க்க: பிற்சேர்க்கை எண் 11:2.
9. பார்க்க: பிற்சேர்க்கை எண் 11:4, வரி 83.
10. மேலது, வரிகள் 47-49.
11. மேலது, வரிகள் 58-59.
12. மேலது, வரிகள் 75-76.
13. "one of the most important function of folklore is its service as a vehicle for social protest. Whenever there is injustice and oppression, one can be sure that the vic tims will find some solace in folklore. Through jokes, songs and proverbs, the an ger of the folk is vent upon the often frighteningly unassailable individual or institution." -Alan Dundes (Ed.) The Study of folklore, 1695, p.3, Quoted by S.C.Sri Vastava, Folk Culture and Oral Tradition, pp.306.

திருவிழாக்கள்

அழகர்கோயிலில் நடைபெறும் திருவிழாக்களைப் பற்றிக் கி. பி. 1803இல் எழுதப்பட்ட தொழில், சுதந்திர அட்டவணையும்,[1] கி. பி. 1971இல் எழுதப்பட்ட ஸ்ரீகள்ளழகர் கோயில் வரலாறு என்ற நூலும்[2] செய்திகளைத் தருகின்றன. இவ்விரண்டு நூல்களும் தரும் திருவிழா நாட்களின் பட்டியலை ஒத்திட்டுக் காணும்போது, திருவிழா நாட்களின் எண்ணிக்கையில் காலப்போக்கில் ஏற்பட்ட மாற்றங்கள் தெரிகின்றன.

6.1. பட்டியல் விளக்கம்

'கோயில் வரலாறு'நூலின் மூலம் ஆனி மாதம் நடைபெற்று வந்த ஜேஷ்டாபிஷேகத் திருவிழாவும் தைமாதம் நடைபெற்று வந்த சட்டத்தேர்த் திருவிழாவும் இப்போது நின்றுபோய் விட்டதை அறியலாம்.

கல்லின்மேல் மருந்துச்சாந்து பூசப்பெற்ற மூலத்திருமேனிகளை யுடைய வைணவக் கோயில்களில், ஆண்டுக்கொருமுறை மூலத் திருமேனியின்மீது நிரந்தரமாகச் சார்த்தப் பெற்றுள்ள வெள்ளிக் கவசங்களைக் களைந்து, மூலத்திருமேனியின்மீது மருந்துச்சாந்தினை மேலும் பூசியபின் மீண்டும் சார்த்துவர். ஆனி மாதம் கேட்டை நட்சத்திரத்தன்று இது நடைபெறும். மீண்டும் சார்த்திய கவசங்களுடன் இறைவன் காட்சி தருவதே 'ஜேஷ்டா பிஷேகம்'என்னும் திருவிழாவாகக் கொண்டாடப்பெறும். அழகர் கோயிலில் இத்திருவிழா இப்போது நடைபெறுவதில்லை.

வைணவக் கோயில்களில் ஆடி மாதம் நடைபெறும் திருவிழா விற்குப் 'பிரம்மோற்சவம்'எனப் பெயருண்டு. இது 'தக்ஷிணாயன புண்ய காலத்தில்' (ஆடி மாதம் தொடங்கி ஆறு மாதம் சூரியன் தென்திசையிற் செல்லும் காலத்தில்) நடைபெறுவதாகும். இதைப் போல 'உத்தராயண புண்யகாலத்தில்' (தை மாதம் தொடங்கி ஆறு மாதம் சூரியன் வடதிசையிற் செல்லும் காலத்தில்) கொண்டா டப்பெறும் பிரம்மோற்சவம், பெரிய கோயில்களில் மட்டுமே நடைபெறும். அழகர்கோயிலில் அவ்வாறு நடைபெற்றுவந்த உத்தராயணப் பிரம்மோற்சவம் 'சட்டத் தேர்திருநாள்' எனப்பட்டது.

மாதம்	திருவிழாவின் பெயர்	திருவிழா நாட்கள்	
		தொ.சு. அட்டவணை 1803	வரலாறு 1971
சித்திரை	கொட்டகை உற்சவம் கோடைத் திருநாள்	 10	 - 1 9
வைகாசி	வசந்த உற்சவம்	10	10
ஆனி	பெரிய பெருமாள் ஜேஷ்டாபிஷேகம் முப்பழ உற்சவம்	 10 -	 இல்லை 1
ஆடி	கருட சேவை திருவாடிப் பூரம் திருத்தர் உற்சவம்	- - 10	1 1 10
ஆவணி	திருப்பாவித்திர உற்சவம் உறியடி உற்சவம்	10 -	5 1
புரட்டாசி	விநாயக சதுர்த்தி கருட சேவை நவராத்திரி விஜயதசமி	- - 9 -	1 1 9 1
ஐப்பசி	தீபாவளி எண்ணெய்க் காப்பு	- 10	1 3
கார்த்திகை	திருக்காரத்திகை தீபம்	10	3
மார்கழி	திருவத்யயன உற்சவம் (பகல் பத்து - இராப்பத்து)	 10, 10	 10, 10
தை	சட்டத்தேர் உற்சவம் கனு உற்சவம் தைலப் பிரதிஷ்டை	10 1 -	இல்லை 1 3
மாசி	தெப்ப உற்சவம் கஜேந்திர மோக்ஷம்	10	11
பங்குனி	திருக்கல்யாண உற்சவம்	10	5

இத்திருவிழாவில் நடைபெறும் தேரோட்டத்தில் பெரிய தேரைப் பயன்படுத்துவதில்லை. நான்கு சக்கரங்களை மட்டும் உடைய சகடையின் மீது இறைவனை எழுந்தருளச் செய்வர். இதுவே 'சட்டத்தேர்' எனப்படுகிறது. இத்திருவிழாவும் இப்போது நடைபெறுவதில்லை.

அட்டவணை குறிக்கும் திருக்கார்த்திகைத் திருவிழா இக்கோயிலில் இப்பொழுதும் நடந்துவருகிறது. எனினும் கோயில் வரலாறு அதனைக் குறிக்க மறந்துவிட்டது. புரட்டாசி மாதம் 'கருட சேவை' நடைபெறுவது இக்கோயிலில் இல்லை. எனினும் கோயில் வரலாறு அதனைக் குறிக்கிறது

1. கொட்டகை உற்சவம் (சித்திரை)
2. முப்பழ உற்சவம் (ஆனி)
3. கருடசேவை (ஆடி)
4. திருவாடிப் பூரம் (ஆடி)
5. உறியடி உற்சவம் (ஆவணி)
6. விநாயகசதுர்த்தி (புரட்டாசி)
7. விஜயதசமி (புரட்டாசி)
8. தீபாவளி (ஐப்பசி)
9. கனு உற்சவம் (தை)

ஆகியவை தொழில், சுதந்திர அட்டவணையில் திருவிழாக்களாகக் குறிப்பிடப்படவில்லை. எனினும் மேற்குறித்த திருநாட்களில் பணியாளர்க்கு உள்ள பொறுப்பினையும் உரிமைகளையும் தொழில், சுதந்திர அட்டவணை குறிப்பதனால் அக்காலத்திலும் இத்திருவிழாக்கள் நடந்தன என்று தெரிகிறது.[3] 'கொட்டகை உற்சவம்' எனக் கோயில் வரலாறு குறிப்பது, சித்திரைத் திருவிழாக் கொட்டகை அமைக்கக் கால்நடும் (கால்கோள்) விழாவாகும். இந்த நாளையும் சேர்த்தே தொழில், சுதந்திர அட்டவணை சித்திரைத் திருவிழா நாட்களைப் பத்தாகக் கணக்கிடுகிறது. கோயில் வரலாறு இதனைத் தவிர்த்து ஒன்பதாகக் கணக்கிடுகிறது.

கோயில் வரலாறு குறிக்கும் 'தைலப் பிரதிஷ்டை' மூன்றாண்டுகளுக்கு ஒருமுறை நடைபெறும் விழாவாகும். ஆண்டுதோறும் நடைபெறுவது இல்லை. எனவே தொழில், சுதந்திர அட்டவணை இதனைத் தனியாகக் குறிக்கவில்லை போலும்.

6.2. ஆடி அமாவாசை (கருப்பசாமியின் திருவிழா)

தொழில், சுதந்திர அட்டவணையும் கோயில் வரலாறும் குறிப்பிடாத ஒரு திருவிழா ஆடி அமாவாசையாகும். பெரு வாரியான கிராமத்து மக்கள் இத்திருவிழாவில் கலந்துகொள்வதை ஆய்வாளர் மூன்றாண்டுகளாகத் (1977, '78, '79) தொடர்ந்து காண முடிந்தது.

இத்திருவிழா இக்கோயில் இறைவனுக்காக எடுக்கப்படும் திருவிழா அன்று; கோயில் பிராமணப் பணியாளர்க்கும் இதில் தொடர்பில்லை. இது கோயில் கோபுரவாசலில் உள்ள பதினெட் டாம்படிக் கருப்பசாமிக்குரிய திருவிழாவாகும். கருப்பசாமியாகக் கருதப்பெறும் இரட்டைக் கதவுக்கு இந்நாளில் சந்தனம் பூசப் பெறுகிறது. இச்சன்னிதியில் கருப்பசாமிக்குச் சிலையுருவம் இல்லை. சந்தனம் பூசப்பெறும் இக்கதவிலேயே கருப்பசாமி உறைவதாகக் கருதி மக்கள் வணங்குகின்றனர். இந்தக் கதவுகளை நாட்டி வைத்ததாகக் கருதப்படும் குடும்பத்தினர் ஆடி அமாவாசை யன்று சந்தனக்குடம் கொண்டுவந்து இக்கதவுகளுக்குச் சந்தனம் பூசுகின்றனர். எனவே இத்திருவிழா இக்கோயில் இறைவனான அழகரின் திருவிழாவாக அல்லாமல், கருப்பசாமியின் திருவிழா வாகக் கொண்டாடப்படுகின்றது. சந்தனம் பூசும் உரிமையுடைய குடும்பத்தினர் கோனார் சாதியினராவர். இத்திருவிழா கோயில் ஆட்சி மரபில் சேரவில்லை. எனவே மேற்குறித்த இரு நூல்களும் இதனைக் குறிக்கவில்லை.

6.3. திருவிழாக்களின் சமூகத் தொடர்பும் தொடர்பின்மையும்

கோயில்களில் நடைபெறும் திருவிழாக்கள் பொதுவாகக் கோயிலுக்கும் சமூகத்துக்குமான உறவைக் காத்தும் வளர்த்தும் வருவன. இருப்பினும் சில திருவிழாக்களுக்கே தொலைவிலுள்ள மக்களையும் ஈர்த்துச் சமூகத்துக்கும் கோயிலுக்குமிடையே நல்லுறவை வளர்க்கும் ஆற்றல் அமைந்திருக்கின்றது. பிற திருவிழாக்கள் கோயிற்பணியாளர், கோயிலை ஒட்டி வாழ்வோர் ஆகியோரளவிலேயே நின்றுவிடுகின்றன. அழகர்கோயிலில் சித்திரைத் திருவிழா, ஆடித்திருவிழாவில் ஒன்பதாம் நாளான தேர்த்திருவிழா, ஐப்பசி மாதம் நடைபெறும் எண்ணெய்க்காப்புத் திருவிழா எனப்படும் தலையருவித் திருவிழா, மார்கழி இராப் பத்துத் திருவிழாவில் எட்டாம் நாள் நடைபெறும் வேடுபறித்

திருவிழா ஆகியவையே கோயிலுக்கும் சமூகத்துக்கமான தொடர்பு வாயில்களாக அமைந்து, சுற்றுவட்டார மக்களை ஈர்க்கும் திறமுடையனவாக விளங்குகின்றன. ஏனைய திருவிழாக்கள் கோயிற் பணியாளர் அளவிலேயே அமைந்துவிடுகின்றன; கோயிலுக்கும் சமூகத்துக்கும் உள்ள உறவில் இத்திருவிழாக்களுக்குப் பங்கில்லை எனலாம்.

மலையடிவாரத்திலமைந்த இக்கோயிலைச் சுற்றி ஊர் எதுவும் இன்றளவும் இல்லை. வடக்கிலும் மேற்கிலும் மலைகள் அமைந்திருக்க, கிழக்கிலும் தெற்கிலும் ஒருமைல் தொலைவிலேயே கிராமங்கள் அமைந்துள்ளன. கோயிற் பணியாளர்க்கென அமைக்கப்பட்டுள்ள குடியிருப்புக்களைத் தவிர இன்றளவும் கோயிலுக்கருகில் மக்கள் வாழும் பகுதிகள் இல்லை. எனவே சமூகத்தொடர்புடைய திருவிழாக் காலங்களைத் தவிரப் பிற காலங்களில் சுற்றுலாப் பயணிகளே இக்கோயிலுக்கு வருகின்றனர்; அருகிலுள்ள கிராமத்து மக்கள்கூட வருவதில்லை. எனவே சமூகத் தொடர்பில்லாத திருவிழாக்கள் இக்கோயிலில் பணியாளர் அளவிலேயே அமைந்துவிடுகின்றன.

இக்கோயிலுக்கு மட்டுமேயுரிய சில தனித்த இயல்புகளையுடைய தேரோட்டம், எண்ணெய்க்காப்பு எனப்படும் தலையருவித் திருவிழா, வேடுபறித் திருவிழா ஆகிய சமூகத் தொடர்புடைய திருவிழாக்கள் இவ்வியலின் பிற்பகுதியில் விரிவாக ஆராயப்பெறும். சித்திரைத் திருவிழா அடுத்த இயலில் ஆராயப்பெறும்.

6.4. சமூகத் தொடர்பில்லாத திருவிழாக்கள்

வசந்த உற்சவம் முதலான பதினைந்து திருவிழாக்கள் பெருமளவு மக்கள் கலந்துகொள்ளும் திருவிழாக்களாக அமையாமல், இக்கோயிற் பணியாளர் அளவிலேயே அமைந்துவிடுகின்றன. அவை கீழே விளக்கப்படுகின்றன.

6.4.1. வசந்த உற்சவம்

வைகாசி மாதம் வளர்பிறையில் தொடங்கிப் பத்தாம் நாள் பௌர்ணமியன்று இத்திருவிழா நிறைவுறும். திருவிழாவின் பத்து நாட்களிலும் இறைவன் கோயிலுக்குத் தென்புறத்திலுள்ள வசந்த மண்டபத்தின் நடுவில் நீர்சூழ அமைந்த நீராழிமண்டபத்தில் தன் தேவியரோடு எழுந்தருளி அடியார்களுக்குக் காட்சி தருவார்.

இவ்வசந்த மண்டப மேற்கூரையில் (ceiling) நாயக்கர் ஆட்சிக்கால இராமாயண ஓவியங்கள் தீட்டப்பெற்றுள்ளன (படம்:10).

6.4.2. முப்பழ உற்சவம்

ஆனி மாதம் பௌர்ணமியன்று நடைபெறும் இத்திருவிழா விற்கு 'முப்பழத் திருமஞ்சனம்' என்னும் பெயருமுண்டு. ஆயினும் பழங்களினால் இறைவனைத் திருமஞ்சனம் ஆட்டுவதில்லை. மா, பலா, வாழை ஆகிய மூன்று பழங்களையும் இந்நாளில் இறை வனுக்குப் படைப்பர்.

6.4.3. கருட சேவை

எல்லா வைணவ ஆலயங்களிலும், திருமால் கருட வாகனத்தில் திருவீதியுலா வருதல் வைணவ அடியார்களால் சிறப்பாகக் கருதப்படும். இதுவே 'கருட சேவை' எனப்படும். இக்கோயிலில் ஆடிமாதம் நான்காம் திருநாளன்று கருடசேவை நடைபெறும். இக்கோயிலில் பிற வைணவக் கோயில்களைப்போலப் புரட்டாசி மாதம் கருட சேவை நடைபெறுவது இல்லை.

6.4.4. திருவாடிப் பூரம்

ஆடிமாதத்துப் பூர நட்சத்திரத்தினை எல்லா வைணவக் கோயில்களிலும் ஆண்டாளின் திருநட்சத்திரமாகக் கொண்டாடுவர். இத்தலத்திறைவனான அழகரை ஆண்டாள் மணாளனாகக் கருதி மனமுருகிப் பாடியிருப்பதால் இங்கு இத்திருவிழா வைணவ அடியார்களால் சிறப்பாகப் போற்றப்படுகின்றது. சித்திரைத் திருவிழாவில், திருவில்லிபுத்தூரிலிருந்து ஆண்டாள் சூடிக் கொடுத்து வரவிட்டமாலையினை அழகர் அணிவதும் அழகர் கோயிலுக்கும் திருவில்லிபுத்தூர் ஆண்டாள் கோயிலுக்குமுள்ள உணர்வுப் பிணைப்பினைக் காட்டும்.

தமிழ்நாட்டு வைணவத்தில் ஒவ்வொரு தலத்திறைவனுக்கும் ஆண்டுக்கு ஒருநாள் அத்தலத்திறைவனின் திருநட்சத்திரமாகக் கருதப்பெறும். அழகர்கோயிலில் இறைவன் திருநட்சத்திரமாக ஆடிமாதத்து உத்திராட நாளைக் கருதுவர். இந்நாள் அழகர் கோயிலில் கொண்டாடப்பெறுவது போலவே திருவில்லிபுத்தூர் ஆண்டாள் கோயிலிலும் கொண்டாடப்பெறுவதே இதன் சிறப்பாகும். திருவில்லிபுத்தூர் கோயிலில், ஆண்டாள் சப்பரத்தில் எழுந்தருளிக் கோயிலுக்குள்ளே ஒரு மண்டபத்தில் வடக்கு நோக்கி

அமர்ந்து இத்திருவிழாவினைக் கொண்டாடுவது வழக்கமாகும்.[4] அழகர்கோயிலில் இந்நாளில் இறைவனுக்குப் புத்தாடை அணிவிப்பர்.

6.4.5. ஆடித் திருவிழா

இத்திருநாள் ஆடி மாதத்தில் பத்து நாட்கள் கொண்டாடப் பெறும். ஒன்பதாம் திருநாள் பௌர்ணமியாக அமையும் வகையில் இத்திருவிழா தொடங்கும். ஒன்பதாம் நாளன்று தேரோட்டம் நடைபெறும். வெளிக்கோட்டையின் உள்ளே மதிற்சுவரை ஒட்டியுள்ள பாதையில் தேர் வலம் வரும். தேரோட்டம் பற்றிய பிற செய்திகள் இவ்வியலின் பிற்பகுதியில் விளக்கப்பட்டுள்ளன.

6.4.6. திருப்பவித்திர உற்சவம்

பிராமணர்களும் பூணூல் அணியும் பிற சாதியினரும் ஆவணி மாதம் அவிட்ட நட்சத்திரத்தன்று பூணூலைப் புதிதாக மாற்றி அணிவது வழக்கம். இக்கோயிலில் இறைவனுக்கு ஆவணி மாதம் வளர்பிறை முதல் நாளில் (சுக்கிலபட்ச ஏகாதசியில்) புதிய பூணூல் அணிவிப்பர். தமிழ்நாட்டில் பிராமணர் பூசை செய்யும் பெருந்தெய்வக் கோயில்களில் இத்திருவிழா நடைபெறுவது வழக்கமாகும்.

6.4.7. உறியடி உற்சவம்

உறியடி உற்சவம் தமிழ்நாட்டில் ஒவ்வொரு வைணவக் கோயிலிலும் வெவ்வேறு நாட்களில் நடைபெறும். அழகர் கோயிலில் ஆவணி மாதம் வளர்பிறை எட்டாம் நாளில் (சுக்கில பட்ச அட்டமி) நடைபெறும்.

ஆய்ப்பாடியில் வளர்ந்த கண்ணன் உறியிலிருந்து வெண்ணெய் திருடி உண்ட நிகழ்ச்சியினை இத்திருவிழாவன்று நடத்திக்காட்டுவர்.

ஓர் உயரமான மரத்தை வெட்டிக்கொண்டுவந்து நட்டு அதில் உறியினைத் தொங்கவிட்டு இறைவனை அதன்முன் எழுந்தருளச் செய்வர். உறியில் வெண்ணெய், தேங்காய் முதலியன வைக்கப்பெற்றிருக்கும். பரம்பரை உரிமை உடைய ஒருவர், ஒரு கோலினால் இரண்டு மூன்று முறை அவ்வுறியினை வீழ்த்த முயல்வதுபோல் நடித்துப் பின்னர் அவ்வுறியினை அக்கோலினால் வீழ்த்திவிடுவார். இதனையே ‘உறியடித்தல்’ என்பர். அழகர் கோயிலில் பரம்பரைக் கொத்தர்கள் உறியடிக்கின்றனர்.

6.4.8. நவராத்திரி - விஜயதசமி

பொதுவாக வைணவக் கோயில்களில் கோயிலுக்கு வெளியே இறைவியைத் தனியே எழுந்தருளச் செய்யும் வழக்கமில்லை. அழகர் கோயிலில் இறைவன் விஜயதசமியன்று வெளிக்கோட்டையின் தெற்குவாசலுக்கு எழுந்தருளி அங்கேத் திருவிழாவிற்கென நடப்பட்டுள்ள வன்னிமரத்தின் மீது அம்பெய்வார். பின்னர் கோயில் கொத்தன் அம்மரத்தினை வெட்டி வீழ்த்துவார். முந்திய ஒன்பது நாட்களிலும் இறைவனை வெவ்வேறு வகையாக அலங்கரித்து வைக்கின்றனர்.

6.4.9. தீபாவளி

ஐப்பசி மாதம் தீபாவளியன்று இறைவனுக்குப் புதிய ஆடைகளைச் சார்த்துவர். வேறு சிறப்புக்கள் இல்லை.

6.4.10. திருக்கார்த்திகைத் திருவிழா

கார்த்திகை மாதம் கார்த்திகை நட்சத்திரத்தில் மலைமீது உள்ள ஒரு பெரிய பாறையில் மிகப்பெரிய கார்த்திகைத் தீபம் ஏற்றுகின்றனர். கோயில் கொத்தர் மலைமீது சென்று இத்தீபத்தை ஏற்றுகின்றனர். திருவிழா நிகழ்ச்சியாகக் கோயிலில் வேறேதும் கொண்டாடப் பெறுவதில்லை. இத்திருவிழா தமிழ்நாட்டில் எல்லாப் பெருந்தெய்வக் கோயில்களிலும் கொண்டாடப் பெறுவதாகும்.

6.4.11. திருவத்யயன உற்சவம்

மார்கழி மாதத்தில் 'வைகுண்ட ஏகாதசி' எனப்படும் சுக்கில பட்ச ஏகாதசிக்கு முன்னர் திருவாய்மொழி தவிர்ந்த திவ்வியப் பிரபந்தப் பாசுரங்கள் பகற்பொழுதிலும், வைகுண்ட ஏகாதசி தொடங்கிப் பத்து நாட்கள் இராப்பொழுதில் நம்மாழ்வாரின் திருவாய்மொழியும் வைணவக் கோயில்களில் வைணவ அடியார் களால் பாடப்பெறுவது வழக்கமாகும். 'பகற்பத்து', 'இராப்பத்து' எனப் பாடப்பெறும் பொழுதினைக் கொண்டு இத்திருவிழா அழைக்கப்படும். இராப்பத்தில் திருவாய்மொழி மட்டுமே பாடப்பெறுவதால் அதற்குத் 'திருவாய்மொழித் திருநாள்'எனவும் பெயருண்டு. மொத்தம் இருபது நாட்களும் 'திருவத்யயன உற்சவம்' என்றும் 'பிரபந்த உற்சவம்' என்றும் அழைக்கப்பெறும்.

“திருவாய்மொழி சாமவேதமாகக் கருதப்படுகிறது. அதனைக் கோயிலில் மோக்ஷ ஏகாதசியன்றே (மார்கழி மாதம் சுக்கிலபட்ச ஏகாதசி) தொடங்குகிறார்கள். அன்றிலிருந்து திருவாய்மொழித் திருநாள் 10 நாள் நடைபெறுகிறது. ஒவ்வொரு நாள் ஒவ்வொரு பத்தாக அனுசந்திக்கப்படுகிறது. முடிவில் ‘அவாவற்று வீடுபெற்ற குருகூர்ச்சடகோபன்’ என்றபடி ஆழ்வார் மோட்சமடைகிறார். மோக்ஷ ஏகாதசியன்று சொர்க்க வாசல் திறக்கப்படுகிறது.

மோக்ஷ ஏகாதசிக்கு முன்னும் பின்னுமாகக் கோயிலில் திவ்விய பிரபந்தப் பாசுரங்கள் அனைத்தும் அத்யயனம் செய்யப்படுகின்றன. இது பெரிய உத்ஸவமாகக் கொண்டாடப்படுகிறது. திரு அத்யயன உத்ஸவமென்றே இதற்குப் பெயர். மோக்ஷ ஏகாதசிக்கு முந்திய 10 நாட்கள், பிந்திய 10 நாட்களுமாக 20 நாட்கள் இவ்வத்யயன உத்ஸவம் கொண்டாடப்படுகிறது. முந்தியது பகற்பத்து என்றம் பிந்தியது இராப்பத்து என்றும் சொல்லப்படும். அந்தந்த வேளைகளில் அத்யயனம் செய்யப்படுவதற்கேற்ப அவ்வாறு பெயர் வழங்கப்படுகிறது.

வடமொழி மறை தைப் பௌர்ணமியன்று முதல் ஓதாது நிறுத்தப்பட வேண்டுமென்றும், ஆவணிப் பௌர்ணமியிலிருந்து மீண்டும் தொடங்கவேண்டுமென்றும் நியமமுள்ளது. அவ்வாறே தென்மொழி மறையாகிய திவ்வியபிரந்தமும் கார்த்திகை மாசத்தில் பௌர்ணமியன்று முதல் ஓதாது நிறுத்தப்பட வேண்டுமென்றும், மார்கழியில் அமாவாசை கழித்து மீண்டும் தொடங்குவதென்றும் நியமம் கையாளப்பட்டும் இவ்வுத்ஸவம் கொண்டாடப்பட்டு வருகிறது” என்று திருமலை நல்லான் இராமகிருஷ்ணய்யங்கார் இத்திருவிழாவினை விளக்குகிறார்.[5]

திவ்விய பிரபந்தப் பாசுரங்கள் வழக்கிழந்து போனபோது, வைணவ ஆசாரியரான நாதமுனிகள் நம்மாழ்வாரின் பிறப்பிடமான ஆழ்வார் திருநகரி சென்று அவற்றைத் தொகுத்தார். மீண்டும் அவை வழக்கிழந்து போகாது காப்பதற்காகத் தமிழ்நாட்டு வைணவக் கோயில்களில் இத்திருவிழா ஏற்பட்டிருக்கலாம். ஆழ்வார்களின் பாசுரங்களை மனப்பாடமாக ஆக்கிக்கொள்வதற்கு வைணவர்களுக்கு இத்திருவிழா ஒரு வாய்ப்பாக அமைகிறது. இன்றும் வைணவக் கோயில்களில் திவ்வியபிரபந்தம் பாடுவோர்கள் பாசுரங்கள் அனைத்தையும் மனப்பாடமாகவே ஓதுவதைக்

காணலாம். நாலாயிரத் திவ்விய பிரபந்தப் பாசுரங்கள் அனைத்தும் நாதமுனிகள் காலம் தொடங்கி இந்த நூற்றாண்டுவரை அழியாது காக்கப்பட்டதில் வைணவக் கோயில்களில் நடைபெறும் இத்திருவிழாவிற்குப் பெரும் பங்குண்டு.

6.4.12. கனு உற்சவம்

தை மாதம் பொங்கலுக்கு மறுநாள் மாட்டுப் பொங்கலன்று நடைபெறும் திருவிழா இது. ஏனைய திருவிழாக்கள் இறைவனுக் காக நடத்தப்பெறுபவை. இத்திருவிழா மட்டும் இறைவிக்காக (பிராட்டிக்காக) இந்நாளில் வைணவக் கோயில்களில் நடைபெறும். பிராட்டி மஞ்சட்கிழங்கு, குங்குமம், செஞ்சாந்து உள்ளிட்ட பொருட்களைத் தன் பிறந்த வீட்டிலிருந்து இந்நாளில் சீதனமாகப் பெறுகிறாள் என்பது வைணவர்களின் நம்பிக்கை.

வைணவக் கோயில்களில் இத்திருவிழா நாளில் பிராட்டியை மட்டும் கோயிலுக்குள் எழுந்தருளச் செய்வர். அழகர் கோயிலிலும் பிராட்டியை மட்டும் எழுந்தருளச் செய்து, மலைப்பாதையில் நாராயணராயர் தெப்பக்குளத்தின் அருகிலுள்ள மண்டபத்தில் எழுந்தருளச் செய்வர். அப்போது பிராட்டிக்குச் 'சித்ரான்னம்' எனப்படும் பல வகைச் சாதங்கள் படைக்கப்படும்.

6.4.13. தைலப் பிரதிஷ்டை

இத்திருவிழா ஆண்டுதோறும் நடைபெறுவதில்லை. மூன்றாண்டுகளுக்கொருமுறை தை அமாவாசை நாளில் நிறைவுறும்படி இத்திருவிழா மூன்று நாட்கள் நடைபெறும்.

இக்கோயில் இறைவனின் மூலத்திருமேனி முழுவதும் கல்லால் ஆன திருமேனி அன்று. கல்லில் வரிவடிவமாகச் (rough cut) செதுக் கப்பட்டு, அதன் மீது தைலத்தில் குழைக்கப்பட்ட சாந்தினைப் பூசியுள்ளனர். மூன்றாண்டுகட்கு ஒருமுறை இச்சாந்தினைக் களைந்துவிட்டுப் புதிய சாந்தினைத் திரும்பவும் பூசுகின்றனர்.

இச்சாந்தினைக் கோயிற் பணியாளர் செய்வதில்லை. திருவரங் கத்தில் சில குடும்பத்தினர் இதனை ஒரு கலையாகப் பயின்று காத்து வருகின்றனர். சந்தனக்கட்டையினைப் பொடியாக்கி, சாம்பிராணியோடு அதனைக் கலந்து ஒரு கலத்திலிட்டு, மண்ணில் புதைத்து நிலச்சூட்டினால் அதனை நீர்ப்பொருளாக்கி, அதனோடு வேறு சில பொருட்களைக் கலந்து, சாந்துக் கட்டிகளாக்குகின்றனர்.

இச்சாந்துக் கட்டிகளோடு பச்சைக்கருப்பூரத்தினைச் சேர்த்தால் சாந்து இளகிவிடுகிறது. இவ்வாறு இளக்கிய சாந்தினையே திருமேனியிற் பூசுகின்றனர். இதுவே தைலப் பிரதிஷ்டை எனப்படும்.

கல்லின்மேல், சாந்து பூசப்பெற்று மூலத்திருமேனியினை யுடைய எல்லா வைணவக் கோயில்களிலும் இத்திருவிழா நடை பெறும். இவ்வாறமைந்த மூலத்திருமேனிக்குத் திருமஞ்சனம் செய்வது (நீராட்டு) இல்லை. அழகர்கோயிலிலும் இவ்வாறமைந்த மூலத்திருமேனியைத் திருமஞ்சனமாட்டுவது இல்லை. தைலம் சாத்திய பின் ஆறுமாத காலத்திற்கு இத்திருமேனிக்குக் கருவறையி லிருந்து கருப்பூர ஆரத்தி காட்டுவதுமில்லை. நெருப்பின் வெம்மையில் பூசப்பெற்ற சாந்து இளகிவிடும் என்பதே காரணம்.

மூலத்திருமேனிக்குத் தைலம் சார்த்தப்பெறும் நாட்களில் எல்லாப் பூசைகளையும் உலோகத்தாலான மற்றொரு திருமேனிக்கே செய்வர். தைலம் சார்த்தப் பெற்றபின் மூலத்திருமேனி அடியார்க்குக் காட்சி அளிப்பதே திருவிழாவாகக் கொண்டாடப்படுகிறது. தைலம் சார்த்துவதால் மூலத்திருமேனி பழுதுபடாமல் காக்கப் பெறுவதோடு, இறைவனின் அருளும்ஆற்றலும் காக்கப்படுவதாகப் பிராமணப் பணியாளர் நம்புகின்றனர்.

6.4.14. கஜேந்திரமோட்சம் - தெப்பத் திருவிழா

மாசி மாதம் பௌர்ணமியன்று இக்கோயிலில் தெப்பத் திருவிழாநடைபெறும். தெப்பத்திருவிழாவிற்கு முதல்நாள் ‘கஜேந்திர மோட்சம்’ எனும் யானைக்கு முத்தியளித்த திருவிழா நடைபெறும். இவ்விழாவும் தெப்பக்குளத்திலேயே முன்னர் நடைபெற்று வந்ததாம். தற்போது கோயில் முற்றத்திலுள்ள ஒரு கல்தொட்டியினையே ஒரு பொய்கையாகப் பாவித்து இறைவனை அதன்முன் எழுந்தருளச் செய்கின்றனர். கோயில் கொத்தனால் செய்யப்பட்ட முதலை, யானைப் பொம்மைகளை நீரில் நிறுத்தி இவ்விழாவினைக் கொண்டாடிவிடுகின்றனர்.

தெப்பத்திருவிழா நடைபெறும் தெப்பக்குளம், கோயிலுக்கு ஒரு மைல் தெற்கிலுள்ள பொய்கைக்கரைப்பட்டி கிராமத் திலுள்ளது. தெப்பத்தின் மீது சப்பரத்தில் இறைவன் தேவியரோடு அமர்ந்து பத்துமுறை சுற்றிவருகிறார். தெப்பம் கட்டும் வேலை

கோயிற் பணியாளர்க்குரியதன்று; ஒப்பந்தக்காரர்களால் செய்யப்படுகிறது.

6.4.15. திருக்கல்யாணத் திருவிழா

பங்குனி மாதம் உத்திர நட்சத்திரத்தில் கோயிலின் முன்னுள்ள கல்யாண மண்டபத்தில் இத்திருவிழா நடைபெறும். பெரும்பகுதி நகர்ப்புற மக்களும்சிறிய அளவில் கிராமத்து மக்களும் இத்திரு விழாவில் கலந்துகொள்கின்றனர். பெண்கள் கூட்டமே அதிகமாகக் காணப்படுகின்றது.

6.5. சமூகத் தொடர்புடைய திருவிழாக்கள்

6.5.1. தேரோட்டம்

இக்கோயிலுக்கென்று சில தனித்த நடைமுறைகளைக் கொண்ட திருவிழாக்களில் முதலில் குறிப்பிட வேண்டியது தேரோட்டம் ஆகும். ஆடி மாதம் நடைபெறும் திருவிழாவில் ஒன்பதாம் திருநாளான பௌர்ணமியன்று தேரோட்டம் நடைபெறும். தேரோட்டம் முடிகின்ற வரை திருவிழா நாட்களில் காலையிலும் மாலையிலும் இறைவனின் போர்க்கருவியான திருவாழியாழ்வார் (சக்கரத்தாழ்வார்) தேரோடும் வீதியில் வலம் வந்து, திக்குத் தெய்வங்கட்குப் பலி (படையல்) இடுகின்றார். கோயிலுக்குள் இருந்து வெளிவரும் சக்கரத்தாழ்வார் சிவிகை ஆண்டு முழுவதும் அடைக்கப்பெற்றுள்ள பதினெட்டாம்படிக் கோபுர வாசலைத் திறந்து அதன் வழியே வெளிவருவதும் அதே வழியில் திரும்பிச் செல்வதும் ஆடித் திருவிழாவில் குறிப்பிடத் தக்க நிகழ்ச்சியாகும் (படம்:11). பொதுமக்களும், திருவீதி எழுந் தருளக் கோயிலைவிட்டு வெளிவரும் இறைவனின் பல்லக்கும்கூட இவ்வழியைப் பயன்படுத்துவதில்லை. சற்று வடக்கே மதிற்சுவரை இடித்து அமைக்கப்பட்ட 'வண்டிவாசலையே' பயன்படுத்து கின்றனர்.

தேரோட்டத்தில் குறிப்பிட வேண்டிய செய்தி ஒன்றுண்டு. இத்தேரினை இழுக்கும் பொறுப்பு கோயிலுக்குக் கிழக்கிலும் தெற்கிலுமுள்ள சில கிராமத்தவரின் பரம்பரைப் பொறுப்பாக உள்ளது. அவர்களே இன்றளவும் தேரினை இழுக்கின்றனர்.[6] தேரிழுப்பதனைப் பொறுப்பாகக் கருதாமல் மரியாதைக்குரிய உரிமையாகவே இவர்கள் கருதுகின்றனர்.

தேரின் முதல் வடத்தை இழுக்கும் மக்கள், இக்கோயிலுக்குத் தெற்கிலுள்ள வெள்ளியக்குன்றம் ஜமீன்தாரின் முன்னாள் ஆளுகைக்குட்பட்ட கிராமங்களைச் சேர்ந்தவர்கள். அவர்களை வண்டிகளிலேற்றி கோயிலுக்கு அழைத்துவரும் பொறுப்பு ஜமீன் தாருடையது. முதலில் தேங்காய் உடைத்துத் தேரோட்டத்தைத் தொடங்கிவைப்பதும்முதல் வடத்துக்கான மரியாதையினைப் பெற்றுக்கொள்வதும் அவரது உரிமையாகும் (படம்: 12).

தேரின் இரண்டாவது வடத்தை இழுக்கும் பொறுப்பு நரசிங்கம்பட்டி, வெள்ளரிப்பட்டி, ராமநாதபுரம் ஆகிய (மேலூர் வட்டத்தைச் சேர்ந்த) மூன்று கிராமத்தார்க்குமுரியது. இம்மூன்று கிராமங்களும் 'மேலத்தெருநாடு' எனப்படும்.

தேரின் மூன்றாவது வடத்தை இழுக்கும் பொறுப்பு வடக்குத் தெரு' நாட்டார்க்குரியது. வல்லாளப்பட்டி, கல்லம்பட்டி, மாங்குளம், அரிட்டாபட்டி, கிடாரிப்பட்டி, கள்ளந்திரி, கவுண்டன் கரை ஆகிய கிராமங்கள் 'வடக்குத்தெரு நாடு' எனப்படும். இக்கிராமங்கள் அனைத்தும் கோயிலிலிருந்து நான்கைந்து மைல் சுற்றளவுக்குள் உள்ளன.

தேரின் நான்காவது வடத்தை இழுக்கும் பொறுப்பு 'தெற்குத் தெரு' நாட்டில் (மதுரையிலிருந்து மேலூர் செல்லும் நெடுஞ் சாலையில் உள்ள) தெற்குத் தெரு என்னும் சற்றே பெரிய கிராமத்து மக்களுக்கு உரியது.

மேலத்தெரு, வடக்குத்தெரு, தெற்குத்தெரு ஆகிய நாட்டுப் பிரிவுகளிலடங்கிய கிராமங்களில் நாட்டுக் கள்ளர்களே பெரும் பான்மையினர். எனவே இம்மூன்று வடங்களுக்குரிய மரியாதை யினையும் கள்ளர் சாதியினரே பெற்றுவருகின்றனர்.[7]

தேரோட்டம் தொடங்குவதற்குமுன் இம்மூன்று தெருப்பிரிவு களைச் சேர்ந்த நாட்டார்களும் கூடி, அலங்கரிக்கப்பட்ட தேர்முன் அமர்ந்து தங்கள் கிராமங்களுக்கு இடையிலேயான தகராறுகளைப் பேசித் தீர்த்துக்கொள்கின்றனர். கண்மாய்களில் மீன்பிடிப்பது தொடர்பாக இரு கிராமங்களுக்கிடையிலான தகராறும் ஒரு தெருப் பிரிவுக்குள்ளேயே அவ்வாண்டு மரியாதையினை யார் பெற்றுக்கொள்வது என்பது தொடர்பான தகராறும் பெரும்பாலும் எழுவதுண்டு. 1978, 1979-ஆகிய இரு ஆண்டுகளிலும் மேலத்

தெருப் பிரிவினர்க்குள் மரியாதை தொடர்பாக வெள்ளரிப்பட்டி, நரசிங்கம்பட்டி ஆகிய இரு கிராமத்தார்க்கும் இடையில் தகராறு ஏற்பட்டது. இரண்டு ஆண்டுகளிலும் மேலத்தெருவிற்கான மரியாதை இருசாரார்க்குமில்லாமல் காவல்துறையினரின் தலை யீட்டால் நிறுத்திவைக்கப்பட்டது.

தங்கள் தகராறுகளை இம்மூன்று தெருவினரும் பேசித் தீர்த்துக் கொண்டபின், அனைவரும் மேளதாளங்களுடன் தாரை, கொம்பு முழக்கத்துடன் சென்று முதல் வடத்து மரியாதைக்காரரான வெள்ளியக்குன்றம் ஜமீன்தாரை அழைத்து வருகின்றனர். அவர் சற்றுத் தள்ளி கோயில் எல்லைக்குள் தற்காலிகமாக அமைக்கப் பட்ட கொட்டகையில் தங்கியிருக்கின்றார். அவர் தன் வடத்துக் குரிய மக்களுடன் வந்து, தேர்ச்சக்கரத்தில் தேங்காய் உடைத்துத் தேரோட்டத்தைத் தொடங்கி வைக்கின்றார். தேரோட்டம் முடிந்த வுடன் அல்லது உணவிற்காக நிறத்தப்பட்டவுடன் மீண்டும் இம்மூன்று தெருப்பிரிவினரும் அவரை மேளதாளத்துடன் அவரது கொட்டகையில் கொண்டுவிடுகின்றனர்(படம்: 13).

வெள்ளியக்குன்றம் ஜமீன்தாருக்குக் கி.பி.1659இல் (சகம் 1591இல்) திருமலைநாயக்கர் வழங்கிய பட்டயத்தில் அழகர் கோயில், "ஆடி உற்சவத்தில் சன சமூகத்துடன் திருத்தேர் ஓட்டி வைத்துத் தீர்த்தம் திருத்தளுகை பட்டுப்பரிவட்டமும் பாளைய சனங்களுக்குப் படியும்"[8] பெற்றுக்கொள்ள உரிமை அளித்துள்ளார். இப்பட்டயத்தில் வெள்ளியக்குன்றம் ஜமீன்தார், "வடக்குக் கோட்டைவாசல் அநுமார் கோவில் கொத்தழுங் காவல்" எனக் குறிக்கப்படுவதிலிருந்து, இக்கோயிலைச் சுற்றிய கோட்டையும் நாயக்கராட்சிக் காலத்தில் அவருடைய பாதுகாவல் பொறுப் பிலிருந்த செய்தியை அறியலாம்.

ஆனால் இப்பட்டயத்தில் கள்ளர்களைப் பற்றிய செய்தியோ குறிப்போ இல்லை என்பது நினைவிற்கொள்ளவேண்டிய செய்தியாகும்.

தேரிழுக்கும் மக்களுக்குக் கோயிலிலிருந்து 'படி'வழங்கப் பட்ட செய்தியைப் "பாளைய சனங்களுக்குப் படியும்" என்ற பட்டயத் தொடரினாலறியலாம். இன்றும் அது நடைமுறையில் இருந்து வருகிறது. கோயிலிலிருந்து ஒவ்வொரு வடத்தார்க்கும் 60படி அரிசி உணவுக்காக வழங்கப்படுகிறது. முற்காலத்தில்

தேரோட்டத்தன்று பதினெட்டாம்படி சன்னிதியில் வெட்டப்படும் ஆட்டுத் தலைகள் நான்கு வடத்தார்க்கும் சமமாகப் பங்கிடப் படும். தற்போது சட்டப்படி ஆடுவெட்டுதல் தடை செய்யப்பட்டி ருப்பதால், ஆட்டுத்தலைகளுக்கு நட்ட ஈடாகக் கோயில் நிருவாகம் வடம் ஒன்றுக்கு 125 ரூபாய் தருகிறது.

ஜமீன்தாருக்கும் ஏனைய மூன்று தெருப்பிரிவினரின் தலைவர் களுக்கும் 8 முழமுள்ள 'நாகமடிப்பட்டு'கோயில் மரியாதையாகத் தரப்படுகிறது. இவை தவிர, ஜமீன்தாரின் வடத்தைச் சேர்ந்த மக்களுக்கு 5 தோசையும் 5 படி அரிசிப்பொங்கலும் கோயில் பிரசாதமாகத் தரப்படுகின்றன.

6.5.2. தலையருவித் திருவிழா

ஐப்பசி மாதம் துவாதசியன்று நடைபெறும் சுக்கிலபட்ச எண்ணெய்க்காப்பு உற்சவத்திற்குத் தலையருவி உற்சவம், தொட்டி உற்சவம் என்னும் பெயர்களும் உண்டு. மலைமீதுள்ள அருவிக்கரையில் நடப்பதால் தலையருவி உற்சவம் என்றும், அருவிநீர் ஒரு கல்தொட்டியில் விழுவதனால் 'தொட்டி உற்சவம்' என்றும் இத்திருவிழா அழைக்கப்படுகிறது.

ஐப்பசி மாதம் வளர்பிறை பன்னிரண்டாம் நாளில் (சுக்கில பட்ச துவாதசியில்) முதல் திருமாலையாண்டான் காலமானார்.[9] இவர் ஆளவந்தாரின் மாணவர்; இராமானுசர்க்குத் திருவாய்மொழி கற்பித்தவர். இவர்க்கு அழகர்கோயிலுக்குள் ஒரு சன்னிதியும் உள்ளது. இவரது மரபினர் இக்கோயிலில் 'ஆசார்ய'மரியாதை யினைப் பெற்றுவருகின்றனர்.

குரு (ஆசார்ய) வழிபாடு வைணவத்தில் பேரிடம் பெறும். "கிணற்றில் விழுந்த குழந்தையை எடுக்கத் தானே கிணற்றில் குதிக்கும் தாயைப் போலத் தானே பல அவதாரங்களையெடுத்தும் திருந்தாமையாலே மானைக் கொண்டு மானைப் பிடிப்பாரைப் போலே சேதனரைத் திருத்தச் சேதனரான ஆழ்வார்களையும் ஆசாரியர்களையும் அவதரிக்கச் செய்யத் திருவுள்ளம் கொண்டான் ஸ்ரீயபதியான ஸர்வேஸ்வரன்"[10] என்பது வைணவ அறிஞர் கருத்தாகும். இதனால் ஆழ்வார்களும்ஆசாரியர்களும் இறைவனின் தூதுவர்கள் எனத் தமிழ்நாட்டு வைணவர் கருதுவது பெறப்படும்.

எனவே வைணவ ஆசாரியரான முதல் திருமாலையாண்டான் மறைந்த ஐப்பசி மாதம் வளர்பிறைப் பன்னிரண்டாம் நாளில் (சுக்கிலபட்சத் துவாதசி) ஆசாரிய மரியாதையின் பொருட்டு இறைவன் மலைமீதுள்ள சிலம்பாற்றிற்குச் சென்று தைலமிட்டு நீராடித் திரும்புகிறார்.

இந்நிகழ்ச்சியின்போது கலந்துகொள்ளும் மக்களுக்கும் தேய்த்து நீராடத் தைலம் வழங்கப்படுகிறது. இறைவன் தேவி யரின்றித் தனித்துச் சென்று நீராடுகிறார். குடத்து நீரில் நீராடாமல், அருவியின் கீழ் உடுத்தவை, அணிந்தவையுடன் நின்று நீராடுகிறார். இன்றும் தமிழ்நாட்டில் பெரும்பாலும் பிராமணரல்லாத சாதியினர் 'இறப்புத் தீட்டு'கழியும் நாளில் தலைக்கு எண்ணெயிட்டு நீராடுவதைக் காணலாம். தமிழ்நாட்டு வைணவத்தில் குருவின் சிறப்பை விளக்கிக் காட்டும் இத்திருவிழா இக்கோயிலுக்கேயுரியது. பிற வைணவக் கோயில்களில் இல்லை.

"திருமாலிருஞ்சோலையில் இன்று நூபுரகங்கை என்று அழைக்கப்படும் சிலம்பாற்றின் தலையருவிக்கரையிலே அழகர் எழுந்தருளியிருக்கின்ற காலத்தில் திருமாலிருஞ்சோலை நின்றார் ஆனமாவலிவாணாதிராயர் குமாரர் சுந்தரத்தோளுடையார் மழவராயர் மாதாக்கள் ஸ்ரீரங்கநாயகியார் நாம் கொடுத்த தனம் சாதனப்பட்டயம்என்று அவர் வெளியிட்ட ஸ்ரீவில்லிபுத்தூர்க் கல்வெட்டுச் சாதனம் தொடங்குகிறது"[11] என்று வேதாசலம் குறிப்பதிலிருந்து, இத்திருவிழா வாணாதிராயர்கள் காலத்திலும் கொண்டாடப்பட்டதை அறியலாம்.

6.5.3. வேடுபறித் திருவிழா

திருமங்கையாழ்வார், மணக்கோலத்தில் வந்த திருமாலை வழிமறிந்துக் கொள்ளையிட்ட கதை நிகழ்ச்சி 'வேடுபறி உற்சவம்' என்ற பெயரில் தமிழ்நாட்டில் பெரிய வைணவக் கோயில்களில் கொண்டாடப்படுவது வழக்கம். 'திருமங்கை மன்னன் மடிபிடி' என்ற பெயருள்ள ஓர் ஏடு சென்னைகீழ்திசைச் சுவடி நூலகத்தில் உள்ளது.[12] திருமங்கை மன்னன் திருமாலை வழிமறித்த கதை நிகழ்ச்சி தமிழ்நாட்டு வைணவ மரபில் பெரிதும் போற்றப்பட்டு வந்ததனை, இக்கதை நிகழ்ச்சியைக் கொண்டு ஒரு நூலே இப்பெயரில் எழுந்திருப்பதால் உணரலாம். மார்கழி மாதம் இராப்பத்து எட்டாம் திருநாளில் இக்கோயிலில் கொண்டாடப் பெறும் 'வேடுபறி உற்சவம்'தனிச்சிறப்பு வாய்ந்தது.

கி.பி.1659இல் திருமலைநாயக்கர் வெள்ளியக்குன்றம் ஜமீன் தாருக்கு வழங்கிய பட்டயம், அக்காலத்தில் அழகர்கோயிலில் கொள்ளையிட்ட வேடர்களை அவர் பிடித்து வெட்டி, களவுபோன பொருட்களையும் மீட்டதற்காக வழங்கப்பட்ட சில உரிமை களைக் குறித்ததாகும். அவ்வுரிமைகளில் ஒன்று அழகர்கோயிலில் "மார்கழி உற்சவத்தில் திருமங்கையாழ்வார் லீலை யாகம் நடப்பு வித்து அதில் தீர்த்தமும் திருமாலை பரிவட்டமும் பெற்றுக் கொள்வது"[13] என்பதாகும்.

இக்கோயிலில் இத்திருவிழா நடைபெறும்போது, இறைவனை வழிமறிக்கவரும் திருமங்கையாழ்வார் சப்பரத்துடன் மாங்குளம் கிராமத்தைச் சேர்ந்த கள்ளர் சாதியினர் சிலரும் பெருஞ்சத்தம் எழுப்பிக்கொண்டு வருகின்றனர். கொள்ளையடித்துக்கொண்டு சப்பரத்துடன் கள்ளர்கள் சற்றுத்தள்ளிச் சென்று நின்று கொள் கின்றனர். கோயிலின் முன்னாள் பரம்பரைப் பாதுகாவலரான ஜமீன்தார் திருடர்களைப் பிடித்துவரத் தன்னுடைய ஆட்களை அனுப்புகின்றார். அவர்கள் சென்று திருமங்கையாழ்வார் சப்பரத் துடன் சுற்றி நிற்கும் கள்ளர்களையும் பிடித்து அவர்களின் கைகளை முதுகுப்புறத்தே கட்டிக் கொண்டுவருகின்றனர். பிறகு இறைவன் திருமங்கையாழ்வாருக்குக் காட்சிகொடுத்து அவரையும்உடன் வந்தோரையும் தன் அடியார்களாக்குகின்றார். திருவிழாவில் இந்நிகழ்ச்சிகள் அனைத்தும் ஒரு நாடகம்போல நடத்திக் காட்டப் படுகின்றன. ஆழ்வாருடன் கள்ளர்களாக வந்த மாங்குளம் கிராமத்தைச் சேர்ந்த கள்ளர் சாதியினரும் நிகழ்ச்சி முடிந்தவுடன் கோயிலில் பரிவட்ட மரியாதை பெறுகின்றனர்.

திருமங்கைமன்னன் இறைவனை வழிமறித்ததைக் கூறும் குருபரம்பரை நூல், திருமாலின் திருவணிகளைத் திருமங்கை யாழ்வார் கொள்ளை அடித்துக்கொண்டு ஓடினதாகக் குறிப்பிட வில்லை. கொள்ளையடித்துக் கட்டிய நகைகளைத் தூக்க மாட்டாமல் திணறிய திருமங்கைமன்னன் ஒரு பிராமண மணமகனைப்போல வந்த திருமாலை நோக்கி, "நீ மந்தர வாதம் பண்ணினாய் என்று நெருக்க, எம்பெருமானும் அம்மந்தரத்தை உமக்குச் சொல்லுகிறோம் வாரும்" என்று ஆழ்வாருடைய வலத்திருச் செவியிலே உபதேசித்தருள[14] திருமங்கைமன்னன், வந்தது இறைவனே என அறிந்து கொண்டதாகவே குருபரம்பரை நூல் குறிப்பிடுகின்றது.

அழகர்கோயிலில் 'வேடுபறி'த் திருவிழா நிகழ்ச்சியில் இம்மாற்றம் ஏற்பட்ட காரணம் தெளிவாகவே புரிகிறது. உண்மை யிலேயே கோயில் நகைகளைக் கொள்ளையிட்ட வேடர்களைப் பிடித்த ஜமீன்தாருக்கும்,ஒருகாலத்தில் உண்மையிலேயே அழகர் ஊர்வலத்தை வழிமறித்துக் கொள்ளையிட முயன்று, பின் அடியாரான நாட்டுக் கள்ளர்க்கும் கோயில் நிருவாகம் சமயத்தின் பேரால் காட்டிய மரியாதையாகும் இது. அதுமட்டுமன்றிக் கள்ளர்களின் தொல்லையை என்றென்றைக்கும் தடுக்க வேண்டி, அவர்களைச் சமய எல்லைக்குள் இழுத்துவந்து, இக்கோயிலின் மீது ஓர் உணர்வு நிறைந்த ஈடுபாட்டினை உண்டாக்கி, கோயிலின் சொத்துக்களுக்குப் பாதுகாப்புத் தேடியுள்ளனர் என நினைக்கத் தோன்றுகிறது.

6.6. உணவு

நாள்தோறும் வழக்கமாக இறைவனுக்குப் படைக்கப்பெறும் உணவு வகைகளே திருவிழாக் காலங்களிலும் இறைவனுக்குப் படைக்கப்பெறுகின்றன.

உணவையே முதன்மையாகக் கொண்டஒருவிழாவும் இக்கோ யிலில் நடைபெறுகிறது. இத்தலத்திறைவனை மணவாளனாக வரித்த ஆண்டாள் தம் நாச்சியார் திருமொழியில்,

"நாறுநறும் பொழில்சூல் மாலிருஞ் சோலைநம்பிக்கு நான்
நூறுதடா வில்வெண்ணெய் வாய்நேர்ந்து பராவி வைத்தேன்
நூறுதடா நிறைந்த அக்கார வடிசில் சொன்னேன்
ஏறுதிருவுடையான் இன்று வந்திவை கொள்ளுங் கொலோ"[15]

என நேர்ந்துகொள்கிறார். ஆண்டாளின் காலத்திற்குப் பின்வந்த இராமானுசர் இத்தலத்தில் ஆண்டாளின் பாசுரப்படி இறைவனுக்கு நூறுதடா வெண்ணெயும் நூறுதடா அக்காரவடிசிலும் (சக்கரைப் பொங்கல்) படைத்துப் பின் திருவில்லிபுத்தூர் சென்றார். அப்போது தனக்கு அண்ணனாக நின்று திருமாலிருஞ்சோலை நம்பிக்குத் தான் வாய்நேர்ந்ததை இராமானுசர் படைத்த காரணத்தால், ஆண்டாள் அவருக்குக் 'கோயிலண்ணர்' என்ற திருநாமம் கொடுத்ததாக ஆறாயி ரப்படி குருபரம்பராப்ரபாவம் கூறுகிறது.[16]

இக்கோயிலில் இறைவனுக்கு இன்றும் மார்கழி மாதம் இருபத்துயேழாம் நாள் நூறு கிண்ணங்களில் அக்காரவடிசிலை உணவாகப் படைக்கின்றனர்.

சித்திரைத் திருவிழாவிற்காக மதுரைக்குப் புறப்படும் இறைவன், கோயிலுக்கு வெளியில் வண்டிவாசலுக்கருகிலுள்ள கொண்டப்ப நாயக்கர் மண்டபத்தில் இரவு உணவை முடித்துக்கொண்டு பயணத்தைத் தொடங்குகிறார். காட்டுவழி தாண்டிப் பயணம் செல்லுமுன் கொள்ளும் இவ்வுணவினைக் 'காட்டுத்தளிகை' என்று வழங்குகின்றனர்.

ஆவணி மாதத்தில், 'முப்பழத் திருமஞ்சனம்' எனப்பெறும் திருவிழாவில் மா, பலா, வாழை, ஆகிய மூன்று பழங்களையும் இறைவனுக்குப் படைப்பதே திருவிழாவாகக் கொண்டாடப்படுகிறது. தேரோட்டத்தின்போது, தெற்கு வீதியில் தேர் திரும்பும் போது காணப்பருப்பினால் (கொள்ளுப்பருப்பு) ஆக்கிய சோறும், காத்தொட்டிக்காய் வற்றலும் படைக்கும் வழக்கம் ஒரு காலத்தில் இருந்திருக்கிறது.[17]

6.7. உடை

பொதுவாக எல்லாக் காலங்களிலும் இறைவனுக்கு அணிவிக்கப் பெறுகின்ற பஞ்சகச்சம் வைத்துக் கட்டிய அரையாடையே திருவிழாக் காலங்களிலும் இறைவனுக்கு அணிவிக்கப்பெறுகிறது.

சித்திரைத் திருவிழாவில் கள்ளர் திருக்கோலம் பூணும்போது மட்டும் அக்காலத்திய நாட்டுக்கள்ளர்களைப்போல் இறைவனுக்கு உடை அணிவிக்கப்பெறுகிறது. ஒரு கருப்பு நிறப் புடைவையினை இடுப்புவரையிலான அரையாடையாகச் சுற்றி அதையே இரண்டு மார்பிலும் குறுக்காகச் சுற்றி முழங்கை வரையிலும், முழுக்கைச் சட்டை போலவும் சுற்றி ஆடையாக அணிவிக்கின்றனர். தலையில் உருமால் அணிவித்து, உருமாலுக்குமேலே தங்கத்தாலான நெற்றிப் பட்டமும் அணிவிக்கின்றனர்.

அழகர் ஆற்றிலிறங்கிய அன்று இரவு வண்டியூர் வீரராகவப் பெருமாள் கோயிலில் தங்குகிறார். அங்கு அழகரின் திருமேனியின் மீது மெல்லிய மல் துணியினைச் சுற்றி, முகம் தவிரப் பிற இடங் களையெல்லாம் சந்தனத்தைப் பூசி, அதன் மீது வைர நகைகளைப் பதித்துவிடுவர். இறைவன் சந்தனத்தாலான ஆடை அணிந்தது போலக் காட்சி தருவார்.

குறிப்புகள்

1. தொழில், சுதந்திர அட்டவணை (28.6.1803), ப.9.
2. ஸ்ரீ கள்ளழகர் கோயில் வரலாறு, பக். 59-60.
3. தொழில், சுதந்திர அட்டவணை, பக்.5, 14.
4. தகவல்: சீனிவாசையங்கார், மதுரை, நாள்: 7.1.1979.
5. திருமலை நல்லான் இராமகிருஷ்ணையங்கார், "வைகுண்ட ஏகாதசியும் திருவத்யயன உற்சவமும்", திருக்கோயில் பத்தாம் ஆண்டுத் தொகுதி, ப. 182.
6. தேரோட்டம் பற்றிய செய்திகளைத் தந்தவர்கள்: வெள்ளியக் குன்றம் ஜமீன்தார் இம்முடி கனகராம செண்பகராஜபாண்டியன், ஐயா என்ற சீனிவாசையங்கார், மதுரை.
7. தேரிழுக்கும் உரிமையினையுடைய கள்ளர் நாட்டுப் பிரிவுகள் பற்றிய செய்திகளைத் தந்தவர்: பெ.தி.வீரப்பன் அம்பலம், மாங்குளம், நாள்:28.6.78.
8. வெள்ளியக்குன்றம் ஜமீன்தார் வசமுள்ள பட்டயம், பார்க்க : பிற்சேர்க்கை எண் III:2.
9. தகவல்: ஆண்டார் (காலஞ்சென்ற) சந்தானகிருஷ்ணையங்கார் தல்லாகுளம், நாள்:5.2.1977
10. ஸ்ரீகிருஷ்ணஸ்வாமி அய்யங்கார் (ப.ஆ.), ஆறாயிரப்படி குருபரம்பராப்ர பாவம், முதற்பதிப்பின் முகவுரை, பரிதாபி, ப.1.
11. வேதாசலம், பாண்டியநாட்டில் வாணாதிராயர்கள் (வெளியிடப் பெறாதது), ப.79.
12. திருமங்கைமன்னன் மடிபிடி, D 482, கீழ்த்திசைச் சுவடி நூலகம் சென்னை, "ஆழ்வாருக்கு ஸ்ரீவிஷயத்திலே உண்டான ஊற்றஞ் சொல்லுகிறது இது" எனத் தொடங்கும் இந்த ஏட்டுச் சுவடி ஓரங்களில் பொடிந்திருப் பதனால், நூல் முழுவதையும் வாசிக்க முடியவில்லை. வழிமறித்து மடியி லிருப்பதைப்பிடுங்கிக்கொள்வதால் 'மடிபிடி' என்ற சொல் வழிப்பறிக் கொள்ளையை உணர்த்துவதாகும்.
13. மேற்குறித்த பட்டயம். பார்க்க : பிற்சேர்க்கை எண் 111:2.
14. ஆறாயிரப்படி குருபரம்பராப்ரபாவம், பக்.77-78. இராமானுசர் காலம் ஆண்டாளின் காலத்திற்கு ஏறத்தாழ நான்கு நூற்றாண்டுகள் பிற்பட்டதாகும். இருப்பினும் தன் செயலால் இராமானுசர் ஆண்டாளின் அண்ணனாகக் கருதப்படுகிறார். தமிழ்நாட்டில் வைணவர்களிடையே பெரிதும் வழங்கப் பெறும் ஆண்டாளுக்குரிய வாழித்திருநாமப் பாட்டிலும், "பெரியாழ்வார் பெற்றெடுத்த பெண்பிள்ளை வாழியே பெரும்பூதூர் மாமுனிக்குப் பின்னானாள் வாழியே" என்று ஆண்டாள் இராமானுசரின் தங்கையாகக் குறிக்கப்படுவதும் இக்கதையினை அடியொற்றியேயாகும்.
15. நாலாயிரத் திவ்விய பிரபந்தம், பாடல் 592.
16. ஆறாயிரப்படி குருபரம்பராப்ரபாவம், பக். 266-267.
17. விளக்கத்திற்குக் 'கோயிற் பணியாளர்கள்' இயல் காண்க.

சித்திரைத் திருவிழாவும் பழமரபுக் கதையும்

அழகர்கோயிலில் நடைபெறும் சித்திரைத்திருவிழா தமிழகத்தின் தென்மாவட்டங்களில் நடைபெறும் திருவிழாக்களில் மிகப் பெரியதாகும். ஆண்டுதோறும் சித்திரை மாதம் வளர்பிறைப் பதினொன்றாம் நாளில் (சுக்கிலபட்ச ஏகாதசியில்) தொடங்கி ஒன்பது நாள் நடைபெறும் திருவிழாவாகும் இது. ஐந்தாம் திருநாள் சித்திரை நிறைமதி (பௌர்ணமி) நாளாகும்.[1]

7.1. பயணத் திருவிழாவும் கூட்டமும்

இத்திருவிழாவில் குறிப்பிடத்தகுந்த சிறப்பு ஒன்றுண்டு. இத்திரு விழாவின் முதல் நான்கு திருநாட்களும் கோயிலில் கொண்டாடப் படுகின்றன. மூன்றாம் திருநாள் இரவுப் பூசை முடிந்தவுடன் நான்காம் திருநாளுக்குரிய பூசைகளைஉடனே தொடங்கி, மூன்றாம் திருநாளன்று இரவு பன்னிரண்டு மணிக்குள் முடித்துவிடுகின்றனர். இரவு ஒரு மணியளவில் இறைவன் கள்ளர் திருக்கோலம் பூண்டு, மதுரை நகருக்குக் கிழக்கே வைகை ஆற்றின் வடகரையிலுள்ள வண்டியூருக்குப் புறப்படுகின்றார். நான்காம் திருநாள் பயணத்தில் கழிந்துவிடுகிறது. மீண்டும் ஒன்பதாம் திருநாளன்று கள்ளர் திருக்கோலத்தில் கோயிலை வந்தடைகிறார். இப்பயணத்தின் மொத்தத் தொலைவு ஏறத்தாழ முப்பது மைல்களாகும். ஒன்பதாம் திருநாளன்று கோயிலுக்குத் திரும்பும்வரையிலுள்ள திருவிழா நிகழ்ச்சிகள் வழியிடை ஊர்களிலும் மதுரையிலும் வண்டியூரிலும் நடைபெறுகின்றன.[2] இப்பயணத்தில் 'அழகர் ஆற்றிலிறங்கும்' நிகழ்ச்சியை மட்டும் ஆண்டுதோறும் ஐந்து லட்சம் மக்கள் காணு கின்றனர் என இந்திய சென்சஸ் அறிக்கை கூறுகிறது.[3] இதழ்ச் செய்திகளும் இதனை உறுதிப்படுத்துகின்றன.[4]

7.2. பயண நோக்கம்

"மண்டூக முனிவரது சாபவிமோசனத்தின் நிமித்தமாகவும், 'சுந்தரத்தோளுடையான்'என்று ஸ்ரீ ஆண்டாள் மங்களாஸாஸனம்

செய்த சுந்தரத்தோள்களுக்கு வருஷம் ஒருமுறை ஆண்டாள் சாற்றிக்கொண்ட திருமாலையை ஏற்றுக்கொள்ளும் பொருட்டும் ஸ்ரீசுந்தரராஜன் கள்ளர் திருக்கோலத்துடன் மதுரைக்கு எழுந்தருளி" வருவதாகக் கோயில் திருவிழா அழைப்பிதழ் அழகரின் பயணத்துக் கான காரணங்களைக் குறிப்பிடுகிறது.[5]

"சுதபஸ் என்ற முனிவர் நீராடிக்கொண்டிருந்தபோது துர்வாச முனிவர் அவ்விடத்திற்கு வந்தார். அவரைக் கவனிக்காது சுதபஸ் முனிவர் நீராடிப் பூசைகளை முடித்தபின் காலந்தாழ்த்தித் துர்வாசரை வரவேற்க வந்தார். அதனால் சினங்கொண்ட துர்வாச முனிவர், 'தவளையாக (மண்டூகமாக)க் கடவாய்' எனச் சுதபஸைச் சபித்துவிட, சுதபஸ்முனிவர் தவளையானார். பின்னர் சுந்தரராஜப் பெருமாளை நோக்கித் தவமிருந்து அவர் அருட்காட்சி தந்ததனால் முத்தியடைந்தார்".[6] கோயில் தலபுராணம் கூறும் மண்டூக முனிவரின் கதைச் சுருக்கம் இதுதான். இந்த மண்டூக முனிவரின் சாபத்தைத் தீர்த்து வீடுபேறு தரவே இறைவன் கோயிலிலிருந்து வண்டியூர் நோக்கி வருவதாகத் திருவிழா அழைப்பிதழ் கூறுகின்றது.

ஆண்டாள் சூடிக்கொடுத்த திருமாலையை அழகர் ஏற்றுக் கொள்வது, சித்திரைத் திருவிழாவில் மதுரை தல்லாகுளம் பெருமாள் கோயிலில் நடைபெறும் ஒரு நிகழ்ச்சியாகும்.

7.3. மக்கள் வழக்கிலுள்ள பழமரபுக்கதை

அழகரின் மதுரை வருகை குறித்துத் திருவிழாக் காணவரும் மக்களிடம் பரவலாக வழங்கும் பழமரபுக்கதை (myth) மேற்குறித்த இரண்டு காரணங்களையும் கூறவில்லை; புதியதாக ஒரு செய்தி யினைக் கூறுகிறது.

'அழகர் தன் தங்கை மீனாட்சியின் திருமணத்திற்குச் சீர்வரிசை களுடன் புறப்பட்டு மதுரைக்கு வருகிறார். அவர் வருவதற்கு முன்னரே அவரில்லாமலே மீனாட்சியின் திருமணம் நடந்து முடிந்துவிடுகிறது. வைகையாற்றிலிறங்கிய அழகர் தானில்லாமல் தங்கையின் திருமணம் நடந்துவிட்ட செய்தியினையறிந்து கோபத் துடன் கிழக்கே வண்டியூர் நோக்கித் திரும்பிவிடுகிறார். அங்கு தன் காதலியான துலுக்கநாய்ச்சியார் வீட்டில் அன்று இரவு தங்கிவிட்டு, மலைக்குத் திரும்பிவிடுகிறார். இதுவே அழகர் மதுரைக்கு வருவது குறித்து மக்களிடம் பரவலாக வழங்கிவரும் கதையாகும்.

7.4. அழைப்பிதழ் கூறும் காரணங்களும் மக்கள் மதிப்பீடும்

திருவிழாக் காணவரும் மக்களில் பெரும்பாலோர்க்கு, மண்டூக முனிவரின் சாபவிமோசனம் திருவிழாவில் ஒரு நிகழ்ச்சியாக நடப்பதே தெரியவில்லை. ஆனால் மேற்குறித்த பழமரபுக் கதையினை எல்லாரும் கூறுகின்றனர். அழகர் ஆற்றிலிறங்கும் நிகழ்ச்சியைக் காண இலட்சக்கணக்கான மக்கள் கூடுகின்றனர். ஆனால் மறுநாள், (தியாகராாசர் கல்லூரியின் பின்புறம் ஆற்றின் நடுவிலுள்ள) தேனூர் மண்டபத்தில் நடைபெறும் மண்டூக முனிவரின் சாபவிமோசன நிகழ்ச்சியைக் காணவரும் மக்களின் எண்ணிக்கை ஆயிரம்கூட இல்லை (படம்:14). இந்நிகழ்ச்சிக்காக இம்மண்டபத்தின் முன்னர் ஆற்று மணலைச் சிறிய குளம்போலத் தோண்டி அதில் மீன், தவளை, நாரை முதலியவற்றை விடுகின்றனர் (படம்:15). கண்ணுக்குத் தெரிவது நாரையேயாகையால் நேரில் காணும் மக்கள்கூட இந்நிகழ்ச்சியை 'நாரைக்கு முத்தி கொடுத்தல்' என்றே சொல்கின்றனர்.

கோயில் திருவிழா அழைப்பிதழ் கூறும் இரண்டாவது காரணமான, ஆண்டாள் சூடிக்கொடுத்த மாலையினை அழகர் ஏற்பதும் திருவிழாக் காணவரும் மக்களின் பெரும்பாலோர்க்குத் தெரியவில்லை. இந்நிகழ்ச்சி தல்லாகுளம் பெருமாள் கோயிலுக்குள் நடைபெறுகிறது. அளவிறந்த கூட்டம் காரணமாக அந்நிகழ்ச்சி யைக் காணப் பொதுமக்கள் அனுமதிக்கப்படுவதில்லை; அதிகாரிகள் மட்டுமே அனுமதிக்கப்படுகிறார்கள். எனவே ஆண்டாள் சூடிக்கொடுத்த மாலையினை அழகர் ஏற்றுக்கொள்ளும் நிகழ்ச்சி திருவிழாக் காணவரும் மக்களில் பெரும்பாலோர்க்குத் தெரியாமலே போய்விடுகின்றது.

7.5. திருவிழாவின் முக்கிய நிகழ்ச்சிகள்

இப்பயணத்தின்போது அழகர்கோயிலிருந்து புறப்பட்ட அழகர் வழியிடை அமைந்துள்ள ஊர்களில் அடியவர்களால் அமைக்கப்பட்ட 'திருக்கண்கள்'தோறும் எழுந்தருளுகிறார். இத்திருக்கண்கள் கல்மண்டபங்களாகச் சில இடங்களில் அமைக் கப்பட்டுள்ளன; பெரும்பாலும் கூரைக் கொட்டகைகளாக அமைந்துள்ளன. ஊர்ப்பொதுவாகவும்தனியார் அல்லது சாதிச் சங்கச் சார்பாகவும் இவ்வாறமைக்கப்பட்டுள்ள திருக்கண்களின் எண்ணிக்கை 1979இல் முந்நூற்று இருபத்தொன்றாகும் எனக்

கோயில் அலுவலகத்தார் தெரிவிக்கின்றனர்.[8] ஒவ்வொரு திருக் கண்ணிலும் போகும்போதும்வரும்போதும் ஆக இருமுறை அழகர் எழுந்தருளுகிறார்.

நாயக்கராட்சிக்காலம் தொடங்கி இக்கோயிலின் பாதுகாவ லராக விளங்கிய வெள்ளியக்குன்றம் ஜமீன்தார் முதலில் வண்டியில் செல்கிறார். அடுத்து இக்கோயில் ஆசாரியரான ஆண்டார், தன் அடியவர்கள் புடைசூழ்ந்து நடந்துவர, ஒருபல்லக்கிற் செல்கிறார். அதனையடுத்து அழகரின் பல்லக்கு செல்கிறது. இறைவனின் பல்லக்கோடு கோயிற் பணியாளர்கள், பயண நாட்களில் தேவைப்படும் அழகரின் உடைகளைச் சுமந்து செல்வோர், அணிகலப் பெட்டியினைச் சுமந்து செல்வோர், உண்டியல் சுமந்து செல்லும் வண்டிகள், வேடமிட்டு வரும் அடியவர்கள் ஆகியோர் செல்வது ஓர் ஊர்வலமாக அமைந்திருக்கின்றது.[9]

மூன்றாம் திருநாளன்று இரவு பன்னிரண்டு மணியளவில் நான்காம் திருநாளுக்குரிய பூசைகளையும் முடித்து அழகர்கோயி லிலிருந்துபுறப்படும் அழகர் பொய்கைக்கரைப்பட்டி, கள்ளந்திரி, அப்பன் திருப்பதி, கடச்சனேந்தல், சுந்தரராஜன்பட்டி ஆகிய ஊர்களைக் கடந்து மறுநாள் பிற்பகல் நான்குமணிக்குக் கோயி லிலிருந்து ஆறுகல் தொலைவிலுள்ள மூணுமாவடி வந்து சேர்கிறார் (படம்:16). இங்கு பல்லக்கின் மேல் விரிக்கப்பட்டுள்ள துணியைக் களைந்துவிடுவர். இத்துணியினைப் 'பண்ணாங்கு'என அழைக்கின்றனர். அழகரைக்காண மதுரையில் இருந்து இவ்விடத் திற்குமக்கள் எதிர்கொண்டு வருகின்றனர். இவ்விடத்தில் இறைவனைத் தரிசிப்பது 'எதிர்சேவை' எனப்படும்.

இங்கிருந்துசுமார் இரண்டுமைல் தொலைவிலுள்ள தல்லாகுளம்பெருமாள் கோயிலை அழகர் அன்று இரவு பதினோரு மணியளவில் அடைகிறார். இக்கோயிலில் அழகரின் கள்ளர் வேடம் களையப்படுகிறது. இயல்பான பெருந்தெய்வக்கோலம் பூணுகிறார். அப்போது திருவில்லிபுத்தூரிலிருந்து கொண்டுவரப் பட்ட ஆண்டாள் சூடிக்களைந்த மாலையும், சிந்துரம், ஒரு பட்டுக்கயிறு முதலியவையும் இறைவனுக்குச் சார்த்தப் பெறு கின்றன. திருவில்லிபுத்தூர் ஆண்டாள் கோயிற் பணியாளர்கள், முதல்நாளே ஆண்டாள் சூடிக்களைந்த மாலையுடன் புறப்பட்டுச் சுமார் அறுபது மைல் தூரம் நடந்தே வந்து சேர்கின்றனர். பின்னர்

இறைவன் வெட்டிவேரினால் அலங்கரிக்கப்பட்ட சப்பரமொன்றில் குதிரை வாகனத்துடன் எழுந்தருளித் தல்லாகுளம் கோயிலைவிட்டு வெளி வருகிறார். இந்த இடத்திலிருந்து ஏறத்தாழ அரை மைல் தொலைவுக்குப் பல்லாயிரக்கணக்கான மக்கள் சாலையில் அழகருக்காகக் காத்திருக்கின்றனர். வேடமிட்டு ஆடுபவர்களும் வர்ணிப்புப் பாடல்களைப் பாடுவோரும் கேட்போரும் இரவு முழுவதும் விழித்திருக்கின்றனர். சுமார் நான்கைந்து மணி நேரம் கழிந்தபின் ஒரு பர்லாங் தொலைவிலுள்ள தல்லாகுளம் கருப்ப சாமிக் கோயிலுக்கருகில் வந்துசேரும் அழகர், அவ்விடத்தில் நிறுத் தப்பட்டுள்ள 'ஆயிரம் பொன்சப்பரம்' எனப்படும் மிகப்பெரிய சப்பரமொன்றில் குதிரை வாகனத்துடன் எழுந்தருளி வைகை யாற்றங்கரை. நோக்கி வருகிறார். வைகை மேம்பாலத்தை அடுத்துக் கீழ்ப்புறத்திலுள்ள மூங்கிற்கடை வீதியிலிருந்து, ஐந்தாம் திருநாளன்று காலை ஆறுமணியளவில் வைகையாற்றில் அழகர் இறங்குகிறார். இந்நாள், சித்திரை மாதம் பௌர்ணமி நாளாகும். இறைவனாகிய அழகர் ஆற்றிலிறங்கும் நிகழ்ச்சியே திருவிழாவின் உச்சக்கட்ட நிகழ்ச்சியாக அடியவர்களால் கருதப்பெறுகிறது. ஆண்டுதோறும் இந்நிகழ்ச்சியைக் காணவே ஐந்து லட்சம் மக்கள் கூடுவதாக இந்திய சென்சஸ் அறிக்கை கூறுகிறது (படம்:17). இந்நிகழ்ச்சியின்போது ஆற்றுப்படுகையில் நூற்றுக்கணக்கான மக்கள் தங்கள் குழந்தைகளுக்குத் தலைமுடி மழித்துக் காது குத்துகின்றனர். மதுரையிலிருந்து வரும் வீரராகவப் பெருமாளை ஆற்றிலிறங்கிய அழகர் சந்திக்கிறார்.

அவ்விடத்தில் சிறிது நேரம் தங்கிவிட்டுப் பின்னர் ஆற்றிலி றங்கிய வடகரை வழியாகவே கிழக்கு நோக்கித் திரும்புகின்றார். பிற்பகலில் இராமராயர் மண்டபத்தின்முன் சென்றவுடன், துருத்திநீர் தெளிப்பவர்கள் அவ்விடத்தில் ஆயிரக்கணக்காகக் கூடி இறைவன் மீது தாங்கள் தோலினாலானதுருத்தியில் கொண்டு வந்த நீரைப்பீய்ச்சி அடிக்கின்றனர்.[10] நாட்டுப்புற மக்கள் இந்நிகழ்ச் சியை மிக முக்கியமானதாகக் கருதுகின்றனர். இந்நிகழ்ச்சி முடிந்த வுடன், திருவிழாவுக்கு வரும் நாட்டுப்புறமக்கள் ஊர் திரும்ப முற்படுகின்றனர். இந்நிகழ்ச்சியையடுத்து இராமராயர்மண்ட பத்தில் இறைவன் தங்கியிருக்கும்போது அடியவர்கள் கையில் ஒருதேங்காயினைப் பிடித்துக்கொண்டு தரையில் படுத்தவண்ணம் இறைவனின் முன்னால் 'அங்கப்பிரதட்சணம்' செய்கின்றனர்.

சௌராட்டிர சாதியினர் மட்டுமே இவ்வாறு அங்கப்பிரதட்சணம் செய்கின்றனர். பிற சாதியினர் இவ்வாறு அங்கப்பிரதட்சணம் செய்வதில்லை.

அன்று இரவு இறைவன் ஆற்றங்கரையிலுள்ள வண்டியூர் கிராமத்தில் வீரராகவப்பெருமாள் கோயிலில் தங்குகின்றார். இதையே 'துலுக்கநாய்ச்சியார் வீட்டில் இரவு அழகர் தங்குகிறார்' என்று நாட்டுப்புற அடியவர்கள் கூறுகின்றனர்.[11] இவ்விரவுப் பொழுதை ஆயிரக்கணக்கான மக்கள் ஆற்றின் நடுவிலேயே கழிக்கின்றனர். மறுநாள்-ஆறாம் திருநாள்-காலை இறைவன் சேஷவாகனத்தில் புறப்பட்டுவந்து பதினோரு மணியளவில் வண்டியூர் அருகில் கருட வாகனத்தில் ஆற்றின் நடுவிலுள்ள 'தேனூர் மண்டபத்தில்'அமர்ந்து தவளையாகிவிட்ட மண்டூக முனிவருக்குச் சாபவிமோசனம் கொடுக்கிறார். இந்நிகழ்ச்சி முடிந்ததும் அழகர் மீண்டும் கோயிலுக்குத் திரும்புகிறார்.

திரும்பும் வழியில் அன்று இரவு இராமராயர் மண்டபத்தில் இறைவன் அடியார்களுக்குத் தசாவதாரக் காட்சி கொடுக்கிறார். இந்நிகழ்ச்சி இரவு முழுவதும் நடைபெறுகிறது. இந்நிகழ்ச்சியில் பெரும்பாலும் நகர்ப்புறமக்களே கூடுகின்றனர். நடைமுறையில் மச்சவதாரம், கூர்மவதாரம், வாமனவதாரம் முதலிய அவதாரங்களே காட்டப்பெறுகின்றன. நேரமில்லாத காரணத்தால் பிற அவதாரக் காட்சிகள் காட்டப்பெறுவதில்லை. கடைசியாகக் காட்டப்பெறும் மோகினிவேடக் காட்சியைக் காட்டித் தசவதார நிகழ்ச்சியை முடித்துவிடுவர். மறுநாள் - ஏழாம் திருநாள் காலையில் அங்கிருந்து புறப்பட்டு மாலை நான்கு மணியளவில் வைகை வடகரையிலுள்ள அம்மாளு அம்மாள் மண்டபத்தில் இறைவனை எழுந்தருளச் செய்து, இறைவனின் 'சடாரி'யை மட்டும் ஆற்றின் தென்கரை யிலுள்ள 'அய்யங்கார் தோப்பு மண்டகப்படிக்கு' ஒரு சிறிய பல்லக்கில் கோயிற் பணியாளர் எழுந்தருளச் செய்கின்றனர். சடாரி மீண்டும் வடகரை திரும்பியவுடன் அழகர் தல்லாகுளம் நோக்கி வருகிறார். அன்று இரவு தல்லாகுளம் கருப்பசாமிக் கோயிலுக்கு எதிரிலுள்ள சேதுபதிராஜா மண்டபத்தில் கள்ளர் திருக்கோலம் பூண்டு பூம்பல்லக்கிலேறி தன் மலையினை நோக்கிப் பயணத்தைத் தொடர்கிறார். மறுநாள் எட்டாம் திருநாள் இரவு-மூணுமாவடி தாண்டி மறவர் மண்டபம் வந்து சேர்கிறார். மறுநாள் ஒன்பதாம்

திருநாள் காலை அழகர்கோயில் வந்து சேர்கிறார். ஏழாம் திருநாள் இரவு தல்லாகுளத்தில் பூண்ட கள்ளர் திருக்கோலத்திலேயே அழகர்கோயில் வந்துசேர்கிறார்; இடையில் வேறுகோலம் பூணுவதில்லை.

ஒன்பதாம் திருநாள் காலையிலேயே கோயிலுக்கு வந்துசேர வேண்டியிருந்தும், கூட்ட மிகுதியாலும் திருக்கண்களின் மிகுதி யாலும் அழகர் அன்று இரவே கோயிலுக்கு வந்து சேரமுடிகிறது (படம் : 18).

7.6. பழமரபுக்கதைச் செய்தி விளக்கம்

இனி அழகரின் பயணத்தைக் குறித்து மக்களிடையே வழங்கும் கதைச் செய்தியினை விளக்கமாகக் காணவேண்டும்.

1. அழகர் தன் தங்கை மீனாட்சியின் திருமணத்துக்காகச் சீர்வரிசை களுடன் புறப்பட்டு வருகிறார்.

2. அவர் வருவதற்கு முன்னரே திருமணம் முடிந்து விடுகிறது. வைகையாற்றிலிறங்கிய அழகர் செய்தியறிந்து கோபத்துடன் ஆற்றைக் கடக்காமல் கிழக்கே வண்டியூர் நோக்கித் திரும்பி விடுகிறார்.

3. அன்றிரவு வண்டியூரில் தன் காதலி துலுக்கநாய்ச்சியார் வீட்டில் தங்கிவிட்டு மலைக்குத் திரும்பிவிடுகிறார்.

இவை கதை தரும் மூன்று முக்கிய செய்திகளாகும்.

7.7. சமூக அமைப்பில் அண்ணன்-தங்கை உறவு

புராணமரபுகளின் (mythology) படி, அழகராகிய திருமால், மீனாட்சியாகிய பார்வதிக்கு அண்ணனாவார். அண்ணன் தங்கைக்குச் சீர்கொண்டுவரும் நிகழ்ச்சியை நாட்டுப்புறப் பாடல்கள் குறிக்குமிடத்து, அழகரையும் மீனாட்சியையுமே அண்ணன் தங்கையாகக் காட்டுவதிலிருந்து நாட்டுப்புற மக்களிடம் இக்கதையின் செல்வாக்கினை உணரலாம்.

"சம்பா கதிரடித்து - சொக்கர்
தவித்துநிற்கும் வேளையிலே
சொர்ணக் கிளிபோல - மீனாள்
சோறுகொண்டு போனாளாம்

நேரங்கன் ஆச்சுதென்று - சொக்கர்
நெல்லெடுத்து எறிந்தாராம்
அள்ளி எறிந்தாராம்
அளவற்ற கூந்தலிலே
மயங்கி விழுந்தாளாம் - மீனாள்
மல்லிகைப்பூ மெத்தையிலே
சோர்ந்து விழுந்தாளாம்
சொக்கட்டான் மெத்தையிலே
அழுதகுரல் கேட்டு
அழகர் எழுந்திருந்து
வரிசை கொடுத்தாராம்
வையகத்தில் உள்ளமட்டும்
சீரு கொடுத்தாராம்
சீமையிலே உள்ளமட்டும்
மானாமதுரை விட்டார்
மதுரையிலே பாதிவிட்டார்
தல்லாகுளமும் விட்டார்
தங்கச்சி மீனாளுக்குத்
தளிகையிலே பாதிவிட்டார்"[12]

என்பது மக்களிடையே வழங்கும் ஒரு தாலாட்டுப் பாடலாகும்.

மைத்துனராகிய சிவபெருமானுடைய கோபத்தையும்தங்கை மீனாட்சியினுடைய வருத்தத்தினையும் அண்ணனாகிய அழகர், தான் கொண்டுவரும் சீர்வரிசைகளால் தணிக்க முற்படுகிறாரே யன்றி, அவர்களின் பிணக்கிற்கான காரணத்தைக் கண்டறிய முற்படவில்லை. அவர்களின் பிணக்கினை நீக்குவதற்கான வழி பெண்ணுக்குப் பிறந்த வீட்டிலிருந்து செல்லும் சீர்வரிசைகள் என்பது மட்டும் அவருக்குத் தெரிகிறது. ஏனெனில் அதுதான் சமூகத்தில் நிலவிவரும் வழக்கமாகும்.

பெண்ணுக்குச் சொத்துரிமை மறுக்கப்பட்ட சமூக அமைப்பில், திருமணத்தின்போது நகையாகவும் பின்னர் 'சீர்வரிசை' என்ற பெயரிலும் அவள் பிறந்த வீட்டுச் சொத்தின் தன்பங்கினைப் பெற்றுக்கொள்ள முயல்கிறாள். மீண்டும் தன் பிறந்த வீட்டிற்குத் தன் பெண்ணை மருமகளாக அனுப்பியோ அல்லது உடன் பிறந்தவன் மகளைத் தன் மகனுக்கு மனைவியாக்கியோ தன்

பிறந்த வீட்டுச் சொத்தை அனுபவிக்க முயல்கிறாள். எனவே சொத்துரிமையை முன்னிறுத்தி முறைப்பெண், முறை மாப்பிள்ளை என்ற உறவும் தொடங்குகிறது. மாமன்மகள் அத்தைமகள், மாமன்மகன், அத்தைமகன் என்ற மணவுறவு முறை (cross cousin marriage) தென்னிந்தியாவில் பார்ப்பனரல்லாதாரின் வழக்கம் என்று ஹட்டன் கூறுகிறார்.[13]

தென்னிந்தியாவில் பார்ப்பனரல்லாத சாதியாரின் இவ்வழக்கத் தினைத் தமிழ்நாட்டு வைணவமும் தழுவிக்கொண்டது. தமிழ்நாட்டு வைணவக் கோயில்களில் தைப்பொங்கல் கழிந்த மறுநாள், இறைவி (தாயார்) தன் பிறந்த வீட்டிலிருந்து மஞ்சள், குங்குமம் முதலிய பொருட்களைச் சீர்வரிசையாகப் பெறுவதாக ஒரு விழாக் கொண்டாடுகிறார்கள். இதற்காக இறைவியைத் தனியாகக் கோயி லுக்குள் மற்றொரு மண்டபத்திற்கு எழுந்தருளச் செய்கின்றனர். அம்மண்டபம் தாய்வீடாகக் கருதப்படும். இறைவிக்குச் ‘சித்ரான் னங்கள்’ (வகைச்சோறு) படைக்கப்படும். இவ்விழாவிற்குக் ‘கனு உற்சவம்’என்பது பெயராகும். தமிழ்நாட்டு வைணவம் பிறந்த வீட்டிலிருந்து ஒரு பெண் சீர்வரிசை பெறும் இவ்வழக்கத்தை ஏற்றுக்கொண்டு, நிலத்து மரபுகளோடு ஒத்துப்போயிருக்கிறது.[14] மேற்குறித்த பழமரபுக்கதை பிறப்பதற்குத் தமிழ்நாட்டு வைணவ மரபுகள் தடையாகயில்லை; மாறாக உதவும் தன்மையிலுள்ளன என்பதே இவ்விழாவின்மூலம் நாம் இங்கே நினையத்தகும் செய்தியாகும்.

7.8. ‘சீர்வரிசை’ நம்பிக்கை

அழகர், மீனாட்சிக்கு அண்ணன் முறையானதால் சீர் கொண்டு வருகிறார் என்ற கதைச் செய்தியின் பிறப்புக்குத் திருவிழா நிகழ்ச்சி ஒன்று அடிப்படையாக அமைகிறது. அழகர் ஊர்வலத்தில் உடைகள், நகைகள், பிற அணிகலன்கள் ஆகியவற்றை எடுத்துவரும் வண்டிகளும்திருவிழாக் கூட்டத்திற்கேற்ப அடியவர் காணிக்கை செலுத்தும் உண்டியல் ஏந்திய சிறிய வண்டிகளும் நிறைய வருகின்றன. இந்த உண்டியல் வரும் காட்சியினை,

“காணிக்கை வாரியன்பர் கைகோடி யள்ளியிடும்
ஆணிப்பொன் கொப்பரை முன்னாகவா”[15]

என அழகர் கிள்ளைவிடு தூது வருணிப்பதால், இது அக்காலத்திலேயே

திருவிழாக் காட்சிகளில் முக்கியமான ஒன்றாகும் எனத் தெரிகிறது (படம்:19). இவ்வண்டிகளைக் காணும் மக்கள், அவையெல்லாம் அழகர் தங்கை மீனாட்சிக்குக் கொண்டுவரும் சீர்ப்பொருள்கள் என்றே எளிதாக எண்ணுகின்றனர்; சொல்லுகின்றனர்.

பெண்கள் பத்திரிகை ஒன்றுகூட இந்நம்பிக்கையைப் புலப் படுத்தும் வகையில், "கள்ளழகர் சுந்தரராஜப் பெருமாள் தங்கையின் திருமணத்திற்குத் தந்தப்பல்லக்கு, முத்துக்குடை, தங்கக்குடம் முதலிய சீர்வரிசைகளுடன் புறப்பட்டு வருகிறார்" என்றெழுதுகிறது.[16] ஆனால் நடைமுறையில் அழகரின் சித்திரைத் திருவிழா ஊர்வலத்திற்கும் மதுரை மீனாட்சியம்மன் கோயிலுக்கும் எந்தவிதத் தொடர்புமில்லை.

வண்டியில் வரும் உண்டியல்களில் தாங்கள் காணிக்கையிட் டாலும்,அவற்றை அழகர் தன் தங்கைக்குச் சீர் கொண்டுவரும் வண்டிகள் என்றே மக்கள் கருதுவது இந்நம்பிக்கையின் ஆழத்தைக் காட்டுகிறது.

7.9. திருமணச் செய்தி-சிற்பச்சான்றும் இலக்கிய வழக்கும்

கதையின் அடுத்த பகுதி இது: 'அழகர் வருவதற்கு முன்னரே அவரில்லாமலே தங்கை மீனாட்சியின் திருமணம் முடிந்துவிட்டது. எனவே ஆற்றில் இறங்கிய அழகர் கோபத்துடன் வண்டியூர் நோக்கித் திரும்பிவிடுகிறார்.'

மீனாட்சியம்மன் கோயில் கம்பத்தடி மண்டபத்திலும் புது மண்டபத்திலும் உள்ள மீனாட்சி திருமணச் சிற்பங்களில் திருமால் சிவபெருமானுக்குத் தன் தங்கையைத் தாரைவார்த்துக் கொடுக்கும் காட்சி செதுக்கப்பட்டிருக்கிறது. எனவே பழமரபுக்கதை தரும் செய்தியினை இச்சிற்பங்களைக் காட்டி மறுக்க வாய்ப்பு ஏற்படுகிறது. மேலும் பரஞ்சோதி முனிவரின் திருவிளையாடற் புராணம்,

> "அத்தலம் நின்ற மாயோன், ஆதி செங்கரத்து, நங்கை
> கைத்தலம் கமலப் போது பூத்ததோர் காந்தள் ஒப்ப
> வைத்தகு மனுவாய் ஓதக் கரகநீர் மாரி பெய்தான்,"[17]

என்று திருமால் தங்கை மீனாட்சியின் திருமணத்தில் கலந்துகொண்டு சிவபெருமானுக்குத் தன் தங்கையைத் தாரைவார்த்துக் கொடுத்த செய்தியினைக் குறிப்பிடுகிறது. கடவுளர்க்குள் உறவுமுறையில்

திருமால் பிரமனுக்குத் தந்தையாவார். சிவனுக்கும் திருமாலுக்கும் தந்தையர் உண்டு என்றே பேசப்படுவதில்லை. எனவே அண்ணனாகிய திருமால் தந்தையின் இடத்திலிருந்து தங்கையைத் தாரைவார்த்துக் கொடுக்கிறார்.

'அழகர் வருவதற்கு முன்னரே மீனாட்சியின் திருமணம் முடிந்துவிட்டது' என்ற பழமரபுக்கதைச் செய்தி, திருவிளையாடற் புராணத்தோடும் சிற்பச் சான்றுகளுடனும் முரண்படும்போது இக்கதைப் பிறப்புக்குக் காரணம் என்னவாக இருக்க முடியும் என்று அடுத்து ஒரு கேள்வி எழுகிறது.

"பன்னிரண்டு மைல் ஊர்வலம் வந்த அழகர் அரை மைல் தூரத்திலுள்ள தன் தங்கை மீனாட்சியின் கோயிலுக்குச் செல்லாதது ஏன்? ஆற்றிலிறங்குவதற்கு இரு நாட்களுக்கு முன்னர் நடந்த தங்கையின் திருமணத்திற்கு வராதது ஏன்? இத்தனை நெடுந்தூரம் வந்த பின்னரும், ஆற்றைக்கடந்து பெரும்பதியாகிய மதுரைக்குள் நுழையாத காரணமென்ன?" - இந்தக் கேள்விகளெல்லாம் திருவிழாக் காணவரும் நாட்டுப்புறமக்கள் மனத்தில் வலுவாக எழுந்திருக்கின்றன. இந்தக் கேள்விகளினால் அலைக்கப்பட்ட தங்கள் மனத்துக்கு அமைதி வேண்டி அவர்களே இக்கதையினைப் படைத்து வழங்கி வருகின்றனர் எனலாம்.

தமிழ்நாட்டுக் குடும்ப அமைப்புமுறையில், உறவினர்கள் உரிய மதிப்பினைத் தரவில்லை என்ற காரணத்தால் ஒருவன் கோபமும் வருத்தமும் கொள்வதும், வருத்தத்தினால் உறவினர்களிடமிருந்து ஒதுங்கிச் செல்வதும் நடைமுறையில் இயல்பாகக் காணக்கூடிய நிகழ்ச்சியேயாகும். சமூகமும் அதை ஏற்றுக்கொள்கிறது.

எனவே திருவிழாக் காணவரும் நாட்டுப்புறமக்கள் தங்கள் சமூக அமைப்பைப் பிரதிபலிக்கும் ஒரு காரணத்தையே அழகரின் கோபத்திற்கும் வருத்தத்திற்கும் காரணமாகக் கற்பித்திருக்கிறார்கள் எனக் கருதமுடிகிறது.

அழகர் மதுரைக்குள் வந்திருந்தாலும், கிழக்கே வண்டியூரருகே உள்ள தேனூர் மண்டபத்தில் மண்டூக முனிவருக்குச் சாப விமோசனம் தரும் நிகழ்ச்சிக்காகக் கிழக்கு நோக்கித்தான் திரும்பிச் செல்ல வேண்டும். ஆகையால் அழகர் சினங்கொண்டு மதுரைக்குள் நுழையாமல் கிழக்கு நோக்கித் திரும்பிவிடுகிறார் என்ற கதைச் செய்தி

இயல்பாகவே அந்நிகழ்ச்சியோடு பொருந்திவிடுகிறது. எனவே இப்படியொரு கதையினைப் படைப்பதில் நாட்டுப்புறமக்கள் சிக்கல்கள் எதனையும் எதிர்கொள்ளவில்லை.

7.10. துலுக்க நாய்ச்சியார்

கதையின் கடைசிப்பகுதி, 'அழகர் வண்டியூர் சென்று தன் காதலி துலுக்கநாய்ச்சியார் வீட்டில் இரவினைக் கழிக்கின்றார்' என்பதாகும்.

முசுலிம்களுக்கும் தமிழ்நாட்டு வைணவத்திற்குமுள்ள தொடர்பு கூர்ந்து நோக்கப்பட வேண்டிய ஒன்றாகும். வண்டியூரில் துலுக்க நாய்ச்சியார் கோயில் என்பதே இல்லை. அங்குள்ள சிறிய பெருமாள் கோயிலில்தான் அழகர் இரவு தங்குகிறார். இருப்பினும் தகவலாளிகள், அப்பெருமாள் கோயிலுக்குச் சற்றுத் தூரத்தில் நின்று அப்பெருமாள் கோயிலையே 'துலுக்கநாய்ச்சியார்' கோயில் என்று அழுத்தமாகக் கூறுகின்றனர். எனவே இது ஆழவேரூன்றிய நம்பிக்கை என்பது தெளிவாகிறது.

அழகர் வண்டியூரில் தங்கும் இரவில் முசுலிம்களும் திருவிழாவில் கலந்துகொண்டு பெரிய அளவில் வானவேடிக்கைகள் நடத்தியதைத்தான் முப்பதாண்டுகட்கு முன்னர் நேரில் கண்டதாக ஒரு தகவலாளி கூறுகிறார்.[18]

முசுலிம் படையெடுப்புக் காலத்தில் திருவரங்கம் கோயில் கொள்ளையடிக்கப்பட்டு மேலும் பல தொல்லைகளுக்குள் ளானதை, "டில்லீசுவரனான துலுக்கன்... திருவரங்கந் திருப்பதி யிலேயும் வந்து புகுந்து கோயிலிலே ப்ரவேஸித்து... கருவுகலம் முதலானவைகளையும் கொள்ளையிட்டு, அழகிய மணவாளப் பெருமாள், சேரகுல வல்லியார் முதலான விக்ரஹங்களையும் எடுத்துக்கொண்டு, ஸர்வத்தையும் கொண்டு போகையில்....." என்று கோயிலொழுகு குறிப்பிடுகிறது.[19] அதே கோயிலொழுகு, திருமால் ஆணையால் 'சாந்து நாய்ச்சியார்' என்ற துலுக்கநாய்ச்சியார் திருவரங்கம் கோயிலில் திருநிலைப்படுத்தப்பட்டதை, "பெருமாள் நியமனத்தினாலே ராஜமஹேந்திரன் திருவீதியில் வடகீழ் மூலை யிலே திருநடைமாளிகையிலே அறையாகத் தடுத்து அந்த டில்லீசுவரன் புத்ரியான ஸுரதாணியை சித்ரரூபமாக எழுதிவைத்து ப்ரதிஷ்டிப்பிந்து" என்றும் கூறுகிறது.[20]

"துலுக்கநாய்ச்சியார் கதை, முகமதியப் படையெடுப்பு,

ஸ்ரீரங்கத்தின் சிதைவு, இவை பற்றிய நினைவுகளில் இருந்து பிறந்திருக்க வேண்டும். நாட்டுப்புறப் பண்பாட்டியல் ஆய்வு மாணவர்க்கு இது ஒரு நல்ல செய்தி. ஸ்ரீரங்கம் மட்டுமன்றி, முசுலிம் படையெடுப்பினால் ஏதேனும் ஒருகாலத்தில் தொல்லை யுற்ற பெரும்பாலான விஷ்ணு கோயில்களில் இம்மரபு (துலுக்க நாய்ச்சியார் வழிபாடு) உண்டு" என்கிறார் ஹரிராவ்.[21] இக்கருத்து ஏற்புடையதாகவே தோன்றுகிறது.

அழகர்கோயிலும் முசுலிம் படையெடுப்பினால் ஒருமுறை பாதிக்கப்பட்ட செய்தியை, "1757ல் ஹைதர்அலி மதுரையைச் சுற்றியுள்ள ஊர்களைக் கொள்ளையடித்து, அழகர்கோயில் கலியாண மஹாலில் உள்ள விக்கிரகங்களை உடைத்துக் கோயிலில் இருந்த ஏராளமான பணத்தையும் சொத்தையும் கைப்பற்றிக்கொண்டான்" என்று இக்கோயில் வரலாறு கூறுவதால்,[22] ஹரிராவின் கருத்து பொருத்தமாகவே தோன்றுகிறது.

துலுக்கநாய்ச்சியார் கதை நம்மை மற்றுமொரு வகையிலும் சிந்திக்கத் தூண்டுகிறது. முசுலிம் படையெடுப்புக்கள் ஓய்ந்த பின்னரும் தமிழகத்தில் முசுலிம்கள் இருந்தனர். வலிய எதிரியை உறவு கொண்டாடி வளைத்துக்கொண்டு செயலற்றவனாக்குவது சொத்துடைமைச் சமுதாயத்தில் இயல்பாகப் படிந்துள்ள ஒரு பண்பாகும். இதைத் 'தத்துவ வெற்றி' (ideological victory) என்றும் சிலர் வாதிடக்கூடும். துலுக்கநாய்ச்சியர் கதை வழியாகத் தெய்வீகச் சாயலுடன்கூடிய ஓர் உறவு முறையினைக் கற்பித்துக்கொண்டு, வலிமையான எதிரிகளான முசுலீம்களின் பகையுணர்ச்சியினைத் தமிழ்நாட்டு வைணவம் மழுங்கச் செய்திருக்கிறது என்றே தோன்று கிறது. நடைமுறைக் கண்ணோட்டத்தில், சொத்துடைமை நிறுவனங் களான கோயில்களின் சொத்துக்களைப் பாதுகாக்கும் முயற்சியே இது எனலாம்.

முசுலிம்கள் ஆட்சியைத் தமிழகத்தில் முடித்துவைத்தவர்கள் நாயக்க மன்னர்களேயாவர். எனவே முசுலிம்களுக்கும் தெலுங்கு மொழி பேசுபவர்களுக்கும் பகைமை உணர்ச்சி ஏற்படுவது இயல்பே. ஆனால் தமிழகத்தில் இன்றளவும் தெலுங்கைத் தாய்மொழியாகக் கொண்ட நாயுடு, நாயக்கர், ரெட்டியார் முதலிய சாதியினரும் தமிழ் பேசும் முசுலிம்களும் 'மாமன் - மருமகன்'என உறவு சொல்லி அழைத்துக்கொள்ளும் வழக்கம்

நடைமுறையிலுள்ளது மேற்குறித்த தெலுங்குச் சாதியார் வைணவ சமயம் சார்ந்தவர்களே. இவ்வுறவு முறைப் பிறப்பின் காரணமும் எதிரிகளான முசுலிம்களின் பகையுணர்ச்சியை மழுங்கச் செய்வதே எனக் கருதலாம்.

மற்றொரு செய்தியும் இங்குக் குறிப்பிடத்தக்கதாகும். தென்னார்க்காடு மாவட்டம் ஸ்ரீமுஷ்ணத்தில் (திருமுட்டத்தில்) கோயில் கொண்ட திருமால், ஆண்டுக்கொருமுறை மாசிமகத்தில் கிள்ளை என்னும் ஊருக்குக் கடலாடச் செல்லும்பொழுது அவ்வூரிலுள்ள ஒரு முசுலிம் சமாதிக்கு அடியவர்க்குரிய மரியாதையினை அளித்துச் செல்வது இன்றளவும் வழக்கமாக நடந்துவருகிறது.²³ ஸ்ரீமுஷ்ணம் (திருமுட்டம்) கோயிலில் உள்ள பதினாறுகால் மண்டபத்தில் பல சிற்பங்கள் சிதைக்கப்பட்டுள்ளன. இது முசுலிம் படையெடுப்புக் காலத்தில் நிகழ்ந்தது என அவ்வூர் மக்கள் கூறுகின்றனர். இருப்பினும் பிற்காலத்தில் இக்கோயிலில் திருவிழா நடத்த மானியமாகச் சில நிலங்களை ஒரு முசுலிம் அளித்துள்ளார். ஆகையால் இக்கோயிலில் இன்றும்கூட முசுலிம்கள் தேங்காய் உடைத்து இறைவனைவழிபடுவதாகக் கோயில் அர்ச்சகர் கூறுகிறார்.²⁴

இவையனைத்தும் வலிய எதிரிகளான முசுலிம்களை எதிர்க்க வழியில்லாத தமிழ்நாட்டு வைணவம், அவர்களை உறவாக்கிச் செயலற்றவர்களாக ஆக்க முயன்றதற்குச் சான்றுகளாகும். துலுக்க நாய்ச்சியார் கதை அம்முயற்சியிற் பிறந்த ஒரு கதையாகும்.

7.11. டென்னிஸ் அட்சன் நான்கு செய்திகள் - மதிப்பீடு

சித்திரைத் திருவிழாவில் மீனாட்சி திருமணம் - அழகர் வருகை பற்றிய பழமரபுக் கதையினை (myth) முதலில் ஆராய்ந்தவர் டென்னிஸ் அட்சன் (Dennis Hudson) என்பவர் ஆவார்.²⁵ இக்கதை பிறப்பதற்கான அரசியல், சமூக, வரலாற்றுப் பின்னணியைப் பற்றிய அவரது ஆய்வுக் கருத்துக்களும் முடிவுகளும் எண்ணப்பட வேண்டியவையாகும். தம் ஆய்வின் விளைவாக அவர் தரும் நான்கு கருத்துக்களை மதிப்பிடுவது இப்பழமரபுக் கதையினை நாம் ஆய்ந்துணரத் துணைபுரியும்.

செய்தி : 1

பாண்டிய நாட்டில் நீண்டகாலமாகச் சைவ வைணவப்

போராட்டம் நடந்துவந்திருக்கிறது. மதுரை நகரம் சைவத்தோடு நெருங்கிய தொடர்புடையது. இருப்பினும், பாண்டியநாட்டு வைணவர், பெரும்பாலும் சைவர் நிறைந்த அல்லது வைணவரல்லாத இந்து சமூகத்தில் வேகமும் தற்காப்புணர்வும் பொருந்திய சிறுபான்மையினராக இக்கதையின்வழி உருவகப்படுத்தப்பட்டனர்.[26]

மதிப்பீடு

இக்கருத்து ஏற்புடையதாகவே தோன்றுகிறது. ஸ்ரீகள்ளழகர் கோயில் வரலாறு இக்கதையினை "சைவ, வைஷ்ணவ மதங்களை ஐக்கியப்படுத்தும் ஒரு முயற்சி" என்று குறிப்பிடுகிறது.[27]

செய்தி : 2

மதுரை மீனாட்சி திருமணத் திருவிழா, அழகர் சித்திரைத் திருவிழா இரண்டையும் இணைத்தவர் திருமலைநாயக்கரே. தான் புதிதாக மீனாட்சியம்மன் கோயிலுக்கு அமைத்த தேர்களை இழுக்க ஆட்களைச் சேர்க்கவும், கால்நடைச் சந்தைகளை நடத்தவும், மக்கள் தம்முட் கலந்துறவாடவும், மிகப்பெரிய திருவிழாவாக அமையும் பொருட்டும் அவர் இதனைச் செய்தார். திருவிழாக்களை மாற்றக்கூடத் தனக்கு அதிகாரமிருப்பதைக் காட்டவும் அவர் இவ்வாய்ப்பைப் பயன்படுத்தினார் என்கிறார் அட்சன்.[28]

மதிப்பீடு

திருமலைநாயக்கரே இரண்டு திருவிழாக்களையும் இணைத்தார் எனும் கருத்து ஏற்புடையதே.[29] சித்திரை மாதம் நடைபெறும் மீனாட்சி திருமண ஊர்வலம் சித்திரை வீதியில் வராமல் இன்றும் மாசி வீதியிலேயே வருவது, மீனாட்சி திருமண விழா மாசி மாதத்திலிருந்து சித்திரை மாதத்திற்கு மாற்றப்பட்டிருப்பதற்கு நல்ல சான்றாகும். இச்செயலுக்கு அட்சன் கற்பிக்கும் நோக்கங்களும் ஏற்றுக்கொள்ளக்கூடியனவே.

செய்தி : 3

அழகரும் கள்ளருக்குமிடையேயான உறவு திருமலை நாயக்கர் காலத்திலோ அதற்கு முன்னரோ ஏற்பட்டிருந்தால், திருமலை நாயக்கர் கள்ளரோடு தான் கொண்ட உறவினை இத்திருவிழாவில் உருவகப்படுத்தியிருக்கிறார் என்று கொள்ள வேண்டும். திருமலை நாயக்கர் கள்ளருடைய தனித்தன்மையைக் காட்டும் அழகரின்

சித்திரைத் திருவிழாவினை மதுரையின் தனித்துவத்தினைக் காட்டும் மீனாட்சி திருமணத் திருவிழாவுடன் இணைத்திருக்கிறார் என்கிறார் அட்சன்.[30]

இதனை மேலும் விளக்குகையில், 'அழகரைக் கள்ளர் வழி மறிக்கும் சடங்கு' திருமலைநாயக்கர் கள்ளர்களை அரசியலில் வென்றதனையும், பின்னர் இரு சாராரும் ஒரே தெய்வத்தினை வணங்குவோர் என்ற முறையில் நல்லுறவு கொண்டதனையும் உருவகமாகக் காட்டுவதாகக் கொள்ளலாம் என்றும் அவர் கூறுகிறார்.[31]

மதிப்பீடு

இம்மூன்றாவது செய்தியினை ஓர் ஊகத்தின் (assumption) அடிப்படையில் அட்சன் தருகிறார். கள்ளர்க்கும் அழகர்க்குமிடையிலான உறவு திருமலைநாயக்கர் காலத்திலோ (கி.பி.1623-1669) அல்லது அதற்கு முன்னரோ ஏற்பட்டிருக்க வேண்டும் என்பதே அவரது ஊகம்.

இவ்வூகத்தோடு வரலாற்றுச் சான்றுகள் முரண்படுகின்றன. விசயரங்க சொக்கநாதன் காலத்தில் (கி.பி.1706-1717) கள்ளர்கள் மதுரை நகருக்குள் நுழைந்து கொள்ளையிட்ட செய்தியினையும் அழகர் கோயிலுக்கு வருவோர்களைக் கள்ளர்கள் தொல்லைப்படுத்திய செய்தியினையும் மதுரை வீரசுவாமி கதை கூறுகிறது.[32] கி.பி.1700இலும் கி.பி.1709இலும் மார்ட்டின் அடிகளார் எழுதிய கடிதங்கள் மதுரை நாயக்கராட்சியை அக்காலத்தில் கள்ளர்கள் எதிர்த்துப் போரிட்ட செய்தியைக் காட்டுகின்றன.[33]

திருமலைநாயக்கர் காலத்திலோ அதற்கு முன்னரோ கள்ளர் அழகர் உறவு ஏற்பட்டு, திருமலைநாயக்கர் காலத்தில் திருவிழாச் சடங்குகளில்அவ்வுறவு நிலைநிறுத்தப்பட்டிருந்தால், அதன்பின்னர் கள்ளர்கள் மதுரையில் நாயக்கர் அரசியல் தலைமையினை எதிர்த்துப் போரிட்டிருக்கமாட்டார்கள். ஏனெனில் இவ்வுறவு வெறும் அரசியல் உறவாக மட்டுமன்றி ஆன்மீக வண்ணமும் (spiritual colour) பெற்றமைவதாகும். எனவே திருமலைநாயக்கர் காலத்தில் கள்ளர்கள் அழகர்கோயிலோடு உறவு கொண்டுவிட்டதாகக் கருதமுடியாது.

மதுரை நாயக்கராட்சியின் வீழ்ச்சிக்காலத்தில் பெரும்பாலும்

விசயரங்க சொக்கநாதன் காலத்தில் அழகரின் ஊர்வலத்தைக் கள்ளர்கள் மறித்த நிகழ்ச்சியும் பின்னர் அவர்கள் கோயிலோடு நல்லுறவு கொண்டதும் நடந்திருக்கலாம்.[34]

எனவே வரலாற்றுச் சான்றுகளின்றி அட்சன் தரும் ஊகத்தின் அடிப்படையிலான செய்தி ஏற்கவியலாததாகும்.

செய்தி : 4

திருமலைநாயக்கரே விசயநகரப் பேரரசிலிருந்து முதலில் பிரிந்த மதுரை நாயக்க மன்னராவார். எனவே பாண்டிய நாட்டின் பழைய அரசியல் சுதந்திரத்தை அவர் மீண்டும் நிலைநிறுத்த வேண்டியிருந்தது. எனவே தன் நாட்டில் 'தர்மம்'தழைக்க மன்னர் இதுபோன்ற திருவிழாக்களை நடத்தியிருக்கலாம் என்கிறார் அட்சன்.[35]

இதனை விளக்குகையில் தெலுங்கைத் தாய்மொழியாகக் கொண்டதனால் பிற என்னதான் இருப்பினும் ஓரளவு மதுரைக்குத் தாம் அன்னியர் என்பதனால், பழந்தமிழ்நாட்டின் மன்னர் எனத் தன்னை நிலைநிறுத்திக் கொள்வதற்கும் (to legitimize himself) இத்திருவிழா திருமலைநாயக்கருக்கு வழி வகுத்திருக்கலாம் என்கிறார்.[36]

மதிப்பீடு

அட்சன் தரும் நான்காவது செய்தி ஏற்றுக்கொள்ளக்கூடியதே. திருமலை நாயக்கருக்குப் பின்னரும், 'மொழியால் நாம் மதுரைக்கு அன்னியர்' என்ற உள்ளுணர்வு மதுரை நாயக்க மன்னர்களை உறுத்திக்கொண்டே இருந்திருக்கிறது. பதினெட்டாம் நூற்றாண்டின் முற்பகுதியிலெழுந்த அழகர் கிள்ளைவிடு தூது நூலின் தலைவி, "கிளியே, நீ செல்லும்போது திருமாலாகிய அழகர் தன்தேவியரோடு இருப்பின், அவர்கள் கோபம் கொள்ளாதவாறு என் நிலைமையினை வடுகிலே (தெலுங்கிலே) சொல்" என்கிறாள்.[37] 'திருமாலின் தேவியர்க்குத் தெலுங்கு மொழி தெரியாது. திருமாலாகிய அழகர் தெலுங்குமொழி தெரிந்தவர்' என்னுங் கருத்து 'தெலுங்கர்க்கும் தமிழர்க்கும் அழகர் பொதுவானவர்'என விரிந்து, தமிழர்களுக்குத் தெலுங்கர்களிடம் நேசஉணர்வினைவளர்க்கப் பயன்பட்டிருக்கிறது. எனவே அட்சன் தரும் நான்காவது செய்தி ஏற்புடையதே என்று கொள்ளலாம்.

7.12. இரண்டு முடிவுகள் மதிப்பீடு

இனி, தன் ஆய்வின் முடிவுகளாக அட்சன் தரும் இரு கருத்துக்கள் ஆழ்ந்து சிந்திப்பதற்குரியவை.

1. மீனாட்சி திருமணம் -அழகர் வருகை பற்றிய பழமரபுக் கதை மூன்று வகையான போராட்டங்களைக் காட்டுகின்றது என்பது அவர் கருத்தாகும்.

அ) அரசியல் ரீதியாகக் கள்ளர்களுக்கும் மதுரை நாயக்க மன்னர்களுக்கும் இடையிலான போராட்டம்.

ஆ) சமூகவியல் ரீதியாகத் தாழ்ந்த சாதியாரான கிராமப்புற மக்கள், அவர்தம் வழிபாட்டு நெறிகள் ஆகியவற்றுக்கும் பெரும்பாலும் உயர்சாதியாரான நகரமக்கள், அவர்தம் வழிபாட்டு நெறிகள் ஆகியவற்றுக்கும் இடையே நடந்த போராட்டம்.

இ) வரலாற்று ரீதியாகச் சைவ-வைணவ மதங்களுக்கிடையேயான போராட்டம்.[38]

இரண்டாவதாகக் குறிப்பிடும் போராட்டத்தினை விளக்கு கையில், அழகரின் திருவிழா ஊர்வலத்தில் கலந்துகொள்வோரில் பெரும்பான்மையினர் தாழ்ந்த சாதியினர்; கிராமப்புறத்தினர்; பெரும்பாலும் கோனார், கள்ளர் ஆகிய சாதியினர் ஆவர் என்கிறார் அட்சன். ஆய்வாளர் நடத்திய களஆய்வில் அரிசனங்களும் இத்திருவிழாவில் பெருந்தொகையினராகக் கலந்துகொள்வதை அறியமுடிந்தது. அழகரை வேடமிட்டு வழிபடும் அடியவர் களிடத்தில் கோனார் சாதியினர் 32 சதவீதமும், அரிசனங்கள் 28 சதவீதமும் இருப்பதைக் களஆய்வில் காணமுடிந்தது. அட்சனின் நோக்கில் (observation) பிறந்த கருத்தினைக் களஆய்வு ஒரு சிறு மாறுதலுடன் வலியுறுத்தவே செய்கிறது.[39] மேலும் மீனாட்சி திருமணத் திருவிழாவில் கலந்துகொள்ளும் சாதியினர் ஒரு காலத்தில் சுத்தமற்றவராகக் கருதப்பட்டு, மதுரைக் கோயிலுக்குள் நுழையவும் உரிமை மறுக்கப்பட்டவர்கள் எனக் குறிப்பிடும் அட்சன், அழகர் கோபித்துக்கொண்டு மதுரைக்குள் நுழையாமல் திரும்புவதனை மேற்குறித்த உண்மையோடு இணைத்து, தாழ்ந்த சாதியினரான கிராமப்புற மக்களுக்கும் நகரத்தினரான உயர்சாதியினருக்கும் இடையிலான போராட்டமாகக் காண்கிறார்.

அட்சன், இந்தப் போராட்டம் கருத்தளவிலானது என்பதோடு நிறுத்திக்கொள்கிறார். ஆனால் ஆய்வாளர்க்குக் களஆய்வில் கிடைத்த செய்திகள் உண்மையிலேயே இவ்வாறு ஒரு போராட்டம் நிகழ்ந்ததோ என எண்ணத் தூண்டுகின்றன.

'தல்லாகுளத்திலிருக்கும் கருப்பசாமி கோயில் அவ்விடத்தில் எப்படி வந்தது?' என்ற கேள்விக்குத் தகவலாளிகள் தந்த பதில் இது: "ஒருமுறை அழகரின் ஊர்வலம் அந்த இடத்தில் வந்தபொழுது அவரைப் பாண்டிமுனி மறித்துக்கொண்டது. உடனே அழகர், தம் காவலாளியான கருப்பசாமியை நினைத்தார். அவர் நினைத்தவுடனே கருப்பசாமி அந்த இடத்திற்கு வந்து பாண்டிமுனியை அடித்து விரட்டிவிட்டு, அந்த இடத்திலேயே அமர்ந்துவிட்டது".[40]

இந்தக் கதை அழகர் ஊர்வலம் ஏதோ ஒரு காலத்தில் ஏதோ ஒரு காரணம் பற்றி இந்தஇடத்தில் மறிக்கப்பட்டது என்ற செய்தியினைச்சொல்வதாகவே தோன்றுகிறது.

இந்த இடத்தில், கருப்பசாமி கோயிலுக்கு எதிர்ப்புறம், சாலையின் மறுபகுதியில் ஓர் அனுமார்கோயில் உள்ளது. அழகர் கோயிலின் பதினெட்டாம்படிக் கருப்பசாமி சன்னிதியின் முன்புறத்திலுள்ள படிகளின் தெற்குப்புறம் தரையினையொட்டி ஒரு சிறிய அனுமார், தானும் காவல் தெய்வமாக அமர்ந்துள்ளது இங்கே குறிப்பிட வேண்டிய செய்தியாகும். தல்லாகுளம் அனுமாருக்கு 'ஜெயவீர அனுமார்' என்று பெயர். இந்த அனுமாருக்கு இடுப்பில் ஒரு கத்தியும் செருகப்பட்டிருக்கிறது. இந்த அனுமார் இந்த இடத்தில் என்ன வீரம் காட்டினார்? யாரை ஜெயித்தார்? ஆகியவை இயல்பாக எழும் கேள்விகள் ஆகும்.

அழகரை, வேடமிட்டு வழிபடும் அடியவர்களில் திரியெடுத்து ஆடுவோர், சாட்டையினால் அடித்து ஆடுவோர் ஆகியோரின் உடை அமைப்பு, சிறுதெய்வக் கோயில்களின் சாமியாடுவோரை ஒத்திருக்கிறது. ஆனால் துருத்திநீர் தெளிப்போரின் உடை அமைப்பு வேறுபட்டதாக அமைகிறது. அட்சன், இவர்கள் கிருஷ்ணனைப் போலத் தோற்றமளிக்கும் வகையில் ஆடை, அணிகலன்களைப் பூண்டிருப்பதாகக் கருதுகிறார். தலையிலுள்ள கொக்குமுடி, உருமால், நிறையப் பூமாலைகளை அணிந்துகொள்ளல், முகத்தில் வண்ணப் பொடி பூசுதல், பெரும்பாலும் பல வண்ணப் பட்டுத் துணிகளால் ஆன ஆடையினை அணிந்திருத்தல் ஆகியவை அவரை

அவ்வாறு எண்ணத் தூண்டியிருக்கலாம். ஆனால் இடுப்பில் வரிந்து கட்டிய கச்சையும் (தற்போது முழங்காலுக்குச் சற்றுக் கீழாக வரும் அளவில் 'பேன்ட்' (pants) ஆகத் தைத்துக் கொள்கின்றனர்). கச்சைக்கு மேலே இறுகக்கட்டியுள்ள சல்லடமும், இரண்டிற்கும் மேலாக இறுகக் கட்டியுள்ள பட்டியும் (belt) ஒரு போர்வீரனின் உடைகளைப் போலத் தோற்றமளிக்கின்றன. இவர்கள் கையில் போர்க் கருவிகள் எதுவுமில்லை. எனினும் கச்சைக்கு மேலே சல்லடம் கட்டுதல் ஒரு கடினமான வேலை செய்யும்போதே தேவைப்படும். கணுக்காலளவில் இல்லாமல் முழங்காலுக்குச் சற்றுக் கீழாக உள்ள இறுக்கிய கச்சையும் அவ்வாறே ஒரு கடினமான வேலைக்கு ஆயத்தப்படுபவனைப் போன்ற தோற்றத்தைத் தருகிறது. 'கச்சை கட்டுதல்' என்ற தொடரே வழக்கு மரபில், 'சண்டைக்குப் போதல்' என்னும் பொருளைத் தருவதும் எண்ணத்தகுந்தது.

ஒரு வீரனுடைய தோற்றம், இறைவனை வழிபடும் அடியவனுக்கு ஏன் தேவைப்பட்டது என்பது சிந்தனைக்குரிய ஒரு செய்தியாகும்.

திருவிழாவில் ஆய்வாளர் நடத்திய களஆய்வில் 'அழகர் ஏன் மதுரைக்குள் போகவில்லை?' என்ற கேள்விக்கு மொத்தம் முப்பத்திரண்டு விழுக்காட்டினரே (32%) விடையளித்தனர். ஒன்பது விழுக்காட்டினர் அளித்த விடைகள் ஒன்றுபோல அமைந்தன.[41]

1. மதுரை வந்து தங்கச்சிபூமி.

2. அவருக்கு (அழகருக்கு) அங்கே (மதுரைக்குள்) போக இடமில்லை.

3. அது (மதுரை) மீனாட்சி பூமி. அவருக்கு (அழகருக்கு) அக்கரைதான்.

4. மதுரை மீனாட்சிபூமி.

5. அவரது (அழகரது) எல்கை அதோடு சரி.

6. அழகருக்கு அக்கரையும், மீனாட்சிக்கு இக்கரையும் தீந்திட்டு.

7. அழகருக்கு எல்கை அவ்வளவுதான்.

8. அவருக்கும் மீனாட்சிக்கும் முடிவாயிட்டு, உனக்கு அந்தப்பக்கம் எனக்கு இந்தப்பக்கம்னு.

9. "தல்லாகுளமும் விட்டேன் தங்கச்சி மீனாளுக்கு தமுக்கடிக்கும்

மேடைவிட்டேன் மானாமதுரை விட்டேன் மதுரையிலும் பாதிவிட்டேன்” அப்படிண்ணு அழகர் விட்டுக்கொடுத்திட்டார்.

இந்த ஒன்பது விடைகளும் அழகருக்கும் மீனாட்சிக்கும் நில எல்லைகள் வரையறுக்கப்பட்டன என்ற உணர்வினைத் தோற்றுவிக்கின்றன. ஒன்பதாவது விடை ‘தமுக்கடிக்கும் மேடை’ என்பதற்குப் பதிலாக, ‘தளிகையிலே பாதி’ என்ற மாற்றத்துடன் தாலாட்டுப் பாடலாகவும் விளங்கி வருவது குறிப்பிடத்தகுந்தது. இவ்விடை அழகர் தனக்குரிய ஒன்றைத் தங்கைக்குத் தந்ததையும் உணர்த்துகின்றது.

‘அழகருக்கும் மீனாட்சிக்கும் எல்லைகள் வரையறுக்கப்பட்டன’ என்ற உணர்வினை, மேற்குறித்த அடியவர்கள் தந்த விடைகள் தவிர, மற்றுமொரு நிகழ்ச்சியும் உறுதிப்படுத்துகிறது.

ஊர்வலமாக வரும் அழகருக்கு வைகையாற்றின் தென்கரையில் மதுரை நகர்ப்பகுதியில் ஒரே ஒரு திருக்கண் உண்டு. யானைக்கல் பகுதியில் திருமலைராயர் படித்துறையை அடுத்து (இன்றைய கல்பனா திரையரங்கு இருக்குமிடம்) உள்ள இத்திருக்கண்ணுக்கு ‘ஐயங்கார் தோப்பு மண்டகப்படி’ என்பது பெயராகும். அழகர் வண்டியூர் சென்று திரும்பவும் வைகையாற்றின் வடகரை வழியாக மலைக்குத் திரும்பும்போது இத்திருக்கண்ணுக்கு வருதல் வேண்டும். ஆனால் இத்திருக்கண்ணுக்கு அழகர் பல்லக்கு வருவதில்லை. வைகை வடகரையில் ஒரு மண்டபத்தில் அழகர் பல்லக்கு இருக்க (இறைவனின் திருவடியாகக் கருதப்பெறும்) ‘சடாரி’ யினை மட்டும் ஒரு சிறிய பல்லக்கில் இத்திருக்கண்ணுக்கு எடுத்துவந்து பூசை செய்து, திரும்பவும் கொண்டு செல்கின்றனர். கோயில் பிராமணப் பணியாளர்க்கோ, ஏனையோருக்கோ, ‘இதுதான் வழக்கம்’என்பதைத் தவிர இதற்கான தனிக்காரணம் எதனையும் சொல்லமுடியவில்லை. அழகர் ஊர்வலம் மதுரை நகருக்குள் வரக்கூடாது எனத் தடுக்கப்பட்டது என்ற எண்ணத்தை இந்நிகழ்ச்சி வலுப்படுத்துகிறது. திருமாலுக்குப் பதிலாகத் திருவடிநிலைகளை எடுத்துச் செல்வது சமூகத்தில் தொன்றுதொட்டு வழங்கிவருகின்ற ஒரு மரபாகும். இராமன் வரமுடியாத இடத்தில் அவன் திருவடிகளைப் பரதன் கொண்டு சென்ற இராமாயணக் கதை நிகழ்ச்சி இதனைத் தெளிவாக எடுத்துக்காட்டும். எனவே மதுரை நகருக்குள் அழகர் செல்லமுடியாத காரணத்தால்தான் அவரது திருவடியாகிய

‘சடாரி’மட்டும் அங்கு எடுத்துச் செல்லப்பட்டதோ என்றெண்ணத் தோன்றுகிறது.

அழகர்கோயிலிருந்து கள்ளர் வேடம் புனைந்து வருகின்ற அழகர், தல்லாகுளம் பெருமாள் கோயிலில் கள்ளர் வேடத்தைக் களைந்து, பெருந்தெய்வக் கோலம் பூணுகிறார். வைகையாற்றிலும் வண்டியூரிலும் திருவிழா நிகழ்ச்சிகளை முடித்துவிட்டுத் திரும்பும் வழியில் மீண்டும் தல்லாகுளத்தில்தான் கருப்பசாமி கோயிலுக்கு எதிரிலுள்ள மண்டபத்தில் கள்ளர் வேடம் புனைகிறார். வைகை யாற்றுப் பகுதியிலும் வண்டியூரிலும் மூன்று பகற்பொழுதுகளையும் இரண்டு இரவுப் பொழுதுகளையும் கழித்தாலும், அழகர் இப்பகுதி களில் கள்ளர் வேடம் புனைவதில்லை. இதற்கான காரணத்தையும் ஆய்ந்துணர வேண்டும்.

வேறு தெளிவான வரலாற்றுச் சான்றுகள் இல்லாத நிலையில், அழகரைப் பாண்டிமுனி மறித்த கதை, கத்தியுடன் கூடிய காவல் தெய்வமான அனுமார், துருத்திநீர் தெளிப்போரின் ஆடைபோர்வீ ரனைப்போலத் தோற்றம், அடியவர்கள் அழகருக்கும் மீனாட்சிக்கும் எல்லை வரையறை செய்யப்பட்டதாகக் கூறுவது, மதுரை நகர்ப் பகுதிக்கு அழகரின் திருமேனி வருவது தடுக்கப்பட்டுத் திருவடி நிலையினைக் கொண்டு செல்வது ஆகிய அனைத்துக்கும் ஊகமாக அளிக்கக்கூடிய விடை இதுவே:

‘அழகர் ஊர்வலம் மதுரையைச் சேர்ந்த உயர்சாதியினரால், பெரும்பாலும் சைவர்களால் தல்லாகுளத்தில் மறிக்கப்பட்டிருக் கலாம். பிராமணப் பூசனைபெறும் பெருந்தெய்வமான (brahmanical deity) அழகர், தாழ்ந்த சாதிக்காரரர்களான கள்ளர்களைப்போல வேடம் புனைந்து வந்தது, இம்மறிப்புக்கு வலுவான காரணமா யிருக்கலாம். மோதல்களுக்குப் பிறகேற்பட்ட உடன்பாட்டில் அழகர் ஊர்வலம் மதுரை நகருக்குள் வருவது தடுக்கப்பட்டு மதுரையை ஒட்டிய வையையாற்றுப் பகுதியிலும்வண்டியூரிலும் அழகரின் கள்ளர் வேடம் தடைசெய்யப்பட்டிருக்கலாம்.

அப்படியாயின் அழகர் கள்ளர் வேடம் புனையத் தொடங்கிய காலத்திற்குமுன் மதுரை நகருக்குள் வந்ததுண்டா? என்ற கேள்வி எழுகிறது. இக்கேள்விக்கும் ஒரே ஒரு சான்றினைக் கொண்டே ஊகமாக விடையளிக்க வேண்டியுள்ளது.

மதுரை அரசரடி-ஆரப்பாளையம் பகுதிகளுக்கிடையே 'அழகரடி' என ஒரு பகுதி இன்றளவும் வழங்கப்படுகிறது. மதுரை நகருக்குள் அழகர் ஒருகாலத்தில் வந்து இவ்விடத்தில் தங்கியதாக ஒரு வழக்குமரபும் இப்பகுதி மக்களிடத்தில் உள்ளது. மிகப்பெரிய இருபாதங்கள் கல்லில் செதுக்கப்பட்டு, அவ்விடம் ஒரு சிறிய கோயிலாக ஆக்கப்பட்டு, மக்களால் 'அழகரடி' என வழங்கப்படுகிறது.[42] மதுரை நகரிலேயே அனுப்பக்கவுண்டர்கள் ஒருகாலத்தில் தங்கிய இடம் 'அனுப்பானடி' என இன்றளவும் வழங்கப்படுவதுபோல, அழகர் வந்து தங்கிய இடம் 'அழகரடி' என வழங்கப்பட்டிருக்கலாம். மக்கள் இரு பாதங்களை இவ்விடத்தில் வணங்கி வந்தாலும் 'அடி' எனும் சொல் இடப்பொருண்மை தருவதாகவே (குழாயடி, கிணற்றடி என்பவைபோல) வழங்கி யிருக்க வேண்டும் என்றும் கொள்ள முடிகிறது.

எனவே கிராமப்புறத் தாழ்ந்த சாதியினரான அழகரின் அடியவர்கட்கும், மதுரை நகரத்து உயர்சாதியினரான சைவர்க்கும் நடந்த போராட்டம் என அட்சன் கூறும் இரண்டாவது போராட் டமும் பொருத்தமானதே.

மூன்றாவதாக அட்சன் குறிப்பிடும் 'சைவ-வைணவப் போராட்டம்' என்ற கருத்தும் இரண்டாவது போராட்டத்தின் உள்ளடக்கமாகிவிடுகிறது.

அட்சனின் இரண்டாவது முடிவு, இரு தெய்வங்களுக்கு இடையிலான உறவு இந்துசமூக அமைப்பில் ஒரு குலத்தைச் சேர்ந்த மைத்துனன் மார்களுக்கிடையிலான 'முறைப்பான உறவைக்' கொண்டு (tension-ridden relationship) உருவகப்படுத்தப்பட்டுள்ளது. இந்துக் குடும்ப அமைப்பில் ஒரு பெண் மனைவி, சகோதரி, தாய் என்ற முறையில் ஒரு குலத்தின் நடுவில் அமைந்திருக்கிறாள். இது தென்னிந்தியக் குடும்ப அமைப்பில் ஓர் அம்சமாகும் என்பதாகும்.[43]

இப்பழமரபுக் கதையில் இக்கருத்து விளக்கம்பெறுவது உண்மையே. இவ்வியலில் முன்னர்க் காட்டிய நாட்டுப்புறப்பாடல் அட்சன் கூறும் இக்கருத்தினை உறுதி செய்கிறது. எனவே சித்திரைத் திருவிழாவில் வழங்கப்பெறும் பழமரபுக் கதையி லிருந்து கிடைக்கும் செய்திகளை அட்சன் தமது இரண்டு முடிவு களின் வாயிலாகத் தெரிவிக்கிறார். அவருடைய முடிவுகள் நாம் ஏற்றுக்கொள்ளும் வகையில் அமைந்துள்ளன.

குறிப்புகள்

1. ஒரு திதியின் கடைசி ஆறுநாழிகைப் பொழுதினையே வைணவக் கோயில்களில் அத்திதிக்குரிய நாளாகக் கணக்கிடுகின்றனர். 'இறைவனுக்கு ஒரு நாளில் ஆறுநாழிகைபோதும்' என்பது பிராமணப் பணியாளர்களின் நம்பிக்கை. எனவே பௌர்ணமியின் கடைசி ஆறுநாழிகைப் பொழுது அடுத்த நாளுக்குரியதாக இருந்தால் அந்த அடுத்த நாளையே பௌர்ணமி நாளாகக் கணக்கிடுவர். ஆகையால் மக்கள் பொதுவாகப் பின்பற்றும் நாட்காட்டிக்கும், வைணவக் கோயில்களில் பின்பற்றும் முறைக்கும் ஒருநாள் வேறுபாடு ஏற்பட வாய்ப்புண்டு.
2. சித்திரைத் திருவிழாப் பயண நிகழ்ச்சிகளை விளக்கமாக அறிய, பார்க்க : பிற்சேர்க்கை எண் III:4.
3. Census of India, 1961, Vol. IX Madras: Part VII B, Faris and Festivals, pp.32-33.
4. தினமலர் நாளிதழ் (நெல்லைப் பதிப்பு), நாள்: 12.5.1979, ப.1.
5. சித்திரைப் பெருந்திருவிழா அழைப்பிதழ், 1977, அருள்மிகு கள்ளழகர் திருக்கோயில் வெளியீடு, 1977.
6. K.N.Radhakrishna, Thirumalirunjolaimalai (Sri Alagarkoil) Sthalapurana, Part III, 'ஸ்ரீவிருஷபாத்ரி மகாத்மியம்'.
7. வயதுவந்த ஒவ்வொருவரும் இக்கதையினை அறிந்துள்ளனர். பார்க்க: தொ.மு.பாஸ்கரத் தொண்டைமான், வேங்கடம் முதல் குமரி வரையில் (பொருநைத் துறையிலே, பக்.144-115.சமய நன்னெறிக் கலைக்களஞ்சியம், துலுக்கநாய்ச்சியார் பற்றிய செய்தி இல்லாமல் இக்கதையினைக் கூறுகிறது. பார்க்க: J.P.Jones, "Madurai", Encyclopaedia of Religion and Ethics, ed. by James Hastings, Vol. VII, pp.239-240.
8. கோயில் அலுவலகத்தார் தெரிவித்த தகவல், நாள்:28.6.78
9. பார்க்க: பிற்சேர்க்கை எண் மிமிமி:4.
10. பார்க்க: 'நாட்டுப்புறக் கூறுகள்' என்னும் இயல், (பக். 209, பிற்சேர்க்கை எண் (II:4).
11. பார்க்க : இதே இயல்
12. தமிழண்ணல், தாலாட்டு, பக். 59-60.
13. J.H.Hutton, Caste in India, p.260.
14. கனுஉற்சவம் பற்றிய செய்தி விரிவுக்கு, பார்க்க: டி.எஸ்.ராஜகோபாலன், கண்ணபுரத்தாயார் கனு, சென்னை, 1964.
15. அழகர் கிள்ளைவிடு தூது, கண்ணி, 159.
16. மங்கை (திங்களிருமுறை), பெண்கள் இதழ், நாள் : 15.4.1978, பக். 24-25.
17. பரஞ்சோதிமுனிவர், திருவிளையாடற் புராணம், திருமணப் படலம், பாடல், 777.
18. தகவல்: டாக்டர் விஜயவேணுகோபால், மதுரை, நாள்:3.11.1979.
19. கோயிலொழுகு, (எஸ்.கிருஷ்ணசாமி அய்யங்கார் பதிப்பு), 1976, ப.19.

20. மேலது, ப.29.
21. "The legend of TulukkaNacciyar must have grown up around memories of the Mohammadan invasions and the sack of Srirangam and is of considerable interest to a student of folklore. The Shrine of Bibi Nacciyar int he Srirangam Temple is a standing testimony to this tradition, which is common to most Vishnu temples, which suffered from Muslim raids at one time or another" - V.N.Harizao (Ed.) Koilolugu, p.33.
22. ஸ்ரீ கள்ளழகர் கோயில் வரலாறு, ப. 24.
23. களஆய்வு நாள் : 12.3.79
24. தகவல்: கோவிந்தராஜன், அர்ச்சகர், ஸ்ரீமுஷ்ணம், களஆய்வு நாள்: 11.3.79.
25. Dennis Hudson, "Siva, Minakshi, Visnu - Reflections on a popular myth in Madurai", South Indian Temples, Burton Stein (Ed.).
26. Ibid., pp.110-111.
27. ஸ்ரீ கள்ளழகர் கோயில் வரலாறு, 1970, ப. 55.
28. Dennis Hudson, op. cit., p.111.
29. சந்திரசேகரபட்டர், 'மதுரைத் திருவிழாக்கள்' Madura Sri Meenakshi SundareswararMahakumbabhisekham Souvenir, 1974, p. 108.
30. Dennis Hudson, op. cit., p.
31. Ibid., p. 113.
32. மதுரை வீரசுவாமி கதை (ரத்தினநாயகர் பதிப்பு) ப. 34.
33. Letters of Fr. Peter Martin, Quoted by Sathyanathalyer, History of the Nayaks of Madura, pp.305, 323.
34. பார்க்க: 'கள்ளரும் கோயிலும்' இயல்
35. Dennis, Hudson, op.cit., p.113.
36. Ibid., p. 113.
37. அழகர் கிள்ளைவிடு தூது, கண்ணி, 206, 209.
38. Dennis Hudson, op. cit., p.114.
39. களஆய்வு நாள் : 9,10,11.5.1979.
40. சுப்பையா, ஆவியூர் உப்பிலிக்குண்டு (அருப்புக்கோட்டை அருகே), நாள்:10.5.79.
41. களஆய்வு நாள் : 9,10,11.5.1979. பார்க்க: பிற்சேர்க்கை எண் IV:1, தகவலாளிகள் எண்:9, 58, 60, 80, 45, 51, 49, 69, 4.
42. கள ஆய்வு நாள் : 15.9.1977
43. Dennis Hudson, op. cit., pp. 115-116.

வர்ணிப்புப் பாடல்கள்

அழகர்கோயிலை மையமாகக் கொண்டு எழுந்த நாட்டுப் புறப் பாடல்கள் இப்பகுதியில் ஆராயப்படுகின்றன. இவற்றள் சில அச்சிடப் பட்டவை; ஆய்வாளர் களஆய்வில் திரட்டியவை அச்சிடப்படாதவை ஆகும். இவை எல்லாப் பாடல்களுமே 'வர்ணிப்பு'என்ற பெயரோடு விளங்குகின்றன.

8.1. கிடைத்துள்ள வர்ணிப்புகள்

1) அச்சிடப்பட்டவை

1. அழகர் வர்ணிப்பு (ஸ்ரீமகள் கம்பெனி வெளியீடு)
2. கிருஷ்ணாவதார வர்ணிப்பு
3. கூர்மாவதார வர்ணிப்பு
4. இராமசாமிக்கவிராயர் இயற்றிய 'பெரிய அழகர் வர்ணிப்பு'
5. மொட்டையக்கோன் சிஷ்யர் சாமிக்கண்ணுக் கோனார் இயற்றிய 'சோலைமலைக் கள்ளழகர் வைகையாற்றுக்கு வந்த தசாவதார வர்ணிப்பு'
6. மூக்கன் பெரியசாமிக்கோன் இயற்றிய 'ஸ்ரீ கள்ளழகர் அட்டாக்கர மந்திர வர்ணிப்பு'

2) அச்சிடப்படாதவை

7. வர்ணிப்பு
8. ராக்காயி வர்ணிப்பு
9. பதினெட்டாம்படிக் கருப்பன் உற்பத்தி வர்ணிப்பு
10. வலையன்கதை வர்ணிப்பு

இவை நான்கும் ஆய்வாளரால் களஆய்வில் ஒலிப்பதிவு செய்யப் பட்டவை.

11. கையெழுத்துப்படியாகக் கிடைத்த கருப்பசாமி வர்ணிப்பு

பிள்ளையார்பாளையம் சமயக்கோனார் வீட்டில் கிடைத்த பாடல் இது. முத்திருளமாமலை நாடாரால் இது எழுதப்பட்டது என அவர் கூறினார்.[1]

8.2. 'வர்ணிப்புப் பாடல்' - விளக்கம்

ஒரு கதை அல்லது ஒரு நிகழ்ச்சி அல்லது ஒரு செய்தி அல்லது ஒரு காட்சியினைப் பலப்பட வருணித்துக்கூறும் பாடல்கள் 'வர்ணிப்பு' ஆகும். ஒரு கதையினையோ அல்லது ஒரு நிகழ்ச்சி யினையோ பாட வந்தாலும் அவற்றின் முக்கியத்தன்மை யினை மறந்து, வருணித்துச் சொல்லும் பாங்கிலேயே இவை கருத்தூன்றும். எனவே ஒரு காட்சி வருணனை அல்லது பல காட்சி வருணனைகளின் தொகுப்பே வர்ணிப்புப் பாடல் எனப்படும்.

ராக்காயி வர்ணிப்பு, ராக்காயி தன் குழந்தைகளுடன் தன் அண்ணன் கருப்பசாமியைக் காணவரும் நிகழ்ச்சியினையும், அவன் அவளுக்குக் காட்சி தருவதையும் பாடுகிறது. பாடல் முழுவதும் இந்த ஒரு நிகழ்ச்சியே விரித்து வருணிக்கப்படுகிறது.

வர்ணிப்புப் பாடல்கள் ஒரு கதையினைக் கூறும்போதுகூடக் கதைப்பாடல் (ballad) என்ற தகுதியைப் பெற இயலாதவை. ஒரு கதைப்பாடலுக்குரிய தோற்றம், வளர்ச்சி, உச்சம் முதலிய படிநிலைகள் வர்ணிப்புப் பாடல்களில் இருப்பதில்லை. எல்லாச் செய்திகளையும் உணர்ச்சிகளில் ஏற்ற இறக்கமின்றி, நாடகத் தன்மை இன்றி, ஒரே சீராக இவை பாடிச்செல்லும். குறிப்பிடத்தகுந்த இந்த வேறுபாட்டினால் வர்ணிப்புப் பாடல்களைக் கதைப் பாடல்கள் எனவும் மதிப்பிடமுடியாது.

'பதினெட்டாம்படிக் கருப்பன் உற்பத்தி' என்ற வர்ணிப்புப் பாடல் கோயிலைக் கொள்ளையிட வந்த பதினெட்டுப்பேர் பிடிக் கப்பட்டு, வெட்டிப் புதைக்கப்பட்ட கதையினைக் கூறுகிறது. பதினெட்டு திருடர்களையும் பலபட வருணிக்கும் இப்பாடல் மந்திர தந்திரங்களில் வல்ல இப்பதினெட்டுப்பேரையும் நாட்டார்கள் வெட்டிப் புதைத்த நிகழ்ச்சியினை - கதையின் உச்சமான பகுதியினை இரண்டே அடிகளில் சொல்லிவிடுகிறது.

8.3. பாடப்பெறுவன - படிக்கப் பெறுவனவல்ல

சாதாரண நாட்களில் பாடக்கேட்டு மகிழவும், திருவிழா நேரங்களில் ஒருவர்மீது சாமி இறங்கச் செய்யவும் இப்பாடல்கள் பாடப்படுகின்றன. எனவே வர்ணிப்புப் பாடல்களின் சுவையும் பயனும் பாடுபவரின் குரல்வளத்தைப் பொறுத்து அமையுமே தவிர, பாடலின் கதைப் பொருளைப் பொறுத்தல்ல. ஒருவர்மீது

சாமி இறங்கச் செய்ய முழுப்பாடலையும் பாடவேண்டிய தேவை இல்லை. பத்துப்பதினைந்து அடிகள் பாடுமுன்னரே சாமி இறங்கிவிடுகிறது; பாடல் நிறுத்தப்படுகிறது. எனவே இந்தப் பாடல்கள் பாடவும் கேட்கவும் பாடுவனவே தவிர, படிக்கப் பெறுவனவல்ல என்பதை உணரலாம்.

8.4. ஆசிரியர்கள்

அச்சிடப்பட்ட அழகர் வர்ணிப்பு கிருஷ்ணாவதாரன் வர்ணிப்பு, ஊர்மாவதாரன் வர்ணிப்பு ஆகியவற்றைப் பாடிய ஆசிரியர்களின் பெயர்கள் தெரியவில்லை. ஆய்வாளர் ஒலிப்பதிவு செய்த நான்கு வர்ணிப்புகளில் மூன்றில் ஆசிரியர் பெயர் பாடலுக்குள்ளேயே வருகின்றது. ராக்காயி வர்ணிப்பினையும் (8) பதினெட்டாம்படிக் கருப்பன் உற்பத்தி வர்ணிப்பினையும் (9) மொட்டையக்கோன் என்பவர் பாடியுள்ளார். வலையன் கதை வர்ணிப்பினைப் (10) பாடியவர் பொன்னுசாமி வித்துவான் என்பவர் ஆவார். அச்சிடப் படாத அழகர் வர்ணிப்பின் (7) ஆசிரியர் பெயர் தெரியவில்லை.

ஸ்ரீ கள்ளழகர் பக்தர்கள் வர்ணிப்பாளர்கள் மகாசபையின் வரவு செலவுப் புத்தகத்தில் ‘வர்ணிப்பு உபாத்தியாயர்கள்’ எனப் பதினொருபேர் குறிக்கப்பட்டுள்ளனர்.[2]

1. கருப்பணப்புலவர், 2. நாகலிங்கக்கோன், 3. மொட்டையக் கோனார், 4. ஆறுமுகக்கோனார், 5. ராசாக்கோனார், 6. முந்திருள மாமலை நாடார், 7. மகாலிங்கம் பிள்ளை, 8. வீரணன் கோடாங்கி, 9. கன்னையாக் கோனார், 10. வீரையாபிள்ளை, 11. ஸ்ரீகுழந்தை தாசர் ஸ்ரீவெங்கடேஸ்வரர் ஆகியோர் மகாசபைப் புத்தகம் குறிக்கும் ஆசிரியர்களாவர். இவர்கள் தவிர முற்குறித்த இராமசாமிக் கவிராயர், மொட்டையக்கோனாரின் சிஷ்யர் சாமிக்கண்ணுக் கோனார், மூக்கன் பெரியசாமிக்கோனார் ஆகியோரும் பாடல்கள் எழுதியுள்ளனர்.

மூக்கன் பெரியசாமிக்கோனார் தவிர யாரும் தற்போது உயிருடன் இல்லை. வாய்மொழிச் செய்திகளின்படி இவர்களனை வரும் கடந்த எண்பதாண்டுகளுக்குள் வாழ்ந்திருக்க வேண்டுமெனத் தெரிகிறது.

கருப்பணப்புலவர் அரிசன வகுப்பினர்; வீரணன் கோடாங்கி கோனார் சாதியினர்; பொன்னுசாமி வித்துவான் நாயக்கர் சாதியினர்

என மகாசபைத் தலைவர் தெரிவித்தார். இராமசாமிக் கவிராயர் உவச்சர் சாதியினர் என அவரெழுதிய பெரிய அழகர் வர்ணிப்பு நூலில் குறிக்கப்படுகிறார். ஸ்ரீகுழந்தைதாசர் ஸ்ரீவெங்கடேஸ்வரர் எச்சாதியினர் எனத் தெரியவில்லை.

8.5. பக்தர் - வர்ணிப்பாளர் மகாசபை - வரலாறு

'ஸ்ரீகள்ளழகர் பக்தர்கள் வர்ணிப்பாளர் மஹாசபை' என்ற அமைப்பு 1966ஆம் ஆண்டு மதுரை மதிச்சியம் ஆறுமுகக் கோனாரால் தொடங்கப் பெற்றுள்ளது. இச்சபையின் வரவு - செலவுப் புத்தகத்தில், 'வர்ணிப்பு உபாத்தியாயர்கள்' என அச்சிடப் பட்ட பகுதியில் இவரும் ஒரு வர்ணிப்பு உபாத்தியாயராகக் குறிக்கப்பட்டுள்ளார். இவர் எழுதிய பாடல்கள் எவையெனத் தெரியவில்லை. பாடுவதில் மட்டும் இவர் வல்லவராகப் பேசப்படு கிறார். இவர் காலமான கி.பி.1978ஆம் ஆண்டு வரை இவரே இச்சபையின் தலைவராக இருந்துள்ளார். 1978ஆம் ஆண்டு முதல் மதுரை, தத்தநேரி வி.எம்.பெரியசாமிக்கோன் தலைவராக இருந்து வருகிறார். பதிவு செய்யப்படாத இச்சபைக்குச் செயலாளரும் பொருளாளரும் உள்ளனர்.

சித்திரைத் திருவிழாவில் வைகைக்கரையில் இராமராயர் மண்டபத்திற்கு எதிரில் சபையின் சார்பில் ஒரு திருக்கண் ஆண்டு தோறும் அமைக்கப்படுகிறது. சித்திரைத் திருவிழா நிகழ்ச்சிகள் மதுரையில் முடிந்து அழகர்கோயிலுக்கு இறைவன் திரும்பும்போது இவர்கள் பாடிக்கொண்டே பின்னால் செல்கிறார்கள். மறுநாள் தங்கள் சபையின் செலவில் இறைவனுக்குப் பூசை நடத்தி அன்னதானம் செய்கிறார்கள். அதற்கடுத்த நாள் நடைபெறும் இறைவன் திருமஞ்சன விழாவிலும் இவர்கள் கலந்துகொள்கிறார்கள்.

சபையின் செலவுக்காக, சித்திரைத் திருவிழாவிற்குச் சில நாட்கள் முன்னதாகவே உறுப்பினர்கள் தங்கள் பகுதிகளில் பணமும் வரியும் வசூல் செய்கிறார்கள். சபையின் அச்சிட்ட வரவு - செலவுப் புத்தகத்திலிருந்து முசுலிம்களிடத்திலும் கிறித்தவர் களிடத்திலும்கூட இவர்கள் வசூல் செய்திருப்பது தெரிகிறது.

இச்சபையின் 1978ஆம் ஆண்டு வசூல் வரவு 5011 ரூபாய் செலவு 4264 ரூபாய். திருவிழாவுக்கு ஒருமாத காலம் முன்னும்

பின்னுமாக ஆண்டுக்கு இரண்டு கூட்டங்கள் நடைபெறுகின்றன. சபைக்கு வேறு அலுவல்கள் இல்லை.

புதிய தலைவர், 18.6.1978இல் நடத்திய சிறப்புக் கூட்டத்தில் ஆய்வாளர் கலந்துகொண்டபோது, அங்கு கூடிய அனைவருமே வர்ணிப்பாளர்கள்தாம் என்பதை அறியமுடிந்தது. ஆயினும் ஒரு பாடலினை முழுவதும் பாடத்தெரிந்தவர்கள் அங்கு விரல்விட்டு எண்ணுமளவிலேயே இருந்தனர்.

ஒன்றிரண்டு வர்ணிப்பு நூல்கள் அச்சேறியவுடன் இவர்களில் வாசிக்கத் தெரிந்தவர்கள் மனப்பாடம் செய்வதை விட்டுவிட்டனர். எனவே அச்சேறாத பாடல்களையும் மறந்துவிட்டனர். சாமி இறக்குவதற்கும் ஒருசில அடிகளே போதுமானதாகிவிடுகின்றன. மேலும் திருவிழாக் காலங்களில் மட்டுமே இப்பாடல்கள் நினைக்கப்பட வேண்டியதிருப்பதால் இவர்கள் பாடல்களை மறந்துபோவது எளிதாயிற்று. எனவே அச்சேறாத பல வர்ணிப்புகள் மறைந்துவிட்டன. இதன் விளைவாகப் பெரும்பாலோர் முன்னும் பின்னும் தொடர்பில்லாத சில அடிகளையே திரும்பத்திரும்பப் பாடிவருகின்றனர்.

பிறவிக் குருடரான மாரியப்பன் என்பவர் மட்டும் வர்ணிப்புப் பாடல்களைப் பாடுவதைத் தொழிலாகக் கொண்டிருக்கிறார். அவர் ஒருவரே பாடல்களை முழுமையாகவும் தெளிவாகவும் பாடுகிறார். தொழில்முறைப் பாடகராக வேறுயாரும் இல்லை.

நாற்பத்திரண்டு பேர் கூடிய இக்கூட்டத்தில், இவர்கள் அனைவருமே நடுத்தர வயதினராகவும் முதியவர்களாகவுமே உள்ளனர். இளைஞர்கள் பாடுவதை நாகரிகக்குறைவு எனக் கருதுகின்றனர் எனச் சங்கத் தலைவர் கூறினார். அனைவரும் நெற்றியில் தென்கலைத் திருமண் (திருநாமம்) அணிகின்றனர்; சாதி வேறுபாடுகள் கருதப்படுவதில்லை. ஆயினும் 'கோனார்' சாதியினர் கணிசமாக உள்ளனர்.

குறைந்த அளவு பள்ளிக்கல்வி உடையவர்களாகவே அனைவரும் காணப்படுகின்றனர். பெரும்பாலோர் விவசாயிகள்; சங்கத் தலைவர் கிராமமுனிசீப் ஆகவும் மற்றொருவர் அலுவலகத்தில் கடைநிலைப் பணியாளராகவும் பணியாற்றுகின்றனர். அனைவருமே மதுரைக்குப் பத்து மைல் சுற்றளவில் வசிப்பவர்களே என்பது குறிப்பிடத்தக்க செய்தியாகும்.[3]

8.6. வர்ணிப்புகளின் மூலம்

ஒன்றுக்கு மேற்பட்ட வர்ணிப்புக்களைக் காணும்போது இவ்வகையான பாடல்நூல்கள் தமிழில் எங்கிருந்து இவ்வடிவத்தைப் பெற்றன என்பது இயல்பாகவே எழும் கேள்வியாகும். 'வர்ணிப்பு' என்ற தனிச் சிற்றிலக்கிய வகை தமிழில் இருந்ததாகத் தெரிய வில்லை. ஆயினும் இப்பாடல்கள் பிற எல்லாவகையிலும் மரபு வழிப்பட்டன என்பதால் இவற்றின் வடிவ மூலமும் தமிழில் இருக்கலாம் என்று எதிர்பார்க்கலாம்.

8.7. வர்ணிப்பாளர் கருத்து

வர்ணிப்பாளர் மகாசபைக் கூட்டத்தில் கலந்துகொண்ட ஒரு முதியவர்ணிப்பாளர், 'சங்கரமூர்த்திக்கோனாரின் பாகவத அம்மானைதான் வர்ணிப்புகளுக்கெல்லாம் மூலம்' என்று கூறினார்.[4] இவர் எழுதப்படிக்கத் தெரியாதவர். எனவே இவர் பாகவத அம்மானையைப் படித்திருக்க இயலாது. எனவே இச்செய்தி வர்ணிப்பாளர்களிடையே செவிவழிச் செய்தியாகவே நிலவியிருக்க வேண்டும். எனினும் இவர் கூற்று ஆய்விற்குரியதே.

8.8. பாகவத அம்மானை

ஸ்ரீமத் பாகவதத்தின் முதல் ஒன்பது கந்தங்களை மு.மாரியப்பக் கவிராயர் என்பவர் தமிழில் அம்மானையாகப் பாடினா ரென்றும், பத்து, பதினொன்று, பன்னிரண்டாம் கந்தங்களை சங்கர மூர்த்திக் கோனார் பாடினாரென்றும், சங்கரமூர்த்திக்கோனார் பாடிய ஸ்ரீமத்பாகவத அம்மானையின் வெளியீட்டாளர் தரும் குறிப்பால் அறியமுடிகிறது.[5] சங்கரமூர்த்திக் கோனார் பாகவத அம்மானையினைப் பாடி, சகம் 1739 இல் (கி.பி.1817இல்) மதுரை யாதவர்கள் ராமாயண மண்டபத்தில் (வடக்குமாசி வீதியிலுள்ளது) 'சொர்க்கவாசல் ஏகாதசி' (வைகுண்ட ஏகாதசி)யன்று அரங்கேற்றி யுள்ளார்.[6] இந்நூல் பாகவத அம்மானையின் இரண்டாம் புத்தகமாக 1932இல் இ.ராம.குருசாமிக்கோன் என்பவரால் வெளியிடப் பட்டுள்ளது. இந்நூலின் சிறப்புப் பாயிரத்தால், சங்கரமூர்த்திக் கோனார் பாகவதத்தின் கண்ணன் திருவவதாரம் தொடங்கும் பத்தாம் கந்தம் முதல் பன்னிரண்டாம் கந்தம் முடியப் பாடிய பின்னரே, மாரியப்பக் கவிராயர் முதல் ஒன்பது கந்தங்களைப் பாடினார் என்ற செய்தியை அறிகிறோம்.[7] மாரியப்பக்கவிராயர் பாடிய நூல் இப்போது கிடைக்கவில்லை.

8.9. பாகவத அம்மானை அமைப்பு

சங்கரமூர்த்திக்கோனாரின் பாகவத அம்மானை முதனூலோ, வழி நூலோ, தழுவல் நூலோ அன்று. செவ்வைச்சூடுவார் இயற்றிய பாகவதத்தின் பத்து, பதினொன்று, பன்னிரண்டாம் கந்தங்களில் உள்ள 82 அத்தியாயங்களின் 2335 பாடல்களையும் வரிசை பிறழாமல் மிகக்குறைந்த எழுத்தறிவுடையோரும் புரிந்துகொள் ளும்படி எளியநடையில் பாடியுள்ளார். எழுத்தறிவில்லாதவரும் இதை வாசிக்கக் கேட்டால் மிக எளிமையாகப் புரிந்துகொள்ள முடியும்.

சில இடங்களில் சில நிகழ்ச்சிகளைத் தன் சொந்தக் கவிதையால் வருணித்துள்ளார். நாற்பது, ஐம்பது அடிகளுக்கொருமுறை செவ்வைச் சூடுவார் பாகவதத்தின் கதை தொடர்புடைய ஒரு விருத்தத்தை அப்படியே கொடுத்துள்ளார். இனி எடுத்துக் காட்டுகளோடு இவற்றைக் காணலாம்.

தொடக்கம்

“பருதி வானவன் மரபொடு பானிலாத் திங்கள்
மரபு கேட்டவேன் மன்னவன் மதிமர புதித்த
ஒருத னிச்சுடர் திருவிளை யாட்டெலாமுள்ளம்
தெருளக் கேட்பது விரும்பினன் செப்பலுற் றனளால்”[8]

(பாகவதம்)

“சூரியன்றன் வங்கிஷத்தும் சந்திரன்றன் வங்கிஷத்தும்
சீரியன்ற வேந்தர் செயலெல்லாங் கேட்டமன்னன்
சந்திர குலத்தில் தயவாக வந்துதித்த
செந்திருமால் செய்யும் திருவிளையாட் டத்தனையும்
கேட்க மிகவிரும்பிக் கெம்பீரமாய் மகிழ்ந்து
நாட்கமல மாமுகத்தான் நற்சுகனைப் பார்த்துரைப்பான்”[9]

(பாகவத அம்மானை)

“அரவு யர்த்தவ னாலடம் படைக்கட லைவர்
ஒருகு எப்படி யாம்படி கடப்பவோர் புணையாய்க்
கருவின் மற்றெனைக் காத்தசெந் தாமரைக் கண்ணன்
பொருவின் மாக்கதை விரித்தனை புகலெனப் புகன்றான்”[10]

(பாகவதம்)

தியோதன ராஜன் சேனைப் பெருங்கடலை
அருகோர் குளம்படிபோ லைவர்கடக் கும்படிக்கு
தெப்ப மதுவாகிச் சிறியேன் பொருட்டாக
கெற்பமதில் வந்து கிருபைசெய்து தற்காத்த
எங்கோன் திருவிளையாட் டெல்லாஞ் சொல்வா யெனவே”[11]

(பாகவத அம்மானை)

இவ்வாறே பாகவதத்தின் ஒவ்வொரு பாடலையும் எளிய கவிதை யாக்கிச் செல்லும் இம்முறையினைக் கடைசிப்பாடல் வரையில் சங்கரமூர்த்திக் கோனார் கையாளுகிறார்.

முடிவு

“கனைத்துவண் டிமிர்துழாய்க் கண்ணன் மாக்கதை
மனத்துற வழங்குநர் மகிழ்ந்து கேட்குநர்
விளைத்திருக் கற்றுறு மெய்ம்மை யாதியா
நினைத்தன பெற்றிவண்நீடு வாழியே”[12]

(பாகவதம்)

புனத்துளவ மாலைப் புருடோத்தமன் கதையை
மனத்தில் மகிழ்ச்சிபெற வாகாய்ப் படிப்பவரும்
இனித்தமு துண்பவர்போ லின்புற்றே கேட்பவரும்
நினைத்தவரம் பெற்றுலகில் நீடூழி வாழியவே”[13]

(பாகவத அம்மானை)

சில இடங்களில் சங்கரமூர்த்திக்கோனார் பாகவதம் கூறும் கதை நிகழ்ச்சியினைத் தன் கவிதையால் விரித்துக் கூறுகின்றார். கண்ணன் உரோகினி நாளில் பிறக்கிறான். இச்செய்தியினைக் கூறியபின்,

“பெற்றதாய் தந்தைமுன்னாட் பேர்பெறச்செய் மாதவமோ
குற்றமிலாச் சந்த்ர குலமுன்செய் மாதவமோ
உத்தமனட்பாக முன்னா ளுத்தவன்செய் மாதவமோ
சித்திரப்பொற் றேர்நடத்தத் தேர்விஜயன் செய்தவமோ
அன்பின் முலையூட்ட வசோதைசெய்த மாதவமோ
நம்பியைய னென்றழைக்க நந்தகோன் செய் தவமோ”[14]

என வரும் அம்மானைப் பகுதி, சங்கரமூர்த்திக்கோனாரின் கவிதையாகும். செவ்வைச்சூடுவார் பாகவதத்தில் இப்பகுதி இல்லை. இவ்வாறு வருணித்தபின், ‘தாமரைக்கர நான்கில் வெண்சங்

கொடு'எனத் தொடங்கும் செவ்வைச்சூடுவார் பாகவதப் பாடலை அப்படியே சொல்லிவிட்டு, அதைத் தன் கவிதையில்,

"சங்கொருகை தண்டொருகை சக்ரா யுதமொருகை
அங்கொருகை மீதில் அலர்தா மரைதுலங்க"[15]

என விளக்குகிறார்.

மேற்குறித்த ஒப்புமைப் பகுதிகளிலிருந்து, பாகவத அம்மானை பாகவதத்தின் 'வழி நூல்'என்றோ, 'தழுவல் நூல்'என்றோ குறிப்பிட முடியவில்லை. உவமைகளைக்கூட அப்படியே எடுத்தாளுவதால், இப்பெயர்கள் இதற்குப் பொருந்துவனவாயில்லை. வடமொழியும் தமிழும் கலந்த மணிப்பிரவாள நடையிலமைந்த நம்பிள்ளை ஈட்டினைத் தமிழில் மட்டும் எழுதி அதனை 'ஈட்டின் தமிழாக்கம்' எனப் பெயரிட்டழைப்பர் ரா.புருஷோத்தம நாயுடு.[16] பாகவத அம்மானை, தமிழிலிருந்தே எளிய தமிழ் நடைக்கு மாற்றப்பட்ட கவிதை நூலாகும். எனவே இதனைப் 'பாகவதத்தின் எளிநடை யாக்கம்'எனக் குறிப்பிடலாம்.

8.10. பாகவத அம்மானையும் வர்ணிப்புப் பாடல்களும்

இனி, பாகவத அம்மானைக்கும் வர்ணிப்புப் பாடல்களுக்கும் உள்ள தொடர்பினைக் காண முற்பட வேண்டும்.

1. சங்கரமூர்த்திக்கோனார் பெயரும்அவர் அம்மானை என்ற பெயரில் திருமாலின் கதையினைப் பாடிய செய்தியும் வர்ணிப்புப் பாடலில் பேசப்படுகிறது.

"கொங்கார் துலவணிந்தோன் (Sic) கதையை
அம்மாணை (Sic) யதாய்க் குலவயத்திலே வகுத்த
சங்கரமூர்த்திக்கோன் பாதார விந்தமதைச்
சாஸ்டாங்கமாய்ப் (Sic) பணிந்தேன்"[17]

என ஸ்ரீ கள்ளழகர் அட்டாக்கரமந்திர வர்ணிப்பு ஆசிரியர் அவையடக்கம் கூறுகிறார். அவையடக்கப் பகுதியில் வரும் இவ்வடிகள் குருவணக்கம்போல அமைந்திருப்பது குறிப்பிடத்தக்கது.

2. கண்ணன் திருவவதார நாளை

'ஒளிமணி வண்ணத்தண்ணல் உதித்தன னுரோணிதன்னில்'[18] எனச் செவ்வைச்சூடுவார் பாகவதம் கூறும். சங்கரமூர்த்திக் கோனாரின் பாகவத அம்மானை இச்செய்தியினை,

‘ஆவணி மாதத்தி லமரபக்ஷத் தஷ்டமியில்
மேவு முரோகணியில் மீறிடப லக்கினத்தில்’[19]

என மாதமும், பட்சமும் (பிறை), திதியும் (பிறைநாள்), லக்னமும் (ஓரையும்) கூறி விரித்துப் பாடும். வர்ணிப்பு ஆசிரியர்கள் இந்த அடிகளை அப்படியே எடுத்தாளுகின்றனர்.

‘ஆவணி மாதத்தில் காயாம்புமேனி அமரபட்சத் தட்டமியில்
மேவு முரோகணியில் நீலமேகசுவாமி மீறிடப லக்கனத்தில்’[20]

(ஸ்ரீ கிருஷ்ணாவதாரன் வர்ணிப்பு)

‘ஆவணி மாதத்தில் அமரபக்ஷத் தட்டமியில்
அவதாரஞ் செய்வதற்கு’[21]

(பெரிய அழகர் வர்ணிப்பு)

அமரபட்சம், இடப லக்கனம் முதலிய துல்லியமான செய்திகளைக் குறைந்த கல்வியறிவே பெற்று, ஓசை வரம்பையே யாப்பு வரம்பாகக் கொண்ட வர்ணிப்பு ஆசிரியர்கள் பாகவத அம்மானையிலிருந்தே பெற்றிருக்கலாம் என்று தோன்றுகிறது.

1. கண்ணன் அரக்கியான பூதனையிடம் பால்குடித்து அவளை மடிந்துவீழச் செய்கிறான். மடிந்துவீழ்ந்த அவளுடலை ஆய்ப்பாடி மக்கள் எடுத்து எரியூட்டுகின்றனர். இந்நிகழ்ச்சியைப் பாடும் செவ்வைச் சூடுவார், தம் பாகவதத்தில் தம் கற்பனையில் ஒரு செய்தியினைக் கூறுகின்றார். கண்ணன் வாய்வைத்து முலையருந்திய காரணத்தால் பூதனையின் உடல் எரிகின்றபோது மணம் வந்ததாம்.

“மேதகு கடற்பவளம் வென்றுமிளிர் செவ்வாய்
ஆதிகதிர் மாமுலை யருந்திய திறத்தால்
பூதனை யுடற்சுடு புகைப்படல மண்டடிக்
காதமொரு நான்குவிளை காரகில் கமழ்ந்த”[22]

இச்செய்தியினைப் பாகவத அம்மானை,

‘உம்பர்தமக் கன்றமுர்த முண்ணவருள் கண்ண னங்கே
செம்பவள வாய்திறந்து செய்யமுலை யுண்டதனால்
பூதனையாள் தேகப் புகைதான் கமகமெனக்
காதமொரு நான்குங் கமழுமகிலு மாமணமே”[23]

எனப் பாடுகின்றது.

ஸ்ரீ கிருஷ்ணாவதாரன் வர்ணிப்பு இச்செய்தியினை,

“பூதனை தன் பேருடலை செந்தணலை மூட்டிப்
பொசுக்கலுற்றா ராயரெல்லாம்
நாதன் வாய் வைத்ததனால் நான்கு காதமட்டும்
நற்களபந்தான் மணக்க”[24]

எனப் பாடுகின்றது.

செவ்வைச் சூடுவாரின் பாகவதம், பாகவத அம்மானை வழியாக, வர்ணிப்பு ஆசிரியர்களிடம் தன் செல்வாக்கினைப் பதித்திருப்பதற்கு இப்பகுதி எடுத்துக்காட்டாகும்.

பாகவத அம்மானை ஆசிரியர், நிகழ்ச்சிகளையும் காட்சிகளையும் வருணிப்பதிலும் வர்ணிப்புப்பாடல் ஆசிரியர்களுக்கு வழி காட்டியுள்ளார். செவ்வைச்சூடுவார் பாகவதப் பாடல்கள் தரும் செய்திகளை எளிய நடையில் கவிதையாக்கிய பின் அவற்றைத் தமது கவிதையில் பாகவத அம்மானை ஆசிரியர் சில இடங்களில் விரித்து வருணித்துள்ளார். அவ்வகையிலமைந்த ஒரு பகுதியை வர்ணிப்புப் பாடல்களோடு ஒத்திட்டுக் காண்பது இக்கருத்தை நன்கு விளக்கும்.

தேவகியைத் திருமணப் பெண்ணாக அலங்கரித்த நிகழ்ச்சியைப் பாகவத அம்மானை ஆசிரியர் வருணிக்கிறார். இது செவ்வைச் சூடுவார் பாகவதத்தில் இல்லாத வருணனையாகும்.

“சொருகுங் குழலில்முத்துத் தொங்கலிட்டுக் குப்பியிட்டு
நெற்றிக்கிப் (Sic) பொட்டுமிட்டு நீள்விழிக்கி (Sic) மையுமிட்டு
வெற்றிப்பிறைபோல் விளங்கு முருகுமிட்டு
காதுக்குத் தோடுமிட்டு கற்பதித்த கொப்புமிட்டு
சோதிக் குமிழ்மூக்கிற் தூக்குமூக் குத்தியிட்டார்
முத்துச்சரமும் முழுப்பவளத் தாவடமுங்
கொத்துச் சரப்பளியும் கோர்வையதாய் மார்பிலிட்டார்
மாதனத்தால் வாடும் மருங்கிலொட்டி யாணமிட்டு
பாதசரந் தண்டையொடு பாடகமுங் காலிலிட்டார்”[25]

முருகு, கொப்பு முதலிய காதணிகள் இன்றும் பெரும்பாலும் பிற்பட்ட சாதியார் அணியும் நகைகள் ஆகும். தம்மைச் சுற்றியுள்ள மக்களின் தன்மையையே தம் காவியப் பாத்திரத்துக்கும் ஏற்றிக் காட்டுகிறாரேயன்றி ‘உயர்ந்த’சாதியினராகக் கற்பனை செய்யப்

பாகவத அம்மானை ஆசிரியரால் இயலவில்லை.

இனி 'அலங்கரித்தல்' என்ற நிகழ்ச்சி வர்ணிப்புப் பாடல்களில் எப்படிக் காணப்படுகின்றது என ஒத்திட்டுக் காண்போம்.

அழகராகிய திருமால், மதுரைக்குப் புறப்படும்முன் அவரை அலங்கரிக்கின்றனர். இந்நிகழ்ச்சியினை,

"இரண்டு செவிகளுக்கும் வயிரக் கடுக்கன்
இசையும்படி தானணிந்து
கைதனிலே பாசிபந்து கரியமால் வண்ணன்
கணையாழி தானணிந்து
இடுப்பிலே ஒட்டியாணம் என் அய்யனுக்கு
இருபுறமும் பொன்சதங்கை
காப்புக் கொலுசுமிட்டார் கரியமாலுக்கு
காலில் பாடகமிட்டார்"²⁶

என்று தசாவதார வர்ணிப்பு பாடுகின்றது.

ஸ்ரீ கிருஷ்ணாவதாரன் வர்ணிப்பு இந்நிகழ்ச்சியினை,

"முத்தணிந்த குல்லாவைச் சுந்தரராஜனுக்கு
முடிமேல் புனைந்தார்கள்
நெற்றியில் பொன் நாமமிட்டார் நீலமேகத்திற்கு
நீலமுருகு மணிந்தார்
வயிரக்கடுக்கனிட்டார் பச்சைமால் தனக்கு
மார்பில் பதக்கமிட்டார்"²⁷

என வருணிக்கும். இதே நிகழ்ச்சியைப் பெரிய அழகர் வர்ணிப்பு,

முந்தியசவ் வாததனால் மோகினி சொரூபனுக்கு
முன்முகத்தில் பொட்டுமிட்டு
சார்ந்த மரகதத்தால் சங்காழிக் கையனுக்கு
தான்மேல் முருகுமிட்டு
வார்ந்த மாணிக்கமதால் மாமுகில் வண்ணனுக்கு
வண்டிக் கடுக்கனிட்டு
வைத்த கணையாழிதனை மரகத மேனிக்கடவுள்
மணிவிரலின் மேலணிந்து"²⁸

என வருணித்துப் பாடுகின்றது.

'அலங்கரித்தல்' என்ற ஒரே நிகழ்ச்சியைப் பலபட வருணிக்கும் பாங்கு, பெருங்கவிஞர்களைப்போல ஒரு தொழிலுக்குப் பல வினைச் சொற்களைப் பயன்படுத்தித் தம் சொல்வளத்தைக் காட்டாமல் 'இடுதல்' என்ற ஒரே வினைச்சொல்லையே பயன்படுத்தும் முறை, தாமறிந்த கொப்பு, முருகு, வண்டிக்கடுக்கன் ஆகிய அணிகளின் பெயர்களையே கூறல், ஓசை வரம்பின்றி வேறு மரபிலக்கண வரம்பமையாமை இவையனைத்தாலும் பாகவத அம்மானைப் பாடலும் வர்ணிப்புப் பாடல்களும் ஒரே வகையான நடை அமைப்பினை உடையனவாய் இருப்பதை உணரலாம்.

பாகவத அம்மானை ஆசிரியருக்கும் வர்ணிப்பு ஆசிரியர் களுக்கும் சொற்களைப் பயன்படுத்தும் முறையிலும் நெருங்கிய ஒற்றுமை காணப்படுகிறது. நாட்டுப்புற மக்களின் உணர்வலைகளை அவர்கள் பயன்படுத்தும் சொற்களிலேயே கவிதையாக்குவதும் ஓசை வரம்பையே யாப்பு வரம்பாகக் கொண்டு பாடுவதும் இவர்கள் நாட்டுப்புறக் கவிஞர்கள் என்பதைக் காட்டுகின்றன.

செவ்வைச் சூடுவாரின் பாடல்களையே எளிய நடைக்கு மாற்றினாலும் பாகவத அம்மானை ஆசிரியர்க்கு வங்கிஷம், கெம்பீரம் கெற்பம், திரியோதன ராஜன், அன்புவைத்துக் கேளும், சொல்லக்கேளும் முதலிய பேச்சுமொழிச் சொற்களையும் சொல்லமைப்பையும் தவிர்க்க முடியவில்லை.

கார்த்தாய், மாயனுடகதை, துகை, பேய்ரம்பை (ஸ்ரீ கிருஷ்ணாவ தாரன் வர்ணிப்பு) களவாண்டு, திரியோதரன், தேவாமுர்தம் (கூர்மாவதாரன் வர்ணிப்பு) சருபேஸ்வரன், தெண்டித்து, ஆச்சியர் (பெரிய அழகர் வர்ணிப்பு), தொழுவு, கெந்திருவாள், கருவேலம் (அழகர் வர்ணிப்பு (1)), முதலிய பேச்சு வழக்குச் சொற்களை வர்ணிப்பு நூல்களில் நிறையக் காணலாம்.

வர்ணிப்புப் பாடல்களில் ஒரிரண்டு சொற்களில் அல்லது ஒரிரண்டு அடிகளில் கண்ணனது பெருமையாகப் பேசப்படுவன வெல்லாம் அவனது ஆய்ப்பாடித் திருவிளையாடல்களே. கண்ணன் ஆய்ப்பாடி வருதல், பூதனையாள் முத்தி பெறுதல், கண்ணன் சகடமுதைத்தல், மருதிடைத் தவழ்தல், அரவின்மேலாடல், கோவியர் துகில் கவர்தல், குன்று குடையாக எடுத்தல், கஞ்சனைக் கொல்லல் ஆகிய நிகழ்ச்சிகளே வர்ணிப்புப் பாடல்களில் மீண்டும் மீண்டும் பேசப்படுவனவாகும். இவையனைத்தும், சங்கரமூர்த்திக்

கோனாரின் பாகவத அம்மானையின் முதற் கந்தத்தில் (பாகவ தத்தின் பத்தாம் கந்தம்) தனித்தனி அத்தியாயங்களாக விரித்துப் பாடப்பட்டுள்ளன.

பாகவத அம்மானையையும் வர்ணிப்புப் பாடல்களையும் ஒப்பிட்டு நோக்கும்போது நமக்குக் கிடைக்கின்ற செய்தி இதுவேயாகும்: கண்ணனின் திருவிளையாட்டுச் செய்திகள் நாட்டுப்புற மக்கள் அறியாதவையல்ல. எனினும் கதைகளின் நுணுக்கமான சில செய்திகளும்சில பாத்திரப் பெயர்களும் நாட்டுப்புற மக்கள் அறியாதவையே. இவற்றை விரித்து விளக்கிக் கூறும் செவ்வைச்சூடுவாரின் பாகவதம், இலக்கியப் பயிற்சி உடையவர்களே உணர்ந்து சுவைக்கும் தரமுடையதாகும். நாட்டுப்புற மக்களும்நாட்டுப் புறக் கவிஞர்களும், எழுத்திலக்கியப் பயிற்சியும் யாப்பு அறிவும் பெறாதவர்கள். அவர்கள் பாகவதத்தை நேரடியாகப் படித்துணர்ந்து சுவைக்கவியலாது. சங்கரமூர்த்திக் கோனாரின் பாகவத அம்மானை பாகவதத்தின் ஒவ்வொரு பாடலையும் நாட்டுப்புற மக்கள் கேட்டுச் சுவைக்கும் வண்ணம் மிக எளிமையாக்கியதோடு, இடையிடையே சில நிகழ்ச்சிகளை நாட்டுப்புறக் கவிதை நடையில் விரித்தும் கூறுகிறது.

எனவே செவ்வைச்சூடுவாரின் பாகவதம் கூறும் அனைத்துச் செய்திகளும் நாட்டுப்புறக் கவிஞர்க்கும் மக்களுக்கும் பாகவத அம்மானை வழியாக எளிதிற் கிடைத்திருக்கின்றன. செவ்வைச் சூடுவாரின் பாகவதத்திற்கும் நாட்டுப்புறக் கவிஞர்களுக்கும் இடையில் ஏற்பட்ட இடைவெளியினைப் பாகவத அம்மானை பாலமாக நின்று இணைத்திருக்கின்றது. இதன்வழி, வர்ணிப்பு ஆசிரியர்கள் தங்கள் கதைச் செய்திகளைப் பாகவத அம்மானை யிலிருந்தே எடுத்திருக்கிறார்கள். எனவேதான் வர்ணிப்புப் பாடல் களெல்லாம் பாகவத அம்மானையைப்போல் (வைணவச் சார்புடையனவாகவே) பெருகின என்று கருதலாம். சுருக்கமாகக் கூறுவதானால் 'உயர்ந்தோர்' இலக்கியத்தை வடிவமாற்றத்தால் 'மக்கள்' இலக்கியமாக்கும் ஒரு முயற்சியே பாகவத அம்மானை எனலாம். இவையனைத்தும் பாகவத அம்மானை 'வர்ணிப்புகளின் மூலம்' என்ற கருத்தினை உறுதிசெய்கின்றன. இருப்பினும் வர்ணிப்புத் திறனை முக்கியப்படுத்தும்நிலை பாகவத அம்மானைக்கு முன் தமிழில் இருந்ததா என்பதையும் ஆராய வேண்டும்.

8.11. காவிய மரபு

சங்க இலக்கியங்களில் ஆற்றுப்படை நூல்களிலும்நீண்ட அகப்பாடல்களில் கருப்பொருள் விளக்கமாகவும் வருணனைகள் இடம் பெற்றுள்ளன. எனினும் தமிழ்க் காவியங்களிலேயே வருணனை பெருமளவு வளர்ந்துள்ள நிலையைக் காணமுடிகிறது.

மலை, ஆறு, நாடு, வளநகர், பருவம், இருசுடர்த் தோற்றம் இவையெல்லாம் காவியத்தில் இடம்பெற வேண்டும் என்பர் தண்டியாசிரியர். காவியத்தில் வாய்ப்புற்ற இடங்களில் எல்லாம் இவை வருணிக்கப்பட வேண்டும் என்பதே அவர் கருத்தாகும். காவியங்களுக்கு வருணனை இன்றியமையாத, ஒரு தேவை என்றும் அவர் கருதியிருக்கிறார். அவ்வாறாயின் ஒரு வருணனைப்பகுதி, கதைப் பகுதியோடு நெருங்கிய தொடர்பின்றி வருணனைக்காகவே தமிழ்க்காப்பியங்களில் பயன்படுத்தப்பட்டுள்ளதா என்பதையும் நாம் கண்டறிய வேண்டும்.

கலவியும் புலவியுமாக மாதவி கோவலனுடன் இனிது வாழ்ந்தான் என்பதைக் கூறவந்த இளங்கோவடிகள், மாதவி பல்வேறு அணிகளையும் அணிந்திருந்த காட்சியை வருணிக்கிறார்.

"பரியகம் நூபுரம் பாடகஞ் சதங்கை
அரியகம காலுக் கமைவுற அணிந்து
குறங்கு செறிதிரள் குறங்கினிற் செறித்து

....

நிறங்கிளர் பூந்துகிர் நீர்மையி னுடீஇ
தூமணித் தோள்வளை தோளுக் கணிந்து

....

சித்திரச் சூடகம் செம்பொற் கைவளை
பரியகம் வால்வளை பவளப் பல்வளை
அரியகம் முன்கைக் கமைவுற அணிந்து

வாளைப் பகுவாய் வணக்குறு மோதிரம்
கேழ்கிளர் செங்கேழ் கிளர்மணி மோதிரம்
வாங்குவில் வயிரத்து மரகதத் தாள்செறி
காந்தண் மெல்விரல் கரப்ப அணிந்து"[29]

என்றெல்லாம் கூறி மேலும் தொடர்ந்து மொத்தம் 32 அணிகளையும் அணிந்த இடங்களையும் விளக்குகிறார். கடலாடு காதையில் இவ்வருணனை இடம்பெறும் 27 அடிகளுக்கும், வருணனையே பொருளன்றி வேறுபொருள் இல்லை என்பது தெளிவு.

எனவே காவியங்கள் எழுந்த காலத்தில் காவியங்களில் ஓர் உறுப்பாகக் கருதுமளவு வருணனை வளர்ந்திருந்தது. அதுவே காவியங்களும் பிற சிற்றிலக்கியங்களும் எழாத நிலையில், நிறைந்த இலக்கியப் பயிற்சியில்லாத புலவர்களிடையே வர்ணிப்புகளாக மலர்ந்தது என்ற முடிவுக்கு நாம் வரவேண்டியுள்ளது. வர்ணிப்புப் புலவர்களுக்கு இவ்வகையில் பாகவத அம்மானை வழிகாட்டியாக அல்லது முன்னோடியாக அமைந்திருக்கலாம்.

8.12. அழகர் வர்ணிப்புகள்

பெருமளவு பெயர் பெற்றதும் பெரும்பாலோரால் பாடப்படுவதும், அச்சிடப்பட்டுள்ள 'அழகர் வர்ணிப்பு' என்ற பாடலே. சென்னை ஆவணக்காப்பகக் குறிப்புக்களிலிருந்து (Madras Archives) இந்நூல் கி. பி.1889இல் இராமசாமிக் கவி என்பவராலும், கி. பி. 1894 இல் பெரியசாமிப்பிள்ளை என்பவராலும் அச்சிடப்பட்டு வெளியிடப்பெற்ற செய்தி தெரிகிறது.[30] ஆனால் ஆசிரியர் பெயர் தெரியவில்லை. ஸ்ரீமகள் கம்பெனி வெளியிட்ட, பதிப்பாண்டு இல்லாத அழகர் வர்ணிப்புப் பதிப்புக்களிலும் ஆசிரியர் பெயர் இல்லை.

அச்சிடப்பட்டுள்ள அழகர் வர்ணிப்பு பெருங்குடி கருப்பண தாசன் எழுதியது என்றும், அவர் அரிசன வகுப்பினர் என்றும் வர்ணிப்பாளரான ஒரு தகவலாளி கூறுகிறார்.[31]

8.13. அமைப்பு முறை

அழகர்கோயிலிருந்து சித்திரைத் திருவிழாவிற்காக மதுரை நோக்கிப் புறப்படும் இறைவனின் அலங்காரம், தல்லாகுளத்தில் ஏறிவரும் சப்பரத்தின் அலங்காரம், குதிரை வாகனத்தின் அலங்காரம் ஆகியவற்றை அச்சிடப்பட்ட அழகர் வர்ணிப்பு (1) பலபட வருணிக்கும்; இடையிடையே திருவிழாவின் பிற நிகழ்ச்சிகளான திரியாட்டக்காரர் சாமியாடுதல், குறி சொல்லுதல் ஆகியவற்றையும், வழியிலமைந்த பெரிய திருக்கண்களின் பெயர்களையும் குறிப்பிடுகிறது. வண்டியூருக்கு அழகர் ஊர்வலம் சென்று சேரும் வரையுள்ள

நிகழ்ச்சிகளை விரிவாகவும் திரும்புவதைச் சுருக்கமாகவும் இப்பாடல் வருணிக்கிறது. அச்சிடப்படாத அழகர் வர்ணிப்பு (7) திரியாட்டக்காரர் சாமியாடுதல், குறி சொல்லுதல் ஆகியவற்றை மட்டும் பாடவில்லை. இவை தவிர அச்சிடப்பட்ட (எண். 1) அச்சிடப்படாத (எண். 7) இரண்டு அழகர் வர்ணிப்புகளும் ஒரே போக்கில்தான் அமைந்துள்ளன.

8.14. வேறுபாடு

அச்சிடப்படாத அழகர் வர்ணிப்பு ஒரு செய்தியினைப் புதிதாகக் கூறுகிறது. 'பிரிட்டிஷார் கமிட்டியார் போலீசார் சூழ்ந்துவர்'அழகர் ஊர்வலம் சென்றது எனக் குறிப்பிடுகிறது.[32] பாடலின் போக்கில் இவர்கள் ஊர்வலப் பாதுகாப்புக்காக உடன் வந்ததாகவே தெரிகிறது. வேறு பொருள்கொள்ளுமாறு இல்லை.

8.15. பிற வர்ணிப்புகள்

1. ஸ்ரீ கள்ளழகர் அட்டாக்கர மந்திர வர்ணிப்பு

மிக அண்மையில் (1979) வெளிவந்த இவ்வர்ணிப்பு நூலின் பெயருக்கும் பாடலுக்கும் தொடர்பில்லை. திருவிழா நிகழ்ச்சி களை இவ்வர்ணிப்பு பாடவேயில்லை. "ஓம் நமோ நாராயணா" என்னும் அட்டாக்கர மந்திரம், நூலின் முதலடியாக வருவதைத் தவிர மந்திர விளக்கம் எதுவும் இல்லை. திருமாலைப் பல பெயர்கள் சொல்லிப் போற்றித் துதிக்கும் பாடலாக மட்டும் இது விளங்குகிறது. நூலினுள்ளும் அட்டாக்கர மந்திர விளக்கம் ஏதும் தரப்படவில்லை.

2. கூர்மாவதாரன் வர்ணிப்பு

இந்நூலை எழுதிய ஆசிரியர் பெயர் தெரியவில்லை. வர்ணிப்புப் பாடல்களில் அளவிற் சிறியதும் இதுவேயாகும். நாட்டுச் சிறப்பு என்ற தலைப்பில் நூலின் தொடக்கத்தில் 28 கண்ணிகள் அமைந்துள்ளன. அவற்றுள் பத்து இடங்களில் திருமால் ஆய்ப்பாடியில் பால், தயிர், வெண்ணெய் உண்டு வளர்ந்தவனாகக் குறிக்கப்படுகிறான். அதன் பின்னரே தேவர்களும் அசுரர்களும் பாற்கடல் கடையும்போது திருமால் ஆமையாக நின்று மந்தர மலையை மத்தாகத் தாங்கியது. மோகினி வடிவில் அமுதம் பரிமாறியது ஆகிய செய்திகள் பேசப்படுகின்றன.

3. கிருஷ்ணாவதாரன் வர்ணிப்பு

இதுவும் ஆசிரியர் பெயர் தெரியாத நூலே. கண்ணன் பிறப்பு, கஞ்சன் ஆலோசனை, கண்ணன் ஆய்ப்பாடி வருதல், மண்ணை யுண்டல், மரத்திடைத் தவழ்தல், மாடு மேய்த்தல், கோவர்த்தன மலையைக் குடையாகப் பிடித்தல், காளிங்க நர்த்தனம், கோபியர் துகில் கவர்தல், வடமதுரை செல்லல், கஞ்சன்வதம், பாரதப்போர் ஆகிய நிகழ்ச்சிகளைப் பாடியபின் அழகர்மலைச் சிறப்புத் தொடங்கிப் பின்னர் அழகர் வர்ணிப்பைப் போலத் திருவிழா நிகழ்ச்சிகளைப் பாடுகிறது.

4. தசாவதார வர்ணிப்பு

சாமிக்கண்ணுக்கோனார் இயற்றிய இவ்வர்ணிப்புப் பாடல் அழகர் வர்ணிப்பைப் போலவே அமைந்துள்ளது. வைகையாற்றில் ராமராயர் திருக்கண்ணில் அழகர் தசாவதாரக் காட்சி தரும் நிகழ்ச்சியை மட்டும் அவதாரவாரியாகக் கதையினைக் கூறி விரிவாகப் பாடுகிறது. பின் நிகழ்ச்சிகளை அழகர் வர்ணிப்பைப் போல், ஆனால் சுருக்கமாகப் பாடி முடித்துவிடுகிறது.

5. பெரிய அழகர் வர்ணிப்பு

இராமசாமிக் கவிராயர் இயற்றிய பெரிய அழகர் வர்ணிப்பே, கிடைத்துள்ள வர்ணிப்புகளில் அளவிற் பெரியது. இரண்டு பகுதி களாக உள்ள இந்நூலின் முதற்பகுதி விநாயகர், சுப்பிரமணியர், சரசுவதி, சோமசுந்தரர், மீனாட்சியம்மன், தேவர்கள், சித்தர்கள், திருமால், மாரியம்மன், காளியம்மன், பேச்சியம்மன், செல்லத் தம்மன், சக்கம்மா, இருளப்பன், இருளாயி ஆகிய தெய்வங்களை வணங்கிவிட்டு, புரட்டாசி மாதம் 'மீனாட்சி அம்மன் கோவில் நவராத்திரி கொலுவின்போது பேயோட்டுகிற வர்ணிப்பு' என்ற தலைப்பில் சில சிறுதெய்வங்களோடு மீனாட்சியம்மனையும் வணங்கிவிட்டு முடிந்துவிடுகிறது.

நூலின் இரண்டாவது பகுதியான அழகர் வர்ணிப்பிற்கும் இதற்கும் தொடர்பு இல்லை. இரண்டாவது பகுதியில் கிருஷ்ணன் பிறப்பு, ஆய்ப்பாடி வருதல், பூதனை முத்திபெற்றது, கிருஷ்ணன் மருதிடைத் தவழ்ந்தது, பசு மேய்த்தது ஆகிய பகுதிகட்குப் பின் அழகர்மலைக் கோயில், சன்னிதி, தீர்த்தம், அழகர்மலையின் பல்வேறு பிரிவுகள் ஆகியவற்றின் சிறப்பினைக்கூறிப் பின்னர்

அழகர் வர்ணிப்பினைப் போலத் திருவிழா நிகழ்ச்சிகளைப் பாடி, இராமராயர் மண்டபத்தில் தசாவதாரக் காட்சியில் பத்து அவதாரச் சிறப்பினைச் சற்று விரித்துப்பாடி இறைவன் அழகர்மலைக்குத் திரும்புவதையும் வருணித்து முடிகிறது.

கிருஷ்ணாவதாரன் வர்ணிப்பு கூறும் செய்திகள், அழகர் வர்ணிப்பு கூறும் செய்திகள், தசாவதார வர்ணிப்பு கூறும் செய்திகள்முதலிய அனைத்தையும் இராமசாமிக்கவிராயர் 'பெரிய அழகர் வர்ணிப்பு' என்ற பெயரில் ஒரு நூலாகப் பாடியுள்ளார். இவற்றோடு தொடர்பில்லாத பிற கடவுளர் துதி நூலின் முதற் பகுதியாகத் தரப்பட்டுள்ளது. இரண்டு பகுதிகளையும் சேர்த்து அச்சிட்டதற்கு வெளியீட்டாளரின் வணிகநோக்கம் தவிர வேறு காரணம் காணமுடியவில்லை.

6. பதினெட்டாம்படிக் கருப்பன் உற்பத்தி வர்ணிப்பு

களஆய்வில் கிடைத்த இவ்வர்ணிப்பு அச்சிடப் பெறாதது. அழகர்கோயிலில் பதினெட்டாம்படிச் சன்னிதி ஏற்பட்டது குறித்து மக்கள் வழக்கில் உள்ள கதையே இவ்வர்ணிப்பின் பாடுபொருளாகும். இராமசாமிக் கவிராயரின் பெரிய அழகர் வர்ணிப்பும் 'பதினெட்டாம்படி உண்டான விசேடம்' என்ற தலைப்பில் இக்கதையைச் சுருக்கமாகப் பாடுகிறது.

7. ராக்காயி வர்ணிப்பு

ராக்காயி அம்மன் அழகர்மலையில் சிலம்பாற்றின் கரையிலுள்ள ஒரு சிறுதெய்வமாகும். இப்பாடல் ராக்காயி தன் குழந்தைகளுடன் தன் தமையனான பதினெட்டாம்படிக் கருப்பனைப் பார்க்க வரும் நிகழ்ச்சியை மட்டும் விரித்துப் பாடுகிறது. கருப்பசாமி அவளுக்குக் காட்சி கொடுக்கிறார். 'ஜெகநாதன் தங்கச்சி'என இவ்வர்ணிப்புப் பாடல் அவளைத் திருமாலுக்கும் தங்கையாகக் குறிப்பிடுகிறது. களஆய்வில் கிடைத்த இவ்வர்ணிப்பும் அச்சிடப்பெறாததேயாகும்.

8. வலையன் கதை வர்ணிப்பு

இவ்வர்ணிப்புப் பாடல், ஒரு வலையன் அழகர்மலை அடிவாரத்தில் கிழங்கு தோண்டும்போது அந்தக் குழியிலிருந்து அழகர் கோயில் இறைவன் வெளிப்பட்டார் என்ற செய்தியை வருணிக்கிறது.

9. கருப்பசாமி வர்ணிப்பு

தொடக்கமும் முடிவும் இல்லாத கையெழுத்துப்படியாக ஆய்வாளர்க்குக் கிடைத்த இவ்வர்ணிப்பு அழகர்கோயிலில் ஆடிமாதம் பௌர்ணமி நாளில் கருப்பசாமியாக வழிபடப்பெறும் கதவுகளுக்குச் சந்தனம் பூசும் நிகழ்ச்சியை வருணிக்கிறது.

8.16. அவதார வர்ணிப்புகள் பிறப்புக் காரணம்

இராமசாமிக் கவிராயரின் பெரிய அழகர் வர்ணிப்பு ஆற்றில் இறங்கிய மறுநாள் இரவு அழகர் ராமராயர் மண்டபத்தில் பத்து அவதாரங்களிலும் காட்சிதரும் திருவிழா நிகழ்ச்சிகளை அவதாரக் கதைகளோடு விரிவாக வருணிக்கிறது. மாயாவதார வர்ணிப்பு முதலியவை ஒரேயொரு அவதாரத்தைப் பற்றி மட்டும் பாடும் தனித்தனி வர்ணிப்புகளாகும். பிற அவதாரங்களுக்குத் தனியான வர்ணிப்புப் பாடல்கள் கிடைக்கவில்லை.

சித்திரைத் திருவிழாவில் தசாவதார நிகழ்ச்சி முதல் நாள் இரவு தொடங்கி மறுநாள் பொழுதுவிடியும் வரை நடைபெறும். இவற்றைக் காணவரும் மக்கள் இரவு முழுவதும் தூங்காது விழித்திருக்க வேண்டும். எனவே இம்மக்கள் தூங்காது விழித்திருக்க வேண்டி இரவு முழுவதும் பாடும் வகையில் அவதார வர்ணிப்புகள் பிறந்திருக்க வேண்டும்.எனவேசித்திரைத் திருவிழா நிகழ்ச்சிகளே இவற்றின் பிறப்புக்கும் அடிப்படையாகின்றன. ஆயினும் தொடர்ந்து மூன்றாண்டுகளாக (1977, 1978, 1979) ஆய்வாளர் கண்டதில், இந்நிகழ்ச்சியில் நகர்ப்புற மக்களே நிறைந்திருப்பதை அறியமுடிந்தது. நாட்டுப்புற மக்களையோ வர்ணிப்பாளர்களையோ காணமுடியவில்லை.

8.17. பிற பாடல்கள்

சித்திரைத் திருவிழாவில் பாடப்பெறும் இப்பாடல்களைத் தவிர வேறுசில பாடல்களையும் வர்ணிப்பாளர் பாடுகின்றனர். அவை வர்ணிப்புப் பாடல்கள் அல்ல; கதை பொதிந்த பாடல்கள் ஆகும். எனவே அவற்றை வர்ணிப்புப் பாடல்களைப் போல் வீதியில்நின்று பாடுவதில்லை. ஓரிடத்தில் கேட்கும் ஆர்வமுள்ள பலர் அமர்ந்து, ஒருவரைப் பாடச்சொல்லிக் கேட்டு மகிழ்வர். சில நேரங்களில் மதுரை வட்டாரத்தில் சிறு தெய்வக்கோயில் திருவிழாக்களில் பொழுதுபோக்கு நிகழ்ச்சியாக ஒருவர் பாட

ஏனையோர் அமர்ந்து கேட்கின்றனர். அவ்வாறு பாடப்பெறும் பாடல்கள் கிருஷ்ணன் பிறப்பு, கிருஷ்ணன் தூது, கீசகன் சண்டை, திரௌபதி கலியாணம், திரௌபதி வஸ்திராபஹரணம் (துகிலுரிதல்), கண்ணன் பிறப்பு, விராட பர்வம், பார்வதி கலியாணம் முதலியன. இவற்றுள் பார்வதி கலியாணம் தவிர ஏனையவை மகாபாரதத்திலிருந்து கதைப்பொருள் பெற்றவை என்பது சிந்தனைக்குரிய செய்தியாகும்.

8.18. இலக்கிய மரபு

இதிகாசங்களில் ஒரு பகுதியை மட்டும் எடுத்து நாடகமாகவும் காவியமாகவும் அமைக்கும் மரபு வடமொழி இலக்கிய வரலாற்றில் போற்றப்பட்டு வந்த ஒன்றாகும். இவ்வாறு அமைக்கும் காவியங்களுக்குக் 'கண்டகாவ்யம்' (காவியத் துண்டங்கள்) எனப் பெயர். தமிழில் நளவெண்பா, இரணியவதைப்பாணி, பாரதியின் பாஞ்சாலி சபதம் ஆகியன இவ்வகையினவாகும். ஆயினும் தமிழ் எழுத்திலக்கியங்களைவிட, நாட்டுப்புற இலக்கியங்களில் கண்டகாவியம் பாடும் இம்மரபு செல்வாக்கோடு திகழுகின்றது. மேற்குறித்த இலக்கியங்கள் அதற்குச் சான்றாகும்.

முடிவுரை

சித்திரைத் திருவிழாவோடு இணைந்துவரும் மதுரை மீனாட்சி யம்மன் கோயில் திருவிழாவில் மீனாட்சியம்மன் பட்டம் சூடுதல், திருமணம், தேரோட்டம் ஆகிய நிகழ்ச்சிகளில் மக்கள் பெருந் திரளாகக் கூடுகின்றனர். ஆயினும் அக்கூட்டத்தினர் பெரும்பாலும் நகர மக்களே. அவர்கள் வர்ணிப்புப் பாடல்களைப் பாடுவ தில்லை. 'மீனாட்சி திருமணம்' என்றொரு வர்ணிப்புப் பாடல் இருந்தாலும் இதுவுங்கூட இத்திரு விழாவில் யாராலும் பாடப் படுவதில்லை. வர்ணிப்புப் பாடல்களைப் படைப்போரும் படிப் போரும்கேட்போரும் நாட்டுப்புற மக்களேயாவர்.

அழகர்கோயில் சித்திரைத் திருவிழாவிலேயே வர்ணிப்புப் பாடல்கள் பாடப்படுகின்றன; பிற திருவிழாக்களில் பாடப் படுவதில்லை.

வர்ணிப்புப் பாடல்கள் சிற்றிலக்கிய வகைகளில் ஒன்றாக மதிக்கத்தகுந்தவை. ஆயினும் பிற சிற்றிலக்கியங்கள் இலக்கியப் பயிற்சியும் எழுத்தறிவும் பெற்றவர்களாலேயே படைக்கவும்

சுவைக்கவும்படுவன. வர்ணிப்புப் பாடல்கள் நாட்டுப்புற மக்கள் இலக்கியமாகத் தோன்றி வளர்ந்திருக்கின்றன. பாகவத அம்மானை வைணவச் சார்பானதால், அதனைப் பெருமளவு பின்பற்றி எழுந்த வர்ணிப்புப் பாடல்களும் வைணவச் சார்பானவையாயின. அழகர் கோயிலை வழிபடும் அடியவர் கூட்டத்தின் பரப்பும், இக்கோயில் சித்திரைத் திருவிழா நிகழ்ச்சிகளும் வர்ணிப்பு இலக்கியம் வளரப் பெருங்காரணங்களாயின. குறிப்பிட்ட ஒரு கோயில் சிற்றிலக்கிய வகையொன்றின் வளர்ச்சியில் பெரும்பங்கு பெறுவது என்பது அழகர்கோயில் பெற்ற தனிச்சிறப்பாகும்.

குறிப்புகள்

1. *பார்க்க : பிற்சேர்க்கை எண் 11:3,4,5,6,7*
2. *ஸ்ரீகள்ளழகர் பக்தர்கள் வர்ணிப்பாளர் மஹாசபை, 14 ஆவது ஆண்டு (1979) அழைப்பிதழ் 2, 13 ஆவது ஆண்டு விழா வரவு செலவு விவரங்கள், பின் அட்டை உட்புறம்.*
3. *சபை பற்றிய தகவல் உதவியவர்: வி.எம்.பெரியசாமிக் கோனார், தத்தநேரி, மதுரை, நாள் : 18.6.78.*
4. *பிச்சைக்கோனார், வயது 66, கீரைத்துறை, மதுரை, நாள்: 18.6.78.*
5. *அ.சங்கரமூர்த்திக் கோனார், ஸ்ரீமத் பாகவத அம்மானை, இரண்டாம் புத்தகம், 1932.*
6. *மேலது, ப. 16.*
7. *மேலது*
8. *பாகவதம்,இரண்டாம் பாகம், திருமலை-திருப்பதி தேவஸ்தான வெளியீடு, பாடல் 2636, ப. 1.*
9. *ஸ்ரீமத் பாகவத அம்மானை, ப. 1.*
10. *பாகவதம், பாடல் 2638, ப. 1.*
11. *ஸ்ரீமத் பாகவத அம்மானை, ப. 2.*
12. *பாகவதம், பாடல் 4970, ப. 624.*
13. *ஸ்ரீமத் பாகவத அம்மானை, ப. 380.*
14. *மேலது, ப. 12.*
15. *மேலது*
16. *ரா.புருஷோத்தமநாயுடு, ஈட்டின் தமிழாக்கம், சென்னைப் பல்கலைக்கழக வெளியீடு, இரண்டாம் பதிப்பு, 1972.*
17. *ஸ்ரீகள்ளழகர் அட்டாக்கர மந்திர வர்ணிப்பு, ப. 2.*
18. *பாகவதம், பாடல் 2685, ப. 13.*
19. *ஸ்ரீமத் பாகவத அம்மானை, ப. 12.*

20. ஸ்ரீகிருஷ்ணாவதாரன் வர்ணிப்பு, குருசாமிக்கோனார் பதிப்பு, 1930, ப. 2.
21. பெரிய அழகர் வர்ணிப்பு, 1970, ப. 10
22. பாகவதம், பாடல் 2742, ப. 27.
23. ஸ்ரீமத் பாகவத அம்மானை, ப. 22.
24. ஸ்ரீ கிருஷ்ணாவதாரன் வர்ணிப்பு, ப. 5.
25. ஸ்ரீமத் பாகவத அம்மானை, ப. 5.
26. தசாவதார வர்ணிப்பு, ப. 6.
27. ஸ்ரீகிருஷ்ணாவதாரன் வர்ணிப்பு, ப. 21.
28. பெரிய அழகர் வர்ணிப்பு, ப. 35.
29. சிலப்பதிகாரம் (உ.வே.சா.பதிப்பு), கடலாடுகாதை, அடி 82-107.
30. Classified Catalogue of Books Registered. From 1867-1886, p.174; from 1890-1900. p. 145, Madras Archives.
31. பிச்சைக்கோனார், வயது 66, கீரைத்துறை, மதுரை, நாள் 18.6.78.
32. அழகர் வர்ணிப்பு, பார்க்க : பிற்சேர்க்கை எண் 11: 3, வரி 77.

சித்திரைத் திருவிழாவில் நாட்டுப்புறக் கூறுகள்

அழகர் கோயிலில் நாட்டுப்புற மக்களின் ஈடுபாட்டினை முன் இயல்களில் கண்டோம்.[1] நாட்டுப்புற மக்களின் கலை மரபுகள், பண்பாடு ஆகியவை இக்கோயில் சித்திரைத் திருவிழாவில் வெளிப்பட்டுத் தோன்றுவதை இவ்வியலில் காணலாம்.

9.1. திருவிழாக்களும் பண்பாடும்

ஒரு குறிப்பிட்ட சமூகத்தின் கலையுணர்வு, மரபுகள் பண்பாட்டுக் கூறுகள் முதலியவற்றை அச்சமூகத்தைச் சேர்ந்த ஒரு தனி மனிதனிடம் முழுமையாகக் காணவியலாது; தனிமனிதனிடம் இவற்றின் சாயல்களையே ஓரளவு காணமுடியும். கூட்ட உணர்வு (herd instinct) மிகுதியும் வெளிப்பட்டுத் தோன்றும்குடும்பச் சடங்கு களிலும், சமூக விழாக்களிலுமே அக்கூட்டத்தாரின் கலையுணர் வினையும் மரபுகளையும்பண்பாட்டுக் கூறுகளையும் அவற்றின் முழுப் பரிமாணத்துடன் காணமுடியும். அவற்றிலும் குடும்பங்களில் நடைபெறும் சடங்குகளைவிடச் சமூகம் முழுவதும் பங்குபெறும் திருவிழாக்களில் இவற்றை மிகத்தெளிவாகக் காணலாம்.

இக்கோயில் சித்திரைத் திருவிழாவின் உச்சக்கட்டமான அழகர் ஆற்றிலிறங்கும் நிகழ்ச்சியைக் காணவரும் மக்களை, இதழ்கள் இலட்சக்கணக்கில்தான் அளவிடுகின்றன.[2] 1961ஆம் வருடத்தில் சென்சஸ் கணிப்பிதழ் இந்நிகழ்ச்சியைக் காண ஆண்டுதோறும் வரும் மக்களின் எண்ணிக்கை ஐந்து இலட்சத்திற்குக் குறையாது என்கிறது.[3] இப்பெரிய திருவிழாவில் கலந்துகொள்ளும் மக்களின் தொண்ணூறு விழுக்காட்டினர் நாட்டுப்புறமக்களே என்பதைத் திருவிழாவினை நேரில் காண்போர் உணர இயலும்.

9.2. நாட்டுப்புற மக்கள் பங்கு

பண்பாட்டாய்வு பற்றிக் குறிப்பிடும் பி.கே.சர்க்கார் இந்துப் பண்பாட்டிற்கு உயர்குடிகளும் பேரவைகளும் (elites and courts)

தொ.ப.ஆய்வுலகம் | 189

வழங்கியதனைவிட நாட்டுப்புற மக்கள் வழங்கியவை குறைந்தவை யல்ல என்கிறார்.[4] எனவே சமூக ஆய்வுகள் நாட்டுப்புறக் கூறுகளை உள்ளடக்கியதாக இருத்தல் வேண்டும். தமிழகத்தின் தென் பகுதியில் மிகப்பெரியதான சித்திரைத் திருவிழாவில் வெளிப் படும் நாட்டுப்புற மக்களின் பண்பாட்டுக் கூறுகளை ஆராய்வதும் மிக இன்றியமையாததாகும்.

தன்னுடைய உலக அனுபவமின்மையைக் குறிப்பதற்கு 'ஆற்றைக் கண்டேனா அழகரைச் சேவிச்சேனா' என்று மதுரை, முகவை மாவட்டங்களில் நாட்டுப்புற மக்கள் கூறுவது வழக்கம். அழகர் ஆற்றிலிறங்கிக் காட்சி தரும் சித்திரைத் திருவிழா பல வகைப்பட்ட பண்பாட்டுக் கூறுகளையும் ஓரிடத்தில் காட்ட வல்லது என்பதே இவ்வழக்கின் கருத்தாகும். இத்திருவிழாவினைக் காணும் ஒருவன், பலதரப்பட்ட மக்களின் பழக்க வழக்கங்களையும் தெரிந்துகொள்ள முடியும் என்ற உண்மை இவ்வழக்குமரபில் வெளிப்படுத்தப்படுகிறது. எடுத்துக்காட்டாக மண்டைத்தாலி, பொட்டுத்தாலி, சிறுதாலி, காரைக்கயிற்றுத்தாலி, பஞ்சாரத்தாலி, பார்ப்பாரத்தாலி எனப் பல்வேறு வகையான தாலிகளை அணிந்த தென்மாவட்டங்களின் பல்வேறு பகுதிகளைச் சேர்ந்த முதிய பெண்களை இத்திருவிழாவில் காணலாம். தலையில் பூச்சூடாமல் தாலியில் பூச்சூட்டும் வழக்கமுடையவர்களையும் காணலாம். புடைவைக்கட்டிலிருந்து தலைமுடியினை அள்ளிச் செருகுவது வரை பல்வேறு வகையான பழக்கமுடைய மக்களைக் காணலாம். இவர்களனைவரும் நாட்டுப்புறங்களைச் சேர்ந்த மக்களே. எனவே இத்திருவிழாவினைக் காணுவதால் தமிழ்நாட்டின் தென்பகுதிக் கிராமங்களைச் சுற்றிப்பார்த்த அனுபவத்தை ஒருவர் பெற இயலும். இதனைக் கருதியே மேற்குறித்த சொல்வழக்கு ஏற்பட்டிருக்க வேண்டும் எனக் கருதலாம்.

9.3. சித்திரைத் திருவிழா - இரு பிரிவுகள்

சித்திரைத் திருவிழா என்ற பெயர் ஒரே நேரத்தில் நடைபெறும் மதுரை மீனாட்சியம்மன் கோயில் திருவிழாவினையும் அழகர் ஆற்றிலிறங்கும் திருவிழாவினையும் குறிக்கிறது. குறிப்பிட்டுச் சொல்வதானால், அழகர் ஊர்வலம் மூன்றாம் திருநாளன்று இரவு அழகர்கோயிலிலிருந்து புறப்படுகிறது. அதே நாளில் மதுரை மீனாட்சியம்மன் கோயில் திருவிழாவின் கடைசி நிகழ்ச்சியான

தேரோட்டம் நடைபெறுகிறது. நான்காம் திருநாளன்று இரவு மதுரை தல்லாகுளம் பகுதிக்கு வந்துசேரும்அழகர், ஐந்தாம் திருநாளன்று அதிகாலையில் வையை நதியில் இறங்குகின்றார். மீனாட்சியம்மன் கோயில் திருவிழா நிகழ்ச்சிகள் மதுரை நகருக்குள் வையை நதிக்குத் தென்புறத்திலேயே முடிந்துவிடுகின்றன. வையை நதிப் படுகையிலும் நதிக்கு வடகரையிலும் அழகர் கோயில் திருவிழா நிகழ்ச்சிகள் நடைபெறுகின்றன. முன்னதில் நகரமக்கள் பெரும்பகுதியினரும், பின்னதில் நாட்டுப்புற மக்கள் பெரும்பகுதியினரும் கலந்துகொள்கின்றனர். முன்னது நகர மக்களின் விழா; பின்னதோ நாட்டுப்புற மக்களின் விழா. 1961ஆம் ஆண்டு சென்சஸ் கணிப்பும் இத்திருவிழாவினை ஆராய்ந்த டென்னிஸ் அட்சனும் இத்திருவிழாவினை இவ்வாறே மதிப்பிடக் காணலாம்.[5]

9.4. கோலம் பூண்டு வழிபடல்

இத்திருவிழாவில் அழகராகிய திருமாலை நாட்டுப்புற அடியவர்கள் கோலம் பூண்டு (வேடமிட்டு) வழிபடும் முறைகளே முதலில் நம் கருத்தைக் கவர்வன. இவ்வாறு வழிபடுவோர்களை 1. திரியெடுத் தாடுவோர், 2. திரியின்றி ஆடுவோர், 3. சாட்டை அடித்தாடுவோர், 4. துருத்திநீர் தெளிப்போர் என நான்கு வகை-யினராகக் காணலாம்.

ஆண்கள் மட்டுமே இவ்வாறு வேடமிட்டு வருகின்றனர். விதிவிலக்காக 1979ஆம் ஆண்டு சித்திரைத் திருவிழாவில் நேர்த்திக் கடனுக்காகத் துருத்திநீர் தெளிப்போரில் 12 வயதுச் சிறுமி ஒருத்தி வேடமிட்டிருந்ததை ஆய்வாளர் காணமுடிந்தது. எனவே பெண்கள் வேடமிட்டு வழிபடுவது இயற்கைத்தடை (menstruation) தவிரப் பிற காரணங்களால் தடைசெய்யப்பட்ட ஒன்றல்ல எனத் தெரிகிறது. ருப்பினும் வழிபட வரும் பெண்கள் அழகர் கோயிலில் பதினெட் டாம்படிக் கருப்பன் சன்னிதியிலும், கோயிலுக்குள் சன்னிதிக் கெதிரில் தொண்டைமான் கோபுர வாசலிலும் திடீரென்று சாமியாடுகின்றனர்; ஆனால் பொதுவாக வேடமிட்டு வருவதில்லை.

வேடமிட்டு வழிபடும் அடியவரிடத்தில் அவர்கள் வெவ்வேறு வேடமிட்டிருந்தாலும், சில பொதுக்கூறுகள் உண்டு. 1. அனைவரும் நெற்றியிலும் மார்பு, புயங்கள், முதுகுப் பகுதிகளிலும் தென்கலை வைணவத் திருநாமங்கள் இட்டுள்ளனர். 2. அனைவரும் மார்பில்

துளசிமாலை அணிந்துள்ளனர். 3. அனைவரும் தங்கள் வசதிக்கேற்ப மூன்றிலிருந்து முப்பது நாட்கள் வரை புலால் உண்ணாது விரதமிருக்கின்றனர். 4. சாதி வேறுபாடின்றி எச்சாதியினரும் எவ்வேடமும் இடலாம்.

இவ்வாறு வேடம் பூண்டு வழிபடுவதற்கான காரணத்தை இவர்களால் சொல்லமுடியவில்லை. களஆய்வில் 'இவ்வாறு ஆடை அணிவதற்கு என்ன காரணம்?' என்ற கேள்விக்குப் பெரும்பாலோர் 'தெரியாது' என்றும், மற்றவர்கள் 'வழக்கம்', 'இதுதான் முறை', 'பரம்பரையா இப்படித்தான் செய்கிறோம்', 'அழகுக்காக', 'அலங்காரத்திற்காக' என்றும் விடையளித்தனர்.[6]

9.4.1.வினாப்பட்டிவழித் திரட்டிய செய்திகள்

சித்திரைத் திருவிழாவில் ஆய்வாளர் வினாப்பட்டி (question naire) மூலம் நிகழ்த்திய ஆய்வின்வழிச் சில செய்திகளைத் தெரிந்து கொள்ள முடிந்தது.[7]

கோலம் பூண்டு வழிபடும் அடியவரில், திரியெடுத்தாடுவோர் முப்பத்திரண்டு விழுக்காட்டினர் (32%); திரியின்றி ஆடுவோர் ஐந்து விழுக்காட்டினர் (5%); துருத்திநீர் தெளிப்போர் அறுபத்து மூன்று விழுக்காட்டினர் (63%); சாட்டையடித்தாடுவோர் ஒரு விழுக்காட்டிற்கும் குறைவானவர்களே.

கோனார், அரிசனர் (பள்ளர், பறையர்), சேர்வை, தேவர், பிள்ளை, குறவர், சக்கிலியர், நாயுடு, நாயக்கர், ஆசாரி, மூப்பனார் (வலையர்), அம்பலம், செட்டியார், வேளார் (குயவர்) ஆகிய சாதியினர் வேடமிட்டு வழிபடுகின்றனர். கோனார், அரிசனர், சேர்வை ஆகிய சாதியினர் முறையே முப்பத்து நான்கு, இருபது, பதினாறு விழுக்காட்டினராக (34%, 20, 16%) அதிக அளவில் பங்கு பெறுகின்றனர்.

'பரம்பரையாக வருகிறார்களா அல்லது புதியவரா?' என்ற கேள்விக்கு அறுபத்தைந்து விழுக்காட்டினர் (65%) பரம்பரையாக இவ்வாறு வேடமிட்டு வருவதாகத் தெரிவித்தனர். 'நேர்த்திக் கடனாகவா அல்லது விருப்பத்தின் பேரிலா?' என்ற கேள்விக்குப் 'பதினெட்டு விழுக்காட்டினர் (18%) நேர்த்திக்கடனாக வேடமிட்டு வருவதாகத் தெரிவித்தனர்.

மொத்தத்தில் பதினைந்து விழுக்காட்டினர் (15%) ஆண்டா ரிடம் அக்கினி முத்திரை பெற்றுள்ளனர். இருபத்திரண்டு (22%) விழுக்காட்டினர் பூ முத்திரை பெற்று வருகின்றனர்; ஏனையோர் முத்திரை பெறுவதில்லை.

இக்கோயிலோடு பெரிதும் தொடர்புடைய 'அம்பலம்' எனும் சாதிப்பட்டமுடைய மேலநாட்டுக்கள்ளர் சாதியினர் வேடமிட்டு வழிபடுவோரில் ஒரு விழுக்காட்டினராகவே இருப்பது குறிப்பிடத் தக்கது. அரிசனர் (பள்ளர், பறையர்) அல்லாத தாழ்த்தப்பட்ட சாதியினரில் சந்தனக்குறவர் மூன்று விழுக்காட்டினராகவும் (3%) சக்கிலியர் மூன்று விழுக்காட்டினராகவும் (3%) இருப்பது குறிப்பிடத்தக்க செய்தியாகும்.

ஆடை

திரியெடுத்தாடுவோரும், திரியின்றியாடுவோரும், சாட்டையடித்தாடுவோரும் சிவப்புநிற அரைக்காற்சட்டை அணிந்துள்ளனர். திரியெடுத்தாடுவோர் மட்டும் தலையில் சிவப்பு நிறத்தில் 'லேஞ்சி' எனப்படும் சிறிய துணி ஒன்றை அணிந்துள்ளனர். வேடமிட்டு வழிபடும் இம்மூன்று பிரிவினரும் உடம்பின் மேற் பகுதியில் சட்டை அணிவது இல்லை. தென்மாவட்டங்களில் சிறுதெய்வக் கோயில்களில் சாமியாடுவோரெல்லாரும் சிவப்புநிற அரைக்காற் சட்டையும், தலையில் சிவப்புத்துணியும் அணிந் திருப்பதைப் பரவலாகக் காணலாம். எனவே இவ்வகையில் ஆடை அணிவது சிறுதெய்வ வழிபாட்டு நெறிகளில் ஒன்று என்பதால், இக்கோயிலுக்கென்று தனித்த இயல்புகள் எதனையும் அடையாளமாகக் கொண்டிருக்கவில்லை என்றறியலாம்.

துருத்திநீர் தெளிப்போரின் ஆடை அமைப்பு அவர்களுக்குப் போர்வீரனைப் போன்ற தோற்றத்தைத் தருகிறது. தலையிலுள்ள கொக்கின் இறகு அல்லது மயிலிறகு இணைந்த உருமாலும் இடுப்பிலும் மார்பிலுமுள்ள வண்ண ஆடைகளும் இவர்களுக்கு அழகிய தோற்றத்தைத் தருகின்றன. கொக்கு இறகினைத் தலையில் செருகிக்கொள்வது ஒருவகை அலங்காரம் போலும். சிவபெருமான் தலையில் கொக்கிறகினை அணிந்திருப்பதாகத் திருநாவுக்கரசர் பாடுகிறார்.[8] எனவே தலைமுடியினையோ அல்லது தலைமீது வைக்கும் மகுடத்தையோ கொக்கிறகினால் அணிசெய்வது பழங்காலத்து வழக்கங்களில் ஒன்றெனத் தெரிகிறது.

9.4.1.1. திரியெடுத்து ஆடுவோர்

இடுப்பில் கச்சை எனப்படும் சிவப்புநிற அரைக்காற்சட்டை அதன் மேல் கருப்பு அல்லது சிவப்பு நிறத்தில் 'கருங்கச்சை எனப்படும் பட்டித்துணி (belt). தலையில் முக்கோணவடிவில் அமைநத சிவப்பு நிறமுடைய 'லேஞ்சி' எனப்படும் சிறியதுண்டு, உடம்பிலும் நெற்றியிலும் தென்கலைத் திருநாமங்கள், கையில் குறைந்தது மூன்றடி உயரமுள்ள (பெரும்பாலும் ஒரு சாட்டைக் கயிறு சுற்றப்பட்ட) திரி. காலில் கனத்த தண்டை இதுவே இவர்களின் கோலமாகும் (படம் 20-22). கையிலுள்ள திரி மூன்றடி யிலிருந்து ஐந்தடி உயரத்தில், ஒன்பது அங்குலம் முதல் பதினைந்து அங்குலம் விட்டமுள்ளதாக அடிப்பகுதி சற்றுச் சிறுத்து அமைத் திருக்கும் கழிவுநூல் அல்லது தையற்கடை வெட்டுத்துணிகளையும், சிறு குச்சிகளையும் ஒரு நீண்ட துணிப்பையில் நெருக்கமாகத் திணித்து அதன் மேல் மஞ்சள்துணி சுற்றப்பட்டிருக்கும். அதன் மேல் தடித்த நூல் அல்லது சணலால் தைக்கப்பட்டிருக்கும்.

திரியின் மேற்பகுதியில் எண்ணெய் ஊற்றி, அது ஊறியபின், நெருப்பினை எரியவிட்டு, இடுப்பில் இடுக்கிப் பிடித்துக்கொண்டு, மேளம், பறை, சேகண்டி, சங்கு ஆகியவை முழங்க ஆடுகின்றனர். கிராமப்புறங்களில் பெரும்பாலும் தாழ்த்தப்பட்ட சாதியார் வாசிக்கும் திமிரி அல்லது ஊதி எனப்படும் ஒருவகைச் சிறிய நாதசுரத்தினையும் சிலர் மேளத்துடன் சேர்த்துக்கொள்கின்றனர். ஒரு கிராமத்தைச் சேர்ந்த நால்வர், ஐவர் சேர்ந்தாற்போல ஆடி வருகின்றனர். கிராமத்தவர்கள் ஒன்றாக உடன்வரவும், மேளக் குழுவின் செலவுகளைப் பகிர்ந்துகொள்ளவும் இம்முறை அவர் களுக்கு உதவியாக இருக்கிறது.

திரியெடுப்போர்கள், அழகர்கோயிலில் பதினெட்டாம்படிச் சன்னிதிக்கெதிரிலுள்ள மண்டபத்தில் அமர்ந்திருக்கும் ஆண்டாரை வணங்கிப் பூ முத்திரையோ அக்கினி முத்திரையோ பெற்றுக்கொண்டு அவருக்குக் காணிக்கை செலுத்துகின்றனர். பின்னர் பதினெட்டாம்படிச் சன்னிதியிலும், அழகர்கோயில் இறைவன் சன்னிதியிலும் இவர்கள் 'மருள்ஏறி (அருள் இறங்கி-possessing the divine spirit) ஆடுகின்றனர். அழகர் மதுரைக்கு வந்து சேரும் நாளன்று இரவில் தல்லாகுளம் கோயிலுக்கெதிரிலுள்ள திடலிலும் சாலையிலும் இவர்கள் மருளேறி ஆடிப் பலருக்கும்

குறி சொல்லிக்கொண்டிருப்பதனைக் காணலாம். இரவு நேரத்தில் இவர்கள் கையில் எரியும் திரியேந்தி ஆடுவதனை,

"அங்கிக் கடவுளும்வந் தன்பருடன் ஆடுதல்போல்
திங்கட் கடவுள்சே விப்பதுபோல் - கங்குற்
கரதீபமும் வாணக்காட்சியும்"[9]

என்று அழகர் கிள்ளைவிடு தூது குறிப்பிடுகின்றது. ஆனால் இவர்கள் ஆடும்போது குறி சொல்வதனைக் குறிக்கவில்லை.

வாய்மொழிப் பாடலான அழகர் வர்ணிப்பு இவர்கள் குறிசொல்லும் முறையினை வருணிக்கின்றது. மக்கள், குறி சொல்ல வேண்டுமென்று திரியாட்டக்காரர் காலில் விழுகின்றனர்:

"விழுந்ததொரு மானிடரை - அப்போது
எழுந்திருக்கத் தானுரைத்து
அழுத்தமுடன் சாமிதன்னை திரியாட்டக் காரா
அன்பாய் வரவழைத்தார்
விழித்துமே தான்பார்த்து அப்போது
எரித்து விடுவதுபோல்
அழுத்தமுடன் சொல்லுகிறார் முன்னே
அவர்செய்த குற்றமெல்லாம்
முன்னோர்கள் தானடைந்த செய்கை
முறைதவறி நீ நடந்தாய்
என்னாளுமென்னை அடேயப்பா நீ
பெரிதாய் நினைக்கவில்லை
மாடுகன்று போட்டால் என்னைநினைத்துப்
பால்வைத்துக் கும்பிடுவார்
வீடுதனில் பொங்கலது மங்களமாக
விரும்பியே போடுவார்கள்
காடேயெடுத்த தினம் முன்னோர்கள்
கும்பிட்டு ஆக்கிவைப்பார்
சித்திரைத் திருவிழாவில்
நாட்டுப்புறக் கூறுகள்
இத்தனையும் செய்யாது பயலே
என்னைமிக மறந்தாய்
பத்தினி பசுப்போல பயலே
வைத்தவதும் நானேதான்"[10]

என்று திரியாட்டக்காரர் கூற, குறிகேட்பவர் 'மெய்தான்' என்கிறார். இனி ஒழுங்காக இருக்கவேண்டுமெனக் கூறி,

"பெற்றபிள்ளை செய்ததொரு அடே
குற்றமெல்லாம் நான் பொறுப்பேன்
அச்சப்படாமலிரு உனக்கு
ஆண்குழந்தை நான் தாரேன்"[11]

என்று திரியாட்டக்காரர் வரம் தருகிறார். அழகர் வர்ணிப்பு நடைமுறைகளை அப்படியே வருணிக்கின்றனர். குறி சொல்லி முடிந்தவுடன் ஆட்டம் நின்றுவிடுகிறது, திரியையும் அணைத்து விடுகின்றனர்.

9.4.1.2. திரியின்றி ஆடுவோர்

திரியாட்டக்காரர் போலவே இவர்களும் வேடமிட்டிருப்பர். ஆனால் தலையில் லேஞ்சியும், கையில் திரியும் கிடையாது. மாறாகக் கையில் 4 அல்லது 5 அடி உயரத்தில் 3 அங்குல கனமுடைய இரு முனைகளிலும் வெள்ளி அல்லது வெண்கலப்பூண்கட்டியுள்ள கருப்புநிறத் தடிக்கம்பினை வைத்துள்ளனர். இது நாங்குலி மரத்தில் செய்த கம்பு என்பர். எனவே இது நாக்குலிக்கம்பு எனப் பெயர் பெறுகிறது.

அழகர்கோயிலில் இறைவன் சன்னிதியிலும், பதினெட்டாம் படிச் சன்னிதியிலும் இவர்கள் மருளேறி ஆடுகின்றனர். பிற இடங்களில் ஆடுவதில்லை. ஆடும்போது குறி சொல்வதும் இல்லை. பிற நேரங்களில் திருவிழாக் கூட்டத்தில் ஒவ்வொருவராகக் காணப் படுகின்றனர். சில சமயங்களில் திரியெடுத்தாடுவோர்களோடு சேர்ந்து வருகின்றனர். கையில் கனத்த நாங்குலிக்கம்புடன் இவர்களது தோற்றம் ஒரு காவல்காரரைப் போல இருக்கிறது.

9.4.1.3. சாட்டையடித்து ஆடுவோர்

இவர்களும் திரியாட்டக்காரர் போலவே வேடமிட்டிருப்பர். தலையில் லேஞ்சிக்குப் பதிலாக உருமால் அல்லது உருமால் போன்ற தலைப்பாகை அணிந்திருக்கின்றனர். மாடுகளின் கழுத்தில் அணியும் பெருமணிச் சல்லடத்தை இடுப்பில் கட்டியுள்ளனர். அழகர்கோயில் வெளிக்கோட்டை வாசல் தொடங்கி பதினெட்டாம் படிச் சன்னிதி வரை ஒரு பெரிய சாட்டையால் தங்களைத் தாங்களே அடித்துக்கொண்டு பறை, மேளம் முழங்க ஆடி வருகின்றனர். பின்னர்

பதினெட்டாம்படிச் சன்னிதியில் சாட்டையைத் தோளிலிட்டு, கையில் பெரிய அரிவாள் ஏந்தி, காற்சலங்கை ஓசையைவிட இடுப்புமணி ஓசை பெரிதாகக் கேட்குமாறு இடுப்பைக் குலுக்கி மருளேறி ஆடுகின்றனர். ஆட்டம் முன்னோக்கியதாக இல்லாமல் பக்கவாட்டில் நகருவதாக அமைகிறது (படம்: 23).

ஆவேசம் மிகுந்த கண்கள், துருத்திய நாக்கு, பக்கவாட்டில் திரும்பிய பார்வை, இடுப்புமணி ஓசையிட ஆடுதல் ஆகியவற்றால் வழிபடுவோரிடையே அச்சம் கலந்த பக்தியை விளைவிக்கும் ஆட்டம் இது.

9.4.1.4. துருத்திநீர் தெளிப்போர்

திருவிழாவில் கண்ணைக் கவரும் தோற்றமுடையோர்களில் இன்னொரு கூட்டத்தார் துருத்திநீர் தெளிப்போர்கள் ஆவர். சிறுசிறு குழுக்களாக, எண்ணிக்கையில் மிகுதியாகக் காணப்படு வோரும் இவர்களே.

தலையில் சரிகைக் கரையுடன் கூடிய உருமால், அதில் நெற்றிக்கு நேராகச் செருகப்பட்ட மயிற்பீலி அல்லது கொக்கின் இறகு, நெற்றியிலும் உடம்பிலும் தென்கலைத் திருநாமங்கள், இடுப்பில் முழங்காலுக்குக் கீழே இறங்கியகச்சை (இப்போது அதே அளவில் 'பேன்ட்' (Pants) போலத் தைத்துக்கொள்கின்றனர்), அதற்கு மேலேயே பெருந்தொடைப்பகுதி வரையில் துணியாலான சிறு கச்சை (ஜட்டி போன்றது), காலில் சலங்கை, கையில் ஆட்டுத் தோலால் செய்யப்பட்ட ஏறத்தாழ 4 லிட்டர் கொள்ளும் நீர் நிரம்பிய தோற்பை (இதன் ஒரு மூலையில் பையை அழுத்தினால் நீரைப் பீய்ச்ச ஒரு சிறு குழாய்), மார்பிலும் தோள்களில் குறுக்காகவும் மிகப்பெரிய பூமாலைகள் இதுவே இவர்களின் கோலமாகும் (படம்: 24-26).

கச்சையும், கச்சைக்கு மேலுள்ள சிறு கச்சையும் மலிவான சரிகைகளால் அணிசெய்யப் பெற்றுள்ளன. சிலர் முகத்தில் அரிதாரம் பூசி, புருவங்களையும் மைதீட்டி அலங்கரித்துக்கொள் கின்றனர். ஐந்து, ஆறு வயதுடைய சிறுவர்களிலிருந்து முதியர்வர்கள் வரை இக்கோலத்தில் காணப்படுகின்றனர். வயதில் இளையவர்கள் இவ்வேடத்தில் மகிழ்ச்சியுடன் பங்குபெறுகின்றனர். சில இடங்களில் அழகர் வர்ணிப்பினைப் பாடிக்கொண்டு வட்டமாக

நின்று ஆடுகின்றனர் (படம் : 27). ஆட்டம் எவ்வித ஒழுங்குமின்றி விருப்பம்போல அமைகிறது.

அழகர்கோயிலிலும், அழகர் மதுரைக்கு வந்துசேரும் இரவில் தல்லாகுளம் பகுதியிலும் இவர்கள் தரையிலும், கூட்டத்தினர்மீதும் தண்ணீரைப் பீய்ச்சிக்கொண்டே வருவர். அழகர் ஆற்றிலிறங்கிய அன்று பிற்பகல் இராமராயர் மண்டபத்துக்குள் அழகர் சப்பரம் நுழையும்போது இவர்கள் அனைவரும் ஒன்றாகக் கூடிநின்று அழகர் மீதும் சப்பரத்தின்மீதும் எல்லாப் பக்கங்களிலிருந்தும் தண்ணீரைப் பீய்ச்சுவார்கள். இதுவே தண்ணீர் பீய்ச்சுதலின் உச்சக்கட்ட நிகழ்ச்சியாகும்.

இருபது ஆண்டுகட்கு முன்வரை இவர்கள் எல்லா இடங்களிலும் சப்பரத்தின் மீது தண்ணீரைப் பீய்ச்சுவதுண்டு. திருவிழாக் கூட்டத்தில் அமைதியை நிலைநாட்டவேண்டி, இப்போது அழகர் ஆற்றிலிறங்கிய அன்று பிற்பகல் இராமராயர் மண்டபத்துக்குள் நுழையுமுன்னர் ஐந்து அல்லது பத்து நிமிடங்கள் மட்டும் சப்பரத்தின்மீது தண்ணீர் பீய்ச்ச அனுமதிக்கப்படுகின்றனர்.

திருவிழா நடைபெறும் சித்திரை மாதம் கடுங்கோடைக் காலமாதலால் அடியார்க்கு வெளியில் வருத்தம் ஏற்படாதிருக்கத் தரையிலும், இறைவனுக்கு சூட்டியுள்ள பூமாலைகள் வாடிவிடா திருக்க அவ்வப்போது அவற்றின்மீதும் நீர் தெளிக்கும் வழக்கம் ஓர் இறைப்பணியாகத் தொடங்கப்பட்டு, பின்னர் இவ்வடிவம் பெற்றிருக்கலாம் என்று தோன்றுகிறது.

இராமராயர் மண்டபத்தின் முன் இவர்கள் தண்ணீர் பீய்ச்சும் போது இவர்களுடைய எண்ணிக்கை மிக அதிகமாக இருப்பதால், ஒவ்வொரு ஆண்டும் காவல்துறையினரின் தலையீடு ஏற்படுகிறது.

வேடம்பூண்ட அடியவரில் இவர்கள் மட்டும் சாமியாடுவ தில்லை; குறி சொல்லுவதில்லை. திருவிழாக் காட்சியினை வருணிக்கும் அழகர் கிள்ளைவிடு தூது.

" .... நீர்தூம்
துருத்தி மழைபோற் சொரிய..."[12]

என்று இவர்களைக் குறிப்பிடுகின்றது. வேறு செய்திகளைத் தரவில்லை.

9.5. கோலம் பூணாது ஆடுவோர்

வேடம் பூண்டு வழிபடும் இவர்களைத் தவிரச் சாதாரணமாக வழிபட வருவோரிற் சிலரும் பதினெட்டாம்படிச் சன்னிதியிலும், கோயிலுக்குள் தொண்டைமான் கோபுர வாசலும் திடீரென்று மருளேறி ஆடிவிடுகின்றனர். பெண்களில் நடுத்தரவயது கடந்தவர்களே இவ்வாறு ஆடுகின்றனர். ஆண்களில் இளைஞரும் இவ்வாறு ஆடுகின்றனர்.

9.6.வர்ணிப்புப் பாடல்

அழகர் ஊர்வலம் மதுரை வந்து சேர்ந்த இரவு முழுவதும் திருவிழாக் கூட்டத்தில் பலர் வருணிப்புப் பாடல்களைப் பாடுகின்றனர். சிறுசிறு குழுக்களாகச் சாலையோரங்களில் அமர்ந்திருக்கும் மக்களில் ஒருவர் பாடுகிறார். இவ்வாறு பத்திருபது பேர் சூழ அமர்ந்து கேட்க, ஒருவர் பாடிக்கொண்டிருப்பதனைத் தல்லாகுளத் வைகையாற்றுப் பாலம்வரை உள்ள சாலையில் பல இடங்களில் காணலாம். பாடத்தெரிந்தவர்கள் யார் வேண்டு மானாலும் பாடலாம்; இன்னார்தான் பாடவேண்டும் என்ற வரைமுறை இல்லை.

பெரும்பாலும் பாடப்படுவது ‘அழகர் வர்ணிப்பு’ என்ற அச்சிடப்பட்ட பாடலே. அழகர் ஊர்வலம் கோயிலிருந்து புறப்பட்டு வண்டியூர் சேர்வது வரை உள்ள காட்சிகளையும் நிகழ்ச்சிகளையும் வருணிக்கும் பாடல் இது. ஆய்ப்பாடிக் கண்ணனின் திருவிளையாடல்களைச் சிலர் பாடுகின்றனர். பெரும்பாலும் தொடக்கமும் முடிவுமில்லாது ஏதேனும் ஒரு வருணிப்புப் பாடலில் அங்குமிங்குமாகச் சில அடிகளையே பாடுகின்றனர்.

அழகர் வர்ணிப்பு, கிருஷ்ணவதாரன் வர்ணிப்பு முதலிய அச்சிடப்பட்டுள்ள வாய்மொழிப்பாடல் புத்தகங்களைக் கையில் வைத்துக்கொண்டு சிலர் பாடுகின்றனர். நாட்டுப்புற மக்களின் நினைவாற்றல் (folk-memory) வருணிப்புப் பாடல்களைப் பொறுத்த மட்டில் பெருமளவு அழிந்துவிட்டதெனலாம்.

9.7. திருக்கண்களும் கலையுணர்வும்

அழகர் பல்லக்கு அழகர்கோயில் தொடங்கி வழிநெடுகத் தனியார்களாலும், சாதிச்சார்பாகவும், கிராமச்சார்பாகவும் அமைக்

கப்பட்டிருக்கும் 'திருக்கண்'களில் ஓரிரு நிமிடங்கள் தங்கிச் செல்லும். நிரந்தரமான கல்மண்டபங்களாகவோ, தற்காலிகமாக அமைக்கப்பட்ட கொட்டகைகளாகவோ இவை இருக்கும். இறைவன் அமர்ந்து அடியார்களுக்குத் திருக்கண் அருள் பாலிப்பதால், இவற்றுக்குத் 'திருக்கண்கள்'எனும் பெயர் வந்திருக் கலாம். 'கண்'எனும் சொல் இடப்பொருண்மையினை உணர்த்துவ தாகவும், 'திரு'எனும் சொல் இறைமைத் தன்மையினை உணர்த்துவ தாகவும் பொருள்கொண்டு, 'இறைவன் தங்கும் இடம்' என்றும் இச்சொல்லுக்குப் பொருள் கொள்ள முடிகிறது.

அழகர்கோயில் தொடங்கி வண்டியூர்ப் பெருமாள் கோயில் வரை தற்போதுள்ள திருக்கண்களின் எண்ணிக்கை 321 என்று கோயில் அலுவலகத்தார் தெரிவிக்கின்றனர். வண்டியூர் செல்லும் போதும் அங்கிருந்து திரும்பும்போதும், ஆக இருமுறை இத்திருக் கண்களில் அழகர் அமர்ந்து செல்வார். இத்திருக்கண்களின் அலங் காரம் நாட்டுப்புறக் கலைஉணர்வுக்கு நல்ல எடுத்துக்காட்டாகும். வாழை மரங்களாலும், கமுகங்குலைகள், பனங்குலைகள், தென்னம் பாளைகள், தென்னங்குருத்துத் தோரணங்கள் முதலியவற்றாலும், சில இடங்களில் கரும்பினாலும் இவை அணிசெய்யப் பெற்றி ருக்கும். கொட்டகைக் கால்கள் வெளியிலே தெரியாவண்ணம் தரையிலிருந்து ஆறடி உயரத்திற்குக் கரும்பினைச் சார்த்திக்கட்டி, அதன்மேல் மும்மூன்றடிகள் உயரத்துக்கு முறையே பனங்குலை, தென்னங்குலை, வாழைக்குலை இவற்றைச் சுற்றித் தைக்கப் பட்டதுபோல் இறுக்கமாகக் கட்டியிருப்பர், கரும்பின் தோகை யினை உட்புறமாக வைத்துக் கட்டியிருப்பதால், கரும்பிலிருந்து தென்னையும், பனையும், வாழையும் குலை தள்ளியது போல இவை தோன்றும். கிழக்கிந்தியப் பகுதிகளில் திருவிழா அலங்கா ரங்களில் 1917இலேயே 'தாள்' (Paper) இடம் பெற்றுவிட்டதைப் பி.கே.சர்க்காரின் குறிப்பால் அறிகிறோம்.[13] புதூர், தல்லாகுளம் பகுதிகள் ஒருகாலத்தில் மதுரை நகருக்குப் புறத்தே இருந்தவை. இன்று இப்பகுதிகள் மதுரை மாநகராட்சியின் எல்லைக்குட் பட்டவை. ஒரு மாநகராட்சிப் பகுதியில் அமைந்திருந்தும்கூட இப்பகுதியிலமைந்த திருக்கண்களின் அலங்காரத்தில் இன்றளவும் தாள் பயன்படுத்தப்படாமை நாட்டுப்புறக் கலைமரபின் செல்வாக் கினைக் காட்டுகிறது எனலாம்.

விவசாயிகள் இறைவனுக்குக் காணிக்கை செலுத்தக் கொண்டு வரும் புதிய விளைபொருட்களைக் கூடையில் கொண்டுவருவ தில்லை. புதிதாக விளைந்த வைக்கோலையே புரிகளாகத் திரித்து, கூடை போலப் பின்னிப் புதிய தானியத்தை அதில் நிரப்பி மேற்பகுதியினையும் புரிகளாலேயே பின்னி மூடிவிடுகின்றனர். வைக்கோல் புரியாலேயே கத்தரிக்காய்க் காம்பு போன்ற கைப் பிடியினையும் செய்து தூக்கிவருகின்றனர். சுமார் 15 கிலோ வரை எடையுள்ள தானியங்களை இவ்வாறு கொண்டு வருகின்றனர். நாட்டுப்புறக் கலைத் திறமைக்கு (folk-craft) 'தளுக்கு'எனப்படும். இத்தானியக் கூடைகள் எடுத்துக்காட்டாகும் (படம் : 28). இறை வனுடைய 'தளிகைக்கு' (உணவுக்கு) எனக் கருதிக் கொண்டு வரப் படுவதால் இவை (தளிகைக்கு என்ற சொல் மருவி) 'தளுக்கு' என வழங்கப்படுவதாகத் தோன்றுகிறது. தளிகை என்ற சொல்லைத் 'தளிகை' என்றே குறிப்பிடுகின்றனர். எனவே 'தளிகைக்கு' எனும் சொல் 'தளுக்கு' என ஆகியிருக்கலாம்.

9.8. நாட்டுப்புற மக்களின் காணிக்கை

நாட்டுப்புற மக்கள் கோயிலுக்குச் செலுத்தும் காணிக்கையின் பெரும்பகுதி தானியங்களாகவும் கால்நடைகளாகவுமே அமைகின்றது. தானியங்களை அழகர்கோயிலிலும், மதுரை தல்லாகுளம் பெருமாள் கோயிலிலும் காணிக்கையாக செலுத்து கின்றனர். இரண்டு கோயில்களும் பரம்பரையாக ஒரே நிருவாகத்தின் கீழ் (கோயிற் பணியாளர்கள் உட்பட) அமைந்திருப்பதாலும், மதுரை வரும் அழகர் தல்லாகுளம் கோயிலில் தங்குவதாலும் அழகர்கோயிலின் துணைக்கோயிலாகவே தல்லாகுளம் பெருமாள் கோயில் கருதப்படுகிறது. எனவே சித்திரைத் திருவிழாவில் தல்லாகுளம் பெருமாள் கோயிலும் மக்கள் அழகருக்குரிய தானியக் காணிக்கையினைச் செலுத்திவிடுகின்றனர். அழகரின் ஆடித் திருவிழா அழகர் கோயிலில் மட்டும் நடைபெறுவதால் ஆடித் திருவிழாக் காணிக்கையினை அழகர் கோயிலிலேயே நேரில் செலுத்திவிடுகின்றனர். எடுத்துக்காட்டாக 1388ஆம் பசலி ஆண்டுக்கு (1.7.1978 முதல் 30.6.1979 முடிய) கோயிலுக்குத் தேவையானது போக மிச்சமாக ஏலத்தில் விற்பனை செய்யப்பட்ட தானியங்களின் அளவு கீழே தரப்படுகிறது.[14]

தானியத்தின் பெயர்	ஆடித் திருவிழா அழகர் கோயிலில் கிலோ கிராம்	சித்திரைத் திருவிழா	
		அழகர் கோயிலில் கிலோ கிராம்	தல்லாகுளம் கோயிலில் கிலோ கிராம்
நெல்	17100.00	28000.000	12000.000
வரகு	2262.000	1125.000	698.000
வெள்ளைச்சோளம்	3367.000	243.000	7.500
கேப்பை	1632.000	848.000	248.000
கம்பு	2013.000	646.000	237.000
இருங்குச் சோளம்	1484.000	384.500	373.000
மிளகாய்வற்றல்	128.500	426.500	80.500
நிலக்கடலை	1429.000	694.500	345.000
குதிரைவாலி	128.000	42.000	-
சாமை	107.000	-	-
தினை	23.000	29.500	-
புளியம்பழம்	19.000	48.000	105.000
எள்	38.000	6.500	-
பருத்தி	318.000	86.500	39.000
வெல்லம் (அச்சு)	99.000	3.000	5.500

ஏல விளம்பரங்களில் மேற்குறித்த தானியங்கள் ஆடி அல்லது சித்திரைத் திருவிழாவிற்கு உபயமாக வந்தவை என்றே குறித்திருக்கின்றனர்.

ஆடித்திருவிழா உழவுவேலைகள் தொடங்குகின்ற நேரத்திலும் சித்திரைத் திருவிழா விளைந்தவற்றை அறுவடை செய்துவிட்டு உழவுத்தொழிலில் ஈடுபட்டோர் ஓய்வுபெறும் நேரத்திலும் நடைபெறுகின்றன. உழவுத் தொழில் செய்வோர் இறைவனை நினைக்கும் தேவையும் அல்லது ஓய்வும் கொண்ட திருவிழாக் காலங்கள் இவையாகும்.

கோயில் அலுவலகத்தார் கணக்கின்படி இதே பசலி ஆண்டில்

(1.7.1978 30.6.1979) இக்கோயிலுக்குக் காணிக்கையாக வந்த கால்நடைகளின் எண்ணிக்கை 954 ஆகும்.[15] இரண்டு எருமைகள் தவிர மற்றவை பசுக்களும், பசுங்கன்றுகளும், காளைகளுமாகும். இவற்றையும் கோயில் ஏலத்தில் விற்பனை செய்துவிடுகிறது.

9.9. பண்பாட்டுக் கூறுகள்

இரண்டு, மூன்று, நான்காம் திருவிழா நாட்களில் அழகர் கோயில் வெளிக்கோட்டைப் பகுதியில் மரங்களினடியில் நாட்டுப்புற மக்கள் தங்கள் மாட்டுவண்டிகளை நிறுத்துகின்றனர். பதினெட்டாம்படிச் சன்னிதியில் ஆடுவெட்டுதல் சட்டரீதியாகத் தடைசெய்யப் பட்டிருப்பதால், தங்கள் வண்டிகளின் கீழேயே ஆடுகளை வெட்டி விடுகின்றனர். கற்களால் அடுப்புமூட்டி அங்கேயே ஆட்டுக்கறியினைச் சமைத்து உண்கின்றனர். மிஞ்சிய கறி, உப்புத்துண்டமாக மரங்கள் தோறும் கயிற்றில் கட்டி உலர வைக்கப்படுகிறது. கறித்துண்டுகள் உலரும் இந்த இடத்தைத் தாண்டியே அழகரின் ஊர்வலம் மதுரையை நோக்கிச் செல்கிறது. கடுமையான தண்ணீர் பற்றாக்குறை இருந்தும் வண்டி கட்டிக் கொண்டு வருவோர் அழகர்கோயிலில் ஓர் இரவேனும் தங்கு கின்றனர். பக்தி உணர்வோடு சுற்றுலா உணர்வும் இம்மக்களிடம் நிறைந்து காணப்படுகிறது. வண்டியின் கீழ்ப்பகுதியிலோ உட்புறத் திலோ குழந்தைகட்குத் தொட்டிலைக் கட்டிக்கொள்கின்றனர். வண்டியின்கீழ் வைக்கோலைப் பரப்பி அல்லது சாக்கினை விரித்துப் படுத்துக்கொள்கின்றனர்.

எளிமையினையும் ஏழ்மையினையும் வெளிக்காட்டும் வாழ்க்கை இவர்களிடம் தெரிகிறது. இவ்வகையான மக்களே சித்திரைத் திருவிழாவுக்கு உயிர்ப்பு ஊட்டுகின்றனர்; திருவிழாக் கூட்டத்தில் எங்கும் நிறைந்திருக்கின்றனர்.

9.10. சாதி ஆசாரங்கள் - அணிகள்

சாதிக்கென்றேயுரிய தனித்த ஆசாரங்கள் சமூக மாற்றத்தின் பகுதியாக இந்நாளில் வேகமாக மறைந்துவருகின்றன. மதுரை, முகவை மாவட்டங்களைச் சேர்ந்த கிராமப்புற மக்களே பெரு வாரியாகக் கலந்துகொள்வதால் சித்திரைத் திருவிழாவில் சாதி ஆசாரங்களை இன்றளவும் பின்பற்றும் நாட்டுப்புறமக்களைக் காணமுடிகிறது.

எடுத்துக்காட்டாக, ஆண்கள் கொண்டையிட்டுக் காதுகளில் வண்டிக்கடுக்கன் அணிந்திருப்பின் அவர்கள் அம்பலப்பட்டமுடைய மேலநாட்டுக்கள்ளர் சாதியினர்; தலைப்பாகையோடு கையில் பெரிய கம்போடு காதுகளில் வாழைப்பூக்கடுக்கன் அணிந்திருப்பின் அவர்கள் இடையர்கள். வாழைப்பூக் கடுக்கன் ஏறத்தாழ 1¼ அங்குல நீளத்தில் நீள் செவ்வக வடிவத்தில் அமைந்த காதுவளையமாகும். பெண்கள் மேற்காதில் அணிகின்ற முருகு என்னும் காதணியை ஒரு காதில் மட்டும் அணிந்துவரும் ஆண்கள் பிறமலைக்கள்ளர் சாதியினர்; கையில் பூண்பூட்டிய சிறு பிரம்பு வாழைப்பூக்கடுக்கன் போன்ற ஆனால் சன்னமான நான்கைந்து கம்பிகளின் தொகுப்பாக அமைந்த கடுக்கண்களை அணிந்திருப்பவர்கள் கோயில் பூசாரிகள் ஆவர். சாமியாடிகள் கையில் வெள்ளிக்காப்பு அல்லது கனத்த வளையல் போன்ற 'கடயம்' அணிந்து வருகின்றனர். கடயத்தை விரல்களின் வழியே தான் அணியவும் கழற்றவும் முடியும். காப்பில் நடுவில் பிளப்பதற்குச் சுரையும் திருகாணியும் வைக்கப்பெற்றிருக்கும். எனவே விரல்களின் வழியே அணியாமல் பிளந்தவண்ணம் முன்கையில் பூட்டித் திருகாணியைத் திருகிச் சேர்த்துவிடலாம்.

'காதுக்கு ஐந்து நகை' என்பது நாட்டுப்புற வழக்கு, இதற்கேற்ப காதில் தண்டட்டி, ஒன்னப்பூ, குருட்டுத்தட்டுல கர்ணப்பூ, கொப்பு ஆகிய ஐந்து நகைகளையும் அணிந்த பெண்களை ஏராளமாகக் காணமுடியும் பள்ளர், பறையர் சாதிகளைச் சேர்ந்த பெண்கள் காதின் வெளிமடலின் நடுப்பகுதியில் அணியப்பெறும் கர்ணப்பூவினை ('செவிப்பூ' என ஆண்டாள் அதனைத் திருப்பாவையில் (27) குறிப்பர்) அணிவதில்லை. அதற்குப் பதிலாக இலை போன்ற அல்லது கவிழ்ந்த குமிழ் போன்ற ஓரணியினை அணிகின்றனர்.

9.11. சேவற் சண்டை

ஒன்பதாம் திருநாளன்று, மதுரை வந்த அழகர் தம் கோயிலைத் திரும்பச் சென்றடைகிறார். வழியிலுள்ள 'அப்பன் திருப்பதி' என்ற ஊரில் அன்று சேவற் சண்டை நடக்கிறது. சேவற் சண்டை சட்ட ரீதியாகத் தடை செய்யப்பட்டிருப்பினும், அன்று இவ்வூரில் நூற்றுக் கணக்கான சேவற் சண்டைப் போட்டிகள் நடைபெறுகின்றன. அழகர் மலைக்குத் திரும்பிவரும் மிகிழ்ச்சியினைக் கொண்டாட மலைப்பக்கத்து ஊர்மக்களால் இது நடத்தப்படுகிறது என்று

சேவற் சண்டையில் ஆர்வமுடைய பெரியவர் ஒருவர் கூறினார்.[16] தமிழ்நாட்டில் சேவற் சண்டை இன்று பெரும்பாலும் மறைந்து விட்டது எனலாம்.

9.12. ஐயங்கள்

சித்திரைத் திருவிழா நிகழ்ச்சிகளை நோக்கும்போது, பிராமணப் பூசனை பெறும் இப்பெருந்தெய்வம் (brahmanical deity) சிறுதெய்வ வழிபாட்டு நெறிகளைத் தயங்காமல் ஏற்றுக்கொண்டு விளங்கு கிறது. அழகரை வழிபடுவோர் சிறுதெய்வக் கோயில்களில் சாமியாடுவோரின் ஆடைகளை அணிந்து அவர்களைப் போலவே சாமியாடுகின்றனர்; குறி சொல்லுகின்றனர்; இரத்தப்பலி தருகின்றனர். உயர்சாதியினரால் 'தீட்டு' வாயிலாகக் கருதப்பெறும் தோலினாற் செய்த பைகளில் தாங்கள் கொண்டுவரும் நீரை இறைவன்மீது பீய்ச்சி அடிகின்றனர்; கோயிலுக்குள்ளேயே சன்னிதிக் கெதிரில் சாமியாடுகின்றனர். வைணவ சமயத் தலைவர்கள் இந்நெறிகளை எவ்வாறு ஒத்துக்கொண்டனர் என்பது விடை காண வேண்டிய கேள்வியாகும்.

இக்கேள்விக்கு விடை காணுமுன் மற்றொரு ஐயத்தினைத் தீர்த்துக்கொள்ள வேண்டும். வைணவக் கோயில்களில் அழகர் கோயில் மட்டுமே இவ்வாறு நாட்டுப்புற மக்களின் வழிபாட்டு நெறிகளை ஏற்றுக்கொண்டு தனித்தன்மையுடன் விளங்குகிறதா? அல்லது வேறு வைணவக் கோயில்கள் எவையேனும் இதுபோன்ற நாட்டுப்புற வழிபாட்டு நெறிகளை ஏற்றுக் கொண்டுள்ளனவா? எனக் காண வேண்டும்.

9.13. தமிழ்நாட்டு வைணவம் - சில சான்றுகள்

ஆய்வாளர் 21, 22.2.1978இல் கோவை மாவட்டம் காரை மடையிலும், 11.3.1979இல் தென்னாற்காடு மாவட்டம் திருமுட் டத்திலும் (ஸ்ரீமுஷ்ணம்), 13.3.1979இல் காரைக்காலையடுத்த திருமலைராயன்பட்டினத்திலும் நடத்திய களஆய்வுகள் இவ்வை யத்தினைத் தீர்த்துவைக்கின்றன.

கோவை மாவட்டம் காரைமடை இரங்கநாதர் கோயிலில் மாசி மாதம் பௌர்ணமியன்று நடைபெறும் தேரோட்டத் திருவிழாவில் இருளர், படகர் ஆகிய மலைச்சாதியினரும் போயர் (கொத்து வேலை செய்வோர்), மாதாரி (பறையரைப் போன்ற

உழுதொழிலாளர்), தாசபளஞ்சிக செட்டியார் ஆகிய சாதியினர் பெருவாரியாகக் கலந்துகொள்கின்றனர். அழகர்கோயிலைப் போலவே இவ்வைணவக் கோயிலிலும் அடியவர்கள் திரி எடுத்துசாமியாடுகின்றனர். திரி வளைந்ததாக உள்ளது; தோளில் தொங்கவிட்டுக்கொள்கின்றனர் (படம்: 29). ஆட்டுத் தோற் பைகளில் கோயில் தெப்பக்குளத்திலிருந்து நீரெடுத்துவந்து கோயில் திருச்சுற்றில் விடுகின்றனர். நேர்த்திக் கடனுக்காக நூறு அல்லது இருநூறு முறை இவ்வாறு செய்கின்றனர். தென்கலைத் திருமண் அணிந்து துளசிமாலையினைக் கொத்தாக மார்பிலணிந்து கையிற் சிறுபிரம் பொன்றேந்திப் பறை, மேளங்களுடன் சிலர் சாமியாடுகின்றனர். சாமியாடி வருவோர்க்கு அடியவர்கள் 'கவாளம்' கொடுக்கின்றனர். 'கவாளம்' என்பது பலவகைப் பழங்களைச் சர்க்கரை வெல்லத்துடன் சேர்த்துப் பிசைந்த உருண்டையாகும்.

சாமியாடிகள் சாலையில் நடந்து வரும்போது கவாளத்தைச் சாமியாடிகள் வாயில் ஊட்டுவது 'நடைகவாளம்' எனப்படுகிறது. சாலையில் ஓரிடத்தில் அல்லது கோயில்முன் ஒரு வெள்ளைத் துணியில் (மாற்று) இரண்டு மூன்று கவாளங்களை வைத்து விடுகின்றனர். சாமியாடி வருவோர், தரையில் முழங்காலிட்டு, கைகளைப் பின்புறம் கட்டிக்கொண்டு, துணியில் வைக்கப்பட்ட கவாளங்களை வாயினால் கவ்வி எடுக்கின்றனர். இதற்கு 'மாற்றுக் கவாளம்' என்று பெயர். கவாளம் எடுக்கும் தாசர்களில் சாதி வேறுபாடு இல்லை (படம்: 30).

இக்கோயிலில் தல ஆசாரியராகப் புகழ்பெற்ற வைணவ ஆசாரியரான பராசரபட்டரின் வழியினர் இருக்கின்றனர். திரி எடுப்போரும், கவாளம் எடுப்போரும் இவரை வணங்கி 'அக்கினி முத்திரை' பெற்றுக்கொள்கின்றனர்.

இத்திருவிழாவில் ஆய்வாளர் சந்தித்த நஞ்சன் எனும் மலைச் சாதியினர் (இருளர்) அக்கினி முத்திரை பெற்றவர்; எப்பொழுதும் புலால் உண்ணாதவர்; நீலகிரி மலைக் காடுகளில் இருளர் அதிகமாக வசிக்கும் குணவக்கரை, கேர்பன் ஆகிய ஊர்களில் இரங்கநாதருக்குக் கோயில்களிருப்பதாகவும் அவர் கூறினார்[17] (படம் : 31).

தென்னார்க்காடு மாவட்டம் திருமுட்டத்துப் பூவராகப் பெருமாள் கோயிலில் ஒரு முசுலிம் அக்கோயிலுக்கு மானியம்

விட்டதற்காக, முசுலிம்கள் அக்கோயில் இறைவனுக்குத் தேங்காய் உடைத்து வழிபாடு செய்யக் கோயிலுக்குள் அனுமதிக்கப்படு கின்றனர்.[18]

திருக்கண்ணபுரம் சௌரிராஜப்பெருமாள், மாசி மகத்தன்று காரைக்காலையடுத்த திருமலைராயன் பட்டினத்திற்குக் கடலாட எழுந்தருளுகிறார். கடற்கரையில் 'பட்டினஞ்சேரி' என்ற மீனவக் கிராமம் உள்ளது. இம்மீனவர்கள் திருக்கண்ணபுரத்திலிருந்து வரும் இறைவனைத் திருமலைராயன்பட்டினத்து மேற்கு எல்லை யிலிருந்து கடற்கரை வரை நெற்கதிர்களால் அலங்கரித்த 'பவளக் காய்ச் சப்பரம்' எனும் சப்பரத்தில் தூக்கிச்செல்லும் உரிமை பெற்றிருக்கின்றனர். இப்பெருமாளைத் தங்கள் 'வீட்டு மருமகன்' என்று கூறிக்கொள்வதோடு தங்கள் ஊரெல்லையை அடைந்ததும் ஊரார் சார்பில் மாலையும், பட்டும் இறைவனுக்குச் சார்த்தி, 'மாப்பிளே, மாப்பிளே'என மகிழ்ச்சியுடன் கூக்குரலிட்டபடி சப்பரத்தைக் குலுக்குகின்றனர். கடற்கரையில் பாய்மரங்களைக் கால்களாக நாட்டி, மீன்வலைகளைக் கூரையாக விரித்து, தாங்கள் அமைத்த பந்தலில் இறைவனை அமரவைக்கின்றனர். அந்நாளிலும் அதற்கு முன்னும் பின்னுமான இருநாட்களிலும் இவர்கள் மீன் பிடிக்கச் செல்வதுமில்லை. மீனோ, புலாலோ உண்பதும் இல்லை.[19]

இங்கு போலவே, சிதம்பரத்தையடுத்த கிள்ளைகிராமத்து மீனவர்கள் மாசி மகத்தன்று அவ்வூருக்குக் கடலாடச் செல்லும் திருமுட்டம் பூவராகப்பெருமாள் 'மரிமகன்' என்றழைப்பதனை அக்கோயில் அர்ச்சகர் குறிப்பிட்டார்.[20]

திருமாலின் தேவியான லெட்சமி (அலைமகள்) திருப்பாற் கடலில் பிறந்தவள் என்னும் புராணமரபுச் செய்தியே, மீனவர்கள் லெட்சுமியை மகளாகவும், திருமாலை மருமகனாகவும் ஏற்கவைத்தது என்பதை எளிதில் ஊகிக்க முடிகிறது.

மலைக்காடுகளில் வாழும் இருளர் முதல் கடற்கரையில் வாழும் மீனவர்கள் வரை எல்லாச் சாதியினரையும் - குறிப்பாக அன்றைய சமூக அமைப்பில் ஒதுக்கப்பட்டவர்களைத் - தமிழ் நாட்டு வைணவம் ஏற்றுக்கொண்டது. எனவே அவர்கள் விரும்பிய வழிபாட்டு நெறிகள் வைணவத்தில் இணைந்துவிட்டன. எனவே பெருந்தெய்வக் கோயில்களான வைணவக் கோயில்களில்

சிறுதெய்வக் கோயில்களைப்போல சாமியாட்டம் (acsiatic dance) குறி சொல்லுதல் முதலியவை நடைபெறத் தொடங்கிவிட்டன.

'குருபரம்பரை' வைணவர்களிடம் பெருமதிப்புப் பெருவது ஆகும். குருபரம்பரையினரான வைணவ ஆசாரியர்கள் இந்நெறி களை விரும்பி ஏற்றுக்கொண்டனரா அல்லது தவிர்க்கமுடியாத சூழ்நிலையில் ஒத்துக்கொண்டனரா என்பதையும் நோக்க வேண்டும்.

9.14. வைணவ ஆசாரியர்கள் ஏற்றமை

ஆண்டாளின் திருமாலிருஞ்சோலைப் பாசுரத்துக்கேற்ப, அழகர் சன்னிதியில் இராமானுசர் நூறு தடா வெண்ணையும் நூறு தடா அக்காரவடிசிலும் படைத்து ஆண்டாள் வாக்கினை நிறைவேற்றிப் பின்னர் திருவில்லிபுத்தூர் செல்கிறார். அங்கு "ஆழ்வார் திருமக ளாரை அடிவணங்கி நிற்க, கோதையும் குலமுதல்வனைக் குறித்துத் தம் பிரார்த்தனையைத் தலைக்கட்டினதற்கு மிகவும் உகந்து, 'நம் கோயிலண்ணர்' என்று அர்ச்சக முகேந திருநாமமும் ப்ராஸாதிக்க'[21] என்று ஆறாயிரப்படி குருபரம்பராப்ரபாவம் இந்நிகழ்ச்சியை வருணிக்கிறது.

மற்றுமொரு செய்தி, திருவரங்கத்து இறைவன் மணவாள மாமுனிகளைத் திருவாய்மொழி ஈட்டினைக் காலேட்சபமாக நடத்த ஆணையிட்ட செய்தியினைக் கோயிலொழுகு இவ்வாறு தெரிவிக்கின்றது: "அழகிய மணவாளப் பெருமாள் பெரிய ஜீயரை அர்ச்சமுகேந அழைத்து 'நாளை முதல் பெரிய திருமண்டபத்திலே ஈடு தொடங்கிக்காலேக்ஷபம் நடத்தும்' என்று நியமித்தருளி".[22] அவரும் அவ்வாறு செய்கிறார்.

வழிபடுதெய்வம் பூசை செய்வோர் மூலமாகத் தன் கருத்தினைத் தெரிவிப்பது சிறுதெய்வநெறியில் 'சாமியாடுதல்' எனப்படும். அதையே குருபரம்பராப்ரபாவமும் கோயிலொழுகு 'அர்ச்சக முகேந' (அர்ச்சகர் மூலமாக) எனக் குறிப்பிடுகின்றன. பூசை செய்வோர் அல்லது வழிபடுவோர்மீது தெய்வம் இறங்கிக் கூறும் வாக்கே 'தெய்வ வாக்கு' எனக் கருதப்படும். அவ்வாறு தெய்வமுற்ற நிலையில் அவர்கள் தோற்றம் எவ்வாறிருக்குமென அடியார்க்கு நல்லார் உரையிலுள்ள ஒரு மேற்கோள் பாடலால் அறியலாம்:

> "தெய்வ முற்றோ னவிநயஞ் செப்பிற்
> கைவிட் டெறிந்த கலக்க முடைமையும்,
> மடித்தெயிறு கவ்விய வாய்த்தொழி லுடைமையும்
> துடித்த புருவமும் துளங்கிய நிலையும்
> செய்ய முகமுஞ் சேர்ந்த செருக்கும்
> எய்து மென்ப வியல்புணர்ந் தோரே"[23]

இதுவே தெய்வமுற்று ஆடுவோரின் மெய்ப்பாடாகும்.

இத்தகைய நிலையில்தான் அர்ச்சகர்கள் வழிபடுதெய்வத்தின் வாக்கினைத் தெரிவித்திருக்க முடியும். இவ்வாறு ஆடுவதனையே சிறுதெய்வ நெறியில் 'சாமியாடுதல்', 'மருள்ஏறி ஆடுதல்' எனக் குறிப்பர், சிறுதெய்வ நெறியில் சிறப்பிடம்பெறும் சாமியாடுதலைத் தமிழ்நாட்டு வைணவ ஆசாரியர்களும் மறைமுகமாக ஏற்றுக் கொண்ட செய்தியினைக் கோயிலொழுகும் ஆறாயிரப்படி குருபரம்பராப்ரபாவமும் உணர்த்துகின்றன.

நாட்டுப்புறக் கூறுகளை அழகர்கோயில் திருவிழாவில் காணும் நமக்குத் தமிழ்நாட்டு வைணவப் பின்னணி அதற்கு ஆதரவு கொடுத்த செய்தியை அறியும்போது வியப்பேதும் இல்லை. அரசர்களின் தொடர்ந்த ஆதரவைத் தமிழ்நாட்டில் குறைவாகப் பெற்ற மதம் வைணவமே. எனவே அது அன்றையச் சமூகத்தில் கீழ்நிலையிலிருந்த மக்களிடம் சென்றது. அவர்களின் வழிபாட்டு முறைகளைத் தயங்காது ஏற்றுக்கொண்டது.

திருவிழாக் காலங்களில் அவர்களைப் புலால் உண்ணாது விரதமிருக்கச் செய்ததனைத்தவிரக் கொள்கையளவில் தமிழ்நாட்டு வைணவம் பெரிய வெற்றி எதனையும் பெற்றிடவில்லை. ஆயினும் தமிழ்நாட்டில் பௌத்தத்தைப்போல முற்றும் அழிந்துவிடாமலும், சமணத்தைப்போல மிகப்பெரிய வீழ்ச்சிக்குள்ளாகாமலும் வைணவம் தன்னைக் காத்துக்கொண்டது. அவ்வகையில் வைணவ சமயத்தின் வாழ்க்கைப் போராட்டத்தின் (struggling for existence) ஒரு பகுதியாகவே அழகர்கோயிலும் நாட்டுப்புற மக்களைத் தன்னிடம் ஈர்த்துக்கொண்டது எனலாம்.

குறிப்புகள்

1. பார்க்க: இயல்கள் 57.
2. தினமலர் (நாளிதழ்), நெல்லைப் பதிப்பு, 20.4.1978, ப. 6.
3. Census of India, 1961, Vol. IX-Madras, part VII B, Fairs and Festivals, p.32.
4. B.K.Sarkar, Folk Elements in Hindu Culture, Preface, p. x.
5. "..... The festival of the Madurai Temple will be confined to the city, while the other will be confined to the rural areas".
   Census of India 1961: op. cit., p.33. Also see Dennis Hudson, "Siva, Minakshi, Visnu-Reflections of a Popular Myth in Madurai", South Indian Temples.p. 114.
6. களஆய்வு நாள்: 9, 10, 11.5.1979. பார்க்க: பிற்சேர்க்கை எண் IV:1, தகவலாளிகள் எண் : 17. 35, 45, 49, 67, 71.
7. பார்க்க: பிற்சேர்க்கை எண் IV : 1.
8. 'கொக்கிறகர் குளிர்மதிச் சென்னியர்'
   5ஆம் திருமுறை திரு அன்பிலாலந்துறை, பாடல் 4.
   'கொக்கின் தூவலும் கூவிளங் கண்ணியும்'
   5ஆம் திருமுறை, திரு நாரையூர், பாடல் 4.
9. அழகர் கிள்ளைவிடு தூது, கண்ணிகள் 164-165.
10. அழகர் வர்ணிப்பு, ப.13.
11. மேலது, ப.13.
12. அழகர் கிள்ளைவிடு தூது, கண்ணி 157.
13. B.K.Sarkar, op. cit., p. 18.
14. கோயில் ஏலவிளம்பரம், வெளியிட்ட நாள் குறிக்கப்படவில்லை. ஏல நாட்கள்: 2.11.78 & 28.6.79.
15. தகவல்: கோயில் மேலாளர், அழகர்கோயில், நாள்: 25.11.79.
16. இம்முடி கனகராம செண்பகராஜ பாண்டியன், வெள்ளியக்குன்றம், நாள்: 20.7.78.
17. களஆய்வு, காரைமடை, கோவை மாவட்டம், நாள் : 22,23.2.1978.
18. களஆய்வு, திருமுட்டம், தெ.ஆ.மாவட்டம், நாள் : 11.3.1979.
19. களஆய்வு, திருமலைராயன்பட்டினம், நாள் : 13.3.1989.
20. களஆய்வு, திருமுட்டம், நாள்: 11.3.1979.
21. ஸ்ரீகிருஷ்ணசாமி (ப.ஆ.) ஆறாயிரப்படி குருபரம்பராப்ரபாவம், ப.267.
22. ஸ்ரீகிருஷ்ணசாமி (ப.ஆ.), கோயிலொழுகு, ப. 83.
23. சிலம்பு, உ.வே.சா. பதிப்பு, 1960, ப. 86.

கோயிற் பணியாளர்கள்

அழகர் கோயில் ஆட்சிமரபு பதினான்கு பணிப்பிரிவுகளாக, முப்பத்திரண்டு நிருவாகங்களுடன் அமைந்தது எனக் கோயிற் பரம்பரைப் பணியாளர் கூறுகின்றனர்.[1] இக்கோயிலின் தொழில், சுதந்திர அட்டவணையும் இதனை உறுதிசெய்கின்றது.[2] சில பணிப்பிரிவுகள் இருவர் மூவர்க்குப் பங்கு செய்து தரப்பட்டுள்ளன. இப்பங்குகளே நிருவாகங்கள் எனப்படும்.

10.1. பணிப்பிரிவுகள்		நிருவாகம்
1.	அர்ச்சகர்	
	1) ஸ்ரீரெங்கராஜபட்டர்	
	2) ஏறுதிருவுடையான்பட்டர்	4
	3) நலந்திகழ் நாரணப்பட்டர்	
	4) அலங்காரபட்டர்	
2.	ஜீயர் ஸ்ரீகாரியம்	1½
3.	ஆண்டார்:	
	1) திருமாலை ஆண்டார்	
	2) தோழப்பையங்கார்	2
4.	சன்னிதி பரிசாரகம் :	
	1) அமுதார்	
	2) அலங்காரநம்பி	
	3) திருமாலிருஞ்சோலைமலை நம்பி	
	4) சடகோபநம்பி	
	5) சேனைநாராயண அமுதார்	10
	6) திருமலைநம்பி	
	7) சோலைநம்பி	
	8) வடமாமலை அமுதார்	
	9) தெய்வசிகாமணி நம்பி	
	10) தியாகம்செய்த நம்பி	

5.	சன்னிதி பட்டைகள்	
	(வேதவிண்ணப்பம் செய்வோர்) :	
	திருமலைநம்பிகள்	1
6.	திருப்பணி செய்வார்:	
	திருமலைநம்பிகள்	1
7.	நாச்சியார் பரிகாரம் (மடைப்பள்ளிப்பணி)	
	1) திருமலை நம்பிகள்	
	2) அமுதார்	2
8.	சன்னிதி பண்டாரி (திருமாலை கட்டுவோர்)	
	சுத்தரராஜபண்டாரி	1½
9.	கணக்கு:	
	1) திருமாலிருஞ்சோலைப்பிரியன்	
	2) சேதுராஜப்பிரியன்	3
	3) சௌந்திரராஜப்பிரியன்	
10.	சன்னிதி ஸ்தானாபதி	1
11.	திருவிளையாட்டான்	1
12.	கொத்தன்:	
	1) அலங்காரக்கொத்தன்	
	2) அண்ணாவிக்கொத்தன்	2
13.	சின்ன மேளம், பெரிய மேளம்	1
14.	ஸ்ரீபாதம் தாங்கிகள் (4 கரையார்)	1

10.2. கல்வெட்டுச் செய்திகள்

இக்கோயிலின் பரம்பரைப் பணியாளர்களைப் பற்றிக் கல்வெட்டுக்கள் தரும் இரண்டு செய்திகள் குறிப்பிடத்தக்க வையாகும்.

ராமராஜ திருமலை தேவமகாராஜா காலத்தில் சோழியர், சாமானியர் ஆகிய இருவகைப் பிராமணப் பணியாளர்களுக்கு மிடையில் தொழில், உரிமைகள் ஆகியவை குறித்து ஏற்பட்ட

சிக்கலில் இருதரப்பாரும் முன் மாவலி வாணாதிராயர் காலத்தி லிருந்த நடைமுறைப்படி நடந்துவரவேண்டுமென்று மன்னர் முன்னிலையில் தீர்மானிக்கப்பட்டது.[3] பணியாளர்களின் தொழில், உரிமைகளைக் குறிக்கும் ஆவணம், இக்கல்வெட்டில் 'பாஷபத்ரம்' எனக் குறிக்கப்பட்டுள்ளது என்பர் ராதாகிருஷ்ணன்.[4] இக்கல் வெட்டின் மூலம் வாணாதிராயர் காலத்தில் ஏற்படுத்தப்பட்ட பணியாளர் தொழில் உரிமை நடைமுறைகளே, நாயக்கர் ஆட்சிகாலத்திலும் பின்பற்றப்பட்டு வந்தமையை அறியலாம்.

மற்றொரு கல்வெட்டு சகம் 1573இல் (கி.பி.1651) திருமாலை ஆண்டார் ஐயங்காருக்கும், பட்டர் ஐயங்காருக்கும் (அர்ச்சகர்) தீர்த்தமரியாதை பெறுவதில் ஏற்பட்ட தகராற்றினை வைத்தி யப்ப தீட்சதர், குப்பையாண்டி செட்டி, வசந்தராய பிள்ளை, திருவேங்கடன் ஐயன் ஆகியோர் நடுவர்களாக இருந்து தீர்த்து வைத்ததைத் தெரிவிக்கிறது.[5] கி.பி. 1796இல் திருமாலையாண் டாரால் தரப்பட்ட வெள்ளையத்தாதர் வீட்டுப் பட்டயத்தின் நகல் ஓலையும், ஆண்டாருக்கும் பட்டருக்கும் ஏற்பட்ட தகராறில் இரு தரப்பாரும் அடித்துக்கொண்டதில் சிலர் இறந்துபோன செய்தியைத் தெரிவிக்கிறது.[6] எனவே இந்த இரு பணியாளர்க்கும் ஒரு நூற்றாண்டுக்கும் மேலாகவே பகைமை தொடர்ந்து வந்திருக்கிறது என அறியமுடிகிறது.

10.3. தொழில், சுதந்திர அட்டவணை

இக்கோயிலின் பரம்பரைப் பணியாளர்களைப் பற்றி முழுமை யாக அறிவதற்கு இப்போது கிடைக்கும் ஒரே ஆவணச்சான்று கி.பி.1803இல் எழுதப்பட்ட 'திருமாலிருஞ்சோலைமலை ஸன்னிதி கைங்கர்யபரானின் தொழில், சுதந்திர அட்டவணை'யாகும். 'திருமாலிருஞ் சோலைமலை என்னும் அழகர்திருமலை சன்னிதிக்கி ஸ்ரீகாரியம் விசாரணை கும்பினி தர்மகர்த்தா மடாதிபதி ஸ்ரீராமானுஜஜீயர் ஸ்வாமிகள் சர்க்காரில் ஆக்ஞாபித்து உத்தரவாகி இருக்கிற பிரகாரம்[7] எழுதிய இவ்வட்டவணை கி.பி.1937இல் கோயில் அதிகாரியாயிருந்த கே.என்.ராதாகிருஷ்ணனால் அச்சிடப் பட்டுள்ளது. கி.பி.1939இல் கோயிற் பணியாளர்கள் இவ்வட்ட வணையின் சில பகுதிகளை எதிர்த்து 'அட்டவணையே செல்லாது' என வழக்குத் தொடர்ந்தனர். கி.பி.1940இல் இந்த அட்டவணை செல்லத்தக்கதன்று என நீதிமன்றம் தீர்ப்பளித்தது.[8] எனவே

இப்போது கோயிலில் நடைமுறையில் உள்ள உரிமைகளும் பொறுப்புக்களுமே பரம்பரைப் பணியாளர் பற்றி அறிவதற்கு முதற்சான்றாகும்.

10.4. பணியாளர் சாதி

கோயில் பிராமணப் பணியாளரில் அர்ச்சகர் வைகானச ஆகமத்தைப் பின்பற்றுபவராவர். ஏனைய பிராமணப் பணியாளர்கள் பாஞ்சராத்திர ஆகமத்தினர். அவர்களிலும் சன்னிதி பரிசாரகம், நாச்சியார் பரிசாரகம் ஆகிய பணிகளிலுள்ள அமுதார் வழியினர் சாமானியர் எனும் பிராமணப்பிரிவைச் சேர்ந்தவர்கள். ஏனையோர் சோழியப் பிராமணராவர்.

பிராமணரல்லாத பிரிவினரில் பண்டாரி 'சாத்தாணி' வகுப்பினர்; கணக்கர் வேளாளர். இந்த இரு வகுப்பினரும் புலால் உண்ணாத சாதியார் ஆவர். கொத்தன் தேவர் சாதியினர்; மேளம் வாசிப்பவர் மேளக்காரரர் சாதியினர்; ஸ்ரீபாதம் தாங்கிகள் செங்குந்த முதலியார் சாதியினர்.

10.5. மறைந்துபோன பணிப்பிரிவுகள்

கோயில் பணிப்பிரிவுகளில் சில காலப்போக்கில் மறைந்து விட்டன. கி.பி. 1939இல் அரசு அதிகாரிகளோடு ஏற்பட்ட கருத்து வேறுபாடுகளினால் ஜீயர் பணியிலிருந்து விலகிவிட்டார். கி.பி. 1977இல் ஆண்டார் பணிப்பிரிவில் திருமாலை ஆண்டார் நிருவாகம் வாரிசில்லாமல் பணியிலிருந்து நீங்கிவிட்டது. கோயில் நிலங்களை மேற்பார்வையிடும் திருவிளையாட்டான் நிருவாகத்தார் இந்த நூற்றாண்டின் தொடக்கத்திலேயே பணியிலிருந்து நீங்கி விட்டனர்.[9] கி.பி.1939இல் ஸ்தானாபதி நிருவாகத்தார் பணியிலிருந்து நீங்கிவிட்டனர்.

திருமலை நம்பிகள் வழியினரிடமுள்ள ஓர் ஆவணத்தினால் கி.பி.1915இல் சங்கரலிங்கம் என்ற நட்டு வனாரும்குட்டி, ரெங்கம், கருத்தபிள்ளை, முத்துசுந்தரி, திருமலைப் பொன்னாள், குப்பமுத்து ஆகிய ஆறு நடனமாடும் பெண்களும் (தாசிகள்) இக்கோயிலில் பணிபுரிந்த செய்தியை அறியமுடிகிறது. இவர்கள் வாரிசற்றுப் போனதால், கோயில் மேலாளர் கி.பி.1864இல் சௌந்திரம் என்ற தாசியினை இப்பணிக்கு அமர்த்தியுள்ளார்.[10] தாசி நடனம் சின்ன மேளத்துடன்

சேர்ந்தது. இக்கோயிலில் கி.பி.1864 வரை நடைபெற்றுவந்த தாசி நடனம் நின்றுபோனது எப்போது எனத் தெரியவில்லை.*

10.6. பிராமணப் பணியாளர் ஒரு செய்தி

அர்ச்சகப் பணியின் நான்கு நிருவாகக்காரர்களும் வெவ்வேறு கோத்திரத்தைச் சேர்ந்தவர்களாவர். அதைப்போலவே சன்னிதி பரிசாரகப் பணியின் பத்து நிருவாகக்காரர்களும் வெவ்வேறு கோத்திரத்தினவரே. கருவறையிலுள்ள திருமேனியோடு நேரடியாகத் தொடர்புகொண்ட பணிப்பிரிவுகள் இவை. ஒரு குடும்பத்தில் பிறப்பு, பூப்பு, இறப்பினால் வரும் தீட்டுக்கள் ஒரு கோத்திரத்தைச் சேர்ந்த அனைவருக்கும் பொதுவாகும். எனவே ஒரே கோத்திரத்தைச் சேர்ந்தவர்களாக இப்பணிப்பிரிவின் நிருவாகக்காரர்கள் இருந்தால் ஒரு குடும்பத்தில் ஏற்படும் தீட்டு காரணமாக அப்பணிப்பிரிவினர் அனைவரும் தீட்டு கழியும்வரை கோயிற் பணியினைச் செய்யமுடியாது. அதனைத் தவிர்க்கவே இந்த விதி வகுக்கப்பட்டுள்ளது.

திருவிழாக் காலங்களிலும் தேவைப்படும் பிறநேரங்களிலும் பிராமணப் பணிப்பிரிவினர் தங்களைப் போன்ற பிறப்பும் சமயக் கல்வித்தகுதியுமுடைய பிராமணர்களைத் துணைக்கு அமர்த்திக் கொள்ள உரிமையுடையவர்களாவர்.

10.7. பணிப்பிரிவு-நிருவாகம் இன்றைய நடைமுறை

பதினான்கு பணிப்பிரிவுகள், முப்பத்திரண்டு நிருவாகத்தார் என்பது ஆவணங்களில் மட்டுமே இன்று இருந்துவருகிறது; நடைமுறையில்இல்லை.

ஒரு பணிப்பிரிவில் ஒரு நிருவாகத்தார் பணி வாரிசில்லாமல் நின்றுபோக நேரிடும்போது, அதே பணிப்பிரிவிலுள்ள மற்றொரு நிருவாகக்காரர் அதைத் தன்னோடு இணைத்துக்கொள்ளும் வழக்கமும் முன்னர் இருந்திருக்கிறது. அதன்விளைவாக, இன்று அர்ச்சகப் பணியில் ஸ்ரீரெங்கராஜபட்டர், அலங்காரபட்டர் என்ற இரண்டு நிருவாகத்தாரே இப்பணிக்குரிய நான்குநிருவாகத்தார் பணியினையும் செய்துவருகின்றனர். சன்னிதி பரிசாரகப் பணியில் உள்ள பத்துநிருவாகத்தாரில் திருமலை நம்பிகள், தெய்வசிகாமணி நம்பி, அமுதார் ஆகிய மூன்று நிருவாகத்தாரே இன்று எல்லாப் பொறுப்புக்களையும் ஏற்றுச் செய்துவருகின்றனர். கணக்கு என்ற

பணிப்பிரிவில் மொத்தம் மூன்று நிருவாகத்தாரில் திருமாலிருஞ் சோலைப் பிரியன் வழியினரே ஏனைய இரண்டு நிருவாகப் பொறுப் புக்களையும் செய்து வருகின்றனர். கொத்தன் என்ற பணிப்பிரிவில் அண்ணாவிக் கொத்தன் வழியினரே அலங்காரக் கொத்தன் நிருவாகத்தையும் ஏற்றுள்ளனர். இம்மாற்றங்கள் எவ்வெக் காலங் களில் ஏற்பட்டன என அறியச்சான்றுகளில்லை.[11]

1977இல் வாரிசற்றுப்போன ஆண்டார் பணிப்பிரிவின் திருமாலை ஆண்டார் நிருவாகத்தை அறநிலையத்துறை எடுத்துக் கொண்டது. கோயிலுக்குள் இந்நிருவாகத்தாரின் பணி சம்பளம் பெறும் வேலைக்காரர்களால் செய்யப்படுகிறது. திருவிழாக் காலங் களில் இந்நிருவாகத்தாருக்குரிய மரியாதையினைக் கோயில் அதிகாரிகள் சிலநேரங்களில் பெற்றுக்கொள்கிறார்கள்; அல்லது விட்டுவிடுகிறார்கள். இதுபோலவே ஜீயர், ஸ்தானாபதி, திருவிளை யாட்டான் ஆகிய பணிப்பிரிவுகளுக்குரிய பொறுப்புக்களை அறநிலையத்துறைப் பணியாளர்கள் செய்கின்றனர். அதற்குரிய பரிவட்ட மரியாதையினை அதிகாரிகளே பெற்றுக்கொள்கின்றனர்.

10.8. பரம்பரைப் பணியாளர் தொழிலும் உரிமையும்

நீதிமன்றத்தில், தொழில், சுதந்திர அட்டவணை செல்லத் தக்கதன்று என முடிவு செய்யப்பட்டபோதும், நடைமுறைக்கும் அட்டவணைக்கும் பெரிய வேறுபாடுகள் காணப்படவில்லை. குறிப்பிடத்தக்க வேறுபாடுகள் சிலவே உண்டு.

1. பட்டர் (பொறுப்பிலுள்ளவர்) ஜீயர், அமுதார், திருமலை நம்பி, பண்டாரி, கணக்கு, திருமாலிருஞ்சோலைப்பிரியன் இவர்கள் ஆறுபேரும் சேர்ந்து 'ஸ்தானிகர்'எனப்படுவர். ஆங்கிலேயர் ஆட்சிக்கு முன்வரை இந்தக்குழுவிடமே கோயில் முழுமைக்கு மான பொறுப்புகள் இருந்தன. கோயில் கருவூலமும் இவர்கள் பொறுப்பிலேயே இருந்தது. கருவூலக் காப்பிற்கு ஒவ்வொரு வரிடமும் முத்திரை அச்சு (முகர்) உண்டு. கருவூல அறைப் பூட்டின்மீது இவர்கள் மண்முத்திரையிடுவர். அர்ச்சகப் பணி யினர்க்கு சங்கு முகரும், ஜீயருக்குச் சக்கர முகரும், அமுதாருக்குக் கருட முகரும், திருமலை நம்பிக்குச் சிம்ம முகரும், திருமாலிருஞ் சோலைப்பிரியனுக்கு அனுமார் முகரும் உரிமையானவை. பண்டாரி முகர்மண் கொண்டுவருவார்; முத்திரைகளைச் சரி பார்ப்பார்.[12] இப்போது அர்ச்சகரிடமும், கோயில் நிருவாக

அதிகாரியிடமும் மட்டுமே இப்பொறுப்பு உள்ளது; பிறருக்கு இல்லை. 'ஸ்தானிகர்'குழுவும் இப்போது இல்லை.

2. ஒவ்வொரு நிருவாகத்தினரும் சாதாரண நாட்களிலும், திருவிழா நாட்களிலும் வைத்துக்கொள்ளவேண்டிய உதவியாளர்களின் எண்ணிக்கையில் நடைமுறையும் அட்டவணையும் வேறுபடு கின்றன. "அட்டவணை உதவியாளர்களின் எண்ணிக்கையினை அதிகமாகக் குறிப்பிடுகிறது" என்பது கோயிற் பணியாளர் கருத் தாகும். பொருளாதாரக் காரணம் கருதியே கோயிற் பணியாளர் அட்டவணை கூறும் உதவியாளர் எண்ணிக்கையோடு உடன்பட மறுத்து நீதிமன்றம் சென்றனர்.[13]

3. ஒன்றிரண்டு சிறிய வேலைகள் தங்களுடையனவல்லஎன்று பணியாளர்கள் கூறுகின்றனர்.

10.9. வைகானச அர்ச்சகர்கள்

தமிழ்நாட்டு வைணவக் கோயில்களில் இருவகையான ஆகம நெறிகள் பின்பற்றப்பட்டு வருகின்றன. ஒன்று 'வைகானசம்' மற்றொன்று 'பாஞ்சராத்திரம்' எனப்படும். விகாசனர் என்னும் முனிவர் உருவாக்கிய ஆகம நெறியினைப் பின்பற்றுவோர் வைகானசர் எனப்படுவர். ஐந்து இரவுகளில் திருமாலாகிய இறைவனால் உபதேசிக்கபட்டதாகக் கருதப்படுவது பாஞ்சராத்திர நெறியாகும். இந்த இரு நெறியினைப் பின்பற்றும் பிராமணர்களும் தம்முள் மணவுறவு கொள்வதில்லை.

அழகர்கோயிலில் மூலத்திருமேனியினைத் தொட்டுப் பூசை செய்யும் அர்ச்சகர்கள் (பட்டர்கள்) வைகானசர் ஆவர். கோயிலின் பிற பணிகளில் ஈடுபட்டுள்ள ஏனைய பிராமணப் பணியாளர் அனைவரும் பாஞ்சராத்திர ஆகம நெறியினராவர். பட்டர்களும் உதவியாகப் பணிபுரிந்தாலும், மூலத்திருமேனியினைத் தொடும் உரிமை இவர்களுக்கில்லை.

"சோழர் கல்வெட்டுகளில் முதலாம் இராசராசன் காலத்தி லிருந்து வைகானசர் பெருமளவு குறிக்கபெறுகின்றனர். கோயில் நிருவாகமும்கோயில் நிலங்களும் இவர்களது பொறுப்பில் விடப் பட்டிருந்தன".[14] பரத்துவம், வியூகம், விபவம், அந்தர்யாமி, அர்ச்சை எனும் வைணவ வழிபாட்டு நெறிகளில் அர்ச்சாவதாரத்தையே (கண்ணுக்குப் புலனாகும் பொருட்களால் செய்யப்பெற்றுக் கோயில்

களில் வழிபடப்பெறும் திருமேனிகளை வணங்குவதையே) வைகானசர் பின்பற்றுகின்றனர். பிற நெறிகளை ஏற்பதில்லை. 'பல' ஊர்களும் அலைவதேன்? அங்குள்ள இறைவன் நெஞ்சிலே உள்ளான்! என்னும் பொருள்பட அமைந்த ஆழ்வார்களின் பாசுரங்களை இவர்கள் ஒத்துக்கொள்வதில்லை" என்பர் வெங்கட்ராமன்.[15]

எடுத்துக்காட்டு :

"திருமாலிருஞ்சோலை மலை யென்றேன் என்ன
திருமால் வந்துள்ள நெஞ்சு நிறையப் புகுந்தான்"

(திருவாய்மொழி 10:8:1)

10.10. வைகானசர் - பாஞ்சராத்திரர் வேறுபாடு

ஆழ்வார்கள், ஆசாரியர்கள் சன்னிதிகளில் வைகானசர் பூசை செய்வதில்லை. அவர்கள் வழிபடப் பெறுவோராக வைகானச ஆகமநெறியில் குறிக்கப்பெறாததே காரணமாகும். இக்கோயிலும் ஆழ்வார்கள், ஆசாரியர்கள் சன்னிதிகளில், வடமொழி வேத விண்ணப்பம் செய்யும் பொறுப்புடைய 'பட்டைகள்' என்ற பணிப்பிரிவினைச் சேர்ந்த பாஞ்சராத்திர நெறியினரே பூசை செய்கின்றனர்.

வைகானசரிடம் தனிப்பட்ட வேறுசில பண்புகளும் காணப்படுகின்றன. பாஞ்சராத்திரப் பிரிவினராகிய பிராமணர்களின் குடும்பங்களில் நடைபெறும் பிறப்பு, பெயரிடல், பூப்பு, திருமணம், இறப்பு நிகழ்ச்சிகளில் திராவிடவேதம் எனப்படும் திவ்வியபிரபந்தப் பாசுரங்கள் கட்டாயம் ஓதப்பெறும். வைகானசர் வடமொழி வேதம் மட்டுமே ஓதுவர்.[16]

பாஞ்சராத்திரப் பிரிவினரான பிராமணர்களும் வைணவத்தில் ஈடுபாடுடைய பிற சாதியினரும், ஒரு குருவினைப் பணிந்து 'வைணவ முத்திரை' தரித்துக்கொள்வர். திருமாலின் படைக்கருவிகளாகிய சங்கு சக்கர அச்சுக்களை நெருப்பிலிட்டுக் காய்ச்சி இருபுயங்களிலும் ஒரு குருவினால் பொறிக்கப் பெறுவதே 'முத்திரை' யாகும். இதனைப் பிராமணர் 'சபஸ்காரம்' என்றும் பிராமணரல்லாத சாதியினர், 'அக்கினி முத்திரை', 'கட்டி முத்திரை' என்றும் கூறுவர். 'திருமாலின் அடியார்', என்பதைக் காட்டும் அடையாளம் இம்முத்திரையேயாகும். பெரியாழ்வார் ஒரு பாசுரத்தில் இதனைக் குறிப்பதால்[17] இவர் பாஞ்சராத்திர ஆகம

நெறியையே வலியுறுத்துகிறார் என அறியலாம். வைகானசர் இம்முத்திரை பெறுவதும் இல்லை; ஒரு குருவினை ஏற்பதும் இல்லை. தாயின் கருவிலேயே இம்முத்திரை தங்கட்கு இடப் பட்டுவிட்டது என்பது அவர்களின் நம்பிக்கையாகும். "வைகானச ஆகமத்தின் கொள்கைகள் வேத நெறியையே அடிப்படையாகக் கொண்டிருப்பதால் ஸ்ரீவைஷ்ணவ ஆசாரியர்கள் இதற்குத் தனியான முக்கியத்துவத்தைக் கொடுக்கவில்லை. பாஞ்சாராத்திரம் என்ற மற்றவகை நூல் தமிழ்நாட்டில் மிகவும் சிறப்பான இடத்தைப் பெற்றுவிட்டது. இதற்குக் காரணம்தமிழ்நாட்டு வைணவ ஆசாரியார்கள் தங்களுடைய அடிப்படையான கொள்கைகளுக்கு இதையே நம்பியிருப்பதாகும்" என ராமானுஜ தாத்தாச்சாரியார் விளக்குகிறார்.[18]

வைகானசரைப் பற்றிய செய்திகளிலிருந்து சில முடிவுகளுக்கு வரமுடிகிறது. ஆழ்வார்கள் ஆசாரியர்கள் காலத்தில் உருவான கொள்கைகளை ஏற்றுக்கொள்ள மறுப்பதால், ஆழ்வார்கள் காலத் திற்கும் முன்பே வைகானசர் தமிழ்நாட்டுக் கோயில்களில் பணியாளராக நிலைபெற்றிருக்க வேண்டும். எனவே தமிழ்நிலத்து நெறிகளில் காலூன்றாமல் தங்களது 'தனித் தன்மையினைக் காப்பவர்களாக' (puritans) இவர்கள் உள்ளனர். இவர்கள் வடமொழி வேதங்களை மட்டுமே ஏற்றுக்கொள்வதற்கும் அதுவே காரணமாதல் வேண்டும்.

10.11. சோழியரும் சாமானியரும்

இக்கோயிலில் பரம்பரையாகப் பணிசெய்யும் பிராமணப் பணியாளரில் 'அமுதார்' என்ற பிரிவினர், பிராமணர்களில் 'சாமானியர்' எனப்படும் பிரிவினைச் சேர்ந்தவர்கள். ஏனைய பிராமணப் பிரிவினர் சாமானியரை இழிந்த பிராமணராகக் கருதுவர். தமிழ்நாட்டில் வேறெந்த வைணவக் கோயிலிலும் சாமானியர் பணியாளராக அனுமதிக்கப்படுவதில்லை. பஞ்சாங்கம் கணித்துச் சோதிடம் கூறுவதும், பிராமணரல்லாத சாதியாருக்குப் "புரோகிதம்" செய்வதும் சாமானியப் பிராமணரின் குலத் தொழிலாகும்.

இக்கோயில் உயர்பிரிவினைச் சேர்ந்த சோழியப் பிராமணப் பணியாளர்கள், சாமானியர்களைத் தொடர்ந்து எதிர்த்து வந்திருக் கின்றனர். 'கண்ணிநுண் சிறுத்தாம்பு' உரையில் இதுபற்றிய ஒரு

குறிப்பு காணக்கிடக்கிறது. குறும்பு செய்த கண்ணனை யசோதை ஒரு சிறுகயிற்றாலே உரலோடு சேர்த்துக் கட்டினாள். அவள் கட்டியபோது முரடனான கண்ணன் இதற்கு இணங்கியவன்போல, எதிர்ப்பேதும் காட்டாது இருந்தான். “இவன் ‘சாமான்யன் என்று இடும் ஈடெல்லாம் இடுங்கோள்’ என்றிருந்தான்”[19] என்பது உரைப்பகுதியாம். இதன் தொடர்பாக வைணவர்களிடம் வழங்கி வரும் கதையினைப் புருஷோத்தம நாயுடு விளக்குகிறார்:

“அழகர் திருமலையிலே சாமான்யர், சோழியர் என்று இரு வகைப் பிரிவினர் இருந்தனர்; அவ்விருவகைப் பிரிவினர்களுள் எப்போதும் விரோத உணர்ச்சி உண்டு; அதனால் சோழியர் எல்லாரும் சாமானியரைக் கண்டால் அடித்துத் துன்புறுத்துவது என்ற எண்ணம் கொண்டிருந்தனர். ஒருநாள் இரவிலே சோழியர்களிலே ஒருவன் தனியே வர, அவனைச் சாமானியன் என நினைத்துச் சோழியர் அனைவரும் ஒருங்கு திரண்டுவந்து அடிக்க, அடிபடுகிற அவன், ‘நான் சோழியன்’என்னை ஏன் அடிக்கிறீர்கள்?’ என்ன, ‘ஐயோ, உன்னைச் சாமானியன் என்று நினைத்து அடித்துவிட்டோமே, என்ன, ‘அப்படியானால் இன்னம் அடியுங்கோள், குத்துங்கோள்’என்று சாமானியன் மேலே உள்ள பகை உணர்ச்சியால் தான் அடிபடுகிற நோவும் தோற்றாமல் சொன்னான் என்பது ஐதிஹ்யம்”.[20]

10.12.சாமானியர் பெற்ற உரிமை

முற்காலத்தில் ‘சாமானியர்’ நாச்சியார் பரிகரத்தாராக மட்டுமே இருந்துள்ளனர். பெருமாளுக்கு (இறைவனுக்கு) நாச்சியார் (இறைவி) செய்யவேண்டிய உணவாக்கும் வேலையினை இவர்கள் செய்வதால், இவர்களுக்கு நாச்சியார் பரிகரத்தார் எனப் பெயர். பின்னர் இப்பிரிவினருக்குச் சன்னிதி பரிசாரகப் பணியில் பங்கு கிடைத்ததற்கு இக்கோயில் வரலாற்றில் நடந்த ஒரு நிகழ்ச்சி காரணமாயிருந்திருக்கிறது.

திருமலைநாயக்கர் காலத்திற்கு முன்னர், சித்திரைத் திருவிழா விற்கு அழகர் ஊர்வலம் சோழவந்தானை அடுத்த தேனூர் கிராமத்திற்கே சென்றது. ஒருமுறை, சித்திரைத் திருவிழாவில் தேனூரில் ஆற்றங்கரையில் இறைவன் எழுந்தருளியிருந்த பந்தல் தீப்பற்றி எரிந்தது. தீப்பற்றியதும் பணியாளர் உள்ளிட்ட திருவிழாக் கூட்டம் சிதறி ஓடிவிட்டது. நாச்சியார் பரிகரத்தைச் சேர்ந்த

ஒரு பணியாளர் தீக்குள் வேகமாகச் சென்று உலோகத்தாலான இறைவனின் உற்சவத் திருமேனியை வெளியில் எடுத்துவந்து ஒரு இடத்தில் வைத்துவிட்டார்; பின்னர் தீப்புண்களுடன் ஓர் ஓரத்தில் குற்றுயிராய்க் கிடந்தார். உற்சவத் திருமேனியைப் பாதுகாக்கும் பொறுப்புடைய திருமலைநம்பிகள் எனும் சோழியப் பிராமணர் அதனைக் காணாது தவித்தலைந்தார். குற்றுயிராகக் கிடந்த சாமானியரை அணுகிக் கேட்டபோது, அவர் தான் காத்து எடுத்துவந்த திருமேனியை வைத்திருக்கும் இடத்தைச் சொன்னால், தனக்குத்திருமலை நம்பிகளின் கோயிற் பணிகளில் ஒரு பகுதியைத் தந்துவிடவேண்டுமென்று கேட்டார்.

தெய்வத் தண்டனைக்கும் அரச தண்டனைக்கும் அஞ்சிக் கொண்டிருந்த திருமலைநம்பிகள் அவ்வாறே தருவதாக வாக்களித் தார். குற்றுயிராகக் கிடந்த சாமானியர் திருமேனியை ஒளித்து வைத்திருக்கும் இடத்தைக் காட்டிவிட்டு உயிர் துறந்தார். அவருடைய வழியினர்க்குத் திருமலைநம்பிகள் கொடுத்த வாக்குறுதிப்படி திருமலைநம்பிகள் பணிப்பிரிவில் பங்கு கிடைத்தது. இக்கோயிலில் பணிபுரியும் இரண்டு பிரிவினரும் இக்கதையினை இன்றும் கூறுகின்றனர்.[21]

பதின்மூன்றாம் நூற்றாண்டைச் சேர்ந்த ஈட்டு உரையினால் சோழியர் சாமானியரைத் துன்புறுத்திய செய்தியினை அறிகிறோம். பின்னொரு காலத்தில் தமக்கு வாய்ப்புக் கிடைத்தபோது இறுதி நேரத்திலும் விரும்பும் பொருளாகச் சோழியப் பிராமணரின் பணியில் உரிமை கேட்ட செய்தி, ஈட்டு உரை தரும் செய்தியினை உறுதிப்படுத்துகிறது. உயர்வு மனப்பான்மையினால் தம்மைத் துன்புறுத்திய சோழியப் பிராமணரிடம் சாமானியப்பிராமணர் இவ்வாறு கேட்டது சோழியரின் உயர்வு மனப்பான்மையை நீக்குவதற்காகவும் இருக்கலாம். சன்னிதி பரிசாரகப் பணியில் இக்கோயிலில் சாமானியரும் பணியாற்றுவது இன்று நடைமுறை உண்மையாகும்.

10.13.பண்டாரி குடும்பத்தார் இறைப்பற்று

இக்கோயிலில் திருமாலை கட்டும் பணியினையுடைய 'பண்டாரி' எனும் பணிப்பிரிவினர், 'சாத்தாணி' எனப்படும் சாதியினர், 'சாத்தாதவர்' எனவும் இவர்கள் வழங்கப்பெறுவர். பிராமணர்க்குரிய பூணூலைச்சாத்தாவர் என இதற்குப்

பொருளாகும். இவர்களுடைய முன்னோரைப் பற்றியும் இக்கோயிற் பணியாளரிடையே ஒரு கதை வழங்கிவருகிறது.[22]

முன்னொரு காலத்தில் அழகர்கோயில் வெளிக்கோட்டைப் பகுதிக்குள் கோயிற் பணியாளர் குடியிருந்தனர். கிழக்கு ரத வீதியும் தெற்கு ரதவீதியும் சந்திக்குமிடத்தில் பண்டாரியின் வீடு இருந்தது. பண்டாரியின் வீட்டிலிருந்த வயதான ஓர் அம்மையார், இத்தலத்திறைவனிடம் ஆழ்ந்த பற்றுடையவர். தேரோட்டத் திருநாளின்போது இறைவனுக்குப் படைக்க அந்த முதியவளிடத்தில் ஏதும் இல்லை. வறுமை காரணமாக அன்று காத்தொட்டிக்காய் வற்றலும் காணப் பருப்புமே அன்றைக்கு அவ்வீட்டில் உணவாக இருந்தது. அதையும் அவ்வம்மையார் இறைவனுக்குப் படைத் துண்ண இருந்தார். வறுமையிற்பிறந்த கூச்சம் காரணமாக வீட்டிற்குள்ளேயே இறைவனுக்கு அதனைப் படைத்திருந்தார். தேர் அவ்வீட்டின் முன் வந்ததும் நகராது நின்றுவிட்டது. “என் அடியாள் உண்ணும் காணப்பருப்பும் காத்தொட்டிக்காய் வற்றலுமே எனக்கு வேண்டும்” எனத் தேர் மீதிருந்த இறைவன் சொன்னார். எல்லாரும் பண்டாரி வீட்டு அம்மையாரின் நிலைமையினை அறிந்து பின்னர் இறைவன் விரும்பிய அவ்வுணவினை அவ்வீட்டிலிருந்து இறைவனுக்குப் படைத்தனர். பின்னரே தேர் நகர்ந்தது.

இக்கதை வழக்கினை உறுதிப்படுத்தும் மற்றொரு செய்தியும் இங்கே நினைக்கத்தகுந்தது.

ஸ்ரீவில்லிபுத்தூரில் கோயில்கொண்டுள்ள ஆண்டாள் இத்தலத்து இறைவனை மணாளனாக நினைத்துப் பாடியவர். எனவே ஸ்ரீவில்லிபுத்தூர் ஆண்டாள் கோயிலில், அழகர்கோயில் இறைவனின் திருநட்சத்திரமான புரட்டாசி திருவுத்திராட நாளன்று ஆண்டாள் வடக்குநோக்கி எழுந்தருளுவர். அப்போது அழகர் உவந்து உண்ட காத்தொட்டிக்காய் வற்றலும் காணப் பருப்புமே அழகரை உவந்த ஆண்டாளுக்குத் தளிகையாகப் படைக்கப்பெறுகிறது.[23] ஆனால் அழகர்கோயிலில் இப்போது இவ்வாறு படைக்கப்பெறுவது இல்லை; இவ்வழக்கம் நின்று போய்விட்டது.

தென்கலை வைணவத்தின் வலிமையான கூறுகளில் ஒன்று, மக்கள் நம்பிக்கையினைப் புலப்படுத்தும் செய்திகளைச் சடங் காக்கி, அதுஆகமநெறி அல்லாத ஒன்றாயினும் அதனைக் கோயில்

நடைமுறையில் இணைத்துக் கொண்டிருப்பதாகும். எனவே கதைச் செய்தி, ஒரு சடங்காக மாற்றப்பட்டிருப்பது, தென்கலை வைணவ மரபு அறிந்தவர்க்கு வியப்பான செய்தி இல்லை.

கதையின் உள்ளடக்கம், திருமாலின் எளிவந்த தன்மை யினையும் (சௌலப்யம்), இறையருள் உயர் சாதியினருக்கு மட்டுமன்றி, எல்லார்க்கும் உண்டு எனும் கருத்தினையும் விளக்குகிறது. சாதிவேறுபாடுகளைக் கடந்த நிலைமையைத் தமிழ் நாட்டு வைணவம் இராமானுசர் காலத்திலேயே அடைந்து விட்டது. எனவே அதனை வலியுறுத்தப் பிறந்த கதை என்பதனை விட இறைவனின் எளிவந்த தன்மையினைப் புலப்படுத்தும் கதையென்றே இதனைக் கொள்ளலாம். வேறுவகையான சமூக அழுத்தங்கள் காரணமாக இக்கதை பிறந்திருக்கலாமெனக் கொள்ள முடியவில்லை.

குறிப்புகள்

1. ஸ்ரீனிவாச ஐயங்கார், திருமலை நம்பிகள் நிருவாகத்தார், அழகர்கோயில், நாள் : 11.8.78.
2. திருமாலிருஞ்சோலைமலை ஸன்னதி வகையறா தொழில், சுதந்திர அட்டவணை, (28.6.1803), 1937, பார்க்க: பிற்சேர்க்கை எண் 11: 3.
3. A.R.E., of 1932.
4. K.N.Radhakrishna, Thirumalirunjolaimalai (Alagarkoil) Sthalapurana, p. 107.
5. A.R.E. 286 of 1930.
6. பட்டயநகல் ஓலை, பார்க்க: பிற்சேர்க்கை எண் II1: 5, வரிகள் 13-14.
7. தொழில், சுதந்திர அட்டவணை, மு. நூல், ப. 1.
8. Original suit No. 87-91 of 1939, In the Court of Principle Subordinate Judge of Madurai, Judgement dated 21.2.1940.
9. தகவல் : ராகவையங்கார், அழகர்கோயில், பணியாளர் பற்றிய பிற செய்திகளையும் முதலில் தந்துதவியர் இவரே.
10. Register of Inams, Copy issued by Madurai Collectorate on 13.2.1864, Columns 21 and 14. K.R.Venkataraman, Vaikanasas. Cultural Heritage of India,
11. தகவல் : திருவேங்கட ஐயங்கார், அழகர்கோயில், நாள்: 11.8.78.
12. தொழில், சுதந்திர அட்டவணை, பக். 2, 3, 5, 7.
13. தகவல் : ஸ்ரீனிவாச ஐயங்கார், திருமலைநம்பிகள் நிருவாகத்தார், நாள்: 11.8.'78.
14. Vol. IV, p.160.
15. Ibid., p. 162.
16. Ibid., p. 162.

17. நாலாயிரத்திவ்விய பிரபந்தம், பாடல் 7.

18. அக்னிகோத்ரம் ராமானுஜ தாத்தாச்சாரியார், வரலாற்றில் பிறந்த வைணவம், பக். 101-102.

19. ரா.புருஷோத்தம நாயுடு, ஈட்டின் தமிழாக்கம், பத்தாம் பத்து, ப. 427.

20. மேலது, ப. 427.

21. சுந்தரராஜ ஐயங்கார் (சோழியர்), நாள்: 11.8.'78.

22. சடகோப ஐயங்கார் (சாமானியர்), நாள் : 11.8.'78.

23. தகவல்: பரமசாமிப் (மைனர்) பட்டர், அழகர்கோயில், நாள்:12.8.'78.

24. தகவல்: ராகவையங்கார், திருவில்லிபுத்தூர் நாச்சியார்கோயில் ஸ்தானத்தார், நாள்: 12.8.'78

சிறிய கத்தரிக்காய் போன்ற அளவில் வெள்ளரிக்காய் போன்ற மேல் தோலுடன் கூடியதே காத்தொட்டிக்காய் எனப்படும் காயாகும். தாவரவியலில் வெள்ளரி (Cuccuminiaceae) என்ற குடும்பத்தைச் சேர்ந்ததாகும். நகரமக்கள் இதனை 'மிதுக்கங்காய்'என்று கூறுகின்றனர். இக்காயின் உட்பகுதியும் வெள்ளரிக்காய் போலவே விதை நிரம்பியதாக இருக்கும்.

***பதிப்பாசிரியர் குறிப்பு**

"1915இல் கோயிலில் ஆறு நடனமாடும் பெண்கள் இருந்தனர். அவர்களுக்கு வாரிசு இல்லாததால் 1864இல் கோயில் மேலாளர், சௌந்தரம் என்ற தாசியினைப் பணிக்கு அமர்த்தினார்" என்ற செய்தியானது காலவரிசையில் முரண்படுகிறது. மதுரைக் காமராசர் பல்கலைக்கழகம் வெளியிட்டுள்ள அழகர் கோயில் நூலின் முதல் இரண்டு பதிப்புகளை ஆய்வு செய்ததில், இரண்டு பதிப்பிலுமே இவ்வாறே உள்ளதால், தொ. ப. அவர்களின் ஆய்வேட்டின் மூலப்படியுடன் ஒப்பிட்டு இந்தக் காலவரிசை சரிபார்க்கப்பட்டது. ஆனால் மூலப்படியிலும் இதே கால முரண்பாடு இருப்பதால் நம்மால் இந்த ஐயப்பாட்டுக்கு விடை காண இயலவில்லை. திருமலை நம்பி வழியினர் வசமுள்ள ஆவணம் என்று தொ. ப. அவர்கள் குறிப்பிட்டுள்ள ஆவணம் கிடைக்கப்பெற்றால் இதைக்குறித்த தெளிவு நமக்குக் கிடைக்கலாம். இந்த முரண்பாடு தட்டச்சுப் பிழையாக இருக்கக்கூடும்.

பதினெட்டாம்படிக் கருப்பசாமி

தமிழ்நாட்டுப் பெருந்தெய்வக் கோயில்களில் அழகர்கோயில் சில தனித்த நடைமுறைகளையுடையது. அவற்றுள் ஒன்று இக்கோயிலின் தலைவாசல் (ராஜகோபுர வாசல்) எப்பொழுதும் அடைக்கப் பட்டிருப்பதாகும். சிறுதெய்வங்களில் ஒன்றான பதினெட்டாம்படிக் கருப்பசாமி என்ற தெய்வம் இக்கோபுர வாசலில் உறைகின்றது. எனவே இக்கோபுர வாசல் 'பதினெட்டாம் படி வாசல்'என்றும் அழைக்கப்படுகின்றது.

11.1. அடைத்த கதவு

"அழகர் கோயிலில் உள்ள பதினெட்டாம்படிக் கதவுகளுக்குச் சந்தனம், குங்குமம், கற்பூரம் முதலியவை பூசி, மாலை, புஷ்பம் முதலியவற்றால் அலங்கரித்துப் பூஜை செய்வார்கள். இப்பதினெட்டாம்படிக் கதவு பிரம்மோத்ஸவ காலத்தில் (ஆடி மாதம்) சக்கரத்தாழ்வார் வருவதற்காக மட்டும் வருஷம் ஒருமுறை திறக்கப்படும். சில சமயங்களில் ஏதாவது பிரமாணம் செய்ய விரும்புபவர்களுக்கு அது திறக்கப்படும். ஆகையால் அழகர்கோயில் பிரதான வாசலாகிய இப்பதினெட்டாம்படி வாசல் சாதாரணமாக மூடப்பட்டே இருக்கும். இதற்கு வடக்கே உள்ள வண்டிவாசல் என்பதுதான் கோயிலுக்குள் போகும் வழி" என்று ஸ்ரீகள்ளழகர் கோயில் வரலாறு கூறுகின்றது.[1]

11.2. தெய்வமும் உருவமும்

சந்தனம் சாத்தப்பெறும் கதவில் உறைகின்ற தெய்வமே பதினெட்டாம்படிக் கருப்பசாமியாகும். "இவருக்கு இங்கே உருவம் இல்லை. இங்குப் பதினெட்டாம்படிக் கோபுரக் கதவுகளையே இத்தெய்வமாக எண்ணிப் பூஜைகள் நடக்கும். மற்ற இடங்களில் இவர் கையில் ஒரு கொக்கியும் (அரிவாளும்), கதாயுதமும், ஈட்டி முதலியவையும் இருக்கும்; காலில் செருப்பு அணிந்திருப்பார். இவரது தரிசனம் பயங்கரமாகவும் யுத்த பாவனையிலும் இருக்கும்" என்றும் கோயில் வரலாறு கூறுகின்றது.[2]

ஆய்வாளருக்குக் கிடைத்த 'ராக்காயி வர்ணிப்பு' என்னும் நாட்டுப்புறப் பாடல், பதினெட்டாம்படிக் கருப்பசாமி தன் தங்கை

ராக்காயிக்கும் அவள் மக்களுக்கும் தலையில் உருமால், தோளில் வல்லவேட்டு, அரையில் சுங்குவைத்துக் கட்டிய இறுக்கிய கச்சை, கையில் கத்தி, ஈட்டி, வல்லயம், வீச்சரிவாள், தோளில் சாத்திய கட்டாரி, காலில் சல்லடம் ஆகியவற்றோடு காட்சி தந்ததாகக் குறிப்பிடுகின்றது.[3] (படம்: 32).

கீழக்குயில்குடி, மதுரை சிம்மக்கல் பகுதி காமாட்சியம்மன் கோயில், சுப்பிரமணியபுரம் பகுதி கருப்பசாமி கோயில், மதுரை மீனாட்சியம்மன் கோயிலில் கிழக்குக் கோபுரத்தை அடுத்துள்ள கருப்பசாமி கோயில் ஆகிய இடங்களில், இரண்டு கைகளோடு நின்ற கோலத்தில் தலையில் பெரிய உருமால், நெற்றியில் தென் கலைத் திருமண், ஓங்கிய கையில் வீச்சரிவாள், தொங்கவிடப் பட்டுள்ள கையில் கதை, சங்கு (கொசுவம் வைத்துக் கட்டியதாக முழங்காலுக்கும் கீழே வருமளவில் இடுப்பில் கச்சை, மிகப்பெரிய தொந்தி, காலில் செருப்பு ஆகியவற்றோடு கருப்பசாமி காட்சி தருகிறார். 'பதினெட்டாம்படிக் கருப்பசாமி' என்றே எல்லா இடங்களிலும் அழைக்கப்பட்டாலும் மீனாட்சியம்மன் கோயில் கோபுரத்தை அடுத்துள்ள கோயிலில் மட்டும், இவர்க்கு முன்னால் பதினெட்டுப்படிகள் சிறியதாக அமைக்கப்பட்டு உள்ளன.

அழகர்கோயிலில் நிருவாக அதிகாரியாக இருந்த கே.என். ராதாகிருஷ்ணன் பதினெட்டாம்படிக் கருப்பசாமிக்குரியதாக ஒரு வடமொழித் தியான சுலோகத்தைக் கூறுகின்றார்.

"காலனைப் போல கருநிறம் உடையவனும், இரண்டு தோள்களை யுடையவனும், இரு கைகளில் கத்தியையும் கதை யினையும் ஏந்தியவனும், அழகிய கோரைப் பற்களையுடைய வனும், பயங்கரமானவனும், பயங்கரமான தோற்றத்தையுடைய வனும், வணங்கியவர்களுடைய பயத்தைத் தீர்ப்பவனும், பாதுகையின் மீதேறி நடமிடுபவனும், இளமையானவனும், இளஞ் சூரியனது ஒளியையுடையவனும், சிரித்த முகத்தையுடையவனும், ஆயுதத்தினால் மதங்கொண்டவனும், வளைந்த பாதத்தையுடைய வனும், சிதறிய கேசபந்தத்தையுடையவனும், தாமரை போன்ற கண்ணையுடையவனும், கருநிறமுடையவனும் ஆன கிருஷ்ண புத்திரனை வணங்குகிறேன்"[4] என்பது அவ்வடமொழிச் சுலோகத்தின் பொருளாகும்.

இத்தியான சுலோகத்தில் கருப்பசாமியின் சிலைகளில் காணப்படும் பெருத்த தொந்தியும், முறுக்கிய மீசையும் சொல்லப்படவில்லை.

இச்சுலோகத்தில் சொல்லப்படும் 'அழகிய கோரைப்பற்கள்' சிலைகளில் காணப்படவில்லை. எனவே இத்தெய்வத்தை வழிபடும் அடியவர் ஒருவரால் இத்தியான சுலோகம் இயற்றப் பட்டதாகக் கொள்ள முடியவில்லை. பெரும்பாலும் சிறுதெய் வங்களை வழிபடாத வடமொழி அறிந்த பிராமணர் யாரேனும் இச்சுலோகத்தைச் செய்திருக்கலாம். சுலோகம் கூறும் 'கிருஷ்ண புத்திரன்'என்ற பெயரை இக்கோயிலின் பிராமணப் பணியாளர் மட்டுமே அறிந்திருக்கின்றனர் என்பதாலும் இவ்வாறு எண்ணத் தோன்றுகிறது.

நாட்டுப்புற மக்கள் பாடும் ராக்காயி வர்ணிப்பு, கருப்பசாமியை அழகருக்குத் (திருமாலுக்குத்) தம்பியாகவே குறிப்பிடுகின்றது.[5] பதினெட்டாம்படிக் கருப்பன் உற்பத்தி வர்ணிப்பு, "கண்ணா, உன்தமையன் கருப்பன்" எனக் குறிப்பிடுகின்றது.[6]

11.3. கருப்பசாமி சன்னிதி அமைப்பு

கோயில் மதிற்சுவரோடு அமைந்த ராஜகோபுரத்துக்குக் கீழுள்ள இரட்டைக்கதவு, கோயிலுக்கு உட்புறமாகத் தாழிட்டுச் சாத்தப்பட்டுள்ளது. வெளிப்புறமாகக் கருப்பசாமியாக வழிபடப் பெறும் இரட்டைக்கதவு வரை நாற்பதடி நீளம் இருபுறமும் உயரமான சுவர்களைக் கொண்ட பகுதி மேற்கூரையில்லாது அமைந்திருக்கிறது. இப்பகுதியில் கோயிலின் வெளிப்புறத்தை நோக்கிக் கிழக்குமுகமாக இறங்கும் பதினெட்டுப் படிகள் அமைந் துள்ளன. மேற்படியின் ஓரத்தில், மூன்றடி உயரப் பிடியின்மேல் சுமார் எட்டு அடி உயரமுள்ள அரிவாள் நிறுத்தி வைக்கப்பட் டுள்ளது. பதினெட்டுப்படிகளும் இறங்கும் இடத்தில் ஏறத்தாழப் பதினைந்து அடிநீளச் சமதளம் உள்ளது. சமதளப் பகுதியின் முடிவில் சந்தனம் பூசப்பெற்ற இரட்டைக்கதவு உள்ளது. (படம்:33). இக்கதவினையே மக்கள்கருப்பசாமியாகக் கருதிச் சந்தனம் பூசி வழிபடுகின்றனர். இக்கதவும் எப்பொழுதும் அடைக்கப் பெற்றிருப்பதால், கதவின் வெளிப்புறத்திலேயே மக்கள் வழிபடுகின்றனர். கிழக்கு மேற்காக அமைந்தமலையின் தென் திசைச்சரிவில் கோயில் அமைந்துள்ளது. ராஜகோபுர மதிலுக்குட் பட்ட பகுதி சமதளமாக்கப்பட்டுள்ளது; மதிலுக்கு வெளிப் புறப் பகுதி சரிவாகவே உள்ளது. எனவே ராஜகோபுரத்தின் கீழ், மதிலுக்கு உட்பட்ட பகுதியைவிட வெளிப்பகுதி பதினைந்து அடி பள்ள

மாகவுள்ளது. எனவே இப்பகுதியில் பதினெட்டுப்படிகள் அமைப்பதற்குப் போதுமான இடமுள்ளது.

11.4. கதவை அடைத்த கதை

இக்கோபுர வாசல் அடைக்கப்பட்டது குறித்து மக்களிடத்தில் ஒரு கதை வழங்கி வருகிறது:

"ஒருகாலத்தில் மலையாளத்திலிருந்து பதினெட்டு லாடர்கள் இக்கோயில் இறைவனின் 'களை'யைத் (இறைவனின் அருளொளி spiritual essence) திருடிச்செல்லத் திட்டமிட்டு வந்தனர். அவர்கள் மந்திர தந்திரங்களில் கைதேர்ந்தவர்கள். ஒரு மந்திர மையைக் கண்ணில் தடவிக்கொண்டால் அவர்கள் பிறர் கண்ணுக்குத் தெரியமாட்டார்கள். அந்த மையைத் தடவிக்கொண்டு அவர்கள் கோயிலுக்குள் புகுந்துவிட்டனர். இரவு நேரங்களில் கருவறையிலுள்ள இறைவனின் களையை மந்திர வலிமையால் இறக்கித் தாங்கள் கொண்டுவந்திருந்த கும்பத்துக்குள் அடக்கிவிடுவர். இவ்வாறு கொஞ்சம் கொஞ்சமாகச் சில நாட்கள் வரை இறைவனின் களையை இறக்கிக்கொண்டே வந்தனர். இறைவன் ஒருநாள் கோயில் பட்டரின் கனவில் தோன்றி, இச்செய்தியைத் தெரிவித்துவிட்டார். பட்டரும் மறுநாள் நாட்டார்களைத் திரட்டி இச்செய்தியைச் சொன்னார். அனைவரும் சேர்ந்து ஒரு திட்டம் தீட்டினர். அதன்படி மறுநாள் பட்டர் வழக்கம்போல் கருவறையைத் திறந்து பூசைகளைச் செய்து, பின் மிக அதிகமாக ஆவி பறக்கும் சுடுசோற்றை இறைவனுக்குப் படைத்துவிட்டு வெளியில்வந்துத் திடீரெனக் கதவை வெளிப்புறமாகப் பூட்டிவிட்டார்.

சுடு சோற்றிலிருந்து எழும்பிய ஆவி மந்திரக்காரலாடர்களின் கண்ணிலிருந்த மையைக் கரைத்துவிட்டது. இப்பொழுது அவர்கள் பிறர் கண்ணுக்குத் தெரியும்படி ஆனார்கள். கோயிலைச் சுற்றி முன்னரே தயாராக இருந்த நாட்டார்கள் கதவைத் திறந்து பதினெட்டுப் பேரையும் பிடித்துக்கொண்டார்கள். வெளியில் கொண்டுவந்து பதினெட்டுப் பேரையும் வெட்டி அவர்கள் தலைகளைக் கோயில் கோபுரவாசல் அடியில் புதைத்து விட்டனர். அவர்களோடு துணையாக வந்திருந்த கருப்பசாமி என்ற தெய்வம் மட்டும் 'என்னை விட்டுவிடுங்கள் ; நான் இந்தக் கோபுரவாசலில் இருந்து இனிமேல் இக்கோயிலைக் காவல் காத்துக்கொண்டிருக்கிறேன்' என்று கெஞ்சியது. அதை மட்டும் அப்படியே விட்டுவிட்டனர்.[7]

11.5 கதையின் வேறுபாடு

மக்களிடம் பரவலாக வழங்கிவரும் கதை இது. ஆவி எழும்பு வதற்காகப் பட்டர் சோற்றுக்குப் பதிலாக, சோற்று வடிநீரைக் கொட்டினார் என்று சிலர் கூறுகின்றனர். இதைத்தவிர இக்கதை மக்களிடத்தில் மாறுபாடின்றியே வழங்கிவருகிறது.[8]

கே.என். ராதாகிருஷ்ணனும் இக்கதையை இவ்வாறே குறிப்பிடுகின்றார்.'[9] 'ஸ்ரீகள்ளழகர் கோயில் வரலாறு' நூலும் இக்கதையை இவ்வாறே குறிப்பிடுகின்றது.[10] வழக்கு மரபுக்கு மாறுபட்டதாக ஒரேஒரு செய்தி மட்டும் இவ்விரண்டு நூல்களிலும் உள்ளது. 'பதினெட்டு லாடர்களும் ஓர் அரசனால் ஏவப்பட்டு வந்தனர்' என்பதே அதுவாகும். ஆனால் இது குறித்த விளக்கம் ஏதும் தரப்படவில்லை.

11.6. கதைப்பாடலும் செய்தியும்

மொட்டையக்கோன் என்பவரால் இயற்றப்பட்ட 'பதினெட்டாம்படிக் கருப்பன் உற்பத்தி வர்ணிப்பு'என்னும் சிறிய கதைப் பாடல் ஒன்றை வர்ணிப்பாளர்கள் பாடிவருகின்றனர்.[11] வாய்மொழிச் செய்திகளின்படி இவ்வர்ணிப்பு ஆசிரியர், இந்த நூற்றாண்டின் தொடக்கத்தில் வாழ்ந்தவரெனத் தெரிகிறது. மக்களிடையே வழங்கும் கதையினையே இவ்வர்ணிப்பும் கூறினாலும் சில செய்திகள் வேறுபடுகின்றன.

1. பட்டரின் கனவில் இறைவன் ஒரு 'கேளிக்கைத் தாதனைப்' போல் தோன்றினார்.[12]

2. சூடான தளிகையிட்டு, ஆவிபறக்கச் செய்து, லாடர்களின் நெற்றிப்பொட்டு வேர்வையில் கரைந்துபோகச் செய்யும் உத்தியினையும், திருடர்களைப் பிடித்துக் கோயில் கோபுரவாசலில் வெட்டிப் புதைக்க வேண்டும் என்பதனையும் இறைவனே பட்டரின் கனவில் கூறினார்.[13]

3. வெட்டப்படும் முன்னர் பதினெட்டு லாடர்களும், 'எங்களுக்கு மலைக்காட்டுத் தீர்த்தம், காட்டுத் துளசி, கரிப்பத்துச்சோறு, இறைவன் போட்டுக் கழித்த மாலை - இவற்றைச் சந்திர சூரியர் உள்ளவரை படையலாகக் கொடுத்து ரட்சிக்க வேண்டும்' என்று வரம் கேட்டனர்.[14]

4. திருடர்களை வெட்டிப் புதைத்து வந்த நாட்டாருக்குப் பட்டர், மாலை, சந்தனம் மரியாதைகளை வழங்கினார்.[15]

5. திருடர்களை வெட்டிப் புதைத்துவிட்டு, நாட்டாரும் பட்டரும் சென்ற பின்னர் அவர்களுடன் வந்த கருப்பசாமி எனுந் தெய்வத்தை இறைவன் அழைத்து, "இன்றுமுதல் நீ பதினெட்டுப் பேருக்கும் முன்னோடியாகவும்பாதுகாவலனாகவும் இரு. பின்னர் ஒரு காலத்தில் மறைவுமைக்காரனை உங்கள் கூட்டத்தைவிட்டுப் பிரிப்பேன். அப்போது நீ ஒரு படிக்குப் பாத்திரனாவாய். இங்கு வரும் உயிர்ப்பலிகளை வாங்கிப் பசியாறிக்கொள்" என்று கூறினார்.[16]

11.7. கதைப்பாடல் - விளக்கம்

1. லாடர்கள் மலையாளத்திலிருந்து வந்தவர்கள் என்று வழக்கிலுள்ள கதை கூறுகிறது. கதைப்பாடலோ 'வடக்கே வெகுதூரம் அயோத்தி நாட்டில்' இருந்து வந்தவர்கள் எனத் தொடக்கத்தில் கூறிவிட்டு,[17] இறுதியில் லாடர்களுடன் வந்த தெய்வத்தினை 'மலையாளம் வாழ் கருப்பே'எனக் குறிப்பிடுகிறது. எனவே அயோத்தி நாட்டிலிருந்து வந்தவர்கள் என்பது ஆசிரியர் கற்பனை எனக் கொள்ளத்தகும்.

2. கதைப்பாடல் லாடர்கள் பதினெட்டுப் பேரையும் வகைப்படுத்த முயல்கிறது.

"சரம்பார்ப்பவ னொருவன் பச்சிபார்ப்பவ னொருவன்
தகடுபார்ப்பவ னொருவன்
மறவுமைக்கார னொருவன் சூனியமுதல் செய்யும்
மாரணக்கார னொருவன்
மந்திரக்காரர் சிலர் எச்சன் ஏவுதல்செய்வோர்
தந்திரக்காரர் சிலர்
பந்தபாசமறுத்து சித்தர் நூல்களெல்லாம்
பார்ப்போர் சிலபேர்கள்
வந்தபிணியைத் தீர்ப்போர் பண்டுவக் காரருடன்
மறவுநூல் கற்றோர் சிலர்
இந்த விதமாகத்தான் பதினெட்டுப் பேரும்"
இருந்தனர் என்கிறது.[18]

3. வந்த லாடர்களின் நோக்கம்பற்றி, வழக்கிலுள்ள கதையில் இல்லாத ஒரு செய்தி கதைப்பாடலில் காணப்படுகிறது. 'லாடர்கள் இறைவனின் களையை இறக்கினர்' என்ற செய்தியைப் பிற்பகுதியில் சொன்னாலும், முதலில் 'பாரோர்க்கும் தெரியாதபடி எங்கே பொருளிருந்தாலும் பார்த்தெடுத்து வருவோமென்று' லாடர்கள் புறப்பட்டு வந்ததாகச் சொல்கிறது.[19] நாடெல்லாம் சுற்றிவந்தபின் சித்தநூல் கற்றவன், அழகர்கோயிலில், கொப்பரை கொப்பரையாகத் தனமிருக்குதென்று கூறினாரகத்தியரும் என்று கூறுகிறான்.[20]

4. இந்நிகழ்ச்சி நடந்தகாலத்தில் பணிபுரிந்த பட்டரின் பெயர் பரமசாமிப்பட்டர் என்பதும், அவர் பொய்கைக்கரைப்பட்டி கிராமத்தில் குடியிருந்தார் என்பதும் கதைப்பாடல் தரும் புதிய செய்திகளாகும்.[21]

5. பட்டர் ஆவி மிகுதியும் பறக்கவேண்டி, 'காரம் மிகுந்த ரசத்தையும் தாராளமாக ஊற்றினார்' என்றும் கதைப்பாடல் குறிப்பிடுகிறது.[22]

11.8. கதையும் கதைபாடலும் - சில முடிவுகள்

மக்கள் வழக்கிலுள்ள கதையும் மேற்குறித்த கதைப்பாடலும் நமக்குத் தரும் முடிவுகள் இவையே:

1. இக்கோயிலில் திருடவந்த பதினெட்டுப்பேரும் தமிழ் நாட்டினரல்லர். எனவேதான் 'மலையாள நாட்டவர்' என்று வழக்கு மரபும், 'அயோத்தி நாட்டவர்' என்று தொடக்கத்தில் கதைப் பாடலும் குறிப்பிடுகின்றன.

2. வந்தவர்கள் படையெடுத்து வந்தவர்களுமல்லர். அவர்களின் சிறிய எண்ணிக்கையும், அவர்கள் தந்திரமாகக் கோயிலுக்குள் நுழைந்ததும் அவர்களை ஒரு திருட்டுக் கூட்டத்தார் என்று எண்ணத் தூண்டுகின்றன.

3. 'தளிகையிலிருந்து ஆவி எழுந்து அணிந்திருந்த மையைக் கரையச் செய்தது' என்னும் கதைப்பகுதி, பதினெட்டுப்பேரும் தந்திரமாகப் பிடிக்கப்பட்டனர் என்பதையே உணர்த்துகிறது. கோயிலுக்கு வெளியே நாட்டார் பெருங்கூட்டமாயிருந்து அவர்களை மடக்கியிருத்தல் வேண்டும். எனவே தப்பிக்கும் முயற்சிக்கோ சண்டையிடவோ அவர்களுக்கு வாய்ப்பில்லை.

4. இறைவனது 'அருட்களை'யினை இறக்கினர் என்னும் செய்தி ஆய்வுக்குரியது. 'சித்தநூல் பார்ப்போன் கொப்பரை கொப்பரையாகத் தனமிருப்பதாகக் கூறக்கேட்டே' லாடர்கள் வந்த செய்தி அவர்கள் திருட்டுக் கூட்டத்தார் என்பதை உணர்த்துகிறது. எனவே இறைவனின் அருட்களையினை இறக்கிய செய்தி உட்பொருளுடையதாதல் வேண்டும். இக்கோயிலில் 2½' உயரத்தில் அபரஞ்சி எனும் தங்கத்தாலான திருமால் சிலையொன்று 'ஏறு திருவுடையாள்' என்ற பெயரோடு இன்றும் உள்ளது. திருடவந்த வர்களின் குறிப்பொருள் இந்தத் தங்கத் திருமேனியாக இருக்கலாம். பிறர் கண்ணுக்குத் தெரியாமல் நடமாடும் வல்லமையுடையவர்கள் கோயிலில் இருந்த கருவூலத்துக்குள் நுழையவில்லை. இறைவனின் திருமேனியையே குறிவைத்தனர். எனவே இந்தக் கதையின் உட்பொருள் இத்தங்கத்திருமேனியைக் கவர முயன்றதே எனலாம்.

11.9. வழிபாடு, காணிக்கை, திருவிழா

கருப்பசாமிக்கு அடியவர்கள் இரத்தப்பலி கொடுப்பதால், கோயில் அர்ச்சகர்கள் இச்சன்னிதியில் பூசை செய்வதில்லை. குயவர் குலத்தைச் சேர்ந்த பூசாரி ஒருவர் தேங்காய்களை உடைத்து விபூதிப் பிரசாதம் கொடுப்பார் எனக் கோயில் வரலாறு கூறுகின்றது.[23]

இருப்பினும் நாள்தோறும் அர்த்தசாமப் பூசைக்குக் கோயிலில் இறைவனுக்குப் படைக்கப்பெறும் தளிகை (உணவு), சாத்தப் பெறும் மாலை முதலியவற்றைக் கோயிற் பணியாளர்களுக்கோ அடியவர்களுக்கோ கொடுக்காமல் 'சேஷப்பிரசாதமாக' (உண்டும் அணிந்தும் எஞ்சியவை) இச்சன்னிதியில் பிராமணப் பரிசாரகர் படைக்கின்றனர்.

"பதினெட்டாம்படி ஸ்வாமிக்கு ஆடி உத்ஸவம் 8, 9 திருநாள் ஆடி அமாவாசை தவிர.... நித்தியப்படி அர்த்தசாமத்தில் பெருமாள் கண்டருளும் தளிகை திருமாலைகளைக் கொண்டுவந்து சாத்தித் தளிகை கண்டருளப் பண்ணுகிறது"[24] என்பது திருமலை நம்பிகள் என்ற பணிப்பிரிவினரின் பொறுப்பாகும்.

ஆடி உற்சவம் எட்டு, ஒன்பதாம் திருநாட்களிலும், ஆடி அமாவாசை அன்றும் இச்சன்னிதியின்முன் அடியவர்கள் ஆடு வெட்டிப் பலி கொடுப்பது வழக்கம். எனவே இந்த நாட்களில் மட்டும் பிராமணப் பரிசாரகர் இச்சன்னிதியில் கோயிலிலிருந்து

தளிகை, திருமாலைகளைக் கொண்டுவந்து சார்த்திப் படைப்பது இல்லை. கோயில்களில் உயிர்ப்பலி தருவது சட்டப்படி தடை செய்யப்பட்டபின், அடியவர்கள் வெளிக்கோட்டைப் பகுதியில் தாங்கள் திருவிழாவுக்கு வரும் வண்டிகளின் கீழேயே ஆடுகளை வெட்டிப் பலிகொடுத்துவிடுகின்றனர்.

பதினெட்டு லாடர்களும் அன்றாடம் இறைவன் போட்டுக் கழித்த மாலையினையும், காட்டுத் துளசியையும், கானகத்துத் தீர்த்தத்தையும் கேட்டதாகவும், கோயிலுக்கு வரும் ஆடு, கோழி, சேவல் முதலான உயிர்ப்பலிகளைப் பெற்றுக்கொள்ளுமாறு கருப்பசாமியிடம் இறைவனே கூறியதாகவும் 'பதினெட்டாம்படிக் கருப்பன் உற்பத்தி வர்ணிப்பு'கூறுகின்றது.[25]

ஆடி மாத அமாவாசை, பௌர்ணமி நாட்களில் கருப்பசாமி சன்னிதியில் கதவுகளுக்குச் சந்தனம் பூசுவதை வருணிக்கும் நாட்டுப் பாடலும்,

"காட்டுத் துளசியும் கானகத்துத் தீர்த்தமும்
கரிப்பத்துச் சோறும்
கள்ளழகனுக்குப் போட்டுக் கழிச்ச காஞ்சகதம்பமும்
கடைசிவரை தாரேனென்று"[26]

இறைவன் கூறியதாகப் பாடுகிறது.

இச்சன்னிதிமுன் சாமியாடிகளுக்கு 'மருள்' இறங்குகிறது. இடுப்பில் கட்டியுள்ள மணி குலுங்க, கையில் நாங்குலிக் கம்புடன் அல்லது மூங்கிற்பிரம்புடன் சாமியாடுகின்றனர். சில சாமியாடிகள் தங்களைச் சாட்டையால் அடித்துக்கொள்கின்றனர்.

கோயில்களில் உயிர்ப்பலித் தடைச்சட்டம் வருமுன்னர் கருப்பசாமி சன்னிதிமுன் ஆடுகள் வெட்டப்பட்டன. தற்போது வெளிக்கோட்டைப் பகுதியில் வெட்டப்படுகின்றன. அடியவர்கள் கத்தி, சுக்குமாந்தடி (கதை) முதலிய ஆயுதங்களையும், சிலர் புதிய செருப்புகளையும் தருகின்றனர்.

கருப்பசாமிக்குத் தனித்திருவிழா ஏதுமில்லை. ஆடி மாதம் அமாவசை, பௌர்ணமி நாட்களில், மதுரையைச் சேர்ந்த இடையர் சாதியினரான இரண்டு குடும்பத்தவர் இக்கதவுகளில் சந்தனம் சார்த்தி வழிபடுகின்றனர். அவர்கள் முன்னோரான சுப்பக்கோன், பச்சக்கோன் என்ற இருவர் இக்கதவுகளைச் செய்தமைத்த செய்தி,

சந்தனம் சாத்தும் நிகழ்ச்சியினை வருணிக்கும் நாட்டுப்பாடலால் உறுதிப்படுத்தப்படுகிறது.[27]

11.10. சத்தியப் பிரமாணம்

கருப்பசாமி சன்னிதியில், வழக்குகளில் சத்தியப் பிரமாணம் செய்வது வழக்கமாகவுள்ளது. இதன்படிப் பிரமாணம் செய்பவர் சத்தியவாக்கை 'வாங்கிய பணத்தை நான் கொடுத்துவிட்டேன்', 'திருடப்பட்ட பொருளை நான் எடுக்கவில்லை' என்பதுபோலச் சொல்லி, சந்தனக்கதவு வழியாக உள்நுழைந்து, பதினெட்டுப் படிகளையும் தாண்டிக் கோபுரவாசற் கதவு வழியாக வெளி வருதல் வேண்டும். 'இத்தெய்வத்தின்முன் ஒருவரும் பொய் சொல்லவும் துணியமாட்டார்கள். ஆகையால் பெரிய வழக்குகள், வியாஜ்ஜியங்கள் முதலியவற்றில் உண்மையறிய, வியாஜ்ஜியக் காரர்களைக் கோர்ட்டார் கடைசி நேரத்தில்கூட இக்கருப்பணசாமி சன்னிதியில் பிரமாணம் செய்யச்சொல்லி உண்மையைக் கண்டுபிடித்துக்கொள்வார்கள்" என்று கோயில் வரலாறு விளக்குகிறது.[28]

கி.பி.1803இல் எழுதப்பட்ட தொழில், சுதந்திர அட்டவணை, "சன்னிதி படிவாசல் பிரமாணத்தில் வாதி, பிரதிவாதிகளால் இரண்டுக்கு கலிபொன் 2 பணம் 4க்கு பூசாரி பணம் 1 கும்பினி சர்க்கார் மணியத்துக்கு பணம் முறைகார அர்ச்சக பரிசாரகன் பணம் 1 போக பாக்கி பொன் 1 பணம் 4க்கு பங்கு 7க்கு ஸ்ரீரெங்க ராஜபட்டர், அலங்காரபட்டர், ஜீயர் ஸ்ரீகாரியம், அமுதார், திருமலைநம்பி, பண்டாரி, திருமாலிருஞ்சோலைமலைப் பிரியன் 7 பேரும் சமபங்காய் எடுத்துக்கொள்கிறது. தேவஸ்தானத்துக்கு முன் சொல்லினபடிக் கலிபொன் 1 பணம் 4 கட்டிவிட வேணும்" என்று கோயிற் பணியாளர் உரிமையினைக் கூறும்.[29] இப்பொழுது (1979) பிரமாணம் செய்வோர் கட்டவேண்டிய தொகை ரூ.15 என்று கோயில் வரலாறு கூறுகிறது.[30]

11.11. சத்தியப் பிரமாணம் விரிந்த பார்வை

இவ்வாறு கோபம் மிகுந்த சிறுதெய்வங்களின் சன்னிதியில் சத்தியப் பிராமணம் செய்யும் வழக்கம் தமிழ்நாட்டில் பரவலாகக் காணப்படுகிறது. நெல்லை மாவட்டத்தில் ஆத்தூர் அருகே ஆறுமுகமங்கலம் சுடலைமாடன் கோயிலிலும், சேரன்மாதேவிக்கு

அருகில் பத்மநேரி விளவாக்கல் இசக்கிஅம்மன் கோயிலிலும். முகவை மாவட்டத்தில் சிவகங்கையருகே கொல்லங்குடி காளியம்மன் கோயிலிலும். மதுரை மாவட்டத்தில் கருமாத்தூர் மூணுசாமி கோயிலிலும் இவ்வழக்கம் நடைபெறுகிறது.

'தலை தொட்டேன் தண்பரங்குன்று'எனத் தலைவன் தலையிலிட்டு ஆணை சொல்வதனைப் பரிபாடலில் காணலாம்.[31] பொய்ச் சாட்சி சொன்னவர்களைப் புடைத்துண்ணும் சதுக்கப்பூதம் புகாரிலிருந்ததைச் சிலம்பு காட்டும்.[32] 'வாய்மை தவறாமை' எனும் பண்பினைத் தெய்வங்களோடு சார்த்திக் காக்கத் தமிழர் முற்பட்டிருக்கின்றனர். அம்மரபு வழியிலேயே கருப்பாமியின் முன்னும் பிரமாணம் செய்யும் வழக்கம் ஏற்பட்டுள்ளது.

11.12. நிகழ்ச்சி நடந்த காலம்

இக்கோயிலில் உள்ள கல்வெட்டுக்களில் ஒன்றில்கூட இக்கோபுரவாசல் அமைக்கப்பட்ட நிகழ்ச்சிபற்றிக் குறிப்பு இல்லை. அடைக்கப்பட்ட கோபுரவாசலில் காணப்படும் கல்வெட்டுக்களில் காலத்தால் பிந்தியது சகம் 1530இல் (கி.பி.1608இல்) பொறிக்கப்பட்ட சதாசிவராயர் கல்வெட்டாகும்.[33] அக்காலம் வரை இவ்வாசல் பயன்படுத்தப்பட்டு வந்திருக்கிறது. ஏனெனில் மக்கள் நடமாடும் இடங்களில் அவர்கள் பார்வையில் படும்படிக் கல்வெட்டுக்களைப் பொறிப்பதே வழக்கம். எனவே இந்நிகழ்ச்சி கி.பி.1608க்குப் பின்னரே நடைபெற்றிருக்க முடியும்.

கி.பி.1709இல் தரப்பட்ட வெள்ளையத்தாதர் வீட்டுப் பட்டய நகல் ஓலையில் 'பதினெட்டாம்படி வாசல்'என்ற தொடர் காணப் படுவதால்,[34] அதற்கு முன்னர் இந்நிகழ்ச்சி நடைபெற்றிருக்க வேண்டும் எனத் தெரிகிறது.

எனவே கி.பி.1608க்கும் கி.பி.1769க்கும் இடைப்பட்ட காலத்தில்தான் இந்நிகழ்ச்சி நடைபெற்றிருக்க வேண்டும். இந்நிகழ்ச்சி நடந்த காலத்தில் மதுரையில் ஆண்ட மன்னர் பெயரினைத் தெரிந்துகொள்ளச் சான்றில்லை. பெரும்பாலும், மதுரையின் அரசியல் தலைமை பலவீனமடைந்திருந்த விசயரங்க சொக்கநாதன் அல்லது அவன் மனைவி மீனாட்சியின் ஆட்சிக் காலத்தில் (கி.பி.1695-1742) இந்நிகழ்ச்சி நடைபெற்றிருக்கலாம்.

கோயிலில் திருட வந்தவர்களைப் பிடித்து வெட்டி, கோபுர

வாசற்படிக்குக் கீழ் புதைத்ததால் அவ்வாயில் தீட்டுப்பட்டது. எனவே அவ்வழியே தெய்வம் வருவது முறையன்று; மக்களும் அவ்வழியே செல்ல அஞ்சுவர். எனவே கோயில் தலைவாசல் அடைக்கப்பட்டது.

இயற்கையல்லாத முறையில் இறந்தவர்களின் ஆவி பற்றிய மக்களின் அச்சத்தோடுகூடிய நம்பிக்கைகளுக்காக அவ்விடத்தில் சிறுதெய்வமான கருப்பசாமி நிலைப்படுத்தப்பட்டிருக்க வேண்டும். திருமாலின் போர்க்கருவியான சக்கரத்தாழ்வார் மட்டும் இறந்தவர் ஆவிபற்றிய அச்சத்தினையும்பகையினையும் வென்று அவ்வழியே செல்ல முடியும். எனவே சக்கரத்தாழ்வார்க்கு மட்டும் அவ்வாசல் ஆண்டுக்கொருமுறை திறக்கப்படுகிறது.

கதை, நடைமுறை - இரண்டிலிருந்தும் நாம் பெறக்கூடிய முடிவுகள் இவையேயாகும்.

11.13. கருப்பசாமி தோற்றம்

வாசுதேவன், சங்கர்ஷணன், பிரத்தியும்நன், அநிருத்தன் என்ற நான்கு மூர்த்தங்களை இணைத்து வழிபடும் வைணவர்களின் நெறிக்கு 'வியூகநெறி' என்று பெயராகும். இந்நெறி தமிழ்நாட்டிலும் பரவியிருந்ததற்குப் பரிபாடலில் சான்றுகள் காணப்படுகின்றன.

வாசுதேவ வழிபாடும்சங்கர்ஷண வழிபாடும் வட இந்தியாவில் கிறித்துவுக்கு முன்னரே வழக்கிலிருந்தன. ஹரிபாத் சக்கரவர்த்தி, பாணினியின் உரையாசிரியரான பதஞ்சலி, வாசுதேவ சங்கர்ஷண வழிபாட்டைக் குறிப்பதால் கி.மு. முதல் நூற்றாண்டிலேயே இது வளர்ந்துவிட்டது என்று கூறுகிறார்.[35]

கி.பி. நான்கு, ஐந்தாம் நூற்றாண்டுகளிலேயே வியூகக் கொள்கை பெருவளர்ச்சி பெற்றது என்று கே.வி.சௌந்தரராஜன் கருதுகிறார்.[36] ஆனால் டி.சி.சர்க்கார், குப்தர்கள் காலத்திலேயே பிரத்தியும்நன், அநிருத்தன், வழிபாடு நிகழ்ந்ததற்கான கல்வெட்டுச் சான்றுகள் இல்லை என்கிறார்.[37] வாசுதேவ சங்கர்ஷண வழிபாடே அக்காலத்தில் பெரிதும் பரவியிருந்தது என்பது அவர் கருத்தாகும்.

தமிழிலக்கியத்தில் வியூகவாதக் கொள்கையைப் பரிபாடலே நமக்கு முதலில் அறிமுகப்படுத்துகிறது. வாசுதேவன். சங்கர்ஷணன், பிரத்தியும்நன், அநிருத்தன் ஆகிய பெயர்களைக் கடுவனிள வெயினனார் தமது பரிபாடலில் தமிழாக்கித் தருகின்றார்.

"செங்கட்காரி கருங்கண் வெள்ளை
பொன்கட் பச்சை பையங்கண் மாஅல்"[38]

என முறையே நான்கு வியூகங்களின் பெயர்களையும் தமிழாக்கம் செய்கிறார். கிருஷ்ணன், வாசுதேவகிருஷ்ணன் என அழைக்கப் பெறுவதும் உண்டு.[39] வாசுதேவன் என்ற பெயரினைக் 'காரி' (கரிய நிறமுடையவன்) என்று தமிழாக்கம் செய்கிறார் கடுவனிளவெ யினனார். புறநானூற்றின் 353ஆம் பாடலைப் பாடிய புலவரின் பெயர் 'காரிக்கண்ணனார்' என்பதாகும். 'வாசுதேவ கிருஷ்ணன்' என்பது காரிக்கண்ணன் எனத் தமிழில் மக்கட்பெயராக வழங்கியதனை இதனால் அறியலாம்.

'சங்கர்ஷணன்' என்ற சொல்லுக்கு 'நல்லுழவன்' என்பது பொரு ளாகும். இருப்பினும் சங்கர்ஷணனுடைய நிறம் வெள்ளையாத லால் 'வெள்ளை' என்றே அப்பெயரைத் தமிழாக்கம் செய்கிறார். பிரத்தியும்நன் என்ற பெயரைப் 'பச்சை' என்றும், அநிருத்தன் என்ற பெயரைக் 'கரியவன்' என்ற பொருளுடைய 'மாஅல்' என்றும் மொழி பெயர்க்கின்றார்.

கால்நடை வளர்ப்போர் நிறத்தைக் கொண்டும் கொம்பு, காது, வால் முதலிய உறுப்புக்களைக் கொண்டும் மாடுகளுக்குப் பெயரிட்டு இனங்காண்பது வழக்கம். திருமால் வழிபாட்டி னராகிய ஆயர்கள் கருப்புநிறமுடைய மாட்டினைக் காரி என்றும் வெள்ளை நிறமுடைய மாடுகளை நுண்பொறி வெள்ளை, பொற்பொறி வெள்ளை தூநிற வெள்ளை எனக் குறியும் நிறமும் கொண்டு பெயரிட்டழைத்த செய்தியினைச் சிலப்பதிகாரத்தில் காண்கிறோம்.[40]

இளங்கோவடிகள் காலத்திலும் தமிழ்நாட்டில் காரி கோயிலும், வெள்ளை கோயிலும், தனித்தனியே இருந்தன. இருப்பினும் திருமாலை ஒரு கடவுளாகக் கொண்டு பாடும்போது, 'திருவடியும் கண்ணும் திருவாயும் செய்ய கரியவன்' என்றே அவர் குறிப்பிடுகின்றார்.[41] 'கண்ணன் என்னும் கருந்தெய்வம்' என்பது ஆண்டாளின் பாசுரமாகும்.[42]

வியூகக்கொள்கை தமிழ்நாட்டுக்கு அறிமுகமானபின், திருமால் கரிய திருமேனியினையுடைய அழகனாகவே கருதப்பட்டான். கருப்பு, சிவப்பு ஆகிய நிறவேறுபாடுகள் அக்காலச் சமூக அழகு

ணர்ச்சியைப் பாதித்ததாகத் தெரியவில்லை. கருமை அழகுமிகுந்த ஒரு நிறம் என்றே தமிழர்கள் கருதியிருக்கின்றனர். பதின்மூன்றாம் நூற்றாண்டுக் கல்வெட்டொன்றில், 'கரியமால் அழகனான உத்தமவிழுப்பரையன்' என்றொரு பெயரினைக் காண்கிறோம்.[43] பிற்காலத்து எழுந்த (சுமார் 18ஆம் நூற்றாண்டு) அழகர்மாலை ஆசிரியர், 'கருமை அழகுக்குறையுள் என்றான்றோர் கருதுகின்றார்' என்பர்.[44] நன்னூல் விருத்தியுரையாசிரியரும், 'கருப்பின்கண் மிக் குள்ளது அழகு' எனக் கூறுவதால் இக்கருத்துமரபு அவர் காலம்வரை வாழ்ந்ததெனக் கருதலாம்.[45]

காரி என்ற பெயர் 'கருப்பு நிறமுடையவன்' என்ற பொருளைத் தந்தாலும் கருப்பன்அல்லது கருப்பசாமி என்ற பெயரினைச் சங்க இலக்கியங்களிலோ, சிலப்பதிகாரத்திலோ, ஆழ்வார்களின் பாசுரங்களிலோ காணமுடியவில்லை. முதலாம் இராசராசனின் தஞ்சைக் கோயில் கல்வெட்டொன்றில், 'கருப்பன் கண்டன்' (கருப்பன் மகன் கண்டன்) என்ற பெயரினைக் காண்கிறோம்.[46] இப்பெயர்வழக்குக் குறித்த முதற்சான்றாக இதனையே கொள்ள முடிகிறது.

கரியமாணிக்கம் என்றொரு பெயர், திருமாலுக்கு வழங்கி வந்ததனைக் கல்வெட்டுகளால் அறியமுடிகிறது. எழுத்தமைதி கொண்டு கி.பி.ஒன்பதாம் நூற்றாண்டினதாகக் கருதப்பெறும் நெல்லை மாவட்டத்துச் சீவலப்பேரி பெருமாள் கோயில் வட்டெழுத்துக் கல்வெட்டு, 'கிழ்களக் கூற்றத்து தென்திருமாலிருஞ்சோலை நின்றருளிய கருமாணிக்கதேவர்'[47] என அக்கோயில் இறைவனைக் குறிப்பிடும். கி.பி.1509இல் எழுந்த குமரி மாவட்டத்துக் கரிய மாணிக்கபுரம் கரியமாணிக்காழ்வார் கோயிற் கல்வெட்டால், அக்கோயில் பதினாறாம் நூற்றாண்டில், 'கரியமாணிக்க விண்ணஹர்' என அழைக்கப்பட்டதனை அறியலாம்.[48] திருச்சி மாவட்டத்தில் லால்குடிக்கருகில் 'கரியமாணிக்கம்' என்பது ஓர் ஊர்ப்பெயராக வழங்கிவருகிறது.

இக்காலத்தில் காரி என்னும் பெயர், மக்கட்பெயர் வழக்கில் காணப்படவில்லை. கரியமாணிக்கம் என்ற பெயர்வழக்கு ஒருசில இடங்களில் காணப்படுகிறது. கருப்பன் என்ற பெயரே பெரிய கருப்பன், முத்துக்கருப்பன், நல்லகருப்பன் ஆகிய முன்னொட்டுக் களோடும்கருப்பசாமி என்றும் வழங்கிவருகிறது. வெள்ளைச்சாமி

என்ற பெயர் கண்ணனுக்கு மூத்தவனான பலராமனைக் குறிக்கும். வாசுதேவ கிருஷ்ணன் என வடமொழியிலும், காரி எனத் தமிழிலக்கியங்களிலும் குறிக்கப்பெறுபவனும், வெள்ளைச்சாமியின் தம்பியாகிய கருப்பசாமியும் ஒருவனே என்று கருதலாம்.

'அண்ணன்மார்சாமி கதை' என்ற கதைப்பாடல், மாயவன் (திருமால்) கடல் கடைந்தபோது கருப்பசாமி பிறந்ததாகக் கூறி, கருப்பசாமியின் பிறப்பினைத் திருமாலோடு தொடர்புபடுத்துகிறது.[49] மதுரை வட்டாரத்தில் காணப்பெறும் கருப்பசாமியின் சிலைகள் அனைத்தும் தென்கலை வைணவத் திருநாமத்துடன், வைணவச்சார்பு பெற்றிருப்பதும் இக்கருத்தினை வலியுறுத்துகின்றது.

இந்தப் பிண்ணணியில்தான், திருடர்கள் உடல் புதைக்கப்பட்ட கோபுரவாசலில் தீயஆவிகளை விரட்டவும்மக்களின் அச்சத்தை நீக்கவும் ஒரு சிறுதெய்வத்தை நிலைப்படுத்த (பிரதிஷ்டை செய்ய) வேண்டிய நிலைமை அழகர்கோயிலில் ஏற்பட்டபோது, அது பிற இடங்களில் தென்கலை வைணவத் திருநாமத்துடன் காட்சிதரும் கருப்பசாமியாக அமைந்தது.

11.14.கருப்பசாமியும் உயர்சாதியினரும்

சிறுதெய்வமாக நிலைப்படுத்தப்பட்ட கருப்பசாமியை அழகர் கோயில் பணியாளரான உயர்சாதிப் பிராமணர்களும் ஏற்க வேண்டிய சூழ்நிலை ஏற்பட்டிருக்கிறது. எனவேதான் நாள்தோறும் அர்த்த சாமப்பூசையில் கோயில் இறைவனுக்குப் படைத்த உணவினையும், அணிவித்த மாலையினையும், கருப்பசாமிக்குக் கொண்டுவந்து படைக்கவும் பிராமணப் பணியாளர் ஒத்துக்கொண்டுள்ளனர்.[50] நடைமுறையில் கோயிலுக்கும் கருப்பசாமி சன்னிதிக்குமுள்ள ஒரே தொடர்பு இதுதான். தமிழ்நாட்டு வைணவ வரலாற்றைக் கூர்ந்து நோக்கும்போது, கோயிற் பணியாளரான வைணவப் பிராமணர்கள் இதை எந்த வகையில் ஏற்றுக்கொண்டனர் என்பது தெரிகிறது.

திருமால் கோயில்களில் இறைவன் உண்டும், உடுத்தும், அணிந்தும் எஞ்சியவற்றைச் 'சேஷப் பிரசாதம்' எனக் கூறுவது மரபாகும். செங்குட்டுவன் வடதிசை நோக்கிப் போருக்குப் புறப்பட்டபோது,

'ஆடக மாடத்து அறிதுயில் அமர்ந்தோன்
சேடங் கொண்டு சிலர்நின் றேத்த"[51]

அவன் அதைப் பெற்றுக்கொண்டான் என்பர் இளங்கோவடிகள். இவ்வாறு 'சேடம்' பெறுவதைத் திருமாலடியார் பெரும்பேறெனக் கருதுவர்.

"உடுத்துக்களைத்தநின் பீதகவாடை உடுத்துக்
கலத்த துண்டு
தொடுத்த துழாய்மலர் சூடிக்களைந்தன சூடுமித்
தொண்டர்களேம்"[52]

எனப் பெரியாழ்வார். அடியார்கள் 'சேடம்' பெறுவதைக் குறிப்பர். எனவே நாள்தோறும் அர்த்தசாமப் பூசையில் திருமால் உண்டு எஞ்சிய தனையும், அணிந்து களைந்த மாலையினையும் கருப்பசாமிக்குப் படைப்பதன் மூலம் கருப்பசாமியினைத் திருமாலின் அடியவராக்க உயர்சாதியினரான பிராமணர் முயன்றிருக்கின்றனர். எனவேதான் இப்பணியினை அவர்கள் ஒத்துக்கொண்டிருக்கின்றனர் எனக் கருதலாம். பிராமணரல்லாதார் தெய்வமாக இரத்தப்பலி பெறும் இத்தெய்வத்தினை 'கிருஷ்ணபுத்ரன்' என வடமொழிச் சுலோகம் குறிப்பதும் இதன் காரணமாகவே என்று கருதமுடிகிறது.[53]

"பிராமணர்களுக்கும் சாமியாடிகளுக்கும் எப்பொழுதும் பகைமை இருந்து வந்திருக்கிறது" என்பர் பியூகஸ் (Mother Fuchas)[54] இக்கோயிலில், சாமியாடிகளின் சிறுதெய்வமான கருப்பசாமிக்கும் பிராமணர்களுக்கும் இடையே ஏற்பட்டுள்ள உறவு வியப்பைத் தருவதாகும். இவ்வுறவினைப் பற்றிய சி.இராசகோபாலச்சாரியாரின் (ராஜாஜி) கருத்து இங்கு நோக்கத்தக்கதாகும். "அழகர்கோயிலில் உள்ள பதினெட்டாம்படிக் கருப்பன் பற்றிய மரபுகள் ஒத்துப் போதலின் (compromise) மிகப்பெரிய சாதனையை நமக்குக் காட்டு கின்றன. நம் முன்னோர்கள் தங்கள் தகுதிநிலைக்கு (standard) மக்களை எப்படி ஈர்ப்பது என அறிந்திருந்தனர்" என்பது அவர் கருத்தாகும்.[55]

11.15. வழிபாட்டின் வளர்ச்சி

ஆய்வாளருக்குக் கிடைத்த ஒரு வர்ணிப்புப் பாடல், சந்தனக் கருப்பன், சங்கிலிக்கருப்பன், காளாங்கிக்கருப்பன், ஊமைக் கருப்பன், நேரடிக்கருப்பன், பெரியகருப்பன் என ஏழு பெயர்களைத்

தருகிறது.[56] கே.என்.இராதாகிருஷ்ணன், "பெரியகருப்பன், சின்னக் கருப்பன்" மண்டைக்கருப்பன், சங்கிலிக்கருப்பன், தொட்டிக் கருப்பன். கும்மட்டிக் கருப்பன்,. பழைய கருப்பன் முதலியன கருப்பசாமியின் பல்வேறு கூறுகளாகும்" என்பர்.[57]

கருப்பசாமி வழிபாட்டின் வளர்ச்சியினையே இப்பெயர் வேறுபாடுகள் காட்டுகின்றன. அந்தந்த வட்டாரத்துக்குரிய சில பண்புகளை ஏற்றுக்கொண்டு இப்பெயர் வேறுபாடுகளோடு கருப்பசாமி வழிபாடு பரந்து வளர்ந்திருக்கிறது.

11.16. இரண்டு கருத்துக்கள்

11.16.1. காவல் தெய்வம்

கண்மாய்க்கரை, கணவாய், மந்தை, கோட்டை ஆகிய இடங் களில் உறையும் கருப்பசாமி முறையே கண்மாய்க் கருப்பசாமி, கணவாய்க் கருப்பசாமி, மந்தைக் கருப்பசாமி, கோட்டைக் கருப்பசாமி என இருக்குமிடத்தால் பெயர் பெறுகின்றார். இவை யனைத்தும் காவல் காப்பதற்குரிய இடங்கள்; காவல் காப்போர் இருக்குமிடங்கள் எனவே கருப்பசாமி காவல் தெய்வமாகவே (guardian deity) கருதப்படுகிறார் என்று சந்திரமூர்த்தியும் வேதா சலமும் கருதுகின்றனர்.[58] இக்கருத்து ஏற்புடையதாகவே தோன்று கிறது. திருமால் காத்தலாகிய தொழில்செய்யும் கடவுள் என்ற கருத்தும், கருப்பசாமி காவல் தெய்வமாகக் கருதப்படுவதும் 'வியூக வழிபாட்டில் காரி (வாசுதேவ கிருஷ்ணன்) வழிபாடே கருப்பசாமி வழிபாடாயிற்று' என்ற கருத்தினை மேலும் வலிவாக்குகின்றன.

11.16.2. சைவ இணை

"நெல்லை, குமரி மாவட்டங்களில் பெரிதும் வழிபடப்பெறும் சுடலைமாடன், கருப்பசாமிக்கு சைவ இணை ஆகலாம்" என்பர் டாக்டர் முத்துச்சண்முகனார்.[59] இக்கருத்தும் ஆழ்ந்து சிந்தித்தற் குரிய ஒன்றாகும். "தூண்டப்பெற்ற விளக்கின் சுடரிலிருந்து வீழும் எண்ணெய்த் துணிகளைத் தன் முந்தானையில் ஏந்துகிறாள் பார்வதி, சிவனின் திருவருள் விருப்பத்திற்கிணங்க அவை ஒன்று திரண்டு சுடலைமாடனாக உருவெடுக்கின்றன. தொட்டில்பிள்ளையாக இருக்கையிலேயே மாடன் சுடுகாட்டுப்பிணம் தின்பதில் விருப்பம் கொள்கிறான்" என்று வில்லுப்பாடல்கள் கூறும் சுடலை மாடனின் பிறப்பினையும் இயல்பினையும் தி.சு.கோமதிநாயகம் விளக்குகிறார்.[60]

திருநீற்றினைக் 'காடுடைய சுடலைப்பொடி' என்பர் திருஞான சம்பந்தர்.[61] 'உறவு பேய்க்கணம் உண்பது வெண்டலை உறைவது ஈமம்' என்றும்,[62] 'மாண்டார்தம் என்பும் மலர்க்கொன்றை மாலையும் பூண்டார்' என்றும் திருநாவுக்கரசர் சிவபெருமானைப் பாடுகிறார்.[63] சிவபெருமானின் இச்சுடுகாட்டுக் கோலத்தை மட்டும் வழிபடும் 'கபாலிகர்' எனும் பிரிவினரும் தமிழ்நாட்டில் இருந்தனர். 'வித்தகக்கோல வெண்தலைமாலை விரதிகள்' எனத் தம் காலத்திலிருந்த கபாலிகத் துறவியரைத் திருநாவுக்கரசர் பாடுகிறார்.[64] பிற்காலத்தில் காபாலிக வழிபாடு தமிழ்நாட்டில் மறைந்துவிட்டது.

சிவன் நெருப்பேந்திச் சுடுகாட்டில் நடனமிடுபவன்; இறந்தவர் எலும்பை மாலையாக அணிந்தவன்; அதையே உண்பவன்; நெருப் பிலிருந்து பிறந்த சுடலைமாடனும் சுடுகாட்டையே இருப்பிட மாகவும் பெயராகவும் உடையவன்; பிணந்தின்பவன்.

காத்தற் கடவுளாகிய திருமாலிடமிருந்து காவல்தொழில் செய்யும் கருப்பசாமி தோன்றியதுபோல, சுடுகாட்டில் உறைந்து வெண்தலை உண்ணும் சிவனிடமிருந்து நெருப்பிலே பிறந்து, பிணத்தின்னும் சுடலைமாடன் தோன்றினான் போலும்.

டாக்டர் முத்துச்சண்முகனாரின் கருத்து நம்மை மற்றொரு முடிவுக்கும்வரத் தூண்டுகிறது. பெருந்தெய்வங்களின் பண்புகள் ஒன்றிரண்டின் பிரதிநிதியாகச் சில சிறுதெய்வங்கள் தோன்றியுள்ளன என்று கருதலாம்.

"பழைய வழிபாட்டுநெறிகள் வலிமையினால் அழிக்கப்பட வில்லை. அவை தன்மயமாக்கப்பட்டன" என்று கோசாம்பி கூறும் கருத்தும்,[65] முற்கூறிய கருத்தை அரண் செய்கிறது.

தமிழ்நாட்டில் காரி வழிபாடும், கபாலிகரின் சிவவழிபாடும் இன்று காணப்படவில்லை. எனினும் அவை சிறுதெய்வ நெறிகளால் தன்மயமாக்கப்பட்டு, புதிய வடிவங்களைத் தந்துள்ளன என்று கருதலாம்.

'கருப்பசாமி ஒரு காவல் தெய்வம்' என்ற கருத்தும், காரி வழிபாட்டிலிருந்து பிறந்த கருப்பசாமிக்குச் சுடலைமாடன் இணையாகலாம் என்ற கருத்தும் கருப்பசாமியின் தோற்றம் குறித்து முற்கூறிய கருத்தை வலியுறுத்தவே துணை செய்கின்றன.

குறிப்புகள்

1. ஸ்ரீ கள்ளழகர் கோயில் வரலாறு, ப. 42.
2. மேலது, ப. 42.
3. ராக்காயி வர்ணிப்பு. ஆரப்பாளையம் மாரியப்பன் பாடியது, பார்க்க: பிற்சேர்க்கை எண் 11:7, வரிகள் 224-242.
4. K.N.Radhakrishna, Thirumalirunjolaimalai (Alagarkoil) Sthalapurana, p. 211.
5. ராக்காயி வர்ணிப்பு, அடி 1.
6. பதினெட்டாம்படிக் கருப்பன் உற்பத்தி வர்ணிப்பு, பார்க்க: பிற்சேர்க்கை எண் II : 5, வரி 1.
7. தகவல் : பெரியமஞ்சாக் கவுண்டர், ஆமந்தூர்ப்பட்டி, நாள் : 30.7.'77.
8. தகவல் : அழகு, மேலமடை, நாள் : 29.7.77
9. K.N.Radhakrishna, op. cit., pp 213-214.
10. ஸ்ரீ கள்ளழகர் கோயில் வரலாறு, ப. 43.
11. பதினெட்டாம்படிக் கருப்பன் உற்பத்தி வர்ணிப்பு, பார்க்க : பிற்சேர்க்கை எண் II:5.
12. மேலது. வரி 101.
13. மேலது. வரிகள் 111-112.
14. மேலது, வரிகள் 139-142.
15. மேலது, வரிகள் 146.
16. மேலது, வரிகள் 150-155.
17. மேலது, வரி 4.
18. மேலது, வரிகள் 8-12.
19. மேலது, வரி 7,
20. மேலது, வரி 20.
21. மேலது, வரி 79.
22. மேலது, வரி 29.
23. ஸ்ரீ கள்ளழகர் கோயில் வரலாறு, ப. 42.
24. திருமலைநம்பிகள் மிராசு வகையறா, ப. 5
25. பதினெட்டாம்படிக் கருப்பன் உற்பத்தி வர்ணிப்பு, வரி 153.
26. சந்தனம் சாத்தும் வர்ணிப்பு, சமையக்கோனார் வீட்டுக் கையெழுத்துப்படி, நாள்: 13.2.1978, பார்க்க: பிற்சேர்க்கை எண் 11:8. வரிகள் 68,69
27. மேலது, வரி 49.
28. ஸ்ரீ கள்ளழகர் கோயில் வரலாறு. ப.44. K.N.Radhakrishna. op. cit. pp. 121-210.
29. தொழில் சுதந்திர அட்டவணை (28.6.1803), பக். 12-13
30. ஸ்ரீ கள்ளழகர் கோயில் வரலாறு, ப.96.
31. பரிபாடல். 13.
32. சிலம்பு, இந்திரவிழவூர் எடுத்த காதை, 128-134.
33. A.R.E. 89 of 1929.

34. *வெள்ளையத்தாதர் வீட்டுப் பட்டய நகல் ஓலை. பார்க்க : பிற்சேர்க்கை எண் 111:5, வரிகள் 60-61.*
35. HaripadChakrobarti, Early Brahmi Records in India. p 110.
36. K.V.Soundarajan. Vaishnavism in Chola times in Tamilnadu, Homage to a Historian, p.66.
37. D.C.Sircar, Studies in the Religions life in Ancient and Medieval India. p.47.
38. *பரிபாடல்,3:81-82.*
39. Shakti, M.Gupta. From Daityas to Devatas in Hindu Mythology, p.94.
40. *சிலம்பு, ஆச்சியர் குரவை, பாடல் 6, 9, 10, 12.*
41. *மேலது, கனாத்திறமுரைத்த காதை. 10, நாடுகாண் காதை, 10.*
42. *நாச்சியார் திருமொழி, நாலாயிரத்திவ்விய பிரபந்தம், பாடல் 627.*
43. No. 372 of S. II., Vol. XIV.
44. *அழகர்மாலைகையெழுத்துப்படி, கீழ்த்திசைச் சுவடிநூலகம், பாடல் 30.*
45. *நன்னூல் விருத்தியுரை, சூத் 301.*
46. *இரா.நாகசாமி (ப.ஆ.), தஞ்சைப் பெருவுடையார் கோயிற் கல்வெட்டுகள் (முதற்பகுதி), ப. 221.*
47. No. 71 of S.I.I. Vol. XIV.
48. *நடன. காசிநாதன் (ப.ஆ.), கன்னியாகுமரி கல்வெட்டுகள், தொகுதி 1, தொடர் எண் 1968/28*
49. *அண்ணன்மார்சுவாமி கதை, சக்திக்கனல் பதிப்பு, ப. 20*
50. *தொழில், சுதந்திர அட்டவணை, பக். 12-13.*
51. *சிலம்பு, கால்கோட் காதை, அடி 62-63.*
52. *திருப்பல்லாண்டு, நாலாயிரத்திவ்விய பிரபந்தம், பாடல் 9.*
53. K.N.Radhakrishna, op. cit., p. 211.
54. Mother Fuchas, 'Folk Religion, Magic and Cults', Folklore, Aug. 1975, p.284.
55. C.Rajagopalachariar (Froward), K.N.Radhakrishna, op. cit., p. xiii.
56. *கருப்பன் பிறப்பு, வளர்ப்பு, வர்ணிப்பு, ஆரப்பாளையம் மாரியப்பன் பாடியது, நாள் : 18.6.1978. பார்க்க : பிற்சேர்க்கை எண் 11:6, வரிகள் 6-9.*
57. K.N.Radhakrishna, op. cit., p.211.
58. *சந்திரமூர்த்தி, வேதாசலம் (தொல்லியல்துறை), நேரில் தெரிவித்த கருத்து, நாள்: 14.6.1979*
59. *டாக்டர் முத்துச்சண்முகனார் நேரில் தெரிவித்த கருத்து, நாள் 14.6.1979.*
60. *தி.சு.கோமதிநாயகம், தமிழ் வில்லுப்பாட்டுகள், ப.50.*
61. *முதல் திருமுறை, திருப்பிரம்மபுரம்; பாடல் 1.*
62. *ஐந்தாம் திருமுறை, திருத்தோணிபுரம், பாடல் 8.*
63. *நான்காம் திருமுறை, திருப்புகலூர், பாடல் 9.*
64. *மேலது, திருவாரூர் திருவாதிரைப்பதிகம், பாணீடல் 1.*
65. D.D.Kosambi, The Culture and Civilization of Ancient India in its Historical outlines, p. 23.

முடிவுரை

அழகர்கோயிலைப் பற்றி முன் பதினொரு இயல்களில் பேசப்பட்ட செய்திகள் நமக்குச் சில உண்மைகளைத் தெளிவாக்குகின்றன.

அழகர்கோயில் ஊரின் நடுவே அமைந்த ஊரவரால் மட்டும் வழிபடப்பெறும் பெருங்கோயிலாக அமைவதற்கு அதன் இருப்பிடம் துணைசெய்யவில்லை. சுற்றிலும் பெரிய நகரங்கள் அமையாத நிலையில் கிராமப்புரத்து மக்களையே வழிபடுவோராகக் கொண்டு வாழ்வதற்கு ஏற்றமுறையில் அதன் இருப்பிடம் அமைந்துள்ளது. இக்கோயிலின் இருப்பிடமும் கோயிலின் அமைப்பும் முதல் இயலில் விளக்கப்பட்டன.

இரண்டாம் இயலில், 'அழகர்கோயில் பௌத்தக் கோயிலாக இருந்தது' என்று கூறும் மயிலை. சீனி வேங்கடசாமி கூறும் கருத்தின் ஏற்புடைமை ஆராயப்பட்டது. பின்னர் அக்கருத்து முதனிலைச் சான்றுகளாலும், தொல்லெச்சங்களாகக் காணப்பெறும் துணை நிலைச் சான்றுகளாலும் உறுதிசெய்யப்பட்டு ஏற்கப்பட்டுள்ளது.

மூன்றாவது இயலில், அழகர்கோயிலின் மீது பரிபாடல் தொடங்கி இருபதாம் நூற்றாண்டில் எழுந்த 'அலங்காரர் மாலை' வரை எழுந்த அச்சிடப்பட்ட இலக்கியங்களும் கீழ்த்திசைச் சுவடி நூலகத்திலுள்ள அச்சிடப்படாத இலக்கியங்களும் தொகுக்கப்பட்டு ஆராயப்பட்டன. இக்கோயிலைப் பாடும் பரிபாடற் பாட்டும், ஆழ்வார்களின் பாசுரங்களும், சமூகத்துக்கு உண்மையான இலக்கியங்களாக உள்ளன. ஆனால், பிற்காலத்தில் இக்கோயிலின் மீதெழுந்த சிற்றிலக்கியங்கள் அறிந்த செய்திகளையும் சொல்லாது விட்டுவிட்டன; வெறும் வடிவமரபுகளைக் காக்கும் இலக்கியங்களாக அமைந்துவிட்டன. ஆயினும் ஆழ்வார்களின் பாசுரங்களுக்குப் பிற்காலத்தில் எழுந்த உரைகள் ஆழ்வார்களின் பாசுரங்களில் பொதிந்து கிடக்கும் பிற மத எதிர்ப்புணர்ச்சிகளை வெளிப்பட எடுத்து விளக்கியுள்ளன. பிற மத எதிர்ப்புணர்ச்சி சங்க இலக்கியங்களிலே அரும்பிவிட்ட செய்தியும் இவ்வியலில் விளக்கப்பட்டுள்ளது.

நான்காவது இயலில், தமிழ்நாட்டில் வைணவக் கோயில்களில் இக்கோயிலுக்குச் சிறப்பாக அமைந்த ஆண்டார் - சமயத்தார்

அமைப்பு முறை விளக்கப்பட்டுள்ளது. கள ஆய்வின் மூலம் வெளிப்படுத்தப்பட்ட இந்த அமைப்புமுறை, காலமாற்றங்களின் காரணமாக இன்று பெருமளவு சிதைந்து நிற்கிறது. சமய அறிவும் தத்துவஞானமும் உடைய 'உயர்ந்தோர்', பக்தி உணர்ச்சியை மட்டுமே கொண்ட நாட்டுப்புற மக்களைத் தங்கள் அணியில் இணைத்துக் கொள்வதற்கு ஆண்டார் - சமயத்தார் அமைப்பு முறையை உருவாக்கினர். கடந்த நூற்றாண்டுவரை நாட்டுப்புற மக்களுக்கும் இப்பெருந்தெய்வக் கோயிலுக்கும் இடையேயான உறவினை வளர்ப்பதிலும் காப்பதிலும் இந்த அமைப்பு பெரும் பணியாற்றியுள்ளது.

ஐந்தாவது இயலில், அழகர்கோயில் சமூகத்தோடு கொண்டிருந்த உறவு கள்ளர், இடையர், அரிசனர், வலையர் ஆகிய சாதியாரை முன்னிறுத்தி ஆராயப்பட்டது. திருமாலடியார் என்ற அளவில் இடையர் இக்கோயிலோடு உறவு கொண்டனர். இந்திரனை வழிபட்டிருந்த தமிழ்நாட்டு உழவர்களைப் பலராம வழிபாட்டுக்குத் திருப்பத் தமிழ்நாட்டு வைணவம் முயன்றது. பாண்டிய நாட்டில் அழகர்கோயிலில் நிகழ்ந்த பலராம வழிபாடு, உழவர்களை வைணவத்திற்குள் ஈர்க்கப் பயன்படுத்தப்பட்டது. காலப்போக்கில் பலராம வழிபாடு திருமால் வழிபாட்டில் கலந்து மறையவே, பலராம வழிபாட்டினரான உழவர்கள் திருமாலை வழிபடுவோராக வைணவ சமயத்துக்குள் நிலைபெற்றுவிட்டனர். தமிழ்நாட்டில் அழகர்கோயில் மட்டுமே உழவர்களை வைணவ சமயத்தில் நிறுத்தும் முயற்சியில் வெற்றி பெற்றது. அழகர் கோயிலுக்குக் கிழக்கேயுள்ள நிலப்பகுதியில் வாழ்ந்த நாட்டுக்கள்ளர் போர்க் குணம் மிகுந்த சாதியாராவர். சொத்துடைமை நிறுவனமான கோயில் தன்னைக் காத்துக்கொள்வதற்கு இவ்வினத்தாரோடு உறவு கொண்டது; அவ்வுறவுக்கு ஆன்மீக வண்ணமும் தந்தது.

எனவே கோயிலுக்கும் கள்ளர் சமூகத்தார்க்கும் ஏற்பட்ட உறவு சமூக அழுத்தங்களினால் உருவானதாகும். எனவேதான் கள்ளர் சாதியார் வைணவ சமயத்தில் இடையரைப் போலவும் அரிசனரைப் போலவும் போதுமான ஈடுபாடு காட்டாது போயினர். அழகர்கோயிலுக்கும் வலையருக்கும் ஏற்பட்ட உறவு, சமூக அழுத்தங்களின் காரணமாக வலையரே ஏற்படுத்திக் கொண்ட உறவாகும். உறவு நாடிவந்த வலையரைக் கோயில், கள்ளர்களைப்போல விரும்பி ஏற்றுக்கொள்ளவில்லை; ஆனால்

புறந்தள்ளவும் இல்லை. வாழும் நிலப்பகுதியால் கோயிலுக்கு அருகிலிருப்பதே வலையர் கோயிலோடு உறவு கொள்ளக் காரணமாயமைந்தது.

ஆறாவது இயலில், அழகர்கோயில் திருவிழாக்கள் ஆராயப் பட்டன. இவ்வியலில் இக்கோயிலின் திருவிழாக்களில் பெரும் பாலான சமூகத் தொடர்பின்றி அமைவது விளக்கப்பட்டுள்ளது. நாட்டுப்புற அடியவர்கள் பங்குகொள்ளும் திருவிழாக்களே இக்கோயிலில் சிறப்பாகவும், சமூகத் தொடர்பைக் காப்பன வாகவும் அமைகின்றன. தேரோட்டத் திருவிழாவும் வேடுபறித் திருவிழாவும் கள்ளர் சாதியாரோடு இக்கோயில் கொண்டுள்ள உறவினை விளக்குவதோடு அவ்வுறவினைக் காப்பதாகவும் அமைந்துள்ளது.

ஏழாவது இயலில், சித்திரைத் திருவிழாவும்அத்திருவிழாவில் கூறப்படும் பழமரபுக் கதையும் ஆராயப்பட்டன. இப்பழமரபுக் கதைச் செய்திகள், களஆய்வின்வழித் தெளிவாக்கப்பட்டு, இக்கதை குறித்த டென்னிஸ் அட்சனின் கருத்துக்கள் மதிப்பீடு செய்யப்பட்டுள்ளன. டென்னிஸ் அட்சனின் முடிவுகள் ஓரிரு செய்தி வேறுபாடுகளுடன் ஏற்றுக்கொள்ளப்பட்டுள்ளன.

எட்டாவது இயலில், வர்ணிப்புப் பாடல்கள் ஆராயப்பட் டுள்ளன. மதுரை வட்டாரத்தில் பிறந்து, அழகர்கோயிலை மையமாகக்கொண்டு வர்ணிப்புப் பாடல்கள் ஒரு சிற்றிலக்கிய வகைபோல வளர்ச்சி பெற்றுள்ளன. வர்ணிப்புப் பாடல்களின் தோற்றமும் அவற்றின் வளர்ச்சியில் பாகவத அம்மானை பெறும் இடமும் விளக்கப்பட்டுள்ளன.

ஒன்பதாவது இயலில், சித்திரைத் திருவிழாவில் வெளிப்படும் நாட்டுப்புறக் கூறுகள் ஆராயப்பட்டன. கால்நடை வளர்ப்போர், உழுதொழில் செய்வோர் ஆகியோரின் தெய்வமாக அழகர்கோயில் இறைவன் விளங்கும் செய்தி விளக்கப்பட்டுள்ளது. இது தமிழ்நாட்டு வைணவக் கோயில்களில் அழகர்கோயில் பெற்ற தனிச்சிறப்பாகும்.

பத்தாவது இயலில், கோயிற் பணியாளர்களுக்கும் இக்கோயி லுக்குமுள்ள உறவு ஆவணங்களாலும், நடைமுறைகளாலும், நம்பிக்கைகளாலும் விளக்கப்பட்டது. அவர்கள் கோயிலையும் தங்களையும் காத்துக்கொள்வதற்காக, காலமாற்றங்களுக்கு

நெகிழ்ந்து கொடுத்துள்ளனர். வாழ்க்கைப் போராட்டத்தில் நிலை பெறுவதற்காகச் சமய நம்பிக்கைகளைத் தளர்த்திக்கொள்வது சமய இயக்க வரலாற்றில் தவிர்க்க முடியாததாகும் என்பதையே இக்கோயிற் பணியாளர் பற்றிய செய்திகள் நமக்கு உணர்த்துகின்றன.

பதினோராவது இயலில், அழகர்கோயிலிலுள்ள பதினெட்டாம் படிக் கருப்பசாமியைப் பற்றிய செய்திகள் ஆராயப்பட்டன. வழக்கு மரபிலுள்ள நம்பிக்கைகள், கதைப்பாடல், நடைமுறைகள் ஆகியவை வழி இச்சிறுதெய்வத்தின் வரலாறும், இச்சிறுதெய் வத்தின் வைணவச் சார்புடைய தோற்றமும் விளக்கப்பட்டன. இச்சிறுதெய்வத்தைப் பற்றிய செய்திகளும், சமய இயக்கங்கள் தங்களைக் காத்துக்கொள்ள எவ்வகையில் சமூகத்தோடு ஒத்துப் போகின்றன (compromise) என்பதையே உணர்த்துவனவாக அமைகின்றன.

பிற்சேர்க்கை I : 1

ஆறுபடை வீடுகளும் பழமுதிர்சோலையும்

முருகக் கடவுள் வீற்றிருக்கும் தலங்களில், ஆறு தலங்களை இணைத்து 'ஆறுபடை வீடுகள்' என வழங்கி வருகின்றனர். முருகன் ஆறுபடை வீடுகளுக்கு உரியவன் என்பது தமிழர்களின் ஆழ்ந்த நம்பிக்கை. பரங்குன்றம், அலைவாய் (திருச்செந்தூர்), ஆவிநன்குடி (பழனி), ஏரகம், குன்றுதோறாடல், பழமுதிர்சோலை (அழகர் கோயில்) ஆகிய ஊர்களை ஆறுபடை வீடுகள் என்பர். சங்க இலக்கியங்களில் ஒன்றான திருமுருகாற்றுப்படையினையே இக்கருத்துக்கு முதற் சான்றாகக் காட்டுவர்.[1] குன்றுதோறாடலை விடுத்துத் திருத்தணியைச் சேர்த்துக் கூறும் வழக்கமும் உண்டு. இக்கருத்திலமைந்த வண்ணப் படங்களையும் (Lithographs) தமிழ்நாட்டில் நிறையவே காணலாம்.

முதல் மூன்று தலங்களும் இன்றளவும் முருகன் கோயிலை உடையவனாக விளங்குகின்றன. குன்றுதோறாடல், பழமுதிர் சோலை ஆகிய இரு தலங்களும் பல ஐயப்பாடுகளைத் தோற்றுவிக்கின்றன. 13ஆம் நூற்றாண்டைச் சேர்ந்த சிலப்பதிகார அரும்பத உரையாசிரியர், குடந்தைக்கருகில் உள்ள சுவாமிமலையை 'வெண்குன்றம்' என்று குறிக்கிறார்.[2] 15ஆம் நூற்றாண்டினரான அருணகிரிநாதர் அதையே 'ஏரகவெற்பெனும் அற்புதமிக்க சுவாமி மலைப்பதி' என்று குறிக்கிறார்.[3] அருணகிரிநாதருக்கு முன் சுவாமி மலையே திருவேரகம் என்று குறிப்பதற்குக் கல்வெட்டு, இலக்கியச் சான்றுகள் ஏதும் இல்லை. வெண்குன்றமும் திருவேரகமும் இரண்டு ஊர்கள் எனச் சிலப்பதிகாரம் தெளிவாகக் குறிக்கிறது.[4]

குமரி மாவட்டத்தில் தக்கலைக்கு அருகில் உள்ள குமாரபுரமே திருவேரகம் என்பது சிலர் கருத்து.[5] நெல்லை மாவட்டத்தில் உள்ள வள்ளியூர்தான் திருவேரகம் என்று இன்னும் சிலர் கருதுகின்றனர்.[6] டாக்டர் மா.இராசமாணிக்கனார், 'தென்கன்னட மாவட்டத்தில் புத்தூர் வட்டத்திலுள்ள குமாரபர்வதமே திருவேரகம்' என்கிறார்.[7]

குன்றுதோறாடல் என்ற தலம் எங்கிருக்கிறது என்று இதுவரை யாரும் கண்டறியவில்லை. பழமுதிர்சோலை என்னும் தலம் மதுரைக்கு அருகிலுள்ள அழகர்கோயிலே என்ற கருத்து மக்களி டையே நிலவுகிறது. 14ஆம் நூற்றாண்டினரான கந்தபுராண ஆசிரியர், பழமுதிர்சோலை என்பது ஒரு முருகன் தலம் என்பது போலத் தம் நூற்பாயிரத்தில் பாடுகிறார்.[8] 15ஆம் நூற்றாண்டினரான அருணகிரிநாதரும் இச்சோலைமலையே பழமுதிர்சோலைமலை என்று கருதிப் பாடியுள்ளார்.[9] இவைதவிர, 'பழமுதிர்சோலை என்பது அழகர் கோயிலே; அது முருகனின் ஆறுபடை வீடுகளில் ஒன்று' என்ற கருத்துக்கு ஆதரவாக வேறு சான்றுகள் எதுவும் இல்லை.

பரங்குன்றம், அலைவாய், ஆவிநன்குடி, திருவேரகம் ஆகிய நான்கு மட்டுமே திருமுருகாற்றுப்படை குறிப்பிடும் முருகன் தலங்கள் என்று இராசமாணிக்கனார் கருதுகிறார். குன்றுதோறாடல் என்ற சொல்லுக்கு, 'மலைதோறும் ஆடல் கொண்டவன்' என்பது அவர் கொண்ட பொருளாகும்.[10] குன்றுதோறாடல் எனுந் தலைப்பில் அமைந்த திருப்புகழ்ப் பாடல்கள் ஐந்தும்,

"பல குன்றிலும மர்ந்த பெருமாளே"
"பல மலையுடைய பெருமாளே"
"மலை யாவையும் மேவிய பெருமாளே"
"குன்று தோறாடல்மேவு பெருமாளே"

என்றே முடிகின்றன.[11] இதை நோக்கியபின் இராசமாணிக்கனாரின் முடிவுக்கு நாமும் வருதல் வேண்டும். 'குன்றுதோறாடல்' என்னும் பெயரோடு ஒரு முருகன் தலம் இருந்ததாக வாதாட இயலாது.

'பழமுதிர்சோலை மலைகிழவோன்' என்று முருகனைச் சங்க இலக்கியமான திருமுருகாற்றுப்படை பாடுகிறது.[12] 'பழமுதிர் சோலை என்பது ஒரு முருகன் தலம்; அது அழகர்மலையில் இருந்தது' என்ற கருத்துடையவர்கள் அதையே சான்றாகக் காட்டு கின்றனர். ஆனால் இராசமாணிக்கனார் பழமுதிர்சோலை எனப் படும் அழகர் மலையில் முருகன் கோயில் இருந்ததில்லை என்று கருதுகிறார்.

முருகாற்றுப்படை பாடிய நக்கீரரைத் தவிரச் சங்கப் புலவர் வேறு பலரும் மதுரைக்கருகிலுள்ள முருகன் தலமான திருப்பரங்

குன்றத்தைப் பாடியுள்ளனர். ஆனால் பழமுதிர்சோலை பற்றிய செய்தியோ குறிப்போ முருகாற்றுப்படை தவிர வேறு எந்தச் சங்க இலக்கியத்திலும் இல்லை. 'மதுரைக்கருகில் உள்ள அழகர்மலைப் பகுதியில் இப்புலவர்கள் (சங்கப் புலவர்கள்) காலத்தில் திருப்பரங் குன்றத்தைப்போல் முருகன் கோயில்கொண்ட மலை ஒன்று இருந்திருக்குமாயின், இப்புலவர்கள் அதனைப் பாடாது விட்டிருப் பார்களோ?' என்ற கேள்வியின்மூலம் தன் கருத்தை இராச மாணிக்கனார் தெளிவாக்குகிறார்.[13]

இருப்பினும் இச்சிக்கல் இன்னும் ஓய்ந்தபாடில்லை. அழகர் கோயில் என்னும் பழமுதிர்சோலை முருகன் தலமே என்றும் இன்றுள்ள திருமால் கோயிலே முருகன் கோயில்தான் என்ற கருத்துப்படவும் 'பழமுதிர்சோலை' என்ற பெயரோடு ஒரு நூலே வெளிவந்துள்ளது.[14] இந்நூலின் கருத்துக்களை ஆராய்வதற்குமுன் வேறு சில கேள்விகளும் எழுகின்றன.

திருமுருகாற்றுப்படை முருகனது ஆறுபடை வீடுகளைக் குறிப்ப தானால், 'முருகன் ஆறுபடை வீடுகளுக்கு உரியவன்' என்ற கருத்து அந்நூலில் ஓரிடத்தில்கூட இல்லையே, ஏன்? ஒவ்வொரு தலமாக விரித்துச் சொல்லும் நக்கீரர், 'ஆறு' என்ற எண்ணுப் பெயரை ஓரிடத்தில்கூடக் குறிக்கவில்லை என்பதையும் எண்ணவேண்டும்.

'படைவீடு' என்ற சொல் போர்வீரர் தங்கியிருக்கும் இடத்தைக் குறிப்பதாகும். இதனைப் 'பாடிவீடு' என்று குறிப்பிடுவதும் உண்டு. நெல்லை மாவட்டத்தில் தாமிரவருணி ஆற்றங்கரையில் உள்ள 'மணற்படை வீடு' என்னும் ஊர் பாண்டியர் படை தங்கியிருந்த இடமாகும். தஞ்சை மாவட்டத்தில் குடந்தைக்கருகில் ஆரியப் படையூர், பம்பைப் படையூர் என்ற இரண்டு ஊர்கள் உள்ளன. இவற்றுக்கருகில் உள்ள 'பழையாறு' எனப்படும் பழையாறை, பிற்காலச் சோழர்களின் இரண்டாம் தலைநகராக இருந்தது. எனவே இவ்விரண்டு படையூர்களும் சோழர்களின் படைகள் தங்கியிருந்த படைவீடுகளாகும்.

முருகன், அலைவாய் எனப்படும் திருசெந்தூரில் சூரபது மனைப் போரிட்டு அழித்தான். எனவே அது 'படைவீடு' எனப்படும் தகுதி பெற்றது. பரங்குன்றிலோ, ஆவிநன்குடியிலோ, திருவேரகத்திலோ முருகன் போர்க்கோலம் கொண்டதாகவோ போரிட்டதாகவோ எவ்வகையான புராணச் செய்திகளும் இல்லை.

அப்படியாயின் அவற்றைப் படைவீடு என்று அழைப்பது எப்படிப் பொருந்தும்?

'மாடமலி மறுகிற் கூடற் குடவயின்' (மாடங்கள் நிறைந்த மதுரைக்கு மேற்கே) திருப்பரங்குன்றம் உள்ளது என்று முருகாற்றுப் படை தெளிவாகக் குறிப்பிடுகின்றது. பழமுதிர்சோலை எனப்படுவது அழகர்மலை என்பது உண்மையானால், அது மதுரைக்கு வடக்கே அல்லது வடகிழக்கே உள்ளது என்றும் முருகாற்றுப்படை குறித்திருக்க வேண்டும். அப்படிக் குறிக்கவில்லையே, ஏன்?

பெரும்பாறையாக இன்று விளங்கும் திருப்பரங்குன்றத்தை 'மந்தியும் அறியா மரம்பயில் அடுக்கம்'என்றும், 'அரமகளிர் ஆடும் சோலைகளை உடையது' என்றும் முருகாற்றுப்படை வருணிக்கிறது. அழகர்மலையே பழமுதிர்சோலையானால் இன்றளவும் நீரோடும் சிலம்பாற்றை (நூபுரகங்கையை) நக்கீரர் குறிக்காமல் விடுவாரோ? சங்க இலக்கியங்களில் மற்றொன்றான பரிபாடல் சிலம்பாற்றையும் குறிப்பிட்டு அம்மலையை 'மாலிருங்குன்றம்' என்றும் தெளிவாகக் குறிக்கிறது.[15]

சங்க இலக்கியங்களுக்குச் சற்றே பிற்பட்ட சிலப்பதிகாரம், சிலம்பாற்றையும் குறித்து இம்மலையைத் 'திருமால் குன்றம்' என்று கூறுவதும் இங்கு எண்ணவேண்டிய செய்தியாகும். பரிபாடல் 'பரங்குன்றத்தை' முருகன் தலம் எனப்பாடுகிறது. பழமுதிர் சோலையைக் குறிக்கவில்லை. மாறாக, 'மாலிருங்குன்றத்தில் பலராமனும் திருமாலும் சொல்லும் பொருளுமாக விளங்கு கின்றனர்' என்று பாடுகின்றது.[16]

ஆனால் அலைவாயினை அதே பெயரோடு, புறநானூற்றுப் பாடல் ஒன்றும், தொல்காப்பியம் களவியல் உரை மேற்கோள் பாடல் ஒன்றும் குறிக்கின்றன. புறநானூற்றின் 55ஆம் பாடல், 'வெண்தலைப் புணரி அலைக்கும் செந்தில்' எனக் குறிக்கிறது. அகநானூற்றின் இரண்டு பாடல்கள் (1,61) 'பொதினி' என்ற பெயரால் ஆவிநன்குடியைக் குறிக்கின்றன. சிலப்பதிகாரம் திருவேர கத்தை முருகன் தலம் என்றே குறிக்கின்றது. ஆனால் குன்று தோறாடலும் பழமுதிர்சோலையும் பதினைந்தாம் நூற்றாண்டி னரான அருணகிரிநாதர் காலம்வரை வேறு எந்த இலக்கியங் களிலும் குறிக்கப்படவில்லை.

செந்தில், செங்கோடு, வெண்குன்றம், ஏரகம் ஆகிய முருகன் தலங்களைக் குறிக்கும் சிலப்பதிகாரம், முருகன் ஆறுபடை வீடுகளுக்கு உரியவன் என்று எங்குமே பேசவில்லை.

பழமுதிர்சோலை அழகர்மலையில் உள்ளதாக அருணகிரிநாதர் தம்காலத்து நிலவிய மக்களின் நம்பிக்கையின் அடிப்படை யிலேயே பாடினார். தான் செல்லாத தலத்தைப் பாடுவாரா? என்ற கேள்வி எழுவது இயற்கை. காணாத ஒன்றையும் பாடுவது பக்தி உலகில் இயற்கையே. இலங்கையில் உள்ள திருக்கேதீச்சுரத்துக்குச் செல்லாத திருநாவுக்கரசர், தேவாரத்தில் அதைப் பாடியுள்ளார். அதுபோலவே திருக்கயிலாயத்தைத் தேவார மூவரும் பாடியுள்ள மையும் நினையத்தக்கது.

அருணகிரிநாதரின் திருப்புகழிலும், முருகன் ஆறுபடை வீடுகளுக்கு உரியவன் என்ற கருத்தை எங்கும் காணவில்லை. ‘குன்று தோறாடல்’என்ற தலைப்பில் அமைந்த பாடல்களிலும் அந்தப் பெயரோடு ஓர் ஊர் இருந்ததாக அருணகிரிநாதர் பாடவே யில்லை,

அப்படியானால், பழமுதிர்சோலைமலை என்ற முருகாற்றுப் படையின் ஈற்றடிக்கு எவ்வாறு பொருள் கொள்வது? “திருமுரு காற்றுப் படை ‘பழமுதிர்சோலைமலைக் கிழவோனே’என்றது கொண்டு பழமுதிர் சோலை என்ற ஒரு திருப்பதி முருகனுக்கு உரியதாகக் கூறுவதுண்டு. நச்சினார்க்கினியர் உரையால் அப்படி யொரு திருப்பதி இருந்ததென அறிய இயலவில்லை. முருகாற்றுப் படையின் சொல்லமைப்பும் அதனை வலியுறுத்தவில்லை.” இவ்வாறு கூறும் ஔவை சு.து.[17] அடுத்து ஓர் ஐயத்தைக் கிளப்புகிறார்.

“திருமாலடியார் திருமாலிருஞ்சோலை என்கின்றனர். அவர்கள் சோலைமலை என வழங்குவதும் முருகாற்றுப்படை ‘பழமுதிர்சோலை மலை’ என வழங்குவதும் ஒத்திருப்பது பற்றி இவ்வாறு கோடற்கு இடமுண்டாகிறது. இதுவும் நன்கு ஆராய்வதற்குரியது” என்கிறார்.[18] முருகாற்றுப்படையின் சொல்ல மைப்பு எதனை வலியுறத்தவில்லை என்றாரோ, அதனை அந்த முருகாற்றுப்படையின் சொல்லமைப்பினையே நம்பி ஆராய வேண்டும் என மறுவினாடியே கூறுகிறார். ஏன் இந்த முரண்பாடு?

இவருடைய ஐயத்துக்கு இராசமாணிக்கனார் பின்வருமாறு விடை கூறுகிறார்:

"திருமுருகாற்றுப்படையைக் கூர்ந்து கவனிப்பின், அதன் ஈற்றடியாகிய 'பழமுதிர்சோலைமலை கிழவோனே' என்பது எழுவாயாக அமைந்திருத்தலைக் காணலாம். '...பழமுதிர்குன்று' என்னும் தொடர் நற்றிணையில் (78) வந்துள்ளது. அதுபோலவே திருமுருகாற்றுப்படையில் 'பழமுதிர்சோலைமலை' என்பது குறிக்கப்பட்டுள்ளது" என்று விளக்குவதோடு[19], "பழமுதிர்சோலை என ஒரு மலை முருகனுக்கு உரியது என்பதற்கோ, அம்மலை அழகர் மலையே என்பதற்கோ அங்கு முருகன் கோவில் இருந்தது என்பதற்கோ சங்க நூல்களிலும் இடைக்காலக் கல்வெட்டுக்களிலும் சான்று இல்லை" என்ற மேலும் தெளிந்த முடிவினைக் கூறுகிறார் இராசமாணிக்கனார்.[20]

அப்படியானால் 'ஆறுபடைவீடு' என்ற வழக்கு எப்படி வந்தது? நக்கீரர் பாடிய ஆற்றுப்படை இலக்கியம் முருகனது வீதிமளைக் (தலங்களை) குறித்தது. திருப்பரங்குன்றம், திருச்சீரலைவாய், திருஆவினன்குடி, திருவேரகம் ஆகியன நக்கீரர் காட்டும் ஆற்றுப்படை வீடுகளாகும். 'ஆற்றுப்படைவீடு' என்னும் சொல்லே மக்கள் வழக்கில் 'ஆறுபடைவீடு'எனத் திரிந்தது. எனவேதான் முருகாற்றுப்படையில் வரும் குன்றுதோறாடல், பழமுதிர்சோலை மலை என்னும் இரண்டு சொற்களையும் இரண்டு முருகன் திருப்பதிகளின் பெயர்கள் என்று தவறாகக் கருத இடமேற்பட்டது.

பதினான்காம் நூற்றாண்டினரான கந்தபுராண ஆசிரியர் திருமுருகாற்றுப்படை கூறும் பரங்குன்றம் அலைவாய், ஆவிநன்குடி, ஏரகம் ஆகியவற்றைப் போலக் குன்றுதோறாடல், பழமுதிர்சோலை ஆகிய தொடர்களும் இரு முருகன் தலங்களின் பெயர்கள் என்று கொண்டு, தம் நூற்பாயிரத்தில்,

"திருப்பரங் குன்றமர் சேயைப் போற்றுவோம்"
"சீரலை வாய்வரு சேயைப் போற்றுவோம்"
'ஆவினன் குடிவரும் அமலற் போற்றுவோம்"
"ஏரகத் தறுமுகன் அடிகள் ஏத்துவோம்"
"குன்றுதோ றாடிய குமரற் போற்றுவோம்"
"பழமுதிற் சோலையம் பகவற் போற்றுவோம்"

என்று பாடுகிறார்.[21]

பதினைந்தாம் நூற்றாண்டினரான அருணகிரிநாதரும் இக்கருத்தினை அடியொற்றிப் பழமுதிர்சோலை என்றொரு முருகன் தலம் சோலைமலை (அழகர்மலை)யிலே இருந்ததாகப் பாடுகிறார். இத்தவறான கருத்தின் அடிப்படையில்தான் இன்றிருக்கும் அழகர்கோயிலே பழமுதிர்சோலை எனச் சிலர் வாதிட முற்பட்டனர்.

'பழமுதிர்சோலை' எனும் பெயரிய நூலின் கருத்துக்கள் ஆய்வு முடிவுகள் என்றோ, உண்மை கண்டறியும் முயற்சி என்றோ ஏற்கப்படவியலாதவை. இருப்பினும் அவற்றைத் திறனாய்தல் நமது கடமையே.

தாண்டவமூர்த்தி ஓதுவார் என்பாரால், 'குமரகுருபரன்' இதழில் (1953), 'கல்லழகர்' என்னும் தலைப்பில் எழுதப்பட்ட ஒரு கட்டுரை, 'அழகர்கோயிலைப் பற்றிய ஆராய்ச்சிக் குறிப்பு' என்னும் தலைப்போடு இந்நூலில் (1961) பிற்சேர்க்கையாகத் தரப்பட்டுள்ளது.

இந்நூல் தரும் கருத்துக்களை இனி நோக்குவோம்:

1. "அழகர்கோவிலிலுள்ள மூலவாண்டவர்க்குக் கல்லழகர் என்பது திருநாமம். மலையங்கான் என்ற நாமம் அதைப் பின்பற்றி அமைந்தது. கள்ளர் நாட்டிலிருப்பதால் கள்ளழகர் என்றும் வழங்கி வருகிறது. புராதன ரிக்கார்டுகளில் கள்ளழகர் என்று இருந்து வருகிறது. மூலாண்டர் உட்புறம் கல்லாகாரமாகச் சங்கு சக்கரமின்றி இருந்ததை பிற்காலம் அரிகேசரி பாண்டியன் என்பவனால் சாந்தாகாரம் ஆக்கிப் பிரயோக சக்கிரதாரியாக விளங்கி வருகிறார்" (ப.78).

கல்லழகர் என்ற பெயருக்கும் பாண்டியன் ஒருவன் சாந்தாகாரம் ஆக்கியதற்கும் சான்றுகளைக் கட்டுரையாளர் தரவில்லை. எனவே வரலாற்றுணர்வோடு இவற்றை ஏற்க முடியாது.

கல்லழகர் என்ற பெயரைப் பின்பற்றி மலையலங்காரன் என்ற பெயர் அமைந்ததாகக் கூறுவதும் ஒரு கற்பனையே. 'அழகர்', 'அலங்காரன்' என்ற இரு சொற்களும் ஒருபொருள் தருவன அல்ல. 'மலையங்காரன்' என்ற பெயர், 'அழகர் அலங்காரன் மலை' என்ற பெரியாழ்வாரின் பாசுரத்தால் அமைந்ததென்று கொள்வதே பொருத்தம்.

2. "மேற்படி கோயில் மூலஸ்தானத்திலேயே 'சோலைமலைக்

குமரன்' என்ற வெள்ளி விக்ரஹம் இருந்துவருகிறது" (ப.80).

இத்திருமேனியின் பெயர் 'சோலைமலைக்கரசர்' என்பதே சரியான செய்தியாகும். 'ஏறு திருவுடையான்', 'சுந்தரத்தோளுடையான்' என இக்கோயிலின் பிற திருமேனிகள் பாசுரப் பெயர்களை பெற்றது போலவே, இத்திருமேனியும் 'சோலைமலைக் கரசே என்கண்ணபுரத்தமுதே' என்ற பெரியாழ்வார் பாசுரத்தினால் பெயர் பெற்றது.

3. 'ஆறுமுகப் பெருமாள் திருக்கோயில் சுவாமிகளுடன் பன்னிருகை ஆறுமுகத்துடன் பதினெட்டாம்படிக்குத் தென்புரம் மலையின் மீது தனிச்சந்நிதியாக இருந்ததாகவும் தெற்குக் கோட்டை வாசலுக்கு எதிர்ப்புறம் ராயகோபுரம் உள் வாசலுக்கு எதிரில் இருந்ததாகவும் பழமொழியாகச் சொல்கிறார்கள்" (ப.86).

வழக்கு மரபினை (oral tradition) மட்டுமே ஆதாரமாகக் கொள்ள இயலாது. இக்கோயிலில் தொல்லியல் ஆய்வுத்துறையினரால் படியெடுக்கப்பெற்ற 223 கல்வெட்டுக்களிலும் இவ்வாறு ஒரு கோயில் இருந்ததற்கான சிறுகுறிப்புகள்கூட இல்லை.

4. மலைமீது சிலம்பாற்றுக்கு அருகிலுள்ள ஒரு மண்டபத்தில் 1960இல் முருகன் கோயில் கட்டப்பட்டது. இம்மண்டபத்தின் முன் ஒருகாலத்தில் முருகன் கோயில் இருந்தது எனவும் கட்டுரையாளர் (1953) குறிப்பிடுகிறார் (ப.81).

முருகன் கோயில் கட்டப்பட்ட இவ்விடம் பழமுதிர்சோலை எனவும் பெயரிடப்பெற்றது. இது தொடர்பாக வைணவ சமயத்தார் தொடர்ந்த வழக்கில் 1967இல் சென்னை உயர்நீதி மன்றம் இவ்வாறு தீர்ப்பளித்தது:

"இம்மண்டபம் வழக்கிற்கு முன்னிருந்தவாறு சோலைமலை மண்டபம் அல்லது புளிக்குமிச்சான்மேடு அல்லது சாம்பல்புதூர் மண்டபம் என்றே அழைக்கப்பட வேண்டும். பழமுதிர்சோலை முதலிய பிற புதிய பெயர்களால் அழைக்கப்படக்கூடாது. மேலும் இம்மண்டபம் அழகர்கோயிலின் சொத்தே என்றும் தீர்ப்பளிக் கப்பட்டது.[22]

மலை வழியினையும் வழியிலுள்ள மண்டபங்களையும் நோக்குவார்க்கு, ஐப்பசி மாதத்தில் அழகர் தொட்டி உற்சவத் துக்காக மலைமீது செல்லும்போது தங்கி இளைப்பாறும் பல

மண்டபங்களில் ஒன்றாகவே இது இருந்திருக்க வேண்டும் என்பது புலப்படும்.

5. இக்கோயிலுக்கு ஒரு மைல் கிழக்கே மலையிலுள்ள ஒரு குகையினை 'நக்கீரர் குகை' எனக் குறிப்பிட்டு, ஒரு பூதத்தால் இங்கு அடைக்கப்பட்ட நக்கீரரை முருகன் சிறைமீட்டான் என்பது செவிவழிச் செய்தியாக வழங்குவதாகவும் கட்டுரையாளர் கூறுகிறார் (ப.86).

'அழகர்மலைக் கல்வெட்டுக்கள்' எனப் புகழ்பெற்ற தமிழி (பிராமி) கல்வெட்டுகள் உடைய இக்குகை, சமணத்துறவிகளின் இருப்பிடம் என்பது வரலாற்றறிஞர் முடிவு. பிற சமணக் குகை களைப்போலவே இக்குகையும் கற்படுக்கைகளை (rock cut beds) உடையதே. சமணத்துறவி ஒருவரின் புடைப்புச் சிற்பமும் அதன்கீழ் 'அச்சணந்தி செயல்'என்றொரு சிறிய வட்டெழுத்துக் கல்வெட்டும் இங்கு உள்ளன. எழுத்தமைதி கொண்டு இவ்வட்டெழுத்துக் கல்வெட்டின் காலம் கி.பி.8 அல்லது 9ஆம் நூற்றாண்டு ஆகலாம் என்பர் பி.பி.தேசாய்.'[23]

எனவே இந்த ஆய்வுக் கட்டுரை வலியுறுத்தும் கருத்துக்கள் இவைதாம்:

1. அழகர்கோயில், பழமுதிர்சோலை என்ற பெயரில் முருகன் திருப்பதியாக இருந்ததில்லை.

2. தமிழ்நாட்டில் முருகன் திருப்பதிகள் சங்க காலத்திலும் நிறைய இருந்தன. ஆனால் 'ஆறுபடை வீடு'என்பது மக்களிடையே பிறந்த நம்பிக்கைதான்; வரலாற்று உண்மையன்று. முருகாற்றுப்படையின் அடிகளுக்குத் தவறான பொருள் கண்டதால் இந்த நம்பிக்கை வளர்ந்தது.

குறிப்புகள்

1. இ.எஸ்.வரதராஜய்யர், தமிழ் இலக்கிய வரலாறு (1-1100 A.D.), 1957, ப. 239.
2. அடியார்க்கு நல்லார் (உரை), சிலப்பதிகாரம், உ.வே.சா. பதிப்பு, 1960, ப. 512.
3. திருப்புகழ், கழகப்பதிப்பு, 1974, பாடல் 232.
4. "சீர்கெழு செந்திலும் செங்கோடும் வெண்குன்றும்
ஏரகமும் நீங்கா இறைவன்"
சிலம்பு., குன்றக்குரவை (தெய்வம் ராஅயது), பாடல் 8.

5. மா.இராசமாணிக்கனார், பத்துப்பாட்டு ஆராய்ச்சி, ப. 230.
6. செய்தியினைக் கூறியவர்: செல்வநாயகம், வள்ளியூர்.
7. மா.இராசமாணிக்கனார், மு.நூல்., ப. 230.
8. கந்தபுராணம் (வசனம்), கழகப்பதிப்பு, 1973, பாயிரம், பாடல்கள் 7-12.
9. திருப்புகழ், கழகப்பதிப்பு, 1974, பாடல்கள் 439-454.
10. மா.இராசமாணிக்கனார், மு.நூல்., ப. 230.
11. திருப்புகழ், 'குன்றுதோறாடல்' பற்றிய பாடல்கள்.
12. திருமுருகாற்றுப்படை, 317.
13. மா.இராசமாணிக்கனார், மு.நூல்., ப. 233.
14. கி.பழனியப்பன், பழமுதிர்சோலை, விவேகானந்தா அச்சகம்' மதுரை, 1961.
15. பரிபாடல்,15.
16. மேலது.
17. ஔவை சு.துரைசாமிப் பிள்ளை, பத்துப்பாட்டுச் சொற்பொழிவுகள், கழகப்பதிப்பு, 1952, ப. 45.
18. மேலது, ப. 45.
19. மா.இராசமாணிக்கனார், மு.நூல். ப.235.
20. மா.இராசமாணிக்கனார், மு.நூல். ப. 238.
21. கந்தபுராணம், பாயிரம், பாடல்கள் 7-12.
22. "That the Mantapam shall be known and called as solai-Malai Mantapam or PulikkumichanMedu or SambalputhurMantapam, (Ex. A.3. page 22) and not by any new name such as Pazhamuthir Solai" - Kallazagar Case. In the High Court of Judicature at Madras. Second Appeal 839 of 1962. Judgement dated 23.10.1967.
23. "There is no adequate evidence to ascertain the date of Ajjanandi in precision. But on consideration of palaeography of the epigraphs related to him, he might be assigned approximately to the age of the 8th and 9th century A.D." - P.B. Desai, Jainism in South India and some Jaina Epigraphs, 1957, p.63.

பிற்சேர்க்கை I : 2

தமிழ்நாட்டில் வாலியோன் (பலராமன்) வழிபாடு

தொல்காப்பியம் காட்டாத சமயநிலைகளையும், தெய்வங்களையும் சங்க இலக்கியங்கள் நமக்குக் காட்டுகின்றன. தொல்காப்பியம் சில வழிபாட்டு முறைகளை நமக்குக் காட்ட, சங்க இலக்கியங்களில் கடவுட்கொள்கைகள் சமயங்களாகக் கால் கொண்ட நிலைமையைக் காணலாம். அவற்றுள்ளும் கலித்தொகையும் பரிபாடலும் ஏனைய சங்க இலக்கியங்களிலிருந்து பெரிதும் மாறுபட்ட சமயநிலையை அல்லது சமய வளர்ச்சியை நமக்குக் காட்டுகின்றன. அவற்றுள் குறிப்பிடத்தக்கது வாலியோன் என்னும் பலராமன் வழிபாடு ஆகும்.

தொல்காப்பியர் 'வாலியோன்' என்ற தெய்வப்பெயரை எங்கும் குறிப்பிடவில்லை. ஆயினும் உயிர்மயங்கியல் நூற்பா ஒன்று (286) 'பனைமுன் கொடி வரின்' என்று தொடங்குகிறது. இதைக் குறிப்பிட்டு மு.இராகவையங்கார், "இங்ஙனம் பனைக்கொடியைத் தனியே எடுத்துக்கொண்டு ஆசிரியர் விதி கூறுதலினின்று அக்கொடி அக்காலத்து வழக்குமிகுதி பெற்றிருந்தது என்பது பெறப்படும். இங்ஙனம் பிரபலம் பெற்ற பனைக்கொடி, நம்பி மூத்தபிரானான பலதேவர்க்கன்றி வேறெவர்க்கும் உரியதன்றென்பது கற்றோர் அறிவர்" என்கிறார்.[1] இக்கருத்து ஆராய்தற்குரியதே.

மாலிருங்குன்றம் என்னும் திருமாலிருஞ்சோலைமலையில் பலராமன் (வாலியோன்) திருமாலோடு கோயில் கொண்டுள்ளதைப் பரிபாடல் (15) கூறும். பலராமன் வெள்ளை நிறமுடையவன்; கலப்பையை ஆயுதமாக உடையவன்; ஒரு கையில் உலக்கையினை உடையவன்; பனைக்கொடியினை உடையவன்; பெருங்குடியன். இவன் ஒருமுறை ஒரு மரத்தடியில் சாய்ந்த வண்ணம் நீராடுவதற்காக, யமுனையைத் தன்னிடம் வருமாறு அழைக்கிறான். அவள் வராது போகவே தன் கலப்பை கொண்டு அவளைத் தன்னிருப்பிடத்திற்கிழுத்து நீராடுகிறான். இவனுக்கு 'உறலாயுதன்' என்ற

பெயரும் உண்டு. ‘உறலம்’ என்ற வடமொழிச் சொல் ‘கலப்பை’ என்று பொருள்படும். திருமாலிருஞ்சோலையில் நேமியும் கலப்பையும் பொலிந்து நிற்பதாகப் பரிபாடலில் (15) இளம்பெருவழுதியார் பாடுகிறார்.

தொல்காப்பியர் மருதநில மக்களாகிய உழவர்களின் தெய்வமாக வேந்தன் எனப்பெறும் இந்திரனைக் குறிப்பிடுகின்றார். இந்திரன் உழுதொழிலுக்கு வேண்டிய மழை தரும் தெய்வம். பலராமனைப் பற்றிய செய்திகளிலிருந்து பலராமனும் உழவர்களின் தெய்வமாகவே விளங்கியது தெளிவு.

“பலராமனுக்கு கலப்பைதான் ஆயுதம் என்று கூறுவதால் இவர் உழவர்களின் தெய்வமாக ஆகிவிட்டார்” என்கிறார் அக்னிகோத்ரம் ராமானுஜ தாத்தாச்சாரியார்.[3]

இன்று தமிழ்நாட்டில் இந்திர வழிபாடும் இல்லை. பலராமன் (வாலியோன்) வழிபாடும் இல்லை. உழவர்களின் தெய்வ வழிபாடு எவ்வாறு மறைந்தது என்ற கேள்வி எழுகிறது.

தமிழ்நாட்டில் பலராம வழிபாடு நிகழ்ந்ததற்கு இலக்கியங் களைத் தவிர ஒரு சிற்பச்சான்றும் உள்ளது. மாமல்லபுரத்தில் கிருஷ்ண மண்டபத்தில் கிருஷ்ணன், பலராமன், நப்பின்னை ஆகிய மூவரும் இணைந்து நிற்கும் ஒரு சிற்பம் உள்ளது.[4] இச்சிற்பம் ஏறத்தாழ கி.பி.ஏழாம் நூற்றாண்டினது என்பர்.[5]

“உடுப்பிக்கருகிலுள்ள குடவூர் என்ற கிராமத்தில் அதிசயமாக ஒரு பலராமர் கோயில் உள்ளது” என்று பி.ஆர்.ஸ்ரீநிவாசன் கூறுகிறார்.[6]

சங்க இலக்கியங்களில் புறநானூறும் பரிபாடலும் பலராமனைத் திருமாலோடு சேர்த்து அவனுக்கு உடன் பிறந்தவனைப் போலக் குறிக்கின்றன. கபிலரும் நற்றிணையில் ஒரு குறிஞ்சித்திணைப் பாடலில்,

“மாயோன் அன்ன மால்வளாக் கவாஅன்
வாலியோன் அன்ன வயங்குவெள் ளருவி”[7]

என இருவரையும் ஒருசேரக் குறிக்கிறார். பரிபாடலும், கடலும் கானலும் போலவும் சொல்லும் பொருளும் போலவும் விளங்குவதாக இருவரையும் குறிக்கிறது. திணைமாலை நூற்றைம்பதில் ஒரு பாடலும் (58), யாப்பருங்கல விருத்தி மேற்கோள் பாடலொன்றும்

(78), இலக்கண விளக்கம், 738ஆம் சூத்திர மேற்கோள் பாடலும் இதே உவமையால் இவர் இருவரையும் விளக்கிப் பாடியமை நினையத்தக்க செய்தியாம். கடலின் நீலநிறமும்கரைமணலின் வெண்நிறமும் கருதியே, திருமாலையும்வாலியோனையும் இவை இணைத்துக் குறிப்பிடுகின்றன. இளம்பெருவழுதியார், பரிபாடலில் (15) இவர்கள் இருவரையும் 'காத்தலாகிய ஒரே தொழில் செய்யும் இருவர்' எனவும் குறிக்கிறார்.[8]

புலவர் கீரந்தையார் 2ஆம் பரிபாடலில், 'திருமாலே நீ வாலியோற்கு இளையன் என்பார்க்கு இளையனாகவும், முதியன் என்பார்க்கு முதியனாகவும் உள்ளாய்' என்கிறார். முதற்பாடலில் இளம்பெருவழுதியார் திருமாலே வாலியோனைத் தன்னகத்துக் கொண்டுள்ளதாகப் பாடுகிறார். நான்காவது பரிபாடலில், 'கருடக் கொடியுடைய திருமாலே! பனைக்கொடியும், நாஞ்சிற்கொடியும், யானைக் கொடியும் உனக்குரியவையே' என்கிறார் கடுவன் இளவெயினனார். பதின்மூன்றாம் பரிபாடலில் நல்லெழினியார், 'திருமாலே! துளவஞ்சூடிய அறிதுயிலோனும் நீயே! மாற்றார் உயிருண்ணும் நாஞ்சில் உடையோனும் நீயே! ஆதிவராகமும் நீயே!' என்று தெளிவாகவே கூறிவிடுகிறார்.

கடுவன் இளவெயினனார் கிருஷ்ணனின் நான்கு வியூகங்கள் எனப்படும் வாசுதேவன், சங்கர்ஷணன், பிரத்தியும்நன், அநிருத்தன் என்பவற்றை,

"செங்கட் காரி கருங்கண் வெள்ளை
பொன்கட் பச்சை பைங்கண் மாஅல்"[9]

என்று குறிப்பர். வெள்ளை பலராமனின் நிறம் மட்டுமன்று; வெள்ளை என்பதே பலராமனின் பெயர்களில் ஒன்று எனப் பிங்கல நிகண்டு கூறும்.[10] 'மேழி வலனுயர்த்த வெள்ளை', 'வெள்ளை நாகர்'எனச் சிலப்பதிகாரமும் 'பொறப்பனை வெள்ளை' என்று இன்னாநாற்பதும்[12] பலராமனைக் குறிப்பிடும். கலப்பை யினையுடைய பலராமனையே சங்கர்ஷணன் என்பர். 'சங்கர்ஷணன் என்ற சொல்லுக்கே 'உழவன்' (ploughman) என்று பொருள்' என ஜான் டவ்சனின் (John Dowson) 'இந்துக்கடவுள் புராணமரபு அகராதி கூறுகின்றது'.[13] எனவே மருத நிலத்து உழவரை இந்திர வழிபாட்டிலிருந்து கிருஷ்ண வழிபாட்டுக்கு இழுக்கும் முயற்சி பரிபாடல் காலத்திலேயே தொடங்கிவிட்டது எனலாம்.

சங்க இலக்கியங்களுக்குப் பிற்பட்ட திருக்குறள் 'விசும்புளார் கோமான் இந்திரன்'[14] என இந்திரனைக் குறித்தாலும், 'வான் சிறப்பு' அதிகாரத்தில் மழைத் தெய்வமான இந்திரனைப் பற்றிய குறிப்பு ஏதும் இல்லை.

கடல் சார்ந்த நெய்தல்நிலத் தெய்வமாகத் தொல்காப்பியர் வருணனைக் குறித்தாலும், சங்க இலக்கியங்களிலேயே வருண வழிபாடு பற்றிய தெளிவான குறிப்புகள் இல்லை என்பதை நினைவில் கொள்ள வேண்டும். அதைப்போலவே இந்திர வழி பாடும் சங்க இலக்கிய காலத்திலேயே பின்னடைந்துவிட்டது போலும்.

சிலப்பதிகாரத்தில், பூம்புகாரில் இந்திரன் கோட்டம் இருந்ததாக இளங்கோவடிகள் குறிப்பிடுகின்றார். புகார் நகர மக்கள் இருபத்தெட்டு நாள் இந்திரவிழா எடுக்கின்றனர். "தமிழ் வேந்தர்கள் இந்திரனோடு சேர்ந்து நின்று போரிட்டுத் தானவர்களை வென்றார்கள் என்பது போன்ற புராணச் சிந்தனையின் வளர்ச்சி யினை இவ்விழா எடுத்தற்குரிய காரணத்தில் காண்கிறோம்... இவ்விழா அரசியல், சமுதாயம், சமயம் அனைத்தும் இணைந்துள்ள ஒரு விழாவாக உள்ளது" என்று குறிப்பிடும் ப.அருணாசலம் அடுத்து ஒரு ஐயத்தைக் கிளப்புகின்றார். "இந்திர விழவூரெடுத்த காதையில் சோழர்களுக்கு ஏதோ தீங்கு ஏற்பட்டுவிட்டதன் எதிரொலிகளாகச் சில வரிகள் உள்ளன.

"வெற்றிவேல் மன்னற்கு உற்றதை ஒழிக்க" (65)
"வெந்திறல் மன்னற்கு உற்றதை ஒழிக்க" (79)
"வெற்றி வேந்தன் கொற்றம் கொள்க"(85)

எனக் கூறிப் பலியூட்டுகின்றனர். இங்கு வேந்தற்கு உற்ற ஊறுயாது? இந்திரவிழா ஒரு சாந்திவிழாவா?"[15] என்று வலிவான ஓர் ஐயத்தையும் எழுப்புகின்றார்.

இந்திரவிழாவும் புகாரின் கடற்கரையில் நிகழ்வதாகவே இளங்கோ குறிக்கிறார். மருதநிலத் தெய்வத்துக்கு நெய்தல் நிலத்தில் விழா நடைபெறுகிறது. இந்திரனுக்கு உரிய திசை கிழக்கு என்பர். கடற்கரைவாழ் மக்கள் கடலை நோக்கி-கிழக்கு நோக்கி இந்திரனை வழிபட்டார்களோ என்றெண்ணத் தோன்றுகிறது.

இந்த விழாவில் உழவர்களுக்குப் பங்கில்லை. இந்திரனுடைய

வச்சிரப்படையை எடுத்துவந்து நீராட்டுவோர் 'அரசகுமரரும் பரதகுமரரும்' என்கிறார் இளங்கோ. 'பரதகுமரர்'வணிக குலத்தவர் என உரையாசிரியர் கூறுகிறார். சமூகத்தின் மேல்தட்டில் வாழ்ந்த மக்களின் விழாவன்றி, உழுதொழில் செய்வோரின் விழாவாக இது இல்லை.

இருப்பினும் தீம்புனல் உலகத் தலைவனான இந்திரனிடம் மழை வேண்ட மட்டும் எடுத்த விழாவன்று அது என்பது தெளிவு. ஏனெனில் குன்றக்குறவர், பத்தினித் தெய்வமாகிய கண்ணகி மழைவளம் தருவாள் என்று வேண்டி வழிபடும் செய்தியைச் சிலப்பதிகாரத்திலேயே,

"ஒருமுலை இழந்த நங்கைக்குப்
பெருமலை துஞ்சாது வளஞ்சுரக் கெனவே"[16]

என்ற அடிகளில் காண்கிறோம். சிலம்பின் காலத்து மழைத்தெய்வ வழிபாடு வீரவழிபாட்டில் கலந்துவிடுகின்றது. மணிமேகலை,

"மண்டிணி ஞாலத்து மழைவளத் தரூஉம்
பெண்டிர்"[17]

என இக்கருத்தை மேலும் விரிவாக்குகிறது.

ஆயர்பாடியைச் சேர்ந்தவர்கள் இந்திரனுக்குப் படையலிட முற்படுகின்றனர். கிருஷ்ணன் அதைத் தடுக்கிறான். நந்தகோபனை நோக்கி, "தந்தையே! நாம் உழவர்களுமல்ல; வணிகருமல்ல.. இந்திரனுக்கும் நமக்கும் என்ன தொடர்பு? கால்நடைகளும் மலையுமே நமது தெய்வங்கள்"[18] என்கிறான். பின்னர் தானே அந்த மலையாக நின்று அந்தப் படையலினை ஏற்கிறான். இந்திர வழிபாட்டைத் தன்னை நோக்கித் திருப்பவே கிருஷ்ணன் இவ்வழியைக் கையாண்டான்" என்று வில்கின்ஸ் (Wilkins) கருதுகிறார்.[19]

இந்திரனுக்கும் கிருஷ்ணனுக்கும் நடந்த போராட்டத்தை ஆரியர்-ஆரியர் அல்லாதார் போராட்டத்தின் ஒரு பகுதியாகக் காண்கிறார் எஸ்.ராதாகிருஷ்ணன்.[20]

இந்திரன் ஆயர்களிடம் சினத்தைக் காட்டிப் பெருமழை பொழிய, கிருஷ்ணன் கோவர்த்தன மலையைக் குடையாகப் பிடித்து அவர்களைக் காக்கிறான். இது விஷ்ணுபுராணம் தரும் செய்தி.

கலப்பையேந்திய பலராமன் கண்ணனோடு எப்பொழுதும் இணைந்திருக்கிறான். கிருஷ்ணன் அவதாரங்களில் பலராம அவதாரமும் ஒன்று என்றும், விஷ்ணு கண்ணனாக வடிவெடுத்து வந்தபோது அவனது பள்ளியணையாகிய ஆதிசேடனே (இராமாவதாரத்தில் இலக்குவனாக வந்ததுபோல) பலராமனாக வந்தான் என்றும் புராணங்கள் கூறும். எனவே கிருஷ்ணனுடைய இந்திர எதிர்ப்பில் பலராமனாக வந்தான் என்றும் புராணங்கள் கூறும். எனவே கிருஷ்ணனுடைய இந்திர எதிர்ப்பில் பலராமனுக்கும் பங்குண்டு.

கிருஷ்ணாவதாரம் பற்றிய கதைகள் சங்க இலக்கியக் காலத்திலேயே தமிழ்நாட்டில் நிலவின. முல்லைநிலத் தெய்வமான திருமால் வழிபாட்டோடு புராணங்கள் கூறும் கிருஷ்ணாவதாரச் செய்திகளும் கலந்துவிட்டதைச் சங்கப் பாடல்களில் காணலாம்.[21]

புகார்க் காண்டத்தில் சோழநாட்டில் இந்திரன் பெற்ற சிறப்புக் களைக் கூறிய இளங்கோவடிகள், மதுரைக் காண்டத்தின் தொடக் கத்தில் பாண்டியனுக்கும் இந்திரனுக்கும் ஏற்பட்ட பகையினைக் கூறுகின்றார். ஒருசமயம் பாண்டியநாட்டில் இந்திரன் மழை பொழி யாதிருந்தபோது, பாண்டியன் இந்திரனோடு போர் தொடுக்கிறான். இந்திரன் கனமான தன் கழுத்தணியைப் பாண்டியன் தோளில் இட்டு அவனை வீழ்த்த முயல்கிறான்; தோல்வியுறுகிறான். இந்திரன் முடியை வளைகளினால் உடைக்கிறான் பாண்டியன்.[22] இச்செய்தி யின்வழி பாண்டியநாட்டில் இந்திர வழிபாட்டிற்கு ஏற்பட்ட எதிர்ப்பொன்றைக் காட்டுகின்றார் இளங்கோவடிகள்.

இந்திரவிழா முடிவில் பூம்புகாரைவிட்டுப் புறப்பட்டுக் கண்ணகியும் கோவலனும் உறையூர் கழிந்து பாண்டிய நாட்டின் எல்லைக்குள் நுழைகின்றனர். அவர்கள் கேட்ட முதற்குரல், இந்திரனை வென்ற பாண்டியனின் சிறப்பைப் பாடிக்கொண்டி ருக்கிறது. அது மாங்காட்டு மறைவன் குரல். பூம்புகாரில் இந்திரவிழாக் கொண்டாடும் வணிகர் குலத்தைச் சேர்ந்த கோவலன் அவனை அணுகவும் அது ஒரு காரணமாகிறது.

பரிபாடலைப் பற்றி பொ.வே.சோமசுந்தரனார் தருகின்ற ஒரு கருத்து இங்கே நினையத்தகும். "மதுரையையும், அதன் அணித்தாகிய திருப்பதியையும் யாற்றையுமே இப்பரிபாடல் கூறுவனவாக, எஞ்சிய இரு முடிவேந்தர் நாட்டிலுள்ள திருப்பதிகளும்,

யாறுகளும், இப்பரிபாடல் பெறாமைக்குக் காரணம் யாது? இனி, எழுபது என்று தொகை கூறப்பட்ட பாடலனைத்தும் பாண்டிய நாட்டிற்கே உரியன என்றே ஊகிக்க இடனுளது."[23] "பதிற்றுப் பத்து சேரர்களைப் பற்றியே கூறுவதுபோலப் பரிபாடல் பாண்டியர் களைப் பற்றியே கூறுகின்றது... எனவே இப்பாடல்கள் பாண்டிய நாட்டிலேயே வழங்கியிருக்கலாம் என்ப" என்கிறார் இரா சாரங்கபாணி.[24] இக்கருத்தே ஏற்புடையது எனத் தோன்றுகிறது. இந்நூலின் திருமாலைப்பாடும் ஆறு பாடல்களும் பலராமனைக் குறிப்பதும், இந்திரனோடு பாண்டியன் கொண்ட பகைமையும், சோழநாட்டில் இந்திரவிழா நடப்பதும் இக்கருத்தை உறுதிசெய்கின்றன.

மழைமேகம் போன்ற நிறமுடையவன் கிருஷ்ணன் (கண்ணன்). அவன் காக்கும் முல்லைநில உயிரினங்கட்கும் புல்வளர மழை வேண்டும். கிருஷ்ணனின் மற்றொரு அவதாரமான பலராமன் கலப்பையேந்தி அருள் செய்யும் உழவர்களுக்கும் மழை வேண்டும். எனவே உழவர்க்கும், கால்நடை வளர்ப்போர்க்கும் கண்ணன் மழை தருகிறான்.

"நாங்கள் நம்பாவைக்குச் சாற்றி நீராடினால்
தீங்கின்றி நாடெல்லாம் திங்கள்மும் மாரிபெய்து
ஓங்குபெருஞ் செந்நெல் ஊடுகயல் உகள

....

தேங்காதே புக்கிருந்து சீர்த்த முலைபற்றி
வாங்கக் குடம் நிறைக்கம் வள்ளல் பெரும்பசுக்கள்"[25]

கி.பி. ஏழாம் நூற்றாண்டில் ஆண்டாளின் திருப்பாவையில் பேசப்படும் கருத்து இது. பலராம வழிபாட்டின் தோற்றம், இந்திர வழிபாட்டின் சரிவு. மழைத்தெய்வ வழிபாடு வீரவழிபாட்டிலும் கலந்தது, பலராமன் திருமாலின் மற்றொரு அவதாரம் என்ற கொள்கை, இவை அனைத்தும் சேர்ந்த விளைவாக இப்பாடற் கருத்து உருப்பெறுகிறது.

கால்நடை வளர்ப்போரைப் போல, உழுதொழில் செய்வோரையும் இழுக்க வைணவமதம் பலராம வழிபாட்டைப் பயன்படுத்தியது. திருமாலிருஞ்சோலைக் கோயிலின் வழிவழி அடியாரில் உழுதொழில் செய்வோர் (Harijans) பெருந்தொகை

யினராக இருப்பது, வைணவத்தின் முயற்சி தமிழ்நாட்டின் தென்பகுதியில் ஓரளவு வெற்றி பெற்றது என்பதைக் காட்டுகிறது.

இந்திர வழிபாட்டின் வீழ்ச்சியோடு, பலராமனும் திருமால் வழிபாட்டில் இணைந்து மறைந்துவிடுகின்றான். ஆயினும் பலராம (வாலியோன்) வழிபாட்டின் எச்சமாக வெள்ளையன், வெள்ளைச் சாமி, வெள்ளைக்கண்ணு என்ற பெயர்கள் பாண்டிய நாட்டில் இன்னும் வழங்கக் காணலாம். வாலியோன் என்ற சொல்லுக்கும் 'வெள்ளையன்' என்றே பொருள். கருப்புநிறச் சாமியாகிய கண்ணனிடமிருந்து வேறுபடுத்தவும், கண்ணனின் அண்ணன் என்ற தொடர்பைக் காட்டவும் வெள்ளைக்கண்ணு (கண்ணன்), வெள்ளைச்சாமி என்ற பெயர்கள் பயன்படுகின்றன. சின்னக்கண்ணு (கண்ணன்), மலைக்கண்ணு (கண்ணன்) முதலிய பெயர்களுக்கு முன்னொட்டாக வரும் சொற்களும் இக்கருத்தை வலியுறுத்தும். அதைப் போலவே மதுரைப் பகுதியில் உலக்கையன், முத்துலக் கையன் என்று வழங்கும் பெயர்களும் கையில் உலக்கை ஏந்திய பலராமனையே குறிக்கும். உலக்கையன் எனப் பொருள் தரும் 'முசலி'எனும் வடமொழிப் பெயர் வடமொழிப் புராணமரபிலும், பலராமனுக்கு வழங்கக் காணலாம். இவை மறைந்துபோன பலராம வழிபாட்டின் எச்சங்களாகும்.

குறிப்புகள்

1. மு.இராகவையங்கார், ஆராய்ச்சித்தொகுதி, 2ஆம் பதிப்பு, *1964*, ப. *54*.
2. Shakti M.Gupta, From Daityas to Devatas in Hindu Mythology, 1973, p.12.
3. அக்னிகோத்ரம் ராமானுஜ தாத்தாச்சாரியார், வரலாற்றில் பிறந்த வைணவம், *1973*, ப. *137*.
4. K.R. Srinivasan, Some aspects of Religion as revealed by Early Monuments and Literature, The Madras University Journal, 1960, p. 147.
5. K.V.Soundarajan, Art of South India Tamil Nadu and Kerala, p.49.
6. பி.ஆர்.ஸ்ரீநிவாசன், நாம் வணங்கும் தெய்வங்கள், *1959*, ப.*55*.
7. நற்றிணை, *2*.
8. 'ஒரு தொழில் இருவர்' பரிபாடல், *15*.
9. பரிபாடல்,*3*.
10. பிங்கல நிகண்டு, கழகப்பதிப்பு, *1968*. பாடல்.
11. சிலம்பு, *14:9:9:10*.
12. இன்னாநாற்பது, கடவுள் வாழ்த்துப் பாடல்.
13. John Dowson, A Classical Dictionary of Hindu Mythology, Ed. 11, 1968, London, 'Samkarshana'.
14. திருக்குறள், *3 : 5*.
15. ப.அருணாசலம், சிலப்பதிகாரக் கதைகள், பக். *88,89,183*.
16. சிலம்பு, *24 : 98-99*
17. மணிமேகலை, *22: 45-46*.
18. H.H. Wilson (Trans.) The Vishnu Purana, Chap. X. Ed., III, 1961, p.418.
19. W.J.Wilkins, Hindu Mythology, 1973, p. 207.
20. Dr.S.Radhakrishnan, The Hindu view of Life, p. 40.
21. அகம்., *59*, முல்லைப்பாட்டு, *1-3*.
22. சிலம்பு, *14 : 23-29*.
23. பொ.வே.சோமசுந்தரனார், அணிந்துரை, பரிபாடல், கழகப்பதிப்பு, *1969*, ப.கச.
24. இரா.சாரங்கபாணி, பரிபாடல் திறன், *1972*, ப. *37*.
25. திருப்பாவை, பாடல் *2*.

பிற்சேர்க்கை I : 3

கல்வெட்டுக் குறிப்புகள்

அழகர்கோயிலிலுள்ள கல்வெட்டுகள் தரும் செய்திகள், அரசினரின் கல்வெட்டு ஆண்டறிக்கைகளிலிருந்து இங்கே தொகுத்துத் தரப்படுகின்றன.

1. ஊர்ப் பெயர்கள்

'ராஜராஜப் பாண்டிநாட்டு, ராஜேந்திரசோழ வளநாட்டுக் கீழிரணிய முட்டத்துத் திருமாலிருஞ்சோலை' என ஒரு கல்வெட்டு இவ்வூரினைக் குறிப்பிடுகிறது.[1] ராஜராஜன், ராஜேந்திர சோழன் முதலிய பெயர் வழக்குகள், பாண்டியநாடு சோழர்களால் வெற்றி கொள்ளப்பட்ட பின் எழுந்த கல்வெட்டு இது எனக் கொள்ள இடமளிக்கின்றன. ஆயினும் 'இரணியமுட்டம்' என்னும் பெயர். இந்நிலப்பகுதிக்குப் பழங்காலந் தொட்டு வழங்கிவந்திருக்க வேண்டுமெனத் தோன்றுகிறது. பத்துப்பாட்டில் ஒன்றான மலை படுகடாத்தினைப் பாடிய புலவர் 'இரணியமுட்டத்துப் பெருங் குன்றூர்க் கௌசிகனார்' எனக் குறிக்கப்படுவதால், இரணிய முட்டம் என்னும் பெயர், இந்நிலப்பகுதிக்கு நெடுங்காலமாக வழங்கிவந்திருக்க வேண்டும் எனத் தெரிகிறது. இன்றும் அழகர் கோயிலுக்குத் தென்கிழக்கே ஐந்துகல் தொலைவில் ஒரு சிற்றூர் 'இரணியம்' என்ற பெயரோடு விளங்கக் காணலாம்.

2. அக்கிரகாரம்

'சாமந்த நாராயணச் சதுர்வேதிமங்கலம்' என்ற பெயருடன் திருமாலிருஞ்சோலையில் ஓர் அக்கிரகாரம் இருந்த செய்தியை ஒரு கல்வெட்டால் அறிகிறோம். மற்றொரு கல்வெட்டால் இதனை அமைத்துக் கொடுத்தவன் 'பிள்ளை பல்லவராயன்' என்று தெரிகிறது.[3]

3. இறைவன் பெயர்

இங்குக் கோயில் கொண்ட இறைவன் பெயரை ஒரு கல்வெட்டு 'திருமாலிருஞ்சோலை ஆழ்வார்'[4] எனக் குறிக்கிறது. 'திருமாலிருஞ் சோலைப் பரமஸ்வாமி' என்ற பெயரை அனேகக்

கல்வெட்டுகள் கூறுகின்றன. சகம் 1464 (கி.பி.1542)இல் எழுந்த விசயநகர மன்னர் காலத்திய ஒரு கல்வெட்டில், கோயில் இறைவன் 'அழகர்' என்ற பெயரால் குறிக்கப்படுகிறார்.[5] ஆயினும் பிற்காலப் பாண்டியர் கல்வெட்டுகளில், 'அழகர் திருச்சிறுக்கர்'[6] 'அழகர் சிறுக்கர்'[7] ஆகிய பெயர்கள் இக்கோயிற் பணியாளரில் ஒருவரைக் குறிப்பதால், பிற்காலப் பாண்டியர் காலத்திலேயே, 'அழகர்' என்ற பெயர் இறைவனுக்கு வழங்கியிருக்க வேண்டுமெனத் தெரிகிறது.

4. கட்டடத் திருப்பணிகள்

'மிழலைக் கூற்றத்து நடுவிற்கூறு புள்ளூர்க்குடி முனைய தரையனான பொன்பற்றியுடையான் மொன்னைப்பிரான் விரத முடித்த பெருமாள்' என்பவன் முனையதரையன் திருமண்டபத்தைக் கட்டிய செய்தியை ஒரு கல்வெட்டால் அறிகிறோம்.[8] இக்கோயில் மகாமண்டபமான இதற்கு, 'அலங்காரன் மண்டபம்' என்றொரு பெயருமுண்டு.

இம்மண்டபத்தை அடுத்த வெளிப்புறமாக உள்ள மண்டபம் 'ஆரியன் மண்டபம்' என வழங்கப்படுகிறது. இம்மண்டபத் தூணிலுள்ள ஒரு கல்வெட்டால் இப்படியேற்ற மண்டபத்தைத் தோமராசய்யன் மகனான ராகவராஜா என்பவன் கட்டிய செய்தி தெரிய வருகிறது.[9] இரண்டாம் திருச்சுற்றிலிருந்து பத்துப் படிகள் ஏறி இம்மண்டபத்தை அடைய வேண்டும். எனவே இதற்குப் படியேற்ற மண்டபம் என்ற பெயர் வழங்கிற்றுப் போலும்.

கொடிக்கம்பத்திற்கு வடகிழக்கிலுள்ள மேட்டுக் கிருஷ்ணன் கோயிற் சுவரிலுள்ள ஒரு கல்வெட்டால், இதற்குப் 'பொன்மேய்ந்த பெருமாள் மண்டபம்' என்பது பெயரென்றும் சுந்தரபாண்டியன் இதனைக் கட்டினானென்றும் தெரிகிறது.[10]

தொண்டைமான் கோபுரத்துக்கீழ் ஒரு தூணில் காணப்படும் கல்வெட்டால் இக்கோபுரத்தைச் செழுவத்தூர் காலிங்கராயர் மகனான தொண்டைமானார் செய்தமைத்தார் என்பதை அறிய முடிகிறது.[11]

தொண்டைமான் கோபுரத்தின் கீழுள்ள சுவரில் காணப்படும் ஒரு கல்வெட்டு இக்கோயில் ஏகா(ங்)கி ஸ்ரீவைஷ்ணவரான அழகர் திருச்சிறுக்கர், இக்கோயிலில் அரசன் பெயர் சூட்டப்பட்ட 'கோதண்ட ராமன் திருமதில்' கட்டியமைக்காக, சுந்தரபாண்டிய

வளநாட்டுப் பெருங்கருணைச் சதுர்வேதி மங்கலத்தைத் திருப் பணிப்புறமாகப் பெற்ற செய்தியைக் கூறுகிறது.[12] இவ்வூர் தற்போது முதுகுளத்தூர் வட்டத்தில் உள்ள பெருங்கருணை என்ற ஊராக இருக்கலாம்.

சக்கரத்தாழ்வார் சன்னிதிக்கு முன்னுள்ள மண்டபச் சுவரிலுள்ள ஒரு கல்வெட்டு, மலைமீதிருந்த திருவாழி ஆழ்வார் (சக்கரத் தாழ்வார்) கோயிலுக்குத் திருவிளக்கெரிப்பதற்குத் தரப்பட்ட நிவந்தங்களைக் குறிப்பிடுகிறது.[13] இப்போது மலைமீது திருவாழி ஆழ்வாருக்குக் கோயில் ஏதும் காணப்படவில்லை. எனவே, மலை மீதிருந்த கோயில் பிற்காலத்தில் எக்காரணத்தாலோ கோயிலுக்குள் இக்கல்வெட்டு இருக்குமிடத்திற்கருகில் கொண்டுவரப்பட்டு திருநிலைப்படுத்தப்பட்டிருக்க வேண்டும் என்று தோன்றுகிறது.

சகம். 1386 (கி.பி.1464)இல் எழுந்த ஒரு கல்வெட்டு, திருமா லிருஞ்சோலை நின்றான்மாவலி வாணாதிராயன் உறங்காவில்லி தாசன் ஆணையின்படி இக்கோயிலில் உபானம் (அடித்தளம்) முதல் ஸ்தூபி வரை திருப்பணி செய்த திருவாளன் சோமயாஜிக்கு, குலமங்கலம் என்னும் சிற்றூர் தானம் செய்யப்பட்டதைக் கூறுகிறது.[14] சடாவர்மன் முதலாம் குலசேகரன் காலத்துக் கல்வெட் டொன்று, இக்கோயிலில் இளையவில்லிதாசன் என்பவர் செய்த திருப்பணிக்காக அரிநாட்டுப் பராந்தகச் சதுர்வேதிமங்கலத்துச் சபையார் தேவதானமாகத் தந்த புனற்குளம் என்ற ஊரை இறையிலி யாக்கிய அரச ஆணையினைக் கூறுகிறது.[15]

சுந்தரபாண்டியன் மண்டபத்தில் ஒரு தூணிலுள்ள கல்வெட்டு, அத்தூணைத் திருமாலிருஞ்சோலையில் வசித்தவெள்ளாளன் சுந்தரபாண்டிய விபப்பரையனான குட்டன் அத்தியூர் நிறுவிய தாகக் குறிப்பிடுகிறது. இம்மண்டபத்தில் இன்னொரு தூணிலும் இதைப் போன்றதொரு கல்வெட்டு உள்ளது.[16] இம்மண்டபத் திலுள்ள மற்றுமொரு தூணில் அத்தூணை வண்குருகூர் நாகரன் பட்டன் என்பவன் நிறுவிய செய்தி கூறப்படுகிறது.[17] பதினெட் டாம்படிக் கோபுரத்தின்கீழ் உள்ள ஒரு கற்றூணில் அத்தூணைத் திருமலைதேவ மகாராஜாவின் கொடையாக இளையனாயனான திருப்பணிப்பிள்ளை என்பான் அளித்த செய்தி குறிக்கப்பட் டுள்ளது.[18]

5. தேர்

ஆடி மாதம் ஒன்பதாம் திருநாளில் இறைவன் ஏறிவரும் திருத்தேரின் பெயர் 'அமைந்த நாராயணன்' என்பது ஒரு கல்வெட்டு தரும் செய்தியாகும்.[19]

6. திருவிழாக்கள்

முதலாம் குலசேகரபாண்டியன் காலத்தில் கப்பலூருடையான் முனையதரையனான சீராமன் உய்யவந்தான் என்பவன் ஆடி, ஐப்பசி, மார்கழி மாதங்களில் நடைபெறும் திருவிழாக்களில் பிராமணர்களுக்கு உணவளிக்க நிவந்தமளித்த செய்தி ஒரு கல்வெட்டில் காணக் கிடைக்கிறது.[20]

சகம் 1578 (கி.பி.1656)இல் எழுந்த ஒரு கல்வெட்டினால் இக்கோயிலில் ஆடித்திருவிழா 10 நாட்கள் நடந்த செய்தியையும், பத்து நாட்களும் 'இயல்' (நாலாயிரத்திவ்விய பிரபந்தத்தின் முதலாயிரப்பகுதி) ஓதப்பெற்றதையும் அறியமுடிகிறது.[21]

7. சிறப்புப் பூசைகள்

சுந்தரபாண்டியன் மண்டபத்திலுள்ள ஒரு கல்வெட்டு, பாண்டிய மன்னன் ஒருவன், தன் அண்ணாழ்வி (அண்ணன்) பிறந்த திருநட்சத்திரமான உத்திராடத்தன்று, ஒவ்வொரு மாதமும் இறைவனையும் இறைவியையும் சுந்தரபாண்டியன் மண்டபத்திற்கு எழுந்தருளச்செய்ய நிவந்தம்அளித்ததைக் குறிப்பிடுகிறது.[22]

மற்றொரு கல்வெட்டு மாறவர்மனான ஒரு பாண்டிய மன்னன் தன் அண்ணாழ்வி சொக்காண்டர் பிறந்த திருநட்சத்திரமான மீனமாதத்துச் சதையத்தன்று சில பூசைகளை நடத்த நிவந்தமளித்த செய்தியைத் தருகிறது.[23]

திருமல்லிநாட்டுத் தடங்கண்ணிச் சிற்றூர் குருகுலத்தரையனான சிற்றூருடையான் சோரன் உய்வந்தான் என்பவன், 'குருகுலத் தரையன் சந்தி' எனும் பூசைக்கு நிலமளித்த செய்தியை ஒரு கல்வெட்டால் அறிகிறோம்.[24] மற்றொரு கல்வெட்டு, அகளங்க நாடாள்வானான அழகன் என்பவன் தன்பெயரில் நிறுவிய, 'அரச, மக்காரன் சந்தி' எனும் பூசைக்கு சுந்தரத்தோள்விளாகம் எனும் சிற்றூரை நிவந்தமாக அளித்ததைக் கூறுகிறது.[25]

இரண்டாம் திருச்சுற்றில் தூண்களால் மறைக்கப்பட்டுள்ள

ஒரு கல்வெட்டினால் '(குல)சேகரன் சந்தி' என்னும் ஒரு பூசை இக்கோயிலில் நடைபெற்றதை அறியமுடிகிறது.[26] மாறவர்மன் இரண்டாம் சுந்தரபாண்டியன் கல்வெட்டொன்றால் அரசன் பெயரால் ஒரு பூசை 'சுந்தரபாண்டியன் சந்தி' என்ற பெயரில் நிறுவப்பட்டிருந்ததாகத் தெரிகிறது.[27]

மாறவர்மன் இரண்டாம் சுந்தரபாண்டியனின் மற்றொரு கல்வெட்டின் மூலம் 'போசள வீரசோமதேவன் சந்தி'க்கு, கேரளசிங்க வளநாட்டுத் திருக்கோட்டியூரில் சில நிலங்கள் நிவந்தமாக அளிக்கப்பட்ட செய்தியை அறியலாம்.[28]

பாண்டிய ஸ்ரீவல்ல(ப) தேவன் காலத்துக் கல்வெட்டொன்று, குடநாட்டுக் கொற்கையூருடையான் தமிழ்பல்லவதரையனான அழகாண்டார், தன் தங்கைக்காக ஆனி மாத விசாக நட்சத்திரத்தில் இறைவனைச் சுந்தரபாண்டியன் மண்டபத்தில் எழுந்தருளச் செய்வதற்காகக் குஞ்சரங்குடி என்ற சிற்றூரை வாங்கி நிவந்தமாக அளித்த செய்தியைக் கூறுகிறது.[29]

8. தமிழ்ப் பாசுரங்கள் குறிப்பு

இக்கல்வெட்டு தரும் மற்றொரு செய்தி, இக்கோயில் இறைவன் தியாகஞ்சிறியான் திருவீதியில் தேர்மீது வீற்றிருந்து சடகோபன் பாடல்களைக் கேட்டுக்கொண்டிருந்தபோது, இரஞ் சிறையுடையான் சுந்தரத்தோளுடையான் என்பவனுக்கும் அவன் வழியினருக்கும் சுந்தரத்தோள்விளாகம் என்னும் ஊரின் 'காராண்மை' உரிமையை அளித்தார் என்பதாகும்.[30] கோயில் அதிகாரிகள் செய்த முடிவு இறைவனின் ஆணையாகக் கல்வெட்டில் குறிக்கப்பட்டது போலும். தேர் தியாகஞ்சிறியான் வீதிக்கு வரும்போது, சடகோபன் பாடல்களை (நம்மாழ்வார் பாசுரங்களை) ஓதும் வழக்கமிருந்த செய்தியை இக்கல்வெட்டால் அறியலாம். மற்றுமொரு கல்வெட்டு இக்கோயிலில் இறைவன் திருமுன் 'கோதைப்பாட்டு' (ஆண்டாளின் பாசுரங்கள்) ஓதப்பெற்ற செய்தியைத் தெரிவிக்கிறது.[31]

9. மடங்கள்

இக்கோயிலையொட்டி இங்கிருந்த மடங்களைக் குறித்துச் சில கல்வெட்டுகள் செய்திகளைத் தருகின்றன.

சடாவர்மன் முதலாம் குலசேகரபாண்டியனின் காலத்துக்

கல்வெட்டொன்று குலசேகரன் மடம் என்ற ஒரு மடத்தினைக் குறிப்பிடுகிறது. முத்தூற்றுக் கூற்றத்துக் கப்பலூரான உலகளந்த சோழநல்லூர் முனையதரையனான சீராமன் உய்யவந்தான், 'சுந்தரத் தோள்விளாகம்' என்ற சிற்றூரை, குலசேகரன் மடத்தில் ஆடி, ஐப்பசி, மார்கழித் திருநாட்களில் பிராமணர்களை உண்பிப் பதற்காகக் கொடுத்துள்ளான். மாளவராயர் வேண்டுகோளின்படி திருக்கானப்பேர்க் கூற்றத்து ராஜராஜநல்லூரான சுந்தரத் தோள்விளாகத்தின் சில நிலங்களை, மன்னன் இறையிலியாக மாற்றிக்கொடுத்ததை இக்கல்வெட்டு கூறுகிறது.[32]

திருக்கானப்பேர் இன்று சிவகங்கை வட்டத்தில் காளையர் கோயில் என்ற பெயரோடு விளங்குகிறது.

இரண்டாம் திருச்சுற்றில் தூண்களால் மறைக்கப்பட்டுள்ள பிற்காலப் பாண்டியர் கல்வெட்டொன்று இங்கிருந்த திருநாடு டையான் மடத்தில் ஏகா(ங்)கி ஸ்ரீவைஷ்ணவர்களையும், திரிதண்டி (முக்கோல்) சன்யாசிகளையும் உண்பிக்க சில நிலங்களை மன்னன் இறையிலியாக மாற்றியதைக் குறிப்பிடுகிறது.[33]

இரண்டாம் திருச்சுற்றின் மேற்குச் சுவரில் வெளிப்புறமாக உள்ள ஒருகல்வெட்டு, அமைத்த நாராயணன் மடத்திலும் வாணாத ராயன் மடத்திலும் திரிதண்டி சன்னியாசிகளையும் அனுவிகளையும் உண்பிப்பதற்குத் தரப்பட்ட இறையிலி நிலக்கொடையினைக் குறிப்பிடுகின்றது.[34]

சகம் 1511 (கி.பி.1589)இல் எழுந்த வெங்கடேஸ்வர மகாராஜா வின் கல்வெட்டொன்று, அவர் சுந்தரத்தோளுடையான் மாவலி வாணாதிராயர் வேண்டுகோளின்படி, பன்னிரண்டு வைஷ்ண வர்களை உண்பிப்பதற்குக் கவுண்டன்பட்டியான ராமானுஜ நல்லூரில் சில நிலங்களைத் தந்ததைக் குறிப்பிடுகிறது.[35]

சகம் 1578 (கி.பி.1656)இல் எழுந்த ஒரு கல்வெட்டு திருமாலிருஞ் சோலை வெள்ளாளன் நல்லநயினாப்பிள்ளை மகன் அண்ணாவிப் பெருமாபிள்ளை, ஆடித்திருவிழாவில் சில மண்டபங்களின் செலவுக்கும், இத்திருவிழாவில் பத்து நாட்களும் 'இயற்பா' ஓதும் ஸ்ரீவைஷ்ணவர்களை உண்பிப்பதற்கும் இரண்டு சிற்றூர்களை விட்ட செய்தியினைத் தருகிறது.[36]

10. திருநந்தவனப்புறம் - திருவோடைப்புறம்

வீரபாண்டியன் சில நிலங்களை இக்கோயிலுக்கு அடுக்களைப் புறமாக விட்ட செய்தியினை ஒரு கல்வெட்டு கூறுகின்றது.[37] மற்றொரு கல்வெட்டு சுந்தரத்தோள்விளாகம் என்ற சிற்றூர் அடுக்களைப்புறமாக விடப்பட்ட செய்தியினைக் கூறுகிறது.[38]

கன்னடதேவன் என்ற மன்னன் தன் தம்பி வைசால (ஹொய்ச) தேவன் பெயரில் சில நிலங்களைத் திருமாலைப்புறமாக விட்ட செய்தியினை ஒரு கல்வெட்டு கூறுகின்றது.[39] காஷ்மீரதேசத்து சகவாசி பிராமணன் ராமையதண்டநாத சொக்கையா சில நிலங்களை வாங்கித் திருமாலைப்புறமாகக் கொடுத்த செய்தி மற்றொரு கல்வெட்டால் தெரிகின்றது.[40]

கலிகடிந்த பாண்டிய தேவரான ராமன் கண்ணபிரான் திருநந்தவனப்புறமாக ஒரு தோட்டத்தை அளித்துள்ளான்.[41] நந்தவனம் காப்போன் உணவுக்காக அகளங்கராயனான சாத்தன் ஆளவந்தான் சில தானங்களைச் செய்துள்ளான்.[42] தன்தேவி தரணிமுழுதுடையாள் வேண்ட சடாவர்மன் குலசேகரப் பாண்டியன் திருநந்தவனப்புறமாகச் சில நிலங்களை அளித்துள்ளான்.[43] மாறவர்மன் சுந்தரபாண்டியன் காலத்துச் சாசனமொன்று அரசன் பெயரில் ஒரு நந்தவனம் அமைக்க நிலமளித்த செய்தியைக் குறிக்கிறது.[44]

திருநந்தவனப்புறமாகவும் திருஓடைப்புறமாகவும் துவராபதி வேளான் அழகப்பெருமாள் நிலமளித்த செய்தியை ஒரு கல்வெட்டு கூறுகின்றது.[45] வடதலைச் செம்பிநாட்டு மதுரோதய நல்லூரான கீழைக் கொடுமலூர் நீலகங்கரையனான அரையன் திருநாடுடையான் திருஓடை, திருநந்தவனப்புறமாக நிலமளித்த செய்தியை மற்றொரு கல்வெட்டால் அறிகிறோம்.[46]

11. திருவிளக்குப்புறம்

காசியபன் நாராயணன் அரைசு மனைவி சோலைசேந்த பிராட்டி ஒரு திருவிளக்குச்சட்டம் அளித்துள்ளார்.[47] திருவிழா ஊர்வலங்களில் விளக்கெரிக்கத் தரப்பட்ட நிவந்தம் ஒரு கல்வெட்டில் குறிக்கப்பட்டுள்ளது.[48] மகதநாயனார் பராக்கிரம பாண்டிய மகாபலி வாணாதராயர் என்பவனும் திருவிளக்கெரிக்க நிவந்தம் கொடுத்துள்ளான்.[49]

திருவுடையான் என்ற அரண்மனைப் பணிப்பெண் ஒருத்தி எட்டு திருவிளக்குகள் எரிக்கப்பத்து மா நிலம் கொடுத்துள்ளான்.[50] வாணாதராயரான திருவேங்கடமுடையார் மலைமீதிருந்த திருவாழிஆழ்வார் கோயிலில் திருவிளக்கெரிக்க நிவந்தம் கொடுத்துள்ளார்.[51] திருக்கோட்டியூரைச் சேர்ந்த ஒருவன் கோயில் கணக்கரிடம் பதினொரு அச்சு முதலாக வைத்து அதிலிருந்து பெறும் வட்டியிலிருந்து ஒரு நந்தா விளக்கெரிக்க நிவந்தம் அளித்துள்ளான்.[52]

12. யாக்ஞோபவீதம் (திருப்புரிநூல்)

முதல் திருச்சுற்றில் மேலைச் சுவரிலுள்ள பிற்காலப் பாண்டியர் கல்வெட்டொன்று இடைக்காட்டூர் அரையன் சடகோபதாசன் என்பவன் கோயிலுக்கு 'யாக்ஞோபவீதம்' (திருப்புரிநூல்) கொடுத்துச் சில வருமானங்களைப் பெற்றதைக் குறிப்பிடுகின்றது.[53]

13. வழக்குகள்

இக்கோயில் பணியாளர்க்கிடையில்எழுந்த இரண்டு வழக்கு களைக் கல்வெட்டுகள் குறிப்பிடுகின்றன.

விசயநகர மன்னர் காலத்தில் இக்கோயில் பிராமணப் பணியாளர்களிடையில்சோழியர், சாமானியர் ஆகிய இரு பிரிவின ருக்கிடையில் சில உரிமைகள் குறித்து எழுந்த வழக்கில், முன் வாணாதிராயர் காலத்தில் இருந்த நடைமுறையினையே பின்பற்றுவது என முடிவு செய்யப்பட்டது.[54]

மற்றொரு வழக்கு, 'தீர்த்த மரியாதை' பெறுவதில் பட்டர் ஐயங்காருக்கும், திருமாலை ஆண்டார் ஐயங்காருக்கும் இடையில் ஏற்பட்ட வழக்கொன்றினை வைத்தியப்ப தீட்சதர், குப்பை யாண்டி செட்டி, வசந்தராய பிள்ளை, திருங்கவேடையன் ஆகியோர் நடுவர்களாக இருந்து தீர்த்துவைத்த செய்தியினைக் குறிப்பிடுகிறது.[55]

14. வாணாதிராயர்கள்

விசயநகர மன்னர்கள் காலத்தில் தமிழ்நாட்டின் சில பகுதிகளை ஆண்ட வாணாதிராயர்கள் இக்கோயிலின்மீது கொண்டிருந்த பற்று குறிப்பிட்டுச் சொல்லப்பட வேண்டியதாகும். இம்மன்னர்கள் இக்கோயில் இறைவனுக்குப் பாசுரங்களில் வழங்கும் பெயரையே தங்கட்குச் சூடிக்கொண்டனர்.

1. திருமாலிருஞ்சோலை நின்றான்மாவலி வாணாதராயன் உறங்காவில்லிதாசனான சமரகோலாகலன் (கி.பி. 1428-1477)

2. சுந்தரத்தோளுடையான் மஹாபலி வாணாதிராயன் (கி.பி.1468- 1488)

3. இறந்தகாலம் எடுத்த சுந்தரத்தோளுடையான் மகாபலி வாணாதிராயன் (கி.பி.1515-1533)

ஆகிய பெயர்களைக் கல்வெட்டுகளிலிருந்து வேதாசலம் எடுத்துக் காட்டுகிறார்.[56] சகம் 1391 (கி.பி.1369)இல் காஞ்சி ஏகாம் பரநாதர் கோயிலில் பொறிக்கப்பட்டுள்ள, மாவலி வாணாதராயன் கல்வெட்டு, 'அழகர் திருவுள்ளம்' என்ற தொடருடன் முடிகிறது.[57]

அழகர்கோயிலில் சகம் 1386 (கி.பி.1464)இல் எழுந்த ஒரு கல்வெட்டு, திருமாலிருஞ்சோலை நின்றான் மாவலி வாணாத ராயன் உறங்காவில்லிதாசன் சோமயாஜி ஆணைப்படி திருவாளன் இக்கோயிலில் உபானம் முதல் ஸ்தூபி வரை திருப்பணி செய்ததைக் குறிப்பிடுகிறது.[58] இக்கோயிலில் பெரிய அளவில் நடந்த திருப் பணியாகக் கல்வெட்டுச் சான்றுடன் இது ஒன்றையே குறிப்பிட முடிகிறது.

இக்கோயிலிலுள்ள ஒரு கல்திரிகையில், 'திருமாலிருஞ்சோலை நின்றான் மாவலி வாணாதராயர் உறங்காவில்லிதாஸனான சமரகோலாகலன்' என்ற கல்வெட்டு காணப்படுகிறது.[59] இப்பெயர், இக்கோயிலில் உள்ள வெள்ளியாலான ஒரு கலசப்பானையிலும் காணப்படுவது குறிப்பிடத்தக்கது.[60]

தாயார் சன்னிதி மேலைச்சுவரின் அடிப்பகுதியில் கல்லில் ஒரு கோடு வெட்டப்பட்டுள்ளது. அதனருகில் இக்கோடு, 'திருமாலிருஞ் சோலை நின்றான் மாவலி வாணாதராயன் மாத்ராங்குலம்' என்ற கல்வெட்டு உள்ளது. இக்கோட்டின் நீளமுடைய கோலையே அளவு கோலாகக் கொண்டு இத்தாயார் சன்னிதி இவ்வாணாதிராயனால் கட்டப்பட்டிருக்கலாம் எனத் தோன்றுகிறது.[61]

குறிப்புகள்

1. A.R.E. 4 of 1932.
2. A.R.E. 322 of 1930.
3. A.R.E. 321 of 1930.
4. A.R.E. 218 of 1939.
5. A.R.E. 330 of 1930.
6. A.R.E. 323 of 1930.
7. A.R.E. 326 of 1930.
8. A.R.E. 270 of 1930.
9. A.R.E.83 of 1929.
10. A.R.E.84 of 1929.
11. A.R.E. 331 of 1930.
12. A.R.E. 323 of 1930.
13. A.R.E. 290 of 1930.
14. A.R.E. 307 of 1930.
15. A.R.E. 25 of 1932.
16. A.R.E. 5 of 1932.
17. A.R.E. 6 of 1932.
18. A.R.E. 29 of 1932.
19. A.R.E. 14 of 1932.
20. A.R.E. 279 of 1930.
21. A.R.E. 285 of 1930.
22. A.R.E. 8 of 1932.
23. A.R.E. 9 of 1932.
24. A.R.E. 11 of 1932.
25. A.R.E. 14 of 1932.
26. A.R.E. 284 of 1930.
27. A.R.E. 289 of 1930.
28. A.R.E. 291 of 1930.
29. A.R.E. 313 of 1930.
30. A.R.E. 14 of 1932.
31. A.R.E. 3 of 1932.
32. A.R.E. 279 of 1930.
33. A.R.E. 277 of 1930.
34. A.R.E. 13 of 1931.
35. A.R.E.91 of 1929.
36. A.R.E. 285 of 1930.
37. A.R.E. 325 of 1930.
38. A.R.E. 14 of 1932.
39. A.R.E. 308 of 1930.
40. A.R.E. 315 of 1930.
41. A.R.E. 271 of 1930.
42. A.R.E. 272 of 1930.
43. A.R.E. 300 of 1930.
44. A.R.E. 17 of 1932.
45. A.R.E. 302 of 1930.
46. A.R.E. 18 of 1932.
47. A.R.E. 4 of 1932.
48. A.R.E. 17 of 1932.
49. A.R.E. 12 of 1932.
50. A.R.E. 288 of 1930.
51. A.R.E. 290 of 1930.
52. A.R.E. 297 of 1930.
53. A.R.E. 284 of 1930.
54. A.R.E. 1 of 1932.
55. A.R.E. 286 of 1930.
56. வேதாசலம், பாண்டியநாட்டில் வாணாதிராயர்கள் வெளியிடப் பெறாதது, ப. 78.
57. 348 of S.I.I.IV (1923, Madras).
58. A.R.E. 306 of 1930.
59. K.N.Radhakrishna, Thirumalirunjolaimalai (Alagarkoil) Sthalapurana, p. 126.
60. Ibid., p. 127.
61. A.R.E. 85 of 1929.

இதர பிற்சேர்க்கைகளுக்கு மதுரைக் காமராசர் பல்கலைக்கழகம் வெளியிட்டுள்ள அழகர்கோயில் மூல நூலைப் பார்க்கவும்.

தெய்வங்களும் சமூக மரபுகளும்

தெய்வங்கள்

நம்மில் கடவுள் நம்பிக்கை உள்ளவரே மிகப் பெரும்பாலோர். கடவுள் நம்பிக்கை உடையோரிலும் ஒவ்வொருவர் தங்கள் மனத்திற்குப் பிடித்த ஒரு வடிவத்தைக் கடவுளாகக் கற்பனை செய்துகொள்கிறார்கள். கடவுளுக்கும் ஒவ்வொரு தனி மனிதனுக்கும் தனித்தனியே தொடர்பு இருக்கிறது என்ற கற்பனையை மதவாதிகள் மக்கள் நெஞ்சிலே மிக ஆழமாகப் பதித்திருக்கின்றனர். இவ்வகையான தனிமனித - கடவுள் உறவு மதங்கள் உருவான பின் எழுந்ததாகும். இது பரிணாமம் என்ற விஞ்ஞானக் கொள்கைக்கு எதிரானதாகும்.

மிகத் தொடக்க காலத்தில் இயற்கை மனிதனுக்கு ஒரு புதிராகத் தோற்றமளித்தது. இருள், சூரியன், பாம்பு ஆகிய இயற்கைப் பொருள்கள் மனிதனுக்குப் புதிராக இருந்தன; அதேநேரத்தில் அச்சத்தையும் ஊட்டின. ஆயினும் மனிதன் இயற்கையே தனக்கு உணவை அளிக்கிறது என்று அறிந்துகொண்டான். அச்சமும் உணவுத் தேவையும் கொண்ட மனிதன், இயற்கையின் பேராற்றலை வணங்கத் தலைப்பட்டான். கூட்டு உழைப்பினால் உணவைத்தேட மனிதன் முற்பட்டபோது, ஆற்றல் மிகுந்த இயற்கையைத் தனக்கு இணங்கவைக்க முயன்றான். பழங்குடி மக்களின் பாட்டும் ஆட்டமும் அவர்களுடைய உணவுத் தேவையோடு தொடர் புடையவை. வேட்டை மிருகங்கள் நிறையக் கிடைப்பதற்காகவும் பின் உணவுக்குரிய பயிர்களை நிறைய விளைவதற்காகவும் அதற்கான மழை பெய்வதற்காகவும் இயற்கையை அவர்கள் வேண்டினர். அதற்காக, பயிர்கள் விளைவது போன்றும் மழை பெய்வது போன்றும் ஆடிக்காட்டினர். இவ்வாறு போலச் செய்து காட்டுவதன்மூலம் இயற்கையை இணங்கவைக்க முடியும் என்று நம்பினர். இவ்வகையான ஆட்டமும் பாட்டமும் மந்திரச் சடங்குகளோடு தொடர்புடையன. மந்திரமே உலக நாகரிகத்தில் தொடக்க காலத்தில் கலைகளுக்கும் விஞ்ஞானத்திற்கும் மூலமாக இருந்தது என்பதனைச் சமூகவியல் அறிஞர்கள் பிரேசர், ஜார்ஜ் தாம்சன் போன்றோர் விரிவாக விளக்கிக் காட்டியுள்ளனர்.

உயிரினங்களிலே மனிதன் கூடி வாழுகின்ற விலங்கினத்தைச் சேர்ந்தவன். விலங்கு நிலையில் இருந்தபோது யானை, மான், எறும்பு போல மனிதன் கூட்டம் கூட்டமாகவே வாழ்ந்த உயிரி. மனிதனின் தொடக்க கால நாகரிகமான கற்கால நாகரிகத்திலும் மனிதன் மந்தை மந்தையாகவே அலைந்து திரிந்தான். புதைபொருள் ஆய்வுகளில் கண்டுபிடிக்கப்படும் கற்கருவிகள், தொகுதி தொகுதியாகவே இன்றும் கண்டுபிடிக்கப்பட்டு வருகின்றன. (மனிதன் மந்தை உணர்ச்சி உடையவன் என்பதால்தான் இன்றும் தனிமை மனிதனுக்கு அச்சத்தையும் வக்கிர உணர்வையும் ஊட்டுகிறது). மனித சமூகத்தின் வளர்ச்சி அதனுடைய கூட்டுச் சிந்தனையின் விளைவு ஆகும். இரும்புக்காலம், செம்புக்காலம் என்று மனிதன் உலோகங்களைக் கண்டுபிடித்து நாகரிகம் பெற்றதும் சக்கரம், உழுகலப்பை போன்ற அரிய விஞ்ஞானக் கண்டுபிடிப்பு களைக் கண்டுபிடித்ததும் கூடிக்கூடித் தொழில் செய்து பெற்ற அனுபவத்தினால்தான். தெய்வங்களும் அப்படிப் பிறந்தவைதாம். மிகப் பழங்காலத்தில் சிந்தனை அளவில் இளம் குழந்தைகளாக வாழ்ந்த மனிதர்கள், தெய்வம் என்பதை ஒரு ஆற்றலாகத்தான் கருதினர். கைகால்களுடன் கூடிய ஓர் உருவமாகவோ, மனிதனைப் போன்ற உருவமாகவோ கருதவில்லை. தமிழர்கூட 'முருகு' எனப்பட்ட ஓர் ஆற்றலையே முதலில் வணங்கினர். பின்னர் தனிமனிதச் சிந்தனை வளர்ந்தபோதுதான் 'முருகு' 'முருகன்' ஆக்கப்பட்டான். இவ்வகையான குறிகளும் குணங்களும் குலங் களும் கொண்ட கடவுள்களும் அந்தந்தச் சமூகத்தின் தேவைக்கேற்ப அமைந்தவையே.

தெய்வங்களின் வடிவமும் குணமும் அவை சார்ந்த சமூகத்தின் தேவைகளையொட்டி அமைந்தவைதாம். கால்நடை வளர்ப் போரின் தெய்வம் மாடுகள், கன்றுகள் சூழ்ந்த கையில் புல்லாங் குழலுடன்தான் இருக்க முடியும். உழவர்களின் தெய்வம் மழை தருகின்ற இந்திரனாகவோ, கையிலே கலப்பை ஏந்திய பலராம னாகவோதான் இருக்கமுடியும் சுருக்கமாகச் சொன்னால், ஒரு குறிப்பிட்ட இனக்குழு என்ன வகையான உற்பத்தி முறையினைச் சார்ந்திருக்கிறதோ அதைப் பொறுத்து, அத்தெய்வங்களின் வடிவங்களும் குணங்களும் அத்தெய்வத்தைப்பற்றிய கதைகளும் அமையும்.

நம்முடைய கிராமப்புறத் தேவதைகள் எல்லாம் கையிலே காவலுக்குரிய ஆயுதங்களையே ஏந்தியிருக்கின்றனவே, ஏன்? பயிரைக் காத்தல். கண்மாயிலிருந்து பாய்கின்ற நீரைக் காத்தல், விளைந்த பயிரைப் பகைவரிடமிருந்து காத்தல், அறுவடை செய்த தானியங்களைக் காத்தல், உழவுக்கு வேண்டிய கால்நடைகளைப் பகைவரிடமிருந்து காத்தல், ஊர் எல்லையில் நின்று எதிரிகளிட மிருந்து ஊரைக் காத்தல் - இந்தக் காப்பு நடிவடிக்கைகள்தாம் நேற்றுவரை கிராமப் பொருளாதாரத்தின் அடிப்படை. எனவே இந்த மக்களின் தெய்வங்களெல்லாம் இந்த மக்களைப் போலவே ஏதேனும் ஒர் ஆயுதம் ஏந்தி, காவலுக்குரிய வயல்களின் ஓரத்திலும் கண்மாய்க் கரையிலும் ஊர் மந்தையிலும் ஊர் எல்லையிலும் அயராது கண் விழித்து நிற்கின்றன. இவை உட்காருவதும் கண் மூடுவதும் கிடையாது. இந்த மக்களைப்போலவே இத்தெய்வங்களும் முறுக்கிய மீசையும் வரிந்து கட்டிய வேட்டியுமாகச் சட்டை-யில்லாமல் (சில நேரங்களில் தலைப்பாகையுடன்) கள்ளும் கறியும் உண்பவையாக வாழ்கின்றன.

மிகப் பழங்காலத்திலிருந்து மக்களினப்பெருக்கம், அதற்குத் தேவையான உணவு உற்பத்திப் பெருக்கம், உணவு உற்பத்திக்கு அடிப்படையான கால்நடைப் பெருக்கம், மழை - இவையே மனிதகுல வாலாற்றில் சமுதாயத்தின் இலட்சியமும் தேவையுமாய் இருந்திருக்கின்றன. எனவேதான் இன்றும் எல்லா மதத்தினரும் மகப்பேறு என்பது இறைவனால் அருளப்பட்டது என்றும் அதைத் தடுத்து நிறுத்துவது பாவம் என்றும் அடிமனத்தில் எண்ணுகின்றனர். உயிர்களைப் பெருக்கும் ஆற்றல் பெண்களுக்குரிய பண்பாகும். எனவே பெண் தெய்வங்கள் எல்லாம் சமூகத்தில் இத்தகைய தேவைகளை நிறைவுசெய்யப் பிறந்தவையே. நோய்க் காலத்தில் குழந்தையைத் தாய் அக்கறையுடன் பேணிக் காக்கிறாள். இப்பெண் தெய்வங்களும் (அம்மை, கோமாரி முதலிய) நோய்களிலிருந்து மக்களையும் கால்நடைகளையும் காக்கின்றன.

சிவபெருமான், விஷ்ணு, மீனாட்சி முதலிய பெருந்தெய்வங்கள் எல்லாம் இப்பண்புகளைக் கொண்டிருக்கவில்லையே, ஏன்? என்ற சந்தேகம் அடுத்து எழுகின்றது. இத்தெய்வங்கள் ஆதியில் இப்படிப் பிறந்தவைதாம். இனக்குழு மக்களிடையேதான் இத்தெய்வங்கள் பிறந்தன. நாளடைவில், தனிச் சொத்துரிமை வளர வளர உடலால்

உழைப்பவர்கள், உடைமையாளர்கள் என்ற பிரிவு சமூகத்தில் தோன்றியபோது இத்தெய்வங்கள் உடைமையாளாகளின் தெய்வங்களாகிவிட்டன. அவர்களுடைய பண்பாடுகளெல்லாம் (புலால் உண்ணாமை போன்றவை) இத்தெய்வங்களின் பண்பு களாகிவிட்டன.

காடுகளில் கூட்டம் கூட்டமாகத் திரிந்த மனிதன் மண்மீது கிடந்தவற்றைப் பொறுக்கியும் நிலத்தைத் தோண்டியும் உணவைச் சேகரித்தான். பின்னர் வேட்டையாடினான்; மீன் பிடித்தான். பின்னர் கால்நடைகளைப் பழக்கினான்; மேய்ச்சல் நிலம் தேடி இடம் பெயர்ந்தான்; அக்காலத்தில் பெண்கள் கண்டுபிடித்த விவசாயத்தைக் கால்நடைகளின் துணைகொண்டு வளர்த்தான். போரில் தான் வென்ற பகைவர்களின் உடல் உழைப்பினைக் கொண்டு பயிர் நிலங்களின் அளவைப் பெருக்கினான். ஒவ்வொரு கட்டத்திலும் அவனுக்கு இயற்கை துணைசெய்தது; சில நேரங்களில் பழிவாங்கியது. இவற்றினூடாக மனிதக் கூட்டங்கள் இடையறாது போராடி வளர்ச்சி பெற்றன. வாழ்நிலை, நம்பிக்கை, இன்னும் பல காரணங்களால் அவை இனக்குழுக்களாயின. விவசாயம் பெருகிய நிலையில் தனிச் சொத்துடைமை வளர்ந்தது; போர்களும் பெருகின; இனக்குழுக்கள் தம்முள் பொருதின; தொடர்ந்த போராட்டங்களால் இனக்குழுக்கள் கரைந்து அரசுகளும் நாடுகளும் உருவாயின. தோற்றுப்போனவர்கள் கடுமையான உடலுழைப்பிற்குத் தள்ளப்பட்டனர். வென்ற கூட்டத்தார் உடலுழைப்பிலிருந்து விலக ஆரம்பித்தனர். நாளடைவில் உடல் உழைப்பு இல்லாதவர்கள் உடைமையாளராகவும் மேல்தட்டு மக்களாகவும் மாறிவிட்டனர்.

வேட்டையாடிய நிலையில் குகைகளில் வாழ்ந்த மனிதர்கள், குகைச் சுவரில் ஓவியங்கள் தீட்டினர். இவ்வோவியங்கள் தாவரம் அல்லது விலங்காக இருந்தன. அவை அந்த இனக்குழுவின் குலக்குறியாக இருந்தன. இந்தக் குலக்குறிகள் புதிரானவையாகவும் புனித ஆற்றல் உடையனவாகவும் வாழ்க்கைத் தேவையை நிறைவு செய்ய வல்லவையாகவும் கருதப்பட்டன. எனவே மந்திரச் சடங்கு களுக்கு உரியவையாகவும் கருதப்பட்டன. இம்மந்திரச் சடங்குகளே மதத்தின் மிகப் பழைய தொடக்க நிலையாகும். (இந்தக் குலக் குறிகளே பின்னர் ஒரு கட்டத்தில் மனித வடிவு பெற்ற தெய்வங்

களின் கையில் ஆயுதங்களாகவும் அணிகளாகவும் தெய்வ வாகனங் களாகவும் வளர்ச்சி பெற்றன).

ஒவ்வொரு கட்டத்திலும் சமூகத் தேவைகள் மாறமாற, தெய்வங்களும் அவற்றின் பண்புகளும் மாறின. உதாரணமாக வேட்டைச் சமூகத்தில் வேட்டையாடப்பட்ட விலங்குகள் ஊர்ப்பொது மன்றத்தில் கொண்டுவரப்பட்டு, அந்த இனக்குழு மக்களால் தமக்குள் சமமாக அல்லது வேலைக்குத் தகுந்த அளவில் பங்கீடு செய்யப்பட்டன. இப்பங்கீடு தெய்வத்தின் பெயரால் செய்யப்பட்டது. பங்கீடு சரியாக இல்லாவிட்டால் தெய்வம் தண்டிக்கும் என்பது இனக்குழு மக்களின் நம்பிக்கை. இப்பங்கீட்டுத் தெய்வத்தைப்பற்றிய தொல்லெச்சம் போன்ற செய்திகள் பழைய இலக்கியங்களிலும் புராணங்களிலும் காணப் படுகின்றன. தமிழிலக்கியத்தில் இத்தெய்வம் பால் வரை தெய்வம் (பால் - பிரிவு) என்று கூறப்பட்டுள்ளது. இத்தெய்வத்தின் விருப்பத்தின் பேரில்தான் ஓர் ஆணும் பெண்ணும் சந்தித்து உறவு கொள்கின்றனர் என்பது பழந்தமிழர் நம்பிக்கை. ஆரியரின் ரிக் வேதத்தில் ‘ரித’ என்னும் பங்கீட்டுத் தெய்வம் மறைந்தது பற்றிய புலம்பல்கள் இடம்பெறுகின்றன. கிரேக்கர் இப்பங்கீட்டுத் தெய்வத்தை ‘மீர’ (more) என்று அழைத்ததாகக் கிரேக்கத்தின் பழைய புராணங்கள் பேசுகின்றன.

அடுத்தகட்ட வளர்ச்சியில், இவ்வகையான பங்கீட்டு வாழ்க்கை இனக்குழு மக்களிடையே மறைந்துபோகிறது. பங்கீட்டுத் தெய்வமும் மறைந்துபோகிறது. தமக்கு உரிய பங்கு கிடைக்க வில்லை என்ற நிலையில் சிலர் புலம்புகின்றனர். பிறகு பங்கீட்டுத் தெய்வங்கள் பற்றிய செய்திகள் கதையாக மிஞ்சுகின்றன. பின் அவையும் மறைந்து போய்விடுகின்றன. ஒவ்வோர் கட்ட வளர்ச்சி யிலும் அதற்கு முந்திய கட்ட வளர்ச்சி அடியுரமாகப் போய்விடு கின்றது. ஆனால், விவசாயம் வளர்ந்தபோது கால்நடை வளர்ப்பு அழியவில்லை. மாறாக, விவசாயத்தின் துணைத் தொழிலாகி விடுகிறது. உதாரணமாகக் கிருஷ்ணன், பலராமன் என்ற இரு தெய்வங்களை எடுத்துக்கொள்வோம். கிருஷ்ணன், விருஷ்ணி - யாதவர் எனப்பட்ட கால்நடை வளர்க்கும் தொழிலையுடைய இரு குழுக்களின் தலைவன் ஆவான். பலராமன், சாத்துவதர் எனப்பட்ட உழவர்களின் குழுத்தலைவன் ஆவான். காட்டில் மாடு மேய்ப்பவர்களின் இசைக்கருவியான புல்லாங்குழலைக் கிருஷ்ணன்

கையில் பார்க்கிறோம். உழவர்களின் குழுத் தலைவனான பலராமனோ கையில் கலப்பை ஏந்தியுள்ளான்.

இத்தெய்வங்களைப் பற்றிய புராணக் கதைகளும் இவற்றின் இயல்பை நன்கு உணர்த்துகின்றன. பலராமன் நிறைய மது குடிப்பவன். ஒருமுறை மதுவெறியில் ஒரு மரத்தடியில் சாய்ந்து கொண்டு நீராடுவதற்காகத் தன்னிடம் வருமாறு யமுனை நதியை அழைக்கிறான். அவள் வர மறுக்கிறாள். உடனே தன் ஆயுதமான கலப்பையை வீசி எறிந்து அவளைத் தன்னிடத்திலே வரவழைத்து விடுகிறான். இக்கதையின் உட்கிடை என்ன? பலராமன் வாழ்ந்த காலத்தில் அவன் தலைமை ஏற்ற சாத்துவதர், யமுனைக் கரையில் பல புதிய நீர்வழிகளைக் கண்டு விவசாயப் பயிர் நிலங்களைப் பெருக்கினர் என்பதே.

சனகன், காட்டு வாழ்க்கையில் நிலத்தைக் கலப்பை கொண்டு உழுதபோது நிலத்துக்குள் இருந்து வந்தவள் சீதை என்பது சீதையின் பிறப்பைப்பற்றிய கதை. இதன் பொருள், சீதை உழும் தொழிலையுடைய ஒரு குழுவிலிருந்து பிறந்த தெய்வம் என்பதுதான்.

கிருஷ்ணன் - பலராமன் கூட்டு, அக்காலத்தில் யமுனை நதிக் கரையில் தங்கள் எதிரிகளுடன் போராடுவதற்காகக் கால்நடை வளர்ப்போரும் விவசாயம் செய்வோரும் தம்முள் அமைத்துக் கொண்ட கூட்டையே காட்டுகிறது.

கோடரியை ஆயுதமாக உடைய பரசுராமன், தந்தையின் ஆணையின் பேரில் தாயைக் கொன்றான் என்ற கதை, இனக்குழு வளர்ச்சியின் ஒருகட்டத்தில் தாய்வழிச் சமூக அமைப்பு, தந்தைவழிச் சமூக அமைப்பாக மாறியபோதுதான் பிறந்திருக்க வேண்டும். (பரசுராமன் ஏந்தியுள்ள கோடரி, வேட்டைச் சமூக வாழ்க்கையிலேயே ஓர் ஆயுதமாக இருந்தது. கர்நாடகத்தில் பிரம்மகிரி என்ற ஊரில் கண்டெடுக்கப்பட்ட கற்கருவிகளில் ஒரு கற்கோடரியும் உண்டு). தாய்வழிச் சமூக அமைப்பு தந்தைவழிச் சமூக அமைப்பாக மாறும்போது, வயதுவந்த மகன் தந்தையைத்தான் ஏற்றுக்கொள்வான். இக்காலக்கட்டத்தில் குடும்பங்களில் முரண் பாடுகள் தோன்றும். பெண்ணை அடிமையாக்க ஆண் அதீதமான சில நிலைகளில், நடைமுறைக்கு ஒவ்வாத கற்பு நெறியைப் பெண்ணுக்கு விதிக்கிறான். கற்பு - பத்தினித்தன்மை என்பதன்

பெயரால் பெண்ணின் சுதந்திரம் பறிக்கப்படுகிறது. அம்முரண் பாட்டின் வெளிப்பாடே தந்தை ஏவியதனால் மகன் பரசுராமன் தாயைக் கொன்ற கதையாகும்.

ஒரு குறிப்பிட்ட கட்டத்தில் ஒவ்வொரு தெய்வத்தைப்பற்றியும் கதைகள் நிறையப் பெருகிவிடுகின்றன. ஓரளவு ஒற்றுமையுடைய தெய்வக் கதைகள் ஒன்றோடொன்று கலந்துவிடுகின்றன. இரண்டு மூன்று தெய்வ வழிபாடுகள் ஒன்றாகக் கலந்து, ஒரே தெய்வ வழிபாடாகப் பரிணமித்துவிடுகின்றன. அநேகமாக இன்றுள்ள சிவ வழிபாடு, முருக வழிபாடு, விஷ்ணு (திருமால்) வழிபாடு இவையெல்லாம் பலவகை வழிபாடுகள் ஒன்றாகக் கலந்து ஒரே தெய்வ வழிபாடாகப் பரிணமித்தவையே.

அரப்பா நாகரிகத்தின் பசுபதி வழிபாடு, வேதத்திலுள்ள நதர வழிபாடு, தமிழ்நாட்டில் நிலவிய தறி வழிபாடு - இந்த மூன்றும் கலந்ததே சிவ வழிபாட்டின் அடிப்படை. வட இந்தியாவில் பிறந்த கந்த வழிபாடு, தமிழ்நாட்டின் முருக வழ்பாடு, கிழக்கிந்தியப் பகுதிகளில் பிறந்த கார்த்திகேய வழிபாடு - இவற்றின் கலவைதான் இன்றுள்ள முருக வழிபாடு. வாசுதேவ கிருஷ்ண வழிபாடு, பலராம வழிபாடு, வேதத்தின் நாராயண வழிபாடு - இவை அனைத்தும் கலந்தே விஷ்ணு வழிபாடு உருவாயிற்று. இனக்குழு வாழ்க்கையுடைய மக்களின் வழிபாட்டு முறைகள், அரசுகள் உருவாகியபோது கலந்து பெருவழிபாட்டு நெறியாக (cult) உருவெடுத்து, மதம் என்ற நிலைக்கு வளர்ந்தன.

சுருக்கமாகச் சொல்வதானால், ஆதி மனிதக் கூட்டம் உணவுத் தேவைக்காகவே அச்சத்தோடும் ஆச்சரிய உணர்வோடும் இயற்கையை வணங்கியது. சமூகத்தின் ஒவ்வொரு வளர்ச்சிக் கட்டத்திலும் சமூகத் தேவைகள் மாறி, வளர்ந்து, பெருகும்போது கதைகளும் புராணங்களும் அதற்குத்தக வளர்ந்தன. அரசுகள் உருவாகி வளர்ந்தபோது ஆளுங்கணம், ஆளப்படுவோர் என்ற நிலையில் தெய்வங்களும் பெருந்தெய்வங்கள், சிறுதெய்வங்கள் என்ற பிரிவுகளோடு அமைந்தன. பெருந்தெய்வக் கதைகள் எழுதப்பட்டுப் புராணங்கள் உருவாயின. சிறுதெய்வங்களின் கதைகள் உழைக்கும் மக்களின் நாவிலே பாட்டாக மலர்ந்தன. அவர்களின் நினைவிலேயே அக்கதைகள் தொடர்ந்து வந்தன. காலப்போக்கில் சில மறைந்தன. வேறு சில, பெருவழிபாட்டு நெறிக்குள் கலந்து அவற்றால் உள்வாங்கப்பட்டு மறைந்தன.

சிறுதெய்வ நெறிகள்

சிறுதெய்வ ஆய்வு நாட்டுப்புறப் பண்பாட்டியலின் ஒரு பெரும் பிரிவாகும். இந்த வகையான ஆய்வு தமிழ்நாட்டில் கடந்த இருபத்தைந்து ஆண்டுகளாகத்தான் தொடங்கப்பட்டது. இந்தவகையான ஆய்வுச் சிந்தனையைத் தொடங்கியதில் 'தாமரை', 'ஆராய்ச்சி' போன்ற இதழ்களுக்குப் பெரும்பங்குண்டு.

சொல் விளக்கம்

முதலில், 'சிறு தெய்வம்' என்ற சொல்லின் தோற்றத்தை நோக்குவோம். முதன்முதலாக "சென்று நாம் சிறுதெய்வம் சேரோம் அல்லோம்" என்று அப்பர் தேவாரத்தில் பயின்று வருகிறது. இதன் காலம் கி.பி. ஏழாம் நூற்றாண்டு ஆகும். இதற்கு நேர்மாறாகப் 'பெருந்தெய்வம்' என்ற சொல்வழக்கு புறநானூற்றிலேயே காணப்படுகிறது. இரண்டு வேந்தர்களையும் ஒன்றாகக் கண்ட புலவர், "இரு பெருந்தெய்வமும் உடன் நின்றா அங்கு" (பாடல் எண்: 58) என்று பலராமனையும் திருமாலையும் நினைத்துப் பாடுகிறார். எனவே, சமூகத்தின் அடித்தளத்து மக்கள் வழிபடும் கடவுளரைச் சிறுதெய்வங்கள் எனவும் மேல்தளத்து மக்கள் வழிபடும் தெய்வங்களைப் பெருந்தெய்வம் எனவும் குறிப்பிடும் வழக்கம் அக்காலத்திலேயே இருந்திருப்பதாகத் தெரிகிறது.

ஆய்வு நெறியில் 'சிறுதெய்வம்', 'பெருந்தெய்வம்' என்ற சொற்களைத் தாழ்ந்தவை, உயர்ந்தவை என்ற பொருளில் எடுத்துக்கொள்ள இயலாது. உண்மையில் சிறுதெய்வங்கள் எனப்படுபவையே மிகப்பழைய நம்பிக்கைகளையும் உணர்வு களையும் பேணி நிற்பவையாகும். இக்கட்டுரையில் சிறுதெய்வம் என்ற சொல், நாம் பழகிவிட்ட சொல் என்பதனாலேயே எடுத்தாளப்படுகிறது.

17ஆம் நூற்றாண்டில் குமரகுருபரர், "செத்துப் பிறக்கின்ற தெய்வங்கள் மணவாளன்" என்று முருகனைக் குறிப்பிடுகின்றார். இப்பாடலில் செத்துப் பிறப்பனவாக அவர் குறிப்பது சிறு தெய்வங்களையே என்று ஊகிக்கலாம்.

'சிறுதெய்வம்' என்ற சொல் எதைக் குறிக்கும்? சிறுதெய்வங்

களின் முதற்பண்பு, அவை பிராமணரால் பூசை செய்யப் பெறாதவை என்பதே. பிராமணப் பூசை இன்மையால் இவை இயல்பாகவே இரத்தப் பலி பெறும் தெய்வங்களாகின்றன. இவை, நாள்தோறும் ஆறுகாலப் பூசை பெறுவதில்லை. இவற்றின் திருவிழாக்களில் 'சாமியாட்டம்' இடம்பெறும்.

வழிபடுவோர்

சிறுதெய்வ வழிபாடு சமூகத்தில் எப்பிரிவினரிடம் தொல் வழக்காக உள்ளது என்பது அடுத்த கேள்வி. பொதுவாக, பிராமணரல்லாத எல்லாச் சாதியினரும் சிறுதெய்வ வழிபாட்டை உடையவர்கள் ஆவர். பிராமணரல்லாத உயர் சாதியாரிடமும் புலாலுண்ணாத வேளாளரிடத்தில் - சிறுதெய்வ வழிபாடு மிகக்குறைவாக உள்ளது. நிலவுடைமை அமைப்பில் பிற எல்லாச் சாதியாரும் சிறுதெய்வ வழிபாட்டில் ஈடுபட்டவரே.

கோயில் அடையாளம்

சிறுதெய்வக் கோயில்கள் சிறியவை. சில இடங்களில் அவை கட்டடமின்றி அமைதலும் உண்டு. இன்னும் சில இடங்களில் மரங்களும் புதருமே தெய்வமாகக் கருதி வழிபடப்பெறும். மரங்கள் பெரும்பாலும் வேம்பு, பனை, உடை, பூவரசு ஆகியவையாக இருக்கும். பெண்தெய்வக் கோயில்கள் பெரும்பான்மை வடக்கு நோக்கியும் சிறுபான்மை கிழக்கு நோக்கியும் ஆண் தெய்வக் கோயில்கள் கிழக்கு நோக்கியே அமைவதும் மரபாகும். ஒரு சிறுதெய்வக் கோயிலில் பெரும்பாலும் ஒரு தெய்வம், அல்லது மூன்றிலிருந்து இருபத்தொரு தெய்வங்கள் வரை வடக்கு, கிழக்கு, தெற்கு நோக்கி அமைந்திருக்கும்.

பெயர்கள்

சிறுதெய்வங்களின் பெயர்கள் பெருந்தெய்வங்களின் பெயர் களிலிருந்து தெளிவாகவே வேறுபட்டு நிற்கின்றன. ஆண் சிறுதெய்வங்களின் பெயர்கள் பொதுவாக அய்யா, அப்பன், அடியான், சாமி முதலிய விகுதிகளோடும் (கருப்பையா, இருளப்பன், பனையடியான், கருப்பசாமி) பெண் தெய்வங்களின் பெயர்கள் அம்மன், நாச்சி, கிழவி முதலிய விகுதிகளோடும் (முத்தாலம்மன், பெரியநாச்சி, அரியாக்கிழவி) அமைந்திருக்கும்.

கோயில் அமையும் இடங்கள்

இச்சிறுதெய்வக் கோயில்கள் பொதுவாக ஊர் மந்தை, ஊரின் எல்லை, குளக்கரை, கண்மாய்க்கரை, களத்துமேடு, வயற்புறம், அழிந்த கோட்டைகளின் வாசற்பகுதி இருந்த இடம், நெடுஞ் சாலை ஓரம் முதலிய இடங்களில் அமைந்திருக்கும். அந்த இடங்கள் அனைத்தும் காவலுக்குரிய இடங்கள் ஆகும். எனவே பெரும்பாலான சிறுதெய்வங்கள் காவல் தெய்வங்களாக அமைவனவே.

உருவம்

பெண் சிறுதெய்வங்கள் பீடத்தின் மேல் அமர்ந்த கோலத்தில் இரண்டு கைகளோடு, தலையில் வெவ்வேறு வகையான மகுடங் களுடன் இருக்கும். கையில் சீவல், வடிந்த காது, கழுத்தில் காறை, கையில் வளை, காலில் தண்டை ஆகியவற்றோடு அமைந்திருக்கும். ஒன்றிரண்டு தனித்த வேறுபாடுகளும் உண்டு. எடுத்துக்காட்டாக, உச்சினி (உஜ்ஜயினி) மாகாளியம்மன் இடது உள்ளங்கையில் கபாலம் ஏந்தியிருக்கும். சில பெண் தெய்வங்கள் இடுப்பில் குழந்தை வைத்திருப்பதாக நாட்டுப்புறப் பாடல்களிலும் வழக்கு மரபுகளிலும் செய்திகள் உள்ளன. ஆண் தெய்வங்கள் நின்ற கோலத்திலும் ஒரு காலை மட்டும் முழங்காலிட்ட கோலத்திலும் தவழ்ந்த கோலத்திலும காணப்படும். முழந்தாளிட்ட நிலைமையில், ஒரு கை (வலக்கை) ஓங்கிய நிலையில் ஆயுதம் ஏந்தி இருக்கும் இத்தோற்றத்தில் அமைந்த தெய்வங்களை 'நொண்டிச்சாமி' என்பார்கள். தவழ்ந்த கோலத்தில் அமைந்த தெய்வங்களை 'சப்பாணி' என்பார்கள். தெய்வ உருவங்கள் பெரும்பான்மை கல்லிலும் சிறுபான்மை மண்ணாலும் அமைந்திருக்கும். மண்ணால் (சுதையால்) அமைந்த தெய்வங்கள் வண்ணங்கள் பூசப் பெற்றவையாக இருக்கும்.

கிடந்த கோலத்தில் ஒரே ஒரு தெய்வம் மட்டும் கள ஆய்வில் இதுவரை காணப்பட்டுள்ளது. நெல்லை மாவட்டத்தின் மேற்குப் பகுதியிலும் குமரி மாவட்டத்தின் சில பகுதிகளிலும் காணப்படும் இத்தெய்வத்திற்கு, வண்டி மலைச்சியம்மன் எனறு பெயர். இந்தப் பெயருடைய அம்மன் கோயில்களில், மல்லாந்த நிலையில் ஆணும் பெண்ணுமாக இரண்டு உருவங்கள் மிகப்பெரிய அளவில் மண்ணால் அமைக்கப்பட்டிருக்கும்.

சிறுதெய்வமா, பெருந்தெய்வமா என்று அறுதியிட்டுரைக்க முடியாதபடி மிகச் சில தெய்வங்கள் உள்ளன. அவற்றுள் ஒன்று 'காமாட்சி அம்மன்' ஆகும். பழம்பெரும் கோயில்களில் ஒன்றான காஞ்சிபுரம் காமாட்சியம்மன் கோயில் ஒரு பெருந்தெய்வக் கோயிலாகும். ஆயினும், தமிழ்நாட்டின் கிராமப்புறங்களில் காமாட்சியம்மன் பிராமணப் பூசையின்றி இரத்தப் பலி பெறும் சிறுதெய்வமாகவே காணப்படுகிறது. எனவே, காமாட்சியம்மன் முதலில் சிறுதெய்வமாக இருந்து, இடைக்காலத்தில் பெருந் தெய்வமாக மாற்றப்பட்டிருக்கிறது என்பது தெரிகிறது.

உருவமில்லாதன

சிறுதெய்வக் கோயில்களில் உருவம் இல்லாதன, உருவம் உடையன என இரு வகை உண்டு. மரங்களையே தெய்வங்களாக வழிபடுதல் ஒரு வகையாகும். சில இடங்களில் கல்லாலான கழுமரங்களே வழிபடப் பெறுகின்றன. சில இடங்களில் பீடங்கள் மட்டும் உருவமின்றி வழிபடப் பெறுகின்றன. அழகர்கோயிலில் பதினெட்டுப் படிகளும் படிகளுக்கு முன்னமைந்த இரண்டு கதவுகளுமே தெய்வமாகக் கருதி வழிபடப் பெறுகின்றன. இன்னும் சில இடங்களில் நடப்பட்ட குத்துக்கற்களில் தெய்வம் உறைவதாக நம்பி வழிபடுவர். தெய்வங்கள் பந்தியாக (வரிசையாக 21 தெய்வங்கள்) அமைந்த கோயில்களில் முக்கியமான ஒன்றிரண்டு மட்டும் உருவங்களாகவும் பிற தெய்வங்கள் பீடங்களாகவும் வழிபடப்படுகின்றன.

வழிபடு கடவுளர் இயல்பு

உருவமுடைய சிறுதெய்வங்கள் எல்லாம், அவை ஆணாயினும் பெண்ணாயினும், ஆயுதங்களை ஏந்தியிருப்பது அவற்றின் பொதுப் பண்பாகும். எனவே, சிறுதெய்வங்கள் அனைத்தும் வீரவழிபாட்டுத் தெய்வங்கள் எனக் கருதப்படுகின்றன. தன்னுடைய ஊரை, ஊரின் கால்நடைகளை, கண்மாய் நீரை, பெண்களை, விளைந்த பயிர்களைக் காக்கின்ற சண்டையில் உயிர்துறந்த ஆண்கள் எல்லாம் வீரவழிபாட்டிற்கு உரியவர்களாவர். இவர்களுக்குத் தனிப்பெயர் இருந்தாலும் வேடியப்பன், பட்டவன் என்ற பொதுப்பெயர்களில் வடமாவட்டங்களிலும் மதுரை, முகவை மாவட்டங்களில் கருப்பசாமி என்ற பொதுப்பெயரிலும், நெல்லை குமரி மாவட்டங்களில் சுடலைமாடன் என்ற பொதுப்பெயரிலும்

இத்தெய்வங்கள் அடங்கிவிடும். இப் பொதுப்பெயர்கள் பொது வழிபாட்டுநெறி ஒன்றை உருவாக்கிவிடுகின்றன.

பெண் தெய்வங்களில் பகைவரால் கொல்லப்பட்டோர், பாலியல் வன்முறையை எதிர்க்கும் முயற்சியில் இறந்தோர், பாலியல் வன்முறையிலிருந்து தப்பிக்கவும் அதை எதிர்க்கவும் தற்கொலை செய்துகொண்டோர், கணவனோடு உயிர் நீத்தோர் ஆகியோரே வீரவழிபாட்டுக்கு உரியவராவர். பொதுவாக வீரவழிபாட்டிற்கு உரியவர்கள் எல்லாம் அகால மரணத்தைச் சந்தித்தவர்கள் ஆவர்.

வீரவழிபாட்டு நெறியில் இரண்டு சாரார் ஒரே தெய்வத்தை வழிபடுவதும் உண்டு. கொல்லப்பட்ட வீரனைச் சார்ந்த பிரிவினர் அவன் வீரத்தையும் பிற வரங்களையும் வேண்டி வழிபடுவர். கொன்ற பிரிவினர் கொல்லப்பட்ட வீரனின் ஆவியால் தாங்கள் பழிவாங்கப்படக் கூடாது என்பதற்காக 'சமாதானம்' (சாந்திச் சடங்குகள்) செய்து வணங்குவர்.

பொதுவாகப் பெண் தெய்வ வழிபாடுகள் உடல் வளம், மன வளம், மகப்பேறு வளம், பயிர் வளம் இவற்றையே குறிக்கோளாகக் கொண்டு நடைபெறும். அதாவது, மக்களையும் பயிர்களையும் நோய் வராமல் காத்தல், வந்த நோயிலிருந்து காத்தல், மனநலக் குறைவைச் சரிசெய்தல். மகப்பேற்று வரந்தருதல், பயிரை நன்றாக விளையச் செய்தல் ஆகியவையே பெண் தெய்வத்தின் கடமைகளாக அமைகின்றன.

பூசாரி

சிறுதெய்வக் கோயில்களில் பிராமணரல்லாதாரே பூசாரிகள் ஆவர். பள்ளர், பறையர், சக்கிலியர், நாவிதர், வண்ணார் ஆகிய சாதியாரின் கோயில்களில் பெரும்பாலும் அவ்வச்சாதியாரே பூசாரிகளாக இருப்பர். பிற மேல்சாதியாருக்கு உரிமையான கோயில்களில் மண்பாண்டங்களும், மண்ணில் தெய்வ உருவங் களும் செய்யும் குயவர் (வேளார்) சாதியாரும் நந்தவனம் வைத்துப் பூத்தொடுக்கும் பண்டாரம் எனப்படும் சாதியாரும் உவச்சர் (கம்பர்) சாதியாரும் பூசாரிகளாக இருப்பர். ஒன்றிரண்டு கோயில் களில் அவ்வச்சாதியாரே (மறவர், கள்ளர்) பூசாரிகளாக இருப் பார்கள். பொதுவாகப் பிறதெய்வக் கோயில்களைப்போலச் சிறுதெய்வக் கோயில்களில் ஆறுகாலப் பூசைகள் நடப்பதில்லை.

சாமியாடி - தோற்றமும் ஆட்டமும்

பெரும்பாலும் சிறுதெய்வக் கோயில்களில் பூசாரிகள் சாமியாடிகளாக இருப்பதில்லை. வழிபடும் அடியவர்களிலேயே ஓரிருவர் சாமி ஆடுவர். இரண்டு மூன்று சாதிகளுக்குரிய கோயில் களில் சாதிக்கொரு சாமியாடியும் உண்டு. பெண் தெய்வக் கோயில் களில் ஆண்களும் ஆண் தெய்வக் கோயில்களில் பெண்களும் ஆடுவதுண்டு. சாமியாட்டம் திருவிழாக் காலங்களில் மட்டுமே நடைபெறும்.

சாமியாடுவோர் ஆண்களாக இருப்பின் வேட்டியை வரிந்து கட்டியும் பெண்களாக இருப்பின் தலைமுடியை விரித்துப் போட்டும் சாமியாடுவர். சாமி ஆடுபவர் கையில் வேப்பிலையும் எலுமிச்சம்பழமும் இருக்கும். அந்தக் குறிப்பிட்ட சிறுதெய்வத்திற் குரிய ஆயுதங்களான அரிவாள், வாங்கரிவாள், சிறு பிரம்பு, பூண் கட்டிய தடிக்கம்பு, சாட்டை, வாள், கட்டாரி ஆகியவற்றில் ஒன்றை ஏந்தி ஆடுவர்; தீப்பந்தம், தீச்சட்டி ஏந்தியும் ஆடுவதுண்டு. மதுரை, நெல்லை, குமரி மாவட்டங்களில் ஒருவர் நீர்க்கரகம் எடுத்துத் தெய்வப் பிரதிநிதியாக ஆடுவார். அவருக்குக் 'கோமறத் தாடி' எனப் பெயர். அவர் மஞ்சள் ஆடையும் கையில் வெள்ளிக் கடகமும் மஞ்சள் காப்புக் கயிறும் அணிவார். சில சிறுதெய்வக் கோயில்களில் சிவப்பு வண்ணக் கால்சட்டையுடன் காலில் சலங்கை கட்டி ஆடுவர். சிவப்புக் கால்சட்டையோடு சிவப்புத் தொப்பியணிந்து ஆடுவதும் உண்டு. பொதுவாக எல்லாச் சிறுதெய்வக் கோயில்களிலும் சாமி ஆடுவோர், திருவிழாவிற்கு முன்னர் 10 அல்லது 15 நாள் தொடங்கிப் புலால் உண்பதைத் தவிர்த்தும் உடலுறவைத் தவிர்த்தும் விரதமிருப்பர். இன்னும் சில கோவில்களில் பூசை செய்யும் நேரத்தில் பூசை செய்வோர் வாயினை ஒரு வெள்ளைத் துணியினால் கட்டிக்கொள்வர்.

சிறுதெய்வக் கோயில்களில் நடைபெறும் சாமியாட்டம் அல்லது தெய்வ ஆட்டம் பலவகைப்படும். பெரும்பாலும் 'திமிரி' என்னும் சிறிய வகை நாட்டுப்புற நாதஸ்வர இசைக்கும் மேளத் திற்கும் ஏற்ப ஆண்களும் பெண்களும் குதித்தாடுவார்கள். பெண்கள் தலை மயிர் விரித்த தலையை முன்னும் பின்னுமாக ஆட்டி ஆடுவார்கள்.

பொதுவாக ஒரு சிறுதெய்வம் இரண்டொருவர் மீது

மருள்கொண்டு இறங்கும். 'மருளாடி', 'சாமியாடி', 'கோமறத்தாடி' என ஒவ்வொரு வட்டாரத்திற்கும் சாமியாடுவோர் பெயர் வேறுபடும். சாமியாடுவோரில் ஒருவர் மட்டுமே தெய்வத்தின் பிரதிநிதிபோலக் கையிலோ தலையிலோ கரகம் வைத்து ஆடுவார். பிறர் ஆயுதங்களை ஏந்தியோ, வேப்பிலை, எலுமிச்சம்பழம் மட்டும் கையில் வைத்துக்கொண்டோ ஆடுவர். ஆடுவோர் எல்லாரும் கழுத்தில் பூ மாலை அணிவர்.

பொதுவாக இவ்வகையான ஆட்டம் தவிர வெவ்வேறு வகையான ஆடல்களும் சில இடங்களில் நடைபெறும். இவற்றுள் வட்டார வேறுபாடும் உண்டு. தென் மாவட்டங்களில்தான் இப்பொழுது பலவகையான ஆட்டங்களைக் காணமுடிகிறது.

விழாக்களும் இரத்தப் பலியும்

சிறுதெய்வக் கோவில்களில் திருவிழாக்கள் பெரும்பாலும் மாசி மாதத்தில் மகா சிவராத்திரியன்று நடைபெறும். இத் திருவிழாவினை 'மாசிக்களரி' என்பர். நெல்லை, குமரி மாவட்டங் களில் மட்டும் பங்குனி மாதம் உத்திர நட்சத்திரத்தில் நடைபெறும் திருவிழாக்களின் உச்சக்கட்ட நிகழ்ச்சியாக இரத்தப்பலி நடை பெறும். எருமைக்கடா, ஆட்டுக்கடா, சேவல், பன்றி ஆகியவை பலியிடப்பெறும்.

பொதுவாகத் தமிழ்நாட்டில் கோவை மாவட்டத்தில் ஓரிரு இடங்களைத் தவிர, எருமைக்கடா பலிகொடுக்கும் வழக்கம் நின்றுவிட்டது. எருமைக்கடா பலிபெறும் பெண் தெய்வங்கள் மைசூர்ப் பகுதியில் உருவான மகிஷாசுரமர்த்தனி (எருமைத்தலை அரக்கனைக் கொன்ற காளி) வழிபாட்டில் இருந்து கிளைத்திருக்க வேண்டும். அலைந்து திரியும் சாதியரான நரிக்குறவர் இக்காலத் திலும் தங்கள் தெய்வத்துக்கு எருமைக்கடா பலி கொடுக்கின்றனர்.

விதிவிலக்காக அன்றிப் பெண் விலங்குகளையோ, பறவைகளையோ பலிகொடுக்கும் வழக்கம் வழிபாட்டு நெறிகளில் இல்லை. இரத்தப் பலி என்பது பொதுவாக ஆண் விலங்குகளையும் பறவைகளையுமே குறிக்கும். உயிர்ப் பெருக்கத்திற்குக் காரணமான பெண் உயிர்களைப் பலி கொடுத்தால் தெய்வம் தண்டிக்கும் என்னும் தொல்பழைய நம்பிக்கையே இதற்குக் காரணம். சங்க இலக்கியத்தில் நன்னன் என்னும் மன்னன் ஒருவன், பெண் கொலை

செய்து பெரும்பழி ஏற்றதனைச் சங்க இலக்கியம் பதிவு செய்துள்ளது.

தாழ்த்தப்பட்ட சாதியாரான சக்கிலியர் போன்ற சாதிகளில் மட்டுமே பன்றியைப் பலி கொடுப்பர். வெட்டப்பட்ட மிருகத்தின் தலையினை மட்டும் எடுத்து தெய்வத்திற்கு நேர் எதிரே கோயிலுக்கு உள்ளாகவோ, வெளியிலோ அமைந்திருக்கும் பலிபீடத்தின் மேல் வைப்பர். சில தெய்வங்களுக்குப் பலியிடும் விலங்கின் தலையை வெட்டாமல் நெஞ்சினைக் கீறி இருதயத்தை மட்டும் எடுத்துப் பலிபீடத்தின் மேல் வைப்பர்.

பெண் தெய்வங்களில் ஒருசில தெய்வங்களுக்கு இரத்தப் பலி தரும்போது, நிறை சினையாகவுள்ள பெண் ஆட்டைத் தேர்ந்தெடுத்து, ஊருக்கு வெளியே அதைக் கொண்டுபோய் அதன் வயிற்றைக் குத்திக் கிழித்து, உள்ளே இருக்கும் ஆட்டுக்குட்டியைத் தனியே வெளியே எடுத்துக் கோயிலில் தெய்வத்தின் பலிபீடத்தில் வைப்பர். இதற்குச் ‘சூலாடு குத்துதல்’ அல்லது ‘துவளக்குட்டி’ எனப் பெயர். ஒரு கோயிலில் ஒன்றுக்கு மேற்பட்ட தெய்வங்கள் இருந்தால், ஒவ்வொன்றுக்கும் தனித்தனி பலிபீடமும் இருக்கும்.

தெய்வங்கள் வரிசையாக அமைந்த கோயில்களில் ‘அய்யனார்’ இருப்பினும் அது இரத்தப் பலி பெறாத தெய்வமாகும். எனவே அதே வளாகத்திலுள்ள பிற தெய்வங்களுக்கு இரத்தப் பலி இடும்போது, இரத்தப் பலி பெறாத அய்யனார் போன்ற தெய்வ உருவங்களைத் திரையிட்டு மறைத்துவிடுவர். இரத்தப் பலி பெறாத தெய்வங்களை நாட்டுப்புறத்து வழக்கு மரபில் ‘சுத்தமுகத் தெய்வம்’ என்று கூறுவர்.

பிற படையல்

சிறுதெய்வங்களுக்குப் படைக்கப்படும் உணவு வகை என்று எதையும் குறிப்பிட இயலவில்லை. திருவிழாவில் இறுதி நிகழ்ச்சியாகச் சில தெய்வங்களுக்கு ஊன் (ஆட்டுக்கறி) கலந்த சோறு படைக்கப்படுகிறது. நெல்லை மாவட்டத்தில் இதற்குச் ‘சோறு’ எனப் பெயர். குமரி மாவட்டத்தில் ‘ஊட்டுக் கொடுத்தல்’ என்பர். பொதுவாக, சிறுதெய்வக் கோயில்களில் வழிபடுவோர்க்கு திருநீறு பிரசாதமாக வழங்கப்படுகிறது. ‘தெய்வம் தன்மீது குடிகொண்டுவிடும்’ என்ற அச்சத்தினால் குறிப்பிட்ட சில

சிறுதெய்வக் கோயில்களில் தரப்படும் (தெய்வத்திற்குச் சூட்டிய) பூவினைப் பெண்கள் அணிவதில்லை.

நேர்த்திக் கடன்

காணிக்கை அல்லது நேர்த்திக்கடனாகச் சிறுதெய்வக் கோயில்களுக்கு நெல் முதலிய தானியங்கள் தரப்படுகின்றன. குழந்தைப்பேறு இல்லாதவர்கள் குழந்தைவரம் வேண்டி 'பிள்ளைத் தொட்டில்' (மரத்தாலான மிகச்சிறிய தொட்டில்) செய்து கோயிலில் தொங்கவிடும் வழக்கமும் பரவலாக உள்ளது. எல்லாச் சிறு தெய்வக் கோயில்களிலும் தெய்வத்திற்குரிய ஆயுதங்களையும் (வேல், வாள், தடி, கட்டாரி, அரிவாள்) சாட்டை, பாதுகை. மணி, திருநீற்றுக் கப்பரை முதலியனவற்றையும் அடியவர்களே நேர்த்திக் கடனாகச் செய்து தருகின்றனர்.

சமூக மாற்றம்

இருபதாம் நூற்றாண்டில் சமூக மாற்றங்கள் காரணமாகப் பெண் சிறுதெய்வங்களில் சில பெருந்தெய்வமாக மாற்றப்பட்டுளளன. இரத்தப் பலியினை நிறுத்துவது, பெருந்தெய்வக் கோயில்களைப் போலப் புரட்டாசி மாதம் நவராத்திரித் திருவிழாவினைக் கொண்டாடுவது, சில இடங்களில் பிராமணரைப் பூசாரியாக்குவது முதலிய படிநிலைகளின் மாற்றங்கள் ஏற்பட்டுள்ளன. சில கோவில்களில் 'சாமியாட்டம்' காலப்போக்கில் ஆடுவோரின்றி மறைந்து இம்மாற்றத்திற்கு மேலும் துணை செய்கிறது. ஒரு கோயிலை வழிபடும் அடியவர்கள் சமூக மாற்றங்களினால் பொருளாதார வலிமை பெறுவதும், பணக்காரரர் அறங்காவலர் பொறுப்புக்கு வருவதும் இம்மாற்றத்திற்கு அடிப்படைக் காரணங்களாகும். இம்மாற்றமும் நகர்ப்புறங்களில்தான் பெருமளவில் நடந்துள்ளது.

அடிதொழுதல்

இருபதாம் நூற்றாண்டுத் தமிழ்ச் சமூகம் பல புதிய மாற்றங்களைக் கண்டிருக்கிறது. அவற்றுள் சில தனிமனித ஒழுக்கம் சார்ந்தவை. அந்நூற்றாண்டின் தொடக்கத்தில் ஒரு தனிமனிதனின் காலில் மற்றொரு மனிதன் விழுந்து வணங்குவது, மானக் குறைவான செயல் என்ற எண்ணம் அரும்பியது. பின்னர் அது வளர்ந்தது. இப்பொழுது மீண்டும் அந்த வழக்கம் உயிர்த்தெழுந்துள்ளது. பொது வாழ்க்கையில் ஈடுபட்டுள்ளோர் பலர், எந்தவித வரை முறையின்றி நாள்தோறும் தனிமனிதரின் காலில் விழுந்து எழுகிறார்கள். நம்முடைய கலாச்சாரம் 'காலாச்சாரம்' ஆகிவிட்டது எனச் சிந்தனையாளர்கள் புலம்புகின்றனர். இந்தச் சூழ்நிலையில் நம்முடைய பண்பாட்டில் இந்த வழக்கம் எவ்வாறு தோன்றி காலந்தோறும் வளர்ந்து வந்துள்ளது எனப் பார்ப்பது அவசியம்.

அரசுகளும் நகர நாகரிகமும் வளர்ச்சி அடையாத கால கட்டத்தில், அதாவது இனக்குழுப் பண்பாடே பொதுப் பண்பாடாக நிலவிய ஒரு சமூக அமைப்பில் இவ்வழக்கம் தோன்றியதாகவோ, சமூக மதிப்பைப் பெற்றிருந்ததாகவோ தெரியவில்லை. பின்னர், சிறிய அளவில் அரசுகள் தோன்றி அரசர்கள் தமக்குள் போரிட்டுக்கொள்கின்றனர். வென்றவனின் காலில் தோற்றவன் விழுந்து தன்னுடைய தோல்வியை ஏற்றுக் கொள்கிறான். அடிவீழ்தல் என்ற சொல் தோற்றவன் கட்சியி னையும் 'அடி புறந்தருதல்' (காலடியில் விழ வைத்தல்) என்ற சொல் வென்றவனின் வீரத்தையும் விளங்க வைப்பதனைச் சங்க இலக்கியத்தில் காண்கிறோம்.

"மெல்ல வந்தென் நல்லடிபொருந்தி" (புறம்: 73)

"அடிபுறந்தருகுவர் நின் அடங்காதோரே" (புறம்: 35)

அரசியல் தவிர்ந்த சமூகத்தின் மற்ற அமைப்புகளில் ஒருவர் மற்றவர் காலடியில் விழுந்து வணங்கியதாகச் செய்திகள் சங்க இலக்கியத்தில் கிடைக்கவில்லை.

சங்கமருவிய காலத்தில் தமிழ்நாட்டில் நிறுவன மதங்கள் காலூன்றத் தொடங்கின. (சங்க காலத்தில்தான் வடநாட்டு

மதங்களான சமணமும் பௌத்தமும் இறக்குமதியாயின). தமிழ் நாட்டில் விரைவாகப் பரவத் தொடங்கிய சமண மதம் கடவுட் கோட்பாட்டினை ஏற்றுக்கொள்ளவில்லை. 'வினை நீத்த அறிவர் களான துறவிகளே அந்த மதத்தில் வழிபாட்டிற்குரியவராயினர். எனவே துறவிகளின் காலடிகளில் விழுந்து வணங்கும் முறை அம்மதத்தில் நிலவியது. இந்த வணக்கமுறையினைக் கருதி வணக்கத்திற்குரிய துறவிகளும் அடிகள் எனப்பட்டனர். சமணத் தீர்த்தங்கரர்களுக்குச் சிலை அமைத்து வழிபடும் முன்னர், இரண்டு காலடிகளை மட்டும் செதுக்கி வழிபடும் முறை நடைமுறையில் இருந்தது. சிலைகள் உருவான பின்னரும்கூடச் சில இடங்களில் பாதங்களை மட்டும் வடித்து வழிபடும் வழக்கம் தொடர்ந்துவந்தது. சமண மதம் ஆணைவிடப் பெண் தாழ்ந்தவள் எனக் கருதிய மதம். எனவே, அடுத்தகட்ட வளர்ச்சியாகச் சமணர் குடும்ப அமைப்பில் கணவன் காலடியில் மனைவி விழுந்து வணங்கும் நியதி உருவாயிற்று. 'கொழுநன் தொழுதெழுவாள்' என்று திருவள்ளுவர் பெண்களைக் குறிப்பதும் இவ்வகையில்தான்.

தமிழகத்தில் உருவான காலடி வணக்கம் பற்றிய செய்திகளை சிலப்பதிகாரத்தில் நிறையக் காண்கிறோம். இளங்கோவடிகள், கவுந்தியடிகள் என்ற பெயர் வழக்குகள், துறவிகளான அவர்கள் காலடி வணக்கத்திற்குரியவர்கள் என்று காட்டுகின்றன. "முடிகெழு வேந்தர் மூவர்க்குமுரியது அடிகள் நீரே அருளுதிர்" என்கிறார் சாத்தனார். ஆய மகளான மாதரி, துறவியான "கவுந்த ஐயையைக் கண்டு அடிதொழுது" வணங்குகிறாள்.

சிலம்பின் காலத்திலேயே கணவனின் காலடியில் மனைவி விழுந்து வணங்கும் வழக்கமும் தமிழகத்தில் உருவாகி நிலை பெற்றிருக்க வேண்டும். இக்காலத்தில் மனைவி கணவனை 'அடிகள்' என்றே அழைக்கிறாள்.

'அமுதம்உண்க அடிகள் ஈங்கெனக் கண்ணகி கோவலனை உணவுண்ண அழைக்கிறாள். மனைவியின் நிலையில் கருதப்பட்ட மாதவியும் 'அடிகள் முன்னர் யானடி வீழ்ந்தேன்' என்று தொடங்கி, கோவலனுக்குக் கடிதம் எழுதுகிறாள். அக்கடிதத்தைக் கோவலன் பெற்றோருக்கு அனுப்பும்போது தன் பெற்றோரை 'அடிகள்' என்றே குறிப்பிடுகிறான். எனவே, சிலம்பின் காலத்தில் துறவிகளோடு குடும்ப அமைப்பில் கணவன், பெற்றோர் ஆகியோரும் காலடி

வணக்கத்திற்கு உரியவராகக் கருதப்பட்டுள்ளனர். அக்காலத்தில் 'அடிகள்' என்ற சொல் புறவாழ்க்கை சார்ந்ததாக - அதாவது அரசன், கடவுள் ஆகியோரைக் குறிக்கப் பயன்படுத்தப்படவில்லை; துறவிகளையும் குடும்ப அமைப்பில் மரியாதைக்குரியவர்களையும் குறிக்கவே பயன்படுத்தப்பட்டு வந்தது.

பக்தி இயக்கம் எழுந்தபோது சமண, பௌத்த மதங்கள் தளர்வடையத் தொடங்கின. ஆனால் அதற்குச் சற்று முன்னரே, அடிகள் என்ற சொல்லும் அதற்குரிய பொருளும் சைவ, வைணவ மதங்களைப் பாதித்துவிட்டன. செங்குட்டுவன் சிவதீக்சை பெற்றவன் என்பதை,

தெண்ணீர் கரந்த செஞ்சடைக் கடவுள்
வண்ணச் சேவடி மணிமுடி வைத்தலின்

என்கிறார் இளங்கோவடிகள். தேவாரத்திலும் நாலாயிர திவ்வியப் பிரபந்தத்திலும் கடவுளைக் குறிக்க 'அடிகள்' என்ற சொல் பலமுறை பயன்படுத்தப்பட்டுள்ளது.

நனைந்தனைய திருவடி என் தலைமேல் வைத்தார்
நல்லூர் எம்பெருமானார் நல்லவாறே

(திருநல்லூர் திருத்தாண்டகம்)

என்று இறைவன் காலடிகளைத் தலைமேல் தாங்கும் தீக்சை முறையினைக் குறிப்பிடுகிறார் திருநாவுக்கரசர். சிவபெருமானின் காலடிகள் அப்பூதி நாயனாரின் தலையில் பூவாக விளங்கியது என்கிறார் அவர். அழலோம்பும் அப்பூதி குஞ்சிப்பூவாய் நின்ற 'சேவடி' என்பது அவர் பாட்டு.

குடும்ப அமைப்பிலிருந்து பக்தி இயக்கத்திற்குத் தாவிய இவ்வழக்கம், மீண்டும் குடும்ப அமைப்பில் வலிமை பெறுகிறது. தன்னை மனைவியாக ஏற்றுக்கொள்ளுமாறு ஆண்டாள் திருமாலை வேண்டுகிறார். கணவனின் காலில் விழுந்து வணங்குவது மட்டுமல்ல, மனைவி செய்யவேண்டியது. அடிமை உணர்வோடு அவனுக்குக் கால்பிடித்தும் விடவேண்டும் என்னும் கருத்து அவர் பாடலில் வெளிப்படுகிறது.

கேசவ நம்பியைக் கால் பிடிப்பாள்
எனுமிப்பேறு அருளு கண்டாய்

என்பது நாச்சியார் திருமொழியில் அவரது வேண்டுகோளாகும்.

பக்தி இயக்கம் தொடங்கியபோது, 'திருவுடை மன்னரைக் காணின் திருமாலைக் கண்டேனே' என்று அரசனும் கடவுளுக்கும் ஒப்பாகக் கருதப்பட்டான். எனவே பக்தி இயக்கத்தின் இறுதிக் கட்டத்தில் அடிகள், 'பெருமான் அடிகள்' என்ற சொற்கள் அரசனைக் குறிக்கவும் பயன்படுத்தப்பட்டிருக்கின்றன.

கி.பி. 9ஆம் நூற்றாண்டில் பல்லவ மன்னன் அபராஜிதன் காலத்தில் நம்பியப்பி என்பவன் திருத்தணிக் கோயிலைக் கற்கோயிலாக மாற்றினான். இவனைப் பாராட்டி அரசன் பாடிய வெண்பாவிற்குக் கீழ் 'இது பெருமான் அடிகள் தாம் பாடி அருளித்து 'என்ற கல்வெட்டுத் தொடர் காணப்படுகிறது. இக்காலம் தொடங்கிப் பெரும்பாலான கல்வெட்டுகள் அரசனைப் 'பெருமான் அடிகள்' என்று குறிப்பிடுகின்றன. இங்கே "பெருமானடிகள் இராஜதேஜஸ்வாரா நிற்க" எனப் பல்லவனையும் "பெருமானடிகள்மேல் பல்லவரையர் படைவந்து" எனக் கங்கவரசனையும் "வீரசோழப் பெருமானடிகள்" எனச் சோழனையும் "பெருமானடிகள் உள்ளன்பு மிக்குள்ள இரணகீர்த்தி" எனப் பாண்டியனையும் குறிப்பதை மு. இராகவையங்கார் (சாசனத் தமிழ்க்கவி சரிதம், ப.26. 1958) எடுத்துக் காட்டுகிறார். பிற்காலச் சோழர் கல்வெட்டு ஒன்று அரசன் மனைவியை 'முக்கோக்கிழான் அடிகள்' என்று குறிப்பிட்டு அரசன் மனைவியும் பாதவணக்கத்திற்குரியவள் என்று விளக்குகிறது.

ஊடற்காலத்தில் மனைவி காலில் கணவன் விழுவதைச் சிற்றிலக்கியங்கள் குறிப்பாகக் காட்டுகின்றன. ஆணின் மான உணர்வைக் காட்ட வந்த கம்பர், ஊடற்காலத்தில்கூட மனைவியின் காலில் விழமாட்டான் என்பதனை, "வாளினைத் தொடுவதல்லால் வணங்குதல் மகளிர் ஊடல் நாளினும் உளதோ" என்று காட்டுகிறார்.

ஆயினும் காம உணர்வு காரணமாக ஆண்கள் பெண்களின் காலில் விழுந்ததை ஒன்றிரண்டு பாடற் குறிப்புகள் காட்டுகின்றன.

வாசமலர் மடந்தை போலவார்வண் கானப்பேர்
ஈசன்தன் மக்கள் எழுபதினமா- தேசத்(து)
இரவலர்மேல் நீட்டுவர்கை ஈண்டுலகம் காக்கும்
புரவலர்மேல் நீட்டுவர் பொற்கால்

என்ற பாடலைப் பெருந்தொகையில் (மு.இராகவையங்கார் தொகுத்த நூல்) காண்கின்றோம். மேற்குறித்த செய்திகளிலிருந்து நாம் பெறும் வரலாற்று உண்மைகளைப் பின்வருமாறு வகைப்படுத்தலாம்.

தொடக்க காலத்தில் காலில் விழுந்து வணங்குதல் என்பது ஒருவன் தன் தோல்வியை ஒத்துக்கொள்ளும் உடல் அசைவாக இருந்தது.

பின்னர், கடவுள் நம்பிக்கைகள் மதமாக வளர்ச்சிபெற்றபோது துறவிகளை மனிதர்களைவிட உயர்ந்தவர்கள் என ஒத்துக் கொள்வதற்கு அடையாளமாக அது மாறியது.

அடுத்ததாக, சமூகத்தில் ஆதார அச்சாகவும் அரசு என்னும் நிறுவனத்தின் குறு வடிவமாகவும் இருந்த குடும்ப அமைப்புக்குள் ஆணாதிக்க உணர்வுடன் இவ்வழக்கம் ஊடுருவியது. எனவே, மனைவி கணவனின் காலில் விழுந்து வணங்கும் கடமை உடையவள் ஆனாள்.

பின்னர், குடும்ப அமைப்பிலிருந்து மதச் சார்புகளோடு வளர்ந்த அரசியல் அதிகார அமைப்பினை நோக்கி இவ்வழக்கம் கிளைவிட்டுப் படர்ந்தது.

ஆன்மிகத்தில் தொடங்கி, குடும்ப அமைப்பிற்குள் வேரோடி, பின்னர் மதத்தின் மறுபக்கமான அரசியல் அதிகாரத்திற்குப் பாய்ந்திருக்கிறது இந்த வழக்கம். இந்த வழக்கத்தின் வளர்ச்சியானது குடும்ப அமைப்பிற்கும் அரசு என்ற நிறுவனத்திற்கும் உள்ள பண்பாட்டு உறவினைப் புரிந்துகொள்ள நமக்குத் துணை செய்கிறது. அதைப்போலவே மதத்தில் தொடங்கிய வழக்கம் அரசியல் அதிகாரத்தில் முழுமை பெறுவதைப் பார்க்கிறோம். அரசுக்கும் மதத்திற்கும் உரியதான பண்பாட்டு உறவினையும் இவ்வழக்கம் தெளிவாகக் காட்டுகிறது. அரசியல் அதிகாரத்திற்கும் அதன்மூலம் பணத்திற்கும் ஆசைப்படும் இக்கால அரசியல்வாதிகளின் கலாச்சாரம்கூட, இந்த நூற்றாண்டின் மக்கள் இயக்கங்களில் ஊடுருவிய ஆன்மிகத்தின் தொடர்ச்சியே ஆகும். அரசியல் தலைவர்களில் சிலர் மனிதர்களைவிட உயர்ந்த மகாத்மாக்களாகக் காட்டப்பட்டதன் பின்விளைவே ஆகும்.

பலராம வழிபாடு

தொல்காப்பியம் காட்டாத சமயநிலைகளையும் தெய்வங்களையும் சங்க இலக்கியங்கள்கொண் டுள்ளன. தொல்காப்பியம் சில வழிபாட்டு முறைகளை நமக்குக் காட்ட, சங்க இலக்கியங்களில் கடவுட்கொள்கைகள் சமயங்களாகக் கால்கொண்ட நிலைமையைக் காணலாம். அவற்றுள்ளும் கலித்தொகையும் பரிபாடலும் ஏனைய சங்க இலக்கியங்களிலிருந்து பெரிதும் மாறுபட்ட சமய நிலையை அல்லது சமய வளர்ச்சியைக் காட்டுகின்றன. அவற்றுள் குறிப்பிடத்தக்கது வாலியோன் என்னும் பலராமன் வழிபாடு ஆகும்.

தொல்காப்பியம் 'வாலியோன்' என்ற தெய்வப் பெயரை எங்கும் குறிப்பிடவில்லை. ஆயினும் உயிர்மயங்கியல் நூற்பா ஒன்று (286), 'பனைமுன் கொடி வரின்' என்று தொடங்குகிறது. இதைக் குறிப்பிட்டு மு.இராகவையங்கார், "இங்ஙனம் பனைக்கொடியைத் தனியே எடுத்துக்கொண்டு ஆசிரியர் விதி கூறுதலினின்று, அக்கொடி அக்காலத்து வழக்குமிகுதி பெற்றிருந்தது என்பது பெறப்படும். இங்ஙனம் பிரபலம் பெற்ற பனைக்கொடி, நம்பி மூத்தபிரானான பலதேவர்க்கன்றி வேறெவர்க்கும் உரியதன்றென்பது கற்றோர் அறிவர்" என்கிறார்.1* இக்கருத்து ஆராய்தற்குரியதே.

மாலிருங்குன்றம் என்னும் திருமாலிருஞ்சோலை மலையில் பலராமன் (வாலியோன்) திருமாலோடு கோயில் கொண்டுள்ளதைப் பரிபாடல் (15) கூறும். பலராமன் வெள்ளை நிறமுடையவன்; கலப்பையை ஆயுதமாக உடையவன்; ஒரு கையில் உலக்கையினை உடையவன்; பனைக் கொடியினை உடையவன்; பெருங்குடியன்.2* இவன் ஒருமுறை ஒரு மரத்தடியில் சாய்ந்தவண்ணம் நீராடுவதற்காக, யமுனையைத் தன்னிடம் வருமாறு அழைக்கிறான். அவள் வராது போகவே, தன் கலப்பையைக் கொண்டு அவளைத் தன்னிருப்பிடத்திற்கு இழுத்து நீராடுகிறான். இவனுக்கு 'ஹலாயுதன்' என்ற பெயரும் உண்டு. 'ஹலம்' என்ற வடமொழிச் சொல் 'கலப்பை' என்று பொருள்படும். திருமாலிருஞ்சோலையில் நேமியும் கலப்பையும் பொலிந்து நிற்பதாகப் பரிபாடலில் (15) இளம் பெருவழுதியார் பாடுகிறார்.

தொல்காப்பியர் மருதநில மக்களாகிய உழவர்களின் தெய்வமாக வேந்தன் எனப்பெறும் இந்திரனைக் குறிப்பிடுகின்றார். இந்திரன் உழுதொழிலுக்கு வேண்டிய மழை தரும் தெய்வம். அவனைப்பற்றிய செய்திகளிலிருந்து பலராமனும் உழவர்களின் தெய்வமாகவே விளங்கியது தெளிவு. "பலராமனுக்குக் கலப்பைதான் ஆயுதம் என்று கூறுவதால் இவர் உழவர்களின் தெய்வமாக ஆகிவிட்டார்" என்கிறார் அக்னிகோத்ரம் ராமானுஜ தாத்தாச்சாரியார்.3*

இன்று தமிழ்நாட்டில் இந்திர வழிபாடும் இல்லை, பலராமன் வழிபாடும் இல்லை. உழவர்களின் தெய்வ வழிபாடு எவ்வாறு மறைந்தது என்ற கேள்வி எழுகிறது.

தமிழ்நாட்டில் பலராம வழிபாடு நிகழ்ந்ததற்கு இலக்கியத்தைத் தவிர ஒரு சிற்பச் சான்றும் உள்ளது. மாமல்லபுரத்தில் கிருஷ்ண மண்டபத்தில் கிருஷ்ணன், பலராமன், நப்பின்னை ஆகிய மூவரும் இணைந்து நிற்கும் ஒரு சிற்பம் உள்ளது.4* இது ஏறத்தாழ கி.பி. ஏழாம் நூற்றாண்டினது என்பர்.5* "உடுப்பிக்கருகிலுள்ள குடவூர் என்ற கிராமத்தில் அதிசயமாக ஒரு பலராமர் கோயில் உள்ளது" என்று பி.ஆர்.ஸ்ரீநிவாசன் கூறுகிறார்.6*

சங்க இலக்கியங்களில் புறநானூறும் பரிபாடலும் பலராமனைத் திருமாலோடு அவனுக்கு உடன்பிறந்தவனைப்போலக் குறிக்கின்றன. கபிலரும் நற்றிணையில் ஒரு குறிஞ்சித் திணைப் பாடலில்,

மாயோன் அன்ன மால்வரைக் கவா அன்
வாலியோன் அன்ன வயங்குவெள் ளருவி7*

என இருவரையும் ஒருசேரக் குறிக்கிறார். பரிபாடலும், கடலும் கானலும் போலவும், சொல்லும் பொருளும் போலவும் விளங்குவதாக இருவரையும் குறிக்கிறது. திணைமாலை நூற்றைம்பதில் ஒரு பாடலும் (58), யாப்பருங்கல விருத்தி மேற்கோள் பாடலொன்றும் (78), இலக்கண விளக்கம் 738ஆம் சூத்திர மேற்கோள் பாடலும் இதே உவமையால் இருவரையும் விளக்கிப் பாடியமை நினையத் தக்க செய்தியாம். கடலின் நீலநிறமும் கரைமணலின் வெண்ணிறமும் கருதியே திருமாலையும் வாலியோனையும் இவை இணைத்துக் குறிப்பிடுகின்றன. இளம்பெருவழுதியார், பரிபாடலில் (1.5) இவர்கள் இருவரையும் 'காத்தலாகிய ஒரே தொழில் செய்யும் இருவர்' எனவும் குறிக்கிறார்.8*

புலவர் கீரந்தையார் இரண்டாம் பரிபாடலில், 'திருமாலே நீ வாலியோற்கு இளையன் என்பார்க்கு இளையனாகவும் முதியன் என்பார்க்கு முதியனாகவும் உள்ளாய்' என்கிறார். முதற் பரிபாடலில் இளம்பெருவழுதியார் திருமாலே வாலியோனைத் தன்னகத்துக் கொண்டுள்ளதாகப் பாடுகிறார். நான்காவது பரிபாடலில், 'கருடக் கொடியுடைய திருமாலே! பனைக்கொடியும் நாஞ்சிற்கொடியும் யானைக்கொடியும் உனக்குரியவை' என்கிறார் கடுவன் இளவெயினனார். பதிமூன்றாம் பரிபாடலில் நல்லெழினியார், 'திருமாலே! துளவஞ்சூடிய அறிதுயிலோனும் நீயே! மாற்றார் உயிருண்ணும் நாஞ்சில் உடையோனும் நீயே! ஆதிவராகமும் நீயே!' என்று தெளிவாகவே கூறிவிடுகிறார்.

கடுவன் இளவெயினனார், கிருஷ்ணனின் நான்கு வியூகங்கள் எனப்படும் வாசுதேவன், சங்கர்ஷணன், பிரத்தியும்நன், அநிருத்தன் என்பனவற்றை,

செங்கட் காரி கருங்கண் வெள்ளை
பொன்கட் பச்சை பைங்கண் மாஅல்9*

என்று குறிப்பார். வெள்ளை பலராமனின் நிறம் மட்டுமன்று. பலராமனின் பெயர்களிலும் ஒன்று எனப் பிங்கல நிகண்டு கூறும்.10* 'மேழி வலனுயர்த்த வெள்ளை', 'வெள்ளை நாகர்' எனச் சிலப்பதிகாரமும்11* 'பொற்பனை வெள்ளை' என்று இன்னா நாற்பதும்12* பலராமனைக் குறிப்பிடும். "கலப்பையினையுடைய பலராமனையே சங்கர்ஷணன் என்பர். 'சங்கர்ஷணன்' என்றால் 'உழவன்' என்று பொருள் என ஜான் டவ்சனின் இந்துக் கடவுள் புராண மரபு அகராதி கூறுகின்றது.13* எனவே மருத நிலத்து உழவரை இந்திர வழிபாட்டிலிருந்து கிருஷ்ண வழிபாட்டுக்கு இழுக்கும் முயற்சி பரிபாடல் காலத்திலேயே தொடங்கிவிட்டது எனலாம்.

சங்க இலக்கியங்களுக்குப் பிற்பட்ட திருக்குறள் 'விசும்புளார் கோமான் இந்திரன்'14* என இந்திரனைக் குறித்தாலும் வான சிறப்பு அதிகாரத்தில் மழைத் தெய்வமான இந்திரனைப்பற்றிய குறிப்பு ஏதும் இல்லை.

கடல் சார்ந்த நெய்தல் நிலத் தெய்வமாகத் தொல்காப்பியர் வருணனைக் குறித்தாலும் சங்க இலக்கியங்களிலேயே வருண வழிபாடு பற்றிய தெளிவான குறிப்புகள் இல்லை என்பதை

நினைவில்கொள்ள வேண்டும். அதைப்போலவே இந்திர வழிபாடும் சங்க இலக்கியக் காலத்திலேயே பின்னடைந்துவிட்டது போலும்.

பூம்புகாரில் இந்திரன் தோட்டம் இருந்ததாக இளங்கோவடிகள் சிலப்பதிகாரத்தில் குறிப்பிடுகின்றார். புகார் நகர மக்கள் இருபத் தெட்டு நாள் இந்திரவிழா எடுக்கின்றனர். "தமிழ் வேந்தர்கள் இந்திரனோடு சேர்ந்து நின்று போரிட்டுத்தானவர்களை வென்றார்கள் என்பது போன்ற புராணச் சிந்தனையின் வளர்ச்சி யினை இவ்விழா எடுத்தற்குரிய காரணத்தில் காண்கிறோம்... இவ்விழா அரசியல், சமுதாயம், சமயம் அனைத்தும் இணைந்துள்ள ஒரு விழாவாக உள்ளது" என்று குறிப்பிடும் ப. அருணாசலம், அடுத்து ஓர் ஐயத்தைக் கிளப்புகின்றார். "இந்திர விழவூரெடுத்த காதையில் சோழர்களுக்கு ஏதோ தீங்கு ஏற்பட்டுவிட்டதன் எதிரொலிகளாகச் சில வரிகள் உள்ளன.

"வெற்றிவேல் மன்னற்கு உற்றதை ஒழிக்க" (65)
"வெந்திறல் மன்னற்கு உற்றதை ஒழிக்க" (79)
"வெற்றி வேந்தன் கொற்றம் கொள்க" (85)

எனக் கூறிப் பலியூட்டுகின்றனர். இங்கு வேந்தற்கு உற்ற ஊறு யாது? இந்திர விழா ஒரு சாந்தி விழாவா?15* என்று வலிவான ஓர் ஐயத்தையும் அவர் எழுப்புகின்றார்.

இந்திர விழாவும் புகாரின் கடற்கரையில் நிகழ்வதாகவே இளங்கோ குறிக்கிறார். மருதநிலத் தெய்வத்துக்கு நெய்தல் நிலத்தில் விழா நடைபெறுகிறது. இந்திரனுக்கு உரிய திசை கிழக்கு என்பர். கடற்கரை வாழ் மக்கள் கடலை நோக்கி - கிழக்கு நோக்கி - இந்திரனை வழிபட்டார்களோ என்றெண்ணத் தோன்றுகிறது.

இந்த விழாவில் உழவர்களுக்குப் பங்கில்லை. இந்திரனுடைய வச்சிரப்படையை எடுத்துவந்து நீராட்டுவோர் 'அரசகுமரரும் பரத்குமரரும்' என்கிறார் இளங்கோ. 'பரத குமாரர்' வணிகக் குலத்தவர் என உரையாசிரியர் கூறுகிறார். சமூகத்தின் மேல்தட்டில் வாழ்ந்த மக்களின் விழாவன்றி, உழுதொழில் செய்வோரின் விழாவாக இது இல்லை.

இருப்பினும் தீம்புனல் உலகத் தலைவனான இந்திரனிடம் மழை வேண்ட மட்டும் எடுத்த விழாவன்று அது என்பதும் தெளிவு. ஏனெனில் குன்றக்குறவர், பத்தினித் தெய்வமாகிய கண்ணகி

மழை வளம் தருவாள் என்று வேண்டி வழிபடும் செய்தியைச் சிலப்பதிகாரத்திலேயே,

ஒருமுலை இழந்த நங்கைக்குப்
பெருமலை துஞ்சாது வளஞ்சுரக் கெனவே16*

என்ற அடிகளில் காண்கிறோம். சிலம்பின் காலத்து மழைத் தெய்வ வழிபாடு வீரவழிபாட்டில் கலந்துவிடுகின்றது. மணிமேகலை, "மண்திணி ஞாலத்து மழைவளந் தரூஉம் பெண்டிர்"17*

என இக்கருத்தை மேலும் விரிவாக்குகிறது.

ஆயர்பாடியைச் சேர்ந்தவர்கள் இந்திரனுக்குப் படையலிட முற்படுகின்றனர். கிருஷ்ணன் அதைத் தடுக்கிறான். நந்த கோபாலனை நோக்கி, "தந்தையே! நாம் உழவர்களுமல்லர், வணிகருமல்லர். இந்திரனுக்கும் நமக்கும் என்ன தொடர்பு? கால்நடைகளும் மலையுமே நமது தெய்வங்கள்"18* என்கிறான். பின்னர், தானே அந்த மலையாக நின்று அந்தப் படையலினை ஏற்கிறான். "இந்திர வழிபாட்டைத் தன்னை நோக்கித் திருப்பவே கிருஷ்ணன் இவ்வழியைக் கையாண்டான்" என்று வில்கின்ஸ் கருதுகிறார்.19*

இந்திரனுக்கும் கிருஷ்ணனுக்கும் நடந்த போராட்டத்தை ஆரியர் - ஆரியர் அல்லாதார் போராட்டத்தின் ஒரு பகுதியாகக் காண்கிறார் எஸ். ராதாகிருஷ்ணன்.20*

இந்திரன் ஆயர்களிடம் சினத்தைக் காட்டிப் பெருமழை பொழிய, கிருஷ்ணன் கோவர்த்தன மலையைக் குடையாகப் பிடித்து அவர்களைக் காக்கிறான். இது விஷ்ணு புராணம் தரும் செய்தி.

கலப்பையேந்திய பலராமன் கண்ணனோடு எப்பொழுதும் இணைந்திருக்கிறான். கிருஷ்ணன் அவதாரங்களில் பலராம அவதாரமும் ஒன்று என்றும் விஷ்ணு கண்ணனாக வடிவெடுத்து வந்தபோது அவனது பள்ளியணையாகிய ஆதிசேடனே (இராமாவதாரத்தில் இலக்குவனாக வந்ததுபோல) பலராமனாக வந்தான் என்றும் புராணங்கள் கூறும். எனவே கிருஷ்ணனுடைய இந்திர எதிர்ப்பில் பலராமனுக்கும் பங்குண்டு.

கிருஷ்ணாவதாரம் பற்றிய கதைகள் சங்க இலக்கியக்

காலத்திலேயே நிலவின. முல்லை நிலத் தெய்வமான மால் வழிபாட்டோடு புராணங்கள் கூறும் கிருஷ்ணாவதாரச் செய்திகளும் கலந்துவிட்டதைச் சங்கப் பாடல்களில் காணலாம்.21*

புகார்க் காண்டத்தில் சோழநாட்டில் இந்திரன் பெற்ற சிறப்பு களைக் கூறிய இளங்கோவடிகள், மதுரைக் காண்டத்தின் தொடக்கத்தில் பாண்டியனுக்கும் இந்திரனுக்கும் ஏற்பட்ட பகை யினைக் கூறுகின்றார். ஒருசமயம் பாண்டிய நாட்டில் இந்திரன் மழை பொழியாதிருந்தபோது, பாண்டியன் இந்திரனோடு போர் தொடுக்கிறான். இந்திரன் கனமான தன் கழுத்தணியைப் பாண்டியன் தோளிலிட்டு அவனை வீழ்த்த முயன்று, தோல்வியுறு கிறான். இந்திரன் முடியைத் தன் வளைகளினால் உடைக்கிறான் பாண்டியன்.22* இதன் வழி, பாண்டிய நாட்டில் இந்திர வழிபாட்டிற்கு ஏற்பட்ட எதிர்ப்பொன்றைக் காட்டுகின்றார் இளங்கோவடிகள்.

இந்திர விழா முடிவில் பூம்புகாரைவிட்டுப் புறப்பட்டுக் கண்ணகியும் கோவலனும் உறையூர் கழிந்து பாண்டிய நாட்டின் எல்லைக்குள் நுழைகின்றனர். அவர்கள் கேட்கும் முதற்குரல், இந்திரனை வென்ற பாண்டியனின் சிறப்பைப் பாடிக்கொண்டிருக்கிறது. அது மாங்காட்டு மறையவன் குரல். பூம்புகாரில் இந்திர விழா கொண்டாடும் வணிகர் குலத்தைச் சேர்ந்த கோவலன் அவனை அணுகவும் அது ஒரு காரணமாகிறது.

பரிபாடலைப் பற்றி பொ.வே.சோமசுந்தரனார் தருகின்ற ஒரு கருத்து இங்கே நினையத் தகும். "மதுரையையும் அதன் அணித்தாகிய திருப்பதியையும் யாற்றையுமே இப்பரிபாடல் கூறுவனவாக, எஞ்சிய இரு முடிவேந்தர் நாட்டிலுள்ள திருப்பதிகளும், யாறுகளும், இப் பரிபாடல் பெறாமைக்குக் காரணம் யாது? இனி எழுபது என்ற தொகை கூறப்பட்ட பாடலனைத்தும் பாண்டிய நாட்டிற்கே உரியன என்றே ஊகிக்க இடனுளது."23* "பதிற்றுப்பத்து சேரர்களைப் பற்றியே கூறுவதுபோலப் பரிபாடல் பாண்டியர்களைப் பற்றியே கூறுகின்றது. எனவே இப்பாடல்கள் பாண்டிய நாட்டிலேயே வழங்கியிருக்கலாம் என்ப" என்கிறார் இரா. சாரங்கபாணி.24* இக்கருத்தே ஏற்புடையது எனத் தோன்றுகிறது. இந்நூலின் திருமாலைப் பாடும் ஆறு பாடல்களும் பலராமனைக் குறிப்பதும், இந்திரனோடு பாண்டியன் கொண்ட

பகைமையும், சோழநாட்டில் இந்திர விழா நடப்பதும் இக்கருத்தை உறுதிசெய்கின்றன.

மழைமேகம் போன்ற நிறமுடையவன் கிருஷ்ணன் (கண்ணன்). அவன் காக்கும் முல்லை நில உயிரினங்கட்கும் புல்வளர மழை வேண்டும். கிருஷ்ணனின் மற்றொரு அவதாரமான பலராமன் கலப்பையேந்தி அருள் செய்யும் உழவர்களுக்கும் மழை வேண்டும். எனவே உழவர்க்கும் கால்நடை வளர்ப்போர்க்கும் கண்ணன் மழை தருகிறான்.

நாங்கள் நம்பாவைக்குச் சாற்றி நீராடினால்
தீங்கின்றி நாடெல்லாம் திங்கள்மும் மாரிபெய்து
ஓங்குபெருஞ் செந்நெல் ஊடுகயல் உகள

தேங்காதே புக்கிருந்து சீர்ததமுலை பற்றி
வாங்கக் குடம் நிறைக்கும் வள்ளல் பெரும் பசுக்கள்25*

கி.பி. ஏழாம் நூற்றாண்டில் ஆண்டாளின் திருப்பாவை இது. பலராம வழிபாட்டின் தோற்றம், இந்திர வழிபாட்டின் சரிவு, மழைத்தெய்வ வழிபாடு வீரவழிபாட்டிலும் கலந்தது, திருமாலின் மற்றொரு அவதாரம் பலராமன் என்ற கொள்கை - இவை அனைத்தும் சேர்ந்து இப்பாடற் கருத்து உருப்பெறுகிறது.

கால்நடை வளர்ப்போரைப்போல், உழுதொழில் செய்வோரையும் ஈர்ப்பதற்கு வைணவ மதம் பலராம வழிபாட்டைப் பயன்படுத்தியது. திருமாலிருஞ்சோலைக் கோயிலின் வழிவழி அடியாரில் உழுதொழில் செய்வோர் பெருந்தொகையினராக இருப்பது, வைணவத்தின் முயற்சி தமிழ்நாட்டின் தென்பகுதியில் ஓரளவு வெற்றி பெற்றது என்பதைக் காட்டுகிறது.

இந்திர வழிபாட்டின் வீழ்ச்சியோடு, பலராமனும் திருமால் வழிபாட்டில் இணைந்து மறைந்துவிடுகின்றான். ஆயினும் பலராம வழிபாட்டின் எச்சமாக வெள்ளையன், வெள்ளைச்சாமி, வெள்ளைக்கண்ணு என்ற பெயர்கள் பாண்டிய நாட்டில் இன்றும் வழங்கக் காணலாம். வாலியோன் என்ற சொல்லுக்கும் 'வெள்ளையன்' என்றே பொருள். கறுப்புநிறச் சாமியாகிய கண்ணனிடமிருந்து வேறுபடுத்தவும் கண்ணனின் அண்ணன் என்ற தொடர்பைக் காட்டவும் வெள்ளைக்கண்ணு (கண்ணன்) வெள்ளைச்சாமி என்ற பெயர்கள் பயன்படுகின்றன. சின்னக்கண்ணு

(கண்ணன்), மலைக் கண்ணு (கண்ணன்) முதலிய பெயர்களின் முன்னொட்டுகளும் இக்கருத்தை வலியுறுத்தும். அதைப்போலவே மதுரைப் பகுதியில் உலக்கையன், முத்துலக்கையன் என்று வழங்கும் பெயர்களும் கையில் உலக்கை ஏந்திய பலராமனையே குறிக்கும். உலக்கையன் எனப் பொருள் தரும் 'முசலி' எனும் வடமொழிப் பெயர் வடமொழிப் புராண மரபிலும் பலராமனுக்கு வழங்கக் காணலாம். இவை மறைந்துபோன பலராம வழிபாட்டின் எச்சங்களாகும்.

குறிப்புகள்

1. மு. இராகவையங்கார், ஆராய்ச்சித் தொகுதி 2ஆம் பதிப்பு, 1964, ப.54.
2. Shakti M Gupta. From Daivas to Devatas in Hindu Mythology, 1973, p. 12.
3. அக்னிகோத்ரம் ராமானுஜ தாத்தாச்சாரியார், வரலாற்றில் பிறந்த வைணவம், 1973, ப.137.
4. K.R. Srinivasan, 'Some Aspects of Religion as Revealed by Early Monuments and Literature, The Madras University Journal. 1960. p.147.
5. K.V. Soundararajan, Art of South India - Tamil Nadu and Kerala, p. 49.
6. பி.ஆர். ஸ்ரீநிவாசன். நாம் வணங்கும் தெய்வங்கள், 1959, ப.55.
7. நற்றிணை, 2
8. 'ஒரு தொழில் இருவர்', பரிபாடல், 15
9. பரிபாடல், 3
10. பிங்கல நிகண்டு, கழகப் பதிப்பு, 1968
11. சிலம்பு, 14:9, 9:10
12. இன்னாநாற்பது, கடவுள் வாழ்த்துப் பாடல்.
13. John Dowson, A Classical Dictionary of Hindu Mythology, Ed. II, 1968, London.
14. திருக்குறள், 3:5

15. ப. அருணாசலம், சிலாயதிகாரக் கதைகள், பக்.88, 89, 183.

16. சிலம்பு, 24:98-99

17. மணிமேகலை, 22:45-40

18. H.H. Wilson (Trans), The Vishnu Purana, Chap. X, Ed III, 1961, p.418.

19. W.J. Wilkins, Hindu Mythology, 1973. p. 207

20. S. Radhakrishnan, The Hindu View of Life, p. 40.

21. அகம், 59, முல்லைப்பாட்டு, 1-3.

22. சிலம்பு 14:23-29

23. பொ. வே. சோமசுந்தரனார், அணிந்துரை, பரிபாடல், கழகப் பதிப்பு, 1969, ப.14

24. இரா. சாரங்கபாணி, பரிபாடல் திறன், 1972, ப.27

25. திருப்பாவை, பாடல் 2

அழகர்கோயில் அமைப்பும் தமிழகக் கோயில் அமைப்பும்

ஆழ்வார்களால் பாடப்பெற்ற வைணவத் திருப்பதிகளில் ஒன்று அழகர்கோயில். ஆழ்வார்களில் ஐவர் இக்கோயிலைப் பாடியுள்ளனர். பெரியாழ்வார் மூன்று திருமொழிகளும் ஆண்டாள் ஒரு திருமொழியும் நம்மாழ்வார் நான்கு திருமொழிகளும் திருமங்கையாழ்வார் இரண்டு திருமொழிகளும் இக்கோயிலின்மீது பாடியுள்ளனர். பூதத்தாழ்வார் இரண்டு பாசுரங்களில் மட்டும் இத்தலத்தினைப் பாடியுள்ளார். ஐவரும் பாடியுள்ள மொத்தப் பாசுரங்கள் 108 ஆகும்.

அழகர்கோயில் மதுரை மாவட்டம் மேலூர் வட்டத்தைச் சேர்ந்தது. தென்கிழக்கிலிருந்து வரும் மலைத்தொடர் கிழக்காகத் திரும்பும் இடத்தில் மலைச்சரிவில் ஏறத்தாழ இரண்டு ஏக்கர் நிலப்பரப்பில் இக்கோயில் அமைந்துள்ளது. இக்கோட்டையை உள்ளிடமாகக்கொண்டு வெளிக்கோட்டை ஒன்று தென்புறமாக நீண்டு அமைந்துள்ளது. இந்த உட்கோட்டைக்கு 'இரணியன் கோட்டை' எனவும் வெளிக்கோட்டைக்கு 'அழகாபுரிக் கோட்டை' எனவும் பெயர். இந்த வெளிக்கோட்டை கி.பி. 5ஆம் நூற்றாண்டில் இந்நிலப்பகுதியை ஆண்ட மாவலி வாணாதிராயர்களால் கட்டப் பெற்றிருக்க வேண்டும் எனத் தொல்லியல் அறிஞர் இரா. நாகசாமி கருதுகிறார்.1[*]

"ராஜராஜப் பாண்டி நாட்டு ராஜேந்திரச்சோழ வளநாட்டுக் கீழிரணிய முட்டத்துத் திருமாலிருஞ்சோலை" என ஒரு கல்வெட்டு இவ்வூரினைக் குறிப்பிடுகிறது.2[*]

கோயில் கருவறை

கருவறை வட்ட வடிவில் அமைந்துள்ளது. திராவிடம், நாகரம், வேசரம் என்னும் மூன்று வகை விமானங்களில் இது வேசர வகை யினைச் சார்ந்தது. இவ்வாறு வேசர வகையில் அமைந்த கருவறைகள் தமிழ்நாட்டில் இதுவரை மூன்று மட்டுமே கண்டறியப்பட்டுள்ளன. அவை: அழகர்கோயில், நார்த்தாமலை விசயாலயச் சோழீசுவரம்,

காஞ்சிபுரம் ஜவூரகரேசுவரர் கோயில். இக்கருவறையின் பிரஸ்தரப் பகுதி (சுவர்ப் பகுதி) இரட்டைச் சுவர்களை உடையது. இந்த இரண்டு சுவர்களுக்கும் இடையில் விசயாலயச் சோழீசுரத்தில் உள்ளதுபோல ஒருவர் மட்டுமே செல்லக்கூடிய அளவில் பிராகாரம் (திருச்சுற்று) ஒன்று அமைந்துள்ளது. மற்றுமொரு தனித்துவமான செய்தி, இச்சிறிய பிராகாரத்துக்கு 'நங்கள் குன்றம் பிராகாரம்' என்ற ஒரு பெயரும் வழக்கில் இருக்கிறது.

கருவறையின் அடிப்பகுதியில் கல்வெட்டுகள் ஏதுமில்லை. கட்டடப் பொருள்கள் பிற்காலத்தனவாகத் தோன்றினாலும் இந்த அமைப்பு காலத்தால் மாறியதாகத் தோன்றவில்லை. "தென்னகத்தில் புதுக்கிக் கட்டும்போது விமானத்தின் முந்திய அமைப்பை அப்படியே பின்பற்றுவது வழக்கம்" என்று சி.கிருஷ்ணமூர்த்தி கூறுகிறார்.3* அழகர்கோயில் கருவறை அமைப்பு பிற்காலச் சோழர் காலத்திற்கு முந்தியது என்றும், அவ்வமைப்பில் குறிப்பிட்டுச் சொல்லும்படி பாண்டி மண்டலத்தில் இது ஒன்றே உள்ளது என்றும் கே.வி. சௌந்தரராஜன் கருதுகிறார்.4* சகம் 1386இழு (கி.பி.1464) எழுந்த ஒரு கல்வெட்டு, திருமாலிருஞ் சோலை நின்றான் மாவலி வாணாதிராயன் உறங்காவில்லிதாசன் ஆணையின்படி இக்கோயில் உபானம் (அடித்தளம்) முதல் ஸ்தூபி வரை திருப்பணி செய்த திருவாளன் சோமயாஜிக்கு குலமங்கலம் என்னும் சிற்றூர் தானம் செய்யப்பட்டதாகக் கூறுகிறது.5*

தாயார் சன்னிதி மேலே சுவரின் அடிப்பகுதியில் ஒரு கல்லில் ஒரு கோடு வெட்டப்பட்டுள்ளது. அதனருகில் இக்கோடு "திருமா லிருஞ்சோலை நின்றான் மாவலி வாணாதிராயன் மாத்ராங்குலம்" என்ற கல்வெட்டு உள்ளது. (இக்கோட்டின் நீளமுடைய கோலையே அளவுகோலாகக் கொண்டு இத்தாயார் சன்னிதி இவ்வாணாதிராயனால் கட்டப்பட்டிருக்கலாம் என்று தோன்றுகிறது).

கருவறைக் கடவுள் தோற்றம்

கருவறையில் நின்ற திருக்கோலத்தில் இறைவன் வழக்கம்போல் சீதேவி, பூதேவி ஆகிய இரு தேவியருடன் நிற்கிறார். 'மருந்துச் சாந்துப்' பூச்சுக்கொண்ட கற்சிலை இது. எனவே இரண்டு, மூன்றாண்டுக்கொருமுறை 'தைலப் பிரதிஷ்டை' என்ற பெயரில் புதிய 'மருந்துச் சாந்து பூசும் திருவிழா' இங்கு நடைபெறுகிறது.

இம்மூலத் திருமேனியில் குறிப்பிடத்தகுந்த அம்சம் ஒன்றுண்டு. பொதுவாக வைணவக் கோயில்களில் இறைவனின் வலது மேற்கையில் உள்ள சக்கரம் ஆஸ்தானச் சக்கரமாகவே, அதாவது அணியாகவே அமைந்திருக்கும். இக்கோயில் இறைவன் கையில் சக்கரம் பிரயோகச் சக்கரமாக, செலுத்தப்படும் நிலையில் அமைந்திருக்கிறது.

மகாமண்டபம்

அர்த்தமண்டபம் என்னும் சிறிய இடைகழி மண்டபத்தை அடுத்து மகாமண்டபம் அமைந்துள்ளது. இதிலுள்ள ஒரு கல்வெட்டால், "மிழலைக்கூற்றத்து நடுவிற்கூறு புள்ளூர்க்குடி முனையதரையனான பொன்பற்றியுடையான், மொன்னைப் பிரான் விரதமுடித்தபெருமாள்" என்பவன் இம்மண்டபத்தைக் கட்டிய செய்தி தெரிகின்றது.6* இம்மண்டபத்திற்கு 'அலங்காரன் திருமண்டபம்' என்ற பெயரும் வழங்கப்படுகிறது. இதன்முன் அமைந்துள்ள சிறிய மண்டபத்திற்கு 'ஆரியன் மண்டபம்' என்று பெயர். பக்கவாட்டில் படிகளையும் யாளித்தூண்களையும் உடைய இதற்குப் 'படியேற்ற மண்டபம்' என்ற பெயரும் உண்டு. இதிலுள்ள உள்ள ஒரு கல்வெட்டால் தோமராசய்யன் மகனான ராகவராஜா என்பவனும் இம்மண்டபத்தைக் கட்டியதாக அறிகிறோம்.7*

மகாமண்டபத்திற்கு வடமேற்குத் திசையில் உயரமான மண்டபம் ஒன்று உள்ளது. இதில் உள்ள ஒரு கல்வெட்டால் இம்மண்டபத்தைச் சடாவர்மன் சுந்தரபாண்டியன் கட்டினான் என்றும் இதற்குப் 'பொன் வேய்ந்த பெருமாள் மண்டபம்' என்பது பெயர் என்றும் தெரிய வருகின்றது.8* இவனது காலம் கி.பி. 1251-1271 ஆகும். மதுரைக் கோயிலில் உள்ள ஆயிரங்கால் மண்டபத்தைப் போன்ற அமைப்பில் இது அளவில் சிறியதாக அமைந்துள்ளது. கி.பி. 13ஆம் நூற்றாண்டைச் சேர்ந்த இந்த மண்டபம் ஒரு காலத்தில் கோயில் இறைவனுக்குரிய திருநாள் மண்டபமாகவும் பயன்பட்டிருக்க வேண்டுமெனத் தெரிகிறது. இதனைத் தொட்டுக் கொண்டே கோயிலின் முதல் மதில் அமைகின்றது. இதை அடுத்து வரும் இரண்டாம் திருச்சுற்றில் தாயார் சன்னிதியும் அதன் பின்புறம் திருவாழி ஆழ்வார் எனப்படும் 'சுதர்ஸன' சன்னிதியும் அமைந் துள்ளன. இரண்டாம் திருச்சுற்றில் வடக்கு நோக்கித் திரும்பும் இடத்தில் 'பள்ளியறை' உள்ளது. பள்ளியறைக்கு வடக்கே

கருவறைக்கு நேர் பின்னாக உயர்ந்த ஒரு மண்டபத்தில் கிழக்கு நோக்கி யோக நரசிம்மர் அமைந்துள்ளார். இவருக்கு 'உக்கிர நரசிம்மர்', 'ஜ்வாலா நரசிம்மர்' முதலிய பெயர்களும் உண்டு. இவரது சினம் தணிய நாள்தோறும் இவருக்கு எண்ணெய்க் காப்பிடுவர். இரண்டாம் திருச்சுற்றில் கிழக்கு நோக்கித் திரும்பும் இடத்தில் ஆண்டாள் சன்னிதி உள்ளது. அதற்கு முன்னால் யாக சாலையும், வாகன மண்டபங்களும் உள்ளன. இந்த இரண்டாம் திருச்சுற்று மதிலில் உள்ள கோபுரம் 'தொண்டைமான் கோபுரம்' என வழங்கப்படுகிறது. இக்கோபுரச் சுவரில் உள்ள ஒரு கல்வெட்டால் இதனைச் 'செழுவத்தூர் காலிங்கராயர் மகனான தொண்டைமானார்' என்பவர் கட்டிய செய்தி தெரியவருகின்றது.9*

இதுவரை அமைந்துள்ள கட்டடப் பகுதிகளே கி.பி. 14ஆம் நூற்றாண்டின் தொடக்கத்தில் கோயிலின் அளவாக இருந்திருக்க வேண்டும். அதன் பின்னர் இக்கோபுரத்திற்கு வெளியில் உள்ள பரந்த நிலப்பகுதியில், விசயநகர அரசு காலத்துப் படைப்பான கல்யாண மண்டபம் அமைந்துள்ளது. இதைப் பல சிற்பங்கள் அணி செய்கின்றன. இரணிய வதம் செய்யும் நரசிம்மரின் இரண்டு தோற்றங்கள், குழலூதும் வேணுகோபாலன், திருவிக்கிரமன், பூமிவராகர், ரதி, மன்மதன் ஆகிய சிற்பங்கள் இம்மண்டபத்தில் உள்ளன.

இம்மண்டபத்தை உள்ளடக்கிய பகுதியே உட்கோட்டைப் பகுதியாகும். இவ்வுட்கோட்டையில் கிழக்கு மதிற்சுவரில் உள்ள கோபுரமே இராசகோபுரமாகும். இந்த இராசகோபுர வாசல் நிரந்தரமாக அடைக்கப்பட்டிருக்கிறது. இக்கோபுர வாசலில் உள்ள மூன்று கல்வெட்டுகளில் சகம் 1435 (கி.பி.1513)இல் எழுந்த விசயநகர மன்னன் கிருஷ்ணதேவ மகாராஜாவின் கல்வெட்டே பழமையானதாகும்.10* எனவே இந்த இராசகோபுரம் 16ஆம் நூற்றாண்டுப் படைப்பாகும். இங்குள்ள பழமரபுக் கதையினைக் கொண்டு கி.பி.1608க்கும் 1769க்கும் இடைப்பட்ட காலத்தில் - உத்தேசமாக 17ஆம் நூற்றாண்டின் இறுதிப் பகுதியில் - இக்கோபுர வாசல் அடைக்கப்பட்டு இருக்கலாம் என்ற முடிவுக்கு வரலாம்.

இம்மூன்றாம் திருச்சுற்றுக்கும் வெளியில் வசந்த மண்டபம் என்ற பெயரில் ஒரு நீராழி மண்டபம் உள்ளது. கல்லால் ஆன இதன் கூரைப்பகுதியில் நாயக்கர் காலத் தமிழெழுத்தோடு கூடிய

இருநூறுக்கும் மேற்பட்ட இராமாயணக் காட்சிகளைக் கொண்ட ஓவியங்கள் வரையப்பட்டுள்ளன.

மலைச்சரிவில் அமைந்துள்ள கோயில் என்பதால், இதனைச் சுற்றித் தேர் ஓட இயலாது. எனவே, வெளிக்கோட்டையின் சுவர்களை ஒட்டியே ஓடுகிறது. கல்வெட்டுக் குறிப்புகளால், இத்தேரின் பெயர் 'அமைத்த நாரணன்' என்பதும் தேரோடிய வீதி ஒன்றின் பெயர் 'தியாகஞ் சிறியான் திருவீதி' என்பதும் அவ்வீதியில் தேர் வரும்போது இறைவன் 'சடகோபன் பாட்டு' (நம்மாழ்வார் பாசுரங்கள்) கேட்கும் வழக்கம் இருந்தது என்றும் தெரிகிறது.11*

தெப்பத் திருவிழா நடைபெறும் தெப்பக்குளம், கோயிலுக்குத் தெற்கே இரண்டு கி.மீ. தொலைவில் பொய்கைக்கரைப்பட்டி என்ற ஊரில் அமைந்துள்ளது.

தமிழ்நாட்டு வைணவக் கோயில்கள் பொதுவாக வைகானசம், பாஞ்சராத்திரம் என்ற இரண்டு ஆகம நெறிகளில் ஒன்றையே பின்பற்றி அமையும். வைகானசம் என்பது விகானஸ் என்ற முனிவரால் அருளப்பட்ட நெறி. பாஞ்சராத்திரம் என்பது திருமாலாகிய இறைவனால் ஐந்து இரவுகளில் அருளப்பட்டது என்பது வைணவர்களின் நம்பிக்கை. அழகர்கோயில் வைகானசர் நெறியைப் பின்பற்றும் கோயிலாகும். ஆனால் இக்கோயிலின் அர்ச்சகர்கள் தவிர ஏனைய பிராமணப் பணியாளர்கள் அனைவரும் பாஞ்சராத்திர ஆகம நெறியினராவர். இவ்விரு நெறியாளரையும் கூர்ந்து நோக்கினால் பாஞ்சராத்திர ஆகமத்தினர் ஆழ்வார்களையும் வைணவ ஆசாரியர்களையும் அவதாரங்களாக ஏற்றுக்கொள்ளும் மிதவாதக் கொள்கையினர் என்பதும் வைகானசர் ஆழ்வார்களைப் பூசனை செய்யாத தூய்மைவாதக் கொள்கையினர் என்பதும் தெரியவருகின்றது.

அழகர்கோயிலின் அமைப்பு, ஆகமங்களால் வரையறுக்கப் பட்ட பொதுவிதிகளுக்கு உப்பட்டும் அவற்றை மீறியும் அமைவ தனைப் பார்க்கலாம். வட்ட வடிவ விமானம், நங்கள் குன்றம் என உரிமைப் பெயர் சுட்டும் கருவறை, நரசிம்ம வழிபாடு இத்தலத்தில் சிறப்பிடம் பெறுவது, கோயிலைச் சுற்றாமல் தேர் ஓடுவது, இராசகோபுர வாசலை அடைத்து அதில் சிறுதெய்வத்தை அமர்த்துவது, அதில் இரத்தப் பலியிடுவது எனப் பொது விதிகளுக்கு உட்படாத பல நடைமுறைகள் இக்கோயிலுக்குள்

அமைந்துள்ளன.

தமிழ்ப் பண்பாட்டு மரபுகள் மிக ஆழமான வேர்களை உடையன. அவற்றில் கணிசமானவற்றைத் தமிழ்நாட்டுக் கோயிற் பண்பாட்டினை அறிவதன்மூலமாக நாம் உணரமுடியும். அளவிலும் எண்ணிக்கையிலும் தமிழ்நாட்டுக் கோயில்கள் மிகப் பெரியன. “கோயில் கட்டடக் கலை குறித்து தமிழ்நாடு அளவிற்கு இந்தியாவில் வேறு நிலப்பகுதிகள் பெருமை கொண்டாட முடியாது” என்று கோயிற்கலை அறிஞரான கே.வி. சௌந்தரராஜன் குறிப்பிடுகின்றார்.12*

வழிபடு கடவுளரைப் பல்வேறு இடங்களில் திருநிலைப்படுத்தி வழிபட்டு வந்துள்ளனர் தமிழர்.

காடும் காவும் கவின்பெறு துருத்தியும்
சதுக்கமும் சந்தியும் புதுப்பூங் கடம்பும்

யாறும் குளனும் வேறுபல் வைப்பும் (திருமுருகாற்றுப்படை)

தமிழ்நாட்டுக் கடவுளர்களின் இருப்பிடங்களாக இருந்தன.

வழிபடும் நேரத்தில் மட்டும் கடவுள் மண்ணில் இறங்குவதாக எண்ணி, தொடக்க காலத்தில் கடவுளுக்குக் களம் இழைத்தனர். வேலனாகிய பூசாரி களத்தில் நின்று வெறியாடினான். கடவுளாகிய முருகன் அங்கு வந்தான். (‘வேலனார் வந்து வெறியாடும் வெங்களத்து, நீலப்பறவைமேல் நேரிழை தன்னோடும், ஆலமர் செல்வன் புதல்வன் வரும்.’ சிலம்பு - குன்றக் குரவை).

பின்னர் மரத்தாலும் மண்ணாலுமான கோயில்கள் அமைக்கப் பட்டன.

இட்டிகை நெடுஞ்சுவர் விட்டம் வீழ்ந்தென
மணிப்புறாத் துறந்த மரஞ்சேர்பு மாடம்

எனச் சங்க இலக்கியம், மாத்தாலான கோயில் ஒன்றினையே குறிப்பிடுகின்றது என்பர் ஆராய்ச்சியாளர். திருவாரூரில் இருந்த கோயில் ஒன்று கி.பி. ஏழாம் நூற்றாண்டில் பரவையுள் மண்டளி (மண்தளி) என வழங்கப்பட்டிருப்பதைச் சம்பந்தர் தேவாரத்தால் அறிகிறோம். எனவே, அக்காலத்திலும் அக்கோயில் மண்ணால் அமைக்கப்பட்ட கோயிலாக இருந்திருக்க வேண்டும். கி.பி. 70இல் எழுந்த ஆனை மலைக் குடைவரைக் கோயில் கல்வெட்டு

அக்கோயிலை 'மாறன்காரி இக்கற்றளி செய்து' எனக் குறிப்பிடு கின்றது. எனவே மண்டளி, கற்றளி ஆகிய சொல் வழக்குகள் கட்டடப்பட்ட பொருளால் கோயில்கள் வேறுபடுத்திக்கொள்ளப் பட்டதைக் காட்டுகின்றன. பின்னர் கற்களை அடுக்கிக் கோயில் கட்டும் முறையினை ஏழாம் நூற்றாண்டில் பல்லவர்கள் தொடங்கி வைத்தனர். கோயிற் கட்டடக் கலை பெருமளவு வளர்ந்தபிறகு கோயில்களின் அளவும் பெரிதாகின. கருவறை, இடைகழி, முக மண்டபம், முன் மண்டபம், பரிவார ஆலயங்கள், சுற்றாலைகள், யாகசாலைப் பகுதி, மடைப்பள்ளி, பள்ளியறை, முதலாம் திருச்சுற்று, மதில்கள், கல்யாண மண்டபம், தெப்பக்குளம், வசந்த மண்டபம், தேர் மண்டபம் எனக் காலம்தோறும் திருக்கோயிலின் அமைப்பு வளர்ச்சி பெற்றது. ஆயினும் கட்டுமானக் கோயில் களின் தொடக்க காலத்தில் அவை கருவறை, இடைகழி, சிறிய முன் மண்டபம் ஆகியவற்றோடு மட்டுமே விளங்கியிருக்க வேண்டும். (எ-டு) 'விஜயாலயச் சோழீச்சுவரம்'.

திருக்கோயிலின் அமைப்பு வளர்ச்சியில் குறிப்பிடத் தகுந்த ஒரு கட்டத்தினை இங்கு நினைவிற்கொள்ள வேண்டும். 11ஆம் நூற்றாண்டின் தொடக்கம் வரை தமிழ்நாட்டு சைவ, வைணவக் கோயில்களில் இறைவிக்கென்று (அம்மன், தாயார்) தனிச் சந்நி-திகள் அமைக்கும் வழக்கம் இல்லை. இது பொதுவிதியாக இருந்தாலும் 'அங்கயற்கண்ணி தன்னொடும் அமர்ந்த ஆலவாய்' என்று சம்பந்தர் பாடுவதுபோல ஒன்றிரண்டு விதிவிலக்குகளும் இருந்திருக்கலாம் என்றே தோன்றுகிறது.

தமிழ்நாட்டுச் சமயத் தத்துவங்களும், கோயிலில் அமையும் திருவுருவங்களின் அமைப்பும், அவற்றிற்குரிய பூசனை நெறிகளும், திருக்கோயில் அமைப்பும் தனித்தனியே ஆகமங்களால் ஒழுங்கு செய்யப்பட்டிருந்தன. இந்த ஆகமங்களில் ஒன்றேனும் இப்பொழுது தமிழில் கிடைக்கவில்லை. ஆகமங்களைச் சிவபெருமானே அருளினார் என்பது சைவர்களின் நம்பிக்கை. சிவபெருமான் தன் பங்கில் அமர்ந்த மனைவிக்கும் ஆகமங்களைக் கற்பித்தார் என அப்பர் பாடுகின்றார்.

இணையிலா இடைமாமருதீசர் எழு
பணையில் ஆகமம் சொல்லுமதன் பங்கிக்கே

(திருவிடைமருதூர்ப் பதிகம்)

என்பது தேவாரம். மெய்ப்பொருள் நாயனார் புராணத்தில், முத்த நாதன் நாயனாருக்கு ஆகமங்கள் கற்றுத்தருவதாகக் கூறியதிலிருந்து, அக்காலத்தில் தமிழில் ஆகம நூல்கள் இருந்திருக்க வேண்டும் என்று தோன்றுகிறது.

"இறைவனார் அருளிய, ஆனால் இதுவரை யாரும் அறியாத ஒரு ஆகமநூல் கொண்டுவந்துள்ளேன்" என முத்தநாதன் கூறுவதிலிருந்து அக்காலத்திலேயே ஆகம நூல்களில் சில வழக்கில் இல்லாமல் மறைந்து போய்விட்டன என்பதையும் அறியலாம். பெரும்பாலான கோயில்கள் வெவ்வேறு காலகட்டங்களில் மெல்ல மெல்ல வளர்ச்சி பெற்றிருப்பதால் அவை அனைத்தையும் ஆகம நெறிக்குள் கொண்டுவந்து விளக்க இயலாது. எடுத்துக்காட்டாக ஒன்றைக் கூறலாம். சைவ, வைணவக் கோயில்கள் பெரும்பாலும் கிழக்கு நோக்கிய கருவறையினை உடையன. ஆயினும் சைவர்களின் முதற்கோவிலான சிதம்பரமும் வைணவர்களின் தலைப் பெருங் கோயிலான திருவரங்கமும் தெற்கு நோக்கியே அமைந்துள்ளன. மேற்கு நோக்கி அமைந்த சைவ, வைணவக் கோயில்களும் தமிழ்நாட்டில் ஓரளவு காணப்படுகின்றன. தமிழ்நாட்டுக் குடைவரைக் கோயிலின் சந்நிதிகள் கிழக்கு, மேற்கு, தெற்கு, வடக்கு என எல்லாத் திசைகளையும் நோக்கி அமைந்திருப்பதைக் காணலாம்.

இந்த இடத்தில் குடைவரைக் கோயில்களைப்பற்றிய மற்றொரு செய்தியையும் நாம் நினைவில்கொள்ள வேண்டும். தொடக்க காலத்தில், அதாவது மண்ணாலும் மரத்தாலும் செங்கற்களாலும் அமைக்கப்பட்ட கோயில்களைப் பாடிய தேவார மூவரும், ஆழ்வார்களும் தாங்கள் வாழ்ந்த காலத்தில் ஒற்றைக் கல்லாலும் குடைவரையாகவும் அமைக்கப்பட்ட திருக்கோயில்களைப் பாடவில்லை. முதலாம் மகேந்திரவர்மன் எடுப்பித்த வல்லம், தளவானூர், மண்டகப்பட்டு கோயில்களைத் தேவார மூவரும் பாடவில்லை என்பது குறிக்கத் தகுந்தது. நம்மாழ்வாரால் பாடப் பெற்ற திருமோகூருக்கும் அழகர்கோயிலுக்கும் இடைப்பட்ட தொலைவு 200 கிலோமீட்டருக்கும் குறைவாகவே அமையும். இந்த இரண்டு கோயில்களையும் நம்மாழ்வார் பாடியுள்ளார். இவை இரண்டுக்கும் நடுவில் அமைந்துள்ள, கி.பி.770இல் எடுக்கப்பட்ட குடைவரையான ஆனைமலை நரசிங்கப்பெருமாள்

கோவிலை அவர் பாடவில்லை என்பது குறிப்பிடத்தகுந்தது. கல்லைக் குடைந்து செய்யப்பட்ட கோயில்களைத் தேவார மூவரும், ஆழ்வார்களும் புனிதமானதாகக் கருதவில்லை போலும். "அவர்கள் அதனை 'உத்தமம்' என்று கருதாது 'அதமம்' என்று கருதினர் போலும்" என வெ. வேதாசலம் போன்ற தொல்லியல் அறிஞர்கள் கருத்துரைக்கின்றனர்.

கோயில்களின் அமைப்பில் ஆகம வரம்பு மீறிய மற்றொரு செய்தியையும் இவ்விடத்தில் குறிப்பிட்டாக வேண்டும். இசுலாமியர் படையெடுப்புக் காலத்தில் திருவரங்கம் கோயில் கொள்ளை அடிக்கப்பட்டுப் பல தொல்லைகளுக்குள்ளானதை "டில்லீசுவானான துலுக்கன் திருவரங்கம் திருப்பதியிலேயும் வந்து புகுந்து பரவேஸித்து... கருவுலகம் முதலானவைகளையும் கொள்ளையிட்டு அழகிய மணவாளநாயனார், சேரகுல வல்லியார் முதலான விக்ரஹங்களையும் எடுத்துக்கொண்டு ஸர்வத்தையும் கொண்டு போகையில்" என்று குறிப்பிடுகிறது.*13** அதே கோயி லொழுகு, திருவரங்கன் ஆணையால் சாந்து நாய்ச்சியார் என்ற துலுக்க நாய்ச்சியார் திருவரங்கம் கோயிலில் திருநிலைப் படுத்தப்பட்டதனை, "பெருமாள் நியமனத்தினாலே ராஜ மகேந்திரன் திருவீதியில் வடகீழ் மூலையிலேயே திருநடை மாளிகையிலேயே அறையாகத் தடுத்து அந்த டில்லீசுவரன் புத்திரியான ஸுரதாணியை சித்திரரூபமாக எழுதி வைத்து ப்ரதிஷ் டிப்பித்து" என்றும் குறிப்பிடுகிறது.*14**

இத்தகைய பின்னணியில் நாம் அழகர்கோயில் அமைப்பின் தனித்தன்மைகள் குறித்து விளங்கிக்கொள்ளவேண்டும். இந்த ஒரு கோயிலை மட்டும் கணக்கில் எடுத்துக்கொள்ளாமல், பொதுவாகத் தமிழகக் கோயில் அமைப்பு குறித்த பார்வையோடு இக்கோயிலை நாம் அணுக வேண்டும். ஒரு கோயிலின் அமைப்பையும் அதன் நடைமுறைகளையும் வகுப்பதில் எழுதப்பட்ட விதிகளுக்கும் மேலாக, அக்கோயில் அமைந்த நிலப்பகுதி, அந்நிலப்பகுதியின் அரசியல் வரலாறு, அந்நிலப் பகுதியில் வாழும் மக்களோடு காலந்தோறும் கோயில் கொண்டுள்ள உறவு ஆகியவை குறிப்பிடத்தகுந்த பங்கினை வகிக்கின்றன.

குறிப்புகள்

1. ஆய்வாளருக்கு நேரில் தெரிவித்த கருத்து. நாள் *21.5.1976.*

இளையான்குடியிலுள்ள ஒரு கல்வெட்டால் இந்த மதில் 'கோதண்டராமன் திருமதில்' என்ற பெயருடன் விளங்கியதைக் கல்வெட்டறிஞர் வெ.வேதாசலம் குறிப்பிடுகிறார்.

2. A.R.E 4 of 1932.
3. C. Krishnamurthy, Thiruvorriyur Temple (Unpublished thesis, Madras University), p.88.
4. K.V.Soundararajan, Art of South India - Tamil Nadu & Kerala. p. 103.
5. A.R.E 307 of 1930.
6. A.R.E 270 of 1930.
7. A.R.E 83 of 1929.
8. A.R.E 84 of 1929.
9. A.R.E 331 of 1930.
10. A.R.E 83 of 1929.
11. A.R.E 14 of 1932.
12. K.V.Soundararajan, 'Tamil Temple Architecture and Art'; Splendours of Tamil Nadu - Mulk Raj Anand (Ed.), p. 36.

13. கோயிலொழுகு (எஸ். கிருஷ்ணசாமி ஐயங்கார் பதிப்பு: 1976 ப. 19.

14. மேலது, ப.29

கள்ளரும் அழகரும் கள்ளழகரும்

அழகர்கோயிலில் ஆண்டுதோறும் சித்திரை மாதம் ஒன்பது நாள் நடைபெறும் சித்திரைத் திருவிழாவின்போது நான்காம் திருநாளன்று அழகர், கள்ளர் திருக்கோலத்துடன் மதுரைக்குப் புறப்படுகிறார். ஒன்பதாம் திருநாளன்று இரவு கோயிலுக்குத் திரும்பவும் வந்து சேர்கிறார்.

"துர்வாச முனிவரால் தவளையாகும்படி சபிக்கப்பட்ட சுதபஸ் முனிவரின் சாபவிமோசனத்தின் நிமித்தமாகவும், சுந்தரத் தோளு டையான் என்று ஸ்ரீ ஆண்டாள் மங்களாசாசனம் செய்த சுந்தரத் தோள்களுக்கு வருஷம் ஒருமுறை ஆண்டாள் சாற்றிக் கொடுத்த திருமாலையை ஏற்றுக்கொள்ளும் பொருட்டும், ஸ்ரீசுந்தரராஜன் கள்ளழகர் திருக்கோலத்துடன் மதுரைக்கு எழுந்தருளுகிறார்" என்று கோயில் அழைப்பிதழ், அழகர் மதுரைக்கு வருவதன் காரணத்தைக் கூறுகிறது.[1]*

இத்திருவிழாவில் அழகர், கள்ளர் திருக்கோலம் பூண்டு வருகிறார். 'நீ ஒருவர்க்கும் மெய்யனல்லை' என்று பெரியாழ்வாரும், 'வஞ்சக் கள்வன் மாமாயன்' என்று நம்மாழ்வாரும், இத்தலத்து இறைவனான - அழகரைப் பாடியிருப்பதைக் காட்டி, அதுகாரண மாகவே அழகர், கள்ளர் வேடம்பூண்டு வருகிறார் என்று புராணி கர்கள் கூறுகின்றனர். இக்கருத்து பொருத்தமானதன்று.

கள்ளர் என்ற சாதியாரில் அழகர்மலைப் பகுதியிலும் மேலூர் பகுதியிலும் வாழ்கின்ற 'மேலநாட்டுக் கள்ளர்' என்ற பிரிவினர் போல அழகர் வேடமிட்டு வருகிறார். அச்சாதியினரின் ஆசாரங் களுக்கேற்ற வேடத்தையே அழகர் புனைந்து வருகிறார் என்பது தெளிவு. கைக்கொன்றாக வளதடி எனப்படும் வளரித்தடி, சாட்டை போன்ற கம்பு, மேல்நாட்டுக் கள்ளர் சாதி ஆண்கள் இடுகின்ற கொண்டை, தலையில் உருமால், அவர்கள் பெரிதும் விரும்பி அணியும் வண்டிக் கடுக்கன் - இவ்வாறு அமைகிறது கள்ளர் வேடம்.

'வளதடி' எனப்படும் வளரித்தடியை ஆங்கிலேயர் Boomerange என்று குறிப்பிடுவர். மேலநாட்டுக் கள்ளரும் சிவகங்கை, புதுக்கோட்டைப் பகுதியில்வாழ் கள்ளரும் இக்கருவியைக் கையாள்வதில் பெரும்புகழ் பெற்றவர்கள். "மனிதன் முதன்முதலாகப் பயன்படுத்திய கருவிகளில் வளரித்தடியும் ஒன்று" என்று கலைக்களஞ்சியம் கூறுகிறது.2* 'மதுரை மாவட்ட அரசிதழ்' நூலை எழுதிய பிரான்சிஸ், தென்னிந்திய சாதிகளைப்பற்றிய நூல் எழுதிய எட்கர் தர்ஸ்டன், 'இராணுவ நினைவுகள்' என்ற நூலை எழுதிய கானல் வெல்ஷ் ஆகியோர் தம் நூல்களில் இக்கருவியைப்பற்றியும், கள்ளர் இனத்தவர் இதைக் கையாண்ட முறை பற்றியும் நிறைய எழுதியுள்ளனர். 'சிவகங்கை சரித்திர அம்மானை' என்ற நூல், பெரியமருது வளரியினால் மல்லாரிராவின் தலையை அறுத்த செய்தியை,

செய்வளரி தன்னைத் திருமால் முதலையின்மேல்
பேசிவிட்ட சக்கரம்போல் பெரியமரு தேந்திரனிவன்
வீசி எறிய விலகாமல் மல்லராவு
தலையை நிலைகுலையத் தான்றுத்துத் தாங்காமல்
வலுவாய் வடகரையின் வாய்க்காலில் போட்டதுவே

என்று குறிக்கிறது.3* தன்மபுத்திரன் எழுதிய 'வாளெழுபது' என்ற நூலும் வளரியைக் குறிப்பிடுவதாக மீ. மனோகரன் எழுதுகிறார்.

"வளரி என்னும் இவ்வாயுதம் இந்தியாவிலேயே தமிழ்ப் பகுதியிலேதான் பயன்படுத்தப்படுகிறது... 1883 மார்ச்சில் சிவகங் கைக்கு அண்மையில் இந்த 'பூமராங்குகள்' பயன்படுத்தப்படுவதை நேரில் காணும் வாய்ப்பு எனக்குக் கிட்டியது" என்று புரூஸ் புட் (Bruce Foote) என்ற ஆய்வாளர் குறிப்பிடுகிறார்.

கைக்கொன்றாக வளரி ஏந்திய அழகருக்கு இடப்படும் கொண் டையும் கள்ளர் சாதியில் ஆண்கள் இடுகின்ற கொண்டையே. சாதாரணமாகப் பெண்கள் இடுகின்ற கொண்டையைப் போலப் பிடரியின் கீழ்ப்பகுதியில் தொடங்கி தோளை நோக்கிச் சரிந்த தாக இல்லாமல் நடுப்பகுதியில் இக்கொண்டை நேரானதாக அமைந்துள்ளது. (இச்சாதியினரில் முதியவர் ஓரிருவர் இக்கொண்டை இட்டிருப்பதை நான் நேரில் கண்டிருக்கிறேன்).

'மதுரை இதழ்' என்ற நூலெழுதிய நெல்சன், "கள்ளச் சாதியில்

15 வயது ஆன ஆண்மகன் தான் விரும்பும்வரை முடி வளர்த்துக் கொள்ளலாம். சிறுவர்களுக்கு இந்த உரிமை இல்லை" என்று குறிப்பிடுவது இச்சாதியில் ஆண்கள் கொண்டையிடும் வழக்கத்தை உறுதிப்படுத்துகிறது. வண்டிக்கடுக்கன் காது மடலோடு ஒட்டியதில்லை. மிகப் பெரிய காது வளையம் இது. அடிப்புறத்தில் கல் வைத்துக் கட்டப்பட்டிருக்கிறது. இச்சான்றுகளால் அழகர், மேல நாட்டுக் கள்ளர் போல் வேடம் புனைந்து வரும் செய்தி உறுதிப்படுகிறது.

இக்கோயில், 'கள்ளழகர் கோயில்' என்று பத்தொன்பதாம் நூற்றாண்டிலிருந்துதான் ஆவணங்களில் குறிக்கப்படுகிறது. ஆழ்வார்கள் பாசுரங்களில் மட்டுமின்றி இக்கோயிலில் உள்ள 12:3 கல்வெட்டுகளில் ஒன்றில்கூட இப்பெயர் வழங்கக் காணவில்லை. அழகர் குறவஞ்சி, அழகர் கலம்பகம், அழகர் பிள்ளைத்தமிழ், அழகர் கிள்ளைவிடுதூது, இருபதாம் நூற்றாண்டிலெழுந்த சோலை மலைக் குறவஞ்சி ஆகிய இலக்கியங்களும் இதைப்பற்றி எந்தக் குறிப்பையும் தரவில்லை. அழகர் கிள்ளை விடுதூது, அழகர் மதுரைக்கு வந்து வைகையாற்றில் இறங்குவதைப்பற்றி மட்டுமே பாடுகிறது. மதுரைக்கு வரும் அழகரை வரவேற்கும் வகையி லமைந்த அழகர் வருகைப் பத்தும் கள்ளர் வேடமிடுவதைக் குறிக்கவில்லை. சென்னை கீழ்த்திசை ஓலைச்சுவடி நூலகத்திலுள்ள 'திருமாலிருஞ் சோலைமலை அழகர் மலை' என்னும் நூல் மட்டும் (R.84662),

> கள்ளக் குடிகட்கு உரிமை அமைத்தருள் காரணத்தால்
> கள்ளர்க்குரிய அழகப்பிரான் எனக் காதலுரைத்(து)
> உள்ளத் துறையும் பிரானே அழகில் ஒப்பிலியே

என்று கள்ளழகர் என்ற பெயரையும், கள்ளர்க்கு உரிமையுடையவர் அழகர் என்ற செய்தியினையும் குறிப்பிடுகிறது. 9*

அழகர் வருணிப்பு என்னும் பாடல் அழகர் கள்ளர் வேடமிடு வதைக் "கள்ளர் வேடம் தானெடுத்து, கையில் வளைதடியும் தான் பிடித்து" என்று குறிப்பதோடு, அதற்குரிய கதையினையும் குறிக்கின்றது. நாற்பது ஆண்டுகளுக்கு முன் இராம குருசாமிக் கோனார் என்பவரின் வேண்டுகோளுக்கிணங்க இராமசாமிக் கவிராயர் எழுதிய பெரிய அழகர் வருணிப்பும் கள்ளர் வேடத்தில் அழகர் வருவதை விரித்துரைக்கின்றது.

அழகர் வருணிப்பு கூறும் கதை இதுதான்: அழகர், கோயிலிலிருந்து மதுரை வரும் வழியில் கள்ளந்திரி தாண்டுகிறார். அப்போது,

கள்ளர் வழி மறித்து - காயாம்பு மேனியை
கலகமிகச் செய்தார்கள்
வள்ளலாரப்போது - நீலமேகம்
கள்ளர்களைத்தான் ஜெயிக்க
மாயக்கணையெடுத்து - ஆதிமூலம்
வரிவில்லில்தான் பூட்டி
ஆயர் தொடுத்துவிட - நரசிங்க மூர்த்தி
அப்போது கள்ளருக்கு
கண்ணு தெரியாமலப்போ - என் செய்வோமென்று
கள்ளர் மயங்கி நின்றார்
புண்ணாகி நொந்து கள்ளர் - காயாம்பூ மேனியிடம்
புலம்பியே யெல்லாரும்
வழி வழிவம்சமுமாய் - நீலமேகததிற்கு
வந்தடிமை செய்யுகிறோம்
ஒளிவு தெரியும்படி - ஆதிமுலம்
உம்மாலவிந்த கண்ணை
திறக்க வேணுமென்று சொல்லி - கள்ளர்
மார்க்கமுடனே பணிந்தார்.12*

உடனே அழகர் "நான் வண்டியூர் சென்று மீண்டும் மலைக்குத் திரும்பும்வரை என் உண்டியலைத் தூக்கிக்கொண்டு வாருங்கள்" என்று கட்டளையிடுகிறார்.

இப்பகுதி மக்களிடம் வழங்கும் கதையும் இதே செய்தியைத்தான் சொல்கிறது. ஆனால் கள்ளந்திரி மண்டபம் தாண்டி வந்தபோது இந்நிகழ்ச்சி நடந்ததாக அழகர் வருணிப்பு சொல்ல, மக்களிடம் வழங்கும் கதையோ இச்சம்பவம் காரைக் கிணற்றில் (காதக்கிணறு) நடந்ததாகவே கூறுகிறது. இரண்டிடங்களுக்கிடையில் 5 கி.மீ தொலைவு உள்ளது. பெரிய அழகர் வருணிப்பும் காரைக் கிணற்றில் இந்நிகழ்ச்சி நடந்ததாகவே கூறுகிறது. சிறிய அழகர் வருணிப்பு மற்றோரிடத்தில் 'காரைக்கிணர் கடந்தார் - என்னையன் கள்ளர் பயமே தீர்ந்தார்"13* என்று கூறுகிறது. தவிரவும் இப்பகுதி மக்களிடத்தில் "காரைக்கிணறு கழிச்சேன் கழிச்சேன் - கள்ளர் வேஷம் போட்டேன் போட்டேன்"14* என்று அழகர் சொல்வதாக

வழங்கும் சொல்லடையும் இக்கருத்தை உறுதி செய்வதால், கள்ளர் அழகர் ஊர்வலத்தை மறித்த இடம் காரைக்கிணறுதான் என்று உறுதியாகக் கொள்ளலாம். இச்சொல்லடை, நிகழ்ச்சி நடந்த இடத்தோடு அழகர் காரைக்கிணறு தாண்டிக் கள்ளர் வேடமிடுவதாக ஏதோ உறுதி (சத்தியம்) செய்து கொடுப்பது போலவும் சொல்கிறது.

அழகர் ஊர்வலம் கள்ளர்களால் வழிமறிக்கப்பட்டது தொடர்பாக ஒரு சிறு சடங்கு மட்டுமே இப்பொழுது நடைபெறு கிறது. விழா முடிந்தபின் அழகர் தன் கோயிலுக்குத் திரும்பும் வழியில் தல்லாகுளம் பெருமாள் கோயிலுக்குப் பின்புறமாக, அழகர் ஏறிவரும் பல்லக்கை மாங்குளம் கிராமத்தினரான கள்ளர் சாதியினர் சிலர் பெருஞ்சத்தத்துடன் வழிமறிக்கின்றனர். பல்லக்கை இரண்டு மூன்று முறை சுற்றி வந்தபின் பல்லக்கின் முன் கொம்பினை 'வாழாக்கலை' என்னும் ஈட்டியால் குத்துகின்றனர். சில நிமிடங்களுக்கு ஒரு நாடகம்போல இந்நிகழ்ச்சி நடத்தப் பெறுகிறது.

வெள்ளியங்குன்றம் ஜமீன்தார், நாயக்கராட்சியின்போது அழகர் கோவில், 'வடக்குக்கோட்டை கொத்தழம்' பாதுகாவல் பொறுப்பிலிருந்தார். அழகர் ஊர்வலம் திருமலை நாயக்கர் காலத்தில்தான் மதுரை வந்தது. அதற்கு முன் சோழவந்தான் அருகிலுள்ள தேனூர் சென்றது. வெள்ளியங்குன்றம் ஜமீன்தாருக்கு சகம் 1591இல் (கி.பி.6659) திருமலை நாயக்கர் வழங்கிய பட்டயம் வேடர்கள் (வலையர் எனப்படும் மூப்பனார் சாதியினர்) இக்கோயிலில் நகைகளையும் பாத்திரங்களையும் கொள்ளையிட்ட செய்தியைக் குறிக்கிறது.15* இப்பட்டயம் திருமலை நாயக்கர் மறைந்து பத்தாண்டுகளுக்குப் பின்னரே வழங்கப்பட்டுள்ளது. இதற்குமுன் சகம் 1489இல் (கி.பி. 15667) விசுவநாத நாயக்கர் வழங்கிய பட்டயம் கள்ளர்கள் அழகர் கோயிலுக்கு வந்த பக்தர்களைக் கொள்ளையடித்துத் தொல்லை கொடுத்த செய்தியைக் குறிக்கிறது.16*

இரண்டு பட்டயங்களிலும் அழகர் சப்பரத்தை மறித்த செய்தியோ, கள்ளர் வேடம்பற்றிய குறிப்போ காணப்படவில்லை. எனவே நாயக்கராட்சியின் வீழ்ச்சியின்போது, நாட்டில் அரசியல் தலைமை பலவீனமடைந்திருந்த காலத்திலேதான் இந்நிகழ்ச்சி

நடந்திருக்கலாம் என்று எண்ணத் தோன்றுகிறது.

அழகர் மதுரை வரும்போது தல்லாகுளம் பெருமாள் கோயிலில் கள்ளர் வேடத்தைக் களைந்து பெருந்தெய்வக் கோலம் புனைகிறார். திரும்பும்போது தல்லாகுளம் சேதுபதி மண்டபத்தில் மீண்டும் கள்ளர்வேடம் அணிகிறார். தல்லாகுளத்திற்கும் வண்டியூருக்கும் இடைப்பட்ட பகுதியில் பெருந்தெய்வமாகவே அவர் காட்சி தருகிறார். தல்லாகுளத்தில் கள்ளர் வேடமிடும் இடத்தில் அழகரின் வாசல் காவலனான பதினெட்டாம்படிக் கருப்பசாமிக்கு ஒரு கோயில் உள்ளது. அழகர் வரும்போது அந்த இடத்தில் அவரைப் பாண்டிமுனி மறித்துக் கொள்வதாகவும், அதனால் அழகர் கோயிலில் இருந்து வந்த கருப்பசாமி தல்லாகுளம் பாண்டிமுனியை விரட்டிவிட்டு அவ்விடத்தில்தான் கோயில் கொண்டு நிலையாக அமர்வதாகவும் மக்களிடையே ஒரு கதை வழங்கி வருகிறது.17* இக்கதையும், வேறு சில சான்றுகளும் கள்ளர் வேடத்தில் வந்த அழகர் ஊர்வலம், தல்லாகுளத்தில் வழிமறிக்கப்பட்டதோ என்ற ஐயத்தை எழுப்புகின்றன. இது, விரிவான மற்றொரு ஆய்வுக்குரியது.

சித்திரை மாதம் அழகர் ஆற்றில் இறங்கும் திருவிழா, மதுரை தவிரப் பரமக்குடி, மானாமதுரை ஆகிய ஊர்களிலும் பெரிய அளவில் நடைபெறுகிறது. அங்கும் கள்ளர் வேடம் உண்டு. மதுரை சித்திரைத் திருவிழாவின் செல்வாக்கு காரணமாக இவற்றின் மறுவடிங்களாகவே அவை விளங்குகின்றன.

ஆழ்வார்களில் பெண்பாலரான ஆண்டாளுக்கு அழகரிடத்திலுள்ள ஈடுபாட்டின் காரணமாகவும் ஆண்டாள் சூடிக் கொடுத்த மாலையினைச் சித்திரை விழாவில் அழகர் சூடுவதனாலும், திருவில்லி புத்தூரிலும் மார்கழி மாதம் நடைபெறும் நீராட்டுத் திருவிழாவின் இரண்டாம் நாளில் இதே போன்ற கள்ளர் வேடம் திருமாலுக்கு இடப்படுகிறது. பெரும்பாலும் மதுரைப் பகுதியிலுள்ள வைணவக் கோயில்களிலும் நவராத்திரிக் கொலுவின் போது சில அம்மன் கோயில்களிலும் கடவுளுக்குக் 'கள்ளர்' வேடமிடுகின்றனர். இவ்வடிவத்தை அக்காலச் சமுதாயம் ஏற்றுக்கொண்ட விதத்திற்கு இவை சான்றுகளாகும்.

அழகரின் கள்ளர் கோலம், அதற்கான கதை, சடங்குகள், நம்பிக்கைகள் இவற்றிலிருந்து நம்மால் உண்மையாக நடந்திருக்கக்கூடிய நிகழ்ச்சிகளை ஊகித்து உணர முடிகிறது.

அழகர்கோயிலுக்குத் தெற்கிலும் கிழக்கிலும் மேலைநாட்டுக் கள்ளர்களே பெருந்தொகையாக வாழும் சாதியினராவர். அவர்கள் வைணவ மரபினர் அல்லர். மிகப்பெரிய சொத்துடைமை நிறுவனமாகிய கோயிலோ ஒரு மலைப் பகுதியில் அமைந்துள்ளது. ஆள் வலிமையும் ஆயுத வலிமையும் உடைய கள்ளர் சாதியினர், தங்கள் மரபுவழி நாட்டுப் பகுதியில் நுழைந்து, மதுரைக்கு வரும் அழகரின் ஊர்வலத்தை மறித்துக் கொள்ளையிட முனைகின்றனர். கோயிலின் மேலாண்மையை ஏற்றிருந்த மேல்சாதியினர், 'கோயிலும் இறைவனும் உங்களுக்கும் பொது' எனச் சமரசம் செய்துகொள்ள முன் வருகின்றனர். சமரசத்தின் வெளிப்பாடாகக் கோயில் நடைமுறைகளில் கள்ளர்க்கு மரியாதைகள் வழங்கப்படுகின்றன. ஆடிமாதத் தேர்த் திருவிழாவில் நான்கில் மூன்று வடங்களை இழுக்கும் உரிமை மேலநாட்டுக் கள்ளர்க்கு வழங்கப்படுகின்றது. சித்திரைத் திருவிழாவில் அழகர்கோயிலுக்கும் தல்லாகுளத்திற்கும் இடைப்பட்ட பகுதியில், கள்ளர் சாதியின் ஆண்மகனைப் போல இறைவனுக்கு வேடமணிவித்து வரவும் கோயிலார் உடன்படுகின்றனர்.

நிலமானிய மதிப்பீடுகள் வலிமையாக இருந்த அக்காலத்தில் 'கோயில் மரியாதை' என்பது கள்ளர் சாதியாருக்குக் கிடைத்த மிகப்பெரிய அங்கீகாரமாகக் கருதப்பட்டிருக்கின்றது; ஆகையால் அவர்களும் இதற்கு உடன்பட்டிருக்கின்றனர். வைணவ மதம் சார்ந்த கோயில், ஒரு பண்பாட்டுச் சமரசத்தை வெற்றிகரமாகச் செய்து முடித்துத் தன்னையும் தன் சொத்துகளையும் காத்துக் கொண்டிருக்கிறது. நாளடைவில் கோயிலும் கள்ளழகர் கோயில் என்றே வழங்கப்படலாயிற்று. இதுவே அழகர், கள்ளழகர் ஆன கதையாகும். மதுரை நகரத்தின் அரசியல் தலைமை வலிமையிழந்து போயிருந்த காலத்தில்தான் (உத்தேசமாக கி.பி. 1690- 1742) இந்த நிகழ்ச்சி நடைபெற்றிருக்கலாம் என்று தோன்றுகிறது.

தமிழ்நாட்டு வைணவம் இதுபோன்ற பல அனுபவங்களைக் கொண்டிருக்கிறது. சான்றாக, ஆழ்வார் திருநகரி நம்மாழ்வார் திருவுருவத்தை முசுலீம் படையெடுப்புக் காலத்தில் பொதியமலை அடிவாரத்தில் ஒரு சுனையில் போட்டுவிட்டனர். பகையச்சம் நீங்கிய பின் அந்த இடத்தை அடையாளம் கண்டு, ஆழமான சுனையிலிருந்து அந்த விக்கிரகத்தை ஒரு குறவன் எடுத்துத் தந்தான் என்பர். அவனுக்கு மரியாதை செய்யும் பொருட்டு, இன்றளவும்

நாள்தோறும் சிறிது நேரம் நம்மாழ்வார் விக்கிரகத்துக்கு, ‘குறவன் கொண்டை’ இடப்படுகிறது.

ஆகமரீதியான சடங்குகளோடு ‘சம்பிரதாயம்’ என்ற பெயரில் பல சடங்குகள் வட்டார வேறுபாடுகளோடு தமிழ்நாட்டு வைணவத்தில் கலந்துள்ளன. அவ்வாறான சடங்குகளில் பெரும்பாலானவை பிற்படுத்தப்பட்ட, தாழ்த்தப்பட்ட சாதியாருக்கு மதத்தின் எல்லைக்குள் பெருமளவு உரிமை தந்துள்ளன. “ஆசாரியர்களுடைய கருத்தில் உருவாகி உபதேச பரமபரையிலேயே தனியாக வளர்ந்து வந்த தமிழ்நாட்டு வைணவத்திற்கும், ஆகமங்களையும் ஆகம சம்பிரதாயங்களையும் நேராகப் பின்பற்றி வந்த ஆலயங்களுக்கும் நேரான தொடர்பு கிடையாது” என்று வைணவ அறிஞர் ராமாநுஜ தாத்தாச்சாரியர் விளக்குகிறார். ஆயினும் இச்சம்பிரதாயங்கள் பின்னர் ஆலய நடைமுறையோடு கலந்துவிட்டன. புதிய சம்பிர தாயங்களும் உருவாகி அவற்றையும் ஆலயங்கள் ஏற்றுக் கொண்டுவிட்டன.

இராமானுசருக்குப் பின் தமிழ்நாட்டு வைணவம் சாதி வேறுபாடுகளைத் தாண்டி சாதாரண மக்களோடு கலந்தது. அதன் விளைவாக இவ்வகையான நடைமுறைகளை வைணவம் விரும்பி ஏற்றுக்கொண்டது. இக்கருத்துக்குச் சார்பான நடைமுறைகளை தமிழ்நாடு முழுவதும் வைணவக் கோயில்களில் காணலாம். தமிழ்நாட்டில் அரச ஆதரவை மிகக்குறைந்த அளவில் பெற்ற மதம் வைணவம்தான். எனவே நேரடியாகவே மக்களைத் தன் பக்கம் ஈர்க்கவேண்டிய சூழ்நிலையும் கட்டாயமும் அதற்கு ஏற்பட்டது. விளைவாக ஆகம வழிபாட்டு முறைகளும் நாட்டார் வழிபாட்டு முறைகளும் கலந்து வளர்ந்ததாகத் தமிழ்நாட்டு வைணவம் புதிய உருக்கொண்டது.

குறிப்புகள்

1. *சித்திரைத் திருவிழா அழைப்பிதழ் - 1977, அழகர்கோயில், ப.1*

2. *பெரியாழ்வார் திருமொழி (நாலாயிரத் திவ்வியப்பிரபந்தம், திருவேங்கடத்தான் திருமன்றம் பதிப்பு, 1973, சென்னை) பா. 454, நம்மாழ்வார் திருவாய்மொழி, பா.3140.*

3. *கலைக்களஞ்சியம், தொகுதி 6. ப. 684*

4. Col. Welsh, Military Reminiscenes quoted by *மீ. மனோகரன்,*

‘வளரி’ (கட்டுரை), மன்னர் கல்லூரி வெள்ளிவிழா மலர், சிவகங்கை, 1973, ப. 83.

5. சிவகங்கை சரித்திரக் கும்மியும் அம்மானையும், தி.சந்திரசேகரன் (ப.ஆ), கீழ்த்திசை ஓலைச்சுவடி நூலகம், சென்னை, ப. 148.

6. மீ.மனோகரன், ‘வளரி’ (கட்டுரை), மேலது, ப.81.

7. Edgar Thurston, Ethnographic Notes in Southern India (Reprint). 1975, p. 558.

8. J.H. Nelson, Manual of Madurai. Vol. II, p.55.

9. திருமாலிருஞ்சோலைமலை அழகர்மாலை, கையெழுத்துப் படி, R.8462. கீழ்த்திசை ஓலைச்சுவடி நூலகம். சென்னை. பா. 12.

10. அழகர் வருணிப்பு, ஸ்ரீமகள் கம்பெனி பதிப்பு. ப.5

11. இராமசாமிக் கவிராயர், பெரிய அழகர் வருணிப்பு (ஜி. ராமசாமிக்கோன்), 9ஆம் பதிப்பு, மதுரை, ப. 53

12. அழகர் வருணிப்பு, பக்.6-7.

13. மேலது, ப.7.

14. தகவல் தந்தவர் : பா. அ. மலையாண்டி அம்பலம், கொடிக்குளம், 15.11.1977

15. வெள்ளியக்குன்றம் ஜமீன்தாரிடமுள்ள செப்புப் பட்டயங்கள்.

16. மேலது.

17. தகவல் தந்தவர் : சுப்பையாத் தேவர், ஆவியூர் (அருப்புக் கோட்டை) 22.4.1977

18. அக்னிகோத்ரம் ராமானுஜ தாத்தாச்சாரியார், வரலாற்றில் பிறந்த வைணவம், ஸ்ரீசாரங்கபாணி தேவஸ்தானம், குடந்தை, 1973, ப. 9

உடைமையும் ஒழுக்கமும்

தமிழ்ச் சமுதாயத்தின் வரலாற்றில் பக்தி இயக்கம் மிகப்பெரிய இடம் ஒன்றினைப் பெறுகின்றது. கி.பி. ஆறாம் நூற்றாண்டில் அரும்பத் தொடங்கிய பக்தி இயக்கத்தின் வளர்ச்சி ஏழாம் நூற்றாண்டின் முற்பகுதியில் மிகப்பெரிய வீச்சினைப் பெறுகின்றது. திருநாவுக்கரசரும், திருஞானசம்பந்தரும், பெரியாழ்வாரும் இவ்வளர்ச்சியில் கணிசமான பங்கினை ஆற்றியுள்ளனர்.

பக்தி இயக்கத்தின் ஆற்றல் வாய்ந்த கருவியாக இலக்கியம் திகழ்ந்திருக்கிறது. பக்தி இயக்கத்தின் வெற்றிக்குரிய காரணங்கள் பல. அவற்றில் முதன்மையானது, பக்தி இலக்கியங்களைப் பாடியவர்கள் மானிட அனுபவங்களையே தம் இறை அனுபவமாக மாற்றிக்காட்டியது ஆகும். அன்புக்குரிய ஆணாகக் கடவுளும், அவன் அன்புக்கு ஏங்கி நிற்கும் பெண்ணாக மனிதனும் சித்திரிக்கப்பட்டுள்ளனர். அன்புக்குரிய ஆணும் பெண்ணும் சேரும்போது குடும்ப அமைப்பு உருவாகிறது. பக்தி இலக்கியத்தில் கடவுள் கணவனாக மட்டுமன்றி, பிள்ளைக்குத் தந்தையாகவும் மாறுகிறான். சில ஆண்டுகள் கழித்து அவன் பிள்ளையும் திருமணத்திற்கு உரியவனாகிறான். இவ்வாறு குடும்ப அமைப்பின் வளர்ச்சி நிலைகளைப் பக்தி இலக்கியத்தில் காணமுடிகிறது. எடுத்துக்காட்டாக திருநாவுக்கரசரின் தேவாரப் பாடல்களைக் காண்போம்.

1. வட்டணைகள் படநடந்து மாயம் பேசி
   வலம்புரமே புக்கங்கு மன்னினாரே

   (திருவலம்புரம் - திருத்தாண்டகம்)

இது, காதல் வசப்பட்ட பெண் ஒருத்தி ஆணின் அன்புக்கு ஏங்கும் நிலை.

2. துறைகளார் கடல் தோணிபுரத் துறை
   இறைய னார்க்கிவள் என்கண்டு அன்பாவதே

   (திருத்தோணிபுரம் - திருக்குறுந்தொகை)

இது, பெண்ணைப் பெற்ற ஒரு தாயின் வியப்பு.

3. தலைப்பட்டாள் நங்கை தலைவன் தாளே

(திருவாரூர் - திருத்தாண்டகம்)

இது, பெண் ஆணைத் தேடிக் கலந்துவிட்ட செய்தி. அதாவது அவர்கள் கணவன் மனைவி ஆகிவிட்டனர்.

4. சூடினார் கங்கையாளைச் சூடிய துழனி கேட்டங்(கு)
   ஊடினாள் நங்கையாளும்

(திருவதிகை வீரட்டானம் - திருநேரிசை)

இது, மணவாழ்வின் ஊடல் பற்றிய படப்பிடிப்பு.

5. படைமலிந்த மழுவாளும் மானும் தோன்றும்,
   பன்னிரண்டு கண்ணுடைய பிள்ளை தோன்றும்

(திருப்பூவணம் - திருத்தாண்டகம்)

இது, மகனும் தந்தையும் தந்த திருக்காட்சி.

6. நங்கடம்பனைப் பெற்றவள் பங்கினன்
   தென் கடம்பைத் திருக்கரக் கோயிலான்

(திருக்கடம்பூர் - திருக்குறுந்தொகை)

இது, கணவனும் மனைவியும் பிள்ளையுமான சிறு குடும்பத்தின் அமைப்பு

7. குறவிதோள் மணந்த செல்வக் குமரவேள் தாதை

(திருப்பெருவேளூர் திருநேரிசை)

இது, மகனும் வளர்ந்து மணமகன் ஆன கதை.

துறவு நெறியாகிய சமணத்தையும் பௌத்தத்தையும் எதிர்ப் பதற்குக் குடும்ப அமைப்பை முன்னிலைப்படுத்தியது பக்தி இயக்கம் எனலாம். அந்தச் சிந்தனையோடுதான் மானிட அனுபவங்கள் பக்தி அனுபவங்களாகக் காட்டப்பட்டன.

பக்தி இயக்கத்தின் வளர்ச்சிக்குக் காரணமாகத் தமிழ்நாட்டில் நிகழ்ந்த வரலாற்றுப் போக்கு, நிலவுடைமையின் வளர்ச்சியாகும். சங்க காலத்தின் இறுதிக் கட்டத்திலேயே தமிழ்நாட்டு வேந்தர்கள் குளந்தொட்டு வளம் பெருக்கி புதிய பயிர் நிலங்களை உருவாக்கினர். பயிர் நிலங்களின் அளவோடு அவற்றுக்கு

உரிமையாளரான கிழார்களின் எண்ணிக்கையும் பெருகியது. அரசனுக்கு அருகிருந்த பார்ப்பனரும் கிழார்களும் இணைந்து வேள்வி நடத்தினர் (புறம். 166). சிவபெருமான் நிலவுடைமையோடு சேர்ந்த தெய்வமாக்கப்பட்டான். உடையார் என்பது இறைவனைக் குறிக்கும் சொல்லாயிற்று. நிலவுடைமையால் குவிந்த செல்வம் காரணமாகச் சிவபெருமானுக்கு 'மூலபண்டாரம்' (திருவாசகம்), அதாவது 'அனைத்துச் செல்வங்களின் இருப்பிடம்' என்றும் பெயர் வழங்கப்பட்டது.

காட்டிலே வாழும் வேட்டுவ வாழ்க்கையை விடவும், கால்நடை வளர்க்கும் காட்டு வாழ்க்கையை விடவும் நன்செய் வேளாண்மையை மையமாகக் கொண்ட மருதநில வாழ்க்கை யிலேதான் செல்வம் குவிந்தது. மருத நிலத்தின் செல்வ வாழ்க்கையில் வசதியுடையோர் வீட்டுப் பெண்கள் உடலுழைப்பில் இருந்து விலக்கப்பட்டனர். எனவே உழைப்பு சார்ந்த ஆடல்பாடல் போன்ற கலைகளிலிருந்தும் அவர்கள் அயன்மைப்பட்டனர் வேளாண் நாகரிக ஆண்களின் திரண்ட செல்வக் குவியல் ஆடல்பாடல்வல்ல பழைய பாண மரபினரைப் பரத்தையர் ஆக்கியது.

"மருதத்தின் ஒழுக்க முறையான ஊடலின் சமூகப் பொருளாதார முக்கியத்துவம் எளிதில் புரியக்கூடியதே. மருதத்தின் வேளாண்மையின் வளர்ச்சியானது, விரிவான தனி நிலவுடைமை வளர்ச்சிக்கு அடிகோலியது. பொருளாதார ஆதிக்கத்தின் அடிப்படையான உபரி உற்பத்தியினை - மிகுந்த அளவில் நெல்லைச் சேமித்து வைப்பதனைச் சில பாடல்கள் வெளியிடுகின்றன. இத்தகைய செழுமையான நிலப்பிரபுத்துவ அமைப்பில், வீர யுகத்தின் பெண்குலக் கலைஞர்கள் பரத்தையர்களாக மாறினார்கள். பரத்தமை சமுதாயத்தால் ஏற்றுக்கொள்ளப்பட்ட, மண உறவுக்கு வெளியே இன்பம் காணும் வாயிலாக விளங்கிற்று. ஏனெனில் சொத்துரிமைக்கும் குடும்பப் பரம்பரை உரிமைக்கும் இடையூறு செய்யாத ஒரு தனியுரிமையாக இது திகழ்ந்தது. அப்படி இருந்தபோதிலும் இது ஒரு மனிதாபிமானச் சிக்கலாகவும் அறைகூவலாகவும் மனையில் வாழும் கிழத்திக்கு இருந்தது. இதுபோன்ற உறவு முறையில் ஊடல் ஆதிக்கம் செலுத்துகிறது" என்று பேராசிரியர் கா. சிவத்தம்பி திணைக் கோட்பாட்டினை விளக்குகிறார்.

சைவம் நிலவுடைமை சார்ந்து வளர்ந்த மதம் என்பதை ஆர். பானர்ஜி, ஜி.எஸ்.குரே போன்றவர்கள் விரிவாகவே எடுத்துக் காட்டி உள்ளனர். எனவே நிலவுடைமை சார்ந்து வளர்ந்த 'பரத்தமை' என்ற நிறுவனத்தைச் சைவ சமயம் கண்டிக்கவில்லை; மாறாக, தேவரடியார், பதியிலார், உருத்திர கணிகையர், மாணிக் கத்தார், தளியிலார் என்ற பெயரோடு சோழ, பாண்டிய அரசுகளின் எழுச்சிக் காலத்தில் பரத்தமை கோயிலோடு சேர்க்கப்பட்டது. தேவார மூவரில் ஒருவரான சுந்தரர், திருவாரூர்க் கோயிலில் ஆடுமகளிர் மரபில் வந்த பரவை நாச்சியார் என்ற பெண்ணைக் கண்டு, காதல் மணமும் செய்துகொள்கிறார். இக்கதை தொடங்கி பல்வேறு வகையில் சைவ மரபுகள் பரத்தமையை அங்கீகாரம் செய்கின்றன. கி.பி. பத்தாம் நூற்றாண்டில் தஞ்சைக் கோயிலில் ஆடல்வல்ல நானூறு பணி மக்களை (நக்கன் என்ற பெயரில்) அமர்த்திய முதலாம் இராசராசன், அவர்களுக்குத் தனித்தனியே வீட்டு வசதி அளித்த செய்தியினையும் தஞ்சைக்கோயில் கல்வெட்டுகளால் அறிகிறோம்.

நிறுவன சமயங்களாக வளர்ந்த சைவத்திற்கும் வைணவத் திற்கும் தமிழகத்தில் பெருங்கோயில்கள் பல உண்டு. அரசர் களாலும் அரசியல் அதிகாரம் உடையவர்களாலும் இக்கோயில்கள் ஆக்கப்பட்டன. பெருஞ்சொத்துகளைக் கொண்டிருந்த இக்கோயில் கள், தங்கள் சமய எல்லையைக் கடந்து தத்தம் பகுதிகளில் பெருவாரியான அடித்தள மக்களின் பண்பாட்டைத் தீண்ட முற்படவில்லை. அதாவது பெருவாரியான அடித்தள மக்களின் நினைவுகளிலும், இலக்கியம் போன்ற பண்பாட்டு வெளிப்பாடு களிலும் இவை தங்களுடைய ஆளுமையினைச் செலுத்த முடிய வில்லை. இதனை மீறி (விதிவிலக்காக)த் தடம்பதித்த பெருமை இரண்டு கோயில்களுக்கு மட்டுமே உண்டு. அவை சைவர்களின் மதுரை மீனாட்சி கோயிலும் வைணவர்களின் சீரங்கமும் (திருவரங்கம்) ஆகும்.

மதுரை, இன்றளவும் தமிழர்களின் பண்பாட்டுத் தலைநகரம் போலவே விளங்குகிறது. மதுரை மீனாட்சித் தெய்வம் பழந் தமிழரின் தாய்த்தெய்வ வழிபாட்டின் எச்சமாக விளங்குகிறது. மதுரை நகருக்கு அரசியாகி, திருமணத்திற்கு முன் பட்டம் சூடி, கணவனை விஞ்சிய பெருமை உடையதாக இத்தெய்வம்

விளங்குகிறது. மதுரை வட்டாரத்தில் மட்டுமின்றித் தமிழகத்தின் எல்லாப் பகுதிகளிலும் தாலாட்டு, ஒப்பாரி எனப்படும் நாட்டார் பாடல்களில் மீனாட்சியின் அழகு, பெருமை, அவள் குடும்பம் நடத்தும் பாங்கு, அவள் அண்ணன் தன் தங்கைமீது காட்டும் பாசம் ஆகியவை பதியப்பட்டுள்ளன. தாலாட்டு, ஒப்பாரி ஆகிய இரண்டும் பெண்களுக்கே உரிமையுடைய படைப்பிலக்கியங்கள் என்பதனை நாம் மறந்துவிடக் கூடாது.

தமிழ்நாடு முழுவதும் பரவலாக வழங்கிவரும் தாலாட்டுப் பாடல் ஒன்று, மதுரை மீனாட்சி அவள் கணவன் சொக்கரோடு நடத்தும் குடும்பப் பாங்கினைப் பேசுகிறது. அச்சிடப்பட்ட தாலாட்டுப் பாடல் தொகுதிகளில் தமிழண்ணல், மா. வரதராசன், ஆறு. அழகப்பன், அன்னகாமு ஆகியோரது தொகுதிகளிலும் இப்பாடல் இடம்பெற்றுள்ளது. தனிநபர்கள் சேகரித்த அச்சிடப் படாத பாடல் தொகுதிகளிலும் இப்பாடலைப் பலர் கண்டுள்ளனர். ஒரு சில சொல் மாற்றங்களுடன் இப்பாடல் பெருமளவுக்கு ஒன்று போலவே கிடைத்துள்ளது.

மதுரைக்குத் தெற்கே
மழை பெய்யாக் கானலிலே
தரிசாக் கிடக்குதுன்னு - மீனாள்
சம்பாவ விட்டெறிஞ்சா
அள்ளி விதை பாவி - மீனாள்
அழகு மலைத் தீர்த்தம் வந்து
வாரி விதை பாவி - மீனாள்
வைகை நதித் தீர்த்தம் வந்து
சம்பா கதிரடித்து - சொக்கர்
தவித்துநிற்கும் வேளையிலே
சொர்ணக் கிளிபோல - மீனாள்
சோறு கொண்டு போனாளாம்
நேரங்கள் ஆச்சுதென்று - சொக்கர்
நெல்லெடுத்து எறிந்தாராம்.
அள்ளி எறிந்தாராம்
அளவற்ற கூந்தலிலே
மயங்கி விழுந்தாளாம் -மீனாள்
மல்லிகைப்பூ மெத்தையிலே

சோர்ந்து விழுந்தாளாம்
சொக்கட்டான் மெத்தையிலே
அழுதகுரல் கேட்டு
அழகர் எழுந்திருந்து
வரிசை கொடுத்தாராம
வையகத்தில் உள்ளமட்டும்
சீரு கொடுத்தாராம்
சீமையிலேயே உள்ள மட்டும்
மானா மதுரை விட்டார்
மதுரையிலே பாதிவிட்டார்.
தல்லாகுளமும் விட்டார்
தங்கச்சி மீனாளுக்குத்
தளிகையிலே பாதிவிட்டார்.

இத்தாலாட்டுப் பாடலோடு இதுவரை கிடைக்காத பிற்பகுதி ஒன்று இக்கட்டுரையாளருக்குக் கிடைத்தது. 1982 ஏப்ரலில் முகவை மாவட்டம் பரமக்குடி நகரின் வடபுறமாக அமைந்துள்ள காந்தி நகர் என்னும் பகுதியில், தேவேந்திரர் சாதியைச் சேர்ந்த மூதாட்டி ஒருவர் ஆய்வாளருக்கு இப்பாடலைப் பாடிக் காட்டினார். விளைந்த வயலைச் சொக்கர் பார்வையிட வருகின்ற இடத்திலிருந்து இந்த அடிகள் தொடங்குகின்றன.

அரிகுறுணி காணுமின்னு - என் அம்மா சொக்கர்
ஆளனுப்பிப் போகவிட்டார்
காரானை மேலிருந்து - என் அம்மா சொக்கர்
கதிரறுக்க வாராராம்
போரானை மேலிருந்து - என் அம்மா சொக்கர்
பொலியளக்க வாராராம்
வாரிப் பொலியளக்க - என் அம்மா சொக்கர்
வாரியலைச் சேகரிச்சார்
குமிச்சுப் பொலியளக்க - என் அம்மா சொக்கர்
குடும்பன்களைச் சேகரிச்சார்
நெல்லடிச்சு கோட்டை கட்டி - நல்ல என் கண்ணே
நெடும் பொலிய விட்டாத்தி
பொலியளந்த தூசியோட - என் கண்ணே சொக்கா
போய் நொழைஞ்சார் தாசி வீடு

தாசி மயக்கமோ - என் அம்மா
தட்டாத்தி கைமருந்தோ
வேசை மயக்கமோ - என் அம்மா சொக்கர்
வீடு வந்துஞ் சேரவில்லை.

இந்தப் புதிய பகுதியைப் பின்னர் காணலாம். தமிழண்ணல், அழகப்பன், அன்னகாமு, வரதராசன் ஆகியோருக்குக் கிடைத்த பாடல்களின் தொடக்க அடிகள் புதிய வேளாண்மைப் பெருக்கத்தைக் காட்டுகின்றன. அதாவது, புதிய நீர்க்கால்களை உருவாக்கி நஞ்சை நிலங்களின் அளவினைப் பெருக்கும் சமூக வளர்ச்சிக் கட்டம் ஒன்றினை அடையாளம் காட்டுகின்றன. மனிதகுல வாலாற்றில் மக்கள்தொகை பெருகும்போதெல்லாம் கிடைக்கின்ற நீர்வளத்தைக் கொண்டு பயிர் நிலங்களின் அளவைப் பெருக்குவது ஒரு வரலாற்றுப் போக்காகும். இந்த அடிகள் சொக்கரின் துணைவி மீனாட்சியையும் வேளாண்மையோடு தொடர்புபடுத்துகின்றன. ஏனென்றால், பயிர்த்தொழில் என்பது சமூக வளர்ச்சியில் பெண்களால் கண்டுபிடிக்கப்பட்டதாகும். இவற்றோடு தொல்பழைய நம்பிக்கைகளும் கலந்து, பெண் விதைப்புச் சடங்குக்கு உரியவளாகிறாள். இன்றளவும் மகப்பேற்று ஆற்றல் குறையாத மங்கலப் பெண்களே விதைநெல்லை அளந்தும், விதைப் பெட்டியை எடுத்தும் கொடுத்துவருகிறார்கள். இந்த நம்பிக்கையே மங்கலப்பெண் மீனாட்சியை விதைப்பு நிகழ்ச்சி யோடு தொடர்புபடுத்தியது. இப்படித் தொடங்குகிற தாலாட்டு, மீண்டும் குடும்ப அமைப்பிற்குள் புகுந்துகொள்கிறது. அதாவது, கணவன் மனைவியர்க்கு இடையில் சிறிய மன வருத்தங்கள் ஏற்படுகின்றன. இந்தச் செய்தி பெண்ணின் தாய்வீட்டுக்கு எட்டுகிறது. பெண்ணின் உடன்பிறந்தவன் (மீனாட்சியின் அண்ண னான அழகர்) திரண்ட சீர்வரிசைகளுடன் வந்து, தங்கை - மைத்துனர் இருவரின் வருத்தங்களையும் தணிவிக்கின்றார். கணவன் மனைவி யரின் மன வருத்தங்களுக்கான காரணங்களைக் கண்டறிய அவர் முயலவேயில்லை. இந்தப் பாடல் காட்டும் நிகழ்ச்சி, நேற்றுவரை நமது கிராமப்புற வேளாண் சமூகத்தின் அன்றாட நிகழ்வே ஆகும். இதன் பொருள் என்ன? பெண்ணுக்குச் சொத்துரிமை மறுக்கப்பட்ட சமூக அமைப்பில் பெண் தனக்குரிய பங்கினைத் திருமணத்தின்போது நகைகளாகவும் பின்னர், 'சீர் வரிசை' என்ற பெயரிலும் தொடர்ந்து பெற்றுக்கொள்ள முயல்கிறாள்.

அப்பொழுதும் நிறைவடையாது, பிறந்த வீட்டிலிருந்து பெண் எடுத்தோ, பிறந்த வீட்டுக்குப் பெண் கொடுத்தோ தன் சொத்துடைமை உணர்வை நிறைவுசெய்துகொள்ளப் பார்க்கிறாள். முறைப்பெண் - முறை மாப்பிள்ளை என்ற வழக்கம் திராவிட நாகரிகத்தின் தனிப் பண்புகளில் ஒன்றாக அமைந்திருப்பதை நாம் எண்ணிப் பார்க்க வேண்டும். குடும்ப அமைப்பில் உடைமை உணர்வுகள் புகுந்த காலத்தில்தான் இவ்வுறவுமுறை வழக்கம் தோன்றியிருக்க வேண்டும்.

கட்டுரையாளருக்குக் கிடைத்த புதிய அடிகள் இந்தத் தாலாட்டின் வளர்ந்த நிலையினைக் காட்டுகின்றன. நிலக்கிழாரான சொக்கர் களத்துமேட்டிலிருந்து தாசி வீட்டுக்குச் செல்கிறார். நிலவுடைமையினால் பிறந்த செல்வச் செழிப்பு, நிலக்கிழாரை நேரடியாகப் பரத்தமைக்குத் தூண்டியது என்ற சமூக வளர்ச்சிப் போக்கும் தெளிவாகப் புலப்படுகிறது.

இப்பொழுது மேலும் ஒரு கேள்விக்கு விடை கண்டாக வேண்டும். தமிழ்நாட்டின் தனிப்பெருங்கடவுள் ஆகிய சிவபெருமான் இப் பாடலில் பரத்தமையோடு தொடர்புபடுத்தப்படுகிறார். வேறு சொற்களில் கூறுவதானால், பரத்தமை தெய்வத்தின் பேரால் நிலைப்படுத்தப்படுகிறது. இது எவ்வாறு நிகழ்ந்தது?

சங்க இலக்கியங்கள் காட்டும் மருதத் திணையின் பரத்தமை, நிலவுடைமையின் வளர்ச்சியில் நேரடியாகப் பிறந்ததாகும். அக் காலத்தில் இருந்த கோயில்கள் மிகச் சிறிய வழிபாட்டு இடங் களாகவே விளங்கின. பின்னர் பக்தி இயக்கம் அரும்பிய காலத்தில் அவை வழிபாட்டு இடங்களாக மட்டுமல்லாமல், இயக்க மையங் களாகவும் விளங்கின. பக்தி இயக்க எழுச்சியைத் தொடர்ந்து உருவான சோழ, பாண்டியப் பேரரசுகளின் காலத்தில் கோயில்கள் கருங்கற்களால் அமைந்த பெரிய கட்டுமானக் கோயில்களாகத் தொடங்கின. ஊரின் விளைநிலங்களனைத்தும் இறைவன் பெயராலும் கோயிற் பார்ப்பனர், மேலாண்மை செய்த வேளாளர் ஆகியோர் பெயராலும் கோயிலோடு சேர்க்கப்பட்டன. எனவே கோயில்கள் மிகப்பெரிய சொத்துடைய நிறுவனங்களாக மாறின. பணப் புழக்கம், நீர் மேலாண்மை, மருத்துவம், நீதி, கலைகள் ஆகிய அனைத்தும் கோயிலோடு இணைக்கப்பட்டன. அலைந்து திரியும் பாணர் மரபும் வாழ்க்கையும் அழிக்கப்பட்டு ஆடல்,

பாடல் ஆகிய கலைகளோடு அவற்றிற்குரிய கலைஞர்களும் கோயிற் பணியாளர் ஆக்கப்பட்டனர். பெருங்கோயில்களின் வளர்ச்சியோடுதான் தமிழ்நாட்டின் நிலமானிய அமைப்பு முறை முழுமை பெற்றது. எனவேதான் 'பரத்தமை' என்ற நிறுவனத்தையும் கோயில் தன்னுள் இழுத்துக்கொண்டு கட்டுப்படுத்தியது. இதன் பின்விளைவாக நிலமானிய முறையின் அனைத்து மனித மதிப்பீடுகளும் கடவுளுக்கும் சேர்க்கப்பட்டன.

கடவுள் சிறந்த நீதிபதியானார்; சிறந்த மருத்துவன் ஆனார்; சிறந்த பாட்டுப் புலவர் ஆனார்; இசைவாணர் ஆனார்; ஆடல் வல்லான் ஆனார்; நிலக்கிழார் ஆனார்; செல்வத் திரட்சியால் பரத்தை வீடு தேடிச் செல்பவராகவும் ஆனார். சைவ மதத்தின் நிலவுடைமைச் சார்பு, சொக்கரை இப்படியொரு தோற்றங்கொள்ள வைத்ததில் வியப்பில்லை. இது அன்றைய நடையின்பாற்பட்டது. எனவே இத்தகைய தாலாட்டுகள் மக்கள் மத்தியில் பிறந்து எளிதாகப் பரவியுள்ளன.

சைவக் கோயில்களைப் போலவே வைணவக் கோயில்களும் 'பரத்தமை' என்ற நிறுவனத்தை அங்கீகாரம் செய்திருக்கின்றன. இருப்பினும் 'நிலவுடைமைச்சார்பு' வைணவ நெறியில் சைவத்தின் அளவுக்கு வேரோடியதில்லை. கால்நடை வளர்ப்புப் பொருளாதாரச் சூழலில் திருமால்நெறி கால்கொண்டதே அதற்குக் காரணமாகும். தமிழகத்தின் பேரரசுகளின் வளர்ச்சியிலும் வைணவ நெறிக்குப் பெரும் பங்கில்லை. ஆகவே அது சைவத்திலும் பார்க்க மிகக் குறைந்த வளர்ச்சியினையே தமிழ்நாட்டில் பெற்றிருந்தது.

ஆய்வுக்குரிய தாலாட்டுப்பாடல் நிலவுடைமைக்கும் பரத்த மைக்கும் உள்ள தொடர்பைச் சமயப் பின்னணியில் காட்டு வதை நாம் இவ்வாறுதான் விளங்கிக்கொள்ள முடியும். 'வாய்மொழி இலக்கியங்கள் சமூக வளர்ச்சியின் பெரும் அசைவு களையும் மதிப்பீடுகளையும் தம்முள் தவறாது பதிவுசெய்து வைத்திருக்கின்றன' என்பது மேற்குறித்த தாலாட்டுப் பாடலால் தெளிவாக விளங்குகிறது.

மாற்று மரபுகளும் தமிழ் வைணவமும்

'நாட்டார்', 'நாட்டார் மரபு ஆகிய சொற்கள் இன்று நாட்டார் வழக்காற்றியலில் பல்வேறு வகையான விளக்கங்களைப் பெற்றுள்ளன. ரிச்சர்டு டார்சன், வில்லியம் பாஸ்கம் போன்ற மேனாட்டு அறிஞர்களும், பேராசிரியர் நா.வானமாமலை, தே. லூர்து, ஆ.சிவசுப்பிரமணியன் போன்ற தமிழ்நாட்டு அறிஞர்களும் இச்சொற்களுக்குப் பல விளக்கங்கள் அளித்துள்ளனர். இந்தக் கட்டுரையில் 'நாட்டார் மரபுகள்' என்பன பின்வரும் பொருளி லேயே கொள்ளப்படுகின்றன: வேதத்தையும் வேள்வியையும் தலைமையாகக் கொண்ட வைதிக நெறிக்கு மாறுபட்டவை; பெருஞ்சமயங்களான சைவம், வைணவம், சமணம், பௌத்தம் ஆகியவற்றை முறைப்படுத்தும் சாத்திரங்களுக்கும் ஆகம நெறிகளுக்கும் உட்படாதவை; மிக அரிதாகவே இச்சமய நெறிகளின் செல்வாக்குக்கு ஆட்பட்டவை.

மேற்குறித்த சமயங்களில் சைவமும் வைணவமும் தமிழ்நாட்டில் கால்கொண்டவை; ஆகம நெறிகளால் முறைப்படுத்தப்பட்டவை. ஆயினும் தமிழ்நாட்டு மக்கள்திரளில் மிகப்பெரும்பான்மையினர் ஆகமங்களின் வழி நிற்கும் சைவ வைணவப் பெருஞ்சமயங்களின் எல்லைகளுக்கு உட்படாதவர் என்பதும் வெளிப்படை. மிகப் பழமையான வழிபாட்டு நெறிகளே அவர்களின் சமயமாக அமை கின்றன. இந்த மக்களதிரளின் வாழ்நெறிகள், நம்பிக்கைகள், சடங்குகள் பற்றிய மரபுகளே இங்கு 'நாட்டார் மரபுகள்' என்று சுட்டப்படுகின்றன. தவிர்க்க இயலாதவாறு இந்நாட்டார் மரபுகளில் சிலவற்றை நிறுவன சமயங்களான சைவமும் வைணவமும் ஏற்றுக்கொண்டுள்ளன. இவ்வாறு அவை ஏற்றுக்கொண்ட முறைகள் சமய நிறுவனங்களான பெருங்கோயில்களிலும் அக்கோயில்கள் தொடர்பான சடங்குகளிலும் காணக்கிடக்கின்றன. அவ்வகையில் தமிழ்நாட்டு வைணவம் நாட்டார் மரபுகளை ஏற்றுக்கொண்ட முறைகள் பற்றியும் அவற்றின் காரணம் பற்றியும் இந்தக் கட்டுரை ஆராய்கிறது.

இக்கட்டுரையாளர் 1979இல் நிகழ்த்திய கள ஆய்வில் கிடைத்த செய்திகளே இக்கட்டுரைக்கான முதல் தரவுகளாகும்.1* தஞ்சை மாவட்டம் திருக்கண்ணபுரம் சவுரிராஜப்பெருமாள், மாசி மாதம் மக நட்சத்திரத்தில் காரைக்காலை அடுத்த திருமலைராயன் பட்டினத்திற்குக் கடலாட எழுந்து அருளுகிறார். இந்த இரண்டு இடங்களுக்கும் இடைப்பட்ட தொலைவு 70 கி.மீ. ஆகும். திருமலை ராயன்பட்டினத்தை அடுத்த கடற்கரையில் பட்டினஞ்சேரி என்ற மீனவச் சிற்றூர் உள்ளது. இம் மீனவர்கள் திருக்கண்ணபுரத்தி லிருந்து பல்லக்கில் வரும் பெருமாளைத் திருமலைராயன் பட்டினத்தின் மேற்கு எல்லையில் எதிர்கொள்கின்றனர். அந்த இடத்திலிருந்து தாங்கள் கொண்டுவந்த 'பவளக்காய்ச் சப்பரம்' என்னும் மிகப் பெரிய சப்பரத்தில் பெருமாளை அமர்த்து கின்றனர். அச்சப்பரம் நெற்கதிர்க் கொத்துகளால் அலங்கரிக்கப்பட் டிருக்கிறது. இப்பெருமாளை அவர்கள் தங்கள் வீட்டு மருமகன் என்று அழைக்கின்றன சப்பரம் அவர்கள் ஊர் எல்லையைத் தொட்டதும் ஊரார் சார்பில் பெரிய மாலையும் பட்டும் சார்த்துகின்றனர். பின்னர் ஏறத்தாழ 200 பேர் அதனைத் தங்கள் தோளில் தூக்கிக்கொண்டு 'மாப்பிளே மாப்பிளே' என்று மகிழ்ச்சி யுடன் உரத்த குரல் எழுப்பிக்கொண்டு சப்பரத்தைக் குலுக்கு கின்றனர். இந்த நிகழ்ச்சியின்போது, அந்த மீனவ இனத்தைச் சார்ந்த பெண்கள் சப்பரத்திற்கு நேர் எதிரில் வந்து நின்று இறைவனை வணங்குவதில்லை. பெண்கள் மருமகனுக்கு எதிரே நிற்பதும் அவரை வணங்குவதும் 'வெட்கக்கேடு' என்ற மாபுவழிக் கூச்சமே இதற்குக் காரணமாகச் சொல்லப்படுகிறது. "ஐம்பது ஆண்டுகளுக்கு முன்பு வரை, முதிய பெண்கள் ஓரமாக நின்றுகொண்டு ஒரு சிறிய சுளகினால் தங்கள் முகத்தை மறைத்துக்கொண்டுதான் இறைவனைப் பார்ப்பார்கள்" என்று ஒரு முதிய தகவலாளி குறிப்பிட்டார்.

கடற்கரை மணற்பகுதிக்கு வந்ததும் சப்பரத்திலிருந்து இறங்கி இறைவன் ஒரு சிறிய பல்லக்கில் கடலுக்குள் சென்று நீராடி விட்டு மீண்டும் கரைக்கு வருகிறார். கடற்கரையில் மீன் வலையையே கூரையாக வேய்ந்த ஒரு பந்தலுக்குக் கீழ் எழுந்தருளு கிறார். இப்பந்தலின் கால்கள், கட்டுமரங்களால் அமைக்கப்பட் டிருக்கின்றன. அந்த நாளிலும் அதற்கு முன்னும் பின்னுமான இரு நாட்களிலும் அவ்வூர் மீனவர்கள் மீன் பிடிக்கச் செல்வதில்லை. மீனோ புலாலோ உண்பதும் இல்லை (ஆனால் சிறுவர் சிறுமியர்

உட்பட அனைவரும் மது அருந்திக் களிப்பதைக் கள ஆய்வில் காணமுடிந்தது).

மதுரை மாவட்டம் அழகர்கோயிலில் சித்திரைத் திருவிழாவின் போது தாழ்த்தப்பட்ட, பிற்படுத்தப்பட்ட சாதியினர் (தீட்டுக்கு உறுப்பான) தோலால் செய்த பைகளில் எடுத்து வரும் நீரை, உலா வரும் இறைவனின் திருமேனிமீது பீய்ச்சி அடிக்கின்றனர். வேறு சிலர் மிகப்பெரிய திரியினை வைத்து இறைவன் முன் சாமியாடுகின்றனர். வேறு சிலர் சாட்டையால் தங்களை அடித்துக் கொண்டு ஆடுகின்றனர். இந்த அடியவர்கள் அனைவரும் தென்கலை நாமமும் மார்பில் துளசிமாலையும் அணிந்திருக்கின்றனர். 1979இல் இக்கட்டுரையாளர் நிகழ்த்திய கள ஆய்வின்படி இவ்வாறு ஆடியும் பாடியும் வரும் மக்களில் பள்ளர், பறையர், இடையர், சேர்வை, தேவர், பிள்ளை, குறவர், சக்கிலியர், நாயுடு, நாயக்கர், ஆசாரி, வலைய மூப்பனார், அம்பலம் (கள்ளர்), வேளார் (குயவர்) ஆகிய சாதியினர் இடம்பெற்றிருப்பதைக் காண முடிந்தது. இவர்களில் 34% இடையர், 20% பள்ளர் பறையர், 16% சேர்வை, 3% சந்தனக் குறவர், 3% சக்கிலியர்.2*

கோவை மாவட்டம் காரைமடை ரங்கநாதர் கோயிலில் மாசி மாதம் பௌர்ணமியன்று நடைபெறும் தேரோட்டத் திருவிழாவில் இருளர், படகர் ஆகிய மலைச் சாதியினரும் போயர், மாதாரி, தாசபளஞ்சிக செட்டியார் ஆகிய சாதியினரும் பெருவாரியாகக் கலந்துகொள்கின்றனர்.3* அழகர் கோயிலைப் போலவே இவ்வைணவக் கோயிலிலும் அடியவர்கள் திரி எடுத்து சாமியாடுகின்றனர். திரி வளைந்ததாக உள்ளது; தோளில் அதைத் தொங்கவிட்டுக்கொள்கின்றனர். ஆட்டுத் தோற்பைகளில் கோயில் தெப்பக்குளத்திலிருந்து நீரெடுத்து வந்து கோயில் திருச்சுற்றில் விடுகின்றனர். நேர்த்திக் கடனுக்காக நூறு அல்லது இருநூறு முறை இவ்வாறு செய்கின்றனர். தென்கலைத் திருமண் அளித்து, துளசி மாலையினைக் கொத்தாக மார்பிலணிந்து கையில் சிறு பிரம்பொன்றேந்திப்பறை, மேளங்களுடன் சிலர் சாமியாடுகின்றனர். சாமியாடி வருவோர்க்கு அடியவர்கள் வாயில் 'கவாளம்' கொடுக் கின்றனர்; இது பலவகைப் பழங்களைச் சருக்கரை வெல்லத்துடன் சேர்த்துப் பிசைந்த உருண்டையாகும்.

வைணவம் வேதத்தின் தலைமையினையும் பிராமணர்களின்

மேலாண்மையையும் ஏற்றுக்கொண்ட சமயமே ஆகும். வைணவக் கோயில்கள் பாஞ்சராத்திரம் அல்லது வைகானசம் என்ற ஆகம நெறிகளில் ஒன்றின்படியே அமைக்கப்பட்டுள்ளன. பிராமண மேலாண்மையும் ஆகம நெறிகளும் சாதிக் கோட்பாட்டையும் தீண்டாமைக் கோட்பாட்டையும் ஏற்றுக்கொண்டுள்ளவையே. மேலும் வேதத்தின் தலைமையை ஏற்றுக்கொண்ட எல்லா மதங்களும் சாதிய அடுக்குமுறையையும் ஏற்றுக்கொண்டுதான் உள்ளன. ஆனால் மேற்குறித்த திருவிழா நிகழ்ச்சிகள் மூன்றும் பிராமணர் மேலாண்மை, சாதிக் கோட்பாடு, தீண்டாமைக் கோட்பாடு ஆகிய மூன்றையும் தகர்த்தெறியும் ஆற்றலோடு விளங்குகின்றன. இதை வைணவம் என்ற பெருஞ்சமயம் எவ்வாறு ஏற்றுக்கொண்டது என்பதே நாம் விடை தேடவேண்டிய பெருங்கேள்வியாகும்.

மேற்குறித்த மூன்று நிகழ்ச்சிகளும் கோயிலுக்கு வெளியே நடைபெறுகின்றன. இவை தவிர, வைணவக் கோயில்களுக்கு உள்ளாக இன்றளவும் நடைபெறும் சில நிகழ்ச்சிகளும் விழாக்களும் வைணவத்தின் தத்துவ எல்லைக்கும் ஆகம எல்லைக்கும் புறம்பாக அமைவன. ஆண்டாளின் 'வாழித் திருநாமப் பாட்டு',

திருவாடிப் பூரத்துச் செகத்துதித்தாள் வாழியே
திருப்பாவை முப்பதும் செப்பினாள் வாழியே
பெரியாழ்வார் பெற்றெடுத்த பெண்பிள்ளை வாழியே
பெரும்பூதூர் மாமுனிக்குப் பின்னானாள் வாழியே

என்று பேசுகிறது. ஆண்டாள் கி.பி. ஏழாம் நூற்றாண்டிலும் பெரும்பூதூர் மாமுனியாகிய இராமாநுசர் கி.பி 12ஆம் நூற்றாண்டிலும் (1020 - 1140) வாழ்ந்தவராவர். வைணவ மரபும் ஆண்டாளுக்கு நெடுங்காலம் பிற்பட்டவர் இராமாநுசர் என்பதை ஏற்றுக்கொள்ளும். இருப்பினும் ஆண்டாளுக்கு இராமாநுசர் அண்ணன் என்று பேசப்படுவதற்கும் பாசுரம் சார்ந்த மரபு ஒன்றை வைணவர்கள் காரணமாகக் காட்டுகிறார்கள். தன்னுடைய நாச்சியார் திருமொழியில் ஆண்டாள்,

நாறு நறும்பொழில் சூழ் மாலிருஞ் சோலை நம்பிக்கு
நூறு தடா வெண்ணெய் வாய் நேர்ந்து பராவி வைத்தேன்
நூறு தடா நிறைந்த அக்கார வடிசில் சொன்னேன்
ஏறு திருஉடையான் இன்று வந்து இவைகொள்ளும் கொலோ?

என்று அழகர்கோயிலில் உள்ள திருமாலுக்கு நேரத்திக்கடன் செய்துகொள்கிறார்.4* திருமாலோடு ஐக்கியமான பின்னர் இந்த நேர்த்திக்கடன் நிறைவேற்றப்பட்டதாகச் செய்தி இல்லை. பின்னர் தன் காலத்தில் அழகர்கோயிலுக்கு வந்த இராமாநுசர் ஆண்டாளின் பாசுரத்தை நினைவுகூர்ந்து இந்த நேர்த்திக்கடனைத் தான் முன்வந்து செலுத்துகிறார். பின்னர் அங்கிருந்து அவர் திருவில்லிப்புத்தூர் சென்றபோது, அங்கே இறைவி ஆகிவிட்ட ஆண்டாள் அவரை எதிர்கொண்டு, 'அண்ணனே வருக' என்று வரவேற்றார். இந்தக் கதை மரபு பற்றியே இராமாநுசருக்குக் 'கோயில் அண்ணர்' என்று பெயரும் ஏற்பட்டது.5* தந்தையில்லாத இடத்தில் பெண்ணுக்கு வேண்டியனவும் சீரும் செய்வது அண்ணன் என்பது தமிழ்நாட்டு மரபு. பிற்படுத்தப்பட்ட, தாழ்த்தப்பட்ட சாதியாரிடத்தில் இந்த மரபு இன்றும் வலிமை குன்றாமல் நடைமுறையில் உள்ளது. இம்மரபுபற்றியே காலத்தை முன்பின்னாக மாற்றி இராமாநுசர்க்கு ஆண்டாள் 'பின்ஆனாள்' (தங்கை) எனலாம்.

இவ்வகையான மரபுகளையும் சடங்குகளையும் வழக்குகளையும் தமிழ்நாட்டு வைணவம் எவ்வாறு ஏற்றுக்கொண்டது என்பதை உணர வைணவ ஆழ்வார்கள், ஆசாரியர்களுடைய வாழ்க்கை யினைக் கூர்ந்து உணர வேண்டியது அவசியம் ஆகும். தமிழ் நாட்டில் பக்தி இயக்கம் பிராமணராலும் பிராமணரை அடுத்த மேல்சாதியினராலுமே தொடங்கப்பட்டது. சமண, பௌத்த சமயங்களை எதிர்த்து எழுந்த இவ்வியக்கத்தில் திருஞானசம்பந்தர், திருநாவுக்கரசர், பெரியாழ்வார், தொண்டரடிப் பொடியாழ்வார், திருமங்கை ஆழ்வார் ஆகியோரது பாடல்களும் செயல்களுமே வேகம் மிகுந்தவையாக இருந்தன. சாதி அடுக்கு இறுகிப் போய்விட்ட அக்காலத்தில் தமக்குக் கீழ் உள்ள சாதியாரையும் பக்தி இயக்கத்தில் சேர்த்துக்கொள்ள வேண்டிய வரலாற்றுக் கட்டாயம் அவர்களுக்கு ஏற்பட்டது. 'ஆவுரித்துத் தின்றுழலும் புலையரையும்' சேர்த்துக்கொள்ளத் திருநாவுக்கரசர் உடன்படு கிறார். 'நலந்தாங்கு சாதிகள் நாலினும் இழிந்த குலந்தாங்கு சண்டாளரையும்' ஏற்றுக்கொள்ள வைணவமும் ஒருப்படுகிறது. மறுபுறமாக, 'கௌணியர் கோன் ஞானசம்பந்தன்' என்றும் 'வேயர் கோன் விட்டுசித்தன்' என்றும் தம் குலப் பெருமை பாராட்டுவதும் நடைபெறுகிறது. ஆயினும் 'சாதிய மேன்மையா? வைணவ மேன்மையா? எதை முன்னிலைப்படுத்துவது?' என்ற கேள்வி

வைணவ எல்லைக்குள் மிகப் பெரிதாக எழுந்து நின்றது. இந்தக் கேள்விக்குத் தெளிவான விடையைத் தொண்டரடிப் பொடியாழ்வாரே முன்வைக்கிறார்.6*

> குளித்து மூன்றனலையோம்பும் குறிகொள் அந்தண்மை தன்னை
> ஒளித்திட்டேன் என்கண் இல்லை நின்கணும் பத்தனல்லேன்.

இவ்வாழ்வார் மட்டுமின்றி ஏனைய ஆழ்வார்களும் திருமாலைப் பாடிய பாடல்கள் எளிமையும் ஏழ்மையும் மிகுந்த அடித்தள மக்களின் வாழ்வைப் படம் பிடிப்பதாகவே உள்ளன. திருமாலின் பத்து அவதாரங்களில் கிருஷ்ணாவதாரமே ஆழ்வார்களும் தமிழ் நாட்டு வைணவமும் தேர்ந்துகொண்ட அவதாரமாகும். இந்த அவதாரத்தில்தான் இறைவனின் 'சௌலப்ய குணம்' (எளிய தன்மை) நிரம்பி இருக்கிறது. அதன்படி பாட்டுடைத் தலைவனான இறைவன் ஏழைக்குலத்தில் பிறந்து வளர்ந்தவன். அவன் திருடுகிறான்; பொய் சொல்கிறான்; அக ஒழுக்கம் இல்லாதவனாக இருக்கிறான்; கடுமையான உடல் உழைப்பாளியாக இருக்கிறான்; எனவே பெருந்தீனிக்காரனாகவும் இருக்கிறான்; பகலெல்லாம் குடையும் செருப்பும் குழலும் கொண்டு மாடு மேய்த்துவிட்டு அந்திப்போதில் வீடு திரும்புகின்றான்; அவன் தாய்,

> பேடை மயிற்சாயல் பின்னை மணாளா
> நீராட்டமைத்து வைத்தேன்
> ஆடியமுதுசெய் அப்பனும் உண்டிலன்
> உன்னோடு உடனே உண்பான்7*

என்று காலையில் குளிக்காது மாலையில் குளிக்கும் உழைப்பாளக் குடும்பத் தலைவியாகப் பேசுகிறாள். 'உன் திருமண நாள் நெருங்கி விட்டது. நீ நாளையிலிருந்து மாடு மேய்க்கச் செல்ல வேண்டாம்' என்று மகனை வேண்டுகிறாள்:

> கண்ணாலஞ் செய்யக் கறியுங் கலத்தது அரிசியுமாக்கி வைத்தேன்
> கண்ணா நீ நாளைத் தொட்டுக் கன்றின்பின் போகேல்
> கோலஞ் செய்(து) இங்கேயிரு.8*

இவன் காதலித்து அழைத்துவந்த பெண் உயர்குலத்தைச் சேர்ந்தவள். அந்தப் பெண்ணின் தாய்,

> வேடர்மறக்குலம் போலே வேண்டிற்றுச் செய்(து) என்மகளை
> கூடிய கூட்டமேயாகக் கொண்டு குடிவாழுங் கொலோ9*

என்று புலம்புகிறாள். அதாவது, உடன்போக்கிலே கொண்டுபோன இடைக்குலத்தான் ஆகிய கண்ணன், வேடர்குலமும் மறக்குலமும் போலே எவ்விதச் சடங்கு சாத்திரங்களும் இன்றி இப்படியே குடும்பம் நடத்தத் தொடங்கி விடுவானோ என்று புலம்புகிறாள். சுருக்கமாகச் சொல்வதானால், எளிமையும் ஏழ்மையும் நிறைந்த கிருஷ்ணாவதாரக் கதையின் சமூகப் பின்புலங்களைத் தயக்க மில்லாமல் தமிழ்நாட்டு வைணவம் ஏற்றுக்கொள்கிறது. அதனைக் கற்பனையில் மேலும் விரிவு செய்கிறது. இதன் விளைவாக இறைவனின் பண்புகளில் சிறந்த பண்பாக சௌலப்யம் முன்நிறுத்திக் காட்டப்படுகிறது.

ஆழ்வார்களும் பின்வந்த வைணவ ஆசாரியர்களும் சாதிக்கும் தீண்டாமைக்கும் எதிராக விளக்கங்கள் கூறுவதோடு அவற்றைச் செயலிலும் காட்டினர். திருவரங்கத்தில் வாழ்ந்த பெரிய நம்பி, தாழ்த்தப்பட்ட சாதியைச் சேர்ந்த மாறனேர் நம்பிக்கு இறுதிக் கடன்களைச் செய்கிறார். அவருடைய மாணவரான இராமாநுசர் வைசியரான திருக்கச்சி நம்பியை ஆசிரியராக ஏற்றுக்கொள்கிறார்; மேல்கோட்டை எனப்படும் திருநாரணபுரத்தில் தாழ்த்தப்பட்ட மக்களைக் கோயிலுக்குள் அழைத்துச் செல்கிறார்; தாழ்த்தப் பட்ட மக்களும் நாராயண மந்திரத்தை அறியும் உரிமை உடையவர்கள் என்பதையும் அவர்களுக்கும் வைணவ சமயத்தில் இடமுண்டு என்பதையும் திருக்கோஷ்டியூரில் நிலைநிறுத்துகிறார். இராமாநுசருக்குப் பின்வந்த ஆசாரியர்கள் பிறவியினால் கற்பிக்கப் பெறும் உயர்வு இழிவுகளை வைணவம் ஏற்றுக்கொள்ளவில்லை என நிலைநிறுத்துகிறார்கள்.

‘பாகவதனன்றிக்கே வேதார்த்த ஜ்ஞாநாதிகளையுடையவன் குங்குமஞ் சுமந்த கழுதையோபாதி என்று சொல்லா நின்றதிறே’*10** என்று கூறும் பிள்ளை லோகாச்சாரியார் திருமாலடியாரின் சாதியை விசாரித்து அறிவது ‘மாத்ரு யோநி பரீக்ஷையோடொக்கும்’*11** (பெற்ற தாயின் கற்பைச் சோதித்து அறிவதுபோல) என்று கடுமை யாகச் சாடுகிறார். அவருடைய மாணவரான அழகிய மணவாள நாயனார் தம் ஆசார்ய ஹ்ருதயத்தில், “பேச்சுப்பார்க்கில் கள்ளப் பொய்ந்நூல்களெல்லாம் கராஹ்யங்களே; பிறவி பார்க்கில் அஞ்சாம் ஒத்தும் அறுமூன்றும் கழிப்பனாம்” என்கிறார்.*12** அதாவது, ஒருவனுடைய பிறவியைக் கொண்டு தீர்மானம்

செய்வதானால் ஐந்தாவது வேதம் என்னும் பாரதத்தையும் அறுமூன்று பதினெட்டு அத்தியாயங்களை உடைய கீதையையும் நாம் இழந்துபோக வேண்டும். ஏனென்றால் தாழ்ந்த குலத்து மீனவப் பெண் வயிற்றில் பிறந்த வியாசர் அருளிய பாரதமும், 'பெற்றம் மேய்த்துண்ணும் குலத்தில் பிறந்த' கிருஷ்ணன் அருளிய கீதையும் வைணவத்தின் உயிர் நூல்கள் ஆகும். இவ்வாறு கூறும் மணவாள மாமுனிகள் மீனும் பழைய வெண்ணெயும் உண்டாக்கும் நாற்றமும், திருமாலின் துழாய் மணமும் ஒன்றாகுமா? எனில் 'ஆம்' என்கிறார்.13*

இன்னுமொரு கேள்வி எழுகிறது. சாதிய மேன்மை போலவே பக்தி இயக்க மூலவர்கள் சமஸ்கிருத மொழி மேன்மையையும் கொண்டாடினர். எளிய மக்களின் வாழ்நெறிகளை ஏற்றுக்கொண்ட வைணவம், அவர்களுடைய மொழியினையும் ஏற்றுக்கொண்டதா? 'செந்திறத்த தமிழோசை' என்ற திருமங்கையாழ்வாரின் பாசுரத்தைக் குறிப்பிடும் ஆசார்ய ஹிருதய ஆசிரியர் 'தமிழ்மொழியும் தோற்றமில்லாதது' என்கிறார். (செந்திறத்த தமிழோசை என்பதனால் 'ஆகஸ்தியமும் அநாதி' என்பது அவர் கூறும் வசனமாகும்).14* திருவாய்மொழி வேதத்துக்குச் சமமானது என நிறுவும் முயற்சி ஸ்ரீபராசரபட்டர், மணவாள மாமுனிகள் ஆகியோரால் தொடர்ந்து மேற்கொள்ளப்பட்டது. பட்டர் இக்கருத்தை விளக்க 'அலங்கார சுலோகம்' என்றே மணிப்பிரவாள நடையில் ஒரு நூல் எழுதி யுள்ளார்.15* 'வடதிசை பின்புகாட்டி தென்திசை இலங்கை நோக்கி' என்னும் தொண்டரடிப் பொடியாழ்வாரின் பாசுரத்திற்கு உரையெழுத வந்த பெரியவாச்சான் பிள்ளை, வடதிசை 'ஆரியர் களின் முருட்டு சமஸ்கிருதம் வழங்கும் பிரதேசம்' என்பதாலும் தென்திசை, 'ஆழ்வார்களின் ஈரத்தமிழ் நடையாடா நின்ற பிரதேசம்' என்பதாலும் திருவரங்கன் தெற்கு நோக்கினான் என்பர்.16*

மேலே குறிப்பிட்ட செய்திகளிலிருந்து தமிழ்நாட்டு வைணவம் சாதிக் கோட்பாட்டையும் தீண்டாமைக் கோட்பாட்டையும் புறந்தள்ளிவிட்டு, எளிய மக்களிடையே தன்னை நிறுவ முயன்றி ருப்பது தெரிகிறது. இதன் விளைவாகவே வைணவ மதத்தின் ஜீயரிடம் வைணவத் தீட்சை (திருவடி சம்பந்தம்) பெற்றுக் கொண்டவரிடையே சாதிய ஏற்றத்தாழ்வுகள் கடைபிடிக்கப்படுவது இல்லை. இன்றளவும் இது ஒரு நடைமுறை உண்மையாகும்.

தமிழ்நாட்டுப் பெருஞ்சமயங்களான சைவம், வைணவம் இரண்டிலும் சைவத்தை விடவும் வைணவம் நாட்டார் மரபுகளைப் பெருமளவு உள்வாங்கிக்கொண்டிருக்கிறது. அரசு ஆதரவைச் சைவத்தினும் பார்க்க வைணவம் குறைவாகவே தமிழ்நாட்டில் பெற்றிருந்தது என்பதும் வரலாற்று உண்மையாகும். இருப்பினும் வரலாற்றுப் போக்கில் சைவத்தைப் போலவே வைணவமும் தன்னை நிலைநிறுத்திக்கொண்டது. சைவம் இயல்பிலேயே உடைமை சார்ந்தும் அதிகாரம் சார்ந்தும் நிற்பதைப்போல வைணவம் நிற்கவில்லை. ஏனென்றால் அது கால்நடை வளர்ப்புக் காலத்தைச் சேர்ந்த முல்லை நாகரிகப் பொருளாதாரத்தில் பிறந்த சித்தாந்தமாகும். வேளாண்மை நாகரிகப் பொருளாதாரமே உடைமை சார்ந்த சிந்தனைகளை வளர்த்தது. எனவேதான் சைவம் இறைவனை உடையார் (இருப்பவன்) என்றும் கோயிலை ஈச்சரம் (ஈசுவரம் - ஐசுவரியம் மிகுந்த இடம்) என்றும் உடைமை சார்ந்து குறிப்பிட்டு வந்திருப்பதைக் காணலாம். ஓராயிரத்திற்கு மேற்பட்ட தமிழ்க் கல்வெட்டுகளில் சைவக் கோயில்களின் இறைவன் 'உடையார்' என்று அழைக்கப்படுவதையும், வைணவ கோயில்களில் அச்சொல் விலக்கப்பட்டு 'ஆழ்வார்', 'பரமசாமிகள்' ஆகிய சொற்கள் பயன்படுத்தப்படுவதையும் நாம் எண்ண வேண்டும்.

இதுவன்றி மற்றும் ஒரு காரணத்தையும் நம்மால் உணர முடிகிறது. பக்தி இயக்கம் எழுந்தபோது சைவம், வைணவம் ஆகிய இரு சமயங்களும் வடமொழி வேதத்தின் தலைமையினை முழுமையாக ஏற்றுக்கொண்டன. காலப்போக்கில் தமிழ்நாட்டு வைணவம் வடமொழி வேதங்களின் இறுகிய பிடியிலிருந்து தன்னை விடுவித்துக்கொள்கிறது. "வேதங் கற்றான் ஒருவன் வந்தால் நாழி அரிசியைக் கொடுத்துப் புறந்திண்ணையிலே கிட என்பார்கள். திருவாய்மொழி கற்றான் ஒருவன் வந்தால் அகத்துக்குள்ளே இடம் ஒழித்துக் கொடுப்பார்கள்" என்பதும் வைணவ உரையாசி ரியர் கூற்றாகும். இதனால்தான் வேதத்தையும் வடமொழியையும் விலக்கி வைத்துவிட்டு வைணவம் எளிய மக்களை நோக்கிச் செல்கிறது. வேத மதமும் வைதிக வெறியும் தமிழ்நாட்டில் வேர் பிடிக்கவில்லை; வேர் பிடிக்க இயலாது என்பதை வைணவ ஆசாரியர்களும் உரையாசிரியர்களும் நன்றாகவே புரிந்து கொண்டனர்.

எனவே அவர்கள் அடித்தள மக்களின் பண்பாட்டோடு சமரசம் செய்துகொண்டனர். இந்தப் பண்பாட்டுச் சமரசத்தை விழாக்களிலும் சடங்குகளிலும் குரு பரம்பரைக் கதைகளிலும் நிலைப்படுத்தி வைத்தனர்.

திருமலைராயன் பட்டினத்துக் கடற்கரை மீனவர்கள் திருமாலை வீட்டு மருமகன் என்பதற்குரிய காரணத்தை ஒரு கதையாகக் கூறுகின்றனர். கடலுக்குரியவர்கள் தங்கள் வீட்டில் பெருமாள் பணியாளாக இருந்து தங்கள் வீட்டுப் பெண்ணை அழைத்துக்கொண்டு ஓடிப்போய்த் திருமணம் செய்து கொண்டதாகவும், அதனால்தான் அவர் தங்களுக்கு மருமகனானார் என்றும் குறிப்பிடுகின்றனர். கூர்ந்து நோக்கினால், திருமாலின் மனைவியாகிய திருமகள் பாற்கடலில் பிறந்தவள் என்ற வைணவ மரபினைக் கொண்டு தமிழ்நாட்டு வைணவம் மீனவர்களை வென்றெடுத்திருக்கிறது என்பதை உணரலாம். எனவே அவர்கள் பெருமாளைத் தங்கள் வீட்டு 'மாப்பிள்ளை' என்று சொல்வதையும், தோளிலே தூக்கிக் கொண்டாடுவதையும், மீன்வலைப் பந்தலில் அமரச் செய்வதையும் அது அனுமதித்திருக்கிறது. ஆண்டாளுக்கு இராமானுசர் அண்ணனான கதையும் இவ்வாறுதான். அண்ணன் - தங்கை உறவென்பது எல்லாப் பண்பாடுகளிலும் மரியாதைக் குரியது; திராவிடப் பண்பாட்டிலோ அது மிகுந்த அழுத்தத்தினைப் பெறுகிறது. முறைப் பெண், முறை மாப்பிள்ளைத் திருமணம் என்பது திராவிடப் பாண்பாட்டின் தனிக் கூறுகளில் ஒன்றாகும். இது பிராமணியத்திற்கு மாறான நெறி என்பர்.

இதன்படி உடன்பிறந்த ஒருவனும் ஒருத்தியும் அடுத்த தலைமுறையில் பெண் கொடுத்தும் எடுத்தும் சம்பந்திகள் ஆகித் தங்கள் உறவை உறுதி செய்துகொள்கின்றனர். எனவே அண்ணன் சீர் தருவது என்பது அடுத்த தலைமுறைக்கும் உறவு தொடர்வதைக் குறிப்பதாகும். எனவேதான் தாய் குழந்தைக்குப் படைக்கும் தாலாட்டு என்னும் வாய்மொழி இலக்கியத்தின் நாயகனாகக் குழந்தையின் தந்தைக்குப் பதிலாகத் தாய்மாமன் முன்நிறுத்தப் படுகிறான். திராவிடக் குடும்ப அமைப்பின் இந்த அழுத்தமான உறவுநிலையைத் தமிழ்நாட்டு வைணவம் பயன்படுத்திக்கொண்ட தால்தான் நான்கு நூற்றாண்டுகளுக்குப் பின் பிறந்த இராமானுசர் ஆண்டாளுக்கு அண்ணனாகிறார். நாட்டார் மரபுகளை இவ்வாறு

உள்ளிழுத்துக்கொண்ட வைணவர், கடவுளை இன்னும் எளிமையான பொருளாக்கினர்.

பூனை தன் குட்டியைத் தன் பொறுப்பாகக் கவ்விச் செல்வதைப் போல இறைவன் தானே பொறுப்பேற்று அடியவர்களைக் காப்பாற்றுவான் என்று 'மார்ச்சால நியாயம்' பேசினர். இவ்வகையான போக்கினால் தமிழ்நாட்டில் வைணவத்தின் ஒரு பிரிவினர் பிரிந்து சென்றபோதும் தம்முடைய நெறியைத் தென்கலை என்று பெருமையுடன் அழைத்துக்கொண்டனர். இன்னும் விளக்கமாகச் சொல்வதானால், இந்தியத் தத்துவ மரபு வேத மரபு சார்ந்தது. இன்றளவும் இந்தியத் தத்துவ ஞானம் என்பது வேத ஞானமாகவே காட்டப்படுகிறது. தமிழச் சமய வரலாற்றைக் கூர்ந்து நோக்குவோர் இக்கருத்தை ஏற்கவியலாது. தமிழ்நாட்டு வைணவமே அடித்தள மக்களின் மரபுகளை வேத மரபுக்கு மாற்று மரபாகக் கொண்டு வரலாற்றுப் போக்கில் தன்னைத் தற்காத்துக்கொண்டது. வேத மரபுக்கு மாற்று மரபுகள் குறித்த ஆய்வுகள் பெருகிவரும் இவ்வேளையில், இக்கட்டுரையை அதற்குரிய முன்னுரைகளில் ஒன்றாகக் கொள்ளலாம்.

குறிப்புகள்

1. திருமலைராயன் பட்டினம், கள ஆய்வு நாள் *13-3-1979*.
2. தொ. பரமசிவன், அழகர்கோயில் (மதுரை காமராசர் பல்கலைக் கழக வெளியீடு). 1989. பக் *193-194*
3. காரைமடை (கோவை மாட்டம்), கள ஆய்வு நாள் *22,23-2-1978*.
4. நாச்சியார் திருமொழி, *9:6*.
5. ஆறாயிரப்படி குருபரம்பரா பிரபாவம். கிருஷ்ணசாமி ஐயங்கார் பதிப்பு, திருச்சி. 1968, *77-78*.
6. தொண்டரடிப் பொடியாழ்வார், திருமாலை, பாடல் *25*.
7. பெரியாழ்வார் திருமொழி, *3:3:3*
8. மேலது, *3:3:9*.
9. மேலது, *3:8:6*.

10. ஸ்ரீவசன பூஷண தாத்பர்யஸாரம் (அண்ணங்கராசாரியார் உரையும் பதிப்பும்), காஞ்சிபுரம், வசனம் 236.

11. மேலது, வசனம் 195 - 197.

12. ஆசார்ய ஹிருதயம், சூர்ணை எண் : 185.

13. மேலது, சூர்ணை எண் : 202

14. மேலது, சூர்ணை எண் : 128.

15. இந்த அரிய நூல் திருக்கண்ணபுரம் கோயிலில் ஆண்டுதோறும் வைகுண்ட ஏகாதசித் திருநாளில் வாசிக்கப்படுகிறது. இந்த நூலின் ஏட்டுப்பிரதியொன்று இந்த ஆய்வாளரிடம் உள்ளது.

16. தொண்டரடிப் பொடியாழ்வார், திருமாலை, பாடல் 19 மற்றும் அதன் உரை.

பார்ப்பார் : ஒரு வரலாற்றுப் பார்வை

சங்க இலக்கியங்கள் பிராமணர்களைக் குறிப்பதற்கு அந்தணர், பார்ப்பார் என்ற இரண்டு சொற்களைப் பயன்படுத்துகின்றன. பிராமணர்களைக் குறிக்க இக்காலத்தில் வழங்கும் ஐயர் (அல்லது ஐயங்கார்) என்ற சொல் சங்க இலக்கியங்களில் அவர்களைக் குறிக்க எங்குமே பயன்படுத்தப்படவில்லை. பதிற்றுப்பத்தின் பதிகம் ஒன்று 'உயர் நிலை உலகத்து ஐயர்' என்று வானகத்துத் தேவர்களைக் குறிப்பிடுகிறது. ஐயர் யாத்தனர் கரணம் என்பது (தொல்பொருள் 14.3) என்று ஐயர் என்ற சொல்லை வழங்கும் தொல்காப்பியத்தின் மரபியல் பகுதியின் ஏற்புடைமை விவாதத்துக்குரியது. பிற்காலத்தில் சமயத் தலைவர் என்ற பொருளில் இச்சொல் கிறித்துவர்களாலும் பயன்படுத்தப்பட்டது என்பதையும் நினைவில்கொள்ள வேண்டும்.

'அறுவகைப்பட்ட பார்ப்பனப் பக்கமும்' (தொல்பொருள் 7:5), 'பேணுதகு சிறப்பிற் பார்ப்பான்' (தொல்பொருள் 502) என்று தொல்காப்பியம், 'பார்ப்பனர்' என்ற சொல் வழக்கையும் 'ஆறு தொழில்களையுடைய பார்ப்பனர் பேணுதற்குரியவர்' என்ற செய்தியையும் குறிப்பிடுகிறது.

சங்க இலக்கியங்களில் பார்ப்பனப் புலவர்களை அவர்களுக் குரிய ரிஷிகோத்திர (குடி முதல்வனான முனிவர்) பெயர்களுடன் காணமுடிகிறது. காசியபன் (காஸ்யப), கௌதமன் (கௌதம), வாதூளி (வாதூல), ஆத்திரையன் (ஆத்ரேய), கவுணியன் (கௌன்டின்ய), சாண்டிலியன் (சாண்டில்ய) ஆகியன தொகை நூல்களில் காணப்படும் பார்ப்பனக் குடிப்பெயர்களாகும். பதிற்றுப்பத்தின் பதிகம் ஒன்று, 'நெடும்பாரதாயன்' என்ற பெயர்வழி பாரத்வாஜக் கோத்திரத்தைக் குறிப்பிடுகிறது. தொல்காப்பியரே 'காப்பியக் (காவ்ய) குடி' என்ற பார்ப்பனக் குடியைச் சேர்ந்தவர் என்றும் சிலர் குறிப்பிடுகின்றனர்.

பார்ப்பனரைக் குறிக்கும் மற்றொரு சொல் 'அந்தணர்' என்பதாகும். தொல்காப்பியத்திலும் இச்சொல் 'அந்தணர்', 'அந்தணாளர்' என்று காணப்படுகிறது. (தொல்பொருள் 625. 637).

பார்ப்பனரும் அந்தணரும் ஒருவர்தாமா என்ற ஐயம் சிலருக்கு எழுந்துள்ளது. இவர்கள் இருவேறு பிரிவினர் என்றும், 'பார்ப்பனர் வேள்வித் தொழில் செய்யாமல், தலைமக்களின் வீட்டோடு இருந்து அவர்களின் இல்லறச் சிறப்பிற்குத் துணை நின்றவர்கள்' என்றும் புலவர் குழந்தை குறிப்பிடுவார். இக்கருத்தை மறுக்கத் தமிழ் இலக்கியங்களிலேயே போதிய சான்றுகள் உள்ளன. ஆயினும் 'அறுவகைப்பட்ட பார்ப்பனப் பக்கம்' என்ற தொல்காப்பிய நூற்பா பார்ப்பனர் வேள்வி உள்ளிட்ட அறுதொழில் உடையவர் என்பதைக் காட்டும். 'வேளாப் பார்ப்பான்' (அகம். 24) என்ற இலக்கிய வழக்கு, பார்ப்பனர் என்போர் பொதுவாக வேட்கும் (வேள்வி செய்யும்) தொழில் செய்வோர் என்பதையே எதிர்மறை யாகக் காட்டுகிறது. 'பார்ப்பான் வேதசூத்திரங்களை (ஒத்துகளை) மறந்துவிட்டாலும் நினைவுபடுத்திக்கொள்ளலாம்' என்று கூறும் திருக்குறள், பார்ப்பனர்க்கு வேதம் பயில்வதும், ஓதலும், ஓதுவித் தலும் கடமை என்பதையே குறிப்பிடுகிறது.

'அறுதொழில் அந்தணர் அறம்புரிந் தெடுத்த
தீயொடு விளங்கும் நாடன்' (புறம் 397)

'அழல் புறந்தரூஉம் அந்தணர்' (புறம்)

'ஓதல் வேட்டல் அவைபிறர்ச் செய்தல்
ஈதல் ஏற்றல் என்று ஆறு புரிந்து ஒழுகும்

அறம்புரி அந்தணர்' (பதிற்.24)

ஆகிய குறிப்புகளால் அறுதொழில் உடைய அந்தணர்களைப் பற்றிய செய்திகளை அறிகிறோம். ஆறு தொழில்களுள் ஒன்றான வேட்பித்தலை, பூஞ்சாற்றூர்ப் பார்ப்பான் கவுணியன் விண்ணந் தாயன் திறம்படச் செய்ததை ஆவூர் மூலங்கிழார் என்ற புலவர் பாராட்டுகிறார் (புறம் 166). புறநானூற்றின் மற்றொரு பாடலில் (367) பார்ப்பார் அரசர்களிடம் ஏற்றலை ஔவையார், 'ஏற்ற பாரப்பார்க்கு ஈர்ங்கை நிறையப் பூவும் பொன்னும் புனல்படச் சொரிந்து" என்று விளக்கமாகக் குறிப்பிடுகிறார். எனவே 'பார்ப்பனர்', 'அந்தணர்' ஆகிய சொற்களை இருவேறு பிரிவினரைக் குறிக்கும் சொற்கள் என்று புலவர் குழந்தை கருதுவதை ஏற்க வியலாது.

ஆயினும் பார்ப்பனர்களில் வேள்வித் தொழில் செய்யாத

வேறு சில சிறு பிரிவினரும் இருந்ததைச் சங்க இலக்கியங்களில் காணமுடிகிறது. "வேளாப் பார்ப்பான் வாள் அரந்துமிய (அகம். 94) என்ற அடிகளிலிருந்து சங்கறுக்கும் தொழிலையுடைய பார்ப்ப னரையும், அவர்கள் வேள்வித் தொழிலுக்கு விலக்கானவர் என்பதையும் நம்மால் அறிய முடிகிறது. அவர்களைப் போன்ற (ஆறு தொழில்களிலும் சேராத) தூது செல்லும் தொழிலையுடைய பார்ப்பனரும் இருந்ததைத் 'தூதொய் பார்ப்பான்' என்ற அகநானூற்றுப் பாடல் (337) வரிகளால் அறிகிறோம். காமக்கணி நப்பாலத்தனார், காமக்கணி நப்பசலையார், வெறிபாடிய காமக்கணியார் முதலிய சங்கப்புலவர் பெயர்களைப் பிற்கால இலக்கிய சாசன வழக்காறுகளுடன் பொருத்தி ஆராய்ந்து, இவை சோதிடம் வல்ல பிராமணர்களின் சிறப்புப் பெயர்கள் என நிறுவுகிறார் மு. இராகவையங்கார் (ப.63).

சிலப்பதிகாரத்தின் மூலம், வேத வாழ்க்கையை விடுத்த 'இழுக்கிய ஒழுக்கம்' உடையாராய், வரிப்பாடல்கள் பாடும் பார்ப்பனர் மதுரை நகர்ப்புறத்தே இருந்ததை அறிகிறோம் (13:38-39). இவை ஒருபுறத்திருக்க,

நூலே கரகம் முக்கோல் மணையே
ஆயும் காலை அந்தணர்க் குரிய   (தொல் மரபு. 71)

என்று அந்தணர்க்குரிய பொருள்களைப் பட்டியலிட்டுக் காட்டு கிறது தொல்காப்பியம். ஆயினும் நீர்க்கரகமும் ஏந்தி, மணைப் பலகையிட்டு அமரும் பார்ப்பனரைச் சங்கப் பாடல்கள் காட்டவே யில்லை. முல்லைப்பாட்டில் மட்டும் ஒரு வரியில் பார்ப்பனரின் முக்கோல் உவமையாகக் குறிக்கப்பட்டுள்ளது (முல். அடி 38). அதற்கு முந்திய வரியில் பார்ப்பனர், செங்காவிக் கல்லிலே தோய்ந்த செவ்வாடை அணிந்தவராகவும் குறிக்கப்படுவது ஒரு புதிய செய்தி. இது சங்க இலக்கியங்களில் வேறெங்கும் காணப்படவில்லை.

இனி, பார்ப்பார் என்ற சொல்லின் பொருளை ஆராயாவோம் இச்சொல்லுக்கு "வேதத்தையும் வேதாந்தத்தையும் பார்பவர்கள் என்பது பொருள்; பார்ப்பான் என்ற சொல் பிராமணன் என்ற சொல்லின் திரிபாகும்" என்பார் ந. சுப்பிரமணியன். பார்ப்பான் என்ற சொல்லுக்கு வேர்ச்சொல் 'பார்ப்பு' என்பதாகும்.

இந்தச் சொல்லுக்கு இளமை, குஞ்சு, குட்டி என்பது பொருள்.

'பார்ப்பும் பறழும் பறப்பவற்றிளமை" (தொல். மரபு. 4) என்பது தொல்காப்பியம். எனவே இது பிராமணன் என்ற சொல்லின் திரிபு என்பதை ஏற்றுக்கொள்ள முடியாது. விவாதத்திற்குரிய தொல்காப்பிய மரபியல், நான்கு இடங்களில் இச்சொல்லைப் பறவைகள், ஊர்வன, குரங்கு ஆகியவற்றின் குஞ்சுகளையும் குட்டிகளையும் குறிக்கப் பயன்படுத்துகிறது. சங்கப்பாடல்களிலும்,

'யாமைப் பார்ப்பு' (குறுந். 152)
'தன் பார்ப்புத் தின்னும் அன்பில் முதலை' (ஐங். 41)
'மேற் கவட்டிருந்த பார்ப்பினங்கள்' (அகம்.31)
'பார்ப்புடை மந்திய மலை' (குறு.276)

என்று இச்சொல் இளமைப் பொருளாகவே பயன்படுத்தப் பட்டுள்ளது. இன்றும் குழந்தையைக் குறிக்கும் 'பாப்பா' என்ற விளியாக அமைந்த வழக்குச் சொல்லும் பார்ப்பு - பார்ப்பா - பாப்பா என்றே திரிந்திருக்க வேண்டும். புலவர் குழந்தை பார்ப்பான் என்ற சொல்லாராய்ச்சியின்போது மட்டும் இப்பொருளை ஏற்றுக்கொள்கிறார். ஆயினும், பார்ப்பான் என்ற குடிப்பெயர் வழக்கோடு இப்பொருளைப் பொருத்துதற்கு இயலாமல் விட்டுவிடுகிறார். பார்ப்பார் என்ற சொல்லுக்கு வேர்ச்சொல்லின்படி 'இளையர்' என்பதே பொருளாகும்.

இப்பொருளை ஏற்றுக்கொள்வதானால் அடுத்து ஒரு கேள்வி எழுகிறது. பார்ப்பார் யாருக்கு இளையர்? அவருக்கு மூத்தவர் யார்? இதற்கான விடையை இலக்கியங்களில் மட்டும் தேடுவது பயனற்றது. கள ஆய்வின் துணையுடன்தான் இக்கேள்விக்கு விடை காண முடியும் இன்னும் ஒரு கேள்வியும் இங்கு எழுகிறது. பிராமணரின் தமிழக வருகைக்கு முன்னர், தமிழகத்துக் கோயில் களில் பூசை செய்யும் குருமார்களாக யார் இருந்தார்கள் என்பது அக்கேள்வி.

இந்த இரண்டு கேள்விகளையும் விவாதிப்பதற்கு முன்னர் மற்று மொரு செய்தியை மனங்கொள்ள வேண்டும். சங்கப் பாடல்களில் பார்ப்பனர் வேதத்தைக் காக்கவும், அரசனைக் காக்கவும், நாட்டின் நன்மை கருதியும் வேள்விக்கடன் ஆற்றுபவர்களாகளே உள்ளனர். கோயில் பூசை செய்வோராக எங்குமே காணப்படவில்லை.

பார்ப்பனரல்லாத குடும்பத்திற்கு அவர்கள் புரோகிதராக

இருந்த செய்தியையும் முதன்முதலாக "மாமுது பார்ப்பான் மறை வழிகாட்டிட" என வரும் சிலப்பதிகார அடிகளால்தான் அறிகிறோம்.

இருபதாம் நூற்றாண்டின் தொடக்கத்தில் (புதிய நாகரிக அலைகளினால் பெருமளவு சமூக மாற்றங்கள் ஏற்படும் முன்) தமிழ்நாட்டுப் பார்ப்பனர் பெருந்தெய்வக் கோயில் பூசனை செய்வோராகவும், சிறுபான்மை புரோகிதம் செய்வோராகவும், மிகச் சிறுபான்மையினரே வேள்விக்கடன் செய்வோராகவும் இருக்கக் காண்கிறோம். விதிவிலக்காக பிராமணர் சிறுதெய்வக் கோயில்களில் பூசை செய்வதும் உண்டு. ஆனால், பெருந்தெய்வ (சிவன், திருமால்) கோயில்களில் பார்ப்பனரல்லாதார் மூலத் திருமேனியைத் தொட்டுப் பூசை செய்யும் வழக்கம் இல்லவே இல்லை.

ஆனால், பெருந்தெய்வம் அல்லாத சிறுதெய்வக் கோயில்களில் (இவற்றின் தலையாய பண்புகள் ஆகம வழிப் பூசைகள் இன்மையும், இரத்தப் பலி கொடுத்தலும்) சடங்கியலான தொல்லெச்சங்கள் மூலம் இன்று தாழ்த்தப்பட்ட சாதியராகக் கருதப்படுவோரில் சில சாதியார், அக்காலத்தில் கோயில் பூசை செய்பவராக இருந்ததை அறிய முடிகிறது. இந்த உண்மையை முதன்முதலாக 1874இல் டபிள்யூ. ஜே. வால்கௌஸ் என்ற ஆராய்ச்சியாளர் தொட்டுக்காட்டினர். இவர்களுள் குறிப்பிட்டுச் சொல்லத் தகுந்தவர் பறையர்கள் ஆவர். 'சங்க இலக்கியத்தில் பறையர்கள் மதிக்கத்தக்க இடத்தைப் பெற்றவராகத் தெரிகிறது. துடியர்களைப்போல இழிசனர்களாக எங்கும் குறிக்கப்படவில்லை' என்று அனுமந்தன் குறிப்பிடுகிறார். சங்க காலத்தில் மதச் சடங்குகளைச் செய்தவர்களில் பறையர்களும் உண்டு என்று ஜார்ஜ் எல். ஹார்ட் குறிப்பிடுகிறார். 'தூய்மை, தீட்டு இவை பற்றிய கோட்பாடுகள் பிராமணர் வருகையினால்தான் தமிழ்நாட்டில் இடம்பெற்றன' என்கிறார் அவர். இன்றும் தமிழ்நாடு முழுவதும் மாரியம்மன் என்ற தெய்வத்தின் கணவராகப் பறையர்களே கருதப்படுகின்றனர். பல இடங்களில் மாரியம்மன் கோயில் திருவிழா தொடங்கும்போது பறையர்க்குக் காப்பு கட்டும் வழக்கம் நடைமுறையில் இருந்துவருகிறது. திருவாரூர் தியாகராசர் கோயில் திருவிழாவின்போது இறைவனின் திருவீதி உலாவில்

முன்னதாக யானை மீது அமர்ந்து ஒரு பறையர் கொடிபிடித்துச் செல்லும் வழக்கம் உண்டு. உள்ளூர்ப் புராண மாபுகளின்படி அக்கோயிலின் பிராமண அர்ச்சகர்கள் நண்பகற்பொழுதில் ஒரு நாழிகை நேரம் (24 நிமிடம்) பறையர்களாக மாறிவிடுவதாக ஒரு செய்தி வழங்கிவருகிறது. நண்பகல் கழிந்தபின் மீண்டும் ஒருமுறை அவர்கள் குளித்துவிட்டுப் பிராமணராவார்கள். இப்பிராமணப் பிரிவினர்க்கு 'மத்யானப் பறையர்' என்ற பெயர் வழங்குகிறது. பேரூர்ப் புராணம், "முன்னர்ப் பறையனான நீ, இப்பொழுது பள்ளனும் ஆனாய்" என்று சிவபெருமானைக் குறிப்பிடுகிறது. பேரூர்க் கோயிலில் 'நாற்று நடவுத் திருவிழா' என்ற பெயரில் இன்றும் ஒரு திருவிழா நடந்துவருகிறது.

தென் மாவட்டங்களில் சிறுவர்கள் பனம்பழம் உண்ணும்போது வேடிக்கையாகப் பனம்பழத்தின் ஒரு முனையினை 'பார்ப்பான் முனை' என்றும் மற்றொரு முனையைப் 'பறையன் முனை' என்றும் கேலிசெய்து நகையாடும் வழக்கம் உள்ளது. இந்தப் பழம் பற்றிய குறியீடு இரு சாதியாரும் ஒரு தொழிற்களத்தில் இருந்ததைக் குறிப்பதாகும். தவிர, 'பார்ப்பானுக்கு மூப்பு பறையன், கேட்பார் இல்லாமல் கீழ்ச்சாதியானான்' என்பதும் மற்ற சாதியினரால் தென்மாவட்டங்களில் பெருக வழங்கும் ஒரு சொல்லடையாகும். 'கேட்பதற்கு ஆளில்லாவிட்டால் நிலை இழப்பு ஏற்படும்' என்ற பொருளில் இது வழங்கிவருகிறது. இவை ஒரு காலத்தில் பறையர் பெற்றிருந்த சமூக உயர்வுக்கான சான்றுகளாகும்.

பிராமணராகிய புரோகிதர்க்கும் பறையராகிய புரோகிதர்க்கும் இடையிலான பெரிய அளவிலான வேறுபாடு (மொழி தவிர) புலால் உண்ணலும், இரத்தப் பலியிடுதலும்தாம். வேத காலத்துப் பிராமணர் வேள்விகளில் ஏராளமான உயிரினங்களைப் பலி கொடுத்துள்ளனர். தமிழ்நாட்டிலும் புலால் உண்ட பிராமணராகச் சங்கப் புலவர் கபிலரை (புறம் 113) நாம் காண்கிறோம்.

கி.மு. 6ஆம் நூற்றாண்டில் எழுந்த சமண மதத்தின் செல்வாக்கே பிராமணர்களைப் புலால் உண்ணுவதிலிருந்து தடுத்து நிறுத்தியது. இன்றும் புலால் உண்ணும் பழம்மரபின் தொல்லெச்சமாக ஆந்திரத்தில் (கர்நூல் மாவட்டம் கம்மம் தாலுகாவில்) மாதங்கி வழிபாட்டில் ஈடுபட்டுள்ள பிராமணர்கள் தங்கள் இல்லத்தில் எருமைக் கறி சமைத்து மாதிகருக்குப் பரிமாறுவதும், அதே நேரத்தில்

மாதிகர் ஆட்டுக்கறியைப் பரிமாறுவதும் பிராமணர் உண்பதும் ஆண்டுக்கொருமுறை சடங்கு நிகழ்ச்சியாக நடத்தப்படுகிறது. (மாதிகர் ஆந்திரத்தில் ஒடுக்கப்பட்ட சாதியார் ஆவர்).

மேற்குறித்த தொல்லெச்சங்கள் யாவும் பிராமணர் வருகைக்கு முன்னர் புரோகிதராகப் பறையர்கள் இருந்த வரலாற்று உண்மை யினைக் காட்டுகின்றன. கோயில்கள் கற்கோயில்களாகவும் பெருந்தெய்வக் கோயில்களாகவும் அரச ஆதரவோடு ஆக்கப்பட்ட காலங்களில், அங்கு பூசனை செய்வோராக, குடியேற்றவாசிகளான பிராமணர்கள் அமாத்தப்படுகின்றனர். பிராமணர் வருகைக்கு முன்னர் குருமாராக இருந்தவர்களிடமிருந்து வேறுபடுத்திக்காட்ட, பிராமணர் இளைய குருமாராக (புரோகிதராக) இளமை எனும் பொருள் தரும் பார்ப்பு எனும் சொல்லின் அடியாக, பார்ப்பார், பார்ப்பனர் என வழங்கப்பட்டனர்.

பறையர் தவிர, நாவிதர், வண்ணார் ஆகிய சாதியாரும் அங்கங்கே பிராமணர் வருகைக்கு முன்னர் தமிழ்ச் சாதியார் சிலருக்குக் குருமாராக இருந்துள்ளனர். இதைக் காட்டும் தொல் லெச்சங்களும் ஏராளமாக உள்ளன. இவை தனி விரிந்த ஆராய்ச்சிக்கு உரிய களங்களாகும்.

பயன்பட்ட நூல்கள்

1. இராகவையங்கார். மு., இலக்கியச் சாசன வழக்காறுகள், தமிழ்நாடு அரசு வெளியீடு. 1973

2. இராமகிருஷ்ணன், எஸ்., இந்தியப் பண்பாடும் தமிழரும், மீனாட்சி புத்தக நிலையம், மதுரை, 1971.

3. புலவர் குழந்தை, தொல்காப்பியர் காலத் தமிழர்.

4. Elmore, Dravidian Gods in Modern Hinduism, 1913.

5. George L. Hart III, The Poems of Ancient Tamils.

6. Hanumanthan, K.R. Untouchability -A Historical Study, Koodal, Madurai, 1979.

7. Subramanian, N., Sangam Polity, Asia Publishing House, Bombay, 1966.

8. Walhouse, A.J., 'Archaeological Notes', The Indian Antiquary, July 1874.

மதுரைக்கோயில் அரிசன ஆலயப் பிரவேசம், 1939

மதுரை மீனாட்சியம்மன் கோயிலில் 1939 ஜூலை 10ஆம் தேதி அரிசன ஆலயப் பிரவேசம் நடைபெற்றது. மதுரை நகரத்தில் வாழ்ந்த காங்கிரஸ் பிரமுகர் வைத்தியநாதையர் இதனை முன்னின்று நடத்தினார். தேசிய இயக்கத்தவரால் "மிகப்பெரிய சமூகப் புரட்சி" என்று அன்றும் இன்றும் பெருமையோடு பேசப்படும் நிகழ்ச்சி இது.

தமிழ்நாட்டில் அரிசனங்களுக்கும் பெருந்தெய்வ ஆலயங் களுக்கும் உள்ள உறவினை ஏறத்தாழக் கி.பி. எட்டாம் நூற்றாண்டில் நிகழ்ந்த நந்தன் கதையின்மூலம் முதன்முதலாக அறிகிறோம். அதன் பின்னர் வைணவப் பெரியாரான இராமாநுசர் கி.பி. 13ஆம் நூற்றாண்டில் கருநாடக மாநிலத்தில் உள்ள மேல் கேணீட்டையில் (திருநாராயணபுரம் என்று வைணவர் வழங்குவர்) திருமால் கோயிலுக்குள் அரிசனங்களை அழைத்துச் சென்ற செய்தியினை ஆறாயிரப்படி குருபரம்பரா ப்ரபாவத்தால் அறிகிறோம்.

1939இல் மதுரையில் பரபரப்பூட்டிய அரிசன ஆலயப் பிரவேச நிகழ்ச்சியின் மறுபக்கத்தினை, அதாவது அதற்கு மேல்சாதியினர் காட்டிய எதிர்ப்பு நடவடிக்கைகளை வரலாற்றுக் கட்டுரைகளிலும் நூல்களிலும் முழுமையாகக் காணமுடியவில்லை. இந்நிகழ்ச்சி ஒரு அரசியல்வாதியின் தனிமனித முயற்சியாகவே காட்டப்பட் டுள்ளது. இந்நிகழ்ச்சிக்கு எதிரான அரசியல், சமூகப் பின்னணி பற்றிய செயதிகள் பின்வந்தவர்களால் அறியப்படவே இல்லை எனலாம். 1963இல் மதுரைக் கோயிலில் பி.டி. இராசன் முயற்சியால் குடமுழுக்கு விழா நடைபெற்றது. இதையொட்டி வெளியிடப் பட்ட இ.பழனியப்பன் எழுதிய 'கோயில் மாநகர்' என்ற, திருக் கோயிலாரால் வெளியிடப்பட்ட 300 பக்கங்களையுடைய நூலில் கோயில் வரலாற்றில் முக்கியமான இந்த நிகழ்ச்சி ஓரிடத்தில்கூடக் குறிப்பிடப்படவில்லை.

ஆனால், இந்நுழைவு நடந்த காலத்தில் அரிசன ஆலயப் பிரவேசத்தைக் கண்டித்தும் எதிர்த்தும் பிராமணப் பெண்கள்

இருவர் பாட்டுப் புத்தகங்களை வெளியிட்டுள்ளனர். 1939இல் 'மதுரை பேச்சியம்மன் கோயில் ரஸ்தா லேட் பத்மனாபய்யரவர்கள் பாரி பாகீரதி அம்மாள்' என்பவர் 'ஆலய எதிர்ப்பு கும்மி பாட்டுப் புஸ்தகம்' என்ற பெயரில் இரண்டணா விலையில் மி6 பக்கத்தில் ஒரு புத்தகத்தை வெளியிட்டுள்ளார். 1940இல் 'மதுரை கமலத் தோப்புத் தெரு எஸ். தர்மாம்பாள்' என்பவர் 'ஆலயப் பிரவேச கண்டனப் பாட்டுப் புஸ்தகம்' என்ற பெயரில் இரண்டணா விலையில் 28 பக்கத்தில் ஒரு புத்தகத்தை வெளியிட்டுள்ளார். உணர்ச்சிமயமான இந்தப் புத்தகங்களின் பெயர்களில் ஒரு 'தெளிவின்மை' காணப்படுவது கவனிக்கத் தகுந்தது.

1937 மார்ச் தொடங்கி மதுரைக் கோயிலில் ஆர்.எஸ்.நாயுடு என்பவர் நிர்வாக அதிகாரியாக இருந்திருக்கிறார். மதுரையில் புகழ்பெற்று விளங்கிய வழக்கறிஞர்களில் ஒருவரும் காங்கிரஸ் தலைவருமான வைத்தியநாதையரும், ஆர்.எஸ்.நாயுடுவும் மதுரைக் கோயிலில் 'அரிசன ஆலயப் பிரவேசம்' நடத்தத் தீர்மானித்தனர். 1939இல் வைத்தியநாதையர் இதுகுறித்துப் பொதுக்கூட்டங்களில் பேசத் தொடங்கினார். ஜூன் மாதத்தில் இதற்கு ஆதரவு திரட்டும் வகையில் மதுரை நகருக்குள் சில பொதுக்கூட்டங்களையும் அவர் நடத்தினார்.

நுழைவுக்குப் பத்து நாள் முன்பிருந்தே மதுரையில் தனது இல்லத்தில் (இப்போதுள்ள காலேஜ் ஹவுஸ் விடுதியின் பின்புறம்) சுமார் 50 பேர்களுக்கு சத்தியாக்கிரகப் பயிற்சி கொடுக்கத் தொடங் கினார். ஆனால் ஆலயப் பிரவேச நாளை அவர் வெளியிடவில்லை. வைத்தியநாதையரின் முயற்சியினை அறிந்த ஆலயத்தின் பிராமணப் பணியாளர்கள், சனாதனிகள் ஆகியோர் மத்தியில் கொந்தளிப்பான சூழ்நிலை நிலவியது. இந்நிலையில் ஜுலை 8ஆம் தேதி திடீரென்று 6 பேரை உடன் அழைத்துக்கொண்டு வைத்தியநாதையர் கோயிலுக்குள் நுழைந்துவிட்டார். இதை யாரும் எதிர்பார்க்க வில்லை.

இந்த அறுவரில் மதுரை மாவட்டக் காங்கிரஸ் கமிட்டி உறுப்பினர் தும்பைப்பட்டி கக்கன் (பின்னாளில் தமிழக அமைச்சராக இருந்தவர்), ஆலம்பட்டி முருகானந்தம், மதிச்சியம் சின்னையா, விராட்டிபத்து பூவலிங்கம், முத்து ஆகிய ஐவரும் அரிசனர். ஆறாவது நபர் விருதுநகர் சண்முக நாடார்.1* (அக்காலத்தில்

நாடார்களுக்கும் கோயில் நுழைவு மறுக்கப்பட்டிருந்தது).

இதைக் கண்ட ஆலய அர்ச்சகர்களும், வேதம் ஓதும் 'அத்யயன பட்டர்' என்ற பிரிவினரும் இந்தத் திடீர் முயற்சியைக் கடுமையான சொற்களால் (மட்டும்) எதிர்த்தனர். இருப்பினும் அன்றும் மறுநாளும் ஆலய பூசைகளை முறைப்படி செய்தனர். 10.7.1939 அன்று காலை பூசை முறைகாரரர், சுவாமிநாத பட்டர் என்பவர். மீண்டும் 10ஆம் தேதி பெருமளவில் அரிசனர்கள் கோயிலுக்குள் நுழையப்போவதைப் பிராமணர் அறிந்து, மதுரை (தானப்ப முதலித் தெருவில் இருந்த) 'மங்கள நிவாசம்' என்னும் பங்களாவில் கூடினர். வைத்தியநாதையரைப் போலவே அக்காலத்தில் மதுரையில் புகழ்பெற்றிருந்த வழக்கறிஞர்கள் கே.ஆர். வெங்கட்ராமையர் என்பவரும் ஆறுபாதி நடேச ஐயர் என்பவரும் இவர்களுக்கு உதவினர். இவர்களில் ஆறுபாதி நடேச ஐயர் ஏற்கெனவே 'வர்ணாசிரம ஸ்வராஜ்ய சங்கத்தின்' மதுரை நகரத் தலைவராகவும் இருந்தார். வழக்கறிஞர்களின் ஆலோசனைப்படி பிராமணர்கள் 9ஆம் தேதி இரவுமுதல் கோயிலைப் பூட்டிவிட முடிவு செய்தனர். 10ஆம் தேதி அர்ச்சக முறைகாரரான சுவாமிநாத பட்டர் இதற்கு உடன்படவில்லை. எனவே 9ஆம் தேதி இரவு பூசை முடிந்ததும் அர்ச்சகர்கள் கோயிலைப் பூட்டி, சாவியை எடுத்துச் சென்றுவிட்டனர்.

'கோயில் நிர்வாக அதிகாரி ஆர். எஸ். நாயுடு சனாதனிகள் செய்யவிருந்த ஒவ்வொரு நடவடிக்கையையும் எதிர்பார்த்து அதற்குத் தகுந்த காரியங்களைச் செய்தார்' என்கிறார் ஒரு தகவலாளி. இதன்படி 10ஆம் தேதி காலையில் மேஜிஸ்டிரேட் ஒருவர், சுவாமிநாத பட்டர் ஆகியோர் முன்னிலையில் ஆர்.எஸ். நாயுடு பூட்டியிருந்த கோயிற்கதவுகளைத் திறந்தார். திட்டமிட்டிருந்தபடி அன்று ஏராளமான அரிசனங்கள் ஆலயப் பிரவேசம் செய்தனர்.

கே.ஆர்.வெங்கட்ராம ஐயரும் ஆறுபாதி நடேச ஐயரும் போட்ட திட்டங்கள் தோற்றுப்போயின. வெங்கட்ராமையர் வன்முறையை எதிர்பார்த்துத் தன் கட்சிக்காரரும் நண்பருமான பசும்பொன் முத்துராமலிங்கத் தேவரின் உதவியை நாடியதாகத் தெரிகிறது. ஆனால் தேவர் உதவி செய்ததாகத் தெரியவில்லை.

ஆலயப் பிரவேசம் நிகழ்ந்த 10ஆம் தேதி முதல், சுவாமிநாத பட்டர் தவிர மற்ற அர்ச்சகர்களும், கோயிலில் வேதம் ஓதும்

அத்யயன பட்டர் பிரிவினரும் கோயிற்பணிகளில் நேரடியாகக் கலந்துகொள்ளாமல் வெளியேறிவிட்டனர். கோயில் நிர்வாகத்தின் மீது பல வழக்குகளைத் தொடுத்தனர். கோயிலில் பிராமணரல்லாத மற்ற பணியாளர்கள் வழக்கம்போலத் தம் பணிகளைச் செய்துகொண்டிருந்தனர்.

வர்ணாசிரம ஸ்வராஜ்ய சங்கத் தலைவரான ஆறுபாதி நடேச ஐயரும் கோயில் நிர்வாகத்தை எதிர்த்து வழக்குத் தொடர்ந்தார். இந்த வழக்குகளின் விளைவாக வைத்தியநாதையர் கைது செய்யப்படலாம் என்ற நிலை உருவானது.

இதற்கிடையில் அன்றைய சென்னை மாகாண முதலமைச்சர் இராஜாஜி, அரிசன ஆலயப் பிரவேசம் சட்டத்துக்கு எதிரானதல்ல என்று ஒரு அவசரச் சட்டத்தை அறிவித்தார். இதன் விளைவாக வைத்தியநாதையர் கைதாகும் நிலை தடுக்கப்பட்டது.

ஆலயப் பிரவேசம் நிகழ்ந்த நாள் முதல் கோயிலின் பிராமணப் பணியாளர்களும் சனாதனிகளும் ‘மங்கள நிவாசம்’ பங்களாவிலே தொடர்ந்து கூடினர். அதையே மீனாட்சி அம்மன் கோயிலாகக் கருதிப் பூசை வழிபாடுகளை அங்கேயே நடத்தி வந்தனர். சில நாள்களுக்குள், ஆறுபாதி நடேச ஐயர் வீட்டின் முன் இருந்த காலி மனையில் (இப்போது தமிழ்ச் சங்கம் சாலையில் செந்தமிழ்க் கல்லூரியை அடுத்துக் கீழ்புறமாக உள்ள காலி மனை) ஒரு புதிய மீனாட்சியம்மன் கோயிலைச் சிறியதாகக் கட்டினர். அங்கேயே வழிபாடுகளும் பூசைகளும் நடத்தினர்.2*

இந்தப் புதிய கோயில் வடக்குவெளி வீதியிலிருந்த (இப்போதுள்ள ஸ்பென்சர் கம்பெனி) வெங்கட்ராமையர் வீட்டுக்கு அருகில் இருந்தது. அரிசன ஆலயப் பிரவேசத்தைக் கண்டித்துப் பாட்டுப் புத்தகங்கள் எழுதிய இரண்டு பெண்களின் வீடும் இவர் வீட்டை அடுத்த வலப்புறத் தெருவிலும் இடப்புறத் தெருவிலும் இருந்தன.

எனவே 1939இலும் 40இலும் வெளியிடப்பட்ட இந்த இரண்டு பாட்டுப் புத்தகங்களும் ஆறுபாதி நடேச ஐயர் தலைமையில் இயங்கிய, கே.ஆர். வெங்கட்ராமையரும் பங்குகொண்ட வர்ணா சிரம ஸ்வராஜய சங்கத்தின் ஆதரவுடனேயே வெளிவந்திருக்க வேண்டும்.

இனி இப்பாட்டுப் புத்தகங்கள் தரும் செய்திகளைக் காண்போம்.

ஆஸேது ஹிமயமலை வரையில் - அங்கே
எத்தனையோ ராஜாக்கள் ஆண்டார் - அவாள்
ஆலயப் பிரவேசமென்ற அநீதிகளைக்
கனவிலும் நினையார் மனந் துணியார்
அந்த நாளில் இந்த சண்டாளர்கள் இல்லையோ
அவாள் இன்றுதான் பூமியில் குதித்தனரோ
(எதிர்ப்புக் கும்மி)

பாகீரதியம்மாள் புத்தகத்தில் (1939) இவ்வகையான கடுமை கொஞ்சம் அதிகமாகவே இருக்கிறது.

ஆறுபேர் சண்டாளர்களை
அன்புடனே அழைத்துக்கொண்டு
ஒருவருக்கும் தெரியாமல்
உள் நுழைந்தார் திருடனைப்போல்.

இந்த வரிகள் 8.7.1939இல் நடந்த நிகழ்ச்சியைக் குறிக்கின்றன. இதே நிகழ்ச்சியை 1940இல் வெளிவந்த தர்மாம்பாள் பாட்டு, நிகழ்ச்சிக்குக் காரணமான நபர்களின் பெயர்களுடன் குறிப்பிடுகிறது.

ஆர். எஸ். நாயுடும் வைத்யநாதரும் அக்ரமங்கள் செய்தார்கள்
அக்ரமமாய்ப் பஞ்சமரை ஆலயத்தில் புகுத்திவிட்டார்

(கண்டனப்பாட்டு)

பாகீரதியம்மாள் புத்தகத்தில் ஒரு பாட்டு 'அரிசனங்கள் ஆலயத்துக்குள் புகுந்தவுடன் அங்கிருந்து வெளியேறிவிட்ட மீனாட்சி யம்மனை மதுரை நகர்த் தெருக்களில் தேடுவதாக' அமைந்திருக்கிறது.

அத்துடன் அன்றைய முதலமைச்சர் இராஜாஜி முயற்சியில் அரிசன ஆலயப் பிரவேச நிகழ்ச்சிக்கு ஆதரவாக வெளியிட்ட அவசரச் சட்டத்தினையும், அவரையும் கண்டித்து பாகீரதியம்மாள் பாடுகிறார். (காங்கிரஸ் கட்சிக்குள் தன் ஆதரவாளரான மதுரை வைத்தியநாதையரைக் கைதாகாமல் காப்பாற்ற வேண்டி அப்போது ஊட்டியில் ஓய்வெடுத்துக்கொண்டிருந்த மாநில ஆளுநரிடம் அவசரமாகக் கையெழுத்து வாங்கி இராஜாஜி அவசரச் சட்டத்தை வெளியிட்டார்).

என் தாயைப் பறையர் கையில் ஒப்புவித்துப்
பவிஷுடன் மார்தட்டுகிறார் பிரதம மந்திரி (எ.கு)

என்று அவரைக் கண்டிப்பதோடு, "பக்க பக்க மெம்பர்களுக்கு காசு கொடுத்து" இந்தச் சட்டத்தை நிறைவேற்றியதாகவும் குற்றஞ் சாட்டுகிறது. பாகீரதியம்மாளின் மற்றொரு பாடல் 'மங்கள பங்களாவுக்குப் போவோம் வாருங்கள்' என்று சனாதனிகளும் கோயிற் பிராமணர்களும், வர்ணாசிரம ஸ்வராஜ்ய சங்கத்தாரும் மங்கள நிவாசம் பங்களாவிலே கூடி ஆலோசனையும் பூசைகளும் நடத்தியதைக் குறிப்பிடுகிறது.

இந்தக் காலகட்டத்தில் வடநாட்டிலிருந்து வந்திருந்த ஒரு சாமியாரும் இந்த முயற்சிகளுக்கு 'ஆசி' வழங்கியிருக்கிறார். இவரை 'பூரிமடத்துச் சாமியார்' என்று களஆய்வுச் செய்திகள் தெரிவிக்கின்றன. ஆனால் தர்மாம்பாளின் பாடல்கள் இவர் பத்ரிநாத்திலிருந்து வந்ததாகக் குறிப்பிட்டு, இவரை வாழ்த்தி இவரிடம் ஆலோசனைகளும் கேட்கின்றன. "சத்குருவே, எங்கள் சமயமறிந்து வந்தீர் தேசிகமூர்த்தி" என்றும், "ஆலய அபரிசுத்தம் ஆக்கிவிட்டார்கள் - ஐயோ அனுக்கிரஹம் செய்யுங்களேன் தேசிகமூர்த்தி" (க.பா.) என்றும் தர்மாம்பாள் இவரைப் பாடுகிறார்.

10ஆம் தேதி பெருமளவில் அரிசனங்கள் ஆலயத்துள் நுழைந்த பிறகு 'மங்கள நிவாசம்' பங்களாவில் கூடி எடுக்கப்பட்ட முடிவினைப் பாகீரதியம்மாள் பாடல் தெரிவிக்கிறது.

ஆலயமொன்று இயற்றி
ஆடவர் ஸ்திரீ பாலருக்கு
ஆகமவித்தை பயிற்சி
அரும் உபன்யாஸம் இயற்றி
வித்வத் கோஷ்டிகளுடன்கூட
வேகமுடன் தெரிசித்து
பக்தியுடன் ஸத்காலேட்சபம்
செய்துதான் வசிப்போம் (எ.கு.)

இந்த முடிவின்படிதான் தமிழ்ச் சங்கம் சாலையில் 'வர்ணாசிரம ஸ்வராஜ்ய சங்கத் தலைவர்' ஆறுபாதி நடேசய்யர் பங்களா வளாகத்தில் காலி மனையில் சிறியதாக ஒரு 'புது மீனாட்சியம்மன் கோவில்' கட்டப்பட்டு பூசை, வழிபாடுகள் நடைபெறத்

தொடங்கின. கோயிலுக்கு முன்னர் சிறிய ஓலைப் பந்தலும் போடப்பட்டிருந்தது. மீனாட்சியம்மன் கோயிலில் இருந்து வெளியேறிய அர்ச்சகர்களும், வேதம் ஓதும் பட்டர்களும் இங்கு வழிபாடு நிகழ்த்தினர்.

1945 வரை இந்தக் கோயில் நீடித்திருந்தது. அதன்பின் பூசைகள் நிறுத்தப்பட்டு, மூடப்பட்டு, பின்னர் சுவடு தெரியாமல் இடிக்கப்பட்டும்விட்டது. கோயிலின்மீது வழக்குத் தொடுத்திருந்த அர்ச்சகர்களும், வேதம் ஓதும் பட்டர்களும் தங்கள் முயற்சியில் தோற்று மீண்டும் கோயிற் பணிக்குத் திரும்பினார்கள்.

1980ஐ ஒட்டிய காலகட்டத்தில் தமிழ்நாட்டில் கோயில் நுழைவில் தாழ்த்தப்பட்ட மக்கள் ஆர்வம் காட்டவுமில்லை; திரண்டெழுந்து போராடவுமில்லை. அந்த நிலையில் மதுரை வைத்தியநாதையர் இந்தப் பிரச்சனையை ஏன் முன்னெடுத்துச் சென்றார் என்றும் ஒரு கேள்வி எழுகிறது. இந்தக் கேள்விக்கான விடை காங்கிரஸ் இயக்கத்தின் வரலாற்றில் பொதிந்து கிடக்கிறது.

காந்தியடிகள் எரவாடா சிறையில் காலவரம்பற்ற உண்ணா நோன்பைத் தொடங்கியதன் விளைவாக, டாக்டர் அம்பேத்கர் காங்கிரஸ் இயக்கத்தோடு 'புனா ஒப்பந்தத்தை' 1932 செப்டம்பர் 24இல் செய்துகொண்டார்.3* ஆயினும் அவருக்கு நிறைவு ஏற்படவில்லை. 1933 பிப்ரவரி 4ஆம் நாள் நிகழ்ந்த காந்தியடிகள் - அம்பேத்கர் சந்திப்பின்போது மத்திய சட்டசபையில் ஸ்ரீரெங்க ஐயரும் தமிழக சட்டசபையில் அப்போதைய முதலமைச்சர் டாக்டர் சுப்பராயனும் கொண்டுவரவிருந்த 'தாழ்த்தப்பட்டோர் ஆலயப் பிரவேச மசோதா'வுக்கு ஆதரவு தருமாறு காந்தியடிகள் அம்பேத்கரைக் கேட்டுக் கொண்டார். அம்பேத்கர் இணங்கவில்லை.4*

'கல்வி, பொருளாதாரம், அரசியல் ஆகிய துறைகளில் தாழ்த்தப்பட்டோர் முன்னேறும்போது கோயில் நுழைவு தானாக நடைபெறும்' என்பது அம்பேத்கர் கருத்து. மறு வாரம் 11 பிப்ரவரி 1933, காந்தியடிகள் புதிதாகத் தொடங்கிய 'ஹரிஜன்' இதழுக்கும் இக்கருத்தையே அம்பேத்கர் செய்தியாக அனுப்பியிருந்தார்.5* இருவருக்குமான கருத்து வேறுபாடுகள் முதிர்ந்துகொண்டு வந்தன.

புனா ஒப்பந்தத்தில் கையெழுத்திட்ட தாழ்த்தப்பட்டோர்

தலைவர்களில் அம்பேத்கரைத் தவிர மற்ற இருவரும் தமிழ்நாட்டவர் ஆவர். ஒருவர் ராவ்பகதூர் (ரெட்டைமலை) சீனிவாசன்; மற்றவர் எம்.சி.ராஜா. இவர்களில் சீனிவாசன் வட்டமேசை மாநாட்டின் முதல்சுற்றில் அம்பேத்கரோடு கலந்துகொண்டவர்.

மிக விரைவில் புனா ஒப்பந்தத்தைக் காங்கிரஸ்காரர்கள் நடைமுறையில் கைகழுவிவிட்டனர். அரிசனர் கோயில் நுழைவைக் கடுமையாக வங்காள இந்துக்கள் எதிர்த்தனர். அதற்கு முசுலீம் களின் ஆதரவைப் பெறவும் அவர்கள் முயன்றனர்.6* 1933இல் வங்காளத்தைச் சேர்ந்த கவி ரவீந்திரநாத் தாகூர்கூட புனா ஒப்பந்தத்துக்கு அளித்த தன் ஆதரவைத் திரும்பப் பெற்றுக் கொண்டார்.7*

புனா ஒப்பந்தத்துக்குத் தமிழ்நாட்டில் எதிர்ப்பு பரவலாக இருந்தது. 1932 அக்டோபரில் சென்னையில் ஜே.சிவசண்முகம் (பிள்ளை) தலைமையில் கூடிய தாழ்த்தப்பட்டோர் மாநாடு, புனா ஒப்பந்தத்தைக் கண்டித்தது. அத்துடன் “இம்மாநாடு கோயில் நுழைவு அவ்வளவு அவசியமல்லவென்று கருதுகிறது” என்றும் தீர்மானம் நிறைவேற்றியது.8* காந்தி தாழ்த்தப்பட்டோருக்கு அரிஜன் என்று பெயரிட்டு, இதழ் ஒன்றையும் தொடங்கியதைக் கண்டித்துத் தாழ்த்தப்பட்டோர் எழுதினர். மணிநீலன் (எ.முத்துக்கிருஷ்ணன்) என்பவர்,

> சாற்றிடும் அரிசனப் பெயர் எதற்குதவும் - அது
> தாழ்ந்தவரைக் கை தூக்குமோ

என்று பாடல் எழுதினார்.9* அவரெழுதிய நூலின் பெயரே ‘காந்தி கண்டன கீதம்’ என்பதாகும். 1937 தேர்தலில் காங்கிரஸ் அம்பேத்கருக்கு எதிராக வேட்பாளரை நிறுத்தியது. இருப்பினும் அவர் வென்றார்.

இந்தச் சூழ்நிலையில் தாழ்த்தப்பட்டோரைக் காங்கிரஸ் இயக்கத்துக்குள் தக்கவைக்கவேண்டிய நெருக்கடி அதற்கு உருவா யிற்று. இந்த நெருக்கடி தமிழ்நாட்டில் கடுமையாக இருந்தது. ஏனென்றால் முதலமைச்சர் இராஜாஜியின் வேட்பாளரான சுப்பையாவை எதிர்த்துத் தமிழ்நாடு காங்கிரஸ் தலைவர் தேர்தலில் காமராசர் வெற்றி பெற்றிருந்தார். வெளியிலே தெரியாதபடி கட்சிக்குள் ஒரு நெருக்கடி உருவாகியிருந்தது.

மதுரை வைத்தியநாதையர் காங்கிரஸ் கட்சிக்குள் இராஜாஜி ஆதரவாளர் ஆவார். எனவே உள்கட்சி நெருக்கடி, தாழ்த்தப் பட்டோர் ஆதரவைப் பெறுவது என்ற இரண்டு நோக்கங்களோடு இவர் மதுரைக் கோயிலில் 'அரிசன ஆலயப் பிரவேசம்' நடத்திக் காட்டினார். இராஜாஜியும் அரிசன ஆலயப் பிரவேசத்தை முறைப் படுத்தும் அவசரச் சட்டத்தை வெளியிட்டு, வைத்தியநாதையரின் முயற்சியினை வெற்றியாக்கிவிட்டார்.

இனி, 'அரிசன ஆலயப் பிரவேசம்' என்ற நிகழ்ச்சியை முன்னிறுத்தி 'கோயில்' என்ற சமூக நிறுவனமும் அதை மையமிட்ட பண்பாடும் எவ்வாறு தோற்றுப் போயின என்பதை வரலாற்று ரீதியாகக் காண வேண்டும்.

கி.பி. ஏழாம் நூற்றாண்டு முதல் தமிழ்நாட்டில் கோயில் என்பது மிகப்பெரிய சமூக நிறுவனமாக வளரத் தொடங்கியது. பத்தாம் நூற்றாண்டுக்குள் தமிழ்நாட்டுப் பொருளாதாரமே அதைச் சார்ந்து நிற்கும் நிலை உருவானது. விளைநிலங்களின் பெரும்பகுதியும் கோயிலைச் சார்ந்ததாக மாறிவிட்டது (கி.பி. 1010இல் கட்டி முடிக்கப்பட்ட இராசராசனின் தஞ்சைப் பெரிய கோயிலின் அக்கால வருமானம் குறித்துப் போராசிரியர் நா. வானமாமலை எழுதியுள்ள ஆய்வுக் கட்டுரை இங்கு நினைவிற்குரியது). நிலவுடைமையின் விளைபொருளகளில் ஒன்றான சாதி இறுக்கங்களும் தீண்டாமையும் பத்தாம் நூற்றாண்டிலேயே மிகவும் வளர்ந்துவிட்டதைச் சோழர் காலக் கல்வெட்டுகள் நன்கு உணர்த்துகின்றன. சுருக்கமாகச் சொல்வதானால், அரசுக்குத் தேவையான பண்பாட்டு வடிவங் களைக் கோயிலின் மூலமாக மதம் நிறைவேற்றி வந்தது. சோழப் பேரரசு சரிந்து பிற்காலப் பாண்டியப் பேரரசிலும் இந்நிலைமை நீடித்தது.

பாண்டியப் பேரரசின் வீழ்ச்சியின்போது 1310இல் நிகழ்ந்த மாலிக்காபூரின் படையெடுப்பும் கோயிற் கொள்ளைகளும் 'கோயில்' என்ற சமூக நிறுவனத்தின்மீது பெருந்தாக்குதலாக அமைந்தன. 14ஆம் நூற்றாண்டில் பெருங்கோயில்கள் பல தம் செல்வாக்கை இழந்து நின்றன. மீண்டும் விஜயநகரப் பேரரசின் எழுச்சிக் காலத்தில் 'இந்து மதமும்' கோயில்களும் மறுவாழ்வு பெற்றன. இருப்பினும் பல்லவ, சோழ, பாண்டிய அரசர்கள் காலத்திய செல்வாக்கினை மீட்க முடியவில்லை. அரசுக்குத்

தேவையான பண்பாட்டு முயற்சிகளில் மதமும் கோயிலும் பின்தங்கிப் போயின. ஆட்சியாளர்கள் பிறமொழியாளர்களாக இருந்ததும் இதற்கு ஒரு காரணமாக இருக்கலாம்.

மீண்டும் 1752இல் 'கும்பினியார்' படைகளும் நவாபின் படைகளும் தமிழ்நாடு முழுவதும் கோயில்களை நெருக்கடிக்கு உள்ளாக்கின. அதைத் தொடர்ந்து அரசின் நேரடி ஆதரவைக் கோயில்கள் இழந்தன. தம் ஆதிக்கத்திலிருந்த நிலங்களைக் காப்பாற்றத் திணறின. 19ஆம் நூற்றாண்டின் பிற்பகுதியில் புதிய ஆங்கிலக் கல்வியும் வாழ்க்கை நெருக்கடிகளும் கோயிலின் தலைமையான பிராமண சமூகத்தினரை நகர்ப்புறங்களுக்கும் புதிய நாகரிகத்துக்கும் கொண்டுவந்து சேர்த்தன.

இருபதாம் நூற்றாண்டின் தொடக்கத்தில் நிலங்களின்மீதும் கலாசாரத்தின்மீதும் தான் கொண்டிருந்த மேலாதிக்கத்தைக் கோயில் சிறிதுசிறிதாக இழந்துகொண்டிருந்தது. தேசிய இயக்கத்தின் புதிய அலைகள் இப்போக்கை விரைவுபடுத்தின. 1920 முதல் இந்தியாவெங்கும் "கல்வி, குடியுரிமைகள், பொதுக் கிணறுகளைப் பயன்படுத்துதல், கோயில்களில் நுழைவதற்கான அனுமதி, இன்ன பிறவற்றுக்கான போராட்டங்கள் நகர்ப்புறங்களில் நடந்தன" என்கிறார் கெய்ல் ஓம்வெட்.10*

இந்தப் பின்னணியில் 1939இல் நடை பெற்ற வைத்திய நாதையரின் முயற்சியை எல்லா நிலையிலும் தளர்ந்திருந்த கோயில் கலாச்சாரத்தால் எதிர்த்து நிற்க முடியவில்லை. எனவேதான் கோயில் பிராமணப் பணியாளர்கள் ஆறு ஆண்டுகள் கழித்து 1945இல் மீண்டும் கோயிற் பணியில் திரும்ப வந்து சேர்ந்தனர். இதனை மற்றுமொரு நிகழ்ச்சியாலும் உறுதிப்படுத்தலாம். நாட்டு விடுதலைக்குப் பின்னர் வந்த ஜமீன்தாரி இனாம் ஒழிப்புச் சட்டத்தினால், கோயில் நிலங்களை வைத்திருந்த பிராமணர், வேளாளர் ஆகிய இரு மேல்சாதியினரும் அந்நிலங்களை இழந்த போது அரசாங்கம் கொடுத்த நட்டஈட்டை 'மனமுவந்து பெற்றுக் கொண்டு' ஒதுங்கிவிட்டனர். பாகீரதியம்மாள், தர்மாம்பாள் இருவரது பாடல்களிலும் ஒலிக்கும் 'தீண்டாமை உணர்வு' கால ஓட்டத்தில் பலவீனப்பட்டு, தோற்றுப்போனதும் இப்படித்தான்.

குறிப்புகள்

கள ஆய்வில் முக்கியமான தகவல்களை அளித்து உதவியவர்கள்

1. காங்கிரஸ் தலைவர் அ.வைத்தியநாதையர் மகன், வழக்கறிஞர் திரு.வை.சங்கரன் (66), மதுரை

2. திரு.எஸ்.சுப்பிரமணியம் (62), மதுரை

3. (காலஞ்சென்ற) இராகவையங்கார் (61), மதுரை

4. திரு.கி.செயராமன் (60), மதுரை

5. செல்வி. எஸ். ஆனந்தி, மதுரை

1. விடுதலை, (தமிழ் நாளிதழ்), 27-2-1989, ப.3

2. ஆலயப் பிரவேசம் நடந்தவுடன் ஏற்பட்ட எதிர்விளைவினை வைத்தியநாதையர் வாழ்க்கை வரலாறு பின்வருமாறு குறிப்பிடுகிறது:

"நடேச அய்யரும் சனாதனிகளின் ஏனைய தலைவர்களும் ஆவேசத்துடன் மீனாட்சியம்மன் கோவிலுக்கு விரைந்தனர். உடனே ஒரு பொற்குடத்திற்கு ஏராளமாகச் சடங்காச்சாரங்களைச் செய்து பூஜை செய்தனர். அந்தப் பொற்குடத்துடன் சனாதனிகளனைவரும் நடேச அய்யர் வீட்டிற்குச் சென்றனர். மீனாட்சியம்மன் இக்கோயிலை விட்டு வெளியேறிவிட்டாள் என்றும், தமது வீட்டில் அருள் பாலித்திருப்பதாகவும் நடேச அய்யர் அறிவித்தார். நடேச அய்யர் வீட்டில் பொற்குடம் வைக்கப்பட்டுப் பூஜைகள் நடத்தப்பட்டன. மீன்டசியம்மன் தன் கோயிலை விட்டு வெளியேறி நடேச அய்யர் வீட்டில் இருக்கிறாள் என்ற செய்தி பொதுமக்களிடையே மீண்டும் திகைப்பை ஏற்படுத்தியது. ஏராளமான பிராமணர்கள் நடேச அய்யர் வீட்டிற்குச் சென்று வழிபட ஆரம்பித்தனர்."

பி.எஸ்.சந்திரபாபு, ஹரிஜனத் தந்தை அமரர் அ. வைத்தியநாத அய்யர் வாழ்க்கை வரலாறு, தமிழ்நாடு ஹரிஜன சேவக சங்கம், மதுரை.

3. M.L.Shahare, Dr.Ambedkar - His Life and Work. NCERT, 1988, P. 53

4. Ibid.. p. 58

5. Ibid., p. 58
6. Ibid., p.56
7. Ibid., p. 62
8. கழஞ்சூர் செல்வராஜ் (தொ.ஆ) டாக்டர் அம்பேத்கர் அறிவுக்கொத்து, ப.87 (குடியரசு 23.10.1932, ப.13)
9. மணிநீலன் (முத்துக்கிருஷ்ணன்), காந்தி கண்டன கீதம், உண்மை விளக்கம் பிரஸ், ஈரோடு, 1932, ப.11 (பி. யோகீசுவரன், தமிழ்க் கவிதையில் சமுதாயச் சிக்கல்கள், பக். 171இல் மேற்கோள்)
10. கெய்ல் ஓம்வெட், வர்க்கம் சாதி நிலம் (தமிழ் மொழிபெயர்ப்பு : இராஜாராம்), 1988, ப. 74

அறியப்படாத தமிழகம்

தமிழ்

தமிழ் என்ற சொல் தமிழர்க்கு இனிமையானது. 'இனிமையும் நீர்மையும் தமிழெனல் ஆகும்' என்று பிங்கல நிகண்டு குறிப்பிடு கிறது. தமிழ் என்ற சொல்லை இனிமை, பண்பாடு, அகப்பொருள் என்ற பொருள்களிலும் வழங்கியுள்ளனர்.

முரசுக் கட்டிலில் உறங்கிய மோசிகீரனார் என்ற புலவர்க்கு வேந்தன் ஒருவன் கவரி வீசிய செய்தியினைப் புறநானூற்றுப் பாடலால் அறிகிறோம். கண் விழித்த புலவர் 'அதூஉம் சாலும் நற்றமிழ் முழுதறிதல்' என்கிறார். தமிழ் எனும் சொல் இங்கு மொழி, கவிதை என்பனவற்றையும் தாண்டி, பலகலைப் புலமை என்ற பொருளில் ஆளப்பட்டுள்ளது. 'தமிழ் கெழு கூடல்' (புறம்) என்றவிடத்திலும் 'கலைப்புலமை' என்ற பொருளில் இது ஆளப் பட்டுள்ளது. கம்பன் 'தமிழ் தழீஇய சாயலவர்' என்னும் இடத்து, தமிழ் என்பதற்கு அழகும் மென்மையும் பொருளாகின்றன.

தேவாரம் போன்ற பக்தி இலக்கியங்களில் தமிழ் 'பாட்டு' என்னும் பொருளில் ஆளப்படுகிறது. 'ஞான சம்பந்தன் சொன்ன தமிழ் இவை பத்துமே', 'மூலன் உரை செய்த மூவாயிரம் தமிழ்' என்பன எடுத்துக்காட்டுகளாகும். முப்பது பாட்டுக்களாலான திருப்பாவையை ஆண்டாள் 'தமிழ் மாலை' என்றே குறிப்பது இங்கு எண்ணத்தகும். சிவநெறி தமிழ்நாட்டில் பிறந்தது எனக் குறிக்க வந்த சேக்கிழார், 'அசைவில் செழும் தமிழ் வழக்கு' எனச் சைவத்தையும் 'அயல் வழக்கு' எனச் சமணத்தையும் குறிப்பிடுகிறார். சமணமும் சைவமும் தமிழ் மொழியினைத் தெய்வீக நிலை சார்ந்தனவாகக் கருதின.

ஆயும் குணத்தவ லோகிதன் பக்கல் அகத்தியன் கேட்(டு)
ஏயும் புவனிக்கு இயம்பிய அருந்தமிழ்

என்பது யாப்பருங்கலம். பாணினிக்கு வடமொழியையும் அதற் கிணையான தமிழ் மொழியைக் குறுமுனியான அகத்தியர்க்கும் சிவபெருமான் அளித்தார் என்றும் சைவ இலக்கியங்கள் கூறும்.

'தழற்புரை சுடர்க் கடவுள் தந்த தமிழ்' என்று கம்பரும் இக்கருத்தினை ஏற்றுப் பேசுகிறார்.

வடமொழி ஆதிக்கமும் தெலுங்கு மொழி ஆதிக்கமும் அரசியல் அறிந்த தமிழர்களால் உணரப்பட்ட இடைக்காலத்தில் தமிழ் தெய்வத்தன்மை உடையதாகவும் தாயாகவும் கருதப்பட்டது. 15ஆம் நூற்றாண்டில் வில்லிபாரதத்திற்கு வரந்தருவார் தந்த பாயிரமும் 12ஆம் நூற்றாண்டில் எழுந்த தமிழ்விடு தூதும் இதை உணர்த்தும். அதே காலத்தில் 'தலைப் பாவலர் தீஞ்சுவைக் கனியும் தண் தேன் நறையும் வடித்தெடுத்த சாரம் கனிந்தூற்றிருந்த பசுந்தமிழ்' முருகக் கடவுளின் திருவாயில் மணக்கிறது என்பர் குமரகுருபரர். 19ஆம் நூற்றாண்டில் மனோன்மணியம் சுந்தரனார் காலந்தொட்டுத் 'தமிழ்' அரசியல், சமூக, பண்பாட்டு அளவில் ஒரு மந்திரச் சொல்லாகவே தொழிற்படுகிறது.

'தெள்ளமுதின் மேலான முத்திக் கனியே என் முத்தமிழே' என்று தமிழை முத்தி தரும் பொருளாகவும் தமிழ்விடு தூது குறிப்பிடுவது இங்கு உணரத்தகும். இந்த உணர்வினை உள்வாங்கிக்கொண்டு, சமூகநீதிக்குப் போராடிய பாரதிதாசன் தமிழைத் தாயாகவும் தெய்வமாகவும் போராட்டக் கருவியாகவும் கொண்டது தமிழ்நாடு அறிந்த செய்தி.

நாட்டார் வழக்காறுகளில் தமிழ் எனும் சொல், செம்மையாகப் பேசப்படும் மொழியினை உணர்த்துகிறது. மன்றங்களிலும் வழக்காடும் இடங்களிலும் பேசப்படும் மொழியினை அச்சொல் குறித்திருக்கிறது.

தங்கத் தமிழ் பேச உங்க
தாய்மாமன் வருவாங்க

என்பது தாலாட்டு.

தங்கத் தமிழ் அடியாம்
தாசில்தார் கச்சேரியாம்

என்பது ஒப்பாரிப் பாடல் வரி.

குழாயடி, கிணற்றடி என்பது போலத் தமிழடி என்பது ஊர் மன்றத்தைக் குறிக்கும்.

தமிழ், தமிழன் ஆகிய சொற்களை ஊர்ப் பெயராகவும் மக்கட் பெயராகவும் ஏராளமாக இட்டு வழங்கியிருக்கிறார்கள். நெல்லை மாவட்டம் ஆலங்குளத்துக்கருகில் 'தமிழூர்' என்ற

ஊரும் நாங்குநேரிக்கு அருகில் 'தமிழாக்குறிச்சி' என்ற ஊரும் அமைந்துள்ளன. அருப்புக்கோட்டைக்கருகில் 'தமிழ்ப்பாடி' என்ற ஊரும் உள்ளது. கல்வெட்டுக்களில் 'தமிழன்', 'தமிழ தரையன்' ஆகிய பெயர்களைப் பல இடங்களில் காண்கிறோம். முதலாம் ஆதித்த சோழன் தனது வெற்றிக்குதவிய படைத்தலைவன் ஒருவனுக்குச் 'செம்பியன் தமிழவேள்' என்ற பட்டங்கொடுத்தான். சில அதிகாரிகளும் தங்கள் பெயர்களில் தமிழை இணைத்துக் கொண்டனர். எடுத்துக்காட்டாக, 'இருஞ்சோணாட்டு தமிழவேள் தென்னவன் இருச்சாத்தன்', 'அருந்தமிழ் கேசரிச் சோழப் பெரியான்', 'சாணாட்டு வேளான் தமிழப் பெற்றான்' ஆகியனவற்றைக் குறிப்பிடலாம் (கோயிலாங்குளம் சமணக் கோயில் கல்வெட்டு).

தண்ணீர்

தமிழ்நாடு நிலநடுக்கோட்டை ஒட்டிய வெப்பமண்டலப் பகுதியைச் சேர்ந்ததாகும். எனவே நீர் குறித்த நம்பிக்கைகளும் அவற்றின் வெளிப்பாடுகளும் தமிழ்ச் சமூகத்தில் நிறையவே காணப்படுவது வியப்புக்குரியதல்ல. இனிமை, எளிதில் புழங்கும் தன்மை என இரண்டு பண்புகள் நீருக்கு உண்டு. எனவே தமிழ் என்னும் மொழிப் பெயருக்கு விளக்கம் தர வந்தவர்கள், 'இனிமையும் நீர்மையும் தமிழ் எனல் ஆகும்' எனக்குறிப்பிட்டனர். குளிர்ச்சியினை உடையது என்பதனால் நீரைத் 'தண்ணீர்' என்றே தமிழர்கள் வழங்கி வருகின்றனர். நீரினால் உடலைத் தூய்மை செய்வதனை 'குளிர்த்தல்' (உடலைக் குளிர்ச்சி செய்தல்) என்றும் குறித்தனர். இது வெப்ப மண்டலத்து மக்களின் நீர் பற்றிய வெளிப்பாடு ஆகும்.

நீர் என்பது வானத்திலிருந்து வருவது என்பதனால் அதனை 'அமிழ்தம்' என்றே வள்ளுவர் குறிப்பிடுவார். நீர்நிலைகளுக்குத் தமிழர்கள் வழங்கிவந்த பெயர்கள் பல. சுனை, கயம், பொய்கை, ஊற்று என்பன, தானே நீர் கசிந்த நிலப்பகுதிகளாகும். குட்டை, மழைநீரின் சிறிய தேக்கமாகும். குளி(ர்)ப்பதற்குப் பயன்படும் நீர்நிலை 'குளம்' என்பதாகவும் உண்பதற்குப் பயன்படும் நீர்நிலை 'ஊருணி' எனவும் ஏர்த் தொழிலுக்குப் பயன்படும் நீர்நிலை 'ஏரி' என்றும் வேறுவகையாலன்றி மழை நீரை மட்டும் ஏந்தி நிற்கும் நிலையினை 'ஏந்தல்' என்றும் கண்ணாறுகளை உடையது 'கண்மாய்' என்றும் தமிழர்கள் பெயரிட்டு அழைத்தனர்.

மலைக்காடுகளில் உள்ள சுனைகளில் ‘சூர்மகள்’, ‘அரமகள்’ என்னும் அணங்குகள் (மோகினிகள்) வாழ்கின்றனர் என்பது பழைய நம்பிக்கை. அதுபோலவே தெய்வங்களின் இடப்பெயர்ச்சிக்கு நீர் ஓர் ஊடகமாக அமைகின்றது என்பதும் ஒரு நம்பிக்கையாகும். விழாக்காலங்களில் சாமியாடுபவர்களின் தலையில் ஏற்படும் நீர்க் கரகத்துக்குள் சாமியின் அருளாற்றல் கலந்திருப்பதாக மக்கள் நம்புகின்றனர்.

நிலத்துக்கும் நீருக்கும் உள்ள உறவு பிரிக்கமுடியாதது. நீரின் சுவை அது பிறக்கும் நிலத்தால் அமையும். நிலத்தால் திரிந்துபோன நீரின் சுவையை மேம்படுத்தத் தமிழர்கள் நெல்லியினை ஒரு மருந்தாகப் பயன்படுத்தினர். கிணற்று நீர் உவராக இருந்தால் அதனுள் நெல்லி மரத்தின் வேர்களைப் போட்டு வைப்பதும் ஊருணிக் கரைகளிலே நெல்லிமரங்களை நட்டு வைத்து அதற்கு ‘நெல்லிக்காய் ஊருணி’ என்று பெயரிடுவதுந் தமிழ் மக்களின் வழக்கம். நெல்லிக்காய் தின்று தண்ணீர் குடித்தால் இனிப்புச்சுவை தெரியும். இச்செய்தி சங்க இலக்கியத்தில் ஓர் உவமையாகவும் எடுத்தாளப்பட்டுள்ளது.

நீரின் தூய்மையினைப் பேணுவதிலும் தமிழர்கள் கருத்துச் செலுத்தியுள்ளனர். நீருக்குள் மனிதக் கழிவு இடுதல் பெரும் பாவமாகக் கருதப்படுகிறது. ‘நீருக்குள் ஜலபானம் செய்த பாவத்தில் போகக்கடவாராகவும்’ என்று ஆவணங்கள் இதனைக் குறிக்கின்றன. சங்கரன்கோயிலுக்கு வடக்கே பனையூர் என்ற ஊரில் உள்ள சிவன் கோவிலில் இறைவனுக்கு அக்கோயிற் கல்வெட்டுக்களில் ‘நன்னீர்த்துறையுடைய நாயனார்’ என்ற பெயர் காணப்படுகிறது. இயற்கையின் பேராற்றலில் ஆரியர் நெருப்பினை முதன்மைப் படுத்தியது போலவே திராவிடர் நீரினை முதன்மைப்படுத்தினர். தெய்வ வழிபாட்டுச் சடங்குகளைப் போலவே தமிழர்களின் வீட்டுச் சடங்குகளிலும் நீர் சிறப்பிடம் பெறுகின்றது. செம்பு நீரில் அல்லது குவளை நீரின் மேல் பூக்களையோ பூவிதழ்களையோ இட்டு வழிபடுவது எல்லாச் சாதியாரிடமும் காணப்படும் பழக்கம். நெடுஞ்சாலைகளில் கோடைக் காலத்தில் நீர்ப் பந்தல் அமைப்பது ஒரு அறச்செயலாகக் கருதப்பட்டது. சோழர் காலத்துக் கல்வெட்டொன்று, தண்ணீர்ப் பந்தலில் தண்ணீர் இறைத்துத் தருபவனுக்கும் அதற்குக் கலமிடும் குயவனுக்கும் தண்ணீர் ஊற்றித்

தருபவனுக்கும் மானியமளித்த செய்தியினைக் குறிப்பிடுகிறது.

இயற்கையல்லாத முறையில் நெருப்பில் சிக்கி இறந்தவர்கள் நீர் வேட்கையோடு இறப்பது இயல்பாகும். எனவே, அவ்வாறு இறந்தவர்களின் நினைவாக நீர்ப்பந்தல் அமைப்பதும் தமிழர்களின் வழக்கம்.

மொகஞ்சொதராவில் அகழ்வாய்வில் காணப்பட்ட படிக்கட்டு களுடன்கூடிய குளம், நீர்ச்சடங்குகள் செய்வதற்குரிய இடமாக இருக்கலாம் என அறிஞர்கள் கருதுகின்றனர். நீராடுவதே ஒரு சடங்காகவும் தமிழர்களால் கருதப்பட்டதற்கு பரிபாடல், திருப்பாவை போன்ற இலக்கியங்கள் சான்றாக அமைகின்றன.

நீரை மையமிட்ட பழமொழிகளும் மரபுத் தொடர்களும் தமிழர்களிடத்தே உண்டு. 'நீரடித்து நீர் விலகாது', 'நீர்மேல் எழுத்து', 'தண்ணீருக்குள் தடம் பிடிப்பவன்' என்பவை அவற்றுட்சில.

தமிழர் உணவு

ஒரு குறிப்பிட்ட மக்கள் சமூகத்தின் அசைவியக்கங்களை உணர அவர்தம் உணவுப் பழக்க வழக்கங்களைக் கூர்ந்து நோக்க வேண்டும். உணவுப் பழக்க வழக்கங்கள் ஒரு சமூகம் வாழும் பருவச் சூழ்நிலை, வாழ்நிலத்தின் விளைபொருள்கள், சமூகப் படிநிலைகள், உற்பத்தி முறை, பொருளாதார நிலை ஆகியவற்றைப் பொருத்து அமையும்.

'சமைத்தல்' என்ற சொல்லுக்குப் பக்குவப்படுத்துதல் என்பது பொருள். அடுப்பில் ஏற்றிச் சமைப்பது 'அடுதல்' எனப்படும். சமையல் செய்யப்படும் இடம் அட்டில் அல்லது அடுக்களை. தமிழர்களின் வீட்டு அமைப்பில் வீடு எந்தத் திசை நோக்கி அமைந்திருந்தாலும் சமையலறை வீட்டின் வடகிழக்கு அல்லது தென்மேற்கு மூலையில் அமைக்கப்படுகிறது.

நீரிலிட்டு அவித்தல், அவித்து வேக வைத்தல், வறுத்து அவித்தல், சுடுதல், வற்றலாக்குதல், எண்ணெயிலிட்டுப் பொரித்தல், வேகவைத்து ஊறவைத்தல் ஆகியன சமையலின் முறைகள்.

நகர்ப்புறமயமாதல், தொடர்புச் சாதனங்களின் விளம்பரத் தன்மை, பொருளியல் வளர்ச்சி, பயண அனுபவங்கள் ஆகியவை காரணமாகக் கடந்த ஒரு நூற்றாண்டுக் காலத்திற்குள் தமிழர்களின்

உணவுமுறை மிகப்பெரிய அளவில் மாறுதல் அடைந்திருக்கிறது. நிகழ்கால உணவுப் பழக்கவழக்கங்களில் உடல் நலம் குறித்த அக்கறையைவிடச் சுவை குறித்த பார்வையே ஆளுமை செலுத்து கிறது. எனவே இன்னும் சில மிச்சசொச்சங்களோடு இருக்கும் பழைய உணவுப் பழக்கங்களைத் தொகுத்துக் காணுவது நல்லது.

கிழங்கு வகைகளில் சிலவும் (பனங்கிழங்கு) புன்செய் தானிய வகைகளில் சிலவும் (சோளக் கதிர்) சிறு பறவை இறைச்சியும் ஏழை மக்களால் சுட்டு உண்ணப்படுகின்றன. கடினமான கிழங்கு களும் (சர்க்கரைவள்ளி, ஏழிலைக் கிழங்குகள்) நீரிலிட்டு அவிக்கப் படுகின்றன. அரைத்த அல்லது இடித்த மாவுப் பொருள்கள் நீராவியில் வேக வைக்கப்படுகின்றன (இடியாப்பம், இட்டிலி, கொழுக்கட்டை). இடித்த மாவுடன் சூடான இனிப்புப் பாகினைச் சேர்த்து கட்டி அரிசி, பொரி விளங்காய், பாசிப்பயற்று மா உருண்டை செய்யப்படுகின்றன. மாவுப் பொருள்களுடன் இனிப்புப்பாகு கூட்டி மீண்டும் எண்ணெயில் பொரித்து முந்திரிக் கொத்து, அதிரசம் (பாசிப் பருப்பு மா, அரிசி மா) ஆகியன செய்யப்படுகின்றன. மாவுப் பொருள்களுடன் உறைப்புச் சுவையுடைய மசாலா கூட்டி பஜ்ஜி, வடை செய்யப்படுகின்றன.

புலவு அல்லது காய்கறிகளுடன் உறைப்பு மசாலா கூட்டி எண்ணெய் இட்டுத் தாளித்து, குழம்பாகவோ அல்லது தொடு கறியாகவோ ஆக்குகிறார்கள். மாவுப் பொருள்களுடன் காய்கறிகள் சேர்த்து, எண்ணெய் தடவிச் சுடும் உணவு வகைகளில் அடை, தோசை ஆகியன அடங்கும். இலை (அடை) வடிவில் செய்யப்படுவதால் அது அடை எனப்பெயர் பெற்றது. வெந்த தானியத்துடன் வெல்லம், கருப்புக்கட்டி ஆகியன சேர்த்துத் திரவ வடிவில் ஆக்குவது பாயசம்.

சங்க இலக்கியத்தில் மிளகு, நெய், புளி, கீரை, இறைச்சி, கும்மாயம் பற்றிய உணவுக் குறிப்புகள் காணக்கிடைக்கின்றன. பக்தி இயக்கத்தின் எழுச்சியோடு தமிழர் உணவு வகையில் பெரிய மாற்றம் நிகழ்ந்திருக்கிறது. லட்டு (இலட்டுவம்), எள்ளுருண்டை, அப்பம் போன்றவற்றைப் பெரியாழ்வார் தம் பாடலில் குறிப்பிடு கிறார். சோழர் காலக் கல்வெட்டுக்களில் சருக்கரைப் பொங்கல் (அக்கார வடிசில்), பணியாரம் ஆகிய உணவு வகைகள் பேசப்படு கின்றன. விசயநகர ஆட்சிக்காலக் கல்வெட்டுக்களில்தான்

இட்டளி (இட்டிலி), தோசை, அதிரசம் போன்ற உணவு வகைக் குறிப்புக்கள் கிடைக்கின்றன. ஆனால் இவை கோயிற் பண் பாட்டைப் பிரதிபலிப்பதனால், பெருவாரியான மக்களின் உணவுப் பழக்கவழக்கங்களை அறிய இவற்றைப் போதிய சான்றுகளாகக் கொள்ளமுடியாது.

திடப் பொருள்களையும் இறைச்சிப் பொருள்களையும் அரைத்தும் துவைத்தும் நீர் குறைத்து ஆக்கப்படுவன துவையல் என்ற வகையில் அடங்கும். நீரிலே கரைத்த துவையல் இக்காலத்தில் 'சட்டினி' என வழங்கப்படுகிறது. இறைச்சி சேர்த்த துவையல் 'கைமா' என்ற உருதுச் சொல்லால் வழங்கப்படுகிறது.

எளிய மக்கள் நிறைய நீரில் தானியங்களை வேகவைத்து உண்பது (நெல்லரிசி, குறு நொய் அரிசி, சோளம், கம்பம்புல், கேழ்வரகு, வரகரிசி) கஞ்சியாகும். கஞ்சியினை 'நீரடுபுற்கை' என்கிறார் திருவள்ளுவர் (நீர் + அடு + புல் + கை). கஞ்சியில் சேர்க்கப்படும் மற்றொரு பொருள் மோர்.

வற்றல் என்பது மழைக்காலத்திற்கு எனச் சேமிக்கப்பட்ட உணவாகும். காய்கறிகள் நிறையக் கிடைக்கும் காலத்தில் உப்புக் கலந்த மோரில் ஊறவைத்துப் பின்னர் வெயிலில் நீர் வற்றக் காயவைத்துச் சேமிப்பர். வெண்டை, மிளகாய், பாகல், சுண்டை, கொவ்வை, கொத்தவரை, கத்தரி, மணத் தக்காளி ஆகியன வற்றலுக்கு உரிய காய்கறிகள்.

காய்கறி என்ற சொல் காய்களையும் மிளகையும் சேர்த்துக் குறிக்கும். கி.பி. 15ஆம் நூற்றாண்டில்தான் சிலி நாட்டில் இருந்து வந்த மிளகாய் தமிழ் நாட்டிற்குள் புகுந்தது. அதுவரை தமிழர் சமையலில் உறைப்புச் சுவைக்காகக் கறுப்பு மிளகினை (கருங்கறி) மட்டுமே பயன்படுத்தி வந்தனர். இறைச்சி உணவிற்கு அதிகமாகக் கறியினைப் பயன்படுத்தியதால் இறைச்சியே 'கறி' எனப் பின்னர் வழங்கப்பட்டது. வெள்ளை மிளகினைத் (வால்மிளகு) தமிழர் குறைவாகவே பயன்படுத்தியுள்ளனர்.

பழந்தமிழர் உணவு வகைகளைக் கூர்ந்து கவனித்தால் ஓர் உண்மை புலப்படும். தமிழர் உணவு முறைகளில் வறுத்தும், சுட்டும், அவித்தும் செய்யப்படும் உணவுப் பண்டங்களே அதிகமாக இருந்தன. எண்ணெய்யில் இட்ட பண்டங்கள் (குறிப்பாக வடை,

பஜ்ஜி, மிக்சர், காரச்சேவு போன்றவை) அண்மைக் காலங்களிலேயே மிக அதிகமாகப் பயன்படுத்தப்பட்டு வருகின்றன. இவற்றின் தயாரிப்பில் பயன்படுத்தப்படும் நிலக்கடலை எண்ணெய்யும் விசயநகர ஆட்சிக் காலத்திலேயே இங்கு அறிமுகமானது.

'லாலா மிட்டாய்க் கடை' என்பது புதுவகை உணவுகளைத் தமிழ்நாட்டில் அறிமுகம் செய்துவருகிறது. நாயக்க மன்னர்களின் காலத்தில் அவர்களால் தமிழ்நாட்டுக்கு அழைத்துவரப்பட்ட இந்தி பேசும் மக்கள் பிரிவினர், புதிய இனிப்பு வகைகளை அறிமுகப்படுத்தினர். சருக்கரை, கோதுமை, நெய், கடலைமா ஆகியனவே இவற்றின் மூலப் பொருள்கள். சருக்கரைக்குப் பதிலாகக் கருப்புக்கட்டி சேர்த்து நாடார் சாதியினர் வைக்கும் இனிப்புக் கடையை மிட்டாய்க் கடை என்றே சொல்வார்கள். கிராமப்புறத்து மக்கள் இனிப்பு விற்கும் கடைகளை 'அந்திக்கடை' (மாலை நேரத்துக்கடை) என்றே வழங்கி வந்தனர். லாலா, மிட்டாய் என்பன முறையே இந்தி, உருதுச் சொற்களாகும்.

கடந்த ஐம்பது ஆண்டுகளில் தமிழர் வீட்டுச் சமையலில் எண்ணெயின் பங்கு பெருமளவு அதிகரித்திருக்கிறது. எண்ணெய்ச் சுவையினை இக்காலத்தமிழர்கள் பெரிதும் விரும்புவதால், அவித்தும் வேகவைத்தும் எண்ணெயைச் சேர்க்காமலும் செய்யப்பட்ட உணவுப் பொருள்கள் வேகமாக மறைந்துவருகின்றன.

பொருளாதாரச் சந்தையில் எண்ணெய் வணிகம் முகுகிய இடத்தைப் பெறுகிறது. வல்லரசு நாடுகளின் கருவிகள் பலதரப் பட்டவை. அவற்றின் பொருளியல் ஆயுதங்களாகக் காப்பியும் தேநீரும் அவற்றின் துணைப் பொருளான சருக்கரையும் இன்று எல்லா வீடுகளிலும் நுழைந்துவிட்டன.

உணவு என்பது இன்று ஒரு குடும்பத்தின் பழக்கவழக்கமன்று. இனிமை ததும்பும் சருக்கரையானது கியூபா, பிலிப்பைன்ஸ் போன்ற நாடுகளின் வாழ்வுக்கான பற்றுக்கோடு. அமெரிக்கா போன்ற நாடுகளால் இச்சிறிய நாடுகள் ஒடுக்கப்படுவதற்கு அதே சருக்கரை ஒரு கொடுமையான பொருளாதார ஆயுதமாகவும் அமைகிறது. இந்த அரசியல் உண்மையை உணராத தமிழர்கள், உணவுப் பழக்கத்தில் உடல் நலத்தைக் கருதாது, நாவின் சுவையினையே சார்ந்து இருப்பது வீழ்ச்சிக்குரிய வழிகளில் ஒன்று.

உணர்வும் உப்பும்

'உப்புப் பெறாத வேலை' என்று ஒன்றுக்கும் பயனற்றதைக் குறிப்பிடுவார்கள் (உணர்ச்சியற்றவனை 'உப்புப் போட்டுத்தான் சாப்பிடுகிறாயா?' என்றும் கேட்பார்கள்). ஆனால் மனிதகுல வரலாற்றில் உப்புக்குத் தனி இடம் உண்டு. மனிதனின் நாகரிக வளர்ச்சியில் நெருப்பை உருவாக்கக் கற்றதுபோல, உப்பினைப் பயன்படுத்தக் கற்றதும் முக்கியத்துவமுடையதுதான். அப்போதுதான் வேதியியல் என்ற விஞ்ஞானம் தொடக்கம் பெறுகிறது.

உப்பு என்ற தமிழ்ச் சொல்லுக்குச் 'சுவை' என்பதே முதற்பொருள். இனிப்பு, கசப்பு, துவர்ப்பு என்று சுவைகளெல்லாம் உப்பு என்ற சொல்லை அடியாகக் கொண்டே பிறந்தவை. சமையலுக்குப் பயன்படுத்தப்படும் உப்பிற்கு 'வெள்ளுப்பு' என்று பெயர். பழந்தமிழ் நாட்டுப் பொருளாதாரத்திலும் தமிழ்ப் பண்பாட்டிலும் உப்புக்குத் தனி இடம் உண்டு. பழந்தமிழர்களால் சுவையின் சின்னமாகவும் வளத்தின் சின்னமாகவும் உப்பு கருதப்பட்டது. தன் உருவம் தெரியாமல் பிற பொருள்களோடு கலந்து பயன்தருவது 'வெள்ளுப்பு'.

செய்த வேலைக்கு மாற்றாக நெல்லும் (சம்பாவும்) உப்பும் (அளத்தில் விளைவது) கொடுத்த வழக்கத்தினால்தான் 'சம்பளம்' என்ற சொல் பிறந்தது என்பர். ஆங்கிலத்திலும் Salary என்ற சொல் Salt என்பதன் அடியாகப் பிறந்தது என்றும் கூறுவர்.

இன்றும் தமிழ்நாட்டில் பெரும்பாலான சாதியாரிடத்தில் புது மணமகள் தன் கணவன் வீட்டிற்குள் நுழையும்போது ஒரு சிறு ஓலைக்கூடையில் உப்பை எடுத்துக்கொண்டே நுழைகிறாள். அதுபோலவே புதுமனை புகுவிழாக்களில் உறவினர்கள் அரிசி யினையும் உப்பினையும் அன்பளிப்பாகக் கொண்டுவருவர். மதுரை மாவட்டக் கள்ளர்களில் ஒரு பிரிவினர், திருமணத்தை உறுதி செய்யும்போது மணமகன் வீட்டிலிருந்து அரிசியும் உப்பும் கொண்டுசெல்கின்றனர்.

ஒருவர் இறந்த எட்டாவது அல்லது பத்தாவது நாளில் இறந்தார்க்குப் படைக்கும் உணவுகளை உப்பில்லாமல் செய்யும் வழக்கம் இன்னமும் பல சாதியாரிடத்து இருக்கின்றது. உப்பு

உறவின் தொடர்ச்சிக்கு உள்ள ஒரு குறியீடு ஆகும். இறந்தாரோடு உள்ள தொடர்பை அறுத்துக்கொள்ளவே இவ்வாறு செய்கிறார்கள். உப்பு நன்றி உணர்ச்சியின் தோற்றுவாயாகவும் கருதப்படுகிறது. 'தின்ற உப்பிற்குத் துரோகம் செய்வது' என்பது நன்றி மறந்ததனைக் காட்டும் வழக்குமொழி.

நன்றி கெட்ட விதுரா - சிறிதும்
நாணமற்ற விதுரா
தின்ற உப்பினுக்கே - நாசம்
தேடுகின்ற விதுரா

என்று பாஞ்சாலி சபதத்தில் பாரதி இந்த நம்பிக்கையைப் பதிவு செய்கிறான்.

பழந்தமிழ்நாட்டின் மிகப்பெரிய சந்தைக்குரிய உற்பத்திப் பொருளாக உப்பு விளங்கியிருக்கிறது. கடற்கரையில் விளையும் உப்பினை வண்டிகளில் ஏற்றிச் செல்லும் 'உமணர்' என்ற வணிகர் களைப் பற்றிய செய்திகள் சங்க இலக்கியத்தில் காணப்படுகின்றன. கிறித்துவுக்கு முற்பட்ட காலத்தைச் சேர்ந்த அழகர்மலைத் தமிழ்க் கல்வெட்டு, உப்பு வணிகன் ஒருவனையும் குறிக்கிறது. உப்பு விளையும் களத்திற்கு 'அளம்' என்றும் பெயர். பெரிய உப்பளங்களுக்கு அரசர்களின் பட்டப்பெயர்களைச் சூட்டியிருக் கிறார்கள். அவை பேரளம், கோவளம் (கோ+அளம்) என்று வழங்கப்பட்டுள்ளன. சோழ, பாண்டிய அரசர்கள் உப்புத் தொழிலை அரசின் கட்டுக்குள்ளேயே வைத்திருந்திருக்கிறார்கள். "ஜடாவர்மன் திரிபுவனச் சக்ரவர்த்தி சுந்தர பாண்டியன்' காலத்தில் (கி.பி. 1268) அதும்பூர் என்னும் ஜனனாதப் பேரளம், செல்லூர் என்னும் அநபாய சோழப் பேரளம், இடையன்குழி என்னும் இராஜேந்திர சோழப் பேரளம், கூடலூர் என்னும் ராஜநாராயணப் பேரளம், திருநல்லூர் என்னும் கிடாரம் கொண்ட சோழப் பேரளம், வெண்ணாரிகன் சுழி என்னும் ஏழிசை மோகன் பேரளம், சூரைக் காமு என்னும் ஆளப்பிறந்தான் பேரளம் அகியவற்றிலிருந்து உப்பு விற்கையில், ஒரு உறை உப்புக்கு ஒரு உழக்கு உப்பு என்னும் விகிதத்தில் சேகரித்துத் திருவதிகை திருவீரட்டானேஸ்வரர் கோயில் திருவமுது படிக்கும் கோயில் சீரமைப்பிற்கும் நிவந்தமாக அளிக்கப்பட்டிருக்கின்றன" என்று தொல்லியல் அறிஞர் நடன. காசிநாதன் எடுத்துக்காட்டுகிறார்.

போக்குவரத்து வசதிகள் பெருகாத காலத்தில் உப்பின் விலையும் அதிகமாகவே இருந்திருக்கிறது. 'நெல்லின் நேரே வெண்கல் உப்பு' என்று பெண் ஒருத்தி விலை கூறி உப்பு விற்பதனைச் சங்க இலக்கியத்தில் பார்க்கிறோம். சோழர் காலத்திலும் நெல்லின் விலையும் உப்பின் விலையும் அருகருகு இருந்தன என்று கல்வெட்டுக்களிலிருந்து தெரிகிறது. இன்றைய பொருளாதாரக் கணக்கில் உப்பின் விலை இப்போது உள்ளதைவிட ஐந்து மடங்கு அதிகமாக இருந்ததாகக் கொள்ளலாம். உப்பு உலோகத்தை அரிக்கும் தன்மை கொண்டதனால் 'மரவை' எனப்படும் மரச் சட்டியிலும் 'கல்மரவை' எனப்படும் மாக்கல் சட்டியிலும் வீடுகளில் உப்பு இட்டு வைக்கப்பட்டிருக்கிறது. இப்பாத்திரங்கள் இப்போது பண்பாட்டு எச்சங்களாக விளங்குகின்றன.

தமிழ்நாட்டின் சமூகப் படிநிலைகளை அடையாளம் காட்டும் பொருள்களில் ஒன்றாகவும் உப்பு விளங்கியுள்ளது. ஆக்கிய சோற்றோடு உப்பைச் சேர்த்து உண்பது ஒரு வழக்கமாகும். சாதிய ஒடுக்குமுறை கடுமையாக இருந்த காலத்தில் ஒடுக்கப்பட்ட சாதியார், சோறு உலையில் இருக்கும்போதே அதில் உப்பையிடும் வழக்கத்தைக் கொண்டிருந்தனர். இலையில் தனியாக உப்பிட்டு உண்ணும் வழக்கம் மேட்டிமையின் சின்னமாகக் கருதப்பட்டது போலும்.

உப்பு வரிக்கு எதிராகக் காந்தியடிகள் சட்டமறுப்பைத் தொடங்கிய காரணம், உப்பு அனைத்து மக்களையும் (சாதி, சமயம், வர்க்கம் தாண்டி) பாதிக்கக்கூடியது என்பதுதான். உப்பிற்கு இருக்கும் பண்பாட்டு முக்கியத்துவத்தையும் குறியீட்டுச் சிறப்பினையும் சுட்டி, 'உப்புக்கு வரிபோடும் அரசும் ஓர் அரசா?' என்று கேள்வி எழுப்பி, ஆங்கிலேய அரசு ஆளத் தகுதியற்றது என அதன் தகுதிப்பாட்டைக் கேள்விக்குள்ளாக்கியது தேசிய இயக்கம்.

காந்தியடிகளின் உப்புச் சத்தியாக்கிரகமும் தண்டி யாத்திரையும் இந்திய அரசியல் வரலாற்றின் அழுத்தமான பக்கங்களாகும். தண்டி யாத்திரை நடந்த குசராத்தில் சில ஆண்டுகளுக்கு முன், வெளிநாட்டு நிறுவனமான 'கார்கில்' கம்பெனிக்கு மைய அரசு உப்புத் தயாரிக்க அனுமதி வழங்கியது. குசராத் மக்கள் ஜார்ஜ் பெர்னாண்டஸ் தலைமையில் இந்த அனுமதியை எதிர்த்துக்

கிளர்ச்சி செய்ததும் இறுதியில் 'கார்கில்' நிறுவனம் பின்வாங்கியதும் இந்திய வரலாற்றின் வெப்பம் மிகுந்த பக்கங்களாகும்.

உணவும் நம்பிக்கையும்

மனிதனின் அடிப்படைத் தேவைகளான உணவும் நீரும் உலகின் எல்லா நாகரிகங்களிலும் தனித்த இடத்தைப் பெறுகின்றன. தமிழர் பண்பாட்டிலும் உணவு பல்வகையான நம்பிக்கைகளுக்குக் களனாக அமைந்திருக்கிறது.

உணவு சார்ந்த நம்பிக்கைகள் பலவகையாகும். நேரம், கிழமை, பருவகாலம், சடங்குகள், பயணம், விழாக்கள் ஆகியவை சார்ந்து உணவுசார் நம்பிக்கைகள் அமைகின்றன. விலக்கப்பட்டவை, விதிக்கப்பட்டவை என்ற இருபெரும் பகுப்பில் இவற்றை அடக்கலாம்.

புலால் உண்ணும் சாதியாரும் குறிப்பிட்ட சில நாள்களில் புலால் உணவை விலக்குகின்றனர். வெள்ளி, செவ்வாய் ஆகிய நாள்களில் சிலர் புலால் உணவை விலக்குவர். சிலர் சனிக்கிழமைகளில் மட்டும் விலக்குவர். ஆவணி மாத ஞாயிற்றுக்கிழமைகளிலும் புரட்டாசி மாதச் சனிக்கிழமைகளிலும் சிலர் தவிர்த்துவிடுவர். புரட்டாசி அல்லது கார்த்திகை மாதங்களில் முழுமையாகப் புலால் மறுப்பது சிலரது வழக்கம். ஊர்த் திருவிழாவிற்குக் காப்புக் கட்டிய அல்லது கொடியேற்றிய நாள் தொடங்கி விழா முடியும் வரை சிலர் புலால் விலக்குவர்.

அமாவாசை, பௌர்ணமி (கார்உவா, வெள்உவா) நாள்களில் பொதுவாகப் பெண்கள் புலால் உணவு விலக்கும் வழக்கம் உடைய வர்கள். இம்மரபுகளை அடியொற்றித் தமிழ்க் கிறித்தவர்களும் 'லென்ட்' (lent) எனப்படும் நோன்புக் காலத்தில் புலால் உணவை அறவே விலக்குவது சில இடங்களில் வழக்கமாக உள்ளது. இந்த நோன்புக்காலம் என்பது இயேசுநாதர் சிறைப்பட்டது முதல் உயிர்த்தெழுந்தது வரையிலான 40 நாள்களாகும். கிறித்தவ முதியவர் சிலர், இயேசுநாதர் சிலுவையில் மரித்தது ஒரு வெள்ளிக்கிழமை என்பதால் அந்த நாளில் புலால் விலக்கும் வழக்கம் உடையவர்களாக இருக்கின்றனர். கத்தோலிக்கக் கிறித்தவர்களிடையேதான் பெரும் பாலும் இவ்வழக்கத்தைக் காணமுடிகிறது. இரவில், 'உப்பு' என்ற சொல்லைச் சொல்லக்கூடாது. இரவிலே அடுத்த வீட்டாருக்கு

மோர் கொடுத்தல் கூடாது. தவிர்க்க முடியாத நேரத்தில் சிறிது வெள்ளை உப்பினை அதற்கு மாற்றாக வாங்கிக்கொண்டு கொடுக்கலாம். புதுமனைக்கு உள்ளே மணமகள் முதலில் கொண்டு செல்ல வேண்டிய பொருள் உப்புதான். இவை உப்பு குறித்த சில நம்பிக்கைகள். உப்பு, உறவுக்கும் செழிப்புக்கும் அடையாளமாகக் கருதப்பட்டது. எனவே சில சாதியார் இறந்தார்க்குப் படைக்கும் உணவில் உப்புச் சேர்ப்பதில்லை.

விருந்தாளிகளுக்குப் படைக்கும் உணவில் பாகற்காய், பயறு வகைகள், அகத்திக்கீரை ஆகியவற்றைச் சேர்ப்பதில்லை. இறப்பு நிகழ்ந்த வீடுகளில் அன்றும் மறுநாளும் உணவில் அகத்திக்கீரை சேர்ப்பர். அகத்திக்கீரையும் பயறு வகைகளும் இறப்போடும் இறந்தவர் உணவோடும் தொடர்புபடுத்தப்படுகின்றன. எனவே அவற்றை விருந்தாளிகளுக்குப் படைப்பதில்லை. தென் மாவட்டங் களில் 'பயறு அவித்தல்' என்பது இறப்பைக் குறிக்கும். விழாக் காலங்களிலும் உணவில் பயறு வகைகள் (கடலை, தட்டை) பெரும்பாலும் தவிர்க்கப்படுகின்றன.

தொன்மையான பயிர் வகைகளில் ஒன்றான சுரையின் காயினைப் புலால் போன்றது எனக் கருதித் தமிழ்நாட்டு பிராமணர் முற்றிலுமாக விலக்கிவிடுகின்றனர். புலால், மீன் ஆகியவற்றோடு சேர்க்கப்படும் காய்கறி இது. ஆதலால் இதனை விலக்குகின்றனர் போலும்.

போக்குவரத்து வசதி பெருகாத காலங்களில் பயணத்தின்போது இரண்டு அல்லது மூன்று பொழுதுக்குக் கட்டுச்சோறு கட்டிக் கொண்டு செல்லும் வழக்கம் இருந்தது. காட்டுவழியில் உள்ள தெய்வங்களும் ஆவிகளும் கட்டுச்சோற்று உணவைத் தீண்டாமல் பாதுகாக்க, சோற்றின்மீது ஒரு அடுப்புக்கரித் துண்டினை உடன்வைத்துக் கட்டுவர்.

பெரும்பாலான சாதியார் விருந்தாளிகளுக்கு உணவு பரிமாறும் போது முதலில் உப்பினை வைப்பர். ஒன்றிரண்டு சாதிகளில் முதலில் சோற்றினை வைக்கும் வழக்கமுண்டு.

இவையேயன்றித் தெய்வங்களும் விழா நாள்களும் நோன்பு நாள்களும் வெவ்வேறு வகையான உணவுகளோடு தொடர்பு படுத்தப்படுகின்றன. மார்கழி மாதத்தின் திருவாதிரை நாள்

சிவபெருமானுக்கு உரியதாகக் கருதப்படுகிறது. அந்நாளில் உளுந்து மாவினால் செய்த களி வீட்டு உணவில் சிறப்பிடம் பெறுகிறது. 'திருவாதிரைக்கு ஒருவாய் களி' என்பது தென் மாவட்டங்களில் பெருக வழங்கும் சொல்லடை. கார்த்திகை மாதத்துக் கார்த்திகை நாள் முருகனுக்கு உரிய திருநாள். அந்நாளில் கார்த்திகைப் பொரியும் இடித்த மாவினால் ஆன பிடிகொழுக்கட்டையும் விளக்கு முன் படைக்கப்படுகின்றன. பிள்ளையார் வழிபாட்டிற்கு உரிய கொழுக்கட்டை மோதகம் எனப்படும். அது அரைத்த மாவில் உள்ளே இனிப்பிட்டுச் செய்யப்படுவது. மாசி மாதத்தில் வரும் சிவராத்திரியில் அரிசியை இடித்துச் செய்யும் உலர்ந்த அவல் சிறப்பான உணவாகக் கருதப்படுகிறது. தென் மாவட்டங்களிலும் கேரளத்திலும் சித்திரை முதல் நாள் திருநாளாகக் கருதப்படுகிறது. அந்த நாளுக்கு உரிய உணவு, ஊறவைத்து இனிப்பிட்ட அரிசி அவல். ஆடிமாதப் பதினெட்டாம் பெருக்கன்று உளுந்து முதலான பல புஞ்சைத் தானியங்களையும் திரித்து இனிப்புக் கூட்டிச் செய்த ஒரு வகைப் பாயாசம் சிறப்புச் சிற்றுணவாகக் கருதப்படுகின்றது. இதனைக் கும்மாணம்' என்பர் (இதுவே இலக்கியத்தில் 'கும்மாயம்' எனப்படும்). நயினார் நோன்பு எனப்படும் சித்திரகுப்த நயினார் நோன்பு அன்று (சித்திரை முழுநிலவுக்கு மறுநாள்) காலை உணவில் எள் அல்லது எள்ளுப் பிண்ணாக்கு, கருப்புக் கட்டி ஆகியவை உணவோடு சேர்த்துப் பரிமாறப்படுகின்றன. அகத்திக் கீரை யினையும் பயறு வகைகளையும்போல, எள்ளும் இறப்போடும் இறப்புச் சடங்குகளோடும் தொடர்புபடுத்தப்பட்ட ஒரு தானிய மாகும். இறந்த மனிதனின் பாவ புண்ணியக் கணக்குகளைப் பதிவு செய்து கடவுளிடம் ஒப்படைக்கும் பொறுப்புடையவர் சித்திர குப்தன். எனவே இறப்போடு தொடர்புடைய எள்ளுப் பிண்ணாக்கு அவருக்கு உரிய நாளில் படைக்கப்படுகிறது.

ஆடி அறுதி எனப்படும் ஆடிமாதக் கடைசி நாளிலும் தைப் பொங்கலுக்கு மறுநாளான கரிநாளிலும் விருப்பத்துடன் புலால் உண்ணுவது தமிழர் வழக்கமாகும்.

மகப்பேற்றுத் தீட்டுக் கழிக்கும் நாளில் விளக்கு முன்னர்ப் படைக்கப்படும் உணவினை ஆண்கள் பார்ப்பதும் உண்பதும் கூடாது. இது சடங்கு சார்ந்த உணவாகும். இதனைப்போலவே 'ஔவையார் நோன்பு' எனப் பெண்கள் மட்டும் கூடி நடத்தும்

வழிபாட்டில் படைக்கும் அவித்த உணவு வகைகளும் ஆண்களின் பார்வையில் படக்கூடாது என்னும் நம்பிக்கை பெண்களிடம் ஆழமாக வேரூன்றியுள்ளது.

எண்ணெய்

தமிழர்களின் உணவுப் பழக்கவழக்கத்தில் இன்றியமையாது இடம்பெறும் பொருள்களில் ஒன்று எண்ணெய். வனஸ்பதி, சளம்பனை எண்ணெய் (பாமாயில்) ஆகியவை மிக அண்மைக் காலத்தில் தமிழர் சமையலில் செல்வாக்குப் பெற்றுள்ளன. பழந்தமிழர் பயன்படுத்திய எண்ணெய் வித்துக்கள் எள், ஆமணக்கு, வேம்பு, புன்னை, இலுப்பை ஆகியனவே. பின்னர் தேங்காயும் 15ஆம் நூற்றாண்டுக்குப் பிறகு நிலக்கடலையும் எண்ணெய் வித்தாகப் பயன்படுத்தப்பட்டு வருகின்றன.

'எண்ணெய்' என்பது எள்ளிலிருந்து பெறப்படும் நல்லெண் ணெயை மட்டுமே முதலில் குறித்தது. பாலிலிருந்து பெறப்படும் நெய்யிலிருந்து வேறுபடுத்த, இதை 'எள் நெய்' என வழங்கினர். கிறித்துவின் சமகாலத்திலும் அதற்கு முன்னரும் பசுநெய், எருமை நெய், நல்லெண்ணெய் ஆகியவையே தமிழர் சமையலில் பயன் பட்டு வந்திருக்கின்றன. இவற்றுள் நல்லெண்ணெய் தலையில் தேய்த்துக்கொள்ளவும் பயன்பட்டது. 'பாறு மயிர்க்குடுமி எண்ணெய் நீவி' (புறம்) என வரும் தொடரால் தலையில் நல்லெண்ணெய் தேய்க்கும் வழக்கம் அக்காலம் தொட்டு வழக்கில் இருந்ததை அறிகிறோம். பனையும் எள்ளும் தமிழகத்தின் தொன்மையான புன்செய்க் காட்டுப் பயிர்கள். இவையிரண்டும் ஒரே நிலத்தில் பயிராவன என்பதும் குறிப்பிடத்தக்கது.

ஆமணக்கு வித்தினைச் செக்கிலிட்டு ஆட்டிப் பெறப்பட்ட விளக்கெண்ணையும் வேப்பெண்ணெயும் தலையில் தேய்த்துக் கொள்ளவும் மருந்துப் பொருளாகவும் பயன்படுத்தப்பட்டன. புன்னை எண்ணெயும் விளக்கெண்ணெயும் விளக்கு எரிக்க மட்டுமே பயன்படுத்தப்பட்டன.

கி.பி. 15ஆம் நூற்றாண்டுக்குப் பின்னரே 'மணிலா' எனப்படும் நிலக்கடலை பயிரிடப்பட்டு, எண்ணெய் வித்தாகப் பயன்படுத்தப் பெற்றிருக்கிறது.

பக்தி இயக்கம் தோன்றிய காலத்தில் பார்ப்பனர் வீடுகளிலும்

கோயில்களிலும் பாலிலிருந்து பெறப்பட்ட நெய் மட்டுமே சமையலுக்குப் பயன்படுத்தப்பட்டிருக்கின்றது. சங்க இலக்கியத்தில் கூட, பார்ப்பனர் வீடுகளில் மாதுளங்காயினை நெய்யிலே பொரித்த செய்தி கூறப்பட்டுள்ளது. பக்தி இயக்கக் காலத்தில் சாதியப் படிநிலைகள் கடுமையாக வகுக்கப்பட்டபோது, செக்கினைத் தொழிற் கருவியாகக்கொண்டு எண்ணெய் எடுக்கும் சாதியார் கீழ்ச்சாதியாகக் கருதப்பட்டனர். 13ஆம் நூற்றாண்டு வரையிலான கல்வெட்டுக்கள் இவர்களைச் சக்கரப்பாடியார், சங்கரப்பாடியார் என்று குறிக்கின்றன. கி.பி. 12ஆம் நூற்றாண்டில் எழுந்த தாராசுரம் கோயிற் சிற்ப வரிசையில் கலியநாயனார் செக்காட்டும் சிற்பமும் செதுக்கப்பட்டுள்ளது.

இடைக்காலத்தில் எண்ணெய் அமங்கலப் பொருளாகக் கருதப்பட்டது. எண்ணெய் விற்போர் எதிரில் வருவது நல்ல சகுனம் இல்லை எனவும் கருதப்பட்டது. இக்காலத்தில் எண்ணெய் விற்கும் சாதியார், 'செட்டியார்' என்ற சாதிப் பெயரை இட்டுக் கொள்கின்றனர். அக்காலத்தில் அவர்களுக்குச் 'செக்கார்' என்றும் பெயருண்டு.

சோழ, பாண்டியப் பேரரசர்கள் காலத்தில் எண்ணெய் உற்பத்தி அரசால் கட்டுப்படுத்தப்பட்டிருக்கிறது. கல்லினால் ஆன மிகப் பழைய செக்குகள் எழுத்துக்களோடு கிடைத்துள்ளன. தருமபுரி மாவட்டக் கல்வெட்டு ஒன்றில் 'இறையமன் இட்ட செக்கு' என்ற தொடர் காணப்படுகிறது.

மதுரை மாவட்டம் கருங்காலக்குடியில் 'ஸ்ரீ வழுதி வளநாட்டு மிழலூர் அப்பனுழஞ் சுரபி நாட்டு நெல்வேளூர்ப் பொற்கொடி வீரர் பேரால் இட்ட செக்கு' என்ற கற்பொறிப்புடன் கூடிய ஒரு செக்கு கண்டுபிடிக்கப்பட்டு, இப்பொழுது மதுரை திருமலை நாயக்கர் மகாலில் வைக்கப்பட்டுள்ளது. இவற்றிலிருந்து அரசியல் அதிகாரிகளே கல்செக்கு அமைக்கும் உரிமையினைப் பெற்றிருந் தனர் எனத் தெரிகிறது. எளிய குடிகள் தம் தேவைக்கு மரச்செக்கு களைப் பயன்படுத்தியிருக்க வேண்டும். செக்கின் மீது இடப்பட்ட வரி 'செக்கிறை' என்றும் 'செக்காரப் பாட்டம்' என்றும் கல்வெட்டுக் களில் பலமுறை குறிப்பிடப்படுகிறது.

பிற்காலக் கல்வெட்டுக்களில் கோயில்களின் எண்ணெய்த் தேவைக்காக, கோயில்களுக்கு இலுப்பைத் தோப்புகள் இருந்ததனை

அறிகிறோம். புன்னைக்காய் எண்ணெயினை அடித்தளத்து மக்கள் நிறையப் பயன்படுத்தியிருக்க வேண்டும் எனத் தெரிகிறது. அண்மைக்காலம் வரை மாட்டின் காம்புகளில் புன்னைக்காய் எண்ணெயே தடவப்பட்டுப் பால் கறக்கப்பட்டது.

தேங்காயிலிருந்து பெறப்படும் எண்ணெய் இரண்டு வகையாகத் தயாரிக்கப்படுகிறது. தேங்காயைப் பூவாகத் துருவி நீர் சேர்த்து அரைத்துப் பாலாக்கி அந்தப் பாலை அடுப்பிலிட்டுக் காய்ச்சி எடுக்கப்படுவது தேங்காய் நெய் ஆகும். இது மேல் சாதியினரின் வீடுகளில் வழக்கமாக இருந்தது. இதன் தயாரிப்புச் செலவும் அதிகம். தேங்காயை வெயிலில் இட்டுக் காயவைத்து, செக்கிலிட்டு ஆட்டி எண்ணெய் எடுப்பது மற்றொரு முறை. பக்தி இயக்கக் காலத்தில்கூடக் கோயில்களில் தேங்காய் எண்ணெய் பயன்படுத்தப்பட்டதாகத் தெரியவில்லை. சமையலுக்குப் பசு நெய்யும் விளக்கெரிக்கப் பசு நெய்யும் இலுப்பை எண்ணெயும் பயன்படுத்தியுள்ளனர்.

சமையலில் கடலை எண்ணெயைப் பயன்படுத்தும் வழக்கம் விசயநகரப் பேரரசு காலத்திலேயே ஏற்பட்டது எனக் கொள்ளலாம். இறந்தவர்களின் நினைவைக் கழிக்கும் வண்ணம் எண்ணெய் தேய்த்துக் குளிப்பதும் இக்காலத்திலேயே தோன்றியிருக்க வேண்டும். பழைய நூல்களிலும் கல்வெட்டுக்களிலும் இவ்வழக்கம் இருந்ததற்கான சான்றுகள் கிடைக்கவில்லை.

சோறு விற்றல்

சோறு, அவிழ்பதம் ஆகிய இரண்டு சொற்களும் பழைய இலக்கியங்களில் வழங்குகின்றன. இன்று நெல்லரிசிச் சோறு மட்டுமே சோறு என்ற பொருளில் வழங்கப்படுகிறது. ஆனால் புஞ்சை நிலத்தில் வாழும் மக்கள் கம்பு, சோளம், குதிரை வாலி ஆகிய தானியங்களைச் சமைத்து உண்ணும்போது கம்பஞ்சோறு, சோளச்சோறு, குதிரை வாலிச்சோறு என்றே கூறுகின்றனர். அதுவும் அன்றிக் கற்றாழையின் சதைப்பற்றினையும் பனை, தென்னை ஆகிய மரங்களில் திரட்சியில்லாத சதைப்பற்றினையும் ‘சோறு’ என்றே வழங்குவர்.

‘அரிசி’ என்னும் சொல்லும் நெல் அரிசியை மட்டுமல்லாது, அவித்து உண்ணும் சிறிய தானியங்கள் அனைத்தையும் குறிக்கும்.

'அரி' என்னும் வேர்ச்சொல்லுக்குச் 'சிறிய' என்பதே பொருள் (அரி மணல், அரி நெல்லிக்காய்). வெள்ளைப் பூண்டின் சிறிய கீற்று களையும் வெள்ளைப் பூண்டு அரிசி என்று பெண்கள் கூறும் வழக்கமுண்டு.

இன்று எல்லா ஊர்களிலும் உணவு விற்கும் கடைகள் உள்ளன. சில ஊர்களில் குடிநீரும் விற்பனைப் பொருளாகிவிட்டது. தமிழர் பண்பாட்டில் 'சோறும் நீரும் விற்பனைக்கு உரியவையல்ல' என்ற கருத்து இலக்கியங்களைக் கூர்ந்து நோக்கும்போது தெரிகிறது. வறியார்க்குச் சோறிடுதல் அறம் என்கிற கோட்பாடு மட்டுமே திரும்பத் திரும்ப வலியுறுத்தப்படுகிறது. கிராமப்புறங்களில் ஊர் மடத்தில் (சாவடி) வழிச் செல்வோர் யாரும் உண்ணாமல் இரவில் படுத்திருந்தால் ஊர்க்காரர்கள் 'இரவுச்சோறு' கொடுக்கும் வழக்கம் ஐம்பது அறுபது ஆண்டுகளுக்கு முன்புவரை நடைமுறையில் இருந்திருக்கிறது. தங்கள் இடத்தில் இரவில் பசியோடு யாரும் உறங்கச் செல்வது தங்களுக்கு மானக்கேடு என்று கருதியுள்ளனர். சிறுகுடிக் கிழான் பண்ணன் வறியார்க்குச் சோறளித்த செய்தி சங்க இலக்கியத்தில் பேசப்படுகிறது. 'உயிர் மருந்து' எனச் சோற்றினை வருணிக்கும் மணிமேகலை வறியவர்க்கும் ஊனமுற்றோர்க்கும் கைவிடப்பட்டவர்க்கும் நோயாளிக்கும் உணவளிக்க வேண்டும் என்று வலியுறுத்துகிறது. தமிழ்நாட்டில் புகுந்த சமண சமயமும் நால்வகைக் கொடைகளில் (சோறு, மருந்து, கல்வி, அடைக்கலம்) உணவுக் கொடையையே முதலாவதாகப் பேசுகிறது. அன்னதானம் செய்யும் வழக்கம் சமணர்களால் தமிழ்நாட்டில் அறிமுகப்படுத்தப் பட்டதாகும். பக்தி இயக்கத்தின் எழுச்சியோடு கோயில்களில் அடியார்க்கு உணவு வழங்கப்பட்டிருக்கிறது என்பதனை 'அன்னம் பாலிக்கும் தில்லைச் சிற்றம்பலம்' என வரும் அப்பர் தேவாரத்தால் அறியலாம்.

ஒன்பதாம் நூற்றாண்டு முதல் நெடுவழிகளில் அமைந்த தாவளங்களையும் (சத்திரங்களையும்) மடங்களையும் காண்கிறோம். விசயநகர மன்னர் வருகைக்குப் பின்னர் கி.பி. 15ஆம் நூற்றாண்டு அளவில்தான் சத்திரங்களில் சோறு விற்கப்பட்ட குறிப்புகளைக் காணமுடிகிறது. பிற்காலச் சோழர் கல்வெட்டுகளில் கோயில் களிலும் மடங்களிலும் 'சட்டிச் சோறு' வழங்கிய செய்தி குறிக்கப் படுகிறது. இவ்வழக்கம் 18ஆம் நூற்றாண்டின் நடுப்பகுதி வரை

நடைமுறையில் இருந்துள்ளது. அக்காலம் வரை சோறும் நீரும் மட்டுமே இந்த விற்பனை விதிவிலக்கைப் பெற்றிருக்கின்றன. சாலையோரக் கடைகளில் பிற உண்பண்டங்கள் விற்கப்பட்ட செய்தி சிலப்பதிகாரத்திலேயே பதிவாகி இருக்கிறது.

இதுவன்றி, 'பெருஞ்சோறு' என்னும் சொல்லும் இலக்கியங்களில் காணப்படுகிறது. இது அரசன் போருக்குச் செல்லுமுன் வீரர் அனைவரோடும் கூடி உண்டதைக் குறிக்கிறது. எனவே இது ஒரு போர்ச்சடங்கு நிகழ்ச்சியாகச் செய்யப்பட்டது எனத் தோன்றுகிறது. இந்த உணவு, ஊனும் சோறும் கலந்தது என்பதனை 'ஊன்துவை அடிசில்' என்று குறிக்கிறது பதிற்றுப் பத்து.

விசயநகரப் பேரரசுக் காலம் தொடங்கித் தமிழ்நாட்டுச் சத்திரங்களில் சோறு விற்கப்பட்டு, பின்னர் ஆங்கிலேயர் ஆட்சிக் காலத்தில் 'ஹோட்டல்' எனப்படும் உணவு விடுதிகள் தொடங்கப் பட்டன. கடந்த நூற்றாண்டின் பிற்பகுதியில்தான் நகரங்களிலும் சிறு நகரங்களிலும் காசுக்குச் சோறு விற்கும் கடைகள் உண்டாயின. அப்பொழுதும்கூட, பிராமணரும் பிராமணரை அடுத்த மேல் சாதியினரும் முசுலிம்களும் தங்கள் தங்கள் சாதியினருக்கு மட்டுமே உரிய உணவகங்களை நடத்தி வந்திருக்கின்றனர். நாட்டு விடுதலைக்குப் பின்னரே பிற சாதியார் உணவகம் நடத்தும் தொழிலை மேற்கொள்ளத் தொடங்கினர். நாட்டு விடுதலைக்குப் பின்னரும் பிராமணர் மட்டும் உண்ணும் உணவகங்கள் இருந்தன. அவற்றை எதிர்த்துப் பெரியார் ஈ.வெ.ரா.வின் தொண்டர்கள் மறியல் செய்தபின் அவ்வழக்கம் கைவிடப்பட்டது நாமறிந்த செய்தியே.

பிச்சை

முகத்தில் சோகம் இழையோடப் பல்லைக் காட்டியும் தாழ் மொழிகளைச் சொல்லியும் கைவிரித்து நீட்டியும் பிச்சையெடுத்தல் மிகக் கேவலமான செயலாகத் தமிழ்ச் சமூக அமைப்பில் கருதப்பட்டது. 'கேட்க வாயில்லாத பசுவிற்குத் தண்ணீர் கேட்டுப் பிச்சையெடுப்பதும் கேவலமானது' என்கிறார் திருவள்ளுவர்.

ஆவிற்கு நீரென்று இரப்பினும் நாவிற்கு
இரவின் இளிவந்தது இல்

என்பது திருக்குறள். இன்றும்கூடப் 'பிச்சைக்காரப்பயல்', 'பிச்சை

யெடுக்கப் போ' என்ற தொடர்கள் வசையாகவே பயன்படுத்தப் படுகின்றன.

'இரவலர்' என்பது சங்க இலக்கியத்தில் ஏழையரான கலைஞர்களைக் குறிக்கவே வந்துள்ளது. ஏன் என்றால், எதுவும் இன்றிப் பிச்சையெடுத்தல் என்ற வழக்கம் தமிழ்நாட்டில் இருந்ததாகத் தெரியவில்லை. சமண மதத்தின் துறவிகள் மூலமாகவே இவ்வழக்கம் பரவியிருக்கவேண்டும். சமண மதக் கருத்துகளை அறிந்த திருவள்ளுவர்தான் 'பிட்சை' என்ற வடசொல்லுக்கு நேரான தமிழ்ச் சொல்லாக 'இரத்தல்' என்பதைப் பயன்படுத்துகிறார். முற்றும் துறந்த துறவிகள் பசித்தபோது பிச்சையெடுப்பதைச் சமண மதம் அனுமதித்தது. இல்லறத்தார் அவர்களுக்குப் பிச்சை யிடுவதைப் பெரும் பேறாகக் கருதவும் வைத்தது. பௌத்த மதத் துறவிகளும் பிச்சை ஏற்று வாழ்ந்தனர். கௌதம புத்தரும் பிச்சை ஏற்று உண்டிருக்கிறார்.

வறுமை காரணமாகப் பிச்சையேற்று உண்ணும் நிலைக்கு வந்த யாரும் அதைத் தாம் பிறந்து வளர்ந்த ஊரில் செய்வதில்லை. மரபுவழி வந்த 'மானம்' என்னும் சமூக மதிப்பீடே இதற்குக் காரணமாகும். ஒவ்வொரு ஊரிலும் முகமறியாத தூரத்து ஊரில் இருந்து வந்தவர்களே பிச்சையெடுப்பது வழக்கம். இவர்களைக் குறிக்கவே 'பரதேசி' (பிறதேசம் அல்லது பகுதியைச் சேர்ந்தவர்) என்ற சொல் உருவாகியது.

முதன்முதலாக, பிச்சையெடுப்பதை நிறுவன ரீதியாகச் சமண மதமே அங்கீகரித்தது. அம்மதமே நால்வகைத் தானங்களில் ஒன்றாக அன்னதானத்தையும் ஆக்கியது. ஆடையில்லாத சமணத் துறவிகள் பிச்சைகேட்டு வரும்போது பெண்கள் கதவை அடைத்துக் கொண்டு வீட்டுக்குள் ஓடியுள்ளனர். 'காவிசேர்கண் மடவார் கண்டோடிக் கதவடைக்கும் கள்வனானேன்' என்று திருநாவுக்கரசர், தாம் திகம்பர சமணராகப் பிச்சையெடுத்த வரலாற்றைப் பாடுகிறார்.

சமண மதத்தைச் சாய்த்தெழுந்த சைவ மதமும் 'பிச்சை' என்ற கோட்பாட்டைப் பின்னர் ஓரளவு ஏற்றுக்கொண்டது. சிவபெருமான் ஆடையின்றி, தாருகாவனத்தில் பிச்சையெடுக்கச் சென்றதாகக் கதைகள் புனையப்பட்டன. தமிழ்நாட்டு வைணவமும் பிற்காலத்தில் துறவிகள் பிச்சையெடுத்து உண்பதை

அனுமதித்தது (ஆயினும் நிர்வாணத்தை அங்கீகரிக்கவில்லை). இராமாநுசர் போன்ற வைணவப் பெருந்துறவிகள் பிச்சையேற்று நின்றிருக்கின்றனர். சமண, பௌத்த மதத்துறவிகள் வெந்த உணவை மட்டும் பிச்சையேற்றிருக்கின்றனர். பிச்சையேற்பது ஆணாக இருந்தாலும் பிச்சையிடும் பணி பெண்களுக்கு உரியதாகவே அமைந்திருந்தது. மணிமேகலை காட்டும் 'அமுதசுரபி' எனும் பாத்திரத்தில் ஆதிரை என்னும் பெண்ணே முதலில் சோற்றுப் பிச்சை இடுகிறாள். பெண்ணின் கையினால் பிச்சை பெறுவதால் பிச்சைக்கு 'மாதுகரம்' என்ற வடமொழிப் பெயரையும் இட்டு அழைத்தனர். 'உடையவர் மாதுகரத்துக்கு எழுந்தருளினார்' என்பது வைணவ வழக்கு.

பழங்குடி மக்களிடத்தில் பிச்சை எடுக்கும் வழக்கம் இல்லை. சமத்துவமற்ற, நாகரிகமடைந்த (?) சமூகங்களில் மட்டுமே பிச்சை எடுக்கும் வழக்கம் தோன்றியிருக்கிறது. எல்லா வகையான உற்பத்தி உறவுகளிலிருந்தும் விலகி நின்ற துறவிகளுக்கு அது தேவையாக இருந்ததனால் சமயங்களின் வளர்ச்சியோடு பிச்சை எடுக்கும் வழக்கத்துக்குச் சமய அங்கீகாரமும் கிடைத்திருக்கிறது. தமிழ்நாட்டில் 'பிச்சை' புகுந்த கதை இதுதான்!

தெங்கும் தேங்காயும்

தமிழ்நாட்டில் இன்று பரவலாகக் காணப்படும் மரங்களில் ஒன்று தெங்கு. கடற்கரைப் பகுதி தொடங்கி மலையடிவாரம் வரை தென்னந்தோப்புகள் பரவலாகக் காணப்படுகின்றன. மிக நீண்ட காலம் வாழும் பயிரினங்களில் இதுவும் ஒன்று. தென்னை மரத்தின் வயதைக் கணக்கிட அதன் உயரமும் கணுக்களும் அளவாகக் கொள்ளப்படுகின்றன.

தமிழர்களின் அன்றாட உணவிலும் தேங்காய் இடம் பெறுகிறது. கோயில் வழிபாடுகளில் அர்ச்சனைக்குரிய பொருள்களில் இது தவறாமல் இடம்பெறுகிறது. இஃதன்றி, பிள்ளையார் கோயில் களிலும் சிறுதெய்வக் கோயில்களிலும் தேங்காயை விடலையாக எறிவதும் (உடைப்பதும்) நாள்தோறும் நடைபெறுவதாகும். நாட்டுப்புற வழிபாடுகளில் தென்னம்பாளை (தென்னம்பூரி) செழிப்பின் சின்னமாகத் தவறாது இடம்பெறுகிறது. உயிர்ப் பொருள்களின் விரைவான வளர்ச்சியைக் குறிக்க இன்றும் 'கிணற்றடித் தென்னை'யைப் பேச்சு வழக்கில் உவமையாகக்

கூறுவர். எனவே இதனைத் தமிழர் வாழ்வில் இரண்டறக் கலந்த பயிரினம் எனலாம்.

பயிரியல் ஆராய்ச்சியாளர்கள், வங்கக் கடல் தீவுகளிலிருந்து கடல்வழியாகத் தென்னை தமிழ்நாட்டில் பரவி இருக்கலாம் எனக் கருதுகின்றனர். தென்தமிழ்நாட்டில் யாழ்ப்பாணம் தேங்காய் மிகச் சிறப்பாகப் பேசப்படுகின்றது. யாழ்ப்பாணம் தேங்காயின் மிகப்பெரிய ஓடுகளைப் பிச்சைக்காரர்கள் திருவோடாகப் பயன்படுத்துகின்றனர்.

இத்தகைய சிறப்பு வாய்ந்த இப்பயிர் பற்றிய குறிப்பு தொல் காப்பியத்திலும் சங்க இலக்கியத்திலும் ஒன்றுகூட இல்லை என்பதுதான் மிகுந்த வியப்புக்குரியது. கி.பி. ஏழாம் நூற்றாண் டளவில் எழுந்த பக்தி இலக்கியத்திலும் கோயில்களில் தேங்காய் உடைத்தல் பற்றிய குறிப்புகளே இல்லை. ஆயினும் அக்காலத்தில் தமிழ்நாட்டில் தெங்கு நன்கு அறிமுகமாகியிருந்த பயிர்தான். முதலாம் நந்திவர்மனின் கி.பி. ஏழாம் நூற்றாண்டைச் சேர்ந்த தண்டந்தோட்டம் செப்பேடுகளில் ‘இம்மனை உள்ளிட்ட தெங்கும் பனையும் ஈழவர் ஏறப்பெறாராகவும்’ என்ற செய்தி காணப்படுகிறது. ‘தெங்கு நின்ற நந்தவனம்’ என்ற தொடரையும் முதன்முதலாக இக்காலத்திலேதான் காண்கிறோம். எனவே, அக்காலத்தில் தமிழ்நாட்டின் பழைய மரமான பனை போலவே தென்னையும் ஓலைக்கும் கள்ளுக்கும் சமையல் கூட்டுக்கும் விறகுக்குமான பயிரினமாகக் கருதப்பட்டு வந்துள்ளது. கி.பி. 10ஆம் நூற்றாண்டுக் கல்வெட்டுக்களில் கோயிலுக்குரிய படையல் பொருள்களில் ஒன்றாக வாழைப்பழம் பேசப்படுகிறது. ஆனால், கோயிலுக்குள் தேங்காய் படையல் பொருளாகக் கொள்ளப்படவில்லை என்று தெரிகிறது. எனவே, பின்னர் வந்த விசயநகரப் பேரரசின் ஆட்சிக் காலத்திலேயே தேங்காய் இறைவனுக்குரிய படையல் பொருளாக ஆக்கப்பட்டுள்ளது.

இன்று உள்ள நாட்டுத்தென்னை வகைகளுள் ஒன்றின் பெயர் ‘நக்கவாரி’ என்பதாகும். நக்கவாரம் என்பது நிக்கோபார்த் தீவு. இது முதலாம் இராசேந்திரனால் வெற்றிகொள்ளப்பட்டதாகும். ‘தேனமர் பொழில்சூழ் மாநக்கவாரம்’ என்பது அவனது மெய்க்கீர்த்தித் தொடர். நக்கவாரித் தென்னை அவனது படையெடுப்பின் விளைவாகத் தமிழ்நாட்டிற்குக் கொண்டுவரப்பட்ட வகையாக

இருக்கலாம். (அதியமான் மரபினர் வெளிநாட்டிலிருந்து கரும்புப் பயிர்கொண்டு வந்ததைச் சங்க இலக்கியம் குறிப்பிடுகிறது. சீனாப்புல், சீனாக்காரம், சீனாக் கற்கண்டு, சீனாப்பட்டு, சீனாப் பொம்மை, சீனாக் களிமண் என்பன போலப் பிறநாடுகளிலிருந்து ஏராளமான பொருள் வகைகளும் பயிர் வகைகளும் அறிமுக மாகியுள்ளன).

தென்னை ஓலைகளைக்கொண்டு அழகுபடப் பந்தல் அமைக்கும் கலையும் வளர்ந்திருக்கிறது. மதுரைப் பெருநகரத் திற்குள் இவ்வகையான பந்தல் அமைத்தவர்கள் வாழ்ந்த தெரு 'தென்னோலைக்காரர் தெரு' என்ற பெயரில் இன்றும் விளங்குகிறது. தென்னைகள் நிறைந்த தஞ்சை மாவட்டத்தில் இன்னும் இக்கலை உயிருடன் விளங்குகிறது.

தெங்கும் பனையும் ஏறித் தொழில் செய்யும் சாதியாரை வட மாவட்டங்களில் 'ஈழவர்' என்ற பெயரில் பல்லவர் செப்பேடு குறிப்பிடுகின்றது. இப்பிரிவினரே இன்று 'கிராமணி' என அழைக் கப்படுகின்றனர். தென்னை வளம் மிகுந்த கேரளத்தில் தென்னைத் தொழில் செய்யும் பிரிவினர் இன்றளவும் ஈழவர் என்றே அழைக் கப்படுகின்றனர். (தென் மாவட்டங்களில் பனையும் பனைத் தொழிலுமே மிகுதி. பனைத் தொழிலாளர் 'நாடார்' என்ற பெயரில் அழைக்கப்பட்டனர்).

உரலும் உலக்கையும்

மனிதன் கல்லிலேதான் முதன்முதலாகப் பொருள்களைச் செய்யத் தொடங்குகின்றான். ஆராய்ச்சி அறிஞர்கள் அக் காலத்தைக் 'கற்காலம்' என்கிறார்கள். நினைவறியாக் காலத்தைச் சேர்ந்தது கற்கால நாகரிகம் என்றுதான் பெரும்பாலோர் கருது கின்றனர். ஆனாலும்கூட அம்மி, உரல், ஆட்டுரல், திரிகை என்று கற்கால நாகரிகத்தின் சுவடுகள் நம்மிடையே இன்றும் வாழ்ந்து கொண்டுதான் இருக்கின்றன.

கையினால் பற்றிக்கொள்ள ஒன்றும் அடிப்பகுதி ஒன்றுமாக இந்தக் கற்கருவிகள் எல்லாம் இரண்டு பொருள்களின் சேர்க்கை யாக அமைகின்றன. அம்மிக்கும் ஆட்டுரலுக்கும் கற்குழவிகள், திரிகைக்கு மூடியும் இரும்புக் கைப்பிடியும் - இவை அரைப்புக் கருவிகள். உரலின் துணைக்கருவி உலக்கை. உலக்கை கருங்காலி

மரத்தினால் செய்யப்பட்டது. இதன் அடிப்பகுதி இரும்புக் குப்பியால் ஆனது. மேற்பகுதியில் இரும்பினாலான பூண் கட்டப் பட்டிருக்கும். உலக்கையின் சராசரி நீளம் நான்கு அடியாகும். இது குற்றுக் கருவி. அவல் இடிப்பதற்கு இன்றளவும் உரலும் உலக்கையுமே பயன்படுகின்றன. எனவே, இது இடிப்புக் கருவியும் ஆகும். சில இடங்களில் உரலுக்கு மேலே தானியங்கள் சிதறாமல் இருக்க மூங்கிலாலோ பிரம்பினாலோ வட்ட வடிவ மறைப்பினைச் செய்து உரலின்மீது அதற்கென வெட்டப்பட்ட காடியின்மீது வைக்கிறார்கள். அடிப்பகுதியும் மேற்பகுதியும் இல்லாத இதற்குக் 'குந்தாணி' என்று பெயர். (காலும் தலையும் தெரியாமல் குண்டாகக் கனத்துத் தெரியும் பெண்களைக் குந்தாணி என்று கேலி செய்வதுண்டு).

முல்லை நில வாழ்க்கையில் நெல்லும் புல்லுமான சிறிய வகைத் தானியங்களின் உறையினை நீக்குவதற்கு மனிதன் கண்டு பிடித்த கருவிதான் உரலும் உலக்கையும். பண்டைக்காலத் தொழில் நுட்பத்தின் எளிமையான வெளிப்பாடு உலக்கை.

தொடக்கக் காலத்தில் பாறைகளில் தானியங்களைக் குவித்து வைத்து மர உலக்கையால் குற்றியிருக்கிறார்கள். பாறைகள் நிறைந்த பகுதிகளிலும் மலைப்பகுதிக் கிராமங்களிலும் இப்படிப்பட்ட பாறைக் குழிகளையும் இவ்வழக்கத்தினையும்கூட இன்றும் காண முடிகிறது.

வட்ட வட்டப் பாறையிலே
வரகரிசி தீட்டயிலே
ஆருதந்த சோமன் சேலை
ஆலவட்டம் போடுதடி

என்ற நாட்டார் பாடல் இதற்குச் சான்றாகும். நெல் வகைகளையும் புல் வகைகளையும் அரிசியாக்குவதை, குற்றல், தட்டல் என்ற இரண்டு வினைச் சொற்களால் குறிக்கின்றனர். குற்றிய தானியத்தை உமியும் தவிடும் நீங்கப் புடைத்துச் சலிப்பதைத் 'தீட்டல்' என்ற சொல் குறிக்கின்றதுபோலும். குற்றித் தட்டிய தானியத்தின் அளவும் நிறையும் குறைவதுண்டு. கல்வெட்டுக்களில் 'பத்தெட்டுக் குற்றல் அரிசி' என்பது போன்ற குறிப்புகள் வருகின்றன. பத்துப்படி அளவு அரிசியை மீண்டும் குற்றிய பின் எட்டுப்படி தரமான அரிசி கிடைக்கும் என்பது இதன் பொருள். இந்த அளவு கூடினால்

சரியாகக் குற்றவில்லை என்றும் குறைந்தால் நெல் தரமானது இல்லை என்றும் கொள்ளப்படும். உமியும் தவிடுமாக இப்படிக் குறைகிற அளவிற்குப் 'பாடுவாசி' என்பது பெயர்.

கனமான நான்கு அடி நீள உலக்கையைக் கொண்டு கல்லுரலில் குற்றுதல் கடுமையான உடல் உழைப்பிற்குரிய தொழிலாகும். எனவே, குற்றும்போது பெண்கள் 'உஸ்', 'உஸ்' என்ற சத்தத்தை இசை ஒழுங்காகக் களைப்புத் தெரியாமல் இருப்பதற்காக எழுப்பு கின்றனர். சில பகுதிகளில் 'சும்மேலோ, சும் உலக்காய்' என்று சொல்கின்றனர். முற்காலத்தில் ஆண்கள் பாடும் படகுப் பாட்டு போலப் பெண்கள் உலக்கைப் பாட்டு பாடியிருக்கிறார்கள். இதற்கு 'வள்ளைப் பாட்டு' என்று பெயர்.

மலைபடுகடாம், 'தினை குறு மகளிர் இசைபடு வள்ளையும்' (342) என்று வள்ளைப் பாட்டின் இனிமையினைக் குறிப்பிடுகிறது. வள்ளைப் பாட்டுகளின் இலக்கியப் பெருமையை இளங்கோவடிகளும் மாணிக்கவாசகரும் நன்றாக உணர்ந்திருந்தனர். புகார் நகரத்துப் பெண்கள் கரும்பு உலக்கை கொண்டும் மதுரை நகரத்துப் பெண்கள் பவள உலக்கை கொண்டும் வஞ்சி நகரத்துப் பெண்கள் சந்தன உரலிலும் முத்துக்களைக் குற்றுவதாக இளங்கோவடிகள் குறிப்பிடுகிறார் (சிலம்பு: வாழ்த்துக் காதை).

மணிவாசகரோ, 'திருப்பொற்சுண்ணம்' என்ற பகுதியில் சிவபெருமான் நீராட வாசனைப் பொடியை உரலிலிட்டு இடிக்கும் பெண்கள் பாடுவதாகப் பத்துப் பாடல்கள் பாடியுள்ளார்.

வள்ளைப்பாட்டுப் பாடும் பெண்கள் பாட்டின் நடுவில் தம் காதலன் பெயரையும் சேர்த்துப் பாடுவார்கள். அதைப் பிறர் கண்டுபிடித்துக் கேலி பேசுவர் அல்லது அலர் எழுப்புவர் எனக் குறுந்தொகைப் பாடல் நமக்குச் செய்தி தருகிறது (89).

அகன்ற வலிய காலை உடைய உரல் *(பணைத்தாள் அன்ன பாவடி உரல் - குறு 89), அவல் இடிக்கும் கரிய வயிரம் பாய்ந்த உலக்கை (பாசவல் இடித்த கருங்காழ் உலக்கை - குறு 238) என்று உரல் உலக்கையின் அமைப்புப் பற்றிய குறிப்புக்களும் நமக்குக் கிடைக்கின்றன. கருங்காழ் என்பதனால் உறுதியான கருங்காலி மரத்தில் செய்யப்பட்ட உலக்கையாகவும் இருக்கலாம்.

உரல், உலக்கை பற்றிய நம்பிக்கைகளும் தமிழ் மக்களுக்கு

நிறையவே இருந்திருக்கின்றன. உலக்கையை எப்போதும் நட்ட மாகவே சுவரில் சார்த்தி வைக்க வேண்டும். தரையில் கிடத்தக் கூடாது. பூப்பெய்திய பெண்ணை வீட்டின் ஒரு மூலையில் உட்காரவைத்து (இரும்புப்) பூண் கட்டிய உலக்கையினை அவளுக்குக் குறுக்காகக் கிடைவசத்தில் வைப்பார்கள். இது தீய ஆவிகளிடம் இருந்து அப்பெண்ணைக் காப்பதாக நம்புகிறார்கள். வாழ்வரசிப் (சுமங்கலி) பெண்கள் உரலின்மீது உட்காரக்கூடாது. விதவைப் பெண்களை உரலைக் குப்புறக் கவிழ்த்து அதில் உட்கார வைத்து நீராட்டித் தாலியைக் கழற்ற வேண்டும்.

பெருஞ்சமய நெறிகளுக்குள்ளும் உரல் பற்றிய நம்பிக்கைகள் உண்டு. கல்வெட்டுக் குறிப்புக்களிலிருந்து, கோயில்களில் நெல் குற்றும் பணியை மிக வறிய நிலையில் இருந்த பெண்களே செய்திருக்கின்றனர் எனத் தெரியவருகிறது. இன்றளவும் கோயில் களில் மகப்பேற்று வயது கடந்த பெண்களே நெல் குற்றும் பணிக்கு அமர்த்தப்படுகின்றனர். சிவ தீட்சை, வைணவ தீட்சை பெற்றவர்கள் இறக்கும்போது 'தீட்சை இறக்குதல்' என்ற ஒரு சடங்கு நடைபெறுகிறது. உரலைக் குப்புறக் கவிழ்த்துப்போட்டு இறந்தவர் உடம்போடு நூலேணி இட்டு அவர் பெற்ற தீட்சையை உரல் வழியாகப் பூமிக்குள் இறக்கிவிடுவதாக நம்புகின்றனர்.

மசாலைப் பொடிகள் இடிக்கும் சிறிய உலக்கைக்குக் 'கழுந்து' (உலக்கைக் கொழுந்து) என்று பெயர். இரண்டடி நீளமே உள்ள இதில் இரும்புப் பூணோ குப்பியோ இருக்காது; வடமொழி தெரியாததனால் 'உலக்கைக் கொழுந்து' என ஏசப்பட்ட ஒருவர், வஞ்சினத்துடன் வடமொழி கற்று 'முசல கிசலயம்' (உலக்கைக் கொழுந்து) என்ற பெயரில் தத்துவ நூல் ஒன்று செய்ததாக வைணவ மரபுக் கதை ஒன்று கூறுகிறது.

கண்ணனுக்கு மூத்தவனாகக் கருதப்படும் பலராமன் என்ற தெய்வம், ஒரு கையில் உலக்கையினை ஏந்தியிருக்கிறது. இந்தத் தெய்வத்திற்கு வடமொழியில் வழங்கப்படும் பெயர்களில் முசலி என்பதும் ஒன்றாகும். தமிழ்நாட்டில் மிக அரிதாக வழங்கும் 'முத்துலக்கையன்' என்ற பெயர் இத்தெய்வத்தையே குறிப்பதாகும்.

சிறுதெய்வங்களின் உணவு

தமிழ்நாட்டின் பெரும்பாலான மக்களின் வழிபாட்டுக்குரிய

னவாக இருப்பன சிறு தெய்வங்களே. 'சிறு தெய்வம்' என்ற சொல்லாட்சி முதன்முதலில் அப்பர் தேவாரத்தில் காணப்படுகிறது. எனவே, இப்பெயர் வழக்கு 'மேலோர் மரபு' சார்ந்ததாகும். வழிபடும் மக்களுக்கு இவை தெய்வங்களே.

சிறுதெய்வங்கள் எனச் சுட்டப்படுவனவற்றின் அடிப்படையான அடையாளங்கள் அவற்றைப் பிராமணர் பூசிப்பதில்லை என்பதும் அவை இரத்தப் பலி பெறுவன என்பதும்தாம். 'பலி' என்பது வடமொழிச் சொல். படைக்கப்படுதல் என்பது அதன் பொருள். தமிழ்நாட்டில் ஆயிரக்கணக்கான சிறுதெய்வங்கள் உள்ளன. சிறுதெய்வக் கோயில் இல்லாத கிராமமே இல்லை எனலாம். இவற்றில் செம்பாதிக்குமேல் தாய்த் தெய்வங்கள்.

சிறுதெய்வக் கோயில்களில் பெண் தெய்வங்களின் (அம்மன்) கோயில்கள் பெரும்பாலும் வடக்கு நோக்கி அமைந்திருக்கின்றன. ஆண் தெய்வங்களின் கோயில்கள் பெரும்பாலும் கிழக்கு நோக்கி அமைந்திருக்கின்றன. இத்தெய்வங்கள் பெரும்பாலும் சினங் கொண்ட (உக்கிர) நிலையில்தான் அமைந்திருக்கின்றன. எனவே இவற்றை அமைதிப்படுத்த இரத்தப் பலி தருவது மரபாக இருந்து வருகிறது.

பிராமணர், சைவ வேளாளர் தவிர்த்த எல்லாத் தமிழ்ச் சாதியார் குடும்பங்களும் ஏதேனும் ஒரு சிறுதெய்வ வழிபாட்டில் தொடர்பு உடையவையே. எனவே, சிறுதெய்வ வழிபாட்டிற்குரிய மக்கள் அனைவரும் புலால் உண்ணும் சாதியினரே. எனவே, இரத்தப் பலி இக்கோயில்களில் தவறாது இடம்பெறுகிறது.

மேற்கூரையுடைய சிறுதெய்வக் கோயில்களில் மட்டும் கல்லினாலான சிறிய பலிபீடங்கள் உள்ளன. இக்கோயில்களில் ஆட்டுக்கடா, சேவல், எருமைக்கடா, பன்றி ஆகியவை பலியிடப் படுகின்றன. விதிவிலக்காக ஒரு சில கோயில்களில் பெண் ஆடு பலியிடப்படுகிறது. இதுவல்லாமல் ஆட்டுக்கடா, ஆண் பன்றி, எருமைக் கடா, சேவல் என ஆண் மிருகங்களும் பறவைகளுமே பலியிடப்படுகின்றன.

பெரும்பாலான கோயில்களில் ஆட்டுக்கடாயின் தலை அறுக்கப்பட்டுப் பலிபீடத்தின்மீது வைக்கப்படுகிறது. சில இடங்களில் ஆட்டின் கால்களில் ஒன்று அறுக்கப்பட்டு ஆட்டின்

வாயில் அதைக் கவ்வுமாறு கொடுத்துப் பலிபீடத்தில் வைப்பர். சேவலைப் பலியிடும்போது அவ்வாறு செய்வதில்லை. மாறாக, சேவலின் தலையில்லா உடம்பினை ஒரு குச்சியில் செருகி, தெய்வத்தின் முன் வைக்கின்றனர். பன்றி வளர்க்கும் சாதியாரே பெரும்பாலும் பன்றியைப் பலியிடுகின்றனர்.

தென் மாவட்டங்களில் உக்கிரம் மிகுந்த பெண் தெய்வங்களுக்கு இரத்தப் பலியிடும் முறை சற்று அச்சம் தருவதாக அமைகின்றது. நிறை சினையாக உள்ள ஒரு ஆட்டைக் கொண்டுவந்து பெண் தெய்வத்தின் முன் நிறுத்துவர். வேல் போன்ற ஒரு கருவியினால் ஆட்டின் வயிற்றைக் குத்திக் கிழித்து அதன் உள்ளே இருக்கும் குட்டியை எடுத்துப் பலி பீடத்தின்மீது வைக்கின்றனர். குத்திக் கிழிப்பதனால் பெண்ணாடும் இறந்துவிடும்; குட்டியும் இறந்து விடும். இவ்வாறு பலியிடுவதைச் 'சூலாடு குத்துதல்' என்பர். குற்றுயிராகப் பலிபீடத்தின்மீது இளங்குட்டியை வைத்தலை 'துவளக்குட்டி கொடுத்தல்' என்பர். (துவளும் குட்டி' என்பதே துவளக் குட்டியாயிருத்தல் வேண்டும்). சூலாடு குத்துவதற்கு முன்னர் பெண்களையும் குழந்தைகளையும் அவ்விடத்தில் இருந்து அப்புறப்படுத்திவிடுவர்.

பன்றியைப் பலிகொடுக்கும்போது, சில இடங்களில் தலையை வெட்டாமல் பன்றியை மல்லாக்கக் கிடத்தி அதன் மார்பைப் பிளந்து இதயத்தை எடுத்துப் பலிபீடத்தின்மீது வைக்கும் வழக்கம் உள்ளது. சில இடங்களில் சாமியாடிகள் பலியிடப்பெறும் விலங்குகளின் இரத்தத்தைக் குடிப்பதுண்டு. அவ்வாறு இரத்தம் குடிக்காத கோயில்களில் தெய்வத்தின் முன் படைக்கப்பட்டிருக்கும் உணவுப் பொருள்களின்மீது அந்த இரத்தம் தெளிக்கப்படும்.

சினம் மிகுந்த ஆண்தெய்வக் கோயில்களில் கோயிலுக்குச் சற்றுத் தள்ளி இருட்டில் சென்று சாமியாடுபவர் சோற்றுத் திரளை களை ஆகாயத்தில் எறிகிறார். அவ்வாறு வீசி எறிய சாமியாடி கைகளை உயர்த்தும்போதே இருட்டில் மேலிருந்து வந்து தெய்வங்கள் அள்ளிக்கொண்டு போய்விடுகின்றன என்பது நம்பிக்கை. தெய்வங்களின் 'அருளாட்சி எல்லைக்கு' உட்பட்ட பகுதிகளிலேயே சாமியாடி ஊர்வலம் வருகிறார். அவ்வாறு வரும்போது சந்திகளில் ஆகாயத்தை நோக்கி முட்டை எறிவதும் உண்டு.

நிலத் தொழிலாளர்கள் வணங்கும் சிறுதெய்வங்களில் சில, ஊறவைத்த அரிசியினையும் முளைகட்டிய பயறு வகைகளையும் படையலாகப் பெறுகின்றன. இவ்வகையான தெய்வங்கள், சமைத்த உணவினைப் படையலாகப் பெறுவதில்லை. இவை உணவு சேகரிப்புச் சமூகத்தில் பிறந்த தெய்வங்களாக இருக்கவேண்டும்.

ஊர்த் தெய்வங்களுக்கோ, சாதித் தெய்வங்களுக்கோ, குல தெய்வங்களுக்கோ நடைபெறும் திருவிழாக்களில் பொங்கலிடும் மரபும் உண்டு. அனைவரும் ஒரே நேரத்தில் பொங்கலிடுகின்றனர். எரிபொருளாகப் பனை ஓலைகளை மட்டும் பயன்படுத்தும் வழக்கமே பரவலாகக் காணப்படுகிறது. பொங்கல் படையலும் இரத்தப் பலியும் சில கோயில்களில் சேர்ந்தே தரப்படுகின்றன. அவ்வகையான கோயில்களில், பலியிடப்படும் விலங்கின் இரத்தத்தைப் படைக்கப்படும் உணவின்மீது தெளிப்பது வழக்கமாக இருக்கிறது. பொங்கலையும் இரத்தப் பலியையும் தனியாக நடத்தும் கோயில்களில் பொங்கல் படையலைச் 'சைவப் படைப்பு', 'ஆசாரப் படைப்பு', 'சுத்தப் படைப்பு' என்று அழைக் கின்றனர். இரத்தப் பலியோடு கூடிய படைப்பு 'மாமிசப் படைப்பு' என்று அழைக்கப்படுகிறது.

ஒரு கோயில் வளாகத்தில் பல சிறுதெய்வங்கள் இருக்கும்போது ஐயனார் போன்ற ஒன்றிரண்டு தெய்வங்கள் இரத்தப் பலி பெறாத சுத்தமுகத் தெய்வமாக இருக்கும். இரத்தப் பலி தரும்போது அத்தெய்வங்களின் சந்நிதியைத் திரையிட்டு மறைத்துவிடுவது வழக்கம்.

குமரி மாவட்டத்தில் சிறுதெய்வக் கோயில் திருவிழாக்கள் சிலவற்றை 'ஊட்டுக் கொடுத்தல்' (உணவு கொடுத்தல்) என்றே கூறுகின்றனர். பொதுவாக, இரத்தப் பலி கொடுப்பது திருவிழாவின் முடிவு நிகழ்ச்சியாகவே அமைகின்றது.

தாய்த் தெய்வங்கள் தம் மக்களைக் காக்க, அரக்க வடிவிலான தீமையை ஆயுதந்தாங்கிப் போரிட்டு அழிக்கின்றன. விசயதசமி எனப்படும் புரட்டாசி மாத வளர்பிறைப் பத்தாம் நாளில் எருமைத் தலை அரக்கனைத் தாய்த் தெய்வம் போரிட்டு அழிக்கின்றது. இச்சடங்கு ஒரு பாவனையாக, பெரும்பாலும் கோயிலுக்குச் சற்றுத் தள்ளி அமைந்த ஒரு திடலில் நடக்கிறது. இந்தப் போர் நிகழ்ச்சி முடிந்தவுடன் போரிட்ட களைப்புத் தீர, தாய்த் தெய்வத்திற்கு

உழுந்தஞ் சுண்டலும் பானக்காரமும் படைக்கப்படும். தென் மாவட்டங்களில் ஒன்றிரண்டு கோயில்களில் மட்டுமே இது காணப்படுகிறது. பானக்காரம் என்பது புளியும் கருப்புக் கட்டியும் நீரில் கரைத்து ஆக்கப்பட்ட நீர் உணவு. அக்காலத்துப் போர்க்களத்தில் களைப்படைந்த வீரர்களுக்குத் தரப்பட்ட உணவாக இது இருந்திருக்கலாம்.

சிறுதெய்வ வழிபாட்டின் பல கூறுகள் தமிழர்களின் போர் நெறிகளோடு தொடர்புடையனவாகத் தோன்றுகின்றன. உழுந்தும் பானக்காரமும்கூட அப்படி வந்த உணவுப் பழக்கம் என்றே கொள்ள முடிகிறது.

* குறுந்தொகைப் பாடல் 89 பாவடி உரல் என்றுதான் தொடங்குகிறது. பணைத்தாள் அன்ன என்ற சொல் அந்தப் பாடலில் காணப்படவில்லை.

- பதிப்பாசிரியர்

வீடும் வாழ்வும்

நகர நாகரிக மேட்டிமையின் அடையாளங்களில் ஒன்றாக இன்று நாடு முழுவதும் கற்காறை (கான்கிரீட்) வீடுகள் உருவாகி வருகின்றன. 'தனி வீடு' என்னும் உணர்வு ஒரு வெறியாக மாறி, எல்லாரையும் பிடித்து ஆட்டுகிறது. உலக வங்கியின் வழியாகப் பன்னாட்டு மூலதனம் 'குறைந்த வட்டி' என்னும் தூண்டிலைப் போட்டு, 'வீடுகட்டக் கடன்' என்னும் பெயரில் ஏழை நாடுகளைச் சுரண்டி வருகிறது.

காலனிய ஆட்சியின் தொடக்கப் பகுதியில் தமிழ் நாட்டில் 90 விழுக்காட்டு மக்கள் பனை, தென்னை, புல் வகைகள் வேய்ந்த கூரை வீடுகளில்தான் வாழ்ந்தனர். இவ்வீடுகளின் சுவர்கள் குடிசை களாக இருந்தால் செங்கல் இல்லாத மண் சுவர்களாகவும் சற்றே பெரிய இரண்டு அறை வீடுகள் சுடப்படாத செங்கல் சுவர்களோடும் அதைவிடப் பெரிய வீடுகள் சுட்ட செங்கல்லால் கட்டப்பட்டவையாகவும் அமைந்திருந்தன. இந்தத் தொழில் நுட்பம் வெப்ப மண்டலப் பகுதியிலுள்ள எல்லா நாடுகளுக்கும் பொருந்தும். இந்த வீடுகளைப்பற்றி நாம் சொல்லக்கூடிய ஒரே குறைபாடு அவை கழிவறை வசதி இல்லாதவை என்பதுதான். 'கழிவறை' என்ற கோட்பாடும் இடவசதியும் வெப்ப மண்டலப் பகுதியான தமிழ்நாட்டில் இல்லை. (எனவே மலம் அள்ளும் சாதியாரும் தமிழ்நாட்டில் தோன்றவில்லை).

'வீடு' என்ற சொல் தொழிற்களத்தில் இருந்து 'விடுபட்டு' நிற்கும் இடத்தையே முதலில் குறித்தது. 'விடுதி' என்னும் சொல்லும் அந்தப் பொருளில் வந்ததுதான். பிற்காலத்தில் மேலோர் மரபில் 'வீடு' என்பது மண் உலகத்திலிருந்து விடுபட்டுச் சேர்கிற 'துறக்க'த்தை (சொர்க்கம்) குறிக்க வந்ததாகும்.

சங்க இலக்கியத்தில் 'வீடு' என்பதற்குப் பதிலாக 'மனை' என்ற சொல்லே காணப்படுகிறது. உண்டு, உறங்கி, இனம் பெருக்கும் இந்த இடத்துக்குரியவள் 'மனைவி எனப்பட்டாள்.

நிலத்தில் எல்லாப் பகுதிகளிலும் தெய்வங்கள் உறைகின்றன. எனவே, வீடு கட்டவிருக்கும் நிலத்தில் முளை அறைந்து, கயிறு

கட்டி கயிற்றின் நிழல் வழியாகத் திசைகளைக் குறித்துக்கொள்ள வேண்டும். அந்தந்தத் திசையிலுள்ள தெய்வங்களைக் கண்டறிந்து அவற்றிற்கு வேண்டுவன செய்ய வேண்டும். பின்னரே அந்த நிலத்தில் வீடு கட்டத் தொடங்க வேண்டும் என்பது பழந்தமிழர் நம்பிக்கை.

> நூலறி புலவர் நுண்ணிதிற் கயிறிட்டு
> தேயம் கொண்டு தெய்வம் நோக்கி
> பெரும்பெயர் மன்னர்க்கு ஒப்பமனை வகுத்து

என்கிறது நெடுநல்வாடை.

மனைத் தெய்வங்களையும் திசைத் தெய்வங்களையும் வேண்டி அமைதிப்படுத்தும் (சாந்தி செய்யும்) இந்தச் சடங்குக்குத் 'தச்சு செய்தல்' என்பது இன்றைய பெயராகும்.

'தோட்டம் இல்லவள் ஆத்தொழு ஓடை துடைவை என்றிவை யெல்லாம், வாட்டம் இன்றி உன் பொன்னடிக் கீழே வளைப்பகம் வகுத்துக் கொண்டிருந்தேன்' என்பது பக்தி இயக்கம் கிளர்ந்த காலத்தில் பெரியாழ்வர் பாசுரமாகும். 'சுகஜீவனம்' அக்காலத்தில் எவ்வாறிருந்தது என்பதனை இப் பாசுரத்தில் உணர முடிகிறது. இதே காலத்தைச் சேர்ந்த, இரண்டாம் நந்திவர்மனின் தண்டந் தோட்டம் செப்பேட்டால் மற்றுமொரு செய்தியினை அறிகிறோம். பார்ப்பனர் 308 பேருக்கு அரசன் ஒரே செப்பேட்டின்வழி 'பிரம்ம தேயம்' வழங்குகிறான். இதன்படி அரசன் அளித்த உரிமைகளில் சில: 'சுட்டிட்டிகையால் மாடமாளிகை எடுக்கப் பெறுவதாகவும் துரவு கிணறு இழிச்சப் பெறுவதாகவும்.'

அதாவது, சுட்ட செங்கலால் வீடு கட்டிக்கொள்ளவும் வீட்டிற்கு மாடி எடுத்துக் கட்டவும் வீட்டுத் தோட்டத்தில் கிணறு வெட்டிக்கொள்ளவும் அக்காலத்தில் அரசர்களின் அனுமதி வேண்டும். அந்த அனுமதி பார்ப்பனர்களுக்கு வழங்கப்பட்டிருந்தது. பார்ப்பனர்களின் தீட்டுக் கோட்பாட்டை அரண் செய்வதற்கும் பேணிக்கொள்வதற்கும் ஒவ்வொரு வீட்டிலும் தனித்தனியாகக் கிணறுகள் இருப்பதனை இப்பொழுதும் பார்ப்பனத் தெருக்களில் (அக்கிரகாரங்களில்) காண இயலும். இந்த உரிமையினை அரசர்கள் மற்ற சாதியாருக்கு வழங்கவில்லை.

சாதிவாரியாக வீடு கட்டும் உரிமைகள் அரசர்களால் வகுக்கப்

பட்டிருந்ததை அறியப் பல சான்றுகள் கிடைக்கின்றன. பழனிக் கருகிலுள்ள கீரனூர்க் கல்வெட்டு 12ஆம் நூற்றாண்டில் அப்பகுதியில் வாழ்ந்த இடையர்களுக்கு அரசன் சில உரிமைகள் வழங்கியதைக் குறிப்பிடுகின்றது. அவ்வுரிமைகளில் ஒன்று, வீட்டிற்கு இருபுறமும் வாசல் வைத்துக் கட்டிக்கொள்ளலாம் என்பதாகும். அப்பகுதியில் அதுவரை அவர்களுக்கு அந்த உரிமை இல்லை.

காலனிய ஆட்சியின் தொடக்கம்வரை தமிழ்நாட்டு வீடுகளில் பெரும்பாலானவை ஓலைக் கூரை அல்லது புற்கூரை கொண்டிருந்ததை முன்பே குறிப்பிட்டோம். ஒடுக்கப்பட்ட மக்களின் வீடுகள் இன்றளவும் குனிந்த வாசல் உடையனவாகவும் பின்புற வாசலும் சன்னலும் இல்லாதனவாகவும் இருப்பதனை நினைவில்கொள்ள வேண்டும்.

நிறைவாசல் (ஆள் நிமிர்ந்தபடி உள்ளே செல்லும் உயரத்தில் இருப்பது), சன்னல்கள், பின்புற வாசல், மாடி, இரட்டைக் கதவு வைத்தல், சுட்ட செங்கல்லால் சுவர் ஆகியவை தனித்தனி உரிமைகளாக, சாதிவாரியாக அடுக்கப்பட்டிருந்ததே தமிழக வரலாற்றில் சாதியம் தொழிற்பட்ட முறைக்குக் கண்கண்ட சான்றாகும்.

சமூக, பொருளாதார ரீதியில் எளிய மக்கள், 'குடியிருப்பு' பற்றிய விரிந்த சிந்தனைகள் இல்லாமல்தான் வாழ்ந்தனர். 'எனக்கும் சொத்து இருக்கிறது' என்ற உணர்வை வெளிப்படுத்த 'எனக்கும் காணி நிலமும் கலப்பை சார்த்த இடமும் இருக்கிறது' என்றனர். இந்தச் சொல்லடையிலிருந்து, அவர்களுக்கு வீடு என்பது தொழிற்கருவிகளைப் பாதுகாக்கும் இடமாகவே இருந்திருக்கிறது என்று தெரிகிறது. 'நிலமும் உழவுத்தொழிற் கருவிகளுமே வாழ்க்கை' என்பதே அன்றைய நிகழ்வாகும்.

எனவே தாழ்வாரம், நடுக்கூடம், சமையலறை, படுக்கையறை என்பதான நினைவுகளும் உணர்வுகளும் அவர்களிடத்தில் உருவாக வழியில்லை. அரசதிகாரமும் சாதிய மேலாண்மையும் அவ்வகையான நினைவுகள் அவர்களிடத்தில் உருவாகாமல் பார்த்துக்கொண்டன.

தமிழர் உடை

'உண்பது நாழி உடுப்பவை இரண்டே' என்கிறது புறநானூறு.

இடுப்பைச் சுற்றும் அரையாடை, தோளில் இடும் மேலாடை ஆகியவற்றையே இப்பாடல் குறிக்கிறது. இவ்வுடை அக்காலத்தில் ஆண் பெண் இருவருக்கும் பொதுவாக இருந்திருக்கிறது. இந்த இரட்டை ஆடையும் சாதி, பருவ காலம் என்பவை கருதி மாறுபாடுகளை உடையதாக இருந்திருக்கிறது.

ஆண்கள் அணியும் சட்டையும் அரைக்கால் அல்லது முழுக்கால் சட்டையும் 18ஆம் நூற்றாண்டின் நடுப்பகுதிவரை தமிழ்நாட்டில் பெருவாரியான மக்களால் அறியப்படாதவையாகும். ஆங்கிலேயரும் நவாபுப் படையினர் எனப்படும் வடநாட்டு முசுலிம்களும் வந்த பின்னரே, உடம்பின் மேற்பகுதியில் 'தைத்த சட்டை' அணியும் வழக்கம் புகுந்தது. கிறித்துவின் சமகாலத்தில் இங்கு வந்த ரோமானியர்களின் (யவனர்களின்) மேற்சட்டையினை 'மெய்ப்பை' என்று தமிழர்கள் குறிப்பிட்டனர். தஞ்சை பெரிய கோயில் ஓவியங்களிலும் நெல்லை மாவட்டம் திருப்புடைமருதூர்க் கோயில் ஓவியங்களிலும் காணப்படும் சட்டையிட்ட உருவங்கள் அதிகாரிகளையும் படைத் தலைவர்களையும் குறிப்பதாகவே தோன்றுகிறது. துணி தைக்கும் தொழிலாளியைப்பற்றிய பேச்சோ வருணனையோ பதினெட்டாம் நூற்றாண்டின் இறுதிவரை தமிழ் இலக்கியத்தில் காணப்படவில்லை. துணிகளின்மீது இரத்தினங்களை வைத்து ஊசியால் தைப்பவனை மட்டும் 'தையான்' எனக் கல்வெட்டுகள் குறிப்பிடுகின்றன. கிழிந்த ஆடையினை ஊசியும் நூலும் கொண்டு தைக்கும் வழக்கம் இருந்திருக்கிறது. இதனைத் 'துன்னுதல்' அல்லது 'துன்னம் பெய்தல்' என்று கூறுவர். இந்த ஊசிக்கும் 'துன்னூசி' என்றே பெயர். இது தோல் பொருள்களைத் தைக்கும் பருத்த ஊசியினையும் கொழுத்துன்னூசி என்ற பெயருடன் குறித்திருக்கிறது.

கி.பி. ஒன்பதாம் நூற்றாண்டு தொடங்கிக் காணக்கிடைக்கும் கற்சிற்பங்களும் வெண்கலச் சிற்பங்களும் பழந்தமிழர் உடைபற்றி அறிந்துகொள்ள நமக்குத் துணை செய்கின்றன. ஆணாயினும் பெண்ணாயினும் உயர்குடி மக்களே முழங்காலுக்குக் கீழே கணுக்கால் வரையிலான ஆடையினை அணிந்திருக்கின்றனர். ஏனைய ஆண்களெல்லாம் முழங்கால் வரை தார் பாய்ச்சிக் கட்டப்பட்ட அரையாடையினையே அணிந்திருக்கின்றனர். கி.பி. பத்தாம் நூற்றாண்டைச் சேர்ந்த கண்ணப்ப நாயனாரின் வெண்கலச் சிற்பம், துண்டு அளவிலான ஒரு துணியையே ஆண் முழங்காலுக்கு மேலே

இடுப்பில் கட்டியிருப்பதைக் காட்டுகிறது. மேலாடை எதுவும் இல்லை. அவர் வேட்டுவக் குலத்தைச் சேர்ந்தவர் என்பதால் ஒருவேளை இச்சிற்பம் இவ்வாறு வடிக்கப்பட்டிருக்கலாம். விதிவிலக்காக அன்றி, அரசர் குலத்துப் பெண்கள் உட்படப் பழங்காலச் சிற்பங்களில் பெண்கள் மார்புக் கச்சை அணிந்தவராகக் காட்டப்படவில்லை.

சிலப்பதிகாரத்திற்கு *முந்திய தமிழ் இலக்கியங்களில் பெண்கள் மார்புக் கச்சை அணிந்ததற்கான சான்றுகள் எவையுமில்லை. சங்ககாலத்தைச் சேர்ந்ததாகக் கருதப்படும் தங்க மோதிரம் ஒன்று (மூட்டை வடிவ முன் தோற்றம் உடையது) நான்கைந்து ஆண்டுக்கு முன்னர் கரூர் நகரத்தில் கண்டுபிடிக்கப்பட்டது. இம்மோதிரத்தில் ஓர் இளைஞனும் இளம் பெண்ணும் வடிக்கப்பட்டுள்ளனர். காதல் உணர்வுள்ள இத் தம்பதியினர் தலையில் கொண்டையிட்டுள்ளனர். நிறைய அணிகலன்கள் அணிந்துள்ளனர். இடுப்பில் அரையாடை மட்டும் காணப்படுகிறது. பெண்ணின் மார்பில் கச்சையோ ஆணின் மார்பில் துண்டு போன்ற ஆடையோ காணப்படவில்லை.

ஆனால் கி.பி. ஒன்பதாம் நூற்றாண்டு அளவிலேயே பெண் சிற்பங்களில் மார்புக் கச்சை சித்திரிக்கும் வழக்கம் தொடங்கி யுள்ளது. மதுரைக்கருகில் ஆனைமலையில் உள்ள லாடன்கோயில் என்னும் குடைவரைக் கோயிலில் முருகனோடு அமர்ந்திருக்கும் தெய்வயானை மார்புக் கச்சை அணிந்தவளாகக் காட்சி தருகிறாள்.

பதினைந்தாம் நூற்றாண்டில் தமிழகத்தில் நடைபெற்ற விசயநகரப் பேரரசும் தெலுங்கு மக்களின் குடியேற்றமும் தமிழர்களின் வாழ்விலும் பண்பாட்டிலும் மிகப்பெரிய மாற்றங் களை ஏற்படுத்தின. அதன் விளைவுகளில் ஒன்றாகத் தமிழர் உடையிலும் மாற்றங்கள் நிகழ்ந்தன. இக்காலத்திற்கு முன்னர், ‘புடைவை’ என்ற சொல் ஆண்களும் பெண்களும் மேலே அணியும் நீண்ட துணியினையே குறித்தது. நிர்வாணத் துறவியாகச் சமண மதத்தில் இருந்த திருநாவுக்கசசர் சமண மடத்தை விட்டு வெளியேறும்போது ‘வெண்புடைவை மெய் சூழ்ந்து’ வந்ததாகச் சேக்கிழார் குறிப்பிடுவார். இக்காலத்துப் பெண்கள் உடுத்தும் 14, 16, 18 முழச் சேலைகள் தெலுங்கு பேசும் மக்களின் உறவால் ஏற்பட்ட வழக்கமாகும். அரையாடையும் மேலாடையுமான பெண்களின் இரட்டை ஆடை ஒருடையானது இக் காலத்தில்தான்.

இச்சேலையும் முதலில் மஞ்சள், சிவப்பு என்னும் இரண்டு வண்ணங்களை உடையதாய், ‘கண்டாங்கி’ என்று வழங்கப்பட்டது. இரவிக்கை எனப்படும் பெண்கள் மேலாடையும் தெலுங்கு மக்களின் உறவால் ஏற்பட்ட வழக்கமேயாகும். இரவிக்கை என்ற சொல்லும் தெலுங்கு மொழியில் இருந்து வந்ததே. பிராமண ரல்லாத ஏனைய தமிழ்ச் சாதிப் பெண்கள் அனைவரும் சேலையின் மேற்பகுதியினை (மாராப்பு) தோளின் இடதுபுறமாக இட்டுக்கொள்வது வழக்கம். பிராமணர்களும் சில தெலுங்குச் சாதியினரும் தோளின் வலதுபுறமாக அதனை இட்டுக்கொள்வர். பெரும்பான்மையான மக்களின் வழக்கமான இடதுபுறமான மாராப்பு இன்று அனைவராலும் கைக்கொள்ளப்பட்டுவிட்டது.

பெண்கள் அணியும் உள்ளாடையான பாவாடையும் கடந்த சில ஆண்டுகளுக்கு உள்ளாகவே புழக்கத்திற்கு வந்திருக்கின்றது. அதற்கு முன் சிறிய பெண் குழந்தைகள் சிற்றாடை எனப்படும் அரையாடை அணிந்திருக்கிறார்கள். இதற்கு ‘கன்னி சிற்றாடை’ என்று பெயர். இன்றளவும் கிராமப்புறங்களில் குடும்பச் சடங்கு களில், இளம்பெண்ணாக இறந்த பெண்களின் நினைவிற்குக் கன்னி சிற்றாடையைப் படைக்கின்றனர். இந்த ஆடை மஞ்சளும் சிவப்பும் கலந்த மிகச் சிறிய கண்டாங்கிச் சேலையாகும்.

உயர்சாதியினைச் சேர்ந்த பெண்கள் 16 முழச் சேலையினைத் தார் இட்டுக் கட்டிக்கொண்டதால் (மடிதார் - மடி சார்) அவர்களி டத்திலும் உள்ளாடை அணியும் வழக்கம் இல்லை எனத் தெரிகிறது.

ஆண்கள் அணியும் மேலாடை இலக்கியங்களில் ‘மேலாடை’ அல்லது ‘உத்தரீயம்’ (தோளில் இடும் பட்டாடை) என்று குறிக்கப் படுகிறது. துண்டு என்ற சொல்லைக் காணோம். மேட்டுக் குடியினர் சிற்பங்கள் பெரும்பாலும் கோயில்களிலேயே காணப் படுவதால் தோளில் இடும் துண்டைப் பணிவுடன் இடுப்பில் கட்டிக்கொள்வதாகவே சிற்பங்களில் பார்க்கிறோம். ஒடுக்கு முறைக்கு ஆட்படும் மக்கள் தோளில் இடும் துண்டை இடுப்பில் கட்டிக்கொள்வது இன்றளவும் பணிவின் அடையாளமாகக் கருதப் படுகிறது. தளபதிகள் சிற்பங்கள் சிலவற்றிலும் தலைப்பாகை கட்டிக்கொள்வதைப் பார்க்கிறோம். கோயிலில் உள்ள இறைத் திருமேனிகளில் மட்டுமே தோளின் இருபுறமாக உத்தரீயம் இட்டுக்கொள்வதைக் காணமுடியும்.

சாதிய அமைப்பில் ஓர் இளைஞன் முதன்முதலாகத் தன் திருமண நாளன்றுதான் பெரியவர்கள் முன் தோளில் துண்டு அணிய அனுமதிக்கப்படுகிறான். இன்றளவும் சாதிப் பஞ்சாயத்துக்களில் திருமணமாகாத இளைஞர்கள் தோளில் துண்டு அணிந்துகொண்டு பேச அனுமதிக்கப்படுவதில்லை. பெரியவர்களிடம் பேசும்போது இளைஞர்களின் துண்டோ, வேட்டியோ காற்றில் அலையுமாறு நின்று. பேசுவது மரியாதைக் குறைவாகக் கருதப்படுகிறது. கைகேயியின் முன் இராமன் தன் மேலாடையைப் பணிவாகப் பற்றிக்கொண்டு நின்றே பேசினான். 'சிந்துரத் தடக்கை தானை மடக்குற' என்று கம்பர் இதனைக் குறிப்பிடுகிறார்.

கோயில்களில் பூசைசெய்யும் பிராமணர்களைக் குறிப்பிடும் கல்வெட்டுகளில் சில, அவர்களைப் 'பட்டுடை பஞ்சாசாரியார்' எனச் சொல்கின்றன. அரைவேட்டிக்கு மேலாக இடுப்பில் பட்டுத் துணி ஒன்றைச் சுற்றிக்கொள்ளும் வழக்கம் கோயிற் பூசை செய்யும் பிராமணர்களிடம் இன்றளவும் உள்ளது. இதனையே கல்வெட்டுக்கள் 'பட்டுடை' என்று குறிப்பிடுவதாகக் கொள்ளலாம்.

'வெள்ளைக் குப்பாயத்தர்' என்ற தொடர் திருவாசகத்தில் பயில்கின்றது. இக்காலத்தில் 'ஜிப்பா' என வழங்கப்பெறும் சட்டையினை இது குறிக்கின்றது. அக்காலத்தில் குதிரை வணிகராகத் தமிழ்நாட்டுக்கு வந்த அராபியர் இந்த உடையினை அணிந்திருந்தனர்.

சிவபெருமான் தன் வீரச்செயல்களில் ஒன்றாக யானை அரக்கனைக் கொன்று, தோலை உரித்து மேற்சட்டைபோல அணிந்து நின்றதனால் அவருக்குச் 'சட்டைநாதர்: சட்ட நாதர்) என்ற பெயரும் பிறந்தது. சீர்காழியில் சட்டைநாதன் என்ற பெயரைப் பெருவழக்காகக் காணலாம். பாம்பின் சட்டை என நாம் குறிப்பிடும் மேல்தோலை இலக்கியங்கள் பாம்பின் 'உரி' (உரிக்கப்பட்டது) என்றே குறிப்பிடுகின்றன.

சாதிய ஒடுக்குமுறை கடுமையாக இருந்த காலங்களில் தமிழகத்தின் சில பகுதிகளிலும் நாஞ்சில் நாட்டிலும் கேரளத்திலும் ஒடுக்கப்பட்ட சாதிப் பெண்கள் மார்பைத் துணியினால் மூடுவதை மேல்சாதியினர் தடைசெய்திருந்தனர். கடந்த நூற்றாண்டின் நடுப் பகுதியில் நாஞ்சில் நாட்டில் இவ்வழக்கத்தைக் கடுமையாக்கிய நாயர்களின் மேலாதிக்கத்தை எதிர்த்துப் பிற சாதியினர் போராட்டம்

நடத்தினர். அதற்கு 'தோள்சீலைப் போராட்டம்' என்று பெயர். இவை தவிர தட்டுடை, வட்டுடை, கச்சில் என்பன தமிழர்கள் போரிடுகையில் உடுத்திய ஆடைகளாகும். பெருந்தொடை வரை இறுக்கிக்கட்டிய அரையாடையே 'கச்சில்' எனப்பட்டது. இதுவே பிற்காலத்தில் கச்சை எனப்பட்டது.

பழந்தமிழர் ஆடையின் சிறப்பான பகுதி ஆடைகளுக்குக் கரையிடும் வழக்கமாகும். பெண்களின் சேலை மட்டுமன்றி ஆண்களின் வேட்டியும் கரையால் மதிப்புப் பெறுகிறது. 'கொட்டைக் கரைய பட்டுடை' எனச் சங்க இலக்கியம் பட்டாடையின் கரையினைச் சிறப்பித்துப் பேசும். இன்றளவும் தமிழ்நாட்டுப் பட்டுச் சேலைகள் அவற்றின் கரைகளுக்காகவே சிறப்புப் பெறுகின்றன. 'கலிங்கம்' என்று சங்க இலக்கியங்களில் குறிக்கப்படுவது கலிங்க (ஒரிய) நாட்டிலிருந்து வந்த துணி வகையாக இருக்கலாம்.

பருத்திப் பெண்டும் பள்ளர் நெசவும் பாய் நெசவும்

கிறித்துவுக்கு முற்பட்ட காலத்தில் தமிழ்நாட்டில் பருத்தித் துணி நெசவு செய்த மக்கட் பிரிவினர் யார் என்பதை அறிய இயலவில்லை. ஆயினும் சங்க இலக்கியங்களில் நூற்றல் தொழில்பற்றிச் சில குறிப்புக்கள் காணக்கிடக்கின்றன. பருத்திப் பெண்டு என்னும் தொடர் இரண்டு இடங்களில் வருகிறது.

பருத்திப் பெண்டின் பனுவல் அன்ன (புறம் : 125)
பருத்திப் பெண்டின் சிறுதீ விளக்கத்து (புறம் : 326)

என வரும் அடிகளால் பெண்கள் இரவிலும் சிறிய விளக்கொளியில் நூல் நூற்ற செய்தியினை அறிகிறோம்.

நூல் என்ற சொல்லுக்குப் பதிலாகப் பனுவல் என்ற சொல்லும் காணப்படுகிறது. பார்ப்பனர் மார்பில் அணிந்த முப்புரி நூல் முந்நூல் எனப்பட்டது. நூல் என்ற சொல்லுக்கு இலக்கணம் (சாத்திரம்) என்றும் பொருள்.

சங்க இலக்கியக் குறிப்புக்கள் நூற்றல் தொழிலைப் பெண் களோடு சேர்த்தே பேசுகின்றன. உரையாசிரியர் குறிப்புக்களி லிருந்து கைம்பெண்களே சங்ககாலத்தில் நூற்கும் தொழிலில் ஈடுபட்டிருந்தனர் என்று தெரிகிறது. இந்தச் செய்தி நமக்கு அதிர்ச்சியாக அமைகிறது. நூற்கும் தொழில் தனக்குரிய சமூக

மரியாதையினை அக்காலத்தில் பெற்றிருக்கவில்லை போலும். எனவேதான் அது கைம்பெண்களுக்குரிய தொழிலாகக் கருதப் பட்டிருக்கிறது.

பதினைந்து அண்டுகளுக்கு முன்னர் கோவை மாவட்டத்தி லிருந்து கிடைத்த கள ஆய்வுச் செய்தியும் இதை உறுதிப்படுத் துவது வியப்புக்குரியதாகும். ஒரு பெண் கைம்பெண் ஆனால் அவளுக்குப் பிறந்த வீட்டில் இருந்து கோடிச் சேலை (சில சாதியாரிடத்து வெள்ளைச் சேலை) கொண்டுவந்து கொடுப்பது வழக்கம். பிற மாவட்டங்களில் பெரும்பாலும் பிறந்த வீட்டிலிருந்து அப்பெண்ணின் உடன்பிறந்தவர் இதனைக் கொண்டுவந்து அவள் கையில் கொடுப்பது அல்லது அவள் மேல் எறிந்துவிடுவது வழக்கம். கோவை மாவட்டத்தில் இந்தச் சடங்கு சிறிய வேறுபாட்டுடன் அமைகிறது. கைம்பெண் ஆனவளின் உடன்பிறந்தவன், அவள் கையில் நூல் நூற்கும் கதிர் (தக்களி) ஒன்றையும் சிறிது பஞ்சையும் கொடுத்துவிட்டு, 'கொல்லன் கொடுத்த கதிர் இருக்கு; கொற நாட்டுப் பஞ்சு இருக்கு; நூறு வயசுக்கும் நூற்றுப் பிழைச்சுக்க' என்றும் சொல்ல வேண்டும்.

சங்க காலத்தில் உருவான பண்பாட்டு அசைவு ஒன்று அண்மைக் காலம் வரை உயிரோடு இருந்தது வியப்புக்குரிய செய்திதான். சங்க இலக்கியம் இதுபோல விரிந்த கள ஆய்வுகள் பலவற்றுக்கு இடந்தருகிறது.

பருத்தி நெசவு போலவே பாய் நெசவும் தொன்றுதொட்டு நடைபெற்றுவரும் தொழிலாகும். நெல்லை மாவட்டத்துப் பத்த மடையில் நெய்யப்படும் பாய்கள் இன்றளவும் உலகப் புகழ்பெற்று விளங்குகின்றன. பாய் நெசவுக்குரிய மூலப்பொருள் கோரை அல்லது பஞ்சாங் கோரை எனப்படும். சங்க இலக்கியத்தில் மருதத் திணைப் பாடல்களில் இது 'சாய்' எனக் குறிக்கப்பெறும். நீரோடைகளின் கரைகளை ஒட்டி அமைந்த பள்ளங்களில், கோரைப் புல் புதராகச் செழித்து நிற்கும். எனவே, பாய் நெசவும் பெரும்பாலும் மருத நிலத்திற்கு உரியதாகும்.

கோரைகளைப் பிடுங்கிவந்து, காயவைத்துச் சாயம் ஏற்றி மீண்டும் தண்ணீரில் ஊறவைத்து, அதன் பின்னரே தறிகளில் நெய்வர்.

இன்று தமிழ்நாட்டில் பாய் நெசவு முழுக்க முழுக்க முசுலிம்கள் செய்யும் தொழிலாகவே உள்ளது. அப்படியென்றால் இசுலாமிய சமயம் தமிழ்நாட்டில் பரவுவதற்கு முன்னர் இத்தொழிலைச் செய்துவந்த சாதியார் யார் என்ற கேள்வி எழுகிறது. கோரைப்பள்ளர் என்ற ஒரு சாதியினர் இருந்திருக்கின்றனர். இவர்களே மருத நிலத்து ஓடைக்கரையில் வளரும் கோரைப் புற்களைக் கொண்டு பாய் நெசவுத்தொழில் செய்து வந்தனர். இச்சாதியினர் பின்னர் நூற்றுக்கு நூறு இசுலாமிய மதத்திற்கு மாறிவிட்டனர். இன்றளவும் கோரைப்பள்ளம் (பாளையங்கோட்டை), கோரம்பள்ளம் (தூத்துக்குடி), கோரிப் பாளையம் (மதுரை) என்ற பெயரில் வழங்கும் ஊர்கள் அனைத்தும் பாய் நெசவுக்குரிய கோரைகள் வளர்ந்த ஓடைக் கரைகளாகவே இருப்பதைக் காணலாம். பத்தமடையில் நடைபெறும் பாய் நெசவும் அருகிலுள்ள தாமிரவருணி ஆற்றங்கரையில் விளையும் கோரம்புல்லைக் கொண்டே நடைபெறுகிறது.

தமிழ்நாட்டுப் பறையர் பலவகையான தொழில்களில் ஈடுபட்டது போலவே நெசவுத் தொழிலிலும் ஈடுபட்டனர். இந்த மரபு பற்றியே திருவள்ளுவர் பறையர் சாதியினர் என்றும் நெசவுத் தொழில் செய்தார் என்றும் வழக்காறுகள் எழுந்தன.

பழங்காலத்தில் துணிகளுக்குச் சாயம் ஏற்ற 'அவுரி' என்னும் செடியின் வேரைப் பானையில் இட்டு அவித்துச் சாயம் எடுப்பர். அவுரிவேர் அவியும்போது புலால் அவிவதைப் போன்று நாற்றம் உண்டாகும். புலால் நாற்றத்துக்குப் பெருமளவு பழகியவரே இத்தொழில் செய்ய முடியும். இறந்த மாட்டினை அறுத்துக் கோரோசனை, நரம்பு முதலியவற்றை எடுப்பவரும் அதன் தோலைப் பதப்படுத்துபவருமான பறையரே அவுரிவேரை அவித்துச் சாயம் எடுக்கும் தொழிலிலும் ஈடுபட்டனர்.

உறவுப் பெயர்கள்

உறவுப் பெயர்கள் தமிழில் இடம், சாதி, சாதிக்குரிய மண உறவுமுறைகள் ஆகியவை காரணமாகப் பல்வேறு வகைப்பட்டு விளங்குகின்றன. பொதுவாக, திராவிட மொழி பேசும் மக்கள் மண உறவுக்குரிய மாற்று உறவுகளை cousin relationship கொண் டுள்ளனர். எனவே உறவுமுறைச் சொற்களின் வகையும் பெருக்கமும் தமிழில் மிகுதியாகவே உள்ளன.

உறவுப் பெயர்கள் பொதுவாக விளிப்பெயர்களாகவே விளங்கு கின்றன. அம்மை, அப்பன், மாமன், அக்கன், தாத்தன், ஐயன் ஆகிய பெயர்கள் அம்மா, அப்பா, மாமா, அக்கா, தாத்தா, ஐயா எனவே வழங்கிவருகின்றன. இவற்றுள் அக்காவைக் குறிக்கும் 'அக்கன்' என்ற பெயர் வழக்கு முற்றிலுமாக மறைந்துபோய்விட்டது; கல்வெட்டுக்களில் மட்டும் காணப்படுகிறது. 'அண்ணாழ்வி' என்ற பெயர் வழக்கு அண்ணன், அண்ணாவி என மாறி வழங்குகிறது சிறுமை அல்லது இளமை என்னும் பொருள்தரும் 'நல்' என்னும் முன்னொட்டு, சில இடங்களில் மட்டும் 'நல்லப்பன்' என்ற பெயரில் வழங்கிவருகிறது. இதற்கு 'சிற்றப்பன்' என்று பொருள். இப்பெயர் நேரிடையாக வழங்காத இடங்களிலும் 'நடக்க மாட்டாதவன் நல்லப்பன் வீட்டில் பெண் எடுத்தானாம்!' என்று சொல்லடையாக வழங்கி வருகிறது. அதுபோலவே தம் + அப்பன் = தமப்பன் என்ற சொல் 'தகப்பன்' என்று புழக்கத்தில் உள்ளது. தமப்பன் என்ற சொல்லே பெரியாழ்வார் பாசுரத்திலும் கல்வெட்டுக்களிலும் காணப்படுகிறது. தமக்கை என்ற சொல்லையும் தம் + அக்கை என்றே பிரித்துக்கொள்ள வேண்டும்.

அண்ணனைக் குறிக்க இலக்கியங்களில் வழங்கிவரும் 'தமையன்' என்ற சொல்லையும் இவ்வாறே தம் + ஐயன் எனப் பிரிக்கலாம். மூத்தவனைக் குறிக்க 'முன்' என்னும் சொல் இலக்கியங்களில் வழங்கி வருகிறது. அதுபோல பின் பிறந்த இளையவனைக் குறிக்க 'பின்' என்னும் சொல் வழங்கியிருக்கலாம். 'தம் பின்' என்ற சொல்லே 'தம்பி' என மருவியிருத்தல் கூடும் என்பர்.

தங்கை என்னும் சொல் அக்கை என்னும் சொல்லின் எதிர் வடிவமாகப் பிறந்திருக்க வேண்டும். இந்த இரு பெயர்களும் 'அச்சி' என்னும் விகுதி ஏற்று இடைச்சி, கொடிச்சி, வலைச்சி, அக்கச்சி, தங்கச்சி என வழங்கப்பட்டிருக்கின்றன. இப்பொழுது அக்கச்சி என்னும் வடிவம் கவிதைகளில் மட்டும் வழக்கத்திலிருக்கிறது.

அப்பனின் அப்பனைக் குறிக்க 'மூத்தப்பன்' என்ற சொல் வழங்கி வந்திருக்கிறது. 'எந்தை தந்தை தந்தை தம் மூத்தப்பன்' என்பது பெரியாழ்வார் பாசுரம். இன்றும் மூத்தப்பன் என்னும் சொல் மலையாளத்தில் தாத்தாவைக் குறிக்கவே வழங்குகிறது. பந்தல்குடியில் கிடைத்த முதல் இராசராசன் காலத்து வட்டெ ழுத்துக் கல்வெட்டில் தாத்தாவையும் பாட்டியையும் குறிக்க

‘முத்தப்பன்’, ‘முத்தம்மை’ என்ற சொற்கள் ஆளப்பட்டுள்ளதைக் கல்வெட்டறிஞர் வெ. வேதாசலம் எடுத்துக் காட்டுகிறார். தமிழ் முசுலிம்களில் சிலர் ‘மூத்தவாப்பா’ அல்லது முத்துவாப்பா’ என்று தாத்தாவை அழைக்கின்றனர். அத்தன் என்ற பழந்தமிழ்ச் சொல்லாலும் இவர்களில் சிலர் அப்பாவைக் குறிக்கின்றனர்.

அப்பா என்பதைப்போல விளியாக வரும் இன்னொரு சொல் அம்மா. இதன் மூல வடிவம் அம்மை என்பதுதான். பிறந்த குழந்தையின் அழுகை விளியிலிருந்து இந்தச் சொல் பிறந்திருக்க வேண்டும். ‘அம்மா’ என்ற சொல் ‘கேட்பித்தல்’ என்னும் பொருளை உடையது. ‘அம்ம கேட்பிக்கும்’ என்று தொல்காப்பியர் கூறுவதும் நோக்கத்தக்கது. தாங்கவியலாத வேதனை, வியப்பு, மகிழ்ச்சி ஆகிய இடங்களில் தன்னை மறந்து ஒலிக்கும் அம்மா என்ற சொல், ‘என்னைப் பாருங்கள், கேளுங்கள்’ என்ற பொருளில்தான் ஒலிக்கப்படுகிறது. குழந்தைகள் கேட்பதற்காகப் பாடப்படும் தாலாட்டிலும் மற்றையோர் கேட்பதற்காகப் பாடப்படும் ஒப்பாரி, கதைப் பாடல் ஆகியவற்றிலும் இந்தச் சொல், ‘கேளுங்கள்’ என்ற பொருளில்தான் வழங்கி வருகிறது. பொதுவாகப் பெண்ணைப் பரிவோடு அழைக்கும் சொல்லாகவும் இது வழங்கி வருவதைக் காண்கிறோம்.

தாய், தந்தை என இப்பொழுது வழங்கிவரும் சொற்களின் மூல வடிவம் ஆய் அந்தை என்பதே. தாய் என்பதைத் தாயம் (உரிமை) என்னும் சொல்லோடு தொடர்புபடுத்தி ‘உரிமையுடையவள் தாய்’ எனச் சிலர் விளக்கம் தருகின்றனர். ஆய் என்பதே மூலச் சொல். ஆயின் ஆய் (பாட்டி) ஆயா(ய்) என அழைக்கப்படுகிறாள். என் தாய், உன் தாய் என்ற பொருளில் சங்க இலக்கியத்தில் யாய், ஞாய் ஆகிய சொற்களைக் காண்கிறோம்.

தன்ஆய் தாய் அனது போலவே, தன்அந்தை தந்தையாகி யிருக்கிறது. எந்தை, நுந்தை முதலிய இலக்கியச் சொற்களை என் + அந்தை, நும் + அந்தை என்றே பிரித்துக் காணவேண்டும். மரூஉ இலக்கணமாக ஆதன் + தந்தை = ஆந்தை எனக் கொள்ளுவதும் தவறு. ஆதன் அந்தை எனக் குறிப்பதே சரி.

பழங்குடி மக்களைப்பற்றி ஆராய்ந்த எல். அனந்தகிருஷ்ண ஐயர், தமிழகத்தின் தென்னெல்லைப் பகுதியான பத்மநாபபுரம் பகுதியில் வாழும் மலைவேடன் எனப்படும் பழங்குடி மக்கள்,

தந்தையை 'அந்தை' என்றும், பெரியப்பாவை 'வலியந்தை' என்றும் அழைப்பதைக் கண்டுபிடித்துக் கூறியுள்ளார் (The Travancore Tribes & Castes, Vol.I p 151).

மாமன், மாமி, நாத்தூண், நங்கை என வழங்கும் சொற்களின் மூலச்சொற்களைக் கண்டுபிடிக்க இயலவில்லை. அண்ணன் மனைவி அண்ணியானது போல மாமன் மனைவி மாமி ஆகியிருக்க வேண்டும். அம்மையுடன் பிறந்தவனைக் (தாய்மாமன்) குறிக்கும் சொல்லாக - 'அம்மான்' வழங்குகிறது. இச்சொல் இன்றும் நாட்டுக்கோட்டைச் செட்டியார்களிடம் வழங்கிவருகிறது. 'அத்திம்பேர்', 'அம்மாஞ்சி' முதலியன பார்ப்பனர்கள் பயன்படுத்திவரும் சொற்களாகும். தந்தையுடன் பிறந்தவளான அத்தையின் மகனைக் குறிக்க 'அத்திம்பேர்' என்ற சொல்லும் அம்மான் மகனைக் குறிக்க 'அம்மாஞ்சி' என்ற சொல்லும் வழங்கி வருகின்றன. அம்மாஞ்சி என்ற சொல் அம்மான் சேய் என்பதன் திரிபு. அத்தையன்பர் என்பதே அத்திம்பேர் எனத் திரிந்ததாகச் சிலர் கருதுகின்றனர்.

மைத்துனன், மைத்துனி என வழங்கும் சொற்கள் மைதுன (பாலியல்) உறவின் அடிப்படையில் வந்ததாகும். 'மைதுன' என்பது வடமொழி. இச்சொல் கி.பி. 10ஆம் நூற்றாண்டில் இராசராசன் கல்வெட்டுக்களில் 'நன்மச்சுனன்' என்றே வழக்குச் சொல்லாக வருகிறது. 'மைத்துனன் நம்பி மதுசூதனன்' என்று பாலியல் உறவுக்குரிய காதலனைக் குறிக்கிறது கி.பி. 7ஆம் நூற்றாண்டின் ஆண்டாள் பாசுரம். மைத்துனி என்ற சொல்லே தென் மாவட்டங்களில் 'மதினி', 'மயினி' என வழங்கிவருகிறது. திருவாங்கூர்ப் பழங்குடி மக்களில் சிலரும் இன்றைய மலையாளிகளும் 'மைத்துனன்' என்பதற்கு மாற்றாக 'அளியன்' என்ற சொல்லை வழங்கி வருகின்றனர். இதற்குக் 'கனிவுக்கும் அன்புக்கும் உரியவன்' என்று தமிழ் இலக்கிய மரபினை உணர்ந்தவர்கள் பொருள் கூறுகின்றனர். மைத்துனன் என்பதனைக் குறிக்கும் பழந்தமிழ்ச் சொல்லாக இதனையே கொள்ள முடிகிறது.

மக்கட் பெயர்

ஒரு சமூகத்தின் ஆசைகளும் கடந்த கால நினைவுகளும் எதிர்பார்ப்புகளும் அழகுணர்ச்சியும் நம்பிக்கையும் மனிதனுக்குப் பெயரிடும் வழக்கத்தில் பொதிந்து கிடப்பதைக் காணலாம்.

தமிழர்கள் கடந்த இருபது நூற்றாண்டுகளாக எவ்வெவ்வகையில், எவ்வெவ்வாறு எல்லாம் மனிதர்களுக்குப் பெயரிட்டு வழங்கினர் என்பதைக் காலவாரியாகக் காண்பது சுவையும் பயனும் தரும் முயற்சியாகும்.

இருபதாம் நூற்றாண்டுத் தமிழர்களின் பெயர் வழக்குகளில் காணப்படும் கூறுகளை முதலில் வரிசையிட்டுப் பார்க்கலாம். தெலுங்கு, கன்னடம், மலையாளம், சௌராட்டிரம் ஆகிய மொழி பேசும் மக்கள் தமிழகத்தில் குடிபுகுந்ததனால் ஏற்பட்ட செல்வாக்கு ஒருபுறம். வேதங்கள், இதிகாசங்கள், புராணங்களை உயர்த்திப் பிடிக்கும் பார்ப்பனியச் செல்வாக்கு இன்னொரு புறம். தேசிய, திராவிட, பொது உடைமை இயக்கங்களின் செல்வாக்கு மற்றொரு புறம். இவற்றோடு பத்திரிகைகள், வானொலி, தொலைக்காட்சி ஆகியவை ஸ, ஜ, ஷ, ஹ, ஸ்ரீ ஆகிய ஒலிகளின்மீது ஏற்படுத்தி வைத்திருக்கும் போலிக் கவர்ச்சி, கிறித்துவமும் ஆங்கிலமும் கலந்து ஏற்படுத்திய தூய ஆங்கில அல்லது புதிய தமிழ்ப் பெயராக்கங்கள் என, இக்காலத் தமிழரின் பெயரிடும் மரபு வேடிக்கைக் கோலங்கள் பலவற்றைக் காட்டி நிற்கிறது.

இந்த வேடிக்கைக் கோலங்களுக்கு நடுவில் கண்ணன், குமரன், முருகன், சாத்தன் ஆகிய மிகச் சில பெயர்களை மட்டும் தமிழர்கள் தம் மக்களுக்குத் தொடர்ந்து இட்டு வழங்குவது வியப்புக் குரியதுதான். கி.பி. 17ஆம் நூற்றாண்டு வரை தமிழ் மக்களின் இயற்பெயர்கள் பெரும்பாலும் நான்கு அல்லது ஐந்து எழுத்துப் பெயர்களாகவே இருந்து வந்திருக்கின்றன.

அரசியல், சமூகம், ஆன்மீகம் ஆகிய துறைகளில் செல்வாக்குப் படைத்தவர்களை இயற்பெயர் இட்டு வழங்குவது மரியாதைக் குறைவு என்ற எண்ணமும் பல நூற்றாண்டுகளாகத் தமிழர்களுக்கு இருந்திருக்கிறது என்பதற்கு ஏறைக்கோன், மலையமான், ஆவூர்கிழார், கோவூர்கிழார், அரிசில்கிழார், இளங்கோ, அரூரன், கழுமலவூரன், வாதவூடிகள், பெரியாழ்வார் போன்ற பெயர்களைச் சான்றாகக் காட்டலாம்.

பக்தி இயக்கமாக எழுச்சி பெற்ற சைவமும் வைணவமும் தமிழர்களின் பெயரிடும் மரபைத் தலைகீழாக மாற்றிக் காட்டின. அரசியல் அதிகாரத்தில் இருந்தவர்கள் விசயாலயன், ஆதித்தன், பராந்தகன், சுந்தரன், உத்தமன், இராசராசன், இராசேந்திரன்,

குலோத்துங்கன், விக்கிரமன் என்று வடமொழிப் பெயர்களைத் தங்களுக்குச் சூட்டிக்கொண்டு மகிழ்ச்சி அடைந்தனர். கி.பி. ஏழாம் நூற்றாண்டு முதல் பெருகி வளர்ந்த பார்ப்பனியத்தின் செல்வாக்கிற்கு இந்தப் பெயரிடும் மரபுகளும் சான்றுகளாகும்.

இதே நேரத்தில் மற்றொரு புறத்தில் திருமுறைகளும் பாசுரங் களும் ஊட்டிய மொழி உணர்ச்சி மக்கள் பெயரிடும் மரபிலும் எதிரொலித்தது. எடுத்த பாதம், மழலைச் சிலம்பு, நீறணி பவளக் குன்றம், உய்ய நின்று ஆடுவான், கரியமால் அழகன், கரிய மாணிக்கம் எனத் தேவாரமும் ஆழ்வார் பாடல்களும் மக்கள் பெயர் வழக்குகளில் பதிவாயின. ஆவூர் மூலங்கிழார், ஏணிச்சேரி முடமோசியார் என ஊர்ப்பெயர் சார்த்தி வழங்கும் மரபு வளர்த்து தெய்வத் திருத்தலங்களின் பெயரையே மக்கள் பெயராக இடும் மரபு இக்காலத்தின்தான் உருவானது. ஐயாறன், ஆரூரன், திருமாலிருஞ்சோலை, கயிலாயன் எனத் திருத்தலப் பெயர்களை இடும் இந்த மரபும் காசி, திருப்பதி, பழநி, குற்றாலம், சிதம்பரம் என இன்றுவரை தொடர்ந்துவருகிறது.

சங்க காலத்திலிருந்து இரண்டாயிரம் ஆண்டுகளாகத் தொடர்ந்து இடப்பெற்று வரும் பெயர் வழக்குகளாகச் சிலவற்றைப் பார்க்கிறோம். கண்ணன், குமரன், சாத்தன் (சாத்தையா, சாத்தப்பன்), நாகன் (நாகப்பன், நாகராசன், நாகம்மாள்), மருதன் (மருதையன், மருதப்பன், மருதமுத்து) ஆகியவற்றை இவ்வகையில் குறிப்பிடலாம்.

குறைந்தது ஐந்து நூற்றாண்டுக் காலம் தமிழகத்தில் செழித்து வாழ்ந்திருந்த சமண, பௌத்த மதங்களின் செல்வாக்கும், தமிழ் மக்களின் பெயர்களில் இன்றளவும் தங்கியுள்ளது. குணம் என்ற முன்னடையோடு கூடிய பெயர்களும் பாலன் என்ற பின்னடை யோடு கூடிய பெயர்களும் சமணக் கல்வெட்டுக்களில் மிகுதியாகக் காணப்படுகின்றன. குணசீலன், குணசேகரன், குணபாலன், தனசீலன், தனபாலன், சத்யபாலன் ஆகிய பெயர் வழக்குகள் சமணத்தின் தொல்லெச்சங்களாகும். நாகேந்திரன், ஜீவேந்திரன் அகிய பெயர் வழக்குகளும் அவ்வாறே. சாத்தனார், சாத்தையா என்ற பெயர்களில் இன்றுவரை வணங்கப்பெறும் தெய்வங்களும் சமண மதத்தின் சிறு தெய்வங்களே.

தர்மராஜன் என்ற பெயரும் அர்ச்சுனன் என்ற பெயரும் பாண்டவர்களைக் குறிப்பதல்ல. தர்மராஜன் என்ற பெயர்

புத்தருக்கு வழங்கிய பெயராகும். அப்பர் தேவாரத்தில் இந்தப் பெயர் *மார்க்கண்டனுக்கும் கூறப்படுகிறது. புத்தம், தர்மம், சங்கம் என்பது பௌத்தர்களின் மும்மைக் கோட்பாடு ஆகும். அதுபோலவே அர்ச்சுனன் என்ற பெயரும் மருதன் என்ற தமிழ்ப் பெயரின் வடமொழிப் பெயர்ப்பே.

இப்பொழுதும் வழங்கும் பெயர்களில் சோணை என்ற முன்னடைப் பெயரைத் தென்மாவட்டங்களில் பரவலாகக் காணலாம். சோணைமுத்து, சோணாசலம் என்பதாக இவை அமைகின்றன. 'பொன்' என்று பொருள்படும் பாலி மொழிச் சொல்லான 'சோணா' என்பதே இது. பாடலிபுத்திரத்தில் ஓடும் நதியினைச் சோணை (பொன்னி) நதி எனச் சங்க இலக்கியம் கூறும். 'தம்ம, அத்த' என வரும் பாலி மொழிச் சொற்கள் வட மொழியில் 'தர்ம்ம, அர்த்த' என்று வழங்கும். அது போலவே 'சோண' என்ற பாலிமொழிச் சொல் சுவர்ண - சொர்ண (தங்கம்) என ஒலிமாற்றம் பெற்று வந்துள்ளது. சோணைமுத்து என்ற பெயருக்குத் 'தங்கமுத்து' என்று பொருள். சோணாசலம் என்றால் 'தங்கமலை' என்று பொருள்.

மண்ணாங்கட்டி, அகோரம், ஆபாசம், அமாவாசை, பிச்சை முதலிய பெயர் வழக்குகள் மந்திர நம்பிக்கையின் அடிப்படையில் பிறந்தவை. குழந்தைகளைத் தீய ஆவிகள் அண்டாது என்ற நம்பிக்கையில் இவை விரும்பி இடப்படுகின்றன. இந்த நம்பிக்கை ஒடுக்கப்பட்ட சாதியாரிடத்தேதான் வலுவாக இருக்கிறது என்பதும் குறிப்பிடத்தகுந்தது.

ஒடுக்கப்பட்ட மக்களிடத்திலே பரவலாக வழங்கும் பெயர் களாக இன்றும் சில பெயர்களை அடையாளம் காண்கின்றோம். அமாவாசை, ஆபாசம், பலவேசம், கழுவன், விருமன், ஓச்சன், சுடலை, கருப்பன், பேச்சி, பிச்சை, ஆண்டி முதலியவை பெரும் பாலும் சிறுதெய்வப் பெயர்களை ஒட்டி அமைந்தவை. இவை அரசியல் அதிகாரத்தால் ஒடுக்கப்பட்ட மக்களிடத்தில் மட்டுமே வழங்கப்பெறும் பெயர்களாகும். அதாவது இவை 'கீழோர் மரபு' சார்ந்த பெயர்களாக அறியப்படும். பெருந்தெய்வங்களின் பெயர்களையோ, பெரியசாமி, ராஜா என மேன்மை சுட்டும் பெயர்களையோ ஒடுக்கப்பட்ட சாதியினர் தம் பிள்ளைகளுக்கு இடமுடியாதவாறு பண்பாட்டு ஒடுக்குமுறை நிலவியது. மேல்

சாதியார் அவர்களை வேலை ஏவும்போது இந்தப் பெயர்களால் அழைப்பது தங்களுக்குக் 'கௌரவக் குறைவு' என்று கருதினர். இவ்வகையான பெயர் வழக்குகளும் அடையாளங்களும் 15ஆம் நூற்றாண்டுவரை இலக்கியங்களிலோ கல்வெட்டுக்களிலோ காணப்படவில்லை. வரலாற்றுப் போக்கில் பெயரிடும் முறையில் மேலோர், கீழோர் என்ற பிரிவு 15ஆம் நூற்றாண்டில் பிறந்த விசயநகரப் பேரரசு எனும் இந்து சாம்ராஜ்யத்தினால் விளைந்தவை ஆகும்.

அதன் பின்னர் இருபதாம் நூற்றாண்டுவரை தமிழ்நாட்டு மக்கள் பெயர் மரபுகளில் பெரிய மாற்றம் ஏதும் நிகழ்ந்துவிடவில்லை. இருபதாம் நூற்றாண்டில் மக்கட் பெயரிடும் மரபில் ஏற்பட்ட மாற்றங்கள் தனியாகப் பேசத்தக்கவை.

தங்கையும் அண்ணனும் தாய்மாமனும்

திராவிடப் பண்பாட்டை அடையாளம் காட்டக்கூடிய தனித்த கூறுகளில் ஒன்று, தாய்மாமன்' என்ற உறவு நிலை ஆகும். தமிழ்நாட்டில் மட்டுமன்றி ஆந்திர, கன்னட, கேரள நிலப்பகுதி களிலும் பார்ப்பனரல்லாத மக்களிடையே இந்த உறவு அழுத்தம் மிகுந்ததாக விளங்குகிறது.

திருவனந்தபுரம் மன்னர் குடும்பத்தில் இன்றுவரை அடுத்த 'மகாராஜா'வாக மன்னரின் உடன்பிறந்தவள் மகனே முடி சூட்டிக் கொள்கிறார். அரசுரிமை என்பது தந்தைவழிச் சொத்தாக அமையாமல் தாய்மாமன் சொத்தாக அமைகிறது. நான்கு மாநிலங் களிலும் தாய்மாமன், குடும்ப விழாக்களிலும் நிகழ்வுகளிலும் தனித்த மரியாதை பெறுபவனாக அமைகிறான். மற்ற மாநிலங்களைவிடத் தமிழ்நாட்டில் இந்த உறவு இன்றும் வலிமையாக வேரூன்றியுள்ளது. கடந்த நாற்பதாண்டுக்காலத் தமிழ்த் திரைப்படங்களிலும் (வலிமையான, நவீனமான தொடர்பு சாதனத்தில்) அண்ணன் - தங்கை உறவு வற்றாத கதைப்பொருளாக அமைந்துள்ளது.

தாய்மாமன் என்பது அண்ணன் - தங்கை உறவின் அடுத்த கட்டம். தங்கை தாயாகும்போது அண்ணன் தாய்மாமனாகிறான் (நடைமுறையில் அக்காவும் தம்பியுமாக இருந்தாலும் உறவுநிலை இதுவே). இக்காலத் திரைப்படங்கள் மட்டுமன்றிப் பழங்காலப் பண்பாட்டு அசைவுகளிலும் இதன் வளர்ச்சியைப் பேரளவில்

காட்ட முடியும். நாட்டார் வாய்மொழிக் கதைகளிலும் தெய்வக் கதைகளிலும், கதைப் பாடல்களிலும், 'ஏழு அண்ணன்மாருக்கு ஓரே தங்கச்சி' என்ற வடிவத்தைப் பலமுறை காணமுடிகிறது. கொங்கு நாட்டின் புகழ்பெற்ற சிறுதெய்வ வழிபாடு அண்ணன்மார் சுவாமிதான்.

பெண்களால் ஆக்கப்பட்ட வாய்மொழி இலக்கியமான தாலாட்டின் நாயகனாகக் குழந்தையின் தாய்மாமனே அமைகிறான். அவன் கொண்டுவரும் சீரும் அவன் செல்வ வளமும் அவன் அன்புமே தாலாட்டின் அழகிய சொற்களாகும். ஒப்பாரியிலோ அவன் மனைவி 'துயரங்களின் மூல வடிவமாக' ஆகிவிடுகிறாள். உடன்பிறந்தவன் மனைவியும் அவள் கொடுமையும் உறவுகள் அற்றுப்போகக் காரணங்களாகக் காட்டப்படுகின்றன.

நடைமுறையில் அண்ணன் - தங்கை உறவு பெண்ணின் ஆதிக்கத்தை நிலைநாட்டுவதுபோல அமைகிறது. அதாவது அண்ணன் தன் தங்கைக்குக் கடமைப்பட்டவனாகவும் தங்கை தன் அண்ணன் மீது உரிமைகளை மட்டுமே உடையவளாகவும் ஆகிவிடுகின்றனர். கடமைகளை மட்டுமே உடைய அண்ணன், இனக்குழுத் தன்மையுடைய சாதிய அமைப்பில் சபை மரியாதை பெறுபவனாக அமைந்துவிடுகிறான். அதிலே அவன் மிகப்பெரிய மனநிறைவு பெறுகிறான்.

தங்கை திருமணத்தில் மாப்பிள்ளையின் கால்களைக் கழுவி மணவறைக்கு அழைத்து வருவது, கைப்பிடித்து மணமேடையைச் சுற்றச் செய்வது, தங்கைக்குச் சீர் கொண்டு செல்வது, அவள் குழந்தை பிறந்தவுடன் சீர் செய்வது, குழந்தையின் காதணி விழாவில் சீர் செய்வது, பெண் குழந்தை பூப்படைந்தவுடன் சீர் செய்வது, அவள் திருமணத்திலும் தாய்மாமன் சீர் செய்வது, தங்கை தன் கணவனை இழந்தால் பிறந்த வீட்டின் சார்பாகக் 'கோடி' (துணி) எடுத்துக் கொடுப்பது, தன் திருமணத்தில் தங்கைக்குச் சீரும் துணிகளும் தருவது, தன்னுடன் சேர்ந்து மணமகளுக்குத் தாலி கட்டும் உரிமையினையும் தங்கைக்குத் தருவது என அவன் கடமைகள் விரிகின்றன.

தங்கையின் குடும்பத்தின்மீது அண்ணன் ஒரே ஒரு உரிமையை மட்டும் பெற்றவனாகிறான். தங்கை, தமக்கையின் பெண் பூப்படைகின்றபோது அவள் மீதான 'பாலியல் உரிமை' தாய்மாமனுக்குத்

தானாகவே கிடைத்துவிடுகிறது. 'அக்காள் மகள் முக்கால் கொழுந்தி' என்ற சொல்லடை இன்றளவும் பெரும்பாலான சாதிகளில் வழங்கி வருகின்றது. இது முதற்கட்ட உறவு நிலையாகும். ஆனால் ஒரே சாதிக்குள்ளே சில உட்பிரிவுகளில் இந்த உறவு நிலை கடுமையாக விலக்கப்படுகிறது. வேறுவகையில் சொல்வதானால், இந்த ஒரு வழக்கம் காரணமாகவே ஒரு சாதி தனித்தனியாகப் பிரிந்து இரண்டு சாதிகளாகி நிற்பதையும் பரவலாகக் காணலாம். தாய்மாமனுக்கும் மணப் பெண்ணுக்கும் இடையிலுள்ள வயது வேறுபாடு, அதன் விளைவாகப் பிறந்த பாலியல், பொருளியல் சிக்கல்கள் காரணமாகப் பெரும்பான்மையான சாதிகள் இந்த வழக்கத்தைக் கைவிட்டு வருகின்றன.

தாய்மாமன் மகள் அல்லது மகன் மீதான 'பாலியல் உரிமை' ஆணுக்கும் பெண்ணுக்கும் பிறப்பிலேயே கிடைத்துவிடுகிறது. ஐம்பதாண்டுகளுக்கு முன் முறைப்பெண் (சில இடங்களில் முறை மாப்பிள்ளைகூட) கடத்திச் செல்லப்பட்டால் சாதிப் பஞ்சா யத்து அதை ஒரு வழக்காகவே எடுத்துக்கொண்டதில்லை. கிறித்தவராகவோ, இசுலாமியராகவோ மாறிய பின்னரும்கூடத் தாய்மாமன் உறவின் இறுக்கத்தைத் தமிழர் மணவுறவுகளில் வலுப்படுத்திக்கொண்டே வந்துள்ளனர்.

பெண்ணுக்குச் சொத்துரிமை மறுக்கப்பட்ட சமூக அமைப்பில், அவள் பிறந்த வீட்டுக்குப் பெண் கொடுத்தோ, பெண் எடுத்தோ தன் சொத்துரிமை உணர்வை நிறைவு செய்ய முயல்கிறாள். மீண்டும் மீண்டும் இரத்த உறவுக்கு முயலும் போக்கில் அண்ணன் - தங்கை என்ற உணர்வு மிக வலிமையானதாக மாறுகிறது. முறைப் பெண், முறை மாப்பிள்ளை என்ற மணஉறவு முறையினைப் 'பார்ப்பனியம் ஏற்றுக்கொள்ளாது' என்று ஜே.எச். ஹட்டன் போன்ற மானிட வியல் அறிஞர்கள் வற்புறுத்துகின்றனர். இந்த மண உறவு முறை யினை cross cousin marriage என்று குறிப்பிடுகின்றனர். பெண்ணின் சொத்துரிமை உணர்வினை நிறைவு செய்யப் பிறந்த காரணத்தால் தான் தாய்மாமன் 'கடமைகளை' உணர்வுப்பூர்வமாகச் செய்யும் கடமையுடையவனாகிறான்.

தாலியும் மஞ்சளும்

தாலி கட்டுதல், திருப்பூட்டுதல், மாங்கல்யதாரணம் ஆகிய சொற்கள் திருமணத்தில் பெண்ணின் கழுத்தில் ஆண் தாலி அணி

விப்பதைக் குறிக்கின்றன. தாலிகட்டும் நிகழ்ச்சி நடக்கும்போது, மணமக்களுக்குப் பின்னால் மணமகனின் சகோதரி அல்லது சகோதரி முறை உள்ளவர்கள் கட்டாயம் நிற்கவேண்டும். தாலி முடிச்சுப் போட மணமகனுக்கு அவள் உதவி செய்யவேண்டும். தமிழ்நாட்டில் பெருவாரியாக நிலவி வரும் வழக்கம் இதுவே.

மணவறையில் அல்லாமல் ஊர் மந்தையில் நின்றுகொண்டு தாலிகட்டும் வழக்கமுடைய சாதியாரிடத்திலும் சகோதரி மணமகனுக்குத் தாலிகட்டத் துணைசெய்கிறாள். ஒன்றிரண்டு சாதியாரிடத்தில் இரண்டு வீடுகளுக்கு இடையிலுள்ள சந்து அல்லது முடக்குக்குள் சென்று மணமகன் மணமகளுக்குத் தாலிகட்டுவது சில ஆண்டுகளுக்கு முன்வரை வழக்கமாக இருந்தது. இது வன்முறையாகப் பெண்ணை வழிமறித்துத் தாலிகட்டிய வழக்கத்தின் எச்சப்பாடாகும்.

ஒரு நூற்றாண்டுக்கு முன்பு வரை சில சாதியாரிடத்தில் மணமகன் திருமண நிகழ்ச்சிக்கு வரமுடியாதபோது மணமகனை அடையாளப்படுத்த அவன் வைத்திருக்கும் பொருள்களில் ஒன்றைக் கொண்டுவந்து மணமகளின் பக்கத்தில் வைத்து மணமகனின் சகோதரி தாலிகட்டுகிற வழக்கம் இருந்திருக்கிறது.

மதுரை மாவட்டம் மேலூர் வட்டத்தில் வாழும் அம்பலக் காரர்களிடத்தில் மணமகனுக்குப் பதிலாக அவனுடைய வளை தடியைக் (வளரி) கொண்டுபோய் அவனுடைய சகோதரி மணப் பெண்ணுக்குத் தாலிகட்டுகிற வழக்கம் இருந்துள்ளது. மணமகன் இல்லாமலேயே மணமகளுக்குத் தாலிகட்டும் வழக்கம் இருந்துள்ளது என்பதற்கு இவை சான்றுகளாகும்.

தாலி என்ற சொல்லின் வேர்ச்சொல்லை இனங்காண முடிய வில்லை. அனால் தாலி, தாலாட்டு ஆகிய சொற்களைக்கொண்டு தால் என்பது தொங்கவிடப்படும் அணி (காதணி, மூக்கணி, விரலணி போல) என்று கொள்ளலாம்.

நமக்குக் கிடைக்கும் தொல்லிலக்கியச் சான்றுகளிலிருந்து (சங்க இலக்கியம், சிலப்பதிகாரம்) அக்காலத்தில் தாலிகட்டும் பழக்கம் இருந்ததில்லை என்றே தோன்றுகிறது.

தமிழர் திருமணத்தில் தாலி உண்டா இல்லையா என்று தமிழறிஞர்களுக்கு மத்தியில் 1954இல் ஒரு பெரிய விவாதமே

நடந்தது. இதைத் தொடங்கி வைத்தவர் கவிஞர் கண்ணதாசன். தாலி தமிழர்களின் தொல் அடையாளந்தான் என வாதிட்ட ஒரே ஒருவர் ம.பொ.சி. மட்டுமே.

கி.பி. 10ஆம் நூற்றாண்டுவரை தமிழ்நாட்டில் தாலிப் பேச்சே கிடையாது என்கிறார் கா. அப்பாத்துரையார். பெரும்புலவர் மதுரை முதலியாரும் ஆய்வறிஞர் மா. இராசமாணிக்கனாரும் பழந்தமிழர்களிடத்தில் மங்கலத்தாலி வழக்கு இல்லை என உறுதியுடன் எடுத்துக் கூறினர்.

தொல்பழங்குடி மக்கள் பிள்ளைகளைத் தீயவை அணுகாமல் காப்பதற்குப் பிள்ளைகளின் இடுப்பில் அரைஞாண் கயிற்றில் சில பொருள்களைக் கோத்துக் கட்டும் வழக்கம் இருந்தது. அவ்வழக்கம் மிக அண்மைக்காலம் வரைகூட நீடித்தது. இவ்வாறு ஐந்து பொருள்களைப் பிள்ளைகளின் அரைஞாண் கயிற்றில் கட்டுவதைச் சங்க இலக்கியங்கள், 'ஐம்படைத் தாலி' என்று குறிப்பிடுகின்றன. அண்மைக்காலம் வரையிலும்கூடக் கிராமப் புறங்களில், குழந்தைகளின் அரைஞாண் கயிற்றில் நாய், சாவி, தாயத்து, காசு, அரசிலை ஆகிய உருவங்களைச் செய்து கட்டுவது வழக்கமாயிருந்தது.

நந்தனாரின் சேரிக் குழந்தைகள் அரைஞாண் கயிற்றில் இரும்பு மணி கட்டியிருந்ததாகப் பெரியபுராணத்தில் குறிப்பு உள்ளது. எனவே தாலி என்னும் சொல் கழுத்துத்தாலியைத் தொடக்கக்காலத்தில் குறிப்பிடவில்லை என்பது தெளிவு. கி.பி. 7ஆம் நூற்றாண்டில் திருமணச் சடங்குகளை ஒவ்வொன்றாகப் பாடுகின்ற ஆண்டாளின் பாடல்களில் தாலி பற்றிய பேச்சே கிடையாது என்பதையும் நினைவில் கொள்ளவேண்டும்.

மாறாக, வீரத்தின் சின்னமான புலிப்பல்லைத் தாலியாக ஆண்கள் அணிந்த செய்தியைச் சங்க இலக்கியங்களில் காண்கிறோம். தான் கொன்ற புலியின் பல்லை எடுத்து வீரத்தின் சின்னமாக ஆண் தன் கழுத்தில் கோத்துக் கட்டிக்கொண்டால் அதைப் 'புலிப்பல் தாலி' என்று குறிப்பிட்டுள்ளனர்.

'புலிப்பல் கோத்த புலம்பு மணித்தாலி' (அகநா : 54)
'புலிப்பல் தாலிப் புன்தலைச் சிறார்' (புறநா : 374)
'இரும்புலி எயிற்றுத் தாலி இடையிடை மனவுகோத்து'
(பெரிய புராணம்)

என்பவையெல்லாம் ஆண் தாலி பற்றிய இலக்கியச் சான்றுகளாகும்.

தமிழ்நாட்டில் அதிச்சநல்லூர் உட்பட பல்வேறு இடங்களில் தோண்டி எடுக்கப்பட்ட புதை பொருள்களில் இதுவரை தாலி எதுவும் கிடைக்கவில்லை.

இப்போது பயன்படுத்தப்பட்டுவரும் தாலிகளில் சிறுதாலி, பெருந்தாலி, பஞ்சார(கூடு)த்தாலி, மண்டைத் தாலி, நாணல் தாலி (ஞாழல் தாலி), பார்ப்பாரத் தாலி, பொட்டுத் தாலி ஆகியவை முக்கியமானவை.

ஒரு சாதிக்குள்ளேயே அதன் உட்பிரிவுகள் சிறுதாலி - பெருந்தாலி வேறுபாட்டால் அடையாளப்படுத்தப்பட்டன. ஒரு காலத்தில் உணவு சேகரிப்பு நிலையில் வாழ்ந்த சில சாதியார் இன்றுவரை கழுத்தில் தாலிக்குப் பதிலாகக் 'காறைக் கயிறு' எனும் கறுப்புக்கயிறு கட்டிக்கொள்கின்றனர். கழுத்தில் காறை எலும்பை ஒட்டிக் கட்டப்படுவதால் அது காறைக் கயிறு எனப்பெயர் பெற்றது. பார்ப்பாரத் தாலி என்பது பெண்ணின் மார்புகள் போன்ற இரண்டு உருவத்திற்கு நடுவில் ஒரு உலோகப் பொட்டினை வைத்துக்கொள்வதாகும். இது மனித குல வரலாற்றில் ஏதோ ஒரு தொல்பழங்குடியினரின் கண்டுபிடிப்பாக இருக்கவேண்டும்.

கி.பி. 10ஆம் நூற்றாண்டு முதலே தமிழகத்தில் பெண்ணின் கழுத்துத்தாலி புனிதப் பொருளாகக் கருதப்பட்டு வந்துள்ளதாகக் கொள்ளலாம். அதன் பின்னரே கோவில்களிலும் பெண் தெய்வங் களுக்குத் தாலி அணிவிக்கப்பட்டது. திருக்கல்யாண விழாக்களும் நடத்தப்பட்டன. நாளடைவில், 'தாலி மறுப்பு' என்பது கனவிலும் நினைத்துப் பார்க்க முடியாத ஒன்றாக மாறிவிட்டது. தம் குலப் பெண்களுக்கு மேலாடை அணியும் உரிமை கோரி குமரிப்பகுதி நாடார்கள் நடத்திய தோள்சீலைப் போராட்டத்தை ஒடுக்க அன்று நாயர்கள் நாடார் பெண்களின் தாலிகளை அறுத்தனர். அந்த இடம் இன்றும் 'தாலியறுத்தான் சந்தை' என்று வழங்கப்படுகிறது.

இந்தியச் சிந்தனையாளர்களில் தந்தை பெரியார்தான் முதன் முதலில் தாலியை நிராகரித்துப் பேசவும் எழுதவும் தொடங்கினார். அவரது தலைமையில் தாலி இல்லாத் திருமணங்கள் நடைபெறத் தொடங்கின. ஆணுக்குப் பெண் தாலி கட்டும் அதிர்ச்சி மதிப்பீட்டு நிகழ்ச்சிகளும் சில இடங்களில் நடந்தன. பின்னர் 1968இல்

அண்ணா காலத்தில் நிறைவேற்றப்பட்ட சுயமரியாதைத் திருமணச் சட்டம் தாலி இல்லாத் திருமணத்தைச் சட்டபூர்வமாக அங்கீகரித்தது.

கடைசியாக ஒரு செய்தி - சங்க இலக்கியங்களில் தாலி மட்டுமல்ல; பெண்ணுக்குரிய மங்கலப் பொருள்களாக இன்று கருதப்படும் மஞ்சள், குங்குமம் ஆகியவையும்கூடப் பேசப்படவே இல்லை.

மஞ்சள் பூசிக் குளிப்பதும் மஞ்சள் கயிறு அணிவதும் பெண்ணுக்குரிய முக்கியமான விஷயங்களாக ஆகியுள்ளன. மஞ்சள் என்பது பெண்ணோடும் 'மங்களகரம்' என்பதோடும் இணைத்துப் பேசப்படுகிறது. ஆனால் ஆரோக்கியம் தொடர்பான ஒரு பொருளாகவே தமிழர் வாழ்வில் மஞ்சள் முன்பு இருந்துள்ளது. கிருமி எதிர்ப்பு சக்தி மஞ்சளில் உள்ளதாகவும் கூறப்படுகிறது. 'நோக்கி யசோதை நுணுக்கிய மஞ்சளால்' கண்ணனை நீராட்டுவதுபற்றிப் பெரியாழ்வார் பாசுரம் பேசுகிறது. எனவே குழந்தைக்குத் தேய்த்துக் குளிர்ப்பாட்டும் பொருளாக மஞ்சளைத் தமிழர்கள் பயன்படுத்தியது தெரியவருகிறது.

பூசுமஞ்சளில் புகழ் பெற்றது 'விறலி மஞ்சள்' ஆகும். விறல் என்றால் முகபாவனை. விறலி என்றால் முகபாவங்கள் மாற்றி நடிக்கிற, நடனமாடுகிற பெண்ணைக் குறிக்கும். அன்று கூத்தாடிய பெண்கள் விளக்கொளியில் நாட்டியமாடினர்; முகம் துணிப்பாகத் தெரிய மஞ்சள் அரைத்து முகத்தில் பூசிக்கொண்டனர். விறலியர் மட்டும் பூசிய மஞ்சளைக் காலப்போக்கில் குடும்பப் பெண்களும் பூசத் தொடங்கினர். விறலியரை மதியாத நம் சமூகம் விறலி மஞ்சளை மட்டும் கொண்டாடத் தொடங்கியது; இன்றும் கொண்டாடி வருகிறது.

சங்கும் சாமியும்

தமிழ்நாடு நெடிய கடற்பரப்பினை உடைய மாநிலமாகும். பழந்தமிழ்ப் பண்பாட்டினை அடையாளப்படுத்துவதில் கடலில் விளையும் பொருள்களுக்குத் தனி இடமுண்டு. கிறித்துவுக்கு முற்பட்ட காலத்திலேயே கீழைக்கடலில் விளைந்த கொற்கை முத்து மேலைநாடுகளுக்கு ஏற்றுமதி ஆனது. தமிழ்ப் பண்பாட்டை அடையாளப்படுத்தும் கடல்விளை பொருள்களில் சங்கும் ஒன்று.

சங்கு, சங்கம், வளை, நரல் ஆகியவை கடலில் விளையும் சங்கினைக் குறிக்கும் பழைய சொற்களாகும். வெண்சங்கம் என்பது 'வால்வளை' எனவும் சுட்டப்பட்டது.

பெரிய சங்குகளிலிருந்து பெண்களின் கைவளையல்கள் செய்யப்பட்டன. எனவே சங்குக்கு 'வளை' எனப் பெயர் ஏற்பட்டது. கொற்கையில் நடைபெற்ற தொல்லியல் ஆய்வில் வளையல்கள் அறுத்து எடுக்கப்பட்ட சங்கின் எஞ்சிய பகுதிகள் நிறையவே கிடைத்துள்ளன.

சங்கு தமிழர்களின் குடும்ப வாழ்விலும் சமூக வாழ்விலும் இன்றியமையாத ஒரு இடத்தினைப் பெற்றிருந்தது. தமிழர்கள் முச்சங்கம் வழக்கமுடையவர்கள் என்று கூறுவர். பிறப்பு, திருமணம், இறப்பு ஆகிய நிகழ்வுகள் மூன்றிலும் சங்கொலித்துள்ளனர். இறப்பின்போது சங்கு ஊதும் வழக்கம் மட்டும் தமிழகம் முழுவதும் பரவலாக இன்றும் இருந்துவருகிறது. இடைக்காலத்தில் ஏற்பட்ட சாதிப் படிநிலை அமைப்புக்கு ஏற்ப, இது ஒற்றைச் சங்காகவோ இரட்டைச் சங்காகவோ அமைகிறது. வைணவத் தீட்சை பெற்றவர்கள் இறந்தால் இத்துடன் பூண்கட்டிய திருச் சங்கம் ஒன்றும் தனியாக ஊதப் பெறுகிறது. அதற்குச் சில ஊர்களில் 'பெருமாள் சங்கு' என்றும் பெயர். இதனை 'வரிச் சங்கம்' என்று இலக்கியங்கள் கூறும். பிறப்புச் சங்கு என்னும், குழந்தை பிறந்தவுடன் சங்கினை ஊதி மகிழ்ச்சியாகச் செய்தி தெரிவிக்கும் பழக்கம் இன்று காணப்பெறவில்லை. ஆனால் திருமணத்தின்போது சங்கு ஊதும் பழக்கம் மதுரை, முகவை மாவட்டங்களில் சில ஊர்களில் காணப்பெறுகின்றது. முகவை மாவட்டத்தில் இடையர்களில் தாலிகட்டும் நேரத்தில் திருச்சங்கு ஊதும் வழக்கம் 1980வரை இருந்தது. மதுரை மாவட்டம் மேலூர் கள்ளர் சாதியினரில் மணப் பெண்ணை மணமேடைக்கு அழைத்து வரும்பொழுது மண மகனின் சகோதரி திருச்சங்கு ஊதி அழைத்து வருகிறாள். இவை தமிழர்களிடத்தில் முச்சங்க வழக்கம் இருந்ததற்கான எச்சங்களாகும்.

சங்கு இடப்பக்கமான புரியினை உடையதாகும். ஒரு இலட்சம் சங்குகளில் ஒன்று வலப்புறம் வளைந்த புரியினை உடையதாக இருக்கும் என்பர். வலம்புரிச் சங்கு அக்காலத்தில் அரண்மனை களுக்கும் கோயில்களுக்கும் மடங்களுக்கும் சங்கு குளிக்கும் மீனவர்களால் வழங்கப்பெற்றுள்ளது. அதனுடைய விலைமதிப்பும்

அதிகமானதாகும். வலம்புரிச் சங்கு பற்றிச் சங்க இலக்கியங்கள் அனைத்தும் பெருமையாகப் பேசுகின்றன. சங்கு குளிக்கும் மீனவர்கள் வலம்புரிச் சங்கு கிடைத்தால் கடற்கரையில் சங்கு ஊதி அந்தச் செய்தியை மகிழ்ச்சியுடன் பிறருக்குத் தெரிவித்தனர் என்று சங்கப் பாடல் ஒன்று கூறுகிறது.

வளமை அல்லது செழிப்பின் சின்னமாகவே சங்கு பழந் தமிழர்களால் கருதப்பட்டது. சடங்குகளுக்குப் பின்னர் வையை ஆற்றில் சங்குகளையும் கிழிஞ்சல்களையும் இட்டதாகப் பரிபாடல் செய்தி தருகிறது. இன்றும் வீட்டில் தலைவாசல் நிலையினை அடுத்து சற்றே வெளியிலே தெரியும்படி கடல் சங்கினைப் புதைக்கும் வழக்கம் தென்மாவட்டங்களில் வழக்கத்தில் உள்ளது.

மேற்கூறிய செய்திகளேயன்றித் தமிழ் இலக்கியங்கள் கூறும் மற்றுமொரு செய்தியினையும் தென்மாவட்ட நடைமுறைகளில் அறியலாம். பெருந்தெய்வக் கோயில்களிலும் சிறுதெய்வக் கோயில் களிலும் காலையிலும் மாலையிலும் கோயில் (நடை) திறக்கும் முன்பாகச் சங்கு ஊதும் வழக்கம் இருந்துள்ளது. இந்தச் சங்கினைப் பூக்கட்டும் தொழிலை உடைய பண்டாரம் என்னும் சாதியார் செய்து வருகின்றனர். திருச்சங்கு ஊதி, கோயில் நடைவாசல் திறக்கும் வழக்கத்தினைச் 'செங்கல் பொடிக்கூறை வெண்பல் தவத்தவர் தங்கள் திருக்கோயில் சங்கிடுவான் போகின்றார்' என்று ஆண்டாள் திருப்பாவையில் குறிப்பிடுகின்றார். எனவே, இந்த வழக்கம் கி.பி. 7ஆம் நூற்றாண்டிலிருந்தே வழக்கத்தில் இருந்துவருகிறது என்பதனை அறிகின்றோம். இக்காலத்தில் பூக்கட்டும் தொழிலை உடையவர்கள் செய்யும் இந்தப் பணியினை ஆண்டாளின் காலத்தில் தவத்தவர் (துறவிகள்) செய்துவந்துள்ளனர் என்று தெரிகிறது. தென்மாவட்டங்களில் சங்கு, சங்கன், சங்கையா, சூரசங்கு என்பன மக்கட்பெயராகவும் வழங்கிவருகின்றன. சங்குத்தேவன் தர்மம் என்றே ஒரு கதைக்குப் பெயரிட்டவர் புதுமைப்பித்தன். 'சுதந்திரச்சங்கு' என்ற இதழின் பெயரும் 'சங்கு நூலகம்', 'சங்கு சுப்பிரமணியன்' என்ற பெயர்களும் இருபதாம் நூற்றாண்டுத் தமிழர்கள் நன்கு அறிந்தவை.

நெல்லை மாவட்டத்தில் பழைய அம்மன் கோயில்களில் வெளிப்பகுதியில் கிழக்கு ஓரமாகச் சங்குச்சாமியின் சிலைகள் இன்றும் காணப்படுகின்றன. மார்பு அளவே உள்ள இந்தச் சிலைகள்

நீண்ட சடை முடியோடு ஒற்றைச் சங்கினை வாயில் வைத்து இரண்டு கையாலும் பிடித்து ஊதும் மானிடத் தோற்றத்தில் காணப்படுகின்றன. இச்சிலைகளுக்கு என்று தனிப்பூசனைகள் இல்லை. ஆனால் சங்கு ஊதும் தோற்றத்துடன் இருப்பதால் 'சங்குச்சாமி' என்ற பெயர் மட்டும் இவற்றுக்கு உண்டு. திருமாலின் கையில் உள்ள சங்கு பிறப்பதற்கு முன்னரே சங்குச்சாமிகள் பிறந்திருக்கலாம் என்ற ஊகம் ஆய்வுக்கு உரியது. அத்துடன் விஷ்ணு வழிபாடு சிறப்பிடம் பெற்ற வட இந்தியப் பகுதிகளில் சங்கு விளையும் கடற்கரைப் பகுதிகள் இல்லை என்பதும் கூர்ந்து கவனிக்கத்தக்கது. தமிழர்களின் பண்பாட்டில் சங்கு பெறும் இடத்தினை நோக்கித்தான் பாரதிதாசன் பின்வருமாறு பாடினார்.

'எங்கள் வாழ்வும், எங்கள் வளமும் மங்காத தமிழ் என்று சங்கே முழங்கு'.

தைப்பூசம்

தமிழர்களின் தனிப்பெரும் திருவிழாவாகத் திகழ்வது தைப் பொங்கல் திருநாள். தேசிய இனத்துக்குரிய அடையாளம் ஒன்றைத் தமிழர்க்கு வழங்கும் திருவிழா இது. சமய எல்லைகளைக் கடந்த திருவிழாவாகவும் இது அமைகிறது.

பிறப்பு, இறப்புத் தீட்டுக்களால் பாதிக்கப்படாத திருவிழா இது என்பது பலர் அறியாத செய்தி. தைப் பொங்கல் நாளன்று ஒரு வீட்டில் இறப்பு நிகழ்ந்தாலும் மிகவிரைவாக வீட்டைச் சுத்தம் செய்து இறந்தவர் உடலை எடுத்துச் சென்றவுடன் தைப்பொங்கல் இடும் வழக்கத்தை நெல்லை மாவட்டத்தில் காணலாம். பொங்கல் திருநாளன்று, திருவிளக்கின் முன் படைக்கும் பொருள்களில் காய்கறிகளும் கிழங்கு வகைகளும் சிறப்பிடம் பெறுகின்றன. இவற்றுள் கிழங்கு வகைகள் (சேனை, சேம்பு, கருணை, சிறுகிழங்கு, பனங்கிழங்கு) பார்ப்பனர்களாலும் பெருங்கோயில்களாலும் காலங்காலமாக விலக்கப்பட்ட உணவு வகைகள் என்பது குறிப் பிடத்தகுந்தது. மேற்குறித்த இரண்டு செய்திகளாலும் தைப் பொங்கல் தமிழர்களின் திருவிழா என்பதையும் அது பார்ப் பனியப் பண்பாட்டிலிருந்து விலகி நிற்பது என்பதனையும் உணர்ந்துகொள்ளலாம்.

தைப்பொங்கலைத் தொடுத்து வரும் மற்றொரு இயற்கைத் திருவிழா சிறுவீட்டுப் பொங்கலாகும். மார்கழி மாதம் முப்பது நாளும் வைகறைப்பொழுது வாசலில் நீர் தெளித்து, கோலமிட்டு, சாண உருண்டைகளில் பூச்செருகி வைக்கும் பழக்கம் தென் மாவட்டங்களில் பரவலாகக் காணப்படுகிறது. எல்லா வீடுகளிலும் இது செய்யப்படுவதில்லை. பெண் பிள்ளைகள் இருக்கும் வீடுகளிலேயே வாசலில் பூ வைக்கும் வழக்கம் காணப்படுகிறது. பீர்க்கு, பூசணி, செம்பருத்தி, எக்காளம் ஆகியவையே பெரும்பாலும் வைக்கப்படும் பூக்களாகும். காலையில் வைக்கும் இந்தப் பூக்களை வெய்யில் விரிந்தவுடன் சாண உருண்டைகளிலேயே சேர்த்து எருவாக்கி, காயவைத்துவிடுவார்கள்.

பூ வைக்கும் வீடுகளில் (பொங்கல் கழிந்து 8இலிருந்து 15 நாள்களுக்குள் வரும்) தைப்பூசத்திற்குள் இதற்கொரு தனிப்

பொங்கல் வைக்கவேண்டும். பெண்பிள்ளைகளுக்காகவே பூ வைப்பதால் அவர்களுக்கென வீட்டுக்குள் அல்லது வீட்டு முற்றத்திற்குள் களிமண்ணால் சிறுவீடு கட்டுவர். சிறுவீடு அதிக அளவு ஐந்தடிக்கு ஐந்தடி அளவில் இருக்கும். சிறுவீட்டுப் பொங்கல் நிகழ்ச்சி தலைவாசலில் நடைபெறாமல், சிறுவீட்டின் வாசலிலேயே நடைபெறும். பொங்கலிட்டுத் திருவிளக்குப் படையலும் முடிந்தவுடன் பொங்கலையும் பூக்களாலான எருத்தட்டுக்களையும் நீர்நிலைகளுக்குப் பெண் பிள்ளைகள் எடுத்துச்சென்று நீரில் விடுவர். எருத்தட்டின் மீது வெற்றிலையில் சூடமேற்றி நீரில் விடுவதும் உண்டு.

ஆண்டாளின் திருப்பாவை காட்டும் மார்கழி நீராடலை நாம் அறிவோம். ஆனால் சங்க இலக்கியங்களில் தைந்நீராடல் குறிக்கப்படுகிறது. 'தாயருகே நின்று தவத் தைந்நீராடுதல் நீயறிதி வையை நதி' என்பது பரிபாடல். தைந்நீராடல் பற்றி அறிஞர் மு. இராகவையங்கார் ஒரு நெடுங்கட்டுரை எழுதியுள்ளார். ஆனால் அவர் மார்கழி மாதம் வாசலில் பூ வைக்கும் சடங்கையும் பொங்கலையும் கணக்கில் எடுத்துக்கொள்ளவில்லை.

ஆண்டாளின் முப்பது நாள் திருப்பாவை நோன்பு மார்கழித் திங்கள் முதலாம் நாள் தொடங்கவில்லை. மார்கழித் திங்கள் மதி நிறைந்த நன்னாளிலேயே தொடங்குகிறது. எனவே அது தைத்திங்கள் மதி நிறைந்த நன்னாளில் (தைப்பூசத்தில்) நிறைவு பெற்றிருக்கவேண்டும். அந்நாளில் 'பாற்சோறு மூட நெய்பெய்து' (பாற் பொங்கலிட்டு) உண்டு சுவைத்திருக்க வேண்டும். மார்கழி நீராட்டுப்போலவே தைந்நீராட்டும் பெண் பிள்ளைகளுக்கு உரியதாகவே சொல்லப்பெறுகிறது. எனவே மார்கழி நிறைமதி நாள் தொடங்கித் தை மாத நிறைமதி நாள் வரை பெண் பிள்ளைகள் நோன்பிருந்து 'சிறுவீடு' கட்டிப் பொங்கலிட்டுக் கொண்டாடிய ஒரு பழைய வழக்கத்தையே தமிழ் வைணவம் தனதாக்கிக் கொண்டு மார்கழி நீராட்டாக மாற்றியிருக்கிறது எனலாம்.

தை மாதம் காமனை (காதற்கடவுள்) நோக்கிச் செய்யப்பெற்ற மற்றொரு நோன்பினையும் ஆண்டாள் திருமொழி குறிக்கிறது. அது 'மாசி முன்னாளில்' கொண்டாடப்பெற்ற வேறொரு திருவிழா வாகும். சங்க நூல்களில் அதற்குச் சான்றுகள் இல்லை.

திருக்கார்த்திகை, பங்குனி உத்திரம், மாசிக்களரி போன்றவை

பக்தி இயக்கத்துக்கு முந்திய காலத்தைச் சேர்ந்த திருவிழாக்கள் ஆகும். அவற்றைச் சைவ வைணவப் பெருஞ்சமயங்கள் தம்வய மாக்கிக்கொண்டிருக்கின்றன. அத்தகைய திருவிழாக்களில் தைப் பூசமும் ஒன்று.

தமிழ் வைணவத்தைப் போலவே தமிழ்ச் சைவமும் தைப் பூசம் கொண்டாடியிருக்கிறது. 'நெய்ப்பூசும் ஒண்புழுக்கல் நேரிழையார் கொண்டாடும் தைப்பூசம்' என்று மயிலைப் பதிகத்தில் திருஞான சம்பந்தர் தைப்பூசத்தினைப் பெண்கள் பொங்கலிட்டுக் கொண்டாடும் வழக்கத்தைக் குறிப்பிடுகிறார்.

தென் மாவட்டங்களில் தைப்பூசத் திருவிழா இன்றும் நீர்த்துறைகளிலே சிறப்பாகக் கொண்டாடப் பெறுவதும் ஆற்றங் கரைகளில் தைப்பூச மண்டபங்கள் கட்டப்பட்டிருப்பதும் தைப்பூசத் திருவிழாவின் செல்வாக்கினைக் குறிக்கும் சான்றுகளாகும்.

தீபாவளி

இன்று தமிழ்நாட்டில் விறுவிறுப்பாகக் கொண்டாடப்பெறும் திருவிழா தீபாவளி. நகர்ப்புறம் சார்ந்ததாகவும் துணி, எண்ணெய், மாவு, பட்டாசு ஆகிய பெருந்தொழில்களின் பொருளாதாரம் சார்ந்ததாகவும் இத்திருவிழா கொண்டாடப்படுகிறது. தகவல் தொடர்புச் சாதனங்கள் தரும் பகட்டான விளம்பரங்களால், இது தமிழர்களின் 'தேசியத் திருவிழா' போலக் காட்டப்படுகிறது. ஆயினும் தைப்பொங்கல் திருவிழாபோல மரபுவழிப் பொருளா தாரம் சார்ந்ததாகவும் ஒரு திருவிழாவிற்குரிய உள்ளார்ந்த மகிழ்ச்சியோடும் சடங்குகளோடும் கொண்டாடப்பெறுவதாகவும் தீபாவளி அமையவில்லை. தைப்பொங்கல் சமய எல்லையினைக் கடந்து நிற்கும் திருவிழா. இது பழந்தமிழரின் அறுவடைத் திருவிழா. எனவேதான் இன்று ரோமன் கத்தோலிக்கத் தேவாலயங்களில்கூடத் தைப்பொங்கல் கொண்டாடப்பெறுகிறது. ஆனால் தீபாவளி தமிழரின் திருவிழாவாக அமையாமல் 'இந்து'க்களின் திருவிழாவாக அமைகிறது.

தமிழர் திருவிழா - இந்துக்களின் திருவிழா என்ற வேறுபாட்டினை எவ்வாறு பிரித்தறிவது? பழைய வழிபாட்டு முறைகளோடு கூடிய தொல் சமய வழிபாடுகள், இவற்றின் சாரத்தையும் உள்வாங்கிக்கொண்டு வளர்ந்த சைவம், வைணவம் ஆகியவையே தமிழர்களின் பழைய மதங்களாகும். இவை காட்டும்

திருவிழாக்களான கார்த்திகைத் திருவிழா, திருவாதிரைத் திருவிழா, தைப்பூசத் திருவிழா, மாசிக்களரி எனப்படும் சிவராத்திரித் திருவிழா, பங்குனி உத்திரம், சித்திரைப் பிறப்பு, வைகாசி விசாகம், ஆடிப் பதினெட்டாம் பெருக்கு ஆகியன சைவமும் வைணவமும் பெருஞ்சமயங்களாக நிலைபெறுவதற்கு முன்னரே தமிழர்கள் கொண்டாடிய திருவிழாக்களாகும். பக்தி இயக்கத்தின் வளர்ச்சியில் இவை, சைவ, வைணவ மதங்களாலும் அங்கீகரிக்கப்பட்டு ஏற்றுக்கொள்ளப்பட்டுவிட்டன.

தீபாவளி, தமிழ்நாட்டின் மரபுவழிப் பொருளாதாரத்தோடும் பருவநிலைகளோடும் சடங்குகளோடும் தொடர்பில்லாத ஒரு திருவிழா. பார்ப்பனியத்தின் பாதிப்புகளிலிருந்து இன்னமும் விலகி நிற்கிற சிற்றூர்களில் தீபாவளி கொண்டாடப்படுவதில்லை. தீபாவளியின் அடையாளமான வெடி, அதன் மூலப்பொருளான வெடி மருந்து ஆகியவை தமிழ்நாட்டிற்குப் பதினைந்தாம் நூற்றாண்டுவரை அறிமுகமாகவில்லை என்பதையும் நினைவில் கொள்ளவேண்டும். விளக்குகளின் வரிசை எனப் பொருள்படும் தீபாவளி (தீப + ஆவளி) என்னும் வடசொல்லுக்கு நிகரான தமிழ்ச் சொல்லும் புழக்கத்தில் இல்லை. தமிழர்களின் விளக்குத் திருவிழா என்பது திருக்கார்த்திகைத் திருவிழாவே. நரகாசுரன் என்னும் அரக்கன் கிருஷ்ணனால் அழிக்கப்பட்டதாகக் கூறப்படும் தீபாவளிக் கதை திராவிடப் பண்பாட்டோடு தொடர்புடையதன்று. மாறாக பிராமணிய மதத்தின் சார்பாக எழுந்த கதையாகும். இந்த நாளே பிராமணிய மதத்தின் எதிரியான சமண மதத்தின் இருபத்து நாலாம் தீர்த்தங்கரரான வர்த்தமான மகாவீரர் வீடுபேறடைந்த (இறந்த) நாளாகும். தான் இறந்த நாளை வரிசையாகத் தீபங்களை ஏற்றிக் கொண்டாடுமாறு மகாவீரர் தம் மதத்தவரைக் கேட்டுக்கொண்டார். ஆகவே, பிராமணிய மதத்தின் பழைய எதிரிகளான சமணர்களும் தீபாவளியைச் சிறப்பாகக் கொண்டாடுகின்றனர்.

எனவே நரகாசுரன் அழிந்ததாக பிராமணியத் தீபாவளிக் கதைகள் குறிப்பிடுவது மகாவீரர் இறந்த நாளையே ஆகும். விசயநகரப் பேரரசான, 'இந்து சாம்ராஜ்ஜியம்' தமிழ்நாட்டில் நுழைந்த கி.பி. பதினைந்தாம் நூற்றாண்டு தொடங்கியே தீபாவளி இங்கு ஒரு திருநாளாகக் கொண்டாடப்படுகிறது.

இந்தக் காரணம் பற்றியே தமிழ்ப் பிராமணர்களைவிட, தமிழ்நாட்டில் உள்ள தெலுங்குப் பிராமணர்களே தீபாவளியைப்

'பக்தி சிரத்தை'யுடன் கொண்டாடுகின்றனர். வடநாட்டு இந்துக்களிடமும் சமணர்களிடமும் இல்லாதபடி தமிழ்நாட்டில் இத்திருவிழா நாளன்று எண்ணெய் தேய்த்துக் குளிக்கின்றனர். எண்ணெய் தேய்த்துக் குளித்தல் என்பது தமிழ்நாட்டில் நீத்தார் நினைவில் இறுதிநாளைக் குறிக்கும் சடங்காகும். தமிழ்நாட்டுப் பிராமணர்களும் இத்திருவிழாவை இறந்தார் இறுதிச்சடங்கு போல 'கங்கா ஸ்நானம்' செய்து கொண்டாடுவது குறிப்பிடத்தக்கது. ஆகவே, உண்மையில் இத்திருவிழா பார்ப்பனிய மதத்தின் திருவிழாவேயன்றித் தமிழர் திருவிழா ஆகாது.

'நரகனைக் கொன்ற நாள் நல்ல நாள் விழாவா' என்று பாரதிதாசன் பாடுவதும் இங்கே நினைவுக்குரியது.

விநாயகர் வழிபாடு

பிள்ளையார், விநாயகர், கரிமுகன், ஆனைமுகன், கணபதி என்று பல்வேறு பெயர்களால் அறியப்படும் தெய்வமே இன்று தமிழ்நாட்டில் மிகப் பரவலாக வணங்கப்பெறும் கடவுள். ஆனைமுகமுடைய இந்தக் கடவுள் கி.பி. ஆறாம் நூற்றாண்டளவில் தமிழ்நாட்டிற்கு அறிமுகமாகியுள்ளார். எனவே, அதற்குமுன் பிறந்த சங்க இலக்கியங்களில் இக்கடவுளைப் பற்றிய குறிப்புகள் இல்லை.

எல்லாக் கடவுளருக்கும் முன்னதாக வணங்கப்பெறும் கடவுள் என்பதே இவரது சிறப்பு. பலசரக்குக் கடையில் சீட்டு எழுதுபவர்கூட ஓ என்ற குறியீட்டைப் பிள்ளையார் வணக்கமாக இட்டுத்தான் தொடங்குகிறார். திருமண அழைப்பு, தேர்வுத்தாள் என எல்லா எழுத்து உருக்களும் இக்குறியீட்டை இட்டே தொடங்குகின்றன. மிக அண்மைக்காலமாய், படித்த, நகர்ப்புறம் சார்ந்த பிராமணர் அல்லாதவர்களிடம்கூட 'கணபதி ஹோமம்' என்ற சொல்லும் சடங்கும் மேல்தட்டு மனப்பான்மையின் வெளிப்பாடாகக் காணப்படுகின்றன.

இந்தக் கடவுள் வழிபாடு மராட்டியத்தின் தென் பகுதியில் புனா நகரைச் சார்ந்த சித்பவனப் பிராமணர் இடையே தோன்றியது என ஆராய்ச்சியாளர் கூறுகின்றனர். பின்னர் கீழைச்சாளுக்கியருடைய வாதாபி நகரத்தில் நிலைகொண்டு அங்கிருந்து தமிழ்நாட்டிற்குள் பரவி வளர்ந்தது என்றும் கூறுவர்.

தேவாரத்தில் இக்கடவுள் 'கணபதி' என்ற பெயராலேயே

குறிக்கப்பெறுகிறார். கலமலக்கிட்டுத் திரியும் கணபதி என்னும் களிறும்' என்பது அப்பர் தேவாரம். 'உமையவள் பிடி (பெண் யானை) ஆக, சிவபெருமான் கரி (ஆண் யானை) வடிவெடுத்து, கணபதி வர அருளினன்' என்று பாடுகிறார் ஞானசம்பந்தர். முற்காலப் பாண்டியர் குடைவரை, கட்டடக் கோயில்களில் கணபதி பரிவார தெய்வமாக சேட்டை (மூ)தேவியுடன் இடம் பெற்றுள்ளார். முதலாம் இராசராசன் எடுப்பித்த தஞ்சைப் பெரிய கோயிலில் பரிவார தேவதைகளில் ஒன்றாகக் கணபதியும் சேர்க்கப் பட்டிருக்கிறார். 'பரிவார ஆலயத்துப் பிள்ளையார் கணவதியார்' எனக் கல்வெட்டு இவரைக் குறிக்கிறது. இவருக்கு வாழைப்பழம் படையலாகப் படைக்கப்பட்டதும் அக்கல்வெட்டால் தெரிய வருகிறது.

காலத்தால் முந்திய பிள்ளையார் உருவமாகத் தமிழ்நாட்டில் அறியப் பெறுவது காரைக்குடிக்கு அடுத்த பிள்ளையார்பட்டியில் உள்ள பிள்ளையார் சிலையாகும். ஒரு சிறிய பாறைக் குன்றில் அமைக்கப்பட்டுள்ள குடைவரைக் கோயிலில் புடைப்புச் சிற்பமாக இது விளங்குகிறது.

மனிதச் சாயலைவிட யானையின் சாயலே இச்சிலையில் மிகுதியாகத் தோற்றமளிக்கிறது. இதன் காலத்தைக் கி.பி. ஆறாம் நூற்றாண்டு என அறிஞர்கள் கணித்துள்ளனர். இப்பொழுது கற்பக விநாயகர் என வழங்கும் இவ்விநாயகரின் பழைய பெயர் 'தேசி விநாயகர்' என்பதாகும். தமிழ்நாட்டில் பிள்ளையாருக்கு வழங்கும் பல பெயர்களில் குறிப்பிடத்தகுந்தவை தேசி விநாயகர், தேசிக விநாயகர், தாவள விநாயகர் என்பன. தேசி, தேசிகர் என்ற தமிழ்ச் சொற்கள் வியாபாரிகளைக் குறிப்பனவாம். தேசங்கள் பலவற்றிற்கும் செல்வதால் வியாபாரிகள் 'தேசிகள்' எனப்பட்டனர் போலும். 'நானா தேசிகள்' என்பது தென்னிந்தியாவில் இருந்த மிகப்பெரிய வணிகக்குழுவின் பெயர். பிள்ளையார்பட்டித் திருக் கோயில் இன்றளவும் பழைமை வாய்ந்த வணிகச் சாதியான 'நகரத்தார்' எனப்படும் நாட்டுக்கோட்டைச் செட்டியாருக்கே உரியது. செட்டி நாட்டு ஊர்களில் ஒன்றான பொன்னமராவதிக்கு அருகில் உள்ள சுந்தரம் என்னும் ஊரை அவ்வூர்க் கல்வெட்டு 'தென் கோனாட்டு ஒல்லையூர்க் கூற்றத்து சுந்தரசோழபுரமான தேசியுகந்த பட்டணம்' என்றே குறிக்கிறது. மற்றும் சில கல்வெட்டுக்கள் இவ்வூரை ஒரு 'நகரம்' என்றே குறிக்கின்றன. அக்காலத்தில் நகரம்

என்ற சொல் வணிகர்களின் குடியிருப்பைச் சுட்டும். எனவே நகரத்தாரால் வழிபடப்பட்ட நானாதேசி விநாயகர், தேசி விநாயகர் எனப்பட்டார். 'தேசி' என்னும் சொல் பிற்காலத்தில் வணிகர்களைக் குறிக்க, தேசிகர் என வழங்கப்பட்டது. முகமது நபி வியாபாரம் செய்துவந்தார் என்பதைக் குறிக்கும் உமறுப்புலவர் சீறாப்புராணத்தில் அவரைத் 'தேசிகர்' என்று குறிப்பிடுகிறார். தேசிகர் என்னும் சொல் 13ஆம் நூற்றாண்டுக்குப்பின் சைவ, வைணவ சமயங்களில் சுப்பிரமணிய தேசிகர், வேதாந்த தேசிகர் எனச் சமயக் குருமார்களை (ஆசார்யர்களை)க் குறிப்பதாகவும் வழங்கியது. தேசிக விநாயகம் என்பது கவிமணியின் இயற்பெயர்.

தாவளம் என்பது பெருவழிகளில் இருந்த வாணிகச் சத்திரங்களைக் குறிக்கும். 'தாவளத்திலிருந்து தன்மம் வளர்த்த செட்டியும் செட்டிவீரப் புத்திரர்களும்' என்று பிரான்மலைக் கல்வெட்டு குறிப்பிடுகிறது.

ஆவணி மாதம் வளர்பிறை நாலாம் நாள் (சுக்லபட்ச சதுர்த்தி) விநாயகர் சதுர்த்தி கொண்டாடப்படுகிறது. புனா, பம்பாய் ஆகிய மேற்கு இந்திய நகரங்களில்தான் மிகச் சிறப்பாக இத்திருவிழா கொண்டாடப்படுகிறது. தமிழ்நாட்டில் இவ்விழாவை அனைத்துச் சாதியினரும் கொண்டாடினாலும் மிகுந்த ஈடுபாட்டோடு கொண்டாடுபவர்கள் 'செட்டியார்' எனப்படும் பல்வகைப்பட்ட வியாபாரச் சாதியினைச் சேர்ந்த மக்களே.

விநாயகர் எனப்படும் பிள்ளையார் வழிபாடு, வியாபாரம் செய்த சாதியார் மூலமாகவே தமிழ்நாட்டில் பரவியிருத்தல் வேண்டும். இக்கடவுள் தாவளம் எனப்படும் நெடுவழியில் அமைந்த சத்திரங்களில் வழிபடப்பட்டவராக இருக்கிறார். எனவே தாவள விநாயகர் என்ற பெயரை இக்கடவுள் பெற்றிருக்கிறார். வியாபாரக் 'கணங்களுக்கு' வேண்டியவர் என்னும் பொருளிலேயே இவருக்குக் கணபதி என்னும் பெயர் வழங்கப்பட்டிருக்க வேண்டும்.

தஞ்சைப் பெரிய கோயிலில் இப்பிள்ளையாருக்கு நாள் தோறும் 150 வாழைப்பழங்கள் நிவேதனம் செய்ய அரசன் 460 காசுகளை ஒதுக்கியுள்ளான். இக்காசுகளைப் பெற்றுக்கொண்டு வட்டிக்கு ஈடாக நாள்தோறும் வாழைப்பழம் வழங்கும் பொறுப்பு தஞ்சாவூரில் நான்கு குடியிருப்புகளில் வாழ்ந்த நகரத்தார்களிடம் (வியாபாரச் செட்டிகளிடம்) ஒப்படைக்கப்பட்டுள்ளது. அவர்கள்

தஞ்சாவூர்ப் புறம்படி நித்த வினோதப் பெருந்தெருவில் நகரத்தார், மும்முடிச் சோழப் பெருந்தெருவில் நகரத்தார், வீர சிகாமணிப் பெருந்தெருவில் நகரத்தார், திரிபுவன மாதேவிப் பேரங்காடி நகரத்தார் ஆகியோர் ஆவர். மேற்குறித்த கல்வெட்டும் பிள்ளையார் வழிபாடு தமிழ்நாட்டில் வாணிகச் சாதியினரால் வளர்க்கப்பட்ட செய்தியை உறுதிப்படுத்துகிறது.

நரசிம்ம பல்லவனின் படைத் தளபதியான சிறுத்தொண்டர், வாதாபி நகரத்திலிருந்து இந்த வழிபாட்டைத் தமிழ்நாட்டுக்குக் கொண்டுவந்த கதையினை முதலில் தெ.பொ..மீ.யும் பின்னர் வீரபத்திரபிள்ளை போன்ற ஆய்வாளர்களும் குறிப்பிட்டாலும் வாணிகச் சாதியினர் தெய்வமாகவே தமிழ்நாட்டுக்குப் பிள்ளையார் வழிபாடு வந்தது என்று கொள்வதே பொருத்தமாகத் தோன்றுகிறது.

துலுக்க நாச்சியார்

தமிழ்நாட்டிற்கு இசுலாம் 'வாளோடு வந்த மதம்' என்று சிலர் குறிப்பிடுகின்றனர். பதினான்காம் நூற்றாண்டின் தொடக்கத்தில் இசுலாமியர்கள் வாளோடு நுழைந்தது வரலாற்று உண்மைதான். ஆனால் இசுலாம் அதற்கு முன்பே வணிகர்கள் வழியாக வந்திருக்க வேண்டும். பிற்காலச் சோழர் ஆட்சியின் போதே 'அஞ்சுவண்ணம்' என்ற வணிகக்குழு இருந்திருக்கிறது. முதலாம் இராசராசன் கல்வெட்டில், 'சோனகன் சாவூர் பரஞ்சோதி' என்பவன் குறிக்கப்பெறுகின்றான். 'சோனகச் சிடுக்கின் கூடு' என்று காதில் அணியும் நகை ஒன்றும் அவனது கல்வெட்டில் குறிக்கப்படுகின்றது. 'சோனகர்' என்பது அரபியரைக் குறிக்கும்.

அரபியர்களும் தமிழர்களைப்போலவே ஒரு பழைய நாகரி கத்தின் வழிவந்தவராவர். எனவே இசுலாமிய சமயத்திற்குத் தமிழ்நாட்டிற்குக் கொடுப்பதற்கும் கொள்வதற்கும் சில உண்மை களும் நெறிகளும் இருந்தன. 'யுனானி' என்னும் மருத்துவமுறையும் அல்வா, பிரியாணி போன்ற உணவு வகைகளும் இசுலாமியர்வழித் தமிழகத்திற்கு வந்தவையாகும். படைப் போர், கிஸ்ஸா (கதை), முனாஜாத் (வாழ்க்கைச் சரிதம்), நாமா (போற்றிப் பாடல்) முதலிய இலக்கிய வகைமைகளும் தமிழுக்கு இசுலாத்தின் பங்களிப்பே.

இந்தியாவின் மிகப்பெரிய வழிபாடான திருமால் நெறியின் வளர்ச்சிக்கு இந்தியாவின் ஒவ்வொரு மாநிலமும் தன் பங்கைச் செலுத்தியுள்ளது. வங்க நாடு திருமாலோடு ராதையை

இணையாகச் சேர்த்தது. தமிழ்நாட்டு வைணவம் ஆண்டாளைத் திருமாலுக்கு இணையாகச் சேர்த்தது. இசுலாத்தின் செல்வாக்கால் தமிழ் வைணவத்தில் 'துலுக்க நாச்சியார்' கதை பிறந்தது.

மதுரையில் நடைபெறும் சித்திரைத் திருவிழாவில் அழகர் கோயில் அழகரைப்பற்றிய கதை ஒன்று வழங்கி வருகிறது. 'தன் தங்கை மீனாட்சி திருமணத்தைக் காண வரும் அழகர் கோபித்துக் கொண்டு வண்டியூர் சென்று அங்கு தன் காதலி துலுக்க நாச்சியார் வீட்டில் தங்குகிறார்' என்பது அக்கதையாகும். உண்மையில் அவ்விடத்தில் துலுக்க நாச்சியார் கோயில் என்று எதுவுமில்லை. ஆனால் கதை மட்டும் வலிமை உடையதாக விளங்குகிறது. ஐம்பதாண்டுகளுக்கு முன்புவரை வண்டியூர்ப் பகுதியில் இசுலாமியர் வாணவேடிக்கைகள் நடத்தி அழகரை வரவேற்றிருக்கின்றனர். இந்தக் கதை தந்த நம்பிக்கையே அதற்குக் காரணமாகும். திருவரங்கத்திலும் துலுக்க நாச்சியார் கதையும் ஒரு சந்நிதியும் உண்டு.

திருமாலின் சிலை மீது ஆசைகொண்ட சுல்தான் மகளொருத்தி அந்தச் சிலையைப் பிரிந்த சோகத்திலே உயிர்விட்டாளாம். இந்தக் கதையைக் குறிப்பிடும் திருவரங்கம் கோயில் ஒழுகு, 'பெருமாள் நியமனத்தினாலே ராஜமகேந்திரன் திருவீதியில் வடகீழ் மூலையிலே திருநடை மாளிகையிலே அறையாகத் தடுத்து அந்த டில்லீசுவரன் புத்திரியான ஸுரதாணியை சித்ரரூபமாக எழுதிவைத்து ப்ரதிஷ்டிப்பித்து' என்று கூறுகிறது. துலுக்க நாச்சியாருக்கு 'சாந்து நாச்சியார்' என்றும் பெயர்.

திருவரங்கம் கோயில் ஒழுகைப்பற்றி ஆராய்ந்த ஹரிராவ் என்ற அறிஞர் துலுக்க நாச்சியார் கதையினைக் குறிப்பிட்டு, 'நாட்டுப்புறப் பண்பாட்டியல் ஆய்வு மாணவர்களுக்கு இது ஒரு நல்ல செய்தி' என்கிறார்.

இசுலாமியர் அல்லாத தமிழர்கள் நாகூருக்குச் சென்று வழிபடுவது அனைவரும் அறிந்ததே. ஆனால் விருத்தாசலத்தை அடுத்த ஸ்ரீமுஷ்ணம் பூவராகப் பெருமாள் கோயிலில் நெடுங்காலமாக இசுலாமியர்கள் வழிபட அனுமதிக்கப்படுகிறார்கள். இது பலர் அறியாத செய்தியாகும். அக்கோயில் இறைவன் கடலாடச் செல்லும்போது கிள்ளை என்னுமிடத்தில் அமைந்துள்ள ஒரு தர்க்காவுக்குக் கோயில் மரியாதையாக மாலை தருகிறார்கள்.

தமிழ்நாட்டின் சிற்றூர்ப்புறங்களில் இப்படிப் பல எடுத்துக் காட்டுக்களைச் சொல்ல முடியும். மத அடிப்படைவாதம் வன்மத் தோடு வளர்க்கப்பட்டு வரும் இந்நாளில் இத்தகைய கதைகளையும் நம்பிக்கைகளையும் வெளிச்சமிட்டுக் காட்டவேண்டிய கடமை நமக்குண்டு.

மதமும் சாதியும்

இந்தியாவில் சமூகம் என்பது சாதியப் படிவங்களால் ஆனது. சாதியில்லாமல் ஒரு மனிதன் பிறப்பதுமில்லை, வாழ்வதுமில்லை. இந்திய அரசியல் சட்டப்படிகூட ஒரு மனிதன் மதம் மாறத்தான் முடியும். சாதி மாற முடியாது.

வேறுவகையில் சொல்வதானால் மதத்தைவிடச் சாதி என்னும் நிறுவனம் பல நூற்றாண்டுகள் மூத்தது. ஆழமாக வேரோடிப் போனது. இந்த விண்வெளியுகத்தில்கூட ஒரு தனிமனிதன் கடுமையான முயற்சிகளுக்குப் பிறகே தன் சாதியின் எல்லைகளை மீறி வாழ முடியும். சாதியம் என்பது ஒரு கொடுமையான சமூக நெறி.

மூன்று நான்கு நூற்றாண்டுகளுக்கு முன்னர் இந்தியாவிற்குள் நுழைந்த வெளிநாட்டார், வைதிக நெறிகள், சைவம், வைணவம், எளிய மக்களின் வழிபாட்டு நெறிகள் ஆகிய எல்லாவற்றிற்கும் சேர்த்து 'இந்து' எனப் பெயர் வைத்தனர். சாதியப் படிவங்களால் ஆனதே இந்து மதம் என்பது அவர்களது கணிப்பு.

வணிகர்களாகவும் துறவிகளாகவும் வந்த வெளிநாட்டாரோடு கிறித்தவ மதமும் இங்கே வந்தது. தொடக்கக் காலத்தில் ஒரு வட்டாரத்தில் உள்ள ஒரு குறிப்பிட்ட சாதியார் முழுவதும் மதம் மாறியபோது சிக்கல்கள் உருவாகவில்லை. 16ஆம் நூற்றாண்டின் தொடக்கப் பகுதியில் தென் தமிழ்நாட்டுக் கடற்கரையோர மீனவ மக்கள் நூற்றுக்கு நூறு கத்தோலிக்கக் கிறித்தவர்களாய் மாறினர். அரசியல் நெருக்கடியும் தொழிற்களத்தில் பிறந்த நெருக்கடியும் அவர்கள் மதம் மாறக் காரணங்களாயின.

பின்னர், ஒரே பகுதியைச் சேர்ந்த இரண்டு சாதியார் மதம் மாறியதனால் தேவாலயத்திற்குள்ளேயே சாதிய நெருக்கடி ஏற்பட்டது. 18ஆம் நூற்றாண்டின் நடுப்பகுதியில் புதுச்சேரி தூய பால் தேவாலயத்தில் (சம்பா சர்ச்) தாழ்த்தப்பட்டோருக்கும் மேல்

சாதியினருக்கும் தனித்தனி இடங்கள் ஒதுக்கப்பட்டன. வெளி நாட்டுக் கிறித்தவப் பாதிரிமார்கள் இதனை எதிர்க்க முயற்சி செய்து தோற்றுப்போனதாக ஆவணங்கள் காட்டுகின்றன.

19ஆம் நூற்றாண்டின் கடைசிப் பகுதியில் பாளையங்கோட்டை புரொட்டஸ்டண்ட் கிறித்துவ தேவாலயத்தில் வேளாளருக்கும் நாடார்களுக்கும் மோதல் ஏற்பட்டது. தங்கள் சாதி மேலாண் மையைக் காப்பாற்றுவதற்கு வேளாளர்கள் தங்களுக்கென்று தனித் தேவாலயத்தையே கட்டினர். தங்கள் சாதி ஆசாரங்களில் கிறித்தவம் தலையிடக்கூடாதென்று புத்தகங்கள் எழுதி வெளியிட்டனர்.

தேவாலயத்திற்குள் தொடங்கிய சாதி மோதல் கல்லறைத் தோட்டம் வரை நீடித்தது. இரட்சணிய யாத்ரிகமும் இரட்சணிய சமய நிர்ணயமும் எழுதிய கிறித்தவக் கம்பர் எச்.ஏ. கிருட்டிணப் பிள்ளையின் உறவினர்கள் இதில் முன்னணியில் நின்றனர். கல்லறைத் தோட்டச் சாதி மோதல்கள் மிக அண்மைக் காலத்தில்கூட திருச்சி, திருவில்லிபுத்தூர் ஆகிய இடங்களில் நிகழ்ந்துள்ளன. கடந்த நூற்றாண்டின் கடைசிப் பகுதியில் நெல்லை மாவட்டம் வடக்கன்குளம் தேவாலயத்திற்குள் வேளாளருக்கும் மற்ற சாதியார்க்கும் திசைநோக்கி இடங்கள் எல்லை பிரிக்கப்பட்டன. பூசை செய்யும் பாதிரியார் தேவலாயத்திற்குள் நுழைய 'நடுவு நிலைமையோடு' தனிப்பாதை அமைக்கப்பட்டது. இதுபற்றி ஆ. சிவசுப்பிரமணியன் ஒரு நெடுங்கட்டுரை எழுதியுள்ளார்.

அண்மைக் காலமாகக் கிறித்தவத் திருச்சபைகளில் தலித் மக்களின் எழுச்சி சில பொறிகளை உருவாக்கி இருக்கிறது. கிறித்தவத் துறவிகளின் மனநிலையிலும் சில மாற்றங்கள் ஏற்பட்டுள்ளன. வட மாவட்டம் ஒன்றில் மேல்சாதி ரெட்டியார் கிறித்தவர்களுக்கும் தலித் மக்களுக்கும் இடையில் நடந்த மோதலை மாற்கு அடிகளார் என்னும் துறவி அண்மையில் 'யாத்திரை' என்னும் நாவலாக எழுதியுள்ளார்.

மத எல்லைகளை மீறித் தமிழ்நாட்டைச் சாதித் தீ வாட்டிக் கொண்டிருக்கிறது. மத ஒற்றுமைக்கான அணுகுமுறைகளும் தீர்வுகளும் சாதியத்திற்குப் பயன்படவில்லை. சாதியம் பற்றிய நுட்பமான ஆழமான பார்வை நமக்குக் கிடைக்கும்போது தீர்வுகளும் நம் கண்ணில் புலப்படும்.

பறையரும் மத்தியானப் பறையரும்

பறையர் எனப்படுவோர் தமிழகத்தின் தொல்குடிகளுள் ஒரு பிரிவினர் ஆவர். பறை என்னும் தோற்கருவியின் அடையாளமாக இச்சொல் பிறந்திருக்கிறது. உழவுத்தொழில் செய்தல், இறந்த விலங்குகளை அப்புறப்படுத்துதல், அவற்றின் தோலை உரித்துப் பதப்படுத்துதல் - இவையெல்லாம் பறையர் செய்த தொழில்களாக இருந்தன. பின்னர், பதப்படுத்திய தோலையும் வாரையும் கொண்டு இசைக் கருவிகள் செய்தல், அவற்றை வாசித்தல், பழுது நீக்குதல் ஆகியனவும் பறையர்கள் ஏற்று வளர்த்த தொழில்களாக இருந்தன.

தோலைப் பதப்படுத்தத் தேவைப்படும் மூலப்பொருள் சுண்ணாம்பு ஆகும். சுண்ணாம்பு சேகரித்துக் காளவாசலில் இட்டுச் சுடுகின்ற பறையர் ‘சுண்ணாம்புப் பறையர்’ எனப்பட்டனர். நந்தனார் (திருநாளைப் போவார் நாயனார்) இசைக்கருவிகளுக்கு உரிய ‘போர்வைத் தோலும் விசிவாரும்’ செய்தவர். எனவே அவர் இசைப்பயிற்சி உடையவராகவே இருத்தல் வேண்டும். பசுவின் வயிற்றிலிருந்து பெறப்படும் கோரோசனையை எடுத்து மருந்து செய்த மருத்துவப் பறையரும் இருந்தனர். பிற்காலச் சோழப் பேரரசில் பறையர்கள் சிலர் உயர்ந்த பதவிகளில் இருந்தது, கல்வெட்டுக்களால் அறியப்படும் செய்தி. மான் தோல் தவிர்ந்த ஏனைய தோல்கள் தீட்டுக்குக் காரணமாகும் என்பது பார்ப்பனரின் வருணக்கோட்பாட்டில் உள்ள வழக்கமாகும்.

வருணக் கோட்பாடு காரணமாகத் தோலைப்பதப்படுத்தும் பறையர், ‘இழிந்த’ சாதியினர் ஆக்கப்பட்டனர். ஆனால் பறையர்கள் சில சாதியினருக்குச் சமய குருவாக இருந்து பல சடங்குகளையும் நடத்தியுள்ளனர். எனவே சில பழங்கோயில்களில் அவர்களுக்குத் தனித்த மரியாதையும் அளிக்கப்பட்டிருந்தது. ‘பார்ப்பானுக்கு மூப்பு பறையன், கேட்பார் இல்லாமல் கீழ்ச் சாதியானான்’ என்னும் சொல்லடை இன்றும் தென் தமிழ்நாட்டில் வழங்கி வருகிறது.

திருவாரூர்க் கோயில் திருவிழாவின்போது, பறையர் ஒருவர் யானைமீது அமர்ந்து கொடிபிடித்துச் செல்லும் வழக்கம் அண்மைக்காலம் வரை நடைமுறையில் இருந்திருக்கிறது. பார்ப் பாரையும் பறையரையும் தொடர்புபடுத்தும் கதையும் நடைமுறை யும் இக்கோயிலில் சில ஆண்டுகளுக்கு முன்பு வரை வழக்கில் இருந்துள்ளது.

ஒருநாள் திருவாரூர்க் கோயிலுக்குள் பார்ப்பனர்கள் யாகம் செய்துகொண்டிருந்தனர். அந்த வேள்வியின் பயனாகச் சிவபெருமான் ஒரு பறை மகன் வேடத்தில் செத்த கன்றுக் குட்டியைத் தோளில் போட்டுக்கொண்டு வேள்விக் கூடத்திற்குள் வந்துவிட்டார். வந்தவர் சிவபெருமான் என்பதை உணராத பார்ப்பனர், 'பறையன் உள்ளே வந்துவிட்டான்; யாகம் தீட்டுப் பட்டுவிட்டது' என்று கத்திக்கொண்டே வெளியே ஓடிவிட்டனர். சினங்கொண்ட சிவபெருமான், 'நீங்களும் பறையன் ஆகுங்கள்' என்று சாபம் கொடுத்துவிட்டார். சாபத்திலிருந்து விமோசனம் தருமாறு பார்ப்பனர்கள் கெஞ்சினர். மனம் இரங்கிய சிவபெருமான், நிரந்தரமாகப் பறையனாவதற்குப் பதில் 'நாள்தோறும் நண்பகல் முதல் ஒரு நாழிகை நேரம் மட்டும் பறையனாய் இருப்பீர்களாக' என்று சாப விமோசனம் தந்தார். அதன்படியே திருவாரூர்க் கோயில் பார்ப்பனர்கள் நண்பகலில் (மத்தியானம்) ஒரு நாழிகை நேரம் பறையர்களாகிவிடுகிறார்கள் என்பது அங்குள்ளவர்களின் நம்பிக்கை. இதனால் திருவாரூர்க் கோயில் பார்ப்பனர்களுக்கு 'மத்தியானப் பறையர்கள்' என்ற பெயர் ஏற்பட்டது.

பறையரானவர் மீண்டும் பார்ப்பனராக வேண்டுமென்றால் தீட்டுக் கழிக்க வேண்டும். எனவே திருவாரூர்க் கோயில் பார்ப்பனர்கள் மத்தியானம் ஒருமுறை குளிக்கும் வழக்கத்தை மேற்கொண்டிருந்தனர். இந்த வழக்கமும் அண்மைக்காலம் வரை நீடித்திருந்தது.

பண்டாரம்

பண்டாரம், பரதேசி ஆகிய இரண்டு சொற்களும் ஒரே பொருளில் இக்காலத்தில் பயன்படுத்தப்பட்டு வருகின்றன. இப்பொழுதைய நடைமுறையில் இச்சொற்கள் உணவிற்குக்கூட வழியில்லாத ஏழைகளையே குறிக்கும்.

பண்டாரம் என்ற சொல்லுக்கு முதற்பொருள் 'பொன், வெள்ளி, முத்து போன்ற உயர் மதிப்பு உடைய பொருள்களைச் சேர்த்து வைக்கும் கருவூலம்' என்பதாகும். கி.பி. 19ஆம் நூற்றாண்டு வரை அரசுப் பண்டாரங்களைப் போலவே கோயில்களிலும் பண்டா ரங்கள் இருந்தன. இப்பண்டாரங்களில் உயர் மதிப்புடைய தங்கம், வெள்ளியாலான சிலைகளும் நகைகளும் பாதுகாக்கப்பட்டன. கோயிலில் சமய நூல்களைச் சேர்த்துப் பேணி வைக்கும் இடம்

'சரஸ்வதி பண்டாரம்' என்றழைக்கப்பட்டதனைச் சுந்தர பாண்டியன் கல்வெட்டுமூலம் அறிகிறோம். இப்பண்டாரங்களின் வாசலில் நின்று காவல்பணி செய்துவந்தவர்களே இக்காலத்தில் 'பண்டாரம்' என்னும் சைவ மதம் சார்ந்த சாதியாராவர்.

இக்காலத்துக் காவலாளிகளைப்போல இவர்கள் நின்று கொண்டே காவல்பணி செய்யவில்லை. பண்டாரத்தின் வாசலில் அமர்ந்து கோயிலுக்குப் பூத்தொடுக்கும் வேலையில் இவர்கள் ஈடுபடுத்தப்பட்டனர். இவர்கள் பூத்தொடுப்பதற்காகத் தரப்பட்ட நீண்ட கற்பலகைகளை இன்றும்கூடப் பெரிய கோயில்களில் காணலாம். இவற்றுள் சிலவற்றில் கல்வெட்டுக்களும் உள்ளன. பூச்செடிகளையும் மரங்களையும் உடைய கோயில் நந்தவனங்களைப் பேணும் பொறுப்பும் பண்டாரக் காவலர்களிடமே விடப்பட்டன. இன்றைக்குக் கோயில் பண்டாரக் காவலர்களாக இவர்கள் இல்லை. ஆனால் பூத்தொடுக்கும் வேலை மட்டும் இந்தச் சாதியாரோடு பிணைக்கப்பட்டுள்ளது. கோயிலுக்குள் நின்றுகொண்டு காவல் காப்பதற்குப் பதிலாக இவர்களைக் கற்பலகைகளின் முன் அமரவைத்துப் பூத்தொடுக்கும் வேலையினையும் கொடுத்ததனை அழகுணர்ச்சி நிறைந்த வேலைப் பங்கீடு எனச் சொல்லலாம். (கல்வெட்டுகளோடுகூடிய பூப்பலகைகள் தமிழகக் கோயில்களில் நிறையவே கண்டுபிடிக்கப்பட்டுள்ளன).

இக்காலத்தில் தமிழ் பேசும் பண்டாரங்களோடு கன்னட மொழி பேசும் பண்டாரங்களும் தமிழ்நாட்டில் வாழ்கின்றனர். விசயநகரப் பேரரசின் காலத்தில் இவர்கள் தமிழகம் வந்துள்ளனர். இவர்கள் பெரும்பாலும் வீர சைவப் பிரிவினர். எனவே தங்கள் சாதிக்கு 'யோகீஸ்வரர்' எனப் பெயரிட்டுக்கொள்கின்றனர்.

வைணவக் கோயில்களில் பண்டாரத்தின் காவலர்கள் பூத்தொடுக்கும் வேலையோடு மடைப்பள்ளியிலும் (கோயில் சமையலறையிலும்) பணிபுரிந்தனர். எனவே, வைணவக் கோயில் களில் இக்காலத்தில் 'பண்டாரி' என்ற சொல் சமையல்காரர்களைக் குறிக்கிறது. வீட்டு விழாக்களில் சமையல் செய்பவர்களைத் தென் மாவட்ட முசுலிம்கள் சிலர் இன்றும் 'பண்டாரி' என்றே அழைக்கின்றனர்.

பண்டாரம் என்பது செல்வக் குவியலைக் குறிக்கும் சொல் என்பதனால் அருட்செல்வத்தை அள்ளி வழங்கும் இறைவனை

'மூலபண்டாரம் வழங்குகிறான் வந்து முந்துமினே' என்று மாணிக்கவாசகர் பாடுகிறார். இந்த வழக்கம்பற்றியே இறைவனின் அருட்செல்வத்தை நிரம்பப் பெற்றவர் என்ற பொருளில், சைவ சமயத் துறவிகளும் மடாதிபதிகளும் 'பண்டார சந்நிதிகள்' எனப்பட்டனர். இந்த மரபை அடியொற்றித்தான் தம் ஆசிரியர்மீது குமரகுருபரர் 'பண்டார மும்மணிக்கோவை' பாடினார்.

பண்டாரம் பரதேசி என்ற தொடர் மேடு பள்ளம், ஏற்றத் தாழ்வு என்பதுபோல 'இருப்பவர் இல்லாதவர்' என்பதைக் குறிக்கப் பயன்படுத்தப்பட்டதாகும். பின்னர் 'இல்லாதவர்' என்ற பொருளை மட்டும் பெற்று நின்றிருக்கிறது. பரதேசி என்ற சொல்லுக்குப் பிறநாட்டான் என்பது பொருள். வறுமை காரணமாகவும் வேறு காரணமாகவும் கையில் ஏதுமில்லாமல் பயணம் செய்பவர்களைப் பரதேசி என்ற சொல்லால் குறித்துள்ளனர். 'தேசாந்திரிகள்' என்ற பெயராலும் இவர்கள் அழைக்கப்பட்டு, நெடுவழிகளில் அமைந்த சத்திரங்களில் இவர்களுக்கு உணவு வழங்கப்பட்டிருக்கிறது.

பழைய குருமார்கள்

பார்ப்பனர்கள் வருவதற்கு முன்னர் தமிழ்நாட்டில் 'புரோகிதம்' என்னும் தொழில் இருந்ததா? புரோகிதம் செய்யும் சாதியார் இருந்தார்களா? இருந்தால் அவர்கள் யார்? என்பவை அடிக்கடி விவாதிக்கப்பட்டுவரும் கேள்விகளாகும்.

'புரோகிதம்' என்ற சொல்லைக் கேட்டவுடன் அறிஞர் சிலர், பார்ப்பனப் புரோடுதத்தையும் அரசு அதிகார மையங்களோடு அவர்கள் கொண்டிருந்த நெருக்கத்தையும் அதன் விளைவாகப் பிறந்த பண்பாட்டு ஒடுக்குமுறையினையும் மட்டுமே கணக்கில் கொள்கின்றனர்.

தமிழ்நாட்டில் பார்ப்பனர் வருகைக்கு முன்னர் 'சடங்குத் தலைமை' ஏற்ற சாதியார் சிலர் இருந்தனர். பார்ப்பனரைப் போலச் சமூகத் தலைமையை அவர்கள் கைப்பற்றிக்கொள்ளவுமில்லை; அரசர்கள் அவர்களுக்கு ஆதரவு அளிக்கவுமில்லை. மாறாக, சடங்கு செய்யும் சாதியாருக்குத் தாங்கள் சமூகப் படிநிலையில் கீழ்ப்பட்டவர்களாகவே இருந்தார்கள். இவர்களைப் புரோகிதர்கள் என்று கூற முடியாது. சடங்குத் தலைமை ஏற்ற 'குருமார்கள்' என்று வேண்டுமானால் குறிப்பிடலாம்.

பார்ப்பனர் அளவுக்குத் தமிழ்க் குருமார் சாதிகள் இங்கு சமூக மரியாதை பெறவில்லை என்றாலும் அவர்களது நேற்றைய வாழ்வின் தொல்லெச்சங்களைச் சடங்குகளில் இன்றும் காண முடிகிறது. மருத்துவர் (நாவிதர், குடிமகன்), வண்ணார், வள்ளுவர், வேளார் (மட்பாண்டம் செய்வோர்), தமிழ்ப் பண்டாரம் (நந்தவனம் வைத்துப் பூத்தொடுப்பவர்), பறையர் ஆகிய சாதிகளைக் குருமார் சாதிகளாகக் குறிப்பிடலாம்.

சிறுதெய்வக் கோயில்களிலும் சமாதிக் கோயில்களிலும் மேற்குறிப்பிட்ட சாதியாரே இன்றுவரை பூசாரியாக இருந்து வருகின்றனர். இவருள் பண்டாரம் எனப்படும் சாதியார் பழனி, ராமேசுவரம் போன்ற பெருங்கோயில்களில் பூசாரிகளாக இருந்திருக்கின்றனர் என்பதற்குச் சான்றுகள் கிடைக்கின்றன. நாயக்கர் ஆட்சிக்காலத்தின் கடைசிப் பகுதியில் இவர்களது உரிமை பறிக்கப்பட்டு அது பார்ப்பனர்களுக்கு வழங்கப்பட்டிருக்கிறது. அதுபோலவே மேற்குறித்த சாதியார் அங்கங்கே சில சாதியாருக்குத் திருமணச் சடங்கு செய்துவைத்துள்ளனர். அந்த உரிமையும் காலப்போக்கில் பார்ப்பனர்களால் பறிக்கப்பட்டிருக்கின்றது.

கட்டுரையாளர் நெல்லை மாவட்டத்தில் கள ஆய்வு செய்த போது பிற்படுத்தப்பட்ட சாதி ஒன்றின் திருமண நிகழ்ச்சியில் கலந்துகொண்டார். கிழக்கு நோக்கிய சிறிய மணமேடையும் மணமக்களோடு பார்ப்பனப் புரோகிதரும் அவருக்கு எதிர்ப் புறமாகச் சாதித் தலைவரும் (அம்பலம்) அமர்ந்திருந்தனர். அம்பலக்காரரர் பக்கத்தில் மணமேடையின் பந்தற்காலை வலது கையில் பிடித்துக்கொண்டு, தலையிலே தலைப்பாகையுடன் ஊர்க் குடிமகன் (அந்த சாதிக்குரிய நாவிதர்) சடங்கு முடியும் வரை சபையினை நோக்கி நின்றுகொண்டிருந்தார்.

திருமணம் முடிந்த மறுநாள் காலையில் மணமேடையில் மணமக்களுக்குக் 'காப்பு அறுக்கும் சடங்கு' நடைபெற்றது. மணமேடையில் குத்துவிளக்கு ஏற்றப்பட்டு நிறைநாழி நெல், வெற்றிலை பாக்கு, சந்தனம் ஆகியவை வைக்கப்பட்டிருந்தன. முதல் நாள் பார்ப்பனப் புரோகிதர் அமர்ந்திருந்த இடத்தில் குடிமகன் அமர்ந்துகொண்டார். அவர் தலைமையில் மணமக்கள் சில சடங்குகளைச் செய்தனர். மணமகன் கையில் அவர் கொடுக்கும் குழந்தைப் பொம்மையை, அவன் மணமகள் கையில் கொடுத்தான். அதன் பின்னர் மணமக்களுக்குத் திருமணநாளில் பார்ப்பனப்

புரோகிதர் கட்டிய காப்புக் கயிற்றை அறுத்தார். பின்னர் தனக்குரிய மரியாதைகளுடன் காணிக்கை பெற்றுக்கொண்டார்.

மணமேடையில் ஏறிக் காப்பறுக்கும் உரிமைபெற்ற குடிமகனே ஒருகாலத்தில் காப்புக் கட்டும் உரிமையினையும் பெற்றிருக்க வேண்டும் என்பதை இந்தச் சடங்கிலிருந்து அறியலாம். காப்புக் கட்டும் உரிமையினைப் பார்ப்பனர்களிடம் இழந்துவிட்டு, காப்பினை அறுக்கும் உரிமையினை மட்டும் அவரது சாதி தக்க வைத்துக்கொண்டிருக்கிறது. அதன் விளைவாகவே திருமணம் நடைபெறும்பொழுது பந்தற்காலைப் பிடித்துக்கொண்டு முன்னிலை வகிக்கும் உரிமை அவருக்குத் தரப்பட்டுள்ளது.

'குடிமகன் பந்தக்காலைப் பிடிக்காமல் திருமணம் நடைபெறாது' என்று ஒரு தகவலாளி குறிப்பிடுகிறார். மேற்குறிப்பிட்ட சாதியாரின் இழவுச் சடங்குகளையும் குடிமகனே நடத்திவைக்கிறார் என்பதும் குறிப்பிடத்தகுந்தது.

இதைப்போன்றே வேறு சில சாதிகட்குப் பண்டாரமும் வள்ளுவரும் வேளாரும் பறையரும் சடங்கில் தலைமை ஏற்கின்றனர் என்பது கள ஆய்விலிருந்து தெரியவருகிறது.

இசுலாமியப் பாணர்

ஒல்லியான உருவம், முழங்காலுக்குக் கீழே தொங்கும் வெள்ளை ஜிப்பா, வேட்டிக்குப் பதிலாகக் 'கைலி' எனப்படும் 'சாரம்', முக்கோண வடிவில் மடித்து இரண்டு தோளிலுமாகத் தொங்கும் துண்டு, தலையிலே பெரிய பச்சைத் தலைப்பாகை, கழுத்தில் நெல்லிக்காய் அளவிலான மணிகள் கோத்த குறுமத்தங்காய் மாலை (பெரும்பாலும் இசுலாமிய மூதாட்டிகள் அதனை அணிந்திருப்பார்கள்), சின்ன தாடி, கையிலே 'டேப்' என்னும் இசைக் கருவி, தோளிலே அரிசி வாங்குவதற்கு ஒரு ஜோல்னா பை, காலிலே செருப்பு கிடையாது, டேப்பைக் காதுக்கு நேராக உயர்த்தி அடித்துக்கொண்டு பாட்டு, பெரும்பாலும் 'வரவேணும் எனதாசை மகமூதரே' அல்லது - 'நம்பினதற்குக் குணங்குடியான் செய்த ஞாயத்தை என்ன சொல்வேன்.'

சின்ன வயதில் கேட்ட அந்தப் பாட்டுகளின் முடிவுகள் மட்டும் இன்னும் நினைவிலிருக்கின்றன. 'டேப்பை' அடிக்கும் பொழுதைவிட முத்தாய்ப்பு வைத்து நிறுத்தும்போது கேட்கிற ஒலி

சின்ன வயதில் நிரம்பக் கவர்ச்சியாக இருக்கும். வீட்டுப் பெண்கள் இவரை 'பக்கிரிசா' என்பார்கள். இசுலாமியர் அல்லாதார் வீட்டுக்கும் வந்து அரிசி வாங்கிப்போவதுதான் இவரது தனிச் சிறப்பு. கி.பி. பன்னிரண்டாம் நூற்றாண்டளவில் பாக்தாத் நகரத்தில் தோன்றிய ஃபகீர் ஷா மரபு, தென் தமிழ்நாட்டின் கடைக்கோடிவரை எட்டிப் பார்த்திருக்கிறது. இறைவன் புகழையும் இறைத் தூதராகிய முகம்மது நபியின் புகழையும் இறையடியார்களின் வாழ்க்கைக் கதைகளையும் பாடுவதற்கென்றே தம் பிறவியினை நேர்ந்து கொண்டவர்கள் இவர்கள். இவர்களிலே ஐந்து பிரிவினர் உண்டென்றும் 'ரிப்பாய்' என்ற பிரிவினர் மட்டுமே தமிழகத்தில் உள்ளனர் என்றும் இசுலாமிய அறிஞர்கள் கூறுகின்றனர். ஏனென்றால், வடநாட்டில் பெருக வழங்குவது 'ஷியா' முசுலிம் பிரிவு. தமிழ்நாட்டில் உருது மொழி பேசும் சிறு பிரிவினரைத் தவிர ஏனையோரெல்லாம் 'சன்னி' பிரிவைச் சேர்ந்தவர்.

கள ஆய்விலிருந்து இவர்களைப்பற்றிச் சில செய்திகளைத் திரட்ட முடிந்தது. எளிய குடும்பங்களிலிருந்தே பெரும்பாலும் பக்கிரிசாக்கள் வருகின்றனர். எல்லாரும் பக்கிரிசா ஆக முடியாது. அதற்கென்று தனியே சடங்கு உண்டு. மதுரையை அடுத்த மேலக்கால் (பல்கலைக்கழக வளாகத்துக்கு மேற்கே உள்ளது) கணவாயில் உள்ள தர்காவில் இச்சடங்கு நடத்தப்படுகின்றது. இச்சடங்கு 'மூரீத்' எனப்படும். அங்கு இதுபோன்ற துறவிகளின் தலைவரான 'உஸ்தாத்' ஒருவரும் அவருக்கு அமைச்சரைப்போல் 'குத்பால்' என்று ஒருவரும் பணியாளர் ஒருவரும் இருக்கின்றனர். சற்றே மறைவாகச் செய்யப்படுகிறது இச்சடங்கு. பக்கிரிசா ஆக விரும்புகிறவர், தன்னுடைய உடம்பில் உள்ள அவ்வளவு மயிரையும் களைந்துவிட்டு உஸ்தாத் முன் அமர்கிறார். தலைவர் ஒரு இரும்புக் கம்பியில் பாலைத் தொட்டு பக்கீர் ஆக விரும்புகிறவர் முதுகிலே 'ஹலம்' என்ற அரபு எழுத்தை எழுதுகிறார். பின்னர், கொஞ்சம் பாலையும் பழத்தையும் தான் சாப்பிட்டுவிட்டு முன் அமர்ந்திருப்பவருக்குப் புகட்டுகிறார். பிறகு, பால், சருக்கரை, எலுமிச்சை மூன்றும் கலந்த கலவையை இசுலாமிய வேத மந்திரங்களை ஓதிக்கொண்டே சிறுகச் சிறுகப் பக்கீராக இருப்பவரின் வாயில் ஊட்டுகிறார். சடங்கு இவ்வளவுதான். இதன் பின்னர் பக்கீராக இருப்பவர் நாற்பது நாள் பிறர் கண்ணில் படாதவாறு

விதவையான முசுலிம் பெண்களைப்போல் 'இத்தா' இருக்க வேண்டும். இறந்தவருக்குச் செய்யப்படுவதுபோல மூன்றாம் நாள் சடங்கும் நாற்பதாம் நாள் சடங்கும் அவருக்கும் செய்யப்படுகின்றன.

இதன் பின்னர் அவர் 'தாயிரா' என்ற டேப்பைக் கையில் பிடித்துக்கொண்டு, பச்சைத் தலைப்பாகை, தோளில் பையோடு இறைவன் புகழையும் இசுலாமிய வரலாற்றுக் கதைகளையும் பாடிக்கொண்டு வீடு வீடாக அரிசியோ பணமோ காணிக்கையாகப் பெறுகின்றார். வாசலில் வந்து நின்று இவர்கள் பிச்சையென்று கேட்பதில்லை. 'தாயிரா' ஓசை கேட்டவுடன் பெண்கள் அரிசியுடன் வாசலுக்கு வருகின்றனர். நோயுற்ற குழந்தைகளுக்கு மந்திரம் சொல்லி ஜோல்னா பையில் வைத்திருக்கும் மயிலிறகைக் கொண்டு அவர்கள் முகத்தை வருடுவர். அதனால் குழந்தைகளைப் பிடித்துள்ள தோஷம் நீங்கும் என்பது இசுலாமியப் பெண்களின் நம்பிக்கை. (இசுலாமியரல்லாத வீட்டுப் பெண்கள் சருக்கரைப் பொடியோடு பள்ளிவாசலுக்குச் சென்று 'பாத்தியா' (பாத்திஹா) ஓதச்சொல்லி தண்ணீர் எறிவது மரபு. அவர்கள் பக்கிரிசாவிடம் இதைச் செய்வதில்லை).

பக்கரிசாக்கள் பாடும் பாட்டு பெரும்பாலும் குணங்குடி மஸ்தான் பாடல்களாகவோ தக்கலை பீர்முகம்மது வாப்பா பாடல்களாகவோ இருகின்றன. கள ஆய்விலிருந்து அவர்கள் பாடும் கதைப் பாடல்களின் பகுதிகள் 'சைத்தூன் கிஸ்ஸா' எனப்படும் கதைப்பாடலிலிருந்து எடுக்கப்பட்டவை என்று தெரிகிறது. இஸ்லாமியத் தமிழ்ச் சிற்றிலக்கியங்களில் 'கிஸ்ஸா'க்களும் (கதைகள்) 'மூனாஜாத்'களும் (வாழ்க்கை வரலாற்றுப் பாடல்கள்) நிறைய இருக்கின்றன.

மத அடிப்படைவாதம் பெருகிவரும் இந்நாளில் பக்கிரி சாக்களைப் புரப்பவர்கள் இல்லை. அதன் விளைவாக இந்த இசுலாமியத் தமிழ்ப் பாணர் மரபு அழிந்து வருகின்றது.

இந்தச் சடங்கின் பொருள் என்ன? பக்கீர் ஆகின்றவர் மயிர் களையும் சடங்கின்மூலம் தன்னுடைய பழம் பிறப்பை இழந்தவ ராகிறார். இழந்துபோன பிறப்பிற்காக முசுலிம் விதவைப் பெண்களைப்போல நாற்பது நாள் ஆண்கள் கண்களில் படாதவாறு 'இத்தா' இருக்கின்றார். இறந்தவரின் ஆன்ம ஈடேற்றத்திற்காகச் செய்யப்படும் மூன்றாம் நாள் தொழுகையும் (கத்தம்) நாற்பதாம்

நாள் தொழுகையும் நடத்தப்படுகின்றன. நாற்பது நாள் முடிந்ததும் அவர் பக்கீராகப் 'புதுப்பிறப்பு' எடுக்கிறார். புதுப்பிறப்பின் அடையாளமாக அவருக்குப் பச்சைத் தலைப்பாகையும் குறுமத்தங்காய் மாலையும் தரப்படுகின்றன. அவருடைய முதுகில் முத்திரை யிடப்படுகிறது. முதுகில் முத்திரை என்பது இசுலாமிய சமயத்தில் புனிதமானதாகும். ஏனென்றால் இறுதித் தூதராகிய முகம்மது நபி அவர்களுக்கு முதுகிலிருந்த பெரிய மச்சத்தை இறைவன், தூதர்க்காக இட்டு அனுப்பிய முத்திரை என்றே இசுலாமியர் நம்புகின்றனர்.

வடநாட்டுப் பக்கீர்களிடத்திலே அவரைக் காட்டும் அடையாளங்களாக கண்டாமணி உள்பட எட்டுவகைப் பொருள்களில் ஏதேனும் ஒன்று தரப்படுமாம். தமிழ்நாட்டுப் பக்கீர்களின் குறுமத்தங்காய் மாலை ஐம்பதாண்டுகளுக்கு முன்புவரை இசுலாமியப் பெண்கள் அணிந்ததாகும். அப்படியென்றால் பக்கீர்கள் பெண் பிறப்பு அடைந்துவிட்டனரா? இந்தக் கேள்விக்கான விடையை இசுலாமிய மரபுகளில் தேட இயலவில்லை.

மேலும் மறுபிறப்புக் கோட்பாட்டை இசுலாமிய இறையியல் ஏற்றுக்கொள்வதில்லை.

தென்னிந்திய பக்தி இயக்க மரபு நாயகி பாவனை என்ற ஒன்றை உருவாக்கியது. இறைவன் ஒருவனே ஆண் என்றும் மனித உயிர்கள் எல்லாம் பெண் என்றும் இந்த மரபு கூறும். மரபுவழிக் கற்புக் கோட்பாட்டின்படி கணவனுக்காகவே உயிர்வாழும் பத்தினியைப்போல இறைவனின் புகழ்பாடுவதற்கே உருவானவர்கள் நாயகிபாவ அடியார்கள். இந்தியாவில் எல்லா மொழிகளிலும் கவிதைகளையும் பாட்டினையும் வளர்த்ததில் நாயகி பாவனைக்குப் பெரும் பங்கு உண்டு. இறைவனிடம் மனிதன் அறிவு நிலையில் ஆணாக நின்று பேசுகின்றான்; அன்பு நிலையில் பெண்ணாக நின்று பேசுகிறான் என்று தமிழ் வைணவம் கூறும்.

பக்கீர்சா தொடர்பான சடங்கும் வாழ்வியலும் தென்னிந்திய நாயகி பாவனையின் செல்வாக்கால் எழுந்தனவாக இருக்கலாம்.

பல்லாங்குழி

விளையாட்டு என்ற சொல்லைக் கூர்ந்து கவனித்திருக்கிறீர்களா? இந்தச் சொல்லில் பொழுதுபோக்கு என்ற பொருள் எங்காவது தொனிக்கிறதா? பொழுதுபோக்கு, பொருளற்றது, ஆழமில்லாதது என்ற பொருளிலேயே அந்தச் சொல்லை நாம் இப்போது பயன்படுத்தி வருகிறோம். ஆனால் மனிதகுல வரலாறு நமக்கு அப்படிச் சொல்லவில்லை. சமூகம் என்ற ஒன்று, தான் உருவாக்கும் அல்லது தன் மீது கவியும் ஒரு கருத்தியலையே விளையாட்டுக்களின் வழியே வெளிப்படுத்துகின்றது.

தமிழ்நாட்டு விளையாட்டுகளைப்பற்றிக் கொஞ்சம் சிந்தித்துப் பார்ப்போம். குற்றுயிரும் குலையுயிருமாக நம்மிடம் இன்னும் மிஞ்சியிருக்கும் கோலியாட்டம், பாண்டியாட்டம், ஆடு புலி ஆட்டம், பல்லாங்குழி ஆகியவற்றின் தோற்றம்பற்றியெல்லாம் நாம் ஆழமாகச் சிந்திக்க வேண்டும். எடுத்துக்காட்டாக இங்கு, 'பல்லாங்குழி' ஆட்டத்தைப் பார்க்கலாம்.

பல்லாங்குழி ஆட்டம் பொதுவாகப் பெண்களால் ஆடப் படுவது. முதற் பூப்படைந்த பெண்ணின் தீட்டுக்குரிய காலத்திலும் கருவுற்ற பெண்கள் அமர்ந்து பொழுதுபோக்குவதற்கும் மட்டுமே இந்த விளையாட்டை இப்பொழுது ஆடிப் பார்க்கிறார்கள். நமது பண்பாட்டு மரபினில் பெண்ணுக்குரிய சீர்வரிசைப் பொருள்களில் பல்லாங்குழியும் இடம்பெறுகிறது. பல்லாங்குழி ஆட்டம்பற்றி அறிஞர் தேவநேயப் பாவாணர் 'தமிழ்நாட்டு விளையாட்டுக்கள்' என்ற தம் நூலில் முதன்முதலாக எழுதினார். பின்னர் பேராசிரியர் தாயம்மாள் அறவாணன் 'பல்லாங்குழி (திராவிட ஆப்பிரிக்க ஒப்பீடு)' என்ற விரிவான நூலை எழுதியுள்ளார். உலகெங்கிலும் பல்லாங்குழி ஆட்டம் சிற்சில மாறுதல்களுடன் பழங்குடிகளிடம் விளங்கிவருவதை இந்த நூல் காட்டுகின்றது.

பல்லாங்குழி ஆட்டத்தினுடைய வகைகளாக நான்கினைக் குறிப்பிடுகிறார் பாவாணர். தாயம்மாள் அறவாணன் பல்லாங்குழி ஆட்டத்தின் எட்டு வகைகளைக் குறிப்பிட்டு, அவற்றின் வேற்றுப் பெயர்கள், குழிகளின் எண்ணிக்கை, ஒரு குழிக் காய்களின் எண்ணிக்கை மற்றும் அவ்வகைகள் ஆடப்படும் பகுதிகள் என

விரிவான அட்டவணை தந்துள்ளார். தமிழ்நாடு முழுதும் கள ஆய்வு செய்து எழுதப்பட்ட நூல் இது.

பேராசிரியர்கள் இருவரும் தரும் கள ஆய்வுச் செய்திகளிலிருந்தும் நம்முடைய பட்டறிவிலிருந்தும் பல்லாங்குழி ஆட்டத்தின் அடிக்கூறுகளைப் பின்வருமாறு வரையறை செய்துகொள்ள முடியும்.

இருவர் ஆடும் பல்லாங்குழி ஆட்டத்தில் (பக்க எல்லைக் குழியாக இருந்தால் வலதுகைப்பக்கக் குழியையும் சேர்த்து) குழிக்கு ஐந்து காய்களாக ஆளுக்கு ஏழு குழிகளாகத் துல்லியமான சமத்தன்மையுடன் ஆட்டம் தொடங்குகிறது.

தன்னுடைய காய்களை எடுத்து முதல் ஆள் ஆட்டம் தொடங்குகிறபொழுது முதன்முறையாகச் சமத்தன்மை குலைகின்றது.

எடுத்தாடுபவர் குழியில் காய்கள் தற்காலிக இழப்புக்கு உள்ளாகின்றன.

சுற்றிக் காய்களை இட்டுவந்து ஒரு வெற்றுக்குழி (இன்மை அல்லது இழப்பு)யினைத் துடைத்துவிட்டு அதற்கடுத்த குழியினை எடுக்கும்பொழுது முதலில் இட்ட ஐந்து காய்களுக்குப் பதிலாக நிறைய காய்கள் (பெருஞ்செல்வம்) ஆடுபவருக்குக் கிடைக்கின்றன; அல்லது குறைந்த காய்களையுடைய குழி கிடைக்கிறது. சில நேரங்களில் துடைத்த குழிக்கு அடுத்த குழி வெற்றுக் குழியாக இருந்தால் ஒன்றுமே கிடைக்காமல் போய்விடுகின்றது.

ஆட்டத்தில் மற்றுமொரு இடைநிகழ்வும் ஏற்படுகின்றது. ஒரு வெற்றுக் குழியில் ஒவ்வொரு சுற்றுக்கும் ஒவ்வொரு காயினை இட்டுவரும்போது அது நாலாகப் பெருகிய உடன் அதனைப் 'பசு' என்ற பெயரில் அந்தக் குழிக்குரியவர் எடுத்துக்கொள்கிறார்.

இதன் விளைவாக, ஆட்டத் தொடக்கத்தில் இருந்த ஐந்து காய்கள் (தொடக்க நேரத்து சமத்தன்மை அல்லது முழுமை) மீண்டும் ஒரு குழிக்கும் ஒருபோதும் திரும்பக் கிட்டுவதே இல்லை.

காய்களை இழந்தவர் (எடுத்துக்காட்டாக 15 காய்கள் குறைவாகக் கிடைத்தன என்றால்) தன்னுடைய பகுதியில் மூன்று குழிகளைக் காலியாக (தக்கம்) விட்டுவிட்டு ஆட்டத்தைத் தொடர வேண்டும். அந்தக் குழியில் எதிரி (வென்றவர்) சுற்றி வரும்போது

காய்களைப் போடமாட்டார். சில இடங்களில் தோற்றவரும் போடமாட்டார். இப்போது தோற்றவருடைய குழி இழப்புக்கு ஒரு நிரந்தரத்தன்மை ஏற்படுகிறது.

ஆட்ட இறுதியில் ஒருவர் தோற்றுப்போகிறபோது, அவர் கையில் எஞ்சியிருக்கிற காய்கள் ஒரு குழிக்குரிய ஐந்துகூட இல்லாமல் நாலாக இருந்தால் குழிக்கு ஒவ்வொரு காயினை இட்டு ஆட்டம் தொடர்கிறது. இதற்குக் கஞ்சி காய்ச்சுதல் என்று பெயர். கஞ்சி என்ற சொல் வறுமையினை உணர்த்தும் குறியீடாகும்.

தோற்றவர் ஒரு காய்கூட இல்லாமல் தோற்கின்றபோதே ஆட்டம் முற்றுப்பெறுகிறது.

சமத்தன்மை நிலவிவரும் பழைய சமூகத்தில் ஆட்டத்தின் (அல்லது சூதின்) பெயரால் சமத்தன்மை குலைக்கப்பட்டு ஒருவனது செல்வம் அடுத்தவன் கைக்கு நேரடி வன்முறை இல்லாமல் எளிமையாகப் போய்ச் சேர்ந்துவிடுகிறது; தோற்றவனின் இழப்பு நிரந்தரமாக்கப்படுகிறது. மறுபுறமாகச் சேர்ந்த இடத்தில் செல்வமும் நிரந்தரமாக்கப்படுகிறது. புராதனப் பொதுவுடைமைச் சமூகம் சாய்ந்து தனிச் சொத்துரிமைக்கான உணர்வுகள் அரும்பு கின்றபோதே பொருளியல் சார்ந்த ஏற்றத் தாழ்வுகள் (மேடு பள்ளங்கள்) உருவாகின்றன. சிறிய அளவிலான உற்பத்தி அல்லது சிறிய அளவிலான நிலப்பகுதி வாழ்க்கையில் பள்ளத்து மண் மேட்டினை உருவாக்குகிறது. ஓரிடத்தில் குவிகின்ற செல்வம் மற்றொரு இடத்திலிருந்து எடுத்துக்கொள்ளப்பட்டதே. பறிப்பதும் பிடுங்குவதுமான நேரிடையான வன்முறை இங்கே நிகழவில்லை. ஆனால் தோற்றவனும் தன் தோல்விக்கான காரணமாக எதிரியின் திறமையினை மட்டும் இங்கே கருதவில்லை. அதற்கும் மேலான ஏதோ ஒன்றின் (தன்னுடைய கெட்ட நேரம், தன்னுடைய தலை விதி, தனக்கு நல் ஊழ் இல்லாமை) காரணமாகத் தனக்கு இத்தோல்வி அமைந்தது என்று நினைக்கிறான்; அதனை ஏற்றுக்கொள்கிறான்.

புராதனப் பொதுவுடைமைச் சமூகத்தில் வாழ்ந்திருந்த, ‘ஊழ்’ அல்லது ‘முறை’ என்னும் பங்கீட்டுத் தெய்வம் இந்த உணர்வின் காரணமாகவே சரிந்து விழுந்து மறைந்துபோய்விடுகிறது.

அரசுகளின் வளர்ச்சியில் அடுத்தகட்டமாக அதிகார

மையத்தில் உள்ளோர் ஆடும் ஆட்டம் 'சூது' அகும். அரசு என்னும் நிறுவனத்தின் வளர்ச்சிப்போக்கில் சூது ஒரு பொருள் மிகுந்த இடத்தினைப் பெறுகிறது. எனவேதான் அந்த ஆட்டம் அரசர் களுக்கும் இளவரசர்களுக்கும் விலக்கப்படாமலிருந்தது. தருமரும் நளனும் சூதாடித் தோற்ற கதையினை இங்கே நினைத்துக் கொள்ளலாம். தருமன் சூதாடிய நிகழ்ச்சியை விவரிக்கும் வில்லிபாரதம், அப்பகுதிக்குச் சூது போர்ச் சருக்கம் என்றே பெயர் தருகிறது. அதாவது, அதிகார மையங்கள் உருவாகும்போது போருக்குரிய மதிப்பினைச் சூதாட்டம் பெற்றிருக்கிறது என்பதற்கு இது ஒரு சான்று எனலாம்.

செல்வமோ வறுமையோ வந்து சேர்வதற்குரிய காரணமாக, மனிதனை மீறிய ஒரு சக்தி உள்ளது என்னும் கருத்தும் உணர்வும் இப்படித்தான் மனித மனங்களில் படிப்படியாக உருவாகத் தொடங்கின. தனிச்சொத்துரிமையின் தோற்றத்தினை மனித மனம் ஏற்றுக்கொண்டது.

வேதகாலத் தொன்மங்களைப்பற்றி எழுதும் நரேந்திரநாத் பட்டாச்சார்யா, ரிக்வேதத்தில் 'அக்ஸசூக்தம்' எனும் பகுதியில் பேசப்படும் 'அக்ஸ' என்னும் தெய்வத்தினைச் சூதாட்டத்தின் கடவுளாகக் காண்கிறார். ரிக்வேதகாலப் பங்கீட்டுத் தெய்வமான 'ரித' எனும் தெய்வத்திடம் 'அக்ஸ' தன் பத்து விரல்களையும் விரித்து நீட்டிக்காட்டிப் பேசியதாக வரும் ஒரு குறிப்பினையும் சுட்டுகிறார். ராஜசூய யாகத்தில் ஒரு பகுதியாக அரசன் சூதாடும் செய்தியும் ரிக்வேதத்தில் பேசப்பட்டுள்ளது.

நிலம், நீர், கால்நடைகள், உணவு என எல்லாவற்றையும் பொதுவாகக் கொண்டிருந்த சமூகத்தில் தனி உடைமை உணர்வு அரும்புகிறபோது அம்மக்கள் கால்நடைகளையே பண்டமாற்றுப் பொருளாகவும் பிறபொருள்களின் மதிப்பை அளக்கும் கருவியா கவும் ஆட்டத்தில் பணயப் பொருளாகவும் பயன்படுத்தியிருக்க வேண்டும். எனவேதான் உலகில் தமிழ் உட்படப் பல பழைய மொழிகளில் செல்வத்தைக் குறிக்கும் சொல்லாக 'மாடு' இருந்திருக்கிறது.

பல்லாங்குழி ஆட்டத்திலும் ஆடாமலே கிடைக்கும் செல்வமான நான்கு காய்களுக்குப் 'பசு' என்ற பெயர் இப்படியே வந்திருக்க வேண்டும்.

பல்லாங்குழி ஆட்டக் கூறுபாடுகளிலிருந்தும் சூதாட்டத்துக்குப் பழைய அரசு இயந்திரம் கொடுத்த மதிப்பிலிருந்தும் நாம் புரிந்துகொள்ளும் செய்தி இதுதான்:

தனி உடைமை உணர்வினையும் தனிச்சொத்தின் வளர்ச்சியினையும் அதன் மறுவிளைவாகப் பிறந்த வறுமையினையும் பண்பாட்டு ரீதியாக நியாயப்படுத்தும் வெளிப்பாடே பல்லாங்குழி ஆட்டம். இந்த நியாய உணர்ச்சி மனித மனங்களில் திணிக்கப்பட்டபிறகு, தனிச் சொத்துரிமையின் வளர்ச்சி தங்குதடையற்ற மிகப்பெரிய வேகத்தினைப் பெற்றிருக்கவேண்டும்.

எல்லா வகையான விளையாட்டுகளையும் இவ்வகையாக நம்மால் பார்க்க இயலும்.

மூன்று புலிகளும் 21 ஆடுகளும் கொண்ட ஆடு புலி ஆட்டம், கால்நடை வளர்ப்புச் சமூகத்திலிருந்து பிறந்த ஆட்டமாக இருக்க வேண்டும். புலி திரியும் காடுகளில் ஆடுகளைக் காப்பாற்ற முற்பட்டவனின் முயற்சி இது. அரசு இயந்திரம் மிகப்பெரிய வளர்ச்சியினைப் பெற்ற பிறகு பிறந்த மற்றொரு ஆட்டம் சதுரங்கம். அரசன், மத குரு, குதிரைவீரன், யானை எனப் போர்ப் பயிற்சிக்கான விளையாட்டாக அது ஒழுங்கு செய்யப்பட்டு இருந்தது. தமிழ்நாட்டு மன்னர்களும் இதனை ஆடியிருக்கிறார்கள்.

'ராஜாக்கள் ஆனைக்கொப்பு ஆடுவாரைப்போல' என்கிறது திருவாய்மொழியின் நம்பிள்ளை ஈட்டு உரை. சதுரங்கம் என்பதனை ஆனைக்கொப்பு என்ற சொல்லால் அக்காலத் தமிழ் மக்கள் வழங்கியிருக்கிறார்கள் என்பதும் தெரிய வருகிறது. சதுரங்கத்தின் மாற்று வடிவமாகக் காணப்பெறும் வேறுசில ஆட்டங்களும் உள்ளன. தாய விளையாட்டும் பரமபத சோபானப் பட விளையாட்டும் அவற்றில் குறிப்பிடத்தகுந்தன. தாயம் என்ற சொல்லுக்குத் தமிழில் சொத்துரிமை என்றுதான் பொருள். இந்த இரண்டு ஆட்டங்களிலும் ஆடுபவனது வலிமை என்பது தாயக் கட்டை (கவறாடுகருவி, வட்டு, பகடைக்காய்) அவனுக்குத் தருகின்ற வலிமைதான்.

அரிக்கமேடு, உறையூர், அழகன்குளம், படைவீடு ஆகிய இடங்களில் நடந்த அகழ்வாய்வுகளில், பக்கங்களில் புள்ளி எண் இட்ட நீள்செவ்வக வடிவத்தில் அமைந்த தாயக்கட்டைகள்

கிடைத்துள்ளன. இவை சுடுமண்ணாலும் அரிய வகைக் கற்களாலும் ஆக்கப்பட்டவை. மதுரை, திருநெல்வேலிப் பகுதிகளில் வெண்கலத்தினாலான நீள்செவ்வக வடிவத்தில் அமைந்த தாயக் கட்டைகள் இன்றும் கிடைக்கின்றன.

தனிச்சொத்துரிமையின் நியாயப்பாட்டை மனித மனங்களில் பதித்து வளர்த்ததில் சூதாட்டத்திற்கும் சூதாடு கருவிகளுக்கும் கணிசமான பங்கு உண்டு. நரேந்திரநாத் பட்டாச்சார்யா தம் நூல் ஒன்றில், 'அரசனும் சூதாடு கருவியும்' என்ற இயலில் இது குறித்து விவாதித்துள்ளார். சமூக உருவாக்கம் மற்றும் மாற்றம் பற்றிச் சிந்திப்பவர்கள், விளையாட்டுகளின் பங்கினைக் கூர்மையாக மதிப்பிட்டு அறியவேண்டும்.

சூதாட்டத்துக்கும் விளையாட்டுக்கும் தொடர்பு உண்டு என்பதை நிகழ்கால உலக அரசியலிலும் காணலாம். பன்னாட்டு வணிக நிறுவனங்கள் கவர்ச்சிகரமான பரிசுத் தொகைகளின்மூலம் விளையாட்டு வீரர்களையும் தடகள வீரர்களையும் சூதாட்ட உணர்வுடையவர்களாக மாற்றியிருக்கின்றன.

'வெல்வதற்காக அல்ல; விளையாடுவதற்காகவே விளையாட்டு' என்ற ஒலிம்பிக் குறிக்கோள் எளிதாக முறியடிக்கப்பட்டுவிட்டது. பழைய ரோமானிய 'கிளாடியேட்டர்கள்' எனப்பட்ட மனித சண்டைக் கடாக்கள், விளையாட்டின் பேரால் மீண்டும் உருவாக்கப்படுவதுதான் கவலையினைத் தருகிறது.-

தவிடும் தத்தும்

மகப்பேறு இல்லாமை வாழ்க்கையில் ஒருவர்க்கு ஏற்பட்ட குறைபாடு என்ற கருத்து உலகில் எல்லாச் சமூகங்களிலும் உள்ளது. மகப்பேறு என்பது கடவுளால் அருளப்படுவது என்பது பழைய சமூகங்களில் பிறந்த நம்பிக்கையாகும். விஞ்ஞான உணர்வும் விஞ்ஞானக் கல்வியும் வளர்ந்திருக்கிற இன்றும் இந்த நம்பிக்கை மக்கள் மனத்தில் வேர்கொண்டு இருக்கிறது. இன்றைய சூழ்நிலையில், கடவுள் அருளுவது மகப்பேறு என்ற பழைய நம்பிக்கை எதிர்மறையாகவே உயிர் வாழ்கிறது. அதாவது, 'கடவுளின் அருள் கிடைக்காததனால் மகப்பேறு இல்லை' என்ற நம்பிக்கையே அதிகமாக இருக்கிறது. உலகத்தின் பழைய சமூகங்கள் இந்த மனக் குறையை எவ்வாறு நிறைவு செய்துகொண்டன

என்பதை அறிய நமக்குச் சான்றுகள் கிடைக்கவில்லை.

குடும்பமும் தனிச் சொத்துரிமையும் வளர்ந்துவிட்ட காலச் சூழலில் மகப்பேறின்மை மட்டும் வாழ்க்கையின் குறையாகக் கருதப்படவில்லை. சொத்துக்குரிய ஆண்பிள்ளை இல்லாததும் வாழ்க்கையின் குறையாகக் கருதப்பட்டது.

தமிழ்ச் சமூகத்தில் மகப்பேறு இல்லாதவர்கள் நிறைய பிள்ளைகளைப் பெற்றிருக்கிற உறவினர்களிடமிருந்து ஒரு பிள்ளையை - பெரும்பாலும் ஆண்பிள்ளைகளில் ஒருவரை - 'தவிட்டு விலைக்கு' வாங்கியிருக்கின்றனர்.

குடும்பம் எவ்வளவு வறுமையுற்றிருந்தாலும் பெற்றோர் யாரும் பிள்ளைகளை விற்க முன்வர மாட்டார்கள். பிள்ளையை இரவலாகக் கொடுத்தால், கொடுத்தவன் கொடுத்த பொருளை எந்த நேரமும் திரும்பக் கேட்டுப் பெறும் உரிமை அவனுக்கு உள்ளது. 'விற்ற பொருளுக்கு விலையில்லை' என்பது ஒரு சொல்லடை. அதாவது, பொருளை விற்றவன் அந்தப் பொருளின் மீது, மீண்டும் விலைக்கு வாங்கும் உரிமையினையும் இழந்துவிடுகின்றான். எனவே, பிள்ளையைக் கொடுத்தவன் திரும்பக் கேட்காமல் இருக்கவேண்டுமென்றால் அதனை அவன் விற்றே ஆக வேண்டும். இது சமூகத்தில் எழுந்த உணர்வு ரீதியான ஒரு பண்பாட்டு நெருக்கடியாகும். இதற்குத் தீர்வு காணும் முறையில்தான் ஒரு கைப்பிடி அளவு தவிட்டை விலையாகப் பெற்றுக்கொண்டு குழந்தையை விற்றதுபோலப் பாவனை செய்திருக்கிறார்கள்.

ஒரு கைப்பிடி தவிடு என்பது மிக அற்பமான பொருளாதார மதிப்பினை உடையது. அது ஒரு மூலப்பொருள் அன்று. மூலப் பொருளாகிய நெல்லிலிருந்து கழிக்கப்பட்ட, மனிதன் உண்ணாத பொருளாகும். உப்பு, வெற்றிலை போன்ற பொருள்கள் தொல் பழைய நம்பிக்கை சார்ந்த பொருள்கள். உப்பு நன்றியுணர்வைப் புலப்படுத்தும் அடையாளம். இதுபோன்ற தொல் பழைய நம்பிக்கை எதுவும் தவிட்டின்மீது சாரவில்லை. எனவே தவிடு குழந்தைக்கான பண்ட மாற்றுப் பொருளாகக் கருதப்படுகிறது.

தவிட்டுக்குப் பிள்ளை கொடுத்தவர்கள் தங்கள் பொருளாசை யால் பிள்ளையினை விற்கவில்லை என்று மன அமைதி கொள்ளலாம். பிள்ளையை வாங்கியவரோ விலைக்கு வாங்கிய

உணர்வோடு குழந்தையின் மீது உணர்வுப்பூர்வமாக முழு உரிமை கொண்டாடலாம்.

குறைந்த விலை, அடிமட்ட விலை என்பதைக் குறிக்கக் கிராமப்புறங்களில் இன்றுங்கூடத் 'தவிட்டு விலை' என்ற தொடரைப் பயன்படுத்துகிறார்கள். இரண்டாயிரம் ரூபாய் பெறுமானமுள்ள மாட்டினை இருநூறு ரூபாய்க்குக் கேட்டால், 'தவிட்டு விலைக்குக் கேட்கிறான்' என்று சொல்லும் வழக்கம் இருக்கிறது.

தவிட்டுக்குப் பிள்ளை வாங்குவதும் பிள்ளையைத் தத்து எடுப்பதும் அடிப்படையில் வேறுபட்டவை. தவிட்டுக்குப் பிள்ளை வாங்குவது குழந்தை இல்லை என்ற மனக்குறையை நிறைவு செய்ய. தத்து எடுப்பது சொத்துரிமையைத் தக்கவைக்க.

தத்தெடுக்கும் வழக்கம் பிராமணர்களிடத்தும் நகரத்தார் (நாட்டுக் கோட்டைச் செட்டியார்) சமூகத்திலும் சடங்குரீதியாகச் செய்யப்படுகிறது. இவ்விரு சமூகத்தவரும் ஆண் பிள்ளையை மட்டுமே தத்தெடுக்கின்றனர். தான் இறந்த பின்னர் தனக்கும் தன் முன்னோர்க்கும் நீத்தார் கடன் (நீர்க்கடன்) செய்ய வேண்டிய ஆண்பிள்ளைகள் இல்லாதவர்களின் ஆன்மா தாகத்தோடு அலையும் அல்லது 'புத்' என்னும் நரகத்தில் கிடந்து உழலும் என்பது வைதீக நம்பிக்கை. இந்தக் குறையைப் போக்கும் பொருட்டும் தங்கள் சொத்துக்கு ஆண் வாரிசு தேடியும் மேற்குறித்த இரு சமூகத்தினரும் தத்து எடுக்கிறார்கள். இவ்விரு சமூகத்திலும் பிள்ளையைத் தத்துக் கொடுக்கிறவர்கள் அதற்குப் பதிலாகச் சல மரியாதைகளையும் சிறிது பணமும் பெற்றுக்கொள்கின்றார்கள்.

ஆனால் நாட்டார் மரபுகள் நீர்க்கடன் கழிக்கவும் சொத்துக்களை ஆளவும் தத்தெடுக்கின்ற மேல் சாதி மரபினை நிராகரித்தே வந்திருக்கின்றன.

பணத்துக்குப் பிள்ளை வாங்கி
பந்தியிலே விட்டாலும்
பந்தி நெறஞ்சிருமா
பாத்த சனம் ஒப்பிடுமா
காசுக்குப் புள்ள வாங்கி

கடத் தெருவே விட்டாலும்
கடத்தெரு நெறஞ்சிருமா
கண்ட சனம் ஒப்பிடுமா

என்பது தென்மாவட்டங்களில் கேட்கப்படும் ஒப்பாரியாகும்.

தவிட்டு விலையும் தத்தும் போல அல்லாமல் 'எடுத்து வளர்த்தல்' என்னும் மற்றொரு முறையும் இருந்திருக்கிறது. அடுத்தவர் பிள்ளையினை அவரது உரிமையினை ஒத்துக்கொண்டபடியே எடுத்து வளர்ப்பது இது.

சிவப்பிராமணரான சுந்தரமூர்த்தி நாயனாரை நரசிங்க முனையதரையர் என்னும் குறுநில மன்னர் எடுத்து வளர்த்தார் என்பது பெரிய புராணம் தரும் செய்தி. அதுபோலவே, வைணவ ஆச்சாரியர்களில் ஒருவரான பராசர பட்டரை, திருவரங்கத்து இறைவனான நம்பெருமாளே 'மஞ்சள்நீர் குடிக்கச் செய்து' தம் பிள்ளையாக ஆக்கிக்கொண்டார் என்பது ஆறாயிரப்படி குருபரம்பரைப் பிரபாவம். 'மஞ்சள் நீர் குடிக்கச் செய்தல்' என்பது வளர்த்தெடுக்கும் உரிமைக்கான சிறு சடங்காக இருந்திருக்கலாம்.

துடுப்புக் குழி

தொல்பழங்காலத்தில் மனிதனுக்கு வியப்பினை அளித்த நிகழ்வுகளில் ஒன்று மனிதன் பிறக்கும் முறை. தாயின் உடலின் சிறிய துளை வழியே குழந்தை வெளிவருவதும் அதைத் தொடர்ந்து நஞ்சும் கொடியும் வெளியே வருவதும் அவனுக்கு வியப்பையும் அச்சத்தையும் விளைவித்தன. கணத்தின் வளர்ச்சிக்குச் சூல் நிறைந்த வயிறு உயிரைத் தருவதால் அது அவனுக்கு வழிபடு பொருளாயிற்று. நிறைந்த நீர்க்குடத்தையும் சூல் கொண்ட பெண் வயிற்றின் அடையாளமாகக் கருதி அவன் வழிபட்டான். குழந்தையுடன் பிறந்த நஞ்சும் கொடியும் அவனுக்கு அச்சம் தந்த வழிபடு பொருளாயின. மகப்பேற்றுச் சடங்கு ஒன்று இதன் விளைவாகப் பிறந்தது.

நஞ்சையும் கொடியையும் மந்திரப்பொருளாகக் கருதிப் பிறர் பார்வையில் படாதவாறு குழியிலிட்டு மூடிவிடுவதே இன்றும் வழக்கமாக உள்ளது.

குறைந்த வலியுடன் தாயினையும் குழந்தையினையும் உயிர்

இழப்போ பிற இழப்புக்களோ இல்லாமல் பிரித்துத் தந்ததற்காகப் பெண்ணின் பிறப்புறுப்பு (யோனி) தெய்வீக அருளுடையதாகக் கருதப்படுகிறது. நஞ்சும் கொடியும் தெய்வத்தின் பிரதிநிதியாகக் கருதப்பட்டு அவற்றைப் புதைத்த இடம் தீட்டுக் காலம் முடியும் வரை வழிபடு இடமாகிறது.

குழந்தைப் பேற்றுத் தீட்டைக் கழிக்கும் நாளன்று (பெரும்பாலும் 10 அல்லது 16ஆம் நாள்) துடுப்புக்குழி போடுதல் அல்லது தொடுப்புக்குழி போடுதல் என்னும் சடங்கு நடைபெறுகிறது.

குழந்தைப்பேறு நாள் தொடங்கித் தீட்டுக் கழிக்கும் நாள் வரை பெற்றவள் யோனித் தெய்வத்தின் ஆளுகையில் இருக்கிறாள். எனவே அந்தக் காலப்பகுதி விலக்கிற்குரிய காலமாகக் கருதப்படுகிறது. தீட்டுக் கழிக்கும் சடங்கும் ஆண் விலக்கிற்கு உரியதாகக் கருதப்படுகிறது.

கிராமப்புறங்களில் பெரும்பாலும் வீட்டின் பின்புறம் உள்ள மண் தரையில் ஆழமாகக் குழிதோண்டி நஞ்சையும் கொடியையும் புதைக்கின்றனர். பின்னர் அந்த இடத்தைச் சுற்றி ஓலை அல்லது தட்டி கொண்டு வேலியிட்டு மறைக்கின்றனர். குழந்தைபெற்ற தாய் தீட்டுக் காலம் கழியும்வரை அம்மறைப்பினுள் நின்றுகொண்டு குளிக்கிறாள். அவள் குளித்த நீர் வெளியில் வராதவண்ணம் அந்தக் குழிக்குள்ளேயே இறக்கிவிடப்படுகிறது.

பதினாறாம் நாள் தீட்டுக் கழிக்கும் சடங்கு, குழியின் முன்னர் நடைபெறுகிறது. மூன்று இலைகளில் உணவினைக் குழியின் முன்னால் படைக்கிறார்கள். சோற்றின்மீது கருவாட்டுக் குழம்பு ஊற்றுகிறார்கள். அவித்த முட்டையும் காயமும் கருப்பட்டியும் சுக்கும் சேர்ந்த மகப்பேற்று மருந்து உருண்டையினையும் இலைகளின்மீது வைக்கிறார்கள். பின்னர் சோற்றின்மீது ஒரு சிறிய மரக்குச்சியினை ஊன்றி வைக்கிறார்கள்; செம்பு நிறையத் தண்ணீர் வைத்து, அதன்மீது உதிரிப் பூக்களைத் தூவுகிறார்கள். பிறகு சூடத்தைப் பொருத்தி ஆரத்தி காட்டி, 'துடுப்புக்குழி நாச்சியாரே! இடுப்புக் குறுக்கு நோகாம பிள்ளையையும் தாயையும் காப்பாத்தம்மா!' என்று சொல்லிச் சாமிகும்பிடுகிறார்கள். பிறகு மூன்று இலையில் உள்ள உணவையும் குழந்தை பெற்ற தாய், தொட்டுப்பிடித்த பெண் (மகப்பேற்று நேரத்தில் உதவியவள்), மகப்பேற்றுக்கு உதவிய மருத்துவச்சி (நாவிதர் குடும்பத்துப் பெண்)

ஆகிய மூவரும் சாப்பிடுகிறார்கள். சாமி கும்பிடும்போதும் அக்குழிக்கு முன் ஒரு நிமிட நேரம் குழந்தையைக் கிடத்தி எடுத்துக்கொள்கிறார்கள்.

இந்தச் சடங்கு முழுவதும் பெண்களாலேயே நடத்தப்படுகிறது. படைக்கப்பட்ட உணவினைப் பார்க்கக்கூட ஆண்களுக்கு அனுமதி இல்லை. சைவ வேளாளர் தொடங்கி பிராமணரல்லாத எல்லாச் சாதியினரிடையேயும் இச்சடங்கு நிகழ்வதைத் தென் மாவட்டங் களில் இக்கட்டுரையாளர் கண்டிருக்கிறார். சைவ வேளாளர் வீடுகளில் மட்டும் கருவாட்டுக் குழம்பிற்குப் பதிலாகக் காரக் குழம்பு என்னும் மிளகுக் குழம்பு ஊற்றப்படுகிறது.

சாமி கும்பிடும்போது, பெண்களின் வேண்டுகோள் எதிர்காலத் தன்மையுடன் இருந்தாலும் அந்தச் சடங்கு யோனித் தெய்வத்திற்கு நன்றி தெரிவிக்கும் சடங்காகவே நடை பெறுவதைக் காணலாம். பிறந்த குழந்தை இறந்துவிட்டால் இச்சடங்கு நடை பெறுவதில்லை என்பதும் குறிப்பிடத்தக்கது.

துடுப்புக்குழி என்பது சடங்கு நடை பெறும் நாள்வரை யோனித் தெய்வம் உறையும் இடமாகக் கருதப்படுகிறது. ஊன்றப்பட்ட குச்சி ஆண்உறுப்பைக் குறியீடாகக் காட்டி நிற்கின்றது. கருவாட்டுக் குழம்பும் மகப்பேற்று மருந்தும் மருத்துவத் தன்மையுடையன வாகவும் மந்திரத் தன்மையுடையனவாகவும் கருதப்படுகின்றன.

கும்பகோணத்திற்கு அடுத்த தாராசுரத்தில் நெடுஞ்சாலை ஓரமாக அமைந்துள்ள சக்கராயி கோயில் யோனித் தெய்வத்தின் கோயிலாகும். முகத்திற்குப் பதிலாகத் தாமரை மலரோடு, ஆடை யின்றிப் பிறப்புறுப்பினை வெளிக்காட்டி, குத்துக்கால் இட்டபடி இத்தெய்வத்தின் சிலை அமைந்துள்ளது. இன்றுவரை அப்பகுதியில் வாழும் மக்கள் மகப்பேற்றுத் தீட்டுக்காலம் கழிந்தவுடன் பிறந்த மகவை இக்கோயிலுக்கு எடுத்துவருகின்றனர். இத்தெய்வத்தின் முன் ஒன்றிரண்டு நிமிடங்கள் குழந்தையைக் கிடத்தி வழிபட்டுச் செல்கின்றனர்.

சிமெண்ட் நாகரிகம் பரவிய நகர்ப்புறங்களிலும், மகப் பேறானது மருத்துவமனையில் நிகழும் இடங்களிலும் இச் சடங்கு வீட்டிற்குள் திருவிளக்கின்முன் நிகழ்த்தப்பெறுகிறது. (சமூகவியல் அறிஞரான ஜி.எஸ். குர்யே இந்தியாவின் வட பகுதி

மக்களிடத்தில் நஞ்சும் கொடியும் பற்றிய நம்பிக்கைகள், சடங்குகள் குறித்து ஆங்கிலத்தில் ஒரு கட்டுரை எழுதியுள்ளார்). தமிழ்நாட்டில் யோனி வழிபாடு நடந்ததற்கான தொல் எச்சமாக இன்று தாராசுரம் சக்கராயி கோயிலும் இந்த வீட்டுச் சடங்குமே எஞ்சியுள்ளன. பிறவகையான சிற்பச் சான்றுகள் கோயில் தூண்கள் சிலவற்றிலும் சில தேர்ச்சிற்பங்களிலும் காணப்படுகின்றன.

பண்பாட்டு அசைவுகள்

இக்கட்டுரையாளர் சில ஆண்டுகளுக்கு முன்னர் நெல்லை மாவட்டத்தில் கண்ட நிகழ்ச்சி இது. அது ஒரு சிறிய நகரம். ஆனாலும் தெருக்கள் சாதிவாரியாகவே அமைந்திருக்கின்றன. இருபத்தெட்டு வயதுடைய இளைஞர் ஒருவர் விபத்தொன்றில் இறந்துபோனார். அவருடைய மனைவிக்கு வயது இருபத்து மூன்று. மூன்று வயதில் ஒரு பெண் குழந்தை இருந்தது.

அந்தப் பிற்பகல் நேரத்தில் பிணத்தை எடுத்துச்செல்ல ஊரே திரண்டிருந்தது. ஆண்கள் இழவு வீட்டிற்கு வெளியே பெஞ்சு களில் அமர்ந்திருந்தனர்; வேறு சிலர் நின்று கொண்டிருந்தனர். ஒருபுறத்தில் இறுதி ஊர்வலத்திற்கான மேளச் சத்தமும் அதற்குரிய நாகசுரமும் ஒலித்துக்கொண்டிருந்தன. வீட்டிற்குள் பெண்கள் உரத்த குரலில் அழுதுகொண்டிருந்தனர்.

திடீரென்று மேளச்சத்தம் நின்றது. இழவு வீட்டிற்கு உள்ளிருந்து ஒரு மூதாட்டி வெளியில் வந்தார். பேசிக்கொண்டிருந்த ஆண்கள் பேச்சை நிறுத்தினர். அம்மூதாட்டியின் கையில் தண்ணீர் ததும்பி வழியும் செம்பொன்று இருந்தது. அந்தத் தண்ணீர்ச் செம்பை அவர் கூட்டத்தின் நடுவில் வைத்துவிட்டு நிமிர்ந்தார். அவரது வலக்கையில் ஏதோ மடக்கி வைத்திருந்தார். கூர்ந்து பார்த்ததில் அவை உதிரிப் பிச்சி (முல்லைப் பூக்கள்) என்று தெரிந்தன. அவர் கூட்டத்தை ஒருமுறை நிதானமாகத் திரும்பிப் பார்த்தார். பின்னர் கையிலிருந்த பிச்சிப் பூக்களில் ஒன்றைச் செம்பில் நிறைந்த நீரின்மீது இட்டார். கூட்டம் மூச்சடங்கியது போல் அமர்ந்திருந்தது. பின்னர் இன்னொரு பூவைச் செம்புத் தண்ணீரின் மேலிட்டார். இரண்டு பூக்கள் செம்பு நீரில் மிதப்பது எல்லார் பார்வைக்கும் தெரிந்தது. கூட்டத்தில் இருந்த பெரியவர்கள் 'ச்சூ, ச்சூ...' என்று அனுதாபத் தோடு ஒலி எழுப்பினர். பின்னர் அம்மூதாட்டி மூன்றாவது பூவையும் செம்பு நீரில் இட்டார். கூட்டம் மறுபடியும் அனுதாப

ஒலி எழுப்பியது. ஒன்றிரண்டு நொடிகள் கழிந்தபிறகு அந்தப் பெண் நீரிலிட்ட மூன்று பூக்களையும் கையில் எடுத்துக்கொண்டு செம்பு நீரைத் தரையில் கொட்டிவிட்டு விடுவிடென்று இழவு வீட்டிற்குள் சென்றுவிட்டார். கூட்டத்தில் அனுதாப ஒலியோடு பேச்சும் எழுந்தது. 'ம்.. பாவம்.. என்னத்தச் சொல்றது...'

கூட்டத்தில் ஒருவனாக நின்று இதை எல்லாம் கவனித்துக் கொண்டிருந்த கட்டுரையாளர், கூட்டத்திலிருந்த பெரியவரிடம் இதுபற்றிக் கேட்டபோது கிடைத்த பதில், "இது தெரியலையா ஒனக்கு? தாலி அறுக்கற பொம்பளப்புள்ள மூனு மாசமா முழுகாம இருக்கு." விவரம் புரியாத கட்டுரையாளர் திரும்பக் கேட்டார், "அந்தப் பொண்ணு முழுகாம இருக்கற விஷயத்தை ஏன் ஊருல சொல்லணும்?" கட்டுரையாளரின் கேள்வி எரிச்சலோடு அமைந்திருந்தது. ஒரு பெரியவர் இடைமறித்துச் சொன்னார். "பேரப்புள்ள, ஏழு மாசம் கழிச்சு அவ புள்ள பெத்தா நீ கேக்க மாட்டியா, எப்படிப் புள்ள வந்திச்சுன்னு?"

கட்டுரையாளர் அதிர்ச்சியாலும் அவமானத்தாலும் குன்றிப் போனார். 'இதோ, இந்தப் பெண் இறந்து போனவனுக்காக வயிறு வாய்த்திருக்கிறாள். ஏழு மாதம் கழித்துப் பிறக்கப்போகும் குழந்தைக்குத் தந்தை இன்றைக்கு இறந்து போனவன்தான்' என்று ஊரும் உலகும் அறிய அந்தச் சடங்கு பிரகடனம் செய்திருக்கிறது. சங்க இலக்கியங்களில் பேசப்படும் 'வரைவு கடாதல்' துறையின் பெருமை கட்டுரையாளருக்கு அப்பொழுதுதான் புரிந்தது. பிறக்கின்ற எந்த மனித உயிரும் தந்தை பெயர் அறியாமல் பூமிக்கு வரக்கூடாது என்ற சமூகக் கட்டுப்பாடு புரிந்தது.

இந்தச் சோகத்துக்கு ஊடே சிறிய மகிழ்ச்சி தந்த மற்றொரு செய்தியும் உண்டு. ஒரு பண்பாடு, பேச்சே இல்லாத ஒரு சின்ன அசைவின் மூலம் எவ்வளவு நுட்பமாகவும் மென்மையாகவும் தன்னை அடையாளம் காட்டிக்கொள்கிறது!

அறையும் கல்லறையும்

உலகின் பழைய மொழிகளில் ஒன்று தமிழ் என்பதால் தொல் பழங்கால வாழ்க்கை முறையினையும் சிந்தனைகளையும் சித்திரிக்கும் சொற்கள் தமிழில் நிறைய உண்டு. அவற்றுள் ஒன்றனைப்பற்றி இப்போது சிந்திக்கலாம்.

'அறை' என்ற சொல் இக்காலத்தில் தனிநபர் வாழ்கின்ற சிறிய வாழ்விடத்தைக் குறிக்கிறது. பெரும்பாலும் 'ரூம்' என்ற ஆங்கிலச் சொல்லின் தமிழ் மொழிபெயர்ப்பாகவே இது பயன்படுத்தப் படுகிறது. இச்சொல் பழந்தமிழ் இலக்கியங்களில் 'பாறை' என்ற பொருளிலேயே ஆளப்படுகின்றது. 'ஞாயிறு காயும் வெவ்வறை' (குறுந்), 'அறையும் பொறையும் ஆறிடை மயக்கமும்' (சிலம்பு) எனவரும் இலக்கியப் பகுதிகள் இதற்குச் சான்றுகள். திருவெள்ளறை, வெள்ளறைப்பட்டி எனப் பாறையால் அடையாளமிடப்பட்ட ஊர்ப்பெயர்களும் வழங்கிவருகின்றன. அறை என்பது அறுக்கப் பட்ட அல்லது குறைக்கப்பட்ட என்ற பொருளையும் குறித்திருக் கிறது. 'அறிவறை போகிய பொறியறு நெஞ்சத்து' (சிலம்பு) எனவரும் பகுதி இதற்குச் சான்றாகும்.

இன்று, 'கல்லறை' என்பது நிலத்தில் தொட்டி போன்ற அமைப்பில் கட்டப்பட்டு உள்ளே இறந்தவர் உடலை வைக்கும் கட்டட அமைப்பைக் குறிக்கிறது. நிலத்தைக் கல்லிக் கட்டுவதால் 'கல்லறை' எனப் பெயர் பெற்றதாகத் தொல்லியல் ஆய்வாளர் குழந்தை வேலன் விளக்கம் தருகிறார். கல்லறை, கல்லறைத் தோட்டம் ஆகிய சொற்கள் இப்பொழுது தமிழ்க் கிறித்தவர்களின் இடுகாட்டையே குறித்து வழங்குகின்றன.

இறந்தவரைப் புதைக்கும் இடங்களும் முறைகளும் தொல்லியல் ஆராய்ச்சியாளருக்கு முக்கியமான சான்றுகளாகும். தமிழ்நாட்டில் காணப்பெறும் புதைவிடங்களை அறிஞர்கள் நான்காக வகைப் படுத்துவர். இறந்த மனிதனைப் புதைத்த இடத்தின் மேல் ஒரு பெரிய கல்லையோ அல்லது கற்குவியலையோ அமைப்பது ஒரு முறை; புதைத்த இடத்தின் மேல் ஒரு கல்லை வைத்துவிட்டு அதைச் சுற்றிலும் 15 அடி குறுக்களவில் வட்டவடிவமாகக் கற்களைத் தரையில் புதைத்துவிடுவது மற்றொரு முறை; புதைத்த இடத்தின் மேல் சுமார் 8 முதல் 10 அடி வரை உயரமுள்ள கூம்பு வடிவிலான, அரைகுறையாகச் செதுக்கப்பட்ட கற்களை நடுவது இன்னொரு முறை. நான்காவது வகையே நம் ஆய்வுக்குரியது.

இவ்வகையான கல்லறைகளில் அரைகுறையான கற்பலகை களைச் செய்து அவற்றைப் புதைக்கப்பட்ட உடலின் நாற்புறமும் நட்டுவிடுவர். இப்பலகைகள் தரைக்கு மேற்புறமாக நான்கடி உயரத்தில் அமைந்திருக்கும். இந்நான்கு கற்பலகைகளின் மேலும்

பொருந்துமாறு மேலே ஒரு கற்பலகை வைக்கப்பட்டிருக்கும். பக்கவாட்டில் நிறுத்தப்பட்ட கற்பலகை ஒன்றில் சிறிய துளை இடப்பட்டிருக்கும். இந்த அமைப்பு, மொத்தத்தில் ஒரு அறைபோல இருக்கும். அதாவது இக்காலத்தில் பெரிய நிறுவனங்களில் வாயிற்காவலருக்காக அமைக்கப்பட்டுள்ள சிற்றறைபோல இருக்கும்.

முதல் வகைக் கல்லறைகள் தருமபுரி, புதுக்கோட்டை மாவட்டங்களிலும் இரண்டாம் வகை தமிழ்நாடு முழுவதிலும் காணப்படுகின்றன. புதைக்கப்பட்ட இடத்தின்மீது மிகப்பெரிய கல்லை வைக்கும் அமைப்பினைச் சங்க இலககியம் 'நெடுங்கல்' என்று குறிப்பிடுகிறது. கூம்பு வடிவிலான ஒற்றைக் கற்கள் தருமபுரி மாவட்டத்தில் காணப்படுகின்றன. இவற்றை ஆங்கிலத்தில் menhirs என்பர்.

அறைபோலக் கற்பலகைகளால் செய்யப்பட்ட அமைப்பு புதுக் கோட்டை மாவட்டத்தில் நார்த்தாமலை அருகிலும் கிருஷ்ண கிரிக்கு அருகிலுள்ள மல்லசமுத்திரம் மலையிலும் காணப்படு கின்றன. இதை அவ்வூர் மக்கள், 'குரங்குப் பட்டடை' என்றும் பஞ்ச பாண்டவர் வனவாசத்தின்போது தங்கியிருந்தவை என்றும் குறிப்பிடுகின்றனர். இவ்வகையான கல்லறைகள் கொடைக்கானல் அருகில் பண்ணைக் காட்டிலும் காணப்படுவதாகச் சொல்லப்படு கின்றது. இறந்த மனிதனுக்காகக் கல்லைப் பலகைபோலச் செதுக்கிச் சிறிய வாழ்விடம்போல அமைக்கப்பட்ட இந்த அமைப்பில் இருந்தே 'கல்லறை' என்ற சொல் பிறந்திருக்க வேண்டும். பாறை' என்ற பொருளில் தொடங்கி, 'அறுக்கப்பட்ட பாறை' என்ற பொருளில் விரிந்து, 'சிறிய வாழ்விடம்' என்ற பொருளில் அறை என்ற சொல் நிலைப்பட்டிருக்கிறது.

மேலே குறிப்பிட்ட அனைத்து வகைக் கல்லறை அமைப்புக் களும் கிறித்துவுக்கு முற்பட்ட காலத்திலேயே தொடங்கியவை என்று தொல்லியல் ஆராய்ச்சியாளர் கருதுகின்றனர். ஒரு சிறிய சொல், மனித குல வரலாற்றின் பக்கங்களை நுணுக்கமாகக் கோடிட்டுக் காட்டுகிறது. இவ்வகையான சொற்கள் தமிழில் நிறைய உள்ளன.

தமிழகப் பௌத்தம் : எச்சங்கள்

தமிழ்நாட்டில் இன்றும் படித்தவர்கூட இப்படித்தான் சொல்கிறார்கள்: "சமணமும் பௌத்தமும் வட நாட்டில் பிறந்து வளர்ந்த மதங்கள். தமிழ்நாட்டிற்கும் அவற்றிற்கும் சம்பந்தம் இல்லை." உண்மையில் கி.பி. ஏழாம் நூற்றாண்டு வரை சமணமும் பௌத்தமும் தமிழ்நாட்டில் கொடிகட்டிப் பறந்த மதங்கள் ஆகும். கடைக்கோடிச் சிற்றூர்வரை அவை பரவி இருந்தன. கி.பி. ஏழாம் நூற்றாண்டில் பக்தி இயக்கம் தோன்றிய பிறகு பௌத்த மதம் படிப்படியாக மறைந்தது. இன்றளவும் வடமாவட்டங்களில், குறிப்பாக திண்டிவனம், வந்தவாசி, காஞ்சிபுரம் ஆகிய பகுதிகளில் ஒரு இலட்சத்திற்கும் மேற்பட்ட தமிழர்கள் சமணர்களாக வாழ்கிறார்கள். இப்பகுதியில் சமணக் கோயில்கள் உள்ளன. இச்செய்திகூடப் பலர் அறியாததாக இருக்கலாம்.

ஆனாலும் ஒரு காலத்தில் தமிழக மக்களின் பெரும் பகுதியினர் சமண, பௌத்த மதங்களின் செல்வாக்குக்கு ஆட்பட்டிருந்தனர். இந்த உண்மையைக் காட்டும் தொல்லெச்சங்கள் இன்றும் இருக் கின்றன. சைவ, வைணவ, சுமார்த்தத் துறவிகள் துறவுக்கு அடையாள மாகச் சிவப்பு ஆடை அணிகின்றனர். துறவு நெறியை இந்தியாவில் உருவாக்கி வளர்த்தவை சமண, பௌத்த மதங்கள்தாம். பௌத்த மதத்தின் துறவிகள்தாம் முதலில் செவ்வாடை அணிந்தவர்கள். 'சீவர' ஆடை அணிந்தவர்கள் என்று அவர்களைத் தேவாரம் கண்டிக் கிறது. பௌத்த மதம் அழிந்த பிறகு சைவ, வைணவ, சுமார்த்தத் துறவிகள் சிவப்பு அடை அணியத் தொடங்கினர். துறவிக்குச் செவ்வாடை என்பது பௌத்த மதம் தந்ததாகும்.

பௌத்த மதம் தந்த மற்றொரு வழக்கம் தலையினை மொட்டையடித்துக்கொள்வது. வேத, புராணங்களிலோ தேவார, திவ்வியப் பிரபந்தங்களிலோ இவ்வழக்கத்தைப் பற்றிய பேச்சே இல்லை. திருப்பதி, பழநி, திருச்செந்தூர் ஆகிய கோவில்களில் சென்று மொட்டையடித்துக்கொள்ளும் வழக்கம் மட்டும் மக்களிடையே பரவலாக உள்ளது. (ஆனால் தமிழ்நாட்டுப் பிராமணர்கள் இவ்வழக்கத்தை ஏற்றுக்கொள்ளவில்லை என்பது குறிக்கத்தகுந்தது). தலைமுடியினைப் பௌத்தத் துறவிகள் மழிகத்தியினால் களைந்துகொள்வார்கள்.

பௌத்த மதத்தின் துறவிகள் கையில் வைத்திருக்கக்கூடிய எட்டுப் பொருள்களில் தலைமழிக்கும் கத்தியும் ஒன்று. மதத்தின் பெயரால் தலைமுடியைப் புனிதத்தலங்களில் மழித்துக்கொள்ளும் வழக்கத்தைப் பௌத்தத் துறவிகளிடமிருந்துதான் தமிழ் மக்கள் கற்றுக்கொண்டனர்.

அரச மரம் பௌத்தர்களுடைய புனிதச் சின்னமாகும். பௌத்த மதத்தில் அரசமரம் ஞானத்தின் குறியீடாகக் கருதப்படுகிறது. அதைப் பின்பற்றித் தமிழர்களும் அரசமர வழிபாட்டினைக் கைக்கொண்டிருக்கிறார்கள். பௌத்த மதம் தமிழ்நாட்டில் செழித்திருந்த ஊர்களில் ஒன்று போதி மங்கை எனப்படும். ‘சாக்கியர்தம் போதிமங்கை’ என்று இந்த ஊரை அப்பர் தேவாரம் குறிப்பிடுகின்றது. போதிமரம் என்பது அரசமரத்தைக் குறிக்கும்.

தமிழர்கள் இன்று பரவலாக ஏற்றுக்கொண்டிருக்கும் ‘பட்டி மண்டபம்’ என்ற கலைவடிவம் பௌத்த மதத்திலிருந்து பிறந்தது. பிற மதவாதிகளோடு வாதம் நடத்தி, வென்று தங்கள் மதத்தைப் பரப்புவது பௌத்தத் துறவிகளின் வழக்கம். ஒரு ஊருக்குள் நுழைகின்ற பௌத்தத் துறவி, ஊர்ப்பொது இடத்தில் அரசமரத்தின் கிளை ஒன்றினை நாட்டிவிட்டுப் பிற சமயவாதிகளை வாதத்திற்கு அழைப்பது வழக்கம். ‘ஒட்டிய சமயத்து உறுபொருள் வாதிகள் பட்டிமண்டபத்துப் பாங்கறிந்து ஏறுமின்’ என்று வரும் மணிமேகலை அடிகள், ‘பட்டிமண்டபம்’ என்பது சமயக் கருத்துக்களை விவாதிக்கும் இடம் என்று காட்டுகின்றன.

ஆங்கிலக் கல்வி வருவதற்கு முன்னர் குருகுலங்களே பள்ளிகளாக இருந்தன. இக்குருகுலங்களில் பௌத்தத் துறவிகளும் கற்றுக்கொடுத்தனர். இக்குருகுலத்து மாணவர்களுக்கு அமாவாசை

(கார் உவா) நாளும் பௌர்ணமி (வெள் உவா) நாளும் விடுமுறை நாள்களாகும். இந்த நாள்களில் ஒரு வட்டாரத்தில் உள்ள பௌத்தத் துறவிகள் அனைவரும் கூடிச் சங்கக் கூட்டம் நடத்துவர். பௌத்தத் துறவிகள் அதற்குச் செல்லவேண்டி இருந்ததால் பள்ளிகளுக்கு விடுமுறை விடப்பட்டது. பௌத்தம் தமிழ்நாட்டில் மறைந்தபிறகும் திண்ணைப் பள்ளிகளில் இந்த நாள்களே விடுமுறையாகக் கொள்ளப்பட்டு வந்தன. இந்த உவா நாள்களில் ஆசிரியர்களுக்கு மாணவர்கள் அரிசியையும் காய்கறிகளையும் காணிக்கையாகக் கொண்டு கொடுத்தனர். இதுவே வாவரிசி (உவா அரிசி) எனப்படும் காணிக்கையாகும். இன்றும் இலங்கையில் வாழும் பௌத்தச் சிங்களர் 'போயா தினம்' என்று இந்த நாள்களை அறிவிப்பதை இலங்கை வானொலி மூலம் அறியலாம்.

உவா நாள் கூட்டங்கள் நடந்த மலைப்பகுதிகளுக்கு உவாமலை அல்லது ஓவாமலை என்று பெயர். இன்றும் தமிழ்நாட்டில் எண்ணற்ற மலைப்பகுதிகளுக்கு உவாமலை அல்லது ஓவாமலை என்று பெயர் வழங்கப்படுகிறது.

இவையெல்லாம் தமிழ்நாட்டில் வாழ்ந்து மறைந்த பௌத்த மதத்தின் எச்சங்கள் ஆகும். இவைமட்டுமல்ல; இருபதாம் நூற்றாண்டின் நடுப்பகுதியில் அரசியல் உலகில் சூறாவளியாகக் 'கடமை, கண்ணியம், கட்டுப்பாடு' ஆகிய சொற்கள் உருவெடுத்தன. இவை புத்தம், தர்மம், சங்கம் ஆகிய பௌத்த மும்மைக் கோட்பாட்டின் மறுபிறவியேயாகும் என்பதைக் கூர்ந்து சிந்தித்தால் உணரலாம்.

சமணம்

'பள்ளி' என்ற சொல்லுக்குப் படுக்கை என்று பொருள். 'பள்ளியறை' என்றால் படுக்கையறை. 'பள்ளி கொள்ளுதல்' என்றால் உறங்குதல். இந்தச் சொல் எப்படிக் கல்வி நிலையத்தைக் குறிப்பதாயிற்று?

கிறித்துவுக்கு இரண்டு நூற்றாண்டிற்கு முன்னர் தமிழகம் வந்த சமண மதத்தின் திகம்பரத் துறவிகள் மலைக்குகைகளில் தங்கத் தொடங்கினர். சமண மதத்தின் கொடையாளர்கள், இவ்வகையான ஆடையில்லாத் துறவிகளுக்காக, அவர்கள் தங்கும் குகையின் தரைப் பகுதியைப் படுக்கைபோலச் சமதளமாகச்

செதுக்கிக் கொடுத்தனர். அந்தக் குகைகளுக்கு அருகில் மழைத் தண்ணீர் தேங்குவதற்கு ஒரு சிறிய குழி வெட்டப்பட்டிருக்கும். அந்தத் துறவிகளிடம் நீருண்ணும் பாத்திரம்கூடக் கிடையாது. அவர்கள் எட்டு நாள் (அட்டோபவாசம்), பதினாறு நாள் (சோட சோபவாசம்) உண்ணா நோன்பு இருக்கும் வழக்கம் உடையவர்கள். உண்ணா நோன்புக் காலத்தில் அருகில் இருக்கும் குழியிலுள்ள மழைநீரைக் கையினால் சேந்தி அருந்துவார்கள். மக்களின் மருத்துவ உதவிக்காகச் சில மூலிகைகளும் ஏடுகளும் மட்டும் அந்தக் குகையில் இருக்கும். காலத்தால் முற்பட்ட தமிழ் (தமிழி - தமிழ் பிராமி) எழுத்துக்கள் இவ்வகை சமணக் குகைத் தளங்களிலிருந்தே இதுவரை கண்டுபிடிக்கப்பட்டுள்ளன.

இப்படிப்பட்ட குகைத் தளங்களை மதுரைக்கருகில் அழகர் மலை, ஆனைமலை, திருப்பரங்குன்றமலை, திருவாதவூர், சமண மலை, நாகமலை (மதுரை காமராசர் பல்கலைக்கழக மலையின் மேற்குப் பகுதி) ஆகிய இடங்களில் இன்றும் காணலாம். நாகமலை-யிலுள்ள புளியங்குளம் குகையில் மட்டும் ஐம்பது படுக்கைகளுக்கு மேலாக வெட்டப்பட்டுள்ளன.

ஆடையில்லாச் சமணத் துறவிகள் பசித்த நேரத்தில் மட்டும் அருகிலுள்ள ஊருக்குள் நுழைந்து கையினிற் பிச்சை ஏற்று உண்டு செல்வர். கல்வி, மருந்து, உணவு ஆகிய மூன்று கொடைகளும் அடைக்கலம் அளித்தலும் சமண மதத்தின் தலையாய அறங்கள் ஆகும். இவற்றுள் சோற்றுக் கொடை (அன்ன தானம்) இல்லறத் தார்க்கு மட்டுமே இயலும்.

'ஞானதானம்' செய்வதற்காகச் சிறுபிள்ளைகளைத் தங்கள் இருப்பிடத்திற்கு ஆடையில்லாத் துறவிகள் அழைத்துக் கற்றுக் கொடுத்தனர். குகைத்தளத்தில் பிள்ளைகள் அமர்வதற்கு வேறு இடம் கிடையாது. பள்ளித் தளத்தின் (கற்படுக்கைகளின்) மீதுதான் அமர்ந்திருக்க இயலும். பள்ளிகளின்மீது பிள்ளைகள் அமர்ந்து கற்றதனால் கல்விக் கூடம் பள்ளிக்கூடம் ஆயிற்று.

'கல்லூரி' என்பது இன்று உயர்கல்வி நிலையத்தைக் குறிக்கிறது. 'கல்லூரி நற்கொட்டிலா' (995) என்ற சீவக சிந்தாமணித் தொடரிலிருந்து இந்தச் சொல் பெறப்பட்டது. சிந்தாமணி சமண நூலாகும்.

தென் தமிழ்நாட்டில் ஐம்பதிற்கும் மேற்பட்ட சமணப் பள்ளிகள் இருந்தன. இங்கே ஆண் துறவிகளைப்போலவே பெண் துறவிகளும் ஆசிரியராக இருந்துள்ளனர். 'கனகவீரக் குரத்தியர்', 'பட்டினிக் குரத்தியடிகள்' எனக் கல்வெட்டுக்கள் 'குரத்தி' (குரவன் என்பதன் பெண்பாற் சொல்) எனும் பெயரோடு இவர்களைக் குறிக்கின்றன. 'மாணாக்கன்', 'மாணாக்கி' ஆகிய சொற்களும் சமணக் கல்வெட்டுக் களில்தாம் பெரும்பாலும் காணப்படுகின்றன. பெண் துறவி களிடத்தில் மாணாக்கர்களும் பயின்ற செய்தியைக் கழுகுமலைக் கல்வெட்டுக்களால் அறிகிறோம். எனவே, தமிழ்நாட்டின் கல்வி வளர்ச்சிக்கும் குறிப்பாகப் பெண் கல்வி வளர்ச்சிக்கும் சமணம் தொண்டாற்றிய செய்தியை உணரலாம்.

சமணத்தினளவு பிற மதங்கள் கல்வியைப் பெருமைப்படுத்த வில்லை. கல்வி கற்பதற்குப் பிறப்பினை (சாதியை) ஓர் அளவு கோலாகச் சமணம் கொண்டதில்லை. எனவே அனைவர்க்குமான கல்வி என்ற கோட்பாடு சமணத்திலிருந்து பிறந்ததாகவே கொள்ளவேண்டும்.

பிற்காலச் சமணத்தில் கல்விக்கென்றே 'வாக்தேவி' என்ற தெய்வமும் பிறந்தது. இதுவே வைதிக நெறியின் 'சரஸ்வதி'க்கு முன்னோடியாகும் என அறிஞர்கள் கருதுவர். 'சரஸ்வதி'க்குரிய வெள்ளுடை என்பது சமணப் பெண் துறவிகளின் 'வெள்ளையாடை' (சுவேதாம் பரம்) மரபிலிருந்து வந்ததாக இருக்கலாம்.

கி.பி. பதின்மூன்றாம் நூற்றாண்டுக்கு முன் தமிழிலக்கிய, இலக்கண வரலாற்றில் சமணத்தின் பங்கு மிகப் பெரியது என்பதை இலக்கிய மாணவர்கள் அறிவர்.

தேசிய இயக்கத்தின் வளர்ச்சியில் உண்ணா நோன்பு என்பது மிகப் பெரிய போராட்டக் கருவியாயிற்று. உண்ணா நோன்புக் காலத்தில் தண்ணீர் மட்டும் அருந்துவது சமணர்களிடமிருந்து நாம் கற்றுக்கொண்டதாகும்.

புலால் உண்ணாமையை ஓர் அறமாகக் கற்பித்ததும் சமண மதமே. புலால் தவிர்ந்த உணவு, சைவ உணவு என வழங்கப்படுகிறது. ஈழத்தில் அதற்கு 'ஆரத உணவு' என்று பெயர். ஆரதர் என்புது ஆருகதர் (அருகன் அடியாரான சமணர்) என்ற சொல்லின் திரிபு.

இன்று பரவலாகக் கொண்டாடப்படும் தீபாவளி சமண மதத்தின் 24ஆம் தீர்த்தங்கரரான வர்த்தமான மகாவீரரின் இறந்த நாளாகும். அதையே வைதிக மரபுகள் நரகாசுரன் அழிந்த நாள் என்கின்றன.

தென் மாவட்டங்களில் பரவலாகக் காணப்படும் இயக்கி வழிபாடு சமண மதத்திலிருந்து பிறந்ததாகும். சமணத் தீர்த்தங்கரர்களின் பணிமகளிர் 'இயக்கியர்' எனப்படுவர். கையில் குழந்தையுடன் இன்று வழிபடப்படும் இயக்கி, சமண மரபுகளில் அம்பிகாயக்ஷி எனப்படும். வட மாவட்டங்களில் ஜ்வாலா மாலினி (பொன்னியக்கி) என்று குறிக்கப்படும். 'அப்பாண்டை நாதர் உலா' எனும் சமண நூல் இச்சிறு தெய்வத்தைப் 'பன்னு தமிழ் வாய்ச்சி பழமறைச்சி' எனப் புகழ்கிறது. மதுரை, முகவை மாவட்டங்களில் காணப்பெறும் சாத்தன் (ஐயனார்) வழிபாடு சமண மதம் தந்ததாகும். எனவேதான் ஐயனார், ஏனைய சிறுதெய்வங்களோடு கலந்து அமர்ந்திருந்தாலும் இரத்தப் பலி பெறாத தெய்வமாகத் தனித்து விளங்குகிறார். ஐயனார் கையிலிருந்த செண்டு என்னும் (வினாக்குறிபோல் அமைந்த) கருவியை இப்போது சாட்டையாக மாற்றிவிட்டனர்.

முனீசுவரன் என்றும் தவசி என்றும் கிராமப்புறங்களில் வழிபடப்படும் நிர்வாணத் துறவிகளின் கற்சிலைகள் அனைத்தும் சமணமதத் தீர்த்தங்கரர்களின் சிலைகளே ஆகும்.

தமிழ்நாட்டின் கல்வி வளர்ச்சிக்கு 19ஆம் நூற்றாண்டில் கிறித்தவம் தொண்டாற்றியதைப்போல கிறித்துவுக்கு முன் பின்னாக மூன்று நூற்றாண்டுக் காலம் சமண மதம் கல்வித் தொண்டாற்றி யுள்ளது. சமண மதம் வடமொழி வேதத்தை ஏற்றுக்கொள்ளாத மதமாகும். எனவேதான் சம்பந்தர் போன்ற வைதிக நெறியாளர்கள் சமணத்தை எதிர்த்து நின்றனர்.

கடுமையான துறவை வலியுறுத்தியதும் தொல்பழைய சடங்கு களை நிராகரித்ததும் ஆடல் பாடல் போன்ற நுண்கலை உணர்வு களை ஏற்றுக்கொள்ளாததும் புலால் உணவை முற்றிலுமாக மறுத்ததும் பாண்டிய, சோழப் பேரரசுகள் வேத நெறிக்கு ஆதரவு அளித்ததும் சமண மதம் தமிழ்நாட்டில் வீழ்ச்சி அடையக் காரணங்களாயின.

துறவு

துறவு என்னும் சொல் திருமணம் வேண்டாத வாழ்க்கையைக் குறிப்பதாகவே தமிழர்களால் இதுவரை கருதப்படுகிறது. கி.மு. ஆறாம் நூற்றாண்டில் வடஇந்தியப் பகுதியில் பிறந்த சமணம், பௌத்தம் ஆகிய இரண்டு மதங்களே உலகத்தில் முதன்முதலாகத் 'துறவு' நெறியை வலியுறுத்தியவையாகும்.

சமண பௌத்தத்திற்கு முந்திய வைதிக நெறியில் திருமணம் வேண்டாத வாழ்க்கைக்குத் தனித்த மரியாதை எதுவும் கிடையாது. பிரம்மச்சரியம், கிருகஸ்தம், வானப்ரஸ்தம், சந்நியாசம் என வரிசைப்படுத்தி வாழ்க்கையின் இறுதிக் கட்டத்தில் குடும்ப வாழ்க்கையினையும் விட்டுவிடுவது ஒரு நெறியாகச் சொல்லப் பட்டது. இன்றளவும் பிராமணர்களில் சிலர் வாழ்க்கையின் இறுதிப் பகுதியில் சந்நியாசம் வாங்கிக் கொள்கின்றனர். இறப்பதற்கு ஒன்றிரண்டு நாளைக்கு முன்பாகவோ சில மணி நேரங்களுக்கு முன்பாகவோகூடப் பார்ப்பனர் சந்நியாசம் வாங்கிக்கொள்வது உண்டு. இதற்கு 'ஆபத் சந்நியாசம்' என்று பெயர்.

சமணமும் பௌத்தமும்தாம் தமிழ்நாட்டிற்குத் துறவு நெறியை அறிமுகப்படுத்தின. அறிமுகப்படுத்தப்பட்ட காலந்தொட்டே துறவு நெறி ஒருபோதும் தமிழகத்தில் செல்வாக்குப் பெற்ற தில்லை. சமூகத்தின் மிகச்சிறிய அசைவுகளில் ஒன்றாக அதுவும் இருந்தது; அவ்வளவே. தொல்காப்பியம் வாழ்க்கையின் இறுதிக் கட்டத்தில்கூடக் கணவனும் மனைவியும் இணைந்தே அறஞ் செய்ய வேண்டும் என்று வரையறை செய்கிறது.

தமிழில் முதன்முதலில் துறவு நெறியைப் பெருமைப்படுத்திப் பேசியவர் திருவள்ளுவரே. வள்ளுவர் வகுத்த அறங்களில் தமிழரை வெற்றிகொள்ள முடியாமற் போனவை கள்ளுண்ணாமை, புலாலுண்ணாமை, துறவு ஆகிய மூன்று மட்டுமே.

உலக அரங்கில் சமண பௌத்தத்திற்குப் பின்னரே ஏனைய மதங்கள் துறவு நெறியைப் பெருமைப்படுத்தின. கி.பி. நான்காம் நூற்றாண்டிற்குப் பின்னரே கிறித்துவமும் துறவு நெறியை ஏற்றுக் கொண்டது. தமிழ்நாட்டுச் சைவம் கி.பி. 13ஆம் நூற்றாண்டளவில் மடங்களை உருவாக்கியபோது துறவு நெறியை ஏற்றுக்கொண்டது. ஆனால் அதைக் கொள்கையாகப் பரப்பவில்லை. தமிழ்நாட்டு

வைணவத்தில் மடங்களின் ஜீயராகப் பொறுப்பு ஏற்பவர்கள் அப்பொழுது முதல் குடும்பத்தைவிட்டு விலகவேண்டும் என்பதே வழக்கமாக இருக்கிறது.

சமண பௌத்தங்கள் போதித்த துறவு நெறிக்கு மாறாகக் குடும்பம் என்ற நிறுவனத்தினைப் பேணியது பக்தி இயக்கத்தின் எழுச்சிக்கான காரணங்களில் ஒன்று ஆகும். எனவேதான் சிவபெரு மானை உமையொருபங்கனாகச் சைவம் காட்டியது. வைணவம் 'அகலகில்லேன் இறையும் என்று அவர்மேல் மங்கை உறைமார்பன்' ஆகக் காட்டியது. அத்துடன் வைணவத்தின் வடகலையார், 'திருமாலைப்போலத் திருமகளும் முத்திப் பேறு அளிக்கவல்லள்' என்று கூறினர்.

வள்ளுவருக்குப் பிறகு தமிழ் இலக்கியங்களும் துறவின் பெருமையினை விரித்தோ விதந்தோ பேசவில்லை. வாய்மொழி இலக்கியங்களும் துறவினைப் பெருமைப்படுத்திப் பேசவில்லை. 'இறப்பிற்குப் பின்னரும் துறவிகள் வணக்கத்திற்கு உரியவர்கள்' என்ற உணர்வு மட்டும் நடைமுறையில் இருந்து வருகிறது.

திருமணமும் திருமணச் சடங்குகளும் விருப்பத்திற்கும் பெரு மைக்கும் உரியனவாக இன்றளவும் தமிழர்களால் கொள்ளப் பெறுகின்றன. திருமணம் மனித வாழ்வை முழுமையாக்குகிறது என்னும் கருத்து இன்றளவும் ஆதிக்கம் செலுத்துகிறது. கிராமப் புறங்களில் ஊர்க் கோவில் அல்லது சாதிக்குரிய கோயில் அல்லது சாதிப் பஞ்சாயத்து - இவற்றிற்கான வரியில் திருமணமாகாத ஆண்களிடம் இருந்து அரை வரியே வசூலிக்கப்படுகிறது. இது அவன் முழு மனிதனல்லன், அரை மனிதனே என்பதற்கான அடை யாளமாகும். திருமண வயதுக்குரிய இளைஞர்கள் இறந்துபோனால் 'வாழைத்தாலி' என்னும் சடங்கு தென் மாவட்டங்களில் பிராமணர் தவிர்ந்த மற்ற சாதியாரிடத்தில் காணப்படுகிறது. பிணத்திற்கு முன் ஒரு குமரி வாழையினை (ஈனாத வாழை) நிறுத்தி, பிணத்தின் கையில் செம்பினாலான தாலி ஒன்றை வைத்து எடுத்து வாழை மரத்துக்குத் தாலி கட்டுகின்றனர். பின்னர் இறந்தவருக்கு வாழை மரம் தாலி அறுப்பதுபோல அந்தத் தாலியினை அரிவாளால் அறுத்தெறிகின்றனர். இறந்தவர் மணமாகிவிட்ட முழு மனிதனாகிவிட்டார் என்பதே இதற்குப் பொருளாகும்.

சமண பௌத்த மதங்கள் தமிழ்நாட்டில் செல்வாக்கு இழந்து போனமைக்கு அவை துறவு நெறியைப் பெரிதும் வற்புறுத்தியது ஒரு காரணமாகும். துறவுக்குரிய தெய்வங்களோ துறவியான தெய்வங்களோ தமிழர் மரபில் இல்லை. ரிஷி, முனி, முனிசாமி, தவசி (தவஞ்செய்பவன்) என்ற பெயரில் இறப்புக்குப் பின் தெய்வமாக்கப்பட்டவர்கள் சிறுதெய்வக் கோயில்களில் பத்தோடு ஒன்றாகவே வணங்கப்படுகின்றனர்; தனித்த மரியாதை பெறுவதில்லை.

கிறித்தவ மதம் நுழையும்வரை பெண் துறவி என்ற கருத்தைத் தமிழர்கள் ஏற்றுக்கொண்டதில்லை. ஒன்பது பத்தாம் நூற்றாண்டுக் கல்வெட்டுக்கள் சில சமண மதத்துப் பெண் துறவிகள் அங்கங்கே இருந்ததனைக் காட்டுகின்றன. இவர்கள் சிறிய அளவில் சமண மதக் கல்விப் பணி செய்து வந்ததாகத் தெரிகிறது. சைவ மடங்களுக்கும் கிறித்தவ மடங்களுக்கும் தங்கள் பிள்ளைகளை அனுப்பும் பெற்றோர்கள், இன்றளவும் அதனை முழுமையான ஈடுபாட்டோடும் மன மகிழ்ச்சியோடும் செய்வதில்லை என்பது ஒரு கசப்பான உண்மையாகும்.

அஞ்சுவண்ணம்

'அஞ்சுவண்ணம்' என்ற சொல் முதன்முதலில் தமிழ்க் கல்வெட்டுக்களில்தான் காணப்படுகிறது. இந்தச் சொல் 'நானாதேசிகள்', 'மணிக்கிராமத்தார்', 'தசை ஆயிரத்து ஐநூற்றுவர்' ஆகிய சொற்களோடு கலந்துதான் வழங்குகின்றது. எனவே, நானாதேசிகள், மணிக்கிராமத்தார் என்பது போல, கி.பி.19ஆம் நூற்றாண்டுவரை தமிழ்நாட்டிலிருந்த 'வணிகக்குழு' (merchant guide) ஒன்றின் பெயர் இது என அறிஞர் முடிவு கட்டினர்.

கல்வெட்டறிஞர் தி.வை. சதாசிவ பண்டாரத்தார் 'பல்சந்த மாலை' என்ற, அறியப்படாத நூல் ஒன்றில் இப்பெயர் வருவதைக் கண்டுபிடித்தார். நாகப்பட்டினத்தைப் புகழும் தனிப்பாடல் ஒன்றில் 'அஞ்சுவண்ணமும் தழைத்து அறம் தழைத்த வானவூர்' என வருவதையும் அவர் எடுத்துக்காட்டி, துறைமுக நகரான நாகப்பட்டினத்தில் அஞ்சுவண்ணத்தவர் இருந்த செய்தியை உறுதிப்படுத்தினார். அதன் பின்னர் 'பல்சந்த மாலை' என்ற பெயரில் கிடைத்த சில பாடல்களை விரித்து எழுதியவர், தமிழ் இலக்கிய வரலாற்றறிஞரான மு. அருணாசலம்.

யவனராசன் கலுபதி தாமுதல் எண்ண வந்தோர்
அயல்மிகு தானையர் அஞ்சு வண்ணத்தவர்

என்பது பல்சந்த மாலைப் பாடல் பகுதி. இசுலாமியரின் சமய, அரசியல், ஆட்சித் தலைவராக விளங்கிய கலிபாக்களைக் (caliph) குறிக்கும் சொல்லே 'யவன ராசன் கலுபதி' எனக் கண்டறிந்தனர்.

ஈசுப்பு ராப்பனுக்கு மணிக்கிராமமும் அஞ்சுவண்ணப் பேறும் கொடுத்தோம்' என்று பாஸ்கர ரவிவர்மனின் கோட்டயம் செப்பேடு குறிப்பிடுகிறது. இச்செப்பேட்டின் காலம் கி.பி. 8ஆம் நூற்றாண்டாகும். 'அஞ்சு வண்ணப்பேறு' என்பது அஞ்சு வண்ணத்தார்மீது விதிக்கப்பட்ட ஒருவித வரியினைக் குறிப்பிடு கின்றதுபோலும். எனவே, அஞ்சு வண்ணத்தார் கி.பி. 8ஆம் நூற்றாண்டு முதல் கி.பி. 13ஆம் நூற்றாண்டுவரை கேரளத்திலும் தமிழ்நாட்டிலும் வணிகம் செய்த 'இசுலாமிய வணிகக் குழுவினர்' என்று தெரிகிறது. இதன் பின்னர் அஞ்சுவண்ணத்தார் குறித்த ஆய்வுகள் தொடரவில்லை.

முகவை மாவட்டம் திருவாடானைக்கு அருகிலுள்ள தீர்த் தாண்டதானத்தில் கிடைத்த கல்வெட்டு அவ்வூரில் அஞ்சு வண்ணத்தார் இருந்ததனைக் குறிப்பிடுகிறது.

இன்றும் தென் மாவட்டங்களில் இசுலாமியர் வாழும் ஊர்களில், சில பள்ளிவாசல்கள் 'அஞ்சுவண்ணப் பள்ளி' என்று வழங்குகின்றன. நெல்லை மாவட்டத்துத் தென்காசி, தூத்துக்குடி மாவட்டத்துக் குலசேகரன்பட்டினம், குமரி மாவட்டத்துத் தக்கலை ஆகிய ஊர்ப் பள்ளிவாசல்களை எடுத்துக்காட்டுக்களாய்க் குறிப்பிடலாம். இப்பள்ளிவாசல்களைச் சேர்ந்தவர்களின் மூதாதை யர்கள் பெரும்பாலும் நெசவுத் தொழில் செய்தவர்களாக இருந்துள்ளனர். இன்றும் தமிழ்நாட்டில் பாய் நெசவு செய்வோரில் 90 விழுக்காடு இசுலாமியராகவே இருந்து வருவதும் கண்கூடு.

அஞ்சுவண்ணம் ஓர் இசுலாமிய வணிகக்குழு என்பது கல்வெட்டு, இலக்கிய ஆய்வு முயற்சிகள், கள ஆய்வுச் செய்திகளால் உறுதிப்படுகிறது.

நிர்வாணம்

நிர்வாணம் என்பது வடசொல்லாகும். அதற்கு நிகரான தமிழ்ச் சொல்லாக அம்மணம் என்பது வழங்கப்படுகின்றது. அம்மணம்

என்ற சொல் அந்தப் பொருளில் தமிழிலக்கியத்தில் எங்கும் காணப்படவில்லை. ‘அம்மணம் பட்டிலாவையெயிற்று ஐயையைக் கண்டாயோ தோழி’ என்று சிலப்பதிகாரம் (வரந்தரு காதை) இந்தச் சொல்லை எடுத்தாளக் காண்கிறோம். இந்தச் சொல் குறைவு என்ற பொருளில் மட்டுமே அந்தக் காலத்தில் வழங்கியுள்ளது. ‘ஆடையின்றி’ என்ற பொருளில் மக்கள் வழக்கில் மட்டுந்தான் காணப்படுகிறது; இலக்கியங்களில் காணப்படவில்லை.

குறைந்தது கி.மு. முதலாம் நூற்றாண்டில் தமிழ்நாட்டில் சமண மதம் நுழைந்து செல்வாக்குப் பெற்றுவிட்டதென்று சங்க இலக்கியம் காட்டுகின்றது. ஆனாலும் தமிழிலக்கியப் பரப்பில் சைவ, வைணவ இலக்கியங்களிலேயே ஜைனர்களைக் குறிக்கச் சமணர், அமணர் ஆகிய சொற்கள் வழங்கப்பட்டிருக்கின்றன. சமண மதம் துறவினைப் பெருமைப்படுத்திய மதமாகும். சமணத் துறவிகளில் திகம்பரர் (திசைகளையே ஆடையாக உடுத்தியவர்; பிறந்தமேனியராய் இருப்பவர்), சுவேதாம்பரர் வெள்ளையாடை உடுத்தியவர்) என இரண்டு பிரிவினர் இருந்தனர். மலைக்குகைளைப் பாழிகளாக மாற்றித் தவம் செய்து வந்தவர்கள் திகம்பரத் துறவிகளே. வெள்ளையாடை உடுத்திய துறவிகள் பள்ளிகளை (மடங்களை) அமைத்து வாழ்ந்தனர். அம்மணம் என வழங்கும் சொல் ஆடை யில்லா அமணர்களைக் குறிக்கப் புதிதாகத் தோன்றுகிறது.

நிர்வாணம் என்ற செயலையும் கோட்பாட்டையும் தமிழ்ச் சமூகம் தனது வரலாற்றில் தொடர்ந்து ஏற்றுக்கொள்ள மறுத்தே வந்திருக்கிறது. சைவக்குடியில் பிறந்த திருநாவுக்கரசர் சமண மதம் புகுந்தார். மீண்டும் சைவத்திற்குத் திரும்பினார். சமண மதத்தில் தாம் திகம்பரத் துறவியாக வாழ்ந்த கதையை நினைத்து, அவர் வருந்திப் பாடுவதைத் தேவாரப் பாடல்களில் காண்கிறோம்.

ஆடையில்லாச் சமண துறவிகள் பசித்தபோது மட்டும் பிச்சை யேற்று உண்ண வேண்டும். கலத்திலே பிச்சை ஏற்கக் கூடாது. கையிலேதான் பிச்சை உணவை ஏற்கவேண்டும். நின்றுகொண்டுதான் உண்ண வேண்டும். அமர்ந்து உண்ணக் கூடாது. உண்ணும்போது யாரோடும் பேசக் கூடாது. இவை திகம்பரத் துறவிகளுக்குச் சமண மதம் விதித்திருந்த கட்டுப்பாடுகள்.

என்னதான் துறவிகளாக இருந்தாலும் ஆடையில்லாச் சமணத் துறவிகள் பிச்சைக்கு வரும்போது பெண்கள் கேலியாகச் சிரித்திருக்

கிறார்கள். சிலர் வெட்கத்தினாலே ஓடிப்போய் வீட்டுக்கதவைச் சாத்திக்கொண்டிருக்கிறார்கள். மீண்டும் சைவரானபோது திருநாவுக்கரசர் இந்தக் காட்சிகளை நினைத்து, 'குவிமுலையார் நகை நாணாது உழிதர்வேனை' என்றும் 'காவிசேர் கண்மடவார் கண்டோடிக் கதவடைக்கும் கள்வனானேன்' என்றும் வருந்திப் பாடுகிறார். இப்படி வருந்தியவர் சமண மடத்தைவிட்டு வெளி யேறும்போது, 'வெண்புடைவை மெய் சூழ்ந்து' வந்ததாகப் பெரிய புராணத்தில் சேக்கிழார் குறிப்பிடுகிறார். அந்த அளவுக்குச் சமணர்களின் திகம்பரக் கோலம் அவர் மனத்தை உறுத்தியிருக்கிறது.

பெண்களால் ஏற்கப்படாத நெறிகளை உடைய மதம் எவ்வாறு வாழமுடியும்? தமிழ்நாட்டில் சமண மதம் வீழ்ச்சியடைந்தற்குச் சமணர்களின் நிர்வாணக் கோட்பாடும் ஒரு காரணமாகும்.

சைவத்திற்குத் திரும்பிவந்த திருநாவுக்கரசருக்கு, சிவபெருமான் நிர்வாணமாகப் பிச்சை எடுக்க வந்த பிட்சாடனர் திருக்கோலத்தையும் ஏற்க முடியவில்லை. 'துன்னத்தின் கோவணம் ஒன்றுடுப்பார் போலும்' என்று சிவபெருமானைக் கோவணம் கட்டியவராகக் காண முயல்கிறார். 'கையிலே கபாலமேந்திப் பிச்சை எடுக்கும் பெருமானே ! உமையவளை நீர் திருமணம் செய்த நாளிலும் இடுப்பிலே கோவணம் மட்டும்தான் உடுத்தியிருந்தீரோ !'

நெடும்பொறை மலையர் பாவை நேரிழை நெறிமென் கூந்தல் கொடுங்குழை புகுந்த அன்றும் கோவணம் அரையதேயோ

என்று நகைச்சுவை உணர்வோடு வினவுகிறார்.

ஆனால் சைவ மரபுக் கதைகளிலும் சிற்பங்களிலும் திருநாவுக் கரசர் காலத்திற்கு முன்னும் பின்னும் சிவபெருமான் கோவணம் கட்டியவராக எங்குமே காட்டப்படவில்லை என்பது குறிப் பிடத்தகுந்தது.

இதுவேயன்றித் திகம்பர சமணத் துறவிகளின் உடற்சுத்தம் பேணாத தன்மையும் உள்ளத்தளவில் அவர்களைத் தமிழ் மக்களிட மிருந்து அந்நியப்படுத்தியது. சில மரப்பட்டைப் பொடிகளை வாயில் இட்டுக்கொள்வதைத் தவிர அவர்கள் பல் விளக்குவதில்லை; எனவே 'ஊத்தை வாயர்' என்று தேவாரம் அவர்களைக் குறிப்பிடுகிறது. அவர்கள் கண்களில் பீழைகட்டி, கொசு (கொதுகு) மொய்த்துக்கொண்டிருந்ததாகவும் தேவாரத்தில் குறிப்புக்கள்

கிடைக்கின்றன. திகம்பர சமணத் துறவியர் உடம்பிலுள்ள அத்தனை மயிர்க்கால்களையும் (புருவத்திலும் இமையிலும் உள்ள மயிரையும்கூட) கையினால் பறித்தெடுக்கும் 'லோச்சனம்' என்னும் நோன்பினையும் நோற்றிருக்கிறார்கள். 'கண்ணழலத் தலைபறித்து' எனத் தேவாரம் இதனைக் குறிப்பிடுகிறது. இத்தகைய கடுமையான துறவு நெறியும்கூடச் சமணம் வீழ்ச்சியடைந்ததற்கான காரணமாகும்.

சித்தர்கள்

சித்தர்கள் என்போர் தமிழ் மக்களிடையே செல்வாக்குப் பெற்று விளங்கிய ஒரு கூட்டத்தாராவர். 'சித்து வேலை அறிந்த வர்கள்' என்பது இந்தச் சொல்லுக்குப் பொருள். நீரிலும் நெருப்பிலும் காற்றிலும் நடப்பது, குளித்தல், உணவு உடைத் தேவைகளைப் பொருட்படுத்தாமல் வாழ்வது, ஒரு பொருளை இன்னொரு பொருளாக மாற்றுவது, துறவிகளாகவும் எதற்கும் கட்டுப்படா தவர்களாகவும் வாழ்வது, தேவைக்கேற்ப உடலை உருமாற்றிக் கொள்வது முதலியன சித்தர்கள் செய்துகாட்டும் சித்து வேலை களாகும்.

கிராமப்புறங்களில் இன்றுவரை ஆங்காங்கு வாழ்ந்த சித்தர் களைப்பற்றி நூற்றுக்கணக்கான கதைகள் வழங்கிவருகின்றன. பெரும்பாலான இடங்களில் சித்தர்கள் அடக்கம் செய்யப்பட்ட இடம் கோயில் ஆக்கப்பட்டி ருக்கிறது.

நாட்டுப்புறமக்களிடையே சித்தர்கள் மரியாதைக்குரியவர்களாக விளங்கியதற்குக் காரணம் அவர்களின் பற்றற்ற வாழ்க்கையும் அவர்களின் மருத்துவ அறிவும் ஆகும். மண்ணையும் மருந்தாக மாற்றும் வல்லமை சித்தர்களுக்கு உண்டு என்பது மக்களின் நம்பிக்கை.

செல்வத்திற்கும் அதிகாரத்திற்கும் கட்டுப்படாத அவர்களது வாழ்க்கை, எளிய மக்களின் உள்ளத்தில் உறங்கிக் கிடக்கும் விடுதலை உணர்வுக்கு வடிகாலாக விளங்கியது.

சித்தர் பாடல்கள் என்று வழங்கும் பாடல்களின் எண்ணிக்கை பல்லாயிரம் இருக்கும். கடந்த நூற்றாண்டில் அச்சு எந்திரங்களின் வருகையோடு செவிவழியாக வழங்கிய பாடல்களையெல்லாம் அச்சிலேற்றிப் பதினெண் சித்தர்கள் என்று பெயர் கொடுத்தனர்.

அதுமுதலாகச் ‘சித்தர் என்போர் பதினெட்டுப் பேர்’ என்ற தவறான கணக்கு மக்கள் மனத்தில் பதிந்துபோனது. உண்மையில் நூற்றுக்கு மேற்பட்ட சித்தர்கள் வாழ்ந்திருக்கிறார்கள். சித்தர்களின் பாடல்களைப் படிக்கும்போது அவர்களில் நான்கைந்து பிரிவினர் இருந்திருக்கிறார்கள் என்பது தெரியவருகிறது.

சித்தர்களின் பாடல்களில் சில மருத்துவப் பாடல்கள். இந்தப் பாடல்களின் பல சொற்கள் குறியீடாக (பரிபாஷையாக) அமைந்திருக்கின்றன. சில பாடல்கள் மருந்துப் பொருள்களின் பெயரைச் சொல்கின்றன. வேறு சில மருந்து செய்முறைகளைப் பேசுகின்றன. ‘முப்பூ’, ‘குரு’ என இப்பாடல்களில் வரும் சொற்களுக்குச் சிலர் மனம்போனபடியெல்லாம் பொருள் விளக்கம் தந்துகொண்டிருக்கிறார்கள். இந்த வகைச் சித்தர்களில் சிலர் இரும்பைப் பொன்னாக்கும் (ரசவாதம்) வேலைகளில் மறைவாக ஈடுபட்டிருந்திருக்கன்றனர். இந்தவகையான முயற்சி கடந்த நூற்றாண்டுகளில் உலகெங்கிலும் நடந்திருக்கிறது. இன்னொரு வகைச் சித்தர்கள், ‘உலகம் நிலையில்லாதது’ என்னும் கொள்கையோடு ஆன்மீகத் தேட்டத்தில் இறங்கியிருக்கிறார்கள்.

இசுலாமியப் படையெடுப்பின்போது கஞ்சா புகைக்கும் வழக்கமும் அபினி உண்ணும் வழக்கமும் அறிமுகமாயின. இவற்றில் ‘லயித்துக் கிடந்த’ சிலரையும் மக்கள் சித்தர் என்ற கணக்கில் அடக்கியிருக்கிறார்கள்.

சித்தர்களின் மற்றொரு வகையினர் சிலை வழிபாடு, பூசனை, பார்ப்பனர், புனிதமாகக் கருதப்பட்ட வேதம், கோயில், குளம், சாதிய ஒடுக்குமுறை என எல்லா வகை நிறுவனங்களையும் எதிர்த்துக் கலகக்குரல் எழுப்பி இருக்கின்றனர். பொதுவாகச் சித்தர் பாடல்களில் இந்தக் கலகக்குரலே ஓங்கி ஒலிக்கிறது.

கி.பி.13ஆம் நூற்றாண்டில் சோழப் பேரரசின் வீழ்ச்சிக் காலத்தில்தான் இந்தக் கலக மரபு தொடங்கியது. அரசும் கோயிலும் நிலமும் பார்ப்பனர்வசம் இருந்தன. பார்ப்பனர்க்கும் வேளாளர்க்குமான முரண்பாடுகள் முற்றிப்போய், வேளாளர்கள் தங்களுக்கெனச் சைவ மடங்களைத் தொடங்கினர். நிலத்தை அடிப்படையாகக் கொண்ட மனித உறவுகள் சீரழியத் தொடங்கின. அதனால்தான் கலக மரபுக்காரரர்கள் பார்ப்பனர்களையும் வேதத்தையும் மட்டுமல்லாது கோயில்களையும் எதிர்த்து நின்றனர்.

'சாத்திரங்கள் ஓதுகின்ற சட்ட நாத பட்டரே
வேர்ப்பு இரைப்பு வந்தபோது வேதம் வந்து உதவுமா?'

'குலம் குலம் என்பதெல்லாம் குடுமியும் நூலும்தானா?'
'கோயிலாவ தேதடா குளங்களாவ தேதடா'

முதலிய பாடல்களை மேற்குறித்த பின்னணியில்தான் நாம் விளங்கிக்கொள்ள வேண்டும்.

சித்தர் பாடல்களுக்குப் பொதுவாகக் காலவரையறை இல்லை. இவை அனைத்தும் கி.பி. 13ஆம் நூற்றாண்டுக்குப் பிற்பட்டவை என்பது மட்டும் உறுதி. பாம்பாட்டிச் சித்தர், குதம்பைச் சித்தர், சிவவாக்கியர் ஆகியோர் பாடல்களே எழுத்தறிவு பெறாத எளிய மக்களின் நடுவில் செல்வாக்குப் பெற்றுள்ளன. பதினெண் சித்தர் பாடல்களில் சேர்க்கப்பெறாத பாய்ச்சலூர்ப் பதிகம் எனும் பத்துப் பாடல்களை எடுத்துக்காட்டும் மு. அருணாசலம், அதன் காலத்தைக் கி.பி. 14ஆம் நூற்றாண்டு என வரையறை செய்கிறார்.

இசுலாமியச் சமயத்திலும் ஒரு சித்தர் மரபு உண்டு. இந்தச் சித்தர்களை 'சூஃபிகள்' என்று குறிப்பிடுவர். இந்த சூஃபி மரபு கி.பி. 16ஆம் நூற்றாண்டில் பாக்தாதில் பிறந்ததாகும். தமிழ்நாட்டிலும் இவ்வகையான சூஃபிகள் வாழ்ந்து பாடல்கள் இயற்றியுள்ளனர்.

நெல்லை மாவட்டத்தில் காலங்குடியிருப்பு மச்சரேகைச் சித்தர், குமரி மாவட்டத்தில் தக்கலை பீர் முகம்மது வாப்பா, முகவை மாவட்டத்தில் இளையான்குடி கச்சிப்பிள்ளையம்மாள், கடந்த நூற்றாண்டில் சென்னையில் வாழ்ந்த குணங்குடி மஸ்தான் சாகிபு ஆகியோர் இசுலாமிய சூஃபி மரபைச் சார்ந்தவராவர். பதினெண் சித்தர்களில் ஒருவரான கம்பளிச் சட்டை முனிவரை சூஃபி என்று சிலர் குறிப்பிடுவர். 'சூஃப்' என்ற அரபுச் சொல்லுக்குக் கம்பளிச் சட்டை என்றே பொருளாம்.

தமிழ்நாட்டு வைணவத்தில் சாதிய இறுக்கத்தை இராமானுசர் தளர்த்தி வைத்திருந்ததனால் வைணவத்தில் சித்தர் மரபு தோன்றவில்லை என்று எண்ண இடமுண்டு.

சித்தர்கள் மக்களிடத்தில் செல்வாக்குப் பெற்றதற்குக் காரணங்கள் சில உண்டு. சித்தர்களின் குரல் பெரும்பாலும் சாதியாலும் சமயத்தாலும் ஒடுக்கப்பட்ட மக்களின் குரலாக

இருந்தது. சித்தர்கள் அதிகாரங்களுக்குக் கட்டுப்படாதவர்களாக இருந்தார்கள். அவர்களின் பாடல்கள் எழுத்தறிவில்லாத மக்கள் மனப்பாடம் செய்யுமளவுக்கு அவர்களது மொழியில் அமைந் திருந்தன.

வடநாட்டில் இடைக்காலத்தில் 'நாதசித்தர்' என்ற ஒரு மரபு தோன்றியது. இந்த மரபு தமிழ்நாட்டுச் சைவ மரபுகளுக்கு உள்ளாக ஊடுருவியது. சைவ மடாதிபதிகள் 'ஸ்ரீலஸ்ரீ' என்ற பட்டம் இட்டுக் கொள்வது, 'ஸ்ரீலட்சாயதஸ்ரீ' என்பதன் சுருக்கமாகும். 'லட்சாயத' என்பது வடநாட்டின் நாதசித்தர் மரபின் தலைமையிடமாகும். இதன் விளைவாகவே குருமார்களை அடக்கம்செய்த இடத்தில் கோயில் கட்டிக் 'குருபூசை' செய்யும் மரபும் தமிழ்ச் சைவத்தில் இடம்பெற்றது.

பேச்சு வழக்கும் இலக்கண வழக்கும்

தமிழ் இலக்கியம்போலத் தமிழ் இலக்கணமும் பழைமையானது. செவ்விலக்கியங்களை உடையதேனும் தமிழ் மொழியின் இலக்கண அமைப்பு பெரும்பாலும் இன்றைய பேச்சு மொழியோடு ஒத்திசைவதாகவே அமைந்துள்ளது. வழக்கு, செய்யுள் என்ற இரண்டையும் கணக்கில்கொண்டே தமிழில் எழுத்திலக்கணமும் சொல் இலக்கணமும் பொருள் இலக்கணமும் செய்யப்பட்டன என்று தொல்காப்பியத்தின் பாயிரம் கூறுகின்றது.

இன்றைய பேச்சுத் தமிழில் அமைந்துள்ள சில இலக்கணக் கூறுகள் தொல்காப்பியர் காலந்தொட்டே நிலவி வந்திருக்கின்றன. எனவே, தொல்காப்பியம் இன்றைய பேச்சுத் தமிழுக்கும் இயைபுடையதாக இருக்கின்றது. தமிழ் மொழி சமூகத்தோடு கொண்டுள்ள உயிர்ப்பாற்றல் மிக்க உறவினை எடுத்துக்காட்டும் சான்றுகளாக அவற்றைக் கருதலாம்.

பேச்சு மொழியில் பிறமொழியாளர்களின் பட்டறிவும், கண்டுபிடிப்புகளும், கருவிகளும், சொற்களும், உறவும், ஆதிக்கமும் எதிரொலிப்பது இயல்பு. அவ்வாறு கலந்த பிறமொழிச் சொற்களைப் பயன்படுத்தும்போதும் கூட தமிழின் இலக்கண அடிப்படை சிதையாமல் நிற்கின்றது. இவ்வுண்மையைச் சில சான்றுகளால் விளக்கலாம்.

1) நிலைமொழி இறுதியிலுள்ள உயிர் ஒலி, வருமொழி முதலில் உள்ள உயிர் ஒலியோடு சேருமானால் உடம்படு மெய் புதிதாகத் தோன்றும்.

(எ - டு) கோ + இல் = கோயில் அல்லது கோவில். ஆங்கிலச் சொற்களான co, operation என்ற இரண்டு சொற்களையும் இணைத்து cooperation, cooperative, கோவாப்பரேசன், கோவாப் பரேட்டிவ் என்றே வகர உடம்படு மெய்யுடன் பேசியும் எழுதியும் வருகின்றனர்.

2) நெடில் தொடர்க் குற்றியலுகரம் (காடு, வீடு) உருபேற்கும் போது காட்டை, வீட்டில் என்று இரட்டித்து வருவது தமிழ் இலக்கணம் கூறும் வழக்கு. ஆங்கிலச் சொல்லான ரோட் என்பதை ரோடு எனப் பேச்சுத் தமிழில் நெடில் தொடர்க் குற்றியலுகரமாக வழங்குகின்றனர். இந்த ஆங்கிலச் சொல்லும் தமிழ் விதிப்படியே ரோட்டை, ரோட்டுக்கு, ரோட்டில் என்றே உருபேற்று வருகிறது.

3) மகர ஈற்றுச் சொற்கள் அத்துச் சாரியை பெறும் என்பது தமிழ் இலக்கண விதியும் பேச்சு மொழிப் பண்பும் ஆகும். இதன்படியே 'மீடியம்', 'ஸ்டேடியம்' என வரும் (கிரேக்க) ஆங்கிலச் சொற்களும் மீடியத்தில், ஸ்டேடியத்தில் என அத்துச்சாரியை பெற்றே பேச்சுத் தமிழில் வழங்கி வருகின்றன. இவைபோன்றே இன்னும் சில சான்றுகளையும் காட்டலாம்.

அடி என்ற சொல் தமிழில் இடப்பொருண்மையைக் குறிப்பதாகும். குழாயடி, கிணற்றடி, வேம்படி என்ற சொற்களைப் போல ஆங்கிலச் சொல்லான இரயில், போர்த்துக்கீசியச் சொல்லான குரூஸ் (சிலுவை) ஆகிய சொற்களோடு அடி என்ற சொல்லைக் கூட்டி இரயிலடி, குருசடி எனத் தமிழ் மக்கள் பேசி வருகின்றனர். இதுமட்டுமன்றி அயல்மொழிச் சொற்களைத் தமிழ்மைப்படுத்தி வழங்குவதிலும் தமிழிலக்கண அடிப்படை மக்களின் பேச்சு வழக்கினால் பேணப்பட்டுள்ளது. ஈசுக்சூசுக்சு (மருந்திட்டுக் கட்டுபவர்) என்னும் ஆங்கிலச் சொல்லைக் குமரி மாவட்ட மக்கள் 'தெரசர்' என்றே குறிக்கின்றனர். இந்தத் தமிழ்மைச் சொல் கவிமணியின் 'மருமக்கள்வழி மான்மியம்' நூலிலும் புதுமைப்பித்தனின் 'நாசகாரக் கும்பல்' சிறுகதையிலும் இடம் பெற்றுவிட்டது.

அயல்மொழியினர்வழி ஏற்படும் உறவுகளைத் தமிழ் மக்கள் விருப்பத்துடன் ஏற்றுள்ளனர். இருப்பினும் உள்ளூரில் உள்ள ஒரு பொருள் அல்லது அமைப்பு பிற மொழியினர் வழி வருவதாக இருந்தால் அதன் உள்ளூர்த்தன்மையைக் குறிக்க 'நாடு' என்ற சொல்லையும் வெளியூர்த் தன்மையைக் குறிக்கச் 'சீமை' என்ற சொல்லையும் பயன்படுத்தி உள்ளனர். நாட்டுச் சருக்கரை, நாட்டுத் தென்னை, நாட்டுக் கருவேல், நாட்டையர் (உள்நாட்டுக் குருமார்), சீமைச் சருக்கரை, சீமைத் தண்ணீர், சீமைக் கருவேல், சீமை மருத்துவம் ஆகிய காட்டுக்களைப் பேச்சுத் தமிழில் காணலாம்.

பேச்சு வழக்கினைத் தன் அடிப்படையாக ஆக்கிக்கொண்ட காரணத்தால்தான் தமிழிலக்கணம் இன்றுவரை கட்டுடைபடாமல் தன்னைக் காத்துக்கொண்டிருக்கிறது; உயிர்ப்பாற்றல் மிக்கதாக விளங்குகிறது.

வாய்மையும் கடவுளும்

பன்னூறாண்டுகளாக நமது சமுதாயத்தில் கடுமையான குற்றங்களாக மக்களால் கருதப்பட்டு விலக்கப்படுவன பொய், களவு, கொலை, காமம், கள் ஆகிய ஐந்துமே. இவை குற்றங்களாக மட்டுமல்லாமல் 'பாவங்களாகவும்' கருதப்பட்டுள்ளன. வடமொழியாளர் இவற்றை 'மாபாதகம்' என்றே குறிக்கின்றனர். இந்த ஐவகைத் தவறுகளையும் தொகுத்துச் சொல்லும் வழக்கம் வேதங்களிலும் உபநிடதங்களிலும் இல்லை. இந்த ஐந்து வகையான செயல்களும் கடியப்பட்டு, இவற்றுக்கு எதிரானவை தொகுப்பு அறமாகக் கொள்ளப்பட்டமை சமண மதத்தின் செல்வாக்கினால் ஆகும். நல்ல அறிவைவிட நல்ல ஒழுக்கமே சமணர்களால் பெரிதும் போற்றப்பட்டது என்பதே இதற்குக் காரணமாகும்.

இந்த ஐந்து ஒழுக்கங்களில் கள் விலக்குவதைத் தவிர்த்த ஏனைய நான்கும் இன்றளவும் அடித்தளத்து மக்களால் விலக்கிப் போற்றப்படுகின்றன. இந்த அறங்களே 'சமூக மதிப்பீடுகள்' என்பதாகக் காலப்போக்கில் வளர்ந்து நிற்கின்றன.

வாய்மை அல்லது மெய்ம்மை என்பது தமிழ்ச் சமூக மதிப்பீடு களில் ஒன்றாகும். சமூக வாழ்வில் இந்த மதிப்பிடு பிற மதிப்பீடு களைவிடப் பேரழுத்தம் பெற்று விளங்குகிறது. நடைமுறையில் வாய்மை என்பது உண்மையைப் பேசுதல், சொன்ன சொல்லை என்ன விலை கொடுத்தேனும் காப்பாற்றுதல் என இரண்டு வகையாக அமைதிறது.

தமிழரால் பெரிதும் மதிக்கப்பெறும் திருக்குறள், 'உண்மை பேசுதல்' என்பதைப் பலபட விரித்தும் சிறப்பித்தும் பேசுகிறது. நல்லன சொல்லுவது, நன்மை விளையுமாறு சொல்லுவது என்று உடன்பாட்டால் இந்த அறத்தை விளக்குகிறார் திருவள்ளுவர். இதனையே, பயனில்லாதவற்றைச் சொல்லாதிருப்பது, தீமை தருவனவற்றைச் சொல்லாதிருப்பது, பொய் சொல்லாதிருப்பது என்று எதிர்மறையாலும் விளக்கிக் காட்டுகிறார். இந்த உத்தியினை

மேலோர் இலக்கிய மரபு எனச் சொல்லலாம்.

ஆனால் நாட்டார் மரபுகளில் 'சொன்ன சொல்லைக் காப்பாற்றுதல்' என்பது, எவ்வளவு பெரிய இழப்பு நேர்ந்தாலும் பிறருக்கு அளித்த வாக்குறுதியை நிறைவேற்றுதல் ஆகும். இவ்வாறு தெய்வங்களுக்கு அளிக்கப்படும் வாக்குறுதிகள் 'நேர்த்திக் கடன்' எனப்படும். தெய்வத்தை நினைத்துக்கொண்டு அவையே மனிதனுக்கு அளிக்கப்பட்டால், 'சத்தியம் செய்தல்' எனப்படும். வாக்குறுதி தப்பிய ஒருவன் வாழும் இடத்தில் மழை பெய்யாமல் இயற்கை தண்டிக்கும் என்பது பழங்குடி மக்களின் நம்பிக்கை. வேட்டுவர்கள் தங்கள் குல தெய்வமான 'தொல்குடிக் குமரித் தெய்வமான சாலினிக்கு நேர்த்திக் கடன் பிழைத்தனர். எனவே அந்த மறக்குடி வறுமைப்பட்டது' என்கிறது சிலப்பதிகாரம்.

'பழங்கடன் உற்ற முழங்குவாய்ச் சாலினி' (வேட்டுவ வரி) என்று நேர்த்திக் கடனைப் 'பழங்கடன்' என்று குறிக்கிறார் இளங்கோவடிகள். இன்றளவும் மதுரைப் பகுதியில் பாடப்படும் அழகர் வருணிப்புப் பாடல்களில், நேர்ந்த கடனை (கொடுத்த வாக்குறுதியை) நிறைவேற்றாத மனிதர்களைத் தெய்வம் அதிகாரம் செய்து மீளக் கேட்கும் செய்தி இடம்பெற்றுள்ளது.

'இத்தனையும் செய்யாது பயலே என்னைமிக மறந்தாய்
பத்தினி பசுப்போல் பயலே வைத்ததும் நானேதான்'

'பெற்றபிள்ளை செய்ததொரு அடே குற்றமெலாம் நான் பொறுப்பேன் அச்சப்படாமலிரு உனக்கு ஆண்குழந்தை நான் தாரேன்'

இதுபோலவே 'உன் வீட்டில் பெண் எடுப்பேன்', 'உன் கடனைத் திருப்பித்தருவேன்' என்று கொடுத்த வாக்குறுதிகளை மறுத்துரைக்கும்போதும் பிறன் பொருளைத் திருடிவிட்டு இல்லையென்று மறுத்துரைக்கும்போதும் தெய்வங்களின் முன் சத்தியம் செய்யுமாறு பாதிக்கப்பட்டவர்களால் இழுத்து வரப்படுகின்றனர். எழுத்தறிவு பெறாத மக்கள் இன்றளவும் எழுத்தைவிட வாக்குறுதிகளையே நம்புகின்றனர். எனவே தெய்வத்தின் முன்னால் ஒருவன் சத்தியம் செய்வது தவிர்க்க முடியாததாகிவிடுகிறது. கிராமப்புறங்களில் வாழும் மக்கள் தங்கள் நிலப்பகுதிகளில் சத்தியப் பிரமாணம் செய்வதற்காகவே சினம் மிகுந்த சிறு தெய்வங்கள் சிலவற்றைப்

படைத்து வைத்துள்ளனர். மதுரைக்கருகில் அழகர்கோயிலில் பதினெட்டாம் படிக் கருப்பசாமி சந்நிதி, மதுரை மாவட்டம் மாவட்டம் கருமாத்தூர் மூணு சாமி கோயில், தூத்துக்குடி மாவட்டத்தின் ஆத்தூர் அருகே ஆறுமுகமங்கலம் சுடலைமாடன் கோயில், நெல்லை மாவட்டம் சேரன்மாதேவிக்கு அருகில் பத்மநேரி, சிவகங்கைக்கு அருகே கொல்லங்குடி காளியம்மன் கோயில் ஆகியவை இவ்வாறு இன்றளவும் சத்தியப்பிரமாணம் நடைபெறும் கோயில்களில் சில. கி.பி. 1273இல் வீரபாண்டியனின் இரண்டாம் ஆட்சி ஆண்டில் குடுமியான்மலைக் கோயில் நகைகளைச் சிவப் பிராமணர் சிலரும் கல்தச்சர் சிலரும் சேர்ந்து திருடிக்கொண்டனர். குற்றவாளிகளைக் கண்டுபிடித்துத் தண்டிக்க ஊர்ச்சபை கூடியது. குற்றம் புரிந்தவர்களில் சிலர் குற்றத்தை ஒப்புக்கொண்டனர். சிலர் மறுத்தனர். மறுப்பவர்கள் ‘கொழு உருவிப் பிரத்தியம்’ செய்ய வேண்டும் என்று தீர்ப்பளிக்கப்பட்டது. அதன்படி, பழுக்கக் காய்ச்சிய இரும்பைக் கையில் பிடித்து உருவச் சொல்லப்பட்டது. அவ்வாறு கொழு உருவியவர்களின் கை புண்ணானது. அதனால் அவர்கள் குற்றவாளிகளே எனத் தீர்மானிக்கப்பட்டது (புதுக்கோட்டை மாவட்டக் கல்வெட்டுகள் எண் 601).

இதேபோல் புதுக்கோட்டைப் பகுதியில் மேலத்தணியம் என்னும் ஊரில் பள்ளர் இனத்தினர் கி.பி. 17ஆம் நூற்றாண்டில் வாழை, கரும்பு வேளாண்மை செய்ய உரிமை பெற்றிருந்தனர். அதை மறுத்துப் பறையர் தங்களுக்கே அவ்வுரிமை என்றனர். இதை மெய்ப்பிக்க நன்கு காய்ச்சிய நெய்யில் கையினை முக்கிச் சூடுபடாமல் இருக்க வேண்டும் என முடிவு செய்தனர். பள்ளருக்குக் கை சுடவில்லை. பறையருக்குச் சுட்டது. எனவே பள்ளருக்கே அவ்வேளாண்மை உரிமை என முடிவு செய்யப்பட்டது (புதுக்கோட்டை மாவட்டக் கல்வெட்டுகள் எண் 929).

இக்காலத்தில் ஒவ்வொரு இடத்திலும் சத்தியம் செய்யும் முறை சற்றே வேறுபடுகிறது. அழகர்கோயில் பதினெட்டாம் படிக் கருப்பசாமி கோயிலில் சத்தியம் செய்வோர் சந்நிதியாகக் கருதப்படும் பதினெட்டுப் படிகளிலும் மேலிருந்து கீழே இறங்க வேண்டும். இதற்கெனக் கோயிலுக்கு 15 ரூபாய் கட்டணம் செலுத்த வேண்டும். கருமாத்தூர் மூணுசாமி கோயிலில் ஒரு காலத்தில்

கொதிக்கும் எண்ணெயில் கை விட்டுச் சத்தியம் செய்யும் வழக்கம் இருந்திருக்கிறது. கொல்லங்குடி காளியம்மன் கோயிலில் சத்தியம் செய்வோர் ஒரு செப்பு நாணயத்தை இரண்டாக வெட்டிப்போட வேண்டும். ஆறுமுகமங்கலம் சுடலைகோயிலில் ஒன்றேகால் ரூபாய் கோயிலுக்குக் காணிக்கை செலுத்திவிட்டு வெற்றிலைச் சுருளின்மீது கையடித்துச் சத்தியம் செய்தால் போதும். செய்யும் முறை வேறுபட்டாலும், சொன்ன சொல் தவறாமை என்பது சமூகத்தால் பெரிதும் போற்றப்பட்ட ஒரு மதிப்பீடு.

தத்துவப் போர்

இப்பொழுது நினைத்தால் வேடிக்கையாக இருக்கிறது. நூறு ஆண்டுகளுக்கு முன்னால் நமது அறிவுலக முன்னோடிகள் எப்படியெல்லாம் அஞ்சியிருக்கிறார்கள்!

பத்தொன்பதாம் நூற்றாண்டின் கடைசிப் பகுதியில் (1880க்குப் பிறகு) தமிழ்ச் சைவ சமய அறிஞர்கள் ஒரு நெருக்கடியை உணர்ந் திருக்கிறார்கள். ஒருபுறத்தில் அமெரிக்காவிலிருந்து வந்த கர்னல் ஆல்காட், பிளவட்ஸ்கி அம்மையார் ஆகியோர் தமிழ்நாட்டில் சுற்றுப்பயணம் செய்து சென்னை, திருநெல்வேலி, தூத்துக்குடி, யாழ்ப்பாணம் ஆகிய இடங்களில் தியாசபிகல் சொசைட்டி என்னும் பிரம்மஞான சபையைத் தொடங்கினார்கள். 'ஆர்யா வர்த்தத்தின் பூர்வீக தர்மமான ஹிந்து தர்மத்தைப் புனருத்தாரணம்' செய்வது அவர்களுடைய நோக்கம். மற்றொருபுறத்தில், நெல்லை மாவட்டத்தில் ஒரு லட்சம்பேரை மிக எளிதாகக் கிறித்தவ மதத்திற்கு மாற்றிவிட்டார் பேராயர் கால்டுவெல்.

வைதிக நெறி தந்த நெருக்கடியும் கிறித்தவம் தந்த நெருக்கடியும் சைவ அறிஞர்களைத் தத்துவப் போர்க்களத்தில் இறக்கிவிட்டன. அக்காலத்தில் அறிஞர்களைப் பொறுத்தமட்டில் ஈழமும் தமிழ்நாடும் ஒன்றாகவே இருந்தன.

அஞ்சாத சைவர்களான மனோன்மணீயம் சுந்தரம் பிள்ளை, சி.வை. தாமோதரம் பிள்ளை, கனகசபைப் பிள்ளை போன்றோர் தமிழர்களின் இழந்த பெருமையை மீட்டெடுக்கத் தொடங்கினர். ஜே.எம். நல்லசாமிப் பிள்ளை வைதிக நெறிக்கு மாறாகச் சைவத்தின் மேன்மையை விளக்க, 'சித்தாந்த தீபிகை' என்னும் ஆங்கிலப் பத்திரிகையைத் தொடங்கினார்.

ஆறுமுக நாவலர், அவர் மாணவர் காசிவாசி செந்தில் நாதையர், யாழ்ப்பாணம் சபாபதி நாவலர் போன்றோர் கிறித்தவர்களோடு தத்துவச் சண்டையில் இறங்கினர். இவர்கள் மூவருமே ஈழத்திலும் தமிழ்நாட்டிலும் மாறி மாறி வசித்தவர்கள்.

இவர்களை யாழ்ப்பாணத்தில் கத்தோலிக்கமும் தமிழ்நாட்டில் புரொட்டஸ்டண்ட் கிறித்தவமும் எதிர்கொண்டன. துண்டறிக் கைகளாகவும் பத்திரிகைக் கட்டுரைகளாகவும் இந்தத் தத்துவச் சண்டை தொடங்கி நடைபெற்றது.

யாழ்ப்பாணத்திலிருந்து வெளிவந்த கத்தோலிக்கக் கிறித்தவர் களின் 'சத்தியவேத பாதுகாவலன்' என்ற இதழும், 'ஞானசித்தி', 'இந்து சாதனம்' ஆகிய இரு சைவ இதழ்களும் அங்கே மோதிக் கொண்டன. தமிழ்நாட்டில் 'இரட்சணிய சேனை' என்னும் புரொட்டஸ்டண்ட் பிரிவினர் நடத்திய 'போர்ச்சத்தம்' என்னும் பத்திரிகையும் சிதம்பரத்திலிருந்து வெளிவந்த 'பிரம்ம வித்யா' என்னும் பத்திரிகையும் சென்னையிலிருந்து வெளிவந்த 'ஆரிய ஜன பரிபாலினி' என்னும் பத்திரிகையும் இந்தத் தத்துவச் சண்டையில் முனைந்து நின்றன.

யாழ்ப்பாணத்துக் கத்தோலிக்கக் கிறித்துவத் துறவியும் நல்ல தமிழ் அறிஞருமான ஞானப்பிரகாச அடிகளார் (வண. பிதா. ஞானப்பிரகாசர்) கொள்கைப் பரப்பு நூல்களாகவும் மறுப்பு நூல்களாகவும் பதினைந்து நூல்கள் எழுதியிருக்கிறார். 'மறுபிறப்பு ஆட்சேபம்', 'மறுபிறப்பு சமாதானம்', 'சைவ ஆட்சேப சமாதானம்', 'கிறிஸ்துவின் கடவுட்டன்மை', 'விக்ர காராதனையும் சுரூப வணக்கமும்' ஆகியன அவர் சைவர்களுக்கு எழுதிய மறுப்பு நூல்களாகும். இந்தப் புத்தகங்களை இன்றைக்குப் படிக்கும்போது ஞானப்பிரகாச அடிகளாரின் தமிழ் உணர்வும் சைவ சித்தாந்த அறிவும் நம்மை வியக்கவைக்கின்றன. இவரது மறுப்பு நூல்கள் வெளிவந்த காலம் பெரும்பாலும் 1905 முதல் 1915 வரை ஆகும். அவருடைய விளம்பரங்கள் குறிக்கின்றபடி, 'இனிய தமிழிலே நட்பிலக்கணந் தவறாத நடையிலே' இவை எழுதப்பட்டிருக்கின்றன.

இது தத்துவச் சண்டையின் இரண்டாம் கட்டமாகும். தத்துவச் சண்டையின் முதற்கட்டம் புரொட்டஸ்டண்ட் கிறித்தவர்களுக்கும் சைவர்களுக்கும் தமிழ்நாட்டில் அரங்கேறியது.

காசிவாசி செந்தில்நாதையர் 1883இல் திருநெல்வேலி மாவட்டம் நாங்குநேரிக்கு அருகிலுள்ள டோனாவூரிலிருந்த கிறித்தவ மதப் பிரசாரர்களுக்கு ஒரு கடிதம் எழுதுகிறார். இதற்குச் சரியான மறுமொழி கிடைக்கவில்லை. எனவே செந்தில்நாதையர் 'விவிலிய குற்சிதம்' என்றொரு நூலை எழுதுகிறார். அதற்கு மறுப்பாகக் கிறித்தவர்கள் 'விவிலிய குற்சித கண்டனம்' என்னுமொரு நூலை வெளியிடுகின்றனர். காசிவாசி செந்தில்நாதையர் அதற்கு மறுப்பாக 'விவிலிய குற்சித கண்டன திக்காரம்' என்றொரு நூலை எழுதுகிறார்.

புரொட்டஸ்டண்ட் கிறித்தவர்கள் 'சிவனும் தேவனா' என்றொரு நூலை வெளியிடுகின்றனர். இதற்கு மறுப்பாக 'சிவனுந்தேவனா என்னும் தீயநாவுக்கு ஆப்பு' என்றொரு நூலைச் சைவர் வெளியிட்டனர். இரண்டு மூன்றாண்டுகள் கழித்து 1888இல் 'வஜ்ரடங்கம்' (வயிரக் கோடரி) என்னும் நூலை கி.கா.சூ. என்பவர் வெளியிடுகின்றார்.

அப்போதும் சைவர்களின் சினம் அடங்கவில்லை. தொடக்கத்தில் சென்னை இந்து டிராக்ட் சொசைட்டியார் 'ஏசு கிறிஸ்துவும் கடவுளா' என்றொரு 'சிறுபத்திரம்' 15000 பிரதிகள் வெளியிட்டனர். இதற்குக் கிறித்துவர்களின் 'சத்திய தூதன்' 1889 மார்ச் இதழில் மறுப்பு வெளியாயிற்று. இதே காலத்தில் கிறித்தவர்கள் அரக்கோணத்திலிருந்து 'விக்கிரக வணக்கம் பேதைத்தனம்' என்றொரு சிறுநூலை வெளியிட்டுள்ளனர். 1898இல் எச்.ஏ. கிருஷ்ண பிள்ளை ஆழ்ந்த தத்துவ விளக்கங்களோடு 'இரட்சணிய சமய நிர்ணயம்' என்றொரு நூலை எழுதியுள்ளார். ஞானப்பிரகாச அடிகளாரைப்போல இவரது விவாதங்களும் நாகரிகமான முறையில் அமைந்துள்ளன.

கிறித்தவர்களின் இரட்சணிய சேனைப் பிரிவினர் நடத்திய 'போர்ச்சத்தம்' இதழிலும் சிதம்பரத்திலிருந்து வெளிவந்த 'பிரம்ம வித்யா' இதழிலும் அவ்வப்போது மறுப்புக் கட்டுரைகள் வெளிவந்துள்ளன. இந்தத் தத்துவச் சண்டை 1890ஆம் ஆண்டோடு முடிந்துபோய், இருதரப்பாலும் வெளியிடப்பெற்ற நூல்கள் 1929 வரை மறுபதிப்புச் செய்யப்பட்டுள்ளன. சண்டையின் இறுதிப் பகுதியில் 'ஞானோதய ஆபாசம்', 'திரியேகத்துவ ஆபாசம்' என எழுத்துக்களின் தரம் தாழ்ந்துபோய், 'பாதிரிமார் ஸ்கூல்களில்

பெண்கள் படிக்கலாமா' என்பதுவரை போயிருக்கிறது. இவையெல்லாம் சென்னையில் இயங்கி வந்த 'இந்து டிராக்ட் சொஸைட்டி'யின் வெளியீடுகள். 'சைவம்'ஆகத் தொடங்கிய சண்டை 'இந்து'வாக உருமாற்றம் பெற்றிருக்கிறது. சண்டை எப்போது, எவ்வாறு முடிந்தது என்பதே நமக்கு வேண்டிய செய்தியாகும்.

இருபதாம் நூற்றாண்டின் முதற்பகுதியில் தேசிய இயக்கம் பெற்ற புதிய வேகம் 'இந்துக்களுக்கு' நம்பிக்கை தந்திருக்கிறது. திராவிட இயக்கத்தின் தோற்றம் சைவர்களுக்கு ஓரளவு நம்பிக்கை தந்திருக்கிறது. மதரீதியான மோதல்கள் பின் தள்ளப்பட்டு அரசியல் முன்னிலைப்படுத்தப்பட்டுள்ளது. எனவே மதச் சண்டையின் பரிமாணங்கள்முனைமழுங்கிப்போய்விட்டன.'இந்து' என்றுதம்மை அடையாளம் காட்டிய தேசிய இயக்கத்தைவிடச் சைவர்களுக்குத் 'திராவிடம்' பேசிய இயக்கம் நெருக்கமானதாகப்பட்டது. 1920களின் கடைசிப் பகுதியில் திராவிட இயக்கத்தார் மெல்லிய குரலில் ஒலித்த 'நாத்திகம்' 1930களில் சூடுபிடித்தபோது மதச் சண்டைக்கான களம் முற்றிலுமாக அழிக்கப்பட்டது. அதுமுதல் அரை நூற்றாண்டுக் காலம் தமிழ்நாடு மதச்சண்டைகளற்ற மற்றொரு திசையில் தன் பயணத்தை தொடங்கலாயிற்று.

அண்மைக் கால மத மோதல்களுக்கான களங்களும் காரணங் களும் முற்றிலும் வேறானவை. அவை தனித்துப் பேசப்பட வேண்டும்.

ஆங்கிலேயப் பாண்டியன்

ஆங்கிலேயர்கள் தமிழ்நாட்டில் இருநூறு ஆண்டுக்காலம் நிலை பெற்றிருந்தனர். நாட்டு மக்களை அடிமைப்படுத்திய வல்லாண்மை அரசாக அவர்களுடைய அரசு இருந்தது. 'அதிகாரம்' என்ற எல்லையினைக் கடந்து தமிழ் மொழியோடும் மக்களோடும் கலந்த மனிதர்கள் சிலரும் அவருள் இருந்தனர். அதிகாரிகள், அதிகாரமுடைய மத குருக்கள் என்ற எல்லையினை மீறித் தமிழ்மக்களும் அவர்களோடு கலந்து பழகினர். அதன் விளைவாக அரசியல் நிறுவனங்களையும் ஆவணங்களையும் தாண்டி, எளிய மக்கள் நெஞ்சில் இடம்பிடித்த ஆங்கிலேயர் சிலரும் உண்டு. சாயர்புரம் (Sawyer), கேம்பலாபாத் (Camphell), காலன் குடியிருப்பு (Collins), பீசர் பட்டணம் (Ficher), காசிமேஜர் புரம் (Cassa Major) டக்கர் அம்மாள்புரம் (Tucker), பர்கிட் மாநகரம்

(Burkit), பேட் மாநகர் (Pate) முதலிய, ஆங்கிலேயர் பெயரில் அமைந்த சில ஊர்ப் பெயர்கள் இதற்குச் சான்றாகும். தனிப்பட்ட ஆங்கிலேயரின் உதவியினைப் பெற்ற தமிழர் சிலர், சாதி, மத, இன, மொழி எல்லைகளைத் தாண்டி ஆங்கிலேயர் பெயர்களைத் தம் குழந்தைகளுக்கு இட்டு வழங்கியதும் உண்டு. ஆங்கிலேய ஆதிக்க எதிர்ப்பில் இறுதி வரை முனைமழுங்காமல் நின்ற வ.உ.சி. தமக்கு உதவிசெய்த ஆங்கில நீதிபதி வாலஸ் (Wallace) பெயரை வாலேசுவரன் எனத் தன் மகனுக்கு இட்டார். கட்டுரையாளரின் உறவினரான ஒரு மூதாட்டிக்கு கயிட்டாள் என்று பெயர். இது, அக்குடும்பத்திற்கு உதவி செய்த கயிட்டா (Gaita) என்ற ஆங்கிலப் பெண்மணியின் பெயராகும்.

மதுரைப் பகுதியில் இவ்வாறு நாட்டுப்புற மக்களிடத்தில் பெயர் பெற்ற ஒரு ஆங்கிலேயர் ரௌஸ் பீட்டர் (Rouse Peter) என்பவராவார். இவர் 1812-1828 வரை மதுரை மாவட்ட ஆட்சித் தலைவராக இருந்திருக்கிறார். பதவியில் இருக்கும்போதே 1828இல் காலமானார். கன்னிவாடி, பெரியகுளம், போடி பகுதிகளில் அக்காலத்தில் காட்டு யானைகள் மக்களைத் தொல்லை செய்த போது அவற்றைத் தாமே வேட்டையாடி, மக்களால் பாராட்டப் பெற்றிருக்கிறார். ஏழைகளுக்கும் எளியவர்களுக்கும் நிறைய உதவிகள் செய்துள்ளார். மதுரை மீனாட்சியம்மன் கோயில், அழகர்கோயில் ஆகிய கோயில்களுக்கு மக்களின் வேண்டுகோளின் பேரில் தங்க நகைகளையும் காணிக்கையாக அளித்துள்ளார். இவரின் கொடைத்திறத்தையும் வீரத்தையும் பாராட்டி, அக்காலத்தில் நிறைய நாட்டுப் பாடல்கள் வழங்கியிருக்கின்றன. பாண்டிய மன்னன் திரும்பவந்து ஆள்வதாகவே மக்கள் இவரைக் கருதி மதித்திருக்கின்றனர். 'பீட்டர் பாண்டியன்' என்றே வரை அழைத்திருக்கின்றனர். 'பீட்டர் பாண்டியன் அம்மானை' என்ற அம்மானை நூலும் அக்காலத்தில் பிறந்திருக்கிறது. அந்த அரிய நூல் இப்பொழுது கிடைக்கவில்லை.

பீட்டர் பாண்டியனின் இரக்க உணர்வும் கொடை உணர்வும் அளவுக்கு மீறி அமைந்திருக்கின்றன. எனவே இவர் அரசாங்கக் கருவூலத்திலிருந்து பணத்தை எடுத்து எளிய மக்களுக்குக் கொடுத்துள்ளார். இவருடைய இரக்க உணர்வைப் பயன்படுத்திக்கொண்ட அதிகாரிகள் சிலரும் அரசாங்கப் பணத்தைக் கையாடி

இருக்கின்றனர். நிலைமை கட்டுமீறிப் போனதைப் புரிந்துகொண்ட பீட்டர் பாண்டியன், 1819இல் அரசாங்கப் பணத்தையும் தான் எடுத்துச் செலவழித்ததை ஒத்துக்கொண்டு ஒரு கடிதம் எழுதி, அதை சீல் செய்து தன்னுடன் வைத்துக்கொண்டார். 1828இல் திடீரென்று அரசாங்க நிலைமையை உணர்ந்த பீட்டர் பாண்டியன் தற்கொலை செய்துகொண்டார். அதைத் தொடர்ந்து அவரது கடிதம் கைப்பற்றப்பட்டது. கணக்குகள் தணிக்கை செய்யப்பட்டன. முடிவில் ஏழு இலட்சத்து எழுபத்து நாலாயிரம் ரூபாய் அரசாங்கப் பணம் அவரால் எடுக்கப்பட்டிருப்பதாகத் தெரிந்தது. இதிலே அவர் உண்மையிலேயே எடுத்தது எவ்வளவு, கீழ்நிலை அதிகாரிகள் சுருட்டிக்கொண்டது எவ்வளவு என்று தெரியவில்லை. தொடர்ந்து நடந்த விசாரணையில் கீழ்நிலை அதிகாரிகள் ஐந்து பேர் தண்டிக்கப்பட்டிருக்கின்றனர். எழுபதாயிரத்திலிருந்து ஒரு இலட்சம் ரூபாய் மதிப்புள்ள அவரது சொத்துக்களும் பத்தாயிரம் ரூபாய் பெறுமானமுள்ள நகைகளும் அரசாங்கத்தால் பறிமுதல் செய்யப்பட்டிருக்கின்றன என்று மதுரை மாவட்ட கெசட்டியர் (1914) குறிக்கின்றது.

இலக்கியங்கள் குறிப்பிடும் 'கொடைமடம்' என்ற சொல்லைப் பீட்டர் பாண்டியன் வாழ்க்கை மெய்ப்பித்துக் காட்டியிருக்கிறது. அரசு ஆவணங்கள் என்னவாயினும் சொல்லட்டும்! மதுரைப் பகுதி நாட்டுப்புற மக்களின் உணர்வுகளைப் பீட்டர் பாண்டியன் ஒரு நூற்றாண்டுக் காலம் கட்டி ஆண்டிருக்கிறார் என்ற வரலாறு நமக்குத் தெரிகிறது. இந்த நல்ல மனிதரின் வெண்சலவைக் கல்லறை மதுரைத் தெற்காவணி மூலவீதியின் மேற்குப்பகுதியில் உள்ள தேவாலயத்தில், முன் தளத்தின் கீழுள்ள ஒரு இருட்டறையில் இருக்கிறது.

இறப்புச் சடங்கும் விருந்தோம்பலும்

மரணம் என்பதை வாழ்வின் முற்றுப்புள்ளி என்று தமிழர்கள் நினைக்கவில்லை. தங்களிடமிருந்து இறந்தவர்களுக்கான உறவும் உணர்வும் முற்றிலுமாகத் துண்டிக்கப்பட்டுவிட்டன என்றும் அவர்கள் கருதவில்லை.

சாதிகளையும் அவற்றின் உட்பிரிவுகளையும் கணக்கிட்டால் தமிழர்களிடத்தில் ஆயிரத்திற்கும் மேற்பட்ட உள்வட்டத் திருமண அமைப்புடைய பிரிவுகள் (அகமணப் பிரிவுகள்) உள்ளன.

இருப்பினும் பண்பாட்டுப் பொதுமைக்கூறுகள்தாம் இவர்களிடையே மிகுதி. அவ்வகையில் எல்லா வகையான தமிழர்களிடத்திலும் பொதுவான நம்பிக்கையை வெளிப்படுத்தும் சடங்குகள் உண்டு. இறப்புச் சடங்குகளும் அவ்வாறே. தமிழர்களுள் மிகப் பெரும்பான்மையானோர் இறந்தவர்களைப் புதைக்கும் வழக்கத்தையே கொண்டுள்ளனர். பிராமணர்களும் பிராமணமயப்படுத்தப்பட்ட சில இடைநிலைச் சாதியினரும் மட்டுமே இறந்தாரை எரிக்கும் வழக்கத்தைக் கொண்டுள்ளனர்.

இறந்தாரை நீராட்டுதல், அதிலும் சிறப்பாக எண்ணெய் தேய்த்து நீராட்டுதல், புத்தாடை உடுத்தல், வாயில் அரிசியிடுதல், உண்டு முடித்தவர்கள்போல வாயில் வெற்றிலை இடுதல், நெற்றியில் அல்லது கையில் நாணயத்தை வைத்தல் ஆகிய அனைத்துச் சடங்குகளும் பெரும்பான்மையான சாதியார்களிடம் ஒரே மாதிரியாக அமைந்துள்ளன. இதன் பொருள், இறந்தவர் இல்லாமல் போகவில்லை; அவர் இன்னொரு ஊருக்குப் பயணம் செய்கிறார் என்பதுதான். எனவேதான் இறப்புச் சடங்குகள் ஒரு மனிதனை வழியனுப்பும் சடங்கு போலவே அமைந்துள்ளன.

இறப்பு நிகழ்ந்த வீட்டில் அவ்வீட்டைச் சேர்ந்தவர்கள், அன்று சமையல் வேலையில் ஈடுபடுவது இல்லை. அவரது உறவின் முறையார், குறிப்பாகப் பெண் எடுத்தவர் கொடுத்தவர் அப்பொறுப்பை ஏற்றுக்கொள்கின்றனர். பொதுவாக இறந்தவர் உடலை எடுக்கும்வரை வீட்டாரும் உறவினரும் நீர்ப்பொருள் தவிர திடப்பொருள் உணவு உண்பதில்லை. சாதிக் கட்டுப்பாடுடைய சிற்றூர்களில் அத்தெருவில் வசிப்போர் யாரும் (குழந்தைகள் தவிர) திட உணவு உண்ணாமல் பசியினைத் தாங்கிக்கொள்கின்றனர்.

சில சாதியார்களிடத்தில் இறந்தவர் உடலை எடுக்கும் வரை இறந்தவர் வீட்டில் சமையல் வேலை செய்யாமல் அடுத்தடுத்த வீடுகளிலே சமையல் வேலையைத் தொடங்குகின்றனர். மிகச் சில சாதியாரிடத்தில் மட்டுமே இறந்தவர் உடலோடு பெண்களும் இடுகாட்டுக்குச் செல்லும் வழக்கம் இருக்கிறது.

நவீனப் போக்குவரத்து வசதிகள் இல்லாத காலம் வரை இறப்புச் செய்தி தெரிந்தது முதல் இறந்தவரை அடக்கம் செய்வது வரை உள்ள கால இடைவெளி பெரிதாக இருக்கும். இறந்தவர் உடலைப் பசியோடு சென்று அடக்கம் செய்து முடித்தவுடன்,

தொ.ப.ஆய்வுலகம் | **491**

மிகுந்த களைப்பினை அடைவது இயல்பாகும். எனவே, இறப்பு நிகழ்ந்த வீட்டுக்காரர் சார்பாக, இடுகாடு அல்லது சுடுகாடு வரை நடந்து வந்தவர்க்கு உடல் களைப்புத் தீர அங்கு ஏதேனும் உண்பதற்குக் கொடுக்கவேண்டும் என்ற விருந்தோம்பல் உணர்வு தலைதூக்குகிறது. இறப்பு நிகழ்ந்த வீட்டார் சார்பாக அவரது உறவினர்கள் சுடுகாடு அல்லது இடுகாடு சேர்ந்து சடங்குகள் முடிந்தவுடன் அங்கேயே கையில் வாங்கிச் சாப்பிடும் அளவு சிறு உணவுப் பண்டங்களைக் கொடுக்கிறார்கள். சில சிற்றூர்களில் சுருட்டு, பீடி, சிகரெட் போன்றவையும் தரப்படுகின்றன.

மழையும் பனியும் மிகுந்த இரவுப் பொழுதாக இருந்தால் தென்மாவட்டங்களில் சுக்கும் கருப்பட்டியும் கொடுக்கும் வழக்கம் இருந்திருக்கிறது. இப்பொழுது காரச்சேவு, ஓமப்பொடி போன்ற பண்டங்களைக் கொடுக்கின்றனர். இவ்வாறு வழங்கப்படும் உணவிற்கே (இடு) 'காட்டுப் பண்டம்' என்று பெயர்.

தமிழ்ச் சாதியினரின் பொதுவான பண்பாட்டில் விருந்தோம்பல் சிறப்பிடம் பெறுவது உண்மையே. இவர்களுள் நகரத்தார் எனப்படும் செட்டியார் சாதியினர் ஏனையோரினும் ஒருபடி முன் நிற்கின்றனர். இறப்பு நிகழ்ந்த வீட்டிற்கு அவரது பங்காளிகள் உடனடியாக வந்து சமையல் வேலையைத் தொடங்குகின்றனர். உறவினரும் சாதிக்காரரும் உரியவரிடம் உரிய முறையில் துக்கம் விசாரித்த பின்னர், வீட்டுக்காரர் அவரைப் பசியாறுமாறு (உண்ணுமாறு) கேட்டுக்கொள்கிறார்.

தன் குடும்பத்தின் கடுமையான துயர வேளையிலும் துயரத்தில் பங்கேற்க வந்தவரின் பசி உணர்வைச் சிந்தித்துப் பார்த்து உண்ணச் செய்வது, தமிழர்கள் தம் வாழ்வில் விருந்தோம்பலுக்குத் தந்த சிறப்பிடத்தைக் காட்டி நிற்கிறது.

கறுப்பு

இயற்கை பல்வேறு நிறங்களை உடையது. இயற்கையின் நிறங்களில் மனிதன் சுவை, அழகு, பயன் ஆகியவற்றைக் கண்டான். எனவே அவன் படைத்த செயற்கைப் பொருள்கள் பல நிறங்களில் அமைந்தன. இக்காலத்தில் நிறத்தையும் குறிக்கும் 'வண்ணம்' என்ற சொல் அக்காலத்தில் அழகு, இசை, ஒழுங்கு ஆகிய பொருள்களை மட்டுமே தந்தது.

எல்லா இயற்கைப் பொருள்களிலும் நிறவேறுபாடு இருப்பது போல மனித உடம்பிலும் அதாவது, தோலிலும் நிறவேறுபாடுகள் உண்டு. அந்த வேறுபாடுகள் இன்றைய உலகில் வறுமைக்கு அல்லது வளமைக்கு, உயர்வுக்கு அல்லது தாழ்வுக்கு, அதிகாரத்திற்கு அல்லது அடிமைத்தனத்திற்கு, ஒடுக்குமுறைக்கு அல்லது அதற்கு எதிரான போராட்டத்திற்கு உரிய குறியீடுகளாக மாற்றப்பட்டுவிட்டன. ஒதுக்கீட்டுக்கெதிராக ஒரு கருத்தைச் சொல்லும் திரைப்படத்தில் கறுத்த நிறமுடையவன் கல்லூரிக்குச் செல்லுகிறான். சிவந்த நிறமுடையவன் இடங்கிடைக்காமல் வெளியே நிற்கிறான். கருத்தைச் சொல்லுவதற்கு இங்கே தோலின் நிறம் ஒரு குறியீடாகப் பயன்படுத்தப்படுகிறது. கறுப்பு, சிவப்பு ஆகிய இரண்டு நிறங்கள் கீழ்ச்சாதிக்காரன், மேல்சாதிக்காரன் என்பதைக் குறியீடுகளாகச் சுட்டி நிற்கின்றன. சமூக முரண்பாடுகள், மனிதனின் தோலின் நிறத்தைக்கொண்டு வெளிப்படுகின்ற வழக்கம் எவ்வாறு உருவானது? மனிதத்தோலின் நிறத்தையும் அழகையும் இணைக்கும் கோட்பாடுகள் தமிழ்ச் சமூகத்தில் எவ்வாறு வளர்ந்துள்ளன என்பதை விளக்க முயலுவோம்.

இன்றைய சமூக நிகழ்வுகளிலும் அசைவுகளிலும் கறுப்பு நிறம் கீழ்ச்சாதிக்காரன், வறுமைப்பட்டவன், கல்வியறிவு இல்லாதவன் அல்லது நாகரிகமறியாதவன், அழகற்றவன் என்ற பொருள்களிலேயே ஆளப்படுகிறது. திருமணச் சந்தையில் பணம் என்பதைப்போலவே, அதற்குக் குறையாத அழுத்தத்துடன் பெண்ணின் நிறமும் தீர்மானிக்கிற சக்தியாக விளங்குகிறது. அதாவது, சாதாரண மனிதனின் அழகுணர்ச்சியைப் பொறுத்தமட்டில், கறுப்பு என்பது அழகற்ற நிறம் என்று அனைத்து மனிதர்களும் கருதுகிறார்கள்.

அழகுணர்ச்சியில் இந்தப் பாகுபாடு புகுந்த முறை ஆய்வுக்குரிய ஒன்றாகும்.

ஒரு சமூகத்தின் வாழ்க்கை நெறிகளை வரலாற்றுப் போக்கில் அளவிட்டு அறிய உதவும் சான்றுகளில் இலக்கியம் முதன்மையானது. தமிழ்ச் சமூகம் மிக நீண்ட இலக்கிய மரபினை உடையதாக இருக்கிறது. எனவே மனிதத் தோலின் நிறமும் அழகுணர்ச்சியும் பற்றிய மதிப்பீடுகளை அறிய இலக்கியச் சான்றுகளைக் காண்போம். நிறங்கள் மனித உணர்வுகளைப் புலப்படுத்தும் என்னும் செய்தி தொல்காப்பியத்தில் காணப்படுகிறது. ஆனால் இரண்டு நிறங்களைப்பற்றியே தொல்காப்பியர் பேசுகிறார்.

கறுப்பும் சிவப்பும் வெகுளிப் பொருள்
நிறத்துரு உணர்த்தற்கும் உரிய என்ப.

கறுப்பு, சிவப்பு என்பன சினத்தை உணர்த்தும் சொற்களாகவும் வரும் என்பது தொல்காப்பிய இலக்கணமாகும். இந்த இலக்கணம் பிற்கால இலக்கியங்களில் பின்பற்றப்பட்டிருக்கிறது.

கறுத்தின்னா செய்த அக்கண்ணும் மறுத்தின்னா
செய்யாமை மாசற்றார் கோள்

என்ற திருக்குறளில் 'கறுத்து' என்ற சொல் 'சினந்து' என்ற பொருளைத் தருகிறது.

செருநரை நோக்கிய கண்தன்
சிறுவனை நோக்கியும் சிவப்பு ஆனாவே

என்ற ஔவையாரின் புறப்பாடலில் சிவப்பு என்ற சொல் வெகுளி என்ற பொருளில் ஆளப்பட்டுள்ளது. ஆயினும் இந்தச் சொற்கள் தோலின் நிறம்பற்றிப் பேச வரவில்லை.

சங்க இலக்கியங்களிலும் அதற்குப்பின் வந்த நீதி இலக்கியங்களிலும் சிலம்பு, மேகலை போன்ற காப்பியங்களிலும் ஆண், பெண் இருவரின் உடல் சார்ந்த வருணனைகள் ஏராளமாக இடம்பெறுகின்றன. ஆனால் அவையனைத்தும் மனித உறுப்புகளின் அளவும் வடிவும் சார்ந்ததாகவே அமைந்துள்ளன. இந்த வருணனைகளும் அளவு மட்டுமன்றி, உறுப்புக்களின் பயன் கருதியதாகவும் அமைந்துள்ளன. பெருத்த முலை என்பது வளமை அல்லது தாய்மையின் குறியீடாகவும் வீரரின் பெருத்த தோள்

என்பது வலிமையின் சின்னமாகவும் பாதுகாப்பின் சின்னமாகவும் அமைந்துள்ளன. உயர்வு, தாழ்வு என்ற கருத்தோட்டங்கள் இந்த வருணனைகளில் காணப்படவில்லை. மாறாக, அழகு என்பது உடல் நலம் சார்ந்ததாகவே பேசப்பட்டிருக்கிறது. இவ்வருணனைகளில் ஓரிடம் தவிர ஏனைய இடங்களில் மனிதத் தோலின் நிறம் பேசப்படவே இல்லை. 'காதலன் அல்லது கணவனைப் பிரிந்த பெண்ணின் உடலில் பொன் நிறத்தில் பசலை பூக்கும்' என்னும் ஓரிடத்தில் மட்டுமே மனிதத் தோலின் நிறம் பேசப்படுகிறது.

இவை ஒருபுறமாக, மற்றொருபுறத்தில் தெய்வங்களைப் பேசும் இடத்தில் அவற்றின் நிறங்கள் பேசப்படுகின்றன. மாயோன் மலை போன்று நீலநிறத்தில் இருக்கிறான்; பலராமன் (வாலியோன்) அருவிபோல வெள்ளை நிறத்தில் இருக்கிறான் என்று ஒரு சங்கப் பாடல் கூறும். திருமாலுக்கும் பலராமனுக்கும் நிறம் சொல்லப்பட்டாலும் முருகன், கொற்றவை போன்ற தெய்வங்களுக்கு நிறம் சொல்லப்படவில்லை. சிவபெருமானின் கழுத்து நஞ்சுண்ட காரணத்தால் கருமையும் நீலமும் கலந்த வண்ணத்தில் அமைந்திருப்பதாக மற்றொரு பாட்டு கூறும்.

பக்தி இலக்கியக் காலந்தொட்டுத் தெய்வங்களுக்கும் மனிதர்களுக்கும் பல்வேறு நிறங்கள் பேசப்படுகின்றன. கடவுள் எல்லாமாக இருக்கிறான் என்று குறிக்க வந்த மாணிக்கவாசகர், 'நிறங்களோர் ஐந்துடையாய் விண்ணோர்கள் ஏத்த மறைந்திருந்தாய் எம்பெருமான்' என்கிறார். எனவே நிறங்கள் மொத்தம் ஐந்து என்பது பழந்தமிழர் கருத்து என்று தெரிகிறது. வெண்மை, கருமை, செம்மை, பொன்மை, புகைநிறம் என அவற்றை உரையாசிரியர் விளக்குகின்றனர். தேவாரம் சிவபெருமானைப் 'பவள வண்ணத்தினர்' என்றும், உமையவளை 'மரகதக்கொடி' எனப் பச்சை நிறமுடையவளாகவும் குறிக்கின்றது. இருளின் வண்ணமும் அந்தியின் வண்ணமும்கூடச் சிவபெருமானின் வண்ணமெனக் குறிக்கும் மற்றொரு தேவாரப் பாடல். வண்ணம் என்ற சொல் அழகு என்ற பொருளிலும் வழங்கப்பட்டிருப்பதனை 'வண்ண மார்பில் தாரும் கொன்றை' என்ற சங்கப் பாடலாலும் அறிகின்றோம்.

பக்தி இலக்கியங்களில் நாம் காணும் மற்றொரு செய்தி, கறுப்பு அழகுக்குரிய நிறம், அது ஒளி வீசும் என்பது. திருமாலை ஆண்டாள்

'கண்ணன் என்னும் கருந்தெய்வம் காட்சி பழகிக் கிடப்பேன்' என்கிறார். ஆழ்வார்கள் பலரும் திருமாலைக் 'கரிய மாணிக்கம்' என்று பாடியுள்ளனர். இராமனது கரிய உடம்பிலிருந்து ஒளி கிளர்ந்தது என்ற செய்தியை 'வெய்யோன் ஒளி தன் மேனியின் விரிசோதியின் மறைய' என்று கம்பர் பாடுகிறார். கண்ணப்பர் பிறந்தபோது அவரது கறுத்தமேனி ஒளியுடையதாக இருந்தது என்பதனைக் 'கருங்கதிர் விரிக்கும் மேனி காமருகுழவி' என்று பாடுகிறார் சேக்கிழார். தன்மீது பட்ட ஒளியைப் பளபளப்புடைய கறுப்புநிற மனிதத்தோல் 'எதிரொளி' செய்துகாட்டும் என்பது கம்பரும் சேக்கிழாரும் காட்டும் அழகுக் காட்சியாகும்.

நன்னூல் 301ஆம் சூத்திரத்துக்கான விருத்தியுரையில் அவ்வுரைகாரர் 'கண்' என்னும் வேற்றுமை உருபினை விளக்குகிறார். எடுத்துக்காட்டாகத் தரப்படும் சொற்றொடர் 'கறுப்பின்கண் மிக்குள்ளது அழகு' என்பதாகும். நெருப்பின் உள்ளார்ந்த தன்மை தெறல் (சுடுதல்) என்பதுபோலக் கறுப்பின் உள்ளார்ந்த தன்மையே அழகுதான் என்பது அக்காலத்தில் நிலவிய கருத்து எனத் தெரிகிறது.

அக்காலம் வரை அழகோடு சேர்த்து எண்ணப்பட்ட கறுப்பு நிறம், பின்னர் ஏன் தனது மதிப்பை இழந்தது? அழகின்மை என்பதற்கு எடுத்துக்காட்டாக அது எப்படி மாறிப்போனது? தாழ்வுக்கும் இழிவுக்கும் உரியதாகக் கறுப்பு நிறம் கருதப்பட்டதன் சமூக வரலாற்றுக் காரணிகள் யாவை? இக்கேள்விகளுக்கான விடையினைச் சமூக அமைப்பில் காண இயலாது. மாறாக அதிகாரம் சார்ந்த அரசியல் அமைப்புக்குள்ளே தேடவேண்டும். அதுவும் தமிழ் அரசுகள் வீழ்ச்சியடைந்த 13ஆம் நூற்றாண்டின் இறுதிக்குப் பின்னரே தேட வேண்டும்.

கி.பி. 1310 முதல் 1323 வரை தமிழ்நாடு இசுலாமியர் படையெடுப்பால் அலைக்கழிந்தது. மீண்டும் 1383இல் விசய நகரப் பேரரசின் தளபதிகளின் படையெடுப்பால் ஆட்சி மாற்றம் ஏற்பட்டது. விசயநகரப் பேரரசு, இசுலாமியருக்கு எதிராக வைதிக நெறியை உயர்ந்த இலட்சியமாகக்கொண்டு தோன்றிய அரசமரபாகும். ஆட்சியதிகாரம் விசயநகரப் பேரரசின் தளபதிகளின் கைக்கு மாறியவுடன் தமிழ்நாடு ஒரு பண்பாட்டு நெருக்கடியை எதிர்கொண்டது. அதாவது, வரலாற்றில் முதல்முறையாகத் தமிழ் நாட்டின் அரசியல் அதிகாரம் பிறமொழி பேசும் ஆட்சியாளர்

களிடம் நிலையாக மாறியது. இந்த ஆட்சியாளரைத் தொடர்ந்து தெலுங்கு மொழி பேசும் மக்கள் பெருமளவு குடியேறத் தொடங்கினர். பிராமணர் தொடங்கிச் சக்கிலியர் ஈறாக இந்தக் குடியேற்றம் அமைந்தது. பிராமணர், பிராமணரை அடுத்த 'மேல் சாதியினரான' புலால் உண்ணாத ரெட்டியார், ராஜூக்கள், இவர்களுக்கு அடுத்த படிநிலைகளில் அமைந்த நாயுடு (வெலமா, கம்மவார், கவர, காப்பு, பலிஜா), இவர்களுக்கும் அடுத்த நிலையில் உள்ள ஆசாரிகள், பெரும்பாலும் புன்செய் நிலத்து விவசாயிகளான நாயக்கர், மிகத்தாழ்நிலையில் உள்ள செருப்புத் தைக்கும் சக்கிலியர், தோட்டி வேலை செய்யும் சக்கிலியர் என இவர்களை வகைப்படுத்திக் காணலாம். இவர்களோடு செளராட் டிரப் பகுதியிலிருந்து ஏற்கனவே வெளியேறி ஆந்திரத்தில் இருந்த நெசவுத் தொழில் செய்யும் சாதியான செளராட்டிரர்களும் தமிழகத்தில் வந்து குடியேறினர். இக்காலகட்டத்தில் தமிழ்நாட்டில் தனித்து வளர்ந்திருந்த சைவ, வைணவ மதங்கள் பின்னுக்குத் தள்ளப்பட்டன. வைதிக நெறியே முன்னிறுத்தப்பட்டது. 'இந்து மதம்' அதிகாரத்தில் அமர்ந்தது. தமிழ் அக்காலத்தில் ஆட்சி மொழியாக இல்லை. ஆட்சியாளர்களின் மொழியாகிய தெலுங்கு பேணப்பட்டது. அரசியல் அதிகாரத்தில், வைதிக நெறியின் காவலர்களான பிராமணர்க்கும் சமசுகிருதத்திற்கும் முன்னுரிமை தரப்பட்டது.

இவர்கள் ஆட்சி முடியும்தறுவாயில் கி.பி. 1700க்குப் பிறகு உருது பேசும் வடநாட்டு முசுலிம்கள் அங்கங்கே சில பகுதிகளில் ஆட்சியதிகாரத்தைக் கைப்பற்றினர். மிகச்சில பகுதிகளில் பிரஞ் சுக்காரரும் ஏனைய பகுதிகளில் பிரிட்டிஷ்காரர்களும் ஆட்சியைக் கைப்பற்றினர்.

கி.பி. 14ஆம் நூற்றாண்டின் தொடக்கம் முதலாகத் தமிழ்நாட்டின் அரசியல் அதிகாரத்தைக் கையிலே வைத்திருந்த அனைத்து ஆட்சியாளர்களும், தமிழர்களின் சராசரி நிறத்திலிருந்து வேறுபட்ட சிவந்த நிறமுடையவர்கள். அவர்களால் ஆதரிக்கப் பட்ட வடநாட்டிலிருந்து வந்த இசுலாமிய ஞானிகள், ஐரோப்பியப் பாதிரிமார்கள், பிராமணர்கள் ஆகிய அனைவரும் தமிழர்களை விடச் சிவந்த நிறம் உடையவர்கள். எனவே ஐந்து நூற்றாண்டுக்கு மேலாகத் தமிழ்நாட்டில் அரசியல் அதிகாரமும் அரசியல்

சித்தாந்தங்களையும் நடைமுறைகளையும் உயர்த்திப் பிடிக்கின்ற ஆன்மீக அதிகாரமும் சிவந்த நிறமுடையவர்களின் கையிலேயே இருந்தது. எனவே இந்த நிறம் அதிகாரத்தின் நிறமாக, உயர்ந்த ஆன்மீகத்தின் நிறமாக, மேட்டிமையின் சின்னமாக, அழகு நிறைந்ததாகக் காட்டப்பட்டது. சுருக்கமாகச் சொல்வதானால், தமிழ் பேசும் பெருவாரியான மக்கள் கூட்டத்தாரின் மரபுவழி அழகுணர்ச்சி, மனிதத் தோலின் நிறத்தைப் பொறுத்தமட்டில் திசைமாற்றம் பெற்றது. எதிர்நிலையில் சொல்வதானால், கறுப்பு நிறமுடைய மக்கள் அழகற்றவர்களாகவும் ஆளப்படுபவர்களாகவும் அதிகாரத்திற்குத் தகுதியற்றவர்களாகவும் இழிவின் சின்னமாகவும் கருதப்பட்டனர். இன்றளவும் இதுவே தொடர்கதையாகி வருகிறது.

எனவேதான் தளைகளிலிருந்து தங்களை விலக்கிக் காட்ட விரும்பும் தனி மனிதர்கள், அதாவது தனிவாழ்வின் பொருளாதார மேன்மையிலும் அதிகாரத்தின்மீதும் வேட்கை உடையவர்கள், சிவப்புத் தோலை வெறியுடன் விரும்புகிறார்கள். எனவே, 'கறுப்பு சிவப்பு' என்பது வெறும் அழகுணர்ச்சி சார்ந்த பிரச்சனையன்று. அது மரபுவழி அழகுணர்ச்சியிலிருந்து திசை மாற்றப்பட்டவர்களின் அதிகார வேட்கைக்கும் மரபு வழிச் சங்கிலியால் பிணைக்கப்பட்ட எளிய மக்களுக்கும் இடையிலே நிலவிவரும் ஒரு முரண்பாடு ஆகும்.

தமிழ் ஆராய்ச்சி வரலாறு

24.08.2000 அன்று தஞ்சை தமிழ்ப் பல்கலைக்கழகத்தில் நடைபெற்ற அன்னை அஞ்சுகம், தந்தை முத்துவேலர் அறக்கட்டளைச் சொற்பொழிவில்
தொ. ப. ஆற்றிய உரை.

தமிழ் ஆராய்ச்சி வரலாறு

தமிழாராய்ச்சியின் வளர்ச்சி என்பது மிக விரிந்த ஒரு தலைப்பாகும். இந்தத் தலைப்பு ஒன்றரை நூற்றாண்டுக்கும் மேலான ஒரு காலப்பகுதியினைச் சுட்டி நிற்கின்றது என்று நான் கருதுகிறேன். காலம் என்பது இயக்கம் சார்ந்தது. காலமும் இயக்கமும் வினையும் பிரிக்க முடியாதவை என்பது தமிழ் இலக்கணிகள் ஆராய்ந்து கண்ட முடிவாகும். பண்பாட்டு வெளிப்பாட்டின் ஒரு கூறான மொழி இலக்கியத்தளத்தில், 150 ஆண்டுகளுக்கும் மேலான கால எல்லையில், தமிழ்நாடு கண்ட மாற்றங்களையும் வளர்ச்சி நிலைகளையும் ஒரு சேரக் காணமுயல்வது சற்று மலைப்புக்குரிய முயற்சிதான்.

இந்தப் பொழிவுக்குரிய தலைப்பிலே நாற்பத்திரண்டு ஆண்டு களுக்கு முன் (1958) தமிழ் ஆராய்ச்சியின் வளர்ச்சி என்ற நூலை ஏ.வி.சுப்பிரமணிய அய்யர் எழுதியுள்ளார். தமிழாராய்ச்சி என்றால் என்ன? தம்முடைய நூலில் இந்த வினாவினை எழுப்பி அய்யர் விடை சொல்கிறார். 'தமிழ்மொழி, அதிலுள்ள இலக்கியம் இலக்கணம் பற்றிய கொள்கைகள், தமிழ்ப் புலவரின் காலம், வாழ்க்கை, நூற்களின் தன்மை, தரம், அவை எழுதப்பெற்ற சூழ்நிலை, புலவருக்கும் அவரை ஆதரித்த அரசர், வள்ளல் முதலியோர்க்கும் இடையே நிகழ்ந்த உறவு ஆகியவைகளைப் பொருளாகக் கொண்டு, விருப்பும் வெறுப்பும் இன்றி, நம்பத்தகுந்த ஆதாரங்களை வைத்துத் தக்க பரிசீலனை முறைகளைக் கையாண்டு, தற்காலப்பண்புடன் ஆராய்ந்து, உண்மையை நாடும் முயற்சியே தமிழ் ஆராய்ச்சி ஆகும்' என்பது அவர் கூறும் கருத்தாகும்.

'தக்க பரிசீலனை முறை', 'தற்காலப் பண்பு' ஆகிய சொற்களுக்கு உரிய அழுத்தத்தைத் தந்த பின்னரும் அய்யர் அவர்கள் தமிழாராய்ச்சி என்பது கடந்த கால நூல்களைப் பற்றிய ஆராய்ச்சி என்றே கருதுகிறார் என்பது புலப்படும். அவரது நூலும் நிகண்டுகள், உரையாசிரியர்களின் காலத்தோடு நின்றுவிடுகிறது. அவரது கணிப்பினை நாம் முழுமையாக மறுக்கவியலாது. மாறாக மேலதிகமாகச் சிலவற்றைக் கூட்டிச் சொல்லவேண்டும். இலக்கிய

ஆராய்ச்சி, சமூக அரசியல் வரலாற்றுப் பின்புலத்திலும் அமைய வேண்டும் என்பதுதான் அது.

'ஆராய்ச்சியும் திறனாய்வும் ஒன்றுதானே?' என்பது நம்முடைய மாணவர்களுக்கு இயல்பாக ஏற்படும் ஐயமாகும். திறனாய்வைவிட வளர்ச்சிபெற்ற பார்வையே ஆராய்ச்சியாகும். ஆராய்ச்சியாளனுக்கு அவன் தேர்ந்தெடுத்த ஒரு நோக்குநிலை (Stand Point) உண்டு. அவன் மெய்ம்மைகளை (Fact) மட்டுமே தேடுகிறவன். நோக்கு நிலைக்குப் பின்னர் அவனுக்கு விருப்பங்கள் (அபிப்பிராயங்கள்) என ஏதும் இல்லை. 'ஆய்வும் அபிப்பிராயமும் சேர்ந்ததுதான் விமர்சனம்' என்று ஒத்துக்கொள்கிறார் அ. சண்முக சுந்தரம். ஒருவன், தான் தேர்ந்தெடுத்துக்கொண்ட கொள்கையின் வழியாக ஒரு முடிவுக்கு வருவதற்கும் தன் விருப்பத்திற்கேற்ற முடிவுக்கு வருவதற்கும் இடையில் ஒரு பெரிய 'இடைவெளி' உள்ளது என்பதை நாம் புரிந்துகொள்ள வேண்டும். ஆராய்ச்சியாளன், தான் தேடிக்கண்ட மெய்ம்மைகளைத் தன்னுடைய நோக்கு நிலையில் நின்று ஆராய்ந்து, தன் கண்டுபிடிப்புகளை வெளியிடுகின்றான் என்பதே ஆராய்ச்சியின் இலக்கணமாகும்.

19ஆம் நூற்றாண்டின் தொடக்கப்பகுதியில் ஐரோப்பியர் வழி வந்த புதிய எழுது கருவிகளும், தாளும் தமிழ் அறிவுலகத்தின் புதிய வெளிச்சம் படரக் காரணமாயின என்பதில் ஐயமில்லை. ஆனால் இந்த வெளிச்சம் ஒரு நொடிப்பொழுதில் படர்ந்திருக்க முடியாது என்பதனையும் நாம் கருத்தில் கொள்ள வேண்டும். மெல்ல மெல்லத்தான் வெளிச்சம் படர்ந்திருக்கமுடியும். 1835க்குப் பிறகே அச்சு இயந்திரத்தைப் பயன்படுத்தும் உரிமை காலனி ஆட்சியாளர்களால் நம் நாட்டு மக்களுக்கு வழங்கப்பட்ட தாயினும், அதற்கு முன்னரே ஐரோப்பியர்கள், குறிப்பாகக் கிறித்துவத் துறவிகள் மொழி, இலக்கியத் துறைகளில் தங்கள் கருத்தினை அச்சு ஊடகங்கள் வழியாக வெளிப்படுத்தினர். ஐரோப்பிய அறிவொளிக் காலத்தின் (Period of Enlightenment) தாக்கம் இவர்கள் மீது தவிர்க்க முடியாதபடி படிந்திருந்தது. அவர்களில் ஒருவரான தமிழகத்தின் தென்கோடிப்பகுதியில் பாளையங்கோட்டையில் வாழ்ந்த சி.டி.இ. இரேனியஸ் அடிகள் (C.T.E.Rhenius) 1828இல் 'செந்தமிழ் இலக்கணம்' என்ற தம் இலக்கண நூலை உரைநடைத் தமிழிலும் ஆங்கிலத்திலுமாக எழுதுகிறார்.

எளிமையான தமிழில் எழுதுவது என்பது மட்டுமல்ல, தனக்கு முன் எழுதிய ஐரோப்பியர்களைப் போல் அல்லாமல் 'கொச்சை நீக்கிய மொழிநடையில்' எழுதுவது அவரது நோக்கமாக இருந்திருக்கிறது. எடுத்துக்காட்டாக அவர் தரும் தொடர்களில் ஒன்று: 'பிராமணர்கள் பொய்களைக் கூறி ஜனங்களை ஏமாற்றுகிறார்கள்'. பின்வந்த 150 ஆண்டுகாலச் சமூக அரசியல் மாற்றங்களுக்கும் அதன் பயனாகத் தமிழ்மொழி இலக்கியத் துறைகளில் ஏற்பட்டுள்ள மாற்றங்களுக்கும் அவர் எதிர்கால உணர்வோடோ, அது இல்லாமலோ வித்தினைத் தூவியிருக்கின்றார் எனத் தெரிகிறது. அவரே 1832இல் எழுதி வெளியிட்ட 'பூமி சாஸ்திரம்' என்னும் நூலில், "அவருடைய கிருபை தமிழர் ஆகிய வாலிபர் முதலான யாவர்க்கும் சம்பூர்ணமாயுண்டாவதாக" எனக் கடவுளின் அருளை வேண்டியதோடு, 'தமிழர்க்கு அறிவுண்டாகும்படி' தாம் இந்த நூலைச் செய்துள்ளதாகக் குறிப்பிடுகின்றார். புதிய தமிழ் ஆராய்ச்சி உலகத்தின் தொடக்கப்புள்ளியாக இவரைக் கொள்ளலாம் என்று நான் நன்றியுணர்ச்சியுடன் கருதுகின்றேன்.

ஆராய்ச்சி என்பது வடிவமும் அளவும் தன்மையும் பயனும் ஆன ஒரு பொருளை, தேவையும் உந்துதலும் கொண்டு அளக்க முற்படுவதே ஆகும். 'உந்துதல்' என்பது கடந்தகால, நிகழ்கால அனுபவங்களில் இருந்து உருவம் பெறுவதாகும். ஆங்கிலப் புதினங்களை வாசித்த வேதநாயகம் பிள்ளைக்கு 'தமிழில் இதுமாதிரி வசன காவியங்கள் இல்லையே' என்ற உறுத்தல் பிறக்கின்றது. 2000 ஆண்டுகாலத் தமிழ் இலக்கியப் பரப்பும் மரபுகளும் நிகழ்காலத் தேவைகளுக்குப் போதுமானவையாக இல்லை என்ற கணிப்பின் அடிப்படையில்தான் இந்த உறுத்தல் பிறக்கிறது. இந்தக் கணிப்பினையே ஆராய்ச்சிக்கான அடிப்படையாக நாம் வைத்துக்கொள்ளலாம். தற்காலத் தமிழ் ஆராய்ச்சி, இன்றைக்கு நூறு ஆண்டுகளுக்கு முன் சில கிறிஸ்தவத் தமிழ்ப் புலவர்களால் தொடங்கப்பெற்றது. அவர்கள் தமிழ்மொழி, இலக்கணம் ஆகியவற்றைப் பற்றியே பெரும்பாலும் ஆராய்ந்தார்கள் (1959:xi) என்று குறிப்பிடும் ஏ.வி. சுப்பிரமணிய அய்யர் "முப்பது முப்பது ஆண்டுகளாகப் பகுத்துக்கொண்டு தமிழாராய்ச்சியின் வளர்ச்சியினைக் கணக்கிட வேண்டும்'' என்கிறார். ஆனாலும் சமூக அசைவியக்கங்களைக் கருத்தில்கொண்டு 1920, 1970, அதன் பின்னர் என்று மூன்று காலப்பகுதிகளாக வைத்துக்கொள்ளலாம்

என்பதே இந்தப் பொழிவுக்கு நான் மேற்கொண்ட கால அளவாகும். இவற்றுள் முதற்காலப்பகுதி இரேனியஸ், கால்டுவெல், போப் முதற்கொண்ட ஐரோப்பிய முயற்சிகள், தேசிய இயக்கத்தின் பிறப்பு, அதற்கு மாற்றாகப் பிறந்த தமிழ் அறிவுலகத்தின் பிறப்பு - அதன் குரல்கள், வள்ளலார், ஆறுமுக நாவலர், சி.வை. தாமோதரம்பிள்ளை, மனோன்மணியம் சுந்தரம் பிள்ளை, உ. வே. சாமிநாதையர், அயோத்திதாசப் பண்டிதர், திலகர் வழி தமிழகத்தில் பிறந்த புரட்சிகர தேசிய இயக்கம், பாரதியார், வ.உ.சி, பிராமணர் அல்லாதார் அறிக்கை, தமிழ் இதழ்களின் வளர்ச்சியும் கருத்து மோதல்களும் ஆகிய தனித்த அடையாளம் காட்டும் நிகழ்வுகளின் காலமாகும்.

இரண்டாம் காலப்பகுதியானது தமிழ்நாட்டில் பார்ப்பனர் அல்லாதாரின் அரசியல் தன்னுணர்ச்சி, காந்தியத்தாக்கம், பெரியாரின் தொண்டு, தமிழ் ஆராய்ச்சியின் விரிவு, புதிய தமிழ் அறிவாளிகள், தேசியம்ஜ் திராவிடம் என்ற அரசியல் பண்பாட்டு எதிர்வு, மொழி பற்றிய புதிய பார்வைகள், தமிழ் உரைநடை பெற்ற மாற்றமும் வளர்ச்சியும், தமிழ்ச் சிற்றிதழ்களின் பெருக்கமும் வலிமையும், கல்வி உலகப் புதுமைகள் ஆகியவற்றை உள்ளடக்கிய தாகும்.

மூன்றாவது காலப்பகுதியோடு நம்மில் பெரும்பாலோர் தம் வாழ்வினைப் பிணைத்துக்கொண்டவர்கள் ஆவோம். இதனைப் பின்னர்க் காணலாம்.

*1852*இல் தொடங்கப்பட்ட சென்னைக் குடிமக்கள் சங்கத்தில் (Madras Native Association) பத்தாண்டுக் காலத்துக்குள்ளாகவே, 'முன்னெடுத்துப் போகவேண்டியது அரசியல் சீர்திருத்தமா? சமூகச் சீர்திருத்தமா?' என்ற கேள்வியும் அதன் விளைவாக முரண்களும் தோன்றின. காஜுலு லட்சுமி நரசு செட்டியின் 'கிரசண்ட்' (இளம்பிறை) இதழுக்கு எதிராக அந்த அமைப்பிலிருந்து வெளி யேறியவர்கள் 'உதயசூரியன்' (Rising Sun) என்ற பத்திரிகையைத் தொடங்குகின்றனர். *1857*இல் திராவிட மொழிகளைப் பற்றிய கால்டுவெல்லின் இலக்கண ஆய்வு நூல் அக்காலத்திலிருந்த சமூகச் சீர்திருத்தக் கட்சிக்கு ஒரு புதிய பரிமாணத்தைச் சேகரித்தது. திராவிடம், தேசியம் என்னும் கருத்தியல்கள் எதிர் நிலைப்பட்டனவாக உருவாவதற்கு இது வலிமையான அடிப்

படையினை அமைத்துத் தந்தது எனலாம். ‘குழந்தை மணம் வேண்டாம்’, ‘பெண்கல்வி வேண்டும்’ என்பதான புதிய சிந்தனைகள் ‘நாவல்’ என்னும் புதிய இலக்கிய வடிவத்தில் வேதநாயகரிடம் வெளிப்பட்டதனை இந்தப் பின்னணியில்தான் நாம் காண வேண்டும். பேணப்படாத சங்க இலக்கியப் பெருஞ்செல்வத் தினைப்பற்றிய சி.வை. தாமோதரம் பிள்ளையின் ஆதங்கத்தையும், 27 தலபுராணங்களைப் பாடிய மீனாட்சி சுந்தரம்பிள்ளையின் மாணவர் உ.வே.சா.வை சேலம் இராமசாமி முதலியார் வேதமரபு சாராத இலக்கியங்களின் பக்கம் திருப்பிவிட்டதையும் இந்தப் பின்னணியில் மட்டுமே நம்மால் விளங்கிக்கொள்ளமுடியும். அக்காலத்தில் பள்ளிகளிலும் கல்லூரிகளிலும் தமிழ்ப்புலமை நடாத்திக் கொண்டிருந்த தமிழாசிரியரிடமிருந்து உ.வே.சாமி நாதையர் வேறுபட்டதும் இந்த வகையில்தான். அதற்கு எடுத்துக் காட்டாக திருத்தணிகை சரவணப் பெருமாளய்யர் முன் பதிப்பித்த பிரதிக்கிணங்க 1878இல் பரிசோதித்து திரிசிரபுரம் தி. சபாபதிப்பிள்ளை வெளியிட்ட திருக்குறள் பரிமேலழகர் உரை யினைச் சொல்லலாம். இந்நூலில் முற்பகுதியில் திருவள்ளுவர் சரித்திரம் தரப்பட்டுள்ளது.

“உலகத்துள் மகாசிறப்புப் பொருந்திய கைலாசகிரியிலே அரசிருக்கை மண்டபத்தில் பிரமாதி முப்பத்து முக்கோடி தேவர்கள் நாற்பத்தெண்ணாயிர முனிவர்கள் வித்தியாதரர் முதலியோர் வணங்கிச் சூழப் பார்வதி சமேதரராய்ப் பரமசிவன் திருவோலக்கமாக எழுந்தருளியிருந்தார். அப்போது தேவியானவள் எழுந்து வணங்கி நின்று ‘ஸ்வாமி திரிலோகத்திலே இல்லறம் வழுவாது நடந்து கதியடைந்தவருண்டோ’வென்றுவினவ, ஸ்வாமி திருவுளம் பற்றுகிறார். ‘உமையவளே, தெய்வலோகத்தில் வசிஷ்டர், அகத்தியர், அயன், பூயங்கன், சம்பு என்று ஐந்து பேருண்டு. பூலோகத்தில் திருவள்ளுவன் என்று ஒருவருண்டு...” என்பதே இதன் தொடக்கப் பகுதியாகும். ஆராய்ச்சி உணர்வு என்பதே மருந்துப் பொருளாகக் கருதப்பட்ட அக்காலத்தில், நூற்பதிப்புத் துறையின் நிலைமை இதுதான். இதனைக் கருத்திற்கொண்டு பிற்கால வளர்ச்சியினைக் காண முயலவேண்டும்.

சரியாக ஐம்பது ஆண்டுகள் கழித்து 1928இல் மருங்காபுரி சமீன்தாரிணி லட்சுமி அம்மணி என்னும் அம்மையார் எழுதிய ‘திருக்குறள் தீபாலங்காரம்’ என்னும் நூலிலும் திருவள்ளுவ

நாயனார் சரிதம் 'மகா சிறப்புப்பொருந்திய கைலாச கிரியின்கண்' என்றுதான் தொடங்குகிறது. இந்த நூலுக்கு கே.ஜி.சேஷ அய்யர், கா.சு. பிள்ளை, எம்.எஸ். பூரணலிங்கம் பிள்ளை, கோ.வடிவேலு செட்டியார், உ.வே.சா, 'தமிழவேள்' உமா மகேசுவரனார், பா.வே. மாணிக்க நாயகர், 'தமிழகராதி' வெளியிட்ட பவானந்தம் பிள்ளை, தமிழறிஞர் ரா.இராகவையங்கார், திரு.வி.க. போன்ற தமிழறிஞர்கள் எல்லாம் பாராட்டும் வாழ்த்தும் எழுதியுள்ளதுதான் வரலாற்று வேடிக்கையாகும்.

இத்தகைய வறுமையான அறிவுலகச் சூழலில் உ.வே.சா.வின் பதிப்பு முறையியல் தமிழ் ஆராய்ச்சிக்கான உறுதியான தளத்தினை அமைத்துத் தந்தது என்றால் மிகையில்லை. ஆராய்ச்சியின் வளர்ச்சி என்பது மூலநூல் பதிப்பு, நூல் பதிப்பு, பிற துறையோடு ஒத்திட்டுப் பார்வையைத் தெளிவாக்கிக்கொள்ளுதல் எனத் தொடக்கப் படிநிலைகளையுடையது. இவ்வகையில்தான் உ.வே. சா.வின் பதிப்புப்பணியின் பெருமையினை நாம் அளவிட வேண்டும். இன்னும் விரிவாகச் சொல்வதானால் தன்னுடைய ஆசிரியரே படித்திராத, வேதமல்லா மரபு சார்ந்த சிந்தாமணி யையும் மணிமேகலையினையும் பதிப்பிப்பதற்கு அவர் எடுத்துக் கொண்ட முயற்சிகள் தமிழ் ஆராய்ச்சிக்குத் தளம் அமைத்துத் தந்தவையாகும். 'புறநானூற்றை இன்னும் தெளிவுபடுத்த முடியாதா...? சிந்தாமணி பெரும்பாலும் சுலபமாகவே இருக்கிறது. அருமையும் பெருமையுமுள்ள தமிழின் பொருட்டுத் தொல்காப்பி யத்திற்கு ஆராய்ச்சித் திறனமைந்த பதிப்பு ஒன்று வேண்டும்... புராணக் கதைகளை விலக்கிவிட்டு முச்சங்க வரலாற்றைத் தக்க ஆதாரங்களைக் கொண்டு எழுதவேண்டும்.....' என்று ஜி.யு.போப் அவர்கள் உ.வே.சா.வுக்கு எழுதியிருக்கும் கடிதம் அக்காலத்தின் தேவையினை உணர்த்துவதாக அமைந்திருக்கின்றது. இதே காலப்பகுதியில் வாழ்ந்த திருமணம் செல்வக்கேசவராய முதலியார் **(1867-1921)** 'தமிழில் வசன நடையின் அம்சங்களை ஆராயப்புகுவது புது முயற்சியாதலால், சில கூறுகளை மயங்கியுரைப்பது கூடும். சில கூறுகள் புலனாகாது விடுபட்டிருப்பது கூடும். சில கூறுகள் கூறுவது கூறலாக இருப்பதுங்கூடும். ஆராய்ச்சி சிறத்தலாகும்போது இவையெல்லாம் திருத்தம் எய்தும்' என்று எழுதுவது தமிழ்ப் புலவர்களிடத்தில் ஆராயச்சி உணர்வு மெல்ல மெல்ல அரும்பி வந்ததற்கான சான்றாக அமைகின்றது.

19ஆம் நூற்றாண்டின் இறுதிப்பகுதிக்குள் தமிழாராய்ச்சியின் சில புதிய கதிர்களை நம்மால் குறிப்பிட்டு அடையாளம் காண முடிகிறது. அவர்களில் முதலாமவர் மனோன்மணியம் சுந்தரம் பிள்ளை. 1882இல் தொடங்கப்பெற்ற இந்தியத் தொல்லியல் துறை 'வரலாற்று உணர்வு இல்லாத மக்கள்' என்று கருதப்பட்டவர்களுடைய வரலாற்றைக் காட்டும் கல்வெட்டுச் சான்றுகளை வெளியிலே கொண்டுவந்தது. இவற்றின் துணைகொண்டு திருஞானசம்பந்தரின் காலம் கி.பி. 7ஆம் நூற்றாண்டு என்று அறுதியிட்டு உரைத்தவர் சுந்தரம்பிள்ளை. மற்றொன்று, கால்டுவெல்லின் கண்டுபிடிப்பும் சமகால ஆங்கில வாசிப்பும் சேர்ந்து தத்துவப் பேராசிரியர் சுந்தரம்பிள்ளை பண்பாட்டுத் தளத்தில் ஆரியம் x திராவிடம் என்ற எதிர்வினையை முன்வைத்தார். சமகாலத்து ஐரோப்பிய அறிவியலாளர்களின் சிந்தனைகளையும் உள்வாங்கிக்கொண்டு தம்முடைய நூற்றொகை விளக்கம் நூலில் அவர்,

'இருக்குகை விளக்குநூல் தத்துவம் என்ப
இயக்க நூல் சத்திநூல் எனப்பெயர் பெறுமே
உள நூல் தத்துவ நூலோடு ஒக்கும்'

என்று நூற்பா செய்கின்றார். "தற்கால நிலைமைக்கேற்ப சாஸ்திரங்களை எத்தனை வகுப்பாய் வகுக்கலாமென்பதும் அவற்றின் முக்கிய முறைமையும் விசயமும் என்ன என்பதும் ஆம் வகை எடுத்து விளக்குவதே, கீழ்வரும் நூற்றொகை விளக்கம் பொதுவியலின் தலைமையான உத்தேசம்" என்பது முன்னுரைப்பகுதி. இந்தப் பார்வை காரணமாகவே அவரால் கி.பி. ஏழாம் நூற்றாண்டு எனத் திருஞானசம்பந்தரின் காலத்தைச் சரியாகக் கணிக்கமுடிந்திருக்கிறது.

19ஆம் நூற்றாண்டின் இறுதிப்பகுதியில் தொல்காப்பிய, சங்க நூல் பதிப்புகள் வெளிவரத் தொடங்கியதன் விளைவாக ஆராய்ச்சிக்கான கருப்பொருள்களும் நிறையவே கிடைத்தன. அவற்றைச் சரியாக இனங்கண்டு, 'தமிழர்களின் தொல்பழங்காலம் வேதமல்லா மரபு சார்ந்த வாழ்க்கையினை உடையது' என்பதனை அறிஞர் சிலர் நிறுவ முற்பட்டனர். அக்கால எல்லையில் சங்க இலக்கியங்களை நுணுகி ஆராய்ந்து '1800 ஆண்டுகளுக்கு முற்பட்ட தமிழர்' என்னும் தலைப்பில் யாழ்ப்பாணத்துக் கனகசபைப் பிள்ளை எழுதிய கட்டுரைகள் குறிப்பிடத்தக்கவையாகும்.

இக்காலப்பகுதியில் நிகழ்ந்த மற்றுமொரு குறிப்பிடத்தகுந்த செய்தி, தமிழாராய்ச்சிக்கு உதவும் கருவி நூல் வெளியீடாகும். பழந்தமிழ் ஆராய்ச்சிக்குக் கருவியாக உதவும் தமிழ் நிகண்டுகள் - குறிப்பாக திவாகரம், சூடாமணி ஆகிய நூல்களின் பன்னிரண்டு தொகுதிகளும் 1892க்கு முன்னரே அச்சிடப்பட்டுவிட்டன. தாண்டவராய முதலியார், வேதகிரி முதலியார், ஆறுமுக நாவலர் ஆகிய மூவரும் இப்பெருமைக்கு உரியவர்கள். அச்சு எந்திரச் சாலைகளின் பெருக்கத்தினால் வெளிவந்த தமிழ் இதழ்களுக்குத் தமிழாராய்ச்சியின் வளர்ச்சியின் தொடக்கக் காலத்தில் (1880-1920) ஒரு பெரும்பங்கு இருந்தது. இந்திய தேசியம், திராவிட தேசியம் என எதிர்நிலைப்பட்ட ஆராய்ச்சியாளர்கள் உருவாக இந்த இதழ்கள் அடித்தளம் அமைத்துத் தந்தன. பின்னர் ஒரு நூற் றாண்டுக் காலத்துக்குத் தமிழாராய்ச்சியின்மீது இந்தக் கருத்தி யல்கள் செலுத்திய ஆதிக்கம் விரித்துப் பேசப்பட வேண்டிய ஒன்றாகும். 1900க்கு முன் வெளிவந்த இதழ்களில் பதினைந்து 'இந்து'என்னும் பெயரிலும், பதின்மூன்று இதழ்கள் 'திராவிட' என்னும் பெயரைக் கொண்டதாகவும் அமைந்திருந்தன. அத்திப்பாக்கம் வெங்கடாசல நாயகர் என்பவர் 'இந்து மத ஆபாச தர்சனி' என்ற நூலை எழுதியதும், அருட்திரு ஜான் ரத்தினம் என்பவரை ஆசிரியராகக் கொண்ட 'திராவிட பாண்டியன்'என்ற ('திராவிடன்'இதழின் மூலவடிவம்) இதழ் பிறந்ததும் இக்காலப் பகுதியில்தான். இக்கருத்தியலின் செல்வாக்கும்வீச்சும் 1920க்குள் தமிழ் உலகத்தினையும் இலக்கிய ஆராய்ச்சி உலகத்தினையும் கணிசமாகப் பாதித்தன.

இருபதாம் நூற்றாண்டின் தொடக்கப்பகுதியில் தமிழ் எழுத்துலகில் குறைந்தது 8 வகையான போக்குகள் இருந்தன.

1. ஆறுமுக நாவலர் தொடங்கி வைத்த சைவ - கிறித்துவ தத்துவப் போரின் பகுதியாகக் கிறித்துவ, வைதீக, சைவ இதழ்க்கட்டுரை எழுத்துகள்.

2. சுதேசமித்திரன் இதழ் உருவாக்கிய இந்திய தேசியம் சார்ந்த அரசியல் எழுத்துகள்.

3. இந்திய தேசியத்திற்கு மாற்றாக (தமிழ்த் தேசியம் என்ற தன்னு ணர்ச்சியோடு இல்லாவிட்டாலும்) உருவான சமய ஆராய்ச்சி, சமூக மாற்றம் குறித்த எழுத்துகள். இவை சுந்தரம்பிள்ளை, கனகசபைப்

பிள்ளை, ஜே.எம்.நல்லுசாமிப் பிள்ளை எனச் சைவச் சார்பாக ஒருபுறமும் அயோத்திதாசப் பண்டிதரின் 'திராவிடன்'இதழ்வழிப் பிறந்து 'பறையன்'இதழ் வழி வளர்ந்த ஒடுக்கப்பட்டோர் சார்பான எழுத்துகள் மறுபுறமுமாகப் பிறந்தவை.

4. கிறித்துவ சமய இதழ்கள் (குறிப்பாகப் பெண்கள் இதழ்கள் என வெளிவந்தவை).

5. மெக்காலே கல்வித்திட்டத்தின் விளைவாகப் பாடநூல்களாகப் பிறந்து, பின்னர் ஐரோப்பிய அறிவியலைத் தமிழில் கலைச் சொல்லாக்கத்துடன் கொண்டுவந்த எழுத்துகள்.

6. சங்க இலக்கியம் பற்றிய ஆராய்ச்சிக் கட்டுரைகள்.

7. தமிழ்க் கல்வெட்டுகளைக் கண்டறிந்த இலக்கிய, வரலாற்று ஆய்வுக் கட்டுரைகள்.

8. சிறிய அளவில் வாசிப்போருக்காகச் சென்னையிலிருந்த அச்சியந்திரச் சாலையினர் வெளியிட்ட ஓரணா, இரண்டணா (குஜிலி) புத்தகங்கள் / வெளியீடுகள்.

இந்தப் போக்குகளில் சிலவற்றை விரிவாகக் காண்பது, தமிழாராய்ச்சியின் வளர்ச்சியினைக் கணிப்பதற்கு நமக்கு உதவும்.

உ.வே.சா.வின் பதிப்பு முயற்சி நூல் வெளியிடுவோருக்குப் புதிய தடங்களை உருவாக்கித்தந்தது. சிறுநூல் (குஜிலி) வெளியீடுகள்கூட - இவற்றில் பெரும்பாலானவை சித்தர் பாடல்கள் - முகப்புரைப்பகுதியில் 'பரிசோதித்து' அல்லது 'பிழையறப் பரிசோதித்து வெளியிடப்பெற்றது'என்ற குறிப்பினைத் தாங்கி வெளிவந்தன.

ஆங்கில நூல்களின் தழுவலான மொழிபெயர்ப்புகளாக வெளிவந்த அறிவியல் பாடநூல்களின் போக்கிலும் புதிய மலர்ச்சி ஏற்பட்டது. இவ்வகையில் சேலம் பகடாலு நரசிம்மலு நாயுடு 1900ஆம் ஆண்டு சனவரி 1ஆம் நாள் வெளியிட்ட 'விவசாயம் அல்லது கிருஷி சாஸ்திர சங்கிரகம்'என்ற நூலைக் குறிப்பிட்டுச் சொல்ல வேண்டும். அரிய தமிழ்க் கலைச் சொல்லாக்க முயற்சிகளைச் செய்த நாயுடு (எ.டு.: மாங்கனீஸ், மாங்கனிசை (அ) காந்தப்போலி) வேளாண்மை தொடர்பான 860 பழமொழிகளைத் தம் நூலின் பின்னிணைப்பாகக் கொடுத்திருந்தார்.

ஆறுமுக நாவலரின் சைவ தூஷண பரிகாரத்தைத் தொடர்ந்து, யாழ்ப்பாணத்துக் கத்தோலிக்கர், சீர்திருத்த சபையினர் ஆகியோரும் எழுதிக்குவித்த மறுப்புக் கட்டுரைகள் ஏராளம். 'பிறர் மதம் மறுத்தல்' என்ற இலக்கிய உத்தி, தமிழ் உரைநடையில் மறுப்பு நூற்பெருக்கத்துக்கு வீரமாமுனிவர் காலந்தொடங்கி ஒரு காரணமாக அமைந்திருந்தது. இருபதாம் நூற்றாண்டின் தொடக்கப்பகுதியில் உச்சமடைந்த இச்சண்டையில், சிதம்பரத்தி லிருந்து வெளிவந்த 'பிரம்ம வித்யா' இதழும், யாழ்ப்பாணத்தி லிருந்து வெளிவந்த கத்தோலிக்கர்களின் 'சத்திய வேதப் பாதுகாவலன்' என்ற இதழும் மோதியிருக்கின்றன. தமிழகத்தில் சிறுவெளியீடுகள் (Tracts) வழிவந்த இந்த மோதல் சென்னையி லிருந்த 'வேதாந்த விசாரணைச் சபை'யாருக்கும் டோனாவூரிலிருந்து வெளிவந்த 'போர்ச்சத்தம்' என்ற இதழுக்கும் (இரட்சணிய சேனை சபையாருடையது) இடையில் நடந்துள்ளது. இந்த மோதலின் விளைவாக இரண்டு நல்ல கிறித்துவ இறையியல் நூல்கள் நமக்குக் கிடைத்தன.

'மறுபிறப்பு' பற்றி யாழ்ப்பாணம் ஞானப்பிரகாச அடிகளாரின் கட்டுரைகள் அடங்கிய 'மறுபிறப்பு' என்ற நூலும், தமிழ்நாட்டில் எச்.ஏ. கிருஷ்ணபிள்ளை எழுதிய 'இரட்சணிய சமய நிர்ணயம்' (1899) என்ற தமிழிலக்கிய மேற்கோள்களும் பழமொழிகளுமாக எளிமையான நடையில் அமைந்த இறையியல் நூலும் இவ்வகையில் குறிப்பிட்டுச் சொல்லத் தகுந்தவை. இருபதாம் நூற்றாண்டின் தொடக்கப்பகுதியில் தமிழ்நாட்டில் மொழி, இலக்கிய ஆராய்ச்சிக்கெனத் தனியான களம் அல்லது நிறுவனம் ஏதும் இல்லை. சைவத்திருமடங்கள், கிறித்தவத் திருமண்டிலங்கள், பொருள் வசதிபடைத்தோரில் சிலர் நடத்திய அச்சுக் கூடங்கள், சிறிய இதழ்கள், அங்கங்கே இருந்த சில 'பிரபுக்கள்' ஆகியோரின் ஆதரவுடன்தான் தமிழ் ஆராய்ச்சி உலகம் இயங்கிக்கொண்டி ருந்தது. சென்னைப் பல்கலைக்கழகம் தனது பொன்விழாவைக் கொண்டாடும் நேரத்திலும்கூட (1907) அப்பல்கலைக் கழகத்தில் தமிழ்த்துறை உருவாக்கப்படவில்லை. தமிழ் ஆராய்ச்சிக்கென நிறுவனப் பிற்புலம் ஏதும் இல்லாத வெற்றிடம் ஒன்று இருந்தது.

இந்த வெற்றிடத்தை நிரப்பி தமிழாராய்ச்சிக்கென ஒரு மையமான நிறுவனத்தை ஏற்படுத்தியது பாண்டித்துரைத் தேவரால்

உருவாக்கப்பட்ட மதுரைத் தமிழ்ச்சங்கம். 1901இல் தொடங்கப் பெற்ற இச்சங்கத்தின் வெளியீடாக 'செந்தமிழ்' இதழ் 1904இல் வெளிவரத் தொடங்கியது. அடுத்த இருபதாண்டு காலத்தில் தமிழ் ஆராய்ச்சியில் ஈடுபட்ட யாராலும் தவிர்க்க முடியாத இதழாகவும் நிறுவனமாகவும் இருந்தது 'செந்தமிழ்' இதழே. இவ்விதழின் முதல் இரண்டு 'பத்திராசிரியர்'களாக இருந்த ரா.இராகவையங்காரும், மு.இராகவையங்காரும் விரிந்த தமிழ்ப் புலமையும் நுணுகிய பார்வையும் ஆராய்ச்சி உணர்வும் உடையவர்களாக இருந்தார்கள்.

1. 'செந்தமிழ்'முதல் இதழ் தொடங்கி 'ஆராய்ச்சி' என்ற பெயரில் ஒரு பகுதி இதழில் இடம் பெற்றிருந்தது. 'பத்திராசிரியர்' ரா. இராக வையங்கார் இப்பகுதியில் இலக்கிய ஆராய்ச்சிக் குறிப்புகளைத் தொடர்ந்து வெளியிட்டு வந்தார்.

2. தமிழ் எழுத்துலகில் சமயப்பூசல் பெருகியிருந்த அக்காலத்தில் அந்த எல்லையினைத் தாண்டி குலாம் காதிறு நாவலர், கீழக்கரை ஜோசப் டையஸ், கணேசையர், கனகசபைப் பிள்ளை என அறிஞர் பலரும் சந்திக்கும் களமாகச் 'செந்தமிழ்'இருந்தது.

3. தமிழகம் - ஈழம் என்ற நிலவேறுபாடு கருதாமல் யாழ்ப் பாணத்துக் கனகசபைப்பிள்ளை, சுன்னாகம் குமாரசாமிப்பிள்ளை, யாழ்ப்பாணம் முத்துத்தம்பியாபிள்ளை, சி.கணேசையர், சதாசிவம் அய்யர் என ஈழத்துத் தமிழறிஞர்கள் அனைவரும் 'செந்தமிழ்' இதழைத் தமிழ் ஆராய்ச்சிக்குப் பயன்படுத்தியுள்ளனர். (இக்காலப் பகுதிக்குப்பின்னர் மீண்டும் 1960களின் பிற்பகுதியில்தான் ஈழத்துத் தமிழாய்வு முயற்சிகள் தமிழ்நாட்டுக்குக் கிட்டின என்பதையும் நினைவில் கொள்ளவேண்டும்). செந்தமிழ் 39ஆம் இதழில் 1907இல் பிரான்சு நாட்டுப் பேராசிரியர் ஜூலியன் வின்சன் "தென் மொழிகளில் தன்மை முன்னிலைகள் ஆமாறு" என்ற மொழியியற் கட்டுரை ஒன்றை எழுதியுள்ளார்.

4. தொல்லியல் துறையோடு, குறிப்பாகக் கல்வெட்டியல் துறையில் தமிழ் ஆராய்ச்சியை இணைத்து ஆராய்ச்சிக் களத்தின் பரப்பினை விரிவு செய்ததும் செந்தமிழ் ஆற்றிய மற்றொரு பணியாகும். து.அ. (டி.ஏ) கோபிநாதராவ் தொடங்கி திருவாரூர் சோமசுந்தர தேசிகர் வரை அவ்வப்போது தாம் கண்டுபிடித்த கல்வெட்டுகளின் துணைகொண்டு தமிழ்நாட்டு அரசியல் வரலாற்றினையும் இலக்கிய வரலாற்றினையும் இவ்விதழின்வழி

தெளிவுபடுத்திக்கொண்டே வந்தனர். பழங்குடியினர் பற்றிய சமூக மானிடவியல் கட்டுரைகளும்கூட ("கொச்சி தேசத்துக்காரர்கள்" 3:12இல் ஆனந்தய்யர்) செந்தமிழ் இதழில் வெளிவந்துள்ளன.

பின்னாளில் தமிழறிஞர்கள் என்று மதிக்கப்பட்டவர்களில் அக்காலத்தில் (1904-1924) செந்தமிழ் இதழில் இருந்து ஒதுங்கி நின்றவர்களை விரல்விட்டு எண்ணிவிடலாம். மறைமலை அடிகள்கூட செந்தமிழின் தொடக்ககால இதழ்களில் ஒன்றிரண்டு கட்டுரைகள் எழுதியுள்ளார். அக்காலத்தில் அரசியல் உலகத்திலும் ஒரு கால் வைத்து நின்ற திரு.வி.க, பாரதியார், சுப்பிரமணிய சிவா, வ.உ.சி. போன்றோரும், அயோத்திதாசப் பண்டிதர் போன்ற இதழாளர்களும் இக்காலகட்டத்தின் கடைசிப்பகுதியில் ஆராய்ச்சி உலகத்தில் கால்பதித்த மயிலை சீனி. வேங்கடசாமி போன்றோருமே செந்தமிழின் தமிழ் ஆராய்ச்சிப் பணியில் பங்கு பெறாதவர்கள் எனலாம்.

1903இல் மறைமலை அடிகள் ஆங்கில முன்னுரையுடன் கூடிய பட்டினப்பாலை ஆராய்ச்சி, முல்லைப்பாட்டு ஆராய்ச்சி ஆகிய இரண்டு நூல்களை வெளியிட்டார். தமிழறிஞர் என்பதிலும் பார்க்க, சைவத்தமிழறிஞர் என்ற முத்திரையே மறைமலையடிகளின் எழுத்துக்களில் ஆழமாகப் பதிந்திருந்தது. பட்டினப்பாலை பாடிய உருத்திரங் கண்ணனாரை அடிகள் சைவ சமயத்தவராகக் காட்ட முயல்வது அவரது சமயச் சார்புக்கு எடுத்துக்காட்டாகும். மாணிக்கவாசகர் காலம் குறித்த அடிகளது பிற்கால எழுத்தையும் மற்றுமொரு எடுத்துக்காட்டாகக் கொள்ளலாம்.

தமிழாராய்ச்சி உலகத்தில் பிற்காலத்தில் தோன்றிய கல்விப்புலம் (அ) பல்கலைக்கழகம் சார்ந்தவர்கள், சாராதவர்கள் என்ற பாகுபாடு அக்காலத்தில் தோன்றவில்லை. ஏனென்றால் 1929 வரை சென்னைப் பல்கலைக்கழகத்தில் தமிழ்ப்படிப்பு தனித்துறையாக இடம்பெறவில்லை. பாடத்திட்டக்குழுக்கள் மட்டுமே இருந்தன. இருப்பினும் அக்காலத்தவரான திருமணம் செல்வக்கேசவராய முதலியார், உ.வே.சா., மறைமலையடிகள், மு.சு. பூரணலிங்கம் பிள்ளை, பரிதிமாற் கலைஞர் ஆகியோரைக் கல்விப்புலம் சார்ந்த ஆராய்ச்சியாளர்களாகவே நம்மால் இனங்காணமுடிகிறது.

செந்தமிழ் இதழைத் தவிர்த்து 1920க்கு முன் வெளிவந்த தமிழாராய்ச்சி நூல்களில் குறிப்பிடத்தகுந்தது எம். ஸ்ரீனிவாச

அய்யங்காரின் Tamil Studies என்ற ஆங்கில நூலாகும். 1914இல் வெளிவந்த இந்த நூல், தமிழ் ஐந்திணை நிலமக்களை இன்றைய சாதிமுறையுடன் ஒப்பிட்டுப் பார்க்க முயன்றது. கால்டுவெல், தாமோதரம் பிள்ளை ஆகியோரின் இலக்கியக் காலப்பகுப்பை மறுக்கும் ஐயங்கார், தம்முடைய காலப்பகுப்பில் தொல்காப்பியமும் திருக்குறளும் ஒரே காலத்தவை என்றும், சிலம்பும் மேகலையும் பத்துப்பாட்டும் பின்வந்த ஒரே காலப்பகுதியைச் சேர்ந்தவை என்றும் கூறுகிறார் (185-211). 'திருக்குறள் வடமொழி நூல்களையும் மகாபாரதத்தையும் தழுவி எழுதப்பட்ட அறநூல் (பக்.194) என்ற கருத்தை உறுதிபடக்கூறுகின்றார். தன்னுடைய நூலைத் தொடங்கும் போதே (பக்.2-3) 'திராவி என்னும் சொல் வடமாநிலங்களுக்குச் சென்ற தமிழ்ப் பிராமணர்களை மட்டும் குறிப்பதற்கே வழங்கப் பட்டசொல்' என்ற விவாதத்துக்குரிய செய்தியோடுதான் தொடங்கு கிறார். (1916இல் இந்தியச் சமூகம் முழுவதையும் ஆரிய தேசிய இனம் (Aryan Nationality) என்று 'இந்து' நாளிதழ் எழுதியது. பாரதியும் 'ஆரிய நாடு' என்றே எழுதினார்.)

அய்யங்காரின் நூல் வெளிவந்த பின்னர் (1914) தமிழ்ச் சமூகத்தின் அசைவியக்கங்கள் இலக்கியத் துறையல்லாத வேறுபல துறைகளில் வீச்சுடன் காணப்பட்டன. இவையே பின்வந்த அரை நூற்றாண்டுக் காலத்தின் இயக்கப் போக்குகளையும் இலக்கியப் போக்குகளையும் வடிவமைத்தன. அவற்றை நினைவில் நிறுத்திக் கொண்டால் மட்டுமே அடுத்து வந்த 50 ஆண்டுகளில் தமிழா ராய்ச்சியின் போக்குகளை நம்மால் வரையறை செய்யவும் வகைப்படுத்தவும் இயலும்.

1914இல் சென்னைப் பல்கலைக்கழகத்திலிருந்து பிரிந்து ஆந்திரப் பல்கலைக்கழகம் உருவானது. 1916இல் வெளியிடப் பெற்ற பார்ப்பனரல்லாதார் அறிக்கை (Non Brahmins Manifesto), தேசிய இயக்கத்தில் திலகரின் மறைவும் காந்தியடிகளின் வருகையும், அரசியல்வாதியும் தமிழறிஞருமான திரு.வி.க.வும் வ.உ.சியும் எதிர் எதிர் அணிகளில் நின்றமை, தென்னிந்திய நலவுரிமைச் சங்கம், அதற்கு மாற்றாகப் பிறந்த சென்னை மாகாணச்சங்கம், அன்னிபெசண்டின் செல்வாக்கு, தொழிலாளர்களை முன்னிறுத்தி எளிய தமிழ் நடையில் எழுதப் புகுந்த தேசபக்தன், திராவிடன் நாளிதழ்கள், பெரியாரின் அரசியல் நுழைவு, தமிழுக்கெனத்

தனிப்பல்கலைக்கழகம் வேண்டுமென்று தமிழறிஞர்களிடையே எழுந்த புதிய உணர்வு, சிதம்பரம் மீனாட்சி கல்லூரியின் பிறப்பு, இறுதியில் **1920**இல் நீதிக்கட்சி அரசதிகாரத்துக்கு வந்து சேர்ந்தது ஆகிய இலக்கியத்துறை அல்லாத, அரசியல் - இதழியல் துறைகளில் நிகழ்ந்த மாறுதல்கள், இவையெல்லாம் தமிழ்க்கல்வி, தமிழ் இலக்கியம், தமிழ் இதழியல், தமிழாராய்ச்சி ஆகிய துறைகளில் புதிய வேகமும் புதிய முயற்சியும் பிறக்கக் காரணங்களாயின.

'தமிழ்ப் பல்கலைக்கழகம்' வேண்டுமென்ற உணர்வின் வேகத்துடன் அப்பெயரில் சைவத் தமிழறிஞர் ஜே.எம். நல்லுசாமிப் பிள்ளையின் மகன் ஜே.என். இராமநாதன் ஒரு பதிப்பகம் **(1921)** தொடங்கிச் சில நூல்களையும் வெளியிட்டுள்ளார்.

1920களில் தமிழ் ஆராய்ச்சி உலகத்துக்குக் கிடைத்த புதிய வரவுகள் என்று இரண்டு பெயர்களைக் குறிப்பிடலாம். ஒருவர் ஆய்வு உலகில் புதுநெறி காட்டிய வையாபுரிப் பிள்ளை. மற்றொருவர் திருவாரூர் இலக்கண விளக்கப் பரம்பரை சோமசுந்தர தேசிகர். **1925**இல் பேராசிரியர் வையாபுரிப்பிள்ளை சென்னைப் பல்கலைக்கழகத்தில் தமிழ்ப் பேரகராதி ஆக்கும் பணியில் ஈடுபட்டார். சோமசுந்தர தேசிகர் தமிழகத்தின் வடமாவட்டக் கோயில்களின் கல்வெட்டுக்கள் குறித்து தொடர்ந்து கட்டுரைகள் எழுதி வந்தார். ஆராய்ச்சி வளர்ச்சிக்கான கருவிப்பணிகளில் இந்த இருவரது பங்களிப்பும் குறிப்பிடத்தகுந்தது.

'செந்தமிழை' அடுத்து **1923**இல் கரந்தைத் தமிழ்ச் சங்கத்தின் 'தமிழ்ப்பொழில்' இதழும் தென்னிந்தியச் சைவசித்தாந்த நூற் பதிப்புக் கழகத்தின் 'செந்தமிழ்ச்செல்வி' இதழும் தொடங்கப் பெற்றன.

'செந்தமிழை' அடுத்துத் தோன்றிய இவ்விரு இதழ்களும் தமிழா ராய்ச்சிக்கான களத்தினை மேலும் விரிவுபடுத்தின என்றாலும், சார்பு நிலைகள் காரணமாகச் செந்தமிழ் இதழைப் போல் மிக விரிந்த ஆய்வுக் களத்தினை இவற்றால் உருவாக்க முடியவில்லை என்பது நமக்கு வரலாறு காட்டும் செய்தியாகும். மதுரைத் தமிழ்ச் சங்கத்தை அடுத்து, பழந்தமிழ் நூல்களின் பதிப்புக்கும் மறுபதிப்புக்கும் **1928**இல் சைவசித்தாந்த நூற்பதிப்புக் கழகம் தன் பணியினைத் தொடங்கியது.

1929இல் சென்னைப் பல்கலைக்கழகத்தில் தமிழ்ப் படிப்புத் துறை தொடங்கப்பெற்றது. இத்துறையில் முதற்பிரிவு மாணவர்களில் ஒருவராக இருந்த மு.அருணாசலம், பிற்காலத்தில் தன்னுடைய இலக்கிய வரலாற்றுத் தொகுதிகள் மூலமாகத் தமிழாராய்ச்சியின் வளர்ச்சிக்குப் பங்களித்தார் என்பது குறிப்பிடத்தகுந்தது.

தமிழாராய்ச்சித்துறையின் இரண்டாம் காலப் பகுதியில் (1920-70) தொடக்கம் முதலாகவே பல்வேறு வகையான கருத்துப் பள்ளிகள் உருவாகின. வைதீக மரபு சாராத ஆய்வுகள், வைதீக மரபுக்கு எதிரான ஆய்வுகள், தனித்தமிழ் இயக்கச் சார்புநிலை ஆய்வுகள் என ஒரு கருத்துப் பள்ளி தமிழ் ஆய்வுலகில் உருவாயிற்று. இதற்கு மாறாக இந்திய தேசியத்தளத்தில் தமிழ்ப் பண்பாட்டையும் ஒரு கூறாக வைத்து ஆராயும் ஆய்வறிஞர்களும் இருந்தனர். மறைமலையடிகள், எம்.எஸ். பூரணலிங்கம் பிள்ளை, நாவலர் பாரதியார் ஆகியோரை முதல்வகைக் கருத்துப்பள்ளியின் முன்னோடிகளாகச் சொல்லலாம். பேராசிரியர் வையாபுரிப் பிள்ளையினை இரண்டாம் வகையினரின் முன்னோடி என்று குறிப்பிடலாம்.

1933இல் சென்னைப் பல்கலைக்கழகத்தில் மறைமலையடிகளாரின் 'அறிவுரைக் கொத்து' நூலுக்கு ஏற்பட்ட எதிர்ப்பு இதற்கொரு எடுத்துக்காட்டாகும். தமிழிலக்கிய ஆராய்ச்சியானது மொழி, இலக்கியம் சார்ந்ததாக மட்டும் அமையாமல், அன்று எதிர்நிலை கொண்டிருந்த தேசிய - திராவிட இயக்கக் கருத்தியல்களின் போராட்டக்களமாக மாறியதற்கு மேற்குறித்த நிகழ்ச்சியே சான்றாகும். பிற்காலத்தில் தமிழிலக்கிய ஆராய்ச்சியின் வளர்ச்சிக்குப் பெரும்பங்காற்றிய மயிலை சீனி. வேங்கடசாமி, சாத்தான் குளம் அ.இராகவன் போன்றோர் அக்காலத்தில் 'குடியரசு' இதழின் எழுத்தாளர்களாக இருந்தனர் என்பது நினைத்துப்பார்க்க வேண்டிய செய்தியாகும். முப்பதுகளின் இறுதிப்பகுதியில் அரசியல் உலகில் கூர்மைப்பட்ட தமிழின உணர்வு, தமிழாராய்ச்சியின் போக்கில் பின்னர்ப் பல மாறுதல்களை உருவாக்கியது. இக்காலப்பகுதியில் குறிப்பிடத்தக்க நிகழ்வுகளாக விபுலானந்தரின் 'யாழ் நூலின்' பிறப்பினைச் சொல்ல வேண்டும். இக்காலப்பகுதியின் மற்றொரு நிகழ்வு, கம்பராமாயணத்துக்கு அரசியல் உலகில் எழுந்த எதிர்ப்பும்

இலக்கிய உலகில் எழுந்த ஆதரவும் ஆகும். கம்பராமாயணத்துக்குத் திருத்திய பதிப்பு ஒன்று வெளியிட வேண்டும் என்ற முயற்சியினை அண்ணாமலைப் பல்கலைக்கழகம் தொடங்குவதற்கு 'தீ பரவட்டும்' இயக்கமே காரணமாக இருந்தது. வ.உ.சி.யின் நண்பரான சி.கே. சுப்பிரமணிய முதலியார் பெரிய புராணத்திற்கு விரிந்த உரை யுடனும் குறிப்புகளுடனும் ஒரு பதிப்பு வெளியிட முனைந்ததற்கும் எதிர்த்தலைக் காரணியாக நின்றது இந்த இயக்கமே.

பேராசிரியர் வையாபுரிப்பிள்ளை 1924 முதலாகவே தன்னு டைய ஆராய்ச்சி முடிவுகளைச் செந்தமிழ் இதழ்களில் கட்டுரை களாக வெளியிடத் தொடங்கினாலும் அவரது பெரும்பாலான கட்டுரைகள் 1947க்குப் பின்னரே நூல் வடிவம் பெற்றன.

நாற்பதுகளில் தமிழாராய்ச்சி உலகம் பெற்றபேறுகளில் ஒருவர் மயிலை சீனி. வேங்கடசாமி. வேதமல்லா மரபுகளுக்கும் தமிழிலக்கியத்துக்கும் தமிழர் வாழ்வியலுக்கும் உள்ள உறவினைத் தமிழ் ஆராய்ச்சிக்கு உட்படுத்திய பெருமையினை அவர் தனக்கே உரித்தாக்கிக் கொள்கிறார். நாற்பதுகளில் வெளிவந்த அவரது 'சமணமும் தமிழும்', 'பௌத்தமும் தமிழும்' ஆகிய இருநூல்களும் இலக்கியத் துறையோடு கல்வெட்டினையும் கள ஆய்வினையும் இணைத்துத் தமிழாராய்ச்சிக்குப் புதிய சில களங்களை உருவாக்கித் தந்தன. வையாபுரிப்பிள்ளையின் கால ஆராய்ச்சி, சொல்லாராய்ச்சி ஆகியவற்றுக்கு எதிர்நிலையாக இக்காலப்பகுதியில் உருவான மூன்று ஆராய்ச்சி அறிஞர்கள் மா.இராசமாணிக்கனாரும் ஔவை துரைசாமிப் பிள்ளையும் 'மொழி ஞாயிறு ஞா.தேவநேயப் பாவாணரும் ஆவர்.

எம்.எல். பிள்ளை என்றறியப்பட்ட கா.சு.பிள்ளையின் 'தமிழ் இலக்கிய வரலாறு' நூல் 1930களிலேயே வெளிவந்திருந்தது. சைவச்சார்பு நிலை அவருக்கிருந்தாலும் அது மறைமலையடி களைப் போலத் தமிழ்ப் புலவர் கால ஆராய்ச்சியினைத் திசை திருப்புமாறு அமையவில்லை. மறைமலையடிகளாரின் மாணிக்க வாசகர் கால ஆராய்ச்சியில் உடன்படாமல் நின்றாலும், அவரது காலம் கி.பி. 4ஆம் நூற்றாண்டு என்று கா.சு.பிள்ளையும் முடிவுக்கு வருகிறார். தமிழ்ப் புலவர் கால ஆராய்ச்சியில் அரசியல் சார்புநிலை காரணமாகத் தமிழறிஞர்கள் தட்டு மறித்து, கிளித்தட்டு ஆட்டம் ஆடிக்கொண்டிருந்தனர். சார்பு நிலைகளை மீறித் தமிழ்ப்புலவர்

கால ஆராய்ச்சி என்பது மருந்துப் பொருளாக இருந்தபோது, மு. இராகவ அய்யங்காரின் 'ஆழ்வார்கள் காலநிலை', 'சாசனத் தமிழ்க்கவி சரிதம்' ஆகிய நூல்கள் தமிழாராய்ச்சித் துறைக்கு வலிமை சேர்த்தன. தான் ஒரு வைணவராக இருந்தாலும் ஆழ்வார் களின் காலம்பற்றிய வைணவ மரபுக் கதைகளோடு உடன்பட மறுத்துத் தன் கருத்தை அவர் நிலைநாட்டினார். மா. இராசமாணிக் கனாரின் 'கால ஆராய்ச்சி'என்ற நூலும் 'பல்லவர் வரலாறு'ம் அறுபதுகளில் சென்னைப் பல்கலைக்கழகத்தில் அவர் செய்த 'பத்துப்பாட்டு ஆராய்ச்சி'யும் குறிப்பிடத் தகுந்தவை. ஔவை துரைசாமிப் பிள்ளையின் 'சேர மன்னர் வரலாறு'ம் இவ்வகையில் குறிப்பிடத் தகுந்த மற்றொரு நூலாகும்.

ஐம்பதுகளில் தமிழாராய்ச்சித் துறையில் நிகழ்ந்த மற்றொரு மாற்றம் மொழியியல் என்னும் மொழி அறிவியல் துறையின் வரவாகும். அறிஞர்கள் வையாபுரிப்பிள்ளை, தெ.பொ.மீ. ஆகியோரின் கருத்துச் செல்வாக்கினால் பேராசிரியர் வ.அய். சுப்பிரமணியம் கேரளப் பல்கலைக்கழகத்தில் மொழியாராய்ச்சிக்கு உதவும் கருவி நூற்களை ஆக்கும் பெரும்பணியில் ஐம்பதுகளின் நடுப்பகுதியில் ஈடுபட்டார். பழந்தமிழ் இலக்கியங்களுக்கெனச் சொல்லடைவு ஆக்கும் பணியில் கேரளப் பல்கலைக்கழகத்தின் தமிழ்த்துறை குறிப்பிடத்தகுந்த பணியாற்றியது என்பதை மறுப்பதற்கில்லை.

நாற்பதுகளும் ஐம்பதுகளும் தமிழ் ஆராய்ச்சி உலகில் தேசிய X திராவிடக் கருத்தியல்களின் போர்க்களமாக இருந்தது என்றே குறிப்பிடலாம். பேராசிரியர் வையாபுரிப்பிள்ளையின் அனைத்துக் கட்டுரைகளும் நூல்வடிவம் பெற்றது ஐம்பதுகளில்தான். அவருக்கு மாற்றான கருத்துடைய எழுத்துக்கள் பெருகியதும் இக்காலத்தில் தான். இக்காலப்பகுதி தமிழாராய்ச்சித் துறையில் வேகமும் வெம்மையும் நிரம்பியதாக இருந்தது. மா. ராசமாணிக்கனாரின் கருத்தினை முன்வைத்து 'தாலி அணிவது தமிழர் வழக்கமா?'என்று அரசியல்வாதியும் இலக்கியவாதியுமான ம.பொ. சிவஞானமும் கவிஞர் கண்ணதாசனும் மோதிக்கொண்டதை இப்போக்கிற்கு எடுத்துக்காட்டாகக் கொள்ளலாம்.

அறுபதுகளின் நடுப்பகுதியில் பழைய அணுகுமுறைகளி லிருந்து வேறுபட்ட புதிய அணுகுமுறையான மார்க்சிய அணுகு

முறை தமிழாராய்ச்சி உலகில் அறிமுகமாயிற்று. வரலாற்றுப் பொருள்முதல்வாத அடிப்படையில் தமிழ் இலக்கியங்களை அணுகும் முறையினை அறிவியல் உணர்வுடன் முன்னிறுத்தியவர் பேராசிரியர் நா. வானமாமலை அவர்கள். முந்தியகட்ட ஆய்வாளர்களால் கணக்கிலே கொள்ளப்படாத நாட்டார் வழக்காறுகள் என்னும் பெரும் ஆய்வுப் பரப்பினைத் தமிழ் ஆய்வுலகத்தோடு இணைத்தவர் அவரேயாவார். ஆராய்ச்சி என்னும் பெயரோடு அவரால் தொடங்கப்பட்ட காலாண்டு இதழ் சமூகவியல், மானுடவியல் ஆகிய துறைகளோடு பிரிக்க முடியாத உறவினைத் தமிழ் ஆய்வாளர்களுக்கு ஏற்படுத்தியது. தனிநபர்களின் படைப்புகளாக அமையாமல் மக்களின் படைப்புகளாக அமைந்த நாட்டார் வழக்காறுகள், தமக்குரிய கல்வி மதிப்பினையும் ஆராய்ச்சி மதிப்பினையும் அவரால்தான் பெற்றன. தமிழ் இலக் கியத்துறையில் பொதுவுடைமை இயக்கம் கால்பதித்த இக்காலப் பகுதியோடுதான் தமிழாராய்ச்சி உலகத்தின் மூன்றாவது பகுதி தொடங்குகிறது. இக்காலப் பகுதியில்தான் ஈழத்துப் பேராசிரியர் களான க.கைலாசபதி, கா.சிவத்தம்பி ஆகியோரது எழுத்துக்களும் தமிழ்நாட்டில் அறிமுகமாயின. ஆராய்ச்சிக்குரிய மூன்றாம் காலப்பகுதியின் தொடக்கம் தமிழிலக்கிய ஆராய்ச்சியின் வெப்பநிலையினைக் கூட்டி வைத்தது. பெரியாரிடம் நெருங்கிய தொடர்புடையவராயிருந்து பிரிந்து சென்று பொதுவுடைமை இயக்கச் சார்பு நிலை எடுத்த சாத்தான்குளம் அ.இராகவன் 1950களின் பிற்பகுதியில் தமிழாராய்ச்சியில் சில புதுமைகளைக் காட்டினார். தமிழ்நாட்டுத் திருவிளக்குகள், நம் நாட்டுக் கப்பற் கலை, தமிழர் பண்பாட்டில் தாமரை, தமிழ்நாட்டு அணிகலன்கள், இசையும் யாழும் ஆகிய அவரது ஆய்வு நூல்கள் அறியப்படாத தமிழ் ஆய்வு நிலங்களைச் சுட்டிக்காட்டின. இவரைப்போன்று அதுவரை அரசியல் பணியாற்றி வந்த பேராசிரியர் நா.வானமா மலையும் தமிழாராய்ச்சித் துறைக்கு வந்து சேர்ந்தார். தமிழ் நாட்டுப் பொதுவுடைமையாளர்களான இவர்களின் ஆய்வுநெறி, இயக்கவியல் பொருள்முதல்வாதப் பார்வையினைத் தமிழாராய்ச்சித் துறைக்கு அறிமுகப்படுத்தின. இவர்களை அடுத்து வந்த மூன்றாம வரான ஈழத்து அறிஞர் க. கைலாசபதியின் பார்வையோ முற்றிலும் வேறுபட்ட ஒரு நிலைப்பாட்டினைக் கொண்டிருந்தது.

19ஆம் நூற்றாண்டின் சிறந்த ஆராய்ச்சியாளர்களாக மதிக்கப்பெற்ற பேராயர் கால்டுவெல், பேராசிரியர் சுந்தரம் பிள்ளை ஆகியோரது கருத்துகளின் மீது வன்மையான தாக்குதலைத் தொடுத்தார் பேராசிரியர் க.கைலாசபதி. பேராயர் கால்டுவெல் தன்னுடைய கண்டுபிடிப்புகளினூடே "தீமை விளைவிக்கத்தக்க கருத்துகளையும் உடன் கலந்து ஊட்டி விட்டார்" எனக் குற்றஞ் சாட்டும் கைலாசபதி, "அவற்றில் ஒன்று பார்ப்பனர்பால் காழ்ப்பு உணர்வு" என்றும் கூறுகிறார். ஆரியர்-திராவிடர் பூசலுக்குத் "தத்துவார்த்த விளக்கம் கூற உதவியவரே கால்டுவெல்" என்று அழுத்தம் திருத்தமாகக் குற்றஞ்சாட்டும் அவர், மனோன்மணியம் சுந்தரனாரையும் விட்டுவைக்கவில்லை. 'நீராரும் கடலுடுத்த' எனத் தொடங்கும் ஆறடித் தரவுப் பாடல் இரண்டையும் குறிப்பிட்டு 'யவேறு ஒன்றுமில்லாவிடினும் பாடலில் வேகம் இருக்கிறது' என்று மதிப்பிட்ட கையோடு "தமிழகத்தில் பாரதி தேசியத்தின் முரசொலி என்றால், சுந்தரம் பிள்ளை பிரதேசவாதத்தின் பிதாமகன்" என்று சொல்லி முடிக்கிறார். (அடியும் முடியும் பதி.1996) க.கைலாசபதியின் நண்பரும் ஆராய்ச்சித்தோழருமான கா.சிவத்தம்பி 1978இல் வெளியிட்ட 'தனித்தமிழ் இயக்கத்தின் அரசியற் பின்னணி' என்ற நூலிலும்கூடத் 'திராவிட இயக்கம் வேளாளர்களின் பார்ப்பன எதிர்ப்பு வெளிப்பாடு' என்ற கருத்தே எதிரொலித்தது. அதன் பின்னர் 1986இல்கூட பொதுவுடைமை இயக்கத்தினரால் திராவிட இயக்கத்தின்மீது வைக்கப்பட்ட குற்றச்சாட்டுகள் "இலக்கியத்தை அவர்கள் ஒரு பிரச்சாரக் கருவி யாகவே பயன்படுத்தினார்கள்; தங்கள் இனவாதச் சித்தாந்தத்தைப் பரப்ப அவர்கள் ஒரு இனவாத இலக்கியக் கொள்கையை வகுத்துக்கொண்டனர்" என்பதுதான். (பொன்னீலன் 1986 ப. 27). "கலை ஓர் இனமக்களின் மனப்பண்பு, அவ்வின மக்களிடையே தோன்றும் தெளிவு, வீரம் ஆகியவற்றின் எடுத்துக்காட்டு" என்று 'தீ பரவட்டும்'நூலில் அண்ணா வெளியிட்ட கருத்துக்குத்தான் பொன்னீலன் இப்படியொரு மறுப்புரையினை வழங்குகிறார்.

ஆனால் கடந்த பத்தாண்டுகளில் வெளிவந்துள்ள ஆராய்ச்சி எழுத்துக்கள் திராவிட இயக்க இலக்கியப் பங்களிப்பு குறித்த முதற்கட்ட ஆராய்ச்சிகளைத் தகர்த்து எறிந்துள்ளன என்பதையும் கண்கூடாகவே உணரமுடிகிறது. இரண்டாம் கட்டத்தில் தேசிய வாதிகளும், மூன்றாம் கட்டத்தில் பொதுவுடைமையாளர்களும்

உயர்த்திப் பிடித்த இந்திய தேசியம் பற்றி எஸ்.வி.ராஜதுரை, வ.கீதா ஆகியோரின் அரசியல் விமர்சனங்கள் ஒருபுறம்; அ.மார்க்ஸ், பொ.வேல்சாமி, மறுபுறமாக கோ.கேசவன் ஆகியோரின் இலக்கிய விமர்சனங்கள் - இந்த இரண்டின் விளைவாகத் திராவிட இயக்கத்தின் இலக்கியப் பங்களிப்பு பற்றிய 'கொச்சையான' ஆராய்ச்சிகள் முடிவுக்கு வந்தன. இந்த முடிவினை உணர்த்தும் சான்றாக 'இந்தியா டுடே'இதழ் வெளியிட்ட முதல் இரண்டு இலக்கிய மலர்களுக்கு எதிராக 1995இல் எழுந்த தமிழ் இலக்கியப் படைப்பாளிகளின் உணர்வுகளைக் குறிப்பிட வேண்டும். 'மலம் துடைக்க உதவும் காகிதம்'என அவர்கள் விமர்சித்ததன் விளைவினை இந்தியா டுடே இதழின் மூன்றாம் இலக்கிய மலரின் (1995-96) தலையங்கத்தில் காண்கின்றோம்.

"இலக்கியம் என்பது ஒரு பண்பாட்டின் ஒரு கலாச்சாரத்தின் ஒட்டு மொத்த வெளிப்பாடு அல்லது பிம்பம் என்றாலும் அரசியல் இயக்கங்களின் தாக்கங்கள் தமது பதிவுகளை ஏற்படுத்தாமல் இருக்க முடியாது. இந்த நூற்றாண்டின் முதல் பாதியில் திராவிட இயக்கத்தின் தாக்கம் பலமானது. அதன்விளைவாக அதற்கு முன்பு எப்போதும் இல்லாத வகையில் தமிழ் அடையாளமும் தமிழ்ப் பண்பாடும் ஜனநாயகத்தன்மை பெற்றது(ன). அந்த(த்) தாக்கத்தை இந்த மலர் தனிப்பிரிவின் மூலம் பதிவு செய்கிறது. இந்தப் பகுதிக்கு(த்) தி.மு.க.வின் தலைவர் மு.கருணாநிதி சிறுகதை எழுதியிருப்பது குறிப்பிட வேண்டிய விஷயம்" என்று குறிப்பிடும் இந்தியா டுடே (1995 - 96) மேலும் எழுதுகிறது. "ஜனநாயகமாக்கம் திராவிட இயக்கத்தினால் முழுமையாக(ச்) சாத்தியப்படவில்லை. அதன் அடுத்த கட்டமாக(க்) கிளம்பியிருக்கும் தலித் இலக்கியம் தனது கலகக் குரலால் இன்று தமிழகத்தில் பரவலான கவனத்தைப் பெறத் தொடங்கியிருக்கிறது."

தமிழிலக்கிய உலகில் திராவிட இயக்கத்தின் செல்வாக்கினைக் குறைத்து ட திப்பிடும் ஆராய்ச்சிப் போக்கிற்கும் 'மிகையாக மதிப்பிட முடியாது' என்று கூறும் இந்தியா டுடே இதழுக்கும் இடையிலான கால எல்லையில் தமிழாராய்ச்சி உலகத்தில் நடந்தவற்றை நாம் மீண்டும் மனப்பதிவு செய்தல் செய்தல் இங்கே அவசியமாகின்றது.

1980இல் வெளிவந்த கோ. கேசவனின் 'மண்ணும் மனித உறவுகளும்' நூல் சங்க இலக்கியம், பக்தி இலக்கியம் பற்றிய 4

கட்டுரைகளைக் கொண்ட நூலாக கைலாசபதியின் முன்னுரை யுடன் வெளிவந்தது.

கல்விப்புலம் சார்ந்த தமிழாராய்ச்சி உலகத்தை அதிர்ச்சிக் குள்ளாக்கிய கேசவனின் இந்த நூல், அந்த உலகத்தைப் புறந் தள்ளாமல் அதற்குள்ளாகப் புதிய ஆராய்ச்சி வெளிகளை உருவாக் கியது. அடுத்து வந்த 'பள்ளு இலக்கியம் ஒரு சமூகவியல் பார்வை' என்ற அவரது நூலும் இதே பார்வையோடு அமைந்தது. க.கைலா சபதி, கா. சிவத்தம்பி ஆகியோர் வளர்த்த இயக்கவியல் சார்ந்த வரலாற்றுப் பொருள்முதல்வாத அடிப்படையில்தான் கோ.கேச வனும் எழுதினார். ஆனால் பெரியாரையும் திராவிடக் கருத்திய லையும் அல்லது தமிழ்த் தேசியக் கருத்தியலையும் முற்றாக நிராகரிக்கும் போக்கு அவரிடம் காணப்படவில்லை. மேலும் அவரது பார்வை தமிழ்நாட்டு மரபுவழி மார்க்சியர்களைவிடக் கூர்மையாக இருந்தது.

பாரதியைப் 'புரட்சியாளர்' என்ற தொ.மு.சி. ரகுநாதனின் கருத்துகளோடு க. கைலாசபதி போன்றோர் உடன்படவில்லை என்றாலும் முழுமையாக கோ.கேசவன் ஆவணக்காப்பகச் சான்றுகளைப் புதிதாகத் தேடிக் கண்டறிந்து தொ.மு.சி.யின் கருத்தினை மறுத்தெழுதினார். பாரதியும் அரசியலும் (1980), Bharathi and Imperialism a documentation (1980), சோசலிசக் கருத்து களும் பாரதியாரும் (1987) ஆகிய அவரது 3 நூல்களும் இவ்வகையில் குறிப்பிடத்தக்கவை. "பாரதியின் ஏகாதிபத்திய எதிர்ப்பு நிலைப் பாடு தொடர்ந்து இயங்காமற்போனது அவர் ஏற்றுக்கொண்ட வர்க்க நலன்களுக்குப் பொருத்தமுடைய வரலாற்று விசித்திர மாகும்" என்பது கோ.கேசவன் கண்ட முடிவாகும். இம்முடிவினைப் பின்னர் மார்க்சிய ஆய்வாளர் யாரும் மறுக்க முற்படவில்லை என்பது குறிப்பிடத் தகுந்ததாகும்.

திராவிட இயக்கம் ஆட்சியதிகாரத்தை கைப்பற்றியதன் இலக்கிய உலக எதிர்விளைவுகள், புதுக்கவிதையின் செல்வாக்கு, சிறுகதை புதினத் துறைகளில் புதிய முகங்கள், ஆவேசம் மிகுந்த சிற்றிதழ்களின் விரைவான பெருக்கம் - குறிப்பாக வானம்பாடிக் கூட்டத்தார், இருத்தலியல், அமைப்பியல், பிராய்டியம், பின் அமைப்பியல் ஆகியவற்றின் அறிமுகம், இவ்வகையான நோக்கு நிலை ஆராய்ச்சிகள், கல்விப்புலத்து ஆராய்ச்சிகளில் இவற்றின்

பாதிப்பு எனத் தொடங்கிய மூன்றாம் காலப்பகுதி திராவிட இயக்க இலக்கியங்களின் மறுவாசிப்பு, தலித் இயக்க இலக்கிய எழுச்சிகள், பெண்ணிய எழுத்துக்கள், பின் நவீனத்துவம் என்று முடிவடைந்துள்ளது.

திராவிட இயக்கம் அதிகாரத்துக்கு வந்த நிகழ்ச்சியினை, 'மேல்தட்டு வர்க்கத்தின் கையிலிருந்த அதிகாரம் லும்பன் வர்க்கத்திற்குப் போய்ச் சேர்ந்தது' என்கிறார் மாலன். 'லும்பன்' என்ற மார்க்சீய விஞ்ஞானக் கலைச்சொல் பல பெருத்த விவாதங்களை ஏற்படுத்தக்கூடியது. இந்தக் கூற்றின் வழியாக வேறு வகையில் சொல்வதானால், திராவிட இயக்க எதிர்ப்புணர்வுத் தளம் தேசிய இயக்கத்திலிருந்து பொதுவுடைமைச் சார்பாளர்களின் கையிலே வந்ததனை உணரலாம். மற்றுமொருபுறமாக திராவிடக் கருத்திய லுக்கு மாற்றாக மற்றொரு வேதாந்தக் கருத்தியல் தமிழ்ச் சிற்றிதழ் உலகத்திலும் புதுக்கவிதையிலும் வெளிப்பட்டுக்கொண்டேயிருக் கின்றது. க.நா.சு, சி.சு.செல்லப்பா, வெங்கட்சாமிநாதன், ஞானக் கூத்தன் ஆகிய பெயர்களை இவர்களின் முன்வரிசையில் குறிப்பிட லாம். கசடதபற, பிரக்ஞை, யாத்ரா ஏற்கெனவே வந்துகொண்டி ருந்த கணையாழி ஆகியவை இந்தப் போக்கின் குரல்களாக எதிரொலித்தன. இக்குரல் இன்னும் தமிழ் ஆராய்ச்சி உலகில் கேட்டுக்கொண்டே இருக்கின்றன என்பதற்கு அண்மையில் கணையாழி இதழில் வெளிவந்த 'யார் இந்தத் திருவள்ளுவர்?' என்ற வெங்கட் சாமிநாதனின் கட்டுரையை எடுத்துக்காட்டாகக் கூறலாம். இவற்றிலிருந்து சற்றே வேறுபட்டு மார்க்சியச் சித்தாந்தச் சார்பில் வெளிவந்த படிகள், விழிகள், வைகை, பாலம், இலக்கிய வெளிவட்டம் ஆகிய இதழ்கள் சில புதிய முயற்சிகளைத் தமிழ் எழுத்துலகில் தொடங்கிவைத்தன. இலக்கியம் குறித்த ஆங்கில மொழிக் கட்டுரைகளின் தமிழாக்கங்கள் இவற்றில் குறிப்பிடத் தக்கன.

தேசிய இயக்கத்தின் சரிவுக்குப் பின்னரும்கூட நம்பிக்கையின் கதிர்கள் தங்களுக்குக் கிட்டவில்லை என்ற அறச்சீற்றத்தோடு சிறகு விரித்த வானம்பாடிகள், நெருக்கடிநிலைக் காலத்திற்குப் பிறகு திசைகள் பலவாகப் பிரிந்து சென்றுவிட்டன. அவர்களிற் சிலர் கவிதை எழுதுவதனையே நிறுத்திக்கொண்டனர். வேறு சிலர் வெளிப்படையாகவே நெருக்கடி நிலையினை ஆதரித்தனர்.

இருபத்தைந்தாண்டுகள் கழித்து இன்று திரும்பிப் பார்க்கின்ற போது அவர்களில் பெரும்பாலோர் மிகக் குறைவான எண்ணிக் கையையுடைய சொல் வளையங்களுக்குள் சிக்கிக்கொண்டிருந் தனர் என்றே தோன்றுகிறது. தமிழ்ப் புதுக்கவிஞர்களின் சொல் தொகுதி இன்னமும்கூட இந்தச் சாபத்திலிருந்து விடுபட்டதாகத் தெரியவில்லை.

புதிய இசங்களை ஆய்வு அணுகுமுறைகளாகவும் ஆய்வுக் கருவிகளாகவும் தமிழுக்கு அறிமுகப்படுத்தியவர்களில் பெரும் பாலோர் கல்விப்புலம் சார்த்தவர்களாகவே இக்கால கட்டத்தில் இருந்தனர். இதனால் கல்விப்புலம் சார்ந்தவர், சாராதவர் என்ற இடைவெளி தமிழ் ஆராய்ச்சி உலகில் குறையத் தொடங்கியது. கல்விப்புல ஆய்வுகளில் அளவும் வகைமையும் எண்பதுகளில் பெரிய அளவில் விரிவு பெற்றன பல்கலைக்கழகங்களில் புத்தி லக்கியங்களுக்கும் ஆய்வுகளுக்கும் புதியதாகக் கிடைத்த மதிப்பு, ஆய்வேட்டுடன் கூடிய எம்ஃபில் பட்டப்படிப்பு அறிமுகம், சொந்தச் செலவில் புத்தகம் வெளியிடும் அளவு கல்லூரி, பல்கலைக்கழக ஆசிரியர்கள் சம்பள வசதி பெற்றது ஆகியவை இப்பெருக்கத்துக்கான துணைக் காரணிகளாகும். சமூகவியல், மானுடவியல், நாட்டார் வழக்காற்றியல், உளவியல், அமைப்பியல் எனப் பல்வேறு துறைகளைத் துணையாகக் கொண்டு தமிழா ராய்ச்சியின் எல்லை விரிந்துகொண்டே செல்கின்றது.

ஆனாலும்கூட 'கலம்பகம் பார்த்தொரு கலம்பகம் தன்னையும் அந்தாதி பார்த்தொரு அந்தாதி தன்னையும்' என்பது போலவே இந்த ஆய்வுகளில் பெரும்பான்மையானவை அமைந்துள்ளன என்பது உண்மை. இருந்தபோதிலும் தமிழ்நாட்டின் எல்லா வருவாய் வட்டங்களிலும் யாரேனும் ஒரு தமிழாய்வு மாணவர் கடந்த பதினைந்தாண்டுகளில் கள ஆய்வு முயற்சி செய்துள்ளார் என்னுமளவிற்கு இந்த ஆய்வுகள் அளவிலே விரிவடைந்துள்ளன. குறிப்பாக இவற்றுள் ஒரு பிரிவு, நாட்டார் வழக்காற்றியல் துறைக்கான தரவு வங்கியினை உருவாக்கியுள்ளது என்று உறுதியாகக் குறிப்பிடலாம்.

மூன்றாம் காலப்பகுதியின் மற்றொரு முக்கியமான நிகழ்வு, தமிழாராய்ச்சி நூல்களுக்குக் கிடைத்த நிறுவனப் பிற்புலமாகும். உலகத் தமிழாராய்ச்சி நிறுவனம், கிறித்தவ இலக்கியச் சங்கம்,

தமிழ்ப் பல்கலைக்கழகம், பிற நாட்டுப் பல்கலைக்கழகங்களின் வெளியீடுகள், தமிழ்நாட்டில் புதுநூல்களை வெளியிடத் தத்துவச் சார்புடன் தொடங்கப்பெற்ற புத்தக வெளியீட்டு நிறுவனங்கள் ஆகியவை இவ்வகையில் குறிப்பிடத்தகுந்தவை. இந்நிறுவன வெளியீடுகள் 'நூல்வெளியீட்டு முயற்சிகள் அப்படி ஒன்றும் அரிய செயலன்று' என்ற உணர்வினை எழுதுபவர்களுக்கு ஏற்படுத்தின.

1930 முதலான முப்பது ஆண்டுகள் தமிழிலக்கியக் காலம் பற்றிய ஆய்வுகளின் காலமென்றால், பின்வந்த 20 ஆண்டுகள் இலக்கியக் கோட்பாடு குறித்த விவாதங்களின் காலம் எனலாம்.

ஆராய்ச்சி இதழில் இடதுசாரிச் சிந்தனையாளர்களான பேராசிரியர் நா.வானமாமலை, வெ.கிருஷ்ணமூர்த்தி ஆகியோ ருடன் வெங்கட் சாமிநாதன் நடத்திய மோதல், ஈழத்தில் 1956 முதல் 1963: ஏழு ஆண்டு இலக்கிய வளர்ச்சி' என்னும் மு. தளைய சிங்கத்தின் நூலுக்கு மாற்றாகக் க.கைலாசபதியின் எழுத்துக்கள், தமிழ்நாட்டில் க.நா.சு. குழுவினரை விமர்சித்துக் கைலாசபதி எழுதிய 'திறனாய்வுச் சிக்கல்கள்' என்ற நூல் ஆகியவை குறிப்பிட்டுச் சொல்லத் தகுந்தவையாகும். இதனை அடுத்து, மரபுவழி மார்க்சியர்களின் மீது புதிய மார்க்சிய அணுகுமுறையோடு அ.மார்க்ஸ், கோ.கேசவன், பொ.வேல்சாமி ஆகியோர் முன்வைத்த விமர்சனங்கள் குறிப்பிடத்தக்கவை. இதன் விளைவாக, 'பொருளா தாரம் அடிக்கட்டுமானம், கலை வெளிப்பாடுகள் மேற்கட்டு மானம்' என்ற மரபு வழி மார்க்சியப்பார்வை தமிழ் ஆராய்ச்சி உலகில் வலிமை இழந்து போனது. மரபுவழி மார்க்சியர்களில் புதிய விமர்சனங்களைப் பின்னர் ஏற்றுக்கொண்டவர் கா.சிவத்தம்பி மட்டுமே. இதன் தொடர்ச்சியாகப் பெரியாரும் திராவிட இயக்கப் படைப்பாளர்களும் 'மறு வாசிப்புக்கு' ஆட்படுத்தப்பட்டனர். பார்ப்பன எதிர்ப்பு, தமிழ்த் தேசியம் ஆகிய சொற்களுக்குப் புதிய மார்க்சியர்கள் இன்னும் விரிவான, ஆழமான பொருளைத் தரத் தொடங்கினர்.

எழுபதுகளிலும் எண்பதுகளிலும் தமிழ்ப்புனை கதை இலக்கி யத்தில் காணப்பட்ட ஒரு போக்கினை இவ்விடத்தில் குறிப்பிட வேண்டும். அதுவரை தமிழ்ப் புனைகதைகளில் பேரிடம் பெற்றிருந்த "முகமில்லாத நகரவாசியான மனிதன்" காணாமல் போக, வட்டார அடையாளமும் சாதி அடையாளமும் கொண்ட

மனிதர்களைச் சுற்றித் தமிழ்ப் புனைகதைகள் வெளிவரத் தொடங்கின. இலக்கியச் சிற்றிதழ்கள் இவ்வகையான புனைகதை களுக்குப் பெருத்த வரவேற்பைத் தந்தன. இவ்வகையான புனை கதை ஆசிரியர்களில் பலர், உடனுக்குடன் கல்விப்புல ஆய்வுக்கு உட்படுத்தப்பட்டனர். இக்காலப் பகுதியில் புத்திலக்கிய ஆராய்ச் சியின் மீது குவிந்த அளவு கவனம், தமிழ் ஆராய்ச்சியின் ஏனைய பிரிவுகளில் காணப்படவில்லை.

எண்பதுகளின் கடைசிப்பகுதியில் பிறந்த தலித்தியப் பார்வை இன்னும் பெரிய வீச்சுடன் தமிழிலக்கியத்தை மறுவாசிப்புக்கு இட்டுச்சென்றது. 'பள்ளு இலக்கியம் - ஓர் சமூகவியல் பார்வை' என்ற கேசவனின் நூல் வெளிவந்த ஏழுஎட்டு ஆண்டுகளுக்குள் நிலைமை தலைகீழாக மாறியது. சமூக, வரலாற்று ஆவணங்கள் என்று பதினைந்து ஆண்டுகளுக்கு முன் கொண்டாடப்பட்ட ராஜம் கிருஷ்ணனின் நாவல்கள் 'குல ஸ்திரி' வகை நாவல்கள் என்று ராஜ்கௌதமனால் விமர்சிக்கப்பட்டன. 1975இல் வெளி வந்தபோது கொண்டாடப்பட்ட இந்திரா பார்த்தசாரதியின் 'குருதிப்புனல்' நாவல் 'அரை குறை பிராய்டியப் பார்வை' என விமர்சிக்கப்பட்டது. தலித் இலக்கியப் பார்வையினைக் கூர்மை யடையச் செய்ததில் 'பறை', 'தோழமை', 'ஆய்வு', 'நிறப்பிரிகை' ஆகிய இலக்கியச் சிற்றிதழ்களுக்குப் பெரும்பங்கு உண்டு. தலித் இலக்கிய ஆய்வுகளில் தேசிய இயக்கம் மட்டுமன்றி, திராவிட இயக்கம், பொதுவுடைமை இயக்கம், தமிழ்த் தேசியப் பார்வைகள் ஆகியனவும் மிகுந்த வேகமான தாக்குதலுக்குள்ளாயின.

ஜெயகாந்தன் திராவிட, கம்யூனிஸ்ட் கட்சி இளைஞர் களிடையே பெரும் கலகக்காரராகக் காட்சி தந்தார். கடைசியில் பார்ப்பானையும் பறையனையும் அர்த்தநாரீஸ்வரக் கோலமுறச் செய்து, 'ஜய ஜய சங்கரா' பாடி முடித்தார். இந்து மதத்தில் புதைந் துள்ள கர்மவினைக் கோட்பாட்டின் ஏறுவரிசையினை இவரிடம் காணமுடியும். பொதுவுடைமை இலக்கியங்களில், திராவிட இலக்கியங்களில், திராவிட இலக்கியம் வழங்கிய புனித ஏழைக்குச் சிவப்புச் சட்டை மாட்டிவிடப்பட்டது, சாதி அடையாளம் மறைக்கப்பட்டது என்று குற்றம் சாட்டும் ராஜ்கௌதமன், "தலித் இலக்கியம் சுகமான வாசிப்புக்குரியதல்ல, படிப்பவர்கள் சூடாகவேண்டும், முகம் சுளிக்க வேண்டும், படிப்பவனின் இதயமும் கண்களும் சிவக்க வேண்டும்" என்கிறார்.

தலித் இலக்கியப் பார்வையோடு வெளிவந்த 'காலந்தோறும் நந்தன் கதை' (1989) என்ற உருத்திராபதியின் ஆய்வு நூல் இவ்வகையில் குறிப்பிட்டுச் சொல்லத் தகுந்தது ஆகும். தமிழிலக்கிய வரலாற்றை மறுவாசிப்புச் செய்யும் ராஜ்கௌதமனின் 'அறம் அதிகாரம்'என்ற நூலும் இவ்வகையில் கவனத்துக்குரிய மற்றொரு ஆராய்ச்சி நூலாகும்.

தமிழாராய்ச்சி வரலாறு, பாடப்புத்தக வரலாறாகத் தமிழ் நாட்டில் தொடங்கப்படவில்லை. சமகாலத்தின் தேவையினைக் குறிக்கோளாகக் கொண்டதாகவே இது அமைந்திருக்கின்றது. எனவே தமிழிலக்கிய ஆராய்ச்சியாளர்கள் அனைவரும் உணர்ச்சி யோடோ அல்லது தன்னை அறியாமலோ சமகாலத்து இயக்கம் ஒன்றின் பாதிப்பினைப் பெற்றவர்களாகத்தான் இருக்கின்றார்கள். அரசியல் அல்லது சமூகம் சார்ந்த முரண்பாடுகளைப் பழைய இலக்கியங்களைப் பற்றிய ஆய்வுகளிலும் அவர்கள் எதிர்கொண்டி ருக்கிறார்கள். எனவே தேசிய, திராவிட, பொதுவுடைமை இயக்கங்கள் ஏதேனும் ஒன்றின் சார்பு நிலையோடுதான் தமிழா ராய்ச்சி கடந்த 75 ஆண்டுகளாக நடைபெற்று வந்திருக்கிறது. கடந்த 15 ஆண்டுகளில் பெண்ணியம், தலித்தியம் ஆகிய புதுக் குரல்களும் தமிழாராய்ச்சியின் மீது தங்களின் கணிசமான பாதிப் பினை ஏற்படுத்தியுள்ளன. சோவியத்தின் சரிவு மார்க்சிய அணுகு முறையாளர்கள் சிலரைத் தமிழ்த் தேசியத்தின் பக்கம் சற்றே நகர்த்தியிருக்கிறது என்பதும் உண்மை. பாரதிதாசன் பல்கலைக் கழகப் பாடத்திட்டத்தில் சங்க இலக்கியங்கள் புறக்கணிக்கப்பட்ட போது (1989) அ.மார்க்ஸ் எழுதிய கட்டுரை (மேலும்) இங்கே நினைவில் கொள்ளத்தக்கது. பன்முகத்தன்மை கொண்ட தமிழிலக் கியங்களும் அவற்றின் வரலாறும் வகைமைகளும் முழுமையாக மறைக்கப்பட்டால் தமிழ்ப் பண்பாட்டின் பன்முகத்தன்மை மறைக்கப்படும் என்னும் எதிர்ப்புணர்வே இக்கட்டுரையின் தோற்றுவாயாகும். ஒற்றைமுகம் கொண்டதாகத் தமிழ் இலக்கி யங்கள் முன்னிறுத்தப்படுவது தமிழாராய்ச்சி உணர்வுகளைக் கொன்று தொலைப்பதற்கு ஒப்பாகும். இந்தத் தன்னுணர்ச்சியே இன்றைக்குத் தமிழாராய்ச்சி உலகின் தேவையும் ஆகும்.

குறுகிய கால எல்லைக்குள் இப்பெரிய தலைப்பின் எல்லாப் பரிமாணங்களையும் காட்ட இயலாது. கடந்த 150 ஆண்டுகாலத்

தமிழாராய்ச்சி உலகின் பெரும்பரப்பினைப் பழந்தமிழ் நூல்களின் மீள்கண்டுபிடிப்பும் பதிப்பாக்கமும் பழைய, புதிய உரைவிளக் கங்களும் அவற்றின் வரலாற்றுப் பிற்புலங்களைக் கண்டறிவதும் தமதாக்கிக் கொண்டன. இவற்றின் ஊடாகவே ஐரோப்பியர் தொடர்பால் விளைந்த புதிய இலக்கிய வகைகளும் பிறந்து வளர்ந்து ஆராய்ச்சிக்குக் கருப்பொருளாகி உள்ளன. ஆராய்ச்சிக்குரிய கருவிகளும் இக்காலப் பகுதியிலேதான் பெருகியுள்ளன. சமூக மாற்றத்துக்கான இயக்கங்களும் தமிழாராய்ச்சியின் போக்கைக் கணிசமாகத் தீர்மானித்துள்ளன. வன்மையான, கூர்மையான அறிவாராய்ச்சி முறைகளோடு தற்சார்பு நிறைந்த குரல்களும் கூக்குரல்களும் இக்காலப் பகுதியில் கேட்கின்றன. இவற்றினூ டாகத் தமிழாராய்ச்சி நிகழ்த்தியோர் நூற்றுக்கணக்கான பேர் இருப்பினும், இந்த ஆய்வாளர்களில் சிலர் தம்முடைய விரிந்த வாசிப்புத் திறத்தினாலும் சோர்வில்லாத முயற்சிகளாலும் தனி நெறியாளர்களாக நம் கண்ணுக்குப்படுகின்றனர். அவர்களில் நால்வர் பெயரினை மட்டும் குறிப்பிட்டு இவ்வுரையினை முடிப்பது பொருத்தமாக இருக்கும் என நினைக்கிறேன்.

சேதுபதிச் சிற்றரசர் ஆதரவில் வளர்ந்த ஓர் எளிய குடும்பத்தில் பிறந்த மு. இராகவையங்கார், நிறுவனம் சார்ந்த கல்வி பெறாமல் தன் தந்தையாரிடமே இலக்கியக் கல்வி பெற்றவர். ஆங்கிலக் கல்வியோ வடமொழிப் பயிற்சியோ பெறும் வாய்ப்பு அவருக்குக் கிட்டவில்லை. தமிழுணர்வாளரும் புதிய முயற்சிகளில் ஆர்வ முடையவருமான பாலவநத்தம் சமீன்தார் பொன். பாண்டித்துரைத் தேவர் 1901இல் தாம் தொடங்கிய மதுரைத் தமிழ்ச் சங்கத்தில் இவரை ஆசிரியராகப் பணியமர்த்தினார்.

1904இல் 'செந்தமிழ்'இதழில் எழுதத் தொடங்கிய அய்யங் காரின் தமிழாய்வு முயற்சிகள் 1954 வரை இடையீடில்லாமல் நடந்தேறின. இலக்கிய இலக்கணப் புலமையோடு நிகண்டுகள், பழைய உரைகள், சமயத் தத்துவம், ஓலைச்சுவடிப் பயிற்சி, கல்வெட்டுப் பயிற்சி, பாடவேறுபாடு காணுதல், பதிப்புப் பணி ஆகிய துறைகளிலும் அவர் பெற்றிருந்த தேர்ச்சி தமிழாராய்ச்சிக்கு உரமூட்டுவதாயிற்று. உ.வே.சா.வின் பதிப்பு முன்னுரைகள் தவிர, அவருக்கு உணர்வூட்டும் எழுத்துக்கள் அக்காலத்தில் தமிழில் இல்லை என்பதனையும் நாம் நினைவிலே கொள்ள வேண்டும்.

தமிழாராய்ச்சியினைப் புத்தகங்களுக்கு வெளியே - களஆய்வுகள், மக்களின் வழக்காறுகளைக் காணுதல் என - எடுத்து வந்து அவர் தம் சாதனைகளை நிகழ்த்திக் காட்டினார். போக்கு வரத்து வசதிகள் குறைவான அக்காலத்தில்கூட அவருக்குத் தமிழ்நாட்டின் நிலவரைவியலில் போதிய பயிற்சியிருந்தது.

1904இல் எழுதப்பெற்ற 'வேளிர் வரலாறு', 1912இல் எழுதப் பெற்ற 'தொல்காப்பியப் பொருளதிகார ஆராய்ச்சி', 1927இல் பேசப்பெற்ற 'இலக்கிய சாசன வழக்காறுகள்', 1942இல் வெளிவந்த 'சாசனத் தமிழ்க் கவி சரிதம்' ஆகிய நூல்களில் அவர் வெளியிட்ட ஆராய்ச்சி முடிவுகள் (ஒன்றிரண்டைத் தவிர) பின்னர்க் கிடைத்த சான்றுகளால் உறுதிப்பட்டுள்ளனவே தவிர, மறுக்கப்படவில்லை. சார்பு நிலைகள் காரணமாகப் பெருந்திரிபுகளைச் சந்தித்த தமிழ்ப்புலவர் கால ஆராய்ச்சிகளுக்கு நடுவில் அவரது 'ஆழ்வார்கள் கால நிலை' ஆராய்ச்சி நேர்மைக்கு எடுத்துக்காட்டாயிற்று. பிறர் கருத்துகளை மறுத்து அவர் எழுதிய 'சேரன் செங்குட்டுவன்', 'சேரவேந்தர் தாய வழக்கு' ஆகிய நூல்கள் நட்பிலக்கணந் தவறாத முறையில் எழுதப்பட்டன. ஆராய்ச்சிக்கான தரவு சேகரிப்பு எவ்வாறமைய வேண்டும் என்பதற்கு அவரது 'பத்தினி வணக்கம்' கட்டுரை ஓர் எடுத்துக்காட்டாகும்.

16ஆம் நூற்றாண்டு வரையிலான தமிழிலக்கியங்களை ஆராயப் புகுவோருக்கு அவரது 'பெருந்தொகை' தொகுப்பு நூல் ஒரு கலங்கரை விளக்காகும். தமிழாராய்ச்சிக்கு உதவும் சொல், தொடர், கருத்து ஆகியவற்றினைத் தொகுத்துத் தரும் கருவூலமாகிய அந்நூல் நிகண்டு, அகராதி, பொருள் விளக்க அகராதி, சொல் ஒருங்கிசைவு (Concordance) ஆகியவற்றின் எல்லாப் பண்புகளையும் கொண்டதாகும். சுருக்கமாகச் சொல்வதானால் தமிழாராய்ச்சி உலகத்தில் அவர் அக்கிரகாரத்து அதிசயமனிதர்.

அவருக்குப் பின்வந்த சிறந்த ஆராய்ச்சியாளர்களான வையா புரிப்பிள்ளை, மயிலை சீனி.வேங்கடசாமி, ஔவை சு. துரைசாமிப் பிள்ளை, மா. இராசமாணிக்கனார், நா.வானமாமலை ஆகியோரிடம் அவரது பாதிப்பு நிறையவே உண்டு.

திருநெல்வேலியைச் சார்ந்த வழக்கறிஞராகிய பேராசிரியர் ச.வையாபுரிப்பிள்ளை தமிழ்மொழி ஆராய்ச்சியில் இளமையிலேயே ஈடுபாடு உடையவர். சென்னைக் கிறித்தவக் கல்லூரியில்

மறைமலையடிகளின் மாணாக்கர். 1926இல் சென்னைப் பல்கலைக்கழகத்தில் 'தமிழ்ப் பேரகராதி' ஆக்கும் பொறுப்பினை ஏற்றுக்கொண்டு, 1936 வரையில் பணியாற்றி அதன்பின்னர் சென்னைப் பல்கலைக்கழகத் தமிழ்த்துறைத் தலைவராகவும் 10 ஆண்டுக்காலம் பணியாற்றினார். ஆங்கிலம் கற்ற வழக்கறிஞர்கள் பெருவாரியாகத் தமிழ் ஆராய்ச்சி உலகத்தில் புகுந்த காலம் அது. நிகண்டு, இலக்கணம், இலக்கியம், காப்பியம், நாடகம், சிற்றிலக்கியம் என 25 ஆண்டுக்காலத்தில் (1925-1950) 39 நூல்களின் பதிப்பாசிரியராக விளங்கியவர். 13 கட்டுரைத் தொகுப்பு நூல்களின் ஆசிரியர். இரண்டு ஆங்கில நூல்கள் உள்பட 6 தனி நூல்கள் எழுதியவர்.

தமிழாராய்ச்சி உலகத்தில் அவரளவு பேசப்பெற்றவரும் இல்லை. ஏசப்பெற்றவரும் இல்லை. ஆங்கில இலக்கிய நெறிகளைத் தன்னுடைய ஆய்வுகளுக்குப் பயன்படுத்திப் புதிய நெறி காட்டியவர் அவர். குறிப்பாக, உலகின் பிறமொழி இலக்கியங்களின் தோற்றம் பற்றி ஆழமும் விரிவும் நிறைந்த கட்டுரைகளை (இலக்கிய உதயம்) எழுதியவர். பேராசிரியரின் பெரும்பாலான தனி நூல்களும் கட்டுரைகளும் (அவ்வப்போது செந்தமிழ் இதழில் வெளிவந்தாலும்) 1945க்குப் பின்னரே நூல் வடிவம் பெற்றன.

இந்திய தேசியத்துக்கு மாற்றாகத் தமிழ் இனவுணர்வு பெருகி வந்த காலத்தில் வையாபுரிப்பிள்ளையின் கால ஆராய்ச்சிகளும் சொல்லாராய்ச்சிகளும் தமிழ் உணர்வாளர்களுக்குப் பெரிய சவால்களாக அமைந்தன. வடமொழி, இலக்கியப் பரப்பின் மீதும் 'இந்து' என்னும் கருத்தாக்கத்தின் மீதும் அவர் பெரும் காதல் கொண்டிருந்தார். "மனுஸ்மிருதி பாரத நாடு முழுவதிலும் உள்ள இந்து சமயத்தினர் அனைவராலும் ஒப்புக்கொள்ளப்பட்டதே..." என்பதனையே திருக்குறள் விளக்கத்துக்கு அவர் முன் நிபந்தனையாக வைக்கிறார். அந்தி, ஆணி, கழுத்து, காடு, காமம், தாயம், திரு, தெய்வம் முதலிய சொற்களுக்குக்கூட அவர் வடமொழி வேர்களைத் தேடிக் காட்ட முற்பட்டார். 'கழகம்' என்ற சொல்கூட 'கலஹ்' என்ற வடசொல்லின் திரிபு என்பார் அவர். ஆனாலும் ஆங்கில அகராதிகளையும் மொழி இயல்புகளையும் கற்றுத் தேர்ந்த அவரது ஆராய்ச்சி முறையியல், பிற்கால ஆராய்ச்சியாளர்களுக்கு வழிகாட்டுவதாயிற்று.

‘தமிழிலிருந்து பிறந்த மொழியே மலையாளம்’ என்ற கருத்தினை அழுத்தம் திருத்தமாக முதலில் கூறியவர் அவரே.

வையாபுரிப்பிள்ளையின் மற்றொரு பெரும்பணி, தமிழாராய்ச்சிக்கான விரிந்த பெரும்பரப்பினை அவர் தேர்ந்து கொண்டதாகும். ‘தொல்காப்பியப் பொருளதிகாரம்’ முதல் 19ஆம் நூற்றாண்டில் பிறந்த ‘கலியுகப்பெருங்காவியம்’ வரை அவர் ஆராய்ந்தார். ‘ரவிக்குட்டிப்பிள்ளை போர்’ போன்ற கதைப்பாடல்களும் அவரது ஆய்வுகளுக்கு விலக்கில்லாமல் இருந்தன.

தமிழாராய்ச்சிக்குப் பிறமொழி இலக்கண இலக்கிய அறிவும் விரிந்த வாசிப்பும் அடிப்படை கருவிகளாகும் என அவர் நிறுவிக் காட்டினார். மறைமலை"படிகளையும் கா.சு.பிள்ளையினையும் மறுத்து மா. இராசமாணிக்கனார் ‘9 ஆம் நூற்றாண்டே மாணிக்க வாசகரின் காலம்’என முடிவு கட்டியதில் வையாபுரிப்பிள்ளையின் ஆராய்ச்சி முறையியலுக்கு ஓர் பங்கு உண்டு என்பதனை நாம் மறுப்பதற்கில்லை. பின்வந்த ஆய்வுகள் அவரது முடிவுகளை வன்மையாக மறுத்துச் சென்றுள்ளன. இருப்பினும் அவரது ஆராய்ச்சி முறையியல் மறுக்கப்பட முடியாதது.

தமிழ் ஆராய்ச்சி உலகத்தால் நூற்றாண்டு விழா நேரத்திலும் கூடப் பெரிதும் அறியப்படாமல் போனவர் மயிலை சீனி. வேங்கடசாமி. பள்ளி ஆசிரியராகவும் ஓவிய ஆசிரியராகவும் தன் எளிய வாழ்க்கையினைத் தொடங்கியவர் அவர். 1923இல் ‘லட்சுமி’ என்னும் இதழில் எழுதத் தொடங்கிய அவர் ‘குடி அரசு’இதழின் தொடக்கக்காலத்தில் ‘வைட்டமின்கள்’, ‘பலநாட்டுத் தேசிய கீதங்கள்’ ஆகிய தலைப்புகளில் அரசியல், இலக்கியம் சாராத கட்டுரைகள் எழுதி வந்துள்ளார். பெரியாரின் உள்வட்டத்து நண்பரான அவருக்கு ஓவியம், சிற்பம், கல்வெட்டு ஆகிய துறைகளில் இயல்பான நாட்டமிருந்தது. திராவிட இயக்கத்தின் கருத்தியல் செல்வாக்கால் வேதமல்லா மரபு சார்ந்த பண்பாட்டினைப் பற்றிய அவரது தேடல் ஆழமாக இருந்தது. 1938இல் ‘கிறித்தவமும் தமிழும்’, 1940இல் ‘பௌத்தமும் தமிழும்’, 1954இல் ‘சமணமும் தமிழும்’ ஆகிய தமிழ் நூல்கள் 1959இல் ‘தமிழர் வளர்த்த அழகுக் கலைகள்’, ‘மறைந்துபோன தமிழ் நூல்கள்’, ‘துளு நாட்டு வரலாறு’, ‘கொங்கு நாட்டு வரலாறு’ஆகிய அவரது நூல்கள் இன்றளவும் தமிழகச் சமூகப் பண்பாட்டு வரலாற்றை

ஆராய்வோர் நடந்து செல்லவேண்டிய வழித்தடங்களாகும். வரலாற்று உலகில் தமிழ்ப் பண்பாட்டை மீட்டுருவாக்கம் செய்து காட்டியதில் அவரது 'பழங்காலத் தமிழர் வணிகம், 'அஞ்சிறைத் தும்பி', 'இறைவன் ஆடிய எழுவகைத் தாண்டவம் ஆகிய நூல்களுக்குத் தனித்த இடம் உண்டு.

தனக்கு முன்னும்பின்னுமான ஆராய்ச்சியாளர்களைப்போல, நிறுவனப் பிற்புலம் ஏதும் அவருக்குக் கிடைக்கவில்லை என்பது தமிழாராய்ச்சியாளர்கள் கவனத்தில்கொள்ள வேண்டிய செய்தியாகும்.

தனிமனித முயற்சியும் நட்பும் மட்டுமே துணையாகக் கொண்டு அவர் கள ஆய்வு செய்து, தமிழ்நாட்டின் வேதமல்லா மரபுகளை மீண்டும் ஒருமுறை வாசித்துக் காட்டினார்.

நெல்லை மாவட்டம் நான்குநேரியில் பிறந்த பேராசிரியர் நா.வானமாமலை கல்விப்புலம் சார்ந்தும் அதன் வெளியே நின்றும் தமிழாராய்ச்சி செய்தவர். நாற்பது வயதுக்குப் பின்னர் தீவிர அரசியல் பணிகளிலிருந்து சற்றே ஒதுங்கி, நாட்டார் வழக்காற்றியல் என்னும் புலத்தினைத் தனியொரு கல்விப்புலமாக வடித்தெடுத்தவர் அவரே ஆவர். அத்துறையில் 10 கதைப்பாடல்களைப் பதிப்பித்ததோடு இரண்டு ஆங்கில ஆய்வு நூல்களையும் எழுதியவர்.

விஞ்ஞான மொழிபெயர்ப்பு நூல்கள் (6), குழந்தை நூல்கள் (2), வரலாற்று நூல்கள் (4), தத்துவ நூல்கள் (6), பண்பாடு குறித்த நூல்கள் (2), இலக்கிய நூல்கள் (3), என 23 நூல்களையும் 50க்கும் மேற்பட்ட கட்டுரைகளையும் மார்க்சியத்தைக் கருவியாகக் கொண்டு படைத்தவர் அவர்.

1967இல் பல்கலைக்கழக எல்லைகளுக்கு வெளியில் நின்று 'நெல்லை ஆய்வுக்குழு' என்னும் ஆராய்ச்சிக் குழுவினை நிறுவி அறிவியல் நோக்குடன் கூடிய தமிழாராய்ச்சி முயற்சிகளை இயக் கப்படுத்தியது அவரது சாதனையாகும். 1969இல் ஆராய்ச்சிக்கென அவர் தொடங்கிய 'ஆராய்ச்சி'என்னும் இதழ், இன்றும் தரமான தமிழாராய்ச்சிக் கட்டுரைகளைத் தாங்கி வெளிவருகிறது. ஆராய்ச் சியாளராக மட்டுமல்லாமல் ஆராய்ச்சியாளர்களை உருவாக்கும் நிறுவனமாகவும் அவரது பணிகளின் எல்லை அமைந்ததால் அவரது மறைவுக்குப் பின்னரும் யாழ்ப்பாணம் பல்கலைக்கழகம் 'இலக்கியக் கலாநிதி'பட்டம் வழங்கிச் சிறப்பித்தது.

“தமிழில் மார்க்சிய இலக்கிய விமர்சனத்தின் அடுத்தகட்டம்” நா.வானமாமலை, நெல்லை ஆய்வுக்குழு, ஈழத்திலிருந்து கொண்டே தமிழ்ச் சூழலில் - குறிப்பாகக் கல்விச் சூழலில் மிகுந்த பாதிப்பை ஏற்படுத்திய பேராசிரியர்கள் கைலாசபதி, சிவத்தம்பி ஆகியோருடன் தொடங்குகிறது. தாராளவாத, மனிதாபிமானப் பின்னணியிலிருந்து கொஞ்சம் விலகிச் சற்றே கறாரான ஆய்வு முறையியலை இவர்கள் பின்பற்றினர். மானிடவியல், சமூகவியல் துறைகளையும் உள்ளடக்கி இலக்கியத்தின் சமூகப் பின்னணியைச் சுட்ட இவர்கள் முன்வந்தனர். பண்டைய இலக்கியங்களின் சமூக வேர்கள் குறித்து மார்க்சியமல்லாத அணுகல் முறைகளால் சொல்ல இயலாத சில அம்சங்களை இவர்கள் சொல்ல நேர்ந்ததன் விளைவாகத் தமிழ் அறிவுச் சூழலில் இவர்கள் ஏற்படுத்திய தாக்கம் பாரதூரமானது (மேலும் 15:1992) என்று மதிப்பிடுகிறார் அ. மார்க்ஸ்.

தமிழாராய்ச்சியின் வளர்ச்சியின் போக்குகளைத் தீர்மானித்தவர்களாக மேற்கூறிய நால்வரையுமே நான் கருதுகிறேன். ஏனைய ஆராய்ச்சியாளர்களைக் குறைத்து மதிப்பிடுவதோ புறந்தள்ளுவதோ இந்தப் பட்டியலுக்கு நோக்கமில்லை. நிகழ்காலத் தமிழாராய்ச்சியாளர்கள் அனைவரும் இந்த நால்வரில் யாரேனும் ஒருவரின் ஆராய்ச்சி நெறிக்கு நேரிடையாகவோ மறைமுகமாகவோ ஆட்பட்டவர்கள். எடுத்துக்காட்டாகச் சொல்வதானால் வையாபுரிப் பிள்ளையின் மொழியியல் ஆய்வுநெறிக்குத் தெ.பொ.மீ.யும் வ.அய்.சுப்பிரமணியமும் ஆட்பட்டவர்களே. சமண பௌத்த கிறித்துவ இலக்கிய வரலாற்று ஆய்வுகளும் தமிழ்க் கலைகள் குறித்த ஆய்வுகளும் நிகழ்த்துவோர் மயிலை. சீனி. வேங்கடசாமியினை அத்துணை எளிதாகத் தள்ளிவிடல் இயலாது. ஔவை சு. துரைசாமிப் பிள்ளை, மா.இராசமாணிக்கனார், வ.சு.ப.மா போன்றோர் தம் ஆய்வு நெறிக்கு மு. இராகவையங்கார், வையாபுரிப்பிள்ளை ஆகியோர் ஆய்வியல் நெறிமுறைகளுக்குக் கடன் பட்டவரே.

சமூகவியல், மானுடவியல் சார்ந்த தமிழியல் ஆய்வுகளை நிகழ்த்தியவர்களும் நிகழ்த்துவோர்களும் பேராசிரியர் நா.வா.வின் ஆராய்ச்சி நெறிமுறைகளைப் படித்தே தீரவேண்டும்.

இவ்வகையிலேதான் தமிழாராய்ச்சி உலகத்தின் தனி நெறியாளர்கள் என இவர்கள் நால்வரையும் குறிப்பிட முடிகிறது.

தமிழாராய்ச்சி உலகத்தின் அண்மைக்காலப் போக்குகளை வடிவமைக்கும் சில இயங்களை அடையாளம் காட்டி இப்பொழி வினை நிறைவு செய்யலாம். 80களின் தொடக்கம் வரை மார்க்சீய இலக்கிய ஆய்வுக் கோட்பாடுகள் தமிழாராய்ச்சியின் மீது கணிச மாகச் செல்வாக்குச் செலுத்திவந்தன. க.கைலாசபதி, கா. சிவத்தம்பி ஆகியோர் பின்பற்றிய 'அடித்தளம், மேற்கட்டுமானம்' என்ற சமூகம், இலக்கியம் பற்றிய பார்வைகள் பின்னர் எளிமையான வாய்பாடுகளாக மதிப்பிடப்பட்டன. இது குறித்து எழுதும் கா.சிவத் தம்பி, தனக்குப் பின் வந்த 'மார்க்சீய இலக்கிய விமர்சனம்' என்ற நூலாசிரியர் கோ. கேசவனைப் பின்வருமாறு மதிப்பிடுகிறார்.

'இலக்கிய வரலாற்றுத் திறன்மிக்குடைய கோ. கேசவன் போன்ற ஓர் ஆசிரியராலேயே (அவர் தம் பள்ளு இலக்கியத்தில்) இந்தக் கண்ணாடி பிரதிபலிப்புக் கோட்பாட்டின் மிகைப் பிடியிலிருந்து விடுபட முடியவில்லை. அறுபதுகளின் ஆரம்பக்கட்டங்களில் இலக்கியத்தின் சமூக இணைப்புகளுக்கு முக்கிய அழுத்தம் கொடுத்த (இந்நூலாசிரியர் உட்பட) சில விமர்சகர்கள், வரலாற்று ஆசிரியர்களினது போக்கே இதற்கான காரணமாக அமைந்தது என்று கொள்ளலாம்போலத் தெரிகிறது. அறுபதுகளுக்குப் பின் வந்த விமரிசனத்தில் ஆக்கபூர்வமான முன்னேற்றமில்லாது போனமையால் இது (சமூக இணைப்புக் கண்ணாடி பிரதிபலிப்பு) ஒரு வாய்பாடாக்கப்பட்டு விட்டது. இப்பொழுது இந்த அம்சத்தைக் கொண்டு மார்க்சிஸ்டுகள் அல்லாதவர்களும்மார்க்சிய விரோதிகளும், இந்த விமர்சனங்களையும் மார்க்சியத்தையும் குத்திப் பேசி வசைகூறும் ஒரு நிலை காணப்படுகிறது". (பக்.37).

மிக அண்மைக்காலமாகத் தமிழிலக்கிய ஆராய்ச்சியின் மீது செல்வாக்குச் செலுத்திவரும் கோட்பாடுகள் பெண்ணியம், தலித்தியம், பின்நவீனத்துவம் ஆகியவையாகும். 'சென்ற ஆறேழு ஆண்டுகளில் ஏற்பட்டுள்ள தலித் இலக்கிய இயக்கமும், பின் நவீனத்துவ விமரிசனமுறையும் கேசவனுக்குச் சவாலாக அமைந்து, அவரை நெருக்கடிக்குள் தள்ளிவிட்டனவோ என்று தோன்றுகிறது. (காலச்சுவடு 23:39) என்கிறார் ஆ.இரா. வேங்கடாசலபதி. 'இலக்கிய விமர்சனம் ஒரு மார்க்சீயப் பார்வை', 'மார்க்சியத் திறனாய்வுச் சிக்கல்கள்' ஆகிய கேசவனின் இரண்டு நூல்களின் மீதான இந்த விமர்சனத்தைப் பெரும்பாலான மார்க்சீய இலக்கிய

விமரிசகர்கள் மீதும் வைக்க முடியும். இது ஒருபுறமாக, மறுபுறத்தில் பின்நவீனத்துவம் தமிழ்ப் பண்பாட்டின் பன்முகத்தன்மையினை மீண்டும் மீண்டும் வலியுறுத்தி நிற்கின்றது. அதன் விளைவாக ஆராய்ச்சி உலகப் புனிதங்களாகக் கருதப்பட்டவற்றில் சிலதும் உடைபடுகின்றன. மறுக்கப்பட்ட, மறைக்கப்பட்ட மனிதர்களும் அவர்களின் படைப்புகளும் ஆராய்ச்சி வெளிச்சத்துக்குக் கொண்டு வரப்படுகின்றன. புதுமைப்பித்தன் மட்டுமல்லாது, மூவலூர் இராமாமிர்தம் அம்மையாரின் படைப்புகளும் மறுவாசிப்பு செய்யப்படுகின்றன.

இராமாயணம், மகாபாரதம் போன்ற பெருங்கதையாடல்களை (grand narratives) நிராகரித்த பெரியாரின் குரல், தமிழாராய்ச்சி உலகத்தில் புதிய கவனிப்பினைப் பெறுகிறது. தமிழ்ப் பண்பாட்டின் பன்முகத்தன்மையை மீண்டும் மீண்டும் வலியுறுத்துவதன் வழியாகத் தமிழாராய்ச்சி உலகம் சனநாயகப்படுத்தப்படுகின்றது. இதுபோன்ற நம்பிக்கைக் கதிர்கள் தமிழாராய்ச்சி உலகத்தின்மீது தொடர்ந்து படியவேண்டும் என்பதே நமது தேவையும் ஆகும்.

நாள் மலர்கள்

கல்லெழுத்துகள்

மனித நாகரிக வளர்ச்சியின் குறிப்பிடத்தகுந்த கட்டங்களில் ஒன்று, மரப்பட்டைகளிலும் கோரைகளிலும் மண்ணாலான ஓடுகளிலும் மனிதன் முதலில் எழுதிப் பழகியதுதான். காலப் போக்கில் அவன் உலோகங்களைக் கண்டறிந்து கருவிகளைப் பெருக்கினான்; செம்பினால் ஆகிய ஏடுகளில் எழுதினான்; இரும்பு உளிகளைக் கொண்டு கல்லிலும் எழுதிப் பார்த்தான். எழுது கருவிகள் இன்று இமயம் அளவுக்கு வளர்ச்சி பெற்றுள்ளன. கணிப்பொறி அச்சுகள் புழக்கத்துக்கு வந்துவிட்டன. ஆனாலும்கூடக் கல்லிலே தன் பெயரை 'எழுதிப் பார்த்து உவக்கும்' மனித மனம் மட்டும் இன்னும் மாறவேயில்லை. எனவேதான் கல் எழுத்துக்கலை இன்னும் தொடர்கிறது.

வடஇந்தியப் பகுதிகளில் மென்பாறைகளும் கற்களும் மிகுதி. தென்இந்தியப் பகுதிகளில் இரும்பு உளிகளைத் தாங்கும் வன்மையான பாறைகள் மிகுதி. எனவே இந்தியாவில் காணப்பெறும் கல்வெட்டுகளில் நான்கில் மூன்று பங்கு தென்னிந்தியப் பகுதியில் தான் உள்ளது. தமிழ்நாட்டில் மட்டும் மொத்தக் கல்வெட்டுகளில் மூன்றில் ஒரு பங்கு நமக்குக் கிடைக்கின்றது. தமிழ்நாடு தொடர்ச்சியான நீண்ட வரலாறு உடைய பகுதி என்பதுவே இதன் காரணமாகும்.

இந்திய மொழிகளின் எழுத்துகள் அனைத்தும் நாகரி, திராவிடி, கரோஷ்டி என்ற மூன்று எழுத்து வகைகளில் இருந்து பிறந்தவை. தொன்மையான தமிழ் எழுத்துக்குத் தமிழி அல்லது தமிழ்பிராமி என்று தொல்லியல் ஆராய்ச்சியாளர்கள் பெயரிட்டு அழைக்கின் றனர். கி. மு. மூன்றாம் நூற்றாண்டிலிருந்து கி. பி. மூன்றாம் நூற்றாண்டுவரை தமிழி எனப்படும் எழுத்தே தமிழ்நாட்டில் வழக்கில் இருந்தது. சங்க இலக்கியங்களும் திருக்குறளும் இந்த எழுத்தில்தாம் பிறந்திருக்க வேண்டும். கி.பி. 4ஆம் நூற்றாண்டுக்குப் பின்னர் வழக்கத்திற்கு வந்த வட்டெழுத்தும் தமிழ் எழுத்தும் மேற்சொன்ன தமிழி எழுத்துகளில் இருந்து பிறந்தவையே. சமஸ்கிருத ஒலிகளையும் சொற்களையும் எழுத மற்றொரு வகை எழுத்தைத் தமிழ்நாட்டில் பயன்படுத்தினர். இதற்குக் 'கிரந்தம்'

என்பது பெயராகும். இன்று நாம் பயன்படுத்தும் ஷ,ஸ,ஜ,ஹ,ஸ்ரீ ஆகிய எழுத்துகளே கிரந்த எழுத்துகளாகும். இவை தமிழ் நெடுங்கணக்கில் சேராதவை.

இந்தியத் தொல்லியல் ஆய்வுத்துறை கி.பி. 1885இல் தொடங்கப் பெற்றது. அன்றிலிருந்து கல்வெட்டுகளைப் படிஎடுத்தும் படித்தும் இத்துறையினர் பதிப்பித்து வருகின்றனர். கடந்த 30 ஆண்டுகளாகத் தமிழ்நாட்டுத் தொல்லியல் ஆய்வுத் துறையினரும் ஆயிரக்கணக்கான கல்வெட்டுகளைப் படித்தும் பதிப்பித்தும் வருகின்றனர்.

தமிழ்நாட்டில் பெரும்பாலான கல்வெட்டுகள் கோயில் களில்தான் காணப்படுகின்றன. இவை தவிரப் பாறைகளிலும் மலைகளில் அமைந்துள்ள குகைத் தளங்களிலும்சிதைந்து கிடக்கும் கற்றூண்களிலும்கல்வெட்டுகள்காணப்படுகின்றன. தர்மபுரி, தென்னார்க்காடு மாவட்டங்களில் புடைப்புச் சிற்பங்களுடன் கூடிய நடுகல் கல்வெட்டுகள் நிறையக் கிடைக்கின்றன. கிணற்றடி, கிணற்றின் துலாக்கல், ஏரிகளின் கலிங்குகள், கற்செக்குகள் ஆகியவற்றிலும்கூடத் தமிழ்க் கல்வெட்டுகள் கண்டுபிடிக்கப் பட்டுள்ளன.

நமக்கு இதுவரை கிடைத்துள்ள தமிழ்க் கல்வெட்டுகள் பெரும் பாலும் ஆவணங்களாகவே (Documents) கிடைத்துள்ளன. எனவே கற்பனையான அல்லது மிகையான செய்திகள் இவற்றுள் வருவதில்லை. ஆகையால் அரசியல் வரலாறு, சமூக வரலாறு, இலக்கியம், பண்பாடு ஆகியவற்றை அறிவதற்குக் கல்வெட்டுகள் நம்பிக்கைக்குரிய சான்றுகளாக அமைந்துவிடுகின்றன. இவை வரலாற்றின் குழப்பமான பகுதிகளைத் தெளிவுபடுத்துகின்றன. குறிப்பிட்ட காலத்தை அல்லது மனிதரை அறிவதற்கு வேறு சான்றுகள் கிடைக்காதபோது, கல்வெட்டுகள் அக்கால வரலாற்றை நமக்கு வெளிச்சமாக்கிக் காட்டுகின்றன.

கல்வெட்டுகளின் அளவினை வரையறுக்க இயலாது. ஒருவரிக் கல்வெட்டுகள் முதல் நூற்றுக்கும் மேற்பட்ட வரிகளைக் கொண்ட கல்வெட்டுகள் வரை தமிழ்நாட்டில் நமக்குக் கிடைத்துள்ளன. அளவைக் கொண்டு இவற்றின் பயனை வரையறுத்துவிட முடியாது. எடுத்துக்காட்டாகஒன்றைக் குறிப்பிடலாம். பேரரசர் அசோகருடைய பிராமிக் கல்வெட்டுகளில் சேர, சோழ. பாண்டிய

மன்னர்களோடு 'ஸதியபுதோ' என்ற தமிழ்நாட்டு மன்னர் மரபும் குறிக்கப்படுகிறது. வரலாற்று அறிஞர்களும் இலக்கிய அறிஞர்களும் ஸதியபுதோ அரசமரபு யாருடையது என்று 40 ஆண்டுகளாகத் தமக்குள் போராடிக்கொண்டு இருந்தனர். 1979இல் தென்னார்க்காடு மாவட்டம் திருக்கோவிலூர்க்கு அருகில் உள்ள ஜம்பை என்னும் ஊரில் ஒருவரிக் கல்வெட்டு ஒன்று கல்வெட்டுத்துறை மாணவர் ஒருவரால் கண்டுபிடிக்கப்பட்டது. "ஸதியபுதோ அதியமான் நெடுமான் அஞ்சி ஈத்த பாளிய்" என்பது அக்கல்வெட்டு வாசகமாகும். அசோகன் கல்வெட்டுக் குறிப்பில் காணப்பெறும் நாலாவது அரசமரபு அதியமான் மரபு என்பது ஐயத்திற்கிடமில்லாமல் நிறுவப்பட்டது. காணமாற்போன குழந்தை திரும்பக் கிடைத்ததுபோல ஆராய்ச்சியுலகமும் மகிழ்ந்தது.

சங்க இலக்கியங்களிலும், பக்தி இலக்கியங்களிலும் காணப்படும் சில சொற்களுக்கான பொருளை நாம் கல்வெட்டுகளின் துணை கொண்டே அறிய முடிந்திருக்கிறது. வண்ணக்கன் (ச.இ) - பொன்னின் மாற்றறிந்து சொல்பவன். காமக்காணி(ச.இ) - எதிர்வரும் நற்காலம் கூறும் சோதிடன், ஒற்றைச்சேவகன் (திருவாச) - அரசனின் தனி மெய்க்காப்பாளன் என அவற்றுள் சிலவற்றைக் குறிப்பிடலாம்.

அதுபோலவே தொல்லிலக்கியங்கள் குறிப்பிடும் ஊர்கள், நகரங்கள், நாடுகள், புலவர் பெயர்கள் ஆகியவற்றையும் நாம் பிற்காலக் கல்வெட்டுகளைக் கொண்டே தெளிவாக அறிய முடிந்திருக்கின்றது.

"முல்லையும் பூத்தியோ ஒல்லையூர் நாட்டே" என முடியும் புறநானூற்றுப் பாடலில் வல்வேற் சாத்தன் எனும் குறுநில மன்னன் பேசப்பெறுகின்றான். இவன் ஆண்ட ஒல்லையூர் நாடு இப்போதுள்ள புதுக்கோட்டை மாவட்டத்தின் ஒலியம்மங்கலம் என்னும் பகுதி என்பதைக் கல்வெட்டுகளின் வழியாகக் கண்டறிந்துள்ளனர். அப்பகுதியிலுள்ள 'பெருங்களூர்' என்னும் ஊரே பெருங்கோழியூர் நாய்கன் மகள் நக்கண்ணையார் எனும் சங்ககாலப் பெண்பாற்புலவரின் ஊர் என்பதும் நமக்குக் கல்வெட்டுகள் தந்த செய்தியே ஆகும்.

ஓய்மா நாட்டுத் தலைநகரம் கிடங்கில் (இன்றைய திண்டிவன நகரத்தின் பகுதி) தண்கால் முடக்கொற்றனார் எனும் சங்கப்

புலவரின் ஊர் (விருதுநகர் மாவட்டம் திருத்தங்கல்) சங்க இலக்கியம் கூறும் முத்தூற்றுக் கூற்றம் (இன்றைய தேவகோட்டைப் பகுதி) மலைபடுகடாம் பாடிய இரணிய முட்டத்துப் பெருங்குன்றூர்ப் பெருங்கௌசிகனாரின் ஊர் (இன்றைய அழகர் கோயிற் பகுதியில் அமைந்த இரணியம்) என இலக்கியப் பிற்புலத்தை அறியக் கல்வெட்டுகள் பெருந்துணை செய்கின்றன.

கல்வெட்டுகள் பெரும்பாலும் கொடைச் செய்திகளையே பேசுகின்றன. அரசர்கள் அல்லது குறுநிலத் தலைவர்கள் கோயில் களுக்கு நிலம், பொன் அணிகள், ஆடு, மாடு ஆகியவற்றைக் கொடையாக வழங்கிய செய்தியும் கோயில் பிராமணர்களுக்கு நிலக்கொடை வழங்கிய செய்தியுமே மிகுதி. இவை தவிர ஏரியமைத்தது, ஏரிகளைப் புதுப்பித்தது, உள்ளாட்சித் தேர்தல், சிற்றூர்களில் நீதி வழங்கிய முறை, போர்ச்செய்திகள், வீரமரணம், ஆலயம் எடுப்பித்தது எனப் பலப்பல வகையான செய்திகளும் கல்வெட்டுகளால் அறியப்படுகின்றன.

தலைவனோடு நின்று போராடி வீரமரணம் அடைந்த ஒரு நாயினைப் பற்றி ஒரு நடுகல் கல்வெட்டு கூறுகின்றது. கைப்பிழையாக அம்பெய்தி ஒருவனைக் கொன்றவனுக்கு விதிக்கப்பட்ட தண்டனையை ஒரு கல்வெட்டு கூறுகின்றது. பெருவேந்தன் முதலாம் இராசஇராசனின் தாய் பால் அருந்தும் சிறு குழந்தையைக்கூட விட்டுவிட்டுக் கணவனோடு தீப்பாய்ந்து மாண்டதை மற்றொரு கல்வெட்டு கூறுகின்றது. திருமெய்யத்தில் உள்ள ஒரு கல்வெட்டு, சிவன் கோயிலுக்கும் பெருமாள் கோயிலுக்கும் ஏற்பட்ட உரிமைச் சண்டையினைப்பற்றிக் கூறுகிறது. பெருவழியில் மக்களுக்குத் தொல்லை செய்துவந்த புலியினை வீரன் ஒருவன் கொன்று தானும் உயிர்நீத்த செய்தியைச் சோழவந்தான் தென்கரைக் கல்வெட்டு கூறுகின்றது. கழுகுமலையில் உள்ள கல்வெட்டு ஒன்று, சமணப் பெண் துறவிகள் ஆசிரியர்களாக அமர்ந்து மாணவர்களுக்குப் பாடம் சொன்ன செய்தியினை நமக்குக் காட்டுகிறது.

கல்வெட்டுகள் பெரும்பாலும் அரசியல் ஆவணங்களாகவும் சமய ஆவணங்களாகவும் உரிமையியல் ஆவணங்களாகவும் அமைகின்றன. இவையே அன்றி, இலக்கியச்சுவையோடு அமைந்த பாடல் கல்வெட்டுகள் சிலவும் கண்டுபிடிக்கப்பட்டுள்ளன.

104 பாடல்களைக் கொண்ட 'சிராமலை அந்தாதி' என்ற நூல் முழுமையும் திருச்சிராப்பள்ளி மலையிலே அமைந்த குடைவரைக் கோயிலில் கல்லிலே பொறிக்கப்பட்டுள்ளது. சம்பந்தர் தேவாரத்தின் 'திருவிடைவாய்ப்பதிகம்' ஏடுகளில் காணப்படவில்லை. அவ்வூர்க் கல்வெட்டில் இருந்தே கண்டறியப்பெற்றது. தமிழ்ப்புலவர்கள் சிலரின் காலத்தைக் கல்வெட்டுகளின் துணையால் கணக்கிட்டறிந்து மு. ராகவையங்கார் 'சாசனத் தமிழ்க்கவி சரிதம்' என்ற நூலையே எழுதியுள்ளார்.

அரசர்களின் கல்வெட்டுகளில் முற்பகுதியில் வரும் மெய்க் கீர்த்திப் பகுதிகள் சில கவிதையாகவே அமைகின்றன. முதலாம் இராசராசனின் தாயினை திருக்கோயிலூர்க் கல்வெட்டு பின்வருமாறு நமக்கு அறிமுகப்படுத்துகின்றது.

செந்திரு மடந்தைமன் சீராசராசன்
இந்திர சமானன் இராசசர்வக்ஞன் எனும்
புலியைப் பயந்த பெண்மான் கலியைக்
கரந்து கரவாக் காரிகை சுரந்த
முலைமகப் பிரியினும் முழங்கெரி நடுவண்
தலைமகற் பிரியாத் தையல்

என்பது வரலாற்றுச் செய்தியோடு கவிதைச்சுவை ததும்பும் ஒரு கல்வெட்டு ஆகும்.

மாறவர்மன் சுந்தரபாண்டியன் (மி) சோழநாட்டை வென்று பாண்டிய நாட்டிற்குத் திரும்பும் வழியில் (புதுக்கோட்டை மாவட்டம்) பொன்னமராவதி நகரில் கொலுவிருந்த காட்சியினை,

வாங்குசிறை அன்னம் துயிலொழிய வண்டெழுப்பும்
பூங்கமல வாவிசூழ் பொன்னமராவதி நகருள்
ஒத்துலகம் தாங்கும் உயர் மேருவைக் கொணர்ந்து
வைத்தது போல்சோதி மணிமண் டபத்து இருந்து

என்று இயற்கை வளமும் செயற்கை வளமும் பாடி வருணிக்கிறது மற்றொரு கல்வெட்டு.

கல்லிலே எழுதிய எழுத்துகளெல்லாம் சொத்துணர்வு, போர் உணர்வு காரணமாகப் பிறந்தவை என்று கருதிவிடக் கூடாது.

மென்மையான நகைச்சுவை உணர்வோடும் ஒரு கல்வெட்டு

அமைகிறது. புதுக்கோட்டை மாவட்டம் குடுமியான் மலையி லுள்ள சிவன் கோவிலில் இறைவனுக்குக் குடுமிநாதர் என்று பெயர். பெரிய பெரிய சடைகளும் சடையிலே கங்கையினையும் உடைய சிவபெருமானுக்குத் தலையிலே குடுமி என்பது வியப்பாக இருக்கிறதல்லவா? கவிஞரான சிவனடியார் ஒருவர்க்கு இதைப் பார்த்ததும் வேடிக்கையாக ஒரு கற்பனை பிறக்கிறது. குடுமியான் மலைக்கு, நலக்குன்றம் என்றும் ஒரு பெயர் உண்டு.

இந்த நலக்குன்றரைப் பார்த்து அவர் மனைவியான உமையம்மை விழுந்துவிழுந்து சிரித்தாளாம். ஏன் தெரியுமா? மொட்டைத் தலைக்காரர்களைப் பார்த்ததும் நமக்கு இயல்பாக வரும் சிரிப்பு அல்ல இது. அவள் மனத்துக்குள்ளே இருந்த வருத்தமும் போட்டி உணர்வும் தீர்ந்துபோய்ச் சிரிக்கின்றாள் உமையம்மை. ‘இந்தக் குடுமிநாதர் சகக்களத்தியான கங்கையை இதுநாள் வரை சடையில் மறைத்து வைத்திருந்தாரே, இனி இந்தக் குடுமியில் எப்படி மறைப்பார் பார்க்கலாம்’என்று சொல்லிச் சிரிக்கின்றாளாம் அவள்.

எங்கள் நலக்குன்றரைப் பார்த்தேழுலகும் ஈன்ற உமை
நங்கை பலகாலும் நகை செயுமே - கங்கையுறை
பொங்கேய் கமழ்சடிலம் போய்க்குடுமி ஆகிவிட்ட(து)
எங்கே இனிமறைப்பார் என்று

பாட்டின் சுவை உணர்ந்த பக்தர்கள் இதை அப்படியே அம்மலையில் கல்வெட்டாக ஆக்கிவிட்டார்கள்.

கல்வெட்டுகள்தமிழர்பெற்றவரலாற்றுச்செல்வங்களிலெல்லாம் மிகப்பெரியவையாகும். கல்வெட்டுகள் நேற்றைய வாழ்வை அறிய மட்டுமல்லந நாளைய வாழ்வை அமைத்துக்கொள்ளவும் நமக்கு வழிகாட்டுகின்றன. ஏனென்றால் அவை அரசர்களின் ஆவணங்களாக மட்டுமல்லாமல் மக்களின் ஆவணங்களாகவும் இருக்கின்றன. அவற்றைக் கண்டறிவதும் அழியவிடாமல் காப்பதும் நாட்டுத் தொண்டின் ஒரு பகுதியாகும்.

கம்பனின் அறிமுகம்

ஒவ்வொரு மனிதனுக்கும் இரண்டு வகையான உறவுகள் உண்டு, ஒன்று குடும்ப உறவு அல்லது இரத்தஉறவு; மற்றொன்று சமூக உறவு. நம்குடும்பத்திற்கு வெளியில் பல்வேறுபட்ட சமூக உறவுகள் நமக்குத் தேவைப்படுகின்றன. எல்லா மனிதர்களோடும் பார்ப்பதோடும் பேசுவதோடும் நாம் நின்றுவிடுவதில்லை. நாள்தோறும் நாம் செல்லும் பேருந்தின் நடத்துநர்கூடக் கடைத் தெருவில் நம்மைக் கண்டால் புன்முறுவல் செய்துவிட்டுப் போகிறார். நம்முடைய ஆசிரியர், மாணவர், மருத்துவர், வகுப்பு நண்பர், அலுவலக நண்பர், அவர்களுடைய குடும்பத்தார்கள் என்று நம் மனித உறவுகள் விரிவடைந்துகொண்டே போகின்றன. இன்றைய நகர நாகரிகத்தில் இவ்வகையான உறவுகள் பெரும்பாலும் ஒருவர் அறிமுகம் செய்துவைத்த பின்புதான் தொடங்குகின்றன.

அறிமுகம் செய்துவைப்பது ஒரு கலைதான். சிலபேர் அதிலே தனித்திறமை பெற்றிருக்கிறார்கள். "இவர் இன்னார், திருச்சிக்காரர், எம்.ஏ. பொருளாதாரம் படித்திருக்கிறார், பொதுப்பணித்துறையில் வேலைசெய்கிறார். செயகாந்தனின் தீவிர ரசிகர். புதுக்கவிதையிலே ஈடுபாடு நிரம்ப உண்டு. இன்னின்ன இதழ்களில் இவரது கவிதைகள் வெளிவந்திருக்கின்றன". இப்படி ஒரு அறிமுகம் முழுமையான அறிமுகம். அதன் விளைவாக அறிமுகம் செய்யப்படும் இரண்டுபேரும் விரைவில் இலக்கிய நண்பர்களாகிவிடுகின்றனர்.

தமிழில் மிகப்பெரிய வெற்றிபெற்ற கவிஞன் கம்பன். அவனது இராமகாதையில் நூற்றுக்கணக்கான பாத்திரங்கள். அத்தனை பேரையும் அவன் நேரில் நின்று நமக்கு அறிமுகம் செய்துவிட இயலாது. அப்படித்தானே நேரிலே வந்து ஒவ்வொருவருக்கும் அறிமுகச் சான்றிதழ் வழங்க அவனும் விரும்பவில்லை. ஒரு சில பாத்திரங்களைக் கம்பன் தானே நேரிலே நின்று அறிமுகம் செய்கிறான். மற்றுஞ்சிலரை இன்னொரு பாத்திரம் மூலம் அறிமுகம் செய்கிறான். வேறு சில பாத்திரங்களை அவர்கள் இல்லாமலே மற்றவர்கள் அவர்களைப்பற்றிப் பேசிக்கொள்வதன்வழி நமக்கு அறிமுகம் செய்கிறான். அறிமுகம் செய்யும்போதே அவர்களைப் பற்றிய நல்லெண்ணமோ, வல்லெண்ணமோ நமக்குள்

உருவாகும்படி அறிமுகம் செய்கிறான். குகன், வாலி, அனுமன், சூர்ப்பனகை, இந்திரசித்து, இராவணன், கும்பகருணன் என்று இப்படிப் பல்வேறு பாத்திரங்கள்.

நீலமாமணி நிருதர் வேந்தனை
மூலநாசம் பெற முடிக்கும் மொய்ம்பினாள்

இது, சூர்ப்பனகையினைக் கம்பன் நமக்கு அறிமுகம் செய்வது. அவள் பெயரைச் சொல்லும் முன்னரே அவளாலே உண்டாகப்போகும் விளைவுகளைச் சொல்லிவிடுகிறான். 'இராவணனுடைய குலத்தைக் கருவறுக்க வந்தவள்' என்று. நடுவிலே யாருமில்லாமல் தாமே அறிமுகம் செய்துகொண்ட இரண்டு பாத்திரங்களும் இராமாயணத்தில் உண்டு. குகனும் பரதனுமே அவர்கள்.

மனைவியோடும் தம்பியோடும் காடு சென்ற இராமன் குகனைச் சந்திக்கிறான். அவன் துணையோடு கங்கையாற்றைக் கடந்து தென்கரையை அடைகிறான். குகனும் இராமனும் தோழமை கொள்கின்றனர். 'நீ என் தம்பி, என் தம்பியர் உன் தம்பியர்' என்று கூறி, குகனை இராமன் தன் தம்பியாகவும் ஏற்றுக்கொள்கிறான். தொடர்ந்து காடு நோக்கித் தென்திசைக்குப் பயணமாகிறான்.

சிலநாட்கள் கழித்துக் காடுசென்ற இராமனை அழைத்துவரப் பரதன் தென்திசை நோக்கி வருகின்றான். தந்தை தசரதன் இறந்த பிறகு தாய்மார் மூவரோடும் படைகளோடும் வருகிறான். கங்கையின் தென்கரையில் இருந்து இதைப் பார்த்த குகன், இராமன் தம்பியர் அவன் மீது படையெடுத்து வருகின்றனரோ என முதலில் ஐயம் கொள்கிறான். ஆனால் கொஞ்சம் கூர்ந்து பார்த்தால் நிலைமை வேறாகத் தோன்றுகிறது. திசைநோக்கித் தொழுத கையோடும் கண்ணீரோடும் வரும் பரதனைக் குகன் அறிந்து கொள்கிறான். 'இவனைப் பார்த்தால் இராமனைப்போல இருக்கிறது. அருகிலே இருப்பவன் சத்துருக்கனனாக இருக்க வேண்டும்' என இவனே முடிவு செய்துகொள்கிறான். படகிலே வடகரை நோக்கிச் செல்கிறான்.

'............ இழைப்பரோ? பிழைப்பு' இராமனுடன் பிறந்தவர்கள் தவறு செய்வார்களோ எனக் கருதிக்கொண்டே கரை இறங்குகிறான்.

குகனைப்பற்றிக் கேள்விப்பட்டிருந்த பரதன் உணர்ச்சி வயப்பட்டு அவன் காலில் விழ, அவன் இவன் காலில் விழ, யார்

முதலில் விழுந்தார்கள் என்றே தெரியாமற் போயிற்று. பிறகு பரதனும் இங்கு வந்த நோக்கத்தை மெல்ல அறிந்துகொள்கிறான் குகன்; மகிழ்ச்சி அடைகிறான்.

சற்றுத் தள்ளி தாய்மார் மூவரும் நின்றுகொண்டிருக்கின்றனர். சுற்றத்தார்கள் எல்லாம் கோசலையைச் சுற்றி வணங்கி நின்று கொண்டிருக்கின்றனர். அவளைச் சுட்டிக் காட்டி, "இவர் யார்?" என்று கேட்கிறான் குகன்.

'................. கோக்கள்வைகும்
முற்றத்தான் முதல்தேவி.
மூவுலகும் ஈன்றானை முன்னீன்றானை
பெற்றத்தால் பெருஞ்செல்வம்
யான்பிறத்தலால் துறந்த பெரியோள்'

என்றான் பரதன். (தசரதனின் முதல்தேவி. உலகைப் படைத்த பிரம்மனைப் படைத்த இராமனைப் பெற்றவள். பெருஞ்செல்வம் பெற்றவள். யான் பிறந்த காரணத்தால் அதை இழந்தவள்). இராமனைப் பெற்றவள் என அறிந்தவுடன் குகன் அவள் காலில் விழுகிறான்; அழுகிறான். ஒன்றும் புரியாமல் திகைத்து நின்ற கோசலை, 'இவன் யார்?'எனப் பரதனைக் கேட்கிறாள். 'கன்றைப் பிரிந்த காராம்பசுப்போல' சோகத்தில் நிற்கும் அவளுக்குக் குகனை அறிமுகம் செய்கிறான் பரதன். "இவன் இராமனின் துணைவன். இலக்குவனுக்கும் எனக்கும் சத்துருக்கனனுக்கும் அண்ணன். இந்தப் பெருந்தகையாளனுடைய பெயர் குகன்".

இன்துணைவன் ராகவனுக்(கு) இலக்குவற்கும்
இளையவற்கும் எனக்கும் மூத்தான்
குன்றனைய திருநெடுந்தோள் குகன் என்பான்
இன்னின்ற குரிசில்

என அறிமுகம் செய்கிறான். இராமனின் தாய் என அறிந்தவுடன் கோசலையைக் குகன் தன் தாயாக மனத்தில் ஏற்றுக்கொண்டான். பரதனும் குகனைத் தனது அண்ணனாக ஏற்றுக்கொண்டான். கோசலை அடுத்துச் சொல்கிறாள். "இராமன் காடு நோக்கி வந்ததுகூட நல்லதாகப் போயிற்றே. உடன்பிறந்தார் ஐவராக நீங்கள் உலகத்தைக் காத்துவாருங்கள்". அவளும் இராமனின் தம்பியாகி விட்ட குகனைத் தன் மற்றொரு மகனாக வரித்துக் கொண்டு

விட்டாள். அறிமுகத்திலேயே உணர்வுகள் ஒன்றுபட்டு மனித உறவு விரிவடைந்தாயிற்று. இராமகதையின் அடிப்படை நோக்கங்களில் ஒன்றான உடன்பிறப்பு உணர்வும் (சகோதரத்துவம்) இந்த அறிமுகத்தில் உணர்த்தப்பட்டாயிற்று.

'அன்பே வடிவமாக நிற்கிற இந்த அம்மை யார்?' என்று அடுத்து சுமத்திரையைச் சுட்டிக்காட்டிக் கேட்கிறான் குகன். புகழுடம்பு அடைந்த தசரதனின் இளந்தேவி. இராமனுக்குத் தம்பியரும் உண்டு என்று காட்டுவதற்காகப் பிரியாமல் உடன் வந்த இலக்குவனைப் பெற்றவள்.

நெறிதிறம்பாத் தன்மெய்யை நிற்பதாக்கி
இறந்தான்தன் இளந்தேவி யாவர்க்கும்
தொழுகுலமாம் இராமன் பின்பு பிறந்தானும்
உளன் என்னப் பிரியாதான்
தனைப்பயந்த பெரியோள் என்றான்.

இப்போது, மூன்றாவதாக ஒரு பெண் நிற்கிறாள். அவளையும் பார்க்கிறான் குகன். அவளை அறிமுகம் செய்யத் தொடங்குகிறான் பரதன். "இவளைத் தெரியவில்லையா? இவள்தான் துயரங்களுக் கெல்லாம் மூலகாரணம். தீவினைகளின் செவிலித்தாய். இந்தப் பாவியின் வயிற்றில்தான் நான் கிடந்தேன். துன்பமில்லாமல் நிற்கும் இந்த முகத்துக்காரியை உனக்குத் தெரியவில்லையா? இவள்தான் என்னைப் பெற்றவள்".

படரெல்லாம் படைத்தாளைப் பழி வளர்க்கும்
செவிலியைத் தன் பாழ்த்தபாவிக்
குடரிலே நெடுங்காலம் கிடந்தேற்கு
உயிர்ப்பாரம் குறைந்து தேய
இடரில்லா முகத்தாளை அறிந்திலையேல்
இன்னின்றாள் என்னை ஈன்றாள்

அன்பின்தலை நின்று தாயார் இருவரை அறிமுகம் செய்த பரதன் தன்னைப்பெற்ற தாயினை அறிமுகம் செய்த முறை நம்மை அதிரவைக்கிறது. அறிமுகத்தில் இதுவும் ஒரு வகைபோலும். இரக்கமில்லாத இந்த அறிமுகம் பரதன் தன் தாய்க்குத் தந்த தண்டனையல்லவா? அறிமுகம் முடிகிறது. கம்பன் தன் காட்சி வருணனையைத் தொடங்குகிறான்.

என்னக் கேட்ட அவ்விரக்கமிலாளையும்
தன்னற்கையின் வணங்கினன் தாய் என',

நான்கு வகையான அறிமுகங்கள். கதை மாந்தர் பண்பு மட்டுமல்ல; காவியத்தின் நோக்கும் போக்கும் அறிமுக நிலையிலே புலப் பட்டுவிடுகின்றன. தசரதனின் பெருமை, அவன் வாய்மை, இராமன் பெருமை, கோசலையின் அன்புள்ளம், இலக்குவனின் பாசம், சுமத்திரையின் பொறுமை, கைகேயியின் இரக்கமில்லாத்தன்மை, இத்தனைக்கும் மேலாகக் காவியத்தின் உயிர்ப் பண்பான சகோதரத்துவம். ஐந்தாறு பாட்டிற்குள்ளாகவே அத்தனையையும் சொல்லிவிடுகிறான் கம்பன்,'அறிமுகம்' என்ற சிறிய உத்தியின் மூலம்.

அடிகளாரின் அரசியல்

தமிழ் இலக்கியம் நீண்ட நெடிய வரலாறு உடையது. நூற்றுக்கணக்கில் இலக்கியங்கள், ஆயிரக்கணக்கில் புலவர்கள், நம் காலத்தில் தமிழுக்குப் புதிய ஒளி தந்த பாரதியார், ஈராயிரம் ஆண்டு இலக்கிய வரலாற்றில் தமிழுக்கு 'அமரத்தன்மை' தந்தவர் களாக மூவரை மட்டுமே குறிப்பிடுகின்றார். முதல்வர் வள்ளுவர், அடுத்தவர் இளங்கோ, மூன்றாமவர் கம்பர்.

'நெஞ்சையள்ளும் சிலப்பதிகாரம் என்றோர் மணியாரம்'என்பது பாரதியின் மதிப்பீடு. சிலப்பதிகாரத்தைப் பாரதிக்குப் பின்னரும் பலர் மதிப்பிட்டார்கள். நாடகக் காப்பியம், இசைத் தமிழ்க் காப்பியம், குடிமக்கள் காப்பியம் என்றெல்லாம் சிலப்பதிகாரத் திற்குப் புகழ் மாலைகள் சூட்டப்பட்டன. காவியத்திற்குள்ளே கவிஞன் உள்ளம் ஆழ்ந்து கிடக்கும். அதைக் காண்பது அவ்வளவு எளிதல்ல. "அணிசெய் காவியம் ஆயிரம் கற்பினும் ஆழ்ந்திருக்கும் கவியுளம் காண்கிலார்" என்பதும் பாரதியின் மதிப்பீடுதான். சிலப்பதிகாரக் காப்பியத்திற்குள் இளங்கோவடிகளின் உள்ளம் ஆழ்ந்து கிடப்பதை நாம் இன்னும் ஒருமுறை தேடிப்பார்க்கலாம். தேடப் புறப்பட்ட மனிதர்கள் வெறுங்கையுடன் திரும்புவதில்லை.

ஒரு நாடகத்தின் முடிவில் அவையோர் முன்னர் நாடக ஆசிரியர் மேடையில் தோன்றி ஏதோ பேசுவது இன்றைய காலத்தில் வழக்கமாக உள்ளது. சிலப்பதிகாரக்கதையின் இறுதிப்பகுதியில் தெய்வம் ஆகிவிட்ட கண்ணகி, தேவந்தியின் வழியாகக் காவிய ஆசிரியனின் கடந்த கால வாழ்க்கையைச் சித்திரிக்கிறாள். 'நீ சேரவேந்தனின் இளையமகனாய் வஞ்சிமூதூர் மணிமண்டபத்திடை இருந்தாய். அப்போது, ஒரு நிமித்திகன் வந்தான். அரசாளும் திருப்பொறி உன் தமையனைவிட உனக்கே உள்ளது என்றான். அவன் சொல்லியதைப் பொய்யாக்க விரும்பி நீ துறவியானாய். துறவுலகத்தின் அரசனானாய்' என்பதுதான் இளங்கோவடிகளின் முற்கதைச் சுருக்கம்.கதைகூறும் கவிஞனின் வாழ்க்கைக் கதை தெய்வத்தின் வழியாகவே வெளியாகிவிட்டது.

இந்தப் பகுதியில் இருந்து நாம் உணர்ந்து கொள்ளும் செய்தி இதுதான். 'வாழ்வாவது மாயம்; மண்ணாவது திண்ணம்' என்று

நிலையாமைப் பேசிவிட்டு இளங்கோ துறவியாகவில்லை. 'பெண் என்னும் மாயப் பெரும்பிசாசம்' எனப் பெண் வெறுப்புக் கொண்டும் அவர் துறவியாகவில்லை. அப்படியென்றால் பத்தினிப் பெண்ணொருத்தி தெய்வமான கதையைப் பாடியிருப்பாரா? நிமித்திகன் சொன்னதிலே தவறு எந்த இடத்தில்? மூத்தவனுக்கே அரசுரிமை என்பது உலக வழக்கம். முடியாட்சிக் காலத்தில் அதை மீறும்போது அரசியல் குழப்பம் நாட்டு மக்களை அலைக்கழிக்கும். மனைவிக்கு வரம் கொடுத்த பாவத்தால் மூத்த மகனுக்கே அரசுரிமை என்ற மரபை மீறினான் தசரதன். அதன் விளைவுகளை நாம் அறிவோம். அப்படிப்பட்ட அரசியல் குழப்பம் தன் நாட்டில் நடைபெறக்கூடாது என்பது இளவரசனாக இருந்த இளங்கோவின் எண்ணம். எனவே அத்தகைய அரசியல் குழப்பம் உருவாகாமல் இருக்க இளங்கோ துறவியானார். 'எனக்கு அரசமுடி வேண்டாம் என்று ஒதுங்கிக்கொள்வதுதானே. அதற்கு ஏன் துறவியாக வேண்டும்?'என்ற கேள்வி எழலாம். தான் விரும்பாவிட்டாலும் தன் வழியினர்கள் வருங்காலத்தில் அரசுரிமைப் போரில் இறங்கினால்?! தன் அண்ணனுக்கும் தன் வழியினருக்கும்கூட அப்படி ஒரு சிக்கல் உருவாகக்கூடாது என்று கருதியே தன்னுடைய மணவாழ்க்கையைத் தவிர்த்து இளங்கோ துறவியானார், அடிகளானார். இதிலிருந்து ஒன்று தெளிவாகிறது. நல்ல அரசியல்மீது அவர் கொண்ட நாட்டம்தான் இளங்கோவின் துறவுக்குக் காரணம்; வேறு காரணமில்லை.

அடிகள் அரசனின் மகனாகப் பிறந்து அரசனின் மகனாக வளர்ந்தவர். அவர் பெற்றிருக்கக்கூடிய கல்வியும் அரசியல் கல்வியாகத்தானே இருக்கமுடியும்? பிறப்பும் வளர்ப்பும் கல்வியும் அரசியலாக இருந்தால் ஒரு மனிதன் அவ்வளவு எளிதாக அதனைத் துறந்துவிடமுடியுமா? இளங்கோவடிகள் அரசியல் பதவியைத்தான் துறந்தார். அரசியலைத் துறக்கவில்லை. துறக்க அவரால் இயலவில்லை என்பதனைச் சிலப்பதிகாரம் நமக்குக் காட்டுகிறது.

சிலப்பதிகாரக் காண்டங்களின் பெயர்களைப் பாருங்கள். புகார், மதுரை, வஞ்சி என மூன்றுமே அரசியல் தலைநகரங்களின் பெயர்கள். புகார் நகரிலும் மதுரையிலும் சிலப்பதிகாரக் கதை நடந்தது. எனவே அவற்றிற்கு இட்ட பெயர் சரிதான்.

கதைப்பாத்திரங்கள் எதுவும் வஞ்சியிலே நடமாடவில்லையே? பிறகு ஏன் வஞ்சியின் பெயரால் ஒரு காண்டம் அமைத்தார்? மூன்று அரசியல் தலைநகரங்களின் பெயரும் தம் காப்பியத்தில் வரவேண்டும் என்பது இளங்கோவின் விருப்பம். ஏனென்றால் ஆழ்மனத்தில் இளங்கோ ஒரு அரசியல்வாதி. இன்னுமொரு செய்தி, கோவலனும் கண்ணகியும் பூம்புகாரில் இருந்து புறப்பட்டு மதுரைக்குப் பிழைக்க வந்தனர். திருப்புமுனைகள் ஏதுமில்லாத கதையின் அடிக்கூறுகளில் இதுவுமொன்று. இந்தக் கதைக்கூறினை இரண்டாகப் பிரிப்பதற்குக் காரணம் ஏதும் இல்லை. 'புகாரைவிட்டுப் புறப்பட்டனர்' என்பதோடு புகார்க் காண்டத்தை இளங்கோவடிகள் முடித்திருக்கலாம். அல்லது மதுரை வந்து சேர்ந்தனர் என்பதிலிருந்து மதுரைக் காண்டத்தைத் தொடங்கி யிருக்கலாம். ஆனால் அடிகளின் காவியத்தில் காண்டங்களின் பகுப்பு அவ்வாறு அமையவில்லை. கண்ணகியும் கோவலனும் கவுந்தியடிகளும் மதுரைக்கு வரும்வழியில் சோழநாட்டு எல்லையோடு புகார்க்காண்டம் முடிகிறது. பாண்டிய நாட்டு எல்லை தொடங்கும்போது மதுரைக் காண்டம் தொடங்குகிறது. சோழ, பாண்டிய நாடுகளின் அரசியல் எல்லைகளைத் தம் காப்பியத்தில் காண்டங்களின் எல்லைகளாக்கிக் காட்டுகின்றார் இளங்கோவடிகள். ஒரு அரசியல்வாதிக்கே இப்படி எல்லைப் பகுப்புமுறை மனத்திலே தோன்றமுடியும்.

கண்ணகியும் கோவலனும் கவுந்தியடிகளும் மதுரைக்குப் பயணம் செய்யும் காலம் கோடைக்காலமாகும். எனவே சுடுவெய்யில் நேரத்தை அவர்கள் பயணத்திற்குத் தவிர்க்கிறார்கள். சற்றே வெய்யில் தாழ்ந்தவுடன் பிற்பகல் நடக்கலாம் என்று காத்திருக்கிறார்கள். அவர்களின் காத்திருப்புக்கு அரசியல் உவமை கூறுகின்றார் இளங்கோவடிகள்

கொடுங்கோல் வேந்தன் குடிகள் போலப்
படுங்கதிர் அமையம் பார்த்திருந் தார்க்கு

தீய அரசியல்வாதியின் வீழ்ச்சிக்காகக் காத்திருக்கும் மக்களைப் போலக் காத்திருந்தனர் என்பது இதன் பொருளாகும். ஒருவன் நல்ல வேந்தனாகவே இருந்தாலும் ஆட்சியின் உறுப்புகளாக நிற்பவர்களோடு அவன் முரண்பாடு கொண்டால் இறையாண்மை கெட்டுப் பாழாகும் அந்த நாடு. பயிர் ஏதும் விளையாத பாலை

நிலத்தை இளங்கோ அமைதியில்லா நாட்டுக்கு உவமையாக்குகிறார்.

> கோத்தொழி லாளரொடு கொற்றவன் கோடி
> வேத்தியல் இழந்த வியனிலம் போல

இதுவும் இளங்கோவடிகளின் அரசியல் உவமைதான். (அரசு ஊழியர்களைத்தான் கோத்தொழிலாளர் என்கிறார் அடிகள்). இளங்கோவடிகள் என்ற கவிஞரின் ஆளுமையில் கலந்திருந்த அரசியல் வரலாற்றுணர்வே இந்த உவமைகளில் வெளிப்படுகின்றது.

வஞ்சிக்காண்டத்தில் செங்குட்டுவனுக்குச் சாத்தனார் கண்ணகியின் முற்கதையினை விளக்குகிறார். மதுரை நகரத்தில் கணவனை இழந்த கண்ணகி, சோழ நாட்டிற்குத் திரும்பிச் செல்லாமல் சேரநாட்டு எல்லைக்குள் ஏன் வந்தாள் தெரியுமா? அரசன் கொடுங்கோலனானால் இன்ன இன்ன தீய விளைவுகள் ஏற்படும் எனச் செங்குட்டுவனுக்குக் காட்டுவதற்காகவே என்று ஒரு கருத்தினையும் கூட்டிச் சொல்கிறார் சாத்தனார்.

> கொற்ற வேந்தன் கொடுங்கோல் தன்மை
> இற்றெனக் காட்டி இறைக்கு உரைப்பனள்போல்
> தன்னாட்டு ஆங்கண் தனிமையில் செல்லாள்
> நின்னாடு புகுந்து

என்பது அவர் செங்குட்டுவனிடம் கூறியது. இதைக் கேட்ட செங்குட்டுவன் என்னும் அரசியல்வாதி, "அரசியல் குடும்பத்தில் பிறப்பதும் துன்பந்தான்; மழையின்றிப் போனாலும் பிழையாக ஓர் உயிரைக் கொன்றாலும் பழியெல்லாம் மன்னனுக்குத்தான்" என்று பதில்கூறித் தானும் பழிக்கு அஞ்சும் அரசியல்வாதியாகக் காட்சி தருகிறான்.

இளங்கோவடிகளின் அரசியல் இக்கால அரசியல் அன்று; பழிக்கு அஞ்சும் அரசியல்; அறத்தின் வழி நிற்கும் அரசியல். எனவேதான் மேற்குறித்த மாதிரியெல்லாம் இளங்கோவடிகளால் பேசமுடிகின்றது.

சரி, அரசியலுக்கு ஒரு கொள்கை வேண்டுமல்லவா? அந்தக் கொள்கைவழிப் பயணம்செய்து இலக்கினை அடைய வேண்டு மல்லவா? இளங்கோவடிகளின் அரசியல் இலக்குத்தான் என்ன?

அடிகளாரின் காலத்தில் சேர, சோழ, பாண்டிய அரசுகள் ஒரே

மொழியினையும் ஒரே பண்பாட்டினையும் கொண்டிருந்தாலும் மூன்று அரசுகளும் தம்முள் பகை கொண்டிருந்தன. மொழியும் பண்பாடும் மக்களை இணைத்தன. அரசியல் தலைவர்கள் மக்களைப் பிரித்து வைத்தனர். இந்தப் பிரிவுகள் மறைந்து மொழிவழி மாநிலமாகத் தமிழ்நாடு என்று ஒன்று உருவாகவேண்டும் என்பதே இளங்கோவடிகளின் அரசியல் இலக்காகும்.

தமிழ் இலக்கியத்தில் முதன்முதலாகத் தமிழ்நாடு என்னும் சொல்லை இளங்கோவடிகளே உருவாக்கிப் பயன்படுத்தினார் என்பதையும் இங்கே நாம் நினைத்துப் பார்க்கவேண்டும்.

உவமை தொட்டுக் காண்டப் பிரிவுவரை தன் அரசியல் உணர்வுகளை அடிகள் பொதிந்து வைத்திருக்கிறார் என்பதோடு, அவரது அரசியல் இலக்கினை உணர்த்தும் இன்னுமொரு செய்தியினையும் நாம் கண்டுகொள்ள வேண்டும்.

தம் காப்பியம் முழுவதும் மூன்று அரச மரபுகளையும் வாய்ப்புக் கிடைக்கும் போதெல்லாம் அவர் வாழ்த்துகிறார். கண்ணகி கோவலன் காலத்துச் சோழ மன்னன் பெயரைக்கூடத் தம் காப்பியத்தில் இளங்கோவடிகள் ஓரிடத்தும் குறிப்பிடவில்லை. ஆயினும் சோழ அரச மரபை வாழ்த்துகிறார், வஞ்சிக் காண்டத்து வாழ்த்துக்காதை முழுவதும் மூன்று அரச மரபினையும் திரும்பத்திரும்ப வாழ்த்தி மகிழ்கிறார்.

"தென்தமிழ்நாட்டுச் செழுவில் கயல் புலி" என மூவரசர்களின் சின்னங்களையும் சேர்த்துத் தமிழ்நாட்டின் அரசியல் சின்னமாக்குகிறார். எனவே, ஒன்றுபட்ட தமிழ்நாடு என்பது இளங்கோவடிகளின் அரசியல் இலக்கு ஆகும்.

இளங்கோ பழிக்கு அஞ்சும் அரசியல்வாதி, அறவழி போற்றும் அரசியல்வாதி, தமிழ்நாட்டை ஒற்றுமைப்படுத்திய அரசியல்வாதி, மொழிவழி மாநிலம் என்னும் கோட்பாட்டை முதலில் கண்டுணர்ந்து சொன்ன அரசியல்வாதி.

புதுமையாளர் பாரதி

"சொல் புதிது, பொருள் புதிது, சுவை புதிது, காலத்தால் அழியாத சோதிமிக்க நவகவிதை" பாரதி தன் கவிதையைப்பற்றிச் சொல்லிக்கொண்ட வரிகள் இவை. பாரதிக்குமுன் வேறு எந்தத் தமிழ்க் கவிஞருக்கும் இவ்வளவு தன்னம்பிக்கை இருந்ததில்லை. ஏனென்றால் பாரதிக்கு முன் இருந்த தமிழ்க் கவிஞர்கள் யாரும் மாறிவரும் சமூகத்தைப்பற்றி எண்ணிப் பார்க்கக்கூட இல்லை. மாறிவரும் சமூகத்தில் எல்லாம் புதிது புதிதாய்ப் பிறக்கும். பாரதியின் காலமும் அதுவே. எனவே பாரதியின் பார்வை 'நேற்று'என்பதைவிட 'நாளை'என்பதில் அதிகமாகப் பதிந்திருந்தது.

உலகின் கிழக்குப் பகுதியும் மேற்குப் பகுதியும் சந்தித்த காலத்தில் பாரதி வாழ்ந்தார். கிழக்கு உலகம் ஐரோப்பியர்களின் விஞ்ஞான அறிவைக் கண்டு அப்போது மலைத்துப்போய் இருந்தது. மேற்கு உலகமோ கிழக்கு உலகத்தில் பண்பாட்டு வேர்களைக் கண்டு அளக்க முனைந்து கொண்டிருந்தது. பாரதி ஆங்கிலத்திலும் தேர்ச்சி பெற்றவர். எனவே ஐரோப்பிய விஞ்ஞானத்தையும் அதன்வழி உலக அரசியலையும் புரிந்துகொண்டவர். தமிழ்நாட்டின் எல்லைக்கு வெளியே வடநாட்டில் காசியில் இரண்டு ஆண்டுக்காலம் வாழுகின்ற வாய்ப்பும் பாரதிக்குக் கிடைத்திருந்தது. தமிழ்மொழி யின்பண்பாட்டின் வேர்களையும் பாரதி நன்கு அறிந்திருந்தார். எனவே பாரதியின் புதுமைப் பார்வை விரிவானதாகவும் வேகமுடையதாகவும் அமைந்திருந்தது.

புத்தம்புதிய கலைகள் நாள்தோறும் மேற்கில் வளர்வதை பாரதி அறிந்திருந்தார். மரபுவழிக் கவிதையை மாற்றிவிட்டு,'சந்தித் தெருப்பெருக்கும் சாத்திரம் முதல் சந்திர மண்டலத்துச் சாத்திரம் வரை' கல்வியின் பரப்பு வருங்காலத்தில் விரிந்துவிடும் என்பது பாரதிக்குத் தெரியும். எனவேதான் பழமையிலே பெருமைகொண்ட வேதத்தைக்கூட மாற்றி அமைக்கவேண்டும் என்று பாரதியின் மனம் ஆசைப்பட்டது. 'வேதம் புதுமை செய்'என்பது பாரதியின் புதிய ஆத்திசூடி.

புதுமையிலே நாட்டம் கொண்டவர் பழமையினை அப்படியே ஏற்றுக்கொள்ள முடியாது. பாரதியின் காலத்தில் சராசரித்

தமிழனும் இந்தியனும் தங்கள் பழமையிலே பெருமை உணர்வு கொண்டிருந்தார்கள். இந்தப் பழமை உணர்வு ஒரு போதையாகவே ஆகிவிட்டிருந்தது. இதற்கு மாறாக, பாரதிக்கு நாட்டின் கடந்தகால வரலாற்றில் அச்சமும் அடிமையுணர்வும் மூடத்தனங்களும் மண்டிக் கிடந்தது கண்ணுக்குத் தெரிந்தது.

புல்லடிமைத் தொழில் பேணி பண்டு
போயின நாட்களுக்கு இனிமனம் நாணி

என்றும்,

கோத்த பொய் வேதங்களும் - மதக்
கொலைகளும் அரசர் தம் கூத்துக்களும்
மூத்தவர் பொய்ந்நடையும் - சில
மூடர்தம் கவலையும் அவள் புனைந்தாள்

என்றும் பழைமையை மதிப்பிட்டார் பாரதி. எனவே பழைமை நிராகரிப்பு என்பது பாரதியின் கவிதைப் பண்புகளில் ஒன்றாக அமைந்திருந்தது.

மொழி, சமூகம், அரசியல்பற்றிய சிந்தனைகளில் பாரதி புதிய அளவுகோலை உருவாக்கினார். அளவுக் கருவிகளில் ஏற்படும் மாற்றத்தை அவ்வளவு விரைவில் எல்லாராலும் ஏற்றுக்கொள்ள முடியாது. அளந்து வாங்கிய அரிசியையும் எண்ணெயையும் நிறுத்து வாங்கத் தொடங்கியபோது நம்முடைய சமூகம் - குறிப்பாகப் பெண்கள் - பட்டபாடு கொஞ்சமா?

'நடைமுறைவாழ்வுக்கு எதிரான அச்சமும் தேவையற்ற நாணமும் நாய்களுக்கு இருக்கட்டும், பெண்களுக்கு வேண்டாம்' என்று பாரதி சொன்னபோது அன்றைய சமூகம் கண்ணை மூடி நெற்றியைச் சுருக்கிக்கொண்டது. ஆயினும் பாரதி இதுபற்றிக் கவலைப்படவில்லை. கால்வைத்ததுறையிலெல்லாம் பாரதியின் எழுத்து புதுமை செய்தது.

"இந்த நிமிஷத்தில் தமிழ் ஜாதியின் அறிவு, கீர்த்தி வெளியுலகத்தில் பரவாமல் இருப்பதை நான் அறிவேன். போன நிமிஷம் தமிழ் அறிவொளி சற்றே மங்கியிருந்ததையும் நான் அறிவேன். ஆனால் போன நிமிஷம் போய்த் தொலைந்தது. இந்த நிமிஷம் சத்தியம் இல்லை. நாளை வரப்போவது சத்தியம். மிகவும் விரைவிலே தமிழன் ஒளி உலக முழுவதிலும் பரவாவிட்டால்

என் பேரை மாற்றி அழையுங்கள்". இது 1911ஆம் ஆண்டு ஏப்ரல் மாதம் 3ஆம் தேதி சுதேசமித்திரன் இதழில் பாரதி எழுதியது.

இப்படி ஒரு நம்பிக்கையைத் தமிழர்கள் நெஞ்சில் விதைத்து விட்டு பாரதி சும்மா இருக்கவில்லை. இத்தாலி, பெல்ஜியம், ருஷ்யா, ஆகிய நாடுகளின் அரசியல் நடப்புக்களைப்பற்றிக் கவிதை பாடினார். 'வடவேங்கடம் தென்குமரி' எல்லைக்குள் வாழ்ந்து கொண்டிருந்த தமிழ்க்கவிதை, அப்போதுதான் உலக அரசியலைத் தன் கண்ணால் கண்டது. பாரதி படைத்த முதல் புதுமை இது.

பாரதி படைத்த மற்றொரு புதுமை, பிறமொழிக் கவிதைகளைத் தமிழாக்கம் செய்தது ஆகும். வடமொழி, வங்கமொழி, ஆங்கிலம் ஆகிய மொழிகளிலிருந்து பாரதி பல கவிதைகளைத் தமிழில் மொழிபெயர்த்தார். அவற்றில் குறிப்பிட்டுச் சொல்லத்தகுந்தது 'வந்தே மாதரம்' என்ற வங்கமொழிக் கவிதையாகும். "விடுதலைக்கு மகளிரெல்லாம்" என்ற பாரதியாரின் கவிதை, சியூசின் என்ற சீனப் பெண் கவிஞரது பாடலின் மொழிபெயர்ப்பாகும். இன்று பரவலாகப் பேசப்படும் புதுக்கவிதை, 19ஆம் நூற்றாண்டின் கடைசிப் பகுதியில் அமெரிக்காவில் பிறந்ததாகும். புதுக்கவிதை முன்னோடியான வால்ட் விட்மனைப் பற்றித் தமிழில் எழுதிய பாரதி, வசன கவிதை என்ற பெயரில் தமிழனுக்குப் புதுக் கவிதையில் பயிற்சி தந்தார். இதைவிட வியப்பான செய்தி ஒன்று உண்டு. ஜப்பானியக் குறுங்கவிதை வடிவமான ஹைகூ இன்று தமிழ்க் கவிதையுலகில் செல்வாக்குப் பெற்றிருக்கிறது. மன்யோசு வடிவக்கவிதை தமிழில் அறிமுகமாகி இருக்கிறது. 80 ஆண்டுகளுக்கு முன்னால் பாரதி, ஜப்பானியக் கவிதை வடிவம் பற்றிக் கட்டுரையே எழுதினார். எழுதிவிட்டு கொகூசி என்ற சீனப் புலவரின் ஹைகூ கவிதை ஒன்றையும் மொழிபெயர்த்துத் தருகிறார்.

தீப்பட்டெரிந்து
வீழுமலரின்
அமைதியென்னே

இந்தக் கவிதை, தன் வீடு தீப்பிடித்து எரிந்தது கண்டு ஒரு ஜப்பானியக் கவிஞரால் எழுதப்பட்ட கவிதையாகும். சுருங்கச் சொல்லும் இந்தக் கவிதை வடிவினைப் பாராட்டும் பாரதி, "நமக்குள்ளே திருக்குறள் இருக்கிறது" என்றும் நினைவுபடுத்துகிறார்.

நெடுங்காலம் வரை பாரதியைக் கவிஞர் என்று மட்டுமே தமிழுலகம் அறிந்துகொண்டதுதமிழருக்குப் பெரிய நட்டமாகும். தமிழ் உரைநடைக்கும் இதழியல் துறைக்கும் சிந்தனை வளர்ச்சிக்கும் பாரதி ஆற்றிய தொண்டு மிகப்பெரியது; பல பரிமாணங்களை உடையது. பாரதி அளவுக்குத் தமிழிலே பலதுறைக் கட்டுரைகளை எழுதியவர் இன்றுவரை யாருமில்லை என்றுதான் சொல்ல வேண்டும். மொழிபெயர்ப்பு, உலக அரசியல், பொருளாதாரம், மக்களின் பழக்க வழக்கங்கள், இசை, பெண் விடுதலை, தொழிலாளர், கல்வி என்று பல துறைகளிலும் பாரதி கட்டுரை எழுதினார். நவீன ருஷ்யாவின் விவாக விதிகள் பற்றியும் பாரதி கட்டுரை எழுதியுள்ளார். ஆர்மோனியம் என்ற இசைக் கருவி நம்முடைய மரபிசைக்கு எவ்வாறு கேடு விளைவிக்கிறது என்றும் அவரால் எழுத முடிகிறது. தியானங்களும்மந்திரங்களும் பற்றிக் கட்டுரை எழுதுகிற பாரதியின் கை, அறிவியல் தமிழின் வளர்ச்சிக்குக் கலைச் சொல்லாக்கத்தின் தேவைபற்றியும் கட்டுரை எழுதுகிறது. உண்மையைத் தேடும் முயற்சியும் அந்த முயற்சியில் பிறக்கின்ற பெருமிதமும் பாரதி கட்டுரையின் தனித்த பண்புகள் ஆகும். இன்னமும்கூட பாரதியின் பெருமிதநடை பெரும்பாலான தமிழர்களுக்குக் கைவரவில்லை.

சுதேசமித்திரன் இதழிலே பயிற்சிபெற்ற பாரதி 'இந்தியா' பத்திரிகையைத் தானே பொறுப்பேற்று நடத்தினார். அவ்விதழில்தான் முதன்முதலாகக் கருத்துப் படங்கள் வெளி வந்தன. தமிழ் இதழியலில் கருத்துப்படங்களை அறிமுகப்படுத்திய பெருமை பாரதிக்கே உரியது. அவர் சிலகாலம் உதவி ஆசிரியராகப் பணியாற்றிய தமிழ்நாளேடான 'சுதேசமித்திரன்' கூட அக்காலத்தில் கருத்துப்படங்களை வெளியிடவில்லை என்று மதிப்பிடுகின்றனர் ஆய்வாளர்கள். பாரதி தமிழுக்குப் படைத்த புதுமைகளில் இதுவும் ஒன்று. பாரதி பெண்களுக்காக நடத்திய பத்திரிகை 'சக்கரவர்த்தினி'. இந்தப் பத்திரிகையின் அட்டையில், தமிழ்நாட்டு மாதர் அபிவிருத்தியையே நோக்கமாகக் கொண்டு வெளியிடப்படும் தமிழ் மாதாந்த பத்திரிகை' என்று அச்சிடப்பட்டிருந்தது. மாதர்க்கான பொழுது போக்குப் பத்திரிகைகளே பெருகிக் கிடக்கின்ற இக்காலத்தில் இது எண்ணிப்பார்க்க வேண்டிய செய்தியாகும். அரசியல் வரலாறு, தன்வரலாறு ஆகிய துறைகளிலும் பாரதியின் முயற்சி தமிழுக்குப் புதியனவாகும். வரலாற்றினை எழுத முனைந்தார்

பாரதி. 'சுய சரிதை' என்ற "பாரத ஜனசபை" என்ற பெயரில் காங்கிரசு இயக்கத்தின் பெயரில் கவிதையில் தன் வரலாற்றினை எழுத முயன்றார். பாரதியின் நண்பர் வ.உ.சி தன்வரலாற்றைக் கவிதையில் எழுதியதற்கு இதுவே வழிகாட்டியாகும்.

பாரதி தமிழுக்கு அறிமுகப்படுத்திய எழுத்து உத்திகளில் ஒன்று உருவக நடையும் உருவகக் கதையும் ஆகும். 'ஓநாயும் வீட்டு நாயும்' என்ற சிறிய கதை, 'விடுதலை உணர்வே மேலான உணர்வு' என்பதை விளக்கும் உருவகக் கதையாகும். தன் இளமைக்கால வரலாற்றை 'சின்ன சங்கரன் கதை' என்ற பெயரில் பாரதியார் உருவகமாகவே எழுதியிருக்கிறார்.

அவ்வப்போது நிகழும் உலக நடப்புகளை அலச, கழுகார் (ஜூவி), ராங்கால் (நக்கீரன்), அனுஅக்கா ஆன்ட்டி (குமுதம்) என இப்போது இதழ்கள் பல உத்திகளைக் கையாளுகின்றன. இவையனைத்துக்கும் வழிகாட்டியாக அமைவது பாரதியாரின் தராசுக் கடை. தராசு என்ற பெயரில் தன்னையே உருவகப்படுத்திக்கொண்டு உலக நடப்புகளை எழுதிவந்தார் பாரதி.

தமிழ் எழுத்துலகம் பாரதிக்குப் பெரிதும் கடன்பட்ட இன்னுமோர் இடமும் உண்டு. அதுதான் பாரதியின் நகைச்சுவை உணர்வு. ஒன்றிரண்டு விதிவிலக்குகள் தவிர, பாரதிக்கு முந்திய 500 ஆண்டுகளில் தமிழில் நகைச்சுவை உணர்வு கலந்த எழுத்துகளே நமக்குக் கிடைக்கவில்லை. இதனால் தமிழர்கள் அக்காலத்தில் சிரிக்க மறந்துபோனர்கள் என்று நாம் கருதிவிடக் கூடாது. நகைச்சுவை உணர்வு தமிழ் எழுத்துலகில் அக்காலத்தில் மதிக்கப்பெறவில்லை என்பதுதான் உண்மை. வேறுவகையில் சொல்வதானால், அக்காலத்துத் தமிழ் எழுத்துலகம் எளிய மனிதர்களையும் அவர்கள் உணர்வுகளையும் கருத்தில் கொள்ளாத மெத்தப் படித்தவர்களின் உலகமாக இருந்தது. இந்தப் பின்னணியில் நாம் பாரதி நகைச்சுவையுணர்வோடு எழுதியதைப் பார்க்க வேண்டும். தமிழிசையை மறந்துவிட்டு ஏழெட்டுத் தெலுங்குப் பாடல்களையே தமிழர்கள் திரும்பத்திரும்பக் கேட்டுக்கொண்டிருந்தபோது பாரதி எழுதினார், "தோற்காது உடைய தேசங்களிலே இந்தத் துன்பத்தைப் பொறுத்துக்கொண்டிருக்க மாட்டார்கள்" என்று. 'நான்கு நாட்களாக ஊரெல்லாம் ஒரே மழை. உலர்ந்த தமிழன் மருந்துக்குக்கூட அகப்பட மாட்டான்' பாரதியின் மழை வருணனை இது.

பாண்டிச்சேரி வாழ்க்கையிலே தான் சந்தித்த மனிதர்களில் ஒருவரை அறிமுகப்படுத்துகிறார் பாரதி. "கொங்கண பட்டர் (இவர் பெருமாள் கோயில் பட்டர்). ஏழரையடி உயரம். இவரை யார் வேண்டுமானாலும் வையலாம். வேஷ்டியைப் பிடித்து இழுக்கலாம். மேற்படி வீராசாமி நாயக்கர் இவருடைய தலையில் கால்மணி நேரத்திற்கொருதரம் குட்டுவார். இவருக்குக் கோபம் வராது. இவருடைய ஜாதகத்திலே கோபத்திற்குரிய கிரகம் சேரவில்லையென்று கேள்வி" இதுவும் பாரதிப்புதுமைதான். இடையிலே ஐந்தாறு நூற்றாண்டுகளாகச் சிரிக்க மறந்துபோன தமிழர்களுக்கு எழுத்துலகில் மறுபடியும் உயிர் தந்தவர் பாரதி.

"இன்று புதிதாய்ப் பிறந்தோம்" என்பது பாரதியாரின் முழக்கம். அவருடைய எழுத்துகளைப் படிக்கும்போதெல்லாம் நமக்கும் அப்படித்தான் இருக்கிறது.

அறிவியல் தமிழ்

தமிழுக்குப் புதுவாழ்வு தந்த மாபெரும் கவிஞர் பாரதி, எண்பது ஆண்டுகளுக்கு முன்னர்"வீதிதோறும் தமிழ்ப் பள்ளிக்கூடங்களைப் போட்டு ஐரோப்பியச் சாத்திரங்களையெல்லாம் தமிழில் சொல்லிக்கொடுக்க ஏற்பாடு செய்ய வேண்டும்" என்று எழுதினார். இன்று புகழ்பெற்ற அறிவியலாளரும் கவிஞருமான வா.செ. குழந்தைசாமி,

"திருக்குறளும் சிலம்பொலியும் கம்பன் செய்த
சித்திரமும் தேவையெல்லாம் தீர்ப்பதுண்டா?"
என்று ஒரு கேள்வியினை எழுப்பிவிட்டு,
ஊசிசெய்யும் சிறு தொழிலின் நுட்பம் கூற
ஒரு கோடி நூல் வேண்டும் தமிழில். இந்தக்
காசினியில் இன்றுவரை அறிவின் மன்னர்
கண்டுள்ள கலைகளெல்லாம் தமிழில் எண்ணிப்
பேசிமகிழ் நிலை வேண்டும்

என்று நாம் செல்ல வேண்டிய திசை நோக்கியும் கைகாட்டுகிறார். ஒரு நூற்றாண்டுக் காலம் நம்முடைய முன்னோடிகள் சிந்தித்தும் கூட,'அறிவியல் தமிழ்' என்பது இன்றும் கனவாகவே இருக்கிறது.

நம்முடைய முன்னோர்கள் ஒரு தமிழ் என்று நில்லாது, தம்முடைய தேவை கருதி, முத்தமிழாக மொழியைப் பகுத்து வைத்து வளர்த்தனர். அவர்கள் காலத்திற்கு அது போதும். காலத்தின் தேவைக்கேற்ப நாம் மாறுவதுபோல நம்முடைய மொழியும் மாறவேண்டும். மாற்றங்களை ஏற்றுக்கொள்ள மறுத்தால் நம்முடைய மொழி வளர்ச்சியும் தடைபட்டுப் போகும். நாமும் வளர்ச்சி குன்றியவர்கள் ஆவோம்.

உலகின் அறிவியல் வளர்ச்சி இன்று மிகுந்த வேகம் உடையதாக ஆகிவிட்டது. கணிப்பொறிகள் அந்த வேகத்தை இன்னும் பலமடங்கு பெருக்கிவிட்டன. மேலைநாடுகள் கல்வியுகம் என்னும் புத்தகப் படிப்பு யுகத்தைத் தாண்டித் தொழில்நுட்பயுகத்துக்குள் காலடி எடுத்து வைத்துவிட்ட இந்த வேகத்திற்கு நாம் ஈடு கொடுத்து ஆகவேண்டும்.

இருநூறு ஆண்டுகளாக நம்மை ஆங்கிலேயர் ஆண்டனர். ஆங்கிலத்தின் வழியேதான் நாம் அறிவியலையும் அறிவியல் உலகத்தையும் அறிந்தோம். இதன் விளைவாக நம்நாட்டில் முதலில் படித்தவர்கள் ஆங்கிலம் மட்டுமே அறிவியல் மொழி என்று தப்புக்கணக்குப் போட்டுவிட்டார்கள். அதையே நமக்கும் சொல்லிக்கொடுத்தார்கள். அறிவியலில் பெருவளர்ச்சி பெற்றிருக்கிற பிரான்சு, ஜெர்மனி, இரஷ்யா போன்ற மேலைநாடுகளும் ஜப்பான் போன்ற கீழை நாடுகளும் தங்கள் தாய்மொழியில்தான் அறிவியலைக் கற்பிக்கின்றன. இந்த உண்மையை மனத்தில் கொண்டு நாம் நம் முன்னவர்கள் சொன்ன தப்புக்கணக்கைத் திருத்திக்கொள்ளவேண்டும்.

தாய்மொழியில் அறிவியல் கற்பித்த நாடுகளிலிருந்துதான் நாம் இன்றுவரை அறிவியல் அறிவினையும் அறிவியல் கருவிகளையும் இறக்குமதி செய்துகொண்டிருக்கிறோம். அறிவியல் மனப்பான்மையும் (Scientific bent of mind) அறிவியல் கண்டுபிடிப்புகளும் நம்மிடம் வளராததற்கு, தாய்மொழியில் அறிவியல் கற்பிக்கப்படாதது பெருங்காரணமாகும். இந்தவகையில், பிறந்து ஐம்பது ஆண்டுகளுக்குள் தாய்மொழியில் அறிவியலைக் கற்பித்து உலகின் பெரிய சக்திகளுள் ஒன்றாக வடிவெடுத்த இஸ்ரேல் என்னும் சிறிய நாடு நமக்கு ஒரு பாடமாகும்.

அறிவியலைத் தமிழில் கற்பிக்கும் முயற்சிகள் 19ஆம் நூற்றாண்டிலேயே தமிழில் தொடங்கிவிட்டன. திருநெல்வேலியில் ஆயராக இருந்த இரேனியஸ் அடிகளார் என்னும் செர்மானியர் 1832இல் “பூமி சாஸ்திரம்” என்னும் நூலைத் தமிழில் எழுதி வெளியிட்டார். (அறிஞர் ஃபாரடே மின்சாரத்தைக் கண்டுபிடித்ததற்கு (1831) மறுஆண்டு இது நிகழ்ந்தது). இலங்கையில் வாழ்ந்த அமெரிக்கரான டாக்டர். சாமுவேல் கிரீன் என்பவர் 1850-1880 காலப்பகுதியில் உடல்கூறு இயல், இரசாயனம், மகப்பேறு மருத்துவம் பற்றிய நூல்களைத் தமிழில் எழுதியதோடு தம் மாணவர்களுக்குத் தமிழில் கற்பிக்கவும் செய்தார்.கி.பி. 1900இல் சேலம் பகடால நரசிம்மலு நாயுடு என்பவர்‘விவசாயம்’என்னும் அறிவியல் தமிழ் நூலை எளிய தமிழில் எழுதி வெளியிட்டார். அதன்பின்னர் இந்தத் துறையில் போதிய முயற்சிகள் நடைபெற வில்லை. நாட்டு விடுதலைக்குப் பிறகு சைவசித்தாந்த நூற்பதிப்புக்

கழகத்தாரும் நியூ செஞ்சுரி புக் அவுஸ் நிறுவனத்தாரும் அறிவியல் தமிழ் நூல்களை வெளியிட்டனர். கோவையிலிருந்து வெளிவந்த கலைக்கதிர் இதழும் தொடர்ந்து அறிவியல் தமிழ் வளர்ச்சிக்குத் தொண்டாற்றியது.

அறிவியல் தமிழின் வளர்ச்சிக்கு இன்று முதற் பெருந்தடையாக இருப்பது சமுதாயத்தில் பரவியுள்ள ஆங்கில மோகமும் தாழ்வு மனப்பான்மையும் ஆகும். இரண்டாவது தடை, ஆழ்ந்த வேர்களும் உயிரோட்டமும் உடைய தமிழ் மொழியில் காலத்திற்கேற்ற மாறுதல்களை நாம் உருவாக்காததே ஆகும். இவற்றுள் முதல்தடை உளவியல் ரீதியானது. மொழி பற்றிய கல்வியினால் இவற்றை நாம் தகர்க்க வேண்டும்.

வளர்ச்சிக்கு வாய்ப்பான மாற்றங்களை நாம் தமிழ் மொழியில் உருவாக்குவதே அடுத்துச் செய்ய வேண்டியதாகும். அவை தமிழில் எழுத்துச்சீரமைப்பு, தமிழ்க் கலைச்சொல் உருவாக்கம், புதிய அறிவியல் நூல்கள் போன்றனவாகும். கலைச் சொல்லாக்கப் பணியில் தமிழ்நாட்டரசு, பல்கலைக்கழகங்கள். கலைக்கதிர் போன்ற தனியார் நிறுவனங்கள் போன்றவை ஓரளவு பணி செய்துள்ளன. கரிம வேதியியல், அடிப்படை அறிவியல், பயனுறு அறிவியல் ஆகிய துறைகளில் கலைச்சொல்லாக்க அகராதிகளைக் கலைக்கதிர் நிறுவனம் வெளியிட்டுள்ளது. தமிழ்நாட்டுப் பல்கலைக்கழகங்கள் சிறிய அளவு கலைச் சொல்லாக்கங்களை வெளியிட்டுள்ளன. தமிழ்ப் பல்கலைக்கழகத்தின் அறிவியல் தமிழ்த்துறையினர் ஆயிரக் கணக்கானக் கலைச்சொற்களைத் தொகுத்துள்ளனர். அறிவு வளர வளரக் கலைச்சொற்கள் மாறும் தன்மையன. ஒரு மொழியின் கலைச்சொற்களைப் பயன்படுத்தும் முறையில் ஒருமை (uniformity) வேண்டும். அவை தரம் உடையனவாகவும் (standard) இருத்தல் வேண்டும். எனவே அறிவியல் தமிழ்க் கலைச்சொற்களை மையப் படுத்தவும் தரப்படுத்தவும் நிறுவனம் ஒன்று அமைக்கப் பெற வேண்டும்.

அறிவியல் தமிழ் வளர்ச்சிக்கு முதல் தேவை, தமிழ் எழுத்துச் சீரமைப்பு ஆகும். இருபதாம் நூற்றாண்டில் வளர்ந்த நாடுகள் எல்லாம் தங்கள் தேவைக்கேற்பத் தங்கள் மொழியினை மாற்றி அமைத்திருக்கின்றன. சில மொழிகள் ஒட்டுமொத்த எழுதும் முறையினையும் மாற்றி அமைத்திருக்கின்றன. எடுத்துக்காட்டாக,

மேலிருந்து கீழாக எழுதிய ஜப்பானியர் இன்று இடமிருந்து வலமாக எழுதுகின்றனர். வேறு சில மொழியினர் தங்கள் மொழியில் எழுத்துகளின் எண்ணிக்கையைக் குறைத்துள்ளனர்.

தமிழ்நாட்டில் பெரியார் ஈ.வெ.ரா.தான் தமிழ் எழுத்துக்களைச் சீரமைக்க வேண்டும் என்ற கருத்தினை முதன்முதலில் பேசியவரும் செய்துகாட்டியவரும் ஆவார். உயிர்மெய் எழுத்துகளில் புழங்கும் குறியீடுகளைக் குறைத்துக் காட்டினார் அவர். குறிப்பாக ஆகார, ஐகாரக் குறியீடுகள் பலவகைப்பட்டவையாக இருந்தவற்றை அவர் ஒருமைப்படுத்தினார். னா, ணா, றா, அய், லை, ளை, னை, என்று அவர் எழுதிக்காட்டினார். இன்று வா.செ. குழந்தைசாமி தமிழ் எழுத்துக்களில் நாம் பின்பற்றும் **124** குறியீடுகளை எப்படிக் குறைக்கலாம் என வழிகாட்டியுள்ளார். உயிர்மெய் எழுத்துகளில் இகரம். ஈகாரம், உகரம், ஊகாரம் ஆகியவற்றுக்கு நாம் பயன் படுத்தும் 72 குறியீடுகளை அவர் நான்கு குறியீடுகளாகக் குறைத்துக் காட்டுகிறார். இவ்வகையான மாற்றங்களே தமிழ் மொழியைக் கணிப்பொறியுகத்திற்கு இட்டுச் செல்லக்கூடும். ஒவ்வொரு நூற்றாண்டிலும் தமிழ் எழுத்துகளின் வரிவடிவம் மாறிவந்ததை நமக்குக் கல்வெட்டுகள் காட்டுகின்றன. இவ்வகையான மாற்றங்களே மொழியின் உயிர்த் தன்மையைக் காத்திருக்கின்றன என்பதையும் நாம் உணரவேண்டும்.

மேற்குறித்த இரண்டு தேவைகளையும் மனத்தில் கொண்டு, எழுத்துச் சீரமைப்புடன் தமிழில் புதிய அறிவியல் நூல்கள் எழுதப்பட வேண்டும், தமிழ்நாட்டுப் பாடநூல் நிறுவனத்தார் **1970**களில் வெளியிட்டுள்ள அறிவியல் தமிழ் நூல்கள் புதிய நூல்கள் எழுதுவோர்க்கு வழிகாட்டியாக அமையும். இன்று தமிழ் படித்தவர்களைவிட அறிவியல் படித்தவர்களும் அறிவியலாள ரும்தாம் அறிவியல்தமிழ் முயற்சிகளில் முன்நிற்கின்றனர். சென்னை யில் உள்ள அண்ணா தொழில்நுட்பப் பல்கலைக்கழகம் "களஞ் சியம்" என்ற பெயரில் அறிவியல் தமிழ்க் காலாண்டிதழ் ஒன்றை வெளியிட்டு வருகிறது. காரைக்குடியில் உள்ள மைய மிகுமின் வேதியியல் ஆய்வு நிறுவனத்தார் (Central Electro Chemical Research Institute) 'அறிக அறிவியல்' என்னும் அறிவியல் தமிழ் இதழை வெளியிட்டு வருகின்றனர். இவ்விரு இதழ்களிலும் உயர்நிலை அறிவியல் கட்டுரைகள் பல வெளிவருகின்றன.

இன்று இத்துறையில் உழைத்துவரும் அறிவியலாளர்களில் நீர்வளத்துறை அறிஞர் டாக்டர். வா.செ.குழந்தைசாமி, இயற்பியல் அறிஞர் டாக்டர் பி.கே. பொன்னுசாமி, உயிரியல் அறிஞர் டாக்டர் அப்துல் ரகுமான், கணிப்பொறி அறிஞர் சுஜாதா, மருத்துவ அறிஞர் டாக்டர் நரேந்திரன், அறிவியல் தமிழ்த்துறையினரான டாக்டர் இராமசுந்தரம், டாக்டர் ராதா செல்லப்பன் ஆகியோர் குறிப்பிடத்தகுந்தவராவர். அறிவியலைத் தமிழில் கற்க, சில ஆண்டுகளுக்கு முன்வரை தமிழ் மக்கள் உளவியல்ரீதியாகத் தயக்கம் காட்டி வந்தனர். இந்தத் தயக்கம் இப்பொழுது மெல்ல மெல்ல மறைந்து வருகின்றது. தமிழ்நாட்டு இதழ்களும் இப்பொழுது அறிவியல் தமிழ் வளர்ச்சியில் நாட்டம் காட்டிவருகின்றன. ஆனால் இந்த முயற்சிகளுக்கு வானொலி, தொலைக்காட்சி போன்ற தகவல் தொடர்புச் சாதனங்களின் பங்களிப்பு போதிய அளவு இல்லை என்றே சொல்லலாம்.

காரணிகளில் ஒன்று, அறிவு வளர்ச்சிக்கான கருவி வளர்ச்சி யாகும். இருபதாம் நூற்றாண்டு கண்ட மிகப்பெரிய அறிவியல் கண்டுபிடிப்பு 'கணிப்பொறி'ஆகும். கலப்பை, சக்கரம், நீராவிசக்தி ஆகிய கண்டுபிடிப்புகளைப்போல மனித குலத்தின் வரலாற்றைப் புதிய எல்லைகளுக்கு எடுத்துச்செல்லும் நான்காவது கண்டுபிடிப் பாகக் கணிப்பொறி அமைந்துள்ளது. உலக அளவில் கணிப்பொறி யினை ஆளுகைக்கு உட்படுத்திய மொழிகளாக ஆங்கிலத்திற்கு அடுத்தபடியாகத் தமிழும் ஸ்பானிய மொழியுமே இருக்கின்றன என்ற செய்தி நமக்கு மகிழ்ச்சியும் நம்பிக்கையும் தருவதாக அமைந்துள்ளது. இந்தியத் தமிழர்களோடு உலகின் பிறநாடு களில் புலம்பெயர்ந்து வாழும் தமிழர்களும் இவ்வகை அறிவியல் தொடர்பினைத் தமிழ்மொழி வலிமையாகப் பற்றிக்கொண்ட மைக்குக் காரணிகளாவார்கள்.

தமிழக அரசு 1999 பிப்ரவரியில் பலநாட்டு அறிஞர்களையும் அழைத்துச் சென்னையில் நடத்திய 'இணையம் 99'என்ற மாநாடு அறிவியல் தமிழ் வளர்ச்சியில் குறிப்பிடத்தக்க ஒரு நிகழ்ச்சியாகும். இம்மாநாடு புத்தாயிரமாண்டு பிறப்பதற்குள் பலவகைப்பட்டதாக இருந்த கணிப்பொறித் தமிழ் விசைப் பலகைகளையும் (Key Boards) மென்பொருள்களையும் (Softwares) தரப்படுத்தித் (Standardise) தந்துள்ளது. கணிப்பொறியினைப்பற்றிக் கடந்த ஐந்தாண்டுக்

காலத்தில் தமிழில் வெளிவந்துள்ள கட்டுரைகளும்நூல்களும்,தமிழ் கம்ப்யூட்டர் போன்ற தரமிக்க ஆறு இதழ்களும் அறிவியல் தமிழின் வளர்ச்சியினை விரைவுபடுத்தியுள்ளன. கணிப்பொறியியல் குறித்த கடந்த நான்காண்டுக் காலத்தில் எண்பது தமிழ் நூல்கள் வெளிவந்துள்ளன. புதிய நூற்றாண்டில் தமிழர்களின் முயற்சி ஆங்கிலம், பிரெஞ்சு, செர்மனி, ஜப்பான் போன்ற மொழிகளைப் போலத் தமிழையும் அறிவியல் மொழியாக ஆக்கிக் காட்டும் என்ற நம்பிக்கை பிறந்துள்ளது.

இம்மாநாட்டிற்குப் பின் தமிழ்நாட்டில் 23 வகையான தமிழ் மென்பொருள்கள் (Softwares) உருவாக்கப்பட்டு விற்பனைக்கு வந்துள்ளன. உலகளவில் இணையதளங்களில் தமிழ்மொழியின் இடம் விரிந்து வருகின்றது. விரைவில் சிங்கப்பூரில் நடைபெறவுள்ள 'தமிழ் இணையம் - 2000'மாநாட்டிற்குப் பின்னர் அறிவியல் தமிழ் வளர்ச்சி புதிய வேகம்பெறக்கூடும்.

பக்தியும் பாட்டும்

தமிழிலக்கியம் தொடர்ந்து இருபது நூற்றாண்டுகளுக்கு மேலாக உயிரோட்டமாய் வளர்ந்துவருகிறது. உலகில் இத்தகைய இலக்கியப் பெருமையினையுடைய மொழிகள் மிகச் சிலவே. இருப்பினும் இன்றுவரை நமக்குக் கிடைத்துள்ள தமிழிலக்கியங ்களில் பெரும்பகுதி பக்தி இலக்கியமே ஆகும். எனவே தமிழைப் "பக்தியின் மொழி" என்று சிலர் கூறுகின்றனர். இவ்வாறு சொல்வதனால் தமிழ்நாட்டில் சில எதிர்விளைவுகளும் ஏற்பட்டன என்றாலும், இக்கூற்றில் செம்பாதி உண்மைதான்.

பழந்தமிழ் இலக்கியங்களைப் படிப்பது என்பதே பக்தியின் வெளிப்பாடு என்று நம்மில் சிலர் கருதிவிட்டனர். வாழ்க்கையின் பிற்பகுதியில்தான் அவற்றையெல்லாம் படிக்கவேண்டும் என்று அவற்றை ஒதுக்கிவைத்தும் விட்டனர். இதன் விளைவாக, தேவாரம், திருவாசகம், திவ்வியப் பிரபந்தங்கள் ஆகிய சைவ, வைணவ இலக்கியங்களைப் படிப்பவர் தொகை மிகவும் குறைவாகிப்போனது.

வாழுகின்ற சமயங்களின் நிலையே இதுவானால், மறைந்துபோன அல்லது அருகிப்போன சமயங்களின் நூல்களைப் படிப்பவர்களைத் 'தேடிப்பிடிக்க வேண்டும்' என்பதே நடைமுறை உண்மையாகும். அருகிப்போன சமண, பௌத்த சமய இலக்கியங்களைத் தமிழ் நாட்டில் தமிழ் அறிஞர்கள் மட்டுமே படிக்கின்றனர். இதன் காரணமாகப் பக்தி இலக்கியம் படைத்தவர்களின் மொழி இலக்கியச் சிந்தனைகளைக் கடந்த 70 ஆண்டுகளாக நாம் உணராமல் விட்டுவிட்டோம். இது நமக்குப் பெரிய இழப்பாகும்.

சைவ, வைணவப் பக்தி இலக்கியவாதிகள் இக்காலத்தவர் நினைப்பதுபோல உலகத்தைத் துறந்து காட்டுக்கு ஓடியவர்கள் அல்லர். கண்களையும் பிறபுலன்களையும் அவித்துக்கொண்டவர் களும் அல்லர். மாறாக, அன்றாட மானிட வாழ்க்கையின் அனுபவங ்களை அவர்கள் மதித்தவர்கள். அவற்றோடு தங்களையும் பிணைத் துக்கொண்டவர்கள். இதற்கான சான்றுகளைப் பக்தி இலக்கியத் திலும் இலக்கிய வரலாற்றிலும் நிறையவே காணமுடிகிறது. எடுத்துக்காட்டாக, பல்லவர் ஆட்சிக் காலத்தில், கி.பி. 640இல்

தமிழ்நாட்டின் வடபகுதியிலும் நடுப்பகுதியிலும் ஒரு பெரிய பஞ்சம் ஏற்பட்டது. பஞ்சத்தில் தவிக்கும் மக்களிடத்தில் பக்தியைப் பரப்ப இயலுமா? எனவே பக்தி இலக்கிய முன்னோடிகள் மக்களின் துயரத்தில் பங்கெடுக்க முனைந்தனர். அக்காலத்தில் கோயில்கள் எல்லாம் மக்களின் ஆதரவால் சொத்துடைமை நிறுவனங்களாக வளர்ச்சி பெற்றிருந்தன அல்லவா? எனவே மக்களின் பசித்துயரம் தீர்ப்பதற்கு நாள்தோறும் கோயில் கருவூலத்திலிருந்து பொற்காசுகள் பெற்று அப்பரும்சம்பந்தரும் மக்களுக்குப் பணி செய்ததாகச் சைவ வரலாறு குறிப்பிடுகின்றது.

அக்காலத்தில் சமண, பௌத்த மதங்களின் செல்வாக்கால் துறவு நெறியே மக்களால் சிறப்பானதாகக் கருதப்பட்டது. 'குடும்பம் என்பது துன்பத்தின் தோற்றுவாய்' என்ற கருத்தும் பரவியிருந்தது. இசை, கூத்து, நாடகம் போன்ற நுண்கலைகள் எல்லாம் புறக் கணிக்கப்பட்டு, அவற்றின் வளர்ச்சி குன்றி இருந்தது. சாதாரண மனிதனின் வாழ்க்கைப் போராட்ட உணர்ச்சி இதன்காரணமாக மழுங்கடிக்கப்பட்டிருந்த சமுதாயத்தில், வீர உணர்வு மட்டு மல்லாமல் நகைச்சுவை உணர்வும்கூடக் குன்றியிருந்தது. சுருக்க மாகச் சொன்னால் தனிமனித வாழ்க்கையும் சமூக வாழ்க்கையும் தேக்கமுற்றுப் போயிருந்தன.

இந்த நிலைமையினைப் பக்தி இயக்கமும் அதன் முன்னோடி களும்தாம் மாற்றிக்காட்டினர். சைவ, வைணவப் பக்தி இலக்கிய வாதிகள் கடவுளைத் தன்னிகரற்ற தலைவனாக்கினார்கள்; வீரனாக்கினார்கள்; சிறந்த காதலனாக்கினார்களை; சிறந்த இசை வாணனாகவும் நடனக்காரனாகவும் ஆக்கினார்கள்; மருத்துவ னாகவும் பணியாளனாகவும்கூட ஆக்கினார்கள். கடவுளைத் தீராத விளையாட்டுப் பிள்ளையாகவும் நகைச்சுவையாளனாகவும்கூட ஆக்கிக்காட்டினார்கள். வாழ்க்கையில் நம்பிக்கை இழந்துபோன மனிதனுக்கு நம்பிக்கையூட்டி அவனைத் தாங்கள் விரும்பும் வகையில் சமூகமனிதனாக ஆக்கிக் காட்டினார்கள்.

எடுத்துக்காட்டாகத் திருநாவுக்கரசர் தேவாரத்தைக் காணலாம். அவர் சைவக்குடியில் பிறந்து, திகம்பர (ஆடையில்லாச்) சமணராகச் சிலகாலம் வாழ்ந்திருந்து, கடுமையான சூலை நோய்க்கு ஆட்பட்டுப் பின்னர்ச் சைவசமயத்திற்கு திரும்பியவர். எண்பது வயதுவரை வாழ்ந்திருந்தவர். தாம் வணங்கும் சிவபெரு

மானை உரிமையோடு இவர் தம்பாடல்களில் கேலி செய்கின்றார். கடவுளைக் காதலனாகவும் மனித உயிர்களைக் காதலியாகவும் வைத்துப் பாடுவது பக்தி இலக்கிய மரபுகளில் ஒன்று. இதனை 'நாயகி பாவனை' என்பர். சிவபெருமானிடத்தில் காதல்கொண்ட ஒரு பெண்ணைப்பற்றி அவள் தாய் நினைப்பதாக ஒரு பாடல். 'உறவெல்லாம் பேய்க்கூட்டங்கள்', 'உண்ணுகின்ற பாத்திரமோ கபாலம்', 'வசிக்கின்ற இடமோ சுடுகாடு', அவன் உடம்பில் ஏற்கனவே ஒரு பெண்ணை வேறு கொண்டிருக்கிறான். இப்படிப் பட்டவன் மீது எப்படி என் பெண் ஆசைப்பட்டாள் என்று ஒரு தாய் வியப்படைவதாகப் பாடல்.

உறவு பேய்க்கணம் உண்பது வெண்தலை
உறைவது ஈமம் உடலிலோர் பெண்கொடி
துறைக ளார்கடல் தோணிபு ரத்துறை
இறைய னார்க்கிவள் என்கண்(டு) அன்பாவதே?

திருநாவுக்கரசரின் கேலிப்பேச்சு இத்தோடு நிற்கவில்லை; தொடர்கிறது. பிச்சாடனர் என்னும் நிருவாணக்கோலத்தில் சிவபெருமான் தாருகாவனத்தில் பிச்சைக்கு வந்ததாகச் சைவ மரபில் ஒரு கதை உண்டு. அதைச் சொல்லிவிட்டு, "இறைவனே, இமவான் மகள் உமையவள் உன் வீட்டிற்கு மணமகளாக வந்த அன்றும் உன் இடுப்பிலே கோவணம் மட்டும்தான் இருந்ததா? அல்லது வேறு ஏதாவது திருமண ஆடை இருந்ததா?" என்று கிண்டலாகக் கேட்கிறார் திருநாவுக்கரசர்.

நெடும்பொறை மலையர் பாவை நேரிழை நெறிமென்
கூந்தல் கொடுங்குழை புகுந்த அன்றும் கோவணம் அரையதோ?

என்கிறார்.

சிவபெருமானின் திருமணத்தைக் கேலிசெய்த பின்னரும்கூட அவர் நிறுத்தவில்லை. நம்மிடத்திலும் அவரைக் கேலி செய்கிறார் திருநாவுக்கரசர். 'உண்மையிலேயே ஒன்றரைக் கண் உடையவர்களை எங்காவது பார்த்திருக்கிருக்கிறீர்களா?' என்று நம்மிடம் புதிர் போடுகிறார். அரைக்கண் பார்வைதான் நமக்குத் தெரியுமே தவிர, கண்ணே பாதியாக நாம் யாரையும் பார்த்ததில்லை. ஆனாலும் இதுகேலிப்பேச்சு என்று நமக்குத் தெரிகிறது. திருநாவுக்கரசர் தொடர்ந்து பாடுகிறார், 'அவர் வேறுயாருமில்லை; நம்முடைய

சிவபெருமான்தான்' என்று விடையினையும் சொல்லிவிட்டு விளக்கமும் தருகிறார்.

இன்றரைக் கண்ணுடை யார்எங்கு மில்லை இமயமென்னும்
குன்றரைக் கண்ணன் குலமகள் பாவைக்குக்கூறிட்டநாள்
அன்றரைக் கண்ணுங்கொடுத் துமையாளையும் பாகம் வைத்த
ஒன்றரைக் கண்ணன் கண்டூர் ஒற்றியூருறை உத்தமனே

சிவபெருமானை 'ஒன்றரைக்கண்ணன்' என்று அவர் கேலி செய்வதன் காரணம் என்ன? இறைவன் நம்மை அடிமைப்படுத்தும் எசமானன் அல்லன். அவன் 'நம்மவன்'என்ற நெருக்க உணர்வை நம்மிடம் ஏற்படுத்துவதுதான் அவர் நோக்கமாகும். இதுபோன்ற மேலோட்டமான உணர்வுகள் மட்டுமன்று;உரத்த சிந்தனைகள் சிலவும் அங்குண்டு. சங்க இலக்கியக் காலம் முடிந்தபின்னர் தமிழகத்தில் பெண்களுக்கான கல்வியுரிமை நெடுங்காலம் மறுக்கப் பட்டிருந்தது. அப்படிப்பட்ட காலத்தில் திருநாவுக்கரசர் புதிய சிந்தனை ஒன்றை விதைக்கிறார். ஆகமங்களின் பொருளாகவும் அவற்றின் தலைவனாகவும் நின்று அவற்றைப் படைத்த சிவபெரு மான் அவற்றை முனிவர்களுக்கு அருளினான். அத்துடன் அவன் நின்றுவிடவில்லை. தன் வீட்டில் அவன் தன்மனைவிக்கும் ஆசிரிய னாக நின்று அவளுக்கு அவற்றைக் கற்றுக்கொடுத்தான்.

இணை யிலா இடை மருது ஈசன் எழு
பணையில் ஆகமம் சொல்லுந்தன் பங்கிக்கே

என்பது அவர் பாடல். 'பெண்ணும் ஆகமக்கல்விக்கு உரியவள். அவள் ஆகமங்களைப் படிப்பதில் தவறில்லை' என்று கி.பி. ஏழாம் நூற்றாண்டில் பெண் உரிமை பேசிய அப்பரைத் தமிழ்நாடு மறக்கலாகுமா?

இத்துடன் ஒரு கவிஞனுக்கே உரிய சொல்லழகும் கற்பனையும் திருநாவுக்கரசரின் தேவாரப் பாடல்களில் நிறையக் காணக் கிடக் கின்றன. தாய்மடி போல இயற்கையின் மடியிலே தவழுகின்றன சில கவிதைகள். இன்று விஞ்ஞானத்தில் முன்நிற்கும் சில நாடுகள் இயற்கையை நேசிக்க நமக்குக் கற்றுக்கொடுக்க முயல்கின்றன. இது வேடிக்கையான ஒரு காலமுரண் (Anachronism) ஆகும். இந்தப் பின்னணியில் பின்வரும் பாடலைப் படித்துப் பாருங்கள்.

மின்காட்டுங் கொடி மருங்குல் உமையாட்கென்றும்
விருப்பவன்காண் பொருப்புவலிச் சிலைக்கையோன்காண்
நன்பாட்டுப் புலவனாய்ச் சங்கமேறி
நற்கனகக் கிழிதருமிக் கருளினோன்காண்
பொன்காட்டக் கடிக்கொன்றை மருங்கு நின்ற
புனக்காந்தள் கைகாட்டக் கண்டு வண்டு
தென்காட்டுஞ் செழும்புறவில் திருப்புத்தூரில்
திருத்தளியான் காண்அவன்என் சிந்தையானே

இறைவன் இயற்கையாகப் பரந்து நிற்கின்றான் என்னும் உணர்
வினைப் பாடல் முதலில் நமக்கு ஊட்டிவிடுகின்றது. அத்தோடு
அழகிய சொல்லாட்சி, இயற்கைப் புனைவு, இவற்றின் ஊடாகத்
தலைவனைப்பாடும் திறம், அவனை அகத்திற்கும் புறத்திற்கும்
தலைவனாகப்பாடும் உத்தி, தமிழ் மொழிப்பற்றோடு கூடிய ஒரு
கதை, அனைத்தும் சேர்ந்து கவித்திறம் இங்கே ஒரு நாட்டியத்தையே
படைத்துவிடுகின்றது.

வைணவத்தில் ஆழ்வார்களின் பாடல்களும் இப்படித்தான்.
நாயகி பாவனையில் திருமாலைப் பாடும் ஓர் ஆழ்வார், "வஞ்சக்
கள்வன் மாமாயன்" என்கிறார். மற்றோர் ஆழ்வார். "நீ ஒருவர்க்கும்
மெய்யனல்லை" என்று சினங்கொள்கிறார். பரகால நாயகி எனப்
பெறும் திருமங்கையாழ்வாரோ, "புல்லாணி எம்பெருமான் பொய்
கேட்டிருந்தேனே" என்று தன்னையே நொந்துகொள்கிறார்.
கடவுளை மனித அனுபவங்களுக்கு உட்படுத்திக்காட்டும் வித்தகம்
இது.

தமிழ்ப் பக்தி இலக்கியத்தின் எல்லாப் பகுதிகளிலும்
இதுபோல இயற்கையை நேசிக்கக் கற்றுக்கொடுக்கும் பண்பினைக்
காணலாம். சுருக்கமாகச் சொல்வதானால் தேவாரமும் திவ்வியப்
பிரபந்தமும், அழுகைக்கும் அரற்றலுக்கும் உரிய இலக்கியங்கள்
அல்ல. அவை மானிட வாழ்க்கையின் எல்லா அனுபவங்களையும்
ஒளி நிறைந்ததாகக் காட்டுபவை. மனைவி மக்களை விட்டுவிட்டுக்
காட்டுக்கு ஓடச் சொல்லுபவை அல்ல. இல்லறத்தை நல்லறமாகச்
செய்யத் தூண்டுபவை. கடவுள், அஞ்சி நடுங்க வேண்டிய
எசமானனும் அல்லன்; தாயாய், தந்தையாய், தோழனாய், நம்
உடன் நிற்பவன் என்ற உணர்வை ஊட்டுபவை. நம் இலக்கிய
முன்னோர்கள் நமக்கு ஊட்ட முயன்றது பக்தி உணர்வுதானே

தவிரப் பயபக்தி அன்று. 'அச்ச உணர்ச்சி' என்பது இறைவனை அடைவதற்கு எதிரான தடைக்கல்லாகும். 'அன்பு உணர்ச்சி'தான் நேர்வழியாகும் என்பதே நம் முன்னோர்களின் கருத்தாகும்.

தமிழ் இதழியல்

கடந்த 150 ஆண்டுகளாக நம்முடைய சமூக வாழ்க்கை எவ்வளவோ மாறிப்போய்விட்டது. நகரங்களில் திறந்து கொண்டிருக்கும் தேநீர்க் கடைகளும் மிதி வண்டிகளில் பறந்துகொண்டிருக்கும் செய்தித்தாள் பையன்களும்தான் இக்காலத்தில் பொழுது விடிந்துவிட்டதற்கான அடையாளங்கள்; காலைப் பொழுதின் தூதுவர்கள். இந்த மாற்றம் ஒரு இரவுப் பொழுதில் நடந்தது அல்ல.

செய்தித்தாள் விற்கும் பையன்கள் வரப்பை ஒட்டிய சிறு வாய்க்கால்கள் என்றால், செய்தி நிறுவனங்களோ நாட்டின் போக்கையே திசைதிருப்பும் பெரிய நதிகளைப் போன்றவை. நாளிதழ்கள், வார இதழ்கள், பிறை இதழ்கள், மாத இதழ்கள், காலாண்டு, அரையாண்டு இதழ்கள் ஆண்டு மலர்கள் என்று இதழ் உலகம் விரிந்துகொண்டே போகின்றது.

கணிப்பொறி வளர்ச்சி காரணமாகத் தகவல் தொடர்புச் சாதனங்கள் இன்று அசுர வளர்ச்சி பெற்றிருக்கின்றன. ஒவ்வொரு நாட்டிலும் அதன் தலைவிதியையும் அதிகாரத்தையும் தீர்மானிக்கும் சக்திகளில் ஒன்றாக இதழ்கள் விளங்குகின்றன. இரும்பு, சிமெண்ட், உரத்தொழில்களைவிட இதழியல் வருவாய் தரும் தொழிலாக மாறிவிட்டது. இதழியல் தொழிலில்தான் ஒவ்வொருநாளும் நவீன இயந்திரங்கள் வந்து குவிகின்றன. அதிகாரத்தில் இருப்பவர்கூட இதழியலாளர்களைக் கண்டுதான் அஞ்சுகின்றனர்.

பத்தொன்பதாம் நூற்றாண்டின் தொடக்கம்வரை ஏடும் எழுத்தாணியும் கல்வியும் சமூகத்தில் சிலருக்கு மட்டுமே வாய்த்திருந்தன. நம் நாட்டில் 1830க்குப் பிறகுதான் தாளும் மையும் தொட்டெழுதும் பேனாவும் சாதாரண மனிதனின் கைக்கு வந்துசேர்ந்தன. 1850க்குப் பிறகுதான் அச்சு இயந்திரத்தின் மூலம் கருத்தைச் சொல்லும் எண்ணமும் நம்பிக்கையும் நம் நாட்டு மக்களிடத்தில் அரும்பத் தொடங்கின.

1780 சனவரி 29ஆம் நாள் ஜேம்ஸ் அகஸ்டஸ் ஹிக்கி என்ற ஆங்கிலேயர் ஒருவர் இந்தியாவின் முதல் இதழைக் கல்கத்தாவில் வெளியிட்டார். 'பங்கால் கெசட்'என்னும் அந்த இதழ் இரண்

டாண்டுகள் நடந்தது. 1785இல் "மெட்ராஸ் கூரியர்" என்னும் ஆங்கில இதழ் சென்னையிலிருந்து வெளிவந்தது. தமிழில் 1831இல் "தமிழ் மேகசின்" என்ற பெயரில் ஒரு மாத இதழ் சென்னை யிலிருந்து வெளியாயிற்று. சென்னையிலிருந்த கிறித்தவ சமய இயக்கத்தவர் இதனை வெளியிட்டனர். 1860க்குள் தமிழ் இதழ்கள் படித்தவர்கள் மனத்தில் ஒரு இடத்தைப் பிடித்துவிட்டன. சிறுவருக்கான இதழ்கள், சமய இதழ்கள், சமூகச் சீர்திருத்த இதழ்கள் என்று தொடங்கிசாதி இதழ்கள், மருத்துவ இதழ்கள், தொழில் இதழ்கள் என இருபதாம் நூற்றாண்டின் தொடக்கத்தில் தமிழ் இதழ்களின் எல்லைகள் விரிந்தன. பின்னர் இருபதாம் நூற்றாண்டின் முதல் இருபது ஆண்டுகளில் இசைக்கலை, புராணம், வேளாண்மை பற்றிய இதழ்கள் உருவாயின. 1915க்குப் பின்னரே தேசிய, திராவிட அரசியல் இயக்கங்கள் தமிழ்ச் சமூகத்தில் சூடுபிடித்தன. அரசியல் இதழ்கள்தாம் முதன்முதலாகச் சமூகத்தின் அனைத்துத் தரப்பினராலும் வாசிக்கப்பட்டன. 1935க்குப் பிறகு திரைப்பட உலகம் இதழியலில் தனக்கென ஓர் இடத்தைப் பிடித்துக்கொண்டது. இதழ் வாசிக்கும் பழக்கம் இந்தியாவில் இன்றளவும் விரிந்து பரந்து இருக்கும் மாநிலங்கள் கேரளமும் தமிழ்நாடும்தாம்.

இந்த வளர்ச்சியைத் தமிழ்நாடு பெறுவதற்குப் பெருந் தொண்டாற்றிய முன்னோடிகளில் சிலரையாவது நாம் நினைவிலே கொள்ள வேண்டும். சுதேசமித்திரன் ஜி.சுப்பிரமணிய ஐயர், பெருங்கவிஞர் பாரதியார், திரு.வி.க., பெரியார் ஆகியோர் இவ்வகையில் குறிப்பிடத்தகுந்தவர் ஆவர். தமக்கு என்று சில கொள்கைகளை வகுத்துக்கொண்டவர்கள் இவர்கள். அக்கொள்கை களுக்காகவே இதழ் நடத்தியவர்கள். சமூகத்தின் எளிய மனிதனுக்கும் தங்கள் கருத்து போய்ச்சேரவேண்டும் என்று எண்ணியவர்கள் இவர்கள். பண்டித நடையிலிருந்து தமிழ் உரைநடையினை மீட்டெடுத்தவர்களும் இவர்களே. இவர்கள் நடத்திய பத்திரிகைகள் அனைத்துமே வெள்ளை அரசாங்கத்தால் பிணைத்(ஜாமீன்) தொகைப் பறிமுதல் செய்யப்பட்டவையாகும். இவர்களன்றித் தமிழ்ப் பத்திரிகை உலகிற்கு வேறுசில பெருமைகளுமுண்டு. 50 ஆண்டுகளுக்கு மேலாகத் தமிழில் தொடர்ந்து நடைபெற்று வரும் இதழ்களான செந்தமிழ், செந்தமிழ்ச் செல்வி, கலைமகள், ஆனந்த விகடன், கல்கி, தினமணி, தினத்தந்தி ஆகியவை அவற்றுள் குறிப்

பிடத்தகுந்தவை. தமிழகத்தின் தென்கோடியில் பாளையங்கோட்டை யிலிருந்து இன்றும் வெளிவந்துகொண்டிருக்கும் 'நற்போதகம்' என்னும் கிறித்தவ இதழுக்கு நூற்று நாற்பத்தெட்டு வயது நிறைந்து விட்டது என்பது தமிழர்களின் பெருமைக்குரிய செய்தியாகும்.

விடுதலைக்குப் பின்னர் இந்தியாவில் இதழ்களும் இதழாசிரி யர்களும் புதிய அரசியல் சட்டப்படி புதிய உரிமைகளை நிறையவே பெற்றுள்ளனர். எனவே அரசாங்கத்தினுடைய அடக்கு முறைக்கு அஞ்சி வாழவேண்டிய நிலையிலிருந்து இதழாசிரியர் களும் விடுதலை பெற்றனர். 1950களிலும் 60களிலும் நாட்டில் புதிய கல்வியறிவு வளர்ந்தது. புதிய சனநாயக உரிமைகள், மக்களிடையே வாசிக்கும் பழக்கத்தையும் எழுதும் பழக்கத்தையும் வேகமாக வளர்த்தன. அரசியல் இதழ்கள், குறிப்பாகத் திராவிட இயக்க இதழ்கள் எண்ணிக்கையில் பெருகி வளர்ந்ததும் இக்காலத்தில்தான். மக்கள் சேவை என்ற நிலையிலிருந்து மாற்றம் பெற்று, வணிக நோக்கோடு இதழ்கள் தொடங்கப்பெற்றதும் இக்காலகட்டத்தில்தான்.

கடந்த 25 ஆண்டுக்காலத்தில் அச்சுத்துறையில் வியக்கத்தக்க முறையில் மாற்றங்கள் நிகழ்ந்துள்ளன. ஈய எழுத்துகள் கோத்துக் கல்லில் அச்சடித்த காலம் நமக்கு இப்பொழுது கற்காலம்போலத் தோன்றுகிறது. ஒளி அச்சுக்களும் தொலைவரி, நகல் அச்சுக்களும் கணிப்பொறிகளால் இயக்கப்பெறுகின்றன. ஒரு நவீன இயந்திரத்தின் மூலம் மூன்று அல்லது நான்கு இதழ்களைப் பல வண்ணத்தில் ஒரேநேரத்தில் நடத்த முடியும் என்ற நிலை உருவாகிவிட்டது. அளவிலே மட்டுமல்லாமல் உத்திகளிலும் தமிழ் இதழ்கள் வளர்ந் துள்ளன. துறை வாரியான இதழ்களும் அறிவியலில் தனித்தனித் துறைகளுக்குமான இதழ்களும் பெருநிறுவனங்களின் வளாக இதழ்களும் (House Journals) பெருகி வளர்ந்துள்ளன.

பெருவாரியாக விற்பனையாகும் இதழ்கள், குழுமங்கள் சார்ந்தே வெளிவருகின்றன. ஒரே குழுமம் சிறுவர்க்கும் இதழ் நடத்துகிறது. சினிமா ரசிகர்களுக்கும் இதழ் நடத்துகிறது. பெண்களுக்கென்று ஓர் இதழும் ஆன்மீகத்திற்கென இன்னொரு இதழும் நடத்துகிறது. நார்த்கிளிஃப் (Northcliff Revolution) புரட்சி என்று இதழியல் துறையில் அழைக்கப்படும் தொழிற்போக்கின் மோசமான பின் விளைவுகளில் ஒன்றாக இதனைக் குறிப்பிடலாம்.

எடுத்துக்காட்டாக, தமிழில் வெளிவரும் பாக்கெட் நாவல், கிரைம் நாவல், நாவல் டைம் ஆகிய இதழ்களும் பிலிமாலாயா என்னும் திரைப்பட இதழும்சுபயோகம் என்னும் சோதிட இதழும், செக்ஸ் லைப் என்னும் இதழும் ஒரே நிறுவனத்தில் (combines) இருந்து வெளிவருகின்றன. இந்த இதழ்களுக்கு அடிப்படையான 'நோக்குநிலை' என்ற ஒன்றே கிடையாது. ஒரு நிகழ்ச்சியைக் குறித்து வெவ்வேறுபட்ட கருத்து வார்ப்புகளை மனித மனத்தில் ஒரே நிறுவனம் உருவாக்குவது என்பது முறையற்றது. 'வணிக நோக்கு' மட்டுமே இந்த இதழ்களின் போக்கினைத் தீர்மானிக்கும் சக்தியாக அமைவதே இதற்கான காரணம். நாளிதழ்கள், வாரம் இருமுறை இதழ்கள், மாத நாவல்கள் என வகை பலவாக இருந்தாலும், இவற்றின் போக்குகள் பெரும்பான்மையாக ஒன்றுபோலவே அமைகின்றன. சிறுவர், மாணவர், பெண்கள் என இயல்பான சமூகப் பிரிவுகள் இன்றைய இதழாளர்களுக்குப் பொறுப்புணர்வு எதையும் தந்துவிடவில்லை. நுகர்பொருட்களின் மீதான ஆசையினை அதிகப்படுத்துவது என்பது இந்த இதழ் எழுத்துகளின் நோக்கமாக இருக்கிறது. விளம்பரங்களை நம்பியே இந்த இதழ்கள் தங்கள் எழுத்துகளை முன்வைக்கின்றன; வாசகர்களை நோக்கி இவ்விதழ்கள் சிந்திப்பதில்லை.

தமிழில் ஒரே நேரத்தில் 10க்கும் மேற்பட்ட பெண்கள் இதழ்கள் வெளிவந்துகொண்டுதான் இருக்கின்றன. இவற்றுள் பெருவாரியாக விற்பனையாகும் இதழ்கள் எல்லாம் சமையல் குறிப்புகள், வேண்டாத கூட்டுச் சடங்குகள், மரபுவழிப் புனிதங்கள், ராசிபலன் ஆகியவற்றுக்கே முதலிடம் தருகின்றன. பெண்ணின் உலகத்தை விரிவு செய்யும் நோக்கம் இவ்விதழ்களுக்கு இல்லை. படிக்கும் பழக்கமுடைய பெண்களின் நேரங்கொல்லிகளாக இவ்விதழ்கள் அமைவதோடு இவை ஆண்களின் இரசனைக்குத் தகுந்தாற்போல் வடிவமைக்கப்படுகின்றன.

'காமிக்ஸ்' என்ற பெயரில் இன்று பெருவாரியாக விற்பனை யாகும் சிறுவர் தமிழ் இதழ்கள், சிறுவர்களின் படைப்புணர்வினை வளர்ப்பதில்லை. மாறாக, தங்கள் உலகத்துக்குள் சிறுவர்களை வசியப்படுத்துகின்றன. வாழ்க்கையின் இயல்பு நெறிகளைக் காணவிடாமல் சூப்பர்மேன், ஸ்பைடர் போன்ற பிம்பங்களால் அவர்களின் கண்களைக் கட்டிவிடுகின்றன. இந்தியச் சிறுவர்

களில் 10 வயதுக்குள் படிப்பைப் பாதியில் விட்டுவிடும் கணிச மானோர்கூட, இதன் பாதிப்புக்கு ஆளாகிவிடும் அபாயமும் சேர்ந்துவிடுகிறது. 'நாளைய' மனிதர்களைச் செயலூக்கமும் படைப்பு ணர்வும் அற்றவர்களாக ஆக்கும் வேலையினையே சிறுவர் இதழ்கள் செய்துவருகின்றன.

புதிய சமூக உருவாக்கம் பற்றிய சிந்தனைக்கு இந்த இதழ்களின் பங்களிப்பு என்று ஏதும் இல்லை. மனிதநேயம், தீமையின் மீது வெறுப்பு, தீமைக்கு எதிரான குரல் எழுப்புதல், மாற்றங்களைப்பற்றிய சிந்தனைகளை உருவாக்குதல் ஆகியவற்றில் வாசகர்க்குப் பயிற்சி தரவேண்டுவது இதழ்களின் கடமையாகும். ஆனால் மாற்றங் களைப்பற்றிச் சிந்திக்காமல் இருப்பதை அப்படியே ஏற்றுக் கொள்ள வைத்தல், தனி மனிதனையே முன்னிறுத்தி அவனுக்குச் சமூக உணர்வு அற்றுப்போகுமாறு செய்தல், புதுமை என்ற பெயரில் திசை திருப்புதல், வன்முறை உணர்வையும் வக்கிரமான பாலுணர் வையும் மையப்படுத்தி எழுதுதல் ஆகிய 'திருப்பணி'களைப் பெருவாரியாக விற்பனையாகும் இதழ்கள் தொடர்ந்து செய்து வருவது சமூகத்தைச் சிதைப்பது போலாகும். மின்னியல் ஊடகங் களும் இதழ்கள் உருவாக்கியுள்ள முன்மாதிரிகளையே அப்படியே பின்பற்றிவருகின்றன. சிறுவர்க்கான 'காமிக்ஸ்' இதழ்களும் புலனாய்வு இதழியல் என்ற முத்திரையுடன் வரும் இதழ்களும் தனிமனிதர்கள் நிகழ்த்தும் வன்முறைகளைச் சாகசமாக்கி வெளியிடு கின்றன.

தமிழ்நாட்டு நூலகங்களிலும்ஆவணக் காப்பகங்களிலும் 1950 வரை வெளிவந்த தமிழ் இதழ்கள் பாதுகாக்கப்பட்டு வருகின்றன. ஆனால் இன்று வெளிவரும் பெருவாரியான இதழ்களை வாசித்து முடித்ததும் வாசகனே தூக்கி வீசி எறிந்துவிடுகிறான். மறுவாசிப்பிற்கும் திருப்பிப் பார்ப்பதற்கும் இந்த இதழ்களில் ஏதுமில்லை என்பதே இதற்கான காரணமாகும்.

இப்பொது விதிக்கு மாற்றாகத் தமிழில் இலக்கியம், அரசியல், மருத்துவம் சார்ந்த சிற்றிதழ்கள் நூற்றுக்கணக்கில் வெளிவருகின்றன. இவற்றை வளர்த்தெடுப்பதே பெரிய இதழ்கள் உருவாக்கும் வணிகக் கலாச்சாரத்துக்கு மாற்றாகவும் மருந்தாகவும் இருக்க முடியும்.

மீனாட்சிப் பட்டினம்

"பட்டணந்தான் போகலாமடி பொம்பள, பணம் காசு தேடலாமடி" - இது பழைய திரைப்படப் பாடல். இந்தப் பாட்டின் உண்மையான பொருள் என்ன? நகரங்களில் தொழில் வளர்ச்சி, வேலை வாய்ப்பு, தொழிலாளர் பெருக்கம், போக்குவரத்து வசதிகள், பணப்புழக்கம் எல்லாம் இருக்கும். அங்கே வாழ்க்கைக்கு எல்லா விதமான உத்தரவாதமும் உண்டு என்பது. பல ஊர்கள் இணைந்து நாடுகள் உண்டாகிறபோதே நகரங்கள் பிறந்துவிடுகின்றன. எனவே உலகெங்கிலும் உள்ள நகரங்களைப் பற்றிய அறிவு, மனிதனின் பொது அறிவு வளர்ச்சிக்குத் துணை செய்கின்றது.

மனித நாகரிக வளர்ச்சியில் குறிப்பிடத்தகுந்த ஒரு கட்டம் நகரங்களை உருவாக்கியதாகும். வாணிகத்திற்கான நெடுஞ் சாலைகள் சந்திக்குமிடங்களில் அரசியல் தலைமைகள் தம் அதிகாரத்தைப் பயன்படுத்தும் இடங்களாக நகரங்கள் உருவாயின. நீர் ஊர்திகள் வளர்ச்சி பெற்றுக் கடல் வாணிகம் வளர்ந்தபோது துறைமுக நகரங்கள் உருவாயின. உலகெங்கிலும் நகரங்கள் உருவான கதை இது.

உலகின் பழைய நகரங்கள் அனைத்தையும் பாருங்கள், அவை ஏதேனுமோர் ஆற்றங்கரையில் அல்லது கடற்கரையில் அல்லது குன்றுகள் சூழ அமைந்திருக்கும். உலகின் பழைய நகரங்களில் ஒன்றான மதுரையும் அப்படியே. பரங்குன்றம் மலை, பசுமலை, சமணமலை, நாகமலை, அழகர்மலை, ஆனைமலை என்று குன்றுகள் சூழ வைகை ஆற்றங்கரையில் உருவான கோட்டை நகரந்தான் மதுரை.

காலப்போக்கில் பழைய நகரங்கள் அழிந்துபோகப் புதிய நகரங்கள் உருவாயின. அவ்வாறு கரைந்துபோகாமல் தம்மை இன்றளவும் நிலைநிறுத்திக்கொண்ட நகரங்கள் மிகச் சிலவே. தமிழ்நாட்டில் மதுரை, காஞ்சிபுரம் ஆகிய இரண்டு நகரங்களும் குறைந்தது இரண்டாயிரத்து ஐநூறு ஆண்டுக்கால வரலாறு உடையனவாக இன்றளவும் விளங்குகின்றன. இவை இரண்டிலும் மதுரை தனிச்சிறப்புகள் கொண்ட நகரமாகும்.

தமிழ்நாட்டின் பழங்கால நெடுஞ்சாலைகளும் புதிய நெடுஞ் சாலைகளும் சந்திக்கும் மையப் புள்ளியாக தென்தமிழ்நாட்டில் மதுரை அமைந்திருக்கின்றது. வரலாற்றுக்கு முற்பட்ட மனிதன் வாழ்ந்த தடயங்கள் மதுரைக்கருகிலுள்ள சிவரக்கோட்டையிலும் துவரிமானிலும் கற்கருவிகளாக இன்றும் கிடைக்கின்றன. கற்காலத்தைத் தாண்டி வந்த நாகரிக மனிதர் வாழ்ந்த அடை யாளங்களான ஈமத் தாழிகள் மதுரை நகரத்திற்கு உள்ளேயே கோவலன்பொட்டல், பழங்காநத்தம், அனுப்பானடி, தத்தனேரி ஆகிய இடங்களில் கிடைக்கின்றன. கிறித்துவுக்கு முற்பட்ட காலத் தமிழ்க் கல்வெட்டுக்கள் தமிழ்நாட்டிலேயே மதுரையைச் சுற்றித்தான் திருப்பரங்குன்றம், கொங்கர்புளியங்குளம், திருவாதவூர், அழகர்கோயில், அரிட்டாபட்டி, ஆனைமலை ஆகிய இடங்களில் அதிகமாகக் கிடைக்கின்றன. இவையெல்லாம் வரலாற்றுக்கு முற்பட்ட காலத்திலிருந்தே தமிழர்கள் நாகரிகம் கண்ட பகுதிகளில் ஒன்றாக மதுரை இருந்ததற்கான சான்றுகள் ஆகும்.

மதுரை நகரத்தின் பழைய பெயர்குறித்து ஆராய்ச்சியாளர்கள் பல்வேறு கருத்துகளைச் சொல்கிறார்கள்; புராணங்கள் பல கதைகளைச் சொல்கின்றன. கிறித்துவுக்கு முற்பட்ட காலக் கல்வெட்டுகளில் 'மத்திரை' என்ற பெயர் காணப்படுகிறது, கி.பி.750 முதல் 900வரையுள்ள கல்வெட்டுகளில் மதுரை என்பதற்குப் பதிலாக 'மதிரை' என்ற பெயரே காணப்படுகிறது. பாமர மக்கள் வழக்கிலோ இது 'மருதை' ஆகும். குதிரை, பேச்சு வழக்கில் குருதை ஆனதுபோல மதிரையே பேச்சு வழக்கில் மருதை ஆனது என்று கூறுகின்றனர். இந்தக் கருத்து ஏற்றுக்கொள்ளும்படியாக இருக்கிறது.

உலகில் பழைய நகரங்கள் திட்டமிட்டு அமைக்கப்பட்டவை. ரோம், வெனீசு, மொகஞ்சோதரோ ஆகியவற்றைப்போல மதுரையும் திட்டமிட்டு அமைக்கப்பட்ட நகரமாகும். 'மதுரை நகரம் தாமரைப் பூப்போன்றது. அதன் தெருக்கள் தாமரைப்பூவின் இதழ்களைப் போன்றவை. இதழ்களுக்கு நடுவே அமைந்திருக்கும் பொட்டினைப்போலக் கோயில் அமைந்திருக்கிறது' எனப் பரிபாடல் இலக்கியம் பாராட்டுகின்றது. மாசி வீதிகளின் சந்திப்பில் மிகப்பெரிய தேரினைத் திருப்புவதற்கு வசதியாக வடம்போக்கித் தெருக்கள் அமைக்கப்பட்டிருப்பதும் தேர்

வடங்களில் ஒன்றிரண்டை அத்தெருக்களுக்குள் கொண்டு சென்று மக்கள் இழுப்பதும் இன்றளவும் காணமுடியும். நேராக அமைந்த மொகஞ்சோதரோ தெருக்களைப்போல அல்லாமல் மதுரை நகரத்துத் தெருக்கள் சற்றே வளைந்தவையாகும்.

தமிழ்நாட்டின் கோட்டை நகரங்கள் நிறைய நீர் வசதிகளைக் கொண்டவையாக இருக்கும். மதுரைக் கோட்டையும் ஒருகாலத்தில் அப்படித்தான் இருந்தது. வடபுறத்தில் வைகை ஆற்றை எல்லையாகக் கொண்டிருந்தது. அதன் மேற்குப் புறத்தில் மாடக்குளம் என்னும் மிகப்பெரிய குளம் இருந்தது. வைகை யாற்றில் இருந்து ஒரு நீர்க்கால் பிரிக்கப்பட்டு 'கிருதமாலை' என்னும் பெயரோடு கோட்டையின் மேற்கு, தெற்குச் சுவர்களை ஒட்டி ஓடிக்கொண்டிருந்தது. கோட்டையின் வெளிப்புறத்தில் கிழக்கு வாசலையொட்டியும் வடக்கு வாசலையொட்டியும் இரண்டு தெப்பக்குளங்கள் இருந்தன. கோட்டையின் உள்ளே மேற்குப்புறத்தில் ஒரு தெப்பக்குளமும் கோட்டையின் நடுவில் அமைந்த கோவிலுக்குள் ஒரு தெப்பக்குளமும், ஆக இரண்டு இருந்தன. இவை தவிரப் பல கிணறுகளும் இருந்திருக்கின்றன. கோட்டையின் மழைநீர் வடிகாலாகக் கிருதமாலை நதியும் வைகை ஆறும் பயன்பட்டிருக்கின்றன.

தமிழ் இலக்கியம் காலந்தோறும் தவறாது பாடும் நகரம் மதுரையாகும். இலக்கியங்கள் பாடும் பழையாறை, பூம்புகார் போன்ற பழைய நகரங்கள் அழிந்து போயின. தஞ்சை, கருவூர் (கரூர்), காஞ்சி போன்ற நகரங்கள் சிதைந்து அளவில் சுருங்கிப் போயின. மதுரை நகரம் மட்டும் சித்திரத்துப் பூப்போல வாடாமல் இருக்கிறது.

அரசர்களாலும் பக்தர்களாலும் இலக்கியங்களாலும் கொண்டாடப்பட்ட நகரங்களில் மதுரையும் ஒன்று. இத்தோடு எளிய மக்களின் நாவில் அன்றாடம் ஒலிக்கின்ற தாலாட்டு, ஒப்பாரி, ஆட்டப்பாடல்கள், பழமொழி, விடுகதைகள் ஆகியவற்றிலும் தவறாது பேசப்படும் நகரம் மதுரையாகும். இந்தப் பெருமை தமிழ்நாட்டின் பிற நகரங்களுக்குக் கிடைத்ததில்லை.

நகரத்தில் தலைமைத் தெய்வமான மீனாட்சி 'மதுரைக்கு அரசி' என்பது நாட்டு மக்களின் நம்பிக்கை. இன்றளவும் சித்திரைத் திருவிழாவில் மீனாட்சி தெய்வம் திருமணத்திற்குமுன் பட்டா

பிஷேகம் செய்யப்பெற்று, செங்கோல் ஏந்தி மதுரை நகரத்து வீதிகளில் திக்குவிசயம் செய்கின்றது. திருமணம் நடந்த பின்னரும் சுந்தரேசர் இராணியின் கணவராகவே கருதப்படுகிறார்; அரசராகக் கருதப்படுவதில்லை. இந்திய வரலாற்றில் எந்தப் பெண் தெய்வமும் இப்படியொரு தனிச் சிறப்பைப் பெற்றதில்லை. புராணக் கதையை அடிப்படையாகக் கொண்ட திருவிழாவாக இது இருந்தாலும், வரலாற்றுக்கு முற்பட்ட காலத்தில் திராவிட நாகரிகத்தில் பெண்களும் முடிசூடி ஆண்ட நிகழ்வினை இது நமக்கு நினைப்பூட்டுகிறது.

தமிழ்மொழி வளர்ச்சியில் மதுரை நகரம் தொடர்ந்து கணிசமான பங்கு வகித்து வந்துள்ளது. தமிழ்நாட்டு அரச மரபினரில் பாண்டியரே பழைய மரபினர் என்பது வரலாற்று அறிஞர் கொள்கை. பாண்டியர் 'சங்கம்' வைத்துத் தமிழ் மொழியினை வளர்த்தனர் என்று செப்பேடுகளும் இலக்கியங்களும் கூறுகின்றன. சங்க இலக்கியப் புலவர்களில் மதுரையைச் சேர்ந்தவர்கள் அதிகமாகக் காணப்படுகின்றனர். பத்துப்பாட்டில் ஒன்றான 'மதுரைக் காஞ்சி' மதுரை நகரத்தை மட்டுமே பாடுகின்றது. எட்டுத்தொகையில் ஒன்றான பரிபாடல் மதுரையினையும் அதனைச் சுற்றியுள்ள பகுதிகளையும் பாடுகின்றது. சிலப்பதிகாரக் காப்பியம் மதுரை நகரத்தை மிக விரிவாகப் படம்பிடித்துக் காட்டுகிறது. தேவார மூவரும் ஆழ்வார்களும் மதுரை நகரத்தைப் பாடியுள்ளனர். திருவாசகமோ சிவபெருமான் கூலியாளாக வந்து 'மதுரை' மண் சுமந்து பாண்டிய மன்னனிடம் பிரம்படிபட்ட கதையைப் பாடு கின்றது. சிவபெருமான் மதுரையில் அறுபத்து நான்கு திருவிளை யாடல்களை நிகழ்த்திக் காட்டியதனைத் திருவிளையாடற் புராணம் பேசுகிறது. மதுரை நகரத்தின் மீது எழுந்த சிற்றிலக்கியங்கள் நூற்றுக்கணக்கானவை.

சங்க இலக்கியப் புலவர்களில் கணிசமானோர் மதுரை நகரத்துப் புலவர்களாகவே இருந்திருப்பதும் வரலாற்று உண்மை யாகும். இருபதாம் நூற்றாண்டிலும் தமிழாராய்ச்சிக்குக் களமான தமிழ்ச்சங்கம் மதுரையில் பாண்டித்துரை தேவரால் தொடங்கப் பெற்றது.

மதுரை நகரத்துத் தெருப்பெயர்கள் இன்னமும் இவ்வூரின் பழைமையினையும் நகர அமைப்பினையும் தெளிவாகக் காட்டு

கின்றன. வாழைக்காய்ப்பேட்டை, நெல்பேட்டை, தவிட்டுச் சந்தை, வெற்றிலைப்பேட்டை என வணிகப் பெருமை காட்டும் இடப்பெயர்களைக் காண்பதோடு, சித்திரக்காரர், எழுத்தாணிக் காரர், தென்னோலைக்காரர் எனக் கலைஞர்கள் வாழ்ந்த இடங் களையும் நம்மால் இந்நகரத்தில் பெருமையோடு காணமுடிகிறது.

பழந்தமிழரின் கலைத்திறனையும் நீர் மேலாண்மைத் திறனையும் தெளிவாகக் காட்டுகிறது மதுரை. 1000 அடி நீளம், 980 அடி அகலம் 20 அடி ஆழமுடைய மாரியம்மன் தெப்பக் குளத்தின் அலைகற்களோடுகூடிய கற்சுவர்களும் படிக்கட்டுகளும் தமிழர்களின் பொறியியல் நுண்ணறிவுக்கு அடையாளமாகும். அதன் சுற்றுச்சுவர்களும் சுவரில் அமைந்த சிலைகளும் மைய மண்டபமும் தமிழர்களின் கலைத்திறனுக்குச் சான்று.

நூறு ஆண்டுகளுக்கு முன்புவரை மதுரை நகரம் தன் நீர் வளத்தைப் பாதுகாத்ததற்கான அடையாளங்கள் நிறைய இருக் கின்றன. பழைய கல்வெட்டுக்களில் 'மாடக்குளக்கீழ் மதுரை' என்றே குறிப்பிடப்படுகின்றது. மதுரையைச் சுற்றியிருந்த பெரிய குளங்கள் மட்டுமல்ல; மதுரையின் வடதிசையில் ஓடிய வைகை நதியும் தென்திசையில் ஓடிய கிருதமாலை நதியும் ஊருக்குக் கிழக்கே ஓடிய கால்வாய்களும் மதுரையின் நிலத்தடி நீர்வளத்தைப் பாதுகாத்தன. மதுரை நகருக்குள் குடிநீர் வழங்கும் மூலங்களாக, பெருமாள் தெப்பக்குளம், எழுகடல் தெப்பக்குளம், கிருஷ்ணராயர் தெப்பக்குளம், மைனாத் தெப்பக்குளம் ஆகியவை இருந்தன. இவையன்றிக் கோயிலுக்குள்ளும் குளம் இருந்தது. ஆற்று நீராலும் மழை நீராலும் இவை நிரம்பியிருந்தன.

இன்று சுற்றுச்சூழல் சீர்கேட்டிலும் நீருக்கான மூலவளங்களை அழித்ததிலும் மதுரை தன் பொலிவினை இழந்து நிற்கிறது. ஊருக்குள்ளிருந்த குளங்கள் மூடப்பட்டுள்ளன. நீரைச் சேமித்து வைக்கும் ஆதாரங்கள் எவையும் இல்லை. வணிகக் கழிவுகளும் மருத்துவமனைக் கழிவுகளும் வைகை ஆற்றைக் கூவமாக்கிவிட்டன. நகரத்தின் காற்றும் எண்ணெய்ப் புகையினால் மாசுபட்டுவிட்டது.

நம் முன்னோர்கள் அரிய கலைச் செல்வங்களையும் இலக்கி யங்களையும் மட்டும் நமக்குச் சொத்தாக விட்டுவிட்டுப் போக வில்லை. தூய்மையான காற்றையும் நீரையும் நெடிய மரங்களையும் வளங்களை உருவாக்கும் மூல வளங்களாக நமக்குத் தந்து

சென்றனர். நாளைய தலைமுறையினை மறந்து நம் தலைமுறை யினை மட்டும் நினைத்தால் இயற்கை நம்மைப் பழிவாங்கும் என்பதற்கு இன்றைய மதுரை நகரம் ஓர் உதாரணம் ஆகும்.

இன்றளவும் மதுரையே தமிழர்களின் பண்பாட்டுத் தலைநகர மாகக் கருதப்படுகிறது. மதுரையைக் காப்பாற்றுவது நம் பண்பாட்டைக் காப்பாற்றுவதாகும்.

தமிழ் உரைநடை

தமிழ்நாட்டில் ஆறு கோடி மக்கள் தமிழ் பேசுகின்றனர். இந்தியாவின் பிற மாநிலங்களையும் உலகின் பிறநாடுகளையும் சேர்த்து, தமிழ்பேசுகின்ற மக்கள்தொகை பத்து கோடியாகும். அறிவியலிலே ஏற்பட்டுள்ள வளர்ச்சி ஒரு மொழி பேசும் மக்களை ஒன்றாக இணைத்தாலும் மொழியைப் பேசும் முறையில்தான் எத்தனை வேறுபாடுகள்! இன்றளவும் வட்டாரம், சமயம், சாதி, இவை காரணமாகச் சொற்களையும் சொற்களை ஒலிப்பதிலும் வேறுபாடுகள் நிலவத்தான் செய்கின்றன. சொற்களை இழுத்தும் நீட்டியும் பேசுவதாக ஒருவரை மற்றொருவர் கேலி செய்து கொள்கின்றனர்.

இந்த வேறுபாடுகளெல்லாம் பேச்சு மொழிக்குத்தான். எழுத்து மொழி எல்லாராலும் புரிந்துகொள்ளும் முறையில்தான் தமிழில் அமைந்திருக்கின்றது. சங்க இலக்கியங்களையும் தேவார திருவாசகங்களையும் ஒன்றுபோல்தான் தமிழ் மக்கள் புரிந்துகொள்கின்றனர். ஆனால் எழுத்து மொழியில் கவிதை வளர்ந்ததைப் போல, நம் தேவைக்கேற்ப உரைநடை வளர்ச்சி பெறவில்லை. கடந்த ஒரு நூற்றாண்டாகத்தான் தமிழில் உரைநடை மக்களின் தேவைக்கேற்ப வளர்ந்துகொண்டிருக்கிறது. இதற்கான காரணங்கள் பலப்பல.

நம்முடைய முன்னோர்கள் இலக்கியங்களை மட்டுமல்லாது கணக்குப் பாடத்தையும் கவிதையில்தான் எழுதினார்கள். மருத்துவ நூல்களையும் கவிதையில்தான் எழுதினார்கள். அனைவருக்குமான கல்வி என்ற கோட்பாடெல்லாம் அந்தக் காலத்தில் இல்லை. எல்லா வீடுகளிலும் ஏடும் எழுத்தாணியும் இருந்ததாகவும் தெரியவில்லை. கல்வி சிலருக்கே உரியதாக இருந்தது. எல்லாருடைய தேவைக்கும் போதுமான அளவிற்கு ஏடும் எழுத்தாணியுமான எழுதுகருவிகளும் கிடைக்கவில்லை. நம்முடைய கல்விமுறை மனப்பாடக் கல்வியாக இருந்ததன் இரகசியமும் இதுதான். ஏட்டில் சுருக்கமாக ஒரு செய்தியைச் சொல்வதற்குக் கவிதைதான் ஏற்புடையதாக இருந்தது.

கடந்த நூற்றாண்டில் எளிய மனிதனின் கல்விக் கண்ணைத் திறந்தது ஆங்கில அரசாங்கத்தின் 'கருணை' மட்டுமல்ல; தாள், மை, அச்சு இயந்திரம் போன்ற அறிவியல் கருவிகளின்

கண்டுபிடிப்புகளும்தாம். தமிழ் உரைநடையின் வளர்ச்சிக்கும் இவையே திருப்புமுனையாக அமைந்தன.

உரைநடை என்ற சொல்லை எடுத்துக்கொள்ளுங்கள். உரை என்பது நடக்கும் என்றால், கவிதை ஓடுமா என்று கேட்கத் தூண்டுகிறதல்லவா? ஆம், பேச்சு மொழியைவிட மரபுக்கவிதை பல மடங்கு வேகத்தில் ஓடும். 'உரை' என்னும் சொல் பேச்சு மொழிக்கு நெருக்கமானது என்ற பொருளை உணர்த்தும். பேச்சு மொழியின் பண்புகளோடு நடக்கின்ற வேகத்தில் செல்வதுதான் உரைநடை ஆகும்.

உரைநடை ஒரு மொழியில் வளர்ச்சிபெறவேண்டிய தேவை என்ன? ஒரு மொழி பேசும் மக்களின் அறிவு வளர்ச்சி என்பது அவர்கள் பேசும் மொழியின் வளர்ச்சியைப் பொருத்தே அமையும். அறிவு வளர்ச்சிக்கு உரிய தலையாய கருவிகளில் ஒன்று மொழியாகும். Hardware, Software என்ற இரண்டு ஆங்கிலச் சொற்களை எடுத்துக்கொள்ளுங்கள். தமிழ் அல்லது மலையாளத் தைத் தாய்மொழியாகக் கொண்ட பத்து வயதுச் சிறுவர்களைவிட ஆங்கிலத்தைத் தாய்மொழியாகக் கொண்ட ஒரு சிறுவன். பொருள் இன்னது என்று துல்லியமாகத் தெரியாவிட்டாலும்கூட இந்தச் சொற்களின் பொருள் வேறுபாட்டை அறிந்துகொள்கிறான். அதனால்தான் கணிப்பொறியின் குறியீட்டு அமைப்புகள்கூட 'மொழி' (Computer Language) என்ற பெயரைப் பெறுகின்றன.

பழங்காலத்தில் தமிழ் இலக்கண, இலக்கியங்களுக்கு உரையெழுதிய பெருமக்கள் பலர் இருந்தனர். உரையாசிரியர்கள் எனப் பெயர்பெற்ற அவர்களில் சிலர்தம் உரைகள், மூல நூலை விடக் கடுமையாக இருந்தன. மற்றுஞ்சிலர் எழுதிய உரைகள் தம் புலமைத் திறத்தைக் காட்டுவனவாக இருந்தன. எளிய நடையில் உரை எழுதியோரும் அவருள் சிலர் இருந்தனர். ஆனால் எல்லா உரைகளும் எடுத்துக்கொண்ட பொருளின் தரத்திற்கு ஏற்ப, 'அனைவருக்குமான கல்வி' என்ற கோட்பாடு பிறந்த பிறகு இறுக்கமாகவே இருந்தன. கடந்த நூற்றாண்டின் நடுப்பகுதியில் படுக்கையில் கிடந்த தமிழ் உரைநடை எழுந்து நடமாடத் தொடங்கியது.

"எனக்கு அஞ்சாம் பருவம் ஆரம்பமானது முதல் வித்தை கற்பிக்க

வேண்டுமென்று என் தாயார் சர்வப் பிரயத்தன செய்தும் பலிக்கவில்லை. எனக்கு வயது போதாது, போதாது என்று என் தகப்பனார் காலஹரணம் செய்து வந்தபடியால் என்னை எட்டாம் வயது எட்டிப் பார்க்கிற வரையில் நான் சுத்த நிரட்சர குட்சியாயி ருந்தேன்." (பிரதாபமுதலியார் சரித்திரம், *1879*)

"ஆங்கிலேயர் வியாபார மாளிகைகளைச் சென்னை, கடலூர் முதலிய இடங்களில் கட்டி, வியாபாரத்தைப் பெருக்கி அரசும் கைப்பற்றுகின்ற சமயத்தில் ஆங்கில உத்தியோகஸ்தர்கள் தமிழைக் கற்பது யுக்தமென அதிகாரிகள் தீர்மானித்து, சென்னையில் 'காலேஜ்' என்ற ஓர் வித்தியாசாலையை ஸ்தாபித்தார்கள். இதுதான் 'Old College' என்னப்பட்ட இடம்." (தமிழ் இலக்கணத் தெளிவு, *1893*)

"பார்லிமெந்து சபை மெம்பர் மிஸ்டர் வெப் சீமையிலிருந்து வந்து காங்கிரஸ் ப்ரெஷிடண்டாக வீற்றிருந்தார். முதல் நாள் ரிஸெப்ஷன் கமிட்டியின் அக்ராசனாதிபதியாகிய கனம் பி. ரெங்கையா நாயுடு பிரதிநிதிகளை உபசரித்து அழைத்து ஒரு நீண்ட உபந்நியாசம் செய்தார்." (விவேக சிந்தாமணி, *1894*)

"சுதேசியம் முன்னையத்தனை பலமில்லை. அன்னிய சாமான் களைப் பகிஷ்காரம் செய்வதிலே முன்னத்தனை கொடூரமில்லை. சென்னையிலே சுதேசிய முயற்சி விஷயத்தைப் பற்றிப்பேச நமக்கு வெட்கமாய் இருக்கிறது. ஸ்ரீ ஜி. சுப்பிரமணிய ஐயர் உண்மையாகவே சுதேசிய பற்றுடையவர். ஆனால் அவர் வயது முதிர்ந்து தள்ளாதவராகிவிட்டார். அவருக்கு ஸகாயம் கிடையாது. மற்றபடி ஜனத்தலைவர்களென்ற பேர் வைத்துக் கொண்டிருப் போர் சுதேசிய சபைகளிலே கலந்து வெகு ஆடம்பரமாகக் பேசிய போதிலும் மான்செஸ்டர் ஆடையில்லாமல் வெளியிலே புறப் படுவது கிடையாது." (பாரதி, இந்தியா தலையங்கம், *1906*).

மேற்குறித்த நான்கு உரைநடைப் பகுதிகளையும் கூர்ந்து படித்துப் பாருங்கள்.

'பிரதாப முதலியார் சரித்திர' நூலின் உரைநடை கதை சொல்லும் போக்கில் அமைந்தது. தனிநபருடைய வாழ்க்கைச் சரித்திரம் அப்படித்தான் அமைந்திருக்கும். இரண்டாவது எடுத்துக்காட்டு, சமூக மாற்றம் ஒன்றை விவரித்துக் காட்டுவது ஆகும். எனவே

இந்த நடையில் சொற்கள் - குறிப்பாக வினைச்சொற்கள் - தேர்ந் தெடுத்துப் போடப்பட்டவையாகும். மூன்றாவதாக அமைந்த பகுதியில் கடந்த நூற்றாண்டில் ஆங்கிலம் கற்றவர்களின் 'பெரிய மனிதத் தோரணை' தெரிகிறது. நான்காவதாக அமைந்த பாரதியாரின் உரைநடையில் பொதுநல உணர்வுடன் கூடிய வேகமும் விறுவிறுப்பும் தெரிகிறது.

எழுதப்படும் பொருளை மட்டும் கொண்டு உரைநடையினை வகைப்படுத்த இயலாது. யாருக்காக எழுதப்படுகிறது என்ப தனையும் மனங்கொள்ளவேண்டும். விமர்சன எழுத்து, அரசியல் எழுத்து, கருத்து விளக்க எழுத்து, அறிவியல் எழுத்து, இதழியல் எழுத்து, நகைச்சுவை எழுத்து, ஆய்வுநெறி எழுத்து எனக் கொள்ளப் பெறும் பொருளுக்கு ஏற்ப நடை வேறுபட்டமைவது இயற்கை. நம்முடைய இயல்பான பேச்சு நடை கடன் கேட்கும்போதும் திருமணம் பேசும்போதும் ஒன்றாக இருப்பதில்லையே, அதுபோல் தான் இதுவும்.

எழுத்து நடை அதனைப்பெறும் மனிதர்களுக்கு ஏற்ப மாறுபட்டே அமைந்தாகவேண்டும். குழந்தை, பள்ளி மாணவர், ஆய்வு மாணவர், தொழிலாளர் எனச் சமூக இருத்தல் காரண மாகவும், நிறையப்படித்தவர் - குறைந்த கல்வியுடையவர் எனக் கல்வி வேறுபாடு காரணமாகவும், அமைப்பு சார்ந்த (கட்சித் தொண்டர், தொழிற்சங்க உறுப்பினர்) மனிதர்கள் காரணமாகவும் ஒரே பொருள் வெவ்வேறு மொழிநடையில் எழுதப்படுகின்றது.

"கைத்தொழிற்புரட்சிக்கும் முதலாளித்துவ சமுதாய அமைப் புக்கும் முற்பட்ட காலமுதல் வழங்கி வருகின்ற வாய்மொழிப் பாடல்களில் - அடிப்படையில் வெவ்வேறு தொழில்களிலும் முயற்சிகளிலும் ஈடுபட்டிருக்கும் ஒத்த வாழ்க்கை நிலையிலுள் ளோரின் அனுபவ வெளிப்பாடாக முகிழ்க்கும் வாய்மொழிப் பாடல்களில் தனிமனிதர்களின் அவல மனோபாவத்துக்குப் பதிலாகக் கூட்டு வாழ்க்கையின் உறுதிப்பாடும் தன்னம்பிக்கையும் வெளிப்படுதல் குறிப்பிடத்தக்கதாகும்" (க. கைலாசபதி, 1979).

இந்த நடையினை இப்போது மதிப்பீடு செய்யலாம். இது அறிவழுத்தம் மிகுந்த நடை; அரசியல் சார்புநிலை கொண்ட நடை; விமர்சன உணர்வோடு கூடியது. வாசிப்புப் பயிற்சியும் விவாதப் பயிற்சியும் உடையோரைக் கவர்ந்திழுக்கும் நடை.

இந்த நூற்றாண்டின் தொடக்கத்தில் நாம் கண்ட நடைக்கும் இதற்குமான வேறுபாடுகள் குறிப்பிடத்தக்கவை. பகட்டில்லாத இந்த நடையில் வடமொழிச்சொற்களும் அதிகமில்லை. வெற்றுச் சொற்களும் இல்லை.

ஆனால் இந்த நடை இலக்கிய ஈடுபாடும் ஆய்வுணர்ச்சியும் கொண்டவர்களைத் தவிர மற்றவர்களைத் தன்னிடமிருந்து விலக்கிவிடுகிறது. ஆம். எல்லார்க்கும் எல்லாப் பொருளுக்குமான உரைநடை என்பது உலகத்தில் எந்த மொழியிலும் சாத்தியமில்லை என்பதை உணரவேண்டும்.

ஒலிக்குறிப்பு : படபடவென்று பேசிவிட்டான்.

கிடுகிடுவென்று உடம்பெல்லாம் ஆடியது.

வெள்ளென வந்துவிட்டான்.

நறுக்கென்று கேட்டுவிட்டான்.

உவமை : பூப்போல எடு.

புலிமாதிரி பாய்ந்துவிட்டான்.

யானை மாதிரி அசைந்து அசைந்து வருகிறான்.

தீப்பட்ட வீட்டுக்கு மேல்காற்று வீசின மாதிரி.

மரபுத்தொடர் : ஏடாகூடமாய்

Idioms : சறுக்கினது சாக்கு என்று அதையே
பிடித்துத் தொங்குகிறான்

சொல்லடை : கும்பிடப்போன தெய்வம் குறுக்கே வந்ததுபோல

Proverbia l : பருத்தி புடவையாய்க் காய்த்தது போல

Phrase : ஊதுகிற சங்கை ஊதுவோம், விடிகிறபோது விடியட்டும்

பழமொழி : அஞ்சு காசுக்கு குதிரையும் வேணும்

அதுவும் காத்தாப் பறக்கணும்.

அறுப்புக் காலத்திலே எலிக்கு ஆயிரம் பொண்டாட்டி

நல்ல உரைநடையின் பண்புகள்தாம் யாவை? நல்ல உரைநடை என்பது இயல்பான மனிதனைப்போல எளிமையானதாக இருக்க

வேண்டும். பேச்சுமொழியோடு முடிந்த அளவு இணக்கமானதாக இருக்க வேண்டும். நீண்ட வாக்கியங்களை உடையதாக அது இருத்தல் கூடாது. முடிந்த அளவு பிறமொழிச் சொற்களை நீக்கியதாகவும் புழங்கு சொற்களை நிறைய கொண்டதாகவும் இருப்பது நல்லது. இதற்கு மேலான துல்லியமான வரையறையை நாம் தர இயலாது.

இலக்கியமும் சிற்பமும்

எல்லாக் கலைகளும் மனித வாழ்க்கையிலிருந்து பிறந்தவைதாம். மனித வாழ்க்கையின் நம்பிக்கைகளையும் தேவைகளையும் அழகுணர்ச்சியையும் வெளிப்படுத்துபவைதாம். எனவே இவற்றுக்கிடையில் உள்ள தொடர்பும் தவிர்க்க முடியாதது. சில கலைகள் ஒன்றுக்கு ஒன்று மிக நெருக்கமாக அமைந்திருக்கும். வேறு சில கலைகள் பல கலைகளுக்கு நடுவில் நாயகமாக அமர்ந்திருக்கும். இலக்கியம் அப்படிப்பட்ட நாயகக் கலைகளில் ஒன்று.

நம் மரபுவழி இலக்கியங்கள் பெரும்பாலும் கவிதை வடிவில் அமைந்தவை. கவிதையும் இசையும் பிரிக்கமுடியாத் தன்மை கொண்டவை. இலக்கியம், வரலாறு ஆகிய இரண்டு கலைகளும் காலம் என்கிற பரிமாணத்தைத் துல்லியமாகக் காட்டவல்லவை. ஒன்று தளர நேரிடும்போது மற்றொன்று கைகொடுக்கும் தன்மை வாய்ந்தவை. இலக்கியத்தோடு நெருங்கிய தொடர்புள்ள மற்றொரு கலை சிற்பக்கலையாகும். ஒளிப்படங்களும் திரைப்படங்களும் மனித மூளையில் பேராட்சி செலுத்தும் காலமிது. எனவே சிற்பக் கலையினுடைய அருமை பெருமைகளை நாம் உணராமல் போய் விட்டோம்.

செதுக்கவேண்டிய சிற்பம் கடவுளானாலும் மனிதனானாலும் அந்த உருவத்தை மனத்தில் கற்பனை செய்கிறான் சிற்பக் கலைஞன். அந்தக் கற்பனை அந்தரத்தில் பிறப்பது அன்று. அவனுடைய வாழ்க்கை அனுபவங்களோடு ஒட்டிப் பிறப்பதாகும். 'அதைப்போன்று அழகியல் அனுபவம் வேறு யாருக்கேனும் கிடைத்திருக்கிறதா?'என்று பார்க்கிறான். பெரும்பாலும் முன்பிறந்த இலக்கிய அனுபவங்கள் அவனுக்குக் கைகொடுக்கின்றன. அத்தகைய கவிதைகளை மனத்துள் வரித்துக்கொள்கிறான். கண்ணை மூடிக்கொண்டு கவிதையைச் சொன்னால் மனத்தில் அந்த உருவம் அப்படியே வந்து நிற்கிறது.

பெருமாள் கோயில்களில் திருமங்கையாழ்வாரின் சிலையைப் பார்த்திருக்கிறீர்களா? அவர் மணக்கோலத்தில் வந்த இறைவனை

வேலைக் காட்டி அச்சுறுத்தி வழி மறிக்கிறார். திருமால் ஆகிய இறைவன் அவரது வலது காதிலே எட்டெழுத்தால் ஆன நாராயண மந்திரத்தை உபதேசித்துத் திருத்துகிறார். இறைவனால் ஆட்கொள்ளப்பட்டபின் திருமங்கையாழ்வாரின் தோற்றம் எப்படி இருந்தது என்பதனை ஒரு கவிஞன் கவிதையாக்குகிறான். இந்தக் கவிதையைச் சிற்பமாக்குகிறான் மற்றொரு கலைஞன். மெத்தப்பணிவாக, மார்பில் வேலை அணைத்தபடி, ஒரு கையால் வாய் புதைத்து, தலையைச் சற்றே முன்புறம் சாய்த்து, எதையோ கேட்கும் பாவனையில் அமைந்த சிலையினைப் பாருங்கள். சிலையைப் பிறப்பித்த பாட்டு இதுதான்.

மறையுரைத்த மந்திரத்தை மால்உரைக்க, அவன்முனே
மடிஒதுக்கி மனம்ஒடுக்கி வாய்புதைத்து ஒன்னலார் கறைகுளித்த
வேல் அணைத்து நின்றஇந் நிலைமைஎன்
கண்ணை விட்டகன்றிடாது கலியன்ஆணை ஆணையே

பாட்டினை நினைத்தபடியே சிற்பத்தைப் பார்த்தால் மனம் ஒடுக்கிய செய்திகூடக் கண்ணுக்குப் புலப்படும். கலையின் வெற்றி இதுதான். எழுத்தாணியாலே ஏட்டிலே கவிஞன் வடித்த பாட்டு, சிற்பக்கலைஞனால் உளியினைக் கொண்டு கல்லிலே வடிக்கப் பட்டுவிட்டது. இவ்வகையான பாட்டுகளை வடமொழியாளர் “தியான சுலோகம்” என்று குறிப்பிடுவர்.

தமிழர்களின் சிற்பக்கலைத் திறைமையை உலகிற்குக் காட்டிய சிற்பங்களில் முதன்மையானது, நடராசரின் ஆனந்தத் தாண்டவச் சிற்பமாகும். கல்லிலும் செம்பிலும் இந்த ஆனந்தத் தாண்டவ நடராசச் சிற்பத்தைத் தமிழகமெங்கும் கோயில்களில் காணலாம். இந்தச் சிற்பத்தின் கலை அழகினையும்தத்துவப் பிற்புலத்தையும் குறித்துக் கலை அறிஞர் ‘ஆனந்த கென்டிஷ் குமாரசாமி’எழுதிய ‘சிவ நடனம்’என்னும் ஆங்கில நூல் உலகக் கலை வரலாற்றில் புகழ்பெற்ற நூலாகும்.

மாமன்னன் முதலாம் இராசராசன் இந்தச் சிற்பத்திற்கு ‘ஆடல் வல்லான்’எனப் பெயரிட்டான். அவன் காலத்தில்தான் (கி.பி. 985-1010) இந்தச் சிற்ப வடிவம் சிறப்புப் பெற்றதாகத் தெரிகிறது. திருநாவுக்கரசரின் பாடல் ஒன்று இச்சிற்பத்திற்கு உரிய அடிப்படையாகும்.

குனித்த புருவமும் கொவ்வைச் செவ்வாயிற்
குமிண் சிரிப்பும்
பனித்த சடையும் பவளம் போல் மேனியிற்
பால் வெண்ணீறும்
இனித்த முடை எடுத்த பொற்பாதமும்
காணப் பெற்றால்
மனித்தப் பிறவியும் வேண்டுவதே
இம் மாநிலத்தே

இந்தப் பாட்டை நினைத்துக்கொண்டு அந்த ஆனந்தத் தாண்டவச் சிற்பத்தைப் பாருங்கள். சிற்பக் கலையினை இலக்கியக்கலை வழி நடத்திய உண்மை உங்களுக்குப் புலப்படும். ஊர்ஊராகத் தமிழ்நாட்டில் காணக் கிடைக்கிற நடராசரின் செப்புத் திருமேனி களில் நுணுக்கமான வேறுபாடுகளும் பல உண்டு.

எடுத்துக்காட்டாக ஒன்றைச் சொல்லலாம். ஆடல்வல்லானின் நடனச் சிற்பங்களில் அவர் முயலகனின் முதுகின் மீது ஒரு காலை ஊன்றி ஆடுவது மரபு. ஆனால் தஞ்சை மாவட்டம் திருநல்லூரில் மட்டும் அவரது ஊன்றிய கால் முயலகனின் தலைமீது பதிந் திருக்கும். பொதுவிதிக்கு மாறாக இந்தச் சிற்பம் அமைந்தது ஏன் என்ற வினாவுக்கு விடை இலக்கியத்தில் கிடைக்கிறது. தேவாரத்தில் அப்பர் தம் திருநல்லூர்ப் பதிகத்தில்,

நனைந்தனைய திருவடிஎன் தலைமேல் வைத்தார்
நல்லூர் எம்பெருமானார் நல்லவாறே

என்று பாடுகிறார். அப்பரின் தலைமீது சிவன் திருவடி வைத்த ஊர் என்பதனால் முயலகனின் தலைமீதும் திருவடி வைத்ததுபோல் சிற்பி கற்பனை செய்திருக்கிறான். சிற்பக்கலைஞன்மீது கவிஞன் செலுத்திய செல்வாக்கிற்கு இது ஓர் அடையாளம்.

பூம்புகாருக்கருகில் மேலப்பெரும் பள்ளம் என்றொரு ஊர். இதன் பழைய பெயர் திருவலம்புரம், இந்த ஊரின் சிவபெருமான் செப்புத் திருமேனியில் 'வட்டணை படவந்த நாயகர்' என்று எழுத்துப் பொறிப்பும் உள்ளது. 'வட்டணை' என்பது நடனக்காரன் ஆடியவாறே ஆடுகளத்தை விரித்துக்கொண்டே செல்வதாகும். இது ஒரு நாட்டியக் கலைச் சொல். ஆடல் வல்லானாகிய சிவபெருமான்,

வட்டணைகள் படநடந்து மாயம் பேசி
வலம்புரமே புக்கங்கு மன்னினாரே

என்பது அப்பர் தேவாரத்தில் திருவலம்புரப் பதிகத்தில் வரும் ஓர் அடியாகும். இந்த அழகு நடையினை அப்படியே சிற்பமாகச் செய்து விட்டான் ஒரு கலைஞன். அவன் கற்பனைக்குக் கைகொடுத்தது அப்பரின் தேவாரப் பாடலாகும். நடனம் ஆடியபடி அமைந்த இந்தச் சிற்பம் தமிழகக் கலைச்செல்வங்களில் குறிப்பிடத்தக்க தாகும்.

பாளையங்கோட்டை அழகிய மன்னார் இராசகோபாலசாமி கோயிலில் அடுத்தடுத்த தூண்களில் இரண்டு புடைப்புச்சிற்பங்கள் உள்ளன. இவை கி.பி. பத்தாம் நூற்றாண்டின் நடுப்பகுதியைச் சேர்ந்தவை. ஒன்றில் அசோகவனத்தில் சீதை ஒரு மரத்தடியில் சிறிய மேடையொன்றில் அமர்ந்திருக்கிறாள். எதிரில் அனுமன் கைகட்டி வாய்புதைத்து நிற்கிறான். பணிவுக்கு அடையாளமாக அவன் வால் கீழ்நோக்கித் தொங்குகிறது. அடுத்த தூணில் ஓடத்தில் சீதை, இலக்குவன் அமர்ந்திருக்கின்றனர். குகன் ஓடத்தைச் செலுத்துகிறான். சிற்பத்துக்குக் கீழே "இத்தூணின் நாமம் ஸ்ரீஹநுமன்" என்று ஒரு கல்வெட்டு. அனுமன் இருக்கிற தூணை விட்டுவிட்டு குகன் இருக்கிற தூணில் அனுமன் பெயர் ஏன் இடம்பெற்றது? இந்த இடத்திலும் இலக்கியம்தான் சிற்பத்தைப் புரிந்துகொள்ள நமக்குத் துணைசெய்கிறது.

பெரியாழ்வார் திருமொழியில் "செறிந்த கருங்குழல் மடவாய்" என்று தொடங்கும் பதிகம். அசோகவனத்தில் அனுமன், தான் இராமனின் தூதன் என்பதைச் சீதைக்கு மெய்ப்பிக்கப் பலவகை அடையாளங்களைச் சொல்கிறான். ஏனென்றால் சீதைக்கு அனுமனை அதுவரை யாரென்று தெரியாது. இதுதான் முதல் தூணில் உள்ள சிற்பத்தின் பொருள். அவன் கூறும் அடையாளங்களில் ஒன்று, குகனோடு இராமன் கொண்ட தோழமை உணர்வாகும். மற்றையோர் கூற அனுமன் இந்தச் சிறிய நிகழ்ச்சியினை அறிந்து கொண்டவன். 'நீ என் தோழன்' என்று கூறிக் குகனை இராமன் ஏற்றுக்கொண்ட இந்த நிகழ்ச்சியினை,

கூரணிந்த வேல்வலவன் குகனோடும் கங்கைதன்னில்
சீரணிந்த தோழமை கொண்டதும்ஓர் அடையாளம்

எனக்கூறி குகனை அனுமன் நினைவுபடுத்துகிறான். அதனால்தான் முதல் தூணில் அனுமனைக் காட்டி, அடுத்ததூணில் குகனைக் காட்டி, குகனைக் காட்டும் சிற்பத் தூணுக்கு 'அனுமன்'என்று பெயர் சூட்டியிருக்கிறார்கள். ஏழாம் நூற்றாண்டுக் கவிதை பத்தாம் நூற்றாண்டில் சிற்பமாகி இருக்கிறது.

கி.பி. ஒன்பது, பத்தாம் நூற்றாண்டுகளில் இராமகதைச் சிற்பங்கள் (குறிப்பாக இவ்விரண்டு காட்சிகளும்) தமிழ்நாடு முழுவதும் பரவலாகக் காணப்படுகின்றன. இராமகதையின் கங்கை காண்படலம், குகப்படலம், சூளாமணிப்படலம் ஆகியவற்றுக்கான உணர்வினைக் கம்பன் இந்தச் சிற்பங்களிடம் இருந்தே பெற்றுக்கொண்டிருக்கவேண்டும். இலக்கியக் கலை சிற்பத்தை வளர்க்க, சிற்பக்கலை மீண்டும் இலக்கியத்தை வளர்த்திருக்கிறது; பெருங்கவிஞர்களுக்கும் கவிதைக்கான உந்துசக்தியைத் தந்திருக்கின்றது.

பெருங்கவிஞர் சேக்கிழாரின் பெரியபுராணத்துக்கு அவர் காலத்திய கல்வெட்டுகளும் சிற்பங்களும் பேருதவி செய்தன. கும்பகோணத்துக்கு அருகில் உள்ள தாராசுரம் கோயிலின் அடித்தளத்தில் அறுபத்து மூன்று நாயன்மார் சிற்பங்களும் செதுக்கப்பட்டுள்ளன. சேக்கிழார் காலத்துக்குச் சற்று முந்திய காலத்துச் சிற்பங்கள் இவை. இவற்றின் கீழே சிறிய கல்வெட்டுகள், மெய்ப்பொருள் நாயனாரின் சிற்பத்துக்குக் கீழே உள்ள தொடர் "தத்தாநமர் என்ற மிலாடுடையார்" என்பதாகும். மெய்ப்பொருள் நாயனாரின் ஒற்றைச் சேவகரின் பெயரும் அவர் கடைசியாகப் பேசிய செய்தியும் சேக்கிழாருக்கு இச்சிற்பத்திலிருந்தும் கல்வெட்டிலிருந்துமே கிடைத்திருக்கின்றன. சேக்கிழார் இந்தப் பெயரினையும் செய்தியினையும் 'தத்தா நமரே காண் என்று தடுத்து வீழ்ந்தார்' என்று பெரியபுராணத்தில் அப்படியே எடுத்தாண்டிருக்கிறார்.

காலந்தோறும் இப்படிப் பல எடுத்துக்காட்டுகள் உண்டு. இவற்றிலிருந்து நாம் பெறுகின்ற செய்திதான் என்ன? கோயில் சிற்பங்கள் ஒரு தனிமனிதனின் கற்பனையில் மட்டும் பிறந்தவை அல்ல. அவற்றுக்கு வரலாற்றுப் பிற்புலமும் இலக்கியப் பிற்புலமும் உண்டு. சிற்பிகளும் இலக்கியவாதிகளும் ஒருவர் மற்றவரின் கலையின் மீது ஆர்வம் கொண்டிருக்கிறார்கள்; மதித்திருக்கிறார்கள்.

நுண்கலைகள் எனப்படும் கலைகள் அனைத்துமே தம்மில் ஒன்றுக்கொன்று தொடர்புடையன. ஒன்றையொன்று வளர்ப்பன. தாங்கள் பிறந்த காலத்தின் கண்ணாடியாகத் திகழ்வன. அவை அனைத்துமே தனிமனிதர் வழியாக வெளிப்பட்டாலும், சமூகத்தின் படைப்புகளே. இலக்கியத்தையும் சிற்பத்தையும் ஒருங்கே நோக்கும்போது நமக்குக் கிடைக்கின்ற செய்தி இதுதான்.

கவிதை மொழிபெயர்ப்பு

மனித இனத்தை வாழ்வித்த கலைகளில் ஒன்று மொழிபெயர்ப்பு ஆகும். மொழிபெயர்ப்பு என்பது ஒரு சொல்லுக்குச் சரியான பொருளை இன்னொரு மொழியில் தேடுவது என்பதன்று. ஒரு மொழி பேசும் மக்கட் கூட்டத்தின் உணர்வு நலத்தை, சிந்தனை வீச்சை, வாழ்க்கைத் தேடலை இன்னொரு மொழிபேசும் கூட்டத் திற்குக் கொண்டுசெல்வதே மொழிபெயர்ப்பு ஆகும். அது மனிதக் கூட்டங்களை ஒன்றாக இணைத்து உலகையும் அறிவையும் விரிவு செய்வதாகும்.

மொழிபெயர்ப்பு என்னும் அருங்கலையின் விளைவாகச் சாக்ரடீசும் கார்ல்மார்க்சும் தமிழ்நாட்டிற்கு வந்தனர். தாமசு கிரேயும் தாகூரும் தமிழ்க் கவிதைக்கு உரம் சேர்த்தனர். சங்க இலக்கியங்கள் புதுவாழ்வு பெற்றன: வள்ளுவனை உலகம் அறிந்தது. பாரதியின் கவிதைகளை உலக இலக்கியம் அறிமுகம் செய்து கொண்டது.

சிந்தனை வீச்சுடைய தொன்மையான மொழிகளில் தமிழும் ஒன்றாக இருந்தது. எனவே கிறித்துவின் காலத்திற்கு முன்னரே தமிழில் மொழிபெயர்ப்பு முயற்சிகள் தோன்றின.

தொகுத்தல் விரித்தல் தொகைவிரி மொழிபெயர்த் (து)
அதர்ப்பட யாத்தல்

எனத் தொல்காப்பியர் மொழிபெயர்ப்பு நூல்களையும் நூல் வகைக்கணக்கில் எடுத்துக்கொள்கிறார்.

"நாடா கொன்றோ...." எனத் தொடங்கும் ஔவையாரின் புறநானூற்றுப்பாடல், பாலி மொழியில் அமைந்த 'தம்மபதம்' என்னும் பௌத்த நூலில் 'அரகந்தவர்க்கம்' என்னும் பகுதியில் பேசப்படும் அறநூல் கருத்தின் நேரடி மொழிபெயர்ப்பே என்பதை மு.கு. செகநாதராசா நிறுவியுள்ளார். மணிமேகலையின் 'சமயக் கணக்கர்தம் திறங்கேட்ட காதை'யில் பெரும்பகுதி, சிறந்த மொழிபெயர்ப்புக்கு எடுத்துக்காட்டாய் விளங்குவதை மயிலை சீனி. வேங்கடசாமி ஆராய்ந்து காட்டியுள்ளார். அச்சு இயந்திரம் வருவதற்கு முன்னரே தமிழில் இவ்வாறான மொழிபெயர்ப்பு முயற்சிகள் நிறையவே உண்டு. 19ஆம் நூற்றாண்டின் நடுப்

பகுதியிலிருந்து இவ்வகையான கொள்வினை கொடுப்புவினை முயற்சிகள் தமிழில் பேருக்கம் பெற்றன.

சிறந்த 'தமிழ் மாணவன்' ஆன அறிஞர் ஜி.யு. போப் திருக்குறளை ஆங்கிலத்தில் மொழிபெயர்த்தார். தமிழர் தத்துவமான சைவ சித்தாந்தத்தை உலகிற்குக் காட்டுவதற்குத் திருவாசகத்தை ஆங்கிலத்தில் மொழிபெயர்த்தார். பின்னர் 'திருவருட்பயன்' என்ற சைவ சாத்திர நூலையும் ஆங்கிலத்தில் மொழிபெயர்த்தார். தமிழரின் தொன்மையான நாகரிக அடையாளமாகத் தாம் கண்ட புறப்பொருள் வெண்பாமாலையினையும் அவர் ஆங்கிலத்தில் மொழி பெயர்த்தார்.

இருபதாம் நூற்றாண்டில் இலக்கிய உலகம்தான் முதலில் உலகை ஒரு குடும்பம் ஆக்கியது. அத்தகைய இலக்கியக் கருவிகளில் 11ஆம் நூற்றாண்டுப் பாரசீகக் கவிஞன் உமர்கய்யாமின் 'ரூபயாத்' என்னும் நாலடிச் செய்யுள் தொகுப்பும் ஒன்று. எட்வர்டு ஃபிட்ஜெரால்டின் (Edward Fitzgerald) ஆங்கில மொழிபெயர்ப்பின் வாயிலாக, உலகம் அப்பெருங்கவிஞனை அறிந்தது. இன்று தமிழ் உள்பட உலகின் பெரும்பான்மையான மொழிகளில் உமர்கய்யாம் கவிதைகள் சுவைக்கப்படுகின்றன.

தமிழில் உமர்கய்யாம் கவிதைகளை மூவர் கவிதையாக மொழிபெயர்த்தனர். ஒருவர் கவிமணி தேசிக விநாயகம் பிள்ளை. அடுத்தவர் ச.து.சு. யோகியார், மூன்றாமவர் சாமி. சிதம்பரனார். மூன்று மொழிபெயர்ப்புகளும் 1930 முதல் 1950க்குள் வெளி வந்துள்ளன. மூன்றும் ஃபிட்ஜெரால்டின் ஆங்கில மொழி பெயர்ப்பைத் தழுவி எழுந்தனவே. மூல நூலான பராசீக மொழியி லிருந்தல்ல.

கதை, கட்டுரை வடிவங்களைவிடக் கவிதை வடிவமே மொழிபெயர்ப்பில் மிகச் சிக்கலானதாகும். அது 'காற்றைப் பிடித்துக் கரகத்தில் அடைப்பது மாதிரி' என்பார் அ.சீனிவாச ராகவன். மூலமொழியின் சொற்பொருளையும் சொல் உணர்த்தும் பொருளையும் இலக்கு மொழிக்குக் கொண்டுவருவது கயிற்றிலே நடப்பது போன்றதாகும். இதனை ஓர் எடுத்துக்காட்டின் வழிக் காணலாம். இசுலாமியக் கட்டடக்கலை மரபில் மிக உயர்ந்த தூண் கோபுரங்கள் (மினரா) ஒரு தனிப்பண்பாகும். ஆங்கிலத்தில் இதனை 'Turret' என்பர். காலையில் எழும் சூரியஒளி முதலில் இந்தக் கோபுரத்தில் படுவது இயற்கை.

ரூபாயத்தில் முதல் பாடலில் வரும் இந்தச் செய்திக்கு,

The Hunter of the East
Has caught the Sultan's turret in a noose of light

கிழக்குத் திசையிலிருந்து வரும் வேட்டைக்காரனான சூரியன், சுல்தான் அரண்மனையின் தூண் கோபுரத்தைத் தன்னுடைய ஒளிமுடிச்சுகளால் பிடித்துக்கொண்டான் என்பது பொருள். இதனைக் கவிமணி,

தாலத்தொரு கீழ்த்திசை வேடன்
தாங்கும் கதிரின் கண்ணிகளால்
சீலக்கோமான் திருக்கோயில்
சிகரம் கொண்டான் காணீரோ

என்று மொழிபெயர்த்தார். இதனையே ச.து.சு. யோகியார்,

'.................செங்கதிரோன் வானத்தில்
கூடும் இரவினையும் கூடத்துரத்தி சுல்தான்
மாடத்தை மின்வாளால் மாட்டினான் விழித்தெழு நீ

என்று மொழிபெயர்க்கிறார்.

நிறைந்த ஒளிச் சூரியனும்
நீலநிறக் கடல்மீது
பொன்பூசி நிமிர்ந்து தோன்றிக்
கறையிருளில் மினுமினுத்த
விண்மீன்கள் ஒளி மழுங்கக்
கதிர்வீசிக் கிழக்கே வந்தான்
சிறந்த தமிழ்க் கரிகாலன்
அரண்மனையின் சிகரத்தே
தன் கிரணம் சிந்தினானே

என்பது சாமி சிதம்பரனாரின் மொழிபெயர்ப்பு ஆகும்.

இருளிலேயே கிடந்த தூண்கோபுரத்தைக் கிழக்கிலிருந்து வந்த சூரியன் நோக்கியும் விரைந்து வந்தும் பற்றிக்கொண்டான். 'caught' என்னும் ஆங்கிலச்சொல் சூரியனின் இயக்கத்தைக் காட்டும் சொல்லாகும். இந்தப் பொருண்மை யோகியாரின் யமாட்டினான்ய என்ற சொல்லைவிடச் சாமி சிதம்பரனாரின் 'சிந்தினான்' என்ற சொல்லைவிடக் கவிமணியின் 'கொண்டான்' என்ற சொல்லில் முழுமையாக வெளிப்படுகிறது. மேலும் 'Noose of light' என்ற ஆங்கிலச் சொல்லுக்குக் 'கதிரின் கண்ணிகள்' என்ற கவிமணியின் மொழிபெயர்ப்பே சரியானதாகப்படுகிறது.

இனி, ஒரு பாடல் முழுவதுமே எடுத்துக்கொண்டு ஒப்பிட்டுக் காணலாம்.

Here with a loaf of bread beneath the Bough
A Flask of wine, a Book of Verse and Thou
Beside me singing in the Wilderness –
And wilderness is paradise enow.

இந்தப் பாடலைக் கவிமணி கீழ்க்காணுமாறு மொழிபெயர்க்கிறார்.

வெய்யிற்கேற்ற நிழலுண்டு
வீசும் தென்றல் காற்றுண்டு
கையில் கம்பன் கவியுண்டு
கலசம் நிறைய மதுவுண்டு
தெய்வகீதம் பலவுண்டு
தெரிந்து பாட நீயுண்டு
வையந் தனில் இவ்வனமன்றி
வாழும் சொர்க்கம் வேறுளதோ.

இதே பாடலை.

மாதவிப்பூங் கொடி நிழலில்
மணிக்கவிதை நூலொன்றும்
தீதறுசெந் தேன் மதுவும்
தீங்கனியும் - பக்கத்தில்
காதலி நீ பாட்டிசைத்துக்
கனிவோடு கூடுவையேல்
ஏதுமினிக் கவலையில்லை
இதுவன்றோ பரமபதம்

என்று யோகியார் மொழிபெயர்க்கிறார்.

வரிவண்டு மலர்தோறும்
தேனருந்திப் பண்பாடும்
வனத்தின்கண் செழித்து நிற்கும்
ஒரு மரத்தின் பெரு நிழலும்
சுவையுணவும் கனிரசமும்
உயர்புலவன் பாடல் நூலும்

> இருண்ட குழல் கிளிமொழியே
> நான்வேண்டும் சுகவாழ்வு
> பிறிதொன்றில் இன்பம் உண்டோ?
> எரிந்தமனம் குளிர்ச்சிபெற
> அருகிருப்பாய் இசைபாடி
> இன்பத்தேன் பாய்ச்சு வாயே

என்பது சாமி. சிதம்பரனாரின் மொழிபெயர்ப்பாகும்.

இனி, இம்மூன்றினையும் ஒப்பிட்டுக் காண்போம். ஃபிட் ஜெரால்டின் பட்டியலில் முதலில் இடம்பெறுவது ரொட்டித் துண்டு. உமர்கய்யாமின் பாரசீக மூலத்தில் இது ஆட்டின் தொடை இறச்சி (சந்துக்கறி) என்று இருப்பதாக அறிஞர் கூறுவர். இதனை யோகியார் 'தீங்கனி' என்கிறார்; சாமி. சிதம்பரனார் 'சுவையுணவு' என்கிறார்; கவிமணியின் பட்டியலில் இது விடுபட்டுப் போகிறது. 'Flask' என்ற ஆங்கிலச் சொல்லைக் கவிமணி 'கலசம்' என்கிறார். யோகியாரும் சிதம்பரனாரும் இதனை விட்டு விடுகின்றனர். 'Wine' என்ற சொல்லை 'மது' என்று கவிமணியும் 'தீதறு செந்தேன் மது' என்று யோகியாரும், 'கனிரசம்' என்று சிதம்பரனாரும் குறிப்பிடுகின்றனர். 'Beneath the Bough' என்பது, சிறிய ஆனால் குளிர்ந்த நிழல் என்பதனைக் குறிக்கும். இதனை 'மாதவிப் பூங்கொடி நிழல்' என்று சிதம்பரனார் குறிப்பிடுகிறார். 'A Book of Verse' கவிமணிக்கோ 'கம்பன் கவிதை' யோகியாருக்கோ 'மணிக் கவிதை நூல்', சிதம்பரனாருக்கு 'உயர்புலவன் பாடல் நூல்'.

இவையெல்லாம் சொல்லளவிலான வேறுபாடுகள். ஆயினும் இவற்றைச் சொற்கள் என்று மட்டும் கழித்துவிட முடியாது. இவையே கவிதைக்கு வேகமும் உணர்வுவெம்மையும் தரும் மூலக் கூறுகளாகும். குளிர்ந்த உணர்வுகளையும்கூட உணர்வு வெம்மை சான்றவனாகத்தான் நிற்கும்போதே கவிஞன் வெளிப்படுத்து கிறான். இந்த வேகமும் வெம்மையும் தமிழ்க் கவிதைகளில் எப்படி இறங்கியுள்ளன என்பதனைத்தான் நாம் கவனிக்க வேண்டும். சொற்களாகிய இழைகள் திரண்டு கவிதை பட்டுத் துணியாகின்றபோது, அதற்கொரு வண்ணமும் பொலிவும்உறுதியும் கிடைக்கின்றன. இந்தக் கூட்டு விளைவு மொழிபெயர்ப்பில் எவ்வாறு தொழிற்படுகிறது என்பதைத்தான் நாம் கூர்ந்து கவனிக்க வேண்டும்.

உமர்கய்யாம், மதங்கள் கூறும் மறுஉலகம் பற்றிய நம்பிக்கை

யினை இழந்து போனவர். இந்த நம்பிக்கையின்மை அவருக்கு வாழ்க்கையின்மீது அடங்காத சினத்தை மூட்டியது. அதேநேரத்தில் இவ்வுலகத் துன்பங்கள் அவருக்கு வருத்தத்தை ஊட்டின. இதன் எதிர்விளைவாக, 'மறு உலகத்தை நினைத்து இவ்வுலக இன்பங்களை விட்டுவிடுவோமோ' என்ற தவிப்பும் துடிப்பும் அவரை ஆட்கொண்டன. அவர் விதிக் கொள்கையைப் பற்றிக்கொண்டார். மதுவையும் மங்கையையும் மட்டுமல்ல; அழகிய மலர்களையும் கவிதைகளையும்கூட அவர் இவ்வுலக இன்பங்களாகக் கொண்டு அனுபவிக்கின்றார். சோகமும் வெம்மையும் மிகுந்த அவரது கவிதை களில், 'நம்பிக்கையற்றவன் இகழ்ந்து நகையாடும் அடங்காச் சிரிப்பொலி' கேட்பதாக எஸ். வையாபுரிப்பிள்ளை குறிப்பிடுவார். எனவே கவிஞனைப்பற்றிய இந்த உணர்வுகளை அவனது கவிதைக் குரிய மொழிபெயர்ப்பில் நாம் எதிர்பார்ப்பதில் தவறில்லை.

இப்பொழுது மேற்குறிப்பிட்ட மூன்று மொழிபெயர்ப்புகளை மீண்டும் வாசித்துப் பார்க்கலாம். சிதம்பரனார் மொழிபெயர்ப்பில் அளவிறந்த சொற்களால் கவிதையின் கூர்மை சிதறிப்போகிறது. கவிமணியின் மொழிபெயர்ப்பில் உமர்கய்யாமின் வேகத்தைக் காணவில்லை. வீசும் தென்றல், கம்பன் கவிதை, தெய்வகீதம் போன்ற சொற்களில் உமர்கய்யாமின் முகத்தைவிடக் கவிமணியின் முகமே முன்வந்து நிற்கிறது. மண்ணுலகக் கவலைகளை மீற விரும்பும் உமர்கய்யாமைக் காணோம்.

பூங்கொடி நிழல், மணிக்கவிதை, தீதறு செந்தேன் மது ஆகிய யோகியாரின் அழகிய சொற்கூட்டுகள் மட்டுமல்ல, கவிதையின் கடைசி அடியும் நமக்கு உமர்கய்யாமை நினைவுபடுத்துகின்றது.

ஏதுமினிக் கவலையில்லை
இதுவன்றோ பரம பதம்

உலகத்துக் கவலையை மீறவிரும்பும் உமர்கய்யாமை இந்த அடியே அடையாளம் காட்டுகிறது. இந்த அடையாளம் யோகியாரின் இந்த ஒரு பாடலில் மட்டுமல்ல, அனைத்துப் பாடல்களிலும் விரவிக் கிடக்கின்றது. மூவரில் யோகியாரே உமர்கய்யாமுக்கு நெருங்கியவராகக் காணப்படுகிறார்.

சீனிவாசராகவனின் கூற்று மறுபடியும் நினைவுக்கு வருகிறது.

"கவிதையை மொழிபெயர்ப்பதென்பது காற்றைப் பிடித்துக் கரகத்துக்குள் அடைப்பது மாதிரி".

அகராதிக் கலை

நம்மை அடிமைப்படுத்தி ஆண்ட வெள்ளையர்களால் நமக்கு விளைந்த நன்மைகள் சிலவும் உண்டு. அவை காலமாற்றத்தின் விளைவுகளாகவே நமக்குக் கிடைத்தன; அவர்களின் கருணை யினால் அல்ல. அவ்வாறு புதிய மாற்றங்களைச் சந்தித்த துறைகளில் குறிப்பிடத்தக்கது கல்வித்துறையாகும். 'அனைவருக்குமான கல்வி', 'கல்வி தருவது அரசின் கடமை' ஆகிய உணர்வுகள் மக்களிடம் பெருகி வளர்ந்தபோது, கல்விக்கூடங்களின் எண்ணிக்கையும் கற்பவர் எண்ணிக்கையும் பெருகின. கல்வி நுட்பங்களும் கல்விக்கான கருவிகளும் மாறின, பெருகின.

கற்றவர்கள் எல்லாம் அறிவுடையவர்கள், அறிவில்லாதவர்கள் கற்க மாட்டார்கள் என்பது நமது சமூகத்தில் நிலவிவரும் தவறான கருத்தாகும். உண்மையில் அறிவு என்பது வேறு; கல்வி என்பது வேறு. அதனால்தான் வள்ளுவர் 'கல்வி', 'அறிவுடைமை' என்று இரண்டு தனித்தனி அதிகாரங்கள் வைத்தார். மனிதனின் இயல்பான புரிதிறனையே அறிவு எனச் செல்லலாம். அது வளரக்கூடிய தன்மையினை உடையது. கல்வி என்பது முயற்சியுடன் கூடிய பயிற்சியாகும். கல்விப் பயிற்சி என்பது, எழுத்தறிவு சார்ந்தது ஆகும். இதற்கான கருவிகள் காலந்தோறும் வளர்ச்சிபெற்றுவந்துள்ளன. புறநிலைக் கருவிகளான எழுது கருவிகள், ஐரோப்பியரின் வருகை யினை ஒட்டி தாள்,மை, தொட்டெழுதும் பேனா, மை ஊற்றுப் பேனா என வளரத்தொடங்கி, இன்று நாள்தோறும் வளர்ந்து வந்துகொண்டிருக்கின்றன. இது போலவே அகநிலைக் கருவிகளின் வளர்ச்சியினையும் நாம் கணக்கில் எடுத்துக்கொள்ள வேண்டும். அவற்றில் குறிப்பிட்டுச் சொல்லவேண்டியது அகராதி எனப்படும் 'அகர முதலி' ஆகும்.

'சொற்களை அகர வரிசைப்படி அடுக்குவது அகராதி' என்று மட்டுமே நாம் பொதுவாகப் புரிந்துகொள்கிறோம். நவீன எழுதுகருவிகளைப் போலவும்நாவல், சிறுகதை போன்ற புனைகதை வடிவங்களைப் போலவும் அகராதியும் ஐரோப்பியர் கொண்டு வந்தது என்றே நம்மில் பலரும் கருதுகின்றனர். ஆனால் அகராதிக் கலையின் தோற்றம், வளர்ச்சி ஆகியவற்றை அறிவதற்கு தமிழ்

போன்ற தொன்மையான மொழிகள் நமக்கு வாய்ப்பளிக்கின்றன. அகராதி (Dictionary), தெசாரஸ் (Thesaurus), லெக்சிகன் (Lexicon), கன்கார்டன்ஸ் (Concordance), க்ளோசரி (Glossary), என்சைக்ளோபீடியா (Encyclopedia) முதலிய ஆங்கிலச் சொற்களின் பொருள் வேறுபாட்டை நம்மில் பெரும்பாலோர் இன்னும் அறிந்துகொள்ளவில்லை.

தமிழில் முதன்முதலாக அகராதி என்ற சொல்லை இன்றுள்ள அதே பொருளில் பயன்படுத்திய நூல் கி.பி. 1594இல் எழுதப்பட்ட 'அகராதி நிகண்டு' என்பதாகும். இதன் ஆசிரியர் சிதம்பரத்தில் இருந்த ரேவண சித்தர் என்பவர். இது ஆங்கிலத்தின் முதல் அகராதி பிறப்பதற்கு முன்பு பிறந்தது என்பதை இங்கு நினைவில் கொள்ளவேண்டும்.

அகராதியில் உள்ளதுபோலச் சொல்லுக்குச் சொல் பொருள் விளக்கம் செய்யும் முறை தமிழில் தொல்காப்பியர் காலத்திலேயே தொடங்கிவிட்டது. தொல்காப்பியர் உரியியலில் 163 சொற்களுக்குப் பொருள் விளக்கம் தருகிறார். எடுத்துக்காட்டாக. 'செழுமை வளனும் கொழுப்பும் ஆகும்' என்ற நூற்பாவிற்கு நமக்கு எளிதாகப் பொருள் விளங்குகிறது.

'ஐ வியப்பாகும்' என்பது மற்றொரு நூற்பா. குழந்தைகள் வியப்பிற்குரிய பொருளைக் கண்டால் 'ஐ' யென வியப்பொலி எழுப்புவது இயற்கை. இந்த உரிச்சொல்லுக்குத்தான் தொல்காப்பியர் பொருள் விளக்கம் தருகிறார்.

கி. பி. 8ஆம் நூற்றாண்டிலிருந்து உரிச்சொல் பனுவல் எனப்படும் நிகண்டு நூல்கள் தமிழில் பெருகின. நிகண்டு என்னும் வடசொல்லுக்குத் தொகுதி, கூட்டம் என்பது பொருளாகும். தமிழில் இதுவரை 35 நிகண்டு நூல்கள் கண்டுபிடிக்கப்பட்டு அச்சிடப்பட்டுள்ளன. இவை அனைத்தும் 19ஆம் நூற்றாண்டுக்கு முன்னர்ப் பிறந்தவை ஆகும். இவற்றில் குறிப்பிட்டுச் சொல்லத் தகுந்தவை கி.பி.9ஆம் நூற்றாண்டில் பிறந்த திவாகர நிகண்டு (9500 சொற்களுக்கு விளக்கம்), கி.பி.10ஆம் நூற்றாண்டில் பிறந்த பிங்கல நிகண்டு (14700 சொற்களுக்கு விளக்கம்), கி. பி. 16ஆம் நூற்றாண்டில் மண்டலபுருடர் என்பவர் ஆக்கிய சூடாமணி நிகண்டு (11000 சொற்களுக்கு விளக்கம்) ஆகிய மூன்றும் ஆகும்.

தெய்வப்பெயர், மக்கட்பெயர், விலங்கினப்பெயர் எனப் பெயர்ப் பிரிவுகளோடு அமையும் நிகண்டுகள் இறுதியாக ஒருசொல் பல்பொருள், பல்பொருள் ஒருசொல் என முடியும். நிகண்டுகளின் முற்பகுதி முழுவதும் கருத்துக்குத் தேவையான சொற்களை நமக்குத் தருவன. கருத்துக்குத் தேவையான சொற்களைத் தரும் நூலைத்தான் ஆங்கிலத்தில் 'தெசாரஸ்' (சொற்களஞ்சியம்) என்று குறிப்பிடுகிறோம். ஆங்கிலத்தில் முதல் தெசாரஸ் நூல் கி. பி. 1858இல் பீட்டர் மார்க் ரோஜட் என்பவரால் செய்யப்பட்டது. தமிழில் இத்தகைய சொற்களஞ்சிய நூல்கள் (நிகண்டுகள்) கி. பி. 9ஆம் நூற்றாண்டிலேயே தோன்றியுள்ளன என்பது குறிப்பிடத்தக்கது.

இதனைப் பின்பற்றியே இத்தாலி நாட்டவரான பெஸ்கி என்னும் வீரமாமுனிவர் சதுரகராதியினை (கி.பி.1732) நான்கு பிரிவுகளாகச் செய்தார். சதுரகராதியில் நான்காவது பிரிவான தொகை அகராதி என்பது, பின்வந்த அகராதி நூல்களுக்கு வழிகாட்டியாகும். ஆங்கில மொழியில் சாமுவேல் ஜான்சன் செய்த அகராதி நூல் இதற்குப் பதினைந்து ஆண்டுகள் பிற்பட்டதாகும். ஜோசப் கான்ஸ்டன்டின் பெஸ்கி என்ற பெயரோடு 1710இல் தமிழ்நாட்டுக்கு வந்து, வீராரியன் (வீரமாமுனிவர்) என்ற பெயரினைச் சூட்டிக்கொண்டு, சதுரகராதி செய்ததோடு அவரது பணி நிற்கவில்லை. தமிழில் இருமொழி அகராதியினையும் மும்மொழி அகராதியினையும் அவரே முதன்முதலில் ஆக்கிக் காட்டினார். தமிழ் - இலத்தீன் அகராதி, இலத்தீன் - தமிழ் அகராதி (கி.பி.1742), தமிழ் - பிரெஞ்சு அகராதி (கி.பி. 1744), தமிழ் - ஆங்கில அகராதி, போர்ச்சுகீய - இலத்தீன் - தமிழ் அகராதி (கி.பி. 1744) ஆகியவையெல்லாம் அவரது படைப்புகள் ஆகும். சைவ, வைணவ சமயங்களில் சமஸ்கிருதம் ஆதிக்கம் செலுத்தியதுபோல, அவரது காலத்தில் ரோமன் கத்தோலிக்க மதத்தில் 'இலத்தீன்' புனித மொழியாக ஆதிக்கம் செலுத்தியது. எனவே வீரமாமுனிவர் 'இலத்தீன்' மொழிக்கு முன்னுரிமை தந்தது வியப்புக்குரிய செய்தியில்லை.

வீரமாமுனிவரைத் தொடர்ந்து ஐரோப்பியர் பலர் (இவர்கள் அனைவரும் கிறித்துவ மறை பரப்புநர்கள்) தமிழ் அகராதித் துறையில் ஆர்வம் காட்டினர். பெப்ரீசியஸ் (Fabricius) தமிழ் -

ஆங்கில அகராதி (கி.பி. 1779), ராட்லர் (Radler) தமிழ் ஆங்கில அகராதி (கி.பி. 1884), வின்சுலோ (Rev. M. Winslow) ஆங்கிலம் தமிழ் அகராதி (கி.பி. 1844), பெர்சிவல் (Rev. Peter Percival) ஆங்கிலம் - தமிழ் அகராதி (கி.பி. 1846), போப் (Rev.G.U.Pope) தமிழ் ஆங்கில அகராதி (கி.பி.1859) ஆகியவை இவ்வகையில் குறிப்பிட்டுச் சொல்லத்தகுந்தன ஆகும்.

இருபதாம் நூற்றாண்டு பிறந்தபொழுது, உள்நாட்டவராகிய தமிழரும் அகராதித்துறையில் ஆர்வத்தோடு தம்மை ஈடுபடுத்திக் கொண்டனர். அதன் விளைவாகத் தமிழ்நாட்டவர் செய்த தமிழ் அகராதிகள் பல தோன்றின.

யாழ்ப்பாணம் கதிரைவேற் பிள்ளை அகராதி (1904), பவானந்தம் பிள்ளையின் தமிழ் அகராதி (1904), இராமநாதனின் இருபதாம் நூற்றாண்டுத் தமிழ் அகராதி (1909), காஞ்சி நாகலிங்க முதலியாரின் காரனேசன் தமிழ் அகராதி (1911), கா.நமச்சிவாய முதலியாரின் தமிழ்மொழி அகராதி (1918), சென்னைப் பல்கலைக்கழகத்தின் தமிழ்ப் பேரகராதி (1924-1936) ஆகியவை இவ்வகையில் குறிப்பிடத்தக்கன. இவற்றுள் சென்னைப் பல்கலைக்கழகத் தமிழ்ப் பேரகராதியில் ஒரு இலட்சத்து நாலா யிரத்து நானூற்றைந்து சொற்கள் இடம்பெற்றன.

ஆங்கில மொழி அளவுக்கு இல்லையென்றாலும், இன்று தமிழில் அகராதியின் வகைகள் பலவாகப் பெருகியுள்ளன.சிறுவர்க்கான அகராதிகள், கையடக்க அகராதிகள், எதுகைமோனை அகராதிகள், மரபுத்தொடர் அகராதிகள், வழக்குத்தொடர் அகராதிகள். வட்டார வழக்கு அகராதிகள், கலைச்சொல் அகராதிகள், பழமொழி அகராதிகள் எனப் பலவகை அகராதிகள் கடந்த ஐம்பதாண்டுகளில் தமிழில் நிறைய வெளிவந்துள்ளன. இவைதவிரச் சொல்லடைவுகள் (Index), சொற்றொகைகள் (concordance) ஆகிய துறையிலும் சில நூல்கள் வெளிவந்துள்ளன.

தமிழ் அகராதிக்கலையின் வளர்ச்சிபற்றிப் புதுவை சுந்தர சண்முகனார், வ.ஜெயதேவன் ஆகியோர் நூல் எழுதியுள்ளனர். அண்மையில் தமிழ் அகராதி வரலாற்றினை கிரகோரி ஜேம்ஸ் என்ற அமெரிக்கர் ஆராய்ந்து 'சொற்பொருள்'என்ற பெயரில் ஆங்கிலத்தில் ஒரு நூலை எழுதியுள்ளார்.

தமிழில் இன்று வெளிவந்துள்ள கணிப்பொறி மென்பொருள்கள், தம்முள் அகராதியினையும் கொண்டுள்ளன. எழுத்துப் பிழைதிருத்தி (spell check), சந்திப்பிழை திருத்தி, சொற்பிழை திருத்தி ஆகிய நுட்பங்கள் அவற்றுள் இணைக்கப்பட்டுள்ளன.

ஒரு மொழியில் பிழையில்லாமல் சொற்களை எழுதுவதும் சரியான சொல்லைப் பயன்படுத்துவதும் கல்விப் பயிற்சியின் அடிப்படைகள் ஆகும். இதற்கான துணைக்கருவிகளே அகராதிகள். சொல்லும் கருத்தில் தெளிவு கிடைப்பதற்கு உதவுவன அவை. பொருள் விளக்க அகராதி (தெசாரஸ்)களும் கலைக்களஞ்சியங் களும், எடுத்துக்கொண்ட வேலையினை விரைந்து செய்து முடிக்கச் சொல்லடைவு (index)களும் சொற்றொகை (Concordance)களும் நமக்குத் துணைநிற்கும் கருவிகளாகும்.

அறிவியல் வளர்ச்சி எத்துணை விரைவாக இருந்தாலும் ஒரு மொழியின் உயிர் அதனைப் பேசும் மக்களிடத்தில்தான் உள்ளது. தாய்மொழியில் நிறைய சொற்களைத் தெரிந்துவைத்திருப் போர்க்குக் கல்விப் பயிற்சி எளிமையானதாக அமையும். ஏனென்றால் மரபுவழி அறிவுத் தொகுதி என்பது தாய்மொழியின் சொற்களுக்குள்தான் புதைந்து கிடக்கிறது.

சமயங்களின் அரசியல்

சமயங்களின் அரசியல்

இயக்கம் என்பது இன்று பரவலாக அறியப்படும் ஒரு சொல்லாகும். இந்தச் சொல் உணர்த்தும் பொருளைச் சமகாலத்தோடு இணைத்துக் காண வேண்டும். சமூகத்தை அளந்தறிய முயலும் ஒரு சில படிப்பாளிகளின் பார்வைகள், ஒரு திசை நோக்கிய பேச்சாகவும் எழுத்தாகவும் பரவி நிற்கின்றன. பின்னர், அவை ஒரு கருத்தியலாக வளர்ச்சி பெறுகின்றன. இந்த வகையான கருத்தியல் வளர்ச்சி, 'வாழ்கின்ற சமூகத்தில் மாற்றங்கள் தேவை' என்னும் தன்னுணர்ச்சியை மக்களுக்கு ஊட்ட முற்படுகின்றன. ஒரு குறிப்பிட்ட திசையினை நோக்கி இந்த மாற்றங்கள் நிகழ வேண்டும் என்ற கருத்தினைத் திரளான மக்கள் ஏற்றுக்கொள்ளும்போது, அது ஓர் இயக்கமாக உருவாகின்றது.

சிந்தனை, பேச்சு, எழுத்து இவற்றால் மட்டும் இயக்கங்கள் உருவாகிவிடுவதில்லை. அந்தந்தக் காலங்களில் சமூக, பொருளாதாரத் தேவைகள் ஏற்படுகின்றன. இந்தத் தேவைகளின் அடிப்படையிலேயே மக்கள்திரள் புதிய சிந்தனைகளைப் பேச்சாக, பாட்டாக, எழுத்தாகப் பெற்றுக்கொள்கின்றனர். அதன் பின்னரே இயக்கங்கள் நிறுவனமாக வளர்ச்சி பெறுகின்றன. மதங்களாகவும் அரசியல் கட்சிகளாகவும் பிறந்த எல்லா இயக்கங்களின் கதையும் இதுவே ஆகும்.

அந்த வகையில். தமிழக வரலாற்றில் நிறுவனமயப்பட்ட முதல் இயக்கமாகப் பக்தி இயக்கத்தையே குறிப்பிடலாம். பக்தி இயக்கம் என்பது சமண, பௌத்த மதங்களுக்கு எதிராகப் பிறந்த ஒரு கலக இயக்கமாகும். சமண, பௌத்த மதங்களுக்கு எதிராக சைவ, வைணவ இலக்கியங்கள் பயன்படுத்தும் சொற்கள் வன்முறை உணர்வுடன் கூடியவை. சமண, பௌத்த மதங்களும் நிறுவன மதங்கள்தான் என்றாலும், ஓர் இயக்கத்திற்குத் தேவையான வேகமான உணர்ச்சி அந்த மதங்களின் மொழி வெளிப்பாடுகளிலும்பிற வெளிப்பாடுகளிலும் காணப்படவில்லை.

அதற்கான காரணங்கள் சில உண்டு. ஒன்று, இந்த மத இயக்கங் களின் தலைமைப் பதவி துறவிகளிடம் இருந்தது. நகரங்களில் மையம் கொண்டிருந்த பெருவணிகர்களே இந்த மதங்களின் புரவலர்களாக இருந்தனர். ஆனால், மதத்தின் தலைமையினை ஏற்று இருந்த சமண, பௌத்தத் துறவிகளோ, மக்களின் வாழ்விடங் களுக்குப் புறம்பான வணிகப் பெருவழிகளுக்கு அருகிலேயே தங்களின் பள்ளிகளையும் அமைத்திருந்தனர். சமணத் துறவிகள் மக்கள் வாழ்விடங்களை விட்டுத் தள்ளி வாழ்ந்ததற்கு, அவர்களது நிர்வாணத் துறவு ஒரு காரணம். பௌத்தத் துறவிகளின் சங்க விதி அவர்கள் மக்கள் வாழ்விடங்களில் கலந்து வாழத் தடையாக இருந்தது. மழைக்காலங்களில் 'லேனா' எனப்படும் மலைக் குகை களில் தங்குவது தவிர, தொடர்ந்து ஓரிடத்தில் தங்கவும் அவர் களுக்கு அனுமதியில்லை. மேலும், தொடக்கக் காலத்தில் இந்தப் பள்ளிகள் தமிழ் நாட்டில் (நாலந்தா போன்று) சொத்துடைமை நிறுவனமாகவும் காட்டப்படவில்லை. எனவே, பின்வந்த இயக்கங் களைப்போல மக்களின் மீது உலகியல் சார்ந்த ஓர் ஆன்மீக அதிகாரத்தை அவர்களால் செலுத்த இயலவில்லை. மறுதலையாக, ஓர் இடத்தில் நிலையாகத் தங்கக்கூடாது என்பதற்காகப் பயணம் செய்வதை அவர்கள் ஒரு வழக்கமாகவும் அறமாகவும் கொண்டி ருந்தனர். பயணம் செல்லும் இடங்களில் பிற சமயத்தினருடன் வாதிடுவதையும் அவர்கள் ஒரு வழக்கமாகக் கொண்டிருந்தனர். இந்த வகையான சமய விவாதங்களே பிற்காலத்தில் பட்டி மண்டபம் என்னும் கலைவடிவத்தின் தோற்றமாகும். ('பட்டி' என்னும் சொல்லுக்கு 'எல்லையிடப்பட்டது' என்பது பொருள். பௌத்தர்களின் இந்த முறையியலுக்கு ஏற்பவே பிற்காலச் சைவம் பரபக்கம் x சுபக்கம் என்னும் விவாத முறையினைக் கைக் கொண்டது). துறவிகளின் அலைந்து திரியும் இந்த வழக்கத் தினையே பிற்கால வைதீக மரபு 'பரிவிராஜக' என்னும் சொல்லால் தன்னுள் ஐக்கியமாக்கிக் கொண்டது.

சமண, பௌத்த சமயங்களின் வீழ்ச்சிக்கான காரணிகளாகப் பல இருந்தாலும் பெண்கள் குறித்த பார்வைகளும் கலைகள் பற்றிய அவற்றின் பார்வைகளையும் குறிப்பிட்டாக வேண்டும். திகம்பரத் (ஆடையில்லாத) துறவிகளின் வழியாக வெளிப்பட்ட ஆணாதிக்க உணர்வு இரண்டு நிலைகளில் எதிர் விளைவுகளைத் தமிழ்ப் பண்பாட்டில் உருவாக்கியிருக்க வேண்டும். 'திகம்பரர்' என்னும்

சொல்லுக்குத் திக்கு (திசை)களையே ஆடையாக (அம்பரம் ஆக) உடுத்தியவர் என்பதே பொருளாகும். சமணர்கள் 'அணி' என்னும் பற்றினை மட்டுமே கைவிட்டனர். ஆனாலும், சமூக உளவியலுக்கு எதிராக அது அமைந்தது என்பது சமூக வரலாற்று உண்மை.

'நிர்வாணம்' என்பதனைக் குறிக்க திராவிட மொழிகளில் ஒரு வேர்ச் சொல்கூடக் கிடையாது. சமணர்களைக் குறிப்பிடும் 'அமணர்' என்ற சொல்லிலிருந்தே நிர்வாணத்தைக் குறிக்கும் 'அம்மணம்' என்ற சொல் தமிழில் பிறந்தது. இன்றளவும் தாய்த் தெய்வ வழிபாடே பெருவாரியாக அமைந்திருக்கும் தமிழ்ச் சமுதாயத்தில், ஆண் துறவியர் பெற்றிருந்த மரியாதை அந்தக் காலத்தில் பெண்களின் மனத்தில் எதிர்வினை ஆற்றத் தொடங்கியது. திகம்பரத் துறவியர் பிச்சைக்கு வரும்போது, பெண்கள் ஓடிச் சென்று கதவினை அடைத்துக் கொண்டனர் என்பது அப்பர் தரும் சமூக வரலாற்றுக் குறிப்பாகும். 'காவிசேர் கண்மடவார் கண்டோடிக் கதவடைக்கும் கள்வன் ஆனேன்' என்பது அவர் தரும் ஒப்புதல் மொழியாகும்.

மறுதலையாக, செவ்வாடை அணிந்த பௌத்தத் துறவியரும் மக்களோடு கலந்து வாழாமல் ஊருக்கு வெளியே தங்கினர். அவர்களில் சிலர் சுடுகாடுகளில் தங்கினர். கடுமையான தவப் பயிற்சியினை மேற்கொண்டனர். ஆனால், தமிழகத்தில் இன்று காணப்படும் மலைக்குகைகள் மட்டும் பெரும்பாலும் சமணப் பாழிகளாகவே காணப்படுகின்றன. பௌத்தத்தின் தாக்கம் அவற்றில் காணப்படவில்லை. தமிழகத்தின் உட்பகுதிகளில் சமணத் துறவிகளே ஆதிக்கம் பெற்றிருந்தனர். தமிழ்நாட்டின் கிழக்குக் கடற்கரைப் பகுதியிலேயே பௌத்தம் நிலை கொண்டிருந்தது. நாகப்பட்டினம் தொடங்கிக் கன்னியாகுமரி வரையிலான கடற்கரைப் பகுதிகள் பௌத்தம் இலங்கைக்கு எதிர்க்கரையாக இருந்ததே இதற்குக் காரணமாகும்.

கி. பி. ஐந்து அல்லது ஆறாம் நூற்றாண்டளவில் சமண, பௌத்தத் துறவிகளைப் போலவே மற்றொரு வகை துறவிகளின் கூட்டம் தமிழ்நாட்டில் இருந்தது. சிவனை முழுமுதற் கடவுளாகக் கொண்ட பாசுபதர், காபாலிகர், காளாமுகர், மாவிரதிகள் ஆகியோரே அவர்கள். 'அப்பல பிரிவினர் பௌத்தரும் சமணரும் தெற்கே வந்தபோதோ, அதற்கு முன்னரோ, பின்னரோ தென்னாடு

புக்கனர்' என்கிறார் மா.இராசமாணிக்கனார் (பல்லவர் வரலாறு). இரா. நாகசாமி, டேவிட் லாரன்சன் ஆகியோர் 'காள' என்ற வடசொல்லுக்கு கறுப்பு என்று பொருள் கொள்கின்றனர்.

திருமேனிகளின் முகத்தில் கறுப்புப் பொடி ஒன்றினைப் பூசி, பின்னர் நீராட்டு நிகழ்ந்ததாகக் குறிப்பிடுகின்றனர். ஆகம நூல்களிலிருந்தே அவர்கள் இந்தச் செய்தியினைக் கூறியிருக்க வேண்டும். இது குறித்த வெளிப்படையான சான்றுகளோ, தொல்லெச்சங்களோ, தமிழிலக்கியச் சான்றுகளோ நமக்கு இதுவரை கிடைக்கவில்லை.

'காளம்' என்பது வெப்பமான சுடுகாட்டுத் தலத்தினைக் குறிக்கும் வடசொல்லாகும் (சுண்ணாம்பு சுடும் இடத்தினைக் காளவாசல் எனக்குறிப்பிடுவது இங்கு எண்ணத்தக்கது). பாசுபதர் அல்லது லகுலீச பாசுபதர் என்பவரை காளாமுகர் என்றே சைவ வரலாற்று அறிஞர்கள் குறிப்பிடுகின்றனர். காபாலிகர் சுடுகாட்டில் கிடைக்கும் கபாலங்களைக் (மண்டை ஒட்டினை) கொண்டு சடங்குகளைச் செய்பவராவர். மாவிரதிகள் என்பவரை 'வித்தகக் கோல வெண்தலைமாலை விரதிகள்' என அப்பர் குறிப்பிடுகின்றார். உடம்பு முழுவதும் திருநீறு பூசி, சிவபெருமானைப்போல பாவனை நெற்றிக் கண்ணுடனும் கபாலமாலையுடனும் அவர்கள் காட்சியளித்திருக்க வேண்டும். குழந்தைகளுக்கு அச்ச உணர்வினை இவர்களது தோற்றம் தந்ததாலேயே அதனை 'வித்தகக் கோலம்' என்கிறார் அப்பர். அண்மைக்காலம் வரை தமிழகத்தில் 'பூச்சாண்டி வருகிறான்', 'மூன்று கண் பூச்சாண்டி வருகிறான்' என்ற தொடர்களே குழந்தைகளை அச்சுறுத்தும் தொடர்களாகப் பேசப்பட்டு வந்தன. இந்த வழக்காறு மிகத் தொன்மை உடையதாகும்.

மா. இராசமாணிக்கனாரின் இந்தக் கணிப்பைக் கொண்டும், பிற்கால ஆய்வாளர்கள் டேவிட் லாரன்சன், ஐ.கே.சர்மா ஆகியோரது நூல்களைக் கொண்டும் கி.பி.ஏழாம் நூற்றாண்டில் தழிழகத்தில் சைவ பக்தி இயக்கம் இயங்கிய முறையினை ஓரளவு உணரலாம். கி.பி.ஏழாம் நூற்றாண்டுக்குப் பின்னர் எழுந்த சிற்பச் சான்றுகளும் வழிபாட்டு முறைகளும் இது குறித்த புரிதலுக்கு நமக்கு மேலும் துணை செய்கின்றன.

சைவம் என்னும் நெறி ஒரு சித்தாந்தமாக காசுமீரத்தில் ஸ்ரீகண்டர் என்பவரால் உருவாக்கப் பெற்றது. இந்த நெறி அரப்பா

நாகரிகத்தில் காணப்பெறும் பசுபதி வழிபாட்டில் இருந்து தோன்றி இருக்க வேண்டும். ஏனெனில், இந்த நெறியே பிற்காலத்தில் பாசுபதம் எனப் பெயர் வழங்கப்பெற்றது.

ஸ்ரீகண்டரின் மாணவர் 'லகுலீசர்' ஆவார். லகுலீசரின் முயற்சியால் வளர்ச்சி பெற்று கி.மு. மூன்றாம் நூற்றாண்டளவில் ஆந்திர, கருநாடகப் பகுதிகளில் செல்வாக்குப் பெற்றது. பாசுபதத்தின் குறிப்பிடத்தக்க பங்களிப்பு என்னவென்றால், சமண, பௌத்தத் துறவு நெறிகளுக்கு எதிராக அது ஆணும் பெண்ணும் சமம் என்ற வாழ்க்கை முறையினை முன்வைத்துதான். இந்தியத் துணைக் கண்டத்தில் 'துறவு'நெறி என்பதற்கு, பெண்ணைத் துறந்த ஆண்' என்பதே பொருளாகும். எனவே, 'துறவு'என்பதே ஆணை முன்னிறுத்திய (அல்லது ஆணுக்குத் தலைமைப் பொறுப்பினைத் தந்த) நெறியாகும். பாசுபதமோ 'சோம'சித்தாந்தம் என்பதனை முன் வைத்தது. 'சோம' என்ற வடமொழிச் சொல்லை ஸ+உமையுடன் கூடிய) என்று மட்டுமே பொருள்கொள்ள இயலும். எனவே, பெண்ணின் பாலினச் சமத்துவத்தை மறுத்த சமண சித்தாந்தத்திற்கு எதிராகவே சைவம் உயிர்த்தெழுந்தது.

'பாசுபதர், காபாலிகர், காளாமுகர் ஆகிய பெயர் வழக்குகள் எதுவுமே தமிழ்ப் பெயராக இல்லை என்று மா.இராசமாணிக்கனார் குறிப்பிடுவது (பல்லவர் வரலாறு) இங்கு எண்ணத்தக்கது. இவற்றைப் போலவே மாவிரதிகள் (வெண்தலை மாலை விரதிகள்) என்று அப்பர் குறிப்பிடும் பெயர் வழக்கும் தமிழாக இல்லை.

காபாலிகர், காளாமுகர் இருவருக்கும் பாசுபதமே தாய் நெறியாக இருந்தது என டேவிட் லாரன்சன் (ப:9) குறிப்பிடுகின்றார். சிவபெருமானின் வீரச் செயல்களாகச் சைவ இலக்கியங்கள் குறிப்பிடும் அனைத்தும் பகையழிப்பு முயற்சிகளாவே இருந்துள்ளன. அவற்றுள் குறிப்பிடத்தகுந்தவை இரண்டு ஆகும். தாருகாவனத்து முனிவர்களின் மனைவியர் முன்னே சிவபெருமான் ஆடையில்லாக் கோலத்தில் கபாலமேந்திப் பிச்சை எடுக்க வந்தார். அவரைக் கண்டு அவர்கள் காம உணர்வு கொண்டனர் என்பது முதற் கதையாகும்.

இன்றளவும் தமிழ்நாட்டின் பெருங்கோயில்கள் பலவற்றில் கல்லிலும் செம்பிலும் வடிக்கப்பட்ட பிட்சாடனத் திருமேனிகளைக் காண முடிகிறது. காம உணர்வைத் தூண்டும் நிர்வாணம்,

கைகளில் ஆயுதங்கள் ஆகியவற்றை முன்னிறுத்திய பிட்சாடனக் கதையும் சிற்பங்களும் சமணமதத்துக்கு எதிரான ஒரு பண்பாட்டு வன்முறையாகும். தொடக்க காலத்தில் (கி.பி.ஏழாம் நூற்றாண்டில்) பாசுபதர், இந்தப் பிட்சாடனர் உருவத்தையே வழிபட்டு வந்தனர். "பாசுபதர் உடல் முழுதும் நீறு பூசி ஆடையின்றி நடமாடினார்கள்... இவருட் சிலர் சிவகணங்கள் எனப்பட்டவற்றினிடம் நம்பிக்கை வைத்தனர். அவற்றை உளங்குளிரச் செய்ய மக்களைப் பலியிடல், இறந்தவர் இறைச்சியைப் படைத்தல் முதலியவற்றில் நம்பிக்கை கொண்டிருந்தனர்" என்று மா. இராசமாணிக்கனார் விளக்குகின்றார். நெல்லை மாவட்டத்தில் பிரமதேசம் கைலாச நாதர் கோவிலில் ஒன்பது கோள்கள், தாருகாவனத்து முனிவரின் மனைவியர் எழுவர், (ஆடை நெகிழ்ந்த நிலையில்) பூதகணங்கள் ஆகியவை சூழ பிட்சாடனர் சந்நிதி, முப்பரிமாண நிலையில் அமைக்கப்பட்டிருப்பதை இன்றளவும் காணலாம்.

சிவபெருமான் ஏந்தியுள்ள கபாலத்துக்குப், 'பிரம்ம கபாலம்' என்று பெயர். பிரம்மனின் ஐந்து தலைகளில் ஒன்றைக் கிள்ளி, அவனை நான்முகனாக்கிய சிவபெருமான், அந்தக் கபாலத்தையே பிச்சைப் பாத்திரமாக்கினார் என்பது கதையாகும். பிரம்மா வழிபாடு தமிழ்நாடு முழுவதிலும் மறைந்து போய்விட்டது என்பது குறிப்பிடத்தக்கது. பல்லவர்களின் தொடக்ககாலக் கோயிலான கைலாசநாதர் கோயிலிலே பிரம்ம சிரச்சேத மூர்த்தியின் சிற்பம் காணப்படுவதாக மீனாட்சி குறிப்பிடுகின்றார். (Administration and social Life Under the Pallavas, 2nd Edition 1977, p.217)

சிவபெருமானின் மற்றொரு கோலம், பைரவர் ஆகும். மண்டை யோட்டு மாலையணிந்த காபாலிகர்களால் இந்த மூர்த்தம் வணங் கப்பட்டது. இதுவும் நிர்வாணக் கோலமே. பஞ்ச மகாரங்கள் எனப்படும் மது, மாமிசம், மத்ஸ்ய (மீன்), மைதுனம் (உடலுறவு), மந்திரம் ஆகியவை அவர்களால் கொண்டாடப் பெற்றன. இவர் களோடு 'காபாலினி'எனப்படும் பெண் துறவியரும் சுற்றித்திரிந் தனர். இவர்கள் சிவபெருமானுக்கு நரபலியும் பிறவகைப் பலிகளும் கொடுக்கும் பழக்கமுடையவர்கள். நெற்றிக் கண்ணும் கோரைப் பற்களும் சீற்றம் கொண்ட முகமும் கரிய நிறமும் கைகளில் சூலமும் பாசக் கயிறும் ஏந்திய பைரவக் கோலம், அச்சமூட்டும் தன்மையுடையதாகும். நிர்வாணத்தைப் பெருமைப்படுத்திய துறவு

நெறியினை, அச்சம் தரும் ஆயுதம் ஏந்திய நிர்வாணக் கோலத்தால் சைவம் விரட்டியடித்தது என்பதே வரலாற்று உண்மையாகும்.

கி.பி. 10ஆம் நூற்றாண்டுக்கு முன்னரே தமிழ்நாட்டில், நிர்வாண பாசுபதரும், நிர்வாணக் காபாலிகர்களும் காணாமல் போயினர். கி.பி. 10ஆம் நூற்றாண்டைச் சேர்ந்த கன்னடக் கல்வெட்டுக்கள் காளாமுகர், காபாலிகரைப் பற்றிப் பேசுவதால், இந்த நெறியாளர்கள் கன்னட நாட்டுக்குச் சென்றிருக்க வேண்டும் எனத் தோன்றுகிறது. இந்தக் காலப்பகுதி சோழ அர சின் எழுச்சிக் காலமாக இருந்ததனை நாம் மனங்கொள்ள வேண்டும்.

இந்த எழுச்சிக் காலத்தில் லகுலீசரைக் கொண்டாடும் லகுலீச பாசுபதர் (இவர்களே காளாமுகர் எனப்பட்டனர்) என்னும் பிரிவினர், ஆடையுடன்கூடிய மிதவாத நெறியாளாகள் தோன்றினர். இவர்கள் துறவியராக இருந்தனர். வல்லம், கொடும்பாளூர் ஆகிய இடங்களில் பிற்காலச் சோழர் காலத்தில் இவர்களுக்கு மடங்களும், இவர்கள் பொறுப்பில் சில கோயில்களும் இருந்த தாகத் தெரிகின்றது. இவர்கள் 7ஆம் நூற்றாண்டில் வாழ்ந்தவர் களைப்போல அன்றி, புலால் உணவு நீக்கியிருந்தனர். சைவத்தின் முக்கிய அடையாளமாகப் புலால் உண்ணாமை இக்காலத்தில்தான் தோன்றியிருக்க வேண்டும். ஆனாலும்கூட, பைரவராக வந்து சிறுத்தொண்ட நாயனாரிடம் பிள்ளைக்கறி கேட்ட கதை,11ஆம் நூற்றாண்டின் தொடக்கப் பகுதி வரை கொண்டாடப்பெற்றது. முதலாம் இராசராசனின் தஞ்சைப் பெருங்கோயிலில் வழிபடு திருமேனியாகச் சிறுத்தொண்டர் மகன் சீராளன் சிலை ஏற்படுத் தப்பட்டதனை இராசராசனின் கல்வெட்டால் அறிகிறோம்.

இவ்வகையான துறவு நெறியாளர்கள் கி.பி. ஏழாம் நூற்றாண்டில் தமிழ்ச் சைவத்தை உருவாக்கிய அப்பர், சம்பந்தர் காலத்திலும் நடமாடியிருக்கின்றனர். இவர்கள் வாழ்ந்த சுடுகாட்டுத் தலங்கள் பிற்காலத்தில் கோயில்களாக மாற்றப்பட்டன. கச்சி மயானம், கடவூர் மயானம், நாலூர் மயானத்தலங்களைத் தேவாரமே குறிப்பிடுகின்றது. (எனவே, சைவ பக்தி இயக்கத்தின் தோற்றத்தை சுடுகாட்டுத் தலங்களிலிருந்தே நாம் தொடங்க வேண்டும். அரசுருவாக்கத்திற்கு ஆதரவாகத் தமிழ்நாட்டுச் சைவம் தன்னைத் தகவமைத்துக் கொண்டபோதும் மேற்குறித்த வழிபாட்டுத் தலங்கள் முற்றிலுமாக அழிந்துபோய் விடவில்லை). அதுபோலவே

அம்பர் மாகாளம், உஞ்சேனை மாகாளம் ஆகிய சிவத்தலங்கள் தேவாரத்தில் குறிக்கப்பட்டுள்ளன. இவை காளாமுகர் வாழ்ந்த இடங்களாக இருக்க வேண்டும். காளாமுகர் உருவாக்கிய பெண் தெய்வமே 'காளி' ஆவாள்.

வடநாட்டில் பெரிய மாகாளத் தலமாகத் திகழ்ந்த உஜ்ஜைனி (உஞ்சேனை), தமிழ்நாட்டில் காளாமுகர் காலத்தில் பெரும்பெயர் பெற்றிருக்க வேண்டும். தமிழ்நாட்டில் தேவகோட்டைக்கு அருகில் உஞ்சேனை மாகாளம் (தற்போது உஞ்சனை) என்ற பெயரிலும் ஒரு தலம் விளங்கியது. தமிழ்நாட்டுத் தாய்த் தெய்வங்களில் ஒன்று உஜ்ஜைனி மாகாளி (உச்சினி மாகாளி) என்ற பெயருடன் இன்றளவும் தென்மாவட்டங்களில் வழிபடப்பெறுகின்றது. வலது உள்ளங்கையில் சிறு கிண்ணம் போன்று ஒரு கபாலம் இருப்பதே இந்தத் தெய்வ உருவத்திற்கான முதல் அடையாளமாகும். அத்துடன் தமிழகத்து நாட்டார் மரபில் கொங்கு மண்டலத்தில் வழிபடப்பெறும் மாசானி அம்மன், நெல்லை மாவட்டத்தில் வழிபடப்பெறும் மாசான மூர்த்தி, சுடலைமாடன் ஆகிய தெய்வங் களும் தஞ்சை மாவட்டத்தில் நடைபெறும் மயானக் கொல்லை திருவிழாவும் மறைந்துபோன காளாமுக, மாவிரதங்களின் எச்சங் களாகும். நாட்டார் தெய்வக் கோயில்களிலும் பெண் தெய்வக் கோயில்களிலும் காளாமுக, மாவிரதத் தொடர்பு காரணமாகவே சைவக் கோயில்களைப்போல தெய்வ அருளின் குறியீடாகத் திருநீறு வழங்கப்படுகிறது. ஸ்மாசனம் என்ற வட சொல்லே தமிழில் மயானம், மாசனம், மாகாளம் என்று திரிந்தது.

கி.பி.7ஆம் நூற்றாண்டளவில் தமிழகத்தில் 'அரசு' என்னும் சொல்லிற்குப் பொருத்தமான ஒற்றை அரசுகள் தோன்றின. தமிழ கத்தில் வடபகுதியில் பல்லவ அரசும்தென் பகுதியில் பாண்டிய அரசும் உருவாகின்ற காலத்தில் அந்த அரசுகள் பல்வேறுபட்ட இனக்குழுக்களைத் தம்முள் கரைத்துக்கொண்டன. இந்த மேலாண் மைக்குத் துணையான தத்துவ மேலாண்மையாக, வேதம் நிலை நிறுத்தப்பட்டது. தமிழகத்தில் கோத்திரப் பெயரோடு குடி கொண்ட (கௌண்டில்ய, வாதூல், கௌதம, காசியப, பாரத்வாஜ) வேதப் பார்ப்பனர் மட்டுமே அக்காலத்தில் அரசு அதிகாரத்தின் பக்கம் நின்றனர். சமண, பௌத்தத் துறவிகள் அதற்கு எதிரான கருத்து நிலை கொண்டிருந்தனர். ஏனென்றால் அவர்கள் வேத எதிர்ப்பில் உதித்து வந்த கொள்கையினர் ஆவர்.

அரசதிகாரம் என்பது எழுத்து மரபு சார்ந்ததாகும். ஆனால், எழுத்து வடிவம் பெறாத வேதம் 'மறை'எனப் பெற்றது. மறை அதிகாரம் கொண்டவர்கள் 'மறையவர்' எனப் பெற்றனர். அரசு அதிகார உரிமை, பிறப்பு வழிப்பட்டது என்பதனால் குடிப்பிறப்பு என்பது புனிதமாக்கப்பட்டது. புனிதப் பிறப்பினை அடையாளப் படுத்தி வேதப் பார்ப்பனர்கள் தாங்கள் தானம் பெறுவதற்குக் கருப்பை சார்ந்த சடங்கினை அரசனுக்குமுன் நிலைப்படுத்தினர். அரசன் பொன்னால் செய்த கருப்பையில் நுழைந்து வெளிவந்து அந்தப் பொன்னை, வேதப் பார்ப்பனர்களுக்குத் தானம் செய்வது 'ஹிரண்ய கர்ப்ப தானம் எனப்பட்டது. (ஹிரண்ய -பொன்)

பொன்னால் செய்த பசுவின் கருப்பைக்குள் அரசன் நுழைந்து புதுப்பிறப்பெடுத்து பின்னர் அப்பொன்னை வேதப் பார்ப்பனர் களுக்குத் தானம் செய்வது 'கோ கர்ப்ப தானம்'எனப்பட்டது. அரசரின் வெற்றிக்காகவும் நன்மைக்காவும் ராஜசூயம், வாஜபேயம் போன்ற வேள்விகள் வேதப் பார்ப்பனர்களால் செய்யப் பெற்றன. பெருந்தெய்வக் கோயில்கள் சொத்துடைமை நிறுவனங்களாக வளர்வதற்கு முன்னரே, வேதப் பார்ப்பனர்கள் அரசர்களிடம் பெற்ற உறைவிடம், விளைநிலங்கள் (பிரம்மதேயக் கிராமங்கள்) பொன் ஆகியவற்றால் அவர்கள் செல்வந்தராயினர்.

பிறப்பு வழிப்பட்ட கருப்பை சார்ந்த சடங்குகளால் ('ஜாதி' என்னும் சொல்லின் 'ஜா'என்னும் வேர்ச் சொல்லே ஆங்கிலத்தில் gene, geneture, genetics ஆகிய சொற்களின் அடிப்படையாகும். இந்தோ ஐரோப்பிய வேர்ச்சொல்லான 'ஜா'என்பது பிறப்பைக் குறிக்கும்) சாதி என்பது 'மாறாத' புனிதமுடையதாகவும் மறுபுறம் மாறாத தீட்டுக்குரியதாகவும் ஆக்கப்பட்டது. பசுவை முன்னி றுத்திய புனிதமும் வேத நாகரிகத்தின் குறியீடாக ஆக்கப்பட்டது. வேதக் கடவுளர்க்குரியதாக வேள்விகள் ஆக்கப்பட்டன. தெய்வ வழிபாட்டிற்குரிய கோயில் என்னும் நிறுவனம் உருவாவதற்கு, சடங்குகளோடு கூடிய வேதம். ஓர் அதிகார நிறுவனமாகக் கட்டமைக்கப்பட்டுவிட்டது. அரசு என்னும் நிறுவனத்திற்கான ஒற்றை மேலாண்மை உணர்வு, மக்கள் திரளின் மனத்தில் விதைக்கப்பட்டுவிட்டது.

சிவன், திருமால் ஆகிய தெய்வங்களை முன்னிறுத்திக் கோயில்கள் உருவானபோது வேதப் பார்ப்பனர்கள் அங்கே நுழைய

இடமில்லாமல் போயிற்று. ஏனென்றால், வேதப் பார்ப்பனர்களின் வேள்விப் பலிகளைப் பெற்ற இந்திரன், அக்னி, வாயு, மருத் போன்ற வேதகாலத் தெய்வங்களுக்கு மண்ணுலகில் உருவங்கள் கிடையாது. அவை எழுதப்படாத வேதத்தின் மந்திரப் பாடல்களால் அமைந் தவை. ஆனால் 'அக்கினி' என்னும் நெருப்பு மட்டும் கண்ணுக்குப் புலப்படக்கூடியது. அக்கினியின் மூன்று முகமுடைய கொழுந்து களை 'தாட்சிணாக்கினி', 'காருகாபத்தியம்', 'ஆகவநீயம்' என்னும் மூன்று பெயர்களை இட்டு வேதப் பார்ப்பனர்கள் அழைத்தனர். எனவே, அக்கினி என்பவன் வேள்வி நெருப்பில் இடப்படும் பலிப் பொருட்களை வானத்துத் தேவர்களுக்குக் கொண்டுசெல்லும் தூதுவன் எனவும் சொல்லப்பட்டான். அக்கினிக் கொழுந்து மேல் நோக்கி வளரும் தன்மையுடையது என்பதால் இந்தக் கற்பனை சாத்தியமாயிற்று.

ஆனால், வேதப் பார்ப்பனர்களில் சிலர் மட்டும் கோயில் வழிபாட்டிற்குள் நுழைந்தனர். அவர்களில் குறிப்பிடத் தகுந்தவர் திருஞானசம்பந்தர். கோயில் வழிபாடு ஆகமங்களால் ஒழுங்கு படுத்தப்பட்டது. ஆகமங்களில் வேதகாலத் தெய்வங்களின் வழிபாட்டிற்கு இடமில்லை. ஆனால்திருஞானசம்பந்தரோ, வேதப் பார்ப்பன நெறிகளைக் கோயில் வழிபாட்டிற்குள் கொண்டு வர முயலுகின்றார்.

"வாழ்க அந்தணர் வானவர் ஆனினம்
வீழ்க தண்புனல் வேந்தனும் வாழியே
ஆழ்க தீயதெல்லாம் அரசன் நாமமே
சூழ்க வையகம் துயர் நீங்குகவே" *(3:54:1)*

என்பது அவர் பாடல்.

இப்பாடல் அந்தணர்களின் புனிதப் பிறப்பினைக் கொண்டாடு கிறது. அதேநேரத்தில் வேதப் பார்ப்பனர்களின் தெய்வங்களான (வானவர்களான) இந்திரன், மருத் (காற்று) போன்ற தெய்வங் களுக்குக் கோயிலுக்குள் இடம் தேடவும் முற்படுகின்றது. சிவ பெருமானின் ஊர்தி (வாகனம்) விடை (காளை)யாக இருந்தாலும், இந்தப் பாடலில் பசுவின் புனிதம் நிலைநிறுத்தப்படுகின்றது. அரசனும் புகழப்படுகின்றான். பசுவின் புனிதத்திற்கும் அரச னுக்கும் உள்ள தொடர்பு அவன் பார்ப்பனர்களுக்குச் செய்யும் 'கோசர்ப்ப' தானமே. அரசன் என்னும் சொல்லைத் தவிர, இந்தப்

பாடலில் கோயில் வழிபாட்டுக் குறிப்பு எதுவுமே காணப்பட வில்லை என்பது கவனிக்கத்தக்கது. திருஞானசம்பந்தர் வேதப் பார்ப்பனராகத் தோன்றியவர். வேதப் பார்ப்பனர்கள் வீட்டிற்குள் வேள்விக் குழி (யாககுண்டம்) வைத்திருக்கும் வழக்கமுடையவர்கள். திருஞானசம்பந்தர் இல்லத்திலும் யாககுண்டம் இருந்தது என்று சேக்கிழார் குறிப்பிடுகின்றார்.

சமண, பௌத்தர்களை வையும்போது திருஞான சம்பந்தர்,

“வேத வேள்வியே நிந்தனை செய்துழல்
ஆத மில்லி அமண் தேரா” *(3:108: 1)*

என்றே பேசுகின்றார். எனவே, சம்பந்தர் வேள்விச் சடங்குகளால் ஆன வேதமதத்தின் பிடிக்குள் சைவத்தை வளைக்க முயன்றிருக் கின்றார் என்பது தெரிகின்றது. எனவேதான் அவருக்கு சமண, பௌத்தர்களின் ‘சிவநிந்தனை’யைவிட வேதநிந்தனை’ பெரிதாகப் படுகின்றது. சைவத்தைத் தன் பிடிக்குள் கொண்டுவர வைதீகம் செய்த முதல் முயற்சியாக இதனையே கண்டுகொள்ள வேண்டும். ஆனாலும், கோயில்களின் வளர்ச்சியோடு சம்பந்தரின் சமய அரசியல் பாதியளவே வெற்றி பெற்றுள்ளது. கோயில்களின் கருவறையில் மூலத் திருமேனியைத் தொட்டுப் பூசனை செய்வோர், சிவப் பிராமணர் என்னும் கூட்டத்தாரே ஆவர். அது அவர்களுக்கே உரிய தனி உரிமையாகும். அவர்கள் வேதப் பார்ப்பனர்களோடு இன்றுவரை மணஉறவு வைத்துக்கொள்வதில்லை. வேதப் பார்ப் பனர்களுக்கு கருவறையுள் நுழையவும் இன்றளவும் அனுமதி இல்லை. கருவறையை அடுத்துள்ள இடைகழி (அர்த்த) மண்ட பத்தில் நின்றுகொண்டே அவர்கள் வேதம் ஓதுகின்றனர். இந்த இடத்தில் ஓர் உண்மையைப் புரிந்துகொள்ள வேண்டும். பாணினியின் இலக்கணப்படி வரையறை செய்யப்பட்ட வடமொழி (சமஸ்கிருத) மந்திரங்களே கருவறைக்குள் ஓதப் படுவன. வேதமொழி அதற்கும் முந்தியது. எனவே, வடமொழி கற்றவர்களால் வேத மந்திரங்களைப் புரிந்துகொள்ள இயலாது.

சிவப்பிராமணர்கள் தமிழ்நாட்டில் உருவாகிய ஒரு கூட்டத் தாராய் இருக்க வேண்டும். இவர்களுக்கு வடமொழியிலும் தமிழிலும் அர்ச்சனை செய்யத் தெரியும். வேதமொழியோ வடமொழியோ இவர்களுக்குத் தெரியாது. அடியவர்களுக்குத் திருநீறு வழங்கும் உரிமையும் கடமையும் இவர்களுக்கு மட்டுமே

உண்டு. இவர்கள் எண்ணிக்கையில் சிறிய கூட்டத்தாராவர். இவர்களுக்குக் 'காணியாளர்' என்ற பெயரும் உண்டு. காணியாளர் என்றால் மரபுரிமை உடையவர் (மண்ணின் மைந்தர்) என்பதே பொருளாகும். பின்னாளில் வடநாட்டிலிருந்து இடம் பெயர்ந்து வந்த வேதப் பார்ப்பனர் பெருந் தொகையினர் ஆவர். எனவே, இந்தக் கடைசி இடப்பெயர்வுக்கு 'பிருகத் சரணம்' (பெருந் தொகையான குடியேற்றம்) என்றே பெயர். எனவேதான், சிவன் கோயிலை அடுத்த அக்கிரகாரங்களில் சிவப்பிராமணர் (அர்ச்சகர்) வீடுகள் நான்கு, ஐந்து என்பதாக இருக்க, வேதப் பார்ப்பனர்கள் வீடு நாற்பது, ஐம்பது என்பதாக இருக்கின்றன.

மிகக்குறைந்த அளவிலான வேதக் கல்விக்கு 'க்ரமம்' (நேர் வரிசையில் ஓதுதல்) என்று பெயர். க்ரமம் வரை கற்றவர்கள் க்ரம வித்தர்கள் ஆவர். க்ரம வித்தர்களுக்கு அரசர்களாலும் தளபதி களாலும் வழங்கப்பட்ட வீடுகளும் வயல்களும் கொண்ட நிலப் பகுதியே 'கிராமம்' ஆகும். மக்கள் தொகையிலும் இன்றளவும் அர்ச்சகர்களைவிட வேதப் பார்ப்பனரே அதிகம் ஆவர்.

அப்பர், சம்பந்தர் காலத்திற்கு முன்னரே ஆகம ரீதியாக ஒழுங்கு படுத்தப்பட்ட கோயில்களில் சில வழக்கங்கள் நடைமுறைக்கு வந்துவிட்டன. அவற்றுள்ஒன்று, கோயில்களில்கொண்டாடப்பெற்ற திருவிழாக்களாகும். திருவிழாக்களின் முக்கிய நிகழ்ச்சி ஊர்வலம் அல்லது நகர்வலம் என்பதாகும். துறவு நெறியின் வீச்சாலும், பெண் பற்றிய தாழ்வான பார்வையாலும் சிதைந்துபோயிருந்த சமூக உளவியல் (சமூகத்தின் ஆன்மா) திருவிழாக்களாலும் ஊர்வலங்களாலும் சீர்செய்யப்பட்டது. பக்தி இயக்கத்துக்குள் முன்னோடிகள் யாருமின்றி மக்கட்சமூகமே தன்னை இவ்வாறு தகவமைத்துக் கொண்டுள்ளது என்றே தோன்றுகிறது. இதற்கு முன்னர் சமய விழாக்களில் ஊர்வலமாகச் செல்லும் பழக்கம் உடைய பௌத்த மதத்திலிருந்தே இந்த உந்துதலைத் தமிழ் மக்கள் ஓரளவு பெற்றிருக்க வேண்டும்.

குறுக்கை வீரட்டானத் தலத்திலும் திருவையாற்றிலும் இவ்வாறு கொண்டாடப்பெற்ற திருவிழாக்களை, அப்பர் தம் தேவாரப் பதிகங்களில் பதிவு செய்கின்றார். பிற்காலக் கல்வெட்டுகளில் இருந்து இத்திருவிழாக்கள் ஏழு அல்லது பதினொரு நாள்கள் கொண்டாடப்பட்டன என்று தெரிகிறது.

"தீர்த்தமாம் அட்டமீமுன் சீருடை ஏழு நாளும்
கூத்தராய் வீதிபோந்தார் குறுக்கை வீரட்டனாரே" (4:50:2)

என்பது அப்பர் பாடலாகும்.

விழாவின் இறுதி நாளன்று அந்திப்பொழுதில் திருமேனிகள் நீர்த்துறைகளுக்கு எடுத்துச் செல்லப்பட்டு நீராட்டு நடைபெறுகின்றது. கேரளத்தில் 'ஆறாட்டு' என்ற பெயரில் இன்றளவும் கொண்டாடப் பெறும் இத்திருவிழா, தென்தமிழ்நாட்டில் சில பெருங்கோயில்களில் தைப்பூசம் அல்லது மாசிமகத்தன்று கொண்டாடப்பெறுகின்றது.

திருவிழாக்கள் என்பன சமூக இளைப்பாறுதல் நிகழ்ச்சிகளாகும். அப்பரைப்போல, திருவிழாக்களில் சம்பந்தருக்கு ஈடுபாடு இல்லை. அதற்கு மாறாக அவர் நீர் சார்ந்த புனிதத்தை முன்வைக்கிறார். அப்பரோ அதை நிராகரிக்கின்றார்.

"வேயனதோள் உமைபங்கன் வெண்காட்டு முக் குளநீர்
தோய்வினையார் தாம்தம்மைத் தோயாவாம் தீவினையே" (2:184:2)

என்பது, சம்பந்தரின் திருவெண்காட்டுப் பதிகமாகும். இந்தப் பதிகம் முழுவதும் அவர் புனித நீராடலைப் பேசுவதற்குக் காரணம் சுத்தம், தீட்டு என்னும் கோட்பாட்டின் அடிப்படையில் அது அமைவதே ஆகும். மாறாக அப்பரோ,

"கங்கை ஆடில் என் காவிரி ஆடில் என்
பொங்கு தண் குமரித் துறை புகுந்து ஆடில் என்
எங்கும் ஈசன் எனாதவர்க்கு இல்லையே" (5:212:2)

என்று புனித நீராட்டை ஏற்றுக்கொள்ள மறுக்கிறார்.

வெளி (Space) பற்றிய பார்வையில் மட்டுமின்றி, அதற்கு உள் இணைந்த பிறப்பு பற்றிய பார்வையிலும் சம்பந்தரோடு அப்பர் மாறுபடுகிறார். பெரும்பாலான பதிகங்களில் சம்பந்தர் 'கௌணியர் கோன் ஞானசம்பந்தன்' என்று தனது கௌண்டில்ய கோத்திரத்தைப் பெருமையுடன் நினைக்கிறார். மறுதலையாக அப்பரோ,

"சாத்திரம் பலபேசும் சழக்கர்காள்
கோத்திரமும் குலமும் கொண்(டு) என் செய்வீர்" (5:173:3)

என்று கோத்திரப் பெருமையினைக் கண்டிக்கின்றார். பக்தி இயக்கத்

துக்கு உள்ளான இந்த முரண்பாடு, 'சைவம்' என்னும் பெருந்தத்துவ உருவாக்கத்துக்கான தடைக்கல்லாகும். சோழ அரசு ஒரு பேரரசாக உருவாக அப்பர் போன்றோரின் சனநாயகக் குரல் எதிர் வினையாற்ற முடியாமல் போனது. ஏனென்றால் சாதி அடுக்கினைப் போலவே அரசதிகாரமும் குவிமையத் (Pyramidical) தன்மையைக் கொண்டது. சாதி அடுக்கின் உச்சியில் வேதப் பார்ப்பனரும் அரச அதிகாரத்தின் உச்சியில் அரசனும் சமமாகக் கணிக்கப்பட்ட காலம் அது. எனவே. அப்பர் தோற்றுப் போனதில் வியப்பில்லை.

அப்பர், சம்பந்தர் கூட்டணி தமிழக அரசியலில் ஒரு முக்கிய மான திருப்புமுனையை ஏற்படுத்தியது. இந்தக் கூட்டினுடைய குறு வித்தினைப் (Seedling) புறநானூற்றுப் பாடல் ஒன்றிலேயே காண்கிறோம். புறநானூற்றின் 1666ஆம் செய்யுள் 'பூஞ்சாற்றூர்ப் பார்ப்பான் கௌணியன் விண்ணந்தாயனை ஆவூர் மூலங்கிழார் பாடியது' என்ற அடிக்குறிப்புடன் காணப்படுகின்றது. அதாவது. ஞானசம்பந்தரின் கோத்திரமாகிய கௌண்டில்ய கோத்திரத்தைச் சார்ந்த விண்ணன் தாயனை (விஷ்ணு தாயன்) ஆவூர் மூலங்கிழார் என்னும் நிலவுடைமையாளர் பாடிய பாடலாகும். பார்ப்பனரை வேளாளர் புகழும் பாடலாகச் சங்க இலக்கியத்தில் (புறநானூற்றில்) இது ஒன்றே காணப்படுகின்றது. 'வேதத்திற்கு எதிரான சமண, பௌத்தங்களை வீழ்த்த வேண்டி நீர் போல நெய்யினைத் தாராள மாக ஊற்றிப் பூஞ்சாற்றூர்ப் பார்ப்பான் வேள்வி செய்தான்' என்பது அதன் பொருளாகும்.

"ஆறுணர்ந்த வொருமுது நூல்
இகல்கண்டோர் மிகல் சாய்ம்மார்
மெய்யன்ன பொய்யுணர்ந்து

....

....

நீர் நாண நெய்வழங்கியும்
எண்ணாணப் பலவேட்டும்
மண்ணானப்புகழ் பரப்பியும்" (புறம் 166)

என்பது பாடல்.

பூஞ்சாற்றூர்ப் பார்ப்பான் மார்பிலே பூணூல் அணிந் திருந்தான். அந்தப் பூணூலிலே புல்வாய் மானின் உறுப்புத் தோல்

கோக்கப்பட்டிருந்தது. (இன்றளவும் வேதப் பார்ப்பனர் ஒரு மான்தோல் துண்டினை பூணூலில் கோத்துக்கொள்வது வழக்கமாக உள்ளது.) அவன் 21 வகையான வேள்விகளைச் செய்தான். அவனுடைய பத்தினிமார், யாகத்தில் அதற்குரிய விசேடமான 'ஜாலகம்' என்னும் அணியினைப் பூண்டிருந்தனர்.

மேற்குறித்த புறநானூற்றுப் பாடல் பக்தி இயக்கக் காலத்திற்குச் சற்று முற்பட்டதாக இருக்க வேண்டும். பக்தி இயக்கத்தை ஒரு கலகக் குரல் என நாம் அடையாளம் கண்டாலும்கூட, அதற்கு முன்னரே வேதப் பார்ப்பனர்கள் சமண, பௌத்த (அவைதீக) மதங்களை எதிர்த்து சடங்கியல் ரீதியாக ஒரு கலகத்தைத் தொடங்கி யுள்ளனர். ஆனால் அந்த வேள்விக் கலகம், பக்தி இயக்கத்திற்குள் அங்கங்கே பொதிந்து கிடந்த சனநாயகக் கூறுகளை உட்கொண் டிருக்கவில்லை. மாறாக எதிரிகளை அழிக்க யாகம் செய்யும் சடங்கியல் அதிகாரத்தைக் கொண்டிருக்கின்றது. எதிரிகளை அழிப்ப தற்காகச் செய்யப்படும் இந்த யாகத்திற்குச் 'சத்ரு சம்ஹார யாகம்' என்று பின்னாளில் பெயராயிற்று.

இந்தச் சடங்கியல் அதிகாரத்தைத் தக்கவைத்துக்கொள்ள அவர்கள் நிலவுடைமையாளர்களோடு கூட்டணி வைத்துக் கொண்டனர். இந்தச் சடங்கியல் தலைமையும் நிலவுடைமையுமே அக்கால அரசு எந்திரத்தின் அடிப்படைகளாக உருவாகின. இதுவே கி.பி. ஏழாம் நூற்றாண்டில் கௌண்டில்ய கோத்திரத்துப் பார்ப்ப னரான சம்பந்தருக்கும், குறுக்கைக்குடி வேளாளரான அப்பருக்கும் கூட்டணி உருவாகக் காரணமாக அமைகின்றது. பார்ப்பனர்களின் ஆன்மீக அதிகாரமும் வேளாளர்களின் நிலஉடைமை சார்ந்த சமூகப் பொருளாதார அதிகாரமும் அன்று உருவாகி வந்த அரசுகளின் அங்கீகாரத்தைப் பெற்றன.

அரசதிகாரத்தின் துணையோடு வெளி அல்லது 'நிலம்' தெளிவான வரையறைகளுடன் பங்கிடப்பெற்றது அப்போதுதான். அதாவது கிராமம் (அல்லது) மங்கலம் (அல்லது) பிரம்மதேசம் என்றழைக்கப்பட்ட பார்ப்பனக் குடியிருப்பு நிர்வாகம் 'மூல பரிஷத்' என்றழைக்கப்பட்ட பார்பனர்களிடம் மட்டும் ஒப்படைக் கப்பெற்றது. இந்தக் குழுவினருக்கு 'பரிஷத்' என்பது வடமொழிப் பெயர்.

பிற்காலக் கல்வெட்டுக்களில் இக்குழுவினர் 'பருடையார்' என்றும் மூலபருடையார் என்றும் அழைக்கப்பெற்றனர். விளை நிலங்களின் தொகுதியாக அமைந்த 'ஊர்'என்பது வேளாளர்களின் கட்டுப்பாட்டில் இருந்தது. அதற்கு ஊர் அல்லது நல்லூர் என்று பெயர். ஊர் நிர்வாகத்திலும் 'பார்ப்பாரச் சான்றோர்' எனப்படும் பார்ப்பனர்களுக்கு ஓரளவு பங்கு உண்டு. இந்த இரண்டு சாதியாரின் தனியுரிமைகள் மட்டும் அதிகாரத்தால் தெளிவாக வரையறுக்கப்பட்டுள்ளன. அக்ரகாரக் குடியிருப்புகள் பார்ப்பனர்களின் தீண்டாமை உணர்வினைப் பாதுகாக்கும் வண்ணமே அமைக்கப்பட்டன. நீரின் புனிதத்தைக் காக்க வேண்டி, பார்ப்பனர்களின் ஒவ்வொரு வீட்டிலும் தனித்தனிக் கிணறுகள் அமைக்கப்பட்டன. (இன்றளவும்கூட தமிழ்நாட்டின் பல பகுதிகளில் இதனைக் காணலாம்.) பார்ப்பன வீட்டுமனைகளில் பிற்புறமாக இருந்த தென்னை, பனை மரங்களில்கள் இறக்கும் தொழிலாளர் (ஈழவர்) தொழிற் செய்ய அனுமதியில்லை.

"இவ் ஊர் எல்லை உள்ளிட்ட தெங்கும் பனையும் ஈழவர் ஏறப் பெறாராதாராகவும்" - பல்லவர் செப்பேடுகள் முப்பது (பக்:257)

என்று பல்லவ மன்னன் மூன்றாம் நந்திவர்மனின் (கி.பி.8.35) வேலூர்ப்பாளையம் செப்பேடு கூறுகின்றது. எனவே. கி. பி. ஒன்பதாம் நூற்றாண்டளவிலேயே சாதிரீதியிலான குடியிருப்பு களை, தீண்டாமைக் கோட்பாடு தமிழகத்தில் நடைமுறைக்குக் கொண்டுவந்துவிட்டதனை உணரலாம். மதம் மாறிய மன்னர்களின் பிறப்பிற்கும் புனிதம் சேர்க்க, பார்ப்பனர்கள் அவர்களையும் கோத்திரப் பிரிவிற்குள் கொண்டுவந்தனர். அதுவரை சமணனாக இருந்து சைவனாக மாறிய முதலாம் மகேந்திரவர்மனை செங்கம் நடுகல் கல்வெட்டு ஒன்று 'பாரத்துவாஜ கோத்ராலங்காரபதி' என்று குறிப்பிடுகின்றது.

பண்பாட்டுத் தளத்தில் பக்தி இயக்கம் கைக்கொண்ட வேறு சில உத்திகளையும் இங்கே கவனிக்க வேண்டும். அவற்றுள் ஒன்று. மக்கள் தொகையில் சரிபாதியான பெண்மக்களைத் தன் பக்கம் திருப்பிக்கொண்டது. ஆணாதிக்க உணர்வுடைய துறவு நெறிக்கு எதிரான பெண்களின் உணர்வுகளைக் குடும்பம் என்ற அமைப்பை முன்னிறுத்தி பக்தி இயக்கம் பயன்படுத்திக்கொண்டது. கடவுள் இரண்டு மனைவிகளையுடைய குடும்பத் தலைவனாகச் சித்திரிக் கப்பட்டான். வேத நெறியோ ஆகமங்களோ குடும்ப அமைப்பைப்

பேண முற்பட்டதே இல்லை. ஆனால், தேவாரப் பாடல்களில் அப்பர் குடும்ப அமைப்பினைப் பேணிக்காக்கும் உணர்வினை, ஒரு திட்டமிடலுடன் செய்திருக்கிறார். குடும்பத் தலைவி என்ற பெண்ணின் தகுதிப்பாடு துறவுநெறியால் சீரழிக்கப்பெற்றது. எனவே, பக்தி இயக்கம் பெண்மக்களைக் கவனப்படுத்தியதில் வியப்பு ஏதும் இல்லை. குடும்பத்தில் இருந்த பெண்களுக்கு அக்காலப் பகுதியில் துறவுநெறியைப்போலப் பரத்தமையும் ஒரு சவாலாக விளங்கியது என்றா லும், துறவு நெறி மீது பெண்கள் கொண்ட அச்சமே பெரிதாக இருந்தது. அதனையே தனக்குச் சாதகமாகப் பயன்படுத்திய பக்தி இயக்கம், மறுபுறமாகத் தெய்வத்தின் பெயரால் பரத்தமையைக் கொண்டாடியது.

ஆண் துறவு நெறிக்கு எதிரான கலகக் குரலாக கி.பி. ஏழாம் நூற்றாண்டில் ஆண்டாளின் பாடல்களைக் காணுகிறோம். திருப்பாவை பாடல்கள் குடும்ப உறவுகளைப் பேணும் மாமன், மாமி, மாமன் மகள், தங்கை, பெண்டாட்டி, மைத்துனன், மணாளன் ஆகிய சொற்களைப் பரக்கப் பேசி, கட்டில், மெத்தை எனக் குடும்ப அமைப்பிற்குள் தன் இன்ப உரிமைக்காகக் குரலெழுப்பும் பெண்ணின் வெளிப்பாடாக அமைகின்றன. ஆண்டாளின் நாச்சியார் திருமொழிப் பாடல்களே உடல்சார் இன்பத்தை வெளிப் படையாகப் பேச முற்பட்டன. ஆனால், நாட்டின் அதிகாரம் அரசனிடத்தில் இருப்பதைப்போல், வீட்டின் அதிகாரத்தை ஆணின் கையில் ஒப்படைப்பதை ஏற்றுக்கொள்ளும் வகையில் பெண்ணின் உளவியல் வடிவமைக்கப்பட்டது.

‘கொம்மை முலைகள் இடர்தீரக் கோவிந்தற்கோர் குற்றேவல் இம்மைப்பிறவி செய்யாதேய் இனிப் போய்ச்செய்யும் தவமுடை-யேன்” (நாச்சியார் திருமொழி 13:9)

“கேசவ நம்பியைக் கால்விடிப்பாள் எனும் இப்பேற் அருளக் கண்டாய்” (நாச்சியார் திருமொழி 1:9)

என்பவை ஆண்டாளின் பாடல்களாகும். அதிகாரத்தின் பெருவடிவமாக அரசும் குறு வடிவமாகக் குடும்பமும் ஏற்றுக்கொள்ளப்பட்டு அதிகாரம் முழுமையாக ஆணின் கையில் ஒப்படைக்கப்பட்டது என்பதே பக்தி இயக்கத்தின் வெற்றியாகும். குடும்பத் தலைவனின் பாலியல் நுகர்வுக்குப் பரத்தமையும் அரசனின் நுகர்வுக்கு வேளமும் நிறுவனங்களாக அமைந்தன.

பலதார மணமும் கொண்டாடப்பெற்றது. சிவபெருமான் உமையோடு கங்கையினையும் மனைவியாகக் கொண்டான். பாகவதக் கதைகள் வழி வந்த கண்ணனோ, ஆயர்பாடிப் பெண்கள் பலருடன் உறவு கொண்டான். இதன் விளைவாக, சிறிய அளவில் அன்று உருவாகிவந்த கோயில் என்ற நிறுவனமும் பரத்தமையினை ஏற்றுக்கொண்டது. பேரா. கா.சிவத்தம்பி கூறுவதுபோல, 'வீரயுகத்தின் பெண்குலக் கலைஞர்கள்' கோயில் சார்ந்த பரத்தையர்களாக மாற்றப்பட்டனர். கோடியர், வயிரியர் என்ற சங்க காலத்தில் அமைக்கப்பட்ட இவர்கள், பக்தி இயக்கக் பட்டனர்.

இறைவனைப்போல தன்னிகரில்லாத அரசனும் பல பெண்களை உரிமையாக்கிக்கொள்ளும் தகுதி பெற்றான். கோயில் சார்ந்த முதல் 'வெளி'பங்கிடப்பெற்றபோது, பார்ப்பனர், வேளாளர் ஆகியோரோடு பரத்தையரும் இசைகாரரர் ஆகிய ஆண்களும் அந்த வெளிக்குள் இருத்தப்பட்டனர். பழைய கோயில் நகரங்களில் பார்ப்பனர், வேளாளர் குடியிருப்புக்கு நடுவிலுள்ள சிறிய சந்துகளில் ஆடுமகளிர்க்கான குடியிருப்பு அமைக்கப்பட்டது. களஆய்வில் இதற்கான எச்சங்களைத் தமிழ்நாட்டில் இன்றும் காணமுடிகிறது. இறைவனைப் போலவே அரசனும் பட்டத்துக்குப் பிள்ளைதரும் முதல் மனைவியோடு பல பெண்களை மணம் செய்துகொள்ளும் உரிமையுடையவன் ஆனான்.

சடங்குகளே வழிபாடாக இருந்த தொல்சமயக் காலத்தில் சடங்கியல் உரிமை அல்லது அதிகாரம் பெண்களிடம் இருந்தது. வழிபடும் இடங்கள் கோட்டங்கள் (வட்ட வடிவானவை) என்று அழைக்கப்பட்டன. சமூக அதிகாரமையமாக மாறியபோது அவை கோயில்கள் ஆயின. கோயிற் கருவறைகள் வட்ட வடிவ அமைப்பினைக் கைவிட்டு சதுரம் அல்லது நீள்சதுர வடிவத்தைப் பெற்றன. இந்த மாற்றம் பண்பாட்டு மானிடவியலில் மிகப்பெரிய நிகழ்வாகும். இந்த நீள் சதுரவடிவக் கருவறைகள், பௌத்தக் கட்டடக்கலையின் பாதிப்பைப் பெற்றவை. கீழ்த்தளத்தில் இரட்டைச் சுவரும் உட்பிரகாரமும் (உட்சுற்றும்) உடையனவாக மாற்றம் பெற்றன. (தஞ்சைப் பெருங்கோயில் இவ்வகையான கட்டட அமைப்புக்கு இன்றளவும் நல்ல எடுத்துக்காட்டு ஆகும்.) சுருக்கமாகச் சொன்னால் பக்தி இயக்கக் காலத்துக் கோயில்கள்

ஒரேநேரத்தில் ஆணாதிக்கத்துக்கும் அரசதிகாரத்துக்கும் துணை நிறுவனங்களாக வடிவ மாற்றம் பெற்றன. கோயிற் பண்பாட்டு உருவாக்கத்தின்வெளிப்படையயானசெயல்பாடாகப்பார்ப்பனியம் சார்ந்த தீட்டுக் (Taboo) கோட்பாட்டின் அடிப்படையில் இறைத் திருமேனியைத் தொட்டு வழிபாடு செய்யும் உரிமை, பார்ப்பன ரல்லாத சாதிகளிடமிருந்தும் பெண்களிடமிருந்தும் ஒரே நேரத்தில் முழுமையாகப் பறித்தெடுக்கப்பட்டது. பார்ப்பனிய அதிகார மேலாண்மை (Hegemony) இருதரப்பாரையும் ஒரு சேர வஞ்சித்தது என்பதே பண்பாட்டு வரலாற்று உண்மையாகும்.

அரசதிகாரம் உருவாகின்றபோது பண்பாட்டுத் தளத்தில் அதற்குத் தேவையான தத்துவார்த்தத்தை வைதீகம் உருவாக்கித் தந்தது. இந்த வளர்ச்சிப்போக்கில் முதற்கட்டமாக இரண்டு வகையான நிகழ்வுகள் நடந்தேறின. முதல் நிலையாக, கோயிற் பண்பாட்டில் பெண்களின் ‘பாலினத் தாழ்வு’ நிலைநிறுத்தப் பட்டது. அதாவது, நடன மகளிராகவும் கோயில் வெளியினை விளக்குமாறு கொண்டு தூய்மை செய்பவராகவும் கோயிலுக்கு வேண்டிய நெல்லைக் குற்றுபவர்களாகவும் கோயிலுக்குள் குட விளக்கு ஏந்திச் சுற்றுபவர்களாகவும் அவர்கள் ஆக்கப்பட்டனர். பிறவகையான பணிகளும் சடங்கியல் உரிமைகளும் அவர் களுக்கு முற்றாக மறுக்கப்பட்டன. உலகியற் கணவனுக்குத் தாலிகட்டிக்கொண்டு மனைவியாகும் உரிமையினையும் அவர்கள் இழந்தனர். கோயில் என்னும் நிறுவனம், பரத்தமையினை அடிப் படையாகக் கொண்ட ‘தேவதாசி’முறையினை மிக வலிமையான அடித்தளத்துடன் உருவாக்கிவிட்டது.

கோயிற் பண்பாட்டு வளர்ச்சியின் மற்றொரு நிகழ்வு, கருவறை என்னும் ‘வெளி’ (Space) முற்றிலுமாகப் பார்ப்பனர்களுக்கு உரிமை யாக்கப்பட்டு ‘பிறர்’ அதனுள் நுழைய அனுமதி மறுக்கப்பட்டது என்பதாகும். அரசன் உள்ளிட்ட பார்ப்பனரல்லாத மக்களின் ‘சாதித்தாழ்வு’ இதன்வழி நிலைநிறுத்தப்பட்டுவிட்டது. மேல்கீழாக மனிதர்களை அடுக்கும் ‘சாதிய அதிகாரம்’அரசின் அங்கீகாரம் பெற்ற ஒன்றாகிவிட்டது. மக்கள்திரள் சிலவற்றின் ‘கணம் சார்ந்த பெருமை, குடி சார்ந்த பெருமை’ என்பவையெல்லாம் சாதிய அதிகாரத்தால் ஒடுக்கப்பட்டுவிட்டன. இவ்வகையான பெருமைகள் ஓர் அரசினால் ‘பாழ் செய்யும் உட்குழுவாகவே’ (குறள்) கருதப்

படும். எனவே, அரசுருவாக்கத்திற்குத் துணை செய்யும் அளவில் இக்குழுக்களின்மீது சாதிய ஒடுக்குமுறை ஏவப்பட்டது.

"ஒரு ராணுவம் செய்ய வேண்டிய வேலையைச் சாதியம் செய்கிறது. ராணுவத்தைவிட சாதியம் மோசமான ஒடுக்குத் தன்மையைப் பெற்றுள்ளது என்பதே உண்மை" என்கிறார் கோ.கேசவன். (தமிழ் மொழி, இனம், நாடு பக்கம்-9) இதுவே கரடுமுரடு (ups and downs) இல்லாத பச்சையான உண்மையாகும்.

இது ஒருபுறமாக, கி.பி. எட்டாம் நூற்றாண்டில் நிகழ்ந்த மற்றொரு மாற்றம் அதுவரை சுடுமண்ணாலும் மரத்தாலும் உருவாக்கப்பட்டிருந்த கோயில்கள் கற்கோயில்களாக மாற்றப் பட்டதாகும். இந்த மாற்றம் கி.பி. ஏழாம் நூற்றாண்டில் தமிழ்நாட்டின் வடபகுதியில் பல்லவ அரசின் எழுச்சியோடும் தென் பகுதியில் பாண்டிய அரசின் எழுச்சியோடும் தொடர்புடையது.

இக் குடைவரைக் கோயில்கள் எழுந்த காலத்தில், வைதீகப் பார்ப்பன மரபு ஏற்றுக்கொள்ளாத தொல் திராவிடத் தெய்வங்கள் சிலவும் இக்கோயில்களில் இடம் பெற்றிருந்தன. திருப்பரங்குன் றத்தில் சிவன், திருமால், முருகன், நடராசர் ஆகிய தெய்வங் களோடும் பக்கத்தில் மூத்ததேவி (மூதேவி) எனப்பட்ட ஜேஷ்டா தேவிக்கும் ஒரு தனிக் குடைவரை உருவாக்கப்பட்டுள்ளது. தென் தமிழ்நாட்டில் கங்கை கொண்டானுக்கு அருகிலுள்ள ஆண்டிச்சிப் பாறை குடைவரைக்கோயிலில் வாயிற்காப்பாளராக பிள்ளையாரும் மூதேவியுமே காட்டப்பட்டுள்ளனர்.

பின்னர் கட்டுமானக் கோயில்களாக பல்லவன் இராசசிம்மன் (கி.பி.666 705) எடுப்பித்த காஞ்சி கைலாசநாதர் கோயிலில் மூதேவிக்கு மட்டும் மூன்று சந்நிதிகள் உள்ளன. விசயாலயச் சோழன் ஆட்சிக் காலத்தில் (கி.பி.150-866) எடுக்கப்பெற்ற புதுக்கோட்டை மாவட்டம் காளியாபட்டி சிவன் கோயிலிலும் முதலாம் ஆதித்தசோழன் காலத்து (கி.பி.871-907) திருக்கட்டளை சுந்தேசுவரர் கோயிலிலும் ஜேஷ்டா தேவிக்கு தனிச் சந்நிதிகள் இருந்தன என்பதை எஸ்.ஆர்.பாலசுப்பிரமணியம் எடுத்துக் காட்டுகிறார்.

கி.பி.ஏழாம் நூற்றாண்டில் அப்பர்,
"போகமார் மோடி கொங்கை புணர்தரு புனிதர் போலும்"
(4:66:8)

என மூதேவி வழிபாட்டைச் சைவத்திற்குள் கரைக்க முற்பட்டார். ஆனால், வைணவப் பார்ப்பனரான தொண்டரடிப்பொடி ஆழ்வாரோ,

"சேட்டை தன் மடியகத்துச் செல்வம் பார்த்திருக்கின்றீரே" (திருமாலை:10)

என்று, 'மூத்ததேவி வறுமையின்சின்னம்'என எள்ளி நகையாடு கின்றார். எனவே, கி.பி. ஏழாம் நூற்றாண்டின் இறுதிக்காலம் தொடங்கி எட்டாம் நூற்றாண்டின் நடுப்பகுதியில் கற்கட்டுமானக் கோயில்கள் உருவாகும்வரை வைதீகப் பார்ப்பனியம் நாட்டார் மரபுகளை உள்வாங்கும் முறையில் பழைய தெய்வங்களை ஏற்றுக் கொள்ளவும் புறந்தள்ளவும் வழி தெரியாமல் அலைந்திருக்கின்றது என்பதே உண்மையாகும்.

கற்கட்டுமானக் கோயில்களுக்கும் குடைவரைக் கோயில் களுக்குமான அடிப்படை வேறுபாடு மற்றொன்றும் உண்டு. ஆகமவிதிகளுக்கு உட்படாத குடைவரைக் கோயில்கள் (விதிவிலக் காக அன்றி) சொத்துடைமை நிறுவனங்களாக மாற இயலவில்லை. கற்கட்டுமானக் கோயில்களே சொத்துடைமை நிறுவனங்களாக வளர்ந்து அரசுருவாக்கத்திற்குத் துணை நின்றன. தேவார மூவரும், ஆழ்வார்களும் தங்கள் சமகாலத்தில் எழுந்த குடைவரைக் கோயில் களைப் பாட முன்வரவில்லை என்பதற்கு இதுவுமொரு காரணம். இதற்கு ஒரு நல்ல எடுத்துக்காட்டு, ஆனைமலை நரசிங்கப் பெருமாள் குடைவரைக் கோயிலாகும். இக்குடைவரைக் கோயில் கி.பி.770இல் எழுப்பப்பட்டதாகும். இதற்கு 6 கி.மீ. தொலைவில், தெற்கில் உள்ள திருமோகூரை நம்மாழ்வார் பாடியுள்ளார். இதற்கு வடமேற்காக 6 கி.மீ. தொலைவில் உள்ள அழகர் கோயிலையும் நம்மாழ்வார் பாடியுள்ளார்.

திருமோகூரும் அழகர்கோயிலும் கற்கட்டுமானக் கோயில் களாகும். இவை இரண்டிற்கும் நடுவிலுள்ள ஆனைமலை நரசிங்கப் பெருமாள் கோயில் குடைவரைக் கோயிலாகும். நம்மாழ்வார் இக்கோயிலைப் பாடாமல் விட்டதற்குக் காரணம் அது வைதீகப் பார்ப்பனியத்தின் தூய்மை (சுத்த)க் கோட்பாட்டிற்கு ஏற்ப அமையவில்லை என்பதேயாகும். நம்மாழ்வார் பிறப்பினால் பார்ப்பனர் அல்லாதவர் என்று வைணவ குருமரபுக் கதைகள் கூறுகின்றன. பார்ப்பனரான பெரியாழ்வாரோ, பார்ப்பனர்

அல்லாத மக்கள்திரளின் நாட்டார் வழிபாட்டு முறைகளை இகழ்ந்துரைப்பதைப் பார்க்கின்றோம்.

"பிண்டத் திரளையும் பேய்க்கிட்ட நீர்ச்சோறும்
உண்டற்கு வேண்டி ஓடித் திரியாதே"

(பெரியாழ்வார் திருமொழி 15:9)

என்பது அவர் பாடலாகும். நாட்டார் தெய்வமரபுகளைக் கீழானவை என்று புறந்தள்ளிய வைணவ மேலாண்மை மனநிலைக்கு இந்தப் பாடலே ஒரு சரியான எடுத்துக்காட்டாகும். இன்றளவும் நெல்லை மாவட்டத்து நாட்டார் தெய்வக் கோயில்களில் ஒரு வகை 'பே(ய்)க்' கோயில்களாகும் - அதாவது, அச்சம்தரும் (பே-அச்சம்) வழிபாட்டு முறையினையுடையவை. இந்த வகைக் கோயில்கள் பெரும்பாலும் ஒடுக்கப்பட்ட வகுப்பினர்க்கும் ஓரளவு பிற்பட்ட சாதித்திரள்களுக்கும் உரியனவாகும். பெரியாழ்வாரின் இந்தப் பாடல் அடிகள் நெல்லை, தூத்துக்குடி மாவட்டங்களில் நடைபெறும் சூறை' (எறிதல்) என்னும் வழிபாட்டினைக் குறிப்பதாகும்.

ஆகம வழிப்பட்ட பெருந்தெய்வ நெறிகள் நாட்டார் தெய்வங்களை ஒருபுறமாகத் தின்று தீர்த்தன; மறுபுறமாக இந்த வகையாகப் பழித்து ஒதுக்கின. ஒவ்வொரு வட்டாரத்திலும் இருந்த சிறிய மண்கோட்டைகளின் (பெரிய கற்கோட்டைகளிலும்) வடக்கு வாசலில் குருதிப்பலி பெறும் தாய்த் தெய்வக் கோயில் ஒன்றை நிறுவுவது அரசின் கடமையாக இருந்தது. 'வடக்கு வாசற் செல்வி'யான இந்தத் தாய்த் தெய்வம் படைவீரர்களின் வழிபாட்டுக்கு உரியதாகும். இந்த வகையான சில தாய்த் தெய்வக் கோயில்களில் வீரர்கள் தங்களைத் தாங்களே அறுத்துப் பலி கொடுக்கும் (நவகண்டம் கொடுக்கும்) வழக்கம் இருந்ததைச் சிற்பச் சான்றுகளுடன் காணமுடிகிறது.

அரசுருவாக்கத்துக்குத் துணை நின்ற சைவ, வைணவ நெறிகள் கி. பி. ஏழாம் நூற்றாண்டிற்கு முன்னரே சமண, பௌத்த மதங்களுக்கு எதிரான தாக்குதலைத் தொடங்கிவிட்டன. நமக்குக் கிடைக்கின்ற இலக்கியச் சான்றுகளையும் தொல்லியல், சிற்பச் சான்றுகளையும் கூர்ந்து கணிக்கும்போது, பெருமளவில் சமணத்தோடு சைவமும் பௌத்தத்தோடு வைணவமும் மோதலைத்

தொடங்கி இருக்கின்றன என்று உணரலாம். இவற்றுள் பௌத்தமே முதலில் வீழ்ந்திருக்கின்றது. இந்த வீழ்ச்சி நடந்தேறிய முறையினை அறிய நமக்குத் தெளிவான சான்றுகள் கிடைக்கவில்லை. சமணர்களிடமிருந்தும் பௌத்தர்களிடமிருந்தும் பறிக்கப்பட்ட வழிபாட்டுத் தலங்களைச் சைவர்களும் வைணவர்களும் பங்கிட்டுக் கொண்டுள்ளனர். மதுரைக்கு அருகிலுள்ள அழகர்கோயில் பௌத்தக் கோயிலாக இருந்து பெரியாழ்வார் காலத்திற்குச் சற்று முன்பாக (கி.பி எட்டாம் நூற்றாண்டளவில்) வைணவக் கோயிலாக மாற்றப்பட்டதைத் துல்லியமான சான்றுகளுடன் இந்த நூலாசிரியர் எடுத்துக் காட்டியுள்ளார். 'வர்த்தமானீசுவரம் என்ற பெயரோடு ஒரு சிவத்தலம் தேவாரத்தில் காட்டப்பட்டுள்ளது. வர்த்தமான மகாவீரர் பெயரால் வழங்கப்பெற்ற இது, ஒரு சமணக்கோயிலாக இருந்திருக்க வேண்டும்.

கி.பி. ஏழாம் நூற்றாண்டில் வாழ்ந்த அப்பர்,

'வாயிரும் தமிழே படித்து ஆளுறா
ஆயிரம் சமணும் அழிவாக்கினான்" - (5:58:9)

என்று மகிழ்ச்சி ததும்பப் பாடுகின்றார்.

சமண பௌத்தங்கள், சைவ வைணவங்களால் அழிக்கப்பட்ட முறையினை இரண்டு சான்றுகளுடன் விளக்கலாம். புதுக்கோட்டை மாவட்டம் நார்த்தாமலையிலுள்ள விஜயாலயச் சோழீசுவரம் கி.பி.8 ஆம் நூற்றாண்டின் நடுப்பகுதியில் எடுக்கப்பெற்ற கற்கோயிலாகும். 'சோழர் கலைப்பாணி' என்ற தமது நூலில் எஸ்.ஆர். பாலசுப்பிரமணியம் நார்த்தாமலையிலுள்ள இந்தக் குடைவரை, சமணக் கோயிலாக இருந்து பின்னர் தசாவதாரச் சிற்பங்களோடு கூடியதாக மாற்றப்பட்டிருக்க வேண்டும் என்று உறுதியாகக் குறிப்பிடுகின்றார். எனவே, மக்கள் வந்து வழிபட இயலாத மலைச் சரிவில் விஜயாலயச் சோழீசுவரம் கட்டப்பட்டது அங்கிருந்த சமணப் பள்ளியினை அழிக்கவும் சமணர்களை விரட்டவுமே ஆகும்.

இதுபோலவே, மதுரை மாவட்டத்திலே காணக்கூடிய மற்றுமொரு சான்று தென்பரங்குன்றம் ஆகும். திருப்பரங்குன்றத்து முருகன் கோயில் மலையின் நேர் பின்புறமாக அமைந்தது தென்பரங்குன்றம் குடைவரைக் கோயிலாகும். உமையாண்டார்

கோயில் என வழங்கப்பெறும் இதுவும் சமணப் பள்ளியாக இருந்து சைவர்களால் பறிக்கப்பட்டு அர்த்தநாரீசுவரருடன் கூடிய, சைவக் கோயிலாக்கப்பட்டுள்ளது. இக்கோயிலை அடுத்துத் தென்புறத்தில் பாறையில் புடைப்புச் சிற்பமாகக் காணப்படும் பைரவர் உருவம், சமணத்தீர்த்தங்கரர் உருவத்தை மறுபடியும் செதுக்கி வடிவ மாற்றம் செய்யப்பட்டது என்பதை நேரில் காண்பவர்கள் உணர முடியும். நெல்லை மாவட்டத்தில் வள்ளியூரிலுள்ள முருகன் கோயிலும் இவ்வாறு கைப்பற்றப்பட்ட ஒரு சமணப் பாழி என்பதனை நேரில் பார்ப்பவர்கள் எளிதில் கண்டுகொள்ள இயலும்.

இவ்வாறு கி.பி. எட்டு, ஒன்பதாம் நூற்றாண்டுகளில் சமண, பௌத்த வழிபாட்டுத் தலங்கள் பறிக்கப்பட்ட முறைக்கு ஏராளமான சான்றுகளைக் காட்ட இயலும். இவ்வகையான 'பறிமுதல்' அரசதிகாரத்தின் துணையோடு மட்டுமே நடக்கவியலும். எனவே, அவைதீக சமயங்களின் வீழ்ச்சியில் அரசதிகாரத்துக்குப் பங்கிருந்ததை உணரமுடிகிறது.

இதுமட்டுமன்று; தமிழ்நாட்டில் அரசுருவாக்கம் நிகழ்ந்த முறையினை கோயிற் பண்பாட்டு வளர்ச்சி நிலைகளின்படி மூன்று நிலைகளில் நம்மால் காண இயலுகின்றது. தமிழ்நாட்டின் வடபகுதியில் கி.பி.ஏழாம் நூற்றாண்டில் பல்லவ அரசர்களால் உருவாக்கப்பட்ட குடைவரைக் கோயில்களை அப்பர், சம்பந்தரும் முதலாழ்வார்களும் பாடவில்லை என்பதை முன்னரே கண்டோம். ஆகம நெறிகளுக்கு உட்பட்டு பல்லவர்கள், உருவாக்கிய ஒன்றைக் கற்கோயில்களில் (Monolithic Temples) கடல்மல்லைத் தலசயனம் ஒன்றே திருமங்கையாழ்வாரால் - அதுவும் கி.பி. எட்டாம் நூற்றாண்டில் பாடப்பெற்றது. (வைணவ மரபில் 'மங்களாசாசனம்' செய்யப்பெற்றது) இக் கோயில் கி.பி. எட்டாம் நூற்றாண்டின் தொடக்கத்தில் வாழ்ந்த இராசசிம்ம பல்லவனால் ஆக்கப்பட்டதாகும். ஆகம நெறிக்கு மாறுபட்ட, அதாவது தூய்மை செய்யப்படாத அடித்தளத்தின் மீதமைந்த இக்கோயிலை 8ஆம் நூற்றாண்டில் வாழ்ந்த திருமங்கையாழ்வார் மட்டுமே ஏற்றுக்கொண்டு பாடுகின்றார். இந்த இரண்டு நூற்றாண்டுக் கால அளவில், தமிழ்நாட்டுப் பக்தி இயக்கம் தன்னை நெகிழ்த்துக் கொண்டு, கோயில்களை வழிபடும் மக்களைத் 'தன்வயமாக்க' முயன்று வெற்றி கண்டுள்ளது என்பதே வரலாற்று உண்மையாகும்.

கி. பி. எட்டாம் நூற்றாண்டு வரை கற்கட்டுமானக் கோயில் களில் மூதேவி வழிபடப்பெற்றதை முன்னர் கண்டோம். ஆனால், ஒன்பதாம் நூற்றாண்டில் ஒரு பேரரசாக உருவான சோழ அரசு, இந்த வகையான கட்டடக் கூறுகளையும் தெய்வங்களையும் புறந்தள்ளியது.

தமிழகத்தில் எழுந்த பல்லவ, பாண்டிய அரசுகள் தங்கள் உருவாக்கத்தின்போது சமணம் அல்லது வைணவம் அல்லது சைவம் என வெவ்வேறு காலங்களில் வெவ்வேறு மதச்சார்பு நிலையினை எடுத்தன. ஆனால், அதற்குப் பின்னர் பேரரசாக (ஏகாதிபத்தியமாக) உருவெடுத்த சோழ அரசு, அரச மதமாகச் சைவத்தை மட்டுமே கொண்டிருந்தது. எல்லாவற்றையும் தன்னுள் கரைத்து அல்லது அழித்து மேலெழுதல் என்னும் அதிகார மேலாண்மைக்குச் சைவசமய நிறுவனங்களான கோயில்கள் அவர் களுக்குத் துணைநின்றன. இதனால், கோயில் கட்டட அமைப்பில் இரண்டு மாற்றங்களைச் சோழ அரசு உருவாக்கியது.

பல்லவர்கள் எடுப்பித்த சிவன் கோயில் கருவறை உட்சுவரில் வழிபாட்டிற்குரிய மூர்த்தமாக (திருமேனியாக) சோமாஸ்கந்தப் படிவங்களே வடிக்கப்பெற்றன. சிவபெருமான் உமையுடனும் குழந்தைக் கந்தனோடும் (ச+உமா+ஸ்கந்த சோமாஸ் கந்த) இருக்கின்ற இந்தப் படிமம், சமணர்களின் துறவு நெறிக்கு மாற்றாகக் குடும்ப அமைப்பை நிலைநிறுத்தும் சைவர்களின் முயற்சியாகும். இம் முயற்சிக்கான குறிப்புகளை அப்பர் தேவாரத்தில் நிறையவே காணலாம். ஆனால், சோழ அரசு வடக்கிலும் தெற்கிலும் தன் ஆதிக்கத்தை விரிவு செய்தபோது சைவக்கோயில் கருவறை மூர்த் தங்கள் (திருமேனிகள்) அப்புறப்படுத்தப்பட்டு அருவுருவமான சிவலிங்கம் திருநிலைப்படுத்தப்பட்டது. இது முதல்நிலை மாற்றமாகவும் அடுத்த நிலை மாற்றமாகப் பழைய கோயில் களில் மரியாதை பெற்றிருந்த பழைய தாய்த் தெய்வங்களும் அப்புறப்படுத்தப்பட்டன. சோழர்களின் தொடக்ககாலக் கட்டு மானக் கோயில்களில் சிவபெருமானுக்கு மட்டுமே கருவறைகள் எடுக்கப்பட்டன (கி. பி. 1012இல் சோழ ஏகாதிபத்தியத்தின் உச்சகட்ட வெளிப்பாடான தஞ்சைப் பெருவுடையார் கோயிலை முதலாம் இராசராசன் கட்டினான்).

இந்தக் கோயில் அரசதிகாரத்தின் பருண்மையான வெளிப் பாடாக அமைந்தது. தமிழகத்தில் அன்றும் இன்றும் 196 அடி உயரமுள்ள விமானம் (கருவறை மேற்பகுதி) அமைந்த கோயில் வேறெதுவும் இல்லை. கோயில் என்பது அரசனின் உடைமை என்று காட்டுவதுபோல அரசனின் பெயரே கோயிலுக்கும் இடப் பட்டது. இந்தக் கோயிலின் முதற்கல்வெட்டு அரசன் கூறுவதுபோல அமைந்துள்ளது.

"பாண்டிய குலாசனி (பாண்டியர்களுக்கு இடிபோல் அமைந் தவன்) வளநாட்டுத் தஞ்சாவூர்க் கூற்றத்துத் தஞ்சாவூர் நாம் எடுப்பிச்ச இக்கற்றளி இராஜராஜீச்வரம் உடையார்க்கு"

என்பதே அந்தக் கல்வெட்டின் முதல் வாசகமாகும். அதாவது, கோயில் என்பது அரசதிகாரத்தின் மறுபக்கமாகவும் துணை அதிகாரமாகவும் செயலாற்றியது என்பதே இதன் பொருளாகும். கி.பி. எட்டாம் நூற்றாண்டுத் தொடக்கம் 10ஆம் நூற்றாண்டு இறுதியில் முதலாம் இராசராசன் ஒரு பேரரசை உருவாக்கும் காலம் வரைஅரங்கேறிய நிகழ்வுளே தமிழ்ச் சமூகத்தின் மேல் வைதீகம் பெற்ற வெற்றியை உணர்த்தப் போதுமானவையாகும். பல்லவ அரசின் சரிவு, சோழ அரசின் எழுச்சி ஆகிய இரண்டின் ஊடாகவும் தனக்கெனத் தனி வழி ஒன்றினைக் கொண்ட வைதீகம் வெற்றிகரமாகச் செயல்பட்டது. அந்த வெற்றிக்கான காரணங்களைப் பின்வருமாறு பட்டியலிட்டுக் காணலாம்.

1. கி.பி. ஏழாம் நூற்றாண்டின் தொடக்கத்தில் சமண, பௌத்த மதங்களிலிருந்து பல்லவ அரசு மரபு நிரந்தரமாக வெளியேறியது. மறுதலையாகத் தொடர்ந்து, அதனுடைய வீழ்ச்சிக் காலம் வரை வேதப் பார்பனர்களுக்கான விளைநிலக்கொடை, மனநிலக் கொடை ஆகியவை அரசின் தலையாய கடமையாகப் பல்லவ அரசு மரபினரால் மாற்றப்பட்டுவிட்டன. வேதக் கல்வியின் குறைந்த படிப்பான 'க்ரமம்'வரை படித்த 'க்ரம வித்தகர்'களுக்கு வழங்கப்பட்ட மனைநிலமும் மனையுமே 'கிராமம்'என்று பெயர்பெற்றன. விளைநிலக்கொடையும் மனைக் கொடையும் வேதக் கல்விக்கான கொடையும் (வேத விருத்தி) வேதத்தின் அங்கங் களுக்கு உரை சொல்லுவோருக்கான நிலக்கொடையும் (பாஷ்ய விருத்தி) கோயிலில் அர்ச்சனை செய்யும் சிவப் பிராமணர்களுக்கு அர்ச்சனா போகமும் அரசாங்கத்தால் வழங்கப்பட்டன. இவை

யன்றி ஹிரண்ய கர்ப்ப, கோகர்ப்ப தானங்களும் அரசர்களால் பார்ப்பனர்களுக்கு வழங்கப்பட்டன.

ஆக, நஞ்சை நிலத்து உபரியால் உருவான அரசு உருவாக்கம் என்பது மறுபுறமாகத் தமிழ்நாட்டில் வரலாறு நெடுகிலும் பார்ப்பனியத்தைத் தன் முதுகிலே ஏற்றிச் சுமந்து வந்தது. பின் வந்த சோழ அரசர்களும் பாண்டிய அரசர்களும் பல்லவர்களின் இந்த வைதீக ஆதரவுப் போக்கினைச் சில சிறிய மாற்றங்களுடன் பின்பற்றினர். சில நிலைகளில் பெரிதாகவும் வளர்த்தனர்.

2. வேளாண் பொருளாதாரம் என்பது பார்ப்பனர் பூசை செய்யும் பெருங்கோயிலோடு பிணைக்கப்பட்டது. வேளாண் பொருளா தாரக் கட்டமைப்பில் உற்பத்தி சாதியார் மட்டுமின்றி சேவைச் சாதியாரும் கோயிலோடு பிணைக்கப்பட்டனர். 'கோயிலை நம்பிக் குடிகள்', 'கோயிலை நம்பிக் குசவன் பிழைத்தான்' என்பது போன்ற சொல்லாடல்களும் இக்காலத்தில்தான் தோன்றின. கோயில் இல்லா ஊரில் குடியிருக்க வேண்டாம் என்பது ஓர் அறவுரையன்று; ஓர் எச்சரிக்கையாகும். எனவே, அது சார்ந்த உற்பத்திச் சக்திகளையும் உற்பத்தி உறவுகளையும் கோயிலோடு சேர்த்தே நாம் பேசியாக வேண்டும். உற்பத்தி உறவுகள் என்பன உழவர், கொல்லர், தச்சர். இடையர் எனக் கோயிலோடு இறுகப் பிணைக் கப்பட்ட முறையாகும்.

3. பல்லவ, சோழ, பாண்டிய மன்னர்கள் மட்டுமல்லாமல் அவர் களுக்கு அடங்கிய வட்டாரத் தலைவர்களும் அரசுக்கு நெருக்கமாக வேண்டி கோயில்களை எடுப்பித்தனர். பல்லவர்காலச் சைவத்தை மேலும் பார்ப்பனியமயமாக்க, சோழ அரசு செய்த மாற்றங்கள் குறிப்பிடத்தகுந்தன. அவற்றுள் ஒன்று, இயற்கை உரத்தின் (மூல வளத்தின்) தெய்வமான மூதேவியினை வைதீக அரங்கிலிருந்து (பெருங்கோயில் உள்ளிருந்து) வெளியேற்றியதாகும்.

இம் மாற்றத்திற்கான காரணம், அரசு உருவாக்கத்திற்கு அடிப் படையான பண்பாட்டுத் தேவையாகும். விளைந்த நெல்லிற்கும் அதனால் பெற்ற பொன்னிற்கும் இலக்குமி (திருமகள்) தெய்வ மாவாள். ஆனால், இலையும் தழையும் சாணமும் சேறுமான மண் சார்ந்த அழுக்கினை உரமாக மாற்றும் மூதேவி (மூத்த தேவி) தெய்வம் மூலவளத்தின் தெய்வமாகும். இன்னும் சொல்லுவதானால் நிலத்தின் மீதான முதல் உரிமை நிலத்துக்கு வளத்தினைத் தரும்

அந்தத் தெய்வத்திற்கே உரிமையாகும். நெல்லைப்போலப் பிரித் தெடுக்க முடியாதபடி நிலத்தின் மீது உரமும் உரிமையும் உடைய தெய்வத்தினை, நிலத்தின் மீது முற்றுரிமை கொண்டாடும் அரசதி காரத்தால் சகித்துக்கொள்ள இயலவில்லை. முதலாம் இராசராசனின் மெய்க்கீர்த்தி,

"திருமகள் போலப் பெருநிலச் செல்வியும்
தனக்கே உரிமை பூண்டமை மனக்கொள்"

என்று தொடங்குகிறது. செல்வங்களையும் நிலத்தையும் தான் ஒருவனே கொள்ள வேண்டுமென்று அரசன் விரும்புகின்றான். விளைவுதரும் நிலத்தைப் பெண்ணாக உருவகிப்பது மரபு. நிலத்தின் மீதான முற்றுரிமையினைத் தாமே அனுபவிக்க விரும்பிய பிற்காலச் சோழ, பாண்டிய மன்னர்கள் தங்கள் மனைவியருக்கு 'அவனி முழுதுடையாள்', 'புவனமுழுதுடையாள், 'தரணிமுழுதுடையாள்', மூவுலகுடையாள்', 'திரிபுவன மாதேவி' என்று பட்டப் பெயர்கள் இட்டுக் கொண்டதற்கு ஏராளமான கல்வெட்டுச் சான்றுகள் உள்ளன. இந்தப் பின்னணியில் விளைநிலத்தின் முதல் தேவியான மூத்த தேவியின் வழிபாடு, பெருந்தெய்வக் கோயில்களிலிருந்து வெளியேற்றப்பட்டதற்கான காரணத்தை நாம் அறிந்து கொள்ள லாம். அதாவது, இயற்கை என்னும் மூல ஆதாரத்தை அதிகார மையங்கள் முழுமையாக வெற்றிகொள்ளும்போதே அரசு உருவா கின்றது என்பதை இங்கே எண்ணிப் பார்க்க வேண்டும்.

4. சோழ அரசு பேரரசாக உருவாகிறபோது சைவ சமயம் அரச மதமாயிற்று. ஆனால், அது திருநாவுக்கரசர் கட்டமைத்த தமிழ்ச் சைவமாக அமையவில்லை. மாறாகத் திருஞானசம்பந்தர் கட்ட மைத்த வேள்வியினை மையம் கொண்ட வைதீக சமயமாக இருந்தது. அதாவது வேள்விச் (யாக சாலை)ப் பொறுப்பிலிருந்த பார்ப்பனர்கள் கருவறைப் பூசை செய்யும் சிவப்பிராமணர்களாகவும் மாறிக்கொள்ள அது வழிவகுத்தது. இந்த வடமொழிச் சார்பு பற்றியே சோழ மன்னர்களின் சைவ குருமார்கள், காஷ்மீரத்துப் பண்டிதர்களாக அமைந்தனர். எனவே, கோயிலுக்கும், யாக சாலைக்கும், கருவறைக்குமான உறவு இன்றளவும் பிரிக்க முடியாத வையாயிற்று. தஞ்சைக் கல்வெட்டுக்களில் காணப்படும் அரசர் களின், சைவ குருமார்களின் பெயர்கள் எதுவும் தேவாரத்திலிருந்து பெறப்படவில்லை. மாறாக, வடமொழிப் பெயர்களாக உள்ளன.

இந்த வைதீகச் சார்பு பற்றி நிகழ்ந்த மற்றொரு மாற்றத்தை முன்னரே கண்டோம். எல்லாவற்றையும் ஒருதரப்படுத்துதல் அல்லது ஒருமுகப்படுத்துதல் என்பது அதிகார மையங்களின் செயல்பாடாகும். இதன்வழியாக. 'ஒருவனே அரசன்' என்பது போல, இறைவனுக்கும் ஒரே சிவலிங்கத் திருமேனியை சோழ அரசு கற்பித்தது. தொடக்ககாலப் பல்லவர்களின் சிவன் கோயில்களில், கருவறையின் உட்புறச்சுவரில் சிவமூர்த்தங்கள் செதுக்கப் பட்டிருந்தன. இன்றளவும் காஞ்சிபுரம் கைலாசநாதர் கோயிலிலும் திருத்தணி வீரட்டானேசுவரர் கோயிலிலும் அவ்வகையான மூர்த்தங்களைக் காணலாம். ஆனால். சோழ நாட்டுக் கோயில் களிலும் சோழர்களால் வெற்றி கொள்ளப்பட்ட பாண்டிநாட்டுக் கோயில்களிலும் சிவ மூர்த்தங்கள் அகற்றப்பட்டு சிவலிங்கம் நடப்பட்டது. சிவலிங்கம் என்பது உருவமும் அல்லாத அருவமும் அல்லாத அருவுருவத் திருமேனி என்று கூறப்பட்டது. ஆனால், மக்களின் உருவவழிபாட்டு உணர்வினை ஈடுசெய்வதற்காகக் கருவறைச் சுவரின் மேற்கு தேவகோட்டத்தில் லிங்கோற்பவ திருமேனிகள் அமைக்கப்பட்டன. இது சிவலிங்கத்திற்குள் உருவம் செதுக்கப்பட்ட வடிவமாகும். தேவாரம் கூறும் ஏனைய வடிவங்கள், திருவிழாவிற்குரிய ஊர்வலச் (உற்சவ) செப்புத் திருமேனிகளாக வெண்கலத்தில் வடிக்கப்பட்டன. கருவறையில் சிவலிங்கம் மட்டுமே நிலை கொண்டது. சோழர்கள் பின்பற்றிய காஷ்மீரிய சைவ நெறியிலிருந்து இது உருவாகியிருக்க வேண்டும்.

சோழர் காலத்தில் சைவம் மேலும் மேலும் வைதீக மயப் படுத்தப்பட்டதற்கு மீண்டும் ஒரு சான்றினை எடுத்துக் காட்டலாம். கி.பி. 11ஆம் நூற்றாண்டின் நடுப்பகுதியில் முதலாம் இராசேந்திரன் எடுப்பித்த கங்கை கொண்ட சோழபுரத்துக் கோயிலில் மிக நேர்த்தியாகப் பெரிய அளவில் வடிக்கப்பட்ட சரஸ்வதி (கலைமகள்) சிற்பம் காணப்படுகிறது. திராவிடத் தெய்வமான 'மூதேவி' மதிப்பிழந்த இரண்டு நூற்றாண்டுகளுக்குப் பின் 'சரசுவதி' என்ற 'வைதீகப் பெண் தெய்வம்' கோயிலுக்குள் நுழைக்கப்பட்டது. தோற்றக் காலத்தில் வெள்ளைச் சேலை உடுத்திய சரசுவதி, சமண மரபில் பிறந்த 'வாக்தேவி' (சொற்களின் தலைவி) ஆவாள். இத் தெய்வத்தையே சிந்தாமணிக் காப்பியத்தில் 'நாமகள்' என்று திருத்தக்கத் தேவர் குறிக்கின்றார். சமண மரபிலிருந்து வைதீகத்தால் திருடப்பட்டு சரஸ்வதி (சரஸ் பொய்கை: பொய்கையிலுள்ள

வெள்ளைத் தாமரையில் வசிப்பவள்) எனப் பெயரிடப்பட்டு சைவக் கோயிலுக்குள் நுழைக்கப்பட்டாள்.

5. கோயில்களின் வழியாகச் சமூக உளவியலைத் தம் கட்டுக்குள் வைத்திருக்கக் கைக்கொண்ட மற்றொரு உத்தி, நந்தா விளக்கு வழிபாடாகும். தொல் திராவிட நாகரித்தின் குறியீடுகளில் ஒன்றான விளக்கு, பெண்களின் முதன்மையான ஆன்மீக வெளிப் பாடாகும். கோயில்களை அதிகாரத்தின் நிழல்களாக்கிய சோழ அரசு, ஆன்மீகக் குறியீடான விளக்கினை ஒரு பண்பாட்டுக் கருவியாக மாற்றிற்று. கோயில்களில் கருவறையும் பிற தெய்வத் திருமேனிகளின் முன்னரும் 'அந்தியும் பகலும்' விளக்கெரிய வேண்டுமென்று ஒரு பொது நம்பிக்கை உருவாக்கப்பட்டது. கோயில் தேவரடியார் பணிகளில் குடவிளக்கு ஏந்திச் சுற்றிவருதலும் ஒன்றாக ஆக்கப்பட்டது. கோயில்களின் அளவும் தேவையும் கருதி, விளக்குகளின் எண்ணிக்கைக் கூடிக்கொண்டே போயின. கோயிலுக் குள்ளே ஏற்றப்படும் விளக்குகள் 'நந்தா விளக்கு', 'நொந்தா விளக்கு', 'வாடா விளக்கு'எனப் பெயரிடப்பட்டன. கோயிலுக்கு விளக்கெரிக்கக் கொடையளிப்பது அறமாகக் கருதப்பட்டது.

முற்காலச் ழோழர் காலத்தில் அரசு குடும்பத்தைச் சார்ந்த பெண்களே இப்பணியில் முன்னணி வகித்த செய்தியினைக் கல்வெட்டுக்களிலிருந்து ஆ.வேலுப்பிள்ளை எடுத்து விளக்கு கின்றார். "அரசி அல்லது அரச குமாரி விளக்கு வைத்ததைக் கூறுவதாகப் பத்துச் சாசனங்கள் வரையிலே கிடைத்துள்ளன. முதலாம் ஆதித்தனோடு உடன் பிறந்த தங்கையான நங்கை வரகுணப் பெருமானார், வாணர் குலத்துப் பிருதுவிபதி மகள் குந்தவையான வானமாதேவியார், அபராசிதவருமர் தேவியார் மாதேவியடிகள், பெரும்பிடுகு முத்தரையர் மணவாட்டி நங்கைதயா நிதியார், முதலாம் ஆதித்தனுடைய முதல் தேவி இளங்கோன் பிச்சி, முதலாம் ஆதித்தனுடைய இன்னொரு தேவி காடுபட்டிகள் தமர்மேத்தியார் திரிபு வனமாதேவி முதலியோர் அப்பெண்களுட் சிலர். முதலாம் ஆதித்தனுடைய வைப்பாட்டியான நங்கை சாத்த பெருமானாரும் விளக்கு வைத்துள்ளார். சிற்றரசனுடைய வைப்பாட்டியொருத்தி விளக்கு வைத்ததற்கும் சான்று உண்டு. அரசியாரின் தாய் விளக்கு வைத்ததைக் கூறும் சாசனங்கள் இரண்டு கிடைத்துள்ளன." (ஆ.வேலுப்பிள்ளை. சாசனமும் தமிழும்.பக்.142-143)இவ்வாறு,

மனைக்கு விளக்காகிய பெண்கள் விளக்கேற்றும் அறத்தின் மூலமாக கோயிலின் கண்ணுக்குப் புலனாகாத அதிகாரத்தின் கீழ்க் கொண்டுவரப்பட்டனர். 'திருவிளக்குப் பூசை' என்ற பெயரில் இந்த அதிகாரம் இன்றுவரை தொடர்ந்து வருகின்றது.

திருவிளக்கு வழிபாடு அரசுருவாக்கத்திற்கு மற்றொரு வகையிலும் துணை செய்தது. ஒரு விளக்கிற்கு நாள் ஒன்றிற்குத் தேவைப்படும் நெய் 'உழக்கு' என்ற அளவு நிருணயிக்கப்பட்டது. இந்த நெய் அளக்கும் பொறுப்பிற்காக இடையர்களிடம் (மன்றாடிகளிடம்) விளக்கு ஒன்றிற்கு 32 பசு அல்லது 96 ஆடுகள் கொடுக்கப்பட வேண்டும் என்ற அளவும் நிருணயிக்கப்பட்டது. இந்தப் பசுக்களை அல்லது ஆடுகளைப் பேணும் பொறுப்புடைய இடையர்களுக்குக் கூலி எதுவும் தரப்படுவதில்லை. பெற்றுப் பெருக்கிய கால்நடைகளே அவர்களுக்கான ஆதாயமாகும். பிறவகை ஊதியமின்றிப் பணியாற்றியதால் இவர்கள் 'வெட்டிக்குடிகள்' என அழைக்கப்பட்டனர். அவர்கள் பெற்றுக்கொண்ட ஆட்டின் வகைக்கு, 'சாவா மூவாப் பேராடு'என்று பெயர். அதாவது, 96 என்ற எண்ணிக்கை குறையாமல் பார்த்துக்கொள்ள வேண்டும் என்பது அதன் பொருள்.

இதன் விளைவாக, வேளாண்மைக்கான உரம் உற்பத்தி செய்யும் கால்நடை வளர்ப்பும், கால்நடை வளர்ப்போரும் அரசதிகாரத்தின் கீழ்க் கொண்டுவரப்பட்டனர். இவ்வகையில் தாராளமாகக் கிடைத்த பால், தயிர், நெய் ஆகியன கோயில்களில் தாராளமாகப் புழங்கப்பட்டன.

"பால் நெய் ஆடுவர் பாலைத் துறையரோ" -(5:164:1)

என்றும்,

"ஆவினுக்கு அருங்கலம் அரன் அஞ்சு ஆடுதல்"- (5:11:2)

என்றும் திருநாவுக்கரசர் மகிழ்ச்சியோடு குறிப்பிடுகின்றார். ஆவினைந்து என்பதனை வடமொழியில் பஞ்ச கவ்வியம் என்று குறிப்பர். ஆக, ஒருகாலத் தில் பால், இறைச்சி ஆகியவற்றிற்கான உற்பத்திச் சாதியாய் விளங்கிய கால்நடை வளர்ப்போரை, அரசதிகாரம் கோயிலை முன்னிறுத்திச் சேவைச் சாதியாராக மாற்றியது.

விளக்கு வழிபாடு அரசின் கையில் வலிமையான கருவியாகும் என்பதனை வேறொரு வகையிலும் புரிந்துகொள்ளலாம். தொடக்

கக்காலத்தில் தனிநபர்களின் வேண்டுதல்களாகக் கோயில்களில் விளக்குகள் ஏற்றப்பட்டன. அடுத்து வந்த காலத்தில் அரசனது வெற்றிக்காக (உடையார் ஸ்ரீ ராசராஜதேவர் கோழிப் போரின் ஊத்தை அட்டாமல் கடவ என்பது கல்வெட்டுத் தொடர்) திருவிளக்குகள் ஏற்றப்பட்டன. பின்னர். தனிநபர் குற்றங்களுக் குரிய தண்டனையாகவும் விளக்கேற்றுதல் ஊர்ச் சபையால் விதிக் கப்பட்டது.

கி.பி. ஏழாம் நூற்றாண்டின் தொடக்கம் முதல்பத்தாம் நூற்றாண்டின் இறுதி வரை, தமிழகத்தில் வைணவத்தின் நிலைப் பாடு என்னவாக இருந்தது என்பதையும் நாம் கவனித்தாக வேண்டும். பல்லவ அரச மரபு, தமிழ் அரசாக எழுவதற்கு முந்திய வர்களே முதலாழ்வார்கள் மூவரும். இவர்கள் மூவரும் தொண்டை மண்டலப் பகுதியைச் சேர்ந்தவர்கள் என்பது குறிப்பிடத்தக்கது.

இவர்கள் பாடல்களில் (பாசுரங்களில்) பல்லவ அரச மரபு பற்றிக் குறிப்பு ஏதும் இல்லை. மொத்தத்தில் ஆழ்வார்களின் பாசுரங் களில் இரண்டு கட்ட வளர்ச்சி நிலைகளையே நாம் பார்க்க முடிகிறது. ஒன்று பாகவதக் கதைகளை (கிருஷ்ணாவதாரத்தின் ஆய்ப்பாடிக் கதைகளை) முன்னிறுத்திய முதற்கட்டமாகும். இரண்டாவது இராமாயணம். மகாபாரதம் ஆகிய பெருங்கதை யாடல்களை முன்வைத்த காலப் பகுதியாகும். மூன்றாவது கீதை உரைத்த கண்ணனை முன்னிலைப்படுத்தியது 19ஆம் நூற்றாண்டுப் பிராமணியமும் அதற்குப் பின்னர் வந்த சர்.பி. இராதாகிருஷ் ணனும் ஆவர். 12 ஆழ்வார்களின் பாசுரங்களிலும் கீதையைப் பற்றிய குறிப்பு,“மாயன் அன்று ஓதிய வாக்கு” என திருமழிசை ஆழ்வாரின் ஒரே ஒரு பாசுரத்தில் மட்டுமே வருகின்றது என்பது நிகழ்கால ‘இந்துக்களுக்கு’ அதிர்ச்சியூட்டும் உண்மையாகும். சிவப் பிராமணர்களைப் போலவே வைணவ அர்ச்சனைப் பிரிவினரான ‘பட்டாச்சாரியர்களும்’கலப்புச் சாதியினரே ஆவர். (இதனைப் பின்னர் விளக்கலாம்) ஆனால், (ஸ்மார்த்த) வைதீகம் அதற்குள்ளும் வேலை செய்தது. தன் சாதி மேலாண்மையினை மறு உற்பத்தி செய்துகொண்டது.

வைணவக் கோயில்களின் கருவறையில் பூசனை செய்வோரில் ஒரு பிரிவினர், தங்களை ‘வைகானசர்’எனக் கூறிக்கொண்டனர். அதாவது, தங்களை ‘விகானஸ்’என்னும் முனிவர் (ரிஷி) மரபில்

வந்தவர்கள் என்றும், தாங்கள் திருமாலைத் (விஷ்ணுவை) தவிர, வேறு கோலங்களைப் (மூர்த்தங்களை - திருமேனிகளை) பூசனை செய்யமாட்டோம் என்றும் வாதிட்டனர். இதன் உண்மையான பொருள் என்னவென்றால் 'ஆழ்வார்கள்' என்ற பெயரில் "கோயிலுக்கு உள்ளாக திருநிலைப்படுத்தப்பட்ட சந்நிதிகளை ஏற்றுக்கொள்ள மாட்டோம்" என்பதே ஆகும். பல்வேறு சாதி களிலும் மனிதராகப் பிறந்து, திருமாலைப் பாடிப் புனிதராக மாறிய ஆழ்வார்களை சாதிமேலாண்மை உணர்வுடன் போற்ற மறுத்தது 'வைகானசம்' ஆகும். இவர்களுக்கு எதிராகக் கிளர்ந் தெழுந்து ஆழ்வார்களைக் 'கொண்டாடிய' மறுதரப்பினர், தங்களை பாஞ்சராத்ரிகள் என அழைத்துக்கொண்டனர். இந்த முரண் இன்றுவரை மண உறவுகளிலும் நிலைத்து நிற்கின்றது என்பது குறிப்பிடத்தகுந்த செய்தியாகும். 'வைகானசம் ரிஷிப் ரோக்தம்', 'பாஞ்சராத்ரம் வேதப்ரோக்தம்' (வைகானசம் முனிவர் வழிப்பட்டது; பாஞ்சராத்திரம் வேத வழிப்பட்டது) என்பதே வைணவர்களின் நம்பிக்கையாகும். பாஞ்சராத்திர ஆகமங்களை இறைவனே ஐந்து இரவுகளில் வெளிப்படுத்தி அருளினான் என்பது பாஞ்சராத்திரிகளின் நம்பிக்கையாகும்.

ஆனால் நடைமுறையில் பெறப்பட்ட உண்மை என்பது, ஆழ்வார்களின் புனிதத்தை வைகாசனர் ஏற்றுக்கொள்ள மறுத்து விட்டனர் என்பதேயாகும். அன்றைய அரசதிகாரம் அவர்களையே ஆதரித்திருக்க வேண்டும். இல்லையென்றால். பாஞ்சராத்திரப் பெரும்பான்மையரை எதிர்க்கும் தைரியம் அன்று சிறுபான்மை யினருக்குக் கிடைத்திராது, பிராமணியத்திற்கு உள்ளும் வைதீகம், பிறப்பு வழி மேன்மையினைப் பேசி வருகின்றது என்பதால் தமிழ்நாட்டு வைணவக்கோயில்களில் இதுவே இன்று வரை நடைமுறையில் உள்ளது.

வைகாசனப் பிராமணருக்கும் பாஞ்சராத்திரப் பிராமணருக்கும் இடையிலான மற்றொரு வேறுபாடு வைணவ முத்திரை (சமாச்ர யணம்) பெறுதல் ஆகும். ஒரு வைணவ ஆசாரியனை அணுகி, தீயில் சுடப்பட்ட சங்கு சக்கரப் பொறிகளை அவர் வழி இரண்டு தோள்களிலும் ஒரு வைணவன் பொறித்துக்கொள்ள வேண்டும். இந்தத் தீட்சையினைப் பாஞ்சராத்திர பிராமணர்கள் பெற்றுக் கொள்வர்.

"தீயிற் பொலிகின்ற செஞ்சுடராழி
திகழ்திருச் சக்கரத்தே நின்
கோயிற் பொறியாலே ஒற்றுண்டு
குடிகுடி ஆட்செய்கின்றோம்"

(பெரியாழ்வார் திருமொழி திருப்பல்லாண்டு-1:7)

என்பது பெரியாழ்வாரின் பாசுரம். ஆழ்வார்களையும் அவர்களது 'புனிதப்'பாசுரங்களையும் ஏற்றுக் கொள்ளாத வைகாசனப் பிராமணர்கள், மற்றவர்களை (அதாவது பாஞ்சராத்திரிகளையும், வைணவ தீட்சை பெறுகின்ற மற்ற சாதிக்காரரர்களையும்) 'ராமானுஜ மதஸ்தார்' என்று குறைவாகவே குறிப்பிடுவர்.

சிவப் பிராமணர்களைப் போலவே வைணவப் பிராமணரும் கலப்புச் சாதியினராகவே உருவாகி இருக்க வேண்டும். பிராமணர்கள் கி.பி. ஏழாம் நூற்றாண்டளவிலேயே பிற சாதிகளில் பெண் கொண்டனர் என்றும். பிராமணப் பெண்களைப் பிற சாதியினர் மணந்து கொண்டனர் என்றும் சி.மீனாட்சி குறிப்பிடுகிறார். பேரா. ந.சுப்பிரமணியனும் இக்கருத்தை ஏற்றுக்கொள்கிறார். சமூக அடுக்குகளின்படி 'மேல்'சாதி ஆண் ஒருவன் 'கீழ்'சாதிப் பெண்ணைத் திருமணம் செய்வது 'அனுலோமம்'என்றும், 'கீழ்' சாதி ஆண் ஒருவன் 'மேல்'சாதிப் பெண்ணைத் திருமணம் செய்வது பிரதிலோமம் என்றும் வடசொற்களால் குறிக்கப்பட்டன. தமிழிலும் ஏனைய திராவிட மொழிகளிலும்கூட இந்த வழக்கத்தினைக் குறிக்கும் சொற்கள் இல்லை. எனவே, இந்த நடைமுறை, இடம் பெயர்ந்து வந்த பிராமணர்களாலேயே உருவாக்கப்பட்டிருக்க வேண்டும்.

பிரதிலோமத் திருமண உறவுகளால் தங்கள் மனித வளத்தைப் பெருக்கிக்கொண்ட பிராமணர், சாதிப்புனிதம் x சாதி இழிவு ஆகியவற்றை நிலைநிறுத்த மற்றொரு வேலையினைச் செய்தனர். வேள்விச் சாலையில் வேத மொழியினையும் கோயிற் கருவறைக்குள் வடமொழியினையும் அரசதிகாரத்தின் துணையோடு கொண்டு சென்ற பிராமணர்கள், தங்கள் வீட்டு மொழியாகச் சமஸ்கிருதத்தை (வடமொழியை)க் கொள்ளவில்லை. விளைநிலமும் மனையும் அளித்த பல்லவ, சோழ மன்னர்களை நோக்கி வடநாட்டிலிருந்து விரைவாக இடம் பெயர்ந்த பிராமணர்கள், தங்களுடன் பெண்கள் இன்றியே வந்தனர். எனவே, அவர்கள் வேறு வழியின்றித்

தம்மிலும் 'தாழ்ந்த' சாதிப் பெண்களைத் திருமணம் செய்தபோது, சமஸ்கிருதம் வீட்டு மொழியாக விளங்க இயலாது போயிற்று. ஏனென்றால், தாய்மொழி என்பது அடுத்த தலைமுறையினருக்குப் பெண்களின் வழியாகவே கடத்தப்படுகின்றது. இதுவே, மொழியியல் அறிஞர்கள் ஏற்றுக்கொண்ட உண்மையாகும். சமஸ் கிருதம் பிராமணர்களுக்குத் தாய்மொழியாகவும் வீட்டு மொழி யாகவும் விளங்க இயலாமற்போனதற்கும் இதுவே காரணம். அது மட்டுமன்று; பிராமணர்கள் சாதி ஆதிக்க உணர்வோடும் ஆணாதிக்க உணர்வோடும் பெண்களுக்குச் சமஸ்கிருதக் கல்வியைத் தர மறுத்தனர். 'மேல்சாதி' உணர்வும் 'ஆணாதிக்க' உணர்வும் சேர்ந்த காரணத்தால் 19ஆம் நூற்றாண்டின் இறுதிவரை பிராமணப் பெண்களுக்கு சமஸ்கிருதக் கல்வி மறுக்கப்பட்டிருந்தது. பதினான்காம் நூற்றாண்டைச் சேர்ந்த மணவாள மாமுனிகள் தனது 'முமுட்சுப்படி' உரை முன்னுரையில் "ஸ்ரீயபதிப்படி உபய தோஷமுமின்றிக்கேயிருந்தாகிலும் ஸமஸ்கிருத வாக்ய பஹுள மாகையாலே பெண்ணுக்கும் பேதைக்கும் அதிகரிக்கப் போகாமை யாலும்" என்று குறிப்பிடுகிறார். இதன்படி பேதைகளைப் போலவே பெண்களும் சமஸ்கிருதக் கல்விக்குத் தகுதியற்றவர்கள் என்று பிராமணர்கள் கருதியது தெரியவருகின்றது.

வேதப் புனிதத்தைப் போலவே சமஸ்கிருதப் புனிதத்தையும் கொண்டாடிய காரணத்தால் முதலில் இடம்பெயர்ந்த பிராம ணர்கள் தமிழ்ப் பாடல்களைப் பாடிய ஆழ்வார்களை ஏற்றுக் கொள்ளவில்லை. ஆனால், பின்வந்த பிராமணர்கள் கோயிலுக்குள் ஆழ்வார் திருமேனிகளை (மூர்த்தங்களை) கொண்டுவந்தபோது அவர்களின் எண்ணிக்கை வலிமை கருதி வைகானசர் அதனை ஏற்றுக்கொண்டு ஒரே கோயிலுக்குள் ஆழ்வார் சந்நிதிகளில் பாஞ்சராத்திரப் பிராமணரைப் பூசனை செய்ய அனுமதித்தனர். கி.பி. ஒன்பதாம், பத்தாம் நூற்றாண்டுகளில் சோழ அரசு பேரரசாக உருவெடுத்தபோது வைணவக் கோயில்கள் பெரும்பாலும் வைகானசம் சார்ந்தே அமைக்கப்பட்டன. பாண்டி நாட்டில் தாமிர வருணிக்கரைக் கோயில்களில் பெரும்பான்மையானவை வைகாசனக் கோயில்களே.

வைகாசனம் x பாஞ்சராத்திரம் என்ற முரண்பாட்டினை அரசுருவாக்கப் பின்னணியில் நாம் புரிந்துகொண்டாக வேண்டும்.

தமிழ்நாட்டில் நிலைகொண்ட அரசதிகாரம், ஆழ்வார்களின் பாசுரங்களின் வழியே 'பாகவத மதம்' என்று மாடுமேய்க்கின்ற இடைச்சாதிப் பிறப்புடைய கிருஷ்ணனை அரசதிகாரம் கொண் டாடத் தயங்கியது. இது இயற்கையே. எனவே, பல்லவர் காலத்துக் கோயில்களிலும் பின்னர் சோழர் காலத்துக் கோயில்களிலும் அரசப் பிறப்புடைய திருமாலின் திருமேனிகளே கரண்ட மகுடத்துடன் (அரசத் திருமுடிகளுடன்) வடிக்கப்பட்டன. திருமகள், நிலமகள் என்னும் இரு மனைவியருடன் இடுப்பில் நாந்தகம் என்னும் வாளும், காலடியில் கதையும், தலையில் கரண்ட மகுடமும் உடைய இந்தக் கோலமே அரசதிகாரத்துடன் பொருந்தி நிற்பதாகும்.

தொடக்ககாலப் பல்லவர் செப்பேடுகள் அனைத்துமே வைகாச னர்களைக் குறிப்பிடுவதால், அவர்களே முதலில் தமிழகத்துக்குள் வந்த பிராமணர்களாக இருத்தல் வேண்டும். எனவே, பாகவதக் கதைகளைப் பாடும் பாசுரங்களை வைகாசனர் பின்னுக்குத் தள்ளியதில் வியப்பில்லை. மற்றொன்றையும் இங்கே குறிப்பிட வேண்டும் ஆழ்வார் பாசுரங்களில் இருந்து பாகவதக் கதைகளைப் பாடும் அதேநேரத்தில், வடமொழிப் புராணங்களில் இருந்தும் அவர்கள் செய்திகளைப் பதிவு செய்தனர். இந்தப் பதிவு பெரி யாழ்வார், ஆண்டாள், தொண்டரடிப் பொடியாழ்வார் ஆகிய பிராமணக் குலத்தில் பிறந்த ஆழ்வார்களின் பாசுரங்களில் நிறையவே உண்டு. வடமொழிப் புராணங்களின்படி கருடனின் தாயான விந்தை என்பவளை அவளது சகக்களத்தி வெயிலில் நிறுத்திக் கொடுமை செய்தபோது அவன் தன் தாய்க்குத் தன் சிறகுகளால் நிழல் தருகிறான். இந்தக் கதையினை ஆண்டாள் 'விந்தை சிறுவன்' என்று கருடனைக் குறிப்பிடுவதன் மூலம் தமிழில் பதிவு செய்கிறார். இராமானுசர்க்கும் தென்கலை என்ற பெயரில் சாதி இறுக்கம் நெகிழ்வு பெறுவதற்கும் முன்னரே வைதீகம் தன்னை வைணவத்திற்குள் நிலை நிறுத்திக்கொண்டது என்பதே இதன் வழி நாம் கண்டுணரும் வரலாற்று உண்மையாகும்.

ஒரு பேரரசு உருவாகின்றபோது அதற்குச் சார்பான தத்துவ அமைப்பொன்றும் உருவாக வேண்டும். ஆயுத பலத்தின் வழியாகப் பெற்ற அதிகார மும் உடைமைகளும், சமூகத்தை மேல், கீழ் அடுக்குகளாகப் பிரித்து வைக்கும். பாதிக்கப்பட்ட மக்கட் சமூகம் இந்தப் பிரிவினைகளை எதிர்ப்பின்றி ஏற்றுக்கொள்ளுமாறு

மறுதரப்பில் சமயம் சார்ந்த சிந்தனை ஒன்று சமூக உளவியலை வடிவமைத்தாக வேண்டும். சோழ அரசு ஒரு பேரரசாக உருவாகும்போது அந்தப் பணியினைத் தமிழ்நாட்டில் சைவ சமயம் திறம்படச் செய்தது என்பதனைப் பேரா.க.கைலாசபதி 'பேரரசும் பெருந்தத்துவமும்' என்ற கட்டுரையில் எடுத்துக்காட்டியுள்ளார்.

சைவம் என்ற சொல், பல விரிந்த கட்டமைப்புகளை உள்ளடக்கிய ஒரு பெயராகும். 'சைவம் என்பது சிவசம்பந்தமானது' என்னும் கருத்தினை கி. பி. பத்தாம் நூற்றாண்டில் எழுந்த திருமந்திரமே முதலில் முன்வைத்தது. இன்று நடைமுறையிலுள்ளதாகச் 'சொல்லப்பெறும்' சித்தாந்த சைவமானது திருமந்திரத்தை ஒரு தத்துவ (சாத்திர) நூலாக ஏற்காமல் வழிபாட்டு (தோத்திர) நூலாக மட்டுமே கொண்டுள்ளது. இது பண்பாட்டினை முன்னிறுத்தும் ஆய்வாளர்களுக்கு அதிர்ச்சியூட்டும் ஒரு செயலாகும். சோழப் பேரரசுருவாக்கத்துக்குத் துணை நின்றது, திருமூலருக்கு முந்திய சைவ நெறிகளோ, மெய்கண்டார் எடுத்துரைத்த சைவசித்தாந்தமோ அல்ல. உண்மையில், அன்றிருந்த சைவப் பிரிவுகளில் ஒன்றாக லகுலீச பாசுபதத்தினை முன்னிறுத்திக்கொண்டு வைதீகமே (வேதத் தலைமையும் பிராமண மேலாண்மையும்) சோழ அரசின் ஆக்கத்துக்குத் துணையாக நின்றன. இனி இந்தக் கதையினை விரிவாகக் காணலாம்.

'சைவம்' என்ற சொல்லுக்கு இன்று எளிய மக்கள் இயல்பாகக் கொள்ளும் பொருள் 'புலால் தவிர்த்த ஓர் உணவுப் பழக்கம்' என்பதே. அவர்களுக்கு அது ஒரு சமயப் பிரிவின் பெயர் என்பது தெரியாது. சைவர்கள் அல்லது வைணவப் பிராமணரும் ஸ்மார்த்தப் பிராமணரும் கொள்கையளவில் புலால் உணவை நீக்கியவர்களே ஆவர். ஆனாலும், புலால் உண்ணாத வழக்கம் சைவர்களுக்கு மட்டுமே உரிமையுடைது என்று மக்கள் எவ்வாறு ஏற்றுக்கொண்டனர் என்பது விவாதத்துக்குரிய ஒரு செய்தியாகும். ஏனென்றால், கொல்லாமை அறத்தொடு 'புலால் உண்ணாமை' என்னும் கோட்பாட்டினை உலகில் முதன்முதலாக முன்வைத்த மதம் சமணமே ஆகும். 'கொல்லான், புலான் மறுத்தானை' என்று வள்ளுவர் பௌத்த, சமணர்களின் ஒழுக்கங்களைப் பேசித் தன் சமணச் சார்பினை வெளிப்படுத்தியுள்ளார். பௌத்தர்கள் இன்றுவரை 'இறந்த உயிர்களை உண்பது தவறன்று' என்ற போர்

வையில் புலால் உணவினை ஏற்றுக்கொள்கின்றனர். மீன் கடைகளிலும் இறந்த மீன்களையே விலைக்கு வாங்குகின்றனர். பௌத்தவியல் அறிஞரான இராகுலசாங்கிருத்யாயன், 'உயிர்த் துடிப்பற்று விட்ட மீன்களை வாங்கி வருமாறு' பௌத்தத் துறவிகள் தங்களின் பணியாளர்களை ஏவியதைக் குறிப்பிடுகின்றார். இந்தப் பின்னணியில் 'கொல்லான் புலால் மறுத்தானைக் கைகூப்பி எல்லா உயிரும் தொழும்' என்ற குறட்பா பௌத்தத்துக்கு எதிரான கண்டனக் குரல் என்று உணர்ந்து கொள்ளலாம். எனவே, 'புலால் நீக்கிய உணவுப் பழக்கம்' சமணருடையதே என்பதில் ஐயமில்லை. சைவம் செழித்த யாழ்ப்பாணத்தில் இன்றளவும் புலால் நீக்கிய உணவினை 'ஆரத உணவு' என்றே குறிப்பிடுகின்றனர். ஆரத என்பது சமண இல்லறத்தாரைக் குறிப்பிடும் 'ஆருகதர்' என்பதன் திரிபாகும். எனவே, புலால் நீக்கிய உணவு என்ற கோட்பாட்டினையும் நடைமுறையினையும் கொண்டு வந்தவர் சமணரே என்பது வரலாற்று உண்மையாகும்.

வேதகாலப் பிராமணர் வேள்விச் சடங்கினையே முன்னிலைப் படுத்தினர். தனியொரு கடவுட் கோட்பாடோ (Monism or mono theism) உருவவழிபாடோ அவர்களுக்குக் கிடையாது. வேள்வியில் பசு உள்ளிட்ட அனைத்து விலங்குகளையும் அவர்கள் பலியிட்டனர். நரபலியும் (மனித உயிர்ப் பலியும்) கொடுத்தனர் என்பதற்கு வேதத்திலுள்ள சுனட்சேபன் கதை தெளிவான சான்றாகும்.

கி.மு. ஆறாம் நூற்றாண்டில் பிறந்த சமணமே கொல்லாமை என்னும் வழக்கத்தினையும் உருவாக்கியது என்பதில் ஐயமில்லை. (கள்ளும் கறியும் உண்ட அந்தணப் புலவராக சங்க இலக்கியத்தில் பாரியின் தோழர் கபிலரைப் பார்க்கலாம்). பிராமணர்கள் தமிழகத்துக்குள் நுழையும் (கி.பி. மூன்றாம் நூற்றாண்டுக்கு) முன்னரே சமணர்களின் புலால் உண்ணாத வழக்கத்தைத் தமதாக்கிக் கொண்டனர். எல்லா அதிகார நகர்வுகளும் தமதாக்கம் (Assimilation) என்பதை ஓர் உத்தியாகக் கொள்வதை வரலாறு நெடுகிலும் காண முடிகிறது. தன்னை வன்மையாக எதிர்க்கும் ஒரு நாடு அல்லது குடி அல்லது குலத்தில் இருந்து அரசர்கள் பெண் கொள்ளுவது இந்த உத்தியின்பாற்பட்டதேயாகும்.

தேவார காலத்திற்குச் சற்று முன்னரே தமிழ்நாட்டில் பாசுபதர், காபாலிகர், காளாமுகர் ஆகியோர் இருந்துள்ளனர்.

கிறித்துவுக்குச் சற்றுப் பின்னர் காசுமீரத்தில் ஸ்ரீகண்டர் என்பவர் சைவ சித்தாந்தத்தை விரிவுபடுத்தினார். இவரது மாணவர் 'லகுலீசர்' என்பவர் இந்தச் சித்தாந்தத்தை மேலும் செழுமைப்படுத்தி 'சோம சித்தாந்தம்' என்னும் தத்துவத்தை முன்னிலைப்படுத்தினார். தமிழ்நாட்டிற்குள் வந்த பாசுபதரும் காளாமுகரும் காபாலிகரும், சோம சித்தாந்தத்தை (ஸ + உமா = சோமா) ஏற்றுக்கொண்டவரே. அவர்களிலும், காபாலிகர் எப்பொழுதும் பெண்களுடன் (காபாலினிகளுடன்) சுற்றித் திரிந்ததனை முதலாம் மகேந்திரவர்மனின் 'மத்தவிலாசம்' என்னும் அங்கத நாடகம் பதிவு செய்துள்ளது. சோம சித்தாந்தத்தை மனத்தில் கொண்டு நாடகத்தில் வரும் காபாலிகனுக்கு 'சத்யசோமோ' என்றும், காபாலினிக்கு 'தேவ சோமோ' என்றும் பெயரிட்டுள்ளார் நாடகாசிரியர்.

பாசுபதர், காபாலிகர், காளாமுகர், லகுலீசபாசுபதர் ஆகியோரைப் பற்றிய விரிவான இலக்கியப் பதிவுகளோ, கல்வெட்டு, சிற்பச் சான்றுகளோ நமக்குக் கிடைக்கவில்லை. ஒன்றிரண்டு குறிப்புகள் மட்டுமே கிடைக்கின்றன. மா.இராசமாணிக்கனார் லகுலீச பாசுபதரையே 'காளாமுகர்' என்று குறிப்பிடுகின்றார் (பல்லவர் வரலாறு, பக்.273).

தொடக்ககாலப் பாசுபதரும் காபாலிகரைப்போல குருதிப் பலி கொடுத்தவர்களே. சோமசித்தாந்தத்தின் சார்புடையவராகக் காணப்பட்டாலும் அவர்கள் லிங்க வழிபாட்டினர். சிவலிங்கத்தின் ஐந்து முகங்களான அகோரம் (தெற்கு நோக்கியது), சத்தியோஜாதம் (மேற்கு நோக்கியது), வாமம் (வடக்கு நோக்கியது), தத்புருஷம் (கிழக்கு நோக்கியது), ஈசானம் (வடகிழக்கு நோக்கியது) ஆகிய ஐந்தில் ஈசான முகத்தையே முன்னிலையாகக் கொண்டாடுபவர்கள். சென்னைக்கருகில், தமிழக எல்லையை ஒட்டிய ஆந்திரப் பகுதியில் குடிமல்லம் என்னும் இடத்தில் காணப்படும் சிவலிங்கமே தமிழகத்தில் கிடைத்துள்ளவற்றில் பழமையானது. இந்தச் சிவலிங்கத்தில் லிங்கக் குறியின் நடுப்பகுதியில் குடைந்து ஒரு மனித உருவம் செய்யப்பெற்றுள்ளது. இந்த வடிவமே பிற்காலத்தில் சிவன் கோயில் கருவறையின் மேற்குப்புற வெளிச்சுவரின் 'லிங்கோற்பவர்' என்ற பெயரில் காணப்படுவதாகும். குடிமல்லம் சிவலிங்கம் கி.பி. இரண்டாம் நூற்றாண்டைச் சேர்ந்தது என்றும் லகுலீச பாசுபதர்க்கு உரியது என்றும் தொல்லியல் அறிஞர்கள் கருத்துரைக்கின்றனர்.

மதுரை மாவட்டம், அரிட்டாபட்டி மலை குடைவரைக் கோயிலில் வெளிப்புறச் சுவரில் காணப்படும் உருவம் லகுலீசர்தான் என்று ஐ.கே.சர்மா குறிப்பிடுகின்றார்.

இந்தக் குடைவரையின் காலம் கி. பி. எட்டாம் நூற்றாண்டாகும். அதாவது, அப்பர், சம்பந்தரின் தேவார காலத்துக்குப் பிந்தியதாகும். எனவே, தேவாரகாலத்திற்கு முன்னும் பின்னும் தமிழ்நாட்டில் லகுலீச பாசுபதமே செல்வாக்குப் பெற்றிருந்தது எனத் தெரிகிறது.

தஞ்சைப் பெருங்கோயில் அரசதிகாரத்தின் முதன்மையான வெளிப்பாடு என்பதை முன்னர் கண்டோம். அது லகுலீச பாசுபதரின் கொள்கைப்படி கட்டப்பட்டது. கருவறைச் சிவலிங்கம் தத்புருஷமாக அமைய, உட்சுற்றின் மூன்று பகுதிகளில் அகோர சிவம், சத்தியோஜாதம், வாமசிவம் ஆகிய லிங்கங்கள் அமைக்கப் பட்டுள்ளன. உட்கூடாக அமைந்த விமானத்தையே ஈசானம் என்கின்றனர்.

முதலாம் இராசராசனின் சைவாசிரியரின் பெயர் தர்மசிவ பண்டிதர் என்றும் முதலாம் இராசேந்திரனின் சைவாசிரியரின் பெயர் ஈசானசிவ பண்டிதர் என்றும் கல்வெட்டுக் குறிப்புகளால் அறிகிறோம். இந்தக் கோயிலில் முதலாம் இராசராசனின் மனைவி இலாடமாதேவி, 'பாசுபதமூர்த்தி'படிமம் ஒன்று எடுப்பித்ததை மற்றொரு கல்வெட்டு கூறுகின்றது. இந்தக் கோயிலில் தேவாரத் திருப்பதியம் பாட நியமிக்கப்பட்ட 48 பேருக்கு சிவதீக்கைப் பெயர்கள்(தீட்சா நாமங்கள்) தரப்பட்டுள்ளன. இந்தப் பெயர்கள் அனைத்தும் அகோரசிவன், வாமசிவன், தத்புருஷசிவன், ஈசான சிவன் என்றவாறு பாசுபத சைவத்தைச் சுட்டுவனவாகவே உள்ளன.

இந்தப் பெயர்கள் எதுவும் தமிழ்ப் பெயராக இல்லை என்பது குறிப்பிடத்தக்கது. இந்தப் பெயர் வழக்குகளோடு விஜயாலயன் தொடங்கி மூன்றாம் இராசராசன் வரை சோழ அரசர்கள் யாரும் தமிழ்ப் பெயர் கொண்டிருக்கவில்லை என்பதையும் இங்கே நினைவில் கொள்ள வேண்டும்.

நாம் விடை காணவேண்டிய கேள்வி, அரசுருவாக்கத்துக்குத் துணையாகப் பாசுபதம் எவ்வாறு எந்தச் சக்தியால் தகவமைக் கப்பட்டது என்பதே. தொடக்ககாலப் பாசுபதர் சுடுகாட்டை வாழ்விடமாகக் கொண்டவர். "சிவகணங்களைக் குளிரச் செய்ய

மக்களைப் பலியிடல், இறந்தவர் இறைச்சியைப் படைத்தல் முதலிய வற்றில் நம்பிக்கை கொண்டிருந்தனர்" என்பார் மா.இராசமாணிக்கனார் (பல்லவர் வரலாறு, பக்.273). ஆனால், அரசின் சார்பாக எழுந்த சைவக் கோயில்கள் குருதிப்பலியில் இருந்தும் புலால் உணவில் இருந்தும் தங்களை முற்றாக விலக்கிக் கொண்டன. இவை இரண்டும் 'சாதிமேன்மையின்' சின்னங்களாக இன்றுவரை வைதீகத்தால் கொண்டாடப்பெறுகின்றன. அதுபோலவே, தொடக்ககாலச் சைவர்கள் கோயில்கள் (பல்லவர்களின் சில கோயில்கள் விதிவிலக்கானவை) கருவறையில் இராசராசனுக்குப் பின்னரே உருவாயின. காபாலிகரின் (பெண்ணுடன் கூடிய) சோமசித்தாந்தம் லிங்க வழிபாட்டின் ஆணாதிக்கத் தன்மையினால் கைவிடப்பட்டிருக்க வேண்டும். ஸ்மார்த்தப் பிராமணராக வேள்விச்சாலைப் பணியில் இருந்துகொண்டே பிராமணர்களில் ஒரு பிரிவனர் கோயிற் கருவறையினை நோக்கி அருச்சனைப் பிராமணராக (சிவப் பிராமணராக) மாற்றம் பெற்றபோதே இந்தக் 'கைவிடல்' நடைபெற்றிருக்க வேண்டும். கருவறைவெளி பிராமணர்களின் முற்றுரிமையாக ஆக்கப்பட்டபோதே கருவறைக்குள் வடமொழியே அருச்சனை மொழியாயிற்று. அரசதிகாரம் வெளியினை வரையறுத்தபோது ஸ்மார்த்தம் (வைதீகம்) கருவறைக்குள் வடமொழியினை நுழைத்தது, தமிழ் மொழியினை அப்புறப்படுத்தியது. கோயில்களில் தேவாரத் திருப்பதிகங்கள் கருவறைக்கு வெயிலிருந்தே விண்ணப்பம் செய்யப்பட்டன. (இன்றுவரை திருப்பதிகங்களின் நிலை அதுதான். பாவம், சைவர்கள்!).

எழுந்து வந்த காலத்திலேயே பாண்டிய சோழ அரசதிகாரங்கள் (ஸ்மார்த்தர் தலைமையேற்ற) வைதீகத்தோடு பண்பாட்டுச் சமரசம் செய்துகொண்டன. பாசுபதர்களின் ஒரு பிரிவான லகுலீச பாசுபதர், புலால் உணவைக் கைவிட்டனர். மாறாக அரசனின் குருமார்கள் (ஆசாரியார்கள்) எனும் தகுதியைத் தக்கவைத்துக்கொண்டனர். சோம சித்தாந்தம் புறக்கணிக்கப்பட்டு பெண்ணின் பாலினத் தாழ்வு கோயிலுக்குள் நிலைநிறுத்தப்பட்டது. 'புலால் உணவு நீக்கம்' என்னும் நெறியைக் கைக்கொண்ட பிறகும் பைரவ வழிபாட்டைப் பாசுபதம் கைவிடவில்லை. தமிழகத்தில் பாசுபத நெறியின் உச்சக்கட்ட வெளிப்பாடுகளில் ஒன்று சிறுத்தொண்டர் கதை ஆகும். பைரவவேடம் தாங்கி வந்த சிவபெருமானுக்காக அவரது

ஆணையின்படி, தன் ஒரே மகன் சீராளன் என்னும் சிறுவனை, தாய் திருவெண்காட்டு நங்கை பிடித்துக்கொள்ள, தந்தை தாய் இருவருமாகப் பிள்ளையை அரிந்து கறி சமைத்துப் படைத்த கதை இது. ஸ்மார்த்தர்கள் கற்கோயிற் கருவறைக்குள் சிவப் பிராமணராகி நுழைந்தபின் கோயில்கள் புலால் நீக்கம் செய்துகொண்டாலும் தஞ்சைப் பெருங்கோயிலில் சிறுத்தொண்டர், திருவெண்காட்டு நங்கை, சீராளதேவர் ஆகியோர்க்குத் திருமேனிகள் வழிபடு படிமங்களாக நிலைநிறுத்தப்பட்ட செய்தியினைக் கல்வெட்டால் அறிகின்றோம். பிற்காலச் சைவம் சிறுத்தொண்டரை மட்டும் ஏற்றுக்கொண்டு சீராளதேவர் வழிபாட்டைக் கைவிட்டுவிட்டது. ஆனால், சிறுத்தொண்டர் கதையும் சீராளன் வழிபாடும் இன்றுவரை தஞ்சை மாவட் டத்தில் நாட்டார் தெய்வ வழிபாட்டில் இடம் பெற்றுள்ளன.

கி.பி.ஒன்பதாம் நூற்றாண்டின் நடுப்பகுதியில் தொடங்கிய கோயில் கலாச்சாரம், பத்தாம் நூற்றாண்டின் இறுதிக்குள் பல்லவ, சோழ, பாண்டிய நாடுகளிலும் வைதீக ஸ்மார்த்தத்திற்குத் தன்னை இரையாக்கிக்கொண்டது. பக்தி இயக்கத்தின்மீது வைதீகம் முழுமையாக வெற்றி பெற்றதற்கு தஞ்சைப் பெரியகோயில் ஓர் அடையாளமாகும். அடுத்து வந்த மூன்று நூற்றாண்டுகளில் (கி.பி.1000-1300) ஆற்றுநீரைக் கால்வாய்வழிப் பெறும் விளை நிலங்களும், குளத்துநீரைப் பாசனமாகப் பெறும் நிலங்களும் நேரிடையாகவும் மறைமுகமாகவும் கோயிலுக்கே உரிமையாயின. 'கிராமம்'என்ற பெயரிலும் 'அகரம்' என்ற பெயரிலும் பிரம்ம தேயம் 'சதுர்வேதி மங்கலம்' என்ற பெயர்களிலும் வேதப் பிராமணர் களுக்கு குடியிருப்பு மனைகளும் விளைநிலங்களும் பகிர்ந்தளிக் கப்பட்டன. செக்காட்டுவோர், தறி நெசவு செய்வோர், தோட்டப் பயிர் செய்வோர், சலவைத் தொழிலாளர், மருத்துவர், கால்நடை வளர்ப்போர் ஆகிய பிராமணரல்லாதார் மீது கடுமையான வரிகள் விதிக்கப்பட்டன.

வேளாண் வளர்ச்சியின் விளைவாகக் கோயில் உருவாகி அவற்றுக்கு நிலம் போன்ற நிலைத்த உடைமைகள் உண்டான பின்னர்தான், பிராமணர் கோயில்களோடு இணைந்து அவற்றின் வழிகிடைக்கின்ற பயன்களைத் துய்க்குமாறு "முழுக்காலக் கோயில் பணியாளர்களானார்கள்" என்று குறிப்பிடும் மே.து.ராசுக்குமார், "சிறு உழவர்களிடமிருந்து நிலங்கள் பறிக்கப்பட்டுப் பிராமணர்

களுக்கு வழங்கப்பட்டதால் எதிர்ப்புணர்வுகளும் கசப்புணர்வு களும் இருந்து வந்தன. அத்துடன் அவர்கள் உள்ளூரில் வரவேற்கப் படவுமில்லை என்று மேலும் விளக்குகின்றார். (சோழர் கால நிலை வுடைமைப் பின்புலத்தில் கோயில் பொருளியல், பக். *211,212)* சோழர் ஆட்சியின் கடைசிப் பகுதியில் உழுகுடிகள் கலகம் செய்யத் தொடங்கியதற்கு மகேந்திரச் சதுர்வேதி மங்கலத்துக் கல்வெட்டே சான்றாகும். இக்காலகட்டத்தில்தான் கோயிற் பொருளாதாரம் (Temple Economy) சிதையத் தொடங்கியது. கோயில் பொருளாதாரம் சிதையத் தொடங்கிய காலத்தில்தான் தமிழ்நாட்டில் சித்தர் இயக்கம் தோன்றியது.

தமிழ்நாட்டில் சித்தர் இயக்கம் மூன்று நிலைகளில் கால் கொண்டது. வேத எதிர்ப்பு, புலால் உணவு எதிர்ப்பு,கோயில் எதிர்ப்புஎன்பவையே அந்த மூன்றுமாகும்.

> "சாத்திரங்கள் ஓதுகின்ற சட்டநாத பட்டரே!
> வேர்த்து இரைப்பு வந்தபோது
> வேதம் வந்து உதவுமோ" *(13)*
>
> "மீனிறைச்சி தின்றதில்லை அன்றும் மின்றும் வேதியர்
> மீனருக்கும் நீரலோ மூழ்வதும் குடிப்பதும் *(157)*
>
> "கோயிலாவது ஏதடா குளங்களாவது ஏதடா" *(சிவவாக்கியர்.34)*

என்பன போன்ற சித்தர் பாடல்களே இதற்கு உதாரணங்களாகும். அந்தக் காலப்பகுதியில் நிலைபெற்றுவிட்ட அதிகார நிறுவனங் களான வேதம், பார்ப்பனர், கோயில் ஆகியவற்றை எதிர்த்தே சித்தர் மரபினர் கலகம் செய்யத் தொடங்கினர். சித்தர்களில் பெரும்பாலோர் எளிய மக்களின் மருத்துவர்களாக விளங்கி யிருக்கின்றனர். இதுவே சித்தர் மரபின் பரவலுக்கும் செல்வாக் கிற்கும் காரணமாயிற்று. சாதி அடுக்குமுறையினை (அந்தக் காலத்தில் தத்துவார்த்த ரீதியிலாவது) இராமானுசருக்குப் பின்னர் வந்த வைணவம் ஏற்றுக்கொள்ள மறுத்தது. எனவே. சித்தர்களின் கலக மரபு சைவத்திற்கு உள்ளிருந்தே தொடங்கியது. சோழப் பேரரசு சைவத்தையே தன்னுடைய அரசமதமாகக் கொண்டிருந்தது. எனவே, அரசதிகார எதிர்ப்பு என்பது, சித்தர்களின் மரபில் சைவத்திற்கு உள்ளிருந்தே தோன்றியது. இது தவிர்க்க இயலாத ஒரு முரண்பாடாகும்.

பண்பாட்டு வரலாற்றில் விடை காண முடியாதவாறு நமக்கு எஞ்சி நிற்கின்ற ஒரு கேள்வி, சித்தர்கள் புலால் உணவு உண்டார்களா? இல்லையா? என்பதாகும். சோழ அரசர்களின் காலத்தில் நிலைபெற்றுவிட்ட புலால் உண்ணாமை வழக்கத்தினைப் பெரும்பாலான சித்தர்கள் ஏற்றுக்கொண்டனர். எனவேதான் 'ஜீவன்' என்னும் உயிர்ப் பொருளினை (உயிரினங்களின் கொம்பு, ஈரல் போன்ற பொருள்களை) சித்தர் மரபு தத்துவ மரபில் ஏற்றுக் கொள்ளத்தயங்கியது. ஆனால், மருத்துவச் சித்தர்கள் அவற்றை ஏற்றுக்கொண்டனர். இந்தப் பண்பாட்டு மாற்றம் குறிப்பிடத்தக்க ஒன்றாகும். அவர்கள் வடநாட்டில் பிறந்து வளர்ந்த நாதசித்த மரபினை (சம்பிரதாயத்தை) ஏற்றுக்கொண்டு ஒருவகையான யோக நெறியினை முன் வைத்தனர். 'கோரக்க நாதர்' என்னும் சித்தரை இவர்கள் தங்கள் சம்பிரதாய முதல்வராக முன் நிறுத்தினர். அரசதிகாரத்திற்கு எதிராகத் துறவுச் சித்தர்களின் பள்ளிப்படையினை (சமாதியினை) கோயில் வழிபாட்டிற்கு எதிராக இவர்கள் வழிபடத் தொடங்கினர். சமணத் துறவிகளின் மலைக் குகைகள் அதிட்டானம் எனக் கல்வெட்டுக்களில் குறிக்கப்படுகின்றன. இவர்களோ துறவிகளின் சமாதிகளை 'அதிஷ்டானம்' என அழைக்கத் தொடங்கினர். அவற்றை வழிபடவும் செய்தனர்.

சோழர் ஆட்சியின் வீழ்ச்சிக்குப் பின் பிறந்த சைவப் பெரு மடங்கள் நாத சம்பிரதாயத்தோடு பண்பாட்டுச் சமரசம் செய்து கொண்டன. சோழ அரசின் வீழ்ச்சியோடு கோயில்களில் வேள்வி செய்யும் ஸ்மார்த்தப் பிராமணர்களின் அதிகாரம் குறைந்து அர்ச்சனை செய்யும் சிவப்பிராமணர் அதிகாரம் கூடியது. வேறு வகையில் சொல்லுவதானால், சைவம் வேதத்தைப் பின்னுக்குத் தள்ளிவிட்டு ஆகமங்களை முன்னுக்கு நிறுத்தியது. இதன்வழி கோயில் ஆட்சியதிகாரத்தில் வைதீகப் பிராமணர்களின் அதிகாரக் கட்டமைப்பு தளர்ந்து, வேளாளர்களின் அதிகாரம் பெருகியது. கோயில் நிலங்கள் அனைத்தும் வேளாளர்களால் மேற்பார்வை செய்யப்பட்டதே இதற்குக் காரணமாகும். வைதீகத்தை பிராமணர்கள் ஓர் அதிகாரமாகக் கட்டமைத்ததுபோல, வேளாளர்கள் மெய்கண்டாரின் சித்தாந்தச் சைவத்தை முன்நிறுத்தி சைவம் என்ற அதிகாரத்தை உருவாக்கினர். ஆனாலும் சித்தாந்தச் சைவம் வேதத்தின் மேலாண்மையிலிருந்தும் வடமொழியின் செல்வாக்கி லிருந்தும் விடுபட இயலாமல் தத்தளித்தது. பதி, பசு, பாசம், தனு,

கரணம், புவனம், போகம் என தத்துவக்கலைச்சொற்களெல்லாம் வடமொழியில்தான் அமைந்தன. சித்தாந்தச் சைவம் தன்னை ஒரு பிராமண எதிர்ப்பு மதமாகக் காட்டிக்கொள்ளும் முயற்சி பெரிய வெற்றியினைப் பெற்றுவிடவில்லை. (இக்காலச் சைவத்திலும் இதற்கு இரண்டு உதாரணங்களைக் காட்டலாம். பதினெட்டாம் நூற்றாண்டின் 'திராவிட மாபாடியம்' எழுதிய சிவஞான முனிவர், சைவர்களை 'சத் சூத்திரர்' என ஏற்றுக்கொள்கிறார். அதாவது வர்ணக் கோட்பாட்டின்படி 'சூத்திரர்கள், சாதி மேலாண்மை காரணமாக 'உயர்ந்த (சத்) சூத்திரர்' என்பதே இதன் பொருளாகும். பத்தொன்பதாம் நூற்றாண்டின் கடைசிப் பகுதியில் வந்த ஆறுமுக நாவலரும் சாதி அடுக்குமுறையில் நம்பிக்கை வைத்தவர். அவருக்குச் சற்று இளையவரான யாழ்ப்பாணத்தைச் சார்ந்த காசிவாசி செந்தில்நாத ஐயர் சைவ வேதாந்தம், தேவாரம் வேதசாரம் என்ற இரண்டு நூல்களை எழுதினார். ஆகமங்களின் வழியாக விடுபடத் துடித்த சைவத்தை மீண்டும் வேத அதிகாரத்தின் கீழ்க் கொண்டுவருவதே அவரது நோக்கமாக இருந்தது.

பக்தி இயக்கம் என்ற சொல்லாடல், இந்திய வரலாறும் குறிப்பாகத் தென்னிந்திய வரலாறும் கற்பிக்கின்ற ஆசிரியர்கட்கும் கற்கின்ற மாணவர்கட்கும் மிகப்பெரிய ஒரு 'வரலாற்றுப் பிரமை' (Illusion) யினைத் தோற்றுவிக்கக் கூடியதாகும். ஏனென்றால் பக்தி இயக்கம் என்பதன் தோற்றுவாய் தமிழ்நாடேயாகும். வேத அதிகாரத்தை முன்னிறுத்திய ஒரு பண்பாட்டுக்கு எதிராகவே வடநாட்டில் சமண, பௌத்த மதங்கள் தோன்றின. இவை இரண் டுக்குமான பொதுமைக்கூறு 'பிறப்பு வழிப்பட்ட மேலாண்மை'யினை இந்த இரண்டு மதங்களும் நிராகரித்தன என்பதேயாகும். எனவே, இவை 'அவைதீக' மதங்கள் என்று பேசப்பட்டன.

இந்த இரண்டு மதங்களும் தமிழ்நாட்டிற்குள் நுழைந்தபோது இங்கு 'அரசு' என்னும் நிறுவனம் ஒரு வலிமையான அடிப்படையில் நிலைகொண்டிருக்கவில்லை. உற்பத்திச் சக்திகள் பெரிய அளவில் வளர்ச்சி பெற்றிருக்கவில்லை. பெரிய சந்தைக்கான உற்பத்திப் பொருளாக அன்று உப்பு மட்டுமே இருந்தது. மிகப்பெரிய வணிகப் பெருவழிகளும் (Trade routes) தமிழ்நாட்டில் உருவாகியிருக்க வில்லை. மூவேந்தர்கள் மட்டுமே அன்று நிலைப்படை (Standing Army) வைத்திருந்தனர். சமண, பௌத்தத்தின் வருகையினை

ஒட்டித் தமிழகத்தில் வணிகப்பெருவழிகள் உருவாகின.

ஏனென்றால் அவை இரண்டும் வணிகர்களின் பேராதரவில் வளர்ந்த மதங்களாகும். சமண, பௌத்தத்தின் வருகையினைத் தொடர்ந்து வேள்விச் சடங்கினை மட்டுமே செய்யக்கூடிய பிராமணர்களும் தமிழகத்துக்குள் வருகை தந்தனர். அவர்களுக்கு அக்காலத்தில் உருவ வழிபாடு கிடையாது. அவர்களது வேள்விச் சடங்கினை ஏற்ற வருணன், இந்திரன் முதலிய தெய்வங்களுக்கும் உருவம் கிடையாது. பல தெய்வ வழிபாடு நெறிகளில் அக்காலத் தமிழ்நாட்டு மக்களின் தாய்த்தெய்வமும் மகன் தெய்வமும் கோட்டங்களில் (வட்டவடிக் கோயில்களில்) குடியிருந்தனர்.

சிவலிங்க வழிபாடும் பாகவதக் கதைகளை அடிப்படையாகக் கொண்ட திருமால் வழிபாடும் தமிழகத்தில் கால்கொண்டபோது, அவை அரசதிகாரத்திற்கு உதவியாக இருந்தன. பல இனக்குழுக்களை வென்று, கரைத்து ஓர் அரசதிகாரம் மேலெழுவதுபோலச் சைவ, வைணவங்கள் ஒருகடவுட் கோட்பாட்டை முன்வைத்தன.

'திருவுடை மன்னரைக் காணின் திருமாலைக் கண்டேனே' என்ற திருமங்கையாழ்வார் பாசுரம், 'அரசனும் கடவுளும் சமம்' என்று பேசுகின்றது. வெல்ல முடியாத, வரையறை இல்லாத ஓர் அதிகாரத்தை அரசனும் கடவுளும்தாமே ஒருநாணயத்தின் இரு பக்கங்களாகப் பகிர்ந்துகொண்டனர்.

சைவ, வைணவ எழுச்சியின் முதற்கட்டமாக வழிபடு கோட்டங்கள் கோயில்களாக மாற்றப்பட்டன. அதாவது, அரசதிகாரத்தின் 'நிழலதிகார' மையங்களாகக் கோயில்கள் செயல்பட்டன. வேள்வி களைக்கொண்டு அரசதிகாரம் பக்கம் நின்று கொண்டிருந்த பிராமணர்கள், அதிகார வேட்கையுடன் சிவப்பிராமணர், வைணவப் பிராமணர் என்ற போர்வையில் கோயிலின் கருவறைக்குள் நுழைந்தனர். வேதம், வேள்வி, வடமொழி ஆகியனவும் கோயிலுக்குள் உடன் நுழைந்தன. அக்காலகட்டத்தில் பிராமணர்களின் சாதி மேலாண்மையினை எதிர்த்து வைணவத்தில் தொண்டரடிப் பொடியாழ்வாரும் சைவத்தில் அப்பரும் தங்களின் மறுப்புக் குரலைப் பக்தி இயக்கத்தில் பதிவு செய்துள்ளனர் என்பதையும் நாம் கவனித்தாக வேண்டும்.

"குளித்து மூன்றனலை ஓம்பும்
குறிகொள் அந்தண்மை தன்மை
ஒழித்திட்டேன் என்கண் இல்லை" (திருமாலை:25)

என்று தொண்டரடிப் பொடியாழ்வார் சாதி மேலாண்மையினைத் துறந்துவிடத் தயாராகின்றார். அப்பரோ சிவநெறிக்குள் வந்த பின்னரும் பிராமணர்களின் சந்தியா வந்தனம் செய்யும் வழக்கத்தினையும் கண்டிக்கின்றார்.

"அருக்கன் பாதம் வணங்குவர் அந்தியில்
அருக்கன் என்பவன் அரன் உரு அல்லனோ
இருக்கு நாண்மலர் ஈசனையே தொழும்
கருத்தினை நினையார்கல் மனவரே" (5:100:8)

என்பது அவர் பாட்டு.

ஒரு தமிழ்ச் சைவத்தைக் கட்டமைக்க முயலும் அப்பர், பிராமணியத்தின் அடையாளத்தை அழிக்க முற்படுகின்றார். 'சந்தியா வந்தனம்' என்பது சூரியன் எழுகின்ற நேரத்திலும் மறைகின்ற நேரத்திலும் சூரியனை நோக்கி பிராமண ஆண்கள் நீர்க்கரையில் செய்கின்ற வழிபாடாகும். அப்போது அவர்கள் சொல்லுகின்ற மந்திரம் காயத்ரி மந்திரமாகும். (காயத்ரி என்பது அந்த மந்திரம் அமைந்த யாப்பின் பெயராகும்) பிராமணர்கள் செய்யும் உபநயனம் என்னும் சடங்கு காயத்ரி மந்திரத்தைக் கற்றுக்கொடுக்கின்ற முறையாகும். வேதகால நாகரிகத்தின் தொடர்ச்சியாக பிராணமர்களிடம் இன்றுவரை எஞ்சி நிற்பது இது ஒன்றே. இன்றுவரை காயத்ரி மந்திரத்தைப் பிராமணர் அல்லாதார் காது பட ஓதக்கூடாது என்ற கட்டுப்பாட்டையும் பிராமணர்கள் கடுமையாகக் கடைப்பிடித்து வருகின்றனர். வைதீக மேலாண்மையினைக் காத்துவரும் இந்த மையப் புள்ளியினைக் கேள்விக்கு உட்படுத்துகின்றார் அப்பர். ஆனால், சைவத்திற்குள்ளாக லகுலீச பாசுபதமே வெற்றி பெற்றது. கோயில்களில் 'புலால் உணவு நீக்கம்' என்ற ஒன்றைத் தவிர, கோயிலின் உண்மையான ஆன்மீக அதிகாரம் வைதீகத்தின் கைகளிலேயே போய்ச் சேர்ந்தது. சைவ, வைணவத் தத்துவ நெறிகளும் வழிபாட்டு நெறிகளும் வைதீகத்தால் அரசதிகாரத்தின் துணையோடு முடக்கப்பட்டன. பின்வந்த விசயநகர ஆட்சிக் காலத்திலும் நாயக்கர் ஆட்சிக்காலத்திலும் அரசவைகளில் வைதீகப் பிராமணியமே கோலோச்சியது. காலந்தோறும் நுண்அரசியல்

தளத்தில் அரசதிகாரமே வைதீகப் பிராமணியத்தின் கைகளிலேயே சிக்கிக் கிடந்தது என்பதே வரலாற்று உண்மையாகும்.

சித்தர்களின் கலகமரபுக்கான வித்துக்கள் சோழராட்சியின் கடைசிக் கட்டத்தில் முளைவிடத் தொடங்கின. பேரரசு என்னும் தகுதியை அது இழந்துகொண்டு வந்தது. 12ஆம் நூற்றாண்டின் இறுதியில் சோழநாட்டைப் பாண்டியர்கள் வசப்படுத்தினர். நாட்டின் பல பகுதிகளை அழித்தனர். பல விளைநிலங்களைக் 'கழுதை கொண்டு உழுது கவடி வித்தி' அழித்தனர். தோற்ற மன்னர்களின் வீட்டுப் பெண்களின் 'அழுத கண்ணீர்' ஆறு பரப்பினர். முதலாம் மாறவர்மன் சுந்தர பாண்டியனின் பொன்னமராவதிக் கல்வெட்டு இந்த அழிசெயல்களைப் பெருமிதத்தோடு விவரிக்கிறது. இத்தனையும் செய்த பாண்டியர்கள், கோயில்களை மட்டும் விட்டு வைத்தனர். அத்துடன் சிதம்பரம் கோயிலுக்குப் பொன் வேய்ந்தனர். அதாவது, மன்னர்கள் யாராக இருந்தாலும் வைதீகம் மட்டும் தன்னைக் காப்பாற்றிக்கொண்டது. (இந்த இடத்தில் பௌத்தத்தை அழிப்பதில் வெற்றி கண்ட இசுலாம், பிராமணீய மதத்தை அழிக்க இயலாமல் போன வரலாற்றை அம்பேத்கர் எழுதியிருப்பதனை நினைவு கொள்ளலாம்).

14ஆம் நூற்றாண்டின் தொடக்கப் பகுதியில் மாலிக்காபூரின் தென்னக ஊடுருவல் நடந்தது. தமிழக வரலாற்றில் இது ஒரு விபத்தாகும். மாலிக்காபூர் நாட்டைக் கைப்பற்றி ஆளும் நோக்குடனோ மதம் பரப்பும் நோக்குடனோ படை நடத்தி வரவில்லை. தங்கம், வைரம் என்ற பெயரில் கோயில்களில் கொட்டிக் கிடந்த செல்வங்களை ஒரு சூறாவளியைப் போல வந்து கொள்ளையடித்துச் செல்வதே அவரது நோக்கமாக இருந்தது. மாலிக்காபூரின் படையெடுப்போடுதான் இசுலாம் தமிழ்நாட்டில் பரவியது என்பதே 'இந்து' வரலாற்று ஆசிரியர்களின் கருத்தாகும். அதாவது இசுலாம் 'வாளோடு வந்த மதம்' என்பதை நிறுவ அவர்கள் முற்படுகின்றனர். ஆனால், கி.பி.ஒன்பதாம் நூற்றாண்டு முதலாகவே (இன்றைய கேரளம் உள்ளிட்ட) தமிழ்நாட்டில் அஞ்சுவண்ணம் என்ற இசுலாமிய வணிகக் குழுவும் மணிக் கிராமம் என்ற பெயரில் யூதர்களின் வணிகக் குழுவும் இருந்ததற்கான கல்வெட்டுச் சான்றுகள் இருக்கின்றன. அராபியர்களைச் 'சோனகர்' என்ற பெயராலும் தமிழ்க் கல்வெட்டுகள் குறிப்பிடுகின்றன.

அக்காலத்தில் நிலவிய சமூகப் பொருளாதார முரண்பாடுகளே சமய நிலையில் சித்தர்களின் கலக மரபாக வெளிப்பட்டது. நிறுவன எதிர்ப்பாளர்களாகச் (Anti Establishment) சித்தர்கள் இருந்ததினால் அந்த முரண்பாடுகள் உரிய காலத்தில் கூர்மைப் படவில்லை. அதற்கும் முன்னதாகவே மாலிக்காபூரின் ஊடுருவல் நிகழ்ந்துவிட்டதனால், மரபுவழி அதிகாரக் கட்டமைப்பு தளர் வடையத் தொடங்கியது. சித்தர்களின் கலக உணர்வும் மங்கத் தொடங்கியது. ஆனால், கோயிலை மையமிட்ட வைதீக அதிகாரம் மட்டும் தன்னைத் தக்கவைத்துக்கொண்டது. மதுரை நகரைக் கைப்பற்றிக் குடியிருந்த சுல்தான்கள் 15 மைல் சுற்றளவிற்கு மேல் தங்களது பகுதியை விரிவுபடுத்த இயலவில்லை என்பதே வரலாற்று உண்மையாகும். மேற்கூறிய காரணங்களில் அரசதிகார எதிர்ப்பியக்கம் ஒன்று தோன்றவும் வழியில்லாமல் போய்விட்டது.

கி.பி.1378இல் விசயநகர அரசின் பிரதிநிதியான குமாரகம் பண்ணர் மதுரையைக் கைப்பற்றினார். இசுலாமிய மதத்தை எதிர்த்துப் பிறந்த விசயநகர அரசின் ஆட்சியதிகாரம் வைதீகத் திற்குக் கிடைத்த மிகப்பெரிய வெற்றியாகும். பின் வந்த 400 ஆண்டுக் காலத்தில் சைவமும் வைணவமும் பின்னுக்குத் தள்ளப் பட்டன. வேதம், வேதப் பண்டிதர்கள், வேள்வி, வடமொழி ஆகியவை மட்டுமே அரசதிகாரத்தால் பேணப்பட்டன. அரசவை களிலிருந்து தமிழ் மொழி முற்றிலுமாக அகற்றப்பட்டு அந்த இடத்தைத் தெலுங்கு மொழி பிடித்தது. விசயநகர அரசின் தொடர்ச்சியான நாயக்க மன்னர்களின் ஆட்சியிலும் இதே நிலைதான் நீடித்தது. கி.பி.ஆறாம் நூற்றாண்டில் நிகழ்ந்த வைதீகப் பிராமணர்களின் பெரும் குடியேற்றம் (பிருகத் சரணம்) போலத் தெலுங்கைத் தாய்மொழியாகக் கொண்ட பிராமணர்கள் பெருமளவில் தமிழ்நாட்டின் தென்கோடி வரை குடியேறினர். இந்தக் காலப் பகுதியில்தான் புதிதாக எழுப்பப்பட்ட வைணவக் கோயில்கள் 'வெங்கடாசலபதி' கோயில்களாகவும் பிறந்தன.

விசயநகர ஆட்சிக் காலத்தில் சித்தர் மரபும் நகர எல்லைகளைத் தொடாமல் எளிய மக்களோடு கலந்தது. அது மருத்துவம் சார்ந்த மரபாகவும் மாறியது. யோக நெறியின் தாக்கம் அம்மரபின் மீது கணிசமாக இருந்ததினால், ஓர் எதிர்ப்பு இயக்கமாகவும் நிறுவனமாகவும் உருத்திரள இயலாமல் அது கரைந்து போயிற்று.

இதே காலத்தில்தான் (பதினாறாம் நூற்றாண்டின் தொடக்கக் காலத்தில்) தென் தமிழ்நாட்டின் கடற்கரைப் பகுதிகளில் கத்தோலிக்கக் கிறித்துவம் கால் கொண்டது. முத்துக்குளித் தொழிலுக்கு மதுரையிலிருந்து அரசதிகாரம் விட்டலநாயக்கர் காலத்தில் தந்த நெருக்கடி ஒருபுறம், மலையாளக் கரையிலிருந்து வந்த கடற்கொள்ளைக்காரர்களின் தொல்லை மறுபுறம், யாழ்ப் பாணக் குடா நாட்டைக் கைப்பற்றியிருந்த போர்ச்சுக்கீசியப் படையின் தாக்குதல் இன்னொருபுறம். இந்த மும்முனைத் தாக்குதலில் சிக்குண்டுவிட்ட பரதவர் என்னும் தமிழ்த் தொல் குடியினர் வேறு வழியின்றிப் போர்ச்சுக்கீசியரிடம் சரணடைந் தனர். தோராயமாக கி.பி. 1520க்குள் 'பரதவர்' என அறியப்பட்ட மீனவ மக்கள் நூற்றுக்கு நூறு கிறித்தவர்களாக மதம் மாறினர். நாஞ்சில் நாட்டுக் கோட்டாற்றில் (இன்றைய நாகர்கோவில்) தங்கியிருந்த துறவி சவேரியார் (பிரான்சிஸ் சேவியர்) இந்த மதமாற்றச் சடங்குகளை முன்னின்று செய்தார். தங்களின் வாழ் நிலங்களான கடற்கரைக்கும் கடல் மடிக்கும் பாதுகாப்பைத் தேடிக்கொண்ட பரதவர்கள் தங்களின் புதிய சமய வாழ்வில் அக்கறை காட்டவில்லை. ஆன்மீகத்தைவிட வாழ்நிலைச் சிக்கல் களே அவர்களுக்கு முதன்மையானவையாக இருந்தன. போர்ச்சுக் கீசியருக்கும் முத்துக்குளித் துறையிலிருந்து கிடைக்கும் வருமானமே பெருந்தேவையாக இருந்தது. கடற்ரையில் வாழ்ந்த ஒரே சாதி மக்களே மதம் மாறியதால் சாதிச் சிக்கல் எதுவும் எழுவதற்கும் வாய்ப்பில்லாமல் போயிற்று. கிறித்துவம் அம்மக்களின் சாதி ஆசாரங்கள் (வீட்டுச் சடங்குகள், மணவுறவுகள்) எவற்றிலும் குறுக்கிடத் தயாராக இல்லை. மதம் மாறுவதற்கு முன்னர் சிறிய மேடைகளாக (பீடங்களாக) இருந்த அவர்களது வழிபடு இடங்களில் சிலுவை மட்டும் நடப்பட்டு அவை 'குருசடிகள்' (CRUZ) என்னும் போர்ச்சுக்கீசியச் சொல்லின் மருவிய தமிழ் வடிவ மாகும். கோயிலில் பூசை செய்யும்போது பெண்கள் முக்காடிட்டுக் கொள்ளுதல், ஞாயிற்றுக் கிழமையினை ஓய்வு நாளாக ஏற்றுக் கொள்ளுதல் எனச் சில சமூக அசைவுகள் தவிர, அம்மக்களின் பண்பாட்டு அசைவுகளுக்குள் கிறித்துவம் தலையிடவில்லை. பெரும்பாலும் எழுத்தறிவு பெற்றிராத அந்த மக்களுக்காகச் சில வழிபாட்டு மந்திரங்களை எளிய பேச்சுத் தமிழில் அவர்கள் ஆக்கிக் கொடுத்தார்கள். எல்லாவற்றிலும் மேலாகத் திராவிட

மரபுவழித் தாய்த் தெய்வ வழிபாட்டினை 'தேவமாதா' என்ற பெயரில் புதுப்பித்துக் கொடுத்தனர். அன்னம்மாள் (St.Anne) பப்பரத்தியார் (St.Barbara) ஆகிய பெண் புனிதர்களின் வரலாறுகள் அம்மானையாகப் பாடப்பட்டன. குறைந்தபட்சமாக அவர்களுக்குத் தரப்பட்ட சமயக் கல்வி இதுவேயாகும்.

விசயநகர ஆட்சிக் காலத்தின் தொடக்கக் காலத்தில் நலிவடைந்திருந்த சித்தர் மரபின் வலிமையான அம்சங்களைத் தமிழ்நாட்டில் சூபிகள் எனப்படும் இசுலாமிய ஞானிகள் ஏற்றுக் கொண்டு தொடர்ந்தனர். அதாவது மருத்துவம், மந்திரம், யோக நெறி ஆகியன சூபிசத்திற்குள் செல்வாக்குப் பெறத் தொடங்கின. அராபியர்களின் 'யுனானி' மருந்துவ முறை தமிழகத்திற்குச் சூபிகள் தந்த கொடையாகும். தமிழ்நாட்டின் பெரும்பாலான இசுலாமியர்கள் சன்னி (Sunni) என்னும் மதப்பிரிவுக்குள் கொண்டு வரப் பட்டனர். ஆனால், அப்பிரிவினர் ஏற்றுக்கொள்ளாத தரீகா (தர்க்கா) வழிபாட்டில் மதம் மாறிய மக்கள் ஈடுபாடு கொண்டனர். ஏனென்றால் வீர வழிபாட்டிலும் தாய்த் தெய்வ வழிபாட்டிலும் ஊறிக்கிடந்த மக்கள் திரளின் சமூக உளவியலைத் 'தடால்' என ஒன்றிரண்டு ஆண்டுகளுக்குள் மாற்ற இயலாது. அதுவும் தமிழகம், கிரேக்கம், சீனம் போன்ற தொல்நாகரிகச் சமூகங்களுக்குள் இந்த வகையான மாறுதல்கள் ஆழ்ந்த சிந்தனைக்கும் செயற்பாட்டுக்கும் ஒத்து வரவேண்டும். இவற்றையெல்லாம் மனத்திற்கொண்டே இந்த மாற்றங்களை நாம் கணித்தறிய வேண்டும். பழைய சித்தர் மரபில் காணப்படாத ஒரு பண்பினை சூபிய நெறியில் நம்மால் பார்க்க இயலுகின்றது. 18,19ஆம் நூற்றாண்டைச் சார்ந்த சூபிய ஞானிகள் 'கீர்த்தனைகள்' என்னும் தமிழிசைப் பாடல்களை இயற்றித் தந்தனர். 'ஃபக்கீர்ஷா' எனப்படும் 'இரவலர்கள்' 'டேப்' என்னும் இசைக் கருவியைக் கொண்டு இசுலாமிய வரலாற்றுக் கதைகளை இசைப்பாடல்களாக எளிய மக்களிடத்தில் கொண்டு சேர்த்தனர். கிஸ்ஸா (கதை), நாமா (பெயர்போற்றல்), முனாசாத் (புகழ்மாலை) என்ற பெயரில் எழுத்தறிவு பெறாத மக்களுக்கு அவர்கள் தொடக்கக் காலத்தில் சமயக் கல்வி தந்தனர்.

தொடக்ககாலக் கிறித்துவத்தைப் போலல்லாது இசுலாம் தமிழ்ச் சமூகக் கட்டமைப்பின் மீது பலமான அதிர்வுகளை உண்டாக்கியது. பொருளாதார ரீதியாகவும் சாதி ரீதியாகவும்

உள்நாட்டுப் பகுதிகளில் வாழ்ந்த ஒடுக்கப்பட்ட மக்களில் பெரும்பாலோர் இசுலாமியத்திற்கு மாறினர். இசுலாமிய மதமாற்றம் என்பது சாதிய ஒடுக்குமுறையின் அடையாளத்தைக் கூர்மையாகத் தாக்கிக் கரைத்தது. கிறித்தவர்களைப் போலல்லாமல் இசுலாத்திற்கு மாறியவர்கள் தங்கள் சாதியத் தளைகளிலிருந்து விடுபட்டார்கள்.

பெண்களின் நெற்றிப்பொட்டினையும் தாலியையும் இசுலாம் நிராகரித்தது. மணமுறிவினையும் மறுமணத்தினையும் எவ்வித மனத்தடையுமின்றி அது பெண்களுக்கு அனுமதித்தது. இவை யெல்லாம் அன்றிருந்த சமூகச் சூழலில் அதிர்ச்சியினை உண்டாக்கின. மதம் மாறிய மக்களை இயன்றவரை அவர்களது பாரம்பரியத் தொழிலிலிருந்து இடம் மாற்றியது.

சிறுவகை உலோகத் தொழில்கள், விலங்குகளின் தோல் சார்ந்த தொழில்கள், சிறுவகை வணிகம், தரகு உறவுகள் ஆகியவற்றின் வழியாக இசுலாம் அவர்களுக்குப் 'புதுவெளி'யினை ஏற்படுத்தியது. வேறு வகையில் சொல்வதானால், மதம் மாறிய மக்களை நிலமானிய உறவுகளிலிருந்தும் மதிப்பீடுகளிலிருந்தும் இசுலாம் வெளியேற்றியது.

ஆனாலும் சமூகத்தின் சரிபாதியான பெண்களின் நிலையினைப் பொருத்தமட்டில் சில தவறான அம்சங்களை அது முன்னிறுத்தியது. குறிப்பாக இசுலாமிய சமயம் தந்த கல்வி ஆர்வத்தை அது பெண்களுக்குப் புகட்டவில்லை. அதுபோலவே சமய நெறிகள் அனுமதித்த பின்னரும் பொதுவழிபாட்டிற்குப் பெண்களை அனுமதிக்கவில்லை. ஆனால், இசுலாமியப் பெண் சமூகம் 'தர்க்கா' வழிபாட்டின் மூலம் தனது ஆன்மீகத் தேவையினை நிறைவு செய்துகொண்டது.

இசுலாமும் கிறித்தவமும் தமிழ்நாட்டில் நிலைகொண்டபிறகே சீர்திருத்தத் திருச்சபை (Protestantism) தமிழகத்தின் தென்கோடியில் கால் கொண்டது. ஒரு சுவையான வரலாற்றுக் குறிப்பு என்னவென்றால், 'திராவிட மாபாடியம்' எழுதிய நெல்லை மாவட்டத்தைச் சார்ந்த 'மாதவச் சிவஞான முனிவர்' மறைந்த அதே ஆண்டில்தான் (கி.பி.1788) திருநெல்வேலி மாநகர எல்லைக்குட்பட்ட பாளையங் கோட்டையில் 'தென்னிந்தியத் திருச்சபையின் தாய்' எனப் போற்றப் படும் 'கிளாரிந்தா'வும் வந்திறங்கினார். திருச்செந்தூரிலிருந்து

தெற்காக நாகர்கோவில் வரை நீண்டு கிடக்கும் தேரிக்காடு எனப்படும் செம்மண் நிலப்பகுதியில் பனைமரங்களே மிகுதியும் வளரும். பல்வேறு வகையான தொழில்களுக்கு வித்திட்ட பனைமரத்தினை நம்பி வாழ்ந்த நாடார் இனமக்கள், அன்று எல்லாவகையிலும் ஒடுக்கப்பட்டிருந்தனர். காலனிய ஆட்சி தொடங்கும் வரை பனைமரம் சார்ந்த பொருளாதார அசைவுகள் (குறிப்பாகக் கள் இறக்குதல்) பண்பாட்டு ரீதியில் இழிவானதாகக் கருதப்பட்டன. இன்றளவும் பிராமணர்கள் பனை சார்ந்த உணவுப் பொருட்களைப் (பனங்கிழங்கு, பதனீர், கருப்பட்டி) பயன்படுத்துவதில்லை என்பது வரலாற்று ஆய்வாளர்களுக்கு அதிர்ச்சி தரும் ஓர் உண்மையாகும். (பண்பாட்டு ஆய்வாளர்களுக்கும் வரலாற்று ஆய்வாளர்களுக்கும் எழுந்துள்ள முதன்மையான முரண்பாடு வாழ் காலத்திய கள ஆய்வுகளே ஆகும்).

கிளாரிந்தாவும் அவரைத் தொடர்ந்து ரேனியல் ஐயரும் ஒடுக்கப்பட்ட இம்மக்களைக் கிறித்தவத்துக்குத் திருப்பியபோது சமூக முரண்பாடு ஒரு திசை திருப்பலுக்கு உள்ளாயிற்று. இந்தத் தேரிக்காட்டுப் பகுதியில் பாசன வசதி கிடையாது என்பதால் பெருங்கோயில்களும் வைதீக அதிகாரமும் நிலை பெற்றிருக்க வில்லை. மாறாக, இந்நிலைப்பகுதியில் சிறு நிலக்கிழார்களாக இருந்த உயர்சாதி வேளாளர்கள், இம்மதமாற்றத்திற்கு எதிர்ப்புத் தெரிவித்தனர். ஆனால், கும்பினி அரசாங்கத்தின் மறைமுகமான ஆதரவு மதப்பரப்புநர்களுக்கு இருந்த காரணத்தாலும் மதம் மாறிய மக்கள் பெருந்தொகையினராக இருந்த காரணத்தாலும் இந்த எதிர்ப்புணர்வு பயனற்றுப் போயிற்று. பொருளாதார ரீதியில் நாடார்கள் தங்கள் உற்பத்திப் பொருட்களுக்கு சந்தைப் பொருளாதாரத்தையே சார்ந்திருந்தனர். எனவே, மதம் மாறிய மக்கள் மீது வேளாளர்களின் சமூக ஒடுக்குமுறை மட்டுமே நிலவியது. பொருளாதார ஒடுக்குமுறை நிலவவில்லை.

இந்தச் சமூக ஒடுக்குமுறையின் விளைவாகக் கிறித்தவத்துக்கு மாறிய புதிதில் இம்மக்கள் தாசன், அடியான், பேறுபெற்றான் என்ற பின்னொட்டுக்களோடுதான் தங்கள் புதிய பெயர்களை இட்டுக்கொண்டனர். அவர்களின் சமூக உளவியல் அதுவரை அவ்வாறு வடிவமைக்கப்பட்டிருந்தது.

கிறித்துவ மதம் சேர்ந்த மக்கள் முதல்முறையாக 'வேதம்'என்ற

சொல்லைக் கேட்டனர். மதம் மாறாத அடித்தளச் சாதி மக்களும் அதுவரை வேதத்தையும் அதைத் தாங்கள் தாய்மொழியில் பேசமுடியும் என்று அறியாதவர்களே. ஏனென்றால் வடமொழி வேதங்கள் அவர்கள் காதுபட ஓதப்படக் கூடாது என்ற வைதீக அதிகாரத்தை அவர்கள் உணர்ந்ததில்லை. அவர்களின் ஆன்மீக வாழ்க்கையோடு வேதம் எந்த வகையிலும் உறவு கொண்டதில்லை. அவர்களின் காதுபட ஓதப்பட்டவையெல்லாம் வடமொழி மந்திரங்களே. எனவே, மதம் மாறியவர்கள் தேவாலயங்களில் மந்திரம் சொல்லி வணங்குவதைக் கண்டு கிறித்தவர்களை 'வேதக் காரர்கள்' என்று அழைத்தனர். நாடார் இனமக்களில் கிறித்தவர்கள் கிறித்தவரல்லாத தங்கள் உறவினர் வீடுகளில் பெண் எடுக்கத் தடையில்லை. பெண், புகுந்த வீட்டில் கிறித்தவத்துக்கு மாற்றப் பட்டாள். அதை இரு தரப்பினருமே ஒரு செய்தியாக எடுத்துக் கொள்வதில்லை. சாதியே எளிய மக்களின் நடைமுறை வாழ்வில் முதன்மைப்படுத்தப்படுகிறது. எனவேதான் மதம் மாறாத அடித்தளச் சாதி மக்கள், மதமாற்றத்தை எதிர்க்கவோ வெறுக்கவோ செய்வதில்லை என்பதே இன்றுவரை உ ண்மையாகும்.

பதினெட்டாம் நூற்றாண்டின் இறுதிப் பகுதிக்கு முன்னரே கும்பினி அரசாங்கத்தின் அதிகாரச் சின்னங்களாகத் தாளும், மையும், அச்சியந்திரமும் மக்களுக்கு அறிமுகமாகிவிட்டன. தமிழ்நாட் டிற்குள் வந்த ஐரோப்பிய மிஷனரிமார்கள் இந்த நாட்டு மரபு வழியான எழுத்தறிவுத் தொகுதிகளைத் தேடித் திரிந்தனர். அவர்களுக்குக் கிடைத்ததெல்லாம் சமயம் சார்ந்த சாத்திரங்களும் தோத்திர நூல்களும்தான். மற்றவற்றை நிராகரித்தல் என்பது அவற்றின் பொதுப்பண்பாக இருந்தது. ஓரளவு சனநாயக உணர்வும் உலகியல் வாழ்க்கைக்கு நெருங்கியதுமான சமயச் சார்பற்ற ஒரு நூலைத் தேடிய அவர்களின் முயற்சி திருக்குறளைக் கண்டடைந் ததும் நிறைவு பெற்றது. 18ஆம் நூற்றாண்டில் வீரமாமுனிவர் திருக்குறளுக்கு ஓர் உரை எழுதியிருந்தது அவர்களுக்குத் தெரியாது. 19ஆம் நூற்றாண்டின் தொடக்கப் பகுதியில் 'கிண்டர்ஸ்லீ' என்பவர் திருக்குறளின் சில பகுதிகளை ஆங்கிலத்தில் மொழிபெயர்த்து வெளியிட்டார்.

பத்தொன்பதாம் நூற்றாண்டின் தொடக்கப் பகுதி, தமிழ்ச் சமூக அசைவுகளுக்கான முன்திட்டங்கள் பலவற்றைத் தன்னுள்

பொதிந்து வைத்திருந்தது. தென்தமிழ்நாட்டின் 'கலகக்காரர்களான' புலி(பூலி)த் தேவரும் வீரபாண்டியக் கட்டபொம்மனும் மருது சகோதரர்களும் கொங்கு மண்டலத்தில் தீரன் சின்னமலையும் ஒடுக்கப்பட்டுவிட்டனர். 1802 அல்லது 1803க்குள் தமிழ்நாட்டின் மொத்த நிலப்பகுதியும் கும்பினியின் அதிகாரத்தின் கீழ் கொண்டு வரப்பட்டுவிட்டது. அதற்கும் சில ஆண்டுகளுக்கு முன்னரே ஐரோப்பிய மிஷினரிமார்கள் (கிறித்தவ மதப் பரப்புநர்கள்) தமிழகத்தில் காலூன்றிவிட்டனர். கும்பினிப் படைகளின் அதிகாரம் ஆழமும் விரிவும் பெறுகின்ற காலகட்டத்தில் சீர்திருத்தத் திருச்சபையின் உட்பிரிவுகளுக்குள் முரண்பாடுகள் தோன்றி விட்டன. குறிப்பாக ஆங்கிலிகத் (English) திருச்சபைக்கும் செருமானியத் திருச்சபைக்கும் (SPG - Society for the Propagation of Gospel) முரண்பாடுகள் தோன்ற ஆரம்பித்தன. ஆங்கிலேய அரசு மறைமுகமாக செருமானிய மிஷினரிகளுக்கு எதிராக ஆங்கிலேய மிஷினரிகளுக்கு ஆதரவளித்தது. எடுத்துக்காட்டாக, சீர்திருத்தச் திருச்சபையினர் தமிழ்நாட்டுச் சாதிய முறையினை ஏற்றுக்கொள்ளக் கூடாது என்று போராடிய பாளையங்கோட்டையிலிருந்த இரேனி யஸ் ஐயர் சீர்தூக்கல் என்ற சிறுவெளியீட்டினை (Track) வெளி யிட்டார். அதற்காக அவர் திருச்சபையிலிருந்து நீக்கம் செய்யப் பட்டார்.

அதேநேரத்தில் 'இந்து' சமயத்திற்குள் சில தற்காப்பு அசைவுகள் தோன்றின. தங்கள் கையில் முழு அதிகாரம் இருந்தாலும்கூட கோயில்கள், மடங்கள் ஆகியவற்றின் சொத்துக்களிலும் நடவடிக் கைகளிலும் 'ஒருவகையான தலையிடாக் கொள்கை'யினைக் கும்பினி நிர்வாகம் கடைபிடித்து வந்தது. மிஷனரிமார்கள் இந்தத் தலையிடாக் கொள்கையினைக் கடுமையாக எதிர்த்துவந்தனர். அவர்களின் மறைமுக வற்புறுத்தலுக்குப் பணிந்த அரசாங்கம் கி.பி.1817இல் 'இந்து அறநிலையங்களின் சட்டம்' ஒன்றைப் பிறப்பித்தது. இக் காலகட்டத்தில்தான் மிஷனரிமார்கள் இந்து மதத்து சடங்காசாரங்களையும் பிராமணிய மேலாண்மையினையும் தங்கள் பேச்சிலும் எழுத்திலும் கடுமையாகத் தாக்கி வந்தனர். கி.பி. 1825இல் இரேனியஸ் ஐயர் தமிழிலக்கண நூல் ஒன்றினை எழுதினார். அந்த நூலில் ஓர் உதாரண வாக்கியம் பின்வருமாறு அமைந்திருக்கிறது. "பிராமணர்கள் பொய்க் கதைகளைக் கூறி ஜனங்களை ஏமாற்றுகிறார்கள்" என்பதே அந்த வாக்கியமாகும்.

அக்காலத்தில் மிஷனரிமார்களுக்குத் தமிழாசிரியர்களாக வாய்த்த வர்கள் பிராமண எதிர்ப்பு உணர்வும் சைவப்பற்றும் உடைய, 'கவிராயர்' எனப் பட்டமிட்டுக்கொண்ட வேளாளர்களாக இருந்தனர். முகவை இராமானுசக் கவிராயர், திருநெல்வேலி (வண்ணாரப்பேட்டை) திருப்பாற்கடல்நாதன் கவிராயர் ஆகிய இருவரும் அவர்களில் குறிப்பிடத்தக்கவர்கள். மிஷனரிமார்களைப் போலவே ஆங்கில அரசின் அதிகாரிகள் சிலரும் நாட்டு மக்களின் மொழியான தமிழின் மீது ஆர்வம் காட்டினர். அவர்களில் சென்னை இராசதானியின் (Presidency) தலைமைக் கருவூல அதிகாரி யாக இருந்த எல்லீஸ், தன் பெயரை, 'எல்லீசன்' என்று கூறிக் கொண்டதோடு திருவள்ளுவர் உருவம் பதித்த தங்க நாணயங் களையும் வெளியிட்டார். ஆங்கில மிஷனரிகள், அதிகாரிகளின் தமிழார்வமே அக்காலத்தில் திருக்குறளைத் தமிழர்களின் தேசிய அடையாளமாக முன் நிறுத்தியது. இந்தப் பின்னணியில் 1817 அறநிலையச் சட்டத்தை, சென்னையிலிருந்த பெருவணிக உயர் சாதியினர் எதிர்த்தனர். அதுவரை அவர்களுக்கும் ஆங்கிலேய அரசுக்கும் வணிக ரீதியிலான நல்ல உறவு நீடித்திருந்தது. இந்த எதிர்ப்பினைக் கண்டதும் கும்பினிய அரசு தன் நட வடிக்கைகளில் சற்றுப் பின்வாங்கியது.

இந்தப் பெருவணிக உயர்சாதியினர் நாட்டுக்கோட்டைச் செட்டியார், கோமுட்டிச் செட்டியார் போன்ற சாதியினராவர். தஞ்சை மாவட்ட ஆட்சியாளர் திருவாரூர்க் கோயிலில் நடை பெற்ற ஊழலை அரசின் கவனத்திற்குக் கொண்டு சென்றார். அப்போதிருந்த வருவாய் ஆணையம் (Board of Revenue) பொது மக்களிடமிருந்து புகார் வந்தால் மட்டுமே நடவடிக்கை எடுக்க வேண்டுமென அவரை அறிவுத்திறுயது.

1830களில் இந்தப் பெருவணிக உயர்சாதியினர் கும்பினி அரசாங்கத்திற்கு மற்றுமொரு நெருக்கடியினைத் தந்தனர். அதாவது கிறித்துவ மதத்திற்கு மாறிய பின்னரும் ஒடுக்கப்பட்ட மக்களை 'இந்து'க் கோயில் திருவிழாக்களில் 'வெட்டிவேலை' (உடனடிக் கூலி பெறாத சாதி மரபு வழியிலான உடலுழைப்பு) செய்வதைக் கும்பினி அரசாங்கம் ஏற்றுக்கொண்டது. இதனை மிஷனரிமார்கள் கடுமையாக எதிர்த்தனர். (இதே சிக்கல் பின்னாளில் திருவாங்கூர் அரசாங்கத்திலும் உருவானது). அரசாங்கம் மிஷனரிகளின் கோரிக்

கையை ஏற்றுக்கொண்டபோது பெருவணிக உயர்சாதியினர் மத விவகாரங்களில் அரசாங்கம் தலையிடுவதாகக் குற்றம் சாட்டினர்.

பெருவணிக உயர்சாதியினரின் உணர்வுகளும் போக்குகளும் நகர்ப்புறம் சார்ந்ததாகவே (குறிப்பாகச் சென்னை நகர் சார்ந்ததாக) இருந்தன. தமிழ்நாட்டின் பெருவாரியான மக்கள்திரள் இவர்களது கோரிக்கையினை ஏற்கவுமில்லை; எதிர்க்கவுமில்லை. தங்களின் குரலினை வெளிப்படுத்த அம்மக்களுக்கு எவ்வித ஊடகங்களும் அக்காலங்களில் இல்லை.

கோயில் விவகாரங்களில் தொடங்கிய நெருக்கடி அடுத்துக் கல்வித் திட்டத்தை ஏற்றுக்கொண்ட கும்பினி அரசு 1830களில் நடுப்பகுதியில் பள்ளிக்கூடங்கள் என்ற பெயரில் அமைந்த மிகச் சிறிய நிறுவனங்களுக்கும் 'கல்வி மானியம்' அளிக்க முன்வந்தது. இதனைப் பயன்படுத்தி உயர்சாதியினரும் கிறித்தவ மிஷனரிமார் களும் ஏராளமான பள்ளிக்கூடங்களைத் தொடங்கினர். மிஷனரி மார்களின் பள்ளிக்கூடத்தில் மட்டுமே சாதிவேறுபாடு இல்லாமல் மாணவர்கள் சேர்க்கப்பட்டனர். ஏனையோர் நடத்திய பள்ளிக் கூடங்களில் ஒடுக்கப்பட்டோருக்கான சேர்க்கை மறுக்கப்பட்டது. மிஷனரிமார்கள் நடத்திய பள்ளிக்கூடங்களிலும் சாதியச் சிக்கல் தலைகாட்டாமல் இல்லை. நெல்லை மாவட்டத்தில் ஏராளமான பள்ளிகளைத் தொடங்கிய இரேனியஸ் ஐயர், பாளையங்கோட்டை யில் ஓர் ஆசிரியர் பயிற்சிப் பள்ளியினைத் தொடங்கினார். இந்தப் பள்ளியில் வேளாள சாதி மாணவர்கள் பிற சாதியைச் சேர்ந்த மாணவர்களுடன் ஒன்றாக அமர்ந்து படிக்க மறுத்தனர். சமரசம் செய்துகொள்ள விருப்பமில்லாத இரேனியஸ், சிலகாலம் அந்தப் பள்ளியை மூடிவிட்டார். பெருகி வரும் கல்வித் தேவையினை உணர்ந்த ஆங்கிலேய அரசாங்கம், பல்கலை ஆணையம் (University Board) என்ற ஒன்றை 1840இல் தொடங்கியது. 1845இல் அரசாங்கம் ஓர் உயர்நிலைப் பள்ளியைத் தொடங்கியது. குறைந்த செலவில் காலத்திற்குத் தேவையான ஒரு கல்வியை அரசாங்கம் தர முன்வந்த போது, மேல் சாதிக்காரர்களே முந்திக்கொண்டனர். 1851இல் முதன்முறையாக ஓர் அரிசன மாணவன் இந்த உயர்நிலைப்பள்ளியில் சேர்க்கப்பட்டபோது, மேல்சாதி மாணவர்கள் சிலர் வெளியேறிய தாகவும் ஆணைய உறுப்பினர் ஒருவர் எதிர்ப்புத் தெரிவித்துப் பதவி விலகியதாகவும், இது குறித்து நுட்பமாக ஆராய்ந்த

ஆர். சுந்தரலிங்கம் குறிப்பிடுகின்றார். இந்தப் பள்ளியில் பயின்று முதன்முறையாக 1858இல் தகுதிப் பட்டம் பெற்ற 36 மாணவர்களில் இருபதின்மர் பிராமணர்கள், பன்னிரெண்டு பேர் பிராமணர் அல்லாதார். மூவர் யூரேசியர். ஒருவர் இந்தியக் கிறித்தவர் என்ற புள்ளிவிவரத்தை ஆர்.சுந்தரலிங்கமே தருகின்றார்.

இதற்கிடையில் நெல்லை மாவட்டத்தில் வேகமாகப் பரவிவந்த கிறித்துவத்தை எதிர்ப்பதற்காக 'சதுர்வேத சித்தாந்தசபை' என்று ஓர் அமைப்பு திருநெல்வேலியில் தொடங்கப்பட்டது. 'சதுர்வேத' என்ற இதன் பெயரிலிருந்தே வைதீகத்தை முன்னெடுக்கும் பிராமணர்களால் இது தொடங்கப்பட்டிருக்க வேண்டும் என்று தெரிகிறது. மக்கள் வழக்கில் இதற்கு 'விபூதி சங்கம்'என்று பெயர்.

தமிழ்நாட்டில் திராவிட இயக்கத்திற்கும் தேசிய இயக்கத் திற்கும் மூலமான 'சென்னை மகாசனச் சபை' (MNA - Madras Native Association) 1852இல் தொடங்கப்பட்டது. 1850க்குப் பின்னர் நடந்த அரசியல் நிகழ்வுகள் மிக முக்கியமானவை. 1856இல் இந்திய அரசாங்கம் பிறப்பித்த சாதிமுட்டுப்பாடுகள் நீக்கும் சட்டம் (Caste disabilities removal act) மிக முக்கியமானது. இந்தச் சட்டத் தின்மூலம் ஒரு மனிதனின் முறையான வளர்ச்சிக்கு, பிறப்பினால் வருகின்ற சாதி தடையாக நிற்கின்றது என்பதனை அரசாங்கம் முதன்முறையாக எழுத்தின் வழியாக ஒப்புக்கொண்டது. 1860க்கும் 1900க்கும் இடைப்பட்ட காலத்தில், பல்வேறு வகையான சக்திகள் சமயத்துறையில் முளைவிட்டன. மாறிவரும் புறநிலைச் சூழல்களைக் கண்டுணர்ந்த வைதீகமானது ஆரிய சமாஜம், பிரம்மசமாஜம் ஆகிய அமைப்புகளுக்குள் புகுந்துகொண்டது. இவற்றைத் தாராள உணர்வுடைய (liberal) வைதீகம் என்றே கணக்கிடலாம். கேசவ சந்திர சேனர் (சென்) என்ற வங்காளியின் தமிழ்நாட்டுச் சுற்றுப் பயணம் வைதீக அறிஞர்களை வேதாந்தம் என்னும் எல்லைக்குள் கொண்டு சேர்த்தது. அதாவது, வேதத்தின் தலைமையினை எல்லாச் சிந்தனை மரபுகளும் ஏற்றுக்கொண்டாக வேண்டும் என்பதே அவர்களது நோக்கம்.

The Rambles in Vedanta என்ற பெயரில் நூலொன்றை பி.ஆர். இராஜம் ஐயர் எழுதினார். 'பிரம்ம வித்யா ஞானம்', 'ஆரிய தேசம்' 'ஆரிய ஜனங்கள்' ஆகிய சொல்லாடல்களுடன் வைதீக மதம், 'இந்து மதம்' என்ற போர்வையை இக்காலப் பகுதியில் போர்த்திக்

கொண்டது. பிரம்ம ஞானம் பற்றிய 'விசாரங்கள்'பெருகப் பெருக, வடமொழி வேதப் பெருமை கைவிடப்பட்டது. காலத்திற்கேற்ற வகையில் பகவத் கீதை முன்னெடுக்கப்பட்டது. அதாவது பகவத் கீதை வைதீகத்தின் 'பைபிள்'ஆக்கப்பட்டது.

இந்த முயற்சிகளின் ஊடான காலத்தில் தமிழகத்தின் தென்கோடி முனையில் பேராயர் கால்டுவெல் ஏறத்தாழப் பன்னிரண்டாயிரம் மக்களை கிறித்துவத்திற்கு மாறச் செய்தார். தமிழகத்தின் வேறெந்தப் பகுதியிலும் இத்தகைய பெரும் நிகழ்வு அறியப்பட வில்லை. அதே நிலப்பகுதியில் வாழ்ந்த, சிலகாலம் பிரம்ம சமாஜியாகவும் இருந்த பேராசிரியர் சுந்தரம்பிள்ளை தமது வேர்களை வேதாந்தத்திற்கு மாற்றான வேறொரு இடத்தில் தேடினார். தொடக்கக் காலத்தில் பிரம்ம சமாஜத்தில் ஈடுபாடு கொண்டிருந்த அயோத்திதாசர், தமிழ்ச் சமூகத்தின் சமயவேர்களை பௌத்த மதத்திற்குள் தேடினார்.

இக்காலப் பகுதியில் வைதீகத்திற்கு மேற்கிலிருந்து கிடைத்த பெரும்வரமாக கர்னல் ஆல்காட், பிளாவட்ஸ்கி அம்மையார், அன்னிபெசன்ட் ஆகியோர் வந்தனர். பிரம்மஞானத்தைத் தேடியவர்கள் அனைவரும் நகர்ப்புறம் சார்ந்த அரசதிகாரத்திற்கு நெருக்கமானவர்களாகவே இருந்தனர். பெருந்திரளான மக்களைச் சென்றடையும் நோக்கமும் திட்டமும் இவர்களிடம் இல்லை. அக்காலத்தில் பேராசிரியர் சுந்தரம்பிள்ளை, அறிஞர்களால் மட்டுமே அறியப்பட்டவராக இருந்தார். அயோத்திதாசர் தமிழ கத்தில் வடபகுதியில் மட்டுமே பணி செய்தாலும், அக்காலத்தில் எழுத, வாசிக்கத் தெரிந்த மிகச் சிலர் மட்டுமே அவரை அறிந்த வராக இருந்தார்கள்.

இக்காலப் பகுதியில் சீர்திருத்தக் கிறித்துவமே கிராமப் புறங்களில் வாழ்ந்த எளிய மக்களைச் சென்றடைந்தது; தனது மக்களைச் சென்றடைந்தது; தனது செயல்பாடுகளில் வெற்றி பெற்றது. குறிப்பாக ஒடுக்கப்பட்ட மக்கள் திரள்களிலிருந்து முதல்முறையாகக் கல்வி பெற்ற பெண்களும் கற்பிக்கும் பெண்களும்(பெண் ஆசிரியைகள்) உருவாகிஇருந்தனர். இதேகாலப் பகுதியில் ஆறுமுகநாவலர் போன்ற சைவ அறிஞர்களும் காசிவாசி செந்தில்நாத ஐயர் போன்ற சைவ வேதாந்திகளும் கிறித்தவர்களுக்கு எதிரான ஒரு தத்துவச் சண்டையினை உருவாக்கினர். 19ஆம்

நூற்றாண்டின் தொடக்கத்தில் மிஷனரிமார்கள் உள்நாட்டுப் புராணச் செய்திகளைக் கேலி செய்தது போல, காசிவாசி செந்தில்நாத ஐயர் குழுவினர் பைபிளில் உள்ள (குறிப்பாகப் பழைய ஏற்பாட்டில்) உள்ள கதைகளைக் கேலியாக விமர்சனம் செய்தனர். விவிலிய குத்சிதம், விவிலிய குத்சித கண்டனம், விவிலிய குத்சித கண்டனதிக்காரம், சைவர் ஆட்சேபம், சைவர் ஆட்சேப சமாதானம் என்ற பெயரில் இவர்களுடைய சண்டை சிறு வெளியீடுகளாகப் (Tracks) பரவலாக விற்பனையாயின. இந்தச் சண்டையின் குறிப்பிடத்தக்க அம்சம், சாதிய அடுக்கமைப்பை எப்படியாவது கிறித்தவமும் பாதுகாக்க வேண்டும் என்பதே 'கிறித்தவம் சாதிப் பாகுபாட்டை ஏற்றுக்கொள்கிறதா, இல்லையா?' என்ற நேரடியான கேள்விக்குப் பதில் சொல்ல இயலாமல் கிறித்தவம் திண்டாடியது. கிறித்தவத் துறவியும் தமிழறிஞருமான நல்லூர் ஞானப்பிரகாச அடிகளார், 'கிறித்தவம் உண்மையான சாதிப் பாகுபாட்டை ஏற்றுக்கொள்கிறது' என வெளிப்படையாகப் பதில் எழுத வேண்டிய கட்டாயம் ஏற்பட்டது. இந்த வகையான தத்துவச் சண்டை தமிழ்நாடு முழுவதும் பரவவில்லை. அதற்கான காரணம் என்னவென்றால், இது ஈழத்தில் உருவான சைவ, கிறித்தவ மோதலின் தொடர்ச்சியே ஆகும். இதன் தொடர்ச்சியாகத் தமிழகத்தில் ஹென்றி ஆல்பிரட் கிருஷ்ணபிள்ளை மட்டும் 'இரட்சணிய சமய நிர்ணயம்' என்ற நூலை அறிவார்ந்த விவாதங்களுடன் எழுதினார். இந்தச் சிறு வெளியீடுகள் வழியாகத் தொடர்ந்த சைவ மோதல் 1916இல் வெளிவந்த பிராமணர் அல்லாதார் அறிக்கையோடு (Non-Brahmin Manifesto) முடிந்து போனது. சமய எல்லைக்கு வெளியில் 'ஒரு பொது எதிரியை' இவர்கள் அடையாளம் கண்டுகொண்டனர் என்பதே இதற்கான காரணமாகும்.

இது ஒருபுறமாக, வைதீகமோ தனது மேலாண்மை உணர்வினைத் தமிழகத்தின் எல்லைதாண்டி இந்தியத் தேசியத்தோடு இணைத்துக்கொண்டது. திலகர், பண்டித மதன்மோகன் மாளவியா போன்ற சனாதனவாதிகள் இந்து சமய எல்லைக்குள்ளிருந்து இந்திய தேசிய அரசியலைக் கட்டமைக்க முயன்றனர்.

தாராளவாத இந்துக்களான காந்தியடிகளும் தேஜ்பகதூர் சாப்ருவும் எம்.ஆர்.ஜெயகரும் வந்த பின்னரும்கூட இந்திய தேசியத்தின் இந்துத்துவப் பண்பினை மாற்றிவிட இயலவில்லை.

1919இல் சாரதா திருமண மசோதா அறிமுகப்படுத்தப் பட்டபோது தேசிய இயக்கத்துச் சனாதனிகள் (திலகர் உட்பட) அதனைக் கடுமையாக எதிர்த்தனர். 'பெண்களின் திருமண வயது பன்னிரண்டு' என இம்மசோதா கூறியதே இதற்குக் காரணம். மீண்டும் தமிழ்நாட்டில் 1923இல் 'இந்து ஆலயப் பாதுகாப்பு மசோதா' அறிமுகப்படுத்தப்பட்டது. அந்நாளில் சட்டக் கல்லூரிப் பேராசிரியரும் சைவ அறிஞருமாக விளங்கிய கா.சு.பிள்ளை 'இந்து' என்கிற சொல்லுக்குள் பொதிந்து கிடக்கின்ற அபாயத்தைத் தீர்க்கதரிசன உணர்வுடன் எடுத்துக்காட்டினார். 1924இல் 'செந்தமிழ்ச் செல்வி' இதழில் இதுகுறித்துக் கட்டுரைகள் எழுதினார். இந்த மசோதாவின் விளைவாகக் கோயில் நிர்வாகத்தில் ஸ்மார்த்தப் பிராமணர்களின் ஆதிக்கமே ஏற்படும் என்று எடுத்துக்காட்டினார். ஆனாலும் அவருடைய கருத்து எந்தவித மதிப்பும் பெறாமலேயே போய்விட்டது. 1927இல் இந்து அறநிலையப் பாதுகாப்புச் சட்டம் இந்த நோக்குடன் கூடிய எதிர்ப்பு இல்லாமலேயே நிறைவேறியது. ஆனாலும் தனியார் ஆதிக்கத்திலும் மேல் சாதி ஆதிக்கத்திலும் சிக்கிக் கிடந்த கோயில் நிர்வாகங்களை இச்சட்டம் பெருவாரியாக மீட்டெடுத்தது என்பது உண்மை.

தேசிய இயக்க அரசியலில் வைதீகம் தன்னை வெளிப்படையாகக் காட்டிக்கொண்ட மற்றொரு நிகழ்வு, சேரன்மாதேவி குருகுலச் சிக்கலாகும். வ.வே.சு ஐயர் நடத்திய இக்குருகுலத்தில், மாணவர்கள் உணவருந்தும்போது பிராமண மாணவர்களைத் தனியே அமர்த்தி உணவு பரிமாறினர். ஐயர், இக்குருகுலத்திற்காகத் தமிழ்நாட்டுக் காங்கிரஸ் கமிட்டியிடமிருந்து ரூபாய் ஐயாயிரம் நன்கொடை பெற்றிருந்தார். இதனை எதிர்த்து வரதராஜுலு நாயுடு, எஸ். இராமநாதன், பெரியார் மூவரும் கலகக் குரலெழுப்பினர். 1925 ஏப்ரலில் திருச்சியில் கூடிய காங்கிரஸ் செயற்குழுவில் எஸ்.இராமநாதன் 'தேசிய இயக்கத்தில் பங்கெடுக்கும் எந்த அமைப்பும் தன்னுடைய செயல்பாடுகளில் சாதி வேறுபாடுகள் காட்டக்கூடாது' என்ற தீர்மானத்தைக் கொண்டுவந்தார். 26 உறுப்பினர்கள் கொண்ட செயற்குழுவில் ஏழுபேர் இந்தத் தீர்மானத்தை எதிர்த்து வாக்களித்தனர். இராஜாஜி, டி.எஸ்.எஸ். இராஜன், விசயராகவாச்சாரியார், சுவாமிநாத சாஸ்திரி, என்.எஸ்.வரதாச்சாரி ஆகிய பிராமணர்கள் அனைவரும் தீர்மானத்தை எதிர்த்தபோது,

தமிழ்நாடு காங்கிரஸ் இயக்கத்திற்குள் வைதீகம் தன் முகத்தை வெளிப்படையாகக் காட்டிக்கொண்டது போலாயிற்று. அதாவது, காந்தியடிகள் முன்வைத்த 'இந்து சமயம்' (வருணா சிரமத் தர்மம்) சாதிய அடுக்குகளைப் பேணும் தந்திரமே என்பதனை அது உணர்த்தியது. தேசிய இயக்கத்தார் கையில் எடுத்துக்கொண்ட அடுத்த 'கருவி' தாழ்த்தப்பட்டோர் ஆலய நுழைவு என்பதாகும். இதற்காக மத்திய சட்ட மன்றத்தில் சி.எஸ்.ரெங்கையரால் கொண்டு வரப்படுவதாகச் சொல்லப்பட்ட மசோதா 1949இல் தான் சட்டமாயிற்று. ஆனால், தாழ்த்தப்பட்டவர்களின் தலை வராகத் தோந்தெடுக்கப்பட்ட அம்பேத்கர், தாழ்த்தப்பட்டவர்களின் வாழ்க்கைச் சிக்கலுக்கு ஆலய நுழைவு தீர்வாகாது என்பதில் உறுதியாக இருந்தார். அப்பொழுதும் கூட, தேசிய இயக்கத் தலைவர்களில் பலர் ஆலய நுழைவினை வெளிப்படையாகவே எதிர்த்தனர். 1932இல் சென்னை சட்டமன்றத்தில் டாக்டர் முத்து லெட்சுமி ரெட்டி தேவதாசி முறை ஒழிப்புத் தீர்மானத்தைக் கொண்டுவந்தபோது, காங்கிரஸ் தலைவர் சத்தியமூர்த்தி வெளிப் படையாகவே அதனை எதிர்த்தார். தேவதாசி வகுப்பினர் சிலரைக் கொண்டு தேசிய இயக்கத்தார் 'நாகபாசத்தார்' சங்கம் என்ற அமைப்பு ஒன்றினை உருவாக்கி, தேவதாசி முறை தொடர வேண்டு மென அறிக்கை விடச் செய்தனர். இந்த எல்லா நடவடிக்கைகளும் வைதீகம், சனாதனம், முன்னோர் வழக்கம் என்ற பெயரில் இந்து மதம் சாதிய மேல்கீழ் அடுக்கினைக் காப்பாற்றிக் கொள்ளப் போராடியது என்பதற்கான அடையாளங்களாகும். வருணாசிரமம் என்ற கருத்தியலைக் காப்பாற்றப் பருண்மையான நிறுவனமாகவே இந்து மதம் கோயிலை வைத்திருந்தது.

1930களில் கத்தோலிக்கக் கிறித்துவம் 'நாத்திக எதிர்ப்பு' என்ற பெயரில் வைதீகத்தின் மேல் 'நேசம்' கொண்டிருந்தது என்பதும் ஒரு வரலாற்று உண்மைதான். 1932இல் லால்குடி தாலுகா தாழ்த்தப்பட்டோர் - கிறித்தவர் மாநாட்டிற்கு, கத்தோலிக்க மேல்சாதியினர் (வேளாளர்கள்) எதிர்ப்புத் தெரிவித்தனர். அந்த மாநாட்டில் பெரியார் கலந்துகொண்டு பேசினார் என்பது குறிப் பிடத்தக்கது. எனவே, கத்தோலிக்க மேல்சாதியினர் பெரியாரியக் கத்தைத் தடைசெய்ய வேண்டுமெனத் தீர்மானம் போட்டனர். 1960களின் பிற்பகுதி வரை கத்தோலிக்கக் கல்வி நிறுவனங்களில் இந்தியுடன் சமஸ்கிருதமும் விருப்பப்பாடமாயிருந்தது.

நாட்டு விடுதலைக்குப் பிறகும் வைதீகம் களத்திலிருந்து விலகிவிடவில்லை. இடஒதுக்கீட்டுக் கொள்கைக்கு எதிர்ப்பு, தமிழ்வழிக் கல்விக்கு எதிராக ஆங்கில வழிக் கல்வியை உயர்த்திப் பிடித்தல், அனைத்து சாதியினரும் அர்ச்சகராகலாம் என்ற கொள்கையை எதிர்த்தல், மாநில அளவிலேனும் மதமாற்றத் தடைச் சட்டத்தையும் உயிர்ப்பலி தடைச் சட்டத்தையும் கொண்டு வருதல் என்றவாறு வைதீகத்தின் முயற்சிகள் தொடர்ந்து கொண்டுதான் இருக்கின்றன. சனநாயக சக்திகளின் எதிர்ப்பினாலும் சமூக மாற்றங்களினாலும் அவ்வப்போது வைதீகம் சிறு சறுக்கல்களைச் சந்தித்துக் கொண்டிருந்தது என்பது உண்மைதான். 'ஆகமக்கல்வி பயின்றால் அனைத்துச் சாதியினரும் அர்ச்சகராகலாம்' என்று கேரள மாநில அறநிலையத்துறைக்கு எதிராக 2004ஆம் ஆண்டு உச்சநீதிமன்றம் தீர்ப்பளித்திருப்பது குறிப்பிடத்தகுந்த நிகழ்வாகும். தமிழக அரசு உயிர்ப்பலித் தடைச் சட்டத்தை ஓராண்டிற்குள் திரும்பப் பெற்றுக்கொண்டது மற்றொரு நிகழ்வாகும்.

ஒட்டுமொத்தமாக இந்தச் சிறிய நூல் சொல்ல வருவதெல்லாம் இதுதான். இந்து மதம் என்றொரு மதமோ, கொள்கையோ, ஒரு தத்துவமோ அந்த மதத்திற்கென்று தத்துவ நூலோ கிடையாது. வடமொழி வேதத்தினை மட்டும் ஏற்றுக்கொண்டு சாதி அடுக்கினைச் சரிந்துவிடாமல் பேணிக்கொண்டு தங்கள் சாதி மேலாண்மையினைக் காப்பாற்றிக்கொள்ளத் துடிப்பதே வைதீகமாகும். கி.பி.ஏழாம் நூற்றண்டு முதல் தனி ஒரு தத்துவ நூலும் ஆகமங்களும் உடைய சைவ, வைணவ மதங்களை விழுங்கிச் செரித்துக்கொண்டு அரசதிகாரத்தின் துணையோடு வைதீகம் தன்னை மீண்டும் நிலைநிறுத்திக் கொண்டுள்ளது. எழுதா எழுத்தான வேதம், புராணங்கள், வடமொழி மந்திரங்கள், அச்சு ஊடகங்கள், மின்னியல் ஊடகங்கள் ஆகியவற்றை இதற்கான கருவிகளாகக் காலந்தோறும் பயன்படுத்திக்கொண்டு வைதீகம் தன்னை மறு உயிர்ப்புச் செய்துகொள்கின்றது. இதுவே நேற்றைய வரலாறும் இன்றைய நிகழ்வுமாகும்.

துணைநின்ற நூல்கள்

1. இராசமாணிக்கனார் மா. பல்லவர் வரலாறு,
2. கழக வெளியீடு, சென்னை, 1968
3. சுப்பிரமணியன். தி.நா பல்லவர் செப்பேடுகள் முப்பது,
4. தமிழ் வரலாற்றுக் கழக வெளியீடு, கிரீன்வேஸ் சாலை, சென்னை, 1996
5. ராமகிருஷ்ணன்.எஸ். இந்தியப் பண்பாடும் தமிழரும்,
6. மீனாட்சிபுத்தக நிலையம், மதுரை, 1971
7. David Larenzen The Kapalikas and Khalamukhas
8. Minakshi. C. Administration and social life under the Pallavas,
9. Madras University, Madras, 1956
10. Sarma, LK. The development of Early Saiva Art and Architecture, Sandeep Prakasam. Delhi, 1982
11. Suntharalingam. R. Politics and National awakening in south India (1852-1891) Association for Asian Studies Lueson. Arizona
12. Viswanatham E.Sa The political Career of E.V.Ramasami Naicker,
13. Ravi- Vasanthi publishers, Madras-20, 1983.

தெய்வம் என்பதோர்

தாய்த் தெய்வம்

தமிழகத்தில் புரட்டாசி மாத வளர்பிறையில் நவராத்திரி விழா என்ற பெயரில் கோயில்களில் அம்மனை மையமிட்டு, பத்து நாட்களாகத் திருவிழா ஒன்று நடைபெறுகின்றது. இத்திருவிழாவில் முதல் ஒன்பது நாட்கள் அம்மன் 'தவம்' செய்கிறாள். பத்தாம் நாளில் அம்மன் எனப்படும் இத்தாய்த் தெய்வம் சப்பரத்தில் வடதிசை நோக்கி எழுந்தருளி ஊரில் ஒரு திடலுக்குச் சென்று எருமைத்தலை அரக்கனை (ஒர் ஆணை) அம்புகளை ஏவிக் கொன்றுவிட்டுத் தன் கோயிலுக்குத் திரும்புகிறாள்.

தனியான அம்மன் கோயில்களோடு இந்தத் திருவிழா சில சிவன் கோயில்களிலும் அம்மனை முன்னிறுத்தி நடத்தப் பெறு கின்றது. இருப்பினும், ஆண் துணையின்றித் தனியாக அமர்ந் திருக்கும் அம்மன் கோயில்களில்தான் இத்திருவிழா சிறப்பாக நடைபெறுகின்றது. இவ்வகையான கோயில்களில் பெரும்பாலும் தமிழ்நாட்டுப் பார்ப்பனர்கள் பூசை செய்வதில்லை என்பது குறிப் பிடத்தக்கது. இக்கோயில்களும் பெரும்பாலும் பார்ப்பனரல்லாத சாதிகளின் உடைமையாகவே உள்ளன. பழைய மண் கோட்டை களும் கற்கோட்டைகளும் இருந்து அழிந்துபோன ஊர்களில் ஊரின் நடுப்பகுதியில் இருந்து அம்மன் புறப்பட்டு கோட்டையின் வாசல் வழியாக (அதாவது அந்த வாசல் இருந்த இடத்திலிருந்து) வெளியேறி முன் உள்ள திடலில் அல்லது கிழக்குத் திசைத் திடலில் எருமைத் தலை அரக்கனைக் கொன்று, கிழக்கு வாசல் வழியாகத் தன்னுடைய கோயிலுக்குத் திரும்பி வரும்.

தமிழ்நாட்டில் நூற்றுக்கணக்கான மண்கோட்டைகள் இருந்து அழிந்திருக்கன்றன. இவை பெரும்பாலும் இரண்டு முதல் ஐந்து ஏக்கர் பரப்பளவிற்கு உள்ளாகவே அமைந்திருக்கின்றன. இன்று இக்கோட்டைகள் இருந்ததற்கான அடையாளங்கள் மட்டும் பெரும்பாலான ஊர்களில் எஞ்சியிருக்கின்றன. இக்கோயில்கள் பெரும்பாலும் செல்லியம்மன், செல்லத்தம்மன், வடக்கவாச் செல்வி (வடக்குவாசல் செல்வி) என்னும் பெயர்களில் அமைந்துள்ளன.

பழந்தமிழர்களின் தாய்த் தெய்வக் கோயில்களான அம்மன் கோயில்கள் 99 விழுக்காடு வடக்கு நோக்கியே அமைந்துள்ளன

என்பதையும் நாம் இங்கு நினைவில் கொள்ளவேண்டும். கிறிஸ்துவுக்கு முற்பட்ட காலத்தில் முப்புறமும் கடல் சூழ்ந்த நாடாகவே (அதாவது இன்றைய கேரளத்தை உள்ளிட்டு) தமிழகம் இருந்துள்ளது. எனவே பகைப்படை வடதிசையிலிருந்து மட்டுமே வரமுடியும். தெய்வம் வடக்குத் திசை நோக்கித் தன் மக்களைக் காக்க ஆயுதம் ஏந்தி நிற்கின்றது என்பதே தொல் வரலாற்று உண்மையாகும்.

பழந்தமிழர்களின் தாய்த் தெய்வம், அரசுகள் உருவானபோது போர்த் தெய்வமாக மாற்றப்பட்டு 'கொற்றவை' என்ற பெயரோடு வழங்கப்பட்டது. இப்பெயருக்கான வேர்ச்சொல் 'கொல்' என்பதாகும். பெருந்தெய்வக் கோயில்களில் ஆண் தெய்வத்திற்கு அருகில் நின்றுகொண்டு அல்லது அமர்ந்துகொண்டிருக்கும் உமை, திருமகள் ஆகிய தெய்வப் படிமங்களின் கையில் நீலம், தாமரை ஆகிய மலர்களே காட்டப்பட்டிருக்கும். ஆனால், தாய்த் தெய்வங்களோ பெரும்பாலும் சிங்கத்தின் மீது அமர்ந்த கோலத்தில் நான்கு அல்லது எட்டுக் கைகளுடன், எல்லாக் கைகளிலும் ஆயுதங்கள் ஏந்தியபடி போருக்கு ஆயத்தமான நிலையில் உள்ளன. இவை இரத்தப்பலி பெறுகின்ற தெய்வங்களாகும். எனவே இவற்றின் பூசாரிகளாகப் பண்டாரம், வேளார் (குயவர்), உவச்சர் (கம்பர்) போன்ற பார்ப்பனரல்லாத சாதியாரே உள்ளனர்.

தமிழ்நாட்டுத் தாய்த்தெய்வம் பற்றிய குறிப்புகள் பெரும்பாலும் இலக்கியங்களிலிருந்துதான் நமக்குக் கிடைக்கின்றன. சங்க இலக்கியங்களும் பிற்கால இலக்கியங்களும் தரும் குறிப்புகளின்படி குழந்தை பெற்ற தாயினைக் குறிக்கும் சொல்லாகச் 'செல்வி' என்ற சொல்லே காணப்படுகின்றது. 'காடுகெழு செல்வி, கடல்கெழு செல்வி' ஆதிய தொடர்களால் தாய்த் தெய்வம் சுட்டப்படுகின்றது. பிற்காலத்தில் வந்த அம்மன் என்ற சொல்லைப்போல 'செல்வி' என்ற சொல் முற்காலத்தில் பயன்படுத்தப்பெற்றுள்ளது. 'அம்மன்' என்ற சொல்லுக்குச் 'சீமாட்டி' அல்லது 'உயர்குடிப் பெண்' என்பது பொருளாகும். அக்காலத்தில் தாய்த் தெய்வம் இப்போதுபோல ஊரின் நடுவில் இருக்கவில்லை. அதன் வாழிடம் காட்டுக்குள் இருந்தது. தாய்த் தெய்வத்தின் வழிபாட்டில் 'துணங்கைக் கூத்து' நடைபெறும். இந்த முற்குறிப்புகளோடு பின்வந்த திருமுருகாற்றுப் படை அவளுக்குப் 'பழையோள்' (பழையவள்) என்ற பெயரையும் கொடுத்து முருகனை அவள் மகனாகவும் ஆக்கிவைக்கின்றது.

சிலப்பதிகாரம் பிறந்த காலத்தில் அவள் தந்தைத் தெய்வத்தின் (சிவனின்) மனைவி ஆக்கப்படுகின்றாள். அதன்பின்னர் கிழக்கிந்தியப் பகுதியிலிருந்து வந்த காளி வழிபாடும் அது குறித்த கதைகளும் பழைய தாய்த் தெய்வ வழிபாட்டோடு இணைக்கப்பட்டன. இந்த இணைப்பு வைதீக மதத்தின் எழுச்சியால் உருவானதாகும். வைதீகம் முழுமையாகத் தமிழ்நாட்டில் வெற்றி பெற்றபோது தாய்த் தெய்வம் சிவனின் மனைவியாகவும் திருமாலின் தங்கையாகவும் ஆக்கப்பட்டாள். அவளுடைய தோற்றக்கூறுகளை அடையாளம் காட்டும் தனித்தன்மைகள் ஓரளவு மறைக்கப்பட்டன; அவள் குடும்ப அமைப்பின் அச்சாணியாக மாற்றப்பட்டாள்.

இருந்தபோதும் வைதீகத்தின் முயற்சிகளால் தாய்த் தெய்வத்தின் தனித்தன்மையை 'முற்றிலுமாக' அழித்துவிட முடியவில்லை. சிவன், திருமால் ஆகிய பெருந்தெய்வக் கோவில்களில் அம்மன், தாயார் ஆகிய பெயர்களில் தாய்த் தெய்வம் குடியமர்த்தப்பட்டுள்ளது. இருந்தபோதிலும் 'ஆண் வாடையின்றித்' தனியாகத் தாய்த்தெய்வம் அமர்ந்துள்ள கோவில்களே தமிழ்நாட்டில் இன்றும் அதிகம் காணப்படுகின்றன. தாய்த்தெய்வங்கள் அனைத்தும் கையில் ஆயுதம் ஏந்தியுள்ளன என்பதே இவற்றின் தனித்தன்மையாகும். ஒரேயொரு வலிமையான கூறாக மட்டும் வைதீகத்தின் சாயல் தாய்த்தெய்வ உருவங்களின் மீது காணப்படுகிறது. தாலியின் மாற்று வடிவமாகப் 'பொட்டு' எனும் அணிகலன் தாய்த் தெய்வத்தின் கழுத்தில் சூட்டப்பட்டுள்ளது. இந்த ஒன்றைத் தவிர வேறு எந்த மாற்றத்தையும் வைதீகத்தால் தாய்த் தெய்வத்தின் மீது உண்டாக்க முடியவில்லை. வடக்கு நோக்கி அமர்ந்திருத்தல், கையில் ஆயுதம் ஏந்தியிருத்தல், தலையில் பெரும்பாலும் அக்கினி (தீச்சுவாலை) மகுடம் கொண்டிருத்தல், கழுத்தில் காறையும் பொட்டும் அணிந்திருத்தல், நிமிர்ந்த முகம் ஆகியவை தாய்த் தெய்வத்தின் தனி அடையாளங்களாகும். வழிபாட்டு முறைகளில் பொங்கலும் முளைப்பாரியும் சாமியாட்டமும் இரத்தப்பலியும் தாய்த் தெய்வத்தை அடையாளம் காட்டும் தனிக்கூறுகளாகும். அண்மைக்காலமாகத் திருவிழா நாட்களில் மட்டும் தாய்த் தெய்வத்தை வைதீகப்படுத்தி, பார்ப்பனர்கள் பூசை செய்கின்றனர். ஏனைய நாட்களில் தாய்த் தெய்வத்திற்கான பூசை, பார்ப்பனர் அல்லாத சாதியாராலேயே செய்யப்படுகின்றது.

தமிழ்நாட்டில் பல்லவ, பாண்டிய, சோழ அரசர்களின் காலத்தில் சைவ, வைணவ சமயங்கள் பேரெழுச்சி பெற்றன. ஆந்திராவின் தென்பகுதி தொடங்கி குமரிவரை அக்காலத்தில் கற்களால் ஆன பெருந்தெய்வக் கோவில்களை அரசர்களும் அதிகாரிகளும் உருவாக்கினார்கள். எழுதப்பெற்ற தமிழக வரலாற்றைப் படிப்பவர்களுக்கு அக்காலத்தில் இவை மட்டுமே தமிழ்ச் சாதியினர் வழிபடும் இடங்களாக விளங்கின என்று தோன்றும். ஆனால் உண்மையில் அந்தக் காலகட்டத்தில் ஒவ்வொரு ஊரிலும் ஏராளமான தாய்த் தெய்வக் கோவில்கள் இருந்திருக்கின்றன. இக்கோயில் அமைந்த இடத்திற்கும் அதற்கு முன்னுள்ள முற்றத்திற்கும் வேறு வழியின்றி அரசர்கள் வரிநீக்கம் செய்திருக்கின்றனர். இவ்வாறு வரி நீக்கம் செய்யப்பட்ட நிலங்களுக்கு 'இறையிலி நிலம்' என்று பெயர். ஒவ்வொரு ஊரிலும் ஒன்றோ இரண்டோ பலவாகவோ இவ்வகையான தாய்த் தெய்வக் கோயில்கள் பல்லவ, பாண்டிய, சோழ அரசர்கள் காலத்திலும் இருந்திருக்கின்றன. எடுத்துக்காட்டாக, "மழ நாடான ராஜாச்ரய வளநாட்டுப் பாச்சில் கூற்றத்துக் கீழ்பலாற்றுத் துறையூர்" என்ற ஊரிலிருந்து தாய்த் தெய்வக் கோவில்களைப் பற்றி முதலாம் இராசராசனின் (கி.பி.985-1012) தஞ்சைக் கோயில் கல்வெட்டு பேசுகின்றது. "இவ்வூர்... பிடாரி புன்னைத்துறை நங்கை கோயிலுந் திருமுற்றமும், பிடாரி பொதுவகை ஊருடையாள் ஸ்ரீகோயிலுந் திருமுற்றமும், இவ்வூர்க் காடுகள் கோயிலுந்திருமுற்றமும், இவ்வூர்த் துர்க்கையார் கோயிலுந் திருமுற்றமும், இவ்வூர் எறாடு கடக்கம் இவ்வூர்க் காளாபிடாரியார் ஸ்ரீகோயிலுந் திருமுற்றமும், ஐயன் கோயிலுந் திருமுற்றமும் இவ்வூர்ப் பிடாரி குதுரைவட்டமுடையாள் ஸ்ரீகோயிலுந் திருமுற்றமும் இவ்வூர்க் குளமுங் கரையும் ஆக இறையிலி நீங்கு நிலன்" என்பது கல்வெட்டுத் தொடராகும். இக்கோயில்களில் ஐயன் கோவில் என்று குறிப் பிடப்படும் ஐயனார் கோவில் தவிர ஏனையவை அனைத்தும் தாய்த் தெய்வக் கோவில்களாகும். கி.பி. 11ஆம் நூற்றாண்டின் தொடக்கம் வரை தமிழ்ச் சமூகத்தின் பெருந்திரளான மக்கள் தாய்த் தெய்வ வழிபாட்டில்தான் நின்றிருக்கின்றனர் என்பதற்கு இவை போன்ற செய்திகள் அடையாளமாகும். பெருஞ்சமய நெறிக்குள் கரைந்துபோகாமல் தமிழ்ச் சமூகம் தன்னுடைய பண்பாட்டினைத் தகவமைத்துக்கொண்டது என்பதுதான் இதிலிருந்து நமக்குக்

கிடைக்கும் செய்தியாகும். ஒற்றைத் தெய்வத்தை முன்னிறுத்தும் பெருஞ்சமய நெறிக்கு மாறாகத் தமிழ்மக்கள் ஒரே ஊரில் பலவகைத் தாய்த் தெய்வங்களை வணங்கி வந்திருப்பது கூர்ந்து கவனிக்கத்தக்க செய்தியாகும்.

கல்வெட்டு குறிப்பிடும் தாய்த் தெய்வக் கோவில்களில் சிற்சில வேறுபாடுகளுடன் கூடிய சடங்குகளும் வழிபாடுகளும் நிகழ்த்தப்பெற்றிருக்க வேண்டும். பின்னர் ஆயிரமாண்டுகள் கழித்தும் இவ்வகையான பண்பாட்டு மரபுகளில் சில இன்றுவரை தொடர்ந்து வலிமையாக உயிர் வாழ்கின்றன என்பதும் நாம் உணர வேண்டிய செய்தியாகும்.

தமிழ்நாட்டின் பெருந்தெய்வக் கோயில்கள் சிலவற்றில், குறிப்பாகச் சிவன் கோயில்களில் - தந்தைத் தெய்வத்தைவிட தாய்த் தெய்வம் ஆழ்ந்த பக்திக்கும் பெருத்த மரியாதைக்கும் உரியதாக விளங்குகின்றது. இவற்றோடு சில நுட்பமான சடங்கியல் அசைவுகளும் இக்கோயில்களில் காணப்படுகின்றன.

கன்னியாகுமரியிலுள்ள குமரித் தெய்வம், திருநெல்வேலி காந்திமதி அம்மன், மதுரை மீனாட்சி அம்மன் திருவானைக்கா(வல்) அகிலாண்டேஸ்வரி, காஞ்சி காமாட்சி என்பன போன்ற சில தாய்த் தெய்வங்களை இவ்வகையில் நம்மால் குறிப்பிட்டுச் சொல்ல முடியும்.

கன்னியாகுமரியில் உள்ள குமரித் தெய்வம், தமிழர்களின் கடல்துறைத் தெய்வமாகத் தோன்றியிருக்க வேண்டும். 'கடல்கெழு செல்வி' என்று சங்க இலக்கியம் (அகநா.370) குறிப்பிடும் பழைய தாய்த் தெய்வமும் அதன் சடங்குமுறைகளும் எவ்வாறு மறைந்து போயின என்று தெரியவில்லை. மீனைக் குலக் குழூச் சின்னமாகவும் கொடியாகவும் கொண்ட பாண்டியர் எனும் அரசமரபு தமிழ்நாட்டில் இருந்திருக்கின்றது. அவர்களுடைய தலைநகர்த் தெய்வமும் மீனோடு கூடிய பெயர் பெற்றிருக்கின்றது. சங்க இலக்கியக் குறிப்பின்படி சுறாக் கொம்பை நட்டு வழிபட்ட 'தென் பரதவர்' என்னும் சாதியும் பிற மீனவச் சாதிகளும் நெடிய கடற்கரையும் இன்றளவும் தமிழ்நாட்டில் உள்ளன. தமிழகம் முழுவதிலும் பரவலாக நாட்டார் தெய்வப் பெயரிடு முறைகளிலும் மீனா, மீனாள், மீனாட்சி ஆகிய பெயர்களின் செல்வாக்கினை நம்மால் மறுதலிக்கவியலாது. தந்தைத் தெய்வம் இல்லாமல் தனித்த

தாய்த் தெய்வமாகத் தமிழ்நாட்டு அரசர்கள் குமரித் தெய்வத்தைக் கொண்டாடி இருக்கின்றனர் என்ற செய்தி கல்வெட்டுக்களால் தெரிய வருகின்றது.

இக்குமரித் தெய்வமே சங்ககாலத் தமிழர்களின் 'கடல்கெழு செல்வியாக' இருக்க வேண்டும். இந்நினைவுகளில் இருந்தே தமிழ்ப் பௌத்த மரபில் 'மணிமேகலை' எனும் கடல் தெய்வம் தோன்றி இருக்க வேண்டும்.

மதுரை மீனாட்சித் தெய்வம் தானே தனியுரிமையோடு முடிசூடி அரசாளும் தெய்வமாகும். இக்கோயில் திருவிழாவில் திருமணச் சடங்குக்கு முன்னர் அவள் மட்டும் முடிசூடும் 'பட்டாபிஷேகம்' என்னும் திருவிழாச் சடங்கும் 'திக்குவிஜயம்' என்ற பெயரில் அரசி நகரச்சோதனை செய்யும் திருவிழாச் சடங்கும் நிகழ்த்தப்பெறுகின்றன. 'அவள் அரசியே தவிர, அவள் கணவன் அரசன் அல்லன்.' இப்படி ஒரு தனித்தன்மைகொண்ட தெய்வம் இந்தியாவில் வேறெங்கும் இல்லை. சிலப்பதிகாரம் குறிப்பிடும் 'தென்னவன் குலமுதல் கிழத்தி' (பாண்டியரின் குலதெய்வம்) இவளாகவே இருந்திருக்க வேண்டும். இத் தொடர்பையும் தொன்மையினையும் காட்டும் நுட்பமான சான்று ஒன்று அண்மையில் கிடைத்துள்ளது. எருமைத் தலை அரக்கனை அழிப்பதற்காக நவராத்திரித் திருவிழாவில் இவள் தவம் செய்யும்போது எட்டாம் திருநாள் விழாவில் மதுரை மீனாட்சிக்கு வேப்பம்பூ மாலை சூட்டப்படுகின்றது. 'வேப்பம்பூ மாலை சூடுதல்' என்பது தமிழ்நாட்டில் வேறு எங்கும் கண்டும் கேட்டும் அறியாத செய்தியாகும். பாண்டியர்களின் அடையாளப் பூமாலையான வேப்பம்பூ மாலையை இத்தெய்வம் சூடிக்கொள்வது இத்தெய்வம் பாண்டியரின் குல தெய்வம் என்ற கருத்தினை உறுதி செய்கின்றது. (பாண்டியர்களின் குடிப்பெயர்களில் ஒன்றாக 'வேம்பன்' என்ற பெயரைச் சிலப்பதிகாரம் குறிப்பிடுவதும் இங்கு கவனிக்கத்தக்கது.) இவ்வாறே குறிப்பிட்டுச் சொல்லக்கூடிய மற்றொரு தாய்த்தெய்வம் திருஆனைக்கா அகிலாண்டேசுவரி ஆகும். இக்கோயில் மதிற் சுவர்களில், இக்கோயிலில் தன் தலையைத் தானே அரிந்து (நவகண்டம்) கொடுக்கும் வழக்கம் இருந்ததைக் காட்டும் சிற்பச் சான்றுகள் உள்ளன. (இவ்வகைச் சான்றுகள் தொல்லெச்சங்களாகத் தமிழ்நாட்டில் பல கோயில்களில் காணக் கிடைக்கின்றன).

இக்கோயிலில் நண்பகல் ஒருவேளையில் ஆண் பூசாரி சேலையைத் தன் உடம்பில் சுற்றிக்கொண்டு தான் பெண்ணாக மாறியதாகப் பாவனை செய்துகொண்டு பூசை செய்யும் வழக்கம் நடைமுறையில் உள்ளது.

இதன் பொருள், இக்கோயில் ஒரு காலத்தில் நரபலி பெறும் உக்கிரமான தாய்த் தெய்வக் கோயிலாகத் தோன்றியிருக்க வேண்டும் என்பதுதான். இக்கோயிலை வைதீகமயப்படுத்திப் பிற்காலத்தில் தந்தைத் தெய்வக் கோயிலாக ஆக்கியுள்ளார்கள். வைதீகமயப்படுத்தும் முறைகளில் ஒன்று ஸ்ரீஸக்கர பிரதிஷ்டை செய்தல் (தெய்வத்தின் அடங்காச் சினத்தைக் குறைக்கும் மந்திரங் களைச் செப்புத் தகட்டில் எழுதித் தலைவாசலில் பதித்தல்) ஆகும்.

இது ஒரு பார்ப்பனக் கதையாடலாகும். திருவானைக்கா கோயிலில் ஆதிசங்கரர் ஸ்ரீஸக்கர பிரதிஷ்டை செய்து 'தாடங்கம்' என்னும் காதணி ஒன்றை இத்தெய்வத்திற்கு அளித்தார் என்பது பார்ப்பனர்கள் கூறும் கதையாகும். (இக்கதையினைப் பயன்படுத் திக்கொண்டு இப்போதுள்ள சிருங்கேரிக் இளையமடமான காஞ்சி மடத்துச் சங்கராச்சாரியார் தாடங்கம் செய்து கொடுத்துள்ளார் என்பதும் குறிப்பிடத்தக்கது). காஞ்சி காமாட்சியம்மன் கோவில் இப்போது சங்கராச்சாரியார் கட்டுப்பாட்டில் உள்ளது. வாய்மொழி வழக்காறுகளின்படி சங்கராச்சாரியார்கள் கைப்பற்றுமுன் இக்கோயில் 'விசுவ கருமாக்கள்' எனப்படும் கம்மாளர் சாதியார்க்குச் சொந்தமானது. வரலாற்று ஆராய்ச்சியாளர்கள் இக்காமாட்சித் தெய்வம் கௌதமபுத்தரின் தாயான தாராதேவி வழிபாட்டிலிருந்து தோன்றியிருக்க வேண்டும் எனக் கருதுகின்றனர்.

தமிழ்நாட்டுச் சிற்றூர்களில் இன்றளவும் காமாட்சித் தெய்வம் சிறு தெய்வமாகவே கருதப்படுகின்றது. காஞ்சிபுரத்தில் மட்டுமே இது வைதீக சமயத் தெய்வமாகும். தமிழ்நாட்டில் தெலுங்கு மொழி பேசும் பொற்கொல்லர்கள் பங்காரு காமாட்சி (தங்கக் காமாட்சி) என்னும் தெய்வத்தையே குலதெய்வமாக வழிபடுகின்றனர் என்பதும் இங்கே குறிப்பிடத்தக்கது.

சங்க காலத்துக் கோயில்கள் பெரும்பாலும் மண்ணாலும் செங்கற்களாலும் மரச்சட்டங்களாலும் அமைக்கப்பட்டிருந்தன. பக்தி இயக்க எழுச்சியின்போது இவையும் பெருந்தெய்வக் கோயில் களைப்போலக் கற்கோயில்களாக மாற்றப்பட்டதுண்டு. சங்க

இலக்கியங்களில் கோயில்களைக் குறிக்க வரும் 'கோட்டம்' என்ற சொல் கி.பி. 8, 9ஆம் நூற்றாண்டு வரை தமிழ்நாட்டில் வழங்கி வந்திருக்கின்றது. இவற்றுள் 'காமக் கோட்டம்' என்ற சொல்லே தாய்த் தெய்வக் கோயில்களைக் குறித்ததாக இருக்க வேண்டும். காஞ்சிபுரம் காமாட்சியம்மன் கோயில் இன்றளவும் 'காமக் கோட்டம்' என்றே வழங்கப் பெறுகின்றது. பார்ப்பனச் சொல்லாடல் இதனையே 'காமகோடி' என்று தன்மயமாக்கி வைதீகமயப்படுத்தியிருக்கின்றது.

9ஆம் நூற்றாண்டுக் கல்வெட்டுகள் சிலவற்றில் 'காமக் கோட்டம் அழித்தார் பட்ட பாவம்' என்ற தொடர் காணப்படு கின்றது. இது, ஏதோ சில காரணங்களுக்காகக் காமக் கோட்டங்கள் என்னும் 'தாய்த் தெய்வக் கோயில்கள்' அழிக்கப்பட்ட வரலாற்று உண்மையை உணர்த்துகின்றது. அவை, தந்தைத் தெய்வக் கோயிலாக மாற்றப்படுவதற்காக வைதீக சமயத்தவரால் அழிக்கப் பட்டிருக்கலாம். பொதுவாக பக்தி இயக்கம் ஆணாதிக்க உணர் வினை முன்னிலைப்படுத்தியதே இதற்குக் காரணமாக இருக்க வேண்டும். தாய்த் தெய்வக் கதைகளும் சடங்குகளும் பலமுனைப் பட்டவையாக அமைகின்றன. அவற்றுள் பெரும்பாலானவற்றில் மக்களைக் காப்பாற்றுவதற்காகத் தாய்த் தெய்வம் ஆயுதம் ஏந்துவதையோ அருள் செய்வதையோ வழக்கமாகக் கொண்டுள்ளன. பொதுவாகத் தாய்த் தெய்வங்கள் ஆறாத சினம் கொண்டவை. எனவேதான் அவை அக்கினி மகுடம் (நெருப்புச் சுவாலையால் ஆன தலையணி உடையனவாகக் காணப்படுகின்றன. விதிவிலக்காகத் தாய்த் தெய்வக் கதைகள் கொலை செய்த கணவனைப் பேயாக வந்து பழி வாங்கிய 'நீலி' என்னும் இயக்கி கதையினையும் அழுக்குக்கும் வறுமைக்கும் அடையாளமான, ஒருகாலத்தில் பரவலாக வழிபடப்பெற்ற 'மூதேவி' தெய்வ வழிபாட்டினையும் ஏற்றுக்கொண்டது ஆய்வுக்குரிய செய்தியாகும்.

இதுபோலவே, 'மாகாளம்' என்னும் வழிபாட்டுத் தலங்களைத் தமிழக வரலாற்றில் பார்க்கிறோம். உஞ்சேனை மாகாளம், அம்பர் மாகாளம் எனச் சில மாகாளத் தலங்கள் தேவாரத்தில் குறிக்கப்படுகின்றன. மாகாளி, உஜ்ஜயினி, மாகாளி ஆகிய பெயர்களோடு (உச்சினி) மாகாளி என்னும் தாய்த் தெய்வ வழிபாடும் தமிழ்நாட்டில் பரவலாகக் காணப்படுகின்றது.

வடநாட்டில் உள்ள உஜ்ஜயினி, ஒரு மாகாளத் தலமாகும். இத்தலத்தில் உள்ள காளி தேவியே காளிதாசனுக்குக் கவிஞனாக வரங்கொடுத்தவள். தமிழ்நாட்டில், 'காளி' என்ற சொல்வழக்கு முதன்முதலில் சிலப்பதிகாரத்திலேயே காணப்படுகிறது. எனவே காளி வழிபாட்டுத் தலங்களான மாகாளத் தலங்களும் பின்னர் தந்தைத் தெய்வக் கோயில்களோடு சைவப் பெருஞ்சமயத்தில் இணைக்கப்பட்டிருக்க வேண்டும்.

வட்டாரம், சாதி ஆகியவற்றைத் தவிர்த்துவிட்டு தாய்த் தெய்வங்களைப்பற்றி ஒரு பறவைப் பார்வை செலுத்தினால் அடிப்படையான சில பொதுக் கூறுகளை நம்மால் இனங்காண முடிகின்றது. பெருந்தெய்வக் கோயில்களைப்போல வரையறுக்கப் பட்ட விழாநாட்கள் அங்கே முக்கியத்துவம் பெறுவதில்லை. மாறாக, சடங்குகளே தாய்த் தெய்வக் கோயில்களில் முதன்மை பெறுகின்றன; அங்கு நடைபெறும் கொண்டாட்டங்களில் செல்வாக்கு செலுத்துகின்றன. எனவே தாய்த் தெய்வங்கள் பெரும்பாலும் சடங்கியல் சமயச் (Ritualistic religion) சார்பையே வெளிப்படுத்துகின்றன. தாய்த் தெய்வ வழிபாட்டின் தொன்மைக்கு இஃதொரு வலிமையான சான்றாகும். பெருஞ்சமயப் புயலுக்குள் சிக்காமல் தாய்த் தெய்வங்கள் தனித்து நிற்பதற்கும் இதுவே வலிமையான காரணமாகும்.

தாய்த்தெய்வ வழிபாட்டின் மூல வடிவமான 'யோனித் தெய்வ வழிபாடு இன்னும் தமிழ்நாட்டுக் குடும்பங்களில் நடைமுறையில் உள்ளது என்பது நமக்கு வியப்பான செய்தியாகும். இத்தெய்வத்துக்கான வடிவங்கள், முகம் இல்லாமல் (முகத்துக்குப் பதிலாகத் தாமரை உள்ள) ஒன்றிரண்டு மட்டுமே நமக்குக் கிடைத்துள்ளன. பெரும்பாலான தமிழர் வீடுகளில் (பிறந்த குழந்தை உயிரோடு இருந்தால்) வீட்டின் உள்ளாகவோ வீட்டின் பின்புறமாகவோ மகப்பேற்றுத் தீட்டைக் கழிப்பதற்குச் செய்யும் சடங்கானது யோனித் தெய்வ வழிபாடே ஆகும்.

தாய்த் தெய்வ வழிபாட்டின் மற்றுமொரு கூறு, அத்தெய்வம் தன்னுடைய ஆற்றலை ஆண்டுதோறும் புதுப்பித்துக்கொள்வது ஆகும். விசயநகர ஆட்சியின் வருகைக்கு முன்னர் தமிழ்நாட்டு அம்மன் கோயில்களில் எருமைத்தலை அரக்கனைக் கொல்லும் நவராத்திரித் திருவிழா நடைபெற்றதற்கு நமக்குத் தெளிவான

வரலாற்றுக் குறிப்புகள் ஏதும் இல்லை. விதிவிலக்காக இளங்கோவடிகள் மட்டும், கொற்றவையினை 'கானத்து எருமைக் கருந்தலைமேல் நின்றாயால்' எனக் குறிப்பிடுகிறார். ஆனால் ஆண்டுக்கொருமுறை கோடைக்காலத்தில், 'சூறை' என்னும் திருவிழா நடைபெற்றது (இன்றும் தென்மாவட்டங்களில் சில ஊர்களில் நடத்தப்படுகின்றது). இந்தத் இருவிழாவில் குறிப்பிடத்தகுந்த நிகழ்வு ஒன்று உண்டு. அதாவது, தாய்த் தெய்வத்தை அந்த நாளில் அதற்குரிய கோயிலில் வழிபடாமல் ஊர்ப் பொதுவிடத்தில் அல்லது மந்தையில் ஒருநாள் தற்காலிகமாகத் திருநிலைப்படுத்துகிறார்கள்; வழிபாடு செய்கின்றார்கள். இத்திருவிழாவில் தெய்வ உருவம் ஊர்வலமாக எடுத்துச் செல்லப்படுவதில்லை. அதற்கு மாற்றாக, கோமறத்தாடியே (முதல் சாமியாடியே) தெய்வத்தின் பிரதி நிதியாக ஊரினைச் சுற்றி வருகின்றார். தெய்வத்திற்குக் கூழ் சமைத்துப் படைக்கப்படுகின்றது. பின்னர் அக்கூழ் ஊர்மக்கள் அனைவருக்கும் பகிர்ந்தளிக்கப்படுகின்றது. தாய்த் தெய்வத்திற்கான ஊட்டு விழாவாகப் பெருமளவு இவ்விழாவினைக் கருதலாம்.

தாய்த் தெய்வத்தின் தோற்றக் கூறுகளில் சிலவும், வழிபாட்டின் பொதுக்கூறுகளில் சிலவுமே இக்கட்டுரையில் காட்டப்பட்டுள்ளன. தமிழகம் முழுவதும் தாய்த் தெய்வத்தின் தனித்த கூறுகள் பெருநூல் அளவுக்குப் பேசப்பட வேண்டியவை.

இனி, இத்தாய்த் தெய்வங்களின் பெயர்களில் சிலவற்றைக் குறிப்பிட்டுக் காணலாம். இப்பெயர்கள் வைதீகச் சார்பின்றித் தாய்த் தெய்வத்தின் தனியாளுமையினை விளக்கக்கூடிய பெயர்களாகும். 'வெயிலுகந்தாள்', 'கருக்கினிலமர்ந்தாள்', 'வாள்மேல் நடந்தாள்' என்பவை அவற்றுள் சிலவாகும். இவற்றுள் வெயிலுகந்தாள் என்பது வெயில் (கோடை) காலத்தில் வெப்புநோயை வழங்குகின்ற 'மாரி' யம்மனுக்கு மக்கள் வழங்கிய மற்றொரு பெயராகும். 'கருக்கினில் அமர்ந்தாள்' என்பது பனைமரத்தில் குடியிருப்பதாக நம்பப்பெறும் ஒரு தாய்த்தெய்வத்தின் பெயராகும். 'வாள்மேல் நடந்தாள்' என்பது போர்த் தெய்வமான தாய்த் தெய்வத்தைக் குறிக்க எழுந்த பெயராகும். அரசர்கள் போருக்குப் புறப்படுவதற்கு முன்னர் வாளினையும் குடையினையும் வடதிசையினை நோக்கி வைப்பதான குறிப்புகள் இலக்கியங்களில் காணப்படுகின்றன. இது சடங்கு நிகழ்வாக இருத்தல் வேண்டும். எனவே 'வாள்மேல்

நடந்தாள்' என்பது மன்னர்களின் காலத்தில் கொற்றவையின் பெயராக இருத்தல் வேண்டும்.

இதுபோன்ற பெயர் வழக்குகள் தமிழ்நாட்டில் வட்டார வேறுபாடு உள்ளனவாக அமைந்திருக்கின்றன. தென் தமிழ்நாட்டில் அம்மன் என்பதாக முடியும் பெயர்கள் தமிழ்நாட்டின் வடபகுதியில் 'ஆயி' என்பதாக வழங்கப்பெறுகின்றன. எடுத்துக்காட்டாக, 'குழுமாயி', 'பூமாயி', 'பெரியாயி', 'சிலம்பாயி' என்பவற்றைக் குறிப்பிடலாம்.

இன்னும் சில தாய்த் தெய்வங்கள் குறிப்பிட்ட மக்கள் திரளுக்குரியவையாக அமைகின்றன. இன்று, அவை பொதுப்பட எல்லாராலும் வணங்கப்படுகின்றன. என்றாலும் குறிப்பிட்ட சில சாதியாருக்கு அவை பெரியஅளவில் 'உணர்வு உரிமை' உடையன வாகக் காணப்படுகின்றன. எடுத்துக்காட்டாக, தமிழ்நாட்டில் 'பத்திரகாளி' அம்மனைப் பெருமளவு நாடார் சாதியினரே வணங்குகின்றனர். "பத்ரம்' என்ற வடமொழிச் சொல்லுக்கு ஓலை என்பதே பொருளாகும். நாடார் என்று இக்காலத்தில் அறியப்படும், மரபு வழியாகப் பனைத் தொழிலோடு தொடர்புகொண்ட மக்கள்திரளின் 'கணத்' (clan) தெய்வமாக இத்தெய்வம் தோன்றி யிருக்க வேண்டும். அதுபோலவே ஆசாரி என்ற அறியப்படும் கம்மாளச் சாதியினர் பெரும்பாலும் 'காமாட்சி' அம்மனைக் குடித்தெய்வமாகக் கொண்டுள்ளனர். இவர்களில் தெலுங்கு பேசுபவரே பங்காரு (தங்கம்) காமாட்சியை வணங்குபவர்கள். இவ்வாறாகத் தமிழ்நாட்டில் பல நூறு தாய்த் தெய்வங்களை அடையாளம் காணமுடியும். தமிழ்நாட்டில் பரவலாக அறியப் படும் மற்றொரு தாய்த்தெய்வத்தின் பெயர் 'லோகநாயகி', 'லோகாம்பாள்' என்பதாகும். இது மேலோர் மரபு சார்ந்த தெய்வப் பெயர் போலவே தோன்றுகின்றது. தென் மாவட்டங்களில் இப்பெயரே உலகம்மை, உலகநாயகி என்று வழங்கப்படுகின்றது. இப்பெயர்க்குரிய தெய்வங்கள் அரச குடும்பத்தையோ அரசு அதிகாரிகள் குடும்பத்தையோ சேர்ந்தவையாகவோ இருக்க வேண்டும். இவை ஏதோ ஒரு காரணத்தால் சமாதி (பள்ளிப்படை) செய்யப்பெற்ற அரச குடும்பத்துப் பெண்களை வழிபடுவதற்காக உருவாக்கப்பட்ட கோயில்களாகும். எளிய குடிமக்களில் பெண் களுக்காகச் சமாதிக் கோயில் எழுப்பும் வழக்கம் இல்லை. அரசதி

காரம் சார்ந்த குடும்பத்துப் பெண்களுக்கு மட்டும் விதிவிலக்காக இவ்வகைக் கோயில்கள் அமைந்திருக்கின்றன.

மேற்கூறியவை அனைத்தும் கோயில்களில் திருநிலைப்படுத்தி வணங்கப்பெறும் தாய்த் தெய்வங்களாகும். கோயில் என்றொரு இடமின்றி வழங்கப்பெறும் வீட்டுத் தெய்வங்களும் உண்டு. அவைபற்றி அடுத்துக்காணலாம். பொதுவாக, தமிழ்க்குடும்பங்களில் திருமணம் போன்ற நன்னிகழ்ச்சியை எதிர்கொள்கின்றபோது குறிப்பிட்ட சில தெய்வங்களை வணங்குகிற மரபு ஒன்று நடைமுறையில் இருக்கிறது. இவ்வாறு வழிபடப்பெறும் தாய்த் தெய்வங்கள் மானிடப் பெண்ணாக வாழ்ந்து மறைந்தவையாகும். திராவிட மொழி பேசும் மக்களிடத்தில் தாய்த்தெய்வ வழிபாட்டு உணர்வு மிக ஆழமாக வேரூன்றியுள்ளது என்பதனை வேறுசில சான்றுகளாலும் அறிய முடிகின்றது.

கத்தோலிக்கக் கிறித்தவமதம் தென் தமிழ்நாட்டுக் கடற் கரையில் கி.பி. 16ஆம் நூற்றாண்டின் தொடக்கத்தில் கால் கொண்டது. தேவகருவாக ஒரு மானிடத்தாய் வயிற்றில் உருவாகி யவர் இயேசுநாதர். மனிதனுக்காக மண்ணில் தன் பாடுகளைக் கழித்துவிட்டு மணவாழ்க்கையின்றி விண்ணுலகை எய்தியவர். தமிழ்நாட்டுக் கத்தோலிக்க கிறித்துவத்தில் இயேசுநாதரைப் போலவே அவருடைய தாய் மரியாளும் வழிபடப்படுகிறார். தொடக்ககால கத்தோலிக்கக்கிறித்தவமதப் பரப்புநர்கள்திராவிடப் பண்பாட்டில் தமிழ் மண்ணின்- தாய் வழிபாட்டுணர்வினை நன்றாக உள்வாங்கிக்கொண்டனர். திருச்சி மாவட்டம் ஏலாக்குறிச்சியில் தூய மரியாளின் பெயரில் 18ஆம் நூற்றாண்டில் ஒரு கோயிலைக் கட்டினார் வீரமாமுனிவர். பெஸ்கி எனும் இயற்பெயருடைய அவர், இத்தாலி நாட்டுக்காரரர். தான் கட்டிய கோயிலில் தாய் மரியாளுக்கு அவர் ‘பெரிய நாயகி’ என்ற பெயரிட்டார். அவர் அங்கு அமைத்த குடியிருப்பிற்கு ‘அன்னையின் காவலில் உள்ள ஊர்’ எனப் பொருள்படுமாறு ‘திருக்காவலூர்’ என்று பெயரிட்டார். தமிழ்நாட்டில் கிராமப்புறங்களில் அமைந்த தொடக்ககாலக் கத்தோலிக்கக் குடியிருப்புகள் பல ‘காவனூர்’, ‘காவலூர்’ என்று பெயரிடப்பட்டன. ‘காவல் உணர்வு’ என்பது தாய்த்தெய்வம் வழங்குகின்ற பாதுகாப்பு உணர்வாகும். வீரமாமுனிவர் ‘அன்னை அழுங்கல் அந்தாதி’, ‘திருக்காவலூர்க் கலம்பகம்’, ‘பெரிய

நாயகி பேரில் பதிகம்' ஆகிய நூல்களையும் அப்பெரியநாயகி பேரிலேயே பாடினார். "உருவில்லா உருத்தாங்கி உலகிலொரு மகனுதிப்ப கருவில்லாக் கருத்தாங்கி கன்னித்தாய் ஆயினையே" என்றும் பெரியநாயகியைப் பாடினார் அவர். பெரிய நாயகி என்பது பழைய தாய்த்தெய்வத்தை நினைவுபடுத்தும் பெயராகும். முத்தாரம்மன், முத்தியாலு அம்மன் ஆகிய பெயர்களும் அவ்வாறு அமைந்தவையே. முதலாம் இராசராசன் கட்டிய தஞ்சைப் பெரிய கோயிலில் அம்மனின் பெயர் பெரியநாயகியே ஆகும். இந்த உணர்வோடுதான் கத்தோலிக்கக் கிறித்துவத் தேவாலயங்களை, கிறித்துவர் அல்லாத மக்கள் 'இயேசு கோயில்' என்பதற்குப் பதிலாக 'மாதா கோயில்' என்று பெயரிட்டழைத்து வருகின்றனர்.

வைதீகச் சார்பற்ற எளிய தமிழ் மக்கள், இவ்வாறு பிற சமயத் தெய்வங்களையும் தமதாக ஏற்றுக்கொள்ளும் சனநாயகத் தன்மை உடையவர்களாக இருந்தார்கள்; இருக்கின்றார்கள். நெல்லை, குமரி மாவட்டங்களில் பரவலாக வணங்கப்பெறும் இசக்கியம்மன் ஒரு சமண சமயத் தெய்வமாகும். சமணமதம் தென்தமிழ்நாட்டில் கி.பி. 13ஆம் நூற்றாண்டுக்குப் பின்னர் பூண்டற்றுப்போயிற்று. ஆனால், 'அம்பிகா யக்ஷி' என சமணப் புராணங்களில் கூறப்பெறும் இசக்கியம்மன் மட்டும் அதே பெயரிலும் பகவதியம்மன் என்ற பெயரிலும் பல சிற்றூர்களில் இன்றளவும் வழிபடப்பெறுகின்றது. இதனைப்போலவே தமிழ்நாட்டின் வட மாவட்டங்களில் வழிபடப்பெறும் பொன்னியம்மனும் 'ஜ்வாலா மாலினி' என்ற சமணசமயப் பெண் தெய்வமே ஆகும். சமணமதம் வேரற்றுப் போனாலும் அம்மதம் உருவாக்கிவைத்திருந்த தாய்த் தெய்வங்களை வைதீகத்துற்கு அடிமைப்படாத எளிய மக்கள் - குறிப்பாகப் பெண்கள் - தங்களுடைய வழிபாட்டுக்குரிய தெய்வங்களாக ஏற்றுக்கொண்டு அக்கோயில்களைப் பேணிக் காத்துவருகின்றனர்.

தமிழ்நாட்டில் பரவலாக வழிபடப்படும் தாய்த் தெய்வங்களை ஏழெட்டு வகைகளுள் அடக்கிவிடலாம். முதலாவது வகை. ஊர்ப்பொதுத் தெய்வமாக அமைந்தவை. நான்கு அல்லது எட்டுக் கைகளோடு அமைந்து எல்லாக் கைகளிலும் ஆயுதங்கள் ஏந்தி எருமைத்தலை அரக்கனைக் கொன்றொழிப்பவை. இக்கோயில்கள் விதிவிலக்காக அன்றி வடக்கு நோக்கியே அமைந்திருக்கும். ஊரின் நடுவிடம் அல்லது மந்தையே இத்தெய்வங்களின் இருப்பிமாக

அமையும். இரண்டாவது வகையாக மாரியம்மனைக் குறிப் பிடலாம். 'மாரி' என்ற சொல்லுக்கு மழை என்று பொருள். முறையான ஊர் வழிபாடு பெறாத காலத்தில் இத்தெய்வம் சினங்கொண்டு மழையினை நிறுத்திவைத்துவிட்டு வெப்பு நோயினைப் பரப்பிவிடும். மனிதர்களோடு மட்டுமன்றிக் கால்நடைகளுக்கும் இத்தெய்வம் வெப்பு நோயை (கோமாரி) வழங்கத் தண்டிக்கும். அத்கினி மகுடம் கொண்ட இத்தெய்வத் திடம் அடியவர்கள் தாங்கள் அக்கினிச்சட்டி ஏந்தித் தங்களை ஒறுத்துக்கொண்ட அருள் வேண்டி நிற்பது வழக்கம்.

இருட்டிலும் தன்னை வழிபடும் மக்களின் கனவிலும் மட்டும் வாழும் பேச்சி (பேய்ச்சி) அல்லது 'வனப்பேச்சி' அம்மன் மக்களை அச்சுறுத்தும் வகையினைச் சார்ந்தது. இத்தெய்வத்தினை அமைதிப்படுத்த கோழி போன்ற சிறுவகை இரத்தப் பலிகள் கொடுக்கப்படுவதும் வழக்கம். 'பே' என்ற தமிழ்வேர்ச் சொல்லுக்கு அச்சம் என்பது பொருளாகும்: இது மூன்றாவது வகையாகும்.

மற்றொரு வகைத் தெய்வங்கள் பத்தினியம்மன், தீப்பாய்ச்சி யம்மன் என்ற பெயரில் பாலியல் வன்முறைக்கு ஆளானவையாகும். இன்னுமொரு வகைத் தெய்வங்கள் குறிப்பிட்டுச் சொல்லப்பட வேண்டியவை. மறைந்துவிட்ட சாக்த வழிபாட்டின் எச்சங் களாகவும் காபாலிக, காளாமுக வழிபாட்டோடு தொடர்புடைய தாகவும் இவை கருதப்படுபவை. இத்தெய்வங்களுக்கான வழிபாடுகள் பெரும்பாலும் சடங்குகளாக அமைகின்றன. இச்சடங்குகள் சுடுகாடு அல்லது சுடுகாட்டின் அண்மையில் நிகழ்த்தப்படுவதும் இவற்றில் மனித எலும்புகள் இடம்பெறுதலும் ஆராய்ச்சிக்குரியவையாகும். இத்திருவிழாக்கள் சில இடங்களில் 'மயானக் கொள்ளை' அல்லது 'மயானக் கொல்லை' என அழைக்கப்படுகின்றன. கோவை மாவட்டத்தில் நிகழ்த்தப்பெறும் 'மசானி' அம்மன் வழிபாடும் இந்த வகையைச் சார்ந்ததாகும். 'ஸ்மசானம்' என்ற வடசொல்லே மசானம் - மயானம் - மாசானம் - மாசானி என மாறிமாறித் திரிந்து வந்துள்ளது. தென் மாவட்டங்களில் மாசானம் என்பது ஆண்பாற் பெயராகவும் வழங்கி வருகின்றது. இவற்றைச் சுடலைத் தெய்வங்கள் என்று வகைப்படுத்தலாம்.

தமிழகத்தின் தாய்த் தெய்வங்களில் தனித்துப் பேசக்கூடிய பிறிதொரு வகை, தெலுங்கு மக்களோடு தமிழ்நாட்டுக்குக்

குடிபெயர்ந்து வந்த தெய்வங்களாகும். முத்தியாலம்மன், ரேணுகாதேவி, சீதளாதேவி, எல்லம்மன் (எல்லையம்மன்) ஆகியவை இந்த வகையினைச் சேர்ந்தவையாகும். இவற்றுள் சீதளா (குளிர்ந்த) தேவி என்பது மாரியம்மனின் தெலுங்கு வடிவமாகும். வண்ணார் வீட்டில் வளர்க்கப்பெறும் முளைப்பாரியோடு வணங்கப்பெறும் ரேணுகாதேவி மாரியம்மனின் மாற்று வடிவமாகும்.

மூத்தாயி (மூத்த ஆய்) அல்லது முத்தாயி, முத்தாச்சி, அரியநாச்சி, அரியாக்கிழவி ஆகிய பெயர்களில் வழங்கப்படும் தெய்வங்களையும் நோக்க வேண்டும். இவற்றை வழிபடுவோருக்குக் குறைந்தது நான்கைந்து தலைமுறைகளுக்கு இவை முற்பட்டவையாம். நினைவுகளை மட்டுமே முன்னிறுத்திக்கொண்டு இவ்வகைத் தாய்த் தெய்வங்களை அக்குடும்பத்தினர் தங்கள் 'குலமுதல்வி'யாகக் கொண்டாடுகின்றனர். மிகச்சில இடங்களில் அரியாக்கிழவி என்ற பெயரோடு குலதெய்வக்கோயில்களில் இத்தெய்வங்களுக்குச் சிறு சிலை வடிவில் ஓர் இடம் அளிக்கப்படுவதும் உண்டு. குடும்பத் தெய்வங்களில் மற்றொரு வகை 'கன்னி' ஆகும். பூப்பெய்தும் பருவத்திலோ, பூப்பெய்திய பிறகோ, இளவயதில் இறந்துபோன பெண்கள் குடும்பத்திற்குரிய கன்னித் தெய்வமாக்கப்படுகின்றனர். இவற்றுக்குப் படைக்கப்படும் சிற்றாடைகளுக்குக் 'கன்னிச் சிற்றாடை' என்று பெயர். மஞ்சள் வண்ணத்தில் சிவப்புக் கரைகளோ கட்டங்களோ இடப்பட்ட, ஏறத்தாழ மூன்று முழம் உள்ள சிறுவகைச் சேலையாகும் இது. விஜயநகர ஆட்சிக்காலத்தில் பாவாடையும் ஆங்கிலேயர் காலத்தில் கவுனும் அறிமுகம் ஆவதற்கு முன்னர் தமிழகத்துப் பெண்பிள்ளைகள் இவ்வகையான ஆடையையே அணிந்திருந்தனர். மூன்றாவது வகையான குடும்பத் தெய்வங்கள் சற்று ஆழமான பார்வைக்கு உரியனவாகும். திருமணமாகிக் குழந்தை பெற்று மிக இளவயதில் இறந்துபோன பெண்களும் குடும்பத் தெய்வங்கள் ஆவார்கள். இவ்வகைத் தெய்வங்களுக்குப் பொதுவாக வழங்கும் பெயர் 'மாலையம்மன்' ஆகும். 'கன்னித் தெய்வமல்ல', 'மணமாலை சூடியவள்', 'பெற்றுப் பெருகியவள்' என்பதே இங்கு மாலை என்ற சொல் உணர்த்தும் பொருளாகும். திருமணம் உறுதிசெய்யப்பட்டுவிட்டால் 'பெண்ணுக்கு மாலை பூத்துவிட்டது' என்ற சொல்லாடலைத் தென்மாவட்டங்களில் இன்றும் நிறையவே கேட்கலாம்.

தமிழகத்தின் தாய்த்தெய்வ வழிபாடு நூற்றுக்கணக்கான பரிமாணங்களை உடையது. இப்பரிமாணங்கள் அத்தெய்வங்கள் வழிபடப்பெறும் வட்டாரத்தின் சமூக அரசியல் வரலாற்றோடு தொடர்புடையன. இவ்வரலாற்று அசைவுகளை அளந்தறியவும் எழுதிக் காட்டவும் ஆய்வாளர்களும் நூற்றுக்கணக்கில் தேவைப் படுகின்றனர். இத்தேவை நிறைவு செய்யப்படும்போதுதான் தமிழகச் சமுதாய வரலாற்றின் உறுதியான அடித்தளம் கட்டியமைக்கப் பெறும் என்பதில் ஐயமில்லை.

பழையனூர் நீலி கதை

தமிழ் இலக்கியங்கள் காலந்தோறும் ஒருதலைச் சார்பான கருத்து நிலையினையே பெரும்பாலும் காட்டியிருக்கின்றன. அவற்றின் தொகுப்பு முறையும் அவ்வாறுதான் அமைந்துள்ளது. விதிவிலக்காகவே சில வரலாற்று நிகழ்வுகளும் துணுக்குகளும் தமிழ் இலக்கியங்களில் அங்கங்கே பதிவு செய்யப்பட்டுள்ளன. அவற்றுள் ஒன்று பழையனூர் நீலி கதை.

கி. பி. ஏழாம் நூற்றாண்டில் வாழ்ந்த திருஞானசம்பந்தர் இக்கதையினை மெலிதாகத் தம் தேவாரத்தில் பதிவுசெய்து வைத்திருக்கிறார்.

வஞ்சப் படுத்தொருத்தி வாணாள்கொள்ளும்
வகைகேட்(டு)
அஞ்சும் பழையனூர் ஆலங்காட்டு எம் அடிகளே
(திருவாலங்காட்டுப் பதிகம்)

பழையனூர் நீலி கதை குறித்த முதல் எழுத்துப் பதிவு இதுவேயாகும். நீலி கதைக்குச் சில பாட வேறுபாடுகள் இருப்பினும் கதையின் சுருக்கம் இதுவே:

காஞ்சிபுரத்து வணிகன் ஒருவன் தன்னுடைய முதல் மனைவியை வஞ்சகமாகக் கொன்றுவிட்டான். இரண்டாம் திருமணம் செய்து வாழ்ந்து வந்த அவன், வணிக நோக்கமாகப் பழையனூர் வழியாகப் பயணம் செய்கிறான். பழையனூர் என்பது திருவாலங்காட்டை அடுத்த ஊராகும். கொலை செய்யப்பட்ட அவன் முதல் மனைவி பேயாக மாறி அவனைப் பழிவாங்கத் துடிக்கிறாள். அவனுடைய மனைவிபோல் உருமாற்றம் பெற்று, ஒரு கரிக்கட்டையைப் பிள்ளையாக்கி இடுப்பில் வைத்துக்கொண்டு கணவனை வழிமறிக்கிறாள். அவன் அவளை மனைவியென ஏற்றுக்கொள்ள மறுக்கவே, வழக்கு திருவாலங்காட்டு வேளாளர்கள் முன் வருகிறது. நீலி ஆறாகக் கண்ணீர் வடிக்கிறாள். வணிகனோ, 'இது வஞ்சப் பேய்' என்று கூறி மறுக்கிறான். நீலியின் கையிலுள்ள குழந்தையோ வணிகனை 'அப்பா' என்று அழைக்கின்றது. செய்வதறியாது திகைத்த வேளாளர்கள் நீலியின் அழுகைப்

பெருக்கைக் கண்டும் குழந்தை அழைத்ததைக் கொண்டும் அவள் வணிகனின் மனைவியே என்று முடிவுசெய்துவிடுகிறார்கள். வணிகனோ இந்தப் பேய் தன்னைக் கொன்றுவிடும் என்று கூறி விடாப்பிடியாக மறுக்கிறான். தீர்ப்பளித்த வேளாளர்களோ 'இவளோடு ஒரு வீட்டில் நீ தங்கு. நீலி பேயாகி உன்னைக் கொன்றால் நாங்கள் எழுபது பேரும் தீக்குளித்து மாள்கிறோம்' என வணிகனுக்குச் சத்தியம் செய்து கொடுக்கிறார்கள். அன்று இரவு அவர்கள் தங்கியிருந்த இடத்தில் நீலிப்பேய் வணிகனைக் கொன்றுவிட்டுக் காணாமல்போய்விடுகிறது. காலையில் வணிகன் மாண்டுகிடப்பதைக் கண்ட வேளாளர்கள், தாங்கள் சொன்ன சொல் தவறாமல் தங்களின் தவறான தீர்ப்புக்காகக் குழிவெட்டித் தீமூட்டி அதிலே பாய்ந்து உயிர் நீத்தனர்.

நாட்டார் மரபில் நீலியின் கதை வடிவம் மறந்துபோய் விட்டாலும் அழுகையும் பொய்யுமான பெண்ணின் கண்ணீருக்கு, 'நீலிக் கண்ணீர்' என்ற தொடர் மட்டும் பெண்களிடத்தில் இன்றளவும் வழங்கி வருகிறது. பொய்யான கண்ணீரின் அளவை நம்ப மறுத்து 'நீலிக்குக் கண்ணீர் நெத்தியிலே' என்ற சொல்லடையும் பெண்களிடத்தில் வழங்கி வருகின்றது.

எழுத்து மரபில் நீலியின் கதை விரிவாகப் பேசப்பட்டது, உமாபதி சிவாச்சாரியாரின் சேக்கிழார் புராணத்தில்தான்.

மாறுகொடு பழையனூர் நீலி செய்த
வஞ்சனையால் வணிகனுயிர் இழப்பத் தாங்கள்
கூறிய சொல் பிழையாது துணிந்து செந்தீக்
குழியில் எழுபதுபேரும் முழுகிக் கங்கை
ஆறணி செஞ்சடைதிருவா லங் காட்டப்பர்
அண்டமுற நிமிர்ந்தாடும் அடியின் கீழ் மெய்ப்
பேறு பெறும் வேளாளர் பெருமை எம்மால்
பிரித்தள விட்டிவள வெனப் பேச லாமோ

என்பது சேக்கிழார் புராணப் பாடலாகும்.

பாடலின் நான்காமடி வேளாளரின் குலப் பெருமை பேசுவதை வெளிப்படையாகவே உணர்த்தி நிற்கிறது.

வேளாளர்கள் எழுபது பேரும் தீப்புகுந்த குழியில் தீ நெடுங் காலம் அவியாமல் எரிந்துகொண்டிருந்ததாம். இந்தச் செய்கி

யினைக் கேள்விப்பட்ட மூவேந்தர்கள் நேரில் வந்து இந்தக் காட்சியினைக் கண்டு வியந்து, ஆளுக்கொரு பாடலாக மூன்று பாடல்களில் வேளாளர்களின் சொல் தவறாத் தன்மையினைப் புகழ்ந்து பாடுகிறார்கள். இந்த மூன்று பாடல்களையும் தமிழ் நாவலர் சரிதையிலிருந்து எடுத்து மு.இராகவையங்கார் தம்முடைய 'பெருந்தொகை'யில் காட்டுகிறார்.

வேளாளர் பெருமை பேசும் எல்லாச் சிற்றிலக்கியங்களிலும் நீலிக்கதையினை முன்னிறுத்தி வேளாளர்களின் சொல் தவறாத் தன்மை பேசப்படுகிறது.

பக்தி இயக்க எழுச்சியின்போது சைவ, வைணவ மதங்களால் அதற்கு முந்திய கட்டத் தொன்மங்களும் நாட்டார் கதைகளும் சமண பௌத்தக் கதைகளில் சிலவும் தன்மயமாக்கப்பட்டன. பக்தி இயக்கத்தின் அடிக்கூறுகளில் முதன்மையான ஒன்று, வணிகருக்கும் வேளாளர்களுக்குமான முரண்பாடாகும். பக்தி இயக்கத்திற்கு முந்திய பெருங்காப்பியங்களிலும் சிறு காப்பியங்களிலும் ஏதேனும் ஒரு வகையில் வணிகரது பெருமை தவறாது பேசப்படுகின்றது. சமண, பௌத்த மதங்களின் பரவலும் வாழ்க்கையும் பெரும்பாலும் வணிகக் குழுக்களைச் சார்ந்தவையாகவே இருந்தன. பக்தி இயக்கமோ நிலவுடைமையாளர்களின் எழுச்சியாக இருந்தது. எனவே வணிகர் x வேளாளர் என்ற எதிர்வு, மறைமுகமாகத் தமிழ் எழுத்திலக்கியங்களில் பதிவு செய்யப்பட்டுள்ளது. நீலிக் கதையில் கொலைகார வணிகனும் சத்தியம் தவறாத வேளாளர்களும் எதிர்வுகளாக முன்வைக்கப்பட்டுள்ளனர். ஆனால் இரண்டு தரப்பிலும் 'ஆணுக்கடங்கிய பெண்' என்ற பார்வை பொதிந்து கிடப்பதையும் நம்மால் உணர முடிகிறது.

பெண்கல்விக்கு இடமளித்த மதம் சமணம் என்றாலும் பெண்ணுக்குக் 'குறைந்த உயிர்' என்ற தகுதியினையே சமண மதம் கொடுத்தது. அதற்கு எதிராகச் சைவமதம் கடவுளுக்கு ஆண்பாதி, பெண் பாதியான 'அர்த்தநாரீஸ்வரர்' கோலத்தைக் கற்பித்தது. இந்தக் கற்பிதம் கி.பி. ஏழாம் நூற்றாண்டின் சமுதாய வரலாற்றுத் தேவையாகும். சோழப் பேரரசின் எழுச்சியும் சைவமும் சமணத்தை எதிர்த்தபோதும் அதன்வழியிலேயே ஆணாதிக்கச் சிந்தனைக்குள் புகுந்துகொண்டன என்பதே வரலாறாகும்.

பழிவாங்கத் துடிக்கும் ஆண், தமிழ்ச் சமூகத்தில் வீரனாகவும்

தெய்வமாகவும் சித்திரிக்கப்படுகிறான். சுடலைமாடன், கருப்பசாமி, காத்தவராயன் என ஆண் தெய்வங்களின் வரலாறெல்லாம் அவைதாம். மறுதலையாக, பழிவாங்கத் துடிக்கும் பெண் எந்தச் சமயவாதியாலும் ஏற்றுக்கொள்ளப்பட முடியாதவளாகிறாள். ஆனால் தமிழ் நாட்டார் மரபில் பெண்கள் நீலியின் கதையைப் பேணி வந்திருக்கிறார்கள். பலதார மணம் என்பது தமிழ்ச் சமூகத்தில் இருபதாம் நூற்றாண்டின் நடுப்பகுதி வரை இயல்பான நிகழ்வாக இருந்திருக்கிறது. பெண்களுக்கான சொத்துரிமை மறுக்கப்பட்ட சமூகத்தில் ஒரு பெண்ணுக்குக் கணவனின் தங்கை கொடியவளாகவே தோற்றமளிக்கிறாள். அதுபோலவே மறுமணம் செய்துகொண்ட கணவனும் மாற்றாளும் (சகக்களத்தியும்) மனித மதிப்புக் குறைந்தவர்களாவார்கள். பாலியல் பொறாமையும் சொத்துரிமை மறுப்பும் பெண்களைப் பெண்களே எதிரிகளாக நினைக்கும் சமூக உளவியலை உருவாக்கி வைத்துள்ளன. எனவேதான் கொலைகாரக் கணவனைப் பழி வாங்கிய நீலி தெய்வமாக்கப்படவில்லை; அதே சமயம் அவள் மறக்கப்படவுமில்லை. இந்த இரண்டுக்குமான இடைவெளி நினைக்கப்பட வேண்டிய ஒன்று.

பிற்காலத்தில் 'பழகை நல்லூர் நீலி' என்னும் பெயரில் தென் மாவட்டங்களில் இசக்கியம்மனோடு அவள் சேர்க்கப்பட்டாள். இச்சேர்க்கை, வில்லுப்பாட்டுப் பாடகர் அளவில் நடந்ததே தவிர வழிபாட்டு அளவில் நடைபெறவில்லை. ஆனாலும் இந்தச் சேர்க்கைக்கான காரணம் குறித்து நாம் சிந்திக்க வேண்டும். இசக்கியம்மன் கதையின் மூலவடிவமான 'அம்பிகாயட்சி' என்ற சமணக் கதையில், அவள் இரண்டு குழந்தைகளோடு கணவனால் கைவிடப்பட்ட பெண் ஆவாள். நாட்டார் மரபில் அவள் உக்கிரம் மிகுந்த 'வாழாவெட்டிப்' பெண்ணாவாள். கணவனால் கைவிடப்பட்ட உக்கிரம்கொண்ட பெண் என்ற அளவில் நீலியினை இசக்கியம்மனோடு சேர்த்துப் பார்ப்பது கதைப்பாடல் பாடகர்களுக்கு எளிதாகப் போய்விட்டது.

உலகம்மன்

தமிழ்நாட்டின் சமூக வரலாற்றினையும் பண்பாட்டு வரலாற்றினையும் கண்டுணருவதற்குத் துணை நிற்கும் சான்றுகளில் குறிப்பிடத்தகுந்தது தாய்த்தெய்வ வழிபாடாகும். தமிழ்நாட்டில் வணங்கப்பெறும் தாய்த் தெய்வங்களில் மாரியம்மன், காளியம்மன், பொன்னியம்மன், இசக்கியம்மன், பத்திரகாளியம்மன் போன்றவைபோலக் குறிப்பிடத் தகுந்த ஒரு தெய்வம் 'உலகம்மன்' ஆகும். நெல்லை மாவட்டத்தில் பெண் மக்கள் பெயர் வழக்குகளில் 'உலகம்மாள்' என்றும் ஆண்மக்கள் பெயர் வழக்குகளில் 'உலகநாதன்' என்றும் இப்பெயர் காணப்படுகின்றது. தமிழகத்தின் வடபகுதியில் (தஞ்சை, திருச்சி மாவட்டங்களில்) லோகநாயகி, லோகாம்பாள் என்ற பெயர் வழக்குகள் காணப்படுகின்றன. பொதுவாக இப்பெயர் வழக்கு, பார்ப்பனர் அல்லாதோர்க்கிடையில்தான் காணப்படுகின்றது என்பதை நினைவில் கொள்ளவேண்டும். தமிழகத்தின் சில பகுதிகளில் 'பட்டத்தரசியம்மன்' என்ற பெயரில் ஒரு தெய்வம் காணப்படுகின்றது. 'உலகத் தலைமையினைக் கொண்டாடும் இந்தப் பெயர் வழக்கில் பெண் பெயராக 'உலகநாயக' இருப்பதுபோல ஆண் பெயராக 'உலகநாயகன்' என்பது காணப்பெறவில்லை. 'உலகநாதன்' என்ற பெயரே காணப்படுகிறது.

பொதுவாக, கல்வெட்டுக்களில் அரசன் 'எல்லா நிலத்தையும் வெற்றி கொண்டான்' என்பதைக் குறிக்க சில தொடர்கள் காணப்படுகின்றன.

"திருமகள் போலப் பெருநிலச் செல்வியும் தனக்கே
உரிமை பூண்டமை மனக் கொள"

என்பது முதலாம் இராசராசனின் மெய்க்கீர்த்தியாகும். அவனுக்குப் பின்வந்த சோழ அரசர்களின் மெய்க்கீர்த்திகள் அனைத்துமே 'பூமடந்தை', 'நிலமடந்தை' ஆகிய சொற்களால் நிலம் என்னும் பெண்ணின் மீது அரசன் முற்றுரிமை செலுத்தினான் என்று தவறாமல் குறிப்பிடுகின்றன. சோழ அரசர்களின் மனைவியர்களின் பெயர்கள் 'அவனி முழுதுடையாள்', 'புவன முழுதுடையாள்', 'உலக முழுதுடையாள்', 'தரணி முழுதுடையாள்', 'மூவுலகுடையாள்', 'திரிபுவனமாதேவி' என்றே குறிக்கப்பெறுகின்றன. நிலத்தின்

மீதான முழுதுடைமையினைப் பெயரளவிலேனும் அரசியர் கொண்டாடினர் அல்லது அரசர்கள் தங்கள் மனைவியர் பெயரின் மூலம் நிலத்தின் மீதான தங்கள் முழு அதிகாரத்தைப் பறைசாற்றிக்கொண்டனர் என்பதே இதன் பொருளாகும்.

அரசர்கள் புதைக்கப்பட்ட அல்லது எரிக்கப்பட்ட இடத்தில் பள்ளிப்படை ஆலயங்கள் எழுப்பும் வழக்கத்தைச் சோழ அரசர்கள் தொடங்கிவைத்தனர். முதலாம் ஆதித்தனின் பள்ளிப்படைக் கோயில் 'ஆதித்தேசுவரம்' என்றும் அரிஞ்சய சோழனின் பள்ளிப் படைக் கோயில் 'அரிஞ்சிகை ஈசுவரம்' என்றும் வழங்கப்பட்டன. முடிசூடி ஆண்ட எல்லா அரசர்களுக்குமே பள்ளிப்படைக் கோயில்கள் எழுப்பப்பட்டிருக்க வேண்டும். ஆனால் இன்று அவற்றை முழுமையாக அடையாளம் காண இயலவில்லை. அரசர்களைப் போலவே அரசியர்க்கும் சிறு அளவிலேனும் பள்ளிப்படைக் கோயில்கள் எழுப்பப்பெற்றிருக்க வேண்டும். ஆண்களின் பள்ளிப்படை (சமாதி)யின்மீது சிவலிங்கத் திருமேனி நாட்டுவதுபோலப் பெண்களின் பள்ளிப்படை (சமாதியின்) மீது சிவலிங்கத்திருமேனி நாட்டுவது வழக்கத்தில் இல்லை.

எனவே அவை ஆகம ரீதியாக ஒழுங்குபடுத்தப்பட்டு சிவன் கோயிலாகும் வாய்ப்பு இல்லாமல் போயிற்று. இவ்விடத்தில் குறிக்கத்தகுந்த மற்றுமொரு செய்தி, கைம்பெண்ணாக (விதவையாக) இறந்த பெண்களைத் தெய்வமாகத் திருநிலைப்படுத்தும் மரபு நமது குடும்பங்களிலும் இன்று வரை இல்லை. எனவே, அரசன் மனைவியாக இருந்தாலும் மங்கலப் பெண்ணாக இருந்தால் மட்டுமே பள்ளிப்படைகள் எழுப்பப்பட்டிருக்க வேண்டும். பொதுவாக, பெண்கள் அம்மை நோயினால் இறந்திருந்தால் அவர்கள் மாரியம்மனாகத் திருநிலைப்படுத்தப்படுவது மரபாகும். இதற்கு அரசன் வீட்டுப் பெண்களும் விலக்கில்லை. சோழப் பெருந்தேவி ஒருவரின் பள்ளிப்படைக் கோயிலாகவே புகழ்பெற்ற சமயபுரம் மாரியம்மன் கோயில் இருக்க வேண்டும் எனப் பண்பாட்டு ஆய்வாளர்கள் மதிப்பிடுவர்.

பெருஞ்சாலை, ஊர்தி, பாலங்கள் என்றவாறு போக்குவரத்து வசதியற்ற அக்காலங்களில், அரசர்களோ அரசியரோ தலைநகர்க்கு வெளியே பிற ஊர்களில் இறந்திருந்தால் உடலை அங்கிருந்து தலைநகருக்கோ அரண்மனைக்கோ கொண்டுவர வாய்ப்பில்லை.

நெடுந்தொலைவு சென்று நடந்த போர்களில் அரசன் இறந்திருந் தாலும் இதே நிலைமைதான்.

எனவேதான் சோழர்காலக் கல்வெட்டுக்கள் 'தொண்டைமான் ஆற்றூர்த் துஞ்சிய தேவர்', 'காஞ்சிபுரத்து பொன்மாளிகைத் துஞ்சிய தேவர்' என்று அரசர்கள் இறந்த இடங்களைக் குறிப்பிடு கின்றன. அருப்புக்கோட்டைக்கு அருகிலுள்ள சுந்தரபாண்டியம் (பள்ளிமடம்) என்னும் ஊரிலுள்ள கோயில் 'சோழன் தலைகொண்ட கோவீரபாண்டியனின்' அண்ணன் சுந்தரபாண்டியனின் பள்ளிப் படைக்கோயில் என்று கல்வெட்டு அறிஞர் வேதாசலம் கண்டு பிடித்துள்ளார். எனவே இதன் காலம் கி.பி. பத்தாம் நூற்றாண்டு ஆகும்.

நெல்லை மாவட்டத்தில் வள்ளியூரிலும் தாழையூத்து அருகில் ஒன்றுமாக இரண்டு பெண் தெய்வக் கோயில்கள் 'மூணாங் கொண்ட அம்மன்' என்ற பெயரில் விளங்குகின்றன. வள்ளியூரில் இத்தெய்வப் பெயரினை 'மூன்றுயுகங்கொண்ட அம்மன்' என்றும் வழங்குகின்றனர். இப்பெயர் வழக்கு 'மூன்றுலகம் கொண்ட' என்ற தொடரின் திரிபாகும். மூன்றுலகம் கொண்ட என்பது மூவுலகுடையாள் 'திரிபுவனமுடையாள்' என்ற பெயர்களின் மாற்று வடிவமாகும். எனவே அரச மாதேவியரின் பள்ளிப்படைக் கோயில்கள் தமிழகத் தாய்த்தெய்வ வழிபாட்டில் ஒரு பங்கினைப் பெற்றுள்ளன எனலாம். 'பட்டத்தரசி அம்மன்' என்ற பெயர் வழக்கினையும் அவ்வாறே கொள்ள வேண்டும்.

வாழ்வரசியாக (சுமங்கலியாக) மறைந்த பெண்களை எளிய குடும்பங்களில்கூட 'மாலையம்மன்' என்ற பெயரில் திருநிலைப் படுத்தி வணங்குவது தமிழர்களின் வழக்கம். அந்த மரபின் அதிகார நீட்சியாகவே உலகம்மன் வழிபாட்டினைக் கொள்ள வேண்டும்; அப்படி மட்டுமே கொள்ள இயலும்.

வள்ளி

எனக்குச் சின்னவயதில் கதை சொன்ன மூதாட்டிகளில் ஒருவர், சக்களத்திமார் சண்டையிடுவதைப்பற்றிச் சொன்ன பாடல் வரிகள் சில நினைவிலே எஞ்சி நிற்கின்றன. முருகனின் மனைவிமாரான வள்ளியும் தெய்வானையும் சண்டையிட்டுக்கொண்டார்களாம். இந்திரன் மகள் தெய்வானையைப் பார்த்து வள்ளி கேட்டாளாம்,

ஒழக்கு நெல்லுக்கு ஒழக்குச் சள்ளை உணத்தி விக்கிறது
ஒங்க அண்ணனா எங்க அண்ணனா?

தெய்வானையின் கூடப் பிறந்தவன் உழக்கு நெல்லுக்கு மாற்றாக உழக்குச்சள்ளைக் கருவாடு விற்ற கடற்கரைக்காரன் என்று தெரிகிறது.

பூனைகுத்தி விருந்து வைப்பான்
புனக்குறவன் உங்களண்ணன்

காட்டுக்குறவர், கறிவேப்பிலைக்குறவர், காப்பு மாற்றிக் (கேப்மாரி) குறவர், பூனைகுத்திக் குறவர் என்று குறவர்களிலேயே பல பிரிவுகள் உண்டு. காட்டுக்குறவர்களில் ஒரு பகுதியினர் காட்டுப்பூனை யினைக் கொன்று உண்ணும் பழக்கமுடையவர்கள். பெண் கொண்ட மருமகனுக்குப் பூனைக்கறி படைக்கும் இழிந்த குடி வள்ளியின் குறக்குடி என்பது தெய்வானையின் தாக்குதலாகும்.

இலக்கிய மாணவனான பிறகுதான் இந்த மூதாட்டி சொன்ன வரிகள் ‘வள்ளி - தெய்வானை ஏசல்’ என்று வழங்கிவந்த நாட்டார் பாடல்களில் சில வரிகள் என்று தெரியவந்தது.

வள்ளி என்பது வெப்ப மண்டலத்தில் வளரும் கொடிகளில் ஒன்று. இதன் பயிரியல் பெயர் ‘ஐபோமியா பட்டாடஸ்’ (Ipomoea Batatas) என்பதாகும். மக்கள் வழக்கில் இது வள்ளிக் கொடி என்றும் சர்க்கரை வள்ளிக்கொடி என்றும் வழங்கப்படும். சர்க்கரை வள்ளியின் உருண்ட இனிப்பான கிழங்கு எளிய மக்களின் உணவாகும். இதிலே வெள்ளை, மஞ்சள் என நிறத்தில் இரண்டு வகை. மலையடிவாரங்களில் பயிராகும் இக்கிழங்கினைத் தென்மாவட்டங்களில் சீனிக்கிழங்கு என்றும் சொல்வார்கள்.

வள்ளி என்பதனை ஒருவழிபாட்டு முறைமையாகத் தொல்காப்பியர் குறிப்பிடுகிறார்.

'கொடிநிலை கந்தழிவள்ளி என்றா, வடுநீங்கு சிறப்பின் கண்ணிய மூன்றும்' என்பது தொல்காப்பியம். கூத்துவகையில் ஒன்றுக்கும் 'வள்ளிக்கூத்து' என்ற பெயர் வழங்கிவந்திருக்கின்றது.

'முருகு புணர்ந்து இயன்ற வள்ளி போல' (நற்றிணை-82) என்பது சங்க இலக்கியத்தின் புகழ்பெற்ற வரிகளில் ஒன்று. வள்ளி முருகனைப் புணரவில்லை. முருகினையே புணர்ந்துள்ளாள்.

'முருகு மெய்ப்பட்ட புலைத்தி' என்ற சங்க இலக்கிய வரிகளிலிருந்து புலைத்தி (துணி வெளுக்கும் தொழிலுடைய பெண்) மீது தெய்வ ஆற்றலாக முருகு இறங்கும் என்பது தெரிகிறது.

'முருகு' முருகனாக வளர்ச்சிபெற்றபோது வள்ளி அவன் மனைவியாக்கப்பட்டாள். சிலப்பதிகாரமே முதன்முதலில் அவளைக் 'குறமகள்' என்று தெளிவாகக் குறிப்பிட்டு, அவளைக் குறவர்கள் தம் 'குலமகள்' என்று கொண்டாடுவதையும் குறிப்பிடுகின்றது. பின்னர் பக்தி இயக்கத்தின் எழுச்சியின்போது சிவனுக்கு மகனாக முருகன் மாற்றப்பட்டபோது திருநாவுக்கரசர் மட்டும் முருகனின் மனைவி வள்ளி என்ற கதையின்ன ஏற்றுக்கொள்கிறார்.

'குறவி தோள் மணந்த குமரவேள்'
'நம் செந்தில் மேய வள்ளிமணாளன்'

என்ற பெயர்களால் அவர் முருகனைக் குறிப்பிடுகிறார். முருகன் - வள்ளி இணைப்பினைப் பக்தி இயக்க முன்னோடிகளான மற்றவர்கள் ஏற்றுக்கொள்ளவில்லை. இது குறிப்பிடத்தக்க செய்தி யாகும். ஆனால் இக்காலகட்டத்தில் முருகனின் மனைவியாகத் தெய்வானை எங்குமே பேசப்படவில்லை என்பதும் இங்கே மனங்கொள்ள வேண்டிய செய்தியாகும்.

பெருஞ்சமய நெறிக்குள் வந்து சேர்ந்தபின் சண்முகன், கார்த்திகேயன், சுப்பிரமணியன் ஆகிய பெயர்களால் முருகன் அழைப்படுகின்றான். பார்ப்பனிய மேலாண்மைக்கு உட்பட்ட முருகனுக்கு இந்திரன் மகள் தெய்வானை மற்றொரு மனைவி யாக்கப்படுகிறாள். இக்காலகட்டத்தில் முருகன் தன்ஊர்தியாக மயிலையும் ஆட்டுக்கிடாயினையும் கொடியாகச் சேவலையும்

கொண்டிருக்கிறான்.

கி.பி. 9ஆம் நூற்றாண்டளவில் தமிழ்நாட்டில் உருவான குடைவரைக் கோயில்களிலும் முருகன் இரண்டு மனைவியரோடு காட்சியளிக்கிறான். இரண்டு மனைவியரையும் அடையாளம் காணும் வகையில் இச்சிலைகளில் தெய்வானை மார்புக்கச்சு அணிந்த பெண்ணாகவும் சித்திரிக்கப்பட்டுள்ளனர்.

இவ்வேறுபாடு மேல் - கீழ், பெருந்தெய்வம் - சிறுதெய்வம், பார்ப்பனர் மரபு - நாட்டார் மரபு என்ற எதிர்வினை மையமாக வைத்து ஆக்கப்பட்டுள்ளது என்பது தெளிவு. ஆனாலும் மக்களின் மனங்களிலிருந்து குறவர்களின் குலதெய்வமான வள்ளியைப் பிரிக்க முடியவில்லை. வள்ளிக்கு 'வள்ளிமயில்' என்றும் பெயரிட்டு முருகனிடமிருந்து அவளைப் பிரிக்க முடியாதபடி செய்துவிட்டனர்.

தமிழில் நாட்டார் பாடல்களில் காதல் இணையாகப் பேசப்படுபவர்கள் எப்பொழுதுமே வள்ளியும் வேலவரும்தான். சில பாடல்களில் வேலவர் என்ற பெயர் சுப்பையா என்பதாகக் காணப்படுகிறது. தமிழ் நாட்டார் மரபில் லட்சியக் காதலர்களாக இவர்களே உருவகப்படுத்தப்பட்டுள்ளார்கள்.

வள்ளி - முருகன் காதலுக்குப் பிள்ளையார் துணை வருவதும் நாட்டார் மரபில்தான் உண்டு. மேலோர் மரபில் இல்லை. நாட்டார் மரபில் வள்ளி இளமைக்கும் துடிப்புக்கும் அடையாளமாகக் காட்டப்பட்டாள். குமரகுருபரர், பாரதியார் - இந்த இரண்டு பெருங்கவிஞர்களின் கவிதைகளிலும் இந்த அடையாளத்தைக் காண முடியும்.

பார்ப்பனப் பூசைக்கு உட்பட்ட 'முருகனுக்கு' மறிப்பலி (ஆட்டுப்பலி)யும் குறக்குலத்தினை அடையாளப்படுத்தும் தேன், தினையரிசி, கிழங்கு படைப்பதும் தவிர்க்கப்பட்டுவிட்டன. ஆனாலும் கமில் சுவலபில் போன்ற ஆய்வாளர்கள் தமிழ்மரபும் தமிழ் நாட்டார் மரபும் அறியாமல் 'முருகனுக்கு வள்ளி இரண்டாம் மனைவி' என்று எழுதியிருப்பது வேடிக்கைக்குரியது.

வில்லினையொத்த புருவம்
வளைத்தனை வேலவா - அங்கோர்
வெற்பு நொறுங்கிப் பொடிப்பொடியானது வேலவா

சொல்லினைத் தேனிற் குழைத்துரைப்பாள் சிறு
வள்ளியைக் - கண்டு சொக்கி மரமென நின்றனை
தென்மலைக் காட்டிலே
கல்லினை யொத்த வலிய
மனங்கொண்ட பாதகன் - சிங்கன்
கண்ணிரண்டாயிரங் காக்கைக் கிரையிட்ட வேலவா!
பல்லினைக் காட்டி வெண்முகத்தைப் பழித்திடும்
வள்ளியை - ஒரு பார்ப்பனக் கோலந்தரித்துக்
கரந்தொட்ட வேலவா!

– பாரதி

கானக் குறப்பெண் குடியிருந்த
கன்னிப் புனத்துத் தினைமாவும்
கமழ்தேன் தெளிவும் உண்டு சுவை
கண்டாய் என்றோம் அதுவல்லால்
மீனத் தடங்கண் அவள் மிச்சில்
மிசைந்திட்டதுவும் நசைமிக்கு
விரைத்தீங் குமுதத்து அமுது அடிகள்
விருந்தாடியதும் விண்டேமா?

– குமர குருபரர்

வள்ளி தாலாட்டு - வள்ளி பிறந்த கதை
வள்ளி என்றால் வள்ளி
மலை மேல் படரும் வள்ளி
கொடியில் கிடந்து வள்ளி
கூவி அழும்போது
வனத்துக் குறவர்களாம்
மான் பிடிக்கும் வேடர்களாம்
குழந்தை குரல் கேட்டு
குறவேடர் ஓடிவந்து
மதலை குரல் கேட்டு
மான் வேடர் ஓடி வந்து
வாரியெடுத்து
வன்ன மடியில் வைத்து
தூக்கி எடுத்துச் சொர்ணமடியில் வைத்து

மண் துடைத்து மடியில் வைத்து
வள்ளி யென்று பேரும் வைத்து
வடிவேல் துணையென்றே
வளர்த்தார் வனந்தனிலே !

- தமிழண்ணல், 'தாலாட்டு'

வள்ளிக் கொடியருகே
மான்கன்று போட்டதென்று
கானக் குறவரெல்லாம்
கண்டெடுத்து மண்துடைத்து
மண்துடைத்து மடியில் வைத்து
வள்ளியென்ற பேருமிட்டு
வடிவேல் துணையுமென்று
வளர்த்தார் வனந்தனிலே !

- ஆறு அழகப்பன், (தாலாட்டுக்கள் ஐநூறு)

கருப்பு வளையலிட்டுக்
காரிகையை மாலையிட்டார் !
கீழ்ச்சாதி என்னாமல்
கிளிமொழியை மாலையிட்டார் !
குறச்சாதி என்னாமல்
கொம்பனையை மாலையிட்டார் !
மறுச்சாதி என்னாமல்
வள்ளிதனை மாலையிட்டார் !
- சொக்கர் கதை

- ஆறு அழகப்பன் (தாலாட்டுக்கள் ஐநூறு)

ஆம், நாட்டார் மரபிலே கால்கொண்ட முருகனுக்கு வள்ளியே துணையென்று மேற்குறித்த பாடல்கள் உணர்த்துகின்றன. எளிய மக்களிடமிருந்து புறம்போன 'சுப்பிரமணியன்' கதையில் வள்ளிக்கு இடமில்லாமல் போனது வியப்பில்லை.

சித்திரகுப்தன்

சித்திரை மாதம் முழுநிலவு நாளன்று தமிழ்நாட்டில் கொண்டாடப்படும் வீட்டு விழாக்களில் ஒன்று 'நயினார் நோன்பு' என்றழைக்கப்படும் 'சித்திரகுப்த நயினார் நோன்பு' ஆகும்.

தமிழ்நாட்டில் பரவலாகக் கொண்டாடப்பட்டாலும் இந்நோன்பு ஆற்றுப்பாசனம் உள்ள இடங்களில்தான் தவறாமல் கொண்டாடப்படுகிறது. தமிழ் பேசும் நிலவுடைமைச் சாதியினராலும் வணிகச் சாதியாராலும் இந்நோன்பு விருப்பமுடன் கடைப்பிடிக்கப்படுகிறது. சிறுநிலவுடைமைச் சாதிகளாலும் ஒன்றிரண்டு இடங்களில் கடைப்பிடிக்கப்படுகிறது. சித்திரை முழுநிலவு நாளில் இரவு முழுவதும் சித்திரகுப்த நயினார் கதையைப் படிக்கின்றனர். மறுநாள் காலையில் உணவில் அகத்திக்கீரையும் ஒரு சிறுதுண்டு எள்ளுப் பிண்ணாக்கும் சேர்க்க வேண்டும். தாமிரபரணி பாசனப்பகுதியில் காலைச் சிற்றுண்டியோடு அரிசி அவலும் (ஊற வைத்து) அகத்திக்கீரையும் எள்ளுப் பிண்ணாக்கும் சேர்த்துக்கொள்கின்றனர். சித்திரை முழுநிலவு நாளில் இரவு நேரத்தில் சித்திரகுப்த நயினார் கதை படிக்கும் வழக்கம் இன்று இல்லை.

சித்திரகுப்த நயினார் என்ற பெயரில் உள்ள நயினார் என்ற சொல் மேட்டிமையைக் குறிக்கும் சொல்லாகும். சித்திரகுப்தன் என்ற தெய்வத்திற்குத் தமிழ்நாட்டில் ஒன்றிரண்டு இடங்களில் கோவில்கள் இருக்கின்றன. தேனி மாவட்டம் போடிக்கு அருகில் ஒரு சிறுகோவிலும் திருச்செந்தூருக்கு அருகில் ஆற்றூர் சோமநாதர் கோவிலுக்குள் ஒரு சிறு சன்னதியும் கள ஆய்வில் கண்டறியப்பட்டுள்ளன. காஞ்சிபுரத்தில் தெற்கு ரத வீதி எனப்படும் நெல்லுக்காரத் தெருவில் இத்தெய்வத்திற்கு என்று தனிக்கோயில் அமைந்திருக்கின்றது. இரண்டு கைகளுடன் தெற்கு நோக்கி சுகாசனத்தில் அமர்ந்த கோலத்தில் ஒரு கையில் ஏடும் மறுகையில் எழுத்தாணியும் கொண்டு இத்தெய்வம் காட்சியளிக்கிறது.

சித்திரகுப்த நயினார் கதை நாட்டார் கதைப்பாடலாகவும் தமிழகத்தில் வழங்கிவருகிறது. இக்கதைப்பாடலைச் சுத்தப் பதிப்பாக 'லாங்மேன்ஸ் க்ரீன்' கம்பெனியார் 1915இல் வெளியிட்டுள்ளனர். நாட்டார் நம்பிக்கைகளின்படி சித்திரகுப்தன்

எமனுடைய கணக்குப்பிள்ளையாவார். ஒவ்வொரு தனிமனிதனும் செய்கின்ற பாவ புண்ணியக் கணக்குகளைப் பதிந்து அவருடைய வாழ்நாள் கணக்கையும் குறிப்பிட்டு இறப்பின் கடவுளான எமனுக்குத் துணை செய்வது இவரின் பணியாகும். இத் தெய்வத்தின் பெயரிலுள்ள குப்தன் என்பது இன்று குப்தா என்று வழங்கும் பெயரின் மூல வடிவமாகும் (உதாரணமாக, புபேஷ் குப்தா, இந்திரஜித் குப்தா என்று நினைத்துக் கொள்க).

மத்திய இந்தியப் பகுதியிலும் கிழக்கிந்தியப் பகுதியிலும் கணக்குப்பிள்ளை சாதியின் பட்டப்பெயர் 'காயஸ்தா', 'காயஸ்தர்' என்பதாகும். காயஸ்தர் சாதிக்குரிய பெயர்களாகக் 'கரண' (தமிழ்க் கல்வெட்டுக்களில் 'கரணத்தான்') கர்ணீக் (தமிழ்நாட்டில் கர்ணீக முதலியார்) 'சித்திரகுப்த', 'புஸ்தபால' (புஸ்தக பாலர்), லேகா (எழுத்தர்), தர்மலேகின் (தருமக் கணக்கு எழுத்தர்) ஆகியவை பீகார், உத்திரப்பிரதேச மாநிலங்களில் வழங்குவதாக ஆர்.எஸ். சர்மா குறிப்பிடுகின்றார். 'கர்ணீக' என்ற பெயர் வங்காளத்திலும் மேற்கிந்தியப் பகுதிகளிலும்கூட வழங்கப்படுவதாக அவர் தெரிவிக்கின்றார். எனவே, இத்தெய்வம் வடஇந்தியாவில் பிறந்து தென்னிந்தியாவில் நுழைந்திருக்க வேண்டும் எனத்தெரிகிறது. கி.பி. ஏழாம் நூற்றாண்டில் வாழ்ந்த பெரியாழ்வாரே இத்தெய்வம்பற்றிய குறிப்பினை முதன்முதலில் தமிழ் இலக்கியத்தில் பதிவு செய்கிறார்.

சித்திரகுப்தன் எழுத்தால்
தென்புலக் கோன்பொறி யொற்றி
வைத்த விலச்சினை மாற்றித்
தூதுவ ரோடி யொளித்தார்

சித்திரகுப்தன் எழுதிய கணக்குப்படி தென்புலக் கோனாகிய எமன் காலமுத்திரை இடுகிறார். திருமாலின் அடியவர்களைக் கண்டால் எமனின் தூதுவர் ஓடி ஒளிந்துகொள்வார். இதுவே இப்பாடல் வரிகள் உணர்த்தும் பொருளாகும். தமிழ்நாட்டில் நிலவுடைமை வளர்ச்சி பெறத்தொடங்கிய கி.பி. ஆறாம் நூற்றாண்டு முதலாக நில அளவு, நிலவரி, நிலவுடைமை ஆகியவை குறித்த பணிகளைக் கவனிக்க அரசர்கள் ஒரு பணித்துறையினை உருவாக்குகின்றனர். இப்பணித்துறைக்கு 'புரவுவரித் திணைக்களம்' என்று பெயர். வரிமுறைகளில் ஏற்படும் மாற்றங்களைக் குறிக்கும் ஏடு 'வரிப்பொத்தகம்' எனப்பட்டது.

கி.பி. 7ஆம் நூற்றாண்டிலிருந்து 12ஆம் நூற்றாண்டு வரை பாண்டியர், சோழர் கல்வெட்டுக்களில் 'மேற்காணும் சொற்கள்' திரும்பத் திரும்பப் பயன்படுத்தப்பட்டுள்ளன. நில ஆவணங்களில் கையெழுத்திட்ட அதிகாரி 'ஊர்க்கரணத்தான்' எனப்பட்டார். இவரே பிற்காலத்தில் சிற்றூர்களில் நில அளவுக் கணக்குகளை வைத்திருந்த கணக்குப்பிள்ளையின் முன்னோடியாவர். கணக்குப் பிள்ளைப் பதவி பரம்பரைப்பதவி என்ற உரிமையினை காலனிய அரசாங்கமும் ஏற்றுக்கொண்டது. 1984இல் எம்.ஜி.ஆர். அமைச் சரவையில் சட்டம் கொண்டுவரப்பட்ட பிறகே இப்பரம்பரைப் பதவி ஒழிக்கப்பட்டது.

தமிழகத்தில் நில ஆவணங்களைப் பாதுகாக்கும் பொறுப்பில் பெரும்பாலும் இரண்டு சாதியாரே இருந்துள்ளனர். தமிழகத்தின் தென்பகுதியில் பிள்ளை என்ற சாதிப்பட்டமுடைய வேளாளச் சாதியினரின் உட்பிரிவினர்களும், வடபகுதியில் கருணீக முதலியார் எனும் சாதியினரும் நில ஆவணங்களின் அதிகாரிகளாக இருந் துள்ளனர். கல்வெட்டுகளில் 'காரணத்தான்' என்று குறிப்பிடப்படும் சொல்லே பின்னர் 'கருணீகர்', 'கருணீக' என்றாகிக் காலனீய ஆட்சிக் காலத்தில் 'கர்ணம்' என்ற சொல்லாக விளங்கியது. சித்திரகுப்தர் கணக்கெழுதும் சாதிக்குரிய தெய்வமாகவே தமிழ் நாட்டில் நுழைந்திருக்க வேண்டும். காஞ்சிபுரத்தில் உள்ள சித்திர குப்தன் கோயில் கருணீக முதலியார் சாதியினர்க்கு உரிமை உடைய தாகும். (அதன் பிற்புலத்தில்தான் சித்திரகுப்தன் கோயிலுக்குள் கருணீக முதலியார் சாதியைச் சேர்ந்த வள்ளலாருக்கும் பிற்காலத்தில் ஒரு சந்நிதி உருவாக்கி வைத்துள்ளனர்).

மேலோர் மரபில் நில ஆவணக் கணக்கெழுதுவோரின் தெய்வமாக இருந்தாலும் சித்திரகுப்தர் வழிபாடு நாட்டார் மரபிலும் இன்று தன்னைத் தகவமைத்துக் கொண்டது. அதாவது நிலக் கணக்குகளைப்போல ஒரு மனிதனின் பாவபுண்ணியக் கணக்குகளைச் சித்திரகுப்தர் எழுதுகிறார் என்பதே அது.

எனவேதான் நாட்டார் மரபுகளில் ஈடுபாடுடைய கவிஞர் பெரியாழ்வார் சித்திரகுப்தனைப் பாவபுண்ணியக் கணக்கெழுது பவனாக்க் காட்டுகிறார். சித்தரகுப்த நயினார் கதையின்படி, "பாவிக்கணக்கும் பஞ்சபாதகர் கணக்கும் நாகலோகத்திலுள்ள நன்மையுள்ள தன் கணக்கும் பூமிதனில் மாயவனார் புண்ணியபாவக்

கணக்கும் எல்லாக் கணக்கும் எழுதி"க் கொடுப்பதுதான் சித்திரகுப்தருக்கு சிவபெருமான் இட்ட பணியாகும். அதன்படியே சித்திரகுப்தன் இரண்டு பக்கமாகக் கணக்கெழுதுகிறார்.

இவர்களெல்லாம் பாவக்கணக்குக்கு உட்பட்டவர்கள்:

"பெற்ற தாய் தந்தையைப் பேணாத பாவியர்கள், மண்ணிலிருந்து வழக்கோரஞ் செய்தவர்கள், அம்பலத்தில் நின்று அநியாயஞ் சொன்னவர்கள், ஊரார் உடைமைக்குப் பேராசை கொண்டவர்கள், கல்லாக் கசடர், கணக்குப் படியாதோர், சிவனை வணங்காதார், திருக்கோயில் சூழாதார், அயனை வணங்காதார், ஆலயத்தை மேவாதார், பிச்சைக்கு வந்தவரைப் பின்னேவாவென்பவர்கள், கன்று வருந்தக் கறந்த பால் உண்டவர்கள், சுற்றற்கொதிக்கச் சுரந்த பால் உண்டவர்கள், பொட்டிநாழி மரக்கால் போட்டளந்த பாவியர்கள், பிள்ளையழித்துப் பேதமுறக் கொன்றவர்கள், உள்ள பொருளை இல்லையென்றே உரைத்தவர்கள், தூர வழிக்குத் துணைவாரோமென்று சொல்லி ஆருமில்லாக் காட்டில் அடித்துப் பறித்தவர்கள்."

புண்ணியக் கணக்குக்கு உட்பட்டவர்கள் பட்டியல் பின்வருமாறு அமைகின்றது:

"பசியாமல் அன்னம் பாங்குடனே கொடுத்தவரை, இடுக்கத் துடனே ஏமாறி வந்தவர்க்கு உடுத்த புடவையுகந்தளித்தோர், தங்களையும் பிச்சையுமிட்டுப் பெரிய இடங்கொடுத்து மகேசுவர பூசைக்கு மடங்கட்டி வைத்தவரை, சாலை மரமுஞ் சத்திரமும் வைத்தவரை, சிவபூசை தவபூசை குருபூசை செய்வோரை, நான்கு இசைவிளங்க நந்தவனம் வைத்தவரை, ஆலயங்கள் கட்டி யன்னமிகக் கொடுப்போரை, இடிந்த பழங்கோயிலெடுத்துப் புதுப்பித்தவரை, தாகத்துக்காக நல்ல தண்ணீர் கொடுத்தவரை, பொரிந்த வுயிர்தனக்குப் போகநீர் விட்டவரை, இராக்காலப் பட்டினியை யிதமாகத் தீர்த்தவரை, பஞ்சம் வருங்காலம் பகுத்தன்ன மிட்டவரை, பெரியோர்கள் தங்களையும் பேணி நடந்தவரை, விருந்துகள் வந்தால் வேறுவைத்து உண்ணாமல் வைத்து வகையில் வஞ்சகம் செய்யாரை."

நாட்டார் மரபு சித்திரகுப்தன் கதையை உட்கொண்ட முறை யினைப் பின்வருமாறு விளங்கிக்கொள்ளலாம். வடபுலத்திலிருந்து தமிழகத்திற்கு வந்த சித்ரகுப்தத் தெய்வம் ஓர் அவைதீகத்

தெய்வமாகும். வடநாட்டில் பெருவணிகர்களின் மதமாக விளங்கிய (விளங்குகின்ற) சமண மதத்தின் தெய்வமாக இது இருக்கலாம். இறப்பினை (மரண அச்சத்தை) முன்னிறுத்தி அறம் சொல்லும் வழக்கத்தைச் சமண மதமே தமிழ்நாட்டில் தோற்றுவித்தது. எனவே மேலோர் மரபில் கணக்குவழக்கு முறைமையில் தெய்வமான சித்திரகுப்தன், நாட்டார் மரபில் இறப்பினை முன்னிறுத்தி நியாயக்கணக்குப் பார்க்கும் தெய்வமாகப் பண்பு மாற்றம் பெற்றிருக்கின்றது.

நயினார் நோன்பு அன்று எண்ணெய் தேய்த்துக் குளிக்கா விட்டால் (இறப்புச் சடங்கின் ஒரு பகுதி) சித்திரகுப்த நயினார் செக்கிலிட்டு நம்மை ஆட்டுவார் என்ற நம்பிக்கையும் இதனடிப் படையிலேயே தோன்றியிருக்க வேண்டும்.

ஒரு சமணக் கோயில்

கோத்த பொய் வேதங்களும் - மதக்
கொலைகளும் அரசர்தம் கூத்துக்களும் (பாரதியார்)

வரலாறு நெடுகிலும் நிரம்பிக்கிடக்கின்றன. ஆனால் இதுவே வரலாறு என்று கருதப்பட்ட நிகழ்வுகளெல்லாம் இப்பொழுது மறுபரிசீலனைக்கு உட்படுத்தப்படுகின்றன. 'எழுதப்பட்ட வரலாற்று நூல்களைத் திருத்தி எழுதுவோம்' என்று எழுதிய அறிஞர் கோசாம்பி மேற்கிந்தியப் பகுதியில் தாய்த்தெய்வ வழிபாட்டின் செல்வாக்கினை எடுத்து விளக்கிக் காட்டினார். அடித்தள மக்கள் வாழ்விலிருந்தும் வாக்கிலிருந்தும் பெறப்படும் செய்திகளால் ஆக்கப்படும் வரலாறு மட்டுமே சனநாயகத்தன்மை உடையதாக அமைந்திருக்கின்றது. வரலாற்றறிஞர் கே.என். பணிக்கர் அண்மையில் 'மதச்சகிப்புத்தன்மை என்பது ஒரு கெட்ட வார்த்தை' எனக் கூறியிருந்தார். கள ஆய்விற்குச் சென்றவர்களால்தான் இந்த வார்த்தையின் கனத்தை அறிய இயலும். எளிய மக்கள் எந்த மதத்தையும் சகித்துக்கொண்டிருக்கவில்லை. எல்லா மதங்களின் இருப்பையும் வாழ்வையும் தன் இயல்பாகவே அல்லது இயற்கையாவே அவர்கள் ஏற்றுக்கொண்டிருக்கிறார்கள்.

நெல்லை மாவட்டத்தில் மேலச்செவலிலிருந்து களக்காடு நோக்கிச் செல்லும் சாலையில் 8 கி.மீ. போய்விட்டால் சிங்கிகுளம் என்ற சிற்றூர். ஊருக்குக் கிழக்கே ஒரு சின்ன மலை. மலை என்றால் சிறு புதர்களும் சில ஆலமரங்களும் கொண்ட நூறடி உயரமுள்ள ஒரு நெடும் பாறை. அவ்வளவுதான். மலையின் மீது தெற்கு நோக்கி ஒரு சின்ன கோயில். 'கல்வெட்டு இருக்கிறது' என்று ஊர் மக்கள் சொன்னார்கள். சாலையில், 'பகவதி அம்மன் கோவில் செல்லும் வழி' என்று ஒரு விளம்பரப் பலகை. பலகையை ஒட்டிய குளத்துக் கரைமீது அரை கிலோ மீட்டர் சென்றால் மலைக்கோயிலுக்குச் செல்லும் படிக்கட்டுக்கள். 150 படிகள் ஏறினால் கோயிலின் பின்பக்கமுள்ள ஒரு சின்ன சுனையினை அடையலாம்.

கோயிலுக்குள் சென்று பார்த்தபோது விழிகொள்ளாத வியப்பு அங்கே நமக்காகக் காத்துக்கிடந்தது. கோயிலின் தெற்கு வாசல் வழியாக உள் நுழைந்தால் எதிரே பகவதி அம்மன் சந்நிதி. அது ஒரு

சமணக் கோயில் என்பதை அறிந்தபோது நமக்குத் தாங்க முடியாத மகிழ்ச்சி. பகவதி அம்மன் சந்நிதிக்கு மேற்கே கருவறையில் ஒரு தீர்த்தங்கரர். கி.பி. ஏழாம் நூற்றாண்டில் மதுரையில் ஆயிரம் சமணர்களைக் கழுவேற்றி சம்பந்தர் 'புண்ணியம்' தேடிக்கொண்ட பிறகும் தமிழ்நாட்டின் தென்பகுகியில் சமணம் பன்னிரண்டாம் நூற்றாண்டுவரை உயிரோடிருந்தது. நெல்லை மாவட்டத்தில் அங்கொன்றும் இங்கொன்றுமாகக் காடுகளிலும் வயல்களிலும் சிதறியும் உடைந்தும் கிடக்கும் தீர்த்தங்கரர்களின் திருமேனிகளே இதற்குச் சான்றுகளாகும்.

நெல்லை மாவட்டத்திலிருந்து சமணம் 'தொலைந்து போய்' எழுநூறு ஆண்டுகள் ஆனபிறகும் இந்தக் கோயில் மட்டும் உயிரோடு நிற்கின்றது. கோயிலைச் சுற்றி ஆராய்ந்தபோது, தீர்த்தங்கரர் இருக்கும் கருவறையைச் சுற்றி வெளிப்புறமாக இருக்கும் கல்வெட்டு நமக்கு வரலாற்று உண்மையினைச் சொல்கின்றது. அந்த ஒற்றைக் கல்வெட்டிலிருந்து நமக்குக் கிடைத்த செய்தி.

இது ஒரு சமணப் 'பள்ளி' (சமணர்கள் கோயில் என்று சொல்ல மாட்டார்கள்). இம்மலையின் பெயர் ஜினகிரி. முள்ளிநாட்டுத் திடியூரான இராசராச நல்லூரில் உள்ள இந்தப் பள்ளியின் பெயர் 'நியாய பரிபாலனப் பெரும்பள்ளி'. இப்பள்ளி "எனக்கு நல்ல பெருமானான அண்ணன் தமிழப் பல்லவரையன்" பெயரால் எடுக்கப்பட்டுள்ளது. இந்தத் தீர்த்தங்கரருக்கு இடப்பட்ட பெயர் 'எனக்கு நல்ல நாயகர்' என்பதாகும். 24 தீர்த்தங்கரர்களில் இவர் யார் என்று அறியத் திருமேனியில் தடயங்கள் கிடைக்கவில்லை. நெல்லை மாவட்டப் பகுதியில் 'அம்பிகா யட்சி' என்ற இசக்கியம்மன் வழிபாடே இன்றும் செல்வாக்குடன் திகழ்கின்றது. அம்பிகாவைப் பணிமகளாகக் கொண்டவர் 23ஆவது தீர்த்தங்கர ராகிய நேமிநாதர் என்பவராவார். கட்டப்பட்டபோது துணைச் சந்நிதியாக இருந்த யட்சியின் சந்நிதியே இன்று முதல் சந்நிதியா கவும் தீர்த்தங்கரரின் கருவறை துணைச் சந்நிதியாகவும் மக்களால் வணங்கப்பெறுகின்றன. இக்கோயிலில் இரத்தப் பலி கிடையாது. கொடியேற்றம், திருவிழா கிடையாது. மக்கள் தாங்கள் விரும்பும் நாளில் பகவதி அம்மனுக்குப் பொங்கல் வைக்கின்றனர்.

தாங்கள் வணங்குகின்ற பகவதியம்மன் ஒரு சமணத் தெய்வ மென்பதும் முனீஸ்வரர் என்ற பெயரால் அறியப்படும் தீர்த்தங்கரர்

சமண மதத்தவர் என்பதும் வழிபடுகின்ற 'இந்து' மக்களுக்குத் தெரியவே தெரியாது. வைதீகத்துக்கு எதிரான சமண மதம் இப்பகுதியில் காணாமல்போய் எழுநூறு ஆண்டுகள் ஆகிவிட்டன. ஆனபோதும் சமணப்பள்ளி ஒன்று தாய்த் தெய்வக் கோயிலாகக் கருதப்பட்டு அந்நிலப்பகுதியிலுள்ள எல்லா மக்களாலும் பேணப்படுகின்றது; வழிபடப்படுகின்றது.

உலக வரலாறு நெடுகிலும் ஒரு பிரிவின் வழிபாட்டுத் தலத்தை மற்றவர் இடிப்பதும் அழிப்பதும் தொடர்ந்து நடைபெற்றுக் கொண்டே வருகின்றன. அரசியல் என்பது மத அடிப்படைவாத அரசியலாக மாறிக்கொண்டிருக்கும் காலமிது. ஆதரவற்ற பிள்ளையைத் தன் பிள்ளையாக எடுத்து வளர்த்து குடிப்பெருக்கம் செய்வதில் தமிழ்நாட்டின் எளிய மக்களுக்கு எந்தவித மனத் தடையுமில்லை. அப்படித்தான் சிங்கிகுளம் மக்கள், சமணப்பள்ளியைப் பகவதி அம்மன் கோயிலாக்கி வாழ வைத்திருக்கிறார்கள். அடுத்தவர் வழிபாட்டிடத்தை இடிப்பதும் அழிப்பதும் அரசர்களும் அமைச்சர்களும் அதிகாரிகளும் செய்கின்ற வேலை என்பதே அன்றும் இன்றும் வரலாறு ஆகும். சனநாயக உணர்வுள்ள எளிய மக்கள் அதனை ஒருபோதும் செய்யமாட்டார்கள். சிங்கிகுளம் 'நியாய பரிபாலனப் பெரும்பள்ளி' நமக்குச் சொல்லும் செய்தியும் இதுதான்.

தமிழக ஆன்மீக வரலாற்றில் வள்ளலார்

தமிழகத்தின் ஆன்மீக வரலாற்றை ஐந்து பெரிய நீர்க்கால்களாகப் பகுத்துக் காணலாம். நாட்டார் சமயம், சமணம், பௌத்தம், சைவம், வைணவம் ஆகிய ஐந்தனுள் பௌத்தத்தின் தொல்லெச்சங்கள் மட்டுமே இன்று தமிழ்ச் சமூகத்தில் சமய வாழ்வில் காணக்கிடக்கின்றன. சமணம், வாழ்கின்ற மதமாக இருந்தாலும்கூடத் தமிழ்நாட்டின் வட மாவட்டங்களில் மட்டுமே கண்ணிற்குத் தெரிகின்றது. சைவ, வைணவ நெறிகளும் இருபதாம் நூற்றாண்டின் இயக்கங்களாலும் 'உலகமயமாக்கல்' பின்னணியிலும் தங்கள் இருப்பை மட்டுமே தக்கவைத்துக்கொண்டுள்ளன. நாட்டார் சமயத்தின் கணிசமான பகுதிகளும் 'நகரமயமாதல்' என்னும் தளத்தில் தம் வேர்களை இழந்துவருகின்றன.

தமிழகத்தின் ஆன்மீக வரலாறு தொடர்ச்சியானது. இந்த வரலாற்றுப் பின்னணியில் வள்ளலாரோ 19ஆம் நூற்றாண்டின் வெற்றி பெற்ற ஒரு கலகக் குரலை எழுப்பியவர். அந்த வெற்றி இருபதாம் நூற்றாண்டில் தொடர்கிறதா என்பது தனித்த விவாதத்திற்குரிய பொருளாகும். (வள்ளலாரைப் போல இருபதாம் நூற்றாண்டு ஆன்மீக வரலாற்றில் கலகக் குரலாக எழ 'முயன்ற' ஆதிபராசக்தி மன்றத்தை இங்கு நினைத்துக்கொள்ள வேண்டும். இரண்டுமே பெரும்பாலும் தமிழ்நாட்டின் வடபகுதியில் மட்டுமே கிளை பரப்பியவை என்பதையும் கவனத்தில் கொள்ள வேண்டும்).

தமிழ்நாட்டுப் பெருஞ்சமய நெறிகளில் வள்ளலாரை எதனோடு சேர்த்துப் பார்ப்பது என்பது அடிப்படையான ஒரு கேள்வியாகும். 'பூசுவதும் வெண்ணீறு' என்பது சைவ சமயத்திற்குரிய முதல் அடையாளம் ஆகும். இந்த அடையாளமும் கோயில் வழிபாடும் வள்ளலாருக்குக் குடிப்பிறப்பாக வந்தவையே. வள்ளலார் தம் இளமைக் காலத்தில் திருத்தணிகைத் தவத்தின் மீதும் பின்னர்ச் சிதம்பரத்தின் மீதும் பற்றுக்கொண்டிருந்தார் என்ற செய்தி அவரது பாடல்களில் பொதிந்துள்ளது. பின்னர், புதுநெறி கண்ட பிறகும் திருநீற்று அடையாளத்தை அவர் கைவிடவில்லை. எனவே

வள்ளலாரைச் சைவ மரபிற்குள்ளாகவே நிறுத்துப் பார்ப்பதே சரியானதாக இருக்க முடியும்.

சமண சமயத்தின் தொல்லறமாகவும் சைவத்தால் ஏற்றுக் கொள்ளப்பட்டதுமான 'புலால் உண்ணாமை' அறத்தினை அவர் 'உயிர் இரக்க ஒழுக்கமாக' (ஜீவகாருண்யமாக) முன்னிறுத்தினார். மனித உயிர்களைத் தாண்டிய மற்ற உயிர்கள் மீதும் படிந்த அவரது இரக்கப் பார்வை மனிதன் மீது திரும்பியபோது தன்னியல்பாகவே அது சாதி மறுப்புக் கொள்கையாக விளைந்தது.

மதித்த சமயமத வழக்கெல்லாம் மாய்ந்தது
வருணாச்சிரமமெனும் மயக்கமும் சாய்ந்தது
கொதித்த லோகாசாரக் கொகுப்பெல்லாம் ஒழிந்தது
கொலையும் களவும் மற்றைப் புலையும் அழிந்தது
குறித்த வேதாகமக் கூச்சலும் அடங்கிற்று
கொதித்த மனமுருட்டுக் குரங்கு முடங்கிற்று

என்ற வருணாச்சிரமத்திற்கு எதிரான அவரது குரல் 19ஆம் நூற்றாண்டின் ஒரு கலகக் குரலேயாகும். அதுவே முதற்குரல் ஆகும் என்பதே நாம் உணர்ந்துகொள்ள வேண்டிய செய்தியாகும்.

இந்தப் பின்னணியில் ஆன்மிக வரலாற்றில் வள்ளலாரின் இடத்தைக் கணிக்க முயன்றவர்களாக, ம.பொ. சிவஞானம், ஊரன் அடிகள், ராஜ் கௌதமன், கி. சுப்பிரமணியன், ப. சரவணன் ஆகியோரைக் குறிப்பிடலாம். இந்தக் கட்டுரை 'உணர்வறிய திருஞானம், ஒப்பரிய பெருஞானம்' என்று பேசப்படும் சைவ சமயப் பின்னணியில் வள்ளலாரைக் காண முற்படுகின்றது.

தமிழ்நாட்டுச் சைவ சமய வரலாறு சிக்கல், சிடுக்கல்கள் எதுவுமில்லாத ஒன்றாகவே சைவ சமய ஆய்வாளர்களால் எழுதப் படுகின்றது. ஆனால் உண்மையில் காலந்தோறும் சைவ சமயத் திற்குள் எழுந்த மோதல்களும் முரண்களும் அடுத்து வரும் காலத்தில் உள்வாங்கப்பட்டு முடக்கப்பட்டுள்ளன; அல்லது செரிமானம் செய்யப்பட்டுள்ளன. இந்த மோதல்களின் தொடர்ச்சி யாகவே நாம் வள்ளலாரை இனம் காண முடியும்.

சைவத் திருமுறைகள் எனப்படும் தோத்திர நூல்கள் பன்னிரண்டில் திருமந்திரமும் திருவாசகமும் அடங்கும். இந்த இரண்டு நூல்களும் வள்ளலாருக்குப் பிடித்தவை.

சைவ சமயத்தில் திருமுறைகள் 'தோத்திர நூல்கள்' எனவும் தத்துவ நூல்கள் 'சாத்திர நூல்கள்' எனவும் வழங்கப்பெறுகின்றன. திருமுறைகள் 12 என்பதுபோல 'மெய்கண்ட சாத்திரம்' என்ற பெயரில் 14 நூல்கள் தத்துவ நூல்களாகத் தொகுத்துக் காட்டப்பெறுகின்றன.

சைவர்களின் சாத்திரநூல் பட்டியல் சிக்கலானது. இந்தப் பட்டியலுக்கு முந்திய சைவ சாத்திர நூல் 'ஞானாமிர்தம்' என்பதாகும். கி.பி. 11ஆம் நூற்றாண்டில் நெல்லை மாவட்டம் திருவாலீசுவரத்தில் இருந்த கோளகி மடத்திலிருந்து பிறந்தது. திருவாலீசுவரம் கோயில் முழுமையான கற்கோயிலாக முதலாம் இராசேந்திரசோழனால் எடுக்கப்பட்டதாகும். இது பாசுபத சைவர்கள் வாழ்ந்த நிலப்பகுதியாகும். இங்கிருந்து 18 கி.மீ. தொலைவிலுள்ள குற்றாலத்திற்கருகில் 'பாசுபதப் பேரேரி' என்பது ஒரு குளத்தின் பெயராக இன்றும் வழங்கிவருகின்றது.

முதலாம் இராசராசன் கட்டிய தஞ்சைப் பெரியகோவில் பாசுபத ஆகம விதிகளை அடிப்படையாகக் கொண்டதாகும். முதலாம் இராசராசனுக்கும் அவனது மகனுக்கும் காசுமீரத்துப் பாசுபதசைவர்களே குருமார்களாக இருந்து வந்துள்ளனர். அவர்களது காலப்பகுதியில் பிற்காலத்திய சைவமான சித்தாந்தச் சைவத்தின் சுவடுகள் ஒன்றிரண்டை மட்டுமே காணமுடியும். வள்ளலார் திருமந்திரத்தைத் 'தோத்திர நூலாகக் கொள்ளாது' 'சாத்திர நூலாகக் கொண்டதே' சரியானதாகும். அது பாசுபத சாத்திர நூலாகும். திருமந்திரம் மனித உடலைக் கொண்டாடும் நூலாகும். "உடம்பை வளர்த்தேன், உயிர் வளர்த்தேனே" என்பது திருமூலர் வாக்கு.

"கடவுளியற்கை விளக்கத்திற்கு இடமாகிய சீவதேகங்கள் என்கிற ஆலயங்கள்" என்கிறார் வள்ளலார் (கி. சுப்பிர. ப. 37). இந்த உணர்வு இறந்த உடலைச் சுடக்கூடாது என்பதுவரை அவரைக் கொண்டு செல்கின்றது.

பிணங்கழுவி எடுத்துப்போய்ச் சுடுகின்றீர்
இனிச்சாகும் பிணங்களே நீர்
கணங் கழுகுண்டாலும் ஒரு பயனுண்டே
என்ன பயன் கண்டீர் சுட்டே (5609)

(கி. சுப்பிர. ப. 46)

என்பது திருஅருட்பாவாகும். வள்ளலார் தனக்குப் பிடித்த தோத்திர நூலாக திருவாசகத்தையே குறிப்பிடுகின்றார்.

வான்கலந்த மாணிக்க வாசகநின் வாசகத்தை
நான் கலந்து பாடுங்கால்.

என்ற பாடல், வள்ளலாரின் பாடல்களில் குறிப்பிடத் தகுந்ததாகும். "திருவாசகத்தில் பிரசார வேகம் தளர்ந்து அது ஆன்மீக அனுபவங் களுக்கு முக்கியத்துவம் கொடுத்துள்ளது. திருவாசகத்தின் பக்திச் சுவையின் தித்திப்பில் தெவிட்டாத ருசி கண்ட இராமலிங்கரின் **6**ஆம் தொகுப்பிலுள்ள பாடல்களில் அது பிரமாதமாக வெளிப் பட்டுள்ளது" என்று மதிப்பிடுகிறார் ராஜ் கௌதமன் (ப. 42). சோழர்காலக் கல்வெட்டுக்களிலிருந்து அப்பர், சம்பந்தர் இருவரின் பாடல்கள் மட்டுமே அவர்களால் தேவாரமாக ஏற்றுக்கொள்ளப் பட்டது தெரிகின்றது. சுந்தரருடைய தேவாரம் 'தம்பிரானார் திருப்பாட்டு' என்ற பெயரிலேயே அக்காலத்தில் அழைக்கப்பட்டது. சோழர் காலத்திலும் பிற்காலப் பாண்டியர் காலத்திலும் திருவாசகப் பாடல்கள் கோயில்களில் விண்ணப்பம் செய்யப்படவில்லை என்பதையும் இங்கு கவனிக்க வேண்டும். அதற்கான சான்றுகள் ஏதும் கிடைக்கவில்லை.

பெரியபுராணக் கதையின் காலம் மாணிக்கவாசகருக்கு முற்பட்டதாயினும் அதனைச் சமய இலக்கியம் ஆக்கிய சேக்கிழாரின் காலம் மாணிக்கவாசகருக்குப் பிற்பட்டதே. அவர் மாணிக்கவாசகரைக் குறிப்பாகக்கூட ஓர் இடத்திலும் சுட்டவில்லை. பாசுபத சைவநெறிப்படி அமைக்கப்பட்ட தஞ்சைப் பெரிய கோவிலையும் அவர் சுட்டவில்லை. இவ்வகையான விலகல்களும் ஒதுக்கல்களும் உள்வாங்கிக் கரைத்தலும் ஒவ்வொரு சமயத்திற்குள்ளாகவும் வரலாறு நெடுகிலும் நடந்து வருகின்றன. வள்ளலாரின் மனங்கவர்ந்த மாணிக்கவாசகர் நடு நாட்டுத்தலமான சிதம்பரத்தைப் பாடியுள்ளார். காவிரிக் கரையோரத் தலம் எதனையும் பாடவில்லை. அவர் அத்துடன் மட்டும் நின்றுவிட வில்லை. தேவாரம் காட்டும் தமிழ்த் தேசியத்திற்கு மாற்றாகச் சிவபெருமானைத் 'தென் பாண்டி நாடன்' என்றும் 'மதுரையார் மன்னன்' என்றும், 'மதுரை மண் சுமந்தான்' என்றும் 'பாண்டி நாடே பழம்பது' என்றும் ஒரு குறுந்தேசியவாதத்தைக் (Subnationlism) கட்டமைக்க முயன்றார் என்பது தெரிகின்றது. இதனை அரசியல்

முரணாக மட்டும் கருத இயலவில்லை. ஏதோ ஒரு வகையில் இது சித்தாந்த முரணாகவும் அமைந்திருக்க வேண்டும்.

பிற்காலத்தில் எழுந்த சித்தாந்த சைவம், மாணிக்கவாசகரைக் கொண்டாடியது. ஆனாலும் திருவாசகம் கோயில் வழிபாட்டிற்கு அல்லாமல் வீட்டு வழிபாட்டிற்குரிய 'முற்றோதுதல்' (பாராயண) நூலாகவே அமைந்துவிட்டது. "திருவாசகத்திற்குச் செய்யுளால் அமைந்த விளக்கமே திருவருட்பா" என்று துரைசாமிப்பிள்ளை குறிப்பிட்டதாகப் புரிசை நடராசன் எழுதுகின்றார். திருவாச கத்தின்மீது சோழர்களின் சைவ அரசு கொண்டிருந்த விலகல் போலவே, பாசுபத சைவ நூலான திருமந்திரத்தைத் தோத்திர நூலாகக் காட்ட முயலும் விலகல் போக்கு சித்தாந்த சைவத்திலும் காணப்படுகிறது. வள்ளலாரின் மனம் கவர்ந்த திருமந்திரமும் திருவாசகமும் சைவ மரபுகளில் பிற்காலத்தில் உள்வாங்கிக் கரைக்கப்பட்டன என்பதே இதன் பொருளாகும்.

சித்தாந்த சைவம், வேதத்தின் தலைமையினை ஏற்றுக்கொண்ட, ஆகம நெறிப்படி அமைக்கப்பட்ட கோயில்களை மையமாகக் கொண்டதாகும். அதனுடைய 'தலைக்கோயில்' தில்லை எனப்படும் சிதம்பரமாகும். தேவகுலம், பொது, அம்பலம், தளி, கோயில் என்பன கோயில்களுக்கு வழங்கப்பட்ட பெயர்களாகும். கேரளத்தில் இன்றளவும் கோயில்கள் அம்பலம் என்ற பெயராலே அழைக்கப்படுகின்றன. அங்கு கோயில் பணியாளர்களுக்கு அம்பல வாசிகள் என்றே பெயர். அவர்களின் ஒரு பிரிவினர் 'பொது ஆள்' (பொதுவாள் - புதுவாள், என்றே அழைக்கப்படுகின்றனர். தில்லைக் கோயிலைப் பாடும் வள்ளலார் 'திருப்பொதுவில் ஆடுகின்ற அரசே' என்றும் 'அம்பலப் பாட்டே அருட்பாட்டு' என்றும் பொது, அம்பலம் என்ற இரண்டு சொற்களை வலியுறுத்துகின்றார். ஆனால் தில்லைக்கோயில் இன்றளவும் பொதுக்கோயிலாக அமையாமல் தில்லை மூவாயிரவர் என்ற பிராமண சாதிக்குரிய சொத்தாகவே இருந்துவருகின்றது என்பதையும் உணர வேண்டும். தில்லைக் கோயிலில் வள்ளலார் புராணப் பொழிவுகள் நடத்தியுள்ளார். ஆறுமுக நாவலருக்கும் அவருக்குமான முரண்பாடு அங்கேதான் தோன்றியது. தில்லைக்கோயில் அதற்கு முன்னரும் பல முரண் களுக்குக் களனாக இருந்துள்ளது என்பது வரலாறு. மூர்த்தி நாயனா ருக்குத் தில்லை மூவாயிரவர் முடிசூட்ட மறுத்த கதை பெரிய

புராணத்தில் பதிவாகியுள்ளது. தில்லைக் கோயிலிலிருந்து தேவார, திருவாசகங்கள் 'மீட்டெடுக்கப்பட்ட' கதையை திருமுறை கண்டபுராணம் பேசுகின்றது. இதுவும் ஏதோ ஒரு கருத்தியல் சார்ந்த முரணாகவே இருக்க வேண்டும்.

"சிதம்பரம் தற்காலத்தில் நமது உயிர்த்துணைவராகிய நடராஜரைப்பற்றி நாம் போவதற்கும் இரண்டொரு தினம் இருப்பதற்கும் தக்கதேயன்றி வேறொரு வகையாலும் தக்கதில்லை. ஆயின் அது கலிகால வண்ணம்" என்று 1861இல் இரத்தின முதலியார்க்கு எழுதிய கடிதத்தில் வள்ளலார் குறிப்பிடுகின்றார். (ம.பொ.சி. ப. 200, 2001).

"1871இல் வடலூரில் தமது சத்தியஞான சபையை நிர்மாணித்த பிறகு சிதம்பரம் கோயிலை அவர் திரும்பிப் பார்க்கவில்லை என்று தெரிகிறது" என்கிறார் ராஜ் கௌதமன் (ப.107).

தில்லைக் கோயிலின் மீது வள்ளலாருக்கு இருந்த ஈடுபாடே வடலூரில் தான் நிறுவிய சபைக்கு, 'உத்தர ஞானசிதம்பரம்' (அதாவது வடக்குச் சிதம்பரம்) என்று பெயரிட வைத்தது. ஆனால் வள்ளலார் கோயில் வழிபாட்டுக்கு அடிப்படையான உருவ வழிபாட்டைத் தாம் நிறுவிய ஆன்மீக மையத்தில் நிராகரித்தார். அதற்குக் 'கோயில்' என்று பெயரிடாமல் 'சபை' என்று பெயரிட்டார். கோயில்களில் சமயம்சார்ந்த அடியவர்களுக்கு உணவளிக்கும் மரபு தமிழகத்தில் தொன்றுதொட்டே நடந்து வந்துள்ளது. தில்லையிலும் அவ்வாறு உணவளிக்கப்பட்டதனை 'அன்னம் பாலிக்கும் தில்லைச்சிற்றம்பலம்' என்ற அப்பர் தேவாரத்தினால் அறியலாம். (பல நூற்றாண்டுகளாகத் தமிழகத்தில் பிராமணருக்கு மட்டுமே அன்னதான ஏற்பாடுகள் செய்யப்பட்டிருந்தன. பெருந்தொகையில் ஏழை எளியவர் அனைவரும் உண்டு பசியாறும் ஏற்பாட்டை முதன்முதலில் செய்தவர் அடிகளார்தாம் என்பதே உண்மை (தமிழக வரலாறு கே.கே. பிள்ளை, பக். 491). அடியவருக்கு உணவளித்தல் என்ற கோயில் நடைமுறையினையும் சாதி, மதம் கடந்து ஏழை. எளியவர்களுக்கு உணவளித்தல் என்ற நடைமுறையாக மாற்றிக் காட்டினார்.

சைவக்கோயில்கள் சாதிமரபிற்கு உட்பட்டவையே. ஆனால் தில்லைக்கோயிலோ ஒரு சாதிப் பிரிவுக்கு மட்டுமேயுரிய சொத்தாகவும் (Property) இருந்து வருகின்றது. ஆறுமுக நாவலர்

போன்ற அறிஞர்களை ஆதரித்த சைவத் திருமடங்களும் (தமிழகத்தில் பதினெட்டு வகையான சைவத் திருமடங்கள் உள்ளன) சாதிக் கயிற்றால் கட்டப்பட்டவையே.

"சமயச் செயல்பாடுகள் மடங்கள் என்னும் அதிகார மையங்களான நிறுவனங்களால் முன்னெடுக்கப்பட்ட காலச் சூழலில் வள்ளலார் வாழ்ந்தார். அம்மடங்கள் அனைத்தும் சாதிய நியதியைப் பேணியவை. அந்தச் சூழலில் இவரது தனித்த போராட்டம் வியப்பளிக்கும் வகையில் உள்ளது" என்று மதிப்பிடுகிறார் வீ. அரசு. (வள்ளலார் கடிதங்கள் முன்னுரை) 'இராமலிங்கம்பிள்ளை தம் சாதி கீழாயிருத்தல் கண்டே' என்பது மறுப்பு நூலில் உள்ள ஒரு தொடர் என்பதையும் இங்கே நினைவில் கொள்ளவேண்டும்.

வள்ளலார் பசிப்பிணி நீக்கும் செயலுக்கு அளித்த முதன்மை, ஆன்மீக வரலாற்றில் ஒரு புதுமையாகும். 19ஆம் நூற்றாண்டில் தமிழ்நாட்டில் பல பஞ்சங்கள் ஏற்பட்டன. காலனிய ஆட்சியின் பஞ்ச நிவாரண ஆவணங்களே இப்பஞ்சங்களின் கொடுமையை நமக்கு விளக்கப் போதிய ஆவணங்களாகும். எனவே பசிப்பிணியை மனிதகுலத்தின் முதல் எதிரியாகக் கண்டு வள்ளலார் அஞ்சியதற்கு அவர் வாழ்ந்த காலச் சூழலும் அரசும் ஒரு காரணமாகும். 'கருணை யிலா ஆட்சி கடுகி ஒழிக' என்ற அறச் சீற்றத்துக்கும் இதுவே காரணமாகும். எனவே வள்ளலார், சைவம் என்ற எல்லையைத் தாண்டி சமரசம் என்ற பெருவெளியில் நுழைகின்றார். அதாவது, தன் சமகாலச் சைவ மடங்களையும் வள்ளலார் நிராகரிக்கின்றார்.

ஆனால் சமகாலச் சைவத்தால் வள்ளலாருடன் முரண்பட மட்டுமே முடிந்தது. மரபுவழி வரலாற்றின்படியே அவரை விலகவோ விலக்கவோ இயலாமல் போயிற்று. ஏனென்றால் வள்ளலாரின் காலம் தொடர்புச் சாதனங்கள் வளர்ச்சிபெறும் காலமாகவே இருந்தது. அச்சு எந்திரம், இரயில் வண்டி, பங்கி வண்டி ஆகிய 'நவீனங்கள்' அவரது அனுபவ எல்லைக்குள் வந்துவிட்டன. எனவே வள்ளலாரைப் பத்தொன்பதாம் நூற்றாண்டில் சைவ சமய ஆன்மீக வரலாற்றில் எழுந்து 'வெற்றி பெற்ற ஒரு முரண்பாடு' என்று மதிப்பிடலாம்.

தமிழக வரலாற்றில் வள்ளலாரைப் பற்றிய மிகை மதிப்பீடுகளே நிறைய வந்துள்ளன. அவரது கால அச்சியந்திர வளர்ச்சி, மதங்களின் பெருத்த ஆதரவு பெற்ற ஆறுமுக நாவலருடன் கருத்து மோதல்

நிகழ்த்தியமை, ஈழத்து வேளாளர்களிடையே சிதம்பரம் கோவிலின் செல்வாக்கு, 'பொது' என்பதற்கு சாதி - மதம் கடந்து அவர் கொண்ட பொருள், சிதம்பரம் கோவிலை உரிமை கொண்டாடிய ஒரு குறிப்பிட்ட சாதியினரின் அதிகாரம், வள்ளலார் பாடலைக் கோவிலில் பாடமுற்பட்டதாக வைக்கப்படும் குற்றச்சாட்டு, தன் வாழ்நாளின் பிற்பகுதியில் சிதம்பரம் கோயிலை விட்டு முற்றிலும் நீங்கியமை, தான் தொடங்கிய 'சத்திய ஞான சபைக்கு உத்தர (வடக்கு) ஞான சிதம்பரம்' என்று பெயரிட்டது, ஆடும் மூர்த்தியின் திருவுருவத்துக்குப் பதிலாக ஒளிவிளக்கு ஒன்றினை ஏற்றி வழிபடச் செய்தது - இவற்றையெல்லாம் கவனத்தில் கொண்டவாறே சிதம்பரம் கோவிலை அணுக வேண்டும்.

சிதம்பரம் கோயில் குறித்த எல்லாக் கதைகளும் 'பொது' எனப்படும் தீட்சதர்களின் சாதி அமைப்பைச் சுற்றியே வருகின்றன. 15 ஆண்டுகளுக்கு முன் தமிழறிஞர் வ.சுப. மாணிக்கம், சிதம்பரம் கோவிலின் அர்த்த மண்டபத்தில் தமிழ் பாட ஒரு இயக்கம் நடத்தியதும் 'பொது' விடத்தில் அவர் தோற்றுப் போனார் என்பதும் குறிப்பிடத்தக்கவை.

துணை நூல்கள்

ம.பொ. சிவஞானம், வள்ளலார் கண்ட ஒருமைப்பாடு, 2001 (நான்காம் பதிப்பு).

ராஜ் கௌதமன், கண்மூடிவழக்கம் எல்லாம் மண்மூடிப் போக..! சி. இராமலிங்கம் (1823-1874), 2001.

R. Sunthara Lingam, Politics and National Awakening in south India 1852 - 1891, The University of Arizona (unpublished).1

ஆழ்வார் பாடல்களும் கண்ணன் பாட்டும்

கண்ணன் பிறந்தான் - எங்கள்
கண்ணன் பிறந்தான் - புதுக்
கவிதைகள் பிறந்ததம்மா

என்பது ஒரு திரைப்படப் பாடலடியாகும். கவிஞர் கண்ணதாசன் இந்த அடியினை ஆராய்ச்சி உணர்வோடு எழுதினார் என்று கொள்ளுவதற்கில்லை. இருப்பினும் இந்திய மொழிகளில் இலக்கிய வரலாற்றைக் கூர்ந்து பார்த்தால் கி.பி. ஏழாம் நூற்றாண்டு முதல் கி.பி. பதினேழாம் நூற்றாண்டு வரை 'கண்ணன்' என்னும் தெய்வம் இந்திய மொழிகளில் கவிதையின் ஊற்றுக்கண்ணாக விளங்கி யிருப்பதை உணரலாம்.

வைணவம் குறித்த தொன்மையான சான்றுகள் நமக்குச் சங்க இலக்கியத்திலேயே காணக்கிடைக்கின்றன. கண்ணனார், காரிக்கண்ணனார், விண்ணந்தாயன் ஆகிய வைணவப் பெயர் மரபுகளைச் சங்கப் பாடல்களின் துறைக்குறிப்புகளில் காணு கிறோம். இவற்றுள் 'விண்ணன்' என்பது 'விஷ்ணு' என்ற பெயரின் தமிழ் வடிவமாகும். காரிக்கண்ணன் என்பது வாசுதேவ கிருஷ்ணன் என்ற பெயரின் தமிழ் வடிவமாகும்.

செங்கட்காரி கருங்கண் வெள்ளை
பொன்கட் பச்சை பைங்கண்மா அல்

என்று பரிபாடல் திருமாலின் 'வியூக' அவதாரங்களைப் பதிவு செய்கின்றது. 'செங்கட்காரி' என்ற பெயரே காரிக்கண்ணன் என்று தமிழில் வழங்கப்பெற்றது என்பதைப் புலவர் ஒருவர் பெயரால் அறிகிறோம்.

கண்ணன் என்ற பொதுப்பெயரால் பக்தி இலக்கியங்களில் குறிக்கப்படும் தெய்வம் இந்த வாசுதேவ கிருஷ்ணனேயாகும். இருபது நூற்றாண்டுகளாகத் தமிழ்நாட்டில் மாறாத மக்கள் பெயர் வழக்குகளாக விளங்கும் பெயர்கள் கண்ணன், குமரன், சாத்தன், முருகன் என்ற மிகச் சிலவே ஆகும். 'கண்ணன் பாட்டு'

என்ற பெயரில் பாரதியார் ஆக்கித்தந்த 23 பாடல்களுக்கும் தமிழ் இலக்கியத்தில் தொன்மையான வேர்கள் உண்டு என்பதை இவ்விடத்தில் நினைவில் கொள்ளவேண்டும். இவ்வேர்களைக் குறித்த மு.இராகவையங்காரின் 'கண்ணபிரானைப் பற்றிய தமிழ்நாட்டு வழக்குகள்' என்னும் கட்டுரையும் இங்கே நினைவு கொள்ளத்தக்கது.

'விபவம்' என்னும் இதிகாசப் பிறப்பிற்குக் காரணமான இராமன், கிருஷ்ணன் என்னும் இரண்டு அவதாரங்களில் கி.பி. ஏழாம் நூற்றாண்டில் கிளர்ந்தெழுந்த பக்தி இயக்கத்தின் தமிழ்நாட்டு வைணவம் கிருஷ்ண அவதாரத்தையே பெரிதும் கொண்டாடியது. இராம அவதாரத்தை விதிவிலக்காக மட்டுமே அது கொண்டாடியது. அதுபோலவே பிற்காலச் சோழர், பிற்காலப் பாண்டியர், விசயநகர ஆட்சிக் காலத்தில்தான் இராம அவதாரத்திற்கான கோயில்களும் தமிழ்நாட்டில் ஓரளவு எழுந்தன. தமிழ்நாட்டில் கிடைக்கும் திருமாலின் வெண்கலத் திருமேனிகள் எல்லாம் பெருமளவு கிருஷ்ண அவதாரம் சார்ந்ததாகும். கிருஷ்ணன் என்னும் கண்ணனுக்கு மகிழிணையாக வடநாட்டு இலக்கிய மரபுகள் ராதையைக் கொண்டாடியதுபோலத் தமிழிலக்கியங்கள் நப்பின்னையைக் கொண்டாடின.

நாண்இத்தனையும் இலாதாய்
நப்பின்னை காணில் சிரிக்கும்

என்று பெரியாழ்வார் கண்ணனுக்கு நப்பின்னையை முறைப் பெண்ணாகவே காட்டுகின்றார். நாச்சியார் திருமொழியில், 'மாமிமார் மக்களேம்' என்றே ஆண்டாள் மைத்துன உறவுமுறை களைக் குறிக்கின்றார். பாலியல் ரீதியிலான இந்த முறைப்பெண் - முறை மாப்பிள்ளை உறவுமுறை திராவிடர்களுக்கே உரியது என்று ஹட்டன் குறிப்பிடுவார். (HUTTON. J.H., Caste in India, Oxford University Press, Bombay, Reprint, 1969).

கண்ணன் என்னும் தெய்வம் குறித்துச் சங்க இலக்கியத்திலும் ஆழ்வார் பாடல்களிலும் பிற்காலத் தத்துவ நூல்களிலும் உள்ள செய்திகள் மூன்று அடுக்குகளாக உள்ளன.

1. பாகவதக் கதைகள் காட்டும் கண்ணன்

2. பாரதமும் இராம காவியமும் காட்டும் கண்ணன்

3. கீதை என்னும் தத்துவ நூல் காட்டும் கண்ணனைவிட முதன்முதலாக இளங்கோவடிகள் தம் சிலப்பதிகாரத்தில் பாகவதக் கதை காட்டும் கண்ணனையே பெருமளவு இராம, கிருஷ்ண அவதாரக் கதைகளுடன் கலந்து காட்டுகின்றார்.

மூவுலகு மீரடியான் முறை நிரம்பா வகை முடியத்
தாவிய சேவடி சேப்பத் தம்பியொடுங் கான்போந்து
     சோவரணும் போர்மடியத் தொல்லிலங்கை கட்டழித்த
சேவகன் சீர் கேளாத செவியென்ன செவியே
திருமால் சீர் கேளாத செவியென்ன செவியே

என்பது ஆய்ச்சியர் குரவைப் பாடலாகும்.

ஆனாலும் பின்வந்த ஆழ்வார்கள் கிருஷ்ண (கண்ணன்) அவதாரத்தையே பெரிதும் கொண்டாடினர். கீதை உரைத்த கண்ணனைப் பற்றிய குறிப்புகள் ஆழ்வார்களின் பாசுரங்களில் ஒன்றிரண்டு மட்டுமே வருகின்றன. சமகாலச் சூழலில் இது வியப்புக்குரிய செய்தியே. ஆனாலும் இதுவே உண்மையாகும்.

கீதை உரைத்த கண்ணனை நான்முகன் திருவந்தாதியில் வரும்

சேயன் அணியன் சிறியன் மிகப்பெரியன்
ஆயன் துவரைக் கோன் ஆய் நின்ற மாயன் அன்(று)
ஓதியவாக் கதனைக் கல்லார் உலகத்தில்
எதிலராய் மெய்ஞ்ஞானமில்   (71)

என்ற ஒரே ஒரு பாடல் மட்டுமே குறிப்பாகப் பேசுகின்றது. பிற்காலத்தில் வைணவ ஆசாரியர்கள் மட்டுமே கீதையினைச் சற்றே விரிவுபடுத்துகின்றனர். ஆழ்வார்களின் பாசுரங்களில் அதற்கு இடமில்லை.

செம்மையுடைய திருவரங்கர் தாம் பணித்த
மெய்ம்மைப் பெருவார்த்தை

என்ற ஆண்டாளின் பாசுரம் கீதையினைக் குறிப்பாகச் சுட்டுவதாகப் பிற்கால உரையாசிரியர்கள் வலிந்து பொருள் கூறுகின்றனர்.

கிருஷ்ண வழிபாட்டில் பாகவதக் கதைகளே மிகத் தொன்மை யானவையாகும். இந்தப் பாகவதக் கதைகளில் மிகப் பழமையான குருந்து ஒசித்த கதை,

வடா அது, வண்புனல் தொழுநை வார்மணல் அகன்றுறை
அண்டர் மகளிர் தண்டழை யுடீஇயர்
மரஞ்செல மிதித்த மாஅல் போல

எனச் சங்க இலக்கியத்தில் பதிவு பெற்றுள்ளது. மல்லரை அட்டது, மதயானையை வென்றது, சகடாசுரனை வென்றது, பாம்பினைக் கயிறாகக்கொண்டு கடல் கடைந்தது, கோவர்த்தன கிரியைக் குடையாகப் பிடித்தது, மரக்கால் ஆடல்ஆடிக்காட்டியது, குடக்கூத்து ஆடியது ஆகியவற்றை இராமாயண பாகவதக் கதைகளோடு இளங்கோவடிகள் கலந்துகாட்டுகின்றார். ஆழ்வார் பாசுரங்களோ பாகவதக் கதைகள், பாரதம்சார் கதைகள், இராமாவதாரக் கதைகள் என்ற அளவிலேயே கதைகளைப் பதிவு செய்கின்றன.

ஆழ்வார்கள் பாசுரங்கள் கண்ணனைப் பெருந்தெய்வமாகக் காட்டும் அதேவேளையில், அவனை மிக எளியவனாகவும் காட்டுகின்றன. சௌலப்பம் (எளிவந்த தன்மை) என்பது கண்ணன் அவதாரத்தின் உயர்ந்த பண்புகளில் ஒன்று. துறையும் படியுமாக அமைந்த ஆறுபோல அல்லாமல் அடியார்க்கு அவன் இறங்கிய இடமெல்லாம் துறையாகும்படி இருப்பான் என்பதே இதன் விளக்கமாகும். (அடியார்க்கு இழிந்த இடமெல்லாம் துறையாகும்படி' எனப்பிற்கால ஆசாரியர்கள் உரை வியாக்கியானம் செய்வர்). எனவே தயக்கமின்றி ஆழ்வார்களின் பாசுரங்கள் கண்ணனைப் பலபட உரிமையுடன் பழிக்கின்றன.

கண்ணன் பெருவயிற்றுக்காரன்.

"சட்டித் தயிரும் தடாவினில் வெண்ணெயும் உண் பட்டிக் கன்று" (பெரியா. திருமொழி)

அவன் வெண்ணெயும் தயிரும் திருடித் தின்பவன்.

"கறந்தநற் பாலும் தயிரும் கடந்துறி மேல் வைத்த வெண்ணெய், பிறந்ததுவே முதலாகப் பெற்றறியேன் எம்பிரானே"

(பெரியா. திருமொழி).

"தாரார் தடந்தோள்கள் உள்ளளவும் கைநீட்டி, ஆராத வெண்ணெய் விழுங்கி அருகிருந்த மோரார் குடமுருட்டி"

(திருமங். சிறிய திருமடல்)

ஏதும் அறியாதவன்போல் பொய்யுறக்கம் கொள்ளுபவன். அவன் ஒரு பொய்சொல்லி.

"புறம்போலும் உள்ளும் கரியன்" (நாச்சியார் திருமொழி).

"புல்லாணி எம்பெருமான் பொய்கேட்(ட) இருந்தேனே" (திருமங்கை) என்று புலம்புகிறாள் ஒரு கன்னி.

அவன் தாய் அவனைக் கண்டித்து வளர்க்கத் தவறிவிட்டாள்.

"அஞ்ச உறப்பாள் அசோதை, ஆணாட விட்டிட்(டு) இருக்கும்" (நாச்சியார் திருமொழி).

ஆனால் அந்தத் தாயோ பேய்ச்சி முலையுண்டு அவளைச் சாகடித்த இந்தப் பிள்ளையிடம் ஏதும் சொல்ல அச்சப்படுகிறாள்.

"பேய்ச்சி முலையுண்ட பின்னை இப்பிள்ளையைப் பேசவும் அஞ்சுவனே" (பெரியா. திருமொழி).

அத்துடன் பாகவதக் கதைகள் சொல்லாத குறும்புகளையும் ஆழ்வார்களின் பாசுரங்கள் பேசுகின்றன. வீட்டில் தனியாக இருந்த கன்னியின் கையைப் பற்றி அவள் வளைகளைக் கவர்ந்துபோய்க்கொடுத்து நாவற்பழம் வாங்கித் தின்றானென்று கண்ணக் குறும்புகளை ஆழ்வார் பாசுரங்கள் பேசுகின்றன.

இல்லம் புகுந்தென் மகளைக் கூவிக்
கையில்வளையைக் கழற்றிக் கொண்டு
கொல்லையில் நின்றும் கொணர்ந்து விற்ற
அங்கொருத்திக்(கு) அவ்வளைகொடுத்து
நல்லன நாவற்பழங்கள் கொண்டு
நானல்லன் என்று சிரிக்கின்றானே

என்பது பெரியாழ்வார் பாசுரம்.

இந்தப் பிற்புலத்தில் பாரதியின் கண்ணன் பாடல்களை நோக்குவது மரபுசார்ந்த ஒரு முறையாகும். மற்றொரு வகையாகக் கண்ணன் பாட்டுக்களின் தனித்தன்மை எனப் பேசத்தக்க சிலவற்றை முதலில் காணவேண்டும். கண்ணனை 'எல்லாமாக'ப் பார்க்கும் பாரதியின் பார்வை ஆழ்வார்களிடமிருந்து கவித்துவ அளவிலும் வளர்ச்சி பெற்றுள்ளது.

மழைக்குக் குடைபசி நேரத் துணைவென்றன்
வாழ்வினுக் கெங்கள் கண்ணன்
-
பொன்னவிர் மேனிச் சுபத்திரை மாதைப்
புறத்கொண்டு போவதற்கே - இனி
என்ன வழியென்று கேட்கில் உபாயம்
இருகணத் தேயுரைப்பான்.
(கண்ணன் என் தோழன்)

கண்ணனைக் குழந்தையாகவும் நாயகனாகவும் தெய்வமாகவும் மட்டுமே ஆழ்வார்கள் பார்க்க, பாரதியோ தாயாகவும் தோழனாகவும் சற்குருவாகவும் ஆண்டானாகவும் அடிமையாகவும் நாயகியாகவும் பார்க்கிறான். தெய்வத்தை வைதீகச் சமயங்கள் நாயக - நாயகி பாவனையில்தான் பெரும்பாலும் பாடியிருக்கின்றன. பாரதியோ நாயிகா - நாயக பாவத்தில் பாடத் துணிந்திருக்கின்றான். 'கண்ணம்மா என் காதலி' என்ற தலைப்பில் அமைந்த பாடல்கள் தமிழ் அகப்பொருள் மரபினை மீறியவையாகும். (இசுலாமிய மரபில் குணங்குடி மஸ்தானின் 'மனோன் மணிக்கண்ணி' பாரதிக்கு முன்னான ஒரு மரபு மீறலாகும்). மற்றொன்று, தெய்வத்தைக் கவிஞன் தன் வேலைக்காரனாகக் கண்டு பாடுவதாகும். இதுவே பாரதி படைத்த புதுமையாகும். 'விளிம்பு நிலை மனிதர்கள்' என்ற சொல்லாடல் கேட்கப்பெறாத காலத்தில் பாரதியின் இந்த 'சனநாயக உணர்வு' காலப் பிற்புலத்தோடு நினைத்துப்பார்க்க வேண்டிய ஒன்றாகும். 'கண்ணன் என் ஆண்டான்' என்ற தலைப்பில் அமைந்த பாடல் பள்ளு இலக்கியங்களின் பாதிப்பைப் பெற்றிருந்தாலும் அது காலனிய ஆட்சிவரை தமிழகத்தில் நடைமுறையிலிருந்த பண்ணை அடிமை முறை பற்றிய சுருக்கமான சொற்சித்திரமாகும்.

மரபுவழி அகப்பொருள் கவிதையாக இருந்தாலும் வேறு யாரும் பேசத் துணியாத ஒரு செய்தியினைப் பாரதி 'கண்ணன் என் தாய்' என்ற தலைப்பில் பேசுகின்றார். "வரலாறு என்பது மதக் கொலைகளாலும் அரசர்களின் கூத்துக்களாலும் ஆனது. வேதங்களிலும் பொய் வேதங்கள் உண்டு. மூத்த தலைமுறையினரும் பொய் நடைக்காரராக இருப்பர்." இதனைச் சொல்லும் துணிவு பாரதிக்கு முன்னிருந்த கவிஞர்களுக்கு இல்லை என்பதை உணரவேண்டும்.

கோத்தபொய் வேதங்களும் - மதக்
கொலைகளும் அரசர்தம் கூத்துக்களும்
மூத்தவர் பொய் நடையும் - சில
மூடர் தம் கவலையு மவள் புனைந்தாள்
என்கிறார் பாரதி.
போலிச் சுவடியை எல்லாம் இன்று
பொசுக்கிவிட்டால் எவர்க்கும் நன்மை உண்டென்பான்

என்று பாரதி கூறும் ஒரு கருத்தினை, 'கள்ளப் பொய் நூல்கள்' என்று வைணவத் தத்துவ நூலான ஆசார்ய ஹ்ருதயமும் கூறுகின்றது.

'சொல் புதிது, பொருள் புதுது' என முழங்கும் பாரதியின் முழுமையான புதுமை ஈடுபாடு, அகப்பாட்டிலும்கூட எதிரொலிக் கின்றது.

'நாட்டிவிற் பெண்களுக்கு நாயகர் சொல்லும் - சுவை
நைந்த பழங்கதைகள் நானுரைப்பதோ?' - என்கிறார் பாரதி.

இப்படி ஒரு காதலன் தமிழ் அகப்பொருள் மரபில் பேசியதில்லை. வெவ்வேறு மனநிலைகளிலிருந்து பாடப்பட்ட கண்ணன் பாடல்களில் ஓரிடத்தில் (தோழன்) பாரதி தன்னை அர்ச்சுனனாகவும் மற்றோரிடத்தில் தன்னை அர்ச்சுனனின் தம்பியாகவும் கற்பனை செய்துகொள்கின்றார்.

ஆண்டு அருள் புரிந்திடுவாள் - அண்ணன்
அர்ச்சுனன் போல் என்னை ஆக்கிடுவாள்
(கண்ணன் என் தாய்)

'காலத்தால் அழியாத நவகவிதை' எழுத வந்த பாரதி என்ற பெருங்கவிஞன் தமிழ்க் கவிதை மரபிலும் இந்தியக் கவிதை மரபிலும் மிகப்பழமையான ஒரு பாடுபொருளை எடுத்துக் கொண்டு 23 பாடல்களை ஏன் ஆக்கியிருக்க வேண்டும்? காலப் பின்னணியோடும் களப் பின்னணியோடும்தான் இந்தக் கேள்வியை நாம் எதிர்நோக்க வேண்டும்.

வைணவக் குடும்பத்தில் பாரதி பிறக்கவில்லை. எனவே கண்ணன் என்ற பெரும் தெய்வத்தின் மீதான நேயம் அல்லது கவர்ச்சி பாரதிக்குப் பிறப்பிலும் வளர்ப்பிலும் கிடைத்ததாகத் தெரியவில்லை. தன் தாய்வழிப் பாட்டனாரைக்கூடச் சிவபூசை செய்பவராகவே பாரதி காட்டுகின்றார். கண்ணன் பாடல்களில்

கூட 'சிவயோகம்' என்ற சொல் மூன்று இடங்களில் வருகின்றது. கண்ணன் பாடல்கள் அனைத்தும் 1917ஆம் ஆண்டு பிறந்தவை என்று சீனி. விசுவநாதனின் 'பாரதி ஆய்வுப்பதிப்பு' தெரிவிக்கின்றது. அதாவது, பாரதியின் புதுச்சேரி வாழ்க்கையின் கடைசிப் பகுதியில் இப்பாடல்கள் பிறந்துள்ளன. வைணவ இலக்கிய உலகத்துடன் பாரதிக்குக் கிடைத்த தொடர்பினை மண்டையம் திருமலாச்சாரியாரின் நட்பின் வழியாகவே நம்மால் புரிந்துகொள்ள முடிகின்றது. மண்டையம் ஆச்சாரியர் மகள் யதுகிரியம்மாள், தனது தந்தையாரும் பாரதியும் ஆழ்வார்ப் பாடல்கள் குறித்துப் பேசிக்கொள்வது வழக்கம் என்கிறார். இந்த ஒரு தொடர்பு மட்டுமே 'கண்ணன் பாட்டு' என்னும் பெருங்கலைப் படைப்புக்குக் காரணம் என்று கூற இயலாது.

பாரதி முழுமையான விடுதலையினை யாசித்த ஒரு கவிஞர். 'வேண்டுமடி எப்போதும் விடுதலை' என்று மீண்டும் அடிமைத் தளையில் சிக்க மறுக்கின்ற கவிஞர். பாரதியின் விடுதலை உணர்வு அரசியல் தளத்தில் மட்டுமல்லாது கலைத் தளத்திலும் பரவி நிற்கின்றது. அதிகாரம் சார்ந்த எல்லாவகையான ஒழுங்குமுறைகளையும் மீற விரும்புவது கவிஞரின் மனமாகும். காந்தி யுகத்தின் தொடக்கம்வரை வாழ்ந்திருந்தாலும் பாரதி அரசியல் தளத்தில் திலகரின் மாணவராகவே இருக்கின்றார். எனவே, 'எல்லாவற்றிலிருந்துமான விடுதலை' என்ற திலகரின் முழக்கம் ஆன்மிகத் தளத்திலும் பாரதியை ஈர்க்கின்றது. 'திலகர் முனி', 'திலகர் கோன்' என்று பாரதியும், 'குருநாதர்', 'ஆசிரியர் பிரான்' என்று பாரதியின் தோழரான வ.உ.சியும் திலகரைக் கொண்டாடுகின்றனர். திலகர் இந்திய தேசியத்தை ஆன்மிகத் தளத்திலிருந்தும் காண முற்பட்டவர். 'இந்து, இந்தி, இந்தியா' என்ற தனது நூலில் எஸ்.வி. ராஜதுரை இதனை விளக்கமாகப் பேசியுள்ளார். மதம் என்பது ஒரு அதிகாரக் கட்டுமானம். ஆனாலும்கூடத் தமிழ்நாட்டு வைணவம் அந்தப் பொது நெறியிலிருந்து சற்று விலகியே நிற்கின்றது. அரசுப்பிறப்பு, அரசதிகாரம் ஆகியவற்றோடு தொடர்புடையது இராமாவதாரம். அன்றும் இன்றும் அரசியல் அதிகார வேட்கையினை உடையவர்கள் இராமாவதாரத்தினைக் கொண்டாடுவதன் உட்கிடக்கை இதுவேதான். அதனைவிடப் புற அழுக்கு நிறைந்த வாழ்க்கை அசைவுகளையுடைய கிருஷ்ணாவதாரத்தையே வைணவர்கள் கொண்டாடுகின்றனர். "பிரபத்திக்கு தேசநியமமும்

காலநியமமும் பிரகார நியமமும் அதிகாரி நியமமும் பல நியமமும் இல்லை” என்று கூறி, சுத்த அசுத்தக் கோட்பாடுகளை உடைத்தெறியும் ‘ஸ்ரீவசந பூஷணம்’ எனும் வைணவத் தத்துவ நூல், திரௌபதி தீட்டுக்குரியவளாக இருந்த காலத்தில் பக்தி செய்த நிகழ்ச்சியையும் இரத்தவாடையும் பிணவாடையும் அடிக்கின்ற போர்க்களத்தில் அர்ச்சுனனுக்குக் கிருஷ்ணனால் கீதை சொல்லப்பட்டதையும் உதாரணமாக எடுத்துக்காட்டுகின்றது.

அதிகாரச் சார்பு ஏதுமற்ற பாகவதக் கதைகள் காட்டும் கண்ணன், தனது குறும்புகளின் மூலமாக, கற்பிக்கப்பட்ட ஒழுக்க நெறிகளைச் சவாலுக்கு அழைக்கின்றான். வேறு வகையில் சொல்லுவதனால், ‘தெய்வம்’ என்ற பெயரில் ஒரு அதிகார மையத்தை பாகவதக் கதைகளைக் கொண்டு உருவாக்க இயலாது. அரசியல் தளத்தில் ஒரு அதிகார மையத்தினை அழித்துச் சனநாயக உணர்வுகள் தலைதூக்க வேண்டுமென்பது பாரதியின் விருப்பம். இந்தசி சனநாயக உணர்வுக்கு அதிகார வலைக்கு உட்படாத பாகவதக் கண்ணன் கதைகள் உணர்வு ரீதியாகத் துணைசெய்கின்றன. பாரதிக்குக் கண்ணன், வாழ்வியலும் கவித்துவமும் நிறைந்த ஒரு தெய்வம். எனவே கண்ணன் பாட்டில் வைணவம் என்ற சமய அதிகார மையம் ஒன்று உருவாகவில்லை. மாறாக ‘மையம் அழித்தல்’ என்ற வகையில் சனநாயக உணர்வுகள் பரவலாக்கப்படுகின்றன. எனவேதான் கண்ணனின் குறும்புகளைத் தானும் தன் பங்குக்குப் பாரதி ‘பின்னலைப் பின்நின்று இழுப்பான்’, ‘குழல்கேட்டு மயங்கும் வாயில் எறும்பு பிடித்துப்போடுவான்’ என்றெல்லாம் மேலும் விரிவுசெய்கின்றார். இந்த ‘அதிகார மையம் அழித்தல்’ என்பதே விடுதலை உணர்வின் மறுபக்கமான சனநாயக உணர்வாகும். ஆழ்வார்களின் பாடல் சாரமாக, அதே நேரத்தில் கவித்துவமும் சனநாயக உணர்வும் கொண்ட கவிதைகளாகக் ‘கண்ணன் பாட்டு’ மலர்ந்திருப்பதற்கு இதுவே காரணமாகும். இதனைத் தாண்டி கண்ணன் பாடல்களின் ‘இசைத் தகுதி’ ஆழ்வார்களின் பாடல்களைப் போலச் சனநாயக உணர்வுகளைச் சுமந்து வரும் ஊர்தியாகப் பயன்பட்டிருக்கின்றது. இசைவாணர்களே அதனை மதிப்பீடு செய்ய வேண்டும்.

பண்பாட்டுக் கலப்பு

வைணவ இலக்கியப் படைப்பாளிகளில் ஆண்டாள் சில தனிச்சிறப்புகளை உடையவராவார். பன்னிரு ஆழ்வார்களில் அவர் ஒருவரே பெண் என்பதோடு, மற்றுமொரு வைணவ இலக்கியப் படைப்பாளியின் மகள் என்பதும் அவர் பெற்ற சிறப்பாகும். தமிழ்நாட்டு வைணவர்களின் வழக்கில் உள்ள ஆண்டாளின் வாழித்திருநாமப்பாட்டு, 'அவர் பெரியாழ்வாரின் மகள், திருமல்லிவளநாட்டைச் சேர்ந்தவர், திருஆடிப் பூர நாளில் பிறந்தவர். அரங்கனுக்கே மாலை சூடிக்கொடுத்தவர், இராமநுசரை அண்ணனாகப் பெற்றவர், திருப்பாவை முப்பது பாடல்களும் நாச்சியார் திருமொழி 143 பாடல்களும் பாடியவர்' ஆகிய செய்திகளைத் தருகின்றது.

பிற்காலத்தவரால் ஓடம், ஊசல், கும்மி, பிள்ளைத்தமிழ் எனப் பல்வேறு சிற்றிலக்கியங்களும் வைணவத்தில் ஆண்டாளின் மீதே நிறைய பாடப் பெற்றிருக்கின்றன. மேலும் திருப்பதி, திருவரங்கம் ஆகிய கோயில்களில் கருவறைக்குள்ளாகவும் தமிழகத்தின் வீதிகளிலும் இன்றளவும் பாடப்பெறும் இலக்கியமாகவும் அவரது திருப்பாவைப் பாடல்கள் அமைந்துள்ளன. அத்துடன் பதினாறாம் நூற்றாண்டுக்கு முன்னரே திருப்பாவைக்கு வைணவ உரையாசிரியர் அறுவர் உரையும் விரிவுரையும் எழுதியுள்ளனர். திருக்குறள், திருமுருகாற்றுப்படை ஆகிய நூல்களைத் தவிர்த்து மிகுதியான உரைகளைப் பெற்ற நூல் இதுவே எனலாம்.

தமிழ் இலக்கிய உலகில் திருப்பாவை அளவுக்கு அவரது மற்றொரு படைப்பான நாச்சியார் திருமொழி அறியப்பெறவில்லை. பதினான்கு திருமொழிகளாக அமைந்துள்ள இப்பாடல்களுக்குப் பதின்மூன்றாம் நூற்றாண்டில் அறுவரும் இருபதாம் நூற்றாண்டில் ஸ்ரீ கிருஷ்ணசாமி ஐயங்காரும் உரை எழுதியுள்ளனர்.

வைணவத் தமிழ் இலக்கியங்களில் சாதி அமைப்புக்கு எதிரான ஒரு குரல் காலந்தோறும் தொடர்ந்து ஒலித்து வந்திருக்கின்றது. இதனைத் தொடங்கி வைத்தவராகத் தொண்டரடிப் பொடியாழ் வாரைக் குறிப்பிடலாம். இவரை அடுத்து இக்குரலுக்கு வலிமை சேர்த்தவராகப் பெரியாழ்வாரையும் அவர் மகளான ஆண்டாளையும்

குறிப்பிட வேண்டும். வைணவ மரபுக் கதைகளிலிருந்தும் பாடல் களிலிருந்தும் பிறப்பினால் இவர்கள் பார்ப்பன வகுப்பைச் சேர்ந்தவர்கள் என்று தெரிகிறது. இவர்கள் வாழ்ந்த காலத்திய சமூகத் தலைமை பார்ப்பனர்களிடமே இருந்தது. ஆனாலும் இதற்கு மாறான ஒரு குரலை இவர்கள் இருவரும் தங்களின் கவிதைகளில் பதிவு செய்துள்ளனர்.

பக்தி இலக்கியத்தின் முதன்மையான இலக்கிய உத்தி என்பது நாயகன் நாயகி பாவனை ஆகும். ஆனால் பெரியாழ்வார் தம் கவிதைகளில் கண்ணனுக்குத் தாயாக (இடைச்சாதிப் பிறப்புடைய வளாக) தன்னைக் கற்பனை செய்துகொள்கிறார். பெண் என்பதால் ஆண்டாளுக்கோ நாயகி பாவனை தேவையற்றதாக இயல்பாகவே கண்ணன் மேல் காதல் உணர்வு பெருக்கெடுத்ததாயிற்று. வைணவ உரையாசிரியர்கள், "ஏனையோர் எல்லாம் பெண்ணாக வேஷம் கட்டிக்கொண்டு ஆடினார்கள்" என்றும் "ஆண்டாளின் காதல் உணர்வு பள்ளமடைபோல வேகமிகுந்ததாயிற்று" என்றும் விளக்கு கின்றனர். திருப்பாவை முப்பது பாடல்களிலும் தன் தந்தையாரைப் போலவே ஆண்டாளும் தன்னை இடைச்சாதியில் பிறந்தவராக் கருதிக்கொண்டு தன் காதல் உணர்வினை வெளியிடுகிறார். நாச்சியார் திருமொழியிலும் இந்தச் சாதி 'பாவனை' உணர்வு வெளிப்படையாகவே நிற்கின்றது. வடமதுரை, இடைச்சேரி, விருந்தாவனம் (துளசிக்காடு) யமுனையாறு ஆகிய பிற்புலங்களைக் குறிப்பிடுவதோடு 'வாரணமாயிரம்' திருமொழியில் கண்ணனை ஆயன் என்ற சொல்லாலே குறிப்பிடுகின்றார். இவற்றையெல்லாம் மனங்கொண்டே, பதின்மூன்றாம் நூற்றாண்டின் இறுதிப்பகுதியில் வாழ்ந்த பிள்ளை லோகாசாரிய ஜீயர் தம்முடைய 'ஸ்ரீவசநபூஷணம்' என்னும் நூலில் "ப்ராஹ்மணோத்தமரான பெரியாழ்வாரும் திருமகளாரும் கோப ஜந்மத்தை ஆஸ்தாநம் பண்ணினார்கள்" என்று குறிப்பிடுகின்றார்.

ஆண்டாளின் பாடல்களில் புலப்பாட்டு நெறி, பெருந்திரளான மக்களின் வாழ்வியல் சார்ந்ததாகவே அமைந்திருப்பதனை அவரது சொற்களிலும் தொடர்களிலும் காணமுடிகின்றது. அவர் தேர்ந்தெடுத்த மொழிநடை இன்றும் புழக்கத்தில் உள்ள சொற்களைக் கொண்டதாக அமைகின்றது என்பது வியப்பான செய்தியாகும். முள்ளில்லாத சுள்ளி, மேலாப்பு (தாவணி),

கண்ணாலம், கட்டி அரிசி, பரக்கழி, குப்பாயம் ஆகிய சொற்கள் தென்மாவட்டங்களில் இன்றும் வழக்கில் உள்ளன. இவற்றுள் கடைசியில் அமைந்த பரக்கழி என்னும் சொல், "பழி உண்டாக்கும் பிள்ளையே" என்ற வசைச்சொல் ஆகும். இத்துடன் 'வசவு' என்னும் சொல்லையும் அதற்கு இணையாகத் தென் மாவட்டங்களில் வழங்கும் 'ஏச்சு' என்னும் சொல்லையும் ஒருசேரப் பயன்படுத்து கிறார். மிகுதியும் சேட்டை செய்யும் பிள்ளையினை 'பரக்கழி' என்று ஏசுவது இன்றும் காணப்பெறும் நிகழ்ச்சியாகும். ஆண்டாள் பேசும் உண்பொருள்களும் எளிய மக்களால் நுகரப்பெறும் கட்டி அரிசி, அவல், பொரி முதலியனவே ஆகும். இவற்றுள் அவல் இன்றும் தென்கேரளத்தில் பெரிதும் நுகரப்பெறும் உணவாகும். கட்டி அரிசி என்பது கருப்பட்டிப் பாகுடன் கலந்து செய்யப்பெறும் அரிசிமாவினால் ஆன உணவாகும்.

சொல்லாலும் தொடர்களாலும் மட்டுமன்றி ஆண்டாள் காட்டும் வாழ்நெறிகளும் சடங்குகளும் உறவுமுறை உணர்வுகளும்கூட எளியமக்களின் சார்புடையதாகவே அமைந்திருப்பதனைப் பார்க்கிறோம். நிறைவேறாத காதல் உணர்வால் தான் வாடுவதைப் பாடும்போது, 'நீர்க்காலத்து எருக்கிலம் பழவிலைபோல் வீழ்வேனை' என்கிறார்.

"கோடையிலே பாலறவுலர்ந்த எருக்கலையிலே மழைத்துளி பட்டவாறே அற்று விழும்" என்று உரையாசிரியர் பெரிய வாச்சான் பிள்ளை இதற்கு விளக்கம் தருகிறார். விரும்பப் பெறாத எருக்கஞ் செடியும் அதன் காய்ந்த இலைகளும் அவற்றின் மழைக்கால வீழ்ச்சியும் 'உயர்சாதிப்' பெண்ணொருத்தியின் அனுபவ எல்லைக்குள் எப்படி வந்தன என்று வியப்படைகிறோம்.

அதனைப்போலவே திருமணச் சடங்குகளைப் பேசும் 'வாரண மாயிரம் திருமொழி'யில் நாத்தனார் முறையுடைய துர்க்கை மணப்பெண்ணின் கழுத்தில் மாலை சூட்டுவதனையும் மணமக்களின்மேல் பொரி அள்ளிப்போடுதல் ஆகிய 'பார்ப்பனர்' அல்லாத மக்களின் திருமணச் சடங்குகளையும் தன்வயப்படுத்திக் கொண்டு பாடுகிறார்.

மாமியார் - மருமகன் உறவுமுறை திராவிடர்களின் உறவு முறையில் கூச்ச உணர்வும் விலக்குகளும் கொண்டதாகும். பிற்படுத்தப்பட்ட, தாழ்த்தப்பட்ட சாதி மக்களிடத்தில்

இவ்வுணர்வு இன்னும் கடுமையானதாகவே அமைந்திருக்கிறது. மகளைக் கொண்ட மருமகனின் முன்வந்து நிற்பதும் வரவேற்பதும் உணவு பரிமாறுவதும் உரையாடுவதும் இன்றும் பலசாதிகளில் விலக்கப்பட்டதாகவே இருக்கின்றன. ஆண்டாள் மூன்றாம் திருமொழியில் உடைகளைத் திருடிக்கொண்டு மரத்தின் மீது இருக்கும் கண்ணனிடம் தண்ணீர்க்குள் ஆடையின்றி நின்று கொண்டு உடைகளுக்காகக் கெஞ்சும் பெண்ணாகத் தன்னைக் கற்பனை செய்துகொள்கிறாள். (பாகவதக் கதையில் வரும் இச்செய்தி சங்க இலக்கியத்திலும் பதிவு பெற்றுள்ளது). "மாமிமார் மக்களேயல்லோம் மற்றுமிங்கெல்லாரும் போந்தார்" என்பது ஆண்டாள்பாசுரம்."நாங்கள்உனக்குமாமிமார்மக்கள்இல்லைதான், இருந்தாலும் இந்த நீர்த்துறைக்கு மற்றவர்களெல்லாம் வந்தார். உன் மாமிமார்களும் வந்துகொண்டிருக்கிறார்கள்" என்பதே இதன் பொருள். "உனக்குக் கூச்சு முறையுடையாரெல்லாம் போந்தார் காண்" என்பது இவ்வரிகளுக்குப் பெரியவாச்சான் பிள்ளை தரும் உரையாகும்.

இவ்வாறு பார்ப்பனரல்லாத மக்கள் திரளின் வாழ்வினையும் உணர்வுகளையும் உள்வாங்கிக்கொண்டு பாடினாலும், ஆண்டாள் தம்முடைய வைதிகப் பின்னணியினையும் கவிதைகளில் பதிவு செய்வது தவிர்க்கமுடியாதது ஆகிவிடுகின்றது. வேதவாய்த் தொழிலாளர் "வாயுடை மறையவர் மந்திரத்தால்", "வாய்நல்லார் நல்ல மறையோதி மந்திரத்தால், பாசிலை நாணல்படுத்து", "பார்ப்பனச் சிட்டர் தீர்த்தம்", "தீவலம் செய்தல்", "அம்மி மிதித்தல்" என்று பார்ப்பனர் வாழ்வியலின் அம்சங்களையும் அவரது கவிதைகள் எதிரொலிக்கின்றன.

வைதிகப் பின்னணியில் வளர்ந்த ஆண்டாள், வடமொழிப் புராணங்களிலும் இதிகாசங்களிலும் பயிற்சி உடையவராக இருந்தார் என்பதனை நாச்சியார் திருமொழியில் ஓரிடத்தில் நுணுக்கமாக நம்மால் உணரமுடிகிறது. கருடனின் தாய் வினதை என்பவள். இவளின் சகக்களத்தியான கத்ரு இவளை வெயிலில் நிற்கவைத்துக் கொடுமைப்படுத்தினாள். அப்போது அவளை, அவள் மகன் கருடன் தன் சிறகுகளை விரித்துக் காத்துநின்றான். மகாபாரதத்தில் வரும் இக்கதையினை நிறைவுபடுத்தும் வகையில், கருடனை ஆண்டாள் 'வினதை சிறுவன்' என்று குறிப்பிடுகிறார்.

இந்த அளவு மகாபாரதக் கல்விப் பயிற்சி ஆண்டாளின் வைதிகப் பின்னணியை விளக்கப் போதிய சான்றாகும்.

மொத்தத்தில் ஆரியர், திராவிடர் என இருவகையான பண்பாட்டுக் கூறுகளின் கலப்பினை ஆண்டாள் மிகுந்த முயற்சி யுடன் நம்முன் வைக்கிறார். பார்ப்பனரல்லாத மக்கள்திரளைத் தம்முடன் இணைத்துக்கொண்டால்தான் வைணவ சமயம் வாழமுடியுமென்று பிற்கால வைணவ ஆசிரியர்கள் தெளிந்த முடிவுக்கு வந்தனர். 'முமுட்சுப்படி', 'ஸ்ரீவசநபூஷணம்', 'ஆசாரிய இருதயம்' ஆகிய மூன்று தத்துவ நூல்களிலும் இந்த உணர்வினை விரிவாகவும் ஆழமாகவும் காணலாம். இதற்கான வரலாற்றுப் பின்னணியில் ஆண்டாளுக்கும் ஓர் இடமுண்டு என்பதனை அவரது பாசுரங்கள் தெளிவாகக் காட்டுகின்றன.

சடங்கியல் தலைமையும் சமூக அதிகாரமும்

தமிழ்ச் சமூகத்தின் சாதியமுறை படிப்பறிவினால் மட்டும் புரிந்துகொள்ளுவதற்கு மிகவும் சிக்கலானது. ஐரோப்பியர்கள் இந்தியாவில், குறிப்பாகத் தமிழகத்தில் சாதி முறையை நோக்கிய விதம் இன்னும் சிக்கலானது. ஒரு மேல்சாதி மனிதனைப்போல வியப்புணர்ச்சியோடும் வேடிக்கையாகவும் சில நேரங்களில் கேலியாகவும் அவர்கள் சாதித் திரள்களைப் பார்த்தார்கள்; அப்படியே எழுதினார்கள். செர்ரிங் அடிகளார் தொடங்கி எட்கர் தர்ஸ்டன், ஹட்டன் வரையிலான எழுத்துக்கள் எல்லாம் இவ்வாறுதான் இருக்கின்றன.

ஆங்கிலத்தில் எழுதப்பட்ட, வடமொழியும் சாதியும் சார்ந்தவற்றைப் படித்துவிட்டு இவர்கள், "வருணாசிரமக் கோட்பாடு" (நால் வருணக் கோட்பாடு) எல்லாக் காலத்திலும் எல்லா இடங்களிலும் நடைமுறையில் இருந்ததாக நம்பினார்கள். தமிழகத்தின் தெற்கும் வடக்குமாகப் பயணம் செய்தவர்களுக்குத் தெரியும், 'இது எத்தனைப் பெரிய ஏமாளித்தனம்' என்று.

எல்லா இடங்களிலும் பார்ப்பனர்கள் சமூக அதிகாரம் பெற்றிருந்தார்கள் என்பது மட்டுமே உண்மை. இந்த அதிகாரமும் அரசதிகாரம் செல்லுபடியாகாத இடங்களில் இருந்ததில்லை. எனவேதான் தமிழகத்தில் மேற்கு மலை அடிவாரத்தை ஒட்டிய பல பகுதிகளில் மக்கள் தொகை இருந்தும் பார்ப்பனக் குடியிருப்புகள் இல்லை. வருணக் கோட்பாட்டின்படி சூத்திரர்களான வேளாளச் சாதியினர்தான் தமிழகத்தின் நிலவுடைமையாளர்களாக இருந்தனர். வட்டாரம் சார்ந்தும் தொழில் சார்ந்தும், உடைமை சார்ந்தும் ஒடுக்கப்பட்ட சாதித் திரள்களே, 'சமூகம்' என்ற பெயரில் வாழ்ந்தன. இந்த வரலாற்று உண்மையை உணராத ஆய்வுகள் அனைத்தும் திசை தடுமாறியவை என்றே கொள்ள வேண்டும்.

தமிழகத்திலிருந்த பார்ப்பனர்களின் வெற்றி என்பது பல்வேறு சாதியினரிடம் வட்டார அளவிலிருந்த சடங்கியல் தலைமை யினை அவர்கள் ஒட்டுமொத்தமாகப் பறித்துக்கொண்டனர்

என்பதுதான். இந்தப் பறிமுதல் வேலை, அதிகாரமும் உடைமையும் சார்ந்தே அமைந்திருந்தது. எனவேதான் அதிகாரமற்ற மற்ற சாதியாரின் பிறந்தநாள், இறந்தநாள் சடங்குகளிலிருந்து அவர்கள் விலகிக்கொண்டனர். அவர்கள் கற்பித்துக்கொண்ட தீட்டுக் கோட்பாடு (Taboo) இதற்கு உறுதுணையாக இருந்தது.

பார்ப்பனர்களிடம் தங்கள் சடங்கியல் தலைமையினைப் பறிகொடுத்த சாதியாரே பிற்காலத்தில் பிற்படுத்தப்பட்ட, மிகப் பிற்படுத்தப்பட்ட, ஒடுக்கப்பட்ட சாதியத் திரள்கள் ஆனார்கள். மருத்துவர் (முடி திருத்துவோர்), பறையர், வள்ளுவர், வண்ணார் (மண்ணார்) என வட்டார வாரியாக இவ்வகையில் பல சாதியாரைக் குறிப்பிடலாம். குறிப்பாக எடுத்துக் காட்டுவதானால், சில சாதியார் பார்ப்பனரைப் போன்று தீ வளர்த்துத் திருமணச் சடங்கினைச் செய்கின்றனர். இந்தத் திருமணச் சடங்கின்போது மணமகனுக்கும் மணமகளுக்கும் பார்ப்பனப் புரோகிதர் காப்புக் கயிறு 'கட்டு'கின்றனர். இந்தக் காப்புக் கயிறு 'அறுக்கும்' சடங்கினைப் பெரும்பாலும் பார்ப்பனப் புரோகிதர் செய்வதில்லை. மாலையில் அல்லது மறுநாளில் மருத்துவர், வண்ணார் போன்ற மற்றொரு சாதிக்காரரே மரியாதையுடன் கூடிய காணிக்கை (தட்சணை) பெற்றுக்கொண்டு மணமக்களுக்குக் கட்டப்பட்ட காப்பினை அறுக்கின்றனர். இது ஒரு சமூக வரலாற்றுத் தொல் எச்சமாகும். அதாவது, திருமணம் செய்துகொண்ட சாதியார்களுக்குக் காப்பறுத்த சாதியாரே பார்ப்பன வருகைக்கு முன் புரோகிதராக (குருவாக அல்லது சடங்கியல் தலைவராக) இருந்திருக்கின்றார். இதுவே வரலாற்று உண்மையாகும்.

சமூக வரலாற்று அசைவுகளில் இதற்கு மற்றுமொரு சான்றினைக்கூடச் சொல்லலாம். ஒடுக்கப்பட்ட மக்களாய்ப் பணி செய்யும் சாதியார் தங்களை ஒடுக்கும் சாதி மக்களின் வீட்டு விழாக்களிலும் கோயில் விழாக்களிலும் 'சபை மரியாதை' பெறுகின்றனர். எடுத்துக்காட்டாக, தென் மாவட்டங்களின் இடையர்களில் ஒரு பிரிவினர் பார்ப்பனரைக் கொண்டு தீ வளர்த்துத் திருமணம் செய்கின்றனர். பார்ப்பனக் குருவை ஒட்டிக்கொண்டு சடங்குகளில் அவருக்கு உதவி செய்பவர் மருத்துவர் சாதியைச் சார்ந்தவராவார். மணமகன் தொட்டுக் கொடுக்கும் அரசாணிக் காலை நடுகின்ற உரிமை மருத்துவரான உதவியாளருக்கே உண்டு. பார்ப்பனருக்கு

இல்லை. தலையில் தலைப்பாகையோடு மணமேடையினைத் தொட்டுக்கொண்டு அவர் தலைமையில் திருமணம் நடப்பது போன்ற கம்பீரத்துடன் நிற்கிறார். ஒருகாலத்தில் இவரே அவர்களின் சடங்கியல் தலைவராக இருந்திருக்க வேண்டும்.

இதுபோன்றே தமிழகத்தின் வெவ்வேறு பகுதிகளில் பறையர், வள்ளுவர், வண்ணார் போன்றோர் சடங்கியல் தலைமையினை ஏற்கின்றனர். இது மட்டுமன்றி ஒரே சாதிப் பிரிவிற்குள் அகத்தார், புறத்தார் என்ற வேறுபாடு வரும்போது ஒரே சாதியினைச் சார்ந்தவரே அவர்களுக்குக் குருவாக (புரோகிதராக) இருக்கின்றனர். சமூக அதிகாரம் உருவாக்கிய படிநிலைகளில் ஒன்று 'அகத்தார் - புறத்தார்' என்ற பிரிவுகளாகும். இதற்கு ஒரு நல்ல எடுத்துக்காட்டு, புரத வண்ணார் எனத் தவறாக அழைக்கப்படும் 'புறத்து வண்ணார்' ஆவர். இவ்வகையான உள், இடைத்தட்டு சாதிகளைப் பற்றிய களஆய்வுகள் பெருக வேண்டும். இவர்களின் சமூக உரிமைகளைப் பார்ப்பனியம் எவ்வாறு பறித்து வைத்துக்கொண்டது என்பதனைக் களஆய்வு செய்து வரலாற்றினைச் சமூகக் கண்ணோட்டத்துடன் மீண்டும் நாம் எழுத வேண்டும். 'எழுதப்பட்ட வரலாற்று நூல்களைத் திருத்தி எழுதவேண்டும்' என அறிஞர் டி.டி. கோசாம்பி இதனையே வலியுறுத்துகின்றார்.

மரபும் மீறலும் - சாதி சமய அரசியல் பின்னணி

மரபு வழிப்பட்ட தமிழ்ச்சமூகம் சாதிய அடுக்குகளால் ஆனது. 'சாதிகளை மீறிய தனிநபர்' என்று மரபுவழிச் சமூகத்தில் யாருமில்லை. எனவே சமூகம் ஆக்கிய எல்லா நிறுவனங்களிலும் கருத்தியல்களிலும் சாதியும் அவற்றின் அடையாளங்களும் எல்லைகளும் கவனமாகப் பொதிந்து வைக்கப்பட்டுள்ளன. நிலமானியச் சமூக அமைப்பில் உற்பத்தித் தளங்களும் காலமும் வெளியும் சாதியப்படிநிலை வரிசைக்கு ஏற்பவே பங்கிடப்பட்டன. சமூகத்தின் அடித்தள மக்களின் ஆன்மீகத் தளத்திலும் சாதிப்படிநிலை மரபுகள் கடுமையாக விதிக்கப்பட்டன. மரபுகள் மீறப்படும்பொழுது மீற முயன்றவர்கள் நேரடி வன்முறைக்கு ஆளானார்கள். நந்தன் கதை அதற்கு ஒரு எடுத்துக்காட்டு.

அரச ஆதரவுபெற்ற பெருங்கோயில்களை மையமாகக் கொண்டு எழுந்த ஊர்களில், நிலப்பரப்பு அல்லது தளம் அல்லது வெளி (space) சாதியப் படிநிலைக்கு ஏற்பவே பிரிக்கப்பட்டது. கோயிலைச் சுற்றியுள்ள பகுதி பார்ப்பனர்க்குரியதாக (மாடவீதி, சன்னிதி வீதி) அதற்கு அடுத்த பகுதி வேளாளருக்குரியதாக (ரத வீதிகள்) அதற்கும் அடுத்த பகுதிகளும் அவற்றிற்கு இடையிலான சந்துகளும் கோயிலோடு தொடர்புடைய பிற்படுத்தப்பட்ட சாதிகளுக்கு உரியனவாகப் பிரிக்கப்பட்டுள்ளன. ஒடுக்கப்பட்ட மக்களின் குடியிருப்பு, பிற பகுதிகளிலிருந்து சற்றுத் தொலைவில் வயல்களுக்கு நடுவில் அல்லது நீர்க்கால்களுக்கு மறுபுறத்தில் தள்ளப்பட்டு இருக்கிறது.

பெருந்தெய்வக் கோயில்கள் இல்லாத ஊர்களில் அய்யனார் (அல்லது ஊர் அம்மன்) கோயில் அமைந்துள்ளது. இது 'ஊர்ப் பொது'வாகக் கருதப்படுகின்றது. அதற்கு முன்னர் அமைந்துள்ள பெரிய காலிமனை அறுவடைக் களமாக, ஊர் மந்தையாக, திருவிழாக் கூத்துக்கள் நடைபெறும் இடமாக, ஊர்ப் பஞ்சாயத்து அல்லது ஆதிக்க சாதிப் பஞ்சாயத்து கூடும் இடமாக அமைந்துள்ளது. கோயிலையும் காலி மனையையும் சுற்றி அமைந்துள்ள

குடியிருப்புப் பகுதிகள் அந்த ஊரில் ஆதிக்கமுடைய பிற்படுத் தப்பட்ட சாதியாரால் பங்கிட்டுக்கொள்ளப்படுகின்றன. ஒடுக்கப் பட்ட மக்கள் வயல்களுக்கு இடையே (அல்லது) நீர்க்கால்களுக்கு மறுபுறத்தில் ஒதுக்கப்பட்டு இருக்கிறார்கள். விதிவிலக்காகவன்றி தமிழ்நாட்டு ஊர்களில் 'வெளி' பங்கீடு செய்யப்பட்டுள்ள பொதுவான முறை இதுவேயாகும்.

பெருந்தெய்வமோ, நாட்டார் தெய்வமோ, திருவிழா நாட்களில் சுற்றிவரக்கூடிய நிலப்பகுதியே அத்தெய்வத்தின் அருளாட்சி எல்லையாகும். ஒடுக்கப்பட்ட மக்களின் குடியிருப்புகள் பெருவாரியான மக்கள் வணங்கும் தெய்வங்களின் அருளாட்சி எல்லையில் இருந்து வெளியே தள்ளப்பட்டுள்ளன. எனவே தெருவில் வலம்வரும் தெய்வங்கள் இம்மக்களின் குடியிருப்புப் பகுதிக்கு வருவதில்லை. தங்கள் வாழ்விடத்தருகில் மாலை அணிவித்தோ, சூடம் ஏற்றியோ, பொங்கல் இட்டோ, தேங்காய் உடைத்தோ வழிபடும் வாய்ப்பு இம்மக்களுக்கு இயல்பாகவே மறுக்கப்பட்டுள்ளது. ஆனால் மேல் சாதித் தெய்வங்களின் 'அருள் வரம்புக்கு' விலக்கப்பட்ட மக்கள், அவற்றின் 'அதிகார வரம்புக்கு' மட்டும் உட்படுத்தப்பட்டனர்.

நாட்டார் தெய்வத்தின் வழிபடு எல்லைக்குள் உரிமை மறுக்கப் பட்ட மக்கள் அதன் அதிகார வரம்புக்கு கீழ்ப்பட்டவராகவே வாழ்கின்றனர். ஏனென்றால் ஊர்ச்சபை என்பது விழாக் காலங்களில் தெய்வத்தின் பெயரால் கூடுதல் அதிகாரம் செலுத்துகிறது. திருவிழாவுக்கான ஊர் வேலைப் பங்கீடுகள், ஊர்ச்சபையினரால் செய்யப்படுகின்றன. தெய்வ வழிபாட்டில் உரிமையில்லாத ஒடுக்கப்பட்ட மக்களுக்குத் திருவிழாவுக்கான கடுமையான உடல் உழைப்பு வேலைகள் பங்கிட்டு விதிக்கப்படுகின்றன. விழாவுக்கான களங்களைச் சுத்தம் செய்தல், ஊர் சாற்றுதல் (ஊர் சாட்டுதல்), ஊர்க் கழிவுகளை அகற்றிச் சுத்தம் செய்தல், தேர்க்கால்களுக்குக் கட்டை இடுதல் ஆதகியவற்றோடு பிற சிறிய வேலைகளும் விதிக்கப்படுகின்றன. இந்த மரபுகள் பெரும்பாலான ஊர்களில் பத்தாண்டுகளுக்கு முன்வரை வலிமையாகக் காலூன்றியிருந்தன.

காலனி ஆதிக்கம் தொடங்கிய காலம்தொட்டு ஊர்ச்சபை தன் அதிகாரத்தினை ஒதுக்கப்பட்ட மக்கள்மீது பயன்படுத்துவதில் நெருக்கடிகள் தோன்றத் தொடங்கின. 1830களில் கிரசன்ட்

பத்திரிகையினை வாங்கி நடத்திய லெட்சுமி நரசு செட்டி தலைமை யிலான சென்னை நகரத்து மேல்சாதி மக்கள், கும்பினி (கம்பெனி) அரசாங்கத்தோடு முதலில் முரண்பட நேர்ந்தது. இந்த மரபுவழி அதிகாரத்தைத் தக்கவைத்துக்கொள்ளத்தான், கிறித்தவ மதத்திற்கு மாறினாலும் தலித் மக்கள் ஊர்த்திருவிழா வேலைகளைச் சாதிமரபுப்படி செய்யுமாறு கட்டாயப்படுத்தப்பட்டார்கள். சில இடங்களில் இதற்கு எதிரான விழிப்புணர்ச்சி தோன்றியது. எனவே கும்பினி அரசாங்கம் ஊர்த் திருவிழாக்களில் மதம் மாறிய கிறித்துவ மக்களை அடிமை வேலை செய்யுமாறு கட்டாயப்படுத்தக் கூடாது என்று ஒரு ஆணை பிறப்பித்தது. இதனை எதிர்த்தே லெட்சுமி நரசு செட்டி தலைமையிலான மேல்சாதி மக்கள், அரசு தங்களின் மதச் சுதந்திரத்தில் தலையிடலாகாது என்று எதிர்ப்புத் தெரிவித்தனர். தெய்வ வழிபாட்டை முன்நிறுத்திய அதிகார மரபுகள், ஒடுக்கப்பட்ட சாதி மக்களால் மீறப்பட்டு மோதல் தொடங்கியதற்குத் தமிழக வரலாற்றில் இதுவே முதல் சான்றாகத் தெரிகிறது.

அண்மைக்காலமாக தலித் மக்கள் மத்தியில் ஏற்பட்டுள்ள உரிமை உணர்வு, அவர்களுக்குக் கிடைத்துள்ள புதிய அரசியல் பலம் ஆகியவை அளவிலும் பண்பிலும் இம்முரண்பாட்டினைக் கூர்மைப்படுத்தி வருவதைக் காண்கிறோம். 1998இல் நடந்த இரண்டு நிகழ்ச்சிகளை இதற்கு எடுத்துக்காட்டாகச் சொல்லலாம். முதலாவது நிகழ்ச்சி, தேவகோட்டைக்கருகில் கண்ட தேவி கிராமத்தில் கோயில் தேரோட்டத் திருவிழாவில் ஏற்பட்ட மோதலும் கலவரமும் ஆகும். சாதிய அதிகார அமைப்பில் கனமான தேரை இழுத்துச்செல்லும் உரிமையினை எல்லா இடங்களிலும் பிற்படுத்தப்பட்ட சாதி மக்கள் தாங்களே பெற்றுள்ளனர்.

உட்பிரிவுகள் (அல்லது) குடும்பப் பெருமை ஆகிய மரபு வழிக் காரணங்களை முன் நிறுத்தி தேருக்குரிய 4 (அ) 5 வடங்களைத் தங்களுக்குள் கரை என்ற பெயரில் பங்கிட்டுக்கொள்கிறார்கள். பிறகு தேர் இழுப்பதற்கான கோயில் மரியாதையும் அவர்களுக்கு ஏகபோக உரிமையாக இருக்கிறது. தலித் மக்கள் "கோயில் திருவிழாவுக்கு மற்ற வேலைகளைச் செய்யும் நாங்கள், தேர் வடத்தையும் தொட்டு இழுப்போம். அதற்கான மரியாதை யினையும் நாங்கள் பெற வேண்டும்" என்ற உரிமைக் குரலை எழுப்பினர்.

இந்த முரண்பாட்டுக்கு அந்த நிலப்பகுதியில் அழுத்தமான மற்றொரு சமூகக் காரணமும் உண்டு. தேவக்கோட்டை, சிவகங்கைப் பகுதிகளில் கள்ளர் சாதியினரின் 'நாடு' அமைப்பு இன்னும் இருந்துவருகிறது. இதன் வழி எல்லாச் சாதியினர் மீதும் அதிகாரம் செலுத்த அவர்களால் முடியும். அண்மைக் காலம்வரை அரசுக்குப் போட்டியாகப் பொதுவளங்களை, அதாவது புறம் போக்கு மர ஏலம், கண்மாய், மீன்பாட்டம், கள்ளச் சாராயம் காய்ச்சுதல் ஆகியவற்றில் பிற சாதியினர்மீது அவர்கள் மேலாதிக்கம் செலுத்திவந்தனர். எனவே கண்டதேவியில் எழுந்த தலித் மக்களின் உரிமைக்குரல் 'நாடு' அமைப்பிற்கு இடப்பட்ட சவாலாகும். தலித் மக்களின் புதிய அரசியல் தலைமை, சென்னை உயர்நீதி மன்றத்தின் ஆணையோடு தங்களின் உரிமைகளை நிலைநாட்ட முயன்றபோது மாவட்ட நிர்வாகம் அவர்கள் பக்கம் நிற்க வேண்டியதாயிற்று. ஒடுக்கப்பட்டவர்களின் உரிமை உணர்வுக்கும் மரபு வழிச் சாதி மேலாண்மைக்கும் இடையில் நடந்த மோதல், துப்பாக்கிச் சூட்டில் முடிந்தது.

கோவில்பட்டியில் அம்மன்கோவில் திருவிழாவில் தேருக்குக் கட்டை இடும் கடினமான வேலையினை மரபுவழி செய்து வந்த தலித் மக்கள், திருவிழா நடத்தவும் உரிமை வேண்டினர். 10 நாள் திருவிழா நடத்தும் உரிமையினையும் பிற்படுத்தப்பட்ட சாதிகள் தங்களுக்குள் பங்கிட்டுக் கொண்டதனால் புதிய உரிமையினைத் தலித் மக்களுக்குத் தர மறுத்தனர். இங்கும் காவல்துறையின் தலையீடும் கலவரமும் தவிர்க்க முடியாதவை ஆகின.

கோயில் நுழைவும் கோயில் மரியாதையும் திருவிழா நடத்தும் உரிமையும் நாட்டார் வழிபாட்டு முறைகளில் பிற்படுத்தப்பட்ட சாதிகளுக்குத் தங்கள் சமூக அதிகாரத்தைத் தக்கவைத்துக்கொள்ளும் கருவிகளாகும். தலித் மக்களின் உரிமைக்குரல் என்பது, ஆன்மீகத் தேட்டத்திற்கான உரிமைக் குரலாக இல்லாமல், மரபு வழிச் சமூக அதிகாரத்தைக் கட்டுடைக்கும் வலிமையான குரலாக மாறுவதைப் பிற்படுத்தப்பட்ட சாதிகளால் தாங்கிக்கொள்ள முடியவில்லை.

மதுரை முகவை, மாவட்டங்களில் நாட்டார் தெய்வக் கோயில் களில் சிறப்பாகக் கொண்டாடப்படும் திருவிழா முளைப்பாரித் திருவிழாவாகும். முளைப்பாரியினை இடும் மண்கலத்தைக் கிராமத்து வேளார் செய்து கொடுக்க வேண்டும். சில ஊர்களில் கோ-

யில்களிலும் சில ஊர்களில் வண்ணார் வீடுகளிலும் முளைப்பாரி வளர்க்கப்படும். முளைப்பாரி எடுக்கும் உரிமை அந்தந்தக் கிராமத்தில் ஆதிக்கமுடைய பிற்படுத்தப்பட்ட சாதிகளுக்கே உண்டு. ஆனால் முளைப்பாரி வலம் வரும் தெருக்களைச் சுத்தம் செய்யும் கடமை தலித் மக்கள்மீது சுமத்தப்பட்டு இருந்தது. ஆனால் அவர்களுக்கு முளைப்பாரி எடுக்கும் உரிமை கிடையாது. மானாமதுரைக்கருகில் துத்திகுளம் என்னும் ஊரில் நான்கு ஐந்து ஆண்டுகளாக நடைபெறாமல் இருந்த முளைப்பாரித் திருவிழா வினை 1996ஆம் ஆண்டு மீண்டும் கொண்டாட முயன்றனர். புதிய அரசியல் தலைமையினால் எழுச்சி பெற்றுள்ள தலித் இளைஞர்கள், 'நாங்களும் ஓடு போடுவோம்' (முளைப்பாரி எடுப்போம்) என்று குரல் கொடுத்தனர்.

அதற்குச் சம்மதிக்காத மேல் சாதியினரால் முளைப்பாரித் திருவிழா கொண்டாடுவது கடந்த சில ஆண்டுகளாக நிறுத்தப் பட்டுவிட்டது. இது அல்லாமல், நகர்ப்புற வாழ்க்கையும் சாதி அடையாளம் தேவையற்றதுமான சூழ்நிலை உருவாகின்றபோது ஒடுக்குகின்ற சாதியினர் பின்வாங்கிப் போவதற்கும் ஓர் எடுத்துக் காட்டு கிடைத்துள்ளது. நெல்லை மாவட்டத்தில் ஒரு ஊரில் செருப்புத் தைக்கும் தொழிலாளியான செம்மார் சாதியினர் கடந்த நான்கு ஐந்து ஆண்டுகளாக, தங்கள் கோயிலில் திருவிழா நடத்துவதற்கு முன்னர், ஊருக்குள் மற்ற சாதியாரைப் போலவே ஊரில் உள்ள பெரிய அம்மன் கோயிலில் சென்று திருநீற்றை எடுத்து வழிபட்டு வருகின்றனர். அந்தப் பெரிய அம்மன் கோயில் பூசாரி உட்பட, ஒடுக்குமுறைச் சாதியினர் இந்த நிகழ்ச்சியைக் கணக்கில் எடுக்கவும் இல்லை; கண்டுகொள்ளவும் இல்லை.

அதே ஊரில் 'மேல்சாதி' வேளாளருக்கும் பிற்படுத்தப்பட்ட சாதியினருக்கும் ஒரு நாட்டார் தெய்வக் கோயிலின் மீது உரிமை வழக்கு ஏற்பட்டது. தீர்ப்பின்படி கோயில், மேல்சாதியாருக்கு உரிமையானதும், பிற்படுத்தப்பட்ட சாதியார் கோயில் முன்பிருந்த காலியிடத்தில் புதுக் கோயில் கட்டி 'புது உலகம்மன்' எனப் பெயரிட்டுக்கொண்டனர். சாதிப் பிரிவினை அடிப்படையில் ஒரு உரிமையியல் வழக்காக (Civil Suit) வடிவெடுத்தபின்னர் மனித உரிமை ஒடுக்குமுறையோ மீறலோ இங்கே நிகழவில்லை.

'வெளி' அதன் 'பங்கீடு' பற்றிய செய்திகள் வரலாற்றுப்

பின்னணியாக மட்டும் அமைந்துவிடவில்லை. ஏனென்றால் தமிழகத்தில் 90 விழுக்காடு ஊர்களில் இந்தப் 'பங்கீடு' இன்னும் மறையவில்லை; உயிரோடு இருக்கின்றது. சாதிப் பாகுபாட்டோடும் படிநிலை வரிசையோடும் அமைக்கப்பட்ட தெருக்கள் வரிசையே இன்றும் காணப்படுகின்றது. எனவே அண்மைக்கால நிகழ்வுகளில் களம் (அ) வெளி உயிரோட்டமுள்ள பங்கினைத் தொடர்ந்து வகித்துவருகிறது.

1930களில் தேசிய இயக்கத்தினர் சமூக உரிமைக் குரல்களை 'ஆலயப் பிரவேசம்' என்னும் புதிய தளத்தில் முன்வைத்தனர். தமிழ்நாட்டில் 1932 முதல் 39 முடிய எட்டாண்டுக் காலம், 'ஒடுக்கப்பட்ட மக்களின் கோயில் நுழைவு' என்பது அரசியல் அரங்கில் பெரிதும் பேசப்பட்ட சிக்கலாகும். 1939இல் சென்னை மாகாண அரசு ஒடுக்கப்பட்ட மக்கள் ஆலயஉரிமை நுழைவுக்கான சட்டத்தை இயற்றியது. ஆனால் நடைமுறையில் இது பழைய ஊர்களிலும் புகழ்பெற்ற நகரங்களிலும் இருந்த, பெருந்தெய்வக் கோயில் நுழைவாகவே இருந்துவிட்டது. கோயில் நுழைவு மறுக்கப்பட்ட ஒடுக்கப்பட்ட வகுப்பினர் இச்சிக்கலில் ஆர்வமில்லாமல்தான் இருந்தனர். ஏனென்றால் கிராமப்புறங்களில் நாட்டார் தெய்வக் கோயில்களில் ஒடுக்கப்பட்ட மக்கள் நுழைவதும் விழாக்களில் உரிமையுடன் பங்கெடுப்பதும் அன்று தேசிய, திராவிட இயக்கத்தினரின் சக்திக்கு அப்பாற்பட்டதாகவே இருந்தது என்பதுதான் உண்மை. 1994இல் நாட்டார்கள் 'திருவிழாக்களில் தலித் மக்கள் குதிரை (புரவி) எடுக்கக் கூடாது' என விதித்த தடையை மீறியதால் சித்தனூர் பூச்சி என்ற தலித் கொல்லப்பட்டார். 1979இல் கோயிலில் தலித் மக்கள் நுழைந்ததால் கலவரம் ஏற்பட்டு உஞ்சனையில் தலித் மக்கள் ஐந்து பேர் கொல்லப்பட்டனர். (மக்கள் பண்பாடு இதழ் ஜூலை - டிசம்பர் 1998 - சென்னை - 69) 1980இல் தேவகோட்டை அருகே பாகனேரி பில்வ நாயகி அம்மன் கோயிலில் பிற்படுத்தப்பட்ட 'நாட்டார் கள்ளர்' வகுப்பினரோடு போராடியே தாழ்த்தப்பட்ட மக்கள் கோயில் நுழைவு உரிமை பெற்றது இதற்கு ஒரு சான்றாகும். ஆக, 1930களின் இறுதியில் முடிந்துபோனதாக அரசியல் கட்சிகள் கருதிய ஒரு சமூக உரிமைச் சிக்கல், நாடு விடுதலை பெற்று 50 ஆண்டுக்காலம் கழித்துச் சமூக அரசியல் உரிமைச் சிக்கலாகப் புதிய வடிவம் காட்டுகிறது.

இந்த மாற்றத்திற்கான காரணத்தை நாம் சமூக அரசியல் தளத்தில்தான் விளங்கிக்கொள்ள வேண்டும் 1930களில் தேசிய இயக்கத்தினர் முன்வைத்த 'கோயில் நுழைவு' மரபுகளை மீறுவதாகவோ மோதல்களை எதிர்கொள்ளத் தயாரான போராட்டமாகவோ அமையவில்லை. மரபுகளை மீறுவதற்குப் பதிலாக, மரபுகளை 'மாற்றிக் கொள்ளுமாறு' ஆதிக்கச் சாதியினருக்கு விடப்பட்ட வேண்டுகோளாகவே அது அமைந்தது. அதாவது, பரந்த மனப்பான்மை பெற்று மேல் சாதியினர் தாமே முன்வந்து கொடுக்க, ஒடுக்கப்பட்ட மக்கள் பெற்றுக்கொள்ளும் போக்கில் அது அமைந்திருந்தது.

ஆனால் அண்மைக்கால நிகழ்வுகள், ஒடுக்கப்பட்ட மக்கள் அரசியல் தன்னுணர்ச்சி பெற்று, தாங்களே தேடிக்கொண்ட அரசியல் தலைமையின்கீழ், தங்கள் உரிமையினைத் தாங்களே எடுத்துக்கொள்ளும் வடிவத்தில் அமைந்திருக்கின்றன. 1930களில் பெருந்தெய்வக் கோயில்களில் பார்ப்பனர் வகித்த பாத்திரத்தை 1990களில் நாட்டார் தெய்வக் கோயில்களில் பிற்படுத்தப்பட்ட, ஆனால் ஆதிக்க உணர்வுடைய சாதியினர் வகிக்கின்றனர்.

எனவேதான் மரபு மீறல் அல்லது மீறப்படுதல் என்பது, மோதலுக்குரிய காரணமாக அமைகின்றது. புதிய அரசியல் கருத்தாக்கங்களின் பின்னணியில் இந்த 'மீறலும் மோதலும்' தவிர்க்க முடியாதவையாகும்.

பெரியாரியலும் நாட்டார் தெய்வங்களும்

அண்மைக் காலமாகத் தமிழ் வாசகரிடமிருந்து பரவலாக வருகின்ற கேள்வி ஒன்று. "அது எப்படி, பெரியாரையும் பெரியாரியலையும் ஏற்றுக்கொண்டவர்கள், நாட்டார் தெய்வங்களைக் கொண்டாட முடிகின்றது?" இந்தக் கேள்வி, ஒருபுறம் சிந்தனையுணர்வோடும் மறுபுறமாகக் கேலியாகவும் கேட்கப்படுகின்றது என்பதையும் நாம் நினைவில் கொள்ளவேண்டும்.

பெரியார் 1917 முதல் 1973 வரை தன்னுடைய எழுத்தாலும் பேச்சாலும் தன் சிந்தனையில், 'சரி' என்று தோன்றியவற்றை எப்பொழுதும் எளிய மக்களின் மத்தியில் நின்றுகொண்டு முரட்டுத்தனமான பேச்சாலும் எழுத்தாலும் முன்வைத்தவர் ஆவார். பல நூற்றாண்டுக் காலமாக முளைத்தெழுந்த எளிய மக்களின் கோபத்தின் வெளிப்பாடு அவர். அறிவாளிகளின் கூட்டத்தினையும் புத்தகத்தினையும் பின்னணியாக வைத்துக்கொண்டவர் அல்லர், அவர். இதுவே அவரது மிகப்பெரிய வலிமையாகும். இலக்கு நோக்கிய தன் பயணத்தில் சிலகட்டத்தில் எதிரிகளையும் கூட்டாளிகளாகச் சேர்த்துக்கொண்டவர் அவர்.

'பெரியாரியம்' என்று நாம் வகைப்படுத்துகின்ற சிந்தனை மரபு பெரியாருக்கு முன்னரே தொடங்கிய ஒன்று. அது அவருக்குப் பின்னரும் தொடருவதாகும். ஒரு கலக மரபின் பேராளுமையாக அமைந்த காரணத்தாலும் அதிர்ச்சி மதிப்பீடுகள் நிறைந்த அவரது செயல்பாடுகள் நம் கண்முன் நிகழ்ந்தவை என்பதாலும் இச் சிந்தனை மரபினைப் 'பெரியாரியம்' என்கிறோம்.

இந்தச் சிந்தனை மரபினால் நெடும்பரப்பாகவும் குறுக்கு வெட்டாகவும் தமிழ்நாட்டில் ஏற்பட்ட சமூக அசைவுகளை நாம் இழைஇழையாக அவதானிக்க வேண்டும். 'காலனிய மரபின் எதிர்வினையாகப் பாரதியார் உருவானார்' என்றால், 'இந்து தேசியத்தின் எதிர்வினையாகப் பெரியார் உருவானார்'. ஆனால் அவரது பேச்சும் செயல்பாடுகளும் 'இந்து தேசியம்', 'இந்திய தேசியம்' என்ற இரண்டு எல்லைகளையும் தாண்டி, மனிதகுல

விடுதலைக்கான பயணமாக விளங்கின. அதிகாரக் குவிமையத்தைத் தகர்ப்பதற்காக அவர் நடத்திய மாநாடுகளில் பல 'அல்லாதார்' மாநாடுகளாகவே அமைந்தன. அல்லாதார் என்பது அவரது அகராதியில் 'அடிமைப்பட்ட மக்களின் பெரும் திரளாகும்.' அவர்களை நோக்கிய அவரது கண்டிப்பில் நோதலும் இருந்தது; நோகாமையும் இருந்தது. 'தமிழ் காட்டுமிராண்டி மொழி' என்று பேசிய வாயும் அவருடையதே. தமிழ் எழுத்துச் சீர்திருத்தத்தைச் செய்த கையும் அவருடையதே. கோயில்களை 'குச்சுக்காரி' வீடு என்று சொன்னதும் அவர்தான். கோயில் கருவறை நுழைவுப் போராட்டத்தையும் அவரால்தான் முன்னெடுக்க முடிந்தது. கலை இலக்கியம் பற்றி உயர்ந்த எண்ணம் எதுவும் அவருக்குக் கிடையாது. அதே நேரத்தில் பாரதிதாசனின் முதல் கவிதைத் தொகுதிக்கு அவர் முன்னுரையும் எழுதினார்; அண்ணாவின் நாடகங்களையும் பாராட்டினார். இதன் உண்மையான பொருள் என்னவென்றால், 'அல்லாதார்' எனப்படும் எளிய மக்களின் சமூக விடுதலைக்காக அவர்களோடும் அவர்களது சமூக அசைவுகளோடும் அவர் சமரசம் செய்துகொண்டார் என்பதேயாகும்.

'நாட்டார் தெய்வங்களைக் கொண்டாடலாமா?' என்று கேள்வி கேட்பவர்கள், ஒன்றை நினைத்துப் பாருங்கள். இரண்டு ஆண்டுகளுக்கு முன்வந்த உயிர்ப்பலித் தடைச் சட்டத்தை இந்துத்துவ சக்திகளும் ஆதரித்தன, கி.வீரமணியும் ஆதரித்தார். இதனை எப்படிப் பார்ப்பது? இது ஒரு அரசியல் முரண் அல்லாமல் பண்பாட்டு முரண் ஆகும். பெரியார் உயிரோடு இருந்திருந்தால், இந்தக் கட்டத்தில் பெரியாரது நிலைப்பாடு என்னவாக இருந் திருக்கும்? "பெரிய கோயில்களில் யாகங்களை நிறுத்துங்கள்; அனைவரையும் கருவறைக்குள் நுழைய அனுமதியுங்கள். அதற்கப்புறம் 'உயிர்ப்பலித் தடை' பற்றி யோசிக்கலாம்" என்று தான் அவர் சொல்லியிருப்பார். ஏனென்றால் பெரியார் உடனடித் தீர்வு பற்றிய சிந்தனையாளர் அல்லர்; அவர் 'நேற்றும் நாளையும்' ஆகப் பணியாற்ற விரும்பியவர்.

முதலில் பண்பாட்டளவில் நாட்டார் தெய்வங்கள் எனப்படும் தெய்வங்களுக்கும் சிவன், பார்வதி, திருமால், பிரம்மா, சுப்பிரமணியன் என்று அறியப்பட்ட 'மேலோர்' தெய்வங்களுக்கும் உள்ள வேறுபாடுகளைக் கொஞ்சம் 'தள்ளி'நின்று புரிந்துகொள்ள

முயல வேண்டும். இல்லையென்றால் சமகால இதழ்கள் ஊட்ட முயலும் பண்பாட்டுத் தவறுகளையும் முட்டாள்தனமான திரிபுகளையும் நாம் ஒத்துக்கொண்டாக வேண்டும்.

'நாட்டார் தெய்வங்கள்' என்ற சொல்லாட்சி, ஓரளவு வாசிப்புப் பழக்கம் உடையவர்களிடத்திலும் இடதுசாரி இயக்கச்சார்பு உடையவர்களிடத்திலும் உடனடியாகச் 'சாமியாட்டம், குருதிப்பலி, பலிவடிவங்கள்' ஆகிய படலங்களாகவே விரிகின்றது. பொத்தாம் பொதுவான அல்லது மேலோட்டமான இந்தக் கணிப்புக்கள் அனைத்துமே தவறானவை. நாட்டார் தெய்வங்கள் 'தத்துவ விசாரங்களிலே' நொறுங்கிப் போகுமளவு மெலிதானவையல்ல. அவற்றின் வேர்கள் வலிமையானவை. அவை வட்டாரத்தன்மையும் உயிர்ப்பும் உடையன. சிவன், திருமால், விநாயகர்போல 'வடவேங்கடம் தென்குமரி' வரை ஒத்த தன்மை அவற்றுக்கில்லை. சென்னை, செங்கல்பட்டு வட்டங்களில் 'காளன்', ஆற்காட்டுப் பகுதியில் 'பொன்னியம்மன்', வேலூர் திருவண்ணாமலைப் பகுதிகளில் 'போத்தி ராஜா', கொங்குநாட்டில் 'அண்ணன்மார்', திருச்சி - புதுக்கோட்டை மாவட்டங்களில் 'காத்தவராயனும் நாடியம்மனும்', மதுரை - முகவை மாவட்டங்களில் 'கருப்பசாமி', நெல்லை - குமரி மாவட்டங்களில் 'சுடலைமாடனும் இசக்கியம்மனும்' என்று, வட்டாரம் சார்ந்த உற்பத்தி அசைவுகளும் சமூக உளவியலுமாகப் பன்முகத்தன்மையைக் கொண்டாடுபவை. இந்தப் 'பன்முகத் தன்மை' என்பது சைவம், வைணவம், ஸ்மார்த்தம், இசுலாம், கிறித்தவம் ஆதிய எந்த நிறுவனச் சமயத்தாலும் ஏற்றுக்கொள்ளப்பட இயலாததாகும்.

'நிறுவனம்' என்பதே அதிகாரச் சார்புடையது. எனவே அங்கு 'மேல் - கீழ்' என்ற வரிசைமுறையுடன்தான் அதிகாரம் செயற்படத் தொடங்குகின்றது. அதிகாரத்தை நிலைப்படுத்த விரும்புகின்ற நிறுவனச் சமயங்களுக்கு மூன்று அடிப்படைத் தேவைகள் உண்டு. முதலாவது, ஒரு புனித நூல் (வேதம்-தேவாரம், பைபிள், குர்ஆன்) இரண்டாவதாக விதிகளை அடிப்படையாகக் கொண்ட பூசை முறை (ரியாசூத்திரம், காரண - காரிய ஆகமங்கள், பாஞ்சராத்திர - வைகாசன ஆகமங்கள், ஷியா - சன்னி - மாலிகி - அன்பலி விளக்கங்கள்) மூன்றாவதாகப் புனித இருப்பிடங்கள் (கைலாசம், பரமபதம், காசி, பெத்லேம், மெக்கா) ஆகியவற்றோடு மற்றொரு

கூறும் இதில் அடங்கியுள்ளது. அதாவது, கடவுளுக்கும் அடியவர்களுக்கும் நடுவிலே நிற்கும் புரோகிதர் (Clergy) எனப்படும் ஒரு மனிதன். நாட்டார் தெய்வ வழிபாடுகள் மேற்குறித்த இலக்கணத்திலிருந்து விலகி நிற்பவை அல்லது அவ்வகையான கட்டுகளுக்குள் அடங்க மறுப்பவை.

நாட்டார் தெய்வங்கள் நிறுவனச் சார்பற்றவை. எடுத்துக்காட்டாக, நெல்லை, குமரி மாவட்டங்களில் ஊர்தோறும் வழிபடப்பெறும் சுடலைமாடன், இசக்கி ஆகிய தெய்வங்களுக்கு நிறுவனத் தலைமை என்று ஏதும் இல்லை. ஆறுமுகமங்கலம் சுடலை (தூத்துக்குடி மாவட்டம்), ஊர்க்காட்டுச் சுடலை (நெல்லை மாவட்டம்), முப்பந்தல் இசக்கி (குமரி மாவட்டம்) என்று சிறப்பிடங்கள் உண்டு, அவ்வளவே. ஒருங்கிணைந்த (Integrated) ஒரு வழிபாட்டு முறைமை இத்தெய்வங்களுக்கு இல்லை. இவை அனைத்தும் வட்டாரச் சார்புடைய மாற்றங்களை உட்கொண்டவை. இத்தனைத் தொலைவு போக வேண்டாம். மாரியம்மனை எடுத்துக்கொள்வோம்.

'மாரி' என்னும் தமிழ்ச்சொல்லுக்கு 'மழை' என்பதே பொருளாகும். மழையைக் கட்டுப்படுத்தும் தெய்வம் (அதிதேவதை) மாரியம்மன் ஆகும். இருக்கன்குடி (சாத்தூர் அருகே), வண்டியூர் (மதுரை மாவட்டம்), சமயபுரம் (திருச்சிக்கு அருகே), பண்ணாரி (கோவை) என மாரியம்மன் குடிகொண்ட 'சிறப்பிடங்கள்' உண்டே தவிர, மையமான ஒரு தலைமையிடம் (மேல்மருவத்தூர் ஆதிபராசக்தி என்பதுபோல) இந்த வழிபாட்டு நெறிக்கு (Cult) கிடையாது. இவ்வாறு பல்வேறு வகையான வழிபாட்டு நெறிகள் தமிழ்ச் சமூகத்திலும் - பொதுவாக இந்தியச் சமூகத்திலும் உள்ளன. இவற்றைத் தெய்வ நம்பிக்கையோடுகூடிய வழிபாட்டு நெறிகள் (Cult) என்று அழைக்கலாமே தவிர, மதம் என்ற கட்டுக்குள் அடக்க வியலாது. எனவே, அவை அரசதிகாரச் சார்புடையன அல்ல என்று புரிந்துகொள்ள வேண்டும்.

'நாட்டார் தெய்வங்கள் அனைத்தும் சாதிக் கயிற்றால் கட்டப்பட்டவைதானே' என்பது அடுத்த கேள்வியாகும். நாட்டார் தெய்வங்களின் வகைப்பாடுகள் பல. ஒரு சாதியினர் மட்டும் வழிபடும் தெய்வங்கள் சில உண்டு. அவை எல்லா ஊரிலும் அதே சாதியினரால் வழிபடப் பெறுவதில்லை. எனவே ஒரு சாதிக்குரிய

தெய்வம் என்பது அந்த ஊரில், அந்த இடத்தில் (கோயில் என்று சொல்ல வழியில்லை) மட்டும் ஒரு சாதியினர் வழிபடும் தெய்வமாகும். அந்தத் தெய்வத்தின் 'அருளாட்சி எல்லை' அந்த ஊரெல்லை அளவே. அது மட்டுமன்று; ஒரு சாதிக்குரிய தெய்வத்தைப் பிறர் கும்பிட முன்வந்தால், அந்த முதற்சாதிக்காரர்கள் 'நீ கும்பிடக்கூடாது' என்று தடுப்பதில்லை. சாதிய முரண்பாடுகள் தலைதூக்கும்போதுகூட அந்தந்த சாதிக்குரிய தெய்வங்கள் முரண் படுவதில்லை. மாறாக ஒருவர் தெய்வத்தை மற்றவர்கள் மதிக்கா விட்டாலும் விலகிப் போய்விடுகின்றனர். ஒடுக்கப்பட்ட மக்களின் தெய்வங்களைப் பிற சாதியினர் வழிபடுவது என்பதும் தமிழ்நாடு முழுவதும் காணக்கூடிய ஒரு காட்சியேயாகும்.

ஒரே சாதிக்குரிய கோயில்களில் காணக்கூடிய மற்றொரு நடைமுறை, அக்கோயிலில் சாமியைத் தொட்டுப் பூசனை செய்யும் பூசாரிகளும் சாமியாடிகளும் அதே சாதியினரே ஆவர். பூசாரிக்கும் சாமியாடிக்கும் தரப்படும் 'புனிதம் சார்ந்த மரியாதை' (அல்லது ஆன்மீக அதிகாரம்) என்பது திருவிழா நடைபெறும் ஒன்றிரண்டு நாட்களிலும் சாமியாடும் நேரத்திலும் மட்டுமே. பின்னர் அனைவரும் இயல்பான சமத்தன்மையுடன் உறவாட வேண்டியவர்களே.

ஊர்த்தெய்வங்கள் என்பன அவ்வூரில் வாழும் நான்கைந்து சாதிகளுக்கும் பொதுவானவை. ஊர்த்தெய்வங்கள் தாம் வாழும் ஊரின் சாதி அதிகார அமைப்பை. 'மேல்சாதியார்' பேணிக் கொள்வதற்கு ஒரு கருவியாகவும் காரணியாகவும் அமைந்துள்ளன என்பது உண்மையே. ஊர்த் தெய்வக் கோவில்களில் சாதிய மேலாண்மை மூன்று நிலைகளில் செயல்படுகின்றது. கோயில் அமைந்துள்ள நிலப்பரப்பின் மீதான உரிமை, கோயில் நிருவாக உரிமை, கோயில் மரியாதை ஆகிய மூன்று நிலைகளில் பிற்படுத்தப்பட்ட - மிகப் பிற்படுத்தப்பட்ட சாதியார் அவற்றைத் தங்கள் முற்றுரிமையாகக் கொள்கின்றனர். ஊர்த்தெய்வ வழிபாட்டு நெறிகளில் பிராமணரும் வேளாளரும் பெரும்பாலும் இருப்பதில்லை; அல்லது ஒதுங்கிக் கொள்கின்றனர் (குருதிப்பலியும் சாமியாட்டமும் அவர்களுக்கு அன்னியமானவை). ஊர்த் தெய்வக் கோயில்களுக்கான வரியினை 'ஊர்ச்சமூகம்' பெறுவதில்லை. ஊர் என்ற அளவில் 'வரி' என்பது 'சம உரிமை'யின் அடையாள மாகும். ஒடுக்கப்பட்ட மக்களிடமிருந்து வரியினைப் பெறாத

பிற்படுத்தப்பட்ட சமூகத்தினர், 'மரபு', 'வழிவழி வழக்கம்' என்ற பெயர்களில் ஊர்த்திருவிழாவிற்குரிய அவர்களின் உடலுழைப் பினைக் கட்டாயப்படுத்தினர். (சில ஊர்களில் இன்னும் நிலைமை இதுவே. 1832இல் கிழக்கிந்தியக் கம்பெனி நிருவாகத்திற்கு எதிராகச் சாதி ஆதிக்கம் இந்த இடத்தில்தான் முதன்முதலாகப் 'போர்க்கோலம்' பூண்டது. அதாவது, ஒரு பறையர் வகுப்பினர் கிறித்துவராக மாறிய பிறகும் ஊர்த்தெய்வக் (கிறித்துவம் அல்லாத) கோயில் திருவிழாக்களின்போது அவர் தன்னுடைய சுத்திகரிக்கும் பணியினைக் கூலியில்லாமல் செய்தாக வேண்டும்). இதன் காரணமாகவே தமிழகத்தின் பல ஊர்களில் சாதி முரண்பாடுகள் முளைவிடத் தொடங்கின.

இந்த முரண்பாடுகள் கூர்மையடையவில்லை. இதற்கான காரணத்தையும் எண்ணிப் பார்க்க வேண்டும். 'இந்த இடம் மட்டுமே இந்தத் தெய்வத்தின் தலைமையிடம்' என்பதுபோல, நாட்டார் தெய்வங்கள் ஆன்மீக அதிகாரத்தின் குவிமையங்களை (காஞ்சி மடம்) ஏற்றுக்கொள்பவையல்ல. இதற்கு மாற்றான சனநாயக் கூறு ஒன்றினை நாட்டார் தெய்வங்கள் பெருமித உணர்வுடன் வெளிப்படுத்திக்கொண்டுள்ளன.

சாதிய அடுக்குமுறை காரணமாகவோ அல்லது உள்ளூர்க் காரணங்களாலோ ஒரு தெய்வத்தை வழிபடத் தடை ஏற்படுத் தப்படும்போது நாட்டார் தெய்வ வழிபாட்டு நெறி அதற்கு ஒரு மாற்று வழியினை முன்னிறுத்துகின்றது. அதாவது, எந்தத் தெய்வத்தின் கோயிலில் இருந்து யாராயினும் 'பிடிமண்' எடுத்துக்கொண்டு சென்று, தன்னிடத்தில் அந்தத் தெய்வத்துக்கு ஒரு கோயிலை உருவாக்கிக்கொள்ளலாம்; இதனை யாரும் எதிர்க்க இயலாது. கேரளத்தில் நாராயண குரு ஈழவர்க்கான சிவன் கோயிலை உருவாக்கியபோது அவரை யாராலும் எதுவும் செய்ய இயலவில்லை. ஆனால், தமிழகத்தின் பண்பாட்டுச் சூழலில் அவ்வாறு யாரும் முன்வரவில்லை; வந்தாலும் 75 ஆண்டுக்கு முன்னான சூழலில் வெற்றி பெறவும் இயலாது. பின்னாட்களில் (1980களில்) பங்காரு அடிகளார் அதனை வெற்றிகரமாகச் செயல்படுத்தினார். அவரது வெற்றி தனியான ஆய்வுக்குரியது.

நாட்டார் வழிபாட்டில் ஊர்த்தெய்வ வழிபாட்டில் மட்டும் சாதிய அதிகாரம் பிரதிபலிக்கின்றது என்பதை மறுக்க இயலாது. இது

சமூக அதிகாரமே தவிரப் பண்பாட்டு அதிகாரம் அல்ல. 'பிடிமண்' கோயில்கள் என்பன பெரும்பாலும் சாதிய அதிகாரத்தோடு மோதி வெல்ல முடியாமல் இடம் பெயர்ந்த மக்கள் உருவாக்கிக்கொண்ட பண்பாட்டுப் பாதுகாப்பு அரணாகும். (கண்டதேவி சொர்ண புரீசுவர் கோயிலும் கோவில்பட்டி செண்பகவல்லி அம்மன் கோயிலும் ஆகம ரீதியாக ஒழுங்குபடுத்தப்பட்ட, அதாவது குருதிப்பலி பெறாத பெருந்தெய்வக் கோயில்களாகும். அவை நாட்டார் தெய்வங்கள் அல்ல). சாதிய அதிகாரம் என்பது உற்பத்தி உறவுகளிலும் சமூகத்தின் பிற அசைவுகளிலும் மூர்க்கமாகச் செயல்படுவதுபோல, நாட்டார் தெய்வ வழிபாட்டில் செயல்பட இயலாது என்பதை நாம் உணர்ந்துகொள்ள வேண்டும்.

சாதிய ஆதிக்கத்தால் கொலை செய்யப்பட்ட ஒருவன் தெய்வமாக்கப்பட்டால், அவன் இரண்டு சாதியாராலும் வணங்கப்படுவான். அவனைக் கொன்ற ஆதிக்க சாதி ஆவி அச்சம் காரணமாகவும், கொலை செய்யப்பட்டவனின் சாதியினர் பாதுகாப்புக் கருதியும், ஒரே தெய்வத்தை வழிபடுவதையும் களஆய்வில் கண்டறியலாம்.

எளிய மக்கள்திரளில் பெண்களின் விடுதலைத் தாகம் நாட்டார் தெய்வ வழிபாட்டில் வெளிப்படுகின்றது. நாட்டார் தெய்வங்களில் 90%க்கு மேல் பெண் தெய்வங்கள் என்பதையும் நாம் நினைவில்கொள்ள வேண்டும். நாட்டார் தெய்வக் கோயில்களில் மட்டுமே தெய்வத்தைத் தன்மேல் நிறுத்திச் சாமியாடவும் குறி (அருள்வாக்கு) சொல்லவும் அடியவர்களுக்குத் திருநீறு வழங்கி அருள் பாலிக்கவும் பெண்களுக்கு உரிமை இருக்கின்றது. இது மேல்சாதி மரபில் பெருந்தெய்வக் கோயில்களில் முற்றிலுமாக நிராகரிக்கப்பட்ட ஒன்று என்பதை நாம் மறந்துவிடக் கூடாது. நாட்டார் தெய்வங்கள் எவையும் 'முன்னே வந்து' வரம் தரும் தெய்வங்கள் அல்ல; 'பின்னே நின்று' பாதுகாப்புத் தரக்கூடியன. அவை அழிக்கும் ஆற்றல் அற்றவை. மாறாக, வயல் களத்திலும் அறுவடைக் காலத்திலும் கண்மாய்க் கரையிலும் ஊர் மந்தையிலும் ஊர் எல்லையிலும் தூங்காமல் நின்று காவல் காக்கக்கூடியன. அவை நுகர்வுக்காக மட்டும் பிறந்தவை அல்ல; உற்பத்தி சார்ந்த பண்பாட்டோடு பிறந்தவை. பெரியாரைப் புரிந்துகொள்வது போலவே, 'நாட்டார் தெய்வங்கள் 'மதம்' என்ற கட்டுக்குள்

அடங்குவதில்லை' என்பதையும் புரிந்துகொள்ள வேண்டும்.

எனவே, 'மதத்திலிருந்து மனிதனை விடுதலை செய்வது' என்ற முழக்கம் நாட்டார் தெய்வ வழிபாடுகளுக்குப் பொருந்தாது. மேலோர் மரபினால் விலக்கப்பட்ட கள்ளும் கறியும் நாட்டார் தெய்வங்களால் கொண்டாடப்படுபவை. உற்பத்தி உறவுகளோடு இரண்டறக் கலந்தவை. எனவே நகர்ப்புறம் சார்ந்த அறிவுஜீவிகள் தவிர, பாரம்பரியமான முறையில் பொருள் உற்பத்தி செய்யும் மனிதரைத் தெய்வ நம்பிக்கையிலிருந்து விடுதலை செய்ய இயலாது. சோவியத் ஒன்றியத்திலும் சீனத்திலும் மாபெரும் புரட்சிகளுக்குப் பின்னரும்கூட, மக்களை மதத்திலிருந்து மட்டுமே விடுதலை செய்ய முடிந்தது. தமிழ்நாட்டில் பெரியாரின் ஐம்பதாண்டுப் பணியும் அவ்வாறே செய்ய முடிந்தது. தமிழ்நாட்டுப் பெண்கள் (குறைந்தது) எண்பது விழுக்காட்டிற்கு மேல் சனநாயக உணர்வுடன்கூடிய நாட்டார் தெய்வ வழிபாட்டில் நம்பிக்கை உடையவர்கள்.

எனவேதான், நாகூரும் வேளாங்கண்ணியும் சமயபுரமும் அவர்களுக்கு வெவ்வேறான தெய்வங்களாகத் தெரியவில்லை. அவர்களைச் சடங்கியல் போர்வையில் ஊடகங்கள் 'இந்து' மதத்திற்குள் இழுத்து வர முயலுகின்றன. இதற்கான எதிர்க்குரல் என்பது நாட்டார் தெய்வங்களை அங்கீகரிப்பதாகவே இருக்க முடியும்.

எல்லாவற்றையும்விட மேலாக, நாட்டார் தெய்வங்கள் அனைத்தும், குறிப்பாகத் தாய்த் தெய்வங்கள் தம் மக்களின் காப்பிற்காக ஆயுதமேந்திப் போராடும் குணம் உடையன. தம் மக்களைக் காப்பதற்காகவே மகிசாசுரன் (எருமைத்தலை அரக்கன்) என்னும் ஆணைத் தாய்த்தெய்வம் ஆண்டுதோறும் போரிட்டு அழிக்கின்றது. இதன்வழியாக இருத்தலுக்கும் வாழ்வதற்குமான போராட்ட உணர்வை நாட்டார் தெய்வங்கள் பண்பாட்டுத் தளத்தில் பேணிக்காத்து வருகின்றன.

பெரியாரின் வாழ்வும் நோக்கமும் தன் மக்களின் இருத்தலுக்கும் கண்ணியமான வாழ்விற்குமான போராட்டமாக இருந்தன. எனவேதான், ஆண்டு முழுவதும் வெட்டவெளியில் மண் குவியலாகக் கிடந்து ஆண்டிற்கொருமுறை உயிர் கொண்டெழும் நாட்டார் தெய்வங்களை அவர் எதிர்கொள்ளவில்லை. மாறாக, அதிகார மையமாகிய கோயில்களையும் அதனை மையப்படுத்திய

மனித ஏற்றத்தாழ்வுகளையுமே அவர் எதிர்த்தார்.

இறுதியாக, பெரியாரைப்புரிந்துகொள்ள முயலுகின்றவர்களுக்கு ஒரு கேள்வி எழுகின்றது. 'குருதிப்பலியும் சாமியாட்டமும்கூட மூட நம்பிக்கைகள்தானே?' என்பதே அந்தக் கேள்வி. இப்படி திருப்பிக் கேட்கலாம் 'நம்பிக்கைகளுக்கும் மூட நம்பிக்கைகளுக்கும் இடையே என்ன இருக்கின்றது? ஏதோ ஒருவகையில் நுண் அரசியல் அதிகாரமும் சமூக அதிகாரமும் இருக்கின்றன என்பதே நமது பதிலாகும். இந்தப் பதிலைக் கொண்டுதான் பெரியாரையும் மக்கள்திரளையும் நாம் சரியாகப் புரிந்துகொள்ள முடியும்.

இந்தியத் தேசிய உருவாக்கத்தில் பார்ப்பனியத்தின் பங்கு

பதினெட்டாம் நூற்றாண்டின் நடுப்பகுதி முதலாகக் கிழக்கிந்தியக் கம்பெனியின் படைகள் தமிழ்நாட்டின் தென்கோடிப் பகுதி வரை எவ்விதப் பேரெதிர்ப்புமின்றி ஊடுருவிச் சென்றன. எனவே பதினெட்டாம் நூற்றாண்டின் இறுதியில், ஏறத்தாழத் தமிழ்நாடு முழுவதும் அப்படைகளின் கையில் வந்துவிட்டது. 1752இல் தொடங்கி 1799க்குள் அவர்கள் தமிழ்நாட்டின் நிலவரி வசூலை முழுவதுமாகத் தமதாக்கிக்கொண்டனர். இதன் இறுதிக் கட்டமாகத் தென்தமிழ்நாட்டின் 1799இல் வீரபாண்டியக் கட்ட பொம்மனும் 1801இல் மருது சகோதரர்களும் தூக்கிலிடப் பட்டனர். இதன் பின்னர் நீதித்துறையும் இராணுவமும் சார்ந்த ஒரு முழுமையான அரசாங்கத்தை உருவாக்கும் முயற்சியில் காலனி அரசாங்கம் ஈடுபட்டது.

வங்காளம் உள்ளிட்ட கிழக்கிந்தியப் பகுதியில் அரசாங்கத்தை உருவாக்கிய முன் அனுபவம் காலனி அரசுக்கு இருந்தது. வங்காளத்தில் நீதித் துறையை ஒழுங்குபடுத்தும் முயற்சியில் சர்.வில்லியம் ஜோன்ஸ் ஈடுபட்டார். உள்நாட்டு நீதிமுறைகளை அவர் தொகுத்துத் திரட்டி, அதற்கு இந்துச் சட்டம் (Hindu Law) எனப் பெயரிட்டார். கிறித்தவரல்லாத, இசுலாமியரல்லாத பெருந் திரளான மக்களைக் குறிக்க ஐரோப்பியர் வழங்கிய 'இந்து' என்னும் சொல் முதன்முதலாக அதிகார அங்கீகாரம் பெற்றது.

அப்போதுதான் தமிழ்நாட்டில் 1801இல் திருப்பத்தூரில் தூக்கிலிடப்பட்ட பெரியமருது தன்னுடைய மரண வாக்கு மூலத்தில் கம்பெனி அதிகாரிகளுக்கு வைத்த கோரிக்கைகளில் ஒன்று; 'நான் கோயில்களுக்கும் அறநிலையங்களுக்கும் வழங்கிய சொத்துக்களைக் கம்பெனியார் பறிக்கக்கூடாது' என்பதுதான் அது. ஆட்சி அதிகாரத்தைத் தக்கவைக்க முயன்றுகொண்டிருந்த கம்பெனி அரசு, இந்தக் கோரிக்கையை அப்படியே ஏற்றுக்கொண்டது. அத்துடன் உள்நாட்டு மக்களின் மத உணர்வுகளைச் சீண்டி விடக்கூடாது என்பதில் அது முன்னெச்சரிக்கை உணர்வுடன்

1817 வரை நடந்துகொண்டது. இந்தக் காலப்பகுதியினை அரசு ஆவணங்கள். 'நடுநிலைக் காலம்' (Period of Nutrality) என்று குறிப்பிடுகின்றன. இக்காலத்தில் கம்பெனி அரசாங்கம் கோயில் நிலங்களுக்குரிய வரியினை மட்டும் பெற்றுக்கொண்டிருந்த மாவட்ட ஆட்சித்தலைவர்கள், கோயில் நிர்வாகத்தில் சிக்கல் ஏற்பட்டபோதெல்லாம் வருவாய் ஆணையத்தின் (Board of Revenue) ஆணையைப் பெற்றே நடவடிக்கை எடுத்தனர்.

வட இந்தியாவிலும் பார்க்கத் தமிழ்நாட்டில் பெருங் கோயில் களும் மடங்களும் எண்ணிக்கையில் மிகுதி. விளைநிலங்களில் 90% இவற்றுக்கு உரியதாகவே இருந்தன. இக்கோயில்கள் அனைத்தும் பார்ப்பனர்களின் முழுமையான கட்டுப்பாட்டில் இயங்கிவந்தன. (விதிவிலக்காகச் சில மடங்களும் விளைநிலங்களும் வேளாளர் கையில் இருந்தன). சொத்துடைமை நிறுவனமான கோயில் வழியாகப் பார்ப்பனர்கள் பெருந்திரளான மக்களின்மீது தங்களின் அதிகாரத்தைச் செலுத்த முடிந்தது. கோயிற்பணியாளர் வரிசையிலும் இசைகாரர், கொத்தர், தச்சர் தவிர அருச்சகர், பரிசாரகர், மடைப்பள்ளியார், ஸ்தலத்தார் என்று பார்ப்பனர்களே எண்ணிக்கையிலும் மிகுதியாக இருந்தனர். எனவே அரசு என்னும் நிறுவனத்துடன் தொடர்புகொள்ளப் பார்ப்பனர்களுக்கு மட்டுமே வாய்ப்பிருந்தது. பெருந்திரளான மக்களின் கையில் இருந்த ஒரே நிறுவனம் 'உள்ளூர்ச் சாதிக்குழு' (Local Caste Assembly) மட்டுமே. சொத்துடைமையற்ற இந்தக் குழுக்களுக்கு வேறு வலிமை ஏதும் இல்லை. இவை வட்டார அளவில் சடங்குகளால் பிணைக் கப்பட்டவை மட்டுமே. இந்தப் பின்னணியில்தான் 1817இல் காலனிய அரசு கோயில்களையும் மடங்களையும் ஒழுங்குபடுத்தும் (றெகுலடிவன்ஸ் VII of 1817) சட்டத்தைக் கொண்டுவந்தது.

1830களில்தான் பத்திரிகைகள், புதுக்கல்விப் பள்ளிகள் என்னும் புதிய சமூக நிறுவனங்கள் தமிழ்நாட்டில் அறிமுகமாயின. அதற்கு முன்னர் ஐரோப்பிய மிஷனரிகள் தங்கள் முயற்சியில் சிறிய அளவிலான கல்வி முயற்சிகளைச் செய்திருந்தனர். சென்னையை அடுத்து தென் தமிழ்நாட்டின் திருநெல்வேலிப் பகுதியில் ஒடுக்கப் பட்ட மக்கள் கணிசமான அளவு கிறித்தவத்தைத் தழுவியிருந்தனர். எனவே, மேல்சாதியினரின் நடுவில் அரசதிகாரம் பிற மதத்தினரின் கையில் இருப்பது ஓரளவு உணரப்பட்டது. மறுதலையாக சில

மிஷனரிகள் முயற்சியால், கிறித்துவர்களாக மாறிய தாழ்த்தப்பட்ட மக்களைப் பழைய வழக்கப்படி ஊர்க்கோயில் திருவிழாக்களில் ஊழியம் செய்ய மேல்சாகியார் கட்டாயப்படுத்தக்கூடாது என்று அரசு ஒரு ஆணை வெளியிட்டது. இதனைப் பொறுக்கவியலாத மேல்சாதியார், அரசு தங்கள் மத வழக்கங்களில் தலையிடுவதாகக் குற்றஞ் சாட்டினர். காலனி ஆட்சிக்கான தங்கள் முதல் எதிர்ப்பை மேல்சாதியார் இவ்வாறு சாதி சார்ந்தும் மதம் சார்ந்துமே பதிவு செய்தனர். ஏனென்றால் மரபு வழிச் சமூகத்தில் சாதியும் மதமும் (குறிப்பாகப் பார்ப்பனர்களுக்கு) நாணயத்தின் இரண்டு பக்கங் களைப்போல் பிரிக்க முடியாதபடி அமைந்திருந்தன. 1834இல் சென்னைப் பல்கலைக்கழகத்தின் முன்னோடியாகத் தொடங்கிய சென்னை உயர்நிலைப் பள்ளியில் 1855 வரை தாழ்த்தப்பட்ட வகுப்பினர்க்கு அனுமதி இல்லை. 1851இல் தாழ்த்தப்பட்ட வகுப்பினரை அனுமதித்ததால் பல்கலைக்கழக மேலாண்மைக் குழுவிலிருந்து ஒரு 'இந்து' உறுப்பினர் பதவி விலகினார். 1855 வரை இந்தப் பள்ளியிலிருந்து தகுதி காண் பட்டயம் (Proficiency Degree) பெற்ற 36 பேரில் 20 பேர் பார்ப்பனர்களே என்றும் 1859இல் ஆங்கிலேய அரசு முதன்முறையாகத் தேர்ந்தெடுத்த துணை ஆட்சியர் (Deputy Collector) பேரில் இந்தப் பள்ளியில் பயின்ற பார்ப்பனர்களே பெருந்தொகையினர் என்றும் ஆர்.சுந்தரலிங்கம் எடுத்துக்காட்டுகிறார்.

மேற்குறித்த நிகழ்வுகளில்லிருந்து நாம் பெறக்கூடிய செய்தி ஒன்றுண்டு; அதுவரை பார்ப்பனர்கள் மட்டுமே பெற்றுவந்த வேதக் கல்வியும் வடமொழிக் கல்வியும் தம் அதிகாரத் தகுதியை இழந்துவிட்டன. சமூக அதிகாரம் சார்ந்த கல்வி என்பது ஆங்கிலக் கல்வியாக மாறிவிட்டது. அது பொதுக் கல்வியாக இருந்தபோதும் மக்கள்திரளில் சிறுபான்மையினராக இருந்த பார்ப்பனர்கள், புதிய அதிகாரத்தைத் தேடி ஆங்கிலக் கல்விக்குள் முதலில் நுழைந்து கொண்டனர்.

தமிழ்நாட்டு மக்களின் அமைப்புரீதியான முதல் அசைவுக்கு 1852இல் தொடங்கப்பெற்ற சென்னை குடிமக்கள் சங்கத்தினை (Madras Native association) அடையாளமாகக் குறிப்பிடலாம். தமிழ் நாட்டில் தேசிய, திராவிட இயக்கங்களின் முன்னோடி அமைப்பாக இதனையே கொள்ளவேண்டும். இந்த அமைப்பு பெரும்பாலும்

பார்ப்பனரல்லாத உயர்சாதியான செட்டிகள், கோமுட்டிச் செட்டிகள், நாயுடு ஆகியோரைக் கொண்டு கஜலு லெட்சுமி நரசு செட்டியாரால் தொடங்கப்பெற்றதாகும். இந்த அமைப்பில் திருநெல்வேலி கிறித்துவ வேளாளரான அப்பாசாமிப்பிள்ளை போன்றோரும் பங்குபெற்றுள்ளனர். கிரசன்ட் (Crescent) என்ற இதழ் இந்த அமைப்பின் சார்பில் வெளிவந்தது. சமூக சீர்திருத்தத் துக்கே முன்னுரிமை தரவேண்டும் என்ற நோக்கில் இந்த அமைப்பி லிருந்து *1853*இல் வெளியேறிய சீனிவாசப்பிள்ளை என்பவர் Hindu Progressive Development Society (இந்து முன்னேற்ற வளர்ச்சி சங்கம்) என்ற அமைப்பினைத் தொடங்கினார். இந்த அமைப்பினர் Rising Sun (உதய சூரியன்) என்ற ஆங்கில இதழை வெங்கட்ராய நாயுடு என்பவரை ஆசிரியராகக்கொண்டு பத்தாண்டுக்காலம் *(1853 - 1863)* நடத்தினர்.

தேசம், தேசியம், இந்து, இந்திய நாகரிகம், திராவிடம் முதலிய கருத்தாக்கங்கள் அக்காலத்தில் முழுமையாக உருப்பெறவில்லை. *1866*இல் வங்கத்தைச் சேர்ந்த கேசவந்திரசென் பிரம்ம சமாசத்தின் பிரதிநிதியாக தமிழ்நாட்டில் சுற்றுப்பயணம் செய்கின்றார். ஆங்கிலக் கல்வி கற்ற பார்ப்பனர்கள் அவரால் மீட்கப்படுகின்றனர். பிரம்மசமாஜத்தின் கருத்துக்கள் மொழி எல்லைகளைத் தாண்டி இந்திய ஆன்மிகத்தை உருவாக்கும் என்பதை அவர்கள் கண்டு கொண்டனர். பார்ப்பன, பௌராணிக மரபுகளால் கொண்டாடப் பட்ட 'பரத கண்டத்தின்' உயிர்ப்பை அது மீட்டெடுக்கும் என அவர்கள் நம்பினர். இந்தக் காலக்கட்டம் தொடங்கி, பிற்படுத்தப்பட்ட மக்கள்திரள் இதற்கு வெளியில் தங்கள் சாதி அடையாளத்தைத் தொடத் தொடங்கினர். இதனைச் சாதியப் பத்திரிக்கைகளின் தொடக்கக் காலம் எனலாம்.

மொழி எல்லைகளைக் கடந்த தேசியம் என்ற கருத்தாக்கம் பார்ப்பனர்களுக்கு ஏற்புடையதாக இருந்ததால் *1880*இல் பி.சிவசாமி ஐயரும், அனந்தாச்சார்லு என்பவரும் சேர்ந்து 'மெட்ராஸ் மகா ஜனசபா' என்ற அமைப்பினைத் தொடங்கினர். இதுவே தமிழ்நாட்டில் இந்திய தேசியம் பேசிய முதல் அமைப் பாகும். இந்த அமைப்பின் முன்னணித் தலைவர்களில் சேலம் இராமசாமி முதலியார் தவிர அனைவரும் பார்ப்பனர்கள். *1884*இல் இவர்கள் சென்னையில் தங்கள் அமைப்பின் முதல் மாநாட்டைக்

கூட்டினர். காலனிய அரசுக்கு இந்தியத் தேசியம் என்ற கருத்தாக்கம் அன்றைக்குத் தேவையாக இருந்தது. 1881இல் பணி ஓய்வு பெற்ற ஹியூம் (Hume) என்ற I.C.S. அதிகாரி, இவர்களோடு சில கருத்து வேறுபாடுகளுடன் இணைந்து வேலை செய்ய முன்வந்தார். அதன் விளைவாக 1884இல் புனா நகரில் நடந்த காங்கிரஸ் மாநாட்டிற்கு 8 பேர் சென்றனர். இவர்களில் 6 பேர் பார்ப்பனர்கள். 1881இல் பிரம்மஞான சபை நிறுவிய கர்னல் ஆல்காட்டும் பிளாவட்ஸ்கி அம்மையாரும் சென்னை வந்தனர். ஆரிய நாகரிகமும் வடமொழி வேதங்களும் உலகிற்கே வழிகாட்டும் என்பது அவர்களது கருத்தாகும். அழைப்பின் பேரில் அப்பொழுது கிறித்துவம் கணிசமாகப் பரவியிருந்த திருநெல்வேலிக்கு அவர்கள் சென்றனர். திருநெல்வேலி நெல்லையப்பர் கோவிலில் பூரணகும்ப மரியாதையும் வரவேற்பும் அவர்களுக்கு அளிக்கப்பட்டது.

கோயில் வளாகத்தில் அவர்கள் இருவரும் கூட்டம் ஒன்றிலும் பேசினர். "மலைமீது கட்டப்பட்ட கோட்டை போல இந்திய நாகரிகம் என்பது வேதங்களின் மீதும் புனித நூல்களின் மீதும் கால்கொண்டு நிற்கின்றது (An Indian Civilization resting upon the Vedas and other National Works is like a strong castle built upon rocks)" என்பது ஆல்காட் சென்னையில் வெளியிட்ட கருத்தாகும். ஆக, ஆரியன் என்ற கருத்தாக்கம், இந்து என்ற கருத்தாக்கம் இரண்டும் உருவாகிவந்த இந்திய தேசியத்திற்குள் புகுந்துகொண்டன என்பதற்கு இதுவே சாட்சியாகும். பின்னர் வந்த இந்திய தேசியக் காங்கிரஸின் பெரும் தலைவர்களான திலகர், ரானடே, பண்டித மதன்மோகன் மாளவியா, அன்னிபெசன்ட் ஆகியோரும் இதே கருத்தாக்கங்களையே உயர்த்தப் பிடித்தனர். 1927இல் தமிழ் நாட்டில் காந்தியடிகள் வெளிப்படையாகவே வர்ணாசிரம தர்மத்தை ஆதரித்துப் பேசினார். அதுவே பெரியாரைத் தேசிய இயக்கத்திலிருந்து முற்றிலுமாக வெளியேறச் செய்தது.

இந்தியத் தேசியத்திற்கோ பார்ப்பனியம் ஊடுருவியபோதெல்லாம் அதற்கான எதிர்ப்பு தமிழ்நாட்டில் இருந்துதான் வந்தது. அயோத்திதாசப் பண்டிதர், மறைமலையடிகள், திராவிட இயக்க மூலவர்கள், பெரியார் ஈ.வே.ரா என்று இந்திய தேசியத்திற்கு மாற்றான ஒரு கருத்தியலை முன்வைத்ததில் தமிழ்நாட்டிற்குப் பெரும்பங்குண்டு.

பெரியாரின் போராட்ட உணர்வு, முழுவீச்சினை அடைவதற்குச் சற்று முன் தமிழ்நாட்டில் நடந்த ஒரு முயற்சியினை இங்கே பதிவு செய்வது நல்லது. 1921இல் தமிழ்நாட்டில் நீதிக்கட்சி ஆட்சிப் பொறுப்பேற்று, அறநிலையப் பாதுகாப்பிற்கான சட்டமுன்வரைவு 1924இல் வெளிவந்தது. இந்தச் சட்டமுன் வரைவில் இருந்த 'இந்து' என்ற சொல்லைத் தமிழ்நாட்டுச் சைவர்கள் கடுமையாக எதிர்த்தார்கள். 1924ஆம் ஆண்டு டிசம்பர் செந்தமிழ்ச் செல்வி இதழில் பின்னிணைப்பாக இந்தச் சட்ட முன்வரைவு விமர்சனம் செய்யப்பட்டுள்ளது. 'இந்து' என்ற சொல் எந்தவொரு சமயத் தையும் குறிப்பதாகாது. இந்து என்று சொல்லப்படும் பிரிவில் சைவம், வைணவம், லிங்காதயம், ஸ்மார்த்தம் என்று பல பிரிவுகள் உள்ளன. எனவே, இந்த முன்வரைவு ஒவ்வொரு சமயத்தைப் பற்றியும் தனித்தனியாகக் கணக்கிட வேண்டும். இந்து என்ற சொல் ஸ்மார்த்தர்களுடையது என்பதே அந்த விமர்சனத்தின் சாரம். அதே இதழில் "சுமார்த்தக் கலப்பால் சிவாலயங்களில் ஏற்படும் இடையூறுகள்" என்று ஒரு கட்டுரையினை வழக்கறிஞரும் தமிழறிஞருமான கா.சு. பிள்ளை எழுதியுள்ளார். சங்கராச் சாரியாரைக் குருவாகக் கொண்ட ஸ்மார்த்தப் பார்ப்பனர்கள் ஆகம விதிக்குப் புறம்பானவர்கள்; ஆகமநெறிக்குட்பட்ட சிவால யங்களை அவர்கள் கைப்பற்ற முயல்கிறார்கள் என்று குற்றம் சாட்டுகின்ற கா.சு. பிள்ளை, திருநெல்வேலி சிவாலயத்தில் இந்த முயற்சி தொடங்கியிருப்பதாகவும் குறிப்பிடுகின்றார். கா.சு. பிள்ளையின் முயற்சி தோல்வியடைந்து, 'இந்து அறநிலையம்' என்ற சொல்லே சட்டச்சொல்லாயிற்று. ஆனால் திருநெல்வேலிச் சிவாலயத்தில் ஊடுருவ ஸ்மார்த்தர்கள் செய்யும் முயற்சி 60களிலும் 70களிலும் தொடர்கிறது. அண்மையில் 2003இல்தான் திருநெல்வேலி சைவர்கள் இப்போதுள்ள சங்கராச்சாரியாரை எதிர்த்து நீதிமன்றத்தில் வழக்குத் தொடர்ந்து, அவரைப் பின்வாங்கச் செய்தனர். ஆனால் இந்து என்ற சொல்தான் இந்தியத் தேசியத்திற்கு மற்ற மதங்களை நிராகரிக்கும் அடிப்படைக் கருத்தியலாக அமைந்திருக்கிறது என்பதனையும் நாம் மறுக்க இயலாது. இந்தப் போக்கிற்கு ஸ்மார்த்தப் பார்ப்பனர்களே தலைமை தாங்குகின்றனர் என்பதும் நம் கண்முன் அரங்கேறும் உண்மையாகும்.

பேராசிரியர் கா. சிவத்தம்பியின் பக்தி இலக்கிய ஆய்வுகள்

தமிழ் இலக்கியப் பெரும்பரப்பின் பெரும் பகுதியினை இருபதாம் நூற்றாண்டின் தொடக்கம் வரை பக்தி இலக்கியங்களே நிறைத்து வந்துள்ளன. தமிழிலக்கிய ஆய்வாளர் எவரும் புறந் தள்ளிவிட முடியாத பகுதி இதுவாகும். பத்தொன்பதாம் நூற்றாண்டின் கடைசிப் பகுதியில் 'தமிழ் இதழ் உலகம்' என்ற ஒன்று உருவானபோது, இலக்கிய ஆய்வுகளுக்கான வித்துக்கள் அங்கங்கே ஊன்றப்பட்டன. தமிழ் உரைநடை கட்டுவிடத் தொடங்கிய அக்காலத்தில்தான் ஆங்கிலேயரின் சமயம் சார்ந்த, சமயம் சாராத உரைநடை நூல்கள் பல வெளிப்பட்டன. சைவ, வைணவப் பழந்தமிழ் இலக்கியங்களும் உரைநூல்களும் பனை ஓலைகளிலிருந்து அச்சு ஊடகத்தை நோக்கி நகர்ந்தன. தமிழ்ச் சிற்றிலக்கிய மரபினைப் பின்பற்றி இசுலாமியர்களின் சிறுசிறு முயற்சிகள் அங்கங்கே வெளிப்பட்டன. ஒருவர் மதம் சார்ந்த இலக்கியங்களை மற்றவர் படிப்பதும் அதனை மறுப்பதுமான கட்டுரைகள் பல தமிழ் இதழ்களில் வெளிவரத் தொடங்கின. இது சுபக்கம் x பரபக்கம் என்ற பெயரில், 'தன்மதம் கூறிப் பிறர் மதம் மறுத்தல்' என்னும் சமய மரபுகளின் தொடர்ச்சியாகும். இவற்றுள் குறிப்பிடத்தகுந்தவை, ஈழத்துத் தமிழறிஞர்களின் சைவ சமயச் சார்பும் அதற்கு எதிர்வினையான ஈழத்துக் கத்தோலிக்கக் கிறித்துவர்களின் எழுத்துக்களுமாகும். இந்த இரு போக்குகளின் பிரதிநிதிகளாக யாழ்ப்பாணத்து நல்லூர் ஆறுமுக நாவலரையும் யாழ்ப்பாணத்து சுவாமி ஞானப் பிரகாசரையும் அடையாளம் காட்டலாம்.

இந்த வகையில் யாழ்ப்பாணம் காசிவாசி செந்திநாதையரை நாவலரின் வழித்தோன்றலாகக் கருதலாம். அவர் 'தேவாரம் வேதசாரம்', 'சைவ வேதாந்தம்' என்ற இரண்டு நூல்களை எழுதினார். சைவ பக்தி இலக்கியமான தேவாரத்தை வேதச் சிமிழுக்குள்ளும் வேதாந்தத்துற்குள்ளும் அடைப்பதே அவரது நோக்கமாக இருந்தது.

1916 டிசம்பரில் பிராமணரல்லாதார் அறிக்கை (Non-Brahmin Manifesto) *வெளிவந்திராவிட்டால் செந்திநாதையர் 'வகையறா' விற்கும் இரட்சணிய சேனை* (Salvation Army) *அமைப்பிற்கும் இடையே நடந்த எழுத்து மோதல் தமிழ்ச் சமூகத்தைப் படுகுழியில் தள்ளியிருக்கும்.*

இந்தக் காலப்பகுதியில் நமக்கு ஆறுதலைத் தருகிற நிகழ்வு களாக இரண்டினைக் குறிப்பிடலாம். ஒன்று, தான் இளவயதில் காலமாவதற்கு முன்னர் மனோன்மணியம் சுந்தரனார் திருஞான சம்பந்தரின் காலத்தினைக் கணித்து, ஜே.எம். நல்லுசாமிப்பிள்ளை நடத்திய 'சித்தாந்த தீபிகா' என்னும் ஆங்கில இதழில் எழுதிய கட்டுரையாகும். மற்றொன்று, பாண்டித்துரைத் தேவர் 1904இல் தொடங்கிய 'செந்தமிழ்' இதழில் இரா. இராகவையங்காரும் மு. இராகவையங்காரும் ஆசிரியராக இருந்தபோது வெளிவந்த சைவ, வைணவ, சமண, பௌத்த இலக்கிய ஆய்வுக் கட்டுரைகளாகும். இந்த இதழில் தமிழ்நாட்டு, ஈழத்து அறிஞர்களின் கட்டுரைகள் பல வெளிவந்தன. என்ன காரணத்தினாலோ 1925க்குப் பின்னர் தமிழ்நாட்டு - ஈழத்து அறிஞர்களின் கருத்தூடாட்டம் நின்று போயிற்று.

ஏறத்தாழ 40 ஆண்டுகளுக்குப் பின்னர் 1960களின் இறுதிப் பகுதியில் தமிழ்நாடு - ஈழ அறிவுலகத் தொடர்பைப் புதுப்பித்த நன்றிக்குரியவர்கள் பேரா. க. கைலாசபதி, கா. சிவத்தம்பி ஆகியோர். இருவரும்தான் 'ஒன்றையே நோக்குப் புக்கான்' என்பதற்கு மாறாகச் சங்க இலக்கியம் தொடங்கிப் புதுமைப்பித்தன் வரையிலான தமிழிலக்கியப் பரப்பில் தங்கள் ஆய்வு முயற்சிகளை உண்மையோடும் நேர்மையோடும் செய்திருக்கின்றனர். இயக்க வியல் வரலாற்றுப் பொருள் முதல்வாதப் பின்னணியில் தமிழ் ஆய்வுலகற்குப் புதிய வெளிச்சம் தந்தவர்கள் இவர்கள் ஆவர்.

தமிழ்ப் பக்தி இலக்கிய ஆய்வுகளிலும் இந்த இரண்டு அறிஞர்களும் முன்னடி எடுத்து வைத்தனர். கடந்த நூறு ஆண்டுகளுக்கு மேலாகச் சமய இதழ்கள் பல தமிழ்நாட்டில் வெளிவந்துள்ளன. ஆனாலும் தம் சமய சித்தாந்தத்தை ஆய்வுக்குட்படுத்தும் ஒரு நெறி தமிழ்நாட்டில் முளைவிடவில்லை. உயர்கல்வி நிறுவனங்களிலும் இந்த நிலை மிக அண்மைக் காலமாகத்தான் தொடங்கியுள்ளது.

எனவே,

*தமிழகப் பல்கலைக்கழங்களில் தமிழ் வரலாற்றில் மதம் (அல்லது மதங்கள்) வகித்துவந்த இடம் பற்றிய ஆய்வுகள் அதிகம் இடம்பெறவில்லை. பேராசிரியர் நா. வானமாமலை, கைலாசபதி போன்றவர்கள் (இந்நூலாசிரியர் உட்பட) சில சமூக மத ஆய்வு களைச் செய்திருந்தனர்.1**

என்று தன்னையும் உட்படுத்திப் பேராசிரியர் கா. சிவத்தம்பி வருந்திக்கூறுவது உண்மையேயாகும். தங்கள் சமயம் குறித்தோ பிற சமயம் குறித்தோ பலர் எழுதிய எழுத்துக்களும் 'விளக்கக் கட்டுரை' என்ற எல்லையினைத் தாண்டி வராமலே போய்விட்டன.

எனவே மார்க்ஸீயச் சார்புடையவர்கள் என்று அறியப்பட்ட மேற்குறித்த பேராசிரியர் மூவருமே இந்தத் துறையில் முதலான வர்களாகக் கால் பதித்தனர். இந்த இடத்தில் மரபுவழித் தமிழ்ப் புலமை மற்றுமொரு கேள்வியினை முன்னெடுத்தது. 'தெய்வ நம்பிக்கையில்லாத மார்க்ஸீயவாதிகள் எந்த வகையில் மதம்சார்ந்த பக்தி இலக்கிய ஆய்வுகளை முன்னெடுத்தனர்' என்பதே அது. பேராசிரியர் சிவத்தம்பி அதற்கான விடையினையும் முன் வைக்கிறார்.

*நம்மிற் பலர் நினைப்பது போன்று மார்க்ஸீயம் மதத்தை முற்றாக நிராகரிக்கவில்லை. மார்க்ஸீயம் மதத்துக்கான (மெய்யியல்) எடுகோள்களை நிராகரிக்கின்றது. ஆனால் 'மதம்' என்பது ஒரு முக்கியச் சமூக நிறுவனம் என்பதை மார்க்ஸோ ஏங்கல்ஸோ நிராகரிக்கவில்லை.2**

சமய இலக்கிய ஆய்வுகளைப் பொருத்தமட்டில் அவை தமிழ் நாட்டில் வளரவில்லையென்பது ஒரு வருந்தத்தகுந்த செய்தியே ஆனாலும் அதற்குரிய காரணங்களை நாம் கணித்தறிய வேண்டும். பகுத்தறிவு இயக்கத்தின் எழுச்சி அதற்கான ஒரு காரணம் என்பதை நாம் மறுக்க இயலாது. பேராசிரியர் அவர்களும் இக் காரணத்தைப் பதிவு செய்துள்ளார். அத்துடன்,

*திராவிட இயக்கங்களைச் சார்ந்தவர்கள் மாத்திரமல்லாமல் மார்க்ஸீய இயக்கங்களைச் சார்ந்தவர்களும்கூட இந்நிலையின ராகவிருந்தனர் என்பதற்கு உதாரணங்கள் உண்டு.3**

என்றும் எழுதிச் செல்கிறார்.

பேராசிரியர் இவ்வாறு எழுதிய பின்னருங்கூட கோ. கேசவன், பொ. வேல்சாமி போன்ற ஒன்றிருவர் மட்டுமே இந்தத் துறைக்கு வந்துள்ளனர். பக்தி இலக்கியங்களை - அவை எந்த மதத்தைச் சேர்ந்தவையாக இருந்தாலும் அவற்றை - இசைப்பாடல்களாக மட்டுமே தமிழர்கள் பயன்படுத்திவந்துள்ளனர். அவை வழிபாட்டு உணர்வுடன் பாடவும் கேட்கவும் மட்டுமே பிறந்தவை என்பது அவர்களுடைய நினைப்பாகும். எனவே அவை இலக்கியமாகக் கருதப்பட்டு, காலப்பின்னணியிலும் களப் பின்னணியிலும் ஆராயப்பட வேண்டியன என்ற உணர்வின்மையே ஆய்வுக்குத் தடையாகப் போய்விட்டது. பகுத்தறிவு இயக்கம் சற்றுத் தளர்ந்த பின்னரும்கூட இந்த உணர்வு தலையெடுக்கவில்லை என்பதற்கு இதுவும் காரணமாகும்.

எல்லாச் சமயங்களும் தமிழ்மொழியைக் கொண்டாடுகின்ற போக்கினைச் சுட்டிக்காட்டுகின்ற பேராசிரியர் இதன் வழியாக,

தமிழ்ப் பண்பாடு எனும் மொழிவழிக் கோட்பாடு தோன்றுவதற்கு (Language of Culture Concept *ஏற்படுவதற்கு) காரணமாக இதுவே அமைந்தது.4**

என்று சரியாகவே தன் பார்வையினை முன்நிறுத்துகின்றார்.

பேராசிரியருக்கு மட்டுமன்று; தமிழ்ப் பக்தி இயக்க ஆய்வாளர்கள் அனைவருக்கும் முன்னிற்கும் மிகப்பெரிய தடை ஒன்றுண்டு. அதாவது, **1925 - 1965** காலத்தில் தமிழ்நாட்டு ஆய்வாளர்களுக்கும் ஈழத்து ஆய்வாளர்களுக்கும் மிகச்சிறிய தூர இடைவெளியே இருந்தாலும் ஆய்வுலக உறவுகள் ஏதும் நிகழவே இல்லை. அதற்கு அடிப்படையான சமய ஊடாட்டங்களும் நிகழவில்லை. யாழ்ப்பாணத்துத் தமிழ்ச்சைவம் கத்தோலிக்கத்தை எதிர்கொண்ட முறை வேறு; தமிழ்நாட்டுக் கிறித்தவம், சைவத்தோடு கொண்ட உறவு நிலை வேறு. ஈழத்துக் கத்தோலிக்கர்கள் வீரமா முனிவரின் 'பெரிய நாயகி' என்னும் பேரிலமைந்த கன்னிமேரித் தெய்வத்தைத் தமிழ்நாட்டுச் சூழலில் உணரவில்லை. வைணவம் என்னும் மதம் குறித்து ஈழத்து ஆய்வாளர்களுக்குப் புரிந்துகொள்ள வாய்ப்பபே இல்லாமல் போயிற்று. ஈழத்தில் தமிழ்நாட்டு வைணவத்திற்கு வேர் எதுவும் இல்லை. எனவே ஆழ்வார்களின் பாசுரங்களும் அவற்றிற்கான உரை விளக்கங்களும் மணிப்பிரவாள நடையில் அமைந்த தத்துவ நூல்களும் அவற்றின் 'நிகழ்காலச்'

சடங்கியல் வாழ்வும் தமிழக எல்லையைத் தாண்டி வடக்கு நோக்கிப் பாய்ந்த பின்னரும்கூட (கிருஷ்ணதேவராயரின் 'ஆமுக்த மால்யதா' ஆண்டாளைப் பாடும் தெலுங்கு நூலாகும்) ஈழத்தைச் சென்றடையவில்லை.

வைணவத்தின் தமிழிலக்கியப் பாரம்பரியத்தை, அவ்விலக் கியப் பாரம்பரியத்தின் சமூகத்தளத்தை ஆயும் முயற்சியில் ஈடுபட்டுள்ளேன். ஆய்வுக் கட்டுரையாக வடிப்பதற்கான தயார் நிலை இன்னும் ஏற்படவில்லை.5[*]

என்கிறார் பேராசிரியர்.

பேராசிரியரின் தயக்கத்தை நியாயப்படுத்தும் ஒரு சான்றினை இந்த இடத்தில் எடுத்துக்காட்டலாம். 'திருவாசகம் காட்டும் மணிவாசகர்' என்னும் கட்டுரையில், திருவாசகப் பாடல்களில் உணர்ச்சி வெளிப்பாடு இரு வகைப்பட்டு நிற்பதைக் காணலாம்.

கற்பித உணர்ச்சி நிலையிற் பாடப் பெற்றவை

ஆ. தன்மை நிலையிற் பாடப் பெற்றவை

கற்பித உணர்ச்சி நிலை அகத்துறையில் வரும் உணர்வு நிலைகளாம்.6[*]

என்று வகைப்படுத்துகிறார் பேராசிரியர். இந்த வகைப்பாடு சரியானதே.

பக்திப்பாடலை ஆக்கும் கவிஞன் எப்பொழுது தானாக நின்று பாடுகின்றான், எப்பொழுது பெண்ணாக (அன்புக்கும் ஏங்கும் காதலியாக / தாயாக) மாறிப்பாடுகின்றான் என்பது ஒரு அடிப்படையான கேள்வியாகும். நம்மாழ்வாரின் அகத்துறைப் பாசுரங்களை முன்னிறுத்திக்கொண்ட 14ஆம் நூற்றாண்டைச் சார்ந்த வைணவ உரையாசிரியர் இந்தக் கேள்விக்கான விடை யினை நமக்குத் தருகின்றார். அழகியமணவாளப் பெருமாள் நாயனார் என்ற வைணவ ஆசாரியர் 'ஆசார்ய ஹ்ருதயம்' (மாறன் மனம்) என்ற தன்னுடைய, மணிப்பிரவாள நடையில் அமைந்த தத்துவநூலில்,

ஞானத்தில் தன் பேச்சு பிரேமத்தில் பெண் பேச்சு7[*]

என்று பகுத்துக் காட்டுகின்றார்.

அறிவு தலையெடுக்கும்போது கவிஞனின் பேச்சு ஆண் பேச்சாகவும், அன்பு பெருக்கெடுக்கும்போது பெண் பேச்சாகவும் அமைகின்றது என்பது எளிமையும் ஆழமும் சேர்ந்த விளக்கமாகும்.

வைணவத்தைக் குறித்துத் தயக்கத்தோடு பேசினாலும் தெளிவான முடிவாகப் பேராசிரியர் "சித்தாந்தக் கொள்கைக்கு ஆதாரமாக அமைகின்ற சைவ மரபினை நோக்கும்பொழுது, அதில் இராமானுசர் நிலைநிறுத்திய அளவு சமூக நெகிழ்ச்சி காணப் படவில்லையெனினும், பிராமணியம் வற்புறுத்தும் வருணாசிரம தருமம் இறுக்கத்துடன் போற்றப்படவில்லை என்பது உண்மை" என்று கூறுவதை நாம் ஏற்றுக்கொள்ள முடியும்.

தமிழ்ப் பண்பாட்டிற் கிறித்துவம் (ம.க. கட்டுரை), தமிழிற் கிறித்தவ இலக்கியப் பாரம்பரியம் (ம.மானு கட்டுரை எண். 2) என்ற இரு கட்டுரைகளும் தமிழ் ஆய்வுலகத்திற்குப் பேராசிரியர் தந்துள்ள பெரிய பங்களிப்பாகும். தமிழ்க் கிறித்துவ இலக்கிய ஆய்விற்கு இதனை அடிப்படையாகக் கொள்ளலாம். 18ஆம் நூற்றாண்டின் கடைசிப் பகுதியிலிருந்து தமிழ்நாட்டுக் கிறித்தவர்கள் அம்மானை, வழிநடைச் சிந்து, கண்ணி, கும்மி, கீர்த்தனை ஆகிய சிற்றிலக்கிய வகைமைகளில் படைத்தளித்த நூற்றுக்கணக்கான இலக்கியங்களைக் காணவும் பேணவும் ஆராயவும் இந்த இரு கட்டுரைகளும் உந்துசக்தியாகும். இசுலாமியத் தமிழிலக்கியங்கள் பற்றிய ஆய்வுகள் மிக அண்மைக் காலமாகத் தமிழ்நாட்டில் ஊக்கத்துடன் முன்னெடுக்கப்படுகின்றன. இசுலாமியத் தமிழிலக் கியப் பாரம்பரியம் தொடக்க காலத்தில் நாட்டார் மரபுகளோடு உறவு கொண்டிருப்பதனைப் பேராசிரியர் மிக நுட்பமாகத் தன் கட்டுரையில் எடுத்துக் காட்டுகின்றார்.

கிறித்தவம், இசுலாம் பற்றிய பேராசிரியரின் இலக்கிய ஆய்வுக் கட்டுரைகள், இன்றைய தமிழ்நாட்டுச் சூழலில் மிகமிக அடிப்படைத் தேவையாகின்றன. ஏனென்றால் இவ்விரண்டு மதங்கள் குறித்த ஊடகப் பெருஞ் சொல்லாடல்களுக்கு இவை மாற்றாகவும் மருந்தாகவும் அமைகின்றன.

பேராசிரியரின் சமய இலக்கிய ஆய்வுகள் இன்றளவும் தமிழ்ச் சூழலில் இவ்வகை ஆய்வுகளின் போதாமையினையும் அவற்றின் தேவையினையும் நமக்கு உணர்த்துகின்றன. இவற்றோடு சைவ,

பக்தி இயக்கம் குறித்த பல நுட்பமான கேள்விகளைச் சிந்திக்கத் தூண்டுகின்றன.

அருணகிரியாரின் பாடல்களில் காணப்படும் மிதமிஞ்சிய பாலியல் திளைப்பு எனும் அமிசமும் அவரை விளங்கிக்கொள்வதற்கு முக்கியமான ஒன்றாகும். 8*

என்கிறார் பேராசிரியர்.

இசுலாமியப் படையெடுப்பினால் மிகச் சில காலம் கோயில்கள் நெருக்கடிக்கு உள்ளாயின. முத்துப் போன தந்தைத் தெய்வத்தை விட்டுவிட்டு இளமையும் காதலும் வீரமும் நிறைந்த மகன் (முருகன்) தெய்வத்தை அன்றையச் சமூக உளவியல் விரும்பி நின்றதே காரணமாகும். இதனை மேலோட்டமாக, ஆனால் நுட்பமாகப் பதிவு செய்கிறார் பேராசிரியர்.

இவ்வகையான விளக்கங்களோடும் நமக்கு நிறையக் கேள்விகள் எஞ்சுகின்றன. திருமந்திரம் சாத்திர நூலா தோத்திர நூலா? தேவாரப் பாடல்களுக்கும் திருவாசகப் பாடல்களுக்கும் ஆன சிந்தனைத்தளம் ஒன்றுதானா? தேவாரம் கட்ட விரும்பிய சைவமும் மெய்கண்டாரின் சித்தாந்த சைவமும் ஒரே அடிப்படையில் அமைந்தவைதாமா? வாலை, மனோன்மணி, பராபரை, சக்தி ஆகிய திருமந்திரச் சொல்லாடல்களை மட்டும் கலக மரபுச் சித்தர்கள் எவ்வாறு ஏற்றுக்கொண்டனர் என்பனவெல்லாம் அவற்றில் சில.

பேராசிரியர் எழுதுவதற்கு முன்னரும், ஏன், பின்னரும்கூடப் பக்தி இலக்கிய ஆய்வுகள் மிகமிகக் குறைவே. ஒரு மிகப்பெரிய ஆடுகளம் ஆடுவாரின்றி வெற்றிடமாகக் கிடப்பதைப் பேராசிரியர் நமக்குச் சுட்டிக் காட்டுகின்றார். இந்தச் சுட்டிக்காட்டலும் வழிகாட்டலுமே அவரது சமய ஆய்வுக் கட்டுரைகளின் பெரும் பங்களிப்பாகும்.

குறிப்புகள்

தா. சிவத்தம்பி, (மூன்றாம் பதிப்பு முன்னுரை, தமிழிலக்கியத்தில் மதமும் மானுடமும், ப.14.

மேலது, ப.17. கண்டத்தில் சமயப் பூசல்களுக்கும் சமய நல்லிணக்கத்திற்கும்கூட ஒரு வரலாறு உண்டு. நீண்ட நிலப்பரப்பும் பெரிய மக்கள்தொகையும் நெடிய வரலாறும் உடைய ஒரு நாட்டில்

சமயங்களின் வளர்ச்சியும் சரிவும் பிணக்கும் காலனிய ஆட்சியின் தொடக்கம் வரை, தவிர்க்க இயலாத வரலாற்று நிகழ்வுகளாகச் சித்திரிக்கப்பட்டன.

கா.சி. 'இலக்கியமாகப் பக்திப் பாடல்கள்' மதமும் கவிதையும் (மக்கள் வெளியீடு), ப.90.

கா. சி.- 'தமிழ்ப் பண்பாட்டிற் கிறிஸ்தவம்' மாதமும் கவிதையும், ப.67.

கா.சி. (முதற் பதிப்பு) முன்னுரை, தமிழ் இலக்கியத்தில் மதமும் மானுடமும், ப.35.

கா. சி. திருவாசகம் காட்டும் மணிவாசகர், மதமும் கவிதையும், ப.54

கா.சி. 'சைவூத்தாந்தம் - ஒரு சமூக வரலாற்று நோக்கு, தமிழ், இலக்கியத்தில் மதமும் மானுடமும், ப.115.

கா. சி., 'தமிழின் இரண்டாவது பக்தி யுகம்' மதமும் கவிதையும், ப.39. ணீ

சமய நல்லிணக்கம் - பெரியாரியப் பார்வையில்

பல்வேறு சமயங்கள் தோன்றி வளர்ந்தும் வந்து பரவியும் நிலைபெற்றுவிட்ட இந்தியத் துணைக் கண்டத்தில், சமயப் பூசல்களுக்கும் சமய நல்லிணக்கத்திற்கும்கூட ஒரு வரலாறு உண்டு. நீண்ட நிலப்பறப்பும் பெரிய மக்கள்தொகையம் நெடிய வரலாறும் உடைய ஒரு நாட்டில், சமயங்களின் வளர்ச்சியும் சரிவும் பிணக்கும் காலனிய ஆட்சியின் தொடக்கம் வரை தவிர்க்க இயலாத வரலாற்று நிகழ்வுகளாகச் சித்திரிக்கப்பட்டுள்ளன.

காலனிய ஆட்சி தொடங்கிய நாள்தொட்டு 19ஆம் நூற்றாண்டின் நடுப்பகுதிவரை இந்தியத் துணைக் கண்டத்தில் நிலவிய சமய அமைதியினை ‘மயான அமைதி’ என்றே கொள்ள வேண்டும். ஏனென்றால் காலனிய ஆட்சிக்கெதிராக எழுந்த தொடக்ககாலக் குரல்கள் இங்கே சமயப் பின்னணியில்தான் எழுந்தன. அவற்றை எதிர்ப்புணர்வு என்பதனைவிட, சமயங்களின் பொதுப் பண்பான ‘மற்றவற்றை வெறுத்தல்’ என்பதாகவே கணிக்க முடிகிறது. ‘வெறுப்பதற்கு ஏதும் இல்லாததால் இந்துக்கள் பிரிட்டிஷ்காரரர்களை வெறுத்தார்கள்’ என்று நிராத் சௌத்திரி கணிப்பதனை நாம் அவ்வளவு எளிதில் புறந்தள்ளிவிட முடியாது. இந்த வெறுப்புணர்ச்சிக்குத் தமிழ்நாடு, பஞ்சாப் போன்ற தனித்த பண்பாட்டு வேர்களையுடைய நிலப்பகுதிகள் விதிவிலக்காக இருக்கலாம். ஆனாலும் இந்தியச் சமூகத்தின் பொதுப் பண்பாக இதனையே நாம் கொள்ள முடியும்.

சமயங்கள், அவற்றுக்கு இடையிலான இணக்கங்கள் குறித்த பெரியாரியப் பார்வை 20ஆம் நூற்றாண்டுச் சரக்கன்று. அதன் குறுவித்துக்களை வரலாற்றில் சில நூற்றாண்டுகள் பின்சென்றுகூட நம்மால் காண முடியும். 13ஆம் நூற்றாண்டில் பிறந்த தமிழ்ச் சித்தர் மரபானது வேதம், வேத மொழி, சாதி அமைப்பு, பார்ப்பனர், கோயில் ஆகிய கருத்தியல் நிறுவனங்களையும் உலகியல் நிறுவனங்களையும் மறுத்தது. ஆனால் கடவுளை மறுக்கவில்லை.

19ஆம் நூற்றாண்டின் பிற்பகுதியில் அச்சு ஊடகத்தின்

வளர்ச்சியோடு பல புதிய போக்குகள் தமிழ்நாட்டில் எழுந்தன. ஒன்று, வேதத்தின் தலைமையினையும் புனிதத்தினையும் முதன்மைப் படுத்தி அதனையே இந்திய தேசியமாகக் காட்ட முயன்ற ஸ்மார்த்தப் பார்ப்பனர்கள். சர் வில்லியம் ஜோன்ஸ் போன்ற காலனியவாதிகள் ஆக்கித் தந்த 'இந்து' என்ற சொல் இவர்களுக்குப் பிடித்தமான ஒன்றாக இருந்தது. மற்றொன்று, ஆகமங்களை முன்னிறுத்தித் தமது மரபுவழிச் சமூக அதிகாரத்தினைப் பார்ப்பனர்களுக்கு எதிராகத் திருப்பிய சைவர்கள். மூன்றாவது, மரபுவழிச் சமூகத்தில் பிற்பட்ட வர்களாகவும் ஒடுக்கப்பட்டவர்களாகவும் இருந்த பெருவாரியான மக்கள் திரளின் எழுத்து வழியான எதிர்ப்புக் குரல்கள். இம் மூன்றாவது பிரிவினர் முதல் தலைமுறையாக எழுத்தறிவு பெற்றவர்கள். இவர்களில் கிறித்துவர்களும் இசுலாமியரும் அடங்குவர்.

இந்தியத் தேசியத்தின் தோற்றம் என்பது 19ஆம் நூற்றாண்டின் பிற்பகுதியில் அரசியல் இயக்கமாகத் தோன்றவில்லை. மாறாக அது சமய, சமூகச் சீர்திருத்த இயக்கமாகவே தோன்றியது. கருத்தியலை வளர்த்தெடுக்கும் அச்சு ஊடகங்கள் (நாளிதழ், வார இதழ்கள்) எழுத்தறிவு பெற்ற மேல் சாதிக்காரரர்களின் கைவசப்பட்ட காரணத்தால் உருவான நிலைமை இது.

இந்தியத் தேசிய இயக்கத்தைத் தூய அரசியல் இயக்கமாகத் தோன்றவிடாமல் 'சமய மறு உருவாக்க' இயக்கமாக மாற்றிக் காட்டியதில் கர்னல் ஆல்காட், பிளாவட்ஸ்கி அம்மையார், அன்னி பெசன்ட் போன்ற ஐரோப்பிய அமெரிக்கர்களுக்கும் பங்குண்டு. வடமொழி வேதத்தை விவாதத்துக்கு அப்பாற்பட்ட வழிகாட்டி யாக இவர்கள் முன்வைத்தபோது, பாரம்பரியச் சமூக அதிகா ரத்தைக் கையிலே வைத்திருந்த மேல் சாதியாருக்கு அது வசதி யாகப் போயிற்று. அதன் விளைவாக இந்தியத் தேசியக் கட்டு மானத்தில் 'இந்து' என்னும் சமய ஏகாதிபத்திய உணர்வு உள்ளார்ந் தப் பண்பாக மாறிவிட்டது. பின்வந்த ஒரு நூற்றாண்டுக் காலத்தில் ஏன், இன்றுவரை இந்தியச் சமூக வரலாற்றிலும் சமய வரலாற்றிலும் இந்தச் சொல் உருவாக்கிய சுவடுகளை எளிதில் மறந்துவிட முடியாது.

திலகர் யுகம் முடிந்து காந்தி யுகம் பிறப்பதற்கு முன்னால் கிறித்தவர், இசுலாமியர், பார்சி, சீக்கியர் அல்லாத பெருந்திரளான

மக்கள் திரளைக் குறிக்கும் சமயப் பெயராக 'இந்து' என்ற சொல் ஆக்கப்பட்டுவிட்டது. வேதத்தின் உயர்வு, பார்ப்பனரின் சடங்கியல் தலைமை, வடமொழியின் புனிதம், வருணாசிரமம் ஆகியவற்றைக் குறிக்கும் இந்தச் சொல்லுக்கு 'ஆரிய' என்ற சொல்லும் நெருக்கமானதாக ஆக்கப்பட்டது. இவற்றுக்கு நேரெதிரான கலகக்குரல் ஒன்று 1916 டிசம்பரில் சென்னையிலிருந்து எழுந்தது. (Non-Brahmin Manifesto) 'பிராமணரல்லாதார் அறிக்கை' என்ற பெயரில் வெளியிடப்பெற்ற அந்த அறிக்கை, மரபு வழியான சமய அதிகாரத்துக்கு எதிராக எழுந்த ஒரு சவாலாகும். இந்த அறிக்கை வெளியாவதற்கு முந்திய 40 வருடங்களாகத் தமிழ்நாட்டில் அச்சு ஊடகம் என்பது வெகுமக்களிடமிருந்து அன்னியப்பட்ட பார்ப்பனிய, சைவ, கிறித்தவர்களின் சமயச் சண்டையினையே தாங்கிப்பிடித்து வந்தது. தமிழ்நாட்டில் பிரம்மவாதி, பிரம்ம வித்யா, ஆரிய ஜன பரிபாலினி, தத்துவ விவேசினி, சித்தாந்த தீபிகா, போர்ச் சத்தம் ஆகிய இதழ்களும் யாழ்ப்பாணத்திலிருந்து வந்த இந்து சாதனம், சத்திய வேத பாதுகாவலன், ஞானசித்தி ஆகிய இதழ்களும் இவ்வகையான போக்கிற்கு எடுத்துக்காட்டுகளாகும்.

பிராமணரல்லாதார் அறிக்கைக்குக் கிடைத்த முதல் வெற்றி அச்சு ஊடகத்தின்வழி, படித்த பெருமக்கள் நடத்திவந்த மோதல்களையும் காட்டிவந்த பிற சமய வெறுப்புணர்வையும் நிறுத்திவைத்ததுதான். வைதீக சமயத்தவர் என்ற பெயரால் அறியப்பெற்ற அத்வைதிகள், சைவர், வைணவர் ஆகியோரைப் 'பிராமணரல்லாதார்' என்ற சொல்லாட்சி அதிர்ச்சியடையச் செய்தது. வடமொழி வேதத்தின் புனிதத்தை முழுமையாகவும் ஓரளவாகவும் ஏற்றுக்கொண்ட இவர்கள், தமக்கான பொது எதிரியாக இச்சொல்லாட்சியைக் கண்டனர். எனவே அவர்களுடைய பிற சமய மறுப்பு, வெறுப்பு ஆகியவை தற்காலிகமாக நிறுத்திவைக்கப்பட்டன.

பிராமணரல்லாதார் அறிக்கையை இந்து நாளிதழ், 'தற்கொலை முயற்சி' என்று வருணித்தது. வேதப் பொற்காலத்தை முன் வைத்த அன்னிபெசண்டும் வேதப் பெருமையில் நம்பிக்கையுடைய மகாகவி பாரதியாரும்கூட இந்தச் சொல்லாட்சியை எதிர்த்தனர். 'பிராமணரல்லாதார் என்று ஒரு ஜாதியே கிடையாது' என்பதே அவர்கள் முன்வைத்த மறுப்பின் முதற் பகுதியாகும். பெரியார் அரசியலில் நேரடியாக ஈடுபடுவதற்கு இரண்டாண்டுகளுக்கு

முன் நிகழ்ந்த இதனையே நாம் பெரியாரியத்தின் தொடக்கமாகக் கொள்ளவேண்டும். ஏனென்றால் 'பிராமணரல்லாதார்' என்ற சொல் உணர்த்தும் பொருளையே பெரியார் பல சமயங்களுக்கும் உறவான ஒரு சொல்லாக்கிப் பொருள் விளக்கம் செய்தார் (1925).

தென்னாட்டில் பொதுவாக இக்கூட்டத்தாரை (பிராமணரை) நீக்கிய பொது ஜனங்களுக்கு பிராமணரல்லாதார் என்ற பெயர் வழங்கப்படுகிறது. முக்கியமாக இதில் கிறிஸ்தவர்கள், முகமதியர்கள், ஆங்கிலோ இந்தியர்கள் முதலிய இந்துக்களல்லாதாரும் பிராமணரல்லாதவர்களே. இந்துக்களுக்குள்ளும் பிராமணர் நீங்கிய மற்றவர்கள் பிராமணர்களால் ஏற்படுத்தப்பட்ட பல ஜாதிப் பெயர்கள் சொல்லிக்கொள்ளப்பட்டாலும் அவர்களும் பிராமணரல்லாதவர்களே அல்லாமலும் தீண்டாதாரென்று கூறி தொடக்கூடாதவர்கள், பார்க்கக்கூடாதவர்கள் என்று தள்ளி வைத்திருக்கும் ஒரு பெரும்கூட்டத்தாரும் பிராமணரல்லாதவர்களே.

(தமிழர் மாநாடு / குடி அரசு 8.11.1925)

வேறு சொற்களில் கூறுவதானால் 'இந்து' என்ற சொல் உணர்த்தும் பொருளுக்கு எதிராகப் பெரியார் 'பார்ப்பனரல்லாதார்' என்ற கருத்தியலை முன்வைத்தார். இந்து என்ற கருத்தாக்கம் முதலில் ஐரோப்பிய அறிவாளிகளாலும் பின்னர் காலனிய ஆட்சியாளர்களாலும் முன்வைக்கப்பட்டதாகும். தேசிய இயக்கத்தின் ஊடாக இந்த (சொல்) கருத்தாக்கத்தின் வழியாகப் பார்ப்பனர்கள் தங்கள் சமூக ஆதிக்கத்தையும் புதிய அரசியல் அதிகாரத்தையும் தமதாக்கிக்கொள்ள முனைகின்றார்கள் என்பது அவரது குற்றச்சாட்டாகும். பெரியாருக்கு முன் 1912இல் அயோத்தி தாசப் பண்டிதரும் காங்கிரஸைப் 'பார்ப்பனக் காங்கிரஸ்' என்று வருணித்தார். பின்னாளில் அந்தக் கருத்தையே எதிரொலித்துப் பெரியாரும் காங்கிரஸிலிருந்து விலகினார்.

பார்ப்பனர்களின் பிறப்பு வழிப்பட்ட மேன்மையினை உணர்த்தும் வருணாசிரமக் கொள்கை, இந்து என்று கற்பிக்கப்படும் மதத்தின் உயிர்நாடி என்பதைக்கொண்டு அதை முற்றாக நிராகரித்த பெரியார், ஏனைய சிறுபான்மைச் சமயங்களை மனித சமத்துவத்தைக் கொள்கையளவிலாவது ஏற்றுக்கொள்கின்றன என்பதால் அவற்றோடு ஓரளவு சமரசம் செய்துகொள்ள முன்வந்தார் என்றே தோன்றுகிறது.

‘இன்று நம் நாட்டில் பெரும் ஒழுக்கக்கேடு நிலவி வருகிறது. இனியும் வளரும்போல் தெரிகிறதேயொழிய குறைகிற வழி காணப்படவில்லை. இதன் காரணம் நமது மதம் என்னும் இந்து (ஆரிய) மதம்தான்’ என்று குற்றம் சாட்டுகிற பெரியார், “ஒரு முஸ்லிமிடமோ ஒரு கிறிஸ்தவனிடமோ இருக்கிற ‘மன இரக்கம்’ மனிதனை மனிதனாக மதிக்கும் தன்மை, இன அன்பு, உதவி - இந்து என்பவனிடம் இல்லை” என்று ஒப்பிட்டுக் காட்டுகிறார்.

கிறித்துவ மத நிறுவனங்கள் பெரியாரை அவரது சமகாலத்தில் ஒப்புக்கொள்ளவில்லை. கிறித்தவ மதத்திற்குள் தீண்டாமை கடைப் பிடிக்கப்படுவதாக அவர் தொடர்ந்து குற்றம்சாட்டி வந்தார். 1933இல் திருச்சியிலிருந்து வெளிவந்த சர்வவியாபி என்னும் கத்தோலிக்கக் கிறித்தவ இதழ் பெரியாரைத் தாக்கி எழுதியது. ஆனால் அதே காலத்தில் ஆதி திராவிடக் கிறித்தவர்கள் நடத்திய மாநாடுகளுக்கு அவர் அழைக்கப்பட்டுள்ளார். இசுலாமிய மாநாடு களிலும், குறிப்பாக மிலாதுநபி (முகமது நபியின் பிறந்தநாள்) விழாக் கூட்டங்களிலும் கலந்துகொண்டு உரையாற்றியிருக்கின்றார்.

பெரியாரின் நாத்திக உணர்வு, கடவுட்கோட்பாட்டைவிடக் கடுமையான விமரிசனங்களை ‘இந்து’ என்று அறியப்பட்ட மதத்தின் மீதே வைக்கின்றது. கடந்த 80 ஆண்டுக்கால அரசியல் வரலாற்றினைக் கூர்ந்துநோக்குபவர்களுக்குப் பெரியாரின் ‘தீர்க்க தரிசனம்’ புரியக்கூடியதாக அமையும். பண்டித மதன்மோகன் மாளவியாவும் பி.எஸ். மூஞ்சேயும் இருந்த தேசிய இயக்கத்தில்தான் காந்தியடிகளும் இருந்தார். பெரியார் மாநிலத் தலைவராக இருந்த காங்கிரஸில்தான் தேவதாசி ஒழிப்புச் சட்டத்தை எதிர்த்த சத்திய மூர்த்தியும் இருந்தார். தேசிய இயக்கத்தின் உள்கட்டுமானத்தில் ‘இந்துத்துவம்’ ஒரு முக்கியப் பங்கினைத் தொடர்ந்து ஆற்றி வந்திருக்கிறது என்பதே இதன் பொருளாகும்.

ஒரு நாட்டின் இதிகாசம் (Legend) என்பது அந்த நாட்டின் தொல்குடியான மக்களிடம் பிறப்பதாகும். அந்த நாட்டின் சமூக வரலாற்றோடும் பண்பாட்டோடும் அது தொடர்புடையது. ஆனால் அதனை ஒரு குறிப்பிட்ட சமயத்துக்கான நூலாகச் சுருக்கிப் பார்ப்பது ஆபத்தான போக்காகும். அதனைவிட ஆபத்தானது, ஒரு குறிப்பிட்ட சமயத்தின் மீட்டுருவாக்கத்துக்காக அதனைப் பயன்படுத்துவதாகும்.

'இந்து' என்ற சொல் சமய ஆதிக்கச் சொல்லாக மட்டுமன்றி இன்று அரசியல் ஆதிக்கத்தையும் குறிக்கும் சொல்லாக வளர்ந்திருக்கின்றது. இதற்கு முதற்காரணமாக 'இந்து' என்ற சொல்லுக்குள் புதைந்திருக்கும் ஆதிக்க உணர்வினை இனம் பிரித்துக் காணலாம்.

வேதத்தை மட்டுமே கடவுளாகக் கொண்ட ஸ்மார்த்தர்கள், ஆகமங்களையும் கோயில் வழிபாட்டையும் முன்னிறுத்தும் சைவ வைணவர்கள், இந்த இரண்டு நெறிகளுக்குள்ளும் அடங்காத தொல்பழஞ் சமயக் கூறுகளையுடைய பெருவாரியான மக்கள் திரள், இவர்கள் அனைவரையும் 'இந்துக்கள்' என்ற கட்டுக்குள் அடக்க முயலுவதையே நாம் சமய ஆதிக்க உணர்வு என்கிறோம். இந்திய அரசியல் சட்டப் பிரிவுகள் 'இந்து' என்ற மேலைச் சொல்லாடலுக்கு நேரிடையான வரைவிலக்கணம் எதனையும் தரவில்லை என்பது இந்துத்துவவாதிகளுக்கு வசதியாகப் போய்விட்டது.

1950இல் தமிழ்நாடு அரசு தன் மீது தொடர்ந்த வழக்கில் நீதிமன்றத்தில் அளித்த வாக்குமூலத்தில் 'இந்து சமயத்தவர்' என்பதனைப் பெரியார் பின்வருமாறு விளக்குகிறார்:

"கடந்த பல நூற்றாண்டுகளாகவே இந்து சமுதாயம் பிராமணர், பிராமணரல்லாதார், தீண்டப்படாதார் எனமூன்று பிரிவினர்களாகப் பிரிக்கப்பட்டிருக்கின்றது. நான் கடைசியாக எடுத்துக்காட்டியுள்ள தீண்டப்படாத பிரிவினர், இந்து மதத்திற்குப் புறம்பானவர்கள். அவர்களுக்குக் கல்வி, சொத்து, சமுதாய அந்தஸ்து முதலியவைகள் கிடையா. அவர்கள் அடிமைகள்" - தீர்ப்பு நாள்: 30.09.1950 குடியரசு 02.10.1950 - 115ஆவது பிறந்தநாள் மலர்.

இந்தக் குரல் இந்திய மக்கள் தொகையில் 70% உள்ள கிறித்தவரோ இசுலாமியரோ அல்லாத ஒடுக்கப்பட்ட மக்களுடைய குரலாகவும் இன்று எதிரொலிக்கப்படுகின்றது. இந்து சமய வரம்புக்குள் இந்த மக்கள் திரள் வந்துவிடாதபடியே, காலமும் வெளியும் இந்து சமயவாதிகளாலும் அரசர்களாலும் பங்கீடு செய்யப்பட்டிருந்தன என்பதே வரலாறு காட்டும் உண்மையாகும்.

இவர்கள் அல்லாத மற்ற இரண்டு பிரிவினர்களுக்கு இடையேயும் இன்று சமய அடையாளம் (Religious Identity) குறித்த முரண்பாடுகள் தலைதூக்கத் தொடங்கியுள்ளன.

பெரியார் குறிப்பிடும் பிராமணரல்லாதாரில் சைவர்களும் வைணவர்களும் இன்று 'இந்து' என்ற சொல்லை ஒப்புக்கொள்ள மறுக்கிறார்கள். இந்த இரண்டு சமயங்களும் பெருங்கோயில்களைத் தம்மிடத்தில் வைத்துள்ள பிரிவினர் ஆவார்கள். இக்கோலில்களின் வழிபாட்டு முறைகள் அவரவர்களுக்கு உரிய ஆகமங்களால் ஒழுங்கு செய்யப்பட்டுள்ளன. கோயில்களுக்கு உள்ளாக 'இந்து' என்ற சொல் செல்லுபடியாகாது என்பது இவர்கள் வாதமாகும். மிக அண்மையில் (ஐந்து ஆண்டுகளுக்கு முன்) திருநெல்வேலியில் காஞ்சி சங்கராச்சாரி, சிவன் கோலில் திருப்பணியைத் தொடங்கி வைப்பதற்கு எதிராக சைவர்கள் நீதிமன்றத்தில் வழக்குத் தொடர்ந்துள்ளனர். காஞ்சி சங்கராச்சாரியார் இவ்வழக்கில் பின்வாங்கி விட்டார்.

"ஆகம வழி நடத்தப்படும் கோயில்களை 'இந்து' என்ற போர்வையில் ஸ்மார்த்தரான (ஸ்மிருதிகளை மட்டுமே ஆதாரமாகக் கொண்டு, ஆகமங்களைப் புறந்தள்ளிவிட்டு, தனியொரு கடவுளின் இருப்பினை ஏற்றுக்கொள்ளாத, பரமார்த்திகத்தில் மறைமுக நாத்திகவாதியான) சங்கராச்சாரியாரிடம் பறிகொடுக்க மாட்டோம்" என்பதே அவர்களின் எதிர்ப்புக்குக் காரணமாகும்.

இந்திய அரசியல்வாதிகள் இன்று சங்கர மடங்களுக்குத் தரும் முன்னுரிமையினை நூற்றுக்கணக்கான சமய நெறிகளுக்கான மடங்களுக்கும் கோயில்களுக்கும் தர முன்வரவில்லை. எனவே 'நிழல் வடிவில்' சங்கர வேதாந்தம் எனப்படும் ஸ்மார்த்தப் பார்ப்பனச் சித்தாந்தமே 'இந்து' என்ற சொல்லுக்கு முழு உரிமை கொண்டாடுகிறது.

மதத்தின் பெயரால் ஏற்படும் பதற்றங்கள், இரத்தக் களரிகள் பிறவகை வன்முறைகள் அனைத்திலும் 'இந்து' என்ற கருத்தயலே மையமாகத் திகழுகின்றது. எனவே பெரியாரியப் பார்வையில் 'இந்து' என்னும் சொல்லுக்கு அரசியல் சட்டம் நேரிடையான வரைவிலக்கணத்தைத் தர வேண்டும். அந்தச்சொல் பல்வேறு சமயங்களையும் நம்பிக்கை சார்ந்த வழிபாட்டு நெறிகளையும் குறிக்கும் சொல் என்பதால் வெவ்வேறு சமயங்களுக்குமான வரம்புகளை முறைப்படுத்திச் சட்டமாக்க வேண்டும்.

'நாஸ்திகம்', 'ஆஸ்திகம்' என்னும் சொற்களுக்கு சங்கர வேதாந்தம் தரும் பொருளை எந்தச் சமயவாதியும் ஏற்றுக்கொள்ள முடியாது.

ஸ்வாமியில்லை என்று சொல்லிக்கொண்டேகூட ஆஸ்திகர்களாக இருக்க முடியும்... ஆஸ்திகம் என்றால் வேதத்தில் நம்பிக்கை இருப்பது என்றுதான் அர்த்தம்... வைதீக வழக்கை ஆட்சேபிப்பதுதான் நாஸ்திகம் என்பதே ஞான சம்பந்தன் கொள்கையாகவும் இருந்திருக்கிறது. ஈசுவர பக்தி இல்லாமலிருப்பதுங்கூட அல்ல". (தெய்வத்தின் குரல், தொகுதி 2, பக்.407-408). மேற்குறிப்பிட்ட சிக்கல்களைத் தெளிவுபடுத்த இந்த வாக்குமூலம் போதிய சான்றாகும். இந்த வாக்குமூலம் காஞ்சி (மறைந்த) சங்கராச்சாரியுடையதாகும்.

வேதத்தை முன்னிறுத்துகிறபோதே மனித சமத்துவத்தை நிராகரிக்கக்கூடிய மனுதர்மம், வருணாசிரமம், பிறப்புவழியான பார்ப்பன மேலாண்மை ஆகியன அதன் உள்ளாக அடங்கிவிடுன்றன. எனவே 'இந்து' என்ற சொல்லுக்கான அரசியல்சட்டப் புதிய வரைவிலக்கணம் இதனை மையங்கொண்டே அமைய வேண்டும். அதுவரை சமய நல்லிணக்கம் (Religious Harmony) என்பது இந்தியாவில் சமயச் சிந்தனையாளர்களின் கனவாகவே இருக்க முடியும்.

வரலாற்று நோக்கில் முருக வழிபாடு

'இந்து மதம்' என்ற சொல்லால் இப்போது அறியப்படும் மதம் வைதிகச் சார்புடையதாகும். அதாவது, வேதத்தின் தலைமையினையும் அதன் வழியாகப் பார்ப்பனர்களின் வேள்விச் சடங்கினையும் ஏற்றுக்கொள்வதாகும். தீ வளர்த்து வேள்வி செய்யும் 'பார்ப்பனர்' என்போர் சிவன், திருமால், முருகன், கொற்றவை ஆகிய ஏதேனும் ஒரு தெய்வத்தை முழுமுதலாக ஏற்றுக்கொள்பவர்கள் இல்லை. அவர்களுக்கு ஒலி வடிவமான வேதமேமுழுமுதற் கடவுள். பார்ப்பனர்களுக்குத் தெய்வங்களை விட வேதமே முதன்மையானதாகும். இந்து மதம் என்று சொல்லப் படும் மதத்தின் உயிர்நாடியாகப் பார்ப்பனிய மேலாண்மையை எல்லாரையும் ஏற்றுக்கொள்ளச் செய்வது இதுவே ஆகும்.

சிவன், திருமால் ஆகிய தெய்வங்களின் தோற்றத்திலும் வளர்ச்சியிலும் வேதச் சடங்குகளின் பாதிப்பு உண்டு. ஆயினும் அவை ஆரியர்களின் தெய்வங்கள் அல்ல. ஆரிய நாகரிகத்தின் இவ்வகையான பாதிப்பு ஏதுமின்றித் தோற்றம் கொண்ட திராவிடத் தெய்வங்களாகக் குறிப்பிடத்தகுந்தவை தாய்த் தெய்வமும் மகன் தெய்வமும் ஆகிய இரண்டு மட்டுமே.

தாய்த் தெய்வத்தின் தொன்மையான பெயர்கள் கொற்றவை, பழையோள் (பழையவள்), மோடி (சூல் கொண்டபெருவயிற்றுக் காரி), துணங்கையஞ்செல்வி (துணங்கை என்னும் உமிபாட்டு நடனத்தக்குரியவள்) என்பவை ஆகும். மகன் தெய்வத்தின் தொன்மையான பெயர்கள் முருகன், செவ்வேள், நெடுவேள் என்பவை ஆகும். 'வேள்' என்ற சொல்லுக்கு மண், மண்ணுக்குரியவன் என்பவை பொருளாகும்.

தொன்மையான சங்க இலக்கியத்தில் காணப்படும் வேலன் என்ற பெயர் இன்றும் முருகனுக்குரியதாகக் கருதப்படுகின்றது. அக்காலத்தில் அந்தப் பெயர் தமிழ்நாட்டில் முருகப் பூசாரி யினையே குறித்து நின்றிருக்கிறது. முருகப்பூசனை செய்யும்

வேலன்மார் என்னும் சாதியினர் இன்றும் வட கேரளத்தில் வாழ்கின்றனர். முருகனை வணங்கி அவர்கள் செய்யும் கழங்கு

என்னும் சடங்கினைக் குறித்து அறிஞர் பி.எல்.சாமி நுட்பமாக ஆய்வு செய்துள்ளார். சங்க இலக்கியக் குறிப்புகளின்படி முருகன் இளையவன், அழகானவன், கன்னிப் பெண்களைப் பற்றிக் கொள்பவன். அவன் பற்றிக் கொண்ட கன்னிப் பெண்ணை விடுதலை செய்ய முருகப்பூசாரியாகிய வேலன் துணை வேண்டும். முருகனை வரவழைப்பதற்காக வேலன் மண்ணில் களம் இழைப்பான். தினையரிசி பரப்புவான்; காட்டினை (கருத்த ஆட்டினை)ப் பலி கொடுத்து, அதன் குருதியினைத் தினையரிசியின் மேல் தெளிப்பான். ஆனால் வேலன் மீது முருகன் இறங்குவதில்லை. முருகனைத் தன் உடம்பின்மீது ஏறிட்டுக்கொண்டு ஆடுபவள் புலைத்தி (புலைப்பெண்) ஆவாள். 'முருகு புணர்ந்தியன்ற வள்ளி போல்' (நற் : 276) என்ற குறிப்பினைக் கூர்ந்து நோக்கினால், முருகனை ஏறிட்டுக்கொண்டு ஆடிய பெண்ணுக்கே (சாமியாடிக்கே) வள்ளி என்ற பெயர் முதன் முதலில் வழங்கப்பட்டிருக்கின்றது என்பதனை உணரலாம்.

வள்ளி என்பது கிழங்கினை உடைய ஒரு கொடியின் பெயர். இது மலைக்காடுகளில் விளைவது. மலைக்குறவர்கள் தமது பேருணவாக வள்ளியினைப் பயிர் செய்வர். அவர்களது துணை உணவு தேன் ஆகும். சிலப்பதிகாரத்தில் குன்றக் குறவர்கள், 'குறமகள் அவள் எம் குல மகள்' என்று கூறிக் குரவையாடுவதாக இளங்கோவடிகள் குறிப்பிடுகிறார். எனவே மிகப் பழங்காலத்தில் வள்ளியைப் பெண் கொடுத்த தொன்மத்தோடு முருகனுடன் மலைக்குறவர்கள் தங்களை இணைத்துக் கொண்டுள்ளனர். குருதிப் பலி பெறும் முருகனின் வழிபாடும் குறக்குலத்துப் பெண்ணான வள்ளியை அவன் மணந்துகொண்டதும் இனக்குழுச் சமூகவாழ்க்கையில் நிகழ்ந்திருக்க வேண்டும். முருகன், வள்ளி இணைவுகுறித்து கமீல் சுவலபில் என்ற செக் நாட்டு அறிஞர் திருமுருகன் என்ற தம் ஆங்கில நூலில் விரிவாக எழுதியுள்ளார்.

ஆனால் தொல்பழஞ் செய்திகளைத் தொகுத்துப் பார்த்தால் 'முருகன்' என்ற தெய்வம் சீற்றமுடையவன்; அழகன் ; இளையவன்; குறிஞ்சி நிலத்தின் தெய்வம்; வேலன் என்ற பூசாரியினை உடையவன்; கன்னிப் பெண்களைப் பற்றிக்கொள்பவன்; காராட்டின்

குருதிகலந்து தினையரிசியை உணவாகப் பெறுபவன்; வள்ளிக் கிழங்கு பயிரிடும் மலைக்குறவர்களின் இனக்குழுத் தெய்வம் ஆகிய செய்திகள் மட்டுமே கிடைக்கின்றன இந்த முருகனே தமிழர் அல்லது திராவிடர்களின் தொடக்ககால 'மகன் தெய்வமாக' (Son God) அமைகின்றான். தாய்த்தெய்வ வழிபாடு, முருக வழி பாட்டினைவிடத் தொன்மையுடையது. எனவே, பின்வந்த கட்ட சமூக - பண்பாட்டு வளர்ச்சியில் முருகன் தாய்த் தெய்வத்தின் மகனாகப்பட்டான்.

கி.பி.2 அல்லது 3ஆம் நூற்றாண்டளவில் தமிழ்நாட்டில் சமண மதம் செழித்தோங்கி வளர்ந்தது. புலால் உண்ணாமை என்பதே சமண மதத்தின் உயிர்நாடியான கொள்கையாகும். எனவே குருதிப்பலி பெறுகின்ற தாய்த் தெய்வமும் மகன் தெய்வமும் பண்பாட்டு அரங்கில் அக்காலத்தில் பின்னுக்குத் தள்ளப்பட்டன. பின்னர் கி.பி.5ஆம் நூற்றாண்டின் பிற்பகுதியில் சமண பௌத்த மதங்களுக்கு எதிராகச் சைவ வைணவர்களின் பக்தி இயக்கம் கிளர்ந்து எழுந்தது. அதற்குச் சற்று முன்னரே முருக வழிபாட்டை வைதீகம் தன்மயமாக்கிக் கொண்டுவிட்டது. 'சூர்' என்னும் எதிரியை முருகன் தன் வேலாற்றலால் வென்ற செய்தி முதன் முதல் சிலப்பதிகாரத்தில்தான் பேசப்படுகிறது. அதுபோல முருகன் மயிலை ஊர்தியாக உடையவன் என்றும் அவன் சிவபெருமானின் மகன் என்றும் ஆறு முகங்கள் உடையவன் என்றும் வள்ளியின் கணவன் என்றும் இளங்கோவடிகளே முதலில் குறிப்பிடுகின்றார்.

"நீலப்பறவை மேல் நேரிழை தன்னோடும்
ஆலமர் செல்வன் புதல்வன் வரும்..." (குன்றக் குரவை)

மேற்குறித்தவாறு முருக வழிபாடு வைதீகமயமாக்கத்தற்கு உள்ளானபோது முதலில் அது ஸ்கந்த வழிபாட்டோடு இணைக் கப்பட்டது. அதனைப் பின்னர் காணலாம். முருகனை ஆறுமுகத் தான் (சண்முகன்) என்று கூறும் மரபு ஆரியச் செல்வாக்கினால் விளைந்தாகவே பலரும் கருதுகின்றனர். அக்கருத்தில் நமக்கு உடன் பாடில்லை. சிவபெருமானின் நெற்றிக் கண்ணிலிருந்து பிறந்த விந்துத் துளிகளைச் சரவணப் பொய்கையில் கார்த்திகைப் பெண்டிர் அறுவர் கையில் ஏந்தினர். அதனால் ஆறுமுகமும் ஒரு முகமாயிற்று என்பது கதை. முருகனை சிவபெருமானின் மகனாகக் காட்டுகின்ற இந்தக் கதை வங்காளப் பகுதியில் பிறந்ததாகும்.

கார்த்திகைப் பெண்டிர் கையேற்றதனால் அவனுக்குக் கார்த்திகேயன் என்னும் பெயராயிற்று. வங்காளப் பகுதி பண்பாட்டு ரீதியாக ஆரிய திராவிட நாகரிகங்களின் கலப்பிடமாகும். மேலும் இக்கதை வானியல் அறிவிலிருந்து பிறந்ததாகும். கார்த்திகை என்பது வானியல் அறிஞர் கருத்துப்படி, ஆறு நட்சத்திரங்களின் (விண்மீன் களின்) தொகுப்பாகும்.

சங்க இலக்கியம் கார்த்திகை விண்மீனை அறுமீன் (நற்,202: 9: அகம் 141-8) என்ற சொல்லால் குறிக்கின்றது. பக்தி இயக்கத்தின் வளர்ச்சியின்போது பழைமையான தாய்த் தெய்வம் 'உமை' என்ற பெயரில் சிவனுக்கு மனைவியாக்கப்பட்டாள். அவளுடன் அவள் மகனான முருகனும் சிவனுக்கு மகனாக்கப்பட்டான். தாய்த் தெய்வம் புலால் உண்ணாத தெய்வமாக மாற்றப்பட்டாள். ஆனால் முருகனை அவ்வாறு உடனடியாக மாற்ற இயலவில்லை. எனவே சிவபெருமானின் சைவக் குடும்பத்துக்குள் நுழைந்த முருகனுக்கு இசுலாமியப் படையெடுப்புக் காலம் வரும் வரை (கி.பி.14ஆம் நூற்றாண்டு) முழுமையான பார்ப்பன, வைதீக அங்கீகாரம் கிடைக்கவில்லை.

சிலப்பதிகாரத்திலும், பக்தி இயக்க வெளிப்பாடான தேவாரத் திலும் காணப்படும் முருக வழிபாட்டுக்கூறுகளை அடுத்து நாம் நுட்பமாக ஆராய வேண்டும். 'இந்திரன் மகளான தெய்வயானை முருகனின் இரண்டாம் மனைவி' என்ற செய்தியை இரண்டு இலக்கியங்களும் குறிப்பிடவில்லை. முருகன் ஆறுமுகம் உடை யவன் என்ற செய்தியையும் இளங்கோவடிகளே முதலில் தருகின்றார். 'பன்னிரண்டு கண்ணுடைய பிள்ளை' என்று அப்பர்

தேவாரமும் முருகனை ஆறுமுகனாக அடையாளம் காட்டு கின்றது. சண்முகமான ஆறுமுகங்களையும் பன்னிரண்டு கண்களையும் உடைய கார்த்திகேயன் வழிபாடு நாம் முன்னர்க் குறிப்பிட்டதுபோல வங்காளப் பகுதியில் பிறந்ததாகும்.

கார்த்திகை மாதக் கார்த்திகை நாள் சங்க காலத் தமிழர் களால் மழையை வழியனுப்பும் திருவிழாவாக முன்னரே கொண் டாடப்பட்டது. இதனால் அந்த நாளுக்குரிய கார்த்திகேய வழிபாடு முருக வழிபாட்டோடு எளிதில் இணைக்கப்பட ஏதுவாயிற்று. 'ஸ்ரவணம்' என்ற சொல்லுக்கு வடமொழியில் பொய்கை என்பது பொருளாகும். எனவே கார்த்திகேயன் பிறந்த

பொய்கை, தமிழில் சரவணம் என்றாயிற்று. இந்தச் சொல்லைத் தமிழில் முதன்முதலில் இளங்கோவடிகள்தான் குறிப்பிடுகின்றார். 'முருகன் கடம்பமாலை சூடியவன்' என்று இளங்கோவடிகள் குறிக்க, தேவாரமோ கடம்ப மரத்தை முருகனோடு தொடர்புபடுத்தி கடம்பன் என்ற பெயரையும் முருகனுக்குச் சூட்டுகிறது.

எழுத்திலக்கியச் சான்றுகள் இவ்வாறு இருக்க, கல்லிலான சிற்பச் சான்றுகள் முருக வழிபாட்டின் மற்றொரு போக்கினை நமக்கு இனம் காட்டுகின்றன. மதுரைக்கு அருகிலுள்ள ஆனை மலையில் 150 அடி இடைவெளியில் இரண்டு குடைவரைக் கோயில்கள் அமைந்துள்ளன. இவற்றில் ஒன்று கி.பி. 770இல் கோமாறஞ் சடையனால் நரசிங்கப் பெருமாளுக்கு எடுக்கப் பட்ட குடைவரையாகும். இது பிற்காலத்தில் முன் மண்டபங் களோடு வளர்ச்சி பெற்றுள்ளது. இதனை அடுத்துள்ள லாடன் கோயில் என்னும் முருகன் கோயில் இதே காலத்தைச் சார்ந்த தாகும். இக்கோயில் வழிபாடு இன்றிப் பாழடைந்த நிலையில் உள்ளது. சிறிய முன் மண்டபத்தோடு கூடிய இக்குடைவரைக் கோயில் கருவறையில் முருகன் வள்ளி, தெய்வானையோடு சுப்பிரமணியனாக அமர்ந்துள்ளார். இடப்புறம் வள்ளியும் வலப்புறம் தெய்வானையும் முருகனுடன் சமமாக அமர்ந்த நிலையில் காட்டப்பட்டுள்ளனர். இருவரின் ஒப்பனைகளும் ஏறக்குறைய ஒன்றுபோல் உள்ளன. தெய்வானை மார்புக் கச்சை அணிந்தவளாசவும் வள்ளி மார்புக் கச்சை இல்லாதவளாகவும் காட்டப்பட்டுள்ளதே இக்கோயிலில் நமக்குக் கிடைக்கும் புதிய செய்தியாகும். இதுவே வள்ளியின் பழங்குடிப் பிறப்பி னையும் தெய்வானையின் வைதீகப் பிறப்பினையும் எடுத்துக் காட்டும் துல்லியமான சான்றாகும். பழங்குடித் தெய்வமான முருகன் மணஉறவு காரணமாகப் பார்ப்பனிய மயப்படுத்தப் பட்டுள்ளதை இக்கோயில் தனித்த அடையாளமாக நின்று நமக்குக் காட்டுகின்றது. இக்கோயிலின் கருவறை வாயிலில் பரிவார தெய்வம்போல சேவல் கொடி காட்டப்பட்டுள்ளது.

இக்குடைவரைக் கோயிலுக்குச் சற்றே காலத்தில் முந்தியதான மற்றொரு குடைவரைக் கோயில் சிவகங்கைக்கு அருகிலுள்ள திருமலை என்னும் இடத்திலுள்ளது. இந்தக் கோயில் பாறையி லுள்ள புடைப்புச் சிற்பங்களில் ஒரு மனிதன் சேவல் கொடியை

எடுத்துக்கொண்டு ஊர்வலத்தில் முன்செல்வதாகக் காட்டப்பட்டுள்ளான். இந்த இரண்டு கோயில் சிற்பங்களின் வழியாகவும் முருகன் வைதீகமயப்படுத்தப்பட்டு சுப்பிரமணியன் ஆக்கப்பட்டதை உணர்கின்றோம். திருமலைக் கோயிலில் முருகனுடைய (கோழி) சேவல் கொடி முன்னிலைப்படுத்தப்படுவது, முருகன் அரசு அதிகாரத்திற்கு நெருக்கமான தெய்வமாக உயர்த்தப்படுவதைக் காட்டுகின்றது. ஏனென்றால், தனித்த கொடி என்பதனை அதிகாரத்தில் உள்ளவர்கள் மட்டுமே பயன்படுத்தவியலும்.

இவ்விடத்தில் மற்றுமொரு செய்தியினையும் நினைவில் கொள்ள வேண்டும். சங்க இலக்கியங்களில் ஒன்றாகக் கருதப்படும் திருமுருகாற்றுப்படை சில முருகத் தலங்களைக் குறிப்பிடுகின்றது. ஆற்றுப்படை நூல் குறிப்பிடும் இத்தலங்களைக் கொண்டு பிற்காலத்துச் சைவர்கள் ஆறுபடை வீடு என்னும் வரலாற்றுக் கற்பனையினைப் புனைந்துகொண்டனர். (இதுகுறித்த விரிவான செய்திகளுக்கு பார்க்க 'ஆற்றுப்படை' வாழ்வியற் களஞ்சியம், தொகுதி-5, தமிழ்ப் பல்கலைக் கழகம்).

இந்த ஆறு முருகத் தலங்களில் திருச்செந்தூர் என்னும் செந்தில் தலமே மிகப் பழமையானதாகும். புறநானூறும் சிலப்பதிகாரமும் இதனைக் குறிப்பிடுகின்றன. சென்னைக்கு அருகிலுள்ள திருத்தணி கி.பி. 7ஆம் நூற்றாண்டில் பல்லவர் காலத்தில் எழுந்த முருக வழிபாட்டுத் தலமாகும். கி.பி. 7ஆம் நூற்றாண்டில் எழுந்த சம்பந்தர் தேவாரம் திருப்பரங்குன்றத்தை சிவ வழிபாட்டுத் தலமாகவே குறிப்பிடுகின்றது. திருப்பரங்குன்றம் குடைவரைக் கோயில் கருவறையிலுள்ள ஐந்து தெய்வங்களில், முருகனுக்கு மட்டுமே உரிய படைவீடு எனக் குறிப்பிடுவதுவரலாற்றுப் பிழை. கி.பி. 15ஆம் நூற்றாண்டிற்கு முன்னர் பழனிமலை முருகன் கோயிலும் சுவாமிமலை முருகன் கோயிலும் தமிழ் இலக்கியத்தில் எங்குமே குறிப்பிடப்படவில்லை. தொன்மையான முருக வழிபாட்டுத் தலமாக செந்தில், திருச்செங்கோடு, வெண்குன்றம் என்ற மூன்றினை மட்டுமே இளங்கோவடிகள் குறிப்பிடுகின்றார். இம்மூன்றில் வெண்குன்றம் எதுவென இதுவரை கண்டறியப்பட வில்லை.

வரலாற்று நோக்கில் கூர்ந்து பார்க்கும்போது கி.பி.7ஆம் நூற்றாண்டிலிருந்து அருணகிரிநாதர் காலமான கி.பி.15ஆம்

நூற்றாண்டு வரை முருகவழிபாடு வைதிக சமயத்தால் பின்னிலை யிலேயே வைக்கப்பட்டுள்ளது தெரிய வருகின்றது. கி.பி.10ஆம் நூற்றாண்டின் இறுதியில் முதலாம் இராசராசன் எடுப்பித்த தஞ்சைப் பெருங்கோயிலில் பரிவாரத் தெய்வமாகப் பிள்ளையார் கணவதியார் அமர்த்தப்படுகின்றார். ஆனால் முருகனுக்கோ சுப்பிரமணியனுக்கோ பரிவார ஆலயத் தகுதி அக்காலத்தில் தரப்படவில்லை. முதலாம் இராசராசன் காலத்தில் (கி.பி. 985-1012) வைதீக சமயத்தின் எழுச்சி உச்சகட்டத்தில் இருந்தது. எனவே பார்ப்பனமயப்படுத்தபட்ட பிறகும்கூட முருகனுக்கான வைதீக அங்கீகாரம் கிடக்கவில்லை என்பதை நாம் உணர வேண்டும். ஆனால், திருத்தணி, திருச்செந்தில் ஆகிய முருகத் தலங்கள் 7, 8ஆம் நூற்றாணடுகளிலேயே முறையே பல்லவ, பாண்டிய அரசுகளால் வைதீகம் சார்ந்த பெருங் கோயில்களாக மாற்றப்பட்டுவிட்டன. வேதத்தின் தலைமையை ஏற்றுக்கொண்ட சைவ சமயத்தால் முருக வழிபாட்டை அக்காலத்தில் முழுமை யாகப் புறந்தள்ளவும் இயலவில்லை; உள்வாங்கவும் இயலவில்லை. எனவே சுப்பிரமணியனாக மாற்றப்பட்ட முருக வழிபாடு சிற்சில பகுதிகளில் மட்டுமே சைவ சமயத்தால் உள்வாங்கப் பட்டது. 10ஆம் நூற்றாண்டிற்குப் பின்னர் தமிழ்நாட்டில் கிடைக்கும் சுப்பிரமணியனின் வெண்கலச் சிற்பங்களே இக்கருத் திற்குச் சான்றாகும். சிற்பங்களில் (கல் சிற்பங்களிலும் வெண்கலச் சிற்பங்களிலும்) முருக உருவத்தின் தனித்தன்மையாகக் காட்டப் படுவது சன்னவீரம் என்னும் அணிகலனாகும். இரண்டுதோளி லிருந்தும் குறுக்குவெட்டாகப் பட்டையாக இறங்கும் இந்த அணிகலன் வயிற்றின் நடுப்பகுதியில் சதுரப்பட்டை ஒன்றினால் கோக்கப்பட்டிருக்கும். முருகத் தெய்வம் இளையவன், போர்வீரன் என்பதைக் காட்டும் சங்க மரபின் தொடர்ச்சி இது. இதனைத் தவிரகி.பி.14ஆம் நூற்றாண்டு வரை முருக வழிபாடு தமிழ்நாட்டில் 'வாழ்ந்து செழித்ததற்கு' வேறு பெரிய சான்றுகள் ஏதும் இல்லை.

கி.பி. 1310இல் வடக்கிருந்து மாலிக்காபூர் என்னும் படை யெடுப்பாளன் பெரும் படையுடன் வந்து தமிழ்நாட்டில் சிதம்பரம், சமயபுரம், இராமேசுவரம், மதுரை ஆகிய பெருங்கோயில்களில் செல்வங்களைக் கொள்ளையடித்துச் சென்றான். சோழப் பேரரசினை வீழ்த்தி எழுந்த பிற்காலப் பாண்டியர் பேரரசு, மாலிக்காபூரின் படையெடுப்பால் ஆட்டம் கண்டது. கி.பி. 1378இல்

குமார கம்பண்ணன் மதுரையைக் கைப்பற்றும் வரை தமிழ் நாட்டில் மையாமன அரசியல் தலைமை ஏதுமில்லை. பெருங் கோயில்களைத் தாக்கிக் கொள்ளையடித்துச் சென்ற படையெடுப் பாளர்களால் தமிழ்ச் சமூகத்தில் அச்ச உணர்வும் பாதுகாப்பற்ற உணர்வுமே மேலோங்கியிருந்தன. எனவே மக்களின் சமூக வாழ்வில் அமைதி குலைந்தது. பெருத்த நம்பிக்கைக்குரிய கோயில் என்னும் சமூக, ஆன்மீக நிறுவனம் சிதைந்து போய்விடுமோ என்று மக்கள் அஞ்சத் தொடங்கினர். வேறு வகையில் சொல்வதானால், தெய்வங்கள் குறித்த எளிய மனிதர்களின் சமூக உளவியல் சிதைக்கப்பட்டது. மிகப்பெரிய பகையினை எதிர்கொள்ள இயலாத வகையில் தெய்வங்கள் மூத்துப் (வயதாகித் தளர்ந்து) போய்விட்டன என்று மக்கள் நம்பினர். எனவே மக்களின் சமூக உளவியல் தன்னை மீண்டும் தகவமைத் துக்கொள்ள, இளமையும் வீரமும் உடைய ஒரு தெய்வத்தைத் தேடியது. அத்தேவையினை நிறைவு செய்ய பழந்தமிழ்த் தெய்வமான முருகன் மீண்டும் வைதீக சமய அரங்கிற்கு எடுத்து வரப்பட்டான்.

இளமையும் வீரமும் பொருந்திய முருகத் தெய்வம் 12 கைகளிலும் ஆயுதம் ஏந்தி இருந்தது. அது மட்டுமன்றி, அன்றைய தமிழ்ச் சமூகத்தின் உளவியலுக்கு ஏற்ப இரண்டு மனைவியரையும் கொண்டிருந்தது. எனவே வீரம் நிறைந்த முருகன் இன்ப நாட்டமுடைய தெய்வமாகவும் தோற்றமளித்தான். கலகமரபுச் சித்தர்கள் அதே காலத்தில் பெண்ணையும் இன்ப நாட்டத்தையும் பழித்து நிறையவே பேசியிருந்தனர். அக வாழ்வும் புற வாழ்வும் தமிழர் நெஞ்சில் பசையற்றுப் போயிருந்தன. இந்த நிலையில் புதிய நம்பிக்கையினைத் தளிர்க்கச் செய்ய, முருகன் சூரனை அறுத்த வீரம் ஒருபுறம் உதவியது. நாட்டார் மரபில் முகிழ்த்த வள்ளியோடு முருகன் நிகழ்த்திய காதல் விளையாட்டுக்கள் மறுபுறம் மகிழ்ச்சிதந்தன. தமிழ்நாட்டின் வடமாவட்டங்களே பெரும்பாலும் அயலார் படையெடுப்புக்கு ஆளாகிச் சமூக வாழ்வின் நிம்மதியை இழந்து இருந்தன. எனவே அங்கிருந்து அருணகிரிநாதர் எனும் இசைக் கலைஞர் தோன்றினார்.

செவ்வியல் இசையினை, குறிப்பாக சந்தப்பாடல்களை ஊடகமாகக் கொண்ட அருணகிரியாரின் பாட்டும் பயணமும் தமிழர் நெஞ்சில் புதிய நம்பிகையினைத் தோற்றுவித்தன.

ஒவ்வொரு பாடலிலும் முருகனைச் சிறந்த வீரனாகவும் சிறந்த காதலனாகவும் அவர் முன்னிறுத்திக் காட்டினர்.

"பாகு கனிமொழி மாது குறமகள்
பாதம் வருடிய மணவாளா"

என்னும் பாடல் இசையோடு கலந்து நம்பிக்கையற்றுப் போயிருந்த தமிழ்ச் சமூகத்தின் மனங்களில் புதுவெள்ளமாகப் பாய்ந்தது. இந்தப் புதுவெள்ளம் வேளாண்மைச் சமூகத்தின் அடித்தலாமான குடும்பம் என்னும் அமைப்பினைப் புத்துயிர் பெறச் செய்தது.

அருணகிரியார் தமிழ்நாடு முழுவது சுற்றுப் பயணம் செய்தார். சிறிய சிறிய குன்றுகளில் எல்லாம் அவர் காலத்தில்தான் முருகன் கோயில்கள் உண்டாயின. திருப்புகழ், கந்தரலங்காரம், கந்தர் அந்தாதி, கந்தர் அநுபூதி, திருவகுப்பு எனும் இசை நூல்களோடு, வேல் விருத்தம், மயில் விருத்தம், திருஎழுகூற்றிருக்கை ஆகிய அவரது அனைத்துக் கவிதைகளும் இசைப் பாடல்களே. முருகனின் அழகு, இளமை, காதல் உணர்வு, வீரனுக்குரிய தோற்றம்,முருகன் மனிதர்களின் மரண பயத்தைத் தொலைய வைத்தல் ஆகியவை திரும்பத் திரும்பப் பேசப்பட்டன. நம்பிக்கை இழந்து வறுமையில் கிடந்த தமிழ்ச் சமூகத்தில் முருக வழிபாடு புத்துயிர் பெறுவது காலத்தின் தேவையாயிற்று.

'தொலையா வழிக்குப் பொதி சோறும் துணையும்' என்று அவர் முருகனைப் பாடுகிறார். துணை என்னும் சொல் அவரது பாடல்களில் பல இடங்களில் வருகின்றது.

"விழிக்குத் துணைதிரு மென்மலர்ப் பாதங்கள், மெய்ம்மை குன்றா
மொழிக்குத்துணை முருகாஎனும் நாமங்கள், முன்பு செய்த
பழிக்குத் துணைஅவன் பன்னிரு தோளும், பயந்ததனி
வழிக்குத் துணைவடி வேலும் செங்கோடன் மயூரமுமே"

என்ற பாடலே இதற்குப் போதிய சான்றாகும். ஆட்சி அதிகாரம் தெலுங்கு மொழி பேசுவோரின் கையிலே இருந்த காலமது. எனவே,எல்லா வகையிலும் அஞ்சிக் கிடந்த தமிழ்ச் சமூகத்திற்கும் தமிழ் மொழிக்கும் முருகனைத் துணையாக்குகிறார் அருணகிரியார். விசயநகர ஆட்சிக் காலத்தில் சைவ, வைணவ சமயங்கள் தங்கள் தனித் தன்மையை இழந்து வைதீக மரபுகளுக்கு அடிமைப்பட்டுப் போயின. அருணகிரியார் மீட்டெடுத்த தொல்திராவிடத்

தெய்வமான முருகனின் கதையும் அதுவே ஆயிற்று. முருகன் கோயில் பூசனை உரிமை அதுவரை பண்டாரம் எனும் சாதியாரின் கையில்தான் இருந்தது. அதிகாரத்தின் துணையுடன் கொஞ்சம் கொஞ்சமாக முருகப்பூசனையும் பார்ப்பனர்கள் கையில் சிக்கிய து. 18ஆம் நூற்றாண்டின் இறுதிக்குள் எல்லா முருகன் கோயில் களிலும் பூசை செய்யும் உரிமையினைப் பார்ப்பனர் பண்டாரச் சாதியிடமிருந்து பறித்தெடுத்துக்கொண்டனர். காலனி ஆட்சி தொடங்குவதற்கு முன்னமே இந்த நிகழ்வு முழுமை அடைந்து விட்டது. முருக வழிபாட்டுக் கோயில்களில் மயில் வாகனம் முன்னிலை பெற, ஆட்டுக்கடா வாகனம் பின்நிலைக்குத் தள்ளப்பட்டுவிட்டது. இன்று பார்ப்பனியத்தால் பறித்தெடுத்துச் செல்லப்பட்ட ‘பிள்ளை முருகனை’ மீட்டெடுக்க சைவத் தமிழர்கள் முயன்று வருகின்றனர்.

சமயம் ஓர் உரையாடல்

சுந்தர் காளி : கடவுளும் சமயமும் இல்லாத உலகைக் கற்பனை செய்ய முடியுமா?

தொ.ப. : என் கடவுள் என்னும் சொல் குறிக்கும் பொருள் வேறு; சமயம் என்னும் சொல் குறிக்கும் பொருள் வேறு. ஆனால், மனித நம்பிக்கை இல்லாமல் மனித சமூகம் இயங்க முடியுமா என்பதுதான் உங்கள் கேள்வியின் பொருளாக இருக்கமுடியு மென்று நான் நினைக்கின்றேன். அதற்குக் காரணமென்ன? இயற்கை எனும் பேராற்றலின் வடிவமைக்கப்படாத ஒழுங்குமுறை அல்லது ஒழுங்குமுறை இல்லாத வடிவமைப்பு, இவை குறித்த மனிதனின் வியப்பு, ஈர்ப்பு, அச்சம் இந்த மூன்றும் கலந்த இடத்திலிருந்துதான் தெய்வ நம்பிக்கை என்பது பிறந்தது. கடவுள் என்ற சொல் குறிக்கும் பொருள் வேறு; தெய்வம் என்ற சொல்தான் சரியாக இருக்கும்.

சுந்தர் காளி : இன்னொரு திசையிலிருந்து பார்த்தால், நவீன சமூகவியல் அறிஞரான எமில் துர்க்கீம் சமூகம்தான் கடவுள் என்கிறார். தனிமனிதன் என்ற எல்லையைத் தாண்டி மனிதர்கள் ஒன்று கூடுகிற நேரத்தில் அவர்களுடைய கூட்டுணர்வின் பிம்பமாகத்தான் கடவுள் என்பதையும் தெய்வம் என்பதையும் சமூகம் பார்த்துள்ளது. எல்லாச் சமுதாயங்களிலும் தனிப்பட்ட மனிதன் ஒருவனின் மனத்துக்குள் நடக்கின்ற விஷயம் என்பதைத் தாண்டி, தனிமனிதனின் ஓர்மை தாண்டி, ஒரு கூட்டாக மக்கள் இணையும் நேரத்தில் வெளிப்படும் ஒன்றா கத்தான் ‘கடவுள்’ என்பது இருந்துள்ளது. அவ்வாறு இருக்கும் போது கடவுள் இல்லாமல்போவது என்பது சமூகமே இல்லாமல்போவது மாதிரிதான். மேற்கத்திய நாடுகளில் 17ஆம் நூற்றாண்டிற்குப் பிறகு நடந்துள்ள அறிவுமயமாதல் விளைவாக, கடவுள் மூலைக்குத் தள்ளப்பட்டு ‘கடவுள் இறந்து போய்விட்டார்’ என்று கூறப்படும் அளவுக்குக் கடவுள் என்ற கருத்தாக்கம் இல்லாமல் போய்விட்டது. அதனால் சமூகம் என்பதும் இல்லாமல் போய்விட்டது. அதன் காரணமாக மனிதர்கள் சிறிய அணுக்களாக, தனித்தனி அணுக்களாக மாறிவிடுகிறார்கள். கூட்டு அடையாளம் என்பது சிதைந்து விடுகிறது. இம்மாதிரியான ஒரு நிகழ்வு நம் நாட்டில் நடக்க வாய்ப்புள்ளதா? பெரியார் இதைத்தான் நினைத்தாரா?

பெரியார் கண்ட கடவுளற்ற உலகு என்பது இதுதானா? பெரியாரைப் பொறுத்தவரை அவர் கண்ட தேசம் என்பது எந்தவிதமான ஆதி அடையாளமுமின்றி உள்ளது. அவருடைய தேசம் மொழியையோ, சமயத்தையோ, பண்பாட்டையோ அடிப்படையாகக் கொண்டிருக்கவில்லை. இவ்வாறாக, பெரியார் கனவு கண்ட கடவுளற்ற தேசமோ அல்லது மேற்கத்திய நாடுகளில் உருவாகிவந்துள்ள கடவுளைச் சாகடித்துவிட்ட அல்லது கடவுளை ஓரத்துக்குத் தள்ளிவிட்ட சமூகமோ தமிழ்ச் சூழலில் ஏற்பட வாய்ப்பு உள்ளதா? அப்படி நிகழ வாய்ப்பு இருந்தால் அது நல்லதுதானா?

தொ.ப. : 'தனிமனித ஓர்மை' என்ற சொல்லை நீங்கள் Self என்னும் பொருளில் பயன்படுத்தினீர்கள். மனிதன் கூட்டு வாழ்க்கையுடைய மிருகம்தான். கூட்டுவாழ்க்கையிலிருந்து பிரிந்து சமயங்கள் உருவாகின்றபோதுதான் தனிமனித ஓர்மை வருகிறது. "நான் யார்? என் உள்ளமார்? என்னை யாரறிவார்?" என மாணிக்கவாசகர் பாடும்போது Self என்பதின் முழு வடிவத்தையும் பார்க்கிறோம். உயிர்களுக்கு இடையிலான இயைபு, மனித உயிர்களுக்கு இடையிலான இயைபு என்னும் இரண்டு விஷயங்கள் உள்ளன. எல்லா உயிர்களுக்கும் இடையிலான உறவு என்று சொல்லும்போது பூச்சியினங்கள் உள்பட உயிர்கள் அனைத்திற்கும் இயைபுகள் உள்ளன.

ஆட்காட்டிக் குருவி என்றொரு குருவி உள்ளது. மரத்தின் உச்சாணிக் கொம்பில்தான் அது உட்காரும். இரண்டு காலும் கையும் உடைய ஒரே மிருகம் மனிதன்தான். யானை தவிர, நான்கு கால்களால் நடக்கக்கூடிய மிருகங்கள் மத்தியில் இரண்டு கால்களால் நடந்துவரக்கூடிய மிருகமான மனிதனைப் பார்த்து உயிரினங்கள் அச்சப்படுகின்றன. அதைப் பார்த்து ஆட்காட்டிக் குருவி சத்தமிடுகின்றது. ஆட்காட்டிக் குருவியின் சத்தத்தைக் கேட்டு மற்ற உயிரினங்கள், அஞ்சத்தக்க உயிரினம் வருவதை அறிந்து தங்கள் இருப்பிடங்களுக்குத் திரும்பி விடுகின்றன. இதுபோல ஓரின உயிர்களுக்கு இடையிலும் இயைபு உண்டு. ஜிம் கார்பெட், காட்டில் நடைபெற்ற சம்பவம் ஒன்றை விவரிக்கிறார். 100, 150 மீட்டர் சுற்றளவில் காட்டெருமைகள் மேய்ந்து கொண்டிருக்கின்றன. அந்தக்

கூட்டத்தில் புலி ஒன்று வந்துவிடுகிறது. உடனே எருமைகள் புலியைச் சுற்றி வட்டமமைத்துத் தங்கள் தலையைத் தாழ்த்திக்கொள்ளுகின்றன. ஒரு வேலி அப்போது உருவாக்கப் படுகிறது. அதாவது தலையைத் தாழ்த்தி அங்கு கொம்பினால் வட்டவடிவ வேலி உருவாகிவிடுகிறது. நடுவில் மாட்டிக் கொண்ட புலி எந்த எருமையையும் கொல்ல முடியாது. ஏனெனில் அது பாய்ந்து கழுத்தைப் பிடித்துக் கொல்லும்போது புலியின் வயிறோ தலையோ இன்னொரு எருமையின் கொம்பில்பட்டுக் கிழிபடும். அரைமணி நேரம் புலி சுற்றிச்சுற்றி வருகிறது. எருமைகள் வட்டத்தை விடவில்லை. புலி பின்வாங்கிவிடுகிறது. இது உண்மையில் நடந்த சம்பவம்.

எருமைகளுக்கு இதைக் கற்றுக்கொடுத்தது யார்? தினந்தோறும் புலியைப் பார்த்துத் தினந்தோறும் கொம்பினால் ஆன வேலியை எருமைகள் அமைத்தனவா? இல்லை. பல்லாயிரக் கணக்கான ஆண்டுகள் பரிணாமத்தில் உயிர்சார்ந்த அச்சம், இதுபோன்ற உத்திகளை உருவாக்கிக்கொடுத்துள்ளது. இது ஓரின உயிர்களுக்கு இடையேயுள்ள இயைபு,

சுந்தர் காளி : எமில் துர்க்கீம், ஆதிச் சமூகங்களில் மனிதர்களுக்கு இடையேயான இயைபு என்பது யாந்திரிக வடிவிலான ஒன்றிணைவு என்கிறார். மனிதன் படிப்படியாக அறிவுமயமாகி வரவர, தனிமனித நிலைக்குத் தள்ளப்படுகிறான். இதை எமில் துர்க்கீம் பரிணாம வளர்ச்சி என்கிறார். அவருடைய காலத்திய சமூகஅறிவியல்என்பதுபரிணாமவளர்ச்சியைஅடிப்படையாகக் கொண்டது. அதனால் அவர், தனிமனிதநிலைக்கு வருவதை அறிவுமயமாக்கலாகக் காணுகின்றார். இப்போது மீண்டும் என் கேள்விக்கு வருகின்றேன். ஐரோப்பியச் சமூகங்களில் ஏற்பட்டதைப் போன்று தமிழ்ச்சூழலில் அறிவுமயமாதல் ஏற்பட்டுக் கடவுள் மூலைக்குத் தள்ளப்படுவது நடக்குமா? அப்படி நடப்பது விரும்பத்தக்கதா?

தொ.ப. : மனிதனும் மிருகமாகவே இருந்துதான் மனிதனாக மாறியுள்ளான். மனிதன் இயற்கையிடமிருந்து கற்றுக்கொண்ட விஷயங்கள் நிறைய. அடிக்கிற கருவி, குத்திக் கிழிக்கிற கருவி, வெட்டுகிற கருவி - இம்மூன்று வகையான கருவிகளையும் தொல்மனிதன் தன் பல்வரிசையிலிருந்து கற்றுக்கொண்டான்

என்று மானுடவியலாளர்கள் கூறுவார்கள். கடைவாய்ப்பல், குத்திக்கிழிக்கின்ற பல், வெட்டுப்பல் இம்மூன்று பற்களை அடிப்படையாக வைத்துத்தான் மேற்கண்ட கருவிகளை உருவாக்கினான். இது மட்டுமல்ல;

"உள்ளூர்க் குரீஇத் துள்ளுநடைச் சேவல்
சூல்முதிர் பேடைக்கு ஈன்இல் இழை இயர்
தேம்பொதிக் கொண்ட தீங்கழைக் கரும்பின்
நாறா வெண்பூக் கொழுதும்" (குறுந்தொகை, 85)

இப்படியொரு பாடல் சங்க இலக்கியத்தில் இருக்கிறது. அதாவது தன்னுடைய பெண்குருவி முட்டையிடப்போகிறது என்பதைத் தெரிந்துகொண்ட ஆண்குருவி, வசதியான அறையைக் கொண்ட கூட்டைக் கட்டுகிறது. தொடக்கக்கால மனித வாழ்விடங்கள் எல்லாம் குகைகளுக்கு அடுத்தாற்போல ஒற்றையறைகள்தான். தொடக்கக்காலத் தெய்வங்களுக்கெல்லாம் ஒற்றையறைக் கோயில்கள்தான் இருந்தன. வீடு கட்டுவதற்கு முன்னால் குகைகளில் தங்கியிருந்த மனிதன் இதையெல்லாம் பார்த்துப் பார்த்துத்தான் அறிந்துகொள்கிறான். மனிதன் இயற்கையிட மிருந்து நிறைய விஷயங்களைக் கற்றுக்கொண்ட பிறகு, மனித குலத்தின் மிகவும் பிற்கால வரலாற்றில்தான் 'கடவுள்' என்னும் விஷயமே வருகிறது. அதுகூட முதலில் மனிதனைப்போலக் கடவுளை ஆக்குதல் என்பது கிடையாது.

சங்க இலக்கியத்தில் பழமுதிர்ச்சோலையில் முருகன் அருள் செய்வதைப்பற்றி வரும். முருகன் நேரில் தோன்றி அருள் செய்யவில்லை. காட்டில் பெருமழை வருகிறது; வாழை மரங்கள் சாய்கின்றன; தேனடைகள் சரிகின்றன; எல்லா உயிரினங்களும் ஓடி ஒளிகின்றன. அப்படி மழைபெய்யும்போது எழுகின்ற ஆரவாரம்தான் முருகன். முருகன் வந்துவிட்டான் என்பதற்கு அது அடையாளம். நாட்டார் மரபில் இதுதான்.

கடவுளுக்கு உருவம் கொடுப்பது என்பது மனிதகுல வரலாற்றின் பிற்காலத்தில் ஏற்பட்டது. புராதனச் சமூகத்தில் 'தனிமனித - கடவுள்' உறவே கிடையாது. அரசு உருவாக்கம் கொஞ்சம் கொஞ்சமாக நிகழும்போதுதான் மனிதர்களுக்கு இடையேயான சமத்தன்மை குலைந்து, பொது என்பது மாறி வரிசைப்படுத்துதல் நடக்கிறது. எல்லா மனிதர்களும் சமமல்ல

என்னும்போதுதான் அரசு உருவாக்கம் நடக்கிறது. இதுதான் அரசு உருவாக்கத்தின் அடிப்படை.

"பொதுநோக்கான் வேந்தன் வரிசையா நோக்கின்
அதுநோக்கி வாழ்வார் பலர்"   (528)

என்பது திருக்குறள். மனிதனை வரிசைப்படுத்தும் இந்தமுறை பிற உயிரினங்களில் இல்லாதது. அரசு உருவாக்கத்தை மனத்தில் வைத்துக்கொண்டுதான் சமய உருவாக்கத்தைப் பார்க்க வேண்டும். தெய்வ நம்பிக்கை என்பது வேறு; அரசு உருவாக்கத்துடன் பிறந்த மதங்கள் என்பன முற்றிலும் வேறானவை.

சுந்தர் காளி : புராதனப் பொதுவுடைமைச் சமூகங்களில், கூட்டு வாழ்க்கை இருந்த ஆதிச்சமூகங்களில், சமயம் என்பது மனிதர்களின் கூட்டு அடையாளமாக இருந்தது என்பதைப் பற்றிப் பிரச்சனை இல்லை. அம்மாதிரியான கூட்டு அடையாளம் என்பது நவீன காலத்தில் எவ்வாறு சரியாக இருக்கும் என்பதே பிரச்சினை. உதாரணமாக, ஒற்றைத்தன்மையுடைய இந்து மதம் அல்லது ஏதோவொரு மதம், பன்மைத்தன்மை இல்லாத அல்லது தொடர்ச்சியின்மையை மறுத்து ஒரே நேர்க் கோட்டில் அமைந்த, ஒற்றைப் பரிமாணம் கொண்ட மதம் நவீன காலத்தில் சிக்கலான விஷயம். மேற்கத்திய நாடுகளில் சமயத்தை மறுப்பதற்கு இவையெல்லாம் காரணம். கூட்டு அடையாளம் சில நேரங்களில் மனித விரோதமான பாசிசத் தனமான செயற்பாடுகளுக்குச் சமுதாயத்தை இட்டுச் செல்லுகிறது.

தொ.ப. : கூட்டு அடையாளம் என்பது பாசிசத்திற்கு செல்லும் என்பது எவ்வாறு?

சுந்தர் காளி : உதாரணமாக, ஜெர்மனியில் யூதமக்களுக்கு எதிராக ஜெர்மானியர்கள் மத அடிப்படையிலும் இன அடிப்படையிலும் திரட்டப்பட்டதைப் பார்த்தோம். இஸ்ரேலிலும் இலங்கையிலும் மக்கள் மத அடிப்படையில் திரட்டப்படுகின்றனர். புராதனச் சமூகங்களில் சமயம் கூட்டு அடையாளமாக, சமூகத்தின் பிம்பமாக இருந்தது. ஆனால் இன்று அந்தக் கூட்டு அடையாளமே பிரச்சனைக்குரியதாக ஆகிவிடுகிறதே. அதனை நீங்கள் எப்படிப் பார்க்கின்றீர்கள்?

தொ.ப. : அதாவது ஒற்றைத்தன்மை, பாசிசம், பன்முகப்பட்ட தன்மை அழிவது என்பன போன்ற அச்சங்கள் எல்லாம் படித்த, நகர்ப்புறம் சார்ந்த, எழுத்துமரபு சார்ந்தவர்களுக்கு மட்டுமே ஏற்பட்டுள்ளன. என் வீட்டில் ஒரு நெல்லிமரம் இருந்தது, வெட்டிவிட்டோம். மூன்று மாதம் கழித்துப் பார்த்தால் அதன் வேரிலிருந்து மீண்டும் துளிர்த்து எழுகிறது. அதாவது, வேர் கீழே உயிரோடு இருந்திருக்கிறது. நான் சென்னை நகரத்திற்குள் நூற்றுக்கும் மேலான அம்மன் கோயில்களைப் பார்க்கின்றேன். முண்டகக் கண்ணியம்மன், பட்டாளத்தம்மன், பெரியபாளையத்தம்மன் எனக் கூறிக்கொண்டே போகலாம். இந்த நகரத்தில்தான் மயிலாப்பூரும் திருவல்லிக்கேணியும் உள்ளன. சாந்தோம் சர்ச் இந்த நகரத்தில்தான் உள்ளது. ஆனால் நூற்றுக்கும் மேற்பட்ட அம்மன் கோயில்கள் இன்னமும் இருக்கின்றன. அம்மன் கோயில்களை வழிபடுகிறவர்கள்தான் எண்ணிக்கையில் பெருத்தவர்கள் என்பது ரொம்ப முக்கியம். இவர்களுக்கு இந்தக் கவலைகள் எதுவும் கிடையாது.

சுந்தர் காளி : நீங்கள் சொல்வது சரிதான். இந்தியச் சமுதாயத்தில் எப்போதும் மையத்தை நோக்கி இழுக்கிற சக்தி செயல்படுகிற அதே நேரத்தில், விளிம்பை நோக்கி இழுக்கிற சக்தியும் உண்டு. ஒன்றாக எல்லாவற்றையும் மாற்ற, ஒற்றைத்தன்மைக்குள் கொண்டுவர முயற்சிக்கும் நேரத்தில், பன்முகமாக்கும் சக்தியும் மாறிமாறிச் செயல்பட்டுக்கொண்டிருக்கிறது. பார்ப்பனர்களைப் பொறுத்தவரை இங்குள்ள எல்லாம் ஒரு புள்ளியில் இணைந்துவிட வேண்டும் என்று கருதுகிறார்களே ஒழிய, சாதி அடிப்படையில் பக்கத்தில் இன்னமும் நெருங்கவிட மறுக்கிறார்கள். இருந்தாலும் ஏதோ ஒருவிதத்தில் பன்மைத்தன்மை காப்பாற்றப்பட்டே வந்திருக்கிறது. இதுதான் இந்தியச் சமூகத்தைக் காப்பாற்றிக்கொண்டு வருகிறது. ஆனால் உலகத்தில் வேறு நாடுகளின் அனுபவங்களையும் நாம் கூர்ந்து நோக்க வேண்டும். நமது சூழலிலும் சமணத்தில் இயக்கி வழிபாட்டையும் இஸ்லாத்தில் தர்கா வழிபாட்டையும் நீக்க வேண்டும் என்பன போன்ற போக்குகள் தோன்றியுள்ளதைக் கவனிக்க வேண்டும்.

தொ.ப. : ஐரோப்பிய நாடுகளின் அனுபவத்தைப் பொறுத்தவரை

கூட்டு அடையாளம் என்பது பிரச்சனைக்குரிய ஒன்றாக இருந்தது என்பதை ஒத்துக்கொள்கிறேன். ஆனால் அதே அளவுகோல்களைத் தெற்காசிய நாடுகளில் ஒன்றான இந்தியச் சமூகத்திற்குப் பொருத்திப் பார்க்கமுடியாது. தொழிற் புரட்சிக்குப் பின்னால் இயற்கையோடு உள்ள உறவை ஐரோப்பியச் சமூகம் கொஞ்சம்கொஞ்சமாக அறுத்துக் கொண்டு வந்திருக்கிறது. நம் நாட்டில் குரோட்டன் செடிகள் இல்லாத ஊரே கிடையாது. குரோட்டன் வெளிநாட்டிலிருந்து வந்த தாவரம். இந்த மண்ணிலே இருக்கிற எல்லாத் தாவரங் களின் மருத்துவப்பயனும் நமக்குத் தெரியும். குரோட்டன் ஒரு அழகான தாவரம் என்று நாம் சொல்வதெல்லாம் மருத்துவப் பயன் தெரியாததால்தான். மருத்துவப்பயன் இல்லாத தாவரம் உலகில் எங்கும் இருக்க முடியாது. குரோட்டன் செடிகள் பிறந்த மண்ணிலே அதற்கு ஒரு மருத்துவப்பயன் இருந்திருக்க வேண்டும். ஐரோப்பியர்கள் இயற்கையுடனான உறவை அறுத்துக்கொண்டபோது மனிதனின்மீது இருந்த நம்பிக்கையைக் கருவிகளின் மீது, கருவிகளின் ஆற்றலின்மீது வைத்தபோது தங்கள் வேர்களை இழந்தார்கள். வேர்களை இழந்தவர்களிடம்தான் குரூரம் அதிகமாக இருக்கும். ஒரு அறைக்குள் மனிதர்களை அடைத்துப் போட்டு விஷப்புகையைச் செலுத்துவதுபோன்ற குரூரங்கள் ஐரோப்பாவில் நடந்தன. தற்கொலை, தாய்க்கொலை, குழந்தைக்கொலை, தந்தைக் கொலை, இனப்படுகொலை முதலிய உயிரை எடுப்பதுபற்றிய பல்வேறு சொற்களை ஆங்கிலத்தில் பார்க்கலாம். இந்தச் சொற்களைத் தமிழுக்கு மட்டுமல்ல, உலகில் வேறு பல மொழிகளுக்கும் மொழிபெயர்க்க முடியாது. ஏனென்றால் வேர்களை இழந்ததனாலே ஐரோப்பியர்கள் பெற்ற குரூரம் அவை. வேர்களை இழந்ததற்கான காரணம் எதுவென்றால், எதையும் சூத்திரப்படுத்திப் பார்க்கும் அறிவுதான்.

சுந்தர் காளி : ஆனால் ஐரோப்பாவில் நவீனத்துவம் வரும்போது வேர்களை, மரபை மறுதலிப்பது என்பதுதான் மனித சுதந்திரம் என்று ஏன் முடிவு செய்தார்கள் என்றால், ஒருவிதத்தில் மரபு என்பது தடையாக இருந்தது. கத்தோலிக்க மதத்தின் குரூரமான தளைகளை அறுத்தெறிந்த பின்புதான் சீர்திருத்தக் கிறித்துவம் வந்தது. அதையும் தாண்டி மதத்தையே மறுதலிக்க வேண்டிய

கட்டாயத்திற்கு ஐரோப்பியச் சமூகம் நகர்ந்தது. ஐரோப்பாவில் நிலவிய முழுமையான நவீனத்துவம் நம் நாட்டிற்கு வரவில்லை. காலனியக் காலத்தில் வந்த நவீனத்துவம் நம் நாட்டிற்கு முழுமையாக வரவில்லை. ஆனாலும்கூட நம்மிடையே இருந்த கட்டுகளை அறுப்பதற்குக் காலனியக் காலத்தில் வந்த நவீனத்துவம் நமக்கு உதவியாக இருந்துள்ளது. இதை மறுக்க முடியாது.

நவீனத்துவத்தில் இருக்கும் பிரச்சனைகளையும் பாரம்பரியத்தில் இருக்கக்கூடிய சமயம் சார்ந்த பிரச்சனைகளையும் எவ்வாறு சமன்செய்து பார்க்கப்போகின்றோம்? முழுக்க ஒரு கூட்டு அடையாளம், தனிமனிதச் சிந்தனைகளையெல்லாம் கடந்த சாராம்சமான, அருவமான கூட்டு அடையாளம் என்பதும் பழைய பாணியில் இனிமேல் இருக்கமுடியாது. ஐரோப்பிய மனிதன் அடைந்துள்ள தனிமனிதநிலை, முழுக்க முழுக்க லிபரல் பூர்ஷ்வா சப்ஜெக்டிவிட்டி நமக்கு ஏற்புடையதாக இருக்காது. இந்த இரண்டுக்கும் இடையில் எந்தவிதமான சமன்நிலையை ஏற்படுத்தப் போகின்றோம்? கூட்டு அடையாளமும் வேண்டும்; அதே நேரத்தில் அது தனி மனிதனின் செயலூக்கம், முனைப்பு, முயல்வு இதற்கெல்லாம் இடந்தரக்கூடியதாகவும் இருக்க வேண்டும்.

அஷிஸ் நந்தி கூறுவதுபோல, இதையெல்லாம் செய்து பார்ப்பதற்குரிய இடமாக இந்தியா இருக்கிறது. ஐரோப்பாவில் பழையவற்றின் எச்சங்களையெல்லாம் தேடிப் பார்த்தால்கூடக் கிடைக்காது. நம்முடைய கூட்டு அடையாளத்திற்கும் நவீனத்துவத்தின்மூலம் கிடைத்த சுதந்திரத்திற்கும் இடையில் எவ்விதமான சமன்நிலையை ஏற்படுத்தப் போகின்றோம்? கூட்டு அடையாளத்திற்குள் தனிமனித முனைவு, செயலூக்கம் இவற்றைக் காண்பது மிகப்பெரிய சவாலாக இருக்கிறது அல்லவா?

தொ.ப. : *நவீனம், நவீனத்துவம் என்ற பெயரால் நாம் பேசுகிற எல்லா விஷயங்களையும் அதிகாரக் கட்டுமானத்தை நேரிடையாகவோ எதிர்மறையாகவோ நம் மனத்தில் இருத்திவைத்துக்கொண்டு பேசுகிறோம். எழுத்து என்பது அதிகாரம் சார்ந்த அடையாளம். பிரமாண்டம் என்பது ஒரு அடையாளம். இயற்கையிலும் பிரமாண்டங்கள் உண்டு. அடையாறு ஆலமரம் இயற்கையில்*

பிரமாண்டமானது. மற்றவற்றின் இருப்பை நிராகரிக்கக்கூடிய பிரமாண்டம் இயற்கையில் கிடையாது. அந்தப் பிரமாண்டத்தில் நம்முடைய பிரமாண்டத்தைவிடப் பயன் தரக்கூடிய நூறு விஷயங்கள் உண்டு. ஆலமரத்தின் அடியில் இருக்கும் அதன் வேர்களுக்கிடையில் பாம்புகள் வசிக்கும். அதன் மேற்பகுதி ஆயிரம் பறவைகளின் வாழ்விடம். ஆனால் ஒரு அரண்மனை அப்படியல்ல. மனிதன் ஆக்கிய பிரமாண்டம் என்பதே அதிகாரம் சார்ந்த விஷயம். அதிகாரம் என்பது பிரமாண்டங்களை உருவாக்குகிறது.

இந்தப் பிரமாண்டங்கள் எல்லாம் அடுத்த உயிரின் இருப்பையும் வாழ்வையும் கேள்விக்கு உள்ளாக்குகின்றன. எனவே இதற்கு ஒரு எல்லையுண்டு. அந்தக் கொதிநிலையை நாம் எட்டவில்லை. கொதிநிலையை உணர்ந்த பெர்ட்ரண்ட் ரஸ்ஸல், "இந்த நவீன உலகத்திலே அமைதி என்பது சாத்தியமானதா? மகிழ்ச்சி என்பது சாத்தியமானதா?" என்று கேட்டார். காந்தி இன்னொருவகையில் "கிராமத்திற்குத் திரும்புங்கள்" என்பதை முன்வைத்தார். ஆனால் மரபின் சுமைகளோடு முன்வைத்தார். நம் மரபின் சுமைகளை நாம் எதிர்க்கின்றோம்.

சுந்தர் காளி : அவருடைய 'இந்திய சுயராஜ்ஜியம்' என்னும் புத்தகம் நவீனத்துவத்தின் மீதான தீவிர விமர்சனத்திற்கு நல்ல சாட்சியாக இன்றுவரை உள்ளது.

தொ.ப. : இப்போது நாம் இயற்கை வேளாண்மையை எடுத்துக் கொள்வோம். மசானபு புக்காகோ என்னும் ஜப்பானிய அறிஞரின் இயற்கை வேளாண்முறைகளைப் பார்க்கிறோம். இயற்கை என்று சொல்வது இலட்சக்கணக்கான ஆண்டுகளாகப் பரிணாமத்தில் வந்த விஷயம். அதை எதுவரைக்கும் உங்களால் நிராகரிக்க முடியும்? 150 நாள் நெல்வித்து நம்மிடையே இருந்தது. அது நோய்தாங்கும் சக்தியுடைய வித்து. நவீனம் என்னும் பெயரில் அதன் ஆயுளைக் குறைத்துக்கொண்டே வந்தார்கள். இந்தியாவில் பஞ்சம் வந்து மக்கள் மடிந்துவிடுவார்கள் எனக் கூறிக்கொண்டு ஐஆர்.8 என்னும் 90 நாள் நெல் விதையைக் கொண்டுவந்தார்கள். இந்த 90 நாள் விதையைக் கொண்டுவரக் காரணமே புஞ்சைத் தாவரத்தின் பயன்பாட்டைக் குறைத்து, கேவலமாக மதிப்பிட்டு, இல்லாமல் ஆக்குவதற்குத்தான்.

இதனால் அரிசியின் தேவை அதிகமாகியது. இந்திய மக்கள் திடீரென்று அதிகமாகச் சாப்பிட ஆரம்பித்துவிடவில்லை. புஞ்சைத் தானியங்களின் பயன்பாட்டைக் குறைத்ததால்தான் அரிசியின் பயன்பாடு அதிகமாகியது. அதனால் ஐ.ஆர்.8-ஐக் கொண்டுவந்தார்கள்.

இங்கு நான் ஒரு கேள்வி எழுப்புகின்றேன். பாலூட்டிகள் கருக்கொள்ளும் காலத்தைக் குறைக்க முடியுமா? ஏனென்றால் கோடிக்கணக்கான ஆண்டுகளாக நிகழ்ந்த பரிணாமம் அது. அதனால் எதையும் அவநம்பிக்கையோடு பார்க்க வேண்டாம். கொதிநிலை எட்டியவுடன் எல்லாம் மாறத்தான் செய்யும். இப்போது ஐரோப்பியச் சமூகம் மாறிவருகிறதல்லவா? அமெரிக்காவில், இப்போது கடைவீதிக்குப் போகும்போது துணிப்பையைப் பிடித்துக்கொண்டு போகிறார்கள்.

நவீனத்துவம் என்பதே மூலதனம் சார்ந்த, அதிகாரம் சார்ந்த, பிரமாண்டம் சார்ந்த விஷயம். எனவே இதற்கு ஒரு எல்லை கட்டாயம் வந்தேதான் தீரும். வேறொன்றும் வேண்டாம்; 'பாலித்தீன் கப்' வரும்போதே மரபின் சுமைகளோடுதான் வந்து சேர்ந்தது. 'யூஸ் அன் த்ரோ கப்' என்பது வடநாட்டுக்காரன் கண்டுபிடிப்பு. இங்குள்ளவர்களின் கண்டுபிடிப்பல்ல. பெரியார் பிறந்த மண்ணிலே 'யூஸ் அன் த்ரோ கப்'பைக் கண்டுபிடித்திருக்க முடியாது. ஏனென்றால் மேல்சாதிக்காரன் கீழ்ச்சாதிக்காரன் டம்ளரில் டீ குடிக்கக்கூடாது என்று வடஇந்தியாவில் மண் குவளைகள் வைத்திருப்பதை நம் கண்ணாலேயே பார்த்திருக் கின்றோம். இதற்கு என்ன அர்த்தம்? மேல்சாதிக்காரனும் கீழ்ச் சாதிக்காரனும் ஒரே கலத்தில் உண்ணக்கூடாது என்பதுதான்.

இதற்கு ஒரு மாற்றைக் கண்டுபிடிக்கிறான் அவன். ஓரிரண்டு ஆண்டுகளில் மண்குவளைகள் காணாமல்போய்விடுகின்றன. 'யூஸ் அன் த்ரோ கப்'பைக் கொண்டுவருகிறார்கள். நான் இப்போது டீக் கடைகளில் 'யூஸ் அன் த்ரோ கப்'பை வேண்டாம் என்று கூறிவிடுகிறேன். கண்ணாடி டம்ளரில்தான் கேட்பேன். கடைக்காரருக்குப் புரியவில்லை. இப்போது பேப்பர் கப், கமுகுப் பட்டையில் செய்த கப்புகள் வந்துவிட்டன. ஆக நவீனத்துவத்தால் பெரிதும் பாதிக்கப்பட்டுவிட்டோம் என்ற உணர்வும் நமக்கு ஏற்பட்டுவிட்டது. இதைவிட நல்ல எடுத்துக்

காட்டு ஓமியோபதி மருத்துவமுறையின் பரவல். அலோபதி மருத்துவமுறையில் இருக்கக்கூடிய சுரண்டலை உள்ளார்ந்த உணர்ச்சியோடு அணுகியது ஓமியோபதி. ஏனென்றால் அது உடல் சார்ந்த விஷயம். தன் உடம்பு சார்ந்த விஷயம் என்பதால் மனிதர்களுக்குள் அசாதாரண விழிப்புணர்வு வந்துவிட்டது.

கெண்டகி சிக்கனில் 10 விழுக்காடு நஞ்சு இருக்கிறது என்று தெரிந்தவுடனே அந்தப் பெரிய நிறுவனம் ஒரு மாதத்திற்குள்ளாகவே தோற்றுப்போய்விட்டது. ஏனென்றால் மனிதன் உடல்சார்ந்த விஷயம் என்பதால், சுரண்டலுக்கு எதிராகத் தெளிவாக இருக்கிறான். அதுமாதிரி நான் நம்பிக்கையோடு இருக்கின்றேன். நவீனத்துவத்தின் துன்பங்களை அனுபவித்தபிறகு அதிலிருந்து ஐரோப்பியச் சமூகம் எப்படிப் பின்வாங்கியதோ அதற்கு முன்பே அதுபோன்று நாமும் பின்வாங்கிவிடுவோம் என்பது என் நம்பிக்கை.

அதிகாரம், பிரம்மாண்டம், நகர்ப்புறம் இவையெல்லாம் மதம் சார்ந்த விஷயங்களும்கூட. பிரம்மாண்டம் என்பதே இங்கு மதத்தின் வெளிப்பாடுதான். அதிகாரமும் மதமும் நாணயத்தின் இருபக்கங்களைப்போலப் பிரிக்க முடியாதவை. தெய்வ நம்பிக்கை என்பது வேறு; மதம் என்பது வேறு. தெய்வ நம்பிக்கை என்பது அதிகார மையமாக உருவாகும்போது எப்படி மதம் வருகிறதோ, அப்போதுதான் அரசும் வருகிறது.

நம் பெண்கள் எப்போதும் சனநாயக உணர்வு மிக்கவர்கள். பேருந்தில் போகும்போது ஒரு குழந்தை சிரித்துவிட்டால் நம் பெண்கள் குழந்தையை வாங்கித் தம் மடியில் வைத்துக் கொள்வார்கள். குழந்தைகளின் சாதி, மதம் எதையும் பார்ப்பதில்லை. பெண் தெய்வங்கள் இன்னும் ஆயுதம் ஏந்தித்தான் இருக்கிறார்கள். அம்மன் கோயில்களைப் பார்க்கும்போது ஏற்படும் மகிழ்ச்சி எனக்குக் கபாலீசுவரர் கோயிலையோ, பார்த்தசாரதிப் பெருமாள் கோயிலையோ பார்க்கும்போது ஏற்படுவதில்லை. ஏனென்றால் அம்மன் கோயில்களின்தான் உயிர்களுக்கு இடையேயான ஒத்திசைவு இருக்கிறது. இது பெரும்பாலும் பெண்களால் காப்பாற்றப்பட்டு வருகின்றது. அம்மன் கோயில்களில்தான் பெண்கள் சாமியாட முடியும். அருள்வாக்குத் தரமுடியும். அம்மன் கோயில்களில்தான்

பெண்களின் ஆன்மீகத்தை உறுதிப்படுத்துகின்றோம்.

இன்னும் சொன்னால், பெண்கள் போராட்ட உணர்வோடு தங்கள் ஆன்மீகத்தைக் காப்பாற்றிவருகின்றனர். சங்க இலக்கியத்தில் ஊருக்குப் புறத்தே இருக்கக்கூடிய நடுகல்லுக்குப் பெண்தான் வழிபாடு செய்கின்றாள். நெல்லும் மலரும் தூவி இல்லுறை தெய்வத்தை வணங்குகின்றாள். இன்றைக்கும் பிற கலாசாரங்களால் பாதிக்கப்படாத நெல்லை, குமரி மாவட்டப் பகுதிகளிலே நாள்தோறும் வீட்டில் விளக்கேற்றுவார்கள். இந்த விளக்கேற்றும் அதிகாரத்தைப் பெண் ஆணுக்குத் தர மறுக்கிறாள். இதில் இரண்டு வகையான பார்வைகள் உண்டு. பெண் அதிகாரத்தைத் தக்கவைத்துக்கொள்வது என்பது ஒன்று. சமையல் அறைக்குள் பெண்கள் ஆண்களை நுழையவிட மாட்டார்கள். 'இங்கே உங்களுக்கு என்ன வேலை?' என்று விரட்டிவிடுவார்கள். அதைப்போய் நாம் வலியப் பற்றிக் கொள்வது என்பது அன்றைக்கும் நிகழ்ந்ததுதான்; இன்றைக்கும் நிகழ்வதுதான். பெரும் சமையலுக்கு நளபாகம், பீமபாகம் என்று பெயர்; சாதாரணச் சமையல் என்றால் அது பெண்ணினுடைய சமையல். திருவிழா வீடுகளில் பெரிய சமையல் ஆக்க வேண்டுமென்றால் ஆண்கள் வந்துவிடுவார்கள். பிரமாண்டம் என்பதே அதிகாரம்தான்.

விளக்கு என்பது உருவமற்றது; அருஉருவமானது. சிவலிங்கம் ஆண்; ஆனால் அருஉருவம். குத்துவிளக்கு பெண்; அதுவும் அருஉருவம். இந்த விளக்கு ஏற்றும் உரிமையை மட்டும் பெண் ஆணுக்கு விட்டுக்கொடுக்க மறுக்கிறாள்.

சுந்தர் காளி : இந்து முன்னணி, ஆர்.எஸ்.எஸ். முதலிய இயக்கங்கள் இந்த விளக்குப் பூஜையைக் கையில் எடுத்துக்கொண்டு விட்டன. கோயில்களில் ஓரிருவர் திருவிளக்கேற்றுவது என்பது வேறு. ஆனால் நூறு பெண்கள், ஐந்நூறு பெண்கள் என அணிதிரட்டி விளக்குப் பூசை நடத்துகின்றனர். இது பழைய விஷயமல்ல. ஒரு சடங்கை நவீனப்படுத்தியிருக்கிறார்கள். ஒரு சனநாயகமான விஷயத்தைக் கூடப் பாசிசம் தனதாக்கிக் கொள்கிறது. அதை ஒரு அதிகாரமாக மாற்றமுடிகிறது. ஆரம்பத்திலிருந்தே நான் கேட்கிற கேள்வி இதுதான். தெய்வம் என்பது அன்றைக்கும் சரி, இன்றைக்கும் சரி சமூகம்தான்.

சமயம் என்பதும் கூட்டு அடையாளம் என்பதும் ஒன்றாக இருப்பவை.

தொ.ப. : நம் இருவருக்கிடையில் உள்ள முரண்பாடு இதுதான். நான் தெய்வநம்பிக்கை என்பதை முதலில் சொன்னேன். அதனுடைய வளர்ந்த கட்டம்தான் சமயம். இப்படிப் பிரித்துப் பார்க்க வேண்டும்.

திருவிளக்குப் பூஜையை வைத்துக் கோயில்களில் ஆர்.எஸ். எஸ்.காரர்களின் ஊடுருவலை அச்சத்தோடு பார்த்திருக்கிறேன். அந்த விழாக்கள் ஏற்பட்டு 10, 15 ஆண்டுகளாகிவிட்டன. ஆனால் ஒரு விழுக்காடு பெண்களைக்கூட அவர்களால் மீட்டெடுக்க முடியவில்லை.

ஐயப்பன் வழிபாட்டை எடுத்துக்கொள்ளுங்கள்; நான் சிறுவனாக இருந்தபோது எங்கள் ஊரில் இரண்டு பேர் போவார்கள். ஆணின் இன்னொரு வகையான அதிகாரம். ஐயப்பன் மாலை போட்டவர்களை முப்பது நாளைக்குச் சாமி என்று மற்றவர்கள் கூற வேண்டும். இன்னும் சொல்லப்போனால் பெற்ற தாயே அவனைச் சாமி என்று கூறவேண்டும். நான் ஆசிரியர் ஆனபிறகு ஊருக்கு ஊர் இருபது பேருந்துகள் சபரிமலைக்குச் சென்றன. அதிலும் சாதி வந்துவிட்டது. அவன் கீழ்ச்சாதிக்காரன். பத்துமுறை மலைக்குப் போய் வந்துவிட்டதால் அவன் எனக்குக் குருசாமியாக ஆகிவிடுவானா? என் சாதியிலேயே ஒரு குருசாமியைத் தேட வேண்டும் என்று ஒருவர் கூறினார். இரண்டு பேர் மட்டுமே மலைக்குப் போன எங்கள் ஊரில் ஐயாயிரம் பேர் சபரிமலைக்குப் போனதைப் பார்த்தேன். இப்போது ஐந்நூறு பேர் மட்டுமே செல்வதைப் பார்க்கிறேன். Cult ஒன்றின் தோற்றம், எழுச்சி, சரிவு எல்லாவற்றையும் கண்ணாலேயே பார்க்கின்றோம்.

இந்து முன்னணி சார்பில் திருவிளக்குப் பூஜையைத் திட்டுமிட்டுத்தான் தொடங்கினார்கள். அவர்களால் ஒரு விழுக்காடு பெண்களைக்கூட இதில் இழுக்க முடியவில்லை. அவர்களுக்கு வேண்டியது கூட்டம்தான். திருவிளக்குப் பூஜைக்குப் போன பெண்கள் எல்லாம் அவர்கள் கட்சிக்கு வாக்களிப்பார்களா என்றால் அதுவும் கிடையாது.

இந்தப் பூஜையும் இப்போது தளர்நிலையை எட்டிவிட்டது. ஏனென்றால் எந்தவிதமான அதிகாரத்தையும் அந்தப் பூஜை பெண்களுக்குத் தரவில்லை. மேல்மருவத்தூர் ஆதிபராசக்தி அடிகளார் பெண்களுக்கு ஆன்மீக ஆதிகாரத்தை அளித்தபோது பெருந்திரளான மக்கள் அங்கே திரண்டார்கள். எந்தத் தீட்டுக் கோட்பாட்டைக் கூறிப் பெண்களை ஒதுக்கிவைத்தார்களோ அதை மேல்மருவத்தூர் உடைத்தபோது அலை அலையாகப் பெண்கள் அங்கே போனார்கள். இதுவும் இப்போது தளர் நிலையை எட்டியுள்ளது. காரணம், அளவுக்கு அதிகமான சொத்துடைமைதான். ஒரு அதிகாரத்தை உடைத்த ஆதிபராசக்தி வழிபாட்டு மன்றம் இன்னொரு அதிகாரத்தை உருவாக்குகிறது.

ஒரு ஆதிபராசக்தி வழிபாட்டு மன்றத்தில் இருபதுபேர் இருந்தார்கள் என்றால் அவர்கள் இருபது பேருக்கும் பொறுப்புகள் தரப்படுகின்றன. வழிபாட்டு மன்றத்து மகளிர் அணிச் செயலாளராக நான் இருக்கிறேன் என்று மகிழ்ச்சியோடு சொல்லக்கூடிய பெண்களைப் பார்த்திருக்கின்றேன். அதாவது உறுப்பினர் என்பதைத் தாண்டி இருபது பேருக்கும் சிறு அளவிலான அதிகாரம் தரப்பட்டது. மொத்தம் உள்ள இருபது பேரில் பத்துப் பேர்தான் பெண்கள். அதற்கு மகளிர் அணிச் செயலர், மற்றொரு பெண் துணைச்செயலர் இப்படிப் பொறுப்புகள். ஆனாலும் இப்போது ஆதிபராசக்தி மன்றங்கள் தளர் நிலையை எட்டியுள்ளன. இப்படிக் காலந்தோறும் வந்துகொண்டே இருக்கின்றன.

நவீனம் வந்த பின்புதான் மரபுச்சுமைகள் அகன்றன என்பதை நான் முழுமையாக ஏற்றுக்கொள்ளவில்லை. சித்தர்கள் மரபுச் சுமையை உடைக்கவில்லையா? கபிலர் அகவல் நம்மிடையே தானே பிறந்தது? மரபு சுமையாகும்போது உடைக்கிற முயற்சிதானே இது?

சுந்தர் காளி : நம்மிடையே உடைப்புகள் இல்லாமல் இல்லை. ஐரோப்பியச் சமூகத்தில் மரபை முழுமையாக நிராகரிப்பது என்பது நவீனத்துவம் வந்த பின்புதான் நடக்கிறது.

தொ.ப. : கருவி வளர்ச்சி என்பதைத்தான் 'அறிவு வளர்ச்சி' என்று அவர்கள் கருதினார்கள். தொழிற்புரட்சிபற்றிப் பள்ளியில்

நமக்குக் கற்றுக்கொடுக்கும்போதே 'நூற்கும் ஜென்னி வந்தது', 'தையல் எந்திரம் வந்தது' என்று அவர்கள் கண்டுபிடித்த கருவிகளைப் பற்றிச் சொல்லிக்கொடுப்பார்கள். 16ஆம் நூற்றாண்டுவரை ஐரோப்பாவில் கைத்தறி நெய்ய இரண்டு பேர் வேண்டுமாம். தமிழ்நாட்டில் ஒற்றைத்தறி போட்டுக் கொண்டிருக்கிறார்கள். நம் தறிக்கு ஒரு ஆள் போதும்.

ஐரோப்பாவில் தொழிற்புரட்சி இயற்கையுடனான உறவைச் சிதைத்து, மரபுரீதியான வேர்களை அறுத்து, எல்லா விஷயங்களிலும் பிரமாண்டங்களைக் கட்டி அமைக்க முயற்சி பண்ணியது. திரும்பத் திரும்ப நவீனம், ஐரோப்பிய அனுபவம் என்று வார்த்தைகளை உதிர்ப்பது, பெரும் மூலதனம் குறித்த அச்சம்தான். ஏன் சீனாவையோ, ஜப்பானையோ நீங்கள் பேசக் கூடாது?

பாரதி எழுதினார் "சீனா பெரும் பூதம் போன்றது. நான் நல்ல அர்த்தத்தில் சொல்லுகின்றேன். சீனா விழித்துக்கொண்டால் கீழ்த்திசை உலகம் எல்லாம் விழித்துக்கொள்ளும்" என்று. பாரதிக்கே ஐரோப்பாவின் பிரமாண்டம் பற்றிக் கருத்து இருந்திருக்கிறது. அதேநேரத்தில் சீனாவின் வளம், மக்கள்தொகை பற்றிய நம்பிக்கையும் இருந்திருக்கிறது. நீங்கள் மேற்குலகு பற்றி மட்டுமே அதிகம் அக்கறைப்படுகிறீர்கள். கிழக்கு உலகம் ஒன்று இருக்கிறதே?

சுந்தர் காளி : ஐரோப்பாவில் உருவானது நவீனத்துவம் என்று வைத்துக்கொண்டாலும் அறிவை முதன்மைப்படுத்தக்கூடிய விஷயம் எல்லா நாடுகளுக்கும் வந்துள்ளது. ஒவ்வொரு நாட்டிலும் நவீனத்துவத்தைச் சார்ந்த அனுபவம் என்பது ஒவ்வொரு விதமாய் இருக்கிறது. இந்தியாவில் ஒரு மாதிரியாகவும் ஜப்பானில் வேறொரு விதமாகவும் சீனாவில் மற்றொரு விதமாகவும் உள்ளது. ஆனால் நாம் எதற்காக ஐரோப்பாவை முன்னிறுத்துகிறோம் என்றால், நவீனத்துவத்தின்மூலமாக உயர்ந்த சில விஷயங்களை எட்டியது என்பதால். அதேபோன்று மிக மோசமான அழிவுகளைச் சந்தித்ததும் ஐரோப்பாதான். அதிலிருந்து சில நேரங்களில் பாடம் கற்றுக்கொள்ள முடிகின்றது. பாசிசம் மாதிரியான விஷயம் ஐரோப்பாவில் வந்ததுபோன்று வேறெங்கும் வரவில்லை.

இலட்சக்கணக்கான மக்களைக் கொடூரமாகக் கொன்று குவிக்கக்கூடிய நிகழ்வு வேறெங்கும் நடக்கவில்லை. இந்தியாவில் இதுபோன்ற சம்பவம் நடக்கமுடியுமா என்பது சந்தேகம்தான். பாபர் மசூதியை இடித்த நேரத்தில்கூடப் பேரழிவு எதுவும் ஏற்படவில்லை. சமயம் என்ற பொருளைப் பற்றிப் பேசும்போது நவீனத்துவத்தைத் தவிர்த்துவிட்டுப் பேச முடியாது. சமயம் என்பது நவீனத்துவத்துடன் இந்தியச் சூழலில் ஏதோ ஒரு வகையில் சம்பந்தப்பட்டுள்ளது. சமயம் வேண்டும் அல்லது வேண்டாம் என்ற வகைப்பாடெல்லாம் நமக்கு வந்துவிட்டது. ஐரோப்பிய நவீனத்துவத்தின் வாயிலாகச் சமயத்தையும் தெய்வ நம்பிக்கையையும் தாக்கிய பெரியாருடைய இயக்கம் இருந்த இடம் நம்முடைய இடம்; அதனால் சமயம் என்ற அடையாளம் இல்லாத உலகத்தைப்பற்றி நாம் யோசிக்க முடியுமா என்பதிலிருந்து நாம் ஆரம்பித்தோம். அப்படியொரு உலகம் இருக்க முடியாது என்று நீங்கள் கூறி-னீர்கள். கடவுளற்ற உலகம் இருக்க முடியாது என்பதை உங்கள் பேச்சு தெளிவுபடுத்தியது.

தொ.ப. : கடவுளற்ற உலகம் அல்ல; தெய்வமற்ற உலகம் என்று கூற வேண்டும். நான் அந்த வார்த்தையில் தெளிவாக இருக்கிறேன்.

சுந்தர் காளி : தெய்வமற்ற உலகம் என்பது இருக்க முடியாது. தெய்வம் இருக்கிற உலகமே ஒரு உலகம் இல்லை. அதிலே பலவிதமான உலகங்கள் உள்ளன.

தொ.ப. : பல்வேறு வகையான உலகங்கள் இருக்கலாம். ஆனால் எந்தவொரு உலகமும் மற்றொரு உலகத்தைச் சுரண்டுவதில்லை. அதனுடைய இடத்திலே அது அது இருக்கிறது. மீண்டும் சொல்கிறேன். இயற்கையிலிருந்து அதிகம் பாடம் கற்றுக் கொண்டவர்கள் எல்லாம் பூமியின் தென்பகுதியில் வசித்தவர்கள். உயிர்க்கூட்டமும் பயிர்க்கூட்டமும் இந்தத் தென் மண்டலப் பகுதியில்தான் அதிகம். இதிலிருந்து பாடம் கற்றுக் கொண்டதனாலே இன்னொரு உயிரின் இருப்பை ஏற்றுக் கொள்வது உணர்விலே அமைந்துவிட்ட ஒன்று. திரும்பத் திரும்ப நான் தாவரங்கள், வேர்கள் என்று பேசுவதை எவ்வாறு எடுத்துக்கொள்கிறீர்கள் என்று தெரியவில்லை. ஆனால், அப்படி நாம் பேசுவதற்கான காரணம், தாவரங்களும் வேர்களும்

அதிகமாக இருக்கும் நம் மண்ணிலே பிறந்த விஷயங்கள் என்பதால்.

இந்த விவாதத்தில் அடிக்கடி வரும் சொல் 'அறிவு'. அறிவுவாதம் என்பது இங்கேயும் இருந்தது. 'சுத்த அறிவே சிவம்' என்று சைவம் சொல்லும். சைவம் ஒரு வகையில் பாசிசமானது. அதற்குக் காரணம் அங்கே எந்தவிதமான ('அன்பே சிவம்' என்று கூறினாலும்) சித்தாந்தத்தை நோக்கினாலும் திரும்பத் திரும்ப அந்த விவாதங்கள் கூர்மையான, இன்னும் கூர்மையான அறிவை நோக்கி நகர்வதாக இருக்கும். கடைசியாக இப்படி முடிப்பார்கள் : 'சுத்த அறிவே சிவம்' என்று. கண்ணப்பர்பற்றிச் சிவபெருமான் சிவகோசரியாரிடம் கனவில் வந்து கூறுவார் : 'அவனுடைய அறிவெல்லாம் நம் பக்கல் அறிவு' என்று. அதாவது என்னை நோக்கிய அறிவு என்கிறார் சிவபெருமான். ஆக, கடவுளை அறிவது மட்டுமே உண்மையான அறிவு என்று சைவம் கூறுகிறது. அறிவு என்பதைப்பற்றி மட்டுமே நாம் நிறைய யோசிக்க வேண்டியுள்ளது.

இங்கு ஒரு விஷயத்தை நினைவில் கொள்ளவேண்டும். 'ஞானம் வேறு; பிரேமம் வேறு'. ஞானத்தைப்பற்றி மட்டுமே நாம் பேசிக்கொண்டிருக்கிறோம். பிரேமம் இல்லாமல் மனித உயிர்க்கூட்டம் எப்படியிருக்கும்? உங்கள் வீட்டுச் செடியில் அன்றைக்கு மலர்ந்த மலரைத் தனியாக நின்று பாருங்கள். உங்கள் மனத்தில் மகிழ்ச்சி நிறையும். அது இன்னொரு உயிரின் வாழ்வை, இருப்பை ஏற்றுக்கொள்ளுகிற மனப்பக்குவம்தானே? எந்த வீட்டுக் குழந்தையாக இருந்தாலும் குழந்தையின் சிரிப்பை ஏற்றுக்கொள்கிறோம். இன்னுமொரு உயிரின் வாழ்வை, இருப்பை ஏற்றுக்கொள்கிற இந்த மனப்பாங்கு இருக்கிறதே, அதுதான் பிரேமம். உயிர்க்கூட்டங்களுக்கு இடையேயான இயைபு எனச் சொல்வது இதுதான்.

அறிவுவாதமும் அன்புவாதமும் இரண்டும் சமமாகப் பிரிக்க முடியாதபடி ஒரு நாணயத்தின் இரண்டு பக்கம் போல இருக்க வேண்டும். பிரேமமும் ஞானமும் பிரிக்கமுடியாதபடி இருக்க வேண்டும். நாணயத்தின் ஒரு பக்கம் தேய்ந்துபோனாலும் செல்லாத நாணயம்தான். எனவே அறிவுவாதம் மட்டுமே மனித சமூகத்தை வளர்க்காது. அன்புவாதம் மட்டுமே சமூகத்தின்

அடுத்த கட்ட வளர்ச்சிக்கு இட்டுச்செல்லாது.

பாரம்பரியமான மருத்துவ அறிவியல், பாரம்பரியமான பொறியியல் நுணுக்கங்கள் இவையெல்லாம் அறிவுவாதத்தில்தானே வந்திருக்கின்றன? எழுத்து மரபு இல்லை என்பதால் சிலவற்றை நாம் அறிவாகக் காண்பதில்லை. தூத்துக்குடியில் எண்பது இலட்சம் ரூபாய் மதிப்புள்ள தோணியைக் கட்டுகிற ஆசாரிக்கு எழுதப் படிக்கத் தெரியாது என்று பேராசிரியர் சிவசுப்பிரமணியன் என்னிடம் ஒருமுறை கூறினார். மனித குலத்தின் அடிப்படையான அறிவு என்பதே எண் சார்ந்தது; எழுத்துச் சார்ந்த விஷயமல்ல. மனித குலத்தின் பெரிய கண்டுபிடிப்பெல்லாம் எண்ணிலிருந்து பிறந்தன; எழுத்திலிருந்து பிறக்கவில்லை. அதை உணர்ந்ததால்தான் 'எண்ணும் எழுத்தும் கண்ணெனத் தகும்' என்றனர். 'எண்ணென்ப ஏனை எழுத் தென்ப' என்று குறள் கூறும். ஏனென்றால் பள்ளிக் கூடத்தில் மழைக்குக்கூட ஒதுங்கி அறியாத எழுதப் படிக்கத் தெரியாத மக்களுக்கெல்லாம் எண்ணிக்கை தெரியும்.

சுந்தர் காளி : எண்ணை முதன்மைப்படுத்தினால் அதிலும் சிக்கல்கள் இருக்கின்றன. காலனி ஆதிக்கத்தின் முக்கியமான பணிகளில் ஒன்று எல்லாவற்றையும் எண்ணிக்கைப்படுத்துவது. சாதிகளைப் பட்டியலிடுவதில் ஆரம்பித்து, ஆவணங்கள் எல்லாவற்றையும் தொகுப்பது, வரிசைப்படுத்துவது போன்ற செயல்கள்வரை காலனி ஆதிக்கத்தின் முக்கிய ஆடுமுறைகளுள் ஒன்று எண்ணிக்கைப்படுத்துவது.

தொ.ப. : பட்டியலிடுவது, தொகுப்பது அறிவு வளர்ச்சிக்குரிய விஷயம்.

சுந்தர் காளி : பட்டியலிடுவதன் வாயிலாக மனித சமுதாயத்தையே காலனி ஆதிக்கம் மாற்றியமைக்கிறது. சென்சஸ் எடுப்பிற்கு முன்னிருந்த சாதி எண்ணிக்கை வேறு; சென்சஸ் எடுப்பிற்குப் பின்னிருந்த சாதி எண்ணிக்கை வேறு என்பது அனைவரும் அறிந்த விஷயம்தான். ஆக, முழுக்க எண்கள் அடிப்படையில் இந்தியச் சமுதாயத்தையே மாற்றி அமைக்கிறது காலனிய ஆட்சி.

தொ.ப. : நான், எழுத்து மரபிற்கு அதிக முக்கியத்துவம் தராதீர்கள்

என்று கூறுகிறேன். எழுத்து என்பதே அதிகாரத்தின் பிறப்பிடமாகத்தான் இருந்துவந்திருக்கிறது என்று நினைக்கிறேன்.

சுந்தர் காளி : பின் நவீனத்துவத்தால் எழுத்து என்பதைத் தாண்டிய சிந்தனைகள் எல்லாம் வந்துகொண்டிருக்கின்றன.

தொ.ப. : நான் என்ன சொல்லவருகிறேன் என்றால், எழுத்து மரபு, நகர்ப்புறம், பிரமாண்டம் இவையெல்லாம் அதிகாரத்தின் பல்வேறு வடிவங்கள். இவற்றுக்கு எதிரான சிந்தனைகள் எல்லாம் அரசுக்கு எதிரான சிந்தனைகள்.

அதனாலே கிராமப்புறத்தில் ஒற்றையறைக் கோயில்களாக இருக்கக்கூடிய நாட்டார் தெய்வங்களின் கோயில்கள், குறிப்பாக வடக்கு நோக்கி இருக்கும் அம்மன் கோயில்கள் நம் கலாச்சாரத்தின் சொத்து என்று கூறுகிறேன். அவற்றை ஒருபோதும் அழித்துவிட முடியாது. ஏனென்றால் அழிந்துபட்ட அம்மன் கோயில்களை என் கள ஆய்வில் இதுவரை பார்த்ததில்லை. ஆனால் பிரமாண்டமாக அரசன் கட்டிய கோயில்கள் எல்லாம் அழிந்து சிதைந்து போயிருக்கின்றன. கோவில் நகரமான சேரன்மாதேவிக்குப் போய்ப் பாருங்கள்.

மற்றவற்றின் இருப்பை ஏற்றுக்கொள்ளும் மனப்பக்குவம் சமயத்திற்குக் கிடையாது. நவராத்திரிக்குப் பாளையங்கோட்டையில் எட்டுச் சாமிகள் ஒன்றாக வரும். அதில் மூத்த சாமி ஆயிரத்தம்மன். சூரனின் தலையை அக்கா சாமி வெட்டும். மற்ற சாமிகள் கூட வரும். எல்லாச் சாமிகளும் கடைசியில் அக்காவை வீட்டுக்குக் கொண்டுவந்து விட்டுவிடும். ஆயிரத்தம்மன் சாமியாடிக்கும் உச்சி மாகாளியம்மன் சாமியாடிக்கும் எந்த முரண்பாடும் கிடையாது. இவன் அந்தச் சப்பரத்தை வணங்க, அவன் இந்தச் சப்பரத்தை வணங்க, ரொம்ப இயல்பாக இருக்கும். சப்பரங்கள் ஊர்வலம் வரும்போது ஐந்து சப்பரம், ஏழு சப்பரம் என்று தேங்காய் உடைப்பார்கள். அப்படிச் சப்பரங்கள் ஒன்றன் பின் ஒன்றாக வரும்போது படித்த பெண்கள்கூட முத்தாலம்மன் வந்துட்டாளா? பேராச்சியம்மன் வந்துட்டாளா? என்று ஒருவருக்கொருவர் விசாரித்துக் கொள்வார்கள். இந்த அன்னியோன்னியம் எந்தவிதமான அதிகாரமும் இல்லாத சூழல். அங்குள்ள ஒரே அதிகாரம் ஆயிரத்தம்மன் மட்டும் சூரன் தலையை வெட்டுவாள்.

அதையும் எந்த அம்மன் சாமியும் கேட்பதில்லை. எல்லாரும் ஒன்றாக வருகிறார்கள். ஒரு தர்கா ஊர்வலம், ஒரு சர்ச் ஊர்வலம், ஒரு சிவன் கோயில் ஊர்வலம் முதலியவற்றைச் சேர்த்து நடத்துவதைக் கற்பனை செய்ய முடியுமா? மற்றவற்றின் இருப்பை நிராகரிக்காதது என்பது மட்டுமல்ல; மற்றவற்றின் இருப்பை மனதார ஏற்றுக்கொள்ளுகின்ற ஒரு கலாசார வேர் இன்னமும் உயிரோடு இருக்கிறது. அது இருக்கிறவரைக்கும் பாசிசம் குறித்தோ, நவீனத்துவம் குறித்தோ உங்களுக்குள்ள அச்சம் எனக்கு இல்லை.

நீங்கள் அச்சப்படுவது நியாயம்தான். ஒருவித மனிதநேய உணர் வோடுதான் நீங்கள் அச்சப்படுகிறீர்கள். நானும் வருத்தப்படு கிறேன். ஆனால் அச்சப்படவில்லை. ஏனென்றால் கொதி நிலையை எட்டிய பிறகு நாம் மீண்டும் வருவோம். திரும்பவும் இந்தப் பெருங்கோயில்கள் எல்லாம் பாழடையும். இப்போது இந்து சமய அறநிலையத்துறையால் மட்டும் இந்தப் பெருங் கோயில்கள் தாக்குப்பிடித்துக்கொண்டிருக்கின்றன.

சுந்தர் காளி : ஐரோப்பாவிலும் அமெரிக்காவிலும் பெரிய பெரிய தேவாலயங்கள் வேறு நோக்கங்களுக்குப் பயன்படுத்தப்பட்டு வருகின்றன. ஒரு ஆய்வு மாநாட்டுக்கு நியூயார்க் போயிருந்த போது ஒரு தேவாலயத்தில்தான் மாநாடே நடந்தது. அதன் கீழ்ப்பகுதியில் உணவு விடுதி ஒன்று இயங்கிவருகிறது. தமிழக வரலாற்றில் இடைக்காலத்தில் கோயில்கள், வழிபாடு சம்பந்தப்பட்ட விஷயமாக மட்டும் பார்க்கப்படவில்லை. கல்வி, கலைகள் சம்பந்தப்பட்ட நிறுவனங்களாக, வங்கியாகக் கூட செயல்பட்டிருக்கின்றன.

தொ.ப. : இந்தப் பெருங்கோயில்கள் எல்லா மக்களுக்கும் உரிய கோயில்கள் என்று சொல்ல முடியாது. நூற்றுக்கு இருபது விழுக்காடு உள்ள ஒடுக்கப்பட்ட மக்கள், கோயிலின் எல்லா நல்ல அசைவுகளிலும் புறந்தள்ளப்பட்டவர்கள். மிகப்பெரிய அரசு அதிகாரத்தின் மறுபதிப்பாகத்தானே கோயில் இருந்தது?

திருப்புவனத்தில் ஒரு கோயில் இருந்ததென்றால் திருப்புவன ஆட்சியருக்கு என்ன அதிகாரம் இருந்ததோ அந்த அதிகாரம் அந்தக் கோயிலுக்கும் இருந்தது. அது அரசைப் பிரதிநிதித்து வப்படுத்தும் விஷயம். தஞ்சாவூர்க் கோயில், அங்கிருந்த

அரண்மனையைப் பிரதிநிதித்துவப்படுத்தும் விஷயம். சமதளம், அதிகார மையங்கள் உருவாகும்போது பிரமிடுகளாக மாறுகிறது. எல்லாப் பிரமிடுகளும் ஒருகட்டத்தில் சரியும். பிரமிடுகள் சரிவது என்றால் அதிகார மையங்கள் சரிவது என்று அர்த்தம். எனக்கு அதிகமான ஆர்வமும் ஈடுபாடும் கல்வியும் வேர்களைப் பற்றியதுதான். வேர்களைப்பற்றி எனக்கு அதிக நம்பிக்கை இருக்கிறது. வேரோடு எடுக்கப்பட்டுவிட்டது என்று கருதுகின்ற இடத்திலிருந்து ஒரு மரம் முளைக்கும்.

சுந்தர் காளி : எனக்கும் இந்த நம்பிக்கையுண்டு. உங்களைப்போன்று அஷிஸ் நந்தி போன்றவர்களும் இந்திய மக்களின்மீது நம்பிக்கை வைத்திருக்கிறார்கள். ஆனாலும் கூடுதலான எச்சரிக்கையுணர்வு காரணமாகத்தான் சில விஷயங்களை வலியுறுத்த வேண்டி யிருக்கிறது.

'கல்குதிரை' இதழ் மார்க்யோஸ் சிறப்பிதழை வித்தியாசமாக வெளியிட்டது. கமுதிக்கு அருகிலுள்ள வழிவிட்ட ஐயனார் கோயிலில் கடாவெட்டு, புரவியெடுப்பு நிகழ்ச்சியுடன் அந்த வெளியீட்டு நிகழ்ச்சி நடந்தது. அந்த நிகழ்வுக்கு வந்திருந்தவர்கள் அனைவரும் ஒரேமாதிரி சமய நம்பிக்கையுடைய நபர்கள் கிடையாது. நண்பர் ஒருவர் அவருடைய மகளுக்கு மொட்டை அடிக்கும் சடங்கைக்கூட அங்கு நடத்தினார். வந்திருந்தவர்கள் பலரும் பலவிதமான தளங்களில் இருப்பவர்கள். தெய்வ நம்பிக் கையே இல்லாதவர்களும் இருந்தார்கள். இலக்கிய நண்பர்கள் அனைவரும் சேர்ந்து நடத்திய அந்த நிகழ்வு ஒரு கூட்டு அடையாளமாக வெளிப்பட்டது.

யோசித்துப் பார்த்தால், கூட்டு அடையாளம் என்பது எல்லாக் காலங்களிலும் ஏதோ ஒருவிதத்தில் இருக்கத்தான் செய்கிறது. ஆனால் அது பழைய காலத்தில் இருந்தது போன்று ஒரு யாந்திரிக வடிவிலான, நம்மைக்கடந்த, அருவமான அடையாள மாக இருக்காது. நம்முடைய செயல்களையும் யோசனை களையும் அறிவையும் செயல் முனைப்பையும் கடந்ததாக இருக்காது. அறிவுக்கு இடங்கொடுக்கக்கூடிய, தனிமனித முயற்சிகளுக்கு இடம் கொடுக்கக்கூடிய ஒரு கூட்டு அடையாளமாகத்தான் இருக்க முடியும். அது பழைய மாதிரியாக இருக்கமுடியாது. ஆனால் அதைப் பழைய மாதிரியானதாக

உருவாக்குவதற்குத்தான் பாசிச இயக்கங்கள் முயற்சி பண்ணிக் கொண்டிருக்கின்றன. ஏழாம் நூற்றாண்டில் நடந்த சமணக் கழுவேற்றம் போன்ற நிகழ்ச்சிகள் நடக்க வேண்டும் என்று பாசிச இயக்கங்கள் நினைக்கின்றன. அதுதான் என்னுடைய பயம். ஆனால் உங்களைப்போன்று இந்தியச் சமுதாயத்தின்மீதும் அதனுடைய தனிப்பட்ட ஆற்றல் மீதும் எனக்கும் நம்பிக்கை இருக்கிறது.

தொ.ப. : அதாவது சமயம் என்ற எல்லைக்குள் தொழிற்படுகின்ற அதிகாரம் தெளிவாக வரையறுக்கப்பட்டுள்ள அதிகாரம். ஒரு பிஷப்போ, ஒரு மௌலவியோ, ஒரு அர்ச்சகரோ இவர்களின் அதிகாரம் வரையறுக்கப்பட்ட, ஒழுங்கமைக்கப்பட்ட விஷயம்.

ஆனால் பெருந்திரளான மக்களின் ஆன்மீகம் பல தளங்களில் இயங்குகின்றது. பல தளங்களில் இயங்குவதனாலேயே அவை ஒன்றையொன்று அங்கீகரிக்கின்றன. நாம் எதிர்க்கலாச்சார நடவடிக்கைகளை எடுப்பதற்கு முன்வர வேண்டும். எதிர்க் கலாசாரம் என்றால், இப்போது நாம் எதைக் கலாசாரம் என்று சொல்கிறோமோ அதற்கு எதிரானது. சில நாட்களுக்கு முன்பு என் நண்பருக்குச் சிலுவை விளக்கு வாங்கிக்கொடுத்தேன். திருக்கார்த்திகை அன்று காலையில் கொடுத்து இதை உங்கள் வீட்டில் ஏற்றுங்கள் என்று கூறினேன். அவருடைய மனைவி கிறிஸ்தவப் பெண். அந்த விளக்கை அவர்கள் வீட்டில் ஏற்றினார்கள். அப்போது என்னிடம் கேட்டார்கள். ‘கார்த்திகை விழா இந்துக்களின் விழா அல்லவா?’ என்றார்கள். ‘இல்லை. அது மழையை வழியனுப்பத் தமிழர்கள் எடுத்த பண்பாட்டு விழா’ என்று கூறினேன். மழை இந்துக்களுக்கும் கிறிஸ்தவர்களுக்கும் பொதுவானதுதானே? மழையை வழியனுப்ப ஆகாயத்தை நோக்கி நெருப்பைக் காட்டுகிற இந்த விழாவை எல்லாரும் கொண்டாட வேண்டும்.

இந்த மாதிரியான எதிர்க்கலாச்சார நடவடிக்கை எடுக்க முன்வர வேண்டும். ஆனால், இவ்வாறு எதிர்க்கலாச்சார நடவடிக்கைகளை எடுத்து முன்னேறி, சாணேறி முழம் சறுக்கிய அனுபவங்கள் நமக்கு உண்டு. சாதி மதம் கடந்து, பொங்கல் விழாவைத் தமிழர் திருவிழாவாக உருவாக்கியதில் திராவிட இயக்கத்தவர்களுக்குப் பெரும்பங்குண்டு. பொங்கல்

வாழ்த்துக்கள் தமிழகத்தில் ஒவ்வோர் ஆண்டும் இலட்சக் கணக்கில் அனுப்பப்படும். இந்துக்கள் மட்டுமின்றிக் கிறிஸ்தவர்கள், முஸ்லீம்கள் எல்லாரும் மாறி மாறி ஒருவருக்கொருவர் அனுப்புவார்கள். பொங்கல்விழாவைத் தமிழ் அடையாளமாகத் திராவிட இயக்கத்தவர்கள் காட்டினர். அதற்குத் தமிழர் திருநாள் என்று பெயர் வைத்தார்கள். இன்று அரசியல் அதிகாரம் கையில் இருப்பதனாலேயே 'தமிழர் பண்பாட்டுத் திருவிழா' என்று மாவட்டம்தோறும் நடத்துகின்றார்கள். இது சாதி மத அடையாளத்திற்கு எதிரான ஒரு அடையாளம். சாதி அடையாளமோ, மத அடையாளமோ இல்லாத வள்ளுவரை எல்லாரும் மேற்கோள் காட்டுகிறார்கள். கிறிஸ்தவர் வீடுகளிலும், இஸ்லாமியர் வீடுகளிலும் திருக்குறள் இருக்கிறது. இது நிச்சயம் ஒரு எதிர்க்கலாசாரம்தான். மாற்று நாடகம், இசை என்பனபோல மாற்றுக் கலாசாரத்திற்கான பகுதிகளாக அவற்றைச் சேர்க்க வேண்டும்.

கிறிஸ்தவத்தில் சேர்ந்து படித்துவிட்டு, ரொம்ப நாகரிகமாகி, ஆசிரியர் பணியில் தங்களை வளப்படுத்திக்கொண்ட ஒடுக்கப்பட்ட மக்கள் நிறைய இருக்கிறார்கள். ஆனால், கிறிஸ்தவத்திற்குப் போனாலும் பெண்களுக்கு அங்கே ஆன்மீக அதிகாரம் எதுவும் கிடையாது. நாட்டார் கோயிலில் பெண் சாமியாடுகிறார். கிறிஸ்துவப் பெண் டீச்சராக இருந்தாலும் தேவாலயத்தில் எல்லாரையும்போலப் பின்னால் இருந்து விட்டுத்தான் வரவேண்டும். தமிழ்நாட்டில் பெண்களுக்கான ஆன்மீக அதிகாரம் பற்றி எதுவும் கேள்வி எழுப்பப்படவில்லை. பெண்ணுரிமை பேசுகிற இயக்கங்கள் எதுவும் பெண்ணின் ஆன்மீக அதிகாரம் பற்றிப் பேசுவதில்லை. தமிழ்நாட்டுப் பெண்ணிய இயக்கங்கள்கூட மேல்மருவத்தூர் பற்றி நல்ல அபிப்பிராயம் ஒன்றையோ அல்லது கெட்ட அபிப்பிராயம் ஒன்றையோ இதுவரை கூறவில்லை.

சுந்தர் காளி : சமீபத்தில் நாடகம் ஒன்றைப் பார்த்தேன். வ.கீதா எழுதிய நாடகம் அது. 19ஆம் நூற்றாண்டின் பிற்பகுதியிலும் 20ஆம் நூற்றாண்டின் முற்பகுதியிலும் தென்மாவட்டங்களில் பணியாற்றிய பெண் மிஷனரிகள், உபதேசிமார்கள் பற்றிய குறிப்புகள் சில அதில் இருந்தன. நீங்கள் சொல்வதுபோன்று

நம் மரபில் பேசப்படாத விஷயங்கள் பல உள்ளன. அவற்றைத் தொகுப்பதும் படிப்பதும் வெளிப்படுத்த வேண்டியதும் ரொம்ப அவசியம்தான்.

தொ.ப. : கிறித்துவத்தில் பெண்கள் பூசை வைக்கவேண்டும் என்று கிறிஸ்துவப் பெண் இயக்கங்கள் போராட வேண்டும். ஓரிரு இடங்களில் மட்டும் பெண் பாதிரியார்கள் இருக்கிறார்கள். மக்களிடம் அந்தச் செய்தி இன்னும் பரவலாக எட்டவில்லை. கிறிஸ்துவப் பெண் எப்படிக் கேள்வி கேட்க வேண்டும்? நாங்கள் கிறித்தவத்துக்குள் வரும்போது கோயிலில் சாமியாடினோம் அல்லவா? இப்போது ஏன் நாங்கள் தேவாலயலயத்தில் பூசைவைக்கக் கூடாது என்று கேட்க வேண்டும்.

நம்முடைய பார்வைகள் இன்னும் முழுமையடையவில்லை. இதுகூட ஒற்றைப் போக்குடைய சிந்தனை என்றுதான் நினைக்கிறேன். நவீனம், ஐரோப்பிய மூலதனத்தின் அசைவுகள், கிழக்கு நாடுகளில் சுரண்டுகிறமுறை பற்றிய நம் பார்வைகள்கூட ஒற்றைப் பரிமாணம் உடையவைதான் என்று நினைக்கிறேன். தேசிய இனப் பிரச்சனையைப் பேசுகின்ற நம்மவர்கள் ஆஸ்தி ரேலியாவில் பழங்குடி மக்கள் வெள்ளையர்களால் இன்னும் சுரண்டப்பட்டுக்கொண்டிருக்கின்ற நிலையைப்பற்றிப் பேசவில்லை. காலையில் தொலைபேசியில் ஆஸ்திரேலியா போய்விட்டு வந்த நண்பர் சொன்னார் : ‘வெள்ளையர்கள் அவர்களை எவ்வளவோ நாகரிகம் உடையவர்களாக ஆக்கப் பார்க்கிறார்கள். ஆனால் அந்தப் பழங்குடி மக்கள் அந்த நாகரிகம் வேண்டாமென்று கலாட்டா செய்கிறார்கள் என்றார். அவர்களுடைய தாதுவளங்கள் அனைத்தையும் கொள்ளை யடித்துவிட்டு ஆங்கிலம் பேசவும் பேண்ட் போடவும் அவர்களுக்குக் கற்றுக்கொடுக்கிறார்களாம். அவர்கள் அதை மறுக்கிறார்களாம். நம்முடைய உணவு, உடை, வீடு, ஒப்பனை வரைக்கும் நம்முடைய எல்லா விஷயங்களையும் மறுபரிசீலனை செய்ய வேண்டும். ஒரு மறுவாசிப்புக்கு உட்படுத்த வேண்டும்.

மஞ்சளுக்கும் பவுடருக்கும் உள்ள வித்தியாசத்தை நாம் பேச வேண்டும். மஞ்சள் Antiseptic என்பது நமக்கு அனுபவப் பூர்வமாகவே தெரியும். சின்ன வயதில் காலில் அடிபட்டால் மஞ்சளையும் வெங்காயத்தையும் அரைத்துக் காலில் கட்டி

விடுவார்கள். அதே மஞ்சளை முகத்தில் பயன்படுத்தும்போது என்ன நடக்கிறது? பவுடரை முகத்தில் பயன்படுத்தும்போது என்ன நடக்கிறது? பவுடர் பெரும் மூலதனத்தின் வெளிப்பாடு.

சுந்தர் காளி : அது சரிதான். மஞ்சள் வேண்டாமென்று பெண்கள் முடிவெடுத்துவிட்டால் நாம் ஒன்றும் செய்ய முடியாது.

தொ.ப. : பெண்கள் அப்படி முடிவெடுக்கவில்லை. முடிவெடுக்கு மாறு வைக்கப்பட்டார்கள். பெண்களை அப்படி மூளைச் சலவை செய்தார்கள். நம் கையில் இருக்கும் ஊடகம் என்பதே, பெரும் மூலதனத்துக்காகப் பெருவாரியான மக்களை மூளைச் சலவை செய்யும் சாதனம்தான். அதற்கு என்ன காரணம்? எதிர்க் கலாசார நடவடிக்கைகளில் படித்தவர்கள் போதுமான அளவுக்கு இறங்கவில்லை என்பதுதான். எதிர்க்கலாசார நடவடிக்கைகளில் திட்டமிட்டு இறங்க வேண்டும். என் வீட்டை வாடகைக்கு விடும்போது சொன்னேன், "என் வீட்டுத் தோட்டத்தில் ஒரு சொட்டு ரசாயன உரம்கூட விழக்கூடாது. அந்த விஷயத்தில் ரொம்பக் கண்டிப்பாக இருப்பேன்" என்று. அதற்குப் பிறகுதான் அதன் பாதிப்பு அவர்களுக்குப் புரிந்தது.

இன்றைக்குப் பெரிய மனிதனின் சிந்தனையை எட்டுகிற வரையில் ஊடகம் வந்துவிட்டது. அதனால் எதிர்க் கலாசாரத்தைப் பரப்புவதற்காகப் படங்கள் எடுக்கலாம்.

சுந்தர் காளி : வைதீகத்தின் நுழைவு, அதன் தாக்கங்கள் பற்றிய அறிமுகம் ஒன்றைத் தாருங்கள்.

தொ.ப. : வைதீகம் என்னும் சொல் வேதம் என்பதிலிருந்து பிறந்தது. வேதம் என்ற சொல்லின் வேர் 'வித்' என்பதாகும். வித்யை, வித்யாசாலை என்பவையெல்லாம் அதிலிருந்து பிறந்தவையாகும். கற்பதற்கு உரியது என்பது அதன் பொருள். வேதத்தை நிறுவனமயமாக்கிய பிறகுதான் தமிழ்நாட்டிற்குள் பார்ப்பனர்கள் வந்தார்கள். பழங்கால வழிபாட்டுப் பாடல்கள், இசைப்பாடல்களின் தொகுப்புத்தான் வேதம். கி.மு.ஏழாம் நூற்றாண்டு அளவிலேயே அவை தொகுக்கப்பட்டு ஒரு எல்லைக்குள் வந்துவிட்டன.

இருக்கு வேதத்தில் உள்ளவை, தெய்வங்கள் பலவற்றை வணங்கும் பாடல்கள். சாம வேதத்தில் உள்ளவை இசைப்

பாடல்கள். நான்கு வேதம், நான்கு வேதம் என்கிறார்களே அதிலும் ஒரு சிக்கல் இருக்கிறது. பழைய உரையாசிரியர்கள் தலவகார வேதம், பவிழியம் (பவிஷ்யம்) முதலியவற்றை நான்கு வேதங்கள் என்னும் பகுப்பில் அடக்குகிறார்கள். அதில் யஜுரும் அதர்வணமும் கிடையாது. வேறு சிலர் மூன்று வேதங்களை மட்டுமே சொல்லுவர். நெல்லை மாவட்டம் தென் திருப்பேரையில் 'தலவகார பிராமணர்கள்' என்னும் பார்ப்பனர்கள் இருக்கின்றார்கள். 'எங்களிடம் தலவகார வேதம் என்னும் வேதம் இருந்தது. இப்போது தொலைந்துவிட்டது' என்கிறார்கள். எனவே இன்னும் நான்கு வேதங்கள் எவை என்பதில் சிக்கல் உண்டு. ஆகையால் வேதங்களை நிறுவனப் படுத்திய பின்தான் பார்ப்பனர்கள் தமிழ்நாட்டிற்குள் வந்தார்கள். இன்று வேதங்கள் பார்ப்பனர்களின் சொந்தச் சொத்தாக ஆக்கப்பட்டுவிட்டன. வேதம் என்னும் சொல்லுக்கு நேர் தமிழ்ச்சொல்லாக 'மறை' என்னும் சொல்லைப் பயன் படுத்துகின்றார்கள். கிறித்துவ வேதத்தையும் திருமறை என்கிறார்கள்; இசுலாமிய வேதத்தையும் திருமறை என்கிறார்கள். 'மறை' என்ற சொல் எவ்வாறு புனித நூலுக்கு ஏற்பட்டது? மறை என்றால் மறைக்கப்பட்டது என்பது பொருள். பார்ப்பனர்கள் அல்லாத மற்றவர்களின் காதுகளுக்குக் கேட்காதபடி எழுத்து வடிவில் கண்களுக்குப் படாதபடி மறைத்து ஓத வேண்டும் என்பதால் அதற்கு 'மறை' என்ற பெயர் ஏற்பட்டது.

பார்ப்பனர்களுக்கு 'மறையவர்' என்பது பெயர். பார்ப்பனர்கள் வேதத்தையும் மற்றவர்கள் கண்ணிலிருந்து மறைத்தார்கள்; தாங்கள் உண்ணுகின்ற சோற்றையும் மற்றவர் கண்ணிலிருந்து மறைப்பார்கள். எனவே மறைப்பதற்கு உரியது வேதம். ஆனால் பைபிளோ, குரானோ மறைப்பதற்கு உரியதல்ல. எனவே திருமறை என்பதைவிடத் 'திருமுறை' என்று அவற்றை அழைப்பது பொருந்தும். மறையோர், பார்ப்பான் என்ற சொல்வழக்குகள்தான் சங்க இலக்கியத்தில் பயின்றுவருகின்றன.

கையைத் தூக்கி ஆசீர்வாதம் செய்யும் வழக்கத்தைச் சங்க இலக்கியத்தில் பிராமணர்களிடம் மட்டும்தான் பார்க் கின்றோம். ஏனென்றால் வேள்வி செய்து செய்து அவர்களின்

கைகள் புனிதமானவையாக மாறிவிட்டனவாம். 'நான்மறை முனிவர் ஏந்துகை எதிரே' என்று பார்ப்பனன் கையைத் தூக்கி ஆசீர்வதிக்கும்போது அரசனின் சென்னி தாழ்கின்றது. எனவே இந்த அதிகாரத்தோடுதான் தமிழ்நாட்டிற்குள் வருகிறார்கள். அவர்கள் பாடுவதை மறைப்பதற்கு அவர்களுக்கு அதிகாரம் இருக்கிறது. அது எதுவரையென்றால், அரசன்வரை மறைப்ப தற்கு அதிகாரம் இருக்கிறது.

வேதங்கள் தருகின்ற அதிகாரம்தான் பின்னால் கோயிலைக் கட்டிய அரசன் கோயில் கருவறைக்குள் நுழையத் தடை செய்கின்றது. வேதத்தை முன்னிறுத்திப் பக்தி இயக்கம் தொடங்கப்பட்டது. பக்தி இயக்கத்தினுள் வேதம், கடவுள் என்ற இரு குரல்களைக் கேட்டுக்கொண்டே வரலாம். இதில் எது பெரியது என்றால், கடவுளே வேதமாக இருக்கிறான். 'விண்ணாளும் தேவருக்கும் மேலான வேதியர் சிவனே' என்பார் அப்பர். 'வேதம் வேறு; கடவுள் வேறு' என்பார் சம்பந்தர். வேதங்கள் எல்லாம் இறைவனைத் தொழுவதால் இறைவனே வேதவடிவமாக இருக்கிறான்; வேதம் தனியாக இல்லை என்பது அப்பர் கருத்து. சம்பந்தர் அப்படிக் கூறமாட்டார். 'வேதமும் வேண்டும்; வேள்வியும் வேண்டும்' என்பார் சம்பந்தர். சிவனே வேதமும் வேள்வியுமாக இருக்கின்றான் என்று அப்பர் பாடுவார். 'வேத வேள்வியை நிந்தனை செய்துழல் ஆதமிலி அமண்தேரர்' என்று பாடுவார் சம்பந்தர். 'ஒருவன் கடவுள் இல்லையென்று கூறிக்கொண்டு நாத்திகனாகக்கூட இருக்கலாம்; ஆனால், அவன் வேதத்தை ஏற்றுக்கொள்ள வேண்டும்' என்று மறைந்த சங்கராச்சாரியார் கூறுவார். 'கடவுள் நிராகரிப்பு இருக்கலாம்; ஆனால், வேத நிராகரிப்புக் கூடாது' என்பது இதன் கருத்து. ஞானசம்பந்தர் கூறுவதும் இதுதான். அவருக்குப் பெரிய ஆதர்சம் வேதம்தான். 'ஸ்ருதி' என்பதற்குச் சொல்லக்கூடிய என்பது பொருள். வேதத்தை நாம் சொல்ல முடியாது. பார்ப்பனர்கள் மட்டுமே சொல்லமுடியும். வேதம் என்பது விவாதத்திற்கு அப்பாற்பட்டது; கேள்விக்கு அப்பாற்பட்டது. சாதாரண வழக்கில் மக்கள், "நீ சொல்வது என்ன வேதமா?" என்பார்கள். வேதம் என்பது கேள்விக்கு அப்பாற்பட்டது என்பதுதானே இதன் பொருள்? அதை அனைவரும் பணிந்து ஏற்றுக்கொள்ள வேண்டும். இவ்வாறான ஒரு அதிகாரத்தோடு உள்ளே நுழைந்

தார்கள். கோயிலின் கருவறைக்குள் வேதம் கிடையாது. ஏனெனில் வேதக்கடவுள்கள் யாரும் கோயிலுக்குள் வரவில்லை. இந்திரன், வருணன், அக்னி, மருத்து ஆகிய வேதக் கடவுள்கள் எல்லாரும் செத்துப்போய்விட்டார்கள். வேறு கடவுள்கள் கோயிலுக்குள் வந்தபின் வேதம் பாடவேண்டுமென்று கோயிலுக்குள் பார்ப்பனர்கள் வந்துவிட்டார்கள். ஆனால் இதுவரை கருவறைக்குள் வேதம் ஓத முடியாது; இடைகழியில் நின்று கொண்டுதான் ஓத வேண்டும். ஆனால் தேவாரத்தை இடைகழியில் நின்றுகூடப் பாடமுடியாது. அதற்கும் தள்ளிப் பக்தர்கள் நின்று வணங்கும் இடத்தில்தான் பாடமுடியும்.

சுந்தர் காளி : கருவறைக்குள் நுழையத் தகுதி பெற்றவர்கள் சிவப் பிராமணர்கள் மட்டும்தானே?

தொ.ப. : ஆமாம். பிராமணர்களுக்குத் தாய்மொழியாகத் தமிழை ஏற்றுக்கொள்வதற்கு மனம் இல்லை என்பது அனைவரும் அறிந்ததே. ஆனால் அவர்களுக்குத் தமிழ் தவிர வேறு மொழி எதுவும் தெரியாது என்பதும் நமக்குத் தெரியும். அவர்களின் வீட்டு மொழி தமிழ்தான். அதனால்தான் பெரியார், தமிழன் என்றால் தமிழ்மொழி பேசுகின்ற பார்ப்பனர்கள் உள்ளிட்ட எல்லாரும் வந்துவிடுவார்கள். அதனால்தான் பார்ப்பனர் அல்லாதோர் என்ற அடையாளத்தை உருவாக்கினேன் என்கிறார்.

பல்லவ அரசின் தொடக்கக் காலத்தில் நிறைய பார்ப்பனர்கள் தமிழகத்திற்கு வந்தார்கள். ஏனென்றால் குறைந்தபட்ச வேதம் படித்தவர்களுக்குக்கூட நிலங்களைத் தானமாகத் தந்தார்கள். வேதப்படிப்பில் 'க்ரமம்' வரைக்குப் படித்தவர்களுக்குக்கூட நிலம் தந்தார்கள். அதுதான் 'கிராமம்' ஆயிற்று. அவ்வாறு வந்தவர்கள் தமிழ்நாட்டில் பெண் எடுத்துத் திருமணம் செய்துகொண்டார்கள். இதை நான் மட்டும் சொல்லவில்லை; மீனாட்சி, என். சுப்பிரமணியம் முதலிய பிராமண ஆய்வாளர்களே எழுதியுள்ளார்கள். அவர்கள் தமிழ்ப் பெண்களைத் திருமணம் செய்துகொண்டதால் அவர்களின் பிள்ளைகள் தந்தை மொழியை மறந்து இயல்பாகவே தாய்மொழியான தமிழைப் பற்றிக்கொண்டார்கள். ஆனால் அவர்களின் தந்தை மொழி சமஸ்கிருதம் என்பதை மறந்துவிடவில்லை. இயல்பாகத் தாயின்

மொழிதான் குழந்தைகளுக்கு வரும். அதனால்தான் 'தாய்மொழி' என அழைக்கின்றோம். இங்கு வந்த பார்ப்பனர்களின் தாய்மொழியான சமஸ்கிருதம் செத்துப்போய்விட்டது. இன்னும் அவர்களின் அடிமனத்தில் 'தமிழ் தங்கள் மொழி அன்று' என்ற உணர்வு இருக்கிறது. இந்தப் பார்ப்பனர்கள் தமிழ்நாட்டில் பெண்கொண்டவர்கள். வந்தேறி இனம் ஒன்று உலகின் இன்னொரு பக்கத்தில் குடியேறி "வேறொரு சமூகத்திடம் பெண்கொண்ட வரலாறு உலகில் உண்டு. மாப்பிள்ளை முஸ்லிம்கள், சிரியன் கிறிஸ்துவர்கள் கேரளாவில் உண்டு. இவர்கள் அயல்நாடுகளிலிருந்து வந்து மலையாளப் பெண்களை மணந்துகொண்டவர்கள். மாப்பிள்ளை முஸ்லீம்கள் என்றால் மாப்பிள்ளைகளாக வந்தவர்கள் என்பது பொருள். அதுபோலத் தமிழ்நாட்டில் கீழக்கரை இசுலாமியர்கள். இவர்கள் அரபுநாட்டிலிருந்து வந்து தமிழகத்தில் இனக் கலப்புச் செய்தவர்கள். கீழக்கரை இசுலாமியர் சாமந்தப் பண்டசாலிகளாகத் தமிழகத்திற்கு வந்தவர்கள். இங்கேயே தங்கித் தமிழகத்தில் பெண் எடுத்தார்கள். பார்ப்பனர்கள் தங்கள் பெண்களுக்குக்கூட இருபதாம் நூற்றாண்டின் தொடக்கம் வரை சமஸ்கிருதம் கற்றுத்தரவில்லை. சென்னைப் பல்கலைக்கழகத்தில் சமஸ்கிருதம் வந்தபோதுகூடப் பெண்களுக்குக் கற்றுத்தர மறுத்துவிட்டார்கள். இதற்கு ஆதாரங்கள் இருக்கின்றன. பெண் சமஸ்கிருதம் கற்கத் தகுதியற்றவள் என்பது அவர்கள் வாதம். 'சமஸ்கிருதத்தைப் பெண்ணுக்கும் சொல்லமுடியாது; பேதைக்கும் சொல்லமுடியாது' எனப் பார்ப்பனர்கள் அப்போது எழுதினார்கள். அதுபோலக் கீழக்கரை முஸ்லீம்களும் அரபு மொழியை இழந்துவிட்டார்கள். அவர்களுக்குத் தமிழ்தான் தாய்மொழி. எனவே வந்தேறிகள் தங்கள் மொழியை இழந்து தங்கள் குழந்தைகளின் மொழியைத் தாய்மொழியாக ஏற்றுக்கொள்வது என்பது உலக இயல்பு. பார்ப்பனர்கள் தமிழகத்தில் வந்திறங்கிப் பெண்கொண்டவர்கள். அதனால்தான் வடநாட்டுப் பார்ப்பனர்களுக்கும் தென்னாட்டுப் பார்ப்பனர்களுக்கும் குறிப்பிடத்தகுந்த வேறுபாடு உண்டு. தமிழ்நாட்டுப் பார்ப்பனர்கள் நம்மைப்போல முறைப்பெண், முறை மாப்பிள்ளை உறவுடையவர்கள். வடநாட்டுப் பார்ப்பனர்களிடம் இம்முறை கிடையாது.

சுந்தர் காளி : சிவப்பிராமணர் என்று கூறப்படுவோர் மற்ற பார்ப்பனர்களிடமிருந்து எவ்வாறு வேறுபடுகின்றனர்?

தொ.ப. : பார்ப்பனர்கள் என்போரே கலப்புச்சாதியினர் என்னும்போது சிவப்பிராமணர்களும் வைணவப் பார்ப்பனர்களும் கலப்புச் சாதிதான். இதுபற்றி விரிவான களஆய்வை மேற்கொள்ள வேண்டும்.

சுந்தர் காளி : ஆனால் சிவப்பிராமணர்களுக்கு மட்டும் கோயில் பூசைகளில் முன்னுரிமை இருக்கிறதே?

தொ.ப. : முன்னுரிமை என்பது பாரம்பரியம் சம்பந்தப்பட்ட விஷயம். தொடக்கக் காலத்தில் அவர்கள் சமஸ்கிருத அர்ச்சனையை ஏற்றுக்கொண்டு கோயிலின் கருவறைக்கு உள்ளே போனவர்கள். பின்னர் தனியான ஒரு திருமண உட்குழுவாக ஆகிவிட்டார்கள். கோயிலின் இடைகழியில் நின்று வேதம் ஓதுகிற பிராமணர்கள் ஸ்மார்த்தர்கள். இவர்களும் கோயிலில் வேலை செய்வார்கள்; சிவப்பிராமணர்களும் கோயிலில் வேலை செய்வார்கள்; ஆனால் இருவரும் திருமண உறவு வைத்துக்கொள்ளமாட்டார்கள். இவர்கள் வேறு; அவர்கள் வேறு. இதேதான் பெருமாள் கோயிலிலும்.

சுந்தர் காளி : சிவப்பிராமணர்கள் என்று கூறக்கூடிய ஆதிசைவர்கள் தமிழ்நாட்டின் ஆதிக்குடிகளுடன் கலந்தவர்களா? அதனால்தான் கோயிலில் முன்னுரிமை அவர்களுக்குக் கிடைத்ததா?

தொ.ப. : இருந்திருக்கலாம்; அல்லது ஸ்மார்த்தர்கள் வேதமொழியை விட்டுவிட்டுத் தமிழில் அர்ச்சனைசெய்ய மறுத்திருக்கலாம்.

சுந்தர் காளி : தமிழ் மக்களின் பூர்வசமய வாழ்க்கை எவ்வாறு இருந்தது? சிவன்தான் தமிழர்களின் கடவுள், திருமால்தான் தமிழர்களின் கடவுள் என்றெல்லாம் கூறிய காலங்கள் இருந்தன. சமீபத்தில் ஆசீவகம்தான் தமிழர்களின் பூர்வீக சமயம் என்னும் குரல்களைக் கேட்கின்றோம். மதுரைக் காஞ்சியில் சமணப்பள்ளி, பௌத்தப் பள்ளி, அந்தணர் பள்ளி அனைத்தும் அருகருகே இருக்கின்றன. அதேநேரத்தில் அதற்கும் முற்பட்டதாக இருந்த நம்பிக்கைகள், வழிபாட்டு முறைகள், தெய்வங்கள் முதலியனவும் சங்க இலக்கியத்தில் இருக்கின்றன.

சங்ககாலச் சமயத்தைப் புரிந்துகொள்வது என்பது எதற்காக?

நமக்கு இன்றைக்குள்ள தேவைக்காகத்தான் வரலாற்றைப் பார்க்கின்றோம். இன்றைக்குள்ள தேவைக்காகத் தமிழர்களின் பூர்வீக சமயத்தை எவ்வாறு புரிந்துகொள்வது? அதற்கான பழைய வழிமுறைகளிலிருந்து மாறுபட்ட புதிய வழிமுறைகள் என்ன?

தொ.ப. : இரண்டு விஷயங்கள். ஒரு விஷயத்தை நீங்கள் யூகம் பண்ணிக் கொள்கிறீர்கள். சங்ககாலச் சமுதாயம் என்பது ஒரு காலத்திய சமுதாயம் அன்று. அதில் பல்வேறு கால அடுக்குகள் உள்ளன. இதில் பிற்பட்டதும் இருக்கிறது; முற்பட்டதும் இருக்கிறது. இதுபற்றிய முதல் பதிவு தொல்காப்பியத்தில் இருக்கிறது. 'வழிபடு தெய்வம் நிற்புறங் காப்ப' என்பது அது. நீ கும்பிடுகின்ற சாமி எது? எதுவாகவும் இருக்கலாம். இந்த இடத்திலேயே தெய்வங்கள் பல என்ற கருத்தோட்டம் வந்துவிடுகிறது. 'நிற்புறங் காப்ப' - உன் பின்னால் வந்து அத்தெய்வம் காப்பாற்றிவிடும் என்பது பொருள்.

இவை போன்றவற்றைச் 'சடங்கு மதம்' என்று வைத்துக் கொள்ளலாம். மேற்கண்ட சடங்கு மதங்களிலே தெய்வங்கள் பின்னால் வந்துதான் காப்பாற்றும். ஆனால் பௌராணிக மரபு, சைவ, வைணவ மதங்களிலே தெய்வங்கள் முன்னால் வந்து நின்றுதான் வரம் கொடுக்கும். காப்புக்கு உரியதுதான் தெய்வம் என்பது பழைய நம்பிக்கை. வரம் கொடுப்பதுதான் தெய்வம் என்பது பிற்காலச் சமய நம்பிக்கை. சங்ககாலத்தில் கிடையாது. இன்றைக்கும் சுடலைமாடன், காத்தவராயன் கதைகளைக் கேட்டால் சாமி பின்னால்தான் வரும். சாமியாடி வரம் கொடுக்கும்போது என்ன சொல்வார் என்றால், 'நீ போ; உன் பின்னால் வாரேன்' என்றுதான் கூறுவார்.

தொடக்ககாலத் தெய்வங்கள் எல்லாம் காட்டுக்குள் இருந்தன. இன்னும் குறிப்பாகச் சொன்னால் தெய்வங்கள் மரத்திலே இருந்தன. 'விருட்ச சைத்தியம்' என்று பௌத்தர்கள் கூறுவார்கள். மரத்தில்தான் தெய்வங்கள் இருக்கும். தரையில் மனிதர்களோடு கூடி வாழாது. தரைக்கு அத்தெய்வங்கள் வரும்போது தரையில் அவற்றின் கால் பாவாது. இவையெல்லாம் புராதன நம்பிக்கைகள். தெய்வங்கள் தரையில் இறங்கும்போது தரையில் கால் பாவக் கூடாது. அந்த நம்பிக்கையைக் கம்பனின்

இராமாயணத்தில்கூடப் பார்க்கலாம். இராமனைச் சொல்லும் போது கம்பன் சொல்லுகிறான் : 'மேலொரு பொருளுமில்லா மெய்ப்பொருள் வில்லும் தாங்கி, கால் தரை தோய வந்து கட்புலற்கு உற்றதம்மா.' இராமனுடைய ஒரு சௌலப்பியத்தைக் கூறும்போது 'அதற்குமேல் பொருளுமில்லாத தெய்வம் கால் தரையிலே படும்படி வந்தது. கண்ணுக்குத் தெரியும்படி வந்தது' என்கிறான் கம்பன். தெய்வங்களுக்குக் கால் தரையிலே படக்கூடாது என்பதுதானே பழைய நம்பிக்கை? நம்முடைய வீட்டு வாசல்களில் தினமும் இடப்படும் கோலம் என்பது தெய்வங்கள் இறங்குவதற்காக இடப்பட்டதுதான். தெய்வங்கள் விண்ணிலிருந்து தரையில் இறங்கும்போது கால்படக்கூடாது அல்லவா? அதற்காக இடப்பட்ட களம் அல்லது தளம்தான் கோலம். பிற்காலத்தில் கவிழ்ந்த தாமரை வடிவில் இடப்பட்டன.

சங்க இலக்கியத்தில் 'களமிழைத்தல்' என்று கூறப்படும் வேலன் வெறியாட்டில் முருகன் மேலிருந்து கீழிறங்குவான், முருகன் தான் முதன்முதலில் மனித உருப்படுத்தப்பட்ட கடவுள். அவன் வருகிறபோது, வேலன் களமிழைப்பான். மலை யாளத்தில் களமெழுதும் பழக்கம் இன்னும் இருக்கிறது. களமெழுதிப்பாட்டு இருக்கிறது. இன்னமும் வீடுகளில் களமெழுதுகிறார்கள். வண்ணப் பொடிகளைக் கொண்டு களமெழுதி, அதன்மீது தெய்வமுற்றவன் ஏறி ஆடுகிறான். நான் கோலம் என்று ஒரு கட்டுரை எழுதியிருக்கிறேன். ஆக, கோலம் என்பது தெய்வங்கள் இறங்குவதற்காக இடப்பட்ட இருக்கை.

மனித உருப்படுத்தப்பட்ட முருகன் பெண்களை மயக்குகின்ற அழகனாகவும் இளையோனாகவும் இருக்கிறான். அரமகளிர் என்னும் தெய்வங்கள் சங்க காலத்திலே இருந்தன. பிற்காலத்தில் இவை மோகினிகள் என அழைக்கப்பட்டன. 'அரமகளிர்' சங்ககாலத்தில் கூட்டம் கூட்டமாக வரும். மோகினிகள் தனித்தனியாக வரும். அரமகளிரை 'அணங்கு' என்றும் அழைப்பர். அணங்கு என்ற சொல்லுக்குத் 'தன் அழகாலே வருத்தம் செய்வது' என்று பொருள். வணங்குதல் என்ற சொல்லுக்கு எதிர்ப்பதம் அணங்குதல். இந்த நல்ல சொல்லை வழக்கிலிருந்து இழந்துவிட்டோம்.

'அணங்குடை முருகன் கோட்டம்' - இதுதான் நமக்குக் கிடைத்துள்ள முதல் பதிவு. இதில் கவனிக்கவேண்டிய விஷயம் என்னவென்றால் கோட்டம் என்பது வட்டவடிவமானது. இன்றைக்கும் பழங்குடி மக்களின் கோயில் வட்டவடிவமானது. கோயில் என்பது சதுரம் அல்லது செவ்வக வடிவமானது. முருகன் கோட்டத்தில் வேலன் களமெழுதி வேலனைக் கீழே கொண்டுவருகிறார்கள். நிகழ்கால மொழியில் சொல்லப் போனால் சாமி இறக்குகிறார்கள். அவனுக்கு ஆடியவள் புலைத்தி. 'முருகு மெய்ப்பட்ட புலைத்தி போல' என்பது சங்க இலக்கிய உவமை, முருகன் புலைத்தி உடம்பில் இறங்கிவிட்டான். புலைத்தி என்பவன் யார்? அந்தச் சொல் இழிவாக இருக்கிறதே என்று யோசித்தால், வேறொரு இடத்தில் இதே சொல் வருகிறது. 'புலைத்தி கழீஇய தூவெள் அறுவை' என்று வருகிறது. வண்ணார்வீட்டுப் பெண்தான் புலைத்தி. வண்ணாரவீட்டுப் பெண் முருகன் கோயிலில் சாமியாடி யிருக்கிறாள். வரங்கொடுக்கும் தெய்வங்கள் சங்ககாலத்தில் கிடையாது. காவல் தெய்வங்கள்தான் உண்டு. முருகன் பெண்களைப் பற்றிக்கொள்கிறான் என்பதற்காக அவனுக்கு இரத்தப்பலியும் தினையரிசியும் கொடுக்கிறார்கள்.

சுந்தர் காளி : நீங்கள் இதுவரை சொன்னவற்றில் மூன்று விஷயங்கள் இருக்கின்றன. முருகன் பெண்களை வருத்துவான்; அதற்கு வேலன் ஆடிப் பரிகாரம் செய்வான். வேலன் ஆடும் வெறியாட்டமும் இருக்கிறது. முருகன் புலைத்தி உடம்பில் இறங்குவதும் இருக்கிறது. கலைக்கோவன் ஒரு கட்டுரையில் மூன்றுவித வெறியாட்டங்களைக் கூறுகிறார். 'வெறியயர் அறுப்பின் வெவ்வாய் வேலன் வெறியாட்டு அயர்ந்த காந்தள்.' இது தொல்காப்பியம் புறத்திணையியலில் வருகிறது.

காம வேட்கை ஆற்றாத பெண் ஆடக்கூடிய 'வெறி' என்று ஒன்று தனியாக இருக்கிறது. அதை அகப்புறம் என்று உரை யாசிரியர்கள் கூறுகிறார்கள். வெற்றிக்காகப் பெண்கள் ஆடுவது ஒன்றிருக்கிறது. முதலில் தொல்காப்பியர் வேலன் ஆடுவது என்று சொல்கிறார். பிற்காலத்தில் உரையாசிரியர்கள் உதாரணம் காண்பிப்பதுஎல்லாம்பெண்கள்ஆடுவதாகக்காண்பிக்கிறார்கள். மொத்தத்தில் சங்க இலக்கியத்தில் மூன்றுவித வெறியாடல்கள்

காணக்கிடக்கின்றன. இது அல்லாமல் புலைத்தி ஆடக்கூடிய வெறி ஒன்றிருக்கிறது. இதை 'வெறி' என்று சொல்லவில்லை. ஆனால் புலைத்தியிடம் முருகன் இறங்கி ஆவேசப்பட்டு ஆடும் ஆட்டம் என்றுள்ளது. இவற்றையெல்லாம் எப்படிப் பிரித்தறிவது? காமவேட்கை ஆற்றாத பெண் ஆடக்கூடிய ஆட்டத்திலே, தனியாக ஆடக்கூடிய பெண்ணும் இருக்கிறாள்; குழுவாக ஆடக்கூடிய பெண்களும் இருக்கிறார்கள். சங்க காலத்தில் பார்த்தால் தனிப்பெண்கள் ஆடுவதுபோலதான் வருகிறது. பிற்காலத்தில் புறப்பொருள் வெண்பாமாலையில் பார்த்தால், பெண்கள் கூட்டமாக ஆடுவதுபோல வருகிறது. கிட்டத்தட்டக் 'குரவை' மாதிரி. சங்ககாலத்தில் இருந்த 'வெறி' என்பதைப் பார்க்கும்போது, அதைப் பிரித்துப் பார்த்துச் சற்று உள்ளே போய் ஆராய்ந்து பார்க்க வேண்டிய தேவை இருக்கிறதல்லவா?

தொ.ப. : காதலிக்கிற பெண்ணின் உடலசைவுகளிலும் மன அசைவுகளிலும் ஏற்படும் மாறுதல்களைத் தாய் உணர்ந்து கொள்கிறாள். இன்னமும் கிராமத்தில் பெண்களைக் கோடாங்கியிடம் கூட்டிப்போகிறார்கள் அல்லவா? வெறித்துப் பார்த்தல், தனியாக இருத்தல், விளையாட்டுத் தன்மை இல்லாமை என்பன போன்றவற்றை அடையாளமாக வைத்துத் தாய் வேலனைக் கூப்பிடுகிறாள். வேலன் என்பவன் முருகப்பூசாரி.

'கழங்கு மெய்ப்படுத்துக் கன்னந் தூக்கி' - இதுபற்றிப் பி.எல்.சாமி விரிவாக எழுதியுள்ளார். ஏனெனில் இந்தக் 'கன்னந் தூக்குதல்' கேரளாவின் வட மலபார் பகுதிகளில் இன்னமும் இருக்கிறது. பற்றிக்கொண்டது முருகு. முருகன் இல்லை; முருகுதான். கழங்கு மெய்ப்படுத்துக் கன்னந் தூக்கி முருகு மொழியுமாயின்' இதற்கு அடுத்தாற்போலத் தாய் வெறியாட்டுக்கு ஏற்பாடு செய்கிறாள். வெறியாட்டிற்குக் கட்டாயமாகக் 'காராடு' வேண்டும். தினையரிசி பரப்பிக் காராட்டின் உதிரம் தோய்த்து வேலன் களனிழைத்து அந்தச் சடங்கின் இறுதியில் பெண்ணை நீராட்டுவர். 'காராட்டு உதிரம் தூஉய் அன்னை களனிழைத்து நீராட்டி' என்பது முத்தொள்ளாயிரம். நீங்கு என்றால் நீங்குமோ? நீங்காது; ஏன்? இது வேறொரு முருகனால் வந்த நோய். இது பக்கத்துவீட்டுப் பையனால் வந்த நோய். புலைத்தி ஆடுவது

விழாக்கால ஆட்டமாக இருக்கிறது. ஆண்டுக்கு ஒருமுறை தெய்வங்களை வழிபடுவது என்பது நம்முடைய மரபு.

இந்த விழாக்கள் பெரும்பாலும் வெப்பநாடு என்பதனாலேயே வளர்பிறை நாட்களில் நடந்திருக்கின்றன அல்லது முழுநிறை நாட்களில் நடந்திருக்கின்றன. தமிழர்களின் மாதப்பிறப்பு என்பதே அந்தந்த மாதத்தின் பௌர்ணமி நாள்களில்தான் தொடங்கும். 'மார்கழித் திங்கள் மதிநிறைந்த நன்னாள்' என்று ஆண்டாள் பாடுகிறாள் அல்லவா? மதிநிறைந்த நன்னாள்தான் மாதத்தின் தொடக்கம். இதுபோல வளர்பிறை நாட்களில்தான் திருமணம் செய்திருக்கிறார்கள். திருமணத்தின்போது புனித நீராட்டு நடக்கும்; இது உலகச் சமூகங்கள் எல்லாவற்றிலும் உண்டு. பட்டாபிஷேகம், வீராபிஷேகம், விஜயாபிஷேகம் இவையெல்லாம் அரசர்கள் செய்துகொண்டவை. பூப்பு நீராட்டுப்போல, முருகு பற்றிய பெண்ணை நீராட்டுவார்கள். புலைத்தி ஆடுவது திருவிழா ஆட்டம்.

சுந்தர் காளி : நீங்கள் கூறிய புறநானூற்று அடி எதில் வருகிறது? ஆநிரை கவர்ந்துகொண்டு வரும்போது மாடுகள் துள்ளிக் கொண்டு வருகின்றன. அவை எவ்வாறு வருகின்றன என்றால், புலைத்தி ஆடுவதுபோலத் துள்ளுகின்றன என்று உவமையாக வருகின்றது.

தொ.ப. : ஆம். புலைத்தி துள்ளித்துள்ளி ஆடியிருக்கிறாள். இதில் முக்கிய விஷயம் எதுவென்றால் முருகன் ஆண்மீது இறங்க வில்லை.

சுந்தர் காளி : வேலன் ஆடுவதும் சங்க இலக்கியத்தில் இருக்கிறது.

தொ.ப. : வேலன் முருகனைக் களமிறக்குவான்.

சுந்தர் காளி : அவன் ஆடமாட்டானா?

தொ.ப. : அவன் ஆடமாட்டான்.

சுந்தர் காளி : அயர்தல் என்றால் ஆடுதல்தானே?

தொ.ப. : விழா அயர்தல் என்றால் விழா எடுத்தல் என்று பொருள். வெறி அயர்தல் என்றால் வெறி எடுத்தல்; வெறி என்ற சடங்கினை நிகழ்த்துதல் என்று பொருள். அயர்தல் என்றால் ஆடுதல் அன்று.

சுந்தர் காளி : அயர்தல் என்றால் ஆடுதல் என்ற பொருள் இருக்கிறது.

தொ.ப. : இல்லை. விழா அயர்தல் என்றால் விழா எடுத்தல். அந்தச் சடங்கு நிகழ்ச்சி, வேலனின் பொறுப்பிலே நடைபெறும்.

சுந்தர் காளி : அப்படியென்றால் வேலன் ஆடுவதே இல்லை என்கிறீர்களா?

தொ.ப. : வேலன் ஆடுவதே இல்லை. வெறியாட்டத்தில் ஆடுவது பெண். முருகு அவள்மீது இறங்கி ஆடுகிறான். ஆட வைப்பவன் வேலன்.

சுந்தர் காளி : வெற்றிக்காக ஆடுகிற ஆட்டத்திலும் வேலன் ஆடுவது இல்லையா?

தொ.ப. : வெற்றிக்காக ஆடுகிற ஆட்டம் எல்லாம் கூட்டாட்டம். புலைத்தியின் ஆட்டத்தில் 'முருகு' அவள் மெய்ப்படுகிறது. அவள் உடம்பிலே இறங்குகின்றது. பிற்காலத்தில் தமிழ் அகப்பொருள் மரபில் இதை எடுத்துக்கொண்டார்கள். பக்தி இலக்கியத்தில்கூட எடுத்துக்கொண்டார்கள். அங்கே முருகன்; இங்கே கண்ணன்.

சுந்தர் காளி : இதில் சிறிய தெய்வத்தை விட்டுவிட்டுப் பெரிய தெய்வத்தை எடுத்திருக்கிறார்கள்.

தொ.ப. : குறிப்பாகக் கண்ணன். 'பட்டுடுக்கும்; அயர்த்து இறங்கும்; பாவை பேணாள்; பனிமலர்க்கண் நீர்ததும்பப் பள்ளி கொள்ளாள். எம்பெருமான் திருவரங்கம் எங்கே என்னும். மட்டுவிக்க மணிவண்டு முரலும் கூந்தல் மடமானை இது செய்தார் யாரே! கட்டுவிச்சி சொல்' என்று தாய் கேட்கிறாள்.

கட்டுவிச்சி 'கடல் வண்ணர் இது செய்தார். காப்பாரே யாரே?' என்கிறாள். கடல்வண்ணன் செய்த வேலை இது. பின் செழும்புழுதிக் காப்பிடுகிறார்கள்.

காலடி மண்ணை எடுத்துச் சுற்றிப்போடுவது என்பது பழம் மரபு. இது புராதன நம்பிக்கைகளில் ஒன்று. அடுத்த இனக்குழுவை மந்திரக்காரர்கள், சூனியக்காரர்கள் என்று நம்புகின்ற மரபு ஒன்றிருந்தது. அந்தக் காலத்தில் கேரளாவிலிருந்து யாரும் வீடு கேட்டால் வீடு வாடகைக்குக் கொடுக்கமாட்டார்கள். கொடுத்தால் அவன் பில்லி, சூனியம், பகவதி என்று சொல்வான்

என்று கொடுக்கமாட்டார்கள்.

பில்லி சூனியத்திற்கு அடுத்து அடிக்கின்ற, கொல்லுகின்ற மரபாக அல்லாமல் அந்நியப்படுத்துகின்ற, விலக்குகின்ற மரபு ஒன்று வருகின்றது. அதுதான் காலடி மண்ணை எடுத்துத் தலையைச் சுற்றிப் போடுகின்ற நிகழ்வு.

சுந்தர் காளி : அகமாக இருந்தாலும் புறமாக இருந்தாலும் இரண்டு வெறியும் வேலன் ஆடுவது கிடையாது; பெண்கள் ஆடுவதுதான் என்கிறீர்கள்.

தொ.ப. : புறத்தில் வேலன் ஆடுவது இல்லை. புறத்தில் முன்தேர்க் குரவை, பின்தேர்க் குரவை...

சுந்தர் காளி : வெறியென்றே வருகிறது. உரையாசிரியர் காண்பிப்பது உதாரணமாகச் சாலினி சிலப்பதிகாரத்தில் ஆடுவதை; வெற்றிக்காக ஆடிய வெறி.

தொ.ப. : வெற்றிக்காக ஆடுவதா? வெற்றி பெற்றதற்காக ஆடுவதா?

சுந்தர் காளி : வெற்றி பெற்றதற்காக ஆடுவது முன்தேர்க் குரவை, பின்தேர்க் குரவை. வெற்றிக்காக ஆடும் வெறி ஒன்று இருக்கிறது. அதைச் சாலினி ஆடுவதாக உரையாசிரியர் கூறுகிறார். ஆனால் தொல்காப்பியர் பெண்ணாகக் கூறவில்லை.

இதுதான் சிக்கலாக இருக்கிறது. புறத்திணையில் சொல்லக்கூடிய வெறி என்பது எது? அதற்கும் வேலனுக்கும் என்ன சம்பந்தம்? வேலன்தான் என்கிறார் அங்கேயும்.

தொ.ப. : புறத்திணைக்காக அவன் இதே மாதிரி வேறொரு விழா எடுத்திருக்கலாம். ஏனென்றால் முருகன் வீரன், அழகன், வேலேந்தியவன். இவன் மேலேயிருந்து நடத்தியிருக்கலாம்.

சுந்தர் காளி : முன்தேர்க் குரவை, பின்தேர்க் குரவைபற்றிக் கூறினீர்கள். இதில் உரையாசிரியர்கள் காண்பிக்கும் பல உதாரணங்கள் சங்க இலக்கியத்தில் இல்லையோ எனத் தோன்றுகிறது. முன்தேர்க் குரவை என்பது அரசன் வீரர்களோடு கை பிணைந்து ஆடக்கூடிய ஆட்டம். தேருக்கு முன் நடக்கும் ஆட்டம் இது. பின்தேர்க் குரவை என்பது பேய்மகளிர் போரை வாழ்த்தி ஆடக்கூடிய ஆட்டம். முதலில் பேய்மகளிர் யார் என்பதே சிக்கலான விஷயமாக இருக்கிறது.

தொ.ப. : பேய் என்ற சொல்லே அதன் பொருளை உணர்த்திவிடும். 'பே' என்னும் சொல்லிற்கு அச்சம் என்று பொருள். பிணமும் இரத்தமும் இருக்கின்ற இடத்தில் ஆவியுலக நம்பிக்கை இருந்தபோது மிஞ்சிய பிணத்தையும் நிணத்தையும் பேய் சாப்பிட்டுவிடும் என்பது நம்பிக்கை.

ஒரு அரசன் போருக்குப் புறப்படுகின்றான் என்றால் பேய்களுக்குக் கொண்டாட்டம். அரசன் போர்முடித்துத் திரும்பும்போது நிறைய உணவு கிடைத்த மகிழ்ச்சியில் பின்னால் இருந்து துணங்கை ஆடும். பேய்கள் உண்ட மகிழ்ச்சியில் துணங்கைக் கூத்தாடி வரும். திருமுருகாற்றுப்படையில் வருகிறது.

சுந்தர் காளி : "பேய் மகளிர் என்பவர்கள் உண்மையான பெண்கள்தான். அவர்கள் பூசாரி மாதிரி இருந்திருக்க வேண்டும். போர் முடிந்த பின்பு அவர்கள் நரமாமிசம் சாப்பிட்டிருக்க வேண்டும். இது புராதன நரமாமிச உண்ணலின் தொடர்ச்சிதான்" என்கிறாரே கைலாசபதி?

தொ.ப. : அப்படியானால் 'அச்சம் தருகின்ற மகளிர்' என்று கூறியிருக்க மாட்டார்கள். நரமாமிசம் தின்ற காலம் ஒன்று இருந்திருக்கலாம்.

சுந்தர் காளி : உலகில் நரமாமிசம் எங்கும் எவரும் சாப்பிடுவது இல்லை.

தொ.ப. : ஆப்பிரிக்கப் பழங்குடிகள் சிலர் உண்ணுகிறார்களாமே?

சுந்தர் காளி : நரபலி கொடுத்துவிட்டு, அதிலிருந்து சிறுபகுதி ஒன்றைச் சடங்கின் பொருட்டுச் சுவைப்பது என்ற அளவில்தான் உள்ளதே ஒழிய, நரமாமிசத்தைப் பசியின்பொருட்டு உண்ணுவது உலகில் எங்கும் கிடையாது. நம் மரபில் சுடலைமாடன் மயானத்தில் எலும்பைக் கடிப்பதில்லையா? அதுபோலத்தான். வெள்ளைக்காரனின் காலனிய மானுடவியல் கற்பனைதான் நரமாமிசம் உண்ணல்.

தொ.ப. : பிணமும் நிணமும் பின்னால் ஏதேனும் ஆவியுலகக் கோட்பாட்டின்படி, தங்களை வருத்துமோ எனக் கருதிப் பேயைக் கற்பனை செய்திருக்கலாம். பேய் கற்பனைதான். கைலாசபதி கூறுவதுடன் நான் உடன்படவில்லை. 'பண்டைத் தமிழர் வாழ்வும் வழிபாடும்' என்ற அவருடைய நூலில்

கைலாசபதி, பேய்மகளிர் உண்மையான பெண்கள்தான் என்கிறார்.

சுந்தர் காளி : இன்னொன்றும் கூறுகிறார் கைலாசபதி. மறக்கள வேள்வி என்று வருகிறதல்லவா? மறக்கள வேள்வியைத் தொல் காப்பியர் கூறவில்லை. அந்தத் துறைகளுக்குரிய பாடல்களில் பேய்மகளிர் பற்றியெல்லாம் வருகிறது. புறநானூற்றுப் பாடல்களிலும் பதிற்றுப்பத்திலும்கூட வருகிறது. அதிலிருந்து சில விஷயங்களை எடுத்துக்கொள்கிறார்.

ஈனாத பெண் மகள் ஒருத்தி, போரில் இறந்துவிட்ட வீரர்களின் உடல் உறுப்புக்களை முன்னின்று சமைக்கிறாள். பின்னால் பரணியில் விரிவாக வரக்கூடிய சம்பவங்களின் தொடக்கம் இங்கே இருக்கிறது. உண்மையில் ஈனாத பெண் மகள் ஒருத்தி பூசாரியாக இருந்து அந்த நிகழ்வை நடத்துகிறாள் என்று நச்சினார்க்கினியர் உரையை முன்னிறுத்திக் கைலாசபதி கூறுகின்றார்.

தொ.ப. : நச்சினார்க்கினியர் மதுரை பாரத்வாஜ கோத்திரத்துப் பிராமணன். ஒரு மேற்கோளைக் காட்டுகிறோம் என்றால் அது யாருடைய மேற்கோள் என்று பார்க்க வேண்டுமல்லவா? ஆனால் இங்கு பிணம் பற்றிய நம்பிக்கைகள் புராதனமானவை. போரிலே விழுந்த பிணங்களை எடுத்துக்கொண்டு போவதற்கு முன் நரி வரும்; கழுகு வரும். இந்த இரண்டும் கட்டாயம் பிணத்தைத் தின்னுவதற்கு வரும். பேயும் வரும் என்பது நம்பிக்கை. பேய் வராமல் தடுக்க வெண்சிறுகடுகைப் புகைக்கிறார்கள். அப்போது பாணனைக் கூப்பிட்டுச் சாப்பண் பாடச் சொல்கிறார்கள். சாப்பண் என்பது விளரிப்பண். விளரிப்பண் எப்படி இருக்கும் என்றால் கருடத் தொனிபோல இருக்குமாம். விளரிப்பண்ணைப் பாடும்போது நரி வராது. விளரிப்பண் கருடனைப்போல் வட்டமடிக்கும் பண். கருடன் இருக்குமிடத்திற்கு நரி வராது.

கருடன் மேலிருந்து வட்டமடிக்கும்போது நரியின் பச்சைக்கண் அதற்குத் தெரியும். நரியின் கண்ணைக் கருடன் கொத்திவிடும். 'யாணும் விளரிக் கொட்பின் வெள்நரி கடுகுவன்' - விளரிப் பண்ணைப் பாடி நரி விரட்டுவேன் என்பது பொருள். பேய் மகளிர் பற்றிய வருணனைகளில் முக்கியமாகச் சொல்வது

நகத்தால் கண்ணைத் தோண்டி உண்பது பற்றியது. பேய் மகளிரின் காதுகளில் கூகையும் பாம்பும் இருக்கும். கூகை என்பது குருட்டுப் பறவை; கூகைக்குப் பகலில் கண் தெரியாது. கூகையின் கண் முண்டக்கண். அதனால் பேய் மகளிரின் காதுகளில் கூகையையும் பாம்பையும் தொங்கவிட்டிருக்கிறாள். அவளுடைய காது முலையளவுக்கு நீண்டு தொங்குகின்றது. அவளுடைய நகக்கண்களில் கண்ணைத் தோண்டியதால் இரத்தம் இருக்கிறது. அவளுடைய கண்கள் சுற்றிக்கொண்டே இருக்கும்; முடி பரட்டையாக இருக்கும். இடுப்புக்குக் கீழே உள்ள பகுதிகளில் வருணனைகள் இல்லை. இவை புராதன நம்பிக்கைகளின் அடிப்படையில் பிறந்தவை.

சுந்தர் காளி : பேரா.சு.வித்தியானந்தன் நம்பிக்கை என்றுதான் கூறுகிறார். ஆனால் கைலாசபதியும் சிவத்தம்பியும் நரமாமிசத்தைச் சாப்பிடுவது நடந்ததுதான் என்கிறார்கள்.

தொ.ப. : 'நரமாமிசம்' சாப்பிடுதல் பற்றித் தமிழில் சொல் எதுவும் கிடையாது.

சுந்தர் காளி : 'அணங்கு' என்பது பற்றி மேற்கத்திய ஆய்வாளர்களிடையே விவாதங்கள் நடந்திருக்கின்றன. ஜார்ஜ் ஹார்ட், அணங்கு என்பதை 'பெண்களிடையே இருந்த ஆபத்தைத் தரக்கூடிய சக்தி' என்கிறார். ஆனால் ராஜம் செய்த ஆய்வின்படி அணங்கு என்ற சொல்லின் பொருளை ஒரு குறிப்பிட்ட வரம்புக்குள் அடக்க முடியாது. பல்வேறு அர்த்தங்கள் இருப்பதாகக் கூறுகிறார்.

தொ.ப. : நான் முன்பே கூறினேன் அல்லவா? வணங்குதல் என்பதற்கு எதிர்ப்பதம் அணங்குதல். நான் உங்களுக்கு வணக்கம் தெரிவிக்கும்போது உங்கள் மனத்தில் மகிழ்ச்சியை உண்டாக்குகின்றேன் அணங்குதல் வருத்தப்படுத்துதல். என்ன வருத்தம்? காம வருத்தம் 'அணங்கு கொல் ஆய்மயில் கொல்லோ' என்ற திருக்குறள் இருக்கிறதல்லவா? அணங்கு காமஞ்சார்ந்த வருத்தம்.

சுந்தர் காளி : 'அணங்கு கொல் ஆய்மயில் கொல்லோ' என்று கூறும்போதுகூடப் பேய் அல்லது மோகினி என்ற பொருள் வந்துவிடுகிறது. சங்க இலக்கியத்தில் அணங்கு என்பதற்கு

இருபது இருபத்தைந்து அர்த்தங்கள் இருக்கின்றன. ஒரு பெண்ணிடம் காதலன் ஒருவன். 'இந்த மலரை நீ அணிந்துகொள். உனக்கு அணங்கு உண்டாகும்' என்று கூறுகிறான். இங்கு 'அணங்கு' என்ற சொல்லின் பொருள் என்ன? இச்சொல் வினைச்சொல்லாகவும் பெயர்ச்சொல்லாகவும் வருகிறது.

தொ.ப. : மோகினி என்பது ஒரு மோகினியா? அல்லது தொகுதியா? நீரர மகளிர், சூரரமகளிர் - இவை ஒரு தொகுதி. அதாவது ஒரு பெண்ணல்ல. அணங்கை ஒருமை என்று எடுத்துக்கொள்ளலாம். ஆனால் முருகன் கோயிலில் நிறைய அணங்குகள் இருக்கின்றன.

சுந்தர் காளி : சில கோயில்களே அணங்குள்ள கோயில்கள் என்று கூறப்படுகின்றன.

தொ.ப. : 'அணங்குடை முருகன் கோட்டம்' சில கோயில்களில் இல்லை, முருகன் கோட்டத்தில்தான் அணங்குகள் இருக்கும்.

சுந்தர் காளி : சாதாரணக் கட்டடங்களிலும் ஒரு வீட்டின் நிலையிலும் அணங்கு இருப்பதாக வருகின்றது. மதஞ்சாராத விஷயங்களின்போதும் அணங்கு வருகின்றது.

தொ.ப. : அப்படியென்றால் 'வருத்தப்படுத்துதல்' என்ற சொல்லின் பொருளை நீட்டித்துக்கொண்டே போக வேண்டும்.

சுந்தர் காளி : சங்ககாலத்தில் பல பொருள்கள் இருந்த இந்தச் சொல் திருக்குறளில் 'அணங்குகொல் ஆய்மயில் கொல்லோ' என்று வரும்போதும் பிற்கால இலக்கியங்களிலும் 'மோகினி' என்ற பொருளைத்தான் தருகின்றது.

தொ.ப. : முருகனுடைய கோயிலில் மட்டும்தான் அணங்குகள் இருக்கின்றன. பாலுணர்வைத் தூண்டித் தொந்தரவு செய்வன இந்த அணங்குகள். கொல்லுகிற தெய்வங்கள் அல்ல இந்த அணங்குகள்.

சுந்தர் காளி : வெறும் துயரத்தை மட்டும் இந்த அணங்குகள் தருவதில்லை என்றும் ஆய்வாளர்கள் கூறுகின்றனர்.

தொ.ப. : Sexual Appeal காரணமாகத் தூக்கத்தைக் கெடுப்பன இந்த அணங்குகள். ஆண்களை வருத்தும் அணங்குகள் போன்று பெண்களை வருத்தும் அணங்குகள் உண்டா?

சுந்தர் காளி : உண்டு.

தொ.ப. : அது யார் என்றால், அது முருகன்தான். ஆண்களை வருத்தும் அழகுடையன அணங்கு. பெண்களை வருத்தும் அழகுடையவன் முருகன். கார்த்திகேய வழிபாடு உள்ள மேற்கு வங்கத்தில் பெண்கள் முருகன் கோயிலுக்குள் போக மாட்டார்கள். ஒருமுறை மேற்கு வங்கத்தைச் சார்ந்த அரசியல் தலைவரின் குடும்பம் திருச்செந்தூருக்கு வந்தது. அவருடைய மனைவி கார்த்திகேயன் கோயிலுக்குள் போனால் அவன் பற்றிக்கொள்வான் என்று கோயிலுக்குள்ளே போகவில்லை. அந்தத் தலைவர் மட்டும் உள்ளே போய்க் கும்பிட்டுவந்தார். அணங்குகிற ஆண் முருகன் மட்டும்தான்.

சுந்தர் காளி : பல்வேறு பொருளைக் கொண்ட சொல்லாக இருக்கிற இந்த மாதிரி.....

தொ.ப. : இந்தச் சிக்கலை இப்படிப் பார்க்க வேண்டும். இந்தச் சிக்கலுக்கு உள்ளான சொல்லுக்கு முதலாவதாக இருந்த பொருள் என்ன என்று காண வேண்டும். ஒரு சொல்லுக்குப் பொருள் காலந்தோறும் விரிவடைந்துகொண்டே வரும். அணங்கு என்ற சொல்லிற்கு முதலாவதாக வரும் பொருள் அழகினாலே வருத்துகின்ற பொருள். அவள் முருகன் கோயிலிலே இருக்கின்றாள். ஆனால் மனித உயிர் கிடையாது.

சுந்தர் காளி : இதனுடன் தொடர்புடைய 'சூர்' என்பது எது? 'மால்' என்பது எது?

தொ.ப. : சூர் என்றால் அச்சம் தருவது. மால் என்றால் மயக்கம் தருவது. மயக்குகின்ற கடவுள் என்று கண்ணனுக்குப் பின்னால் பெயர் ஏற்பட்டது. உணர்வு மயக்கம் தருவதால்தான் 'evening' என்பதற்கு 'மாலை' என்ற பெயர் வந்தது. மயக்குகின்ற உணர்வைத் தரும் பொழுது மாலை.

சுந்தர் காளி : எதற்காகக் கேட்கின்றேன் என்றால், இந்தக் கருத்தாக்கங்கள் எல்லாம் சங்க இலக்கியத்தில்....

தொ.ப. : பல கால அடுக்குகள் உள்ளன. ஒன்று பொருள் விரிவு பெற்றுக்கொண்டே போகும்; ஒன்று தேய்ந்துகொண்டே வரும்.

சுந்தர் காளி : திரு, வள்ளி, முருகு என்பன போன்ற தெய்வப்பெயர்கள் பின்னால் படிப்படியாகத் தேய்ந்து குறுகியிருக்கின்றன.

தொ.ப. : இன்னும் 'வள்ளி' என்ற சொல்லுக்குப் பொருள் குறையவில்லை. 'வள்ளி தெய்வானை ஏசல்' பற்றி எழுதியிருக்கின்றேன். அதில் எழுதாத வரிகளைச் சொல்லுகின்றேன். வள்ளி இளமையும் துடிப்பும் மிக்கவள்; இன்னும் முருகனைத் தன் கைக்குள் வைத்திருப்பவள். வள்ளி என்ற சொல் கிழங்கிலிருந்து வந்ததுதான். காட்டில் மான் இருப்பதால், வள்ளி மனிதப் பிறப்பு இல்லை என்று காட்டுவதற்காகக் கிழங்கு தானாக மண்ணுக்குள்ளிருந்து வந்ததுபோல வள்ளியை மான்குட்டி என்று கூறிவிட்டார்கள். மான் கன்றுபோட்டதாக எடுத்து வளர்க்கிறார்கள். முருகன் அவளைத் திருமணம் செய்கிறார், வள்ளி கிழங்குதான். பின்னால் தெய்வானையைக் கொண்டுவந்து முருகனைப் பிராமணமயமாக்கம் செய்கிறார்கள். ஆனால் நாட்டார் மரபில் வள்ளிக்குள்ள மதிப்பு குறையவில்லை.

சுந்தர் காளி : 'மாவூற்று வேலப்பர் காவடிச் சிந்தை' நான் பதிப்பித்திருக்கின்றேன். மாவூற்று வேலப்பரைக் கும்பிடுபவர்கள் பளியர்கள். வள்ளிக்கிழங்கை அகழ்ந்தெடுக்கும்போது அதிலிருந்து சுயம்புவாக வந்தவன் முருகன் என்று பளியர்கள் நம்புகிறார்கள்.

தொ.ப. : 'தெய்வமென்பதோர் சித்தமுண்டாகி' நூலில் வள்ளி தெய்வானை ஏசல் பற்றி எழுதியிருக்கின்றேன். 'உழக்கு நெல்லுக்கு உழக்கு சள்ள உணத்தி விக்கிறது உங்க அண்ணனா? எங்க அண்ணனா?' 'பூனைகுத்தி விருந்துவைப்பான் புனக்குறவன் உங்க அண்ணன்' என்பது நாட்டுப்பாடல்.

இப்பாடலில் முதல் இரண்டு வரிகள் வள்ளி பாடியவை. தெய்வானை இந்திரன் மகளல்லவா? தெய்வானை நெய்தல் நிலப்பெண். அதனால் வள்ளி நீ சள்ளைக் கருவாடு விற்பவள் என்கிறாள். உணக்குதல் என்றால் காயவைத்தல் என்பது பொருள் தெய்வானை 'உங்க வீட்டுக்கு முருகன் வந்தால் பூனையைக் கொன்று உங்கள் அண்ணன் விருந்துவைக்கிறான். நீ பூனைகுத்திக் குறத்தி' என்கிறாள்.

நான் இதில் ஒரு வரியை மேற்கோள் காட்டவில்லை. அது

என்னவென்றால், 'வள்ளிக்கும் தெய்வானைக்கும் மயிருபிடி சண்டைகளாம். வள்ளிமேல் குத்தமில்லை; மயித்தை விடு தெய்வானை.' நாட்டார் மரபு, வள்ளி பக்கம் சாய்வதைப் பார்க்கலாம். வள்ளி நாட்டார் மரபில் இன்னும் செல்வாக்காக இருக்கிறாள்.

சுந்தர் காளி : இன்னும் 'வள்ளி திருமணம்' நாடகம் நடக்கிறது.

தொ.ப. : 'வள்ளி திருமணம்' என்றுதானே நடக்கிறது? தெய்வானை திருமணம் என்று நடக்கவில்லையே?

சுந்தர் காளி : தெய்வம் என்பது ஒரு இடத்தில் நிரந்தரமாக இருக்கும் என்பதை விட்டுவிடுங்கள். தெய்வம் ஒரு இடத்தைவிட்டு இடம் பெயரலாம் அல்லது குடிபெயரலாம் என்ற நம்பிக்கை சங்க இலக்கியத்தில் இருக்கிறதல்லவா?

தொ.ப. : நீங்கலாம் என்பது எங்கே இருக்கிறது?

சுந்தர் காளி : தெய்வங்கள் குடிவிட்டுப்போன இடங்கள் இருக்கின்றன.

தொ.ப. : இல்லை. அவை பாழ்பட்ட கோயில்கள்.

சுந்தர் காளி : இன்றைக்கு வரையிலும் நமக்குத் தெய்வங்கள் ஓரிடத்தை விட்டுப் போகும் என்ற நம்பிக்கை இருக்கிறது அல்லவா?

தொ.ப. : அந்தக் காலத்தில் கோயில்கள் இன்றுள்ளதுபோல் பெரிய கட்டமைப்பைக் கொண்டிருக்கவில்லை.

சுந்தர் காளி : பெரிய கட்டுக்கோயில்கள் கிடையாது.

தொ.ப. : 'மணிப்புறா துறந்த மரஞ் சேர்பு மாடம்' மரத்தை வைத்துக் கட்டிய பெரிய கட்டுக்கோயில் பற்றிய பாட்டு இது.

சுந்தர் காளி : கட்டுக்கோயில் என்றால் கற்கோயில் இல்லையா?

தொ.ப. : செங்கல்லால் கட்டப்பட்ட கோயில். ரொம்பப் பிற்காலம் வரை செங்கல்லால் கட்டப்பட்ட கோயிலும் மண்ணால் கட்டப்பட்ட கோயிலும்தான் இருந்திருக்கின்றன. திருவாரூரில் உள்ள மூன்று கோயிலுள் ஒன்று, பரவையுள் மண்தளி என்பதாகும். மண்தளி என்பது மண்ணால் ஆகிய கோயில்.

சுந்தர் காளி : இப்போது இருப்பனவற்றுள் காலத்தால் முந்திய கற்கோயில் மாமல்லபுரத்தில் அண்மையில் கிடைத்துள்ள முருகன் கோயில் என்று நினைக்கின்றேன்.

தொ.ப. : கி.பி. 5ஆம் நூற்றாண்டுக் கோயில் அது.

சுந்தர் காளி : சில விஷயங்கள் உள்ளவரை தெய்வங்கள் ஒரு அமைப்பில் இருக்கும்; அந்த விஷயங்கள் இல்லாது போகும் போது அந்த இடத்தை விட்டு நீங்கிவிடும் என்னும் நம்பிக்கை சங்க காலத்தில் இருக்கிறதா?

தொ.ப. : தெய்வங்கள் நீங்குவதுபற்றிப் பேச்சே இல்லை. ஊருக்குள், மனிதர்கள் வாழுமிடங்களில் தெய்வங்கள் இருப்பதில்லை. ஊரின் எல்லையில்தான் நடுகற்கள் இருக்கின்றன. காட்டுக்குள் தான் தெய்வங்கள் இருக்கும். காடுகெழு செல்வி, கானமர் செல்வி, கடல்கெழு செல்வி போன்ற பெயர்களைப் பாருங்கள்.

கோபுரம் எப்படித் தோன்றியது? காடுகளில் உள்ள மரங்களில் எந்த மரத்தின் அடியில் தெய்வம் உள்ளது என்பதை அடையாளப்படுத்த, இரண்டு மூங்கில்களைக் குறுக்காகக் கட்டி வைத்தார்கள். அந்த அமைப்புத்தான் கோபுரத்தின் தோற்றுவாய்.

சுந்தர் காளி : இல்லுறை தெய்வங்கள் கிடையாதா?

தொ.ப. : இல்லுறை தெய்வங்கள் உண்டு. அது வீட்டில் மண் பீடங்களாக இருக்கும். நெல்லும் மலரும் தூவி இல்லுறை தெய்வத்தை வழிபடுவர். இல்லுறை தெய்வங்கள் வேறு. நடுகல் தெய்வங்கள் வேறு.

சுந்தர் காளி : பல வீடுகளில் இறந்த பெண்களைக் கும்பிடும் வழக்கம் இருக்கிறது.

தொ.ப. : அது வேறு மாதிரி. இப்போது போட்டோ வைத்துக் கொண்டாடுகிறார்கள். அப்போது சேலைதானே? பொங்கல் அன்று புதுச்சேலை வாங்கி அதை நாகம் போன்று முறுக்கி வழிபாட்டில் வைத்துக் கும்பிடுவார்கள். அதன் பின்பு பெட்டியில் வைத்துவிடுவார்கள். மறுஆண்டு அதை எடுத்து வீட்டில் உள்ளவர்கள் உடுத்திக்கொள்வார்கள். ஒரு ஆண்டு அந்த இறந்த பெண் கட்டிக் கழித்துவிட்டதனால் மற்றவர்கள்

கட்டலாம். இது சேலை எடுத்துச் சார்த்துதல் எனப்படும். மாலையம்மன் வழிபாடு முழுக்க இப்படித் தோன்றியதுதான். திருமணமாகி இறந்துவிட்ட பெண்கள்தான் மாலையம்மன். அதாவது கல்யாணமாலை அணிந்தவர்கள். சீலைக்காரி வழிபாடு என ஒன்றுண்டு.

சுந்தர் காளி : இல்லுறை தெய்வத்திற்கும் நடுகல் தெய்வத்திற்கும் என்ன வேறுபாடு?

தொ.ப. : நடுகல் என்பது ஆண் தெய்வங்கள்தான்.

சுந்தர் காளி : பின்னால்தான் மாசதிக்கல் வருகிறது. அப்படித்தானே?

தொ.ப. : அது கணவனோடு இறந்த பெண்களுக்கு மட்டும்தான். மாசதிக்கல் 'தோளும் கையும் கொடுத்தார் கல்' என்பார்கள். கணவரோடு தொற்றிக்கொண்டு மரணத்தை நோக்கிச் சென்றவள் என்பது பொருள். கன்னட நாட்டில்தான் இத்தகைய கற்கள் அதிகம். அங்கு வளையல்தான் மங்கலச் சினனம்; தாலி அல்ல. கண்ணகி வளையலைத்தானே உடைத்துக்கொண்டுபோகிறாள்? ஏன் சீலைக்காரி என்று பெயர் வைத்தார்கள் என்றால், திருமணம் ஆகாமல் செத்துப்போகும் பெண்களுக்குக் கன்னிச் சித்தாடைதான் வைப்பார்கள். சேலை வைக்கமாட்டார்கள். கன்னிச்சித்தாடை தாவணி போன்றது.

சுந்தர் காளி : இல்லுறை தெய்வத்தைப்பற்றி வேறென்ன விவரங்கள் இருக்கின்றன?

தொ.ப. : சங்க இலக்கியத்தில் வேறொன்றும் இல்லை. இல்லுறை தெய்வத்திற்கு உருவம் கிடையாது.

சுந்தர் காளி : 'பாணன், பறையன், துடியன், கடம்பன்' என்று வரும் பாட்டில் நடுகல்லைத் தவிர வேறெதையும் கும்பிடுவதில்லை. எங்களுடைய சமயம் இதுதான் என்ற கூற்று வருகிறதே, அதைக் கோபம் என்கிறீர்களா? பெருமிதம் என்கிறீர்களா?

தொ.ப. : அதைப் பாடியது யார்? மாங்குடிக் கிழார். அதைப் பாடியவர் பிற்படுத்தப்பட்ட மக்களின் மொழியில் அவர் களுடைய வாசகத்தை எதிரொலிக்கிறார். அவர்கள் மொழியில் இவர் பேசிப்பார்க்கிறார். கற்பனையான விஷயம்தான் இது.

சுந்தர் காளி : அப்படிப் பார்த்தால் சங்கப் பாடல்கள் எல்லாம்

பிறருடைய குரலில் பேசுபவைதான். பெரும்பாலான பாடல்கள் அகப் பாடல்கள். பெரும்பாலும் தலைவியாகவோ தோழியாகவோ தாயாகவோ பெண் குரலில் பாடுவனதாம்.

சிலவற்றின் சங்ககால வழிபாடு தொடர்புடைய தொடர்ச்சியை இன்றும் பார்க்கின்றோம். சிலவற்றை மீட்டெடுக்க வேண்டிய வையாகப் பார்க்கின்றோம். நம்பிக்கை அடிப்படையிலான, சடங்கு அடிப்படையிலான ஒன்றாகத்தான் சங்ககாலச் சமயத்தைப் பார்க்கின்றோம்.

அப்படியல்லாமல் முறைப்படுத்தப்பட்ட, தத்துவப் பின்னணி கொண்ட 'ஆசீவகம்' என்ற சமயம் சங்ககாலத்தில் இருந்தது. தென்னாட்டிலிருந்துதான் வடநாட்டிற்குப் போயிற்று என்ற வாதத்தை நீங்கள் எப்படிப் பார்ப்பீர்கள்?

தொ.ப. : ஆசீவகமோ, பௌத்தமோ, சமணமோ, சைவமோ, வைணவமோ, இவைபோன்ற நிறுவனச் சமயங்கள் அனைத்தும் அதிகாரத்தை நோக்கிய நகர்வுகள்தான். ஜனநாயக விரோத மானவை. ஒருகாலத்தில் ஜனநாயகத்தின் குரல்வளையைக் கடுமையாக நெரித்தன.

வைணவத்தில் அது கடைசிக் கட்டமாக இருக்கும். வைணவம் ரொம்பச் சுதந்திரமானது. ஆனால் அதுவும் கடைசிக் கட்டத்தில் ஜனநாயகத்தின் குரல்வளையை நெரிக்கத்தான் செய்தது. ஒரு எடுத்துக்காட்டைக் கூறுகிறேன். எனக்கு ஒரு ஜீயருடன் நல்ல நட்பு உண்டு. அவரை 'நஞ்சீயர்' என்று சொன்னேன். ஆச்சார்ய ஹிருதயத்திலிருந்து மணிப் பிரவாள மேற்கோளைக் காட்டி, வேண்டுமென்றே ஒரு காரியம் செய்தேன்.

'நஞ்சீயர் என்று சொல்லிவிட்டீர்கள். நீங்கள் நெற்றியில் அடையாளம் போடுங்கோ. நஞ்சீயர் என்று என்னைக் கூறி விட்டீர்கள். மடத்துக் கதவு எப்போதும் திறந்திருக்கும்' என்றார். 'ஒன்று கேட்க வேண்டும்; பயமாக இருக்கிறது' என்றேன். 'நான்தான் உங்களைப் பார்த்துப் பயப்பட வேண்டும்' என்றார். எல்லாம் சரி... ஒரு பார்ப்பான் இந்த அளவு இறங்கிவருவதே பெரிய விஷயம்தான். என்னைத் தொடுவதில் அவருக்குக் கூச்சமில்லை. பக்கத்தில் உட்காரவைத்துப் புளியோதரை கொடுத்தார். ஆனால் நான் ஜீயராக முடியுமா? முடியாதுதானே?

சுந்தர் காளி : அதாவது, உங்களுடைய கொள்கைகளில் சிலவற்றை நீக்கிவிட்டு நீங்கள் ஸ்ரீவைஷ்ணவத்துக்குள் வந்தாலும்....

தொ.ப. : அந்த ஜீயரை மூன்றுமுறை சந்தித்திருக்கிறேன். இரண்டாவது சந்திப்பில் ஒரு விஷயம் சொன்னேன். ஒருமுறை சீவலப்பேரிப் பெருமாள் கோயிலுக்குப் போனேன். தென் திருமாலிருஞ்சோலை என்று பெயர். 9ஆம் நூற்றாண்டுக் கோயில். அதைக் கட்டுகிறபோது தாயார் சன்னதி இல்லாமல் கட்டியிருக்கிறார்கள். அதனுடைய பழைமைக்கு அதுவே சான்று. 'கீழ்க்களக்கூற்றத்துத் தென்திருமாலிருஞ்சோலை' என்று கல்வெட்டில் வருகிறது. பாளையங்கோட்டை கீழ்க் களக்கூற்றத்தின் தலைமை இடம்.

அந்தக் கோயிலுக்குப் போனபோது அர்ச்சகர் குங்குமம் கொடுத்தார். "தாயார் சன்னதி இல்லாத கோயில், ஏன் குங்குமம் தருகிறீர்கள்?" என்று கேட்டேன். துளசி கேட்டால் இல்லை என்கிறார் அந்த அர்ச்சகர். அந்த அர்ச்சகர் நெற்றியில் திருமண் வைத்திருக்கவில்லை. கோபி வைத்திருந்தார். எனக்குக் கோபம் வந்துவிட்டது. "நீர் பாஞ்சராத்திரமா? வைகானசமா?" என்றேன். "இல்லை, நான் அண்ணாவி" என்றார். 'அண்ணாவி' என்றால் வேதம் படிக்கக் கூடாத பார்ப்பனர் என்று பொருள். "கல்லிடைக்குறிச்சி ஊரா?" என்றேன். "ஆமாம்" என்றார். அண்ணாவிப் பார்ப்பனர்களின் பரம்பரைத் தொழிலே கந்துவட்டித் தொழில்தான். ஆந்திராவில் நியோகி பிராமணர்கள் இருக்கிறார்களே அதுபோல. மாணிக்கவாசகர் அமாத்திய பிராமணர். அதாவது அரசாங்கத்தில் அலுவலர் களாக இருப்பவர்கள் அமாத்திய பிராமணர்கள். இவர்கள் வேதம் படிப்பதற்குத் தகுதியில்லாதவர்கள். நான் ஜீயரிடம் சொன்னேன். அண்ணாவிப் பிராமணர் பூசை வைப்பதற்குப் பதிலாக, திருமண் இட்ட ஒரு நாயுடு அல்லது ஒரு தலித் அல்லது ஒரு கோனார் பூசைவைக்கலாமே என்றேன். அவர் அதுபற்றிப் பேசமாட்டேன் என்று கூறிவிட்டார். நான் என்ன சொல்கிறேன் என்றால், நிறுவன மதங்கள் எல்லாமே மக்களுக்கு எதிரானவைதான்.

சுந்தர் காளி : சங்க காலத்திற்குப் பிறகு களப்பிரர்கள் வருகின்றனர். வடக்கில் பல்லவர்களைத்தவிர தெற்கில் மூவேந்தர்களும்

தோற்கடிக்கப்பட்டுக் களப்பிரர்கள் வந்தவுடன் தமிழ்நாட்டுச் சமய வாழ்க்கையில் ஒரு பெரிய திருப்பம் ஏற்படுகின்றது. இதை ஆய்வாளர்கள் அனைவரும் ஏற்றுக்கொள்கின்றனர். கி. பி. 4, 5, 6 ஆகிய மூன்று நூற்றாண்டுகளில் களப்பிரர்கள் நிலைபெற்றிருக்கின்றனர். வேள்விக்குடிச் செப்பேடு உள்ளிட்ட ஆதாரங்களை வைத்துக்கொண்டு பார்க்கும்போது களப் பிரர்கள் வைதீகச் சமயத்திற்கு எதிராக இருந்தவர்கள் என்ற முடிவுக்கு ஆய்வாளர்கள் வந்திருக்கின்றனர். அந்தக் காலத்தை இருண்ட காலம் என்று கூறிவந்துள்ளனர். அதை எதிர்த்து எழுதியதில் முக்கியமானவர் மயிலை சீனி. வேங்கடசாமி. 1975இல் வெளிவந்த 'களப்பிரர் ஆட்சியில் தமிழகம்' என்ற நூல் முக்கியமானது. சமீபத்தில் பொ. வேல்சாமி வரை சிலர் அதை இருண்டகாலம் இல்லை என்றும் அக்காலப்பகுதியில் பல விஷயங்கள் நடந்து கொண்டுதான் இருந்தன என்றும் கூறுகின்றனர். மயிலை சீனி. வேங்கடசாமி ஒரு கருத்தை முன்வைக்கிறார் : "வேள்விக்குடிச் செப்பேடு ஒன்றை மட்டும் வைத்துக்கொண்டும் ஏதோ ஒரு களப்பிர மன்னன் சிவன் கோயிலில் வழிபாட்டுக்கு இடையூறு செய்தான் என்பதை வைத்துக்கொண்டும் களப்பிரர்கள் வைதீகத்திற்கு எதிரானவர்கள் என்ற முடிவுக்கு வந்துவிடமுடியாது. கூற்றுவநாயனார், மூர்க்க நாயனார் முதலியோர் சைவம் சார்ந்தவர்களாக இருப்பதனால் உடனடி முடிவுக்கு வந்துவிட முடியாது" என்கிறார் மயிலை சீனி. இதுபற்றி உங்கள் கருத்து என்ன?

மயிலை சீனி. வேங்கடசாமி சொல்லும் இன்னொரு விஷயம் கவனத்திற்குரியது. பக்தி இயக்கத்தின் அடிப்படையான விஷயம் அந்தக் காலகட்டத்தில் நடக்கிறது. மானுடக் காதல் என்பது தெய்வக் காதலாக (பகவத் காமம்) மாறி உருவெடுக்கிறது. சங்க இலக்கியத்தில் உள்ள தலைவன் தலைவியின் காதல் என்பது மாறி, பேராண்மை மிக்க இறைவனை ஆணாகவும் மானுடன் தன்னைப் பெண்ணாகவும் பாவித்துக்கொண்டு பாடும் மரபு பக்தி இயக்கத்தில் ஆரம்பிக்கிறது. அதற்கு அடிப்படை நூலாக இறையனார் களவியல் உரை அமைகின்றது என்கிறார் மயிலை.

இறையனார் களவியல் உரைக்கு கிபி. 8ஆம் 9ஆம் நூற்றாண்டில் எழுத்துவடிவம் வந்திருக்க வேண்டும். இறையனார் களவியல்

நூற்பாக்களில் இல்லாத 'பகவத்காமம்' அதன் உரையில் வருகிறது. சைவர்கள் தங்கள் இலக்கியக் கொள்கைகளுக்கு வலுவூட்ட இறையனார் களவியல் உரையை உருவாக்கினர் என்கிறார் மயிலை, இதுபற்றி உங்கள் கருத்தென்ன?

தொ, ப. : சங்ககாலம் என்றொரு காலம் திடீரென்று முடிந்து 'களப்பிரர் காலம்' என்றொரு காலம் திடீரென்று தொடங்க வில்லை. மெல்லமெல்லத் தமிழரசுகள் தேய்ந்து களப்பிரர்கள் ஆட்சி வருகின்றது. களப்பிரர் என்னும் சொல் வேள்விக்குடிச் செப்பேட்டிலிருந்துதான் வருகின்றது. 'களப்பிரர் என்னும் கலியரசரை நீக்கி' என்பதுதான் அந்த வரி. களப்பிரர் என்பதை விடக் களப்பாளர் என்பதுதான் சரியாக இருக்கும் என்று நினைக்கின்றேன். தமிழ்நாட்டில் இன்னும் களப்பாளர் குளம் என்ற பெயரில் நிறைய ஊர்கள் இருக்கின்றன. 'கூற்றுவனாகிய களப்பாளனே' என்றுதான் சேக்கிழார் கூறுகிறார். களப்பிரர் என்ற சொல்லே சமஸ்கிருத ஒலிப்பில் இருப்பதுபோல் தெரிகிறது. நீங்கள் கூறுவதுபோல நிறைய அரசர்கள் இக்குலத்தில் ஆண்டதுபோலத் தெரியவில்லை. 'அச்சுத விக்கந்தன்' என்ற பெயரைத் தவிர வேறெந்த அரசர் பெயரும் கிடைக்காததால் அது கிட்டத்தட்டச் 'சட்டமற்ற சமூகம்' போலத்தான் இருக்கிறது. அரசற்ற காலமாக, அரசுகள் எல்லாம் தலைமயங்கிக் கிடக்கிற காலமாக அது இருந்திருக்க வேண்டும்.

சுந்தர் காளி : 1975இல் மயிலை எழுதியபிறகு நிறையக் கல்வெட்டுக்கள் கண்டுபிடிக்கப்பட்டுள்ளன. பூலாங்குறிச்சிக் கல்வெட்டு உள்பட நிறையச் சான்றுகள் களப்பிரர் காலம்பற்றிக் கிடைத்துள்ளன.

தொ.ப. : திடீரென்று ஒரு அரசமரபு முடிந்து போவதில்லை. உதாரணத்திற்குச் சொல்லவேண்டுமென்றால், பாண்டிய அரசமரபு மதுரையைவிட்டு அகன்றபின் முடிந்துபோய் விடவில்லை. அவர்கள் கயத்தாற்றிலிருந்து தென்காசி போய் 1648இல்கூட ஒரு பாண்டிய மன்னன் முடிசூட்டியிருக்கிறான். மதுரையில் இசுலாமியர் ஆட்சி 48 ஆண்டுகள்தான் நடைபெற்றது. அக்காலப் பகுதியில் திருவாதவூரை ஒரு பாண்டிய மன்னன் ஆண்டிருக்கின்றான். அவன் பெயரில் ஒரு

கல்வெட்டு இருக்கிறது. காலனிய ஆட்சி வருவதற்கு முன்னர் நிலப்பரப்புகள் எல்லாம் ஒரே அரசின்கீழ் வந்திருக்குமா என்பது சந்தேகம்தான். ஏன், இராஜராஜனின் ஆட்சியின்போதுகூட நிலப்பரப்பு அனைத்தும் அவன் அரசின்கீழ் இருந்தனவா என்பதும் சந்தேகம்தான்.

பெரிய நிலப்பரப்புகளை ஆளுவதில் உள்ள பிரச்சனை இது. ஏனெனில் நிறையக் குறும்புகள் இருந்தன. குறும்பு என்றால் பேரரசுக்கு அடங்காத இனக்கூட்டம் என்று பொருள். திருமலை நாயக்கர் காலம் வரையிலும் மேலூர்க் கள்ளர் நாடு எந்த ஆட்சிக்கும் உட்படாதது. 'இராமப்பய்யன் அம்மானை' இதனைக் 'கள்ளர் பத்துநாடு என்று கனமாய் இருக்கட்டும் காண்' என்று கூறும். திருமலை நாயக்கர் இராமப்பய்யனுக்கு இவ்வாறு ஓலை கொடுக்கிறார். ஏனெனில் மேலூர்க் கள்ளர்கள் இந்த அரசுக்குள் வரமாட்டார்கள். உசிலம்பட்டிக் கள்ளர்களும் இப்படித்தான். 1970, 80 வரையிலும் மதுரை மீனாட்சி அம்மனை உசிலம்பட்டிக் கள்ளர்கள் கும்பிடமாட்டார்கள். இன்றும் அவர்கள் சாதியில் மீனாட்சி என்ற பெயரை இடமாட்டார்கள். சித்திரைத் திருவிழாவின்போது மீனாட்சியம்மனுக்கு விரதமிருக்கமாட்டார்கள். நாங்கள் விரதமிருந்தால் மீனாட்சி ஒத்துக்கொள்ளமாட்டாள் என்பார்கள் கள்ளர்கள். ஏனெனில் கள்ளர்களின் அரசியல் எதிரியாகிய திருமலை நாயக்கரின் தெய்வம் அது.

சுந்தர் காளி : பொதுவாக அவர்களிடம் விரதமிருக்கும் சடங்கு உள்ளதா என்பதே சந்தேகம்தான்.

தொ.ப.: இருக்கிறார்கள். அவர்களுடைய மூனுசாமிக்கு இருப்பார்கள். ஒரு நாள் அல்லது இரண்டு நாள் விரதமிருக்கிறார்கள். நான் இதை எதற்காகச் சொல்கின்றேன் என்றால் தமிழ்நாட்டின் எல்லா நிலப்பரப்பையும் ஒட்டுமொத்தமாகக் களப்பிரர்கள் ஆண்டார்கள் என்று கூறமுடியாது. குறிப்பாகப் பாண்டியநாடு என்ற பெயரில் மதுரைக்குத் தெற்கேயுள்ள நெல்லை மாவட்டப் பகுதிகளை எந்த அரசனும் ஆண்டான் என்று கூறமுடியாது. ஏனெனில் இடையில் 50, 100 மைல்களுக்குப் பெரிய காடு இருந்தது. அங்கு மக்கள் வாழுமிடங்களே குறைவு. அதற்கு என்ன உதாரணமென்றால் திருமங்கலத்திற்குத்

தெற்கே கங்கைகொண்டான் வரைக்கும் வணிகப்பெருவழிகள் ஒன்றிரண்டு இருக்கின்றனவே ஒழிய, மக்கள் வாழ்விடங்கள் இல்லை. இங்கு வட்டெழுத்துக் கல்வெட்டோ மற்ற கல்வெட்டுகளோ இல்லை. காலத்தால் முற்பட்ட கல்வெட்டு களே இல்லாத நிலப்பகுதி. கரிசல்காட்டுப் பகுதிகளில் தெலுங்கு மக்கள் குடியேறிய பிறகுதான் வாழ்விடங்கள் வந்தன. களப்பிரர்கள் சிற்சில பகுதிகளைக் கைப்பற்றியிருக்கலாம். புதுக்கோட்டை, மதுரை முதலிய இடங்களை தொண்டை மண்டலத்தில் களப்பிரர் இருந்ததாகச் செய்தி கிடையாது. ஏனென்றால், இவர்கள் கூறுகின்ற அதே காலப்பகுதியில்தான் முதலாழ்வார்கள் பிறந்திருக்கின்றனர்.

சுந்தர் காளி : தமிழ்நாட்டின் வடபகுதி முழுவதும் பல்லவர்கள் இருந்திருக்கின்றனர் அல்லவா?

தொ.ப. : தமிழ்மொழி பேசாத பல்லவர்களாக, அதாவது முற்காலப் பல்லவர்களாக இருக்கிறார்கள். களப்பிரர்களைப்பற்றி ஒன்றை உறுதியாகக் கூறமுடியும். அவர்கள் வேத மரபுக்கு எதிரானவர்களாக இருந்திருக்கிறார்கள்.

சுந்தர் காளி : மயிலை சீனி. இந்த இடத்தில் ஒரு வேள்விக்குடிச் செப்பேட்டை மட்டும் வைத்துக்கொண்டு இந்த முடிவுக்கு வரமுடியுமா என்கிறார். ஏனெனில் பெரியபுராணத்தில் வரும் கூற்றுவ நாயனாரைக் களப்பாளர் என்று கூறும்போது, எவ்வாறு களப்பிரர்கள் வேத மரபுக்கு எதிரானவர்களாக இருக்க முடியும் என்கிறார் மயிலை.

தொ.ப. : அந்தக் காலம் ரொம்பப் பிற்காலம். விஜயாலயனுக்குப் பின்பு சோழப் பேரரசு எழுகிறவரையில் முற்காலச் சோழ மரபினர் எங்கோ ஒரு மூலையில் ஒடுங்கிக் கிடந்திருக்கிறார்கள். அதுவரை அவர்கள் சிற்றரசர்களாக, வட்டாரத் தலைவர்களாக இருந்திருக்கலாம். எனவே திடீரென்று இது தொடங்கவில்லை. சமணம் பெருத்த ஆதரவைப் பெறுவதற்காகச் சில முயற்சி களைச் செய்துள்ளது. அதன் எச்சப்பாடுகளைப் பார்க்கின்றோம். இன்னும் பௌத்தம் மாண்ட கதையை யாரும் எழுதவில்லை; எழுத முடியவில்லை. எச்சங்கள் பற்றி மட்டும் மயிலை சீனி. எழுதியுள்ளார். சமணம் நிறையச் சிறு தெய்வங்களை உண்டாக்கி மக்கள் கையில் கொடுத்துள்ளது. அதனால் சமணம்

தமிழகத்தில் தாக்குப்பிடித்தது. குறிப்பாகத் தாய்த்தெய்வ வழிபாடு சமண வழிபாடு. இயக்கி (யக்ஷி) என்ற பெயரில் அவர்கள் கொஞ்சகொஞ்சமாகத் தாய்த்தெய்வ வழிபாட்டைக் கொண்டுவருகின்றனர். 24 தீர்த்தங்கரர்களுக்கும் 24 இயக்கிகள். ஒரு குகையில் முனிவர்களின் கற்படுக்கை மேலே இயக்கியின் கண் செதுக்கப்பட்டுள்ளது. கண்ணைச் செதுக்கினால் அது இயக்கி என்று அர்த்தம். இது காலத்தால் முற்பட்ட சான்று. 'பூங்கண் இயக்கி' என்று சிலப்பதிகாரம் (அடைக்கலக்காதை, அடி.116) கூறும்.

சுந்தர் காளி : அக்ஷம் என்றால் கண். அதற்கும் யக்ஷிக்கும் ஏதாவது தொடர்பு உண்டா?

தொ.ப. : இல்லை. யக்ஷியை உருவகப்படுத்துவதற்காக, பூங்கண் இயக்கியை அடையாளப்படுத்துவதற்காகக் கண்ணைச் செதுக்கியிருக்கிறார்கள். எழுத்துப்பூர்வமான அங்கீகாரத்தை 'பூங்கண் இயக்கிக்குப் பால்மடை கொடுத்துப் பண்பிற் பெயர்வோள்' என்று சிலப்பதிகாரம் தருகின்றது. இப்படிச் சமணம் தாய்த்தெய்வங்களை உருவாக்கி மக்களிடத்தில் விட்டுவிட்டது. வடமாவட்டத்தில் வழங்கிவரும் பொன்னி, குணசேகர் என்பனபோன்ற பெயர்களைச் சின்ன வயதில் தென்மாவட்டத்துக்காரர்களான நாங்கள் சினிமாத்தனமான பெயர்கள் என்று நினைப்போம். பொன்னி என்ற பெயரைத் திராவிட இயக்கத்தால் விளைந்த பெயர் என்று நினைத்தோம். ஆனால் பொன்னி என்ற பெயர் இயக்கியைக் குறிக்கும் பொன்னியம்மன், பொன்னியக்கி என்று அழைக்கப்பட்ட இயக்கியின் சுருக்கப் பெயர்தான் பொன்னி. அப்பாண்டைநாதர் உலாவில் 'பொன்னிசக்தி அம்மையே! உன் பதம் போற்றுவனே' என்று பொன்னியம்மனைப்பற்றிக் குறிப்பு வருகிறது. இது வடமாவட்டத்தில் இருந்த இயக்கி. வட்டாரந்தோறும் வெவ்வேறு வகையான இயக்கிமார்கள் இருந்தனர். அதாவது தாய்த்தெய்வ வழிபாட்டிற்குச் சமணம் இடம்கொடுத்தது. பௌத்தத்தில் தாராதேவி தவிர வேறு யாரும் தாய்த்தெய்வமாக இல்லை.

சுந்தர் காளி : 'தாரா' என்பது புத்தரின் அம்மாதானே?

தொ.ப. : ஆமாம். அவள் இருந்த இடம் காஞ்சிபுரம்

காமக்கோட்டம். நான் ஏன் தாய்த்தெய்வத்தைப் பற்றி இவ்வளவு பேசுகிறேன் என்றால், பக்தி இயக்கத்தின் எழுச்சி என்பதே தாய்த் தெய்வங்களின் சரிவுதான். தாய்த்தெய்வங்களை அழித்த பின்புதான் பக்தி இயக்கமே வருகிறது. சமண, பௌத்த மதங்களைவிடத் தாய்த் தெய்வங்கள்தான் இந்தப் பக்தி இயக்கத்திற்குச் சிக்கலை உண்டாக்கியிருக்கின்றன. பிற்காலத்தில் தமிழர்களின் தாய்த்தெய்வ வழிபாட்டை நன்கு உணர்ந்தவர் வீரமாமுனிவர். இத்தாலி நாட்டிலிருந்து வந்தவர் மாதாவுக்கு ஒரு கோயிலைக் கட்டிப் பெரியநாயகி என்று பெயரிடுகின்றார். தஞ்சைப் பெருவுடையார் கோயிலில் இருக்கும் அம்மன் பெயர்தான் பெரியநாயகி. 'அன்னை அழுங்கல் அந்தாதி' பாடுகிறார். அவர் ஏசுவைப் பாடியதைவிடத் தாய்த் தெய்வங்களைப் பாடித் தமிழர்களின் கையில் தருகிறார். கத்தோலிக்கம் நின்ற கதை இதுதான். 'கித்தேரியம்மாள் அம்மானை' பாடுகிறார். கித்தேரியம்மாள் ஒரு பெண் புனிதர். வீரமாமுனிவர் கன்னித்தாய் என்ற கோட்பாட்டை உருவாக்குகின்றார். 'உருவிலா உருத்தாங்கி உலகில் ஒரு மகன் உதிப்பக் கருவில்லாக் கருத்தாங்கிக் கன்னித்தாய் ஆகினையே' என்று பாடுகிறார். தாய்த்தெய்வம் இல்லாமல் தமிழ்நாட்டில் எதுவும் எடுபடாது. ஏனெனில் கத்தோலிக்கத்திற்கு ஒரு வரலாறு உண்டு. அகஸ்டின் காலத்தில்தான் கத்தோலிக்கத்தில் தாய்த்தெய்வ வழிபாடு உள்ளே நுழையும். ஏசுபிரானுக்கு மனைவி கிடையாது என்பதால் அவரின் தாயைத் தெய்வமாக்குகிறார்கள். தீர்த்தங்கரர்கள் துறவிகள் என்பதால் இயக்கிகளைத் தாய்த் தெய்வங்கள் ஆக்குகிறார்கள். தாய்த்தெய்வ வழிபாட்டைச் சமணம் கொண்டிருந்ததால் தமிழ்நாட்டில் சமணம் தாக்குப்பிடித்தது. அதனுடைய பரவலுக்கும் அதுதான் காரணம். ஏனெனில் நம்மிடையே இருந்தது எல்லாம் தாய்த்தெய்வ வழிபாடுதான்.

சுந்தர் காளி : களப்பிரர்கள் அனைவரும் சமணத்தை ஆதரித்தவர்களா?

தொ.ப. : களப்பிர அரசர்கள் மூன்று பேரின் பெயர்கூட இன்னும் கிடைக்கவில்லை. பிறகு எப்படி ஒரு முடிவுக்கு வரமுடியும்?

சோழ, பாண்டிய அரசுகள் அழிந்தன. அழிந்த இடத்தில் என்ன இருந்தது என்றால், 'சட்டமில்லாத சமூகம்' இருந்திருக்க வேண்டும். எந்தவொரு அரசமைப்பும் இல்லாத ஒரு சமூகம்

இருந்திருக்க வேண்டும்.

சுந்தர் காளி : பர்ட்டன் ஸ்டைன் சொல்வதும் நீங்கள் சொல்வதும் ஒத்துள்ளன போல் தெரிகிறது. சங்க காலத்திற்கு அடுத்து இனக்குழு ஒன்றின் எழுச்சி ஏற்பட்டிருக்க வேண்டும். அதுதான் களப்பிரர் காலம். இனக்குழு மக்கள் தங்கள் இருப்பை உறுதி செய்த காலமாக அது இருந்திருக்க வேண்டும். ஒடுக்கப்பட்ட இனக்குழு மக்கள் திரும்பவும் தங்கள் நிலையை உறுதிசெய்துள்ள காலகட்டமாக எடுத்துக்கொள்ள வேண்டும் என்று ஸ்டைன் கூறுகிறார்.

தொ.ப. : அரசியல் அதிகாரத்திற்கு ஒரு தொடர்ச்சி வேண்டும் என்று நினைக்கிறீர்கள். அப்படி இல்லை; ஒரு இடையீடு இருந்தது என்று நினைக்கிறேன். சமணம் தோற்றுப்போனதற்கான முக்கியமான காரணம் புலால் உண்ணாமை. சமணர்கள் அதில் ரொம்ப அழுத்தமாக நின்றார்கள். திருவள்ளுவர் தமிழர்களிடம் தோற்றுப்போனது கள் உண்ணாமையும் புலால் உண்ணாமையும் என்னும் இரண்டு இடங்களில்தான். ஒருபோதும் நூற்றுக்கு ஐம்பது தமிழர்கள்கூடப் புலால் உண்ணாதவர்களாகவும் கள் உண்ணாதவர்களாகவும் இல்லை. புலால் என்பது நாள்தோறும் ஆண், பெண், சாதி எல்லாவற்றையும் கடந்து வயிற்றோடு சம்பந்தப்பட்ட உணவு. உணவுமுறையில் பெரும் மாற்றத்தைக் கொண்டுவருவது என்பது நடக்காத காரியம். சமணத்தின் தோல்விக்கு இது ஒரு காரணம். இந்தக் காலகட்டம் சமூகம் சாதிகளாக உருமாறிய காலகட்டம். உள்ளபடியே சொல்லப்போனால், மறைமுகமாக வணிகர்களின் நாடாக இருந்திருக்க வேண்டும். அதாவது அதிகாரம் மறைமுகமாக வணிகர்களின் கையில் சிக்கியிருக்க வேண்டும். அப்போதுதான் வணிகப் பெருவழிகள் தமிழகத்தில் தோன்றியிருக்க வேண்டும். வணிகப் பெருவழிகள் தோன்றின என்பதற்கான அடையாளம், நெடுவழிகளில் சாத்து என்ற பெயரோடு காணப்படும் ஊர்கள். சாத்தூர், கச்சாத்தநல்லூர், தெளிச்சாத்தநல்லூர், சாத்தனூர் இப்படிப் பல ஊர்கள் உள்ளன. இப்பெயர்கள் சோழ, பாண்டியர் காலத்தில் தோன்றவில்லை. அதற்கு முன்னால் நெடுவழிகள் உருவாக்கிய ஊர்கள் இவை.

சுந்தர் காளி : சாத்து உருவாக்கிய தெய்வம்தான் சாத்தன்.

தொ.ப. : ஆமாம். தமிழ்நாட்டில் உள்ள சாத்தன்களில் முக்கியமான சாத்தன் பௌத்தசாத்தன். 'தர்ம சாஸ்தா' என்ற சொல்லக்கூடிய சாத்தன் அறப்பெயர்ச்சாத்தன் என்று சங்க இலக்கியத்தில் கூறப்படுகின்றது. இந்தக் காலக்கட்டத்தில் வணிகர்களின் அதிகாரமும் வணிகப் பெருக்கமும் இருந்திருக்கிறது. தங்கள் பொருள்களுக்கு மிகப்பெரிய சந்தை கிடைக்கும்போது, எந்த மக்கள்திரளும் அதை மகிழ்ச்சியோடு வரவேற்கும். வணிகப் பெருவழிகளோ, ஊர்திகளோ அதிகம் ஏற்பட்டால் வணிகத்தில் பெரிய பெருக்கம் ஏற்படும். எடுத்துக்காட்டாக 'மொபெட்' வந்தவுடன் கிராமத்தில் விளையும் பொருள்கள் நகரத்திற்கு எளியமுறையில் வந்து சேர்ந்தன. இதனால் கிராமத்து விவசாயிகளிடம் ஒரு புதிய பொருளாதார வளர்ச்சி வந்ததைக் கண்கூடாகப் பார்த்திருக்கிறோம் அல்லவா? இந்தக் காலகட்டத்தில்தான் பிள்ளையாரும் தமிழ்நாட்டிற்கு வந்திருக்க வேண்டும். பிள்ளையாரைச் சேர, பாண்டிய மன்னர்கள் கூட்டிவந்ததாகச் செய்திகள் கிடையாது. பிள்ளையார் சத்திரத்துத் தேவதை.

சுந்தர் காளி : வாதாபியிலிருந்து தமிழ்நாட்டுக்குக் கொண்டு வருவதற்கு முன்பே பிள்ளையார் வந்துவிட்டாரா?

தொ.ப. : வாதாபியிலிருந்து வணிகக் குழுக்கள் மூலம்தான் தமிழ்நாட்டுக்கு வந்திருக்க வேண்டும். சத்திரங்களின் வாசலில் இன்றும் பிள்ளையார் மாடங்கள் இருக்கும். எனவே, தாவளங்கள் என்று சொல்லக்கூடிய சாத்திரங்களில் தாவள் விநாயகராகத்தான் சமண, பௌத்தர்களால் குறிப்பாகச் சமணர் களால் கொண்டுவரப்பட்டார். அவரும் புலால் உண்ணாத கடவுள். பக்தி இயக்கத்தைத் துறவுநெறிக்கு எதிரான கலகம் என்று மட்டுமல்லாமல், புலால் உண்ணாமை போன்ற அழுத்தமான நோன்பு நெறிகளுக்கும் எதிரான கலகம் என்று பார்க்க வேண்டும். இந்தப் பக்தி இயக்கம் எழுச்சியுறுகின்ற போது ஜேஷ்டாதேவியின் உருவாக்கம் நடைபெறுகிறது. முற்காலப் பாண்டியர்களுக்கு முன்பே உருவாகி முற்காலப் பாண்டியர்களின் காலத்திலே குடைவரைக் கோயில்களிலே ஜேஷ்டா வந்துவிடுகிறாள். நான் உற்பத்திப் பெருக்கம் சார்ந்து அரசின் உருவாக்கத்தைப் பார்க்கிறேன். ஜேஷ்டா

வரும்போது உரத்திற்கான மரியாதை கிடைக்கிறது. பொருள்களை அழுகச்செய்து இயற்கையின் மூலவளமான உரத்தை உருவாக்குகின்ற கடவுள் ஜேஷ்டாதேவி. அழுகுகின்ற செயலின் அடிப்படையில்தான் 'அழுக்கு' என்று பெயர் வந்தது. பிற்காலத்தில் 'திருமகள்' கோட்பாடு வந்தபோது மூத்தவள் என்ற பெயர் ஜேஷ்டாவுக்கு ஏற்பட்டது. விளைந்த நெல்லின் தேவி லட்சுமி; விளைந்த நெல்லுக்கு அடியுரமாக இருந்தவள் மூத்ததேவி. பயிர் பின்னால்தான்; உரம்தானே மூத்தது? பின்னால் வைதீக மரபு இந்த மூத்த தேவியை 'அலக்ஷ்மி' என்று கூறியது. இந்த மூத்த தேவியைத்தான் மக்கள் 'மூதேவி' என்று இன்று வசவுச் சொல்லாகப் பயன்படுத்துகிறார்கள். நெல்லை மாவட்டம், மணியாச்சி அருகில் ஆண்டிச்சிபாறை என்னும் ஊர் அருகே இருக்கும் பாண்டியர்காலக் குடைவரைக் கோயிலில் உள்ள மூதேவியின் சிற்பம்தான் காலத்தால் முந்தியது. குடைவரையின் ஒரு பக்கத்தில் ஜேஷ்டா மறுபக்கத்தில் பிள்ளையார் இருக்கிறார். பிள்ளையாரை அக்காலத்தில் முதலில் புறக்காவல் தெய்வமாகத்தான் வைத்திருந்தனர்.

சிவ வழிபாடு எழுச்சிபெறுவதற்கு முன்பே குடைவரைக் கோயிலைச் சமணர்கள் உருவாக்கிவிட்டார்கள். கழுகுமலை முருகன் கோயில் சமணக் கோயில் என்பதை ஒரு சிறுபிள்ளை பார்த்தால்கூடக் கண்டுபிடித்துவிடும். இரட்டை அறை கொண்டது அந்தக் குடைவரை. இன்னும் ஓர் அறை அந்தக் கோயிலில் சும்மாதான் இருக்கிறது.

மீண்டும் பிள்ளையாருக்கு வருவோம். சத்திரத்தில் இருந்த பிள்ளையாரைக் கோயிலுக்குக் கொண்டுவரும்போது துவார பாலகராகத்தான் இருந்திருக்கிறார். பிள்ளையார் வணிகர் களின் தெய்வம். ஜேஷ்டா உரத்தின் தெய்வம். இன்றும் திருக்கார்த்திகைத் திருவிழா அன்று உரக்குழி நாச்சியாருக்கு விளக்கு வைக்கிறார்கள். அழுக்குப் பொதிந்து கிடக்கின்ற அந்த உரக்குழியில் திருவிளக்கை வைக்கின்ற வழக்கம் வேறு எந்த நாளிலும் கிடையாது; அந்த ஒருநாள் மட்டும் விளக்கு வைக்கிறோம். வீட்டின் முன்பகுதியில் விளக்குவைப்பதுபோல வீட்டிற்குப் பின்புறத்தில் இருக்கும் உரக்குழியிலும் விளக்கு வைப்பார்கள். 'உரக்குழி நாச்சியார்' இருக்கிறாள் என்று,

திருவிளக்கை உரக்குழியில் வைத்ததைச் சிறுவயதில் பார்த்திருக்கிறேன். இதற்கெல்லாம் என்ன பொருள்? வணிகர்கள் என்றால் தானிய வணிகர்கள்தானே? எனவே உரத்தின் கடவுளையும் விளைந்த தானியத்தின் கடவுளையும் மக்கள் முன் வைத்தபோது, சமணம் உள்ளாகப் பாய்ந்திருக்கிறது. ஆனால் ஜேஷ்டா சமணக் கடவுள் அல்ல. தமிழன் கண்டுபிடித்த கடவுள் என்று கூற வேண்டும்.

சுந்தர் காளி : ‘ஜேஷ்டா’ சமணக் கடவுள் இல்லையா?

தொ.ப. : ஜேஷ்டாவுக்கு வணிக மரபில் எந்த ஆதாரமும் இல்லை. இவள் உரத்தின் கடவுள். சமணமும் பௌத்தமும் வணிகத்தின் ஆதரவால் வாழ்ந்த மதங்கள். வணிகம் என்பதே அன்றைக்குத் தானிய வணிகம்தான். பொன் வணிகத்தைவிட அன்று தானிய வணிகம்தான் பெரும் வணிகம். வண்டியில் எடுத்துச்செல்லும் பொருள் தானியம்தானே? தானியம் அன்றி வண்டியில் கொண்டு செல்லும் பழைய பொருள் உப்பு. ஓரிடத்தில் உற்பத்தி செய்யப்பட்டு, நாடு முழுவதும் சந்தைப்படுத்தப்பட்ட பொருள் உப்புதான். கொஞ்சமாகக் கருவாடும் சென்றிருக்கிறது. எனவே இந்த இடத்தில்தான் சோழ, பாண்டிய அரசுகள் எழுகின்றன. முதலில் எழுந்தது பல்லவ அரசு. பல்லவ அரசு அரசாங்கமாக உருவாவதற்கு அடிப்படையான விஷயங்களுள் நிலத்தின் மீதான ஆதிக்கமும் ஒன்று. நிலம் என்றால் விளைநிலம். நிலத்தின் மீதான ஆதிக்கத்தை நிலைநாட்ட விரும்பிச் சமணத்திலிருந்து வைணவத்திற்கு மாறுகிறார்கள். நிலத்தைக் கடவுளும் அரசனும் மட்டுமே அளக்க முடியும். வேறெவருக்கும் நிலத்தை அளக்க உரிமை கிடையாது. பல்லவர்கள் ‘உலகளந்த நம்பி’ என்னும் திருவிக்கிரம அவதாரத்தை எடுத்துக்கொண்டு அதைப் பெரிதுபடுத்தினார்கள். தொண்டை மண்டலத்தில் மட்டும்தான் திருவிக்கிரம அவதாரத்திற்குக் காஞ்சிபுரம், திருக்கோயிலூர் முதலிய நாலைந்து ஊர்களில் கோயில்கள் உண்டு. நான் திருக்கோயிலூர்பற்றி ஒரு கட்டுரை எழுதிக்கொண்டிருக்கிறேன். திருவிக்கிரம அவதாரத்தின் நோக்கம் என்ன? ‘மூன்றடியால் உலகத்தை அளப்பது; இல்லை இரண்டடியால் உலகம் முழுவதும் அளந்துவிடுவேன். எல்லா நிலமும் எனக்குச் சொந்தம்’ என்பதுதான். ‘திருநிறை செல்வியும் திருமகள் போலப் பெருநிலச்

செல்வியும் தனக்கே உரிமை பூண்டருளி' என்று எல்லா அரசர் களும், 'இலட்சுமியும் எனக்குத்தான்; பூமாதேவியும் எனக்குத் தான்' என்று சொந்தம் கொண்டாடினார்கள். இந்த அடிப்படை முதலில் வைணவத்தில்தான் வருகிறது. சைவத்தில் சிவனுக்கு ஒரு மனைவிதான்; உமையாள் மட்டும்தான். ஆனால் வைண வத்தில் திருமாலுக்குத் தொடக்கக் காலம் முதலே இரண்டு மனைவிகள். ஒன்று நிலம்; மற்றொன்று செல்வம். ஒருவள் பூமகள்; மற்றொருவள் திருமகள். சிவனுக்குப் பிற்காலத்தில்தான் 'கங்கை இன்னொரு மனைவியாகச் சும்மா பெயருக்கு வைத்துக்கொள்கிறார்கள். பல்லவர் ஆட்சிக்காலத்தில் அரசாங்கம் தோற்றம் பெறும்போது 'உலகளந்தநம்பி' வந்ததுபோலத் தெய்வங்களுக்கு அரசனைப்போல் கிரீடம் வைக்கும் வழக்கம் வருகிறது.

இம்மாதிரி விஷயங்கள் வளர்ச்சியுறும்போது தமிழ்நாட்டின் தென்பகுதியில் அரசு தோற்றம் கொள்கிறது. ஏனென்றால் சிவனுக்காகக் குடைவரைக் கோயில்கள் பாண்டிய நாட்டிலும் தொண்டை நாட்டிலும் இருக்கின்றன. இடையில் சோழ நாட்டுக்கும் பாண்டிய நாட்டுக்கும் இடைப்பட்ட பகுதியான புதுக்கோட்டைப் பகுதியில் கொஞ்சம் பார்க்கலாம். இவற்றைத் தவிர வேறெங்கும் சிவனுக்கான குடைவரைக் கோயில்கள் கிடையாது.

அரசுருவாக்கம் என்பதைப் பார்க்கும்போது ஒற்றைக் கடவுள்தான் அரசுருவாக்கத்திற்கு அடிப்படையானது. அதற்கு முன் இருந்தவை எல்லாம் அரசே அல்ல; படையினை வைத்துக்கொண்டு வரிவசூல் செய்தவைதான். நிலையான படை என்பது அரசுருவாக்கம் தோன்றியபோது இக்காலப்பகுதியில் வந்ததுதான். சங்ககாலத்தில் யாருக்கும் நிலைப்படை இருந்த தாகத் தெரியவில்லை. ஆனால் இருந்த படைகளில் பெரிய படைகள் சேர, சோழ, பாண்டியரின் படைகள்தான். மாபெரும் தானையர் என்று இவர்களைக் கூறுவார்கள். மிகப் பிற்காலம் வரைக்கும்கூட ஆயுதம் எடுத்த சாதிகள் எல்லாம் வேறொரு தொழிலையும் வைத்திருப்பார்கள். எடுத்துக்காட்டாகச் செங்குந்தர்கள் மற்ற நேரத்தில் நெசவு செய்வார்கள்; அரசன் சண்டைக்குக் கூப்பிட்டால் செங்குந்தத்தை எடுத்துக்கொண்டு

சண்டைக்குப் போவார்கள். முழுநேரப் போர்த்தொழிலை உடைய படைத்தொழில் என்பது ஏழாம் நூற்றாண்டுபோலத் தொடங்குகின்றது. குறிப்பாகத் தொண்டை மண்டலத்தில் தொடங்குகிறது. அதன்பின் பாண்டியர்களும் இதுபோல நிலைப்படை வைத்துக்கொள்கிறார்கள். துறவு நெறிக்கு எதிரான கலகமும் புலால் உண்ணாமைக் கோட்பாட்டை ஏற்க மறுப்பதும் அரசுருவாக்கம் நிகழ்ந்த காலப்பகுதியில் ஏற்பட்ட அடிப்படையான விஷயங்கள். இயக்கிகளைக் கும்பிடத் தயாராக இருந்த தமிழன், ஒருகட்டத்தில் தீர்த்தங்கரர்களைக் கும்பிடத் தயாராக இல்லை. அதாவது இயக்கிகளைத் தாய்த்தெய்வமாகக் கும்பிடத் தயாராக இருக்கும் தமிழன், அம்மணச் சாமிகளைக் கும்பிட மறுக்கின்றான்.

சுந்தர் காளி : அரசனுக்கும் கடவுளுக்குமான ஒரு இனங்காணல், அதாவது 'திருவுடை மன்னரைக் காணில் திருமாலைக் கண்டேன்' என்பது ஒரு பக்கம் இருந்தாலும், 'அரசனைப் பாடாதீர்கள்; மனிதனைப் பாடாதீர்கள்; கடவுளைப் பாடுங்கள்' என்பது இன்னொரு பக்கம் இருந்திருக்கிறது. இவற்றை எவ்வாறு சேர்த்துவைத்துப் பார்க்கின்றீர்கள்? சுந்தரர் பாடுவது, நம்மாழ்வார் பாடுவது எல்லாவற்றையும் எடுத்துக்கொள்ளுங்கள்.

தொ.ப. : சுந்தரரும் நம்மாழ்வாரும் அரசுகள் நிலைபெற்ற பின் வந்தவர்கள். நம்மாழ்வார், 'வாய் கொண்டு மானுடம் பாடவந்த கவியே அல்லேன்' என்று மனிதனைப் பாடமாட்டேன் என்கிறார். 'பார்மன்னு பல்லவர்கோன் பணிந்த பரமேசுவரன் விண்ணகரம் இதுவே' என அரசன் கும்பிட்ட கோயில் என்கிறார் இன்னொரு ஆழ்வார். 'பொற்புடைய மலையரையன் பணிய நின்ற பூங்கோவலூர் தொழுது போற்று நெஞ்சே' என்று இன்னொருவர் மலையமான் கும்பிட்ட கோயில் என்கிறார். 'மன்னவர்கோன் வணங்கும் நீள்முடி மாலை வயிர மேகம் பணிந்த கோயில்' என்கிறார் இன்னொருவர். 'என் நெஞ்சே கூறுவேன்! கோன் நெடுமாறன் தென்கடற்கோன் தென்னன் கொண்டாடும் திருமாலிருஞ் சோலை மலை' என்கிறார்கள். இது அரசன் கும்பிட்ட கோயில் என்கிறார்கள். எல்லாம் நிலை பெற்றுவிட்ட பிறகு அரசனைப் பாடாதீர்கள் என்கிறார்கள்.

சுந்தர் காளி : சங்ககாலம் தொடங்கிப் பலநூறு ஆண்டுகளாக

அரசனைப் பாடும் மரபிலிருந்து ஒரு மாற்றமாக பக்தி இயக்கம் வருகிறது. அதனால் அரசனைப் பாடாதீர்கள்; தெய்வத்தைப் பாடுங்கள் என்று கூறுவதுபோலப் பாடல்களில் வருகிறதா?

தொ.ப. : களப்பிரர் காலம் அரசே இல்லாத காலமாக இருந்தது. களப்பிரர்களில் இரண்டு மூன்று மன்னர்கள் இருந்திருக்கிறார்கள். வணிகர்தான் ஆதிக்கம் செலுத்தியிருக்கிறார்கள். ஆயுதமேந்திய 'சாத்து' எனப்படும் சிறுபடை வணிகர்களிடம்தான் இருந்தது. வணிகர்களின் படைகள் தங்குகின்ற தாவளத்துக்கு எறிவீர தாவளம் என்று பெயர். வணிகப்படை வீரர்களான எறிவீரர்கள் தங்குவதால் அது எறிவீர தாவளம் எனப்படும். பிற்காலத்தில் பாண்டியர்களின் காலத்தில் அரேபியர்கள் தங்களுக்கான வணிகப் பாதுகாப்புப் படைகளை வைத்திருக்கிறார்கள். அவர்கள் 'சாமந்தப் பண்ட சாலிகள்' என்று அழைக்கப்பட்டனர். இவர்கள் அரேபியாவிலிருந்து வந்தவர்கள். 'சாத்து' என்ற சொல் சங்க இலக்கியத்தில் வருகிறது. சாத்தர்கள் கொண்டுபோகிற பண்டங்களை வழிமறித்துக் கொள்ளையடிக்கும் வழக்கம் இருந்ததால் வணிகப் பாதுகாப்புக்குப் படை தேவைப்பட்டது. ஒரு சாத்துக்கு 30, 40 பேர் அடங்கிய சிறுபடையாக இருந்திருக்க வேண்டும். வணிகப் பெருக்கம் உள்ள இந்த இடைக்காலத்தில் அரசர்கள் கிடையாது. உண்மையான அதிகாரம் என்பது சிறுபடை வைத்திருந்த வணிகர்களின் கையில் இருந்திருக்கிறது. இந்த வணிகப்பெருக்கம் காரணமாக நெடுவழிகள் வளர்ச்சியடைந்திருக்க வேண்டும். பக்தி இயக்கம் என்பதே வணிகத்தைச் சாய்த்து நிலவுடைமை மேலெழுந்த காலம்தானே?

இன்னொரு முக்கிய விஷயம்; வணிகத்தைக் குறிக்கக்கூடிய ஒரு தனிச்சொல் திராவிட மொழிகளில் இல்லை. 'வணிக' என்னும் சொல் 'வணிக்' என்னும் வடசொல்லிலிருந்து வந்தது தான். தமிழகத்திற்கு நிறைய வணிகக் குழுக்கள் வந்துள்ளன. வணிகக் குழுக்களின் வருகையெல்லாம் இந்த இடைக் காலத்தில்தான் நிகழ்ந்திருக்க வேண்டும். பிற்காலச் சோழர்களும் பாண்டியர்களும் எழுவதற்கு முன்பே அஞ்சு வண்ணம், மணிக்கிராமம் முதலிய வணிகக் குழுக்கள் தமிழகத்திற்கு வந்துவிட்டன. அஞ்சு வண்ணம் என்போர் அரேபிய வணிகர்கள்.

மணிக்கிராமம் என்பது வணிகக்கிராமம் என்பதுதான். பல்லவர்கள் காலத்திலேயே மணிக் கிராமம் வந்துவிட்டது. பல்லவர் காலத்திலே தாய்லாந்தில் 'அவந்தி நாராயணம்' என்ற குளம் வெட்டியிருக்கின்றனர். மணிக் கிராமத்தார் யார் என்றால், யூதர்களின் வணிகக்குழு. மிகப்பெரிய சந்தைக்கான உற்பத்தி என்பது இந்த வணிகக்குழுக்களின் வருகைக்குப் பின்தான் வருகிறது. அதுவரைக்கும் உற்பத்தி என்பது இருபது, முப்பது கிலோ மீட்டருக்குள் அமைந்த உற்பத்தி மண்டலங்களாக மட்டுமே இருந்து வந்தது.

சுந்தர் காளி : சங்க இலக்கியத்திலேயே அரசனோடு தெய்வங்களை ஒப்புமைப்படுத்திக் கூறும் பாடல்கள் வந்துவிட்டன.

தொ.ப. : மிகைப்படலாக ஒன்றிரண்டு பாடல்கள் இருக்கின்றனவே ஒழிய, பெருவழக்காக இல்லை.

சுந்தர் காளி : ஆனால் சங்க காலத்திலேயே 'அரசன் என்பவன் சமுதாயத்தில் மையமான ஆள்; அரசன் என்பவன் சமுதாயத்தின் குறியீடு; மொத்தச் சமுதாயத்தின் குறியீடாக அரசன் இருக்கிறான்' என்ற கருத்து வந்துவிடுகிறது. புலவர்கள் மரபு அந்தக் கருத்தை மீண்டும் மீண்டும் வலியுறுத்தி வந்திருக்கிறது. இனக்குழுச் சமூகத்தில், புராதனப் பொதுவுடைமைச் சமூகத்தில் 'அரசன்' கிடையாது. சிற்றூர் மன்னன், குறுநில மன்னன், மூவேந்தர் என்று அரசர்களைப் பார்க்கிறோம். சங்க காலத்திற்கு அடுத்த கட்டமான களப்பிரர் காலத்தில் நீங்கள் கூறுவதுபோல அரசதிகாரம் என்பது பலவீனப்பட்ட நிலையில் இருந்தது என்றால், பக்தி இயக்கத்தின் எழுச்சியோடு 'தெய்வம்' என்ற விஷயத்தை அரசனோடு இணைத்துப் பார்ப்பதும் அரசனைவிடத் தெய்வத்தை மேல் நிலையில் வைத்துப் பார்ப்பதும் நடக்கின்றன. அதுவரை சமுதாயத்தில் மக்களின் மனத்தில் இருந்த சூன்யத்தில் ஒரு தலைமைக்கான ஏக்கம், ஒரு பேராண்மைக்கான ஏக்கம் முதலிய ஏக்கங்களை இட்டு நிரப்புவதற்காகப் பக்தி இயக்கம் வந்திருக்கலாம்தானே?

தொ.ப. : அதுவேதான். தலைவன் வேண்டும் என்ற உணர்வு இனக்குழுச் சமூகத்தில் உள்ளதுதான்.

சுந்தர் காளி : அது சிறு அளவில்.

தொ.ப. : இல்லை. நான் சொல்வது என்னவென்றால், ஒரு தலைவன் வேண்டும் என்ற உணர்வு இனக்குழுச் சமூகத்திலே உள்ளதுதான். அது ஆடு மேய்க்கிறவர்களுக்குக்கூட உள்ள விஷயம்தான். 20 பேர் ஆடு மேய்க்கிறார்கள் என்றால், அவர்களுக்கே கீதாரி உண்டு. தலைமைக்கான ஏக்கம்தான் பக்தி இயக்கம் தோன்றுவதற்கான அடிப்படை.

சுந்தர் காளி : பக்தி இயக்கத்தோடு தொடர்புடைய முக்கியமான கேள்விகளை முதலில் தொகுத்துத் தந்துவிடுகிறேன்.

1. இசை, நடனம் முதலிய கலைகளைச் சமணம் வழிபாட்டு முறையாகக் கொள்ளவில்லை. ஏலாதியில் ஆடல் பாடல் மூலம் இறைவனைத் துதிக்கலாம் என்ற கருத்து வருகிறது. சிலப்பதிகாரத்தில் இசை, நடனம் பற்றி நிறையக் குறிப்புகள் உள்ளன. சீவகசிந்தாமணியில் இசை பற்றிய குறிப்புகள் இருக்கின்றன. இருந்தாலும் வழிபாட்டு முறைகளிலிருந்து சமணம் இவற்றை விலக்கிவைத்திருக்கிறது. ஆடலுடன் பாடலைப் பாடிப் பரவச நிலையில் இறைவனைத் துதிக்க வில்லை. இது பக்தி இயக்கத்திற்கு ஒரு பலமாக அமைகின்றது. சமணம் இவற்றைப் புறக்கணிக்கக் காரணம் என்ன?

2. சங்க காலத்தில் ஆடல் பாடலில் வல்லவர்களும் புலவர் களும் ஊர் ஊராக அலைந்து திரிவதும், அரசனைப் போய்ப் பார்ப்பதும், அவன் பரிசில் தருவதும் இருக்கின்றன. பக்தி இயக்கத்தில், இதுபோன்ற நிலையிலிருந்து அரசன் என்பது இறைவன் என்ற நிலைக்கு மாறுகிறது. ஆற்றுப்படை நூல்களில் பாணர்கள் ஊர் ஊராகச் செல்லும்போது, வெவ்வேறு வகையான மக்களைச் சந்திக்கின்றனர். மீனவர் குடிலில் ஒருவகையான உணவு, பிராமணர் வீடுகளில் வேறு வகையான உணவு என்பன போன்ற வெவ்வேறு வகையான வரவேற்பு பாணர்கள் போன்ற கலைஞர்களுக்குக் கிடைக்கிறது. பாணர்களுக்கும் புலவர்களுக்கும் சங்க காலத்தில் கிடைத்த வெவ்வேறு வகையான வரவேற்பு பக்திக்காலத்தில் அடியார்களுக்கு உரிய வரவேற்பாக மாறுகிறது. இது எவ்வாறு?

3. சமணர்கள் பெண்தெய்வ வழிபாட்டைக் கொண்டு வருகிறார்கள். ஆனால் பக்தி இயக்கத்தில் தாய்த்தெய்வ வழிபாட்டிற்குக் குறைவான முக்கியத்துவமே தரப்படுகின்றது

என்று கூறினீர்கள். சமய வாழ்க்கையில் பெண்களின் ஈடுபாடு என்பதைப் பார்க்கும்போது நாயன்மார்களைப் பற்றிய கதைகளில் பெண்கள் பலர் சமய வாழ்க்கையில் ஈடுபடுவதைப் பார்க்க முடிகின்றது. சமணத்தில் இந்த அளவு பெண்களின் ஈடுபாட்டைப் பார்க்க முடியவில்லையே, ஏன்?

4. தொண்டர் குழாம் என்பதைப் பக்திக் காலத்தில் பார்க்கின்றோம். சம்பந்தருடன் திருநீலகண்ட யாழ்ப்பாணர் வருகிறார். சம்பந்தருடைய பாட்டுக்கு உடனே பண் அமைத்து யாழில் இசைக்கிறார். போகும் இடங்களில் உள்ள மக்களையெல்லாம் கூட்டம் கூட்டமாக அழைத்துக்கொண்டு போகிறார்கள். இந்தக் கூட்டத்திற்கு ஊராரின் உபசரிப்புக் கிடைக்கிறது. கோயில்களில் தங்குகிறார்கள். மடங்கள் இல்லாத ஊர்களில் சம்பந்தரே மடங்களைக் கட்டுகிறார். தொண்டர்கள் கூட்டமாகச் செல்வது என்பதன் பொருள் என்ன? கோயில்களில் துதிப்பாடல்களைப் பாடும் மரபு சம்பந்தருக்கு முன்பே இருந்ததுபோல் இருக்கிறது. எனவே, ஏற்கனவே கோயில்களில் இருந்த பாடும் மரபுக்கும் சம்பந்தர் கூட்டம் கூட்டமாகச் சென்று பாடுவதற்கும் என்ன தொடர்பு?

5. ஒவ்வொரு ஊரிலும் இருக்கும் இறைவனை அந்தத் தலத்தை மையப்படுத்திப் பாடுகிறார்கள். அந்த ஊருக்கே உரிய பெயரால் இறைவன் அழைக்கப்படுகிறான். அந்த ஊரோடு மட்டுமே சம்பந்தப்பட்டவனாக அந்த ஊருக்கே உரிய அருட்செயல்களைச் செய்தவனாக இறைவனை வட்டாரப் படுத்திப் பாடியுள்ளார்கள். சங்க இலக்கியத்தில் குறிப்பிட்ட திணைக்கேயுரிய தெய்வம், முதற்பொருள், உரிப்பொருள், கருப்பொருள் என்று குறிப்பிட்ட இடம்சார்ந்த கவிதை, இடம் சார்ந்த உணர்வு என்னும் அமைப்பு வருகிறதல்லவா? அதன் தொடர்ச்சியாக இதைப் பார்க்கலாமா? இந்த ஊருக்கே உரிய இறைவன் என்று முக்கியத்துவம் கொடுத்துக் குறிப்பிடும்போது அந்த ஊர் மக்களுக்கு அது என்ன மனவுணர்வைக் கொடுத்திருக்கும்? வேலுப்பிள்ளை ஓரிடத்தில் 'யாரோ ஒருவர் தங்கள் ஊரைப் பாடும்போதும், தங்களைப்பற்றிப் பாடும்போதும் மகிழ்ச்சியாகத்தானே இருக்கும்' என்று கூறுவார். ஊரைப்பற்றிப் பாடுவதும் தெய்வத்தை வட்டாரப்படுத்துவது என்பதும் எதற்காக?

6. சங்க காலத்தில் இருந்த வெறி, குரவை, துணங்கை என்பன போன்ற பரவசநிலை சார்ந்த ஆடல் மரபுகள் பக்திக் காலத்தில் எந்தவிதமாகத் தொடர்கின்றன? சங்ககாலப் பாணர்களும் பாடினிகளும் பிற்காலத்தில் தாசிகளாக, கோயில் பணியாளர்களாக மாற்றப்படுகின்றனர். அடியார்கள் இசையையும் ஆட்டத்தையும் கையில் எடுக்கிறார்கள். இவை எந்தவிதமான மாற்றத்திற்கு உட்படுகின்றன?

7. இதையெல்லாம்விடக் கடவுளின் மூர்த்த விசேஷம் முக்கிய மானது. என்னதான் இருந்தாலும் சமணத்திலும் பௌத்தத் திலும் கடவுளின் மூர்த்தங்களைப் பலவாறாகப் பெருக்கிக் காட்டமுடியவில்லை. சோமாஸ்கந்தமூர்த்தி பற்றி வேறொரு இடத்தில் நீங்கள் விரிவாகப் பேசியுள்ளீர்கள். சிவன் இன்றைக்குள்ள நிலையில் பார்த்தால் அறுபதுக்கும் மேற்பட்ட வடிவங்களில் இருக்கிறான். திருமுறைகளில் ஏறத்தாழ 20க்கும் மேற்பட்ட வடிவங்களில் இருக்கிறான். பலவிதமான வடிவங்களில் இருக்கக்கூடிய சிவனின் மூர்த்த விசேஷங்களைப் பாடும்போது, அது மக்களின் மனத்தில் என்ன பாதிப்பை ஏற்படுத்துகிறது? குறிப்பாகச் சமணமும் பௌத்தமும் செய்யத் தவறிய விஷயம் இது என்று நினைவுபடுத்துகின்றேன்.

8. பெரும்பாலான சங்கப்பாடல்கள் பிறர் குரலில் பேசுபவைதான். பாடுவது ஆண்களாக இருந்தாலும் அவர்கள் பேசுவது பெண் குரலில்தான். இதன் தொடர்ச்சியாக நாயன்மார்களும் ஆழ்வார்களும் பெண் குரலில் பாடுகிறார்கள். தன்னைப் பெண்ணாகவும் இறைவனைப் பேராண்மையாகவும் நினைத் துக்கொண்டு நாயகி பாவத்தில் பாடுகிறார்கள். பக்தி இயக்கம் இந்த நாயகிபாவத்தை வைத்துக்கொண்டுதான் வெற்றிபெற்றது என்று மயிலை சீனி. கூறுகிறார். பேராண்மைக்கான ஏக்கம் என்பதும் தலைமைக்கான ஏக்கம் என்பதும் வெகுஜன மக்களின் உளவியலில் இருக்கும்போது, 'பகவத்' என்பதைப் பயன்படுத்தி பக்தி இயக்கம் வெற்றிபெற்றிருக்கிறது. இதுபோன்ற ஒரு விஷயத்தைச் செய்வதற்குப் பௌத்த, சமண இறையியலுக்குள் இடமில்லை. பௌத்தத்திலும் சமணத்திலும் பக்திக் கவிதைகள் இருக்கின்றன. வேலுப்பிள்ளை இதைக் கூறுகிறார். ஆனால் அங்கே நாயக நாயகி பாவத்தில் பாடுவதற்கு இடமில்லை.

இதுபற்றிக் கூறுங்கள்.

9. பக்தி இயக்கம் 'தமிழ்' என்னும் ஆயுதத்தைக் கையில் எடுக்கிறது. களப்பிரர்களிடமும் முற்காலப் பல்லவர்களிடமும் பாலி, பிராகிருதம், சமஸ்கிருதம் முதலிய மொழிகள் செல்வாக்குப் பெற்றிருந்தன. இந்தப் பின்னணியில் வைத்துப் பார்க்கும்போது தமிழ் என்னும் இவர்களின் பதாகை முக்கியமானது. புலவர் களின் தமிழாக இல்லாமல் எளிய மக்களின் மொழியில் மாணிக்கவாசகர் போன்று பெண்களின் விளையாட்டுக்கள் முதலியவற்றை எடுத்துக்கொண்டு இறைவனைப் பாடினர். மக்கள்மொழியான தமிழைத் தேர்ந்தெடுத்தது முக்கியமான விஷயம். இந்தக் கருத்து, பலர் கூறியிருப்பதுதான். மொழியைப் பக்தி இயக்கம் எவ்வாறு பயன்படுத்தியது என்பது பற்றி உங்கள் கருத்து என்ன?

இவையெல்லாம் பக்தி இயக்கம் மேலெழுந்ததற்கான அடிப்படையான காரணம் என்று நினைக்கிறேன்.

தொ.ப. : சமண பௌத்த மதங்களில் நுண்கலைகளுக்கான இடம் போதுமான அளவு இல்லை. அதற்கான காரணம், இரண்டு மதங்களும் துறவைக் கொண்டாடியவை. துறவு என்பது நம் சமூகத்தில் மரியாதைக்குரிய ஒன்று. இன்றைக்கும் திருமணமாகாத ஒருவர் எண்பது வயதில் இருப்பார் என்றால் நம் சமூகத்தில் அவர் மரியாதைக்குரியவர். ஏனென்றால் அவர் பெண்ணாசையை நீத்தவர். ஆனால் அது வாழ்நெறி ஆக முடியாது. 'மயான வைராக்கியம்' என்று ஒன்றைச் சொல்வார்கள். பதினெட்டு வயதான பையனை எரிப்பதற்காகச் சுடுகாட்டில் வைத்திருக்கும்போது என்ன வாழ்க்கை இது? நாளைக்குச் செத்தால் நாமும் இப்படித்தான் என்பார்கள். ஆனால் சுடுகாட்டை விட்டு வீட்டுக்குப் போகும்போது டீக்கடைக்குப் போய் 'டீ' குடித்துவிட்டுத்தான் போவார்கள். இதுபோலப் பிரசவ வைராக்கியம் என்று ஒன்றைக் கூறுவார்கள். பிரசவ வலி என்பது உண்மையானது. பிரசவ வலி இனிப் பிள்ளையே பெறக்கூடாது என்று நினைக்க வைக்கும். ஆனால் குழந்தை பிறந்து கொஞ்சம் நேரம் கழித்து, "அவுங்க அப்பா வெளியே நிப்பாங்க.... கூப்பிடுங்க..." என்பாள். எனவே இந்தத் துறவுநெறி மரியாதைக்குரியதாக இருந்தாலும் வாழ்நெறியாக

இருக்க முடியாது. அதை வாழ்நெறியாக ஏற்கத் தமிழன் தயாராக இல்லை. ஏனென்றால் புலால் உண்ணாமையையே ஏற்கத் தமிழன் தயாராக இல்லை. கள்ளுண்ணாமையைத் தமிழர்கள் ஏற்கவில்லை. அதாவது அக்காலம் 'கள்' உணவின் பகுதியாகக் கருதப்பட்ட காலம். சமணர்கள் ஒழுக்கத்தின்பாற்பட்டதாகக் கொண்டுவருகிறார்கள். உணவை ஒழுக்கமில்லாதது என்று கூறும்போது எளிய மனிதனின் மனம் ஏற்க மறுக்கிறது. இன்றைக்கும் நம் நாட்டார் தெய்வங்கள் எல்லாம் கள்ளும் சாராயமும் குடித்துக்கொண்டுதான் இருக்கின்றன. காந்தியக் கொள்கைப்படி அவற்றை ஒழுக்கம் கெட்ட தெய்வங்கள் என்று கூறலாமா? 'நம்முடைய சுடலைமாடன்சாமி கள் குடிக்கிறார்; அப்படியென்றால் அவர் ஒழுக்கங்கெட்ட சாமியா?' என்று ஒரு மாணவரிடம் கேட்டுப்பாருங்கள். அவன் அதிர்ந்துபோவான். எனவே, 'கள்' உணவின் பகுதி. புலாலும் உணவின் பகுதி. இது ஒழுக்கம் சார்ந்தது என்ற கோட்பாட்டைத் தமிழ்ச் சமூகம் ஏற்றுக்கொள்ளவில்லை.

ஆடுவது, பாடுவது என்பது மனித உடலின் இயல்பான அசைவு. தேர்தலில் தன் கட்சிக்காரர் வெற்றி பெற்றுவிட்டார் என்றவுடன் தொண்டன் ஆடுகிறான்; குதிக்கிறான். இது இயல்பான உடலசைவு. இத்தகைய இயல்பான உடலசைவு களைத் தடுக்கிற கோட்பாட்டைத் தமிழ்ச் சமூகம் ஏற்கவில்லை.

குடும்பம் என்ற அமைப்பு உடைபடுவதைத் தமிழ்ச்சமூகம் ஏற்கவில்லை. 'வம்சத் தொடர்ச்சி' கண்டார்கள் பெரியவர்கள். மனித வாழ்க்கையின் பயன் என்பது மனித உற்பத்தி என்று கருதிய காலம் அது. வாழ்க்கையின் நிறைபயன் மக்கட்பேறு.

'மங்கல மென்ப மனைமாட்சி மற்றதன்
நன்கலம் நன்மக்கட் பேறு'

என்பது திருக்குறள். மக்கட்பேறு என்றே குறளில் அதிகாரம் வைத்தார் வள்ளுவர். மக்கட்பேற்றைக் கூறும்போதே அது நிகழ்வு இல்லை; 'பாக்கியம்' என்கிறார் அவர்; 'பேறு' என்று குறிப்பிடுகிறார். எனவே, இந்தப் பேற்றினை நிராகரிக்கக்கூடிய துறவைத் தமிழர்கள் ஏற்றுக்கொள்ளவில்லை. அதாவது துறவை முழுமையாக ஏற்றுக்கொள்ள அவர்களின் மனது இடம் தரவில்லை.

தமிழ்நாட்டில் முதலில் பரவிய சமணம் திகம்பர சமணம். நிர்வாணம் என்பது பெண்களின்மீது திணிக்கப்பட்ட வன்முறை. சமணத்தில் பெண்துறவிகள் இருந்தாலும் அவர்கள் நிர்வாணமாக இருப்பதில்லை. திகம்பர சமண முனிவர்களின் நிர்வாணத்தை அவர்களின்மீது திணிக்கப்பட்ட வன்முறையாகக் கருதினார்கள். இன்றும் வந்தவாசியிலோ, பொன்னூரிலோ சமணத் துறவிகள் பிச்சையேற்க வரும்போது துறவியின் உடம்பில் படாதபடி ஆண்கள் ஒரு வேட்டியைப் பிடித்துக்கொண்டு வருகிறார்கள். வேட்டி மறைவிற்கு முன் இருந்து பெண்கள் பிச்சையிடுகிறார்கள். பிச்சை என்ற கோட்பாட்டைச் சமணர்கள் கொண்டுவருகிறார்கள். அதாவது எந்த உடலுழைப்பும் இல்லாமல் பிச்சை ஏற்று உண்ணும் வாழ்க்கை மரியாதைக்குரியது என்று அவர்கள் கொண்டு வருகிறார்கள். அது இன்னும் முழுமையாகத் தமிழ்ச் சமூகத்தால் ஏற்றுக்கொள்ளப்படவில்லை. இன்றும் 'பிச்சைக்காரப் பயல்' என்பது வசவுமொழிதான்.

சமணத்தில் பிச்சையைப் பெண்தான் இடவேண்டும்; ஆனால் துறவி அம்மணமாக வருவார். பிச்சைக்கு 'மாதுகரம்' என்று பெயர். பெண்ணின் கையால் பெறுவதுதான் பிச்சை. பௌத்தத்திலும் சமணத்திலும் அதுதான். 'ஆதிரையிட்டனள் ஆருயிர் மருந்து' என்று ஆதிரை பிச்சை இடுகிறாள்; பிச்சை ஏற்பது மணிமேகலை. இதுபோன்ற பண்பாட்டு விஷயங்கள் ரொம்பவும் தமிழர்களை வேதனைப்பட வைத்திருக்கின்றன.

சுந்தர் காளி : 'பரத்தமை' என்பது ஆண்களுக்கு ஒரு பிரச்சினையாக இருந்திருக்குமோ?

தொ.ப. : சமணமும் பௌத்தமும் கொள்கையளவில்தான் பரத்தமையைக் கண்டித்தன. நடைமுறை வாழ்க்கையில் அவ்வாறு இல்லை; எனவே அவர்கள் அதுபற்றி அதிகம் பேசவில்லை. போகிற போக்கில் இரண்டு மூன்று பாடல்கள் நாலடியாரில் இருக்குமே தவிர, அவர்கள் அதில் ஊன்றி நிற்கவில்லை. பௌத்தத்தைப் பொறுத்த அளவில் புத்தர் ஆம்ர பாலி என்ற தாசி தரும் தங்கத்தால் வாங்கிய மாந்தோப்பினை ஏற்றுக்கொள்கிறார். பரத்தமையை மறைமுகமாக இந்த மதங்கள் ஏற்றுக்கொண்டன. நிர்வாணம் என்பதும் துறவு என்பதும்

ஆணாதிக்கம்தானே? இவை ஆணாதிக்க மதங்கள்தானே? துறவு என்பது ஆண்களுக்கு உரியதுதான். பெண்ணைத் துறத்தல் என்பதுதானே துறவு?

ஆண் பெண்ணைத் துறத்தல்தான் துறவே ஒழிய, பெண் ஆணைத் துறத்தல் துறவு அல்ல. துறவு என்பதே ஆணாதிக்க வெளிப்பாடு. நிர்வாணம் என்பது ஆணாதிக்கத்தின் கடுமை யான வெளிப்பாடு. குடும்ப அமைப்பு உடைவதைப் பெண் தாங்கமாட்டாள். அதனால் ஒரு எல்லைக்குமேலே போக முடியாமல், கொதிநிலையை எட்டிவிட்ட சமணம் தளர் வடைகிறது. வணிகர்களின் கையில் மட்டும்தான் அதிகாரம் இருந்தது. அந்த அதிகாரத்தை நிலவுடைமையாளர்கள் தாங்கள் பெற்றுக்கொள்ள முயற்சி பண்ணுகிறார்கள். நிலவுடைமையாளர்கள் அதிகாரத்தைப் பெற்றுக்கொள்ள முயன்றனர் என்பதற்கு என்ன ஆதாரம்? ஐம்பெரும் காப்பியங்களில் வணிகர் பெருமைதான் பேசப்பட்டிருக்கும். பின்னால் வந்த காப்பியங்களில் நாட்டுவளமும் நகர்வளமும் பேசப்பட்டிருக்கும். நாட்டுவளம் பாடுவதற்கு இளங்கோவே பின்னால் வந்துவிடுகிறார். நாட்டுவளம், ஆற்று வளம் என்பதெல்லாம் விவசாயம் சார்ந்ததுதானே?

பெண்களுடைய ஈடுபாடு பக்தி இயக்கத்தில் எப்படி இருந்தது என்பதற்கு ஆண்டாள் நல்ல உதாரணம். ‘அவன் என்னுள் அதிரப்புகுதக் கனாக் கண்டேன்’ என்கிறாள். ‘கேசவ நம்பியைக் கால்பிடிப்பாள் என்னுமிப் பேறு அருளு கண்டாய்’ என்கிறாள். இது குடும்ப அமைப்பு வேண்டிச் செய்த கவசம். ‘குத்து விளக்கெரியக் கோட்டுக்கால் கட்டில் மேல் மெத் தென்ன பஞ்சசயனத்தின் மேலேறி’ என்கிறாள் ஆண்டாள். இப்படியொரு பாடலை ஆண் பாடவே இல்லை. கட்டில், மெத்தை, குத்துவிளக்கு என்று ஒரு ஆண் இதுவரை பாட வில்லை. ஒரு கூட்டத்தில் பெண்களின் அதிக எதிர்ப்பு, சமண பௌத்தத்திற்கு உண்டாகின்றது. அப்போது பெண்கள் பக்திச் செயல்பாட்டிற்கு வருகிறார்கள். பக்தி இயக்கத்தார் கோயிலுக்குள் பெண்களை அனுமதிக்கிறார்கள். அரசனுடைய பிரதிநிதியாகக் கடவுளை ஆக்குவதனால் அந்த எல்லைதான் அவர்களுக்கும் வரையறுக்கப்பட்ட எல்லையாக ஆக்கப்படு

கின்றது. கூட்டம், கூட்டம் என்று கூறுவதெல்லாம் ஏன்? கூட்டம் வேண்டுமல்லவா? 'தொண்டர் குலமே தொழுகுலம்' என்கிறார்கள் பக்தி இயக்கத்தார். Salvation என்பது முதலில் துறவிக்கு. அவருக்குத்தான் முதல் உரிமை. அடுத்தது ஆண்களுக்கு. அப்புறம்தான் பெண்களுக்கு. இது சமண பௌத்த நெறி. பக்தி இயக்கத்தினால் அனைவருக்குமான Salvation தரப்பட்டது.

சுந்தர் காளி : வினைக்கொள்கை, ஊழ்...

தொ.ப. : வினைநீத்தல் என்பது முதலில் யாருக்கு? முதலில் துறவிக்கு; அப்புறம் சாதாரண மனிதருக்கு. பெண் என்பவள் ஆணாகப் பிறந்து துறவு மேற்கொண்டால்தான் வினை நீக்க முடியும் என்பது சமணக்கொள்கை. துறவிகளிலும் இரண்டு வகை உண்டு. நிர்வாணத் துறவி, வெள்ளையாடை உடுத்திய துறவி என உண்டு. இதில் யார் வினை அறுத்து முதலில் மோட்சம் போவார்? திகம்பரத் துறவிதான் முதலில் போவார். இந்த மாதிரியான பாகுபாடு இல்லாமல் அனைவருக்கும் பொதுவான முக்தி என்பதைப் பக்தி இயக்கம் காட்டுகிறது.

சுந்தர் காளி : பக்தியின் மூலம் வினையறுக்கலாம் என்பதுதானே?

தொ.ப. : ஆமாம். பக்தி என்பது எளிமையான விஷயம். அரசுரு வாக்கத்திற்குத் தேவையான விஷயம் பக்திதான். ஒட்டு மொத்தமாகக் கடவுளிடம் சரணடைவது என்பதுதான் பக்தி. எல்லாவற்றையும் அவன் பார்த்துக்கொள்வான். 'நன்றே செய்வாய்! பிழை செய்வாய்! நானோ இதற்கு நாயகமே' என்பது திருவாசகம் (குழைத்த பத்து, பாடல் 7). ஒட்டு மொத்தமாக இறைவனிடம் சரணடைவது இந்தக் காலத்தில் உண்டாகிவிட்டது. இப்போது அரச அதிகாரம் பெருகப்பெருக, விளைநிலங்களின் அளவு பெருகப்பெருக, உபரி பெருகப்பெருக, காணாமல்போன பழைய பாணர்கள் இழுத்துவரப்பட்டுக் கோயில்களில் நிலையாக அமர்த்தப்பட்டார்கள். 'அதைப் பாடுவதற்குப் பதிலாக இதைப் பாடு; அதே கருவியை வைத்துக் கொள்' என்று கூறிவிட்டார்கள்.

இசை என்பது மனிதனின் உயிர்ப்பான விஷயங்களில் ஒன்று. மதச்சார்பு எல்லவாற்றையும் தள்ளிவிட்டு இசையைப் பாருங்கள்.

தாலாட்டுக்கும் குழந்தைக்கும் உள்ள உறவைப் பார்த்தாலே மனிதனுக்கும் இசைக்கும் உள்ள உறவு புலப்படும்.

சுந்தர் காளி : இசையோடு பாடுவது மற்ற எல்லாவற்றையும் விடப் புனிதமானது என்கிறார் அப்பர்.

தொ.ப. : 'தமிழோடு இசை பாடல் மறந்தறியேன்' என்பார்கள். வடநாட்டிலிருந்து வந்த சமண, பௌத்தத் துறவிகளின் கையில்தான் ஆதிக்கம் இருந்திருக்க வேண்டும். அத்தனை தீர்த்தங்கரர்களும் வடநாட்டுக்காரர்கள். புத்தர் வடநாட்டுக் காரர்தான். மொழிசார்ந்த ஒரு அடையாளத்தைத் தேடும்போது சமணத்தையும் பௌத்தத்தையும் எதிர்க்க வேண்டிய கட்டாயம் ஏற்படுகிறது. இதற்கு நல்ல எடுத்துக்காட்டு சமணம், பௌத்தம் வாழ்ந்த காலத்திலேயே, ஏறத்தாழக் கி.பி. ஆறாம் நூற்றாண்டிலேயே பொய்கையாழ்வார், 'இருந்தமிழ் நன்மாலை இணையடிக்கே சொன்னேன் பெருந்தமிழன்' என்கிறார். நாயகிபாவமே அவர் பாடவில்லை, ஆனால் இன அடையாளத்தை அவர் தேடிக்கொள்கிறார். இது மொழிசார்ந்த அடையாளமும்கூட. அப்படியென்றால் என்ன நடந்திருக்க வேண்டும்? தொடக்கக் காலத்தில் சமண, பௌத்தக் கோயில் களில் வழிபாடு பாலியிலும் பிராகிருதத்திலும் நடந்திருக்க வேண்டும். மக்கள் மொழியில் அவர்கள் வழிபாடுகளை நடத்தவில்லை என்று தெரிகிறது. வழிபாடு என்பது அங்கு குறைந்த அளவில்தான் என்பதையும் குறிப்பிட்டாக வேண்டும். ஞமன ஞாயன், ஞமன ஞாயன என்று பாகதத்தோடு தமிழ் பேசியதைச் சம்பந்தர் கிண்டலடிக்கிறார்.

சுந்தர் காளி : பெயர்களைக்கூட அவர்கள் மொழியில்தான் வைப்பார்கள் என்று சம்பந்தர் பாட்டு இருக்கிறது.

தொ.ப. : கனகநந்தி, புட்பநந்தி எனப்படும் நந்தி கணத்தவர்கள்தான் இங்கு வந்தார்கள். அந்தப் பெயர்களைத்தான் வைத்தார்கள். எனவே மொழிரீதியாக அந்நியப்பட்டபோது மொழி ரீதியாகத் தன்னுணர்ச்சி ஏற்படுகின்றது. பல்லவ அரசர்கள் பிராகிருதத் திலும் சமஸ்கிருதத்திலும் செப்புப்பட்டயங்கள் வெளியீட்டுக் கொண்டிருந்த காலத்தில் பொய்கையாழ்வார் பெருந்தமிழன் என்கிறார். என் மொழிக்கான அடையாளம் வேண்டும் என்கிறார்.

கடவுள் எப்படி இருக்கிறான்? வடநாட்டிலிருந்து வந்த ஆரியக்கடவுள் இல்லை. நீ பாகதம் படிக்க வேண்டாம்; பாலி மொழி படிக்க வேண்டாம். அவன் 'ஆரியன் கண்டாய்; தமிழன் கண்டாய்' என்கிறார்கள் பக்தி இயக்கத்தார். எதிர்வைத் தெளிவாக முன்வைக்கிறார்கள்.

ஆரியம் என்றால் இன்றைக்குள்ள பொருள் அல்ல; ஆரியம் என்றால் சமணம். அவர்களுடைய கடவுள் ஆரியன்; நம்முடைய கடவுள் ஆரியனாகவும் இருக்கிறான்; தமிழனாகவும் இருக்கிறான். தமிழன் என்ற இன உணர்வோடு வைக்கப்பட்ட வார்த்தை இது.

'திருவுடை மன்னரைக் காணில் திருமாலைக் கண்டேனே' என்று அரசனும் கடவுளும் ஒன்று என்று கூறிவிட்டார்கள். நம்முடைய பழைய மரபுப்படி தெய்வம் என்பதே காப்புக்கு உரியது. அரசனும் நம்மைக் காவல் செய்பவன். அரசனுக்குக் காவலன் என்ற பெயரே உண்டு. கடவுளுடைய வேலையைப் போன்று காப்பாற்றுவது அரசனுடைய வேலை. அதனால்தான் 'திருவுடை மன்னரைக் காணில் திருமாலைக் கண்டேனே' என்றார்கள்.

மண் சார்ந்த உணர்வு மனிதருக்கு ஏற்படுகின்றது. பயண அனுபவங்கள் இன்றைக்குக்கூட ரொம்பப்பேருக்குக் குறைவு தான். சென்னையைப் பார்க்காத தமிழர்கள் நிறைய உண்டு. அதுபோலத் தில்லியைப் பார்க்காத சென்னைவாசிகளும் இருக்கிறார்கள். பயண வாய்ப்புகள் எல்லா மனிதர்களுக்கும் எளிதாகக் கிட்டுவதில்லை. அந்தக் காலத்தில் வேளாண் மதிப்புகள் இருக்கும். வேளாண் பொருளாதாரத்தில் மண்சார்ந்த உணர்வு என்பது மனிதனுக்கு அதிகம். அதுவும் Territory சார்ந்த உணர்வு எல்லா உயிர்களுக்கும் உண்டு. தூத்துக்குடியில் உள்ள புறாவைச் சென்னையில் கொண்டுவந்து விட்டால் அது மீண்டும் தூத்துக்குடிக்குப் போய்விடும். நாய்களின் Territorial Imperative பற்றிக் கூறுவார்கள். ஒரு நாயின் எல்லைக்குள் இன்னொரு நாய் வந்தால் ஒன்று மற்றொன்றைப் பார்த்துக் குரைக்கும். புனுகுப்பூனைக்குப் புனுகு இருப்பதுபோலப் புலிக்கும் உண்டாம். இந்தப் புனுகின் உதவியால் தன் எல்லைக்குள் வேறொரு புலியை வரவிடாதாம். எல்லா உயிரினங்களுக்கும்

இது உண்டு. கடவுள் எங்கே இருக்கிறார் என்ற கேள்விக்குச் சமணர்களும் பௌத்தர்களும் பதில் கூறமுடியாது. அருகதேவன் எங்கே இருக்கிறார்? புத்தர் எந்த ஊரில் இருக்கிறார்? இவ்வாறு சுட்டிக்கேட்க முடியாது. அவ்வாறு கேட்பதும் மரபல்ல. ஆனால் பக்தி இயக்கத்தவர்கள் அறுதியிட்டுக் கூறுகிறார்கள்; இறைவன் இந்த ஊரில் இன்ன இடத்தில் இருக்கிறார் என்கிறார்கள். 'சிதம்பரத்தைப் போய்ப் பார்; திருவரங்கத்தைப் போய்ப் பார்' என்று அறுதியிட்டுக் கூறுகிறார்கள்.

சுந்தர் காளி : எல்லா ஊர்களிலும் கோயில் இருக்க வேண்டும் என்பதைக் கொள்கையாகவே பக்தி இயக்கத்தார் வைத்திருக்கின்றனர்.

தொ.ப. : தலங்கள் என்று கூறி அவற்றுக்குப் புனிதம் ஏற்றுகின்றனர். கடவுளை 'எங்கள் ஊர்க்காரன்' என்று சொந்தம் கொண்டாடுகிறார்கள் பக்தி இயக்கத்தார். கடவுள் மதுரைக்காரன் என்று கூறுகிறார் மாணிக்கவாசகர். கடவுளை 'மதுரையான்' என்கிறார்.

சுந்தர் காளி : தென்னவன், தென்னவன் என்றுதான் சிவன் திருவாசகத்தில் திரும்பத் திரும்ப அழைக்கப்படுகிறார்.

தொ.ப. : 'கண்சுமந்த நெற்றிக் கடவுள் கலிமதுரை மண் சுமந்தான்' என்கிறார் மாணிக்கவாசகர். அதாவது 'கடவுள் எங்கள் ஊர் மண்ணைத் தலையில் தூக்கிச் சுமந்தவன்' என்று பெருமைப் பட்டுக்கொள்கிறார் மாணிக்கவாசகர். 'தில்லையுள் கூத்தா போற்றி! தென்பாண்டி நாடா போற்றி' என்கிறார்கள் பக்தி இயக்கத்தார். கடவுள் இந்தியா முழுவதுக்கும் சொந்தமானவர் இல்லையா? தில்லைக் கூத்தன் வடதமிழ்நாட்டிற்குக் கிடையாதா? அவன் தென்பாண்டி நாட்டுக்கு மட்டும்தான் சொந்தக்காரனா? இங்குதான், பிறந்த உள்ளூர் மண்ணின் மீதான பக்தி என்பது செயல்படுகிறது. வட்டாரம் சார்ந்த உணர்வு எல்லா உயிர்களுக்கும் பொதுவானது. 'இறைவன் எங்கள் ஊர்க்காரன், எங்கள் ஊர்க்காரன்' என்று பக்தி இயக்கத்தார் உரிமை கொண்டாடுகிறார்கள்.

சுந்தர் காளி : இதை ஒரு Sense of belonging என்றுதான் கூற வேண்டும்.

தொ.ப. : ஆமாம். இன்னும் அழுத்தம் வேண்டுமென்றால் Territorial

Imperative. வாழிட எல்லை சார்ந்த அழுத்தமான உணர்வு. நான் எஸ்.எஸ்.எல்.சி. படிக்கும்போது ஆனந்த விகடனில் 'எங்கள் ஊர்' என்னும் தொடர் வந்தது. அப்போது கி.ராஜநாராயணன் 'இடைசெவல்' கிராமத்தைப்பற்றி எழுதியிருந்தார். கு. அழகிரி சாமி தன் மனைவியிடம் சொன்னாராம் : 'சீதா! நான் எங்கே செத்துப்போனாலும் இடைசெவலுக்குக் கொண்டுவந்து 200 அடி ஆழத்தில் புதைத்துவிடு' என்று கூறியதாக அந்தக் கட்டுரையில் கி.ரா. எழுதியிருந்தார். செத்துப்போன பிறகும்கூட வேறெங்கும் உடல் போய்விடக்கூடாது. சொந்த மண்ணில்தான் புதைக்க வேண்டும் என்ற தன் வாழிடம் சார்ந்த அழுத்தமான உணர்வு இது.

சுந்தர் காளி : பிற்காலத் தல புராணங்களுக்கான அடிப்படை அப்போதே வந்துவிடுகின்றது. ஒவ்வொரு தலத்துக்கேயுரிய புராணங்களைக் கற்பிப்பது என்பதும் தோற்றம் பெற்றுவிடுகிறது என்று கூறலாமா?

தொ.ப. : சங்க இலக்கியத்திலேயே வந்துவிடுகிறது. 'பிடவூர் அறப் பெயர்ச் சாத்தன்' என்று வந்திருக்கிறதே! அதாவது பிடவூரில் இருக்கின்ற தர்மசாஸ்தா கோயில் என்று பொருள்.

சுந்தர் காளி : ஆனால் பெரிய புராணத்தில் ஊரோடு இணைத்துக் கதைகள் சொல்லப்படுவதுபோலச் சங்க இலக்கியத்தில் இல்லையே?

தொ.ப. : வட்டாரம் சார்ந்த உணர்வுகளின் உச்சகட்ட வளர்ச்சி எதுவென்றால் 'திருவிளையாடற் புராணம்'. சிவபெருமான் மதுரை என்ற ஒரு ஊரில் மட்டும் 64 திருவிளையாடல்களை நிகழ்த்தியிருக்கிறார். மண்சார்ந்த, வட்டாரம் சார்ந்த உணர்வுகளின் உச்சகட்ட வளர்ச்சி திருவிளையாடற் புராணம்.

சுந்தர் காளி : தலத்துக்கும் உணர்வுக்கும் கவிதைக்கும் இடையே உள்ள பிணைப்பு இருக்கிறதல்லவா? அதற்கும் சங்க இலக்கியத் திணை மரபுக்கும் நெருங்கிய உறவு உண்டு.

தொ.ப. : ஆமாம். சங்க இலக்கியத்தில் அகத்திணை என்பது அடிப்படையான ஒன்று. தொல்காப்பியர் 'காமம் இயற்கை யானது' என்று தெளிவாகக் கூறுகிறார். பிறவியிலேயே ஒரு புழுவோ, வண்டோ, பறவையோ, மனிதனோ காமவுணர்

வோடுதான் பிறக்கிறது. எனவே காமவுணர்வுடன் பிறந்து வாழும்போது யாரைக் காதலிப்பது? காதலை எப்படி வெளிப்படுத்துகிறது? என்பதற்குக் கடவுள் மேல் காதலை வையுங்கள் என்கிறார் பக்தி இயக்கத்தார். கடவுள் பதில் சொல்லமாட்டானே என்றால் அதற்குக் 'கைக்கிளை' என்று பெயர் வைத்துக்கொள் என்கிறார்கள். கடவுளைக் காதலிக்கிற பாடல்களைப் பார்க்கும்போது வியப்பாக இருக்கிறது. காதலிக்கின்றபோது அன்பு செலுத்த வேண்டும். காதலன் செலுத்துகின்ற அன்பைவிடக் காதலி செலுத்துகின்ற அன்பு அதிகம். எனவே தங்களைப் பெண்ணாக மாற்றிக்கொண்டு கடவுளைப் பாடுகிறார்கள் பக்திக்காரரர்கள்.

சுந்தர் காளி : 'அன்புள் உருகி அழுவன் அரற்றுவன்
என்பும் உருக இராப்பகல் ஏத்துவன்
என்பொன் மணியை இறைவனை ஈசனைத்
தின்பன் கடிப்பன் திருத்துவன் தானே'

இந்தத் திருமந்திரப் பாடல் அதிகம் மேற்கோள் காட்டப்படாத பாடல்.

தொ.ப. : இது பாசுபதம் சார்ந்தது.

சுந்தர் காளி : திருமூலர் தோத்திர மரபு சார்ந்தவர் இல்லை. திருமந்திரம் சாத்திர நூல்தான்.

தொ.ப. : திருமந்திரத்தில் தோத்திரமும் இருக்கிறது. சாத்திரமும் இருக்கிறது. 'ஈசன் எனக்குத் தாயும் மகளும் தாரமும் ஆமே'. ஈசன் எனக்குத் தாய், மகள், தாரமாக இருக்கிறான் என்கிறார். இறைவன் தாயா? மகளா? தாரமா? என்ற சிக்கல் பின்னால் அபிராமி பட்டருக்கு வந்திருக்கிறது.

சுந்தர் காளி : அபிராமி பட்டர் இறைவனோடு சேர்த்துவைத்துத் தானே பாடுகிறார்?

தொ.ப. : அபிராமி பட்டர், தாயாக, தாரமாக, மகளாகப் பாடியிருக்கிறார். எனவே குடும்ப அமைப்பைக் காப்பாற்றுவதற்குக் குடும்ப உறவாக இறைவனைக் கற்பித்தார்கள்.

சுந்தர் காளி : இதன் நீட்சி பாரதி வரைக்கும் வருகிறது.

தொ.ப. : இறைவனை மருமகனாகப் பாடுகின்ற மரபு உண்டா

என்றால், உண்டு. அப்பர் ஓரிடத்தில் பாடுகிறார் : தன்னைத் தாயாகக் கருதிக்கொண்டு, அந்தத் தாயின் மகள் கடவுளைக் காதலித்தால் கடவுள் அப்பருக்கு மருமகன்தானே? இப்பாடல் தாய் கூற்றாக வருகிறது. 'இவள் காதலிக்கும் அவனைப் பார்த்தேன். அவனுடைய உறவெல்லாம் பேய்கள்; இருப்பது இடுகாட்டில்; தலையோட்டில் உண்ணுகின்றான். ஏற்கனவே அவன் மணமானவன்; என் மகள் இவனைப் பார்த்து ஏன் ஆசைப்பட்டாள் என்று தெரியவில்லையே' எனத் தாய் புலம்புகிறாள். இந்தப் பாட்டின்படி கடவுளை மருமகன் என்ற உறவுக்குள் இழுக்கிறார்கள். மருமகன் என்ற உறவு ரொம்ப Sensitive இன உறவு. அதாவது கூச்சநாச்சமுள்ள உறவு.

சுந்தர் காளி : நாயகிபாவத்தை விட்டுவிட்டு நாயகபாவத்தில் இறைவனைத் தலைவியாகப் பார்த்துப் பாடியிருக்கிறார்கள். திருக்கோவையாரில் மாணிக்கவாசகர் நாயகபாவத்தில் பாடி யிருக்கிறார். மஸ்தான் சாகிபு, பாரதி ஆகியோரும் பாடியிருக் கின்றனர். உளவியல் ரீதியாக இது ஒரு சிக்கலான விஷய மல்லவா?

தொ.ப. : நாயகிபாவத்தில் பாடிப்பாடிச் சலிப்பேற்பட்ட பின்பு நாயகபாவத்தில் பாடுகிறார்கள். மருமகனாகக்கூடப் பாடி முடித்துவிட்டார்கள். தாயும், மகளும், தாரமும் ஆமே என்கிறார்கள் அல்லவா? இதில் என்ன சிக்கல் வருகிறது. அதனால் தாரமாகப் பாடினார்கள்.

சுந்தர் காளி : அதிகமாக இறைவனை ஆண்டானாகவும் காதலா னாகவும் பாவித்துப் பாடியிருக்கிறார்கள்.

தொ.ப. : மொத்தத்தில் கடவுளை ஆணாகப் பார்க்கின்ற பார்வை அது.

சுந்தர் காளி : பேராண்மையாகப் பார்ப்பது...

தொ.ப. : வைணவத்தில் புருஷோத்தமன் என்பார்கள். புருஷன் உத்தமன் என்பது அது.

சுந்தர் காளி : அவன் ஒருவன்தான் ஆண். அப்படித்தானே?

தொ.ப. : ஆமாம். அவன் ஞானமுடையவன். நாம் ஞானத்தைத் தேட வேண்டும். நாம் அன்புடையவர்கள். அவ்வளவுதான்.

சுந்தர் காளி : பரிபாடலில் முருகன், திருமால்பற்றி வருகின்ற பாடல்களில் உள்ள பக்தி என்பது குழுமநிலைப்பட்ட பக்திதான். ஆள்நிலைப்பட்ட பக்தி கிடையாது என்கிறார் சிவத்தம்பி.

தொ. ப. : அது ஒரு இடைப்பட்ட காலத்தியது. அவை முழுக்க இசையை நோக்கமாகக்கொண்டு பாடப்பட்ட பாடல்கள். பரிபாடலின் பாடல்களுக்குக் கீழே பண்ணமைத்தவரின் பெயர் காணப்படுகின்றது. அந்தப் பாடலின் தாளம் என்ன என்று பேசப்படுகின்றது. ஒரு குறிப்பிட்ட மதுரையிலிருந்த இசைக் குழுவுக்காக எழுதப்பட்ட பாடல்கள் என்று நினைக்கின்றேன். ஏனெனில் பரிபாடல் மதுரையைப்பற்றி மட்டுமே பேசுகிறது.

சுந்தர் காளி : 'நானும் என் சுற்றமும்' என்று அதாவது நாங்கள் எல்லாரும் சேர்ந்து கும்பிடுகின்றோம் என்று பரிபாடலில் வருகிறது.

தொ. ப. : எந்த இலக்கியத்துக்கும் பண்ணமைத்தவர் பெயர் வராது. பரிபாடலுக்கு மட்டும் வரும். பாடியது இன்னார், பண்ண மைத்தவர் இன்னார். பாடியவர் கண்ணதாசன்; இசை அமைத்தவர் இளையராஜா என்பதுபோல. மதுரையைப் பற்றி மட்டுமே பரிபாடல் பேசுவதால் அதற்குப் பெயர் 'மதுரை இலக்கியம்' என்பர்.

சுந்தர் காளி : தமிழர்களை ஒட்டுமொத்தமான சமயச் சமூகமாக மாற்றக்கூடிய முயற்சியைச் சைவம் மேற்கொள்கிறது. குறிப்பாகச் சோழ நாட்டையும் பொதுவாக மற்ற பிரதேசங் களையும் தமிழகத்துத் தலங்களையும் ஒன்றிணைக்கும் முயற்சியாக அவர்களின் யாத்திரைகள் நடந்திருக்கின்றன. தேவாரப் பதிகமுறை வைப்பில் இவர்கள் அலைந்து திரிந்த தலங்கள் வரிசையாக இல்லை. ஆனால் பெரிய புராணத்தில் ஒரு வரிசைப்படுத்துதலை மேற்கொள்கிறார் சேக்கிழார். தமிழர்கள் அனைவரையும் ஒட்டுமொத்தமாக ஒரு சமயச் சமூகமாக இணைக்கின்ற முயற்சியைத் தேவாரத்திலும் பின்பு பெரிய புராணத்திலும் காணுகின்றோம். இதைப்பற்றி என்ன நினைக்கிறீர்கள்?

தொ.ப : *தமிழர்கள் அனைவரும் சைவர்களா? அல்லது வைணவர்களா?*

இரண்டுமில்லை. அரசதிகாரம் சைவத்தையும் வைணவத் தையும் பேணியது. மதுரைக்குத் தெற்கே இரண்டே இரண்டு சைவத் தலங்கள்தானே உள்ளன? அவை குற்றாலமும் திருநெல்வேலியும். வைணவம் இருக்கிறது. நான் கேட்கின்றேன், மற்ற இடங்களில் என்ன இருந்தன?

சுந்தர் காளி : பிடாரியும் ஐயனாரும் இருந்தார்கள்.

தொ.ப. : கோவை மாவட்டத்தில் எத்தனைத் தலங்கள் இருந்தன? மதுரைக்கு மேற்கே பழனி வரை தேவாரப்பாடல் பெற்ற தலங்கள் எத்தனை உள்ளன? ஆழ்வார்கள் பாடல் பெற்ற தலங்கள் எத்தனை? ஒன்றுமில்லை. தமிழகத்தின் எல்லா நிலப்பகுதியையுமா பக்தி இயக்கத்தார் பிடித்துவிட்டார்கள்?

சுந்தர் காளி : அதற்கான முயற்சியைச் செய்திருக்கிறார்கள் என்று கூறலாமா?

தொ.ப. : தெளிவாகச் சைவம் நிலவுடைமையின் மதம். வைண வத்தில் சோழநாட்டுத் திருப்பதிகள் 40, சைவத்தில் இதைவிட அதிகம். குறிப்பாக 80 தலங்களாவது சோழநாட்டில் இருக்கும். பாண்டிய நாட்டில் மதுரையை விட்டால் திருச்சுழி, காளையார்கோவில், திருநெல்வேலி, குற்றாலம், திருப்பத்தூர் என அவ்வளவுதான் சைவத்தலங்கள். மற்ற பகுதிகளுக்குச் சைவம் போக முடியவில்லை. ஏனெனில், அதுவரை அங்கே சமணம் செழித்திருக்கிறது. கோவைப் பகுதிகள்கூடச் சமணம் செழித்த பூமிதான். இன்றும் சமணர்கள் இருக்கக்கூடிய வந்தவாசி, செய்யாறு, ஆரணி, போளூர் முதலிய பகுதிகளில் தேவாரப்பாடல் பெற்ற தலங்கள் இல்லையே! எனவே அங்கங்கு பாடிய தேவாரம், பிரபந்தம் முதலியன எழுத்து மரபு சார்ந்ததனால் இந்த ஆதாரம் நமக்குக் கிடைத்திருக்கிறது.

சுந்தர் காளி : வைணவத்தில், சைவத்தில் இருந்ததுபோலப் பல்வேறு இடங்களுக்கும் சென்று பாடுவது என்பது அதிகம் இல்லையே? நம்மாழ்வார் ஓரிடத்தில் அமர்ந்துவிட்டார் என்கிறார்களே?

தொ.ப. : ஐந்து வடநாட்டுத் திருப்பதிகளை ஆழ்வார்கள் பாடுகிறார்கள். மலைநாட்டுத் திருப்பதிகளை ஆழ்வார்கள் பாடுகிறார்கள் : 108 வைணவத் திருப்பதிகளில் பரமபதம் ஒன்று. அதனையும் ஒரு தலம் என்று அதற்குப் பாடல்

பாடியுள்ளார்கள். சோழ நாட்டுக் கரையில் நின்றுகொண்டே வடநாட்டுக் கேதீச்சுரத்தைச் சைவர்கள் பாடியிருக்கிறார்கள் அல்லவா? தலம் ஒன்றை நேரிடையாகக் கண்ட பின்புதான் பாடினார்கள் என்று கூற முடியாது. மற்றவர்கள் கண்டு கூறியதை வைத்தும் பாடல்கள் பாடியிருக்கின்றனர். 108 தலங்கள் முழுவதையும் பாடிய ஆழ்வார்கள் கிடையாது. எல்லாத் தலங்களையும் பாடிய தேவார மூவரும் கிடையாது. இவர் பாடியதை இன்னொருவர் பாடவில்லை; சில தலங்கள் பாடப்பட்டிருக்கின்றன; சில தலங்கள் பாடப்படவில்லை, கட்டுக்கோயிலை மட்டும்தான் பெரும்பாலும் பாடியுள்ளனர். கட்டுக்கோயிலைத்தான் சைவர்கள் பாடியிருக்கின்றனர். வைணவர்கள் ஒன்றிரண்டு குடைவரைகளைப் பாடியுள்ளனர். சைவர்கள் ஒரு குடைவரைக் கோயிலைக்கூடப் பாடவில்லை.

சுந்தர் காளி : மூவர்கள் 275 கோயில்களுக்குமேல் பாடியிருக் கிறார்கள். மொத்தம் 325 கோயில்களுக்குமேல் அக்காலத்தில் இருந்திருக்கலாம்.

தொ.ப. : ஒரே காலத்தில் இல்லை. கொஞ்சம்கொஞ்சமாக வளர்ச்சி பெற்றிருக்க வேண்டும். அப்பர், சம்பந்தர் காலத்திற்குப் பிறகு சுந்தரர் மட்டும் பாடிய கோயில்கள் சில உண்டு. மாணிக்கவாசகர் மட்டும் பாடிய கோயில்கள் சில உண்டு.

சுந்தர் காளி : மாணிக்கவாசகர் அதிகம் தலயாத்திரை செய்து பாடவில்லை என்று நினைக்கின்றேன். ஒட்டுமொத்தமாக ஒரு பட்டியல் போட்டுவிடுகிறார். நிறைய பாடவில்லைதானே?

தொ.ப. : அதற்கு ஒரு முன்னரசியல் இருக்கிறது. சமயப் போராட் டத்தின் விளைவாக அவர் சோழ நாட்டுக்குள் அனுமதிக்கப் படவில்லை என்று நினைக்கிறேன்.

சுந்தர் காளி : அது ஏன்?

தொ.ப. : அவர் அமாத்திய பிராமணர். அமைச்சராக இருந்தவர். ஏதோ ஒரு தத்வார்த்தம் காரணமாகச் சோழநாட்டுக்குள் அவர் அனுமதிக்கப்படவில்லை என்று நினைக்கின்றேன். பெண்ணா டம்பற்றிப் பாடுகிறார். சிதம்பரத்தைப் பாடுகிறார். இவை தவிர வேறெந்த ஊரையும் அவர் பாடவில்லை. பாண்டியநாட்டுத் தலங்களை மட்டுமே பாடுகிறார்,

சுந்தர் காளி : மூவர் பாடிய பாடல்கள் போன்று அல்லாமல், மாணிக்கவாசகர் பாடியவை இசைப்பாடல்கள் இல்லை; இலக்கியம் சார்ந்தவை என்ற கருத்து உள்ளதே?

தொ.ப. : அடிப்படையிலேயே அவை இசைப்பாடல்கள்தான் என்பது என் கருத்து. திருவாசகத்தில் பொதுவிஷயங்கள் தவிரத் தனிமனித ஓர்மை அதிகமாக இருப்பதனால் அதைப் பாராயண நூல் என்று கூறுவதற்கு வசதியாகிவிட்டது. 'நான் யார்? என் உள்ளமார்?' என்ற இந்தக் கேள்வியை யாரும் நேரடியாக வைக்கவில்லை. அதனால் பாராயண நூலாக ஆக்கிவிட்டார்கள். மாணிக்கவாசகர் தமிழ்த் தேசியத்திற்குள் ஒரு குறுந்தேசியத்தைக் கட்டமைக்க முயற்சி செய்தார்.

சுந்தர் காளி : ஏழாம் நூற்றாண்டில் சம்பந்தரும் அப்பரும் இணைந்து பணியாற்றினார்கள் என்று நமக்குக் கற்பிக்கப் படுகின்றது. ஆனால் சம்பந்தரின் நோக்கங்களும் செயல்பாடு களும் அப்பரின் நோக்கங்கள், செயல்பாடுகளிலிருந்து வேறுபடு கின்றன என்று கூறுகின்றீர்கள். எந்த அடிப்படையில் வேறுபடுகின்றன?

தொ.ப. : ஒரு பிராமணனின் அடிப்படையான அடையாளம் சந்தியா வந்தனம். சிவப்பிராமணர்கள் ஏன் சந்தியா வந்தனம் செய்கிறார்கள் எனக் கேட்பார் அப்பர். 'அருக்கன் பாதம் வணங்குவர் அந்தியில்' என்பார். அருக்கன் என்றால் சூரியன். அதாவது மாலைப் பொழுதில் சந்தியாவந்தனம் செய்வதை உணர்த்துகின்றது இவ்வாக்கியம். சம்பந்தர் சந்தியாவந்தனம் செய்பவர்; அப்பர் சந்தியா வந்தனம் செய்யாதவர். 'வெண்காட்டு முக்குளநீர் தோய்வினையார் தாந்தம்மைத் தோயாவாம் தீவினையே' என்று சம்பந்தர் பாடுகிறார். வெண் காட்டில் முக்குளநீர் இன்னமும் இருக்கிறது. அங்கே போய்க் குளித்தால் வினை எல்லாம் ஓடிவிடும் என்கிறார் சம்பந்தர். 'கங்கையாடி லென் காவிரியாடிலென் பொங்கு தண்குமரித் துறை புகுந்தாடி லென்' என்பார் அப்பர். கவுணியர் கோன் ஞானசம்பந்தன். அவர் பாடிய எல்லாப் பாடல்களிலும், தான் கௌண்டின்ய கோத்திரத்துப் பார்ப்பனர் என்பதை மறக்காமல் சொல்லிக் கொண்டு செல்கிறார். ஆனால் அப்பர் சாதியை மறுக்கிறார். 'சாத்திரம் பல பேசும் சழக்கர்காள்' என்பார். சாத்திரம் பல

பேசியது பிராமணர்கள்தானே? அந்தக் காலத்தில் உங்கள் பாட்டனும் என் பாட்டனுமா சாத்திரம் பேசினார்கள்? 'கோத்திரமும் குலமும் கொண்டென் செயும்' என்பார் அப்பர். கவுணிய கோத்திரத்துப் பெருமையைப் பேசிய சம்பந்தரின் பக்கத்தில் உட்கார்ந்துகொண்டா அப்பர் பாடினார்? அப்படிப் பாடியிருக்க முடியுமா? சம்பந்தரின் Junior Contemporary ஆக அப்பர் இருந்திருக்க வேண்டும். இருவரும் சந்தித்த கதையெல் லாம் நான் நம்பமாட்டேன். சம்பந்தர் காலத்தை அடுத்த காலத்தில் அப்பர் வாழ்ந்திருக்க வேண்டும். ஏனென்றால் திருவாவடுதுறை கோயில் பண்டாரத்திலிருந்து சம்பந்தர் பொன் கடன்வாங்கியதை அப்பர் பாடுகிறார். ஆனால் சம்பந்தர் இதுபற்றி எதுவும் கூறவில்லை.

சுந்தர் காளி : சம்பந்தர் அப்பரை எந்த இடத்திலும் குறிப்பிட வில்லைதானே?

தொ.ப. : 'சம்பந்தரை அப்பர் சந்தித்தார்; அவருடைய பல்லக்கை அப்பர் தூக்கினார்; 'அப்பரே' என்று அப்பரைச் சம்பந்தர் அழைத்தார்' என்று கூறுவதெல்லாம் இட்டுக்கட்டப்பட்ட கதை. சுருக்கமாகச் சொல்வதானால் சம்பந்தருக்கு வேள்வியும் வேதமும் முக்கியம். அப்பருக்குச் சிவன் மட்டுமே முக்கியம்.

சுந்தர் காளி : தேவார மூவரிடமும் மாணிக்கவாசகரிடமும் இறைவனை ஆண்டானாகப் பார்ப்பதுதான் அதிகமாக இருக்கிறது. வேறுபாடுகள் எதுவும் அதிகமாகக் கிடையாது என்று ப.அருணாசலம், சோ.ந.கந்தசாமி ஆகியோர் கூறுகிறார்களே?

தொ. ப. : வேறுபாடுகளை ஊன்றிப் பார்த்தால் நன்கு தெரியும். தேவார மூவரையும் மாணிக்கவாசகரையும் ஒரே வரிசையில் கொண்டுவருவதற்காகச் சப்பைக்கட்டுக் கட்டுகிறார்கள். மூவர் முதலி என்றால் தேவாரமூவர் மட்டும்தான். மாணிக்கவாசகரை ஏன் விட்டுவிட்டார்கள்? நான் மீண்டும் கேட்கின்றேன் : திருவாசகத்தை ஏன் கோயிலில் பாடுவது கிடையாது? திருமண வீடுகளில் திருவாசகம் ஏன் ஓதப்படுவது கிடையாது? திருவாசகம் எவ்வாறு பாராயண நூல் ஆகியது? தேவாரம் எவ்வாறு கோயில் நூல் ஆகியது? சுந்தரர் அளவுக்கு மற்ற இருவர் ஏன் உலகியலில் தோயவில்லை? இறைவனைத் தோழனாக,

சமமானவனாகச் சுந்தரர் கூறும் நெறி மற்றவர்களுக்குக் கிடையாது என்பதனால்தான். ஆண்டான்நெறி, குத்தை நெறி, மகன்நெறி, அடிமைநெறி என்றெல்லாம் கூறுகிறார்கள். இதெல்லாம் பிற்காலத்திய சப்பைக்கட்டு; முறிந்த எலும்பைச் சப்பைக்கட்டுக் கட்டுவது போல, சோழ நாட்டுக்குள் செல்வதற்கு மாணிக்கவாசகர் ஏன் அனுமதி மறுக்கப்பட்டார் என்று இவர்களால் சொல்ல முடியாது.

சுந்தர் காளி : மாணிக்கவாசகருடைய மார்க்கம் 'அனுபூதி மார்க்கம்' என்பதால் அவருடைய எழுத்துகள் புறக்கணிப்புக்கு உள்ளாகி இருக்குமோ?

தொ.ப. : வேறு ஏதோ ஒரு முரண் இருந்திருக்கிறது.

சுந்தர் காளி : மாணிக்கவாசகர் பாண்டிய நாட்டுக்காரர். இந்த அரசியல் காரணம் ஒன்றை எடுத்துக்கொள்ள முடியும். இதைத்தவிரத் தனிப்பட்ட முறையில் 'அழுதால் உன்னைப் பெறலாமே' என்பதுதான் மாணிக்கவாசகரின் அடிப்படை. அழுவது என்பது அவரிடம் தூக்கலாக இருப்பது பரசமய கண்டனத்திற்குத் தேவையில்லாமல் இருந்திருக்கலாம். அதனால் அவருடைய எழுத்துகள் புறக்கணிப்புக்கு உள்ளாகின என்று எடுத்துக்கொள்ளலாமா?

தொ.ப. : மாணிக்கவாசகர் காலத்தில் 'பரசமய கண்டனம்' அதிகம் தேவைப்படவில்லை. அதற்கு முன் எல்லாவற்றையும் அழித்து முடித்துவிட்டார்கள். இங்குக் குறிப்பிடத்தகுந்த விஷயம் எதுவென்றால் மாணிக்கவாசகர் திரும்பதிரும்ப Self என்பதுபற்றிப் பேசுகிறார். நிறுவனச் சமயத்திற்கான ரொம்ப அடிப்படையான விஷயம் Self. அதனால்தான் ஜி.யு.போப்புக்குத் திருவாசகம் ரொம்பப் பிடித்துப்போனது.

சுந்தர் காளி : நிறுவனச் சமயம் ஒன்றிற்கு Self தேவைப்படாது என்று நினைத்தேன். நீங்கள் தேவை என்கிறீர்களா?

தொ.ப. : நிறுவனச் சமயத்திற்கு Self தேவை. இசுலாம் சமயத்திலும் கூட்டு வழிபாடு கிடையாது. 'ஆண்டவா! என்னை..' என்றுதான் வரும்.

சுந்தர் காளி : தனக்குள்ளே இறைவனை நினைத்து அழும் ஒருவனுடைய சுயம், நிறுவனச் சமயத்தோடு எவ்விதமான

உறவைக் கொண்டிருக்கும்?

தொ.ப. : Personal God Relationshipன் உச்சகட்டம் அது. 'என் கடவுள்' என்பதுதான். நம் கடவுள் என்பதல்ல.

வைணவத்தில் எல்லாருக்குமான Salvationஐ வெளிப்படையாக எல்லா ஆழ்வார்களும் பேசுவார்கள். திருமாலைத் தொழ வேண்டியதில்லை; திருமாலின் அடியார்களைத் தொழுதாலே போதும் என்பார்கள். பெருமானையே பாடாத ஆழ்வார் மதுரகவி ஆழ்வார்; அவருக்கு நம்மாழ்வார்தான் கடவுள். தேவு மற்று அறியேன் என்று கூறிவிட்டார். அதனால் மதுர கவியையும் ஆழ்வாராகச் சேர்த்துவிடுவார்கள். எனக்காக Salvation என்பது சைவம்; நமக்கான Salvation என்பது வைணவம்.

சுந்தர் காளி : சேக்கிழார்பற்றிக் கூறும்போது இலக்கிய வரலாற் றாசிரியர்கள் 'கொலை' என்ற சொல்லைக் கொஞ்சம்கூட உச்சரிக்காத உத்தமர் என்கிறார்கள். ஆனால் நாயன்மார்களின் வாழ்க்கையை எடுத்துப் பார்த்தால் வன்முறை என்பது கொடூரமாக இருக்கிறது.

தொ.ப. : வேறொன்றும் வேண்டாம். 'சமணர் கழுவேற்றம்' என்பது என்ன? சைவர்கள் நிகழ்த்திய வன்முறைதானே? காஞ்சிபுரம் கோயிலில் சிற்பச் சான்றே இருக்கிறதே?!

சுந்தர் காளி : சமணர்களைக் கழுவேற்றும் நிகழ்வை நினைவு கூரும்பொருட்டுப் பல கோயில்களில் ஆண்டிற்கு ஒருமுறை ஒரு சடங்காக அது நடத்தப்படுகின்றது. நாகப்பட்டினத்தில் புத்தர் தங்க விக்கிரகத்தைத் திருமங்கையாழ்வார் கொள்ளை யடித்தார் என்பதை வைணவர்களே ஒத்துக்கொள்கிறார்கள். பௌத்தர்களிடமிருந்தும் சமணர்களிடமிருந்தும் பிடுங்கப் பட்ட கோயில்கள் நிறைய. களஆய்வு செய்தால் அதைத் தெளிவாகப் பட்டியலிட முடியும். கழுகுமலை முருகன் கோயிலும் வள்ளியூர் முருகன் கோயிலும் சமணர்களிடமிருந்து பிடுங்கப்பட்ட கோயில்கள் என்பது நன்கு புலப்படும். பன்முகப்பட்ட தோற்றத்தையுடைய கோயில்கள் பல பிடுங்கப் பட்ட கோயில்கள். இவ்வாறு பிடுங்கப்பட்ட கோயில்களை என்னால் பட்டியலிட முடியும். ஆனால் சைவ, வைணவ

அடியார்களின் மனது புண்படும் என்பதால் வெளிப்படுத்த விரும்பவில்லை. வைணவர்கள் இவ்வாறு ஒரு கோயிலை மற்றவர்களிடமிருந்து அபகரிக்கும்போது முதலில் நரசிங்கத்தை ஸ்தாபித்தார்கள். இதைப்போலச் சைவர்கள் என்ன செய்தார்கள் என்பது எனக்குத் தெரியவில்லை. மிகப் பிற்காலத்தில் கட்டுக்கோயில்கள் கட்டும்போதும்கூடச் சிவன் கோயில்களில் மேற்குப்பக்கமாக நரசிங்கத்தை வைக்கும் வழக்கம் பிற்காலப் பாண்டியர்கள் காலத்திலே வந்துவிட்டது.

தமிழ்நாட்டில் ஏறத்தாழ நூறு கோயில்களைச் சைவர்களும் வைணவர்களும் சமண, பௌத்தர்களிடமிருந்து அபகரித் திருக்கலாம். கோயில் ஒன்றைக் கள ஆய்வு செய்தால் பத்தே நிமிடத்தில் அது பிடுங்கப்பட்ட கோயிலா இல்லையா என்பதைக் கண்டுபிடித்துவிடலாம். ஆகமங்களுக்கு மாறுபட்ட விஷயங்கள் பிடுங்கப்பட்ட கோயிலில் நிறைய இருக்கும். திருப்புல்லாணி, திருச்சுழிக் கோயில்கள் அபகரிக்கப்பட்ட கோயில்கள்தான். சிவன் கோயிலோ, பெருமாள் கோயிலோ கிழக்கு நோக்கி அமைக்கப்படும் என்பது ஆகம மரபு. ஆனால் சைவர்களின் தலைக்கோயிலான சிதம்பரம் தெற்கு நோக்கி இருக்கும்; வைணவர்களின் தலைக்கோயிலான திருவரங்கம் தெற்கு நோக்கி இருக்கும். இதற்குச் சைவர்களும் வைணவர் களும் என்ன காரணம் சொல்கிறார்கள் என்றால், எந்தக் காரணத்தையும் கூறவில்லை என்பதுதான் பதில். காஞ்சிபுரம் காமாட்சியம்மன் கோயிலை மட்டும் மயிலை சீனி. அவர்கள் பௌத்தர்களிடமிருந்து பிடுங்கப்பட்ட கோயில் என்று ஆதாரங்களோடு தெளிவாக எழுதியிருக்கிறார்.

வைணவத்தில் 'கிடந்த கோலம்' என்பார்களே, அது பௌத்தத் திலிருந்து கடன்வாங்கப்பட்ட கோட்பாடு. புத்தர் பன்றி மாமிசம் சாப்பிட்டதால் ஏற்பட்ட வயிற்றுப்போக்கின் காரணமாகத் தளர்ந்துபோய் வலதுகையைத் தலைக்கு வைத்துப் படுத்தார். அதன்பின் அவர் பரிநிர்வாணம் அடைகின்றார். குசி நகரத்தில் கடைசியாக அவர் காட்டிய தோற்றம்தான் 'கிடந்தகோலம்'. ஆழ்வார் என்ற சொல்லைப் பௌத்தத்தி லிருந்துதான் வைணவம் கடன் வாங்கிற்று. நான் இதுபற்றி எழுதியிருக்கின்றேன். நீலகேசி உரையில் 'ஈழம் அடிப்படுத்த

தாடையாழ்வார்' என்று வருகிறது.

சுந்தர் காளி : சமணர்களின் சொற்கள் இந்திரஜாலம் போன்றவை; அவர்கள் வேடிக்கைக் கதைகளை உண்டுபண்ணித் திரிபவர்கள் என்று சைவம் அவர்களை விமர்சனம் செய்கின்றது. இதிலிருந்து சமணர்களின் கதைகள், புராணங்கள் முதலியவை சைவர்களை மிரட்சியடைய வைத்திருக்கின்றன என்பது புரிகின்றது. தமிழில் காப்பியங்கள் என்று எடுத்துக்கொண்டால் சமணர்களின் காப்பியங்கள்தான் முக்கியமானவை. அதிலும் குறிப்பாக, இளங்கோவின் காப்பியம் தமிழகத்தை ஒன்றிணைக்கும் வகையில் இருந்தது சைவர்களுக்கு மேலும் மிரட்சியை ஏற்படுத்தி இருக்கக்கூடும். எனவே, சமணர்களின் இத்தகைய செயல்பாடுகளை எதிர்க்க வேண்டிய ஒரு கட்டாயத்தினால் சைவர்கள் எதிர்ப்பிரதிகளை எழுதினார்கள் என்று கூற முடியுமா?

தொ.ப. : சமணத்தில் 'திரிசஷ்டி சாலக புருஷர்கள்' என்று அறுபத்து மூன்று பேர்கள் உண்டு. 24 சக்கரவர்த்தி, 9 வாசுதேவன், 9 பரவாசுதேவன் என்று அறுபத்து மூன்று பேரைச் சமணர்கள் குறிப்பிடுவார்கள். இந்த அறுபத்து மூன்று என்ற எண்ணிக்கையைப் பெரிய புராணத்தில் கொண்டு வருவதற்காகச் சேக்கிழார் என்ன பாடுபட்டிருக்கிறார் தெரியுமா? சடையனார், இசைஞானியார் முதலியோரை அடியார் கணக்கில் சேர்ப்பார். இந்த அறுபத்து மூன்று என்னும் எண்ணிக்கையைக் கொண்டுவர வேண்டும் என்பதுதான் அவர் நோக்கம். அதேபோன்று, காரைக்கால் அம்மையார் கதை அம்பிகா யட்சியின் மாற்று வடிவம். சமணமரபில் அம்பிகாவைக் கூஷ்மாண்டினி என்பார்கள். அம்பிகா கணவனாலே கைவிடப்பட்ட பெண்; நெல்லை மாவட்டத்தில் வழங்கி வருகின்ற இசக்கியம்மன் வழிபாடு அம்பிகா இயக்கியினுடையது. இசக்கியம்மாளும் கணவனால் கைவிடப்பட்ட பெண்தான்.

சுந்தர் காளி : நீலி கதையும் அப்படியா?

தொ.ப. : நீலி கதை சமணர்களை எதிர்த்து வேளாளர்களின் பெருமை பேசுவதற்காக உருவாக்கப்பட்டது. அம்பிகா இயக்கியினுடைய கதையைத்தான் சைவர்கள் காரைக்காலம்மையாரின் கதையாக

மாற்றுகின்றார்கள். அம்பிகா இயக்கி கணவனால் கைவிடப் பட்ட பெண். உணவுக்காக வைக்கப்பட்டிருந்த மாம்பழத்தைக் கணவன் வருமுன் துறவிக்குப் படைத்துவிடுகிறாள். அதனால் கணவனின் சீற்றத்துக்கு ஆளாகி அவனால் கைவிடப்படுகிறாள். இதுதான் அம்பிகா இயக்கியின் கதைக்கரு. இதே கதைதானே காரைக்காலம்மையாரின் கதையும்?

சுந்தர் காளி : வினையை வெல்ல முடியாத ஒன்று என்று சமணர்களும் பௌத்தர்களும் கூறும்போது, பக்தி இயக்கத்தார் பக்தியின் மூலம் வினையை அறுக்கலாம் என்ற கருத்தை முன் வைக்கின்றனர். 'மனிதப் பிறவியும் வேண்டுவதே இம்மாநிலத்தே', 'இந்த மண்ணில் நல்லவண்ணம் வாழலாம்' என்றெல்லாம் பிறவியின் மாண்பினைப் பக்தி இயக்கத்தார் வலியுறுத்து கின்றனர். இதை எவ்வாறு பார்ப்பது?

தொ.ப. : இதையெல்லாம் சமண எதிர்ப்பின் ஒரு பகுதியாகப் பார்க்க வேண்டும். அக்கருத்துகளின் நோக்கம் உலகம் உள்பொருள் என்று சொல்லுவது மட்டுமன்று; உலக இன்பங்களும் உள்பொருள் என்று சொல்லுவது.

'கனியினும் கட்டிப்பட்ட கரும்பினும்.....
இனியன்தன் அடைந்தார்க்குஇடை மருதனே'

(திருவிடை மருதூர் :10)

இது அப்பர் தேவாரம். அதாவது உலக இன்பங்கள் எல்லா வற்றிலும் இனியன் இறைவன். உலக இன்பங்களை ஒத்துக் கொண்டு பாடுகிறார் அப்பர்.

சுந்தர் காளி : உலக இன்பங்களைத் தரவும் வல்லவன் இறைவன்.

தொ.ப. : வைணவர்கள் இன்னும் தெளிவாகச் சொல்வார்கள். கடவுள் நுகர்வுக்கு உரியவன். இன்ப நுகர்வுக்கு உரியவன். அவன் அக்காரக்கனி. சர்க்கரை பழுத்தாற்போல் தொட்ட இடமெல்லாம் இனிக்கக்கூடியவன். இதே கருத்து பைபிளிலும் 'கர்த்தரை ருசித்துப் பாருங்கள்' என்று வரும்.

சமணர்கள் தேனை விலக்குவார்கள். தேனுக்கும் மதுவுக்கும் வடமொழியில் ஒரே பெயர்தான். அதனால் மதுவையும் விலக்குவார்கள்.

சுந்தர் காளி : இங்கே அதற்குப் பெயர் 'நறவு'.

தொ.ப. : நறவும் உண்டு; அடுநறவும் உண்டு. சைவத்தில் மாணிக்க வாசகர் கடவுள் இனிமையானவன் என்பதைக் குறிப்பிடத் தேன், தேன்..... என்று கூறுவார். தேனைப்பற்றியும் அதன் சுவையைப்பற்றியும் அதிகம் பாடியது மாணிக்கவாசகர்தான்.

அதனால்தான் பிற்காலத்தில் 'திருவாசகம் என்னும் தேன்' என்று பாடினார்கள். சிதம்பரத்தில் இருக்கும் இறைவனுக்குத் 'தேன்' என்றே பெயர். சோழர்காலக் கல்வெட்டொன்று இவ்வாறு கூறுகின்றது. அம்பலத்தில் ஆடுகின்ற இறைவனையே தேன் என்று பிற்கால வழக்கு கூறுகின்றது.

உலகம், உள்பொருள் பற்றிய சைவக் கொள்கை சமணத்திற்கு எதிரானது. உலகம், உள்பொருள் உண்மையானவை; அதுபோல உலக இனபங்களும் உண்மையானவை. ஆனால் ஒரு எல்லையில் உலக இன்பங்களை நீக்கி இறைவனோடு கலந்திடச் சொல்கிறது சைவம். இன்னும் நம்பிக்கைவாதமாக 'உலகம் கடவுளுடைய உடல்' என்று வைணவம் கூறியது. இந்த மண்ணும் தெய்வம், இந்த மலமும் தெய்வம் என்பது வைணவத்திற்கு உடன்பாடான கோட்பாடு. எனவே உலகம் இறைவனின் உடம்பாக இருக்கிறது. சமணர்கள் தந்த துறவு நோக்குக்குப் பதிலாக ஒரு நம்பிக்கை வாதத்தை இந்த இரண்டு மதங்களும் கொடுத்தன.

சுந்தர் காளி : அப்பர், சம்பந்தருக்கு முன்பே கோயில்களில் பண்ணோடு பாடும் முறை இருந்திருக்கின்றது. நடன மாதர்களும் இருந்துள்ளனர். கோயில் என்னும் அமைப்பில் இவையெல்லாம் இருந்துள்ளன. திருக்கடைக்காப்பில் சம்பந்தர் 'என் பாடல்களைப் பாடினால் இன்ன பலன்' என்று கூறுகின் றார். அவருடன் வருபவர்கள் பாடுகிறார்கள். திருநீலகண்ட யாழ்ப்பாணர் யாழில் பண்ணமைக்கிறார். எனவே, சம்பந்தருக்கு முன்பே கோயில்களில் வழங்கிவந்த ஆடல், பாடல் மரபுகளைப் பக்தி இயக்கத்தார் reinforce செய்கிறார்கள். இதன் தொடர்ச்சி யாகத் திருமறைகளைத் தொகுத்தல், கோயிலில் பாடுவதற்கு ஆட்களை நியமிப்பது, அதற்கு நிவந்தம் அளிப்பது முதலிய பணிகள் நடைபெறுகின்றன.

தொ.ப. : அது மட்டுமல்ல; இவர்களுக்கு முன்னே இருந்த கோயில்கள் செங்கல்லால் கட்டப்பட்ட கட்டுமானக் கோயில்கள். எனவே, கோயில்கள் இருந்தன. ஆனால் அளவில் மிகச் சிறியவை. மிகப்பெரிய மதிற்சுவர்களோடும் பிரகாரங் களோடும் இல்லாமல் மிகச் சிறியவையாக இருந்தன. இதைவிட முக்கியமானது என்னவென்றால் திருவிழாக்கள். சம்பந்தருக்கு முன்பே கோயில்களில் திருவிழாக்கள் இருந்திருக்கின்றன.

சுந்தர் காளி : ஏன் தேர்த்திருவிழாகூட இருந்திருக்கிறது.

தொ.ப. : தெய்வத்தைத் தேரில் அமர்த்தி வீதியுலாப் போயிருக் கிறார்கள். வீதியுலா என்பது பௌத்தர்களின் வழக்கம். அவர்களிடமிருந்து பக்தி இயக்கம் அதை அபகரித்துக் கொண்டது. அவர்கள் நடத்துகின்ற ஒருநாள் திருவிழாவுக்குப் பதில் பத்து நாள் திருவிழாவை அவர்கள் கொண்டாடினார்கள்.

சுந்தர் காளி : திருவாரூரில் அப்போதே தேர்த்திருவிழா நடை பெற்றிருக்கிறது.

தொ.ப. : நடராஜ மூர்த்தத்தை வீதியில் எடுத்துவந்து ஏழு நாள் கொண்டாடியிருக்கிறார்கள். அதேபோல பழைய நாட்டார் மரபிலிருந்து சில விஷயங்களைப் பக்தி இயக்கத்தார் எடுத்திருக்கின்றனர். நீராட்டு, ஆறாட்டு முதலிய சடங்குகள் எல்லாம் நாட்டார் மரபிலிருந்து சுவீகரித்துக்கொண்டவைதான்.

சுந்தர் காளி : அப்பரின் கையில் இருக்கும் உழவாரப் படை எதைக் குறிக்கிறது?

தொ.ப. : அப்பர் ஒரு பாடலில் கோயிலில் திருத்தொண்டு செய்யுங்கள் என்கிறார். மெழுகிடல், அலகிடல் முதலிய பணி களைக் கோயிலில் பெண்கள் செய்திருக்கிறார்கள். அலகிடல் என்றால் பெருக்குதல் என்று பொருள். 'வாரியல்' போன்ற சொற்களை உபயோகிக்கக்கூடாது என்பதற்காக அலகிடல் என்றார்கள். மக்களோடு கோயிலை இணைப்பதற்கான கருவியாக உழவாரத்தை அப்பர் பயன்படுத்துகின்றார். அப்பருக்கு அவருடைய சமகாலச் சிற்பம் எதுவும் கிடையாது. ஏனெனில் சிற்பங்கள் பின்னால் வந்தவைதான். எனவே அவரை அடையாளப்படுத்த அவருடைய சிற்பத்தில் உழவா ரத்தைச் செதுக்கினர். எவ்வாறு சம்பந்தரின் கையில் தாளம்

கொடுக்கப்பட்டதோ, எவ்வாறு திருமங்கையாழ்வாரின் கையில் வேல் கொடுக்கப்பட்டதோ அவ்வாறு அப்பரின் கையிலும் உழவாரம் கொடுக்கப்பட்டது.

சுந்தர் காளி : முன்னிடைக்காலப் பக்தி இயக்கத்திற்கும் பின்னால் வந்த பக்தி இயக்கத்திற்கும் உள்ள உறவுகள், வேறுபாடுகள் என்ன? குறிப்பாக அருணகிரிநாதர், குமரகுருபரர் பற்றிக் கூறுங்கள். சோழ, பாண்டிய அரசுகளின் வீழ்ச்சிக்குப் பின் தமிழ்நாட்டின் சமய வாழ்க்கை என்ன மாற்றத்தை அடைகின்றது?

தொ.ப. : சோழ அரசின் எழுச்சி என்பது பக்தி இயக்கத்தின் இன்னொரு அசைவான கோயில்களின் எழுச்சி. புதிய நீர்க்கால் களான வெண்ணாறு, வெட்டாறு, குடமுருட்டி, அரிசிலாறு, வீரசோழம் முதலியவை வெட்டப்பட்டன. விளைநிலங்களின் அளவு பெருக்கப்படுகின்றது. இராஜராஜன் கட்டிய பெரிய கோயிலின் இறைவன் பெரிய உடையார். உடையார் என்பது அரசனுக்கும் கடவுளுக்கும் பொதுவான பெயர். இராஜராஜன் கோயில் கட்டும் வரையில், தமிழ்நாட்டுக் கோயிற்கலை வரலாற்றில் அம்மன் சந்நிதியோ, தாயார் சந்நிதியோ கட்டும் மரபு இல்லை. தாயார் சந்நிதி இல்லாத பெருமாள் கோயில் களில் பிற்காலத்தில் ஆண்டாள் சந்நிதிகளைக் கட்டினர். தென்திருமாலிருஞ்சோலை எனப்படும் சீவலப்பேரிப் பெருமாள் கோயிலில் இன்னும் தாயார் சந்நிதி கிடையாது. முதலாம் இராசேந்திர சோழன் கங்கைகொண்ட சோழபுரத்தில் கட்டிய கோயிலில்தான் முதன்முதலில் அம்மனுக்குத் தனிச்சந்நிதி கட்டுகின்றான். சோழ அரசின் வீழ்ச்சிக்கு முக்கியக் காரணம், கோயில்களுக்கும் உழுகுடிகளுக்கும் இடையே உள்ள உறவு கெட்டதுதான். ஏனென்றால், இனியொரு வரி இல்லை என்ற அளவுக்கு எல்லா வரிகளும் உழுகுடிகள் மேல் இராஜராஜன் காலத்திலேயே விதிக்கப்பட்டுவிட்டன. உழுகுடிகளுக்கும் கோயில்களுக்கும் இருந்த உறவு சீர்கெட்டதைப்போல வெட்டிக் குடிகளுக்கும் கோயில்களுக்கும் இருந்த உறவும் சீர்கெட்டுப் போய்விட்டது.

எந்தவிதமான பண வருவாயும் பெறாமல் பணியாற்றக் கூடியோர் வெட்டிக்குடிகள் ஆவர். இவர்கள் இருவகையாக

இருந்தனர். ஒரு பிரிவினர் நிலமான்யம் பெற்றவர்கள்; இன்னொரு பிரிவினர் வருவாய் எதுவுமில்லாமல் அவர்கள் செய்யும் வேலைகளிலிருந்தே எஞ்சியதை எடுத்துக்கொள்ளும் பிரிவினர். உதாரணமாகக் கூறவேண்டுமென்றால், இடையர் சாதியினர் வெட்டிக்குடிகளாக இருந்தனர். அதாவது 96 ஆடு அல்லது 48 பசு என்று கொடுத்துவிட்டுக் கோயிலுக்கு இந்த அளவில் நெய் கொடுக்க வேண்டும் என்று உத்தரவிடுவார்கள். இடையர்கள் அந்த அளவு நெய்யைக் கோயிலுக்குக் கொடுத்து விட்டு எஞ்சிய சிறு அளவு நெய்யை எடுத்துக்கொள்வார்கள். எஞ்சிய சிறு அளவுதான் அவர்களுக்கு ஊதியம். அதாவது அவர்கள் செய்யும் வேலையிலிருந்தே அதற்கான கூலியை எடுத்துக்கொள்ள வேண்டும். தனியாகக் கூலி எதுவும் கிடையாது. இன்றும் வழக்கில் 'வெட்டிவேலை' என்று இழிவாகப் பேசுவார்கள். அதாவது ஊதியம் இல்லாத வேலை என்று பொருள். ஒருகட்டத்தில் கோயில்களுக்கும் உழுகுடிகள், வெட்டிக்குடிகள் ஆகியோருக்கும் இடையே இருந்த உறவு வெகுவாகச் சீர்கெட்டுப் போய்விட்டது. சித்தர் மரபுக்கு முன்பே மகேந்திர சதுர்வேதிமங்கலத்துக் கல்வெட்டு ஒன்று ஒரு நிகழ்வை விவரிக்கும். வரலாற்றில் அதிமுக்கியச் சம்பவம் அது. கோயிலுக்கு உழுகுடிகள் தீ வைத்தார்கள். இந்த அளவுக்கு நிலைமை மோசமாக இருந்தது. இதுபற்றி இன்குலாப்கூடக் கவிதை எழுதியுள்ளார். எனவே கோயில் வளர்ச்சி என்பது விளைநிலங்களின் வளர்ச்சி என்பதற்கு நல்ல உதாரணம். தாமிரவருணிக் கரையில் உள்ள பெரும்பாலான கோயில்கள் சோழர்கள் திருநெல்வேலிப் பகுதிகளை அடிமைப்படுத்திய பின்புதான் பிறந்தன. சோழர்கள் அடிமைப்படுத்திய பிறகு விளைநிலங்களை அதிகப்படுத்தினர். இதை டேவிட் லடன் அருமையாக எழுதியுள்ளார்.

பாடல் பெறாத பெரிய கோயில்கள் இருக்கின்றன. சீவலப்பேரி, பாளையங்கோட்டை, பிரம்மதேசம் முதலிய ஊர்களில் உள்ள கோயில்கள் எல்லாம் மிகப்பெரிய கோயில்கள். இவை மிகப்பெரிய நிலவுடைமை நிறுவனங்கள்கூட. ஆனால் இவை பாடல் பெறவில்லை. ஏனெனில் சோழர்கள் பாண்டிய நாட்டை அடிமைப்படுத்திய பின்பு, கி.பி. 995ஆம் ஆண்டுக்குப் பிறகு பிறந்தவை. எனவே உறவுகள் இறுக்கமடைகின்றன.

சோழர் காலத்தில் 12ஆம் நூற்றாண்டு தொடங்கி வரி எதிர்ப்புக் கலகங்கள் பிறக்கின்றன. இச்சூழலில் சோழர் ஆட்சி வீழ்கிறது. வீழுவதற்குக் காரணம் என்ன? கல்வெட்டறிஞர் வேதாச்சலம் 'வணிகர் குழுக்களைச் சோழர்கள் முற்றாகப் பகைத்துக் கொள்கின்றனர். அதுதான் சோழர் வீழ முக்கியக் காரணம்' என்கிறார். இது ஒரு முக்கியக் காரணம்தான். ஆக, சோழர் அரசு வீழ்ந்துவிடுகின்றது. பாண்டிய அரசு மீண்டு வந்தாலும் உட்பகை காரணமாக அதுவும் வீழ்ச்சியடைகிறது. உட்பகையின் விளைவு, கோயில்கள் மாலிக் கபூரின் படைகளால் தாக்குதலுக்கு உள்ளாகின்றன. அவர்களைத் தடுத்து நிறுத்துகின்ற ஆற்றல் அப்போது மக்களிடமோ, அரசாங்கத்திடமோ இல்லை. அவர்கள் ஆட்சி அமைந்திருந்தால் நிலைமை வேறாக இருந்திருக்கும். ஆனால் அவர்களின் நோக்கம் கொள்ளையடித்துவிட்டுத் திரும்பிப்போவது மட்டுமே. எனவே, கோயில் என்ற நிறுவனம் எல்லா வல்லமையையும் இழந்துவிட்டது என்று மக்கள் கருதினார்கள்.

இந்த நேரத்தில் விஜயநகர அரசு தோன்றியது; அது தோற்றம் பெறும்போதே இந்து அரசாக வந்தது. ஏனெனில் அதன் பிறப்பே இசுலாமிய எதிர்ப்புத்தான். அதன்பிறகு நிலைமை தலைகீழாக மாற்றம் பெற்றுவிட்டது. அடுத்ததாகச் சைவமும் வைணவமும் முற்றாக அழிந்து அவற்றின் கோயில்கள் எல்லாம் இந்துக் கோயில்கள் என்ற நிலையை அடைந்தன. அந்தக் கோயில்கள் எல்லாம் வைதீகர்களின் கைகளுக்குப் போய்விட்டன.

சுந்தர் காளி : முழுக்க வைதீகமயமாகிவிட்டதா?

தொ.ப. : ஆமாம். அதற்குப் பிறகுதான் தமிழ்நாட்டில் மிகுதியாக இராமர் கோயில்கள் வருகின்றன. அதற்கு முன்பு இராமர் கோயில்கள் கிடையாது; அதுபோல வெங்கடாசலபதி கோயில்களும் கிடையாது. இராமர் கோயில்கள் ஒன்றிரண்டு அப்போது இருந்தன என்றாலும் இராம அவதார வழிபாட்டிற்குத் தமிழ்நாடு விதிவிலக்காகத்தான் இருந்தது.

இராமர் சிற்பங்களும்கூட இங்கு மிகக் குறைவுதான். விஜயநகர அரசு வந்த பிறகுதான் வெங்கடாசலபதி கோயில்கள் உருவாகின்றன. இராம அவதாரம் பிரமாண்டப்படுத்தப்படு

கின்றது; கிருஷ்ண அவதாரம் பின்னுக்குத் தள்ளப்படுகின்றது. ஏனெனில் இராம அவதாரம்தான் அரசுக்கு நெருக்கமான அவதாரம். அரசப்பிறப்பு, அரச வளர்ப்பு, அரசக்கல்வி. இதனுடன் கையில் ஆயுதம் வைத்திருக்கும். எனவே இராமனை விஜயநகர அரசு முன்னிறுத்துகின்றது. கிருஷ்ண அவதாரம் அப்படியன்று. இதையெல்லாம்விடத் தமிழ்ப் பகுதிகளில் ஆட்சிமொழி தெலுங்காகிவிட்டது. நிரந்தரமாகத் தமிழர்கள் தங்கள் ஆட்சிமொழியை இழந்தது விஜயநகர ஆட்சியில். அதற்கு முன்னால் இசுலாமியர் ஆட்சிக்காலத்திலேயே உருது வந்துவிட்டது.

அப்போதே தமிழ் தன் தகுதியை இழந்துவிட்டது. மீண்டும் இருபதாம் நூற்றாண்டின் நடுப்பகுதிவரை தமிழ் ஆட்சிமொழி என்ற தகுதியைப் பெறவேயில்லை. இப்போதும் ஆட்சிமொழி என்ற தகுதியைத் தமிழ் முழுமையாகப் பெறவில்லை என்றே கூற வேண்டும்.

சுந்தர் காளி : சித்தர் மரபு எப்போது தோன்றியது?

தொ.ப. : சோழ அரசின் வீழ்ச்சிக் காலத்திலேயே சித்தர் மரபு வந்துவிட்டது.

சுந்தர் காளி : திருமூலரைச் சித்தர் மரபில் ஏன் சேர்க்கிறார்கள்?

தொ.ப. : திருமூலரை எந்தக் கணக்கிலும் அடக்க முடியவில்லை; தள்ளவும் முடியவில்லை என்பதால் சித்தர் மரபில் சேர்க்கிறார்கள். திருமந்திரம் பாசுபத நூல். பாசுபத மெய்ப் பொருளி யலுக்குள் 'சோமசித்தாந்தம்' என்னும் சித்தாந்தத்தை உயர்த்திப்பிடிக்கின்ற நூல்.

உண்மையிலேயே திருமந்திரத்தைத் தோத்திர நூல் தொகுப்பில் சேர்க்கக்கூடாது; சாத்திர நூல் தொகுப்பில்தான் சேர்க்க வேண்டும். இது ஒரு சிக்கலான விஷயமாக எனக்குத் தோன்றுகின்றது. உழவர் கலகத்தின் பின்னணியில் சித்தர்கள் இருந்தார்கள். அலைந்து திரிகின்ற மருத்துவர்களாக இருந்த இந்தச் சித்தர்கள், மருத்துவர்கள் என்பதாலேயே கிராமப் புறங்களில் சஞ்சரித்தார்கள். எளிய மக்களுடன் உறவு கொண்டிருந்தனர்.

பார்ப்பன எதிர்ப்பு, பார்ப்பன மேலாண்மையோடுகூடிய

கோயில்களை எதிர்ப்பது என்னும் இரண்டு விஷயங்களில் தெளிவாக இருந்தார்கள். கோயில் எதிர்ப்பு என்னும் நிறுவன எதிர்ப்பு சித்தர்களிடமிருந்துதான் தொடங்குகின்றது. சித்த மரபின் தொடர்ச்சி ஏன் அறுந்துவிட்டது என்றால், இசுலா மியப் படையெடுப்பால் அறுந்துவிட்டது என்றுதான் கூற வேண்டும். ஒரு ஊரில் உள்முரண்பாடுகளால் பிரச்சினைகள் தீவிரமடையும்போது, நெருப்பு விபத்து ஏற்பட்டால் உள் முரண்பாடுகளின் தீவிரம் முனைமழுங்கிப் போய்விடும் அல்லவா? அதுபோலஇசுலாமியப்படையெடுப்புதமிழ்நாட்டில் சித்தர் மரபே இல்லாமல் ஆக்கிவிட்டது. இசுலாமியப் படையெடுப்பு மட்டும் நிகழாதிருந்தால் தொழிற்புரட்சிக்கான வித்து தமிழ்நாட்டில் ஊன்றப்பட்டிருக்கும் என நம்புகின்றேன். இது விரிவாக விவாதிக்கப்பட வேண்டிய விஷயம். சித்தர் மரபு ஒடுக்கப்பட்டது என்றே கூற வேண்டும்.

சுந்தர் காளி : சித்தர்களில் பலவிதமான சித்தர்கள் இல்லை?

தொ.ப. : சித்தர்களுக்குப் பொதுக்கூறு உண்டு. சித்தர்கள் அலைந்து திரிபவர்கள்; கடவுளை நம்புகிறவர்கள்; ஆனால் கோயிலை நம்பாதவர்கள்; பார்ப்பன மேலாண்மையை விரும்பாதவர்கள்; சாதி வேற்றுமைகருதாதவர்கள். மேற்கண்ட காரணங்களால்தான் சித்தர்களின் நூல்கள் எதுவும் மடத்திலிருந்து கிடைக்கவில்லை. இதுவரை கிடைக்கப்பெற்ற சித்தர் நூல்கள் யாவும் கிராமத்து ஏடுகளிலிருந்தும் மனப்பாடம் வழியாகவும் கிடைத்தவை.

சுந்தர் காளி : சிவவாக்கியர் போன்று வாமாசாரத்தை நம்புகின்றவர்கள், கோரக்கநாதர், மச்சேந்திரர் போன்று நாதமரபில் வருபவர்கள், பீரப்பா போன்ற சூபிகள், திருமூலர் என, வெவ்வேறு சிந்தனைப் பள்ளிகளைச் சார்ந்த இவர்கள் அனைவரையும் சித்தர்கள் என்று அழைப்பது எவ்வாறு?

தொ.ப. : சித்தர்கள் சிலர் யோகநெறியில் நின்றார்கள். 'யோகம்' என்றால் புலன்களின் ஒன்றிப்பு என்று பொருள். அவருக்கு யோகம் அடித்துவிட்டது என்றால் பல்வேறு புறச்சூழல்கள் ஒன்றிணைந்து ஒத்துவந்ததால் ஒருவருக்கு லாட்டரியில் பரிசு கிடைத்தது என்பதுதான் அதன் பொருள். 'யோகம்' என்றால் ஒன்றிணைவது, சேர்வது என்று கூறலாம்; இன்னும் சரியாகச் சொன்னால் Synchronize ஆவது என்று அர்த்தம்.

இவர்கள் அற்புதங்களைச் செய்யமுடியுமென்று மக்கள் நம்பினார்கள். ஏனெனில் யோகத்திலிருப்பவர்கள் காலத்தையும் வெளியையும் கடந்தவர்கள் என்பது மக்களின் நம்பிக்கை. அதற்கு முன்னால் வைணவ நெறியில் ஆச்சார்ய மரபில் யோகநெறி இருந்துள்ளது; ஆனால் அது வாழவில்லை.

நாதமுனிகள் யோகநெறியினர்தான். ஆனால், அது தொடர வில்லை. சித்தர்களைப் பொறுத்தவரை என்ன சிக்கல் என்றால், அவர்கள் Anti-establishment ஆட்கள். நிறுவனத்திற்கு எதிராகப் போட்டி நிறுவனத்தை உருவாக்க அவர்கள் தயாராக இல்லை. இரண்டு சித்தர்கள் சந்தித்துக்கொண்டதாகவோ அல்லது அவர்கள் இணைந்து ஒரு காரியத்தைச் செய்ததாகவோ, ஒரு வரலாறோ கதையோ கிடையாது. நாட்டார் மக்கள் எவ்வாறு இன்னும் சித்தர்களை நினைவில் வைத்திருக்கிறார்கள் என்றால், சித்த மருத்துவம் என்பதன்மூலம் வைத்திருக்கிறார்கள். சித்தர்கள் மருந்து தருபவர்களாக இருந்ததனால் மக்களோடு நெருக்கமாகப் பழக முடிந்தது. காடுகரையெல்லாம் அவர்களால் அலைய முடிந்தது.

மருத்துவன் என்பவன் எந்த நேரத்திலும் எந்த இடத்திலும் கேள்வியின்றி நுழைய உரிமை பெற்றவன். எனவே சித்தர் களுக்கு அந்த உரிமை இருந்தது. ஆனால் Anti-establishment ஆக இருந்ததனால் அவர்களின் இயக்கம் தோற்றுப்போனது.

இசுலாமியர் படையெடுப்பு தமிழ்நாட்டிற்குள் வரவில்லை என்றால் சித்தர் மரபு வேறுவகையாக மாற்றம் பெற்றிருக்கும். அதாவது தமிழ்ச் சமூகத்தின் வரலாற்றைத் திருப்பிப் போட்டிருக்கும் என்று கருதுகின்றேன். பிரச்சினைகள் தீவிரம் அடைகின்ற காலத்தைச் சித்தர் மரபு இங்கு உருவாக்கியிருந்தது. ஆனால் இசுலாமியர் படையெடுப்பால் அது சிதைந்து போயிற்று. விஜயநகர ஆட்சிக்குப் பிறகு தெலுங்கு வைதீக பிராமணர்கள்தான் தமிழகத்தில் செல்வாக்காக இருந்தனர். தெலுங்கு மொழிதான் செல்வாக்கான மொழியாக இருந்தது. தெலுங்கு பிராமணர்கள் ஸ்மார்த்தர்களாகத்தான் இருந்தனர்.

சுந்தர் காளி : தெலுங்கு பிராமணர்கள் பெரும்பாலும் ஸ்மார்த் தர்களா?

தொ.ப. : ஆமாம். பெரும்பாலும் ஸ்மார்த்தர்களே.

சுந்தர் காளி : ஆதிசங்கரரைப் பின்பற்றுபவர்கள்தானே ஸ்மார்த்தர்கள்? ஆதி சங்கரருக்கு முன் ஸ்மார்த்தர்கள் கிடையாதா?

தொ.ப. : ஆதிசங்கரருக்கு முன் ஸ்மார்த்தர்கள் இருந்தார்கள். ஸ்மார்த்தர்கள் என்றால் ஸ்மிருதியைக் கொண்டாடுபவர்கள் என்று பொருள். ஸ்மிருதிக் கொண்டாட்டத்தின் உச்சகட்டம் ஆதிசங்கரர். சங்ககாலப் பார்ப்பனர்கள் கோயில் பார்ப்பனர்கள் அல்லர். அவர்கள் வேள்விப் பார்ப்பனர்கள்.

சுந்தர் காளி : விஜயநகர ஆட்சியின் காரணமாக வைதீகம் எவ்வாறு தன்னைப் புதுப்பித்துக் கொண்டது?

தொ.ப. : இசுலாமியர் படையெடுப்புக்குப் பின்னால் விஜயநகர ஆட்சி வருகின்றது. விஜயநகர ஆட்சியின் முக்கியப் பணி, தமிழ்நாட்டில் குடியேற்றங்களை ஏற்படுத்தியமை. தான் வெற்றிகொண்ட நிலப்பரப்புகளிலெல்லாம் விஜயநகர அரசு தெலுங்கு மக்களைக் கொண்டுவந்து குடியமர்த்தியது. இதன் காரணமாகப் பெருவாரியான தெலுங்கு மக்கள் தமிழகத்தில் குடியேறினர். ஆந்திரத்தில் அவர்களுக்கு ஏற்பட்ட நெருக்கடி என்னவென்று தெரியவில்லை. ஆனால் தெலுங்குப் பார்ப்பனர் முதல் அருந்ததியர் வரை அனைத்துச் சாதித் தெலுங்கர்களும், குறிப்பாக நாயக்க சாதியினர் எனக் கூறப்படும் விவசாயச் சாதியினர் உட்பட அனைவரும் இங்குக் குடியேறினர். இந்தக் காலகட்டத்தில்தான் சந்தை பெருகியது. குறிப்பாகப் பருத்தி, புகையிலை போன்றன தமிழ்நாட்டிற்குள் பயிர் செய்யப் பட்டன. கரிசல்காட்டுப் பகுதிகள் நாயக்க சாதி மக்களால் கைக்கொள்ளப்பட்டுப் புஞ்சைக்காட்டு விவசாயம் பெருக்கப் பட்டது. அதற்குத் தகுந்தாற்போல் சந்தை, கொள்முதல், பெருவழிகள் முதலியன ஏற்பட்டன. ஆன்மீக நிலையில் தெலுங்குப் பிராமணர்கள் உள்ளே நுழைகிறார்கள். ஆனால் தமிழ்நாட்டு ஸ்மார்த்தப் பிராமணர்கள் அவர்கள் உள்ளே நுழைய முடியாதபடி குறுக்கே நிற்கிறார்கள். எனவே விஜயநகர ஆட்சிக் காலத்தில் புதிதாகக் கோயில்கள் கட்டப்படுகின்றன. அவை வேங்கடாசலபதி கோயில்களாக, இராம அவதாரக் கோயில்களாக அமைகின்றன.

கிருஷ்ண அவதாரக் கோயில்களாக அமையவில்லை. இதற்குக் காரணம் தெலுங்குப் பிராமணர்கள் வடகலை வைணவப் பிரிவைச் சார்ந்தவர்கள்; தென்கலை வைணவத்தைச் சார்ந்தவர்கள் அல்லர். தென்கலைப்பிரிவு இராமானுஜ சித்தாந்தத்தால் உத்வேகம் பெற்றுச் சாதிகளைக் கடந்துபோன வைணவம். ஆனால் வடகலை வைணவம் அப்படியல்ல. அதனால் குடியேறிய தெலுங்குப் பிராமணர்கள் புதிதாகக் கோயில்களைக் கட்டிக்கொள்ள வேண்டிய நிர்ப்பந்தம் ஏற்பட்டது. கூட்டிக் கழித்துப் பார்த்தால் பார்ப்பன மேலாண்மை அரசவைகளில் மறுபடியும் நிலைநிறுத்தப் பெற்றது. இந்தக் காலகட்டத்தில் பக்தி இயக்கக் காலத்தில் இருந்த சமண, பௌத்த எதிர்ப்பு இசுலாமிய எதிர்ப்பாக மாற்றப்பட்டது. ஏனெனில் விஜயநகர ஆட்சியின் பிறப்பே இசுலாமியர் ஆட்சிக்கு எதிரான பிறப்புத்தான். இடைப்பட்ட காலத்தில் மறுபடியும் நிறையச் சாதிகள் தங்கள் வாழிடங் களைவிட்டு இடம்பெயர்ந்த காரணத்தினால் சாதிப்புராணங்கள் பெருகத் தொடங்கியது இந்தக் காலத்தில்தான்.

ஒவ்வொரு சாதியும் புதிய இடத்தில் குடியேறியபோது ஒவ்வொரு சாதிக்கு முன்னும் அந்தந்தச் சாதியின் தகுதி என்ன என்ற கேள்வி முன்வைக்கப்படுகின்றது. அதற்காக, சாதிப் புராணங்களை எழுதவேண்டிய கட்டாயம் எழுகின்றது. எடுத்துக்காட்டாக, வேளாளர்களுக்கே குறைந்தது பத்துப் புராணங்களாவது இருக்கும். எனவே சாதிமுறையைத் துல்லிய மாக வரையறுக்க வேண்டிய தேவை விஜயநகரக் காலத்தில்தான் ஏற்பட்டது.

சுந்தர் காளி : சாதிப்புராணங்கள், இடப்பெயர்ச்சி பற்றிய பழமரபுக் கதைகள் ஆகியவற்றைப் பார்க்கும்போது, பொதுவான தன்மை ஒன்று காணப்படுகின்றது. "நாங்கள் முதலில் இருந்த ஊரில் அரசன் பெண் கேட்டான் (சங்க இலக்கியத்தில் 'மகட்கொடை மறுத்தல்') என்பதிலிருந்து இன்று குழந்தைகள் விளையாடும் பூசணிக்காய் விளையாட்டு வரைக்கும் இந்தக் கருத்து இருந்துவருகின்றது. அரசன் பெண் கேட்கும்போது நாங்கள் மறுத்தோம். அதனால் இரவோடு இரவாக ஊரைவிட்டுக் கிளம்பினோம். அரசனின் படைகள் துரத்திவந்தன. அப்போது

ஒரு ஆறு குறுக்கிட்டது. இற்றைக் கடக்க முடியாமல் நின்றபோது ஒரு மரம் வளைந்து வழி கொடுத்தது. அக்கரைக்குப் போன பின்பு மரம் நிமிர்ந்துவிட்டது. அதனால் படைகளால் எங்களைப் பிடிக்க முடியவில்லை. இடைப்பட்ட ஊரில் ஒரு நாள் தங்கிவிட்டு மறுநாள் கிளம்பும்போது சாமி பெட்டியைத் தூக்க முடியவில்லை. அதனால் சாமி இங்கேயே இருக்கச் சொல்கிறது என்று நிரந்தரமாகத் தங்கிவிட்டோம்."

இது மாதிரியான கதைகள் தமிழ்நாட்டில் பெரும்பாலான சாதிகளிடம் இருக்கின்றன. இக்கதை தமிழ்ச் சாதிகளிடமும் புதிதாகக் குடியேறிய தெலுங்கு, கன்னடச் சாதி மக்களிடமும் வழங்கிவருகின்றது. இதில் என்ன வித்தியாசம் என்றால், தமிழ்ச் சாதிகள் அரசன் என்பார்கள்; தெலுங்கு, கன்னட மக்கள் இசுலாமிய அரசன் என்பார்கள்; இவ்வளவுதான். யூதர்களுக்கு இடையிலும் இதே மாதிரியான கதைகள் வழங்கிவருவதாக ஹேடா ஜேசன் என்ற இசுரேலிய அறிஞர் கூறுகிறார்.

யூத மரபுக் கதைகளைத் தொகுத்து ஆய்வுசெய்து பார்த்த பின்பு, 'இவையெல்லாம் உண்மையாகவே நடந்தன என்று கூற முடியாது' என்கிறார் அந்த அறிஞர். எல்லாச் சாதியினருக்கும் இடப்பெயர்வுக் காரணங்கள் ஒரே மாதிரியாகவா இருந்திருக்க முடியும்? எனவே வரலாற்றைப் பார்ப்பதில் ஒரு ஒன்றிப்பு இருந்திருக்க வேண்டும். கதை கூறுவதில் ஒரு Pattern இருந்திருக்க வேண்டும் என்று கருதுகிறேன்.

முதுவர், மண்ணார் முதலிய பழங்குடிகளைப்பற்றி ஆய்வு செய்யும் நண்பர் சஃபி, முதுவர்கள் இடம்பெயர்ந்தது பற்றிய கதையொன்றைக் கூறினார். பாண்டிய மன்னனுக்குத் தேர் செய்யும் பொருட்டு மதுரையிலிருந்து முதுவர்கள் மேற்குத் தொடர்ச்சி மலைக்கு மரம் தேடி வந்தார்களாம். வந்த இடத்தில் ஆமை முட்டையைப் பார்த்து அதை அவித்துத் தின்றார்களாம். அந்த முட்டை வெகு ருசியாக இருக்கவே அங்கேயே தங்கிவிட்டார்களாம். இன்றுவரை பாண்டிய மன்னனின் தேர் செய்யப்படாமலேயே இருக்கிறதாம். இப்படியொரு செக்குலரான கதை முதுவர்களிடம் வழங்கி வருகிறது. எனவே இடப் பெயர்ச்சிக் கதைகளை எச்சரிக்கை யோடு பார்க்க வேண்டியுள்ளது. பல்வேறு சாதிகளின் இடப்

பெயர்வுக் கதைகளைப் பார்க்கும்போது எல்லாரும் இசுலாமிய ராஜாவுக்குப் பயந்து ஓடிவந்ததாகத்தான் கூறுகிறார்கள். இதைக் கதைகூறும் முறையில் ஏற்பட்ட ஒழுங்கு அல்லது வரன்முறை எனலாமே ஒழிய, வரலாற்றில் எல்லாமே இப்படித்தான் நடந்தது என்று எடுத்துக்கொள்ள முடியாது என்று நினைக்கிறேன்.

தொ.ப. : அரசன் பெண் கேட்டான்; நாங்கள் கொடுக்க மறுத்து விட்டு வந்தோம்; ஆறு தாண்டி வந்தோம் என்பது நூற்றுக்குத் தொண்ணூறு கதைகளில் கூறப்படும் சாராம்சம். இது அல்லாத இடப்பெயர்ச்சிக் கதைகளும் உண்டு. இடப்பெயர்ச்சிக்கான காரணங்களில் நாங்கள் பஞ்சம் பிழைப்பதற்காக வந்தோம் என்று யாராவது கூறியிருக்கிறார்களா?

கம்பளத்து நாயக்கர்கள் மட்டும் 'எங்கள் பகுதிகளில் பஞ்சம் வந்தது. அதனால் பஞ்சம் பிழைப்பதற்காகத் தெற்கு நோக்கி வந்தோம்' என்கிறார்கள். இதைத் தவிர மற்ற எல்லாக் கதைகளும் நேரடியாக அரசியல் அதிகாரத்தைக் கையில் வைத்திருந்தவர்கள், மறைமுகமாகச் சமூக அதிகாரத்தைக் வைத்திருந்தவர்கள் - இவர்களிடையே ஏற்பட்ட முரண்பாடு காரணமாகத் தோன்றின எனலாம். மலைக்காட்டு மக்களி டையே ஒரு வழக்கம் உண்டு. வெற்றிபெற்ற அரசன் தோற்ற அரசனை மலைக்காடுகளுக்குள் விரட்டுவது என்பது அது. இலங்கையிலும் அந்த மாதிரிக் கதைகள் உண்டு. எனவே மலைக்காடுகளுக்கு விரட்டியடிக்கப்பட்ட போர் வீரர்களின் குடி அமைப்பும் உண்டு; பஞ்சம் பிழைக்க இடம்பெயர்ந்தவர் களும் உண்டு; மேல்சாதிகளோடு ஏற்பட்ட முரண்பாடுகளின் காரணமாக இடம்பெயர்ந்தவர்களும் உண்டு. குறிப்பாக மதுரை ஆயிரம்வீட்டு யாதவர்களின் கதைகளைக் கேட்டால், அவர்களை எந்த அரசனும் விரட்டவில்லை. அவர்கள் திருநெல்வேலியிலிருந்து இடம் பெயர்ந்து வரும்போது திருமலை நாயக்கர் அவர்களுக்கு இடமளிக்கின்றார். யாதவர்கள் நெல்லைப் பகுதியில் சமூக அதிகாரமுடைய நிலவுடைமையாளர்களான வேளாளர்களோடு முரண்பட்டு வந்தவர்கள். வேளாளர்களைவிட யாதவர்கள் கீழான சாதியினர். எனவே பாதுகாப்புக் கருதித் தெற்கிலிருந்து வடக்கு நோக்கி

இடம்பெயருகின்றனர். தமிழ்நாட்டில் தெற்கிலிருந்து வடக்கு நோக்கி வந்த சாதி, யாதவர் சாதி மட்டும்தான். மற்ற சாதிகள் எல்லாம் வடக்கிலிருந்து தெற்கு நோக்கி வந்தவர்கள்தான்.

சுந்தர் காளி : பிற்காலத்தில் நாடார்கள் தெற்கிலிருந்து வடக்கு நோக்கி இடம் பெயர்ந்தார்கள்.

தொ.ப. : ஆமாம். இவ்வாறான கதைகளின் பொதுத்தன்மை என்பது நிறைய இடப்பெயர்ச்சி நடந்திருக்கிறது என்பதுதான். அரசன் பெண் கேட்ட நிகழ்வு விதிவிலக்காக எங்கேயாவது நடந்திருக்கலாம்.

சுந்தர் காளி : பெண் கேட்பது என்பதைக்கூடப் பெரிதாக எடுத்துக்கொள்ள வேண்டியதில்லை. அதிகாரத்தோடு ஏற்பட்ட முரண் காரணமாக ஊரைவிட்டு நீங்குதல் என்பது இந்தக் கதைகளின் பொதுச் செய்தியாக இருக்கிறது.

தொ.ப. : தமிழ்நாட்டுக்குள் வந்த தெலுங்கர்கள் எல்லாரும் பஞ்சம் பிழைப்பதற்கு வரவில்லை. தெலுங்குப் பிராமணர்களை அடுத்த உயர்சாதியினரான சைவ ரெட்டியார்கள் தமிழகத்திற்குள் இடம் பெயருகிறார்கள். தமிழ்நாட்டிற்குள் காலியாகக் கிடந்த எல்லா இடத்திற்குள்ளும் மக்கள் குடியேறிவிட்டதால் கடைசி கடைசியாக நெல்லை மாவட்டத்தின் தென்கோடிக்கு வருகிறார்கள். அங்கே குளத்துப் பாசன நிலங்களைக் கையகப்படுத்திக்கொண்டு நிலவுடைமைச் சாதியாக அவர்கள் வாழுகிறார்கள். பல்லவ அரசு நிலமான்யம் தந்ததற்காக எவ்வாறு தெலுங்குப் பிராமணர்கள் தமிழ்நாட்டில் குடியேறி னார்களோ அதுபோல, விஜயநகர அரசின் பாதுகாப்பு இருப்பதால் இந்த ரெட்டியார்கள் இங்கே புலம் பெயர் கிறார்கள். புலம்பெயர்ந்து நிலவுடைமைச் சாதியாக இருக் கிறார்கள் என்பது முக்கியம். தமிழ்நாட்டில் வசிக்கும் ரெட்டி யார்களிலே இரு பிரிவினர் உண்டு. ஒரு பிரிவினருக்குப் பெயரே பண்ணையார் ரெட்டியார் என்பது. பண்ணையார் ரெட்டியார் என்றால் ஏராளமான நிலங்களைக் கையிலே வைத்திருப்பவர் என்பது பொருள். இவர்கள் கடைசியாக வந்த வந்தேறிகளாக இருக்க வேண்டும். ஏனென்றால் தமிழ்நாட்டின் எந்தப் பகுதியிலும் இடமில்லாமல் நெல்லை மாவட்டத்தின் தென் கோடிக்கு வருகிறார்கள். அதைத் தாண்டிவிட்டால் பாண்டிய

நாடே முடிந்துவிடும். விஜயநகர ஆட்சியிலே பொருளாதாரப் பெருக்கம், உற்பத்திப் பெருக்கம் எல்லாம் ஏற்பட்டது. ஆனால் பார்ப்பன மேலாண்மை தக்கவைத்துக்கொள்ளப்பட்டது. பார்ப்பனர்கள் மட்டும் எந்த அதிகாரத்தையும் விட்டுக் கொடுக் காமல் புதிய அரசியலதிகாரத்தைப் பெற்றுக்கொண்டார்கள். அதன் விளைவாக அரசதிகாரத்தோடு தமிழ்மொழி கொண்டி ருந்த உறவு முற்றிலும் நீக்கப்பட்டுவிட்டது. விஜயநகர அரசின் தொடக்கக் காலத்திலே அருணாகிரிநாதர் வருகிறார். காட்சி யிலிருந்து விலகிப்போன முருகன் தெய்வத்தை மீண்டும் அழைத்துவருகின்றார். ஏனென்றால் அசைக்கமுடியாத கடவுளின் இருப்பிடத்தை இசுலாமியப் படையெடுப்பு அசைத்துக்காட்டிய தனால் தெய்வங்கள் செயலற்றுப் போய்விட்டன என்று சொல்லி இளமையும் வீரமும் உடைய முருகனைக் குன்று இருக்குமிடம் எல்லாம் குமரன் இருக்கும் இடமென்று முருகன் கோயிலை உண்டாக்குகின்றார்கள். அருணகிரிநாதர் ஊர்ஊராகப் போய்ப் பாடுகிறார். அருணகிரிநாதரின் மிகப்பெரிய வெற்றிக்குக் காரணம் எதுவென்றால், திருஞானசம்பந்தரைப் போல இசையில் அவருக்கு இருந்த ஈடுபாடும் இசையை ஒரு கருவியாகப் பயன்படுத்தியதும்தான். அவருடைய மொத்தப் பாடல்களின் சாராம்சம் எதுவென்றால் 'அச்சத்திலிருந்து விடுதலை' என்பது தான். அச்சத்திலிருந்து விடுதலை பெற வேண்டுமென்றால் யார் வேண்டும்? இளைஞனான, அழகனான, வீரனான ஒருவர் வேண்டும். அருணகிரிநாதரின் பாடல்களைப் பார்த்தால் அளவுக்கு மீறிய சிருங்காரமும் அளவுக்கு மீறிய வீர விளை யாட்டுகளும் இருக்கும். இப்போது சிவ வழிபாடு பின்னுக்குத் தள்ளப்பட்டு முருக வழிபாடு மேலே வருகின்றது. இதன் விளைவாகத் தமிழ்நாட்டில் கௌமாரம் மேலே எழப் பார்த்தது. ஆனால் எழ முடியவில்லை. விஜயநகர ஆட்சியில் இவை இன்னொரு பக்கம் நடக்கின்றன.

உற்பத்திப் பெருக்கம், சந்தைப் பெருக்கம், வணிக வழிகள் பெருக்கம் முதலியன விஜயநகர அரசால் தமிழ்நாடு அடைந்த நன்மைகள் எனலாம்.

சுந்தர் காளி : சத்திரங்களும் நிறையத் தோன்றின. பக்தி இயக்கக் காலத்தில் நாயன்மார்களும் ஆழ்வார்களும் தமிழ் என்பதைத்

தூக்கிப் பிடிக்கின்றனர். அதைப் போல விஜயநகர ஆட்சியில்...

தொ.ப. : விஜயநகர ஆட்சியில் தமிழ் என்னும் பதாகையை எவரும் தூக்கிப் பிடிக்கவில்லை. அருணகிரிநாதருக்கு விஜயநகர ஆட்சிக்காலத்தில் குறிப்பிடத்தக்க இடம் உண்டு. அவரைத் தொடர்ந்து வருகிறார் குமரகுருபரர். மீனாட்சி அம்மன் குமரகுருபரரின் பாட்டுக்கு முத்துமாலை பரிசளித்தாள் என்பதே எதிர்உணர்வில் பிறந்ததுதான். திருமலை நாயக்கரின் அவையிலே தெலுங்குப் புலவர்கள்தான் சிறப்பிடம் பெற்றி ருந்தார்கள்.

அப்பய்ய தீட்சிதர் என்னும் தெலுங்குப் புலவருக்குக் கனகாபிஷேகம் செய்யப்பட்டது. குமரகுருபரர் காசிக்குப் போனதற்குக் காரணமே தமிழ்நாட்டில் அவருக்கு ஆதரவு இல்லாமைதான். மீனாட்சி அம்மன் குமரகுருபரருக்கு முத்துமாலை பரிசளித்த கதையின் உட்பொருள் என்ன தெரியுமா? பாண்டிய நாட்டை அரசாளும் தெலுங்கு மன்னன் தமிழ்ப் புலவனாகிய என்னை ஆதரிக்கவில்லை. ஆனால் தமிழ்த் தெய்வமான மீனாட்சி என்னை ஆதரித்து முத்துமாலை பரிசளித்தாள் என்பதுதான். இந்தக் கதைக்கு எவ்விதமான ஆவணக் குறிப்போ, சான்றுகளோ கிடையாது. தெலுங்கு மன்னனான திருமலைநாயக்கர் தன்னைத் தமிழ்மன்னன் என்று காட்டிக்கொள்வதற்காக நாட்டார் மக்களோடு சமரசம் செய்து கொண்டார். சித்திரைத் திருவிழா திருமலைநாயக்கர் உருவாக்கியதுதான்.

சுந்தர் காளி : குமரகுருபரர் திருமலை நாயக்கரைப் பாடவில்லை.

தொ.ப. : பாடவில்லை. திருமலை நாயக்கர் காலத்திய ஆவணங் களிலும் குமரகுருபரர்பற்றி எந்தக் குறிப்பும் கிடையாது. எனவே எதிர் மனநிலையிலிருந்து உருவாகியதுதான் குமரகுரு பரருக்கு மீனாட்சி அம்மன் முத்துமாலை பரிசளித்த கதை. ஏனென்றால் தமிழ் ஆட்சிமொழியாக இல்லை. தமிழ் அரசவையிலே மரியாதை பெறவில்லை. தமிழ்ப் புலவனுக்கு மரியாதை இல்லை. குமரகுருபரரைத் தவிர்த்து அவரின் சமகாலப் புலவர்கள் அனைவரும் சிற்றிலக்கியங்களையும் வளமடல்களையும் பாடிக்கொண்டிருந்தார்கள். குமரகுருபரரும் இசையைக் கையில் எடுத்தார். ஆனால் அருணகிரிநாதர்

போலத் தமிழ்நாட்டில் பயணம் மேற்கொள்ளவில்லை. திருப்பனந்தாளில் மடம் ஒன்றை ஏற்படுத்திவிட்டுக் காசிக்குப் போய்விடுகிறார்.

இவரின் சமகாலத்திலேயே கிறித்துவம் கடற்கரையில் வந்துவிடுகின்றது. குமரகுருபரர் வாழும் காலத்திலேயே ஸ்ரீவைகுண்டத்திலிருந்து 20 மைல் கிழக்கே தூத்துக்குடியிலிருந்து வேம்பாறு வரைக்கும் உள்ள கடற்கரையிலேயே, இன்னும் கூறப்போனால் தெற்கே கன்னியாகுமரி வரையுள்ள கடற்கரை வரைக்கும் கத்தோலிக்கக் கிறித்துவம் கால்கொண்டு விட்டது. கிறித்துவம் தமிழகத்தின் தென்பகுதியில் கால் கொண்ட கதையைக் குமரகுருபரர் நன்கு அறிவார்.

கத்தோலிக்கக் கிறித்துவ மதமாற்றத்திற்கும் மற்ற கிறித்துவப் பிரிவுகளின் மதமாற்றத்திற்கும் ஒரு அடிப்படையான வேறுபாடு உண்டு. கத்தோலிக்கக் கிறித்துவர் வாழ்ந்த இடம் ஒரு சிறு நிலப்பகுதி. 2 அல்லது 3 கிலோமீட்டர் நீளமுள்ள கடற்கரைப் பகுதிதான். மதமாற்றத்திற்கு ஆளானவர்கள் அனைவரும் தனியிடத்தில் வாழ்பவர்கள்; மேலும் ஒரே சாதியினர். எனவேதான் இந்த மதமாற்றம் பிற்கால மதமாற்றங்கள் உண்டாக்கிய அதிர்ச்சிகளை, அதிர்வுகளை, பின்விளைவுகளை உண்டாக்கவில்லை.

கடற்கரை மக்களுக்கு உள்நாட்டு மக்களுடன் எவ்விதமான உறவும் நேரிடையாக இல்லை. கருவாடு விற்பவர்கள் மட்டும்தான் கடற்கரையிலிருந்து கொண்டுவந்து உள்நாட்டில் சந்தைப்படுத்துவார்களே ஒழிய, வேறெந்த உறவும் கிடையாது. அதிலும் பரதவ மக்கள் கருவாடு விற்கமாட்டார்கள். நுளையர், கடையர் முதலிய சாதிகள் மட்டுமே கருவாடு விற்பார்கள். இந்தச் சாதிகள் மட்டுமே கடற்கரைக்கும் உள்நாட்டு மக்களுக்கும் இடையே இயங்கியவர்கள்.

சுந்தர் காளி : 16ஆம் நூற்றாண்டில்தான் ஆரம்பக்கால மத மாற்றங்கள் நடக்கின்றன.

தொ.ப. : கி.பி.1520ஐ ஒட்டிய காலத்தில் புனித சவேரியார் மதமாற்ற முயற்சியில் ஈடுபடுகிறார். அவருக்குமுன் கிரியோலி என்ற பாதிரியார் ராமேஸ்வரம், வேதாளை, பெரியபட்டினம்

ஆகிய பகுதிகளில் மதமாற்ற முயற்சியில் ஈடுபட்டு அதில் கொல்லப்பட்டார்.

இங்கு ஒரு முக்கிய விஷயத்தைக் கவனிக்க வேண்டும். கடற்கரைப் பகுதிகளில் மதமாற்றம் நடந்தபோது விஜய நகரத்தின் அதிகாரம் அங்கு இல்லை. விட்டல நாயக்கர் தூத்துக்குடி மீது படையெடுக்க முற்படுகிறார். ஆனால் அந்த உள்நாட்டுப் பகுதியைப் பூதலவீரன் உதயமார்த்தாண்டன் என்னும் சேரமன்னன் கைப்பற்றிக்கொள்கிறான். நெல்லை மாவட்டம் முழுவதையுமே பிடித்துக்கொண்டான் என்றுதான் கூற வேண்டும். விஜயநகர ஆட்சியின் அதிகாரம் அங்கிருந்தால் இந்த மதமாற்றத்திற்கு எதிர்ப்பு வந்திருக்க வேண்டும். இதிலிருந்து கடற்கரைப் பகுதிகளில் விஜயநகரத்தின் அதிகாரம் செல்லுபடியாகவில்லை என்றுதான் கூறவேண்டும். இந்த உதயமார்த்தாண்ட மன்னன் களக்காட்டில் அரண்மனை கட்டிக்கொண்டு கடற்கரை உள்ளிட்ட நெல்லை மாவட்டப் பகுதிகளை ஆண்டுவந்தான். அவனுக்கும் திருச்செந்தூர்க் கோயிலுக்கும் தொடர்பு இருந்துவந்துள்ளது. அந்தப் பகுதியில் உள்ள எல்லாக் கோயில்களிலும் உதயமார்த்தாண்டன் சந்தி ஒன்று இருக்கும். அவனது பெயரால் பூசைகள் ஏற்பாடு செய்யப்பட்டிருக்கும். அவன் கிறித்துவர்களையும் இசுலாமியர் களையும் அரவணைத்துக்கொண்டான். இதற்கு நல்ல உதாரணம், காயல்பட்டினம் பள்ளிவாசலுக்கு நிறைய மானியங்கள் கொடுத்தான். காயல்பட்டினத்தின் அந்தப் பள்ளிவாசலுக்கு மார்த்தாண்டப் பெரும்பள்ளி என்று பெயர். அந்தப் பள்ளியின் ஹாஜியாருக்கே உதயமார்த்தாண்ட ஹாஜியார் என்று பெயர். கடற்கரையில் இருந்த இசுலாமியர் களையும் கிறித்துவர்களையும் உதயமார்த்தாண்டன் தன் பக்கம் வைத்திருந்தபடியால் மதுரையில் இருந்த நாயக்க அரசுக்குக் கடற்கரையில் அதிகாரம் இல்லாது போயிற்று.

சுந்தர் காளி : பரதவர்களைத் தவிரக் கத்தோலிக்கர்களாக வேறு சாதியினர் எவரும் ஆரம்பத்தில் மதம் மாறினார்களா?

தொ.ப. : முதல் மதமாற்றத்தின்போது பரதவர்களைத் தவிர வேறு சாதியினர் எவரும் மதம் மாறவில்லை. ஒரே சாதியினர் மட்டும் மதம் மாறியதால் எந்தச் சிக்கலும் நேரவில்லை. உள்நாட்டுப்

பகுதியில் இல்லாமல் 2 அல்லது 3 கிலோமீட்டர் அகலத்தில் 100 கி.மீ. நீளமுள்ள கடற்கரையோரம் இந்த மதமாற்றம் நடந்ததால் சிக்கல் எதுவும் வரவேயில்லை.

காயல்பட்டினம், கீழக்கரை ஆகிய இடங்களில் இருந்த இசுலாமியர்கள் சாமந்தப் பண்டசாலிகளின் வழிமுறையினர். அஞ்சுவண்ணத்தார் எனப்பட்ட அரேபிய வணிகர்களின் பாதுகாவலர்கள் இந்தச் சாமந்தப் பண்டசாலிகள். அரேபிய வணிகக் குழுக்கள் அழிந்த பின், இவர்கள் இங்கே தங்கித் தமிழ் மக்களிடம் பெண் கொண்டவர்கள். தமிழ்ப் பெண்களை மணந்தவர்கள் என்பதால் சமூக முரண்களுக்கு அவர்கள் இடம் கொடுக்கவில்லை. சமூக ஒற்றுமைக்குச் சான்றாக விளங்கினார்கள். 'சீதக்காதி திருமண வாழ்த்துப் பாடல்' என்னும் இலக்கியம் இதற்கு நல்ல சாட்சி. உள்நாட்டுப் பகுதிகளில் இசுலாம் சூஃபிகளின் மூலம் பரவியது. இசுலாமியத்திற்குத் தமிழ்மக்கள் மாறுவதற்கு முக்கியக் காரணம், அந்தந்தப் பகுதிகளில் இருந்த பஞ்சமும் வறுமையும்தான்.

வாள்கொண்டு இசுலாம் பரவவில்லை. தமிழ்நாட்டில் உட்பகுதியில் இருந்த சூஃபி மார்க்கம் வழியாகப் பரவுகிறது. இந்த சூஃபி மார்க்கத்தில் பழைய சித்தர் மரபின் எச்சப்பாடுகள் உண்டு. மருத்துவ அறிவு, இசைப்பாடல்கள், மரியாதைக்குரிய துறவு இந்த மூன்றும் கலந்த கலவைதான் சூஃபிகள். இந்த மூன்றும் கலந்த சூஃபிமார்கள் தமிழகத்தின் உட்பகுதிக்குள் செல்லும்போது யாரும் அவர்களை எதிர்க்கவில்லை. ஆங்காங்கே தமிழகத்தின் பகுதிகளில் இசுலாமிய மதமாற்றம் நிகழ்ந்தது. இது காலனிய ஆட்சியின் தொடக்கப் பகுதியில் உள்ள நிலைமை. காலனிய ஆட்சிக்குப் பிறகு தமிழ்நாட்டில் நடந்த இசுலாமிய மதமாற்றம் என்பது வேறானது.